யதி

யதி

பா. ராகவன்

எழுத்து பிரசுரம்

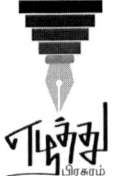

Title : YATHI
Author's Name : PA. RAGHAVAN
Copyright © R. RAMYA 2021
Published by Ezutthu Prachuram

All rights reserved. No part of this publication may be reproduced, stored in a retrieval system, or transmitted, in any form or by any means, electronic, mechanical, photocopying, recording, psychic, or otherwise, without the prior permission of the publishers.

Ezutthu Prachuram
(An imprint of Zero Degree Publishing)
No.55(7), RBlock,
6th Avenue, Anna Nagar
Chennai - 600040

Website: www.zerodegreepublishing.com
E Mail id: zerodegreepublishing@gmail.com
Phone : 98400 65000

Ezutthu Prachuram First Edition: February 2021
ISBN : 978-81-949735-7-7
TITLE NO EP : 163

Cover Art : Rajan PR
Layout : Vidhya Velayudham
Printed at Manipal Technologies, India.

Author's Home Page: https://writerpara.com
Email: writerpara@gmail.com

துறவறம் எனும் ஜீவநதியின்
சத்தியத் தடம் தேடி ஒரு பயணம்

பா. ராகவனின் யதி அவரது முந்தைய படைப்புகளில் இருந்து பெரிதும் வேறுபடுகின்றது. சகோதரர்களான நான்கு சன்னியாசிகளின் கதையை ஒற்றை நபரின் மீள் நினைவாகச் சொல்லும் பாவனையில் இந்திய சன்னியாச மரபினை, அதன் பிரிவுகளை, காவி உடுத்தினாலும் உள்ளத்தின் அலைக்கழிப்பில் பறக்கும் சிந்தனையின் திசைகளை, எச்சங்களின் வலைப் பின்னல்களில் சிக்கித் தவிக்கும் துறவு மனங்களை எட்டிப் பிடிக்கின்றது. இந்த விதத்தில் சன்னியாசிகளின் உலகினைத் துல்லியமாகக் காட்சிப்படுத்தும் முதல் பிரதி இதுதான் என்று நினைக்கத் தோன்றுகிறது.

இந்திய தேசத்தில் துறவிகளுக்கு எல்லாக் காலங்களிலும் இருக்கும் மதிப்பும் மரியாதையும் அலாதியானது. தமது சொந்தச் சீரழிவுகளால் பெயரிழந்து போகும் ஒரு சிலரைச் செய்தியாக நாம் அவ்வப்போது கேள்விப்படுகிறோம். ஆனால் மக்கள் கவனத்துக்கேகூட வராமல் வாழும் காலம் முழுதையும் தவத்தில் கழித்துக் காணாமல் போவோரும் உண்டு. ஒவ்வொரு சன்னியாசத்துக்குமான நோக்கம் மனித குலத்தின் மீட்சியே என்று இந்நாவலில் வருகிற அத்தனை சன்னியாசிகளும் கருதுகிறார்கள். ஆனால் யதார்த்தத்தில் தங்கள் மீட்சிக்கான வாசல்களே அவர்களுக்கு அடைபட்டுப் போய்விடுகின்றன. இது ஒரு துயரம்தான். ஆனால் வாழ்வு இவ்விதமாகவே பெரும்பாலும் அமைகிறது.

யதியின் மிகப்பெரிய சிறப்பாக நான் கருதுவது, மிக மிகக் குறைவான பாத்திரங்களைக் கொண்டு எப்படி இவர் இத்தனை பிரம்மாண்டமான ஒரு நாவலைக் கட்டியெழுப்பினார்

என்கிற வியப்பை இது உருவாக்குகின்றது. ஆங்காங்கே ஒரு சில சொற்களில் வந்து போகும் உதிரிப் பாத்திரங்களைக் கழித்துவிட்டால் மொத்தமே பத்து பேர்தான் இந்நாவலை வழி நடத்திச் செல்கின்றனர். அதிலொரு பாத்திரம் தன் இருப்பினை வெளியே காட்டிக்கொள்ளாமல் பிறரது நினைவில் மட்டுமே வளர்ந்தும் வாழ்ந்தும் இறுதியில் தன்னையும் தனது தவத்தையுமே தாயின் கொள்ளிக்கு ஆகுதியாக்கிக் கொள்கிறது.

பற்றறுக்கும் நிலைக்கு மிகவும் நேரெதிரான ஒரு நிலையினைத் தேர்ந்தெடுத்துக்கொண்டு, தனது பற்றுகளின் மூலமே உறவு நிலைகளையும் உணர்வின் கொந்தளிப்புகளையும் கடக்கப் பார்க்கும் கதை சொல்லியின் பாத்திரப் படைப்பு விசித்திரமாகவும் ஆர்வத்தைத் தூண்டக்கூடியதாகவும் இருக்கின்றது. நாத்திக சன்னியாசம் என்பது சற்று வினோதமானதாகப் பலருக்குத் தென்படக்கூடும்.ஆனால்இந்தியமரபிலேயேஅதுதொன்றுதொட்டு இருந்து வருவதுதான். சாரவாக நாத்திகம் என்றொரு மதப்பிரிவே முக்காலத்தில் இருந்திருக்கிறது. பா. ராகவன், தனது வாசிப்பின் எல்லைகளை இத்தளங்களில் விஸ்தரித்துக்கொண்டு போவதன் விளைவாக, ஒன்றோடொன்று தொடர்பற்ற நான்கு விதமான சன்னியாசங்களை லகுவாக ஒரு நேர்க்கோட்டில் கொண்டு வந்து காட்டுகின்றார். ஒரு கட்டத்தில் இது நாவல் வாசிக்கும் உணர்வை மறக்கடித்து, முற்றிலும் புதியதொரு உலகினை தரிசிக்கும் பரவசத்தைத் தரத் தொடங்கிவிடுகின்றது.

குறிப்பிட்டுச் சொல்ல வேண்டியது, இந்நாவலில் கையாளப் பட்டிருக்கின்ற மொழி. இக்கதையின் நாயகர்களுள் ஒருவனை ஆசிரியரே ‘மொழியின் குழந்தை’ என்றுதான் வர்ணிக்கிறார். அது சரிதான். இப்படியொரு புதிய, நூதனமான களத்தைக் கையாள இதனைக் காட்டிலும் பொருத்தமான மொழியைத் தேர்ந்தெடுக்க முடியாது என்று நினைக்கும்படி இருக்கிறது பா. ராகவனின் நடை...

முகமது குட்டியை எரித்தபோது தனக்கு அழுகை வந்ததாக வினய் சொன்னான். அது முகமது குட்டிக்காக வந்த அழுகையல்ல என்று எனக்குத் தோன்றியது. சுய இரக்கத்தின்பாற்பட்டே வினய் அன்று அழுதிருக்க வேண்டும். அல்லது உள்ளுக்குள் அவனையறியாமல் மூண்டிருக்கக்கூடிய அச்சம் அந்த அழுகையைத் தந்திருக்கலாம். எப்படியானாலும் ஒரு சன்னியாசியின் கண்ணில் நீர் பெருகுவது ஓர் அவலமன்றி வேறல்ல.

ஒரு கொலை நிகழ்ந்திருக்கிறது. கொன்றவன் தனது கதையைத் தனது சகோதரனிடம் சொல்லியிருக்கிறான். கதை சொல்லி இதனை நினைத்துப் பார்க்கிற இடம் மேலே காண்பது. ஒரு சிறு பதற்றமும் இல்லாமல் ஒரு கொலையை - நினைவில்கூட - அலசிப் பார்க்க முடியுமா என்று தெரியவில்லை. மிகையான ஒரு சொல்லினைக் கூட பா. ராகவன் இந்நாவலெங்கும் பயன்படுத்தவேயில்லை என்பது வியப்பான விடயம்.

இன்னொரு இடத்தில் இப்படி வருகிறது:

மாயை அழகானது. பிரம்மத்தை விடவும் பேரெழில் கொண்டது. எளிதில் பிடித்துப் போகிறது. விரும்பும் வரை சுகமளிப்பது. புரிந்து கொள்ள இயலாத பிரம்மத்தைக் காட்டிலும் புரியக்கூடிய மாயையை நான் மிகவும் விரும்பினேன்.

கதையில் இவ்வரி இடம் பெறும் கட்டம் மிகவும் முக்கியமானது. இந்நாவலின் ஆதாரப் புள்ளி என்று சொல்லத்தக்க ஒரு ஓலைச் சுவடிக் குறிப்பு இறுதி வரை விடையற்றுப் போய்விடுகின்றது. சுவடியின் சூத்திரதாரியான கதாநாயகர்களின் தாய் இறந்துவிடுகிறாள். கொள்ளி வைக்க வேண்டிய மூத்த மகன் [கதையில் அவன் ஒரு யோகி] ஒரு தணலாக உருவெடுத்து வந்து அம்மாவின் சிதையில் விழுந்து அவளை எரித்துத் தானும் இல்லாமல் போகின்றான். மீபுனைவு அம்சம் சற்றுத் தூக்கலாக உள்ள இந்தப் பகுதியில், நிகழ்ந்த அற்புதத்தின் சாயலே இன்றிக் கதை சொல்லி இதனை நினைக்கின்றான்!

யதியின் ஒவ்வொரு அத்தியாயத்திலும் இந்தத் தன்மையை மிகவும் ரசித்தேன். எழுத்தில் உணர்ச்சிகளைக் கொட்டாமல், வறண்ட சொற்களின் புது விதமான கலவையில் வாசிப்பவர்களின் உணர்வினைக் கிளறிவிடுகிறது இந்நாவல்.

சென்னையை அடுத்த திருவிடந்தை என்னும் கடலோர கிராமத்தில் ஆரம்பித்து அநேகமாக இந்தியாவின் நான்கு மூலைகளுக்கும் கதைக்களன் பயணப்படுகிறது. பல்வேறு விதமான நிலப்பரப்புகள், பல்வேறு விதமான மனிதர்கள், சாதுக்கள், சன்னியாசிகள், சித்தர்கள், யோகிகள், மந்திரவாதிகளைச் சுட்டிக்காட்டி [சேஷாத்திரி சுவாமி, ஓஷோ ரஜனீஷ், ஜெயேந்திர சரஸ்வதி போன்றவர்கள் சுய அடையாளத்துடனேயே வருகிறார்கள்], ஞானத்தின் அகண்ட வெளிக்கும் காமத்தின் புலிப் பாய்ச்சலுக்கும் காலம் தோறும் நிகழும் முடிவற்ற யுத்த வெளியில் இந்நாவல் சுற்றிச் சுழல்கிறது.

யுத்த பலியாகக் கதையில் வரும் அத்தனை பேருமே இல்லாது போவதும் காமத்தினைக் கடந்து வென்றவளும் சாம்பலாகி, சூனியத்தின் பூரணம் இதன் இறுதி அத்தியாயமெங்கும் நிரம்பிவிடுகிறது. ஆனால் சூனியத்துக்கு உள்ளே இருந்தும் பூரணத்தை எடுக்க இயலும் என்று கதையின் நாயகர்களுள் ஒருவனான விமல் நம்புவதுதான் வாசித்து முடிக்கும்போது நினைவில் தங்குகிறது.

நாவலோ வாழ்க்கையோ, நம்பிக்கையைத் தக்க வைப்பதுதானே நமக்குப் பிடித்தமானது? யதி, எனக்கு மறக்க முடியாத ஒரு நாவல். ஆசிரியர் அடுத்த நாவலுடன் வருகின்ற வரை இதைத் திரும்பத் திரும்ப வாசித்துக்கொண்டிருப்பேன்.

-சி. ஜே. ஆனந்தகுமார்

என்னுரை

2009ல் என் அப்பாவின் புத்தகச் சேமிப்பை ஒரு நாள் அளைந்து கொண்டிருந்தபோது ஜாபால உபநிடதம் என்ற பழம்பிரதியொன்று கண்ணில் பட்டது. முதல் சில பக்கங்கள் இல்லாமல், பழுப்பேறி, செல்லரித்து, தொட்டால் உதிரும் தருவாயில் இருந்தது அந்நூல். அப்பா வேதாந்த நாட்டம் கொண்டவரல்லர். அப்படியொரு பிரதியை அவர் தேடி அடைந்திருக்க முடியாது. யாரோ கொடுத்திருக்க வேண்டும். அல்லது எப்படியோ அவரிடம் வந்து சேர்ந்திருக்க வேண்டும். இருபதாம் நூற்றாண்டின் மிகத் தொடக்க காலத்து அச்சில் சமஸ்கிருத மூலமும் எளிதில் புரியாத தமிழ் அர்த்தமும் கொண்ட மிகவும் ஒல்லியான புத்தகம். புரட்டினாலே உதிர்ந்துவிடுகிற பக்கங்களை கவனமாகத் திருப்பிப் படிக்க ஆரம்பித்தேன். எனக்கு அது சரியாகப் புரியவில்லை. ஆனால் ஜாபால உபநிடதம் என்ற பெயரும் அதன் இறுதிப் பகுதியில் விவரிக்கப்பட்டிருந்த துறவற ஒழுக்க நியமங்களும் திரும்பத் திரும்ப நினைவில் இடறிக்கொண்டே இருந்தன.

ஒரு துறவியாகிவிட வேண்டும், காற்றைத்தவிர இன்னொன்றில்லாத பெருவெளியில் தனித்துத் திரியவேண்டும் என்று முன்னொரு காலத்தில் கனாக் கண்டதுண்டு. அது வாழ்வின் குரூரங்களிலிருந்து தப்பித்துச் செல்ல அன்று எனக்குத் தோன்றிய வழி. ஒரு பொறியாளன் ஆவது போல, டாக்டராவது போலத் துறவியாவது என்பதும் ஓர் இயலாகவே எனக்குள் பதிந்திருந்தது. எங்கெங்கோ அலைந்து பல சன்னியாசிகளை, சித்தர்களை, காவி அணிந்த வெறும் பிச்சைக்காரர்களைச் சந்தித்து என்னென்னவோ பேசியிருக்கிறேன். சில்லறை சித்து ஆட்டங்களைக் கண்டு, வியப்புற்று வாயடைத்து நின்றிருக்கிறேன். ராமகிருஷ்ண மடத்துத் துறவியொருவர் முக்கால் மணி நேரம் பற்பல வேதாந்த விஷயங்களைப் பேசி, இதில் உனக்குப் புரிந்த ஏதாவது ஒரு வரியைச் சொல் என்றபோது, ஒரு சொல்கூடப் புரியாத என் மொண்ணைத்தனத்தை எண்ணி இரவெல்லாம் கதறி அழுதிருக்கிறேன். சானடோரியம் மலை உச்சிக்குச் சென்று தியானம் செய்ய அமர்ந்து கொள்ளி எறும்புக் கடிபட்டு உடம்பெல்லாம் வீங்கி அவதியுற்றிருக்கிறேன். வாழ்வினின்று தப்பி ஓடுவதல்ல; பெருங்காதலுடன் ஒட்டுமொத்த மானுட சமூகத்தையும் அள்ளி அரவணைக்கும் பக்குவமே துறவு

என்பது புரிந்த காலத்தில் எனக்கொரு மகள் பிறந்திருந்தாள். இதே புரிதல் தலைகீழாக நிகழ்வதன் விளைவாகவே இன்றைய பட்டுக்காவி சன்னியாசிகள் பிறக்கிறார்கள் என்பதும் புரிந்தது.

எக்காலத்திலும் நான் துறவியாகப் போவதில்லை என்பது தெளிவாகப் புரிந்த பின்பு துறவு நிலை குறித்து நிறையப் படிக்க ஆரம்பித்தேன். அதன் முக்கிய விளைவாக, துறவிகளைத் தேடிச் செல்லும் வழக்கம் நின்றுபோனது. பிரமிப்புகளும் மயக்கங்களும் இல்லாமல் போயின. ஜீவநதிகளைப் போல் மண்ணெங்கும் ஓடிக் கலந்த அத்தகைய பிறவிகள் சரஸ்வதியைப் போல நிலம் நுழைந்து முகம் மூடிக் கொண்டுவிட்டார்கள். தேங்கியிருப்பதெல்லாம் அறமற்ற வெறும் நிறம்.

முற்றிலும் உதிர்ந்து இல்லாமலே போய்விட்ட அப்பாவின் சேகரமான அந்த ஜாபால உபநிடதத்தின் வேறு பிரதி எங்காவது கிடைக்கிறதா என்று வெகு காலம் தேடினேன். கிடைக்கவில்லை. அது அதர்வ வேதத்தின் உபநிடதம் என்று ஓரிடத்திலும் அனுமனுக்கு ராமன் உபதேசித்தது என்று வேறொரு இடத்திலும் படித்தேன். அமரர் பாலகிருஷ்ண சாஸ்திரிகள் ஜாபால உபநிடதம் யஜுர் வேதத்தைச் சார்ந்தது என்று எப்போதோ சொன்னது நினைவுக்கு வந்தது. எனக்கு சமஸ்கிருதம் தெரியாது. வேதங்களையும் உபநிடதங்களையும் தமிழில்தான் படித்தேன். இதில் உள்ள சிக்கல் என்னவெனில், படிப்பதில் பெரும்பகுதி புரியாது. புரிந்த பகுதிகள் என்று நான் எண்ணிய பலவற்றையும் தவறாகவே புரிந்துகொண்டிருப்பதைப் படிப்படியாக அறிந்தேன். அதைப் பல சந்தர்ப்பங்களில் பல்வேறு நபர்கள் சுட்டிக்காட்டித் திருத்தியிருக்கிறார்கள். சந்தேகமின்றி நான் மொண்ணைதான். அதனாலென்ன? இன்னும் முட்டி மோதிக்கொள்ள வாழ்க்கை நீண்டுதான் கிடக்கிறது.

சில நண்பர்கள் உதவியால் எனக்கு வாசிக்கக் கிடைத்த யாதவ பிரகாசரின் [ராமானுஜரின் பூர்வாசிரம குரு - பின்னாளில் ராமானுஜரின் சீடர் ஆனார்.] யதி தரும சமுச்சயம் [ஆங்கில மொழியாக்கம்] ஒரு விதத்தில் ஜாபால உபநிடதத்தின் மறு வடிவமாகத் தோன்றியது. வேதகால ரிஷிகள் துறவறம் குறித்துப் பேசிய அனைத்தையும் யாதவ பிரகாசர் தமது பிரதியில் தொகுத்திருக்கிறார். துறவிலக்கணம் என்று அதில் சொல்லப்பட்டிருக்கும் எது ஒன்றும் இன்று நடைமுறையில்

இல்லை. அந்நூல் சுட்டிக்காட்டும் விதமான ஒரு துறவியும் இன்றில்லை.

ஆனாலும் இந்த மண்ணில் துறவிகளுக்கு மதிப்பிருக்கிறது. தொழவும் பழிக்கவும் அவர்கள் வேண்டியிருக்கிறார்கள். நான்கு விதமான சன்னியாச ஆசிரமங்கள் இன்னமும் புழக்கத்தில் இருக்கின்றன. இந்த நான்கில் ஒன்றையேனும் அணுகிக் கடக்காமல் எந்த ஒரு சராசரி இந்தியனின் வாழ்வும் நிறைவடைவதில்லை. விமரிசனத்துக்காகவேனும்.

யதி, சன்னியாசிகளின் உலகில் உழலும் கதை. நாமறிந்த காவி, நாமறிந்த ஆளுமைகள், நமக்குத் தெரிந்த துறவிகளின் வாழ்வுக்கும் செயலுக்கும் அப்பால் உள்ள, எங்கோ ஓடி ஒளிந்துகொண்ட ஒரு ஜீவநதியின் சத்தியத் தடம் தேடிப் போகிறேன். ஆனால் வேறு வழியில்லை. தெரிந்ததைக் கடந்துதான் தெரியாதது நோக்கிச் செல்ல வேண்டும். கண்ணைக் கட்டிக்கொண்டு காற்றில் கத்தி வீசியபடியே நடக்கிற அனுபவம். எழுத்து மட்டுமா, வாழ்வும் அதுவேயல்லவா?

இந்நாவலை தினமணி டாட்காமில் தினமும் ஒவ்வொரு பகுதியாக எழுதினேன். அந்த அழுத்தமும் கட்டுப்பாடும் இல்லாவிடில் இதனை என்னால் எழுதியிருக்க இயலாது. தினமணி டாட்காம் ஆசிரியர் ஆர். பார்த்தசாரதிக்கு என்றும் கடமைப்பட்டிருக்கிறேன். அவரில்லாமல் இது இல்லை.

பா. ராகவன்

நன்றி

இந்நாவலின் கருவைக் கேட்டு, சிலாகித்து, தினமணி டாட்காமில் இதனைத் தொடராக வெளியிட்ட அதன் ஆசிரியர் ஆர். பார்த்தசாரதி.

தொழில்நுட்பம், விற்பனை சார்ந்த பணியில் இருந்தாலும் யதியின் உருவாக்கத்திலும் என் எழுத்திலும் ஆர்வமும் அக்கறையும் கொண்டு எழுத ஊக்குவித்த தினமணியின் பொது மேலாளர் ஆர். வெங்கடசுப்பிரமணியம்.

இந்நாவலின் கருவை வலுப்படுத்திய காரணியாக இருந்த யாதவ பிரகாசரின் 'யதி தரும சமுச்சயம்' நூல் பிரதியை எனக்குக் கிடைக்கச் செய்த நண்பர்கள் மாயவரத்தான் கி. ரமேஷ்குமார், சீமாச்சு.

நாவலை தினமணியில் வாசித்த யார் வேண்டுமானாலும் முன்னுரை எழுதலாம் என்று சமூக வலைத்தளங்களில் ஓர் அறிவிப்பு வெளியிட்டேன். நான் சற்றும் எதிர்பாராத வகையில் சுமார் நாற்பது பேர் இந்நாவலைப் பற்றிய தமது கருத்துகளை எழுதி அனுப்பினார்கள். அவற்றில் சிறந்த ஒரு கட்டுரையே (சி. ஜே. ஆனந்தகுமார் எழுதியது.) இப்பதிப்பில் முன்னுரையாக வெளியாகியுள்ளது.

தினமணி தளத்தில் இது தினசரித் தொடராகப் பிரசுரமானது. அந்த அவசரத்தில் அவ்வப்போது நேர்ந்த சிறு பிழைகளைக் களைய உதவிய காஞ்சி ரகுராம், தர்ஷனா கார்த்திகேயன், பி.வி. ராமஸ்வாமி, முருகு தமிழ் அறிவன்.

அட்டைப்படம் வடிவமைத்தளித்த சந்தோஷ் நாராயணன்.

புத்தகமாகப் பிரசுரித்த எக்ஸ்பிரஸ் குழுமத்தின் பினாக்கிள் நிர்வாகம், இரண்டாம் பதிப்பை வெளியிட்ட கிழக்கு பதிப்பகம், இந்த மூன்றாம் பதிப்பினை வெளியிடும் ஜீரோ டிகிரி.

எனது அன்றாடப் பணிகள் அனைத்தையும் முடித்துவிட்டு, தினமும் நள்ளிரவுக்குப் பின்பே யதியை எழுத அமர்வேன். வீட்டில் நான் ஒருவன் இருப்பது எனக்கே பெரும்பாலும் நினைவிராது. என்னைப் போலொருவனை சகித்துக்கொண்டு அன்பு செலுத்துவதுதான் உண்மையில் யோகம். அவ்விதத்தில் மாபெரும் யோகிகளான என் மனைவியும் மகளும்.

சொல்லித் தீராத நன்றிகளை இங்கு எழுதி வைக்கிறேன்.

சமர்ப்பணம்

கோரக்கரின் திருவடிகளில்.

தியானம்

ஹிரண்மயேன பாத்ரேண ஸத்யஸ்யாபிஹிதம் முகம் |
தத் த்வம் பூஷன்னபாவ்ருணு ஸத்யதர்மாய த்ருஷ்ட்டயே ||

ஈசாவாஸ்ய உபநிஷதம்

உண்மையின் முகம் பொன்மயமான திரையால்
மறைக்கப்பட்டுள்ளது.
சூர்ய! சத்திய நிஷ்டை உடைய நான்
அவ்வுண்மையைக் காணத் திரையை விலக்கு.

பொருளடக்கம்

01. நீலக் குறிஞ்சி 25
02. புரிந்ததில் இருந்து விடுதலை 32
03. வானம் பார்த்த கால்கள் 38
04. நாமகரணம் 45
05 பித்தளைப் பிள்ளையார் 51
06 சந்தித் தருணம் 57
07. அக்னிஹோத்ரம் 64
08. புறப்பாடு 71
09. மூல மந்திரம் 77
10. பேயின் நாக்கு 84
11. கிருஷ்ணார்ப்பணம் 91
12. போனவன் 98
13. காவல் 105
14. சுடர் 112
15. உடைத்தறிதல் 119
16. நூற்று எண்பத்து ஒன்பது தெய்வங்கள் 126
17. ஒரு கோப்பை நெய் 132
18. துளி வாழ்வு, துளி சாவு 138
19. நீயா 144
20. படக்கதை 151
21. மயான காண்டம் 156
22. உரித்தெடுத்தல் 163
23. துக்கம் தவிர்த்தல் 169

24. ஐயாவுக்கு ஒரு கடிதம்............................ 176
25. பகவத் சங்கல்பம்................................... 183
26. ஊருக்கு ஓர் அழகி................................. 190
27. இடப் பெயர்ச்சி..................................... 198
28. எழுப்புதல்... 204
29. கண்ணீரின் கனம்.................................. 210
30. சிவன் கோயில் பிரசாதம்........................ 216
31. சாமி.. 224
32. விபூதி யோகம்..................................... 231
33. காலச்சுருள்... 237
34. லிங்கப் பிரதிஷ்டை................................ 243
35. விஸ்வ ரூப தரிசனம்............................... 250
36. காற்றில் கரைதல்.................................. 257
37. நாய் வழி... 264
38. மீன் உண்டவன்................................... 269
39. அக்னி சந்தானம்................................... 275
40. சொல்லாலானவன்................................ 281
41. பிசிறுகளின் காதலன்.............................. 286
42. உடலும் உள்ளமும்................................ 292
43. சாட்சிக்காரன்....................................... 298
44. ஒரு சிறிய கொலை................................ 303
45. புல்லாகுதல்... 308
46. உடலாகுபெயர்..................................... 313
47. தடம்.. 319
48. லக்ஷ்மி கடாட்சம்.................................. 325
49. மருந்தாகுதல்....................................... 332

50. நதியில் ஒரு பரிசல் 338
51. ஒலித்த குரல் 345
52. வாசனை 351
53. மூன்றாவது வழி 357
54. கபிலர் 362
55. வேறிடம் 368
56. எடுத்தலும் வைத்தலும் 373
57. நாய் வளர்ப்பு 380
58. வெளிச்சம் 386
59. காற்றின் இருப்பிடம் 392
60. சபித்தவன் 398
61. சர்க்கரைப் பொங்கல் 404
62. எள்ளுருண்டை 409
63. காற்று மறைப்பு 415
64. சிவம் 421
65. தாகம் 427
66. வேறொருத்தி 432
67. தொட்ட இடம் 437
68. முதலும் ஈடும் 442
69. ஒரு பயணம் 447
70. கொன்றவன் 452
71. முதலீடு 458
72. ப்ரோக்கர் 463
73. சித்ராவும் உருளைக்கிழங்கு போண்டாவும் 469
74. சிவன் செயல் 475
75. ஒரு தற்கொலை 482

76. பசி	488
77. கொலைக்களம்	494
78. வெறி தணிதல்	501
79. கண்ணீரைச் சேமித்தல்	506
80. உதவாத உயிர்கள்	513
81. ஒரு சொல்	518
82. மோகினி	523
83. காம ரூபிணி	528
84. இறக்கி வைத்தல்	533
85. கருவி	538
86. கையேந்தல்	544
87. சேரிடம்	549
88. உயர் ஜாதி மிருகம்	555
89. பெண் வாசனை	560
90. மழை	566
91. தியானம்	573
92. மிருக நடமாட்டம்	579
93. சிலுவை	585
94. ஒன்பது முகம்	590
95. உள்ளங்கைத் தொலைக்காட்சி	595
96. தீட்சை	601
97. எட்டணா	607
98. சாட்சி	612
99. கற்பின் கதை	618
100. அருந்துய்மை	623

101. சிந்திக்கும் மிருகம்	629
102. ஒரு பெரும் பாறை	635
103. ஆல் பாஸ் டுடோரியல்	641
104. சதுரங்கம்	646
105. வன்மத்தின் வண்ணம்	651
106. கண்ணீரின் பனிக்குடம்	656
107. வழியனுப்பல்	662
108. பசித்தவன்	668
109. மூவர்	675
110. உறவுறுக்கும் நேரம்	681
111. தரிசனம்	686
112. கிருஷ்ணனாவது	693
113. வா!	699
114. ஒளியின் வழி	705
115. இருவர்	710
116. கப்பல்	715
117. குழலோசை	720
118. கிருஷ்ண லீலா	725
119. நிதி சால சுகமா?	731
120. வாசனை	738
121. பனிப்புயல்	744
122. மூன்று மாதங்கள்	751
123. விருந்தும் விசேடமும்	757
124. இரண்டு இட்லிகள்	763
125. லட்சத்து எட்டு	768
126. களையும் கலை	774

127. கடத்தல்	780
128. விட்டுகுறை	784
129. மருந்து	791
130. நாயர்	798
131. பூர்ணாஹுதி	802
132. கலவரம்	808
133. உருண்டு போனவை	813
134. கட்டங்களின் துரோகம்	818
135. ஊழித் தாண்டவம்	826
136. நடை திறப்பு	832
137. விதியும் ஸ்மிருதியும்	839
138. ஒரு மரணமும் ஒரு கொலையும்	845
139. பத்து கிராம்	851
140. தவப் பயன்	856
141. அடைப்பு	862
142. சித்ரான்னம்	867
143. செம்பவழக் கல்	874
144. ரிஷி	880
145. சம்ஹார தேவி	887
146. திரிபுவனச் சக்கரவர்த்தி	893
147. கொலைக் குறிப்பு	899
148. மரண வாக்குமூலம்	904
149. பொம்மைகள்	910
150. மைதிலி	915
151. நிழல் வெளி	921
152. கோடிட்ட இடங்கள்	926

153. புன்னகைக் காலம் 934
154. துடைப்பக் கட்டை 941
155. கோழைப் பேய் 947
156. கட்டவிழ்ப்பு 953
157. வடக்கிருத்தல் 960
158. பூரணி 966
159. தாயும் ஆனவள் 971
160. கொள்ளி எறும்பு 977
161. சமாதிகளைக் காத்தல் 984
162. கண்ணீரின் குழந்தை 990
163. புன்னகை 998
164. யாத்திரை 1005
165. அடங்கல் 1012
166. சாம்பலின் குழந்தை 1018
167. திருமுக்கூடல் 1025

01. நீலக் குறிஞ்சி

விரிந்து விடைத்த செவிகளை ஆவேசமாக அசைத்துக்கொண்டு ஓடி வரும் மதம் கொண்ட யானையின் பிளிறலைப் போலிருந்தது இந்திராவதியின் பேரிரைச்சல். தண்டகாரண்யப் பெருவனத்தின் அடர்த்தியும் இருளும் நதியின் ஓசையைத் தம்மேல் பூசிக்கொண்டு அச்சமூட்டின. காற்றுக்குத் தலைவிரித்தாடிய தடித்த மரங்களின் நிழலாட்டம் நதியின் சுருதிக்குச் சேராமல் தன்னியல்பில் வேறொரு ஓசையின் ஊற்றைத் தோண்டிக்கொண்டிருந்தது. சம்பந்தமில்லாமல் திடீரென்று எங்கிருந்தோ ஒரு ஓநாயின் குரல் சீறி அடங்கியது. தாங்கொணாக் குளிரில் நடுங்கியவண்ணம் கூடாரத்துக்குள் நான் உறங்காமல் சத்தங்களுக்கு என்னைத் தின்னக் கொடுத்துக்கொண்டிருந்தேன். எனக்குத் தீராத வியப்பு, இந்திராவதியின் இந்தச் சீற்றம். மர்டிகுடாவில் அது புறப்படும் இடத்தை முன்பொரு சமயம் பார்த்திருக்கிறேன். ஒரு நாளெல்லாம் அதன் தடம் பற்றி, கரையோரம் நடந்து சென்றிருக்கிறேன். அங்கு இந்த ஆவேசம் கிடையாது. அலையடிப்பு கிடையாது. அச்சுறுத்தும் பேரோசை கிடையாது. வனாந்திரத்தைக் குடைந்துகொண்டு சமவெளியை நோக்கிப் பெருக்கெடுக்கும்போது எங்கிருந்தோ அதற்கொரு ராட்சசத்தனம் சேர்ந்துவிடுகிறது. இயற்கைதான். ஆனாலும் வனத்தின் ஆகிருதி நதிக்குப் பொறுக்க முடியாது போய்விடும் போலிருக்கிறது. அதன் அடர்த்தியைக் கிழித்துக் கொண்டு சீறுவதில் வெறி கொண்ட சந்தோஷம். உன்னைவிட நான் வீரியம் மிக்கவன். உன்னைக் காட்டிலும் என் உரு பெரிது. உனது அமைதியை எனது ஆவேசம் புணர்ந்து பெருகுவதே இயற்கை.

நல்லது. இயற்கை பெரிதுதான். அது பெரிது என உணரும் மனத்தை விடவா என்று யோசிக்க ஆரம்பித்தேன்.

ஒரு தேநீர் அருந்தினால் நன்றாக இருக்கும்போலிருந்தது. தூள் இருந்தது. அடுப்பு இருந்தது. ஒரு வார்த்தை சொன்னால் உறக்கம் துறந்து எழுந்து எனக்குத் தேநீர் தயாரித்துத் தர நான்கு பேர் என்னுடன் இருந்தார்கள். ஆனால் எக்காரணம் கொண்டும் இரவு

முழுதும் நெருப்பைப் பற்ற வைக்க வேண்டாம் என்று கானகவாசி ஒருவன் மாலை திரும்பத் திரும்பச் சொல்லிவிட்டுச் சென்றதுதான் யோசனையாக இருந்தது. மிருகங்களைக் குழப்பத்துக்கும் பதற்றத்துக்கும் உள்ளாக்கக்கூடிய எதையும் செய்யாதிருப்பது நல்லது. இந்த ஓரிரவைக் கடந்துவிட்டால் விடிந்ததும் கிளம்பி, ஜகதல்பூர் எல்லைக்குப் போய்விடலாம். நான்கு மணி நேரம் நடந்தால் போதும். அப்போதும் வனம் இருக்கும். நதியும் இருக்கும். ஆனால் இந்த அடர்த்தியும் அச்சமூட்டும் பேரோசையும் இராது. மனித மனங்களின் அச்சங்களை விழுங்கி விழுங்கித்தான் பகல் சூடாகிவிடுகிறது. அச்சமற்ற மிருகங்கள் உலவும் அடர்ந்த கானகத்துக்குள் வெளிச்சம் அரிதாகவே ஊடுருவுகிறது. வெப்பம் துறந்த வெளிச்சம்.

பொதுவாக எனக்கு இம்மாதிரி சாகசப் பயணங்களில் விருப்பம் இருப்பதில்லை. வருத்திக்கொள்வதற்காக இந்த உடல் படைக்கப்படவில்லை என்று எப்போதும் தோன்றும். சிந்தனையோ, செயலோ, இனம் குறிப்பிட இயலாத ஒரு சொகுசின் வயப்பட்டது. அனுபவம் ஒரு பேரெழிற் புதையல்தான். அதில் சந்தேகமில்லை. ஆனால் வருத்திக்கொண்டுதான் அதை அடைய முடியும் என்று நான் நம்பத் தயாரில்லை.

ஒரு சமயம் மேற்குத் தொடர்ச்சி மலையில் குறிஞ்சி பூக்கத் தொடங்கிவிட்டதாகத் தகவல் வந்தது. போகலாம் என்று சதஸில் எல்லோரும் சொன்னார்கள். அதற்கென்ன, போகலாமே? வருடம் முழுவதும் எங்கெங்கு இருந்தோ, யார் யாரோ அழைத்துக்கொண்டேதான் இருக்கிறார்கள். எப்போதும் எங்காவது போய்க்கொண்டேதான் இருக்கிறேன். உடம்பை வருத்தாமல் லபிக்கக்கூடிய எதுவும் எனக்கு விலக்கல்ல. பயணங்கள் உள்பட. ஆனால் இதை நான் வெளிப்படுத்துவதில்லை. போகலாம் என்ற ஒரு சொல் போதும். பயணத்தை இன்பகரமாக்கும் காரியத்தை என்னைச் சேர்ந்தவர்கள் பார்த்துக்கொள்வார்கள்.

அன்றைக்கு ஆண்களும் பெண்களுமாக இருபது பேர் என்னோடு புறப்படத் தயாரானார்கள். குலுக்கி எடுக்காத உயர்தர சொகுசுப் பேருந்து ஒன்று தருவிக்கப்பட்டது. அதன் நடுப்பகுதியில் இருந்த இருக்கைகள் அகற்றப்பட்டு எனக்கு வசதியாக ஒரு சோபா பொருத்தப்பட்டது. கண்ணாடி ஜன்னல்களுக்குத் திரை போடப்பட்டது. பயணங்களின்போது நான் எடுத்துச் செல்லும்

சிறு புத்தக அலமாரியை மறக்காமல் அங்கே கொண்டு வந்து பொருத்தினார்கள். பிளாஸ்கில் வெந்நீர். பசிக்குப் பழங்கள், பிரெட். களைப்புற்றுப் படுக்க நினைத்தால் தலையணை, போர்வை. அவசரத் தேவைகளுக்கு மருந்து மாத்திரைகள். எதுதான் இல்லை? எதுவும் இல்லாமல் நான் எப்போதும் இருப்பதில்லை.

மூணாருக்கு நாங்கள் சென்று சேர்ந்தபோது மலை முகட்டில் இருந்து ஒரு பெரும் வெண்பாறையைப் புரட்டிப் போட்டாற்போல் பனிமேகம் திரண்டு இறங்கி வந்துகொண்டிருந்தது. ஏறத் தொடங்கும்போது அத்தனைக் குளிர் இல்லை. உறுத்தாத வெயிலும் சற்றே அடர்த்தி மிக்க மென் காற்றுமாகக் கொஞ்சம் சொகுசாகத்தான் இருந்தது. என் மாணவர்கள் எனக்கொரு இன்ப அதிர்ச்சியாக இருக்கட்டும் என்று நினைத்திருப்பார்கள் போலிருக்கிறது. எனக்கு மலை ஏறும் அவஸ்தையைத் தராமல் எங்கிருந்தோ ஒரு பல்லக்கைத் தருவித்து, அதில் அமர வைத்து தூக்கிக்கொண்டு ஏறிச் சென்றார்கள். இதெல்லாம் அதிர்ஷ்டமல்ல. தெளிவான, திட்டமிட்ட உழைப்பு. என் இருப்பின் நியாயத்துக்கு, பிறப்பு தொடங்கி நான் இட்ட விதைகளும் உரங்களும் அநேகம். இன்னொருவரால் கற்பனையில்கூட எட்டிப் பிடிக்க முடியாத சாகசம் அது. அதைத்தான் நினைத்துக்கொண்டேன்.

என்னையறியாமல் புன்னகை செய்திருக்கிறேன் போல. என் பார்வை நிலைகுத்தி நின்ற மலை உச்சியையும் முகத்தில் சுரந்த புன்னகையையும் கவனித்துவிட்ட சீடன் ஒருவன், 'குருஜி இயற்கையின் பேரெழிலை மொத்தமாக உறிஞ்சிக் குடித்துக்கொண்டிருக்கிறார்' என்று உடன் வந்தவர்களிடம் கிசுகிசுப்பதைக் கவனித்தேன். இன்னொரு புன்னகையை அவனுக்காகத் தரலாம் என்று நினைத்துக்கொண்டேன்.

மலைப் பாதையின் இருபுறமும் முழங்கால் அளவுக்கு புதர்கள் மண்டிக்கிடந்தன. வேரிலிருந்து பிய்த்துக்கொண்டு திரண்டெழுந்த தண்டுகள். தண்டுகளில் இருந்து விலகிப் பிரியும் சிறு கிளைகள். கிளைகளில் முளைவிட்ட இலைகள். இலைகளை நனைத்த பனி. உற்றுப் பார்த்தால் ஒவ்வொன்றும் வேறு வேறு செடிகள்தாம். இலைகளின் அகலமும் நுனிக் கூர்மையும் கவனமாக மாற்றிச் செதுக்கப்பட்டிருக்கிற செடிகள். பச்சையிலும் துல்லியமான அடர்த்தி பேதங்கள். மனித முகங்களை வடிவமைப்பதைக் காட்டிலும் இது சிரமம்தான். சிப்பிக்குள் சித்திரம் எழுதுவது போல. தவிர, ஒரே உயிர்தான் என்றாலும் ஒன்றிலிருந்து

கிளைக்கிறபோதே தன் உருவையும் வெளிப்பாட்டையும் வேறுபடுத்திக் காட்டிக்கொள்வதில்தான் எத்தனை வேட்கை இந்தச் செடிகளுக்கு! ஆயினும் கலவையான வாசனையில் அவை புதர்த்தன்மை எய்திவிடுகின்றன. நெருங்கிப் படர்ந்த அடர்த்தியில் ஓர் அச்சுறுத்தல் சேர்ந்துவிடுகிறது. சிந்தனை ஒரு புதர். நெருங்கி அமர்ந்து ஒவ்வொரு செடியாக, ஒவ்வொரு இலையாக எடுத்து நீவிவிட்டு உற்றுக் கவனிக்கலாம். முகர்ந்து பார்த்து பேதம் அறியலாம். எது நல்லது? எது கெட்டது? எது மருந்தாகும்? எது விஷமாகும்? யாரையாவது கேட்கலாம். சிந்தனையைப் பற்றி நானறிந்தது போல, செடிகளைப் பற்றி மலைவாசி மக்களுக்கு நன்றாகத் தெரிந்திருக்கும். சித்த வைத்தியர்களுக்குச் சற்று சுமாராக. எந்த இயலும் கணப் பொழுதில் தரிசனமாகத் தோன்றி மூளைக்குள் நிறைந்துவிடுவதில்லை. ஆசைகளின் வேகத்துக்கு வாழ்க்கை ஒரு வழுக்கு மரம்தான். சார்ந்திருப்பதுதான் உயிர்த்திருப்பதின் ஆதார விதி போலிருக்கிறது. செடிகளுக்கே அதுதான் என்றால் மனிதன் எம்மாத்திரம்?

வேறு வழி? எல்லாமே வேண்டித்தான் இருக்கிறது. சிறு தகவல்கள். புள்ளிவிவரங்கள். கீழைக் கதைகள். மேலைக் கதைகள். நாடோடிக் கதைகள். அற்புதத் தகவல்கள். சித்து கொஞ்சம். சித்த வைத்தியம் கொஞ்சம். யோகம் கொஞ்சம். கடவுள் கொஞ்சம். லௌகீகம்? சரிதான். அது இல்லாமலா?

இன்னும் நாநூறு மீட்டர் ஏறி, மறுபுறம் ஐந்நூறு மீட்டர் இறங்கினால் போதும் என்று உடன் வந்த ஆதிவாசி சொன்னான். எனக்குக் குளிர் பிரச்னையாக இல்லை. ஆனால் சட்டென்று பனி ஒளிந்துகொண்டு மழையாகிவிடுகிறது. பாதங்களை நெருடும் அக்குபஞ்சர் செருப்பு போலக் கன்னங்களின் இரு புறமும் குத்துவது, என்னைத் தூக்கிக்கொண்டு நடப்பவர்களை இம்சிக்கிறது என்று தோன்றியது. பெருமழையில் உள்ள மென்மை, வேகமான சிறு தூறல் அல்லது சாரலில் இல்லை. மழையைக் குற்றம் சொல்லிப் பயனில்லை. இது காற்றின் வேலை. இந்த மலையில் அது எந்தப் பக்கம் இருந்து வீசுகிறது என்றே கண்டுபிடிக்க முடிவதில்லை. தொலைவில் விழுந்துவிடுவது போல அசைகிற சில்வர் ஓக் மரங்களின் சாய்வாட்டம் தெரிந்தது. நின்று பார்க்கலாம். மரங்களின் அசைவுக்கு எப்போதும் ஒரு தாளகதி உண்டு. அசைந்துகொண்டும் ஆடிக்கொண்டும் இருப்பதே உலகின் இயல்பு என்று எடுத்துச் சொல்லுகிற லாகவம். இயல்பே ஆனாலும் இலக்கணத்துக்கு

உட்பட்டுத்தான் ஆகவேண்டும் என்று போதிக்கிற பாவனை. இயல்பு மீறும் போது மரம் முறிந்துவிடுகிறது.

'அங்கே பாருங்கள். அந்த மரங்களின் அசைவைக் கவனியுங்கள்.'

நான் சுட்டிக்காட்டிய திசையில் சீடர்கள் திரும்பிப் பார்த்தார்கள். 'தலையைக் கலைத்துவிட்டுக் கொண்டு சாமியாடும் பெண்களைப் போன்றதல்ல மரங்களின் ஆட்டம். தலை ஆடிக்கொண்டிருந்தாலும் ஒழுங்காக வகிடெடுக்கிற நேர்த்தி அதில் ஒளிந்திருப்பது தெரிகிறதா?'

'ஆமாம் குருஜி!' வியப்போடு சொன்னார்கள்.

'அதுதான். ஒழுக்க மீறலில் கூட ஒரு லயம் வேண்டும். ஒழுக்கமோ, மீறலோ அல்ல. லயமே ருசி. இப்போது யோசியுங்கள். பன்னிரண்டு வருடங்களுக்கு ஒருமுறை பூத்தால் போதும் என்று இந்தக் குறிஞ்சிகளுக்கு யார் உத்தரவிட்டிருப்பார்கள்? அது பத்து வருடத்தில் பூத்தால் வேண்டாம் என்று சொல்லிவிடுவோமா?'

'நிச்சயமாக இல்லை.'

'இதே ஸ்ட்ரோபைலைன்தீஸ் குந்த்யானாவில் மூன்று மாதங்களுக்கு ஒருமுறை பூக்கும் இனமுண்டு. அதை யாரும் பொருட்படுத்துவதில்லை. முப்பத்தியாறு ஆண்டுகளுக்கு ஒருமுறை மட்டுமே பூக்கிற வகை ஒன்றுண்டு. அதை யாரும் நினைவு வைத்திருந்து போய்ப் பார்த்து ரசிப்பதில்லை. பன்னிரண்டு ஒரு சௌகரியம்.'

'மனித சௌகரியத்தைச் சொல்கிறீர்களா குருஜி?'

ஒரு கணம் யோசித்தேன். எல்லாமே அப்படித்தானே? அதனதன் அறிவு விரிவு கொள்வதற்கேற்ப அர்த்தங்களை உற்பத்தி செய்துகொள்வதில் இருக்கிறது.

'ஒன்றைத் தெரிந்துகொள்ளுங்கள். நீலகிரி மலைப் பள்ளத்தாக்கில் இந்தக் குறிஞ்சி பூப்பதை வைத்துத்தான் தோடர்கள் அந்நாள்களில் தமது வயதைக் கணக்கிட்டார்கள். நாலு குறிஞ்சி பார்த்தவன், ஆறு குறிஞ்சி பார்த்தவன் என்று மூப்பர்களைக் குறிப்பிடுவார்கள்.'

நடப்பவர்களுக்குப் பொழுதுபோகும்படி பேசியபடியே வந்தேன். நாங்கள் சிகரத்தின் உச்சிக்கு வந்து சேர்ந்தபோது நேரம் மாலை ஐந்தாகியிருந்தது. இன்னும் பாதி வழிதான். மறுபுறம் ஐந்நூறு மீட்டர்கள் இறங்கினால் போதும். நீலக் குறிஞ்சி புதர்களை

அடைந்துவிடலாம். ஒரு மணியின் தோற்றத்தில் கொத்துக் கொத்தாக மலர்ந்து கிடக்கிற பூக்கள். காற்றில் அது அசைகிறபோது காதுகளில் மணிச்சத்தம் ஒலிக்கிறதா பார்க்கவேண்டும்.

தொண்ணூற்று நான்காம் வருடம் ஆனமலையில் குறிஞ்சி பூத்தபோது நான் தனியாள். அன்றெனக்குக் காவி இருந்தது. ஆனால் அடையாளமில்லை. சீடர்கள் கிடையாது. நான் சொல்வதைக் கேட்க நான்கு பேர் இல்லை என்பதல்ல விஷயம். எனக்கு சொல்லத் தெரியுமா, என்ன சொல்வேன் என்பதில் எனக்கே குழப்பம் இருந்த காலம் அது. ஆனால் என் குரு தீர்மானமாகச் சொன்னார். 'மொழியின் குழந்தை நீ.'

நான் அதை அப்போது நம்பவில்லை. ஆனால் அடுத்தடுத்து நடந்த நூற்றுக்கணக்கான சம்பவங்கள் அதைத்தான் எனக்கு நிரூபித்தன.

மீண்டும் புன்னகை செய்தேன்.

சிகரத்தில் இருந்து இறங்க ஆரம்பித்து முக்கால் மணி நேரம் சென்றிருக்கும். நீலக் குறிஞ்சிகள் பூத்திருந்த இடத்தை நாங்கள் நெருங்கியபோது வெகுவாக இருட்டிவிட்டிருந்தது. உருவம் தெரியாத அடரிருள். சீடர்களுக்கு ஒரே ஏமாற்றமாகப் போய்விட்டது. மீண்டும் நாளைதான் வர வேண்டுமா என்று கேட்டார்கள்.

'நீலக்குறிஞ்சியை நீங்கள் புகைப்படத்தில் பார்த்ததில்லையா?'

'புகைப்படத்தில் பார்த்து என்ன குருஜி?'

'பிறகு? தொட்டுப் பார்க்கவேண்டும். அவ்வளவுதானே? தொடுங்கள்.' நான் தொட்டுக் காட்டினேன்.

'தொடுவது மட்டும்தானா?'

'வேறென்ன? அதன் உருவம் உங்களுக்குத் தெரியும். புகைப்படத்தில் பார்த்திருக்கிறீர்கள். இதோ இப்போது தொடுவதற்கும் ஒரு வாய்ப்பு கிடைத்திருக்கிறது. கிள்ளி முகர்ந்து பார்க்க விரும்பினாலும் செய்யலாம். வேறென்ன வேண்டும்?'

தர்க்கப்படி சரிதான். ஆனால் ஓர் அனுபவம் இல்லாமல் போகிறதே என்று அவர்கள் வருத்தப்பட்டார்கள். ஒரு கணம் யோசித்தேன். 'வா. என்னைத் தொடு. நான் வேறு அது வேறல்ல' என்று சொன்னேன். அந்த நேரத்தில் யாரும் எதிர்பாராத அந்தப் பதிலில் திகைப்புற்ற

பெண்ணொருத்தி பரவசம் மேலிட்டுப் பாய்ந்து வந்து 'குருஜி' என்று என்னை இறுக்கிக் கட்டிக்கொண்டு கன்னத்தில் முத்தமிட்டாள்.

மதியம் அவள் கார்லிக் சிக்கன் சாப்பிட்டிருப்பாள் என்று தோன்றியது.

02. புரிந்ததில் இருந்து விடுதலை

பெரிய காரியம் நடந்துவிடும் போலிருக்கிறது. நீயாவது பக்கத்தில் இருந்தால் உன் அம்மா சந்தோஷப்படுவாள் என்று கேசவன் மாமா தந்தி கொடுத்திருந்தார்.

அப்போது நான் மத்திய பிரதேசத்தில் சுற்றுப் பயணம் செய்துகொண்டிருந்தேன். இருபது நாள் பயணம். இருபது இடங்களில் சொற்பொழிவு. எனக்கு ஹிந்தி தெரியாது. ஆங்கிலத்தில்தான் பேசுவேன். சட்டென்று யாரும் எதிர்பாராத வினாடியில் என் பேச்சு தமிழுக்கு மாறிவிடும். ஆயிரம் பேர் நிறைந்த அரங்கு அந்தக் கணம் நிலைகுலைந்துபோய்விடும். அதனாலென்ன? நான் நிறுத்த மாட்டேன். குறைந்தது பத்து நிமிடங்கள் இடைவிடாமல் தமிழில் பேசிவிட்டுப் புன்னகை செய்வேன். என்ன பிரச்னை உங்களுக்கு? நான் பேசியது புரியவில்லையா?

'ஆமாம், ஆமாம்' என்று கூட்டம் கூக்குரலிடும்.

'இதுவரை புரிந்த அனைத்திலிருந்தும் உங்களை விடுவிப்பதற்காகத் தான் புரியாத மொழியில் இவ்வளவு நேரம் பேசினேன்' என்று சொல்லுவேன். 'எதையும் முழுதாகப் புரிந்து கொண்டுவிடாதீர்கள். அது ஒரு ஆபத்து. புதிர்கள் இல்லாத வாழ்வில் சுவாரசியம் இல்லை. சுவாரசியம்தான் வாழ்வின் அர்த்தமே தவிர, தெளிவடைவது அல்ல. தீர்மானங்களுக்கு வந்து சேர்வதல்ல. ஒவ்வொன்றையும் அன்றன்றே முடித்து பைசல் செய்வதற்கு வாழ்வென்ன மளிகைக் கடைக் கணக்கா? அதையே நாம் மாதம் ஒருமுறை அல்லவா செய்கிறோம்?'

கூட்டம் கைதட்டும். நான் மீண்டும் ஆங்கிலத்தில் உரையாட ஆரம்பிப்பேன். பொதுவாக நான் சொற்பொழிவுகளுக்குத் திட்டமிடுவதில்லை. மொழியின் குழந்தை அல்லவா. அதைச் சார்ந்த அக்கறை மட்டும்தான் எனக்கு எப்போதும் இருக்கும். சரியான மொழி வசமாகிவிட்டால் அபத்தங்களின் அழகியலை

உதறி விரித்து உலர்த்திவிடலாம். அனுபவம் எனக்குக் காட்டித்தந்த பாடம் அதுதான். மக்கள் அறிவின்மையின் உலகில் மட்டுமே சௌகரியமாக உலவ விரும்புகிறார்கள். அறிதலோ, அறியாமையோ அல்ல. அறிவின்மை. முட்டாள்தனத்தின் கவித்துவம் அனைவருக்கும் பிடித்திருக்கிறது. முடை நாற்றத்துக்கு மூக்கு பழகிவிட்ட பிற்பாடு அத்தர் வியாபாரம் செய்யப் புறப்படுவதில் பொருளில்லை.

அன்றைய சொற்பொழிவை இருபது நிமிடங்கள் முன்னதாக முடித்துக்கொண்டேன். நிகழ்ச்சி அமைப்பாளரிடம் எனக்கு வந்திருந்த தந்தியைக் காட்டி, விவரம் சொன்னபோது துடித்துப் போய்விட்டார். 'ஐயோ, உடனே கிளம்புங்கள். இப்போதே விமான டிக்கெட்டுக்கு ஏற்பாடு செய்கிறேன்' என்று சொன்னார். எனக்கென்னவோ அத்தனை சீக்கிரம் அது நிகழ்ந்துவிடும் என்று தோன்றவில்லை.

கேசவன் மாமா கவலைப்பட்டுத் தந்தி கொடுத்ததில் பிழையில்லைதான். அவருக்கும் வயதாகிவிட்டது. தான் முந்தியா, தமக்கை முந்தியா என்ற வினாவைச் சிந்தித்துக்கொண்டேதான் ஒவ்வொரு நாளும் படுக்கையை விட்டு எழுந்திருப்பாராயிருக்கும். மனைவியோ குழந்தைகளோ இல்லாத மனிதருக்குத் தமக்கையின் இருப்பு ஒன்றே தன் இருப்பின் அர்த்தமாயிருக்கும். அந்தப் பாசம் சித்திரிப்புகளுக்குள் அடங்காத பேரிலக்கியம். ஊரில் இருந்த காலம் வரை மிக நெருக்கமாக நான் அதைக் கவனித்திருக்கிறேன். விட்டு விலகி வெளியேறித் திரியத் தொடங்கிய முதல் சில வருடங்கள் தொடர்பில்லாமல் இருந்தாலும், எனக்கென்று ஓர் இடமும் அடையாளமும் உருவாகத் தொடங்கிய பின்னர் எல்லாம் சரியாகிவிட்டது.

மாமா ஒரு சமயம் என்னைப் பார்ப்பதற்கு மடிகேரிக்கே வந்திருந்தார். நான் அப்போது ஒரு ஸ்தாபனமாகியிருக்கவில்லை. ஆனால் ஸ்தாபனமாகும் நாள் வெகு தொலைவில் இல்லை என்பதை அறிந்திருந்தேன். எனக்குச் சில சீடர்கள் சேர்ந்திருந்தார்கள். எளிய சில மூச்சுப் பயிற்சிகளின் மூலம் நான் அவர்களுடைய சில்லறை வியாதிகள் பலவற்றை குணப்படுத்திக் கொடுத்திருந்தது காரணம். மடிகேரியில் நான் தங்குவதற்கு அவர்கள்தாம் ஒரு வீடு எடுத்துக் கொடுத்திருந்தார்கள்.

ரம்மியமான மலைச்சாரலில் தொந்தரவில்லாத வசிப்பிடம். ஒரு கூடையைக் கவிழ்த்து வைத்த அளவுக்குத்தான் வீடு என்றாலும்

எனக்கு அது போதும். வீட்டைச் சுற்றி பத்தடி வெற்றிடம் இருந்தது. வீட்டுக்காரர் இரும்புக் கம்பி வேலி போட்டிருந்தார். நட்டு வளர்க்க அவசியமின்றி ஏராளமான பூச்செடிகளும் புல்வகையும் தன்னியல்பாக முளைத்துச் செழித்திருந்தன. சற்று அழகு படுத்தினால் ஒரு ஆசிரமமாகத் தோற்றம் தந்துவிட முடியும் என்று தோன்றியது. பின்னணியில் இயல்பாக அமைந்திருந்த மலைச்சாரல் ஒரு வரப்பிரசாதம். ஒரு காவிரியைப் போல நான் பொங்கிப் புறப்பட ஆயத்தமாகிக்கொண்டிருந்தேன்.

அந்த வீட்டுக்கு வாடகை என்னவென்று எனக்குத் தெரியாது. வீட்டு உரிமையாளரை முதல் நாள் பார்த்ததுடன் சரி. சீடர்கள் அவரிடம் என்னைப் பற்றிச் சொன்னபோது, 'மாஸ்டர்' என்று குறிப்பிட்டதை மிகவும் ரசித்தேன். எனது காவி அங்கியும் கருத்த இளம் தாடியும் கூர்ந்த பார்வையும் மேலான புன்னகையும் அந்த வீட்டு உரிமையாளரைக் கவர்ந்திருக்க வேண்டும். என்னிடம் ஜெபமாலையோ, கமண்டலமோ, அகண்ட பெரும் பூஜை அறைத் தேவைகளோ இல்லை என்பது அவருக்கு ஆச்சரியமாக இருந்தது. என்னிடம் ஒரு புகைப்பட தெய்வம்கூட இல்லாததைக் கண்டு, 'நீங்கள் ஆத்திக சாமிதானே?' என்று சற்றே சந்தேகப்பட்டுக் கேட்டார். 'ஒரு சாமி எப்படி நாத்திகராக இருப்பார்?' என்று பதிலுக்கு நான் கேட்டது அவருக்கு மிகவும் பிடித்துவிட்டது. பத்து நிமிடங்கள் அவருடன் முண்டகோபநிஷத் குறித்துப் பேசிக்கொண்டிருந்துவிட்டு, 'சரி புறப்படுங்கள், நான் என் பயிற்சிகளில் அமரவேண்டும்' என்று சொன்னதே நான் விரும்பும்வரை அந்த வீட்டில் குடியிருப்பதற்கான குத்தகைப் பணமாகிவிடும் என்பதை அறிந்திருந்தேன்.

மறுநாள் நான் விடிந்து எழுந்து வெளியே வந்து பார்த்தபோது வீட்டு வாசலில் கோலம் போடப்பட்டிருந்தது. ப்ரணாம் குருஜி என்றபடி சீடன் ஒருவன் ஃப்ளாஸ்கில் காப்பி எடுத்து வந்தான். இன்னொருவன் சிற்றுண்டி கொண்டு வந்தான். மதிய உணவுக்கு என்னவேண்டும் என்று அவர்கள் கேட்ட போது நான் புன்னகையுடன் மறுத்தேன். 'நான் பிக்ஷை எடுத்து உண்ண வேண்டியவன். என்னை உட்காரவைத்து சோம்பேறியாக்கிவிடாதீர்கள்' என்று சொன்னேன்.

அவர்களுக்கு அது கடும் அதிர்ச்சியளித்தது. 'நீங்கள் போய் பிக்ஷை எடுப்பதா? அதெல்லாம் முடியாது; கூடாது' என்று தீர்மானமாக ஒரே குரலில் சொன்னார்கள்.

'என்னைத் தடுக்காதீர்கள். வேறெந்த விதத்திலும் நான் என் நிர்வாணத்தை நெருங்க இயலாது' என்று சொன்னேன்.

'புரியவில்லை குருஜி.'

'அகங்காரமே ஆடை. அதைக் களைவதற்குப் பிக்ஷை எடுத்து உண்பதே சரி. வேண்டுமானால் ஒன்று செய்கிறேன். இன்று உன் வீட்டுக்கு வருகிறேன். நாளை இவன் வீடு. அடுத்த நாள் அவன் வீடு. ஆனால் நான்தான் வருவேன். பிக்ஷை கேட்டபிறகுதான் நீங்கள் எனக்கு உணவளிக்க வேண்டும்.'

பாவனைகள் சக்தி மிக்கவை. மின்சாரம் நிகர்த்த வீரியம் கொண்டவை. ஆனால், சரியான இடத்தில், சரியான அளவில் கையாளத் தெரிந்திருப்பது அவசியம். மேதைமை என்பது அதில் அடங்கிய சங்கதி. எனக்குத் தெரியும், சந்தேகமில்லாமல் நானொரு மேதை. எனக்குத் தெரிந்த இந்தப் பேருண்மையை நான் உலகுக்கு அறிவிக்கத் தருணம் பார்த்துக்கொண்டிருந்தேன். ஒரு பிக்ஷையில் அதனை ஆரம்பித்திருந்தேன்.

அப்போதுதான் கேசவன் மாமா என்னைத் தேடிக்கொண்டு மடிகேரிக்கு வந்து சேர்ந்தார். என்னைக் கண்டதும் அவரது உணர்ச்சிகள் கட்டுக்கடங்காமல் பெருக்கெடுக்கத் தொடங்கின. வெகுநேரம் என்னைக் கட்டிப் பிடித்துக்கொண்டு கதறித் தீர்த்தார். அவர் சமநிலைக்கு வரும்வரை நான் அமைதியாக இருந்தேன். ஒரு சொல்கூடப் பேசவில்லை. பிறகு அவருக்கு என் கையால் தேநீர் தயாரித்துக் கொடுத்து அருந்தச் சொன்னேன். குடித்துவிட்டு அவர் கோப்பையை வைத்த பிறகு, 'எப்படி இருக்கிறீர்கள்?' என்று கேட்டேன்.

'இருக்கேண்டா. உங்கம்மாதான் மூச்சத் தவிர ஒண்ணும் மிச்சமில்லாதவளா ஆயிட்டா. பாவி, அப்பா போனதுக்குக் கூட வராம போயிட்டியே!'

நான் அமைதியாக இருந்தேன். அவர் ஆவேசம் மீதுற என்னைத் திட்டத் தொடங்கினார். 'என்னடா பெரிய சன்னியாசம்? என்னத்தக் கண்டே இதுல? கடவுள பாத்துட்டியோ? ஆமான்னு பொய் சொன்னேன்னா தொலைச்சி கட்டிடுவேன் சொல்லிட்டேன். இதோபார், பக்தி ஒரு போர்வை. பலதுலேருந்து தப்பிச்சிக்க உதவற கருவி. அவ்ளோதான் என்னைப் பொறுத்தவரைக்கும். சராசரி மனுஷாளுக்கு ஆயிரம் கஷ்டம். அதையெல்லாம் மறக்க சிலபேர்

குடிக்கறான். சிலபேர் சிகரெட் பிடிக்கறான். கஞ்சா குடிக்கறான், இன்னும் என்னென்னமோ பண்றான். நீயும் நானும் தயிர்சாதம். நமக்கு பெருமாள் பேர்தான் லாகிரி. அத இப்படி காஷாயம் கட்டிண்டு வந்துதான் சொல்லிண்டு திரியணுன்னு அவசியமில்லே. பெத்தவ எக்கேடு கெட்டா என்ன, தகப்பன் செத்தே போனாத்தான் என்னன்னு விட்டுத் தொலைச்சிட்டு வந்தவனுக்குத்தான் தெய்வம் காட்சி குடுக்கும்னா, அத நிக்க வெச்சி செருப்பால அடிப்பேன் பாத்துக்கோ.'

நான் அவருக்கு பதிலே சொல்லவில்லை. இதில் பதில் சொல்ல என்ன இருக்கிறது? பதினெட்டு வயதில் நான் வீட்டைத் துறந்து வெளியே வந்தேன். அதன்பின் பத்து வருடங்கள் பைத்தியக்காரன் போல எங்கெங்கோ அலைந்து திரிந்த பின்பு என் குருவை இதே மடிகேரியில்தான் சந்தித்தேன். அவரோடு நான்கு வருடங்கள். அவர் காலமான பிறகு என் பாதையைத் தீர்மானிப்பதற்காக மேற்கொண்ட பயிற்சிகளிலும் முயற்சிகளிலும் இரண்டு வருடங்கள் ஓடிப் போயின. இதோ, எனக்கெனச் சில சீடர்கள் இன்று பிறந்திருக்கிறார்கள். ஒதுங்க ஓரிடம் கிடைத்திருக்கிறது. மாமாவுக்குக் கடிதம் எழுதி வந்து பார்க்கச் சொல்லும் அளவு தைரியம் கிடைத்திருக்கிறது.

'கேக்கறேன்ல? சொல்லு, உண்மையச்சொல்லு. நீ கடவுளபாத்தியா? அப்படி ஊர் உலகமெல்லாம் திரிஞ்சி என்னத்த கத்துண்டே? ஒன்ன பாத்ததும் இதத்தான் கேக்க சொன்னா உங்கம்மா.'

நான் புன்னகை செய்தேன். 'அம்மா செத்துப் போனா நான் அவசியம் ஊருக்கு வருவேன் மாமா' என்று சொன்னேன்.

ஆனால் எனக்குத் தெரியும். அந்தத்தருணத்தில் என்னைக்காட்டிலும் அம்மா பார்க்க விரும்பக்கூடியது என் மூத்த அண்ணனைத்தான். நான் வீட்டை விட்டுப் போவதற்கு ஆறாண்டுகளுக்கு முன்னர் அவன் போயிருந்தான். அவன் வெளியேறிய அடுத்த ஆண்டே இரண்டாவது அண்ணன் காணாமல் போனான். அவனுக்கு இரண்டாண்டுகள் கழித்து நான் போனேன். கடைசியாக மூன்றாவது அண்ணன்.

'நாலு பெத்தும் நாசமா போகணுன்னு அவ தலைல எழுதினவன் மட்டும் என் கையில கிடைச்சான்னா அவன வெட்டி பொலி போடாம விடமாட்டேண்டா!' என்று கேசவன் மாமா சன்னதம் வந்தவர் போலக் கண்கள் சிவக்க, உதடு துடிக்கச் சொல்லிவிட்டுப் போனது நினைவில் நகர்ந்து போனது.

காலம் ஒரு மின்மினியைப் போலச் சுடர்ந்து அணைந்து, சுடர்ந்து அணைந்து நகர்ந்து நகர்ந்து எங்கெங்கோ கொண்டுபோய் விட்டது. நான் மத்திய பிரதேசத்தில் சுற்றுப் பிரயாணம் செய்துகொண்டிருந்தபோது வந்து சேர்ந்த தந்தி, மீண்டும் என் மூத்த அண்ணாவை நினைத்துப் பார்க்க வைத்தது. சற்றும் எதிர்பாராத விதமாக யாரோ சொன்னார்கள். தண்டகாரண்ய வனத்தில் புதிதாக ஒரு யோகி அலைகிறார். ஒரு வினாடிகூட உட்காராமல் நடந்துகொண்டே இருக்கிறார். திடீர் திடீரென்று ஓடவும் ஆரம்பிக்கிறார். எண்ணிப் பார்க்க முடியாத வேகத்தில் மரக்கிளைகளில் தாவி ஏறிக் காணாமல் போய்விடுகிறார்.

'அவரை நீங்கள் யாராவது பார்த்தீர்களா? அவர் பேசுகிறாரா?'

பார்த்ததாகச் சொன்ன ஒருவனை என்னிடம் அழைத்து வந்தார்கள். அவன், இந்திராவதி பெருக்கெடுக்கும் சித்ரகூட அருவிக் கரையோரம் கடை போட்டு வியாபாரம் செய்கிற கிராமத்தான். அவனிடம் பேச ஆரம்பித்த ஐந்து நிமிடங்களிலேயே எனக்கு விளங்கிவிட்டது. அது என் அண்ணாதான். இந்த உலகில் இரு புருவங்களுக்கு மத்தியில் துல்லியமாக வைக்கப்பட்ட கருஞ்சாந்துப் பொட்டைப் போல மச்சம் உள்ளவர்கள் யாரும் இருக்க முடியாது, அவனைத் தவிர. அவன் பிறந்தபோது அதையே உற்றுப் பார்த்துக்கொண்டிருந்துவிட்டுத்தான் பட்டாச்சாரியார் அம்மாவிடம் சொல்லியிருக்கிறார், 'இந்தப் பிள்ளை உன்னிடம் தங்க மாட்டான்.'

என் பன்னிரண்டு வயதில் அவனைக் கடைசியாகப் பார்த்ததுடன் சரி. இன்று அவனுக்கு ஐம்பத்தொன்பது வயது இருக்கும். மீண்டும் சந்தித்துவிடத்தான் போகிறேனா?

ஒரு வாரத்தில் ஊருக்கு வருவதாக மாமாவுக்குத் தகவல் அனுப்பி விட்டுத்தான் தண்டகாரண்யத்துக்குள் புகுந்தேன்.

03. வானம் பார்த்த கால்கள்

ஒரு திருடனைப் போலக் கானகத்துக்குள் ஊடுருவிக் கொண்டிருந்தது வெளிச்சம். இரவெல்லாம் தூங்காதிருந்ததில், விடியும்போது கண்ணை அழுத்தியது. கம்பளத்தை இழுத்துப் போர்த்திக்கொண்டு சுருண்டுகொள்ளத் தோன்றிய நினைவைத் தவிர்க்க முடியவில்லை. இம்மாதிரித் தருணங்களில் வெளிச்சம் ஒரு சௌகரியம். தவிர நம்மைச் சுற்றி நான்கு பேர் விழித்திருக்கிறார்கள் என்ற எண்ணம் இன்னொரு கம்பளம். இரண்டு மணி நேரம் தூங்குகிறேன், பிறகு எழுப்புங்கள் என்று ஒரு வார்த்தை சொல்லிவிட்டுத் திரும்பிப் படுத்துவிடலாம். ஆனால் திட்டம் குலைந்துவிடும். பரிச்சயமற்ற வனத்தில் நான்கு நாள்களாக அலைந்து திரிந்துகொண்டிருந்தேன். இடம் தெரியாது. இலக்கு தெரியாது. திசை தெரியாது. அபூர்வமாக எங்காவது தொலைவில் ஒற்றை விளக்கு வெளிச்சம் தெரிந்தால், 'அதோ கிராமம்!' என்று வியப்புடன் அந்தப் பிராந்தியத்தை நோக்கி நடக்கத் தொடங்குவோம். ஆதி மனிதர்களிடம் எங்களை அறிமுகப்படுத்திக்கொண்டு விரிவான அபிநயங்களின் உதவியுடன் நாங்கள் வந்த நோக்கத்தை விளக்குவோம். ஒரு யோகி. பிராந்தியத்துக்கு அவர் புதியவர். ஆனால் இந்தப் பகுதியில் அவர் உலவிக்கொண்டிருப்பதாகப் பார்த்தவர்கள் சிலர் சொல்லியிருக்கிறார்கள். அவரை நீங்கள் பார்த்தீர்களா? எங்கே இருக்கிறார் என்று தெரியுமா?

நான்கு நாளும் எனக்கு இல்லை, தெரியாது என்ற பதில்களே கிடைத்தன. காட்டுவாசிகளுக்கு வேறு சில துறவிகளைத் தெரிந்திருந்தது. அவர்கள் அடையாளம் சொல்லி அழைத்துச் சென்றார்கள். அவர்கள் யாரும் யோகிகள் அல்லர். அடர்ந்த கானகத்தின் சில இயற்கையான குகை சௌகரியங்கள் அவர்களுக்கு வாடகையில்லாமல் ஒதுங்க ஒரு வழியமைத்துத் தந்திருந்தது. அனுபவத்தில், பழக்கத்தில், நீண்ட நாள் பரிச்சயத்தில் அவர்கள் மிருகங்களிடம் இருந்து தம்மைக் காத்துக்கொள்ளும் வழிகளை உருவாக்கிவைத்திருந்தார்கள். தண்டகாரண்யத்தில்

நான் சந்தித்த சாதுக்களுள் ஒரு சிலரை என்னால் மறக்கவே முடியாது. சித்ரகூட அருவிக்கு வடக்கே முப்பத்தி ஐந்து கிலோ மீட்டர் தொலைவில் கிராமவாசி ஒருவன் எங்களை ஒரு குகைக்கு இட்டுச் சென்றான். சுற்றிலும் அடர்த்தியான செம்மரங்கள் நிறைந்த பகுதி அது. யானைகள் உலவும் பகுதி என்று அவன் சொன்னான். அதனாலேயே அடித்துத் தின்னும் மிருகங்கள் அந்தப் பக்கம் அதிகம் வருவதில்லை என்பது அவன் சொன்ன தகவல். மிருகங்கள் இப்படியெல்லாம் எல்லை வகுத்துக்கொண்டு வாழக்கூடியவையா! எனக்குத் தெரியவில்லை. எனக்கு அந்த இயலில் அதிகப் பரிச்சயம் கிடையாது. ஆனால் தெரிந்துகொள்வதில் பிரச்னையில்லை. ஒருவேளை இந்தக் கானகத்தில் என் அண்ணாவை நான் சந்திக்க நேர்ந்தால் அவனிடம் கேட்கலாம். அவன் என்னைப் போல் சுக சமரசம் செய்ய விரும்பாதவனல்ல. சொல்லப் போனால், தன்னை வருத்திக் கொள்வதன் உச்ச இன்பத்தைத் தொடுவதே சிறு வயதில் அவன் இயல்பாக இருந்தது. நாங்கள் விழுந்து புரண்டு ஆடித் திரிந்த திருவிடந்தை சவுக்குக் காட்டில் அவன் புரியாத சாதனைகள் இல்லை. என் பன்னிரண்டாவது வயதில், அவன் ஒரு நரிக்குக் கட்டளையிட்டு, அது அவன் சொன்னதை நிறைவேற்றிய காட்சியை நேரில் பார்த்திருக்கிறேன்.

அந்நாளை என்னால் மறக்கவே முடியாது. கடல் அலைகளின் ஆர்ப்பரிப்பு வெறும் சத்தமாக மட்டுமே கேட்கும் தொலைவில் சவுக்கு மரங்கள் அடர்ந்து நிறைந்த ஒரு பகுதிக்கு அவன் என்னை அழைத்துச் சென்றான். அப்போது வானம் நன்றாக இருட்டத் தொடங்கிவிட்டிருந்தது. இருளில் ஆடும் சவுக்கு மரங்களில் மோகினிகள் மறைந்திருப்பார்கள் என்று என் இரண்டாவது அண்ணா சொல்லியிருந்ததை எண்ணிக்கொண்டேன். அடி வயிற்றில் மெலிதாக ஓர் அச்சம் புறப்பட்டு நரம்புகளின் வழியே உடலெங்கும் பரவுவது போலிருந்தது. சிலிர்த்தது. எனக்குள் நிகழ்ந்ததுதான். வாய் விட்டு நான் அதைச் சொல்லவேயில்லை. ஆனாலும் என் மனத்தைப் படித்தவன் போல அண்ணா என்னைப் பார்த்துச் சிரித்தான். 'கிளைகளற்ற மரங்களில் மோகினிகளால் எதைப் பிடித்துக்கொண்டு தொங்க முடியும்? அவன் சொன்னதையெல்லாம் கணக்கில் எடுத்துக்கொள்ளாதே' என்றான்.

மேற்கொண்டு நான் என் அதிர்ச்சியையோ, வியப்பையோ தெரிவிப்பதற்கு அவன் இடம் தரவில்லை. அன்றைய சாதனைக்காக அவன் தேர்ந்தெடுத்த இடம் அதுதான் போலிருக்கிறது. சவுக்குத் தோப்புக்குள் தவறி விளைந்திருந்த ஒரு காட்டாமணக்கு புதரை

நோக்கிச் சென்றான். தனக்கென அங்கே அவன் மறைத்து வைத்திருந்த ஒரு சிறு பாறையை உருட்டி வந்து ஒரு மரத்தின் அடியில் போட்டான்.

'என்ன செய்யப் போகிறாய்?' என்று நான் கேட்டேன்.

'நீயே பார்' என்று சொல்லிவிட்டு அந்தப் பாறையின்மீது ஏறி நின்றுகொண்டான். உச்சந்தலைக்கு மேலே கைகளைக் கூப்பி சிறிது நேரம் கண்மூடி இருந்தான். என்ன நினைத்தானோ, சட்டென்று இடது காலைத் தூக்கி மடித்து வலது முட்டிக்கு முட்டுக் கொடுப்பது போல வைத்தான். எனக்கு பயம் வந்துவிட்டது. அது உருண்டையான பாறை. அம்மா உருட்டி உருட்டிக் கையில் வைக்கும் குழம்பு சாதத்தின் நிறம்தான் அதற்கும் இருந்தது. இருட்டத் தொடங்கியிருந்த நேரம் என்பதால் இன்னமுமே மங்கலாகத்தான் தெரிந்தது. என்னதான் கீழே இருப்பது கடற்கரை மணல் என்றாலும் இப்படியெல்லாம் சர்க்கஸ் செய்யத் தகுந்த பீடம் அது இல்லை என்று தோன்றியது. கொஞ்சம் சரிந்தாலும் அண்ணா கீழே விழுந்துவிடுவான். இரண்டு கால்களை ஊன்றி அந்தப் பாறையின்மீது நிற்பதே எனக்கு சிரமம் என்றுதான் பட்டது. அவன் எப்படி ஒற்றைக் காலில் நிற்கிறான்? எனக்குப் புரியவேயில்லை. நான் வியப்போடு அவனையே பார்த்துக்கொண்டிருந்தபோது, அவன் கண்களைத் திறந்தான். என்னைப் பார்த்துச் சிரித்தான்.

'விமல், பயப்படாமல் திரும்பிப் பார். நமது விருந்தினர் என்னைப் பார்க்க வரவில்லை. நீ இந்த இடத்துக்குப் புதியவனல்லவா? உன்னைப் பார்க்கத்தான் வந்திருக்கிறார்' என்று சொன்னான்.

விருந்தினரா! இவன் யாரைச் சொல்கிறான்? நான் குழப்பத்துடன் திரும்பியபோது எனக்கு ஏழெட்டடி தொலைவில் கண்ணில் கற்பூரம் வைத்தாற்போல ஒரு நரி நின்றுகொண்டிருந்தது. ஐயோ என்று நான் வாய்விட்டு அலறத் தொடங்கியபோது அண்ணா சட்டென்று பாறையைவிட்டுக் கீழிறங்கி என் வாயைப் பொத்தினான். 'கத்தாதே. அவர் உன்னை என்ன செய்தார்? அல்லது என்ன செய்துவிடுவார்? நான்தான் இருக்கிறேன் அல்லவா?'

'வேண்டாம். எனக்கு பயமாக இருக்கிறது. நான் போகிறேன்' என்று சொன்னேன்.

'உனக்கு இன்று ஒரு குறிப்பிட்ட யோக சாதனையை அறிமுகப்படுத்தலாம் என்று நினைத்தேன். நீ அதை விரும்பக்கூடும். உனக்கு அது என்றைக்காவது உதவவும் கூடும்.'

'எனக்கு என் உயிர்தான் முக்கியம். நரி நாயைப் போல் கடிக்குமா என்று எனக்குத் தெரியாது. ஆனால் நாய்க்கடிக்கு வைத்தியம் உள்ளது போல நரிக்கடிக்கு இருக்குமா என்று தெரியவில்லை. கோவிந்தராஜ் டாக்டர் அதிலெல்லாம் தேர்ந்தவராக இருப்பார் என்று எனக்குத் தோன்றவில்லை.'

அவன் மீண்டும் சிரித்தான். 'என்னை நம்பு. அது உன்னை ஒன்றும் செய்யாது. நீ என்னைக் கவனி. என்னை மட்டும்.'

'என்னால் முடியாது. நான் போகிறேன்' என்று சொன்னேன்.

அவன் என்ன நினைத்தானோ. 'சரி, இப்போது அது இங்கிருந்து போகவேண்டும். அவ்வளவுதானே?'

'ஐயோ அதை அடித்துத் துரத்தப் பார்க்காதே. ஏதாவது செய்து வைத்துவிடும்.'

'உயிர்களைத் துன்புறுத்துவது தவறு விமல். நான் அதைச் செய்ய மாட்டேன்.'

'ஆனால் அது என்னையே முறைக்கிறது. எனக்கு பயமாக இருக்கிறது.'

'இப்போது போய்விடும். ஒரு நிமிடம் இரு.' என்று சொல்லிவிட்டு மீண்டும் அந்த உருண்டைப் பாறையின் பின்புறம் போய் நின்றுகொண்டு குனிந்து தனதிரு கைகளாலும் பாறையை அழுத்திப் பிடித்துக்கொண்டான். ஒரு வினாடி. இரண்டு வினாடி. மூன்றாவது வினாடி பாறையை அழுத்திக்கொண்டு அவனது உடல் அப்படியே தலைகுப்புற மேலே எழுந்தது. என் கண்ணெதிரே என் அண்ணா பாறைக்குத் தலை கொடுத்து சிரசாசனம் செய்துகொண்டிருந்தான். ஆனால் சாய்மானம் கிடையாது. அவன் கையை ஊன்றிக்கொண்டிருந்த பாறை உருளும் தன்மை கொண்டது. அசைந்து கொண்டிருந்தது. எந்தக் கணமும் அது அவனைக் கவிழ்த்துவிடும் என்று தோன்றியது.

ஆனால் நல்லவேளை அப்படி எதுவும் நிகழவில்லை. அண்ணா சில வினாடிகளில் சாய்மானமில்லாத நிலையில் அசையாது தலைகீழாக நிற்கப் பழகியவன் என்பது புரிந்துவிட்டது.

நான் நம்ப முடியாத வியப்புடன் அவனையே பார்த்துக் கொண்டிருந்தேன். எனக்கு அந்தக் கணம் நரி அங்கே நின்று கொண்டிருந்ததே மறந்துவிட்டது. இவன் என்ன செய்கிறான்? இதையெல்லாம் யாரிடமிருந்து கற்றான்? அப்பா, அம்மாவிடமோ, தனது மற்ற இரு தம்பிகளிடமோ இதைப் பற்றியெல்லாம் மூச்சுக்

கூட விடாதவன் என்னை மட்டும் எதற்காக அழைத்து வந்து இதையெல்லாம் காட்டுகிறான்?

'விழுந்துடப் போறடா. இறங்கிடு!' என்று நான் கத்தினேன்.

அடுத்தக் கணம் அவன் செய்ததுதான் உச்சம். மேலே உயர்த்திய தனதிரு கால்களில் ஒன்றை அப்படியே பக்கவாட்டில் விரித்தான். ஒரு திசைகாட்டி போல நீண்ட காலில் இருந்து பாதம் மட்டும் கழட்டிவிடப்பட்டது போல சற்றே வளைந்து முன்புறமாக நீண்டது. அதை இரண்டு முறை அசைத்தான். பிறகு மெதுவாக அந்தக் காலை நேராக்கி மீண்டும் வானம் பார்த்து நிறுத்தினான். அப்படியே ஒரு உண்டிவில்லைப் போல் இரு கால்களையும் முன்புறம் வளைத்து மெல்ல மெல்லத் தரையை நோக்கி இறக்கினான். இப்போது கைகளைப் பாறையில் இருந்து விடுவித்துக்கொண்டு துள்ளி எழுந்து நின்றான்.

'திரும்பிப் பார். நமது விருந்தாளி போய்விட்டார்.'

நான் அச்சத்துடன் திரும்பிப் பார்த்தேன். அவன் சொன்னது உண்மைதான். அதுவரை அங்கு நின்றிருந்த நரி அப்போது இல்லை. எப்போது போனது? எப்படிப் போனது?

'கையை உயர்த்தினால் நாய் விலகும். காலை உயர்த்தினால்தான் நரி விலகும்' என்று அண்ணா சொன்னான்.

அன்றைக்கு அவன் எனக்குச் சில யோகாசனங்களைச் செய்து காட்டினான். எப்படியும் ஒரு மாதத்துக்குள் தரையில் இருந்து ஓரடி உயரத்துக்கு எழும்பி, அந்தரத்தில் அமர்ந்துவிடும் வித்தை கைகூடிவிடும் என்று சொன்னான்.

'எப்படி இதெல்லாம் செய்யற?' என்று நான் திரும்பத் திரும்பக் கேட்டேன். அவன் அதற்கு பதில் சொல்லவில்லை. என்னைக் கையைப் பிடித்துக்கொண்டு கடலோரத்துக்கு அழைத்துச் சென்றான். இருளும் கடற்காற்றும் சவுக்குத் தோப்பின் லயம் பிசகாத அசைவும் யாருமற்ற பெருவெளியும் தனிமையும் அமைதியும் எனக்கு மிகவும் புதிதாக இருந்தது. பிறந்தது முதல் புழங்கும் கிராமம்தான். ஆனாலும் இருட்டிய பின்பு எந்நாளும் கடலோரத்துக்கு வந்ததில்லை. ஆனால் ஒவ்வொரு நாளும் இருட்டத் தொடங்கும் நேரம் வீட்டில் அண்ணா காணாமல் போய்விடுவதை நினைத்துப் பார்த்தேன்.

'இருட்டு ஒரு சௌகரியம். நிறையப் புதிர்களை அப்போதுதான் அவிழ்க்க முடியும்' என்று அண்ணா சொன்னான். 'விமல், உன்னிடம் ஒன்று சொல்லுவேன். இதை எப்போதாவது சமயம் வாய்க்கும்போது அம்மாவிடம் நீ சொல்லிவைக்க வேண்டும்.'

'என்னது?' என்று கேட்டேன்.

'நான் ரொம்ப நாள் இங்கே இருக்க மாட்டேன்.'

எனக்கு அதிர்ச்சியாக இருந்தது. நான் அவன் கையைப் பிடித்துக்கொண்டு கேட்டேன், 'விட்டுட்டுப் போயிடப் போறியா? பசிச்சா என்ன பண்ணுவ?'

அவன் புன்னகையுடன் என் தலையை வருடிக் கொடுத்தான். 'நீ குழந்தை. உனக்குப் புரியாது. ஆனால் உன் மூலமாகச் சொன்னால்தான் அம்மாவுக்கு இது புரியும்' என்று சொன்னான்.

அன்றைக்கு இரவு முழுதும் நான் தூங்கவேயில்லை. அண்ணா ஓடிப் போய்விடப் போகிறானே என்ற அச்சத்தில் கொட்டக் கொட்ட விழித்துக்கொண்டு அவனையே பார்த்தபடிதான் படுத்திருந்தேன். ஆனால் அவன் காலை வரை அடித்துப் போட்டாற்போல நன்றாகத் தூங்கிக்கொண்டுதான் இருந்தான். அடுத்தடுத்த நாள்களும் அப்படியேதான் கழிந்தன. அவன் சொன்னதை அம்மாவிடம் எப்படிச் சொல்வது என்று எனக்குத் தெரியவில்லை. அம்மா அழத் தொடங்கிவிட்டால் அதை என்னால் தாங்கவே முடியாது. அப்பாவிடம் சொல்லலாம் என்றால் பயமாக இருந்தது. அப்பா கோபக்காரர். அண்ணனை நிற்கவைத்து பெல்ட்டால் விளாறிவிட்டால் பெரிய கஷ்டமாகிப் போய்விடும். அதையெல்லாம்விட எனக்குப் பெரிய குழப்பம், அவன் எதற்காக வீட்டை விட்டுப் போக முடிவு செய்திருக்கிறான் என்பது. இதை என் மற்ற இரு சகோதரர்களுடன் விவாதித்தால் ஒருவேளை விடை தெரிந்துவிடக் கூடும். ஆனால் யாருக்கும் தெரியவேண்டாம் என்று கேட்டுக்கொண்டு என்னைத் தனியே அழைத்துச் சென்று சொன்ன வார்த்தைக்கு ஒரு மதிப்பில்லையா!

சிறிது காலம் நான் அதைப் பற்றியேதான் நினைத்துக் கொண்டிருந்தேன். அண்ணாவும் வழக்கம்போலப் பகல் பொழுதுகளில் பள்ளிக்கூடத்துக்குப் போய்வந்துகொண்டிருந்தான். மாலை ஆனால் விளையாடப் போவதாகச் சொல்லிவிட்டு எங்காவது காணாமல் போய்விடுவான். இருட்டி நெடுநேரம்

கழித்து வீடு திரும்புவான். அப்பா திட்டுவார். கண்டுகொள்ளாமல் சாப்பிட்டுவிட்டுப் படுத்தால் அதோடு மறுநாள் காலைதான் கண் விழிப்பான். இப்படியே சில மாதங்கள் கடந்ததில் எப்போதோ நான் அவன் சொன்னதை முற்றிலும் மறந்தே போய்விட்டேன்.

அன்றைக்குப் பொழுது விடிந்து நான் எழுந்தபோது வீட்டில் அண்ணா இல்லை. அவன் எங்கே போனான் என்று அம்மா எல்லோரிடமும் கேட்டுக்கொண்டிருந்தாள். வாக்கிங் போய்விட்டு பஞ்சாயத்து ஆபீசில் ரேடியோ செய்தி கேட்டுவிட்டு வீடு திரும்பிய அப்பாவின் முகம் உறைந்து போயிருந்தது. என்ன ஆச்சு என்று அம்மா கவலையோடு கேட்டதற்கு, 'சஞ்சய் காந்தி செத்துப் போயிட்டார். ப்ளேன் ஆக்சிடெண்ட்' என்று பதில் சொன்னார்.

04. நாமகரணம்

பாதி வாய் பிளந்த நிலையில் இறந்து கிடக்கும் ஒரு கருங்குரங்கின் தோற்றத்தில் இருந்தது அந்தக் குகை. தண்டகாரண்ய வனவாசி ஒருவன் என்னை அதனுள் அழைத்துச் சென்றபோது உண்மையில் எனக்கு சிரிப்புத்தான் வந்தது. இந்த சாதுக்கள் எவற்றிடமிருந்து தப்பித்து இப்படி ஓர் இடம் தேடி வந்து ஒளிந்து வாழ்கிறார்கள் என்று புரியவில்லை. சாதனைகள் புரிந்து பழகுவதற்குத் தனிமை தேவை என்பது எனக்குத் தெரியும். ஆனால் ஒரு போதையாகிவிடும் அளவுக்குத் தனிமை பழகிவிடுவதும் ஆபத்தே அல்லவா? நான் சன்னியாசம் ஏற்றபோது எனக்குள் நியமித்துக்கொண்ட வைராக்கியம், எதனிடமிருந்தும் விலகுவதில்லை என்பதுதான்.

'அப்புறம் அது எப்படி சன்னியாசமாகும்?' என்று என்னோடு குருகுலத்தில் பயின்ற மாணவன் ஒருவன் ஒரு சமயம் கேட்டான்.

'ஆகும். விலகுவதற்குச் சமமான வீரியம், நெருங்கிக் கரைந்து காணாமல் போய்விடுவதிலும் உள்ளது' என்று பதில் சொன்னேன்.

'அப்படியென்றால் பெண்?' சட்டென்று கேட்டுவிட்டான். நான் வாய் விட்டுச் சிரித்தேன். எல்லா முயற்சிகளும் சென்று சரணடையும் பிராந்தியமாக யுகம் யுகமாக இருந்து வருகிற பிறப்பு. யாரால் தவிர்க்க முடிந்திருக்கிறது? தள்ளிப் போயிருப்பது வேறு. ஆனால் பெண்ணை நினைக்காத ஆண் பிறப்பென்று ஒன்று இருக்க வாய்ப்பில்லை. சக்தி ரூபமாகக் கருதுவதும் ஒரு பாவனைதான். உடலின் துணையின்றி நினைவில் புரண்டு மீள ஒரு சௌகரியம். தொழுவதற்கும் புணர்வதற்கும் வித்தியாசம் என்று ஏதேனும் இருக்கிறதா என்ன. சொன்னேனே, நெருங்கிக் கரைந்து காணாமல் போவது.

'நீ ஒரு அயோக்கியன். வேஷதாரி. தயவுசெய்து ஓடிப் போய்விடு. உன்னால் நம் குருகுலத்துக்கே கேடு' அவன் மிகவும் பதற்றமடைந்திருந்ததைக் கண்டேன். என்ன சொல்லி அவனை சமாதானப்படுத்தலாம் என்று யோசிக்க ஆரம்பித்தேன். அவன்

எனக்கு மிகவும் பின்னால் குருகுலத்தில் வந்து சேர்ந்தவன். உபநிஷத், கீதை, பாரதம், மேலைத் தத்துவம் என்று ஏராளமாகப் படித்துவிட்டுவேறு வந்திருந்தான். மஃபத்லால் நிறுவனத்தில் பிராந்திய விற்பனை அதிகாரியாக வேலை கிடைத்து மைசூருக்கு வந்தவனுக்குத் தற்செயலாக ஒரு கல் இடறி எங்கள் குருகுலத்துடன் தொடர்பு உண்டானது. பெரிய சம்பளம், வசதியான வாழ்க்கை, சுக சௌகரியங்கள், குடும்பம், உறவுகள் எதுவும் வேண்டாம் என்று மொட்டை அடித்துக்கொண்டு காவியுடுத்திக்கொண்டவன்.

'ஆனால் நண்ப, நான் அடைந்தவை போதாது என்ற வேட்கையுடன் மேலும் அடைவதற்காக இங்கு வந்து சேர்ந்தவன் என்று சொன்னால் உனக்குப் புரியுமா? நீ என்னைக் காட்டிலும் வயதில் மூத்தவன். என்னைவிட அதிகம் வாசித்தவன். என்னைவிட வைராக்கியம் மிக்கவன். அழகனும் கூட. ஆனாலும் சொல்கிறேன். மரணத் தருவாயில் நீ திருப்தியடைந்தவனாக இருக்க மாட்டாய். நானோ, உலகை வென்ற செங்கிஸ்கானைப்போல் உணர்ந்தபடி விண்ணை வென்ற இந்திரனாவதற்காக இறந்து போவேன்.'

அவன் முற்றிலும் நம்பிக்கை இழந்தவனாக என்னை வெறுப்போடு பார்த்துக்கொண்டே இருந்தான். அவனுக்கு ஒரு கதை சொன்னேன். உண்மையில் அது கதையல்ல. எனக்கு நடந்ததுதான். ஆனால் ஒரு கதையைப் போலவே விவரணைகளுடன் சொன்னேன். அது அவனுக்கு அவசியம் என்று பட்டது. என் குருநாதர் என்னை மொழியின் குழந்தை என்று வருணித்ததைக் குறித்துச் சொன்னேன் அல்லவா? அன்றைக்குத்தான் அவர் என்னைக் குறிஞ்சி மலரைப் பார்த்து வரச் சொல்லி ஆனமலைக்கு அனுப்பிவைத்தது நடந்தது.

சட்டென்று அவர் மொழியில் இருந்து மலரை நோக்கித் தாவியதில் ஏதோ பொருள் இருக்கும் என்று தோன்றியது. பயணம்தானே? போனால் போகிறது என்று கிளம்பினேன்.

முதலில் நான் குமுளிக்குப் போய்ச் சேர்ந்தேன். அன்றைக்கு உள்ளூர் கம்யூனிஸ்டுகள் வேலை நிறுத்தத்துக்கு அழைப்பு விடுத்திருந்தார்கள். லாரி உரிமையாளர்களுடன் ஊழியர்களுக்குச் சிக்கல். சம்பள உயர்வு கோரிக்கைகள். போராட்டம், ஊர்வலம், கடையடைப்பு.

எனக்கு நல்ல பசி. எங்காவது ஒரு தேநீர்க்கடை திறந்திருந்தால்கூடப் போதும். இரண்டு பன் சாப்பிட்டு ஒரு தேநீரைக் குடித்தால் ஒரு நாளைக் கடத்திவிடலாம். ஆனால் அதற்கும் வழியில்லாமல்

போய்விட்டது. சாலையோரம் பழங்களைக் குவித்து விற்பனை செய்பவர்கள் இல்லை. உணவகங்கள் இல்லை. ஒன்றுமே இல்லை. ஊரே உறங்கிவிட்டாற்போலிருந்தது. பிற்பகல் வரை தாக்குப்பிடித்துப் பார்த்து முடியாமல் போய்விட, வேறு வழியில்லாமல் ஒரு வீட்டுப் படியேறி கதவைத் தட்டினேன்.

சிறிய வீடுதான். முன்புற ஓட்டுச் சரிவுக்கு அப்பால் சிறிய முற்றம் ஒன்று இருந்தது. அதன் இருபுறமும் இரண்டு அறைகள். பின்னால் அடுக்களை. விரியத் திறந்து வைக்கப்பட்டிருந்த வீடு ஒரு புராதனமான குகையை நினைவுபடுத்துவது போலிருந்தது. நான் கதவை இரண்டாம் முறை தட்டினேன். இப்போது ஒரு பெண் வந்தாள்.

பெண்ணே எனக்குப் பசிக்கிறது. ஊரில் கடையடைப்பு நடந்துகொண்டிருப்பதால் உண்ண ஒன்றுமில்லை. நான் இரவிகுளத்துக்குப் போய்க்கொண்டிருக்கிறேன். போய்த் திரும்பும் வரை பசி தாங்க வேண்டும். உண்ண ஏதேனும் கிடைக்குமா?

இயல்பாகவே கேட்டேன். அது என் குரு சொல்லிக் கொடுத்தது. உணவைக் கேட்பதற்கு வெட்கப்படாதே. தயங்காதே. கிடைக்கிற பட்சத்தில், உண்மையிலேயே போதுமான அளவு வருவதற்குமுன் போதுமென்று சொல்லாதே.

இருங்கள் வருகிறேன் என்று சொல்லிவிட்டு அந்தப் பெண் உள்ளே போனாள். சில நிமிடங்களில் ஒரு அலுமினியத் தட்டில் மொச்சைக் கொட்டை குழம்பு ஊற்றிய சோறு எடுத்து வந்து வைத்துவிட்டு, உட்காருங்கள் என்று சொன்னாள்.

யார் என்று உள்ளிருந்து ஒரு குரல் கேட்டது. கணவனாயிருப்பான். அவள் அதற்கு பதில் சொல்லவில்லை. சாப்பிடுங்கள் என்று சொல்லிவிட்டு ஒரு குவளை தண்ணீரும் கொண்டு வைத்துவிட்டு உள்ளே போய்விட்டாள். அந்தக் கதவருகிலேயே அமர்ந்து நான் முழுக்கச் சாப்பிட்டு முடித்தேன். பசி போய்விட்டது. அவளுக்கு நன்றி சொல்லிவிட்டு, உன் பெயரென்ன என்று கேட்டேன்.

'சாப்பிட்டாயிற்றல்லவா? போய் வரலாம்' என்று சொல்லிவிட்டு உள்ளே போய்விட்டாள்.

ஒரு கணம் எனக்குத் திடுக்கிட்டுவிட்டது. அவள் பெயர் எனக்கு அநாவசியம் என்று அவள் நினைத்ததல்ல காரணம். எனக்கு ஏன் அவளது பெயரைக் கேட்கத் தோன்றியது என்று புரியவேயில்லை.

பெயரில் என்ன இருக்கிறது? அவள் அன்னபூரணி. தட்டென்றோ, சோறென்றோ, குழம்பென்றோ அவளை நினைவில் நிறுத்துவது பெரிய விஷயமே அல்ல. குனிந்து தட்டை அவள் என்முன் வைத்தபோது அவளது இடுப்பு சற்றே உள்வாங்கி வெளிவந்ததைப் பார்த்தேன். என்ன சாப்பிட்டாலும் குண்டாகாத உடல் வாகு என்று அப்போது நினைத்துக்கொண்டேன். பெரிய அழகியெல்லாம் இல்லை. சராசரி மலையாளப் பெண்தான். ஆனால் நிச்சயம் குமுளிக்காரி இல்லை. நடு கேரளத்தில் எங்கிருந்தோ இங்கு வாழ வந்திருப்பாள் போலிருக்கிறது. ஒரு பெயராக அவளை நினைவில் இருத்திக்கொள்ள எனக்கு எந்த அவசியமும் இல்லைதான். உணவாகவோ இடுப்பாகவோ பதியவைத்துக்கொள்ள வாய்ப்பிருந்தும் நான் ஏன் பெயர் கேட்டேன்? புரியவேயில்லை.

அதன்பின் குருவோடு சுமார் மூன்றாண்டுகள் பாரதமெங்கும் சுற்றித் திரிந்த பிற்பாடு என்றோ ஒருநாள், 'சரி உனக்கு சன்னியாச தீட்சை அளிக்கிறேன்' என்று சொன்னார். அந்த தீட்சைச் சடங்கின்போதுதான் முதல் முதலாக என் முழுப்பெயரைக் கேட்டார். 'மாற்றுவதற்கு முன்னால் எதை மாற்றப் போகிறேன் என்று அறிந்துகொள்வது அவசியம்.'

'குருஜி, என் முழுப்பெயர் விமல் குமார்.'

ஏனோ அவர் புன்னகை செய்தார். நான் காரணம் சொன்னேன். 'என் மூத்த அண்ணா பிறந்தபோது நடிகர் விஜயகுமார் கந்தன் கருணை படத்தில் நடித்திருந்தார். அவரது பெயர் நவீனமாக இருப்பதாக அம்மாவுக்குத் தோன்றியிருக்கலாம். அவள் அந்தப் பெயரை விரும்பியிருக்கலாம். அண்ணாவுக்கு விஜய் குமார் என்றே பெயர் வைத்தாள். அடுத்தவன் பிறந்தபோது அதே மாதிரி வியில் ஆரம்பிக்கும் பெயராகத் தேடி வினய் குமார் என்று வைத்தாள். அவனுக்குப் பிறகு பிறந்தவன் வினோத் குமார் ஆனான். நான் விமல் குமார்.'

அதற்குமேல் அவருக்கு விளக்கம் ஏதும் தேவைப்படவில்லை. என் தலையில் தனது உள்ளங்கையை வைத்துச் சற்று நேரம் கண்மூடி அமர்ந்திருந்தார். பிறகு, எழுந்திரு என்று சொன்னார். நாங்கள் அப்போது ஒகேனக்கல் அருவிக்கரையோரம் நின்றிருந்தோம். பிரம்மாண்டமான ஆகிருதியுடன் ஆக்ரோஷமாகப் பொங்கிப் பொழிந்துகொண்டிருந்த அருவி. அதன் சத்தத்தின் லயத்தை தியானம் செய்யச் சொன்னார். கண்ணை மூடிக்கொண்டு நான்

அருவிச் சத்தத்தை உற்றுக் கவனிக்க ஆரம்பித்தேன். இரண்டு நிமிடங்கள் ஆகியிருக்கும்.

'விமலானந்த! வா என்னோடு' என்று குரு என்னை அழைத்துக்கொண்டு நடக்க ஆரம்பித்தார். நான் அமைதியாக அவரோடு நடந்துகொண்டிருந்தேன். வெகு நேரம் என்னால் அமைதி காக்க முடியவில்லை. சட்டென்று சொல்லிவிட்டேன். 'குருஜி, நான் வேறு பெயர் எதிர்பார்த்தேன்.'

அவர் என்னை ஏற இறங்கப் பார்த்தார்.

'இல்லை. வேறு ஏதாவது ஒரு பெயர். இந்தப் பெயரில் நேற்றைய நெடி இருக்கிறது. நான் அதை முற்றிலும் களைந்துவிட விரும்புகிறேன்.'

நான் சற்றும் எதிர்பாராத ஒரு பதில் அவரிடமிருந்து வந்தது. 'உன்னால் வேறு எதையெல்லாம் களைய முடிந்திருக்கிறது? நீ பெண்களின் முலைகளை ரசிக்கிறாய். அழகான உதடுகளைக் காணும்போதெல்லாம் மனத்துக்குள் அதைக் கையில் ஏந்தி சுவைத்து மகிழ்கிறாய். நான் ஊரில் இல்லாத நாள்களில் சிகரெட் பிடிக்கிறாய். வாரம் ஒருமுறை சுய இன்பம் அனுபவிப்பதில்லை என்று உன்னால் சொல்ல முடியுமா? உனக்குப் பணம் பிடித்திருக்கிறது. புகழ் வேண்டியிருக்கிறது. ஓர் அதிகார மையமாக விரும்புகிறாய். இவை அனைத்தையும் டைரியில் எழுதி வைக்கிற நேர்மையும் உன்னிடம் இருக்கிறது. மறுப்பாயா?'

திடுக்கிட்டுவிட்டேன். என்ன பேசுவதென்று தெரியாமல் தவித்துக்கொண்டிருந்தபோது அவரே சொன்னார். 'விமலா, துறவு என்பது வழங்கப்படுவதல்ல. உணரப்படுவது. நீ துறவியல்ல. துறவியாகவும் போவதில்லை.'

'பிறகு எதற்கு எனக்கு தீட்சையளித்தீர்கள்?' நான் தொண்டை கிழிந்துவிடும் ஆவேசத்துடன் கத்தினேன்.

'நான் தீட்சையளித்ததாக யார் சொன்னது? உன்னை எனக்குப் பிடிக்கும். உன் விருப்பங்கள் நிறைவேற உன் தலையில் கைவைத்து ஆசீர்வதித்தேன். அவ்வளவுதான்.'

'அப்புறம் எதற்கு எனக்குக் காவி?' என் குற்ற உணர்வே சொற்களில் ஆவேசமாகப் புகுந்து புகுந்து புறமுதுகிட்டுக்கொண்டிருந்தது.

அவர் அப்போதும் நிதானம் இழக்கவில்லை. அமைதியாகத்தான் சொன்னார். 'நீ மாற வாய்ப்பில்லை விமலா. ஆனால் உன்னால் நிறையப் பேர் வாழ்வில் மாற்றமடைய முடியும் என்று எனக்குத் தோன்றுகிறது. உனக்கு நல்ல பேச்சு இருக்கிறது. நீ மொழியின் கருவியாக வளர்ந்திருக்கிறாய். இன்னும் சிறிது காலம் கழித்து எங்காவது போ. என்னைவிட்டு அகன்றுவிடு. பெருங்கூட்டத்தில் நீ விரும்பும் அடையாளத்தைப் பெற முயற்சி செய். காவியில் ஒன்றுமில்லை. பேண்ட் சட்டை அணிந்தும் துறவியாக இருக்க முடியும். ஆனால் காவி உன்னைப் புறத்தே காலிப் பயலாகாமல் காக்கக்கூடும்.'

அரை மணி நேரம் கதறி அழுது தீர்த்தேன். பிறகு நிதானத்துக்கு வந்தபோது அவர் சொன்னதில் பிழையே இல்லை என்று தோன்றியது. நான் அப்படித்தான். நான் அதுதான். அது மட்டும்தான்.

குரு சொன்னார். 'கண்ணுக்குத் தென்படாதவரை கடவுளுக்கு நம்மால் ஆபத்தில்லை. அவர் பெயரை உபயோகிக்க அவர் ராயல்டி கேட்காதவரை அவர் ஒரு பொதுச் சொத்து. பொதுச் சொத்துக்கு சேதம் விளைவிப்பது மனிதப் பிறவியின் ஆதார குணம். கடவுளின் பெயரால்தான் நீ பிழைப்பு நடத்துவாய். அது தவறு என்றுதான் நான் சொல்லுவேன். ஆனால் செய்யாதே என்று சொல்லமாட்டேன். விரைவில் அதிலிருந்து உன்னால் விடுபட முடிந்தால் மகிழ்ச்சி கொள்வேன்.'

நீண்ட நேரம் நான் அமைதியாக இருந்தேன். பிறகு கேட்டேன். 'குருஜி, நீங்கள் பெண்களின் முலைகளை எண்ணிப் பார்ப்பதுண்டா?'

அவர் யோசிக்கவேயில்லை. சட்டென்று பதில் சொன்னார், 'கண் திறந்த கணத்தில் பார்த்த முதல் உறுப்பு. எப்படி நினைக்காதிருப்பேன்? முலைகள்தாம் என் கடவுள். ஆனால் கடவுளைத் தொட்டு, கசக்கிப் பார்க்க எனக்குச் சக்தி இல்லை.'

குருகுலத்து நண்பனிடம் நான் இந்த இரு சம்பவங்களையும் விவரித்து முடித்தபோது அவன் நடுங்கிப் போய்விட்டான். குருவின்மீதே அவனுக்குச் சந்தேகம் வந்திருக்கும் என்று எனக்குத் தோன்றியது. அதைக் கேட்டறியவும் ஆவலாக இருந்தது. ஆனால் நான் எதுவும் கேட்பதற்கு முன்னால் அவன் முந்திக்கொண்டான்.

'சிறிது காலம் கழித்து என்னைவிட்டுப் போய்விடு என்று அவர் சொன்னதாகச் சொன்னாயே, எப்போது போகப் போகிறாய்?'

05. பித்தளைப் பிள்ளையார்

தண்டகாரண்யத்து வனவாசி என்னை அந்தக் குகைக்குள் அழைத்துச் சென்ற நேரம் அங்கே மூன்று சன்னியாசிகள் இருந்தார்கள். ஒருவர் ஒரு ஓரமாகப் படுத்து உறங்கிக்கொண்டிருந்தார். இன்னொருவர் தியானத்தில் இருக்க, மூன்றாம் நபர் ஒரு காடா விளக்கின் வெளிச்சத்தில் ஓலைச்சுவடி ஒன்றைப் படிக்க முயற்சி செய்துகொண்டிருந்தார். சுவரோரம் ஒரு கணப்புச் சட்டி இருந்தது. இரண்டு மூன்று துணிப்பைகளில் பிதுங்கப் பிதுங்க ஏதோ அடைத்து வைக்கப்பட்டிருந்தது. உள்ளே இருப்பது வெளியே தெரியாதபடிக்கு மேற்புறம் சணல் கோணிச் சுருணைகள் சொருகப்பட்டிருந்தன. ஒரு சில கலயங்கள், பாக்கு மட்டைத் தட்டுகள் இருந்தன. அருவியில் பிடித்த மீன்கள் கொஞ்சம் இன்னொரு ஓரத்தில் உலரவைக்கப்பட்டிருந்தன. அவை பாதி காய்ந்த மீன்களாக இருந்தாலும் அதன் வாடை அங்கே இல்லை. மாறாக எங்கிருந்தோ அடர்த்தியாகத் திரண்டு வந்த எருமைச் சாண வாசம்தான் குகை முழுதும் பரவி நிறைந்திருந்தது.

உள்ளே சென்றதும் வனவாசி அவர்முன் விழுந்து வணங்கி எழுந்து கைகளைக் கட்டிக்கொண்டான். எனக்குச் சற்றும் பரிச்சயமில்லாத சத்திஸ்கரி மொழியில் என்னைக் காட்டி ஏதோ சொல்லத் தொடங்கினான்.

அவர் என்னை ஒரே ஒருமுறை நிமிர்ந்து பார்த்தார். உட்காரச் சொல்லிக் கைகாட்டிவிட்டு, பார்வையை அந்த வனவாசியின் பக்கம் திருப்பி ஏதோ பேச ஆரம்பித்தார். அவர் பேசிய எந்த ஒரு சொற்றொடரும் சிறியதாக இல்லை. குறைந்தது பதினைந்து சொற்களில்லாமல் ஒரு வரியைக்கூட அவர் நிறைவு செய்வதில்லை என்று தோன்றியது. பதில் சொல்லிக்கொண்டிருந்த வனவாசியும் நீளநீளமாகவே பேசினான். சுமார் ஐந்து நிமிடங்கள் இடைவிடாமல் அவர்கள் உரையாற்றிய பின்பு வனவாசி என்னிடம் திரும்பி 'தெரியவில்லை' என்ற பொருளில் இரு கைகளையும் விரித்தான். எளிய பதில். மிகச் சிறியதும்கூட. ஆனால் அதைக் கண்டடைவதற்கு

எத்தனை நூறு சொற்களை விரயம் செய்ய வேண்டியதாகிவிட்டது இவர்கள் இருவருக்கும்!

நான் அந்த சாதுவுக்கு வணக்கம் தெரிவித்துவிட்டு குகையைவிட்டு வெளியே வந்தேன். அவர்கள் சித்தர்களா என்று என் சீடன் ஒருவன் அந்த வனவாசியிடம் கேட்டான். நான் புன்னகை செய்தேன். அவன் கேட்டது அந்த வனவாசிக்குப் புரிந்ததா என்றும் தெரியவில்லை. கேள்வி கேட்ட மரியாதைக்கு அவனும் விரிவாக ஏதோ விளக்கம் சொல்லிக்கொண்டிருந்தான். அது நிச்சயம் என் சீடனுக்குப் புரிந்திருக்க வாய்ப்பில்லை.

என்ன காரணத்தாலோ எனக்கு அற்புதங்களின்மீது ஆர்வமில்லாது போய்விட்டது. என் பயணங்களில் நூற்றுக்கணக்கான சித்தர்களை நான் சந்தித்திருக்கிறேன். சில அற்புதங்களை நேருக்கு நேர் எதிர்கொண்டும் இருக்கிறேன். எனக்குத் தெரியாத ஓர் இயல் என்பதைத் தாண்டி அதில் வியக்க ஒன்றுமில்லை என்றே எப்போதும் தோன்றி வந்திருக்கிறது.

ஒரு சம்பவம் எனக்கு நினைவுக்கு வந்தது. அது நாங்கள் நான்கு பேரும் வீட்டில் இருந்த காலம். கோயிலுக்கு யாரோ சித்தர் வந்திருக்கிறார் என்று கேள்விப்பட்டு அப்பா விடிகாலையிலேயே குளித்து முழுகி, சந்தியாவந்தனமெல்லாம் செய்துவிட்டுக் கிளம்பிப் போயிருந்தார். வாய்ப்பிருந்தால் அவரை வீட்டுக்கு அழைத்து வருவதாக அம்மாவிடம் சொல்லியிருந்தார். கோயில் கமிட்டியில் இருந்தவருக்கு அதெல்லாம் ஒரு சிரமமா? எப்படியும் அழைத்து வந்துவிடுவார் என்று எங்கள் எல்லோருக்குமே தெரிந்திருந்தது. அதனால் அம்மாவும் சீக்கிரம் குளித்து மடிசாரெல்லாம் உடுத்திக்கொண்டு, வீட்டைப் பெருக்கித் துடைத்து வாசலில் பெரிய கோலம் போட்டு வைத்துவிட்டு அப்பா வருகிறாரா என்று திண்ணையில் அமர்ந்து காத்திருந்தாள். முன்னதாக எங்கள் நான்கு பேரையும் எழுப்பி, தூக்கக் கலக்கத்தோடு குளிக்க வைத்து, ஆளுக்கொரு வேட்டியை இடுப்பில் சுற்றிவிட்டு, அப்பா வரும்வரை படித்துக்கொண்டிருக்கச் சொல்லியிருந்தாள். தையூர் சந்தைக்குப் போய்விட்டுக் காய்கறிப் பைகளுடன் சைக்கிளில் வந்துகொண்டிருந்த கேசவன் மாமா அந்நேரத்தில் அம்மாவை வாசல் திண்ணையில் பார்த்ததில் சற்றே வியப்படைந்தார். என்ன என்று சைக்கிளை நிறுத்திவிட்டுக் கேட்டார்.

'யாரோ சித்தர் வந்திருக்காராம் கோவிலுக்கு. காலங்கார்த்தால கதவ இடிச்சி ஆராம்து சொல்லிட்டுப் போனான். முடிஞ்சா ஆத்துக்குக் கூட்டிண்டு வரேன்னு சொல்லிட்டு இவரும் போயிருக்கார்.'

'ஓஹோ' என்றார் கேசவன் மாமா. சித்தர் வருவதற்குள் தன்னால் வீட்டுக்குப் போய் குளித்து முடித்து மடியாக வந்து நிற்க முடியுமா என்ற சந்தேகம் போல. குளிக்காவிட்டால் சித்தர் ஒன்றும் கோபித்துக்கொள்ள மாட்டார் என்று தீர்மானித்து சைக்கிளை எங்கள் வீட்டுத் திண்ணை ஓரம் ஸ்டாண்ட் போட்டு நிறுத்திவிட்டு உள்ளே வந்தார். 'என்னடா பசங்களா, படிக்கறிங்களா?' என்று கேட்டார். நான்கு பேரில் வினய்தான் மாமா செல்லம். அவரைப் பார்த்ததும் சட்டென்று புத்தகத்தைப் போட்டுவிட்டு எழுந்து வந்து, 'கிரிக்கெட் ஆடலாம் வரிங்களா?' என்றான்.

'உங்கப்பா பார்த்தா தோலை உரிச்சிடுவார். படிங்கோ, படிங்கோ. அவர் வர வரைக்கும் படிச்சிண்டிருங்கோ. நன்னா சத்தம் போட்டுப் படிங்கோ' என்று சொல்லிவிட்டு அடுக்களைக்குள் புகுந்தார்.

அம்மா அப்போதுகூட எழுந்து உள்ளே வரவில்லை. மாடவீதியின் வலப்புற வரிசையில் ஏழாவது வீடு எங்களுடையது. முன்புறம் ஓட்டுச் சரிவும் அதன்பின்னால் தளமும் போட்ட புராதனமான வீடு. திண்ணையைத் தாண்டியதுமே சிறிதாக ஒரு நடையோடியை அடுத்து முற்றம் வந்துவிடும். முற்றத்தின்இருபுறங்களிலும் இரண்டு அறைகள். பின்கட்டில் சமையல் அறையை ஒட்டினாற்போலப் பாத்திரம் துலக்க அப்பா ஒரு தொட்டி கட்டிவிட்டிருந்தார். கிணற்றில் நீர் இறைத்து தொட்டியில் கொட்டிக்கொண்டு உட்கார்ந்தால் அம்மா நாளெல்லாம் தேய்த்துக்கொண்டே இருப்பாள். எத்தனை தேய்த்தாலும் எந்நாளும் எங்கள் வீட்டுப் பாத்திரங்கள் துலங்கிப் பொலிந்து நான் பார்த்ததில்லை. எல்லாம் எந்தக் காலத்திலோ அம்மா தனது கல்யாணச் சீராகக் கொண்டு வந்த பாத்திரங்கள். பித்தளையும் எவர்சில்வருமாக ரகத்துக்கு இரண்டு ஜோடி இருக்கும். அப்பாவுக்கு காப்பி மட்டும் பித்தளை தம்ளரில் கொடுத்தால் போதும். வாழ்வில் வேறு எதையுமே அவர் எதிர்பார்த்ததில்லை. ஆனால், அம்மா அத்தனை வருடங்களாக தினம் தவறாமல் தேய்த்தும் அந்த தம்ளர் பளபளத்ததில்லை. 'சிலதெல்லாம் அப்படித்தான். மாத்த முடியாது; தூக்கிப் போடவும் முடியாது' என்று சொல்லுவாள்.

ஐந்தரைக்குக் கோயிலுக்குப் போன அப்பா ஏழே முக்காலுக்கு வேர்க்க விறுவிறுக்க வீட்டுக்கு ஓடி வந்தார். 'அவர் வரார். வரேன்னு சொல்லிட்டார்.'

உடனே அம்மா இங்குமங்கும் சிதறிக் கிடந்த பொருள்களை எடுத்து ஒழுங்கு செய்து வைத்தாள். மாமா தனக்காகப் போட்டுக்கொண்ட காப்பி டிக்காஷனில் மிச்சம் இருந்ததை வேறொரு பெரிய பாத்திரத்தில் தண்ணீர் கொதிக்க வைத்து அதன் நடுவே வைத்துச் சூடு படுத்தினாள். பீரோவைத் திறந்து எதையோ தேடி, எந்தக் கல்யாணத்திலோ யாரோ வைத்துக் கொடுத்து, பிரிக்காதிருந்த புதிய வேட்டியொன்றை எடுத்து வந்து தாம்பாளத்தில் வைத்தாள். மாமா நாலு வெற்றிலை, இரண்டு கொட்டைப் பாக்குகளை அதன்மீது வைத்து அழகுக்கு இரண்டு வாழைப் பழங்களையும் வைத்தார்.

ஒரு சித்தரை நாங்கள் அதுவரை பார்த்ததில்லை. அவர் என்னென்ன செய்வார் என்பது குறித்த தெளிவு எங்கள் யாருக்கும் இல்லை. 'என்ன வேணா பண்ணுவார்' என்று கேசவன் மாமா சொன்னது சரியாகப் புரியவில்லை. காவியும் ஜடாமுடியும் நீண்ட தாடியும் கமண்டலமுமாக தூர்தர்ஷனில் ஒளிபரப்பான அகத்தியர் திரைப்படத்தின் கதாநாயகர்தான் என் நினைவில் வந்தார். அவர் பெயர் சீர்காழி கோவிந்தராஜன் என்பதைப் பிற்பாடு அம்மாவிடம் கேட்டுத் தெரிந்துகொண்டேன். அம்மாவின் சினிமா ஆர்வம் அளப்பரியது. எப்போதும் ஏதாவது படம் பார்த்துக்கொண்டோ அல்லது ரேடியோவில் பாட்டுக் கேட்டுக்கொண்டோ மட்டுமே அவளால் இருக்க முடியும். அதுவும் உரத்த சத்தத்தில் கேட்டால்தான் அவளுக்குத் திருப்தியாகும். 'ஏம்மா இப்படி?' என்று மூத்த அண்ணா பல சமயம் சலித்துக்கொண்டிருக்கிறான். ஒரே ஒரு சமயம் அம்மா அதற்கு பதில் சொல்லியிருக்கிறாள். 'இதுவும் இல்லேன்னா செத்துப் போயிடுவேனே.'

நாங்கள் மிகுந்த ஆர்வமுடன் எதிர்கொள்ளத் தயாரான சித்தர் அன்று எங்கள் வீட்டுக்கு வந்தார். ஆனால் அசப்பில் அவர் எங்கள் மனத்தில் இருந்த பிம்பத்தை ஒத்திருக்கவில்லை. சாதாரணமான எட்டு முழ வேட்டி கட்டியிருந்தார். உள்ளே இருக்கும் பனியன் தெரியும்படி இரண்டு பட்டன்களை அவிழ்த்து விட்டுக்கொண்டு அரைக்கை சட்டை அணிந்திருந்தார். நெற்றியில் ஒரு சந்தனப் பொட்டும் அதன் நடுவே கறுப்பாக ஒரு பொட்டும் இருந்தது. சற்றுமுன் வரை வெற்றிலை போட்டுக் குதப்பிக்கொண்டிருந்தவர், வீட்டுக்குள் நுழையும் முன் வெளியே துப்பியிருக்க வேண்டும்.

சட்டையில் ஒன்றிரண்டு சொட்டுகள் சிந்தியிருந்ததை எப்படியோ கவனிக்க மறந்திருக்கிறார்.

'வாங்கோ வாங்கோ' என்று அப்பா இடுப்பு வரை குனிந்து வரவேற்று அவரை அமர வைத்தார். அப்பாவும் அம்மாவுமாக அவரை விழுந்து சேவித்துவிட்டு நகர்ந்துகொள்ள, கேசவன் மாமா அதன்பின் சேவித்தார். 'இப்படி வாங்கோடா' என்று அப்பா எங்களை அழைத்தார். நாங்கள் வரிசையில் வந்து நின்று அவரை வணங்கினோம். அவர் கையை உயர்த்தி ஆசீர்வாதம்கூடச் செய்யவில்லை. வெறுமனே எங்களைப் பார்த்துச் சிரித்தார். அம்மா, தயாராக வைத்திருந்த வெற்றிலைத் தாம்பாளத்தை எடுத்து வந்து அவர் முன் வைத்தாள். அவர் அதிலிருந்து ஒரு வாழைப் பழத்தை மட்டும் எடுத்து தோலை உரிக்க ஆரம்பித்தார். மீண்டும் எங்கள் நான்கு பேரையும் ஒரு பார்வை பார்த்தார். என்ன நினைத்தாரோ, உரித்த பழத்தின் பாதியைத் தன் வாயில் போட்டு மென்று விழுங்கினார். மீதமிருந்த பாதி பழத்தை இடது உள்ளங்கையில் வைத்து வலக்கையால் மூடினார். சில வினாடிகள்தாம். மூடிய கைகளை அப்படியே பிசைய ஆரம்பித்தார். சிக்குண்ட வாழைப்பழம் பிதுங்கி நாலாபுறமும் வெளியே வரத் தொடங்கியது. அப்பாவும் அம்மாவும் பக்திப் பரவசம் மேலிட கைகூப்பியபடியே அவரைப் பார்த்துக்கொண்டிருக்க, சற்றும் எதிர்பாராதவிதமாக அது நிகழ்ந்தது.

அவரது உள்ளங்கைகளுக்குள் இருந்து பிதுங்கி வழிந்து கொண்டிருந்த வாழைப்பழத்தோடு சிறிதாக ஒரு பித்தளை பிள்ளையார் சிலை வெளிப்பட்டுக் கீழே விழுந்தது.

அவ்வளவுதான். அப்பா தடாலென்று மீண்டும் அவர் காலில் விழுந்தார்.

'எடுத்துக்கோங்கோ' என்று சித்தர் சொன்னார்.

அப்பா அந்தச் சிலையை எடுத்துக் கண்ணில் ஒற்றிக்கொண்டு பெருமிதமுடன் அம்மாவிடம் நீட்டினார். அம்மா உடனே அதை வாங்கிக்கொண்டு உள்ளே ஓடினாள்.

அதற்குமேல் என் மூத்த அண்ணா பொறுக்கவில்லை. 'எங்காத்துல பிள்ளையார், முருகர், சிவன் பார்வதியெல்லாம் கிடையாது. நாங்க ஐயங்கார். பெருமாள் சிலை ஒண்ணு வரவெச்சித் தாங்களேன்!' என்று கேட்டான்.

சித்தர் வெகுநேரம் பேசவேயில்லை. அண்ணாவையே உற்றுப் பார்த்துக்கொண்டிருந்தார். அதற்குள் அப்பா பதற்றமாகி அவனைக் கீழ்க்குரலில் அதட்டி, அவன் பேசியதற்கு அவரிடம் மன்னிப்பும் கேட்டிருந்தார். அவர் ஒன்றும் சொல்லவில்லை. கிளம்பும்போது மட்டும் எங்கள் நான்கு பேரின் பெயர்களையும் அப்பாவிடம் கேட்டார்.

'மூத்தவன் விஜய் குமார். அடுத்தவன் வினய் குமார். இவன் வினோத் குமார். கடைசிப் பையன் விமல் குமார்' என்று அவர் அறிமுகப்படுத்தியதும் இடைவெளியே இல்லாமல் கேசவன் மாமா சொன்னார்: 'பேரெல்லாம் சம்மந்தமே இல்லாம இருக்கேன்னு நினைக்காதீங்கோ. அதெல்லாம் எங்கக்கா நவீனமா ஆசைப்பட்டு வெச்சது. அத்திம்பேர் எவ்ளோ சொல்லியும் கேக்கமாட்டேன்னுட்டா.'

அவர் புன்னகை செய்தார். வரேன் என்று சொல்லிவிட்டுக் கிளம்பினார். அம்மா அவரிடம் எதையோ கேட்க நினைத்து, சொற்களில்லாமல் தவித்துத் தவித்துத் தணிந்துகொண்டிருந்ததை அன்று கண்டேன். அவர் வாசல் படி இறங்கும்போதுகூட அப்பாவின் தோளை இடித்து எதையோ கேட்கச் சொல்லி சைகை செய்துகொண்டிருந்தாள். அவருக்கும் ஏதோ தயக்கம் இருந்ததாகப் பட்டது. இருந்தாலும் அம்மாவை அமைதியாக இருக்கச் சொல்லிவிட்டு அவரை வழியனுப்பும் விதமாகக் கூடவே போக ஆரம்பித்தார்.

எப்படியும் கடற்கரைச் சாலை வரை அவர் சித்தரோடுகூட போயிருப்பார் என்று நினைக்கிறேன். அதற்குள் அம்மா கேட்க விரும்பிய அந்த ஏதோ ஒன்றை அவர் அவசியம் சித்தரிடம் கேட்டிருப்பார். அம்மா என்ன கேட்க நினைத்தாள் என்பதோ, சித்தர் அதற்கு என்ன பதில் சொல்லி அனுப்பினார் என்பதோ கடைசிவரை எனக்குத் தெரியாமலே போய்விட்டது. அண்ணா சொல்லிக்கொண்டிருந்தது மட்டும் நன்றாக நினைவிருக்கிறது.

'ஒரு பித்தளைப் பிள்ளையாருக்கு இத்தனை ஆர்ப்பாட்டம் வேண்டாம். கடைசி வரைக்கும் அவரால ஒரு பித்தளை வெங்கடாசலபதியைக் கொண்டு வர முடியல பாத்தியா?'

06. சந்தித் தருணம்

தடாகம் முழுவதும் அல்லி பூத்து நிறைந்திருந்தது. ஒரு மைல் நீளத்துக்குத் தவழ்ந்து வந்து மோதிய கடல் காற்றுக்கு நீர்ப்பரப்பு ததும்பிக்கொண்டிருந்தது. பூக்கள் ஒன்றோடொன்று உரசியபடியே நீரெங்கும் அலைந்து சுழன்று வருவது போலத் தோன்றியது. அண்ணா வெகு நேரம் கரையில் அமர்ந்து பூக்களையே பார்த்துக்கொண்டிருந்தான். வழக்கத்துக்கு மாறாக அன்றைக்கு அவன் கண்கள் மிகவும் பிரகாசமாக, ஒரு கோலத்தில் வைத்த புள்ளிகளைப் போல் துல்லியமாகத் தெரிந்தன. இயல்பில் அவனுடைய கண்கள் மிகவும் சிறியவை. பேசும்போது அதையும் இடுக்கிக்கொண்டே பேசுவான். புருவங்கள் குவிந்து நடு மச்சம் புடைத்துக்கொண்டு நிற்கும். எனக்குத் தெரிந்து அவன் யாரையும் நேருக்கு நேர் பார்த்துப் பேசியதே இல்லை. ஒன்று அவன் பார்வை வேறெங்காவது இருக்கும். அல்லது புருவங்களைச் சுருக்கி, கண்களைக் கிட்டத்தட்ட மூடிக்கொண்டுதான் பேசுவான். பேச்சென்றும் அதனைச் சொல்ல முடியாது சேர்ந்தாற்போல் நான்கு வார்த்தைகள் பேசிவிட்டால் அபூர்வம். கேட்ட கேள்விக்கு பதில். அதனைத் தாண்டி, யாரோடும் தனக்கு எதுவும் இல்லை என்பது போலத்தான் இருப்பான். பள்ளிக்கூடத்துக்குப் போவது வருவதோ, வீட்டில் சொல்லும் வேலைகளைச் செய்வதோ, படிப்பதோ, விளையாடுவதோ தடைபட்டதில்லை. அவன் எல்லோரையும் போலத்தான் இருந்தான். எல்லாவற்றிலும் பங்கு கொண்டான். ஆனால் அவன் எல்லோரையும் போல இல்லை என்பதைக் கவனமாக மறைத்து வைத்திருந்தான். வீட்டை விட்டு ஓடிப் போவதற்குச் சில மாதங்களுக்கு முன்னதாகத்தான் தன்னைச் சற்று வெளிப்படுத்த ஆரம்பித்தான். அதுவும் என்னிடம் மட்டும்.

உள்ளதிலேயே வயதில் சிறியவனிடம் சொல்லி வைப்பது நல்லது என்று நினைத்திருக்கலாம். என் மூலமாகத் தன்னைப் பற்றி வீடு அறிய நேர்ந்தால் எதுவும் முழுதாகப் போய்ச்சேராமல் குத்துமதிப்பாக மட்டும் தான் காணாமல் போனதற்கான காரணத்தை அறிவிக்கலாம் என்று எண்ணியிருக்கலாம். அல்லது

வேறு ஏதேனும் காரணம் இருந்திருக்குமா என்று இப்போதுவரை நானும் யோசித்துப் பார்த்துக்கொண்டுதான் இருக்கிறேன். பிடிபடவில்லை.

அன்றைக்குக் குளக்கரையில் அவன் என்னைச் சட்டையைக் கழட்டச் சொல்லி, சந்தியாவந்தனம் செய்யச் சொன்னான். எனக்கு முதலில் ஒன்றும் புரியவில்லை. 'இப்பொ எதுக்கு?' என்று கேட்டேன்.

'சந்தி வேளைதானே? பண்ணு, பரவால்ல' என்று சொன்னான்.

நான் என் சட்டையைக் கழட்டிவிட்டு டிராயருடன் குளத்தில் இறங்கி முழங்கால் ஆழத்தில் நின்றுகொண்டு சந்தி பண்ணத் தொடங்கினேன்.

'உரக்க சொல்லிண்டே பண்ணு' என்றான்.

'எனக்கு அவ்ளோ சரியா தெரியாது. உபஸ்தானம் மனப்பாடம் ஆகலை.'

'பரவால்ல உரக்க சொல்லு.'

முடியாது போடா என்று சொல்லிவிட்டு ஓடிவிடலாமா என்று நினைத்தேன். ஏனோ அப்படிச் செய்யத் தோன்றவில்லை. தனது ரகசிய யோகப் பயிற்சிகள் சிலவற்றைப் பார்க்க அவன் என்னை அனுமதித்திருந்ததும், யாருக்கும் தெரியாமல் திருப்போரூர் முருகனடிமை சாமிகள் மடத்திலிருந்து அவன் எடுத்து வந்து வைத்திருந்த ஒரு நாடிச் சுவடியை எனக்கு என்றாவது ஒருநாள் காட்டுவதாகச் சொல்லியிருந்ததும்தான் காரணம். எனக்கு சுவடி என்றால் என்னவென்று அப்போது தெரியாது. நாடி என்றாலும் தெரியாது. 'கோவிந்தராஜ் டாக்டர் கைய பிடிச்சிப் பாப்பாரே, அதுவா?' என்று அவனிடம் கேட்டேன்.

'இல்ல. இது வேற. ஒனக்கு சொன்னா புரியாது. ஆனா நிச்சயமா ஒருநாள் சொல்லுவேன்' என்று சொன்னான்.

'உனக்கு மட்டும் எப்படி இதெல்லாம் புரியும்?'

'கத்துக்கறேன்.'

'யாருகிட்ட?'

'அதெல்லாம் உனக்கு வேண்டாம். ஆனா நான் சொல்ற எதையும் நீ யாருக்கும் சொல்லக்கூடாது. அப்படி சொன்னேன்னா, அதோட நான் உன்கூட பேசறதை நிறுத்திடுவேன்.'

‘ஐயோ சொல்ல மாட்டேண்டா’ என்று உடனே பதில் சொன்னேன்.

அன்றைக்கு நான் குளக்கரையில் சந்தி பண்ணி முடித்து வந்ததும் அண்ணா சட்டையைக் கொடுத்து, இந்தா போட்டுக்கொள் என்று சொன்னான். நான் சட்டை அணிந்ததும் சற்றும் எதிர்பாராவிதமாக என்னைநெருங்கிஅமர்ந்துஎன்தோளில்கைபோட்டுக்கொண்டான். 'உன்னை எதுக்கு சந்தி பண்ணச் சொன்னேன்?' என்று கேட்டான்.

‘எதுக்கு?’

‘இன்னிலேருந்து ஒரு நாள் தவறாம நீ ரெண்டு வேளை சந்தி பண்ணு. நாப்பத்தெட்டு நாள் பண்ணேன்னா போதும். அதுக்கு மேல வேண்டாம்.’

‘அதான் எதுக்கு?’

‘மந்திரத்த வாய்விட்டுச் சொல்லு. மனசுக்குள்ள சொல்லாத.’

‘எதுக்குன்னு கேக்கறேனே?’

அவன் சில வினாடிகள் அமைதியாக இருந்தான். புருவம் குவித்து என்னை உற்றுப் பார்த்தான். பிறகு, 'உன் சுவாசம் சரியா இல்லே. உடம்புக்கு வந்து படுத்துப்பேன்னு தோணறது. சந்தியாவந்தன மந்திரத்த உரக்க சொல்றது மூலமா சில பிரச்னைய சரி பண்ண முடியும்.'

‘நிஜமாவா?’

‘மந்திரத்துல ஒண்ணுமில்லே. அந்த வார்த்தைகளோட உச்சரிப்புதான் விஷயம். இந்த மாதிரி இன்னும் சில மந்திரம் இருக்கு. தினம் ரகுவீர கத்யம் சொல்றவனுக்கு வயித்து வலியே வராது.’

‘நீ சும்மா சொல்ற’ என்றேன் சிரித்துக்கொண்டே. அவன் மீண்டும் சில வினாடிகள் கண்ணிமைக்காமல் என்னை உற்றுப் பார்த்தான். பிறகு கண்களை மூடிக்கொண்டு உரத்த குரலில் சொல்லத் தொடங்கினான்.

அபிசரண ஹுதவஹ பரிசரண விகடன ஸரபஸ பரிபதத்
அபரிமித கபிபல ஜலதி லஹரி கலகல-ரவ குபித மகவஜி
தபிஹனன-க்ரு'தனுஜ ஸாக்ஷிக ராக்ஷஸ த்வந்த்வ-யுத்த...

எனக்குத் தூக்கிவாரிப் போட்டுவிட்டது. இதையெல்லாம் இவன் எப்போது படித்தான்? யார் சொல்லிக் கொடுத்தது? நிச்சயமாக அம்மாவுக்குத் தெரியாது. அப்பாவுக்குத் தெரிந்திருக்க வாய்ப்பே இல்லை. அவருக்குத் தெரிந்ததெல்லாம் பல்லாண்டு பல்லாண்டு மட்டும்தான். அதைக்கூடப் புத்தகத்தை வைத்துக்கொண்டுதான் சொல்லுவார். பள்ளிக்கூடத்திலோ, கோயிலிலோ, வேறெங்காவதோ இவனை இழுத்து உட்காரவைத்து இப்படியொரு மந்திரத்தைச் சொல்லிக்கொடுக்க எனக்குத் தெரிந்து திருவிடந்தையில் யாருமில்லை. அண்ணா அடிக்கடி சைக்கிளை எடுத்துக்கொண்டு வெளியே போவதைப் பார்த்திருக்கிறேன். அவனேதான் ஒரு நாள் திருப்போரூருக்குப் போவதாகவும் அங்கே ஒரு சாமியாரைப் பார்த்து வருவதாகவும் என்னிடம் சொன்னான். அந்தச் சாமியாரை நானும் ஒரு சமயம் பார்த்திருக்கிறேன். எங்கள் பள்ளிக்கூட ஆண்டு விழாவுக்கு வந்திருக்கிறார். எனக்கென்னவோ அவர் ரகுவீர கத்யம் தெரிந்த சாமியாராகத் தோன்றவில்லை.

அண்ணா சொன்னான், 'வாழ்க்கை ரொம்பச் சின்னதுடா விமல். பாடம் மட்டும் படிச்சி மார்க் வாங்கி வீணாப் போயிடக்கூடாது.'

அவன் பேசிய பல விஷயம் எனக்குப் புரியவில்லை. அதனால்தான் தன்னை வெளிப்படுத்திக்கொள்ள அவன் என்னைத் தேர்ந்தெடுத்திருப்பான் என்று பிறகு தோன்றியது. அன்றைக்குத் தடாகக் கரைக்கு அவன் என்னை அழைத்துச் சென்றதன் காரணம், என்னை சந்தியாவந்தனம் பண்ணச் சொல்ல மட்டுமல்ல. முழுதும் இருட்டும்வரை காத்திருந்துவிட்டு அவன் சட்டை, நிஜாரைக் கழட்டிவிட்டு வெறும் ஜட்டியுடன் எழுந்து நின்றான்.

'என்னடா இது?' என்று நான் சற்று பயந்தேன்.

'நான் குளத்துக்குள்ள இறங்கி தியானம் பண்ணப் போறேன். வெளிய வர பத்து நிமிஷமாகும். இங்கயே இரு.' என்று சொல்லி விட்டு என் பதிலுக்கு நிற்காமல் நீரில் பாய்ந்துவிட்டான்.

எனக்கு உண்மையிலேயே அச்சமாகிவிட்டது. பத்து நிமிடங்கள் எப்படி ஒருவனால் நீருக்கு அடியில் நிற்க முடியும்? அவனுக்கு ஒன்றும் ஆகிவிடக்கூடாதே என்று வராகப் பெருமாளிடம் வேண்டிக்கொள்ள ஆரம்பித்தேன். என்னையறியாமல் பிரார்த்தனை விரைவில் நின்றுபோய் ஒன்று, இரண்டு, மூன்று என்று நொடிகளை எண்ணத் தொடங்கினேன். நான் எவ்வளவு எண்ணினேன், பத்து நிமிடங்கள் ஆனதா என்றெல்லாம் எனக்குச் சரியாகத்

தெரியவில்லை. ஆனால் அண்ணா செத்தே போய்விட்டான் என்று என் உள்மனம் அலறத் தொடங்கிய நேரம் அவன் நீரின் மேல் மட்டத்துக்கு எழுந்து வந்தான்.

‘டேய், எப்படிடா இது!’ என்று பிரமித்து நின்றுவிட்டேன். அவன் அதைப் பொருட்படுத்தவில்லை. ‘விமல், இந்தக் குளத்துல காலவ ரிஷி இருக்கார். இன்னமும் உள்ளயேதான் இருக்கார். அதுவும் உயிரோட. யுக யுகமா அவரால எப்படி மூச்சடக்கித் தவம் பண்ண முடியறதுன்னு யோசி.’

‘நீ பாத்தியா அவர?’

‘அடிக்கடி பாக்கறேன்.’

‘ஐயோ நீ பொய் சொல்ற!’ என்று நான் அலறினேன்.

அவன் தீர்மானமாக இல்லை என்று தலையாட்டினான். 'என் வாய்ல என்னிக்குப் பொய் வருதோ அன்னிக்கு நான் செத்துப் போயிடுவேன்' என்று சொன்னான்.

‘வேணாண்டா. இப்படியெல்லாம் பேசாதே. எனக்கு பயம்மா இருக்கு.’

அவன் சட்டையால் ஈரத்தைத் துடைத்துக்கொண்டு நிஜாரை மட்டும் போட்டுக்கொண்டு வெற்றுடம்புடன் அமர்ந்தான். சட்டையை அப்படியே விரித்துக் காயப் போட்டான்.

நான் அப்போதுதான் கவனித்தேன். அவன் உடம்பில் பூணூல் இல்லை. 'டேய், பூணூல் தண்ணிக்குள்ள விழுந்திருக்கு. போச்சு, அப்பா பாத்தா தோலை உரிச்சிடுவார்.'

அவன் சிரித்தான். 'ரொம்ப நாளாவே இல்லியே. நீ இப்பதான் பாக்கறியா?' என்று கேட்டான். எனக்கு அது மிகவும் அதிர்ச்சியாக இருந்தது.

‘அப்படின்னா நீயேதான் கழட்டினியா?’

‘ஆமா.’

‘ஏண்டா?’

‘அதுக்கெல்லாம் ஒரு அர்த்தமே இல்லை விமல். உடம்புக்கே அர்த்தம் கிடையாது. உடம்புமேல கிடக்கிற நூலுக்கு என்ன பெரிய அர்த்தம்!’

'உனக்கு என்னமோ ஆயிடுத்து!' என்று சொன்னேன்.

அவன் வெகுநேரம் ஒன்றும் பேசவில்லை. எனக்கும் என்ன பேசுவதென்று தெரியவில்லை. அண்ணாவைப் பார்க்கவே எனக்கு அச்சமாக இருந்தது. அன்றைக்கே அம்மாவிடம் அவனைப் பற்றிச் சொல்லிவிடலாமா என்று நினைத்தேன். ஏனோ அதற்கும் தைரியம் வரவில்லை. மேற்கொண்டு அவனைப் பற்றி அறிய முடியாமல் போய்விடுமோ என்கிற பயம். அம்மாவுக்கு எப்படியாவது அவனை ஓர் ஆசிரியராக்கிவிட வேண்டும் என்று விருப்பம். அப்பாவிடம் அடிக்கடி அதைச் சொல்லிக்கொண்டிருப்பாள். 'ஒரு டிகிரி முடிச்சிட்டு ஒரு பிஎட்ட பண்ணிட்டான்னா போதும்.' தனது மற்ற மூன்று மகன்களின் எதிர்காலத்தைப் பற்றி அம்மா என்றைக்குமே பேசி நான் கேட்டதில்லை. பரீட்சைகளில் குறையும் மதிப்பெண்களைக் கூட அவள் எங்கள் விஷயத்தில் பொருட்படுத்த மாட்டாள். 'அடுத்த பரீட்சைல சேத்து வாங்கிடு' என்று மட்டும் சொல்லுவாள். அதையும் செய்யாது போனாலும் அலட்டிக்கொள்ள மாட்டாள். அண்ணாதான் மதிப்பெண் குறையும்போதெல்லாம் அக்கறையுடன் அருகே வந்து உட்கார்ந்து சொல்லுவான், 'படிப்புல குறையே வெக்கக்கூடாது விமல். இந்தப் படிப்பால பத்து காசு பிரயோசனம் கிடையாதுதான். ஆனா இதுதான் இப்ப கடமைன்னா, இத சரியா செஞ்சிடணும். உனக்கு பாடத்துல எதாவது புரியலன்னா என்னைக் கேளு. சொல்லித்தரேன்.'

சொல்லிக் கொடுத்தும் இருக்கிறான். அப்போதெல்லாம் அவன் முற்றிலும் வேறொரு நபராகவே காட்சியளிப்பான். பாடப் புத்தகங்களை ஒப்புக்குக் கூடப் புரட்டிப் பாராமல் தன் நினைவில் இருந்து ஒரு நீரோடையைப் போலப் பொழிந்துகொண்டே இருப்பான். அவன் ஓர் ஆசிரியராவதற்கு எல்லா தகுதிகளும் கொண்டவன் என்று எனக்கே அந்நாள்களில் அடிக்கடித் தோன்றும்.

அன்றைக்கு அல்லித் தடாகக் கரையில் நான் அதை நினைவுகூர்ந்தேன். 'இதெல்லாம் வேணாண்டா உனக்கு. அம்மா நீ ஒரு வாத்யாராகணுன்னு எவ்ளோ ஆசைப்படறா தெரியுமா?'

'இல்லை விமல். அம்மாக்கு நான் வாத்யாராகணுன்னெல்லாம் விருப்பம் கிடையாது. அவளுக்குப் பிள்ளையா என்னிக்கும் இருக்கணும்னு மட்டும்தான் விருப்பம்.'

'அப்படின்னா?'

அப்போதுதான் அவன் அதைச் சொன்னான். 'என்னிக்கோ ஒருநாள் நான் விட்டுட்டுப் போயிடுவேன்னு அவளுக்குத் தெரியும்.'

'ஐயோ!' என்றேன். பிறகு, 'நீ போயிடுவியா?' என்று கேட்டேன்.

'போய்த்தான் தீரணும். ஆனா எப்போன்னு தெரியலை.'

'வேணாம்டா!' என் கண்கள் கலங்கிவிட்டன. 'நீ வாத்யாராகலன்னாலும் பரவால்லடா. கோயில்ல பட்டாச்சாரியாராயிடு. நீதான் ஸ்லோகமெல்லாம் சொல்றியே.'

அவன் சிரித்தான். நடு நெற்றியில் குறுக்காக ஒரு கோடிழுத்துக் காட்டினான். 'நீ சின்னவன். உனக்கு இப்போ புரியாது. வா, போகலாம்' என்று சட்டையை எடுத்து மாட்டிக்கொண்டு எழுந்து நடக்க ஆரம்பித்தான்.

07. அக்னிஹோத்ரம்

தண்டகாரண்ய வனத்தில் ஐந்து தினங்கள் அலைந்து திரிந்து எந்தப் பயனும் இல்லாது போயிற்று. என்னால் அந்த வனத்தில் வசித்து வந்த சில சாதுக்களை, சில திருடர்களை, சில போதை அடிமைகளைப் பார்த்துப் பேச முடிந்ததே தவிர, யாரும் என் வினாவுக்கு விடை சொல்லக்கூடியவர்களாக இருக்கவில்லை. இரு புருவங்களுக்கு மத்தியில் கறுப்பாகப் பொட்டு வைத்தாற்போன்ற மச்சம் கொண்ட ஒரு மனிதன். அவன் ஒரு யோகியாக இருக்கலாம். சித்தனாக இருக்கலாம். எதுவுமில்லாமல், வெறுமனே காவி தரித்த மனிதனாகவும் இருக்கலாம். ஒரு கொலைகாரனாக. கொள்ளைக்காரனாக. அவன் என்னவாக இப்போது இருக்கிறான் என்று எனக்குத் தெரியாது. யோகிதான் என்று நேரில் பார்த்த கிராமவாசி ஒருவன் சொன்னது மட்டும்தான் அவனைப் பற்றி அங்கே கிடைத்த ஒரே தகவல். அது சற்றுத் திருப்தியாக இருந்தது. நேரில் பார்த்து உறுதி செய்துகொள்ள வழியில்லாது போனாலும் அண்ணா தான் விரும்பிய ஓரிடத்துக்கே போய்ச் சேர்ந்திருக்கிறான் என்று எண்ணிக்கொள்ளலாம். ஊருக்குச் சென்று மரணப் படுக்கையில்கிடக்கிற அம்மாவிடம் அதைச்சொல்லலாம். அவளை அனுப்பிவைக்க அதுவே இறுதிப் பேருந்தாக அமையக்கூடும்.

சலிப்புடன் நான் ஜகதல்பூர் வந்து சேர்ந்தபோது கேசவன் மாமாவிடமிருந்து இரண்டாவது தந்தி வந்திருந்ததை என் சீடர்கள் எடுத்து வந்து கொடுத்தார்கள். எனக்குச் சிறு உதறல் இருந்தது. ஆனால் விபரீதமாக ஏதுமில்லை என்று சொல்லித்தான் என் மாணவர்கள் தந்தித் தாளை நீட்டினார்கள். இந்த முறை, 'கிளம்பிவிட்டாயா, என்றைக்கு வந்து சேருவாய்' என்று மாமா கேட்டிருந்தார். ஒரு போன் செய்து பேசிவிடுங்களேன் என்று சீடர்கள் சொன்னார்கள். எனக்கு அது யோசனையாக இருந்தது. வெறும் குரலாக என்னை அம்மாவின் செவிகளுக்குக் கொண்டு சேர்ப்பதில் எந்தப் பயனும் இராது என்று தோன்றியது. அது துக்கத்தின் சாறாகத்தான் அவள் தொண்டைக்குள் இறங்கும். இறுதிச் சொட்டுப் பாலில் விஷம் கலந்த பாவத்தை எதற்குச்

சேர்த்துக்கொள்வானேன் என்று நினைத்தேன். அம்மாவுக்கு நான் செய்யக்கூடிய ஒரே பெரிய உபகாரம், எப்படியாவது அவள் கண் மூடுவதற்குள் அண்ணாவைக் கண்டுபிடித்து அழைத்துச் சென்று நிறுத்துவதுதான். ஆனால் என்னால் அது முடியுமா என்று யோசனையாக இருந்தது. கடவுளை உதவிக்குக் கூப்பிடவும் தயங்கினேன். எனக்கும் அவனுக்குமான உறவு பெரும்பாலும் சிறப்பாக இருந்ததில்லை. தோற்றங்களில் என்ன இருக்கிறது? மனத்துக்குள் என் அறிவின் தீப்பொறிகளைப் புதைத்து நான் அடுக்கிய கருங்கற் சுவர்க் கோட்டையின் எல்லைக் கதவுகளுடன் அவனது இருப்பு வரையறுக்கப்பட்டிருக்கிறது. அவன் உள்ளே வந்ததில்லை. அங்கேயேதான் இருக்கிறான். வெகு காலமாக. முற்றிலுமாக நான் அவனை வெளியேறச் சொன்னதில்லை. கூப்பிட்டு அமர வைத்துக் கொஞ்சிய நினைவும் இல்லை.

நினைத்துப் பார்த்தால் சிரிப்புத்தான் வருகிறது. அன்றைக்குப் பூணூலைக் கழற்றி விட்டதாக அண்ணா சொன்ன இரவெல்லாம் எனக்கு உடல் நடுங்கிக்கொண்டே இருந்தது. அண்ணாவுக்கு விபரீதமாக ஏதாவது நிகழ்ந்துவிடுமோ என்று அச்சமாக இருந்தது. உறங்கவேயில்லை. அவன் செய்தது சந்தேகமில்லாமல் ஒரு மாபெரும் பாவம் என்று எனக்குத் தோன்றியது. அதை வீட்டில் சொல்லி, கண்டிக்க வைப்பதையோ, அல்லது நானே நல்லது எடுத்துச்சொல்லிஅவனைத்திருத்தப்பார்ப்பதையோநடக்கக்கூடிய ஒன்றாக நான் கருதவில்லை. என்னால் முடிந்ததெல்லாம் மறுநாள் லஷ்மி வராகர் சன்னிதிக்குச் சென்று மனமார அவனுக்காகப் பிரார்த்தனை செய்தது மட்டும்தான்.

வீட்டில் இருந்து இருபதடி தூரம்தான் கோயில். வாசல் கதவைத் திறந்தாலே கோயில் மதில் சுவர் காவிப் பட்டைகளைத்தான் பார்த்தாக வேண்டும். தப்பித் தவறிக்கூட லஷ்மி வராகனுக்குத் தெரியாமல் யாரும் எதையும் செய்துவிட முடியாது. சன்னிதியில் அவனைக் கிட்டத்தில் பார்க்கும்போதெல்லாம் அந்நாள்களில் எனக்குச் சிலிர்ப்பேற்படும். ஒரு ஆளைப் போலவேதான் இருப்பான். ஒரு காலைச் சற்றே மடக்கி, தொடையில் தாயாரை உட்கார வைத்துக்கொண்டு காதலுடன் அவள் முகத்தைத் திரும்பிப் பார்க்கிற கோலம்தான் என்றாலும் அந்தக் காதலின் கம்பீரம் சொற்களுக்கு அப்பாற்பட்டது. எந்த ஒரு மனிதப் பிறவிக்கும் அப்படியொரு பார்வை சாத்தியமில்லை. எந்தக் கணமும் அவன் தன் தேவியை இறக்கி வைத்துவிட்டு 'என்ன விஷயம்?' என்று

நம்மைத் திரும்பிக் கேட்டுவிடுவான் என்று தோன்றிக்கொண்டே இருக்கும்.

நான் பட்டாச்சாரியாரிடம் ஒரு சமயம் கேட்டிருக்கிறேன், 'எப்பவும் இவ்ளோ பக்கத்துல நிக்கறேளே, உங்களுக்கு பயமாவே இருக்காதா?'

அவர் சிரித்தார். 'எதுக்கு பயப்படணும்? அவன் நமக்கெல்லாம் அப்பா. தப்பு பண்ணா மட்டும்தான் அப்பா கண்டிப்பார். நாம சரியாவே இருந்துட்டா அப்பாட்ட என்ன பயம்?'

அதனால்தான் நான் பயந்தேன். என் அண்ணா ஒரு தவறு செய்திருக்கிறான். மந்திரம் சொல்லி, லஷ்மி வராகப் பெருமாள் சாட்சியாகக் கோயில் மண்டபத்தில் வைத்து அவனுக்கு அப்பா உபநயனம் செய்திருக்கிறார். நான் பார்த்து அவன் சந்தியாவந்தனமெல்லாம் செய்ததில்லை. அவன் மட்டுமா. நாங்கள் நான்கு பேருமே பூணூல் போட்ட கொஞ்ச காலத்துக்கு அப்பாவுக்காக, அவர் கண்ணில் படும்படியாக சந்தி செய்துகொண்டிருந்தோம். பிறகு இயல்பாக அது விடுபட்டுப் போனது. என்றைக்காவது அப்பா அதைச் சொல்லி வருத்தப்படுவார். 'ஒழுங்கா பண்ணிங்கன்னா நன்னா படிப்பு வரும். அதுக்காகத்தான் சொல்றேன்' என்று சொல்லுவார். அவரது திருப்திக்காக நான் மட்டும் எப்போதாவது அவரெதிரே சந்தி பண்ணுவேன். அண்ணாக்கள் யாரும் மந்திரங்களை நினைவில் வைத்திருந்தார்களா என்றே எனக்குத் தெரியவில்லை.

அம்மா இதைப் பற்றியெல்லாம் என்றுமே எங்களிடம் கேட்டதில்லை. ஒழுக்கம் சார்ந்த அவளது வரையறைகள் என்னவாக இருந்தன என்பது எப்போதும் எனக்குப் புரிந்ததில்லை. ஒரு சமயம் வினய், யாரோ நண்பனோடு சேர்ந்து பீடி குடித்திருக்கிறான். அது ஒரு ஆர்வம். அந்த வயதில் யாருக்குத்தான் இல்லாதிருந்திருக்கும்? வாய் குவித்துப் புகையை உள்ளே இழுத்து உலவவிட்டு, பிறகு அதை வளையம் வளையமாக வெளியேற்றிப் பார்த்து மகிழ்வது அனைவருக்குமே பிடித்தமான ஒன்று. வினய் அதைத்தான் செய்திருக்கிறான். துரதிருஷ்டவசமாக, தையூர் சந்தைக்கு அந்நேரம் கொள்முதலுக்குப் போய்க்கொண்டிருந்த கேசவன் மாமாவின் பார்வையில் அது பட்டுவிட்டது. மாமா அதிர்ந்து போய்விட்டார். 'ஐயோ மகாபாவி! என்னடா இது கோலம்!' என்று அங்கேயே வினய்யை இழுத்துப் போட்டு மிதி மிதி என்று மிதித்திருக்கிறார்.

ஆத்திரம் அடங்காமல் அவனைத் தரதரவென்று இழுத்துக்கொண்டு போய் தையூர் பண்ணையின் பம்ப் செட்டில் முக்கிக் குளிக்க வைத்து ஈரம் சொட்டச் சொட்ட வீட்டுக்கு இழுத்து வந்தார்.

என்ன என்று அப்பா கேட்டார்.

‘மோசம் போயிட்டேள் அத்திம்பேர். இந்த மகாபாவி உங்க பேரக் கெடுக்கறதே குறியா வெச்சிண்டிருக்கான்’ என்று ஆரம்பித்து அரை மணி நேரம் நடந்ததைப் புலம்பிக் கொட்டிவிட்டு, கண்ணைத் துடைத்துக்கொண்டு வெளியேறிச் சென்றார்.

அப்பா வெகுநேரம் ஒன்றும் பேசவில்லை. வினய் ஒரு குற்றவாளியின் தோரணையில் தீர்ப்பு வெளிவரக் காத்திருந்தான். விஷயம் அப்போது அம்மாவுக்குத் தெரியாது. அவள் கோயிலுக்குப் போயிருந்தாள். அவள் வரும்வரை அப்பா ஒரு வார்த்தைகூடப் பேசவில்லை. அம்மா வீட்டுக்குள் நுழைந்ததுமே வினோத் அவளுக்கு விஷயத்தைத் தெரியப்படுத்திவிட்டான். அவள் கையில் எடுத்து வந்திருந்த குங்குமப் பிரசாதத்தை எங்கள் நான்கு பேர் நெற்றியிலும் இட்டுவிட்டாள். பிறகு அப்பாவிடம் சென்று குங்குமத்தை நீட்ட, அவர் எடுத்துத் தன் நெற்றியில் வைத்துக்கொண்டார்.

‘சொல்லு, உம்புள்ளைய என்ன பண்ணலாம்?’ என்று கேட்டார். அம்மா சிறிது நேரம் யோசித்தாள். பிறகு அடுக்களைக்குள் சென்று இரவு உணவுக்கு ஆயத்தம் செய்ய ஆரம்பித்தாள்.

‘கேக்கறேனே, என்ன பண்ணப் போறே அவனை?’ அப்பா மீண்டும் உரக்கக் கேட்டார்.

‘விட்டுடுங்கோ. அவனுக்குச் சரின்னு பட்டதாலதானே செஞ்சிருக்கான்? தப்புன்னு அவனுக்கே தோணும்போது நிறுத்திடுவான்’ என்று சொல்லிவிட்டு, சாப்ட வாங்க எல்லாரும் என்றாள்.

வினய் அப்படி ஒரு பதிலை எதிர்பார்த்திருக்கவில்லை என்று தோன்றியது. உண்மையில் அவனை அப்பாவும் அம்மாவும் அடித்தும் திட்டியும் அழுதும் தீர்த்திருந்தால் மிகவும் திருப்தியாகியிருப்பான். மாமாவுக்கு வந்த கோபத்தில் ஒரு சதவீதத்தைக்கூட அம்மாவிடம் காண முடியாதது அவனுக்கு மிகுந்த ஏமாற்றமளித்திருக்க வேண்டும்.

அன்றிரவு நாங்கள் நான்கு பேரும் உறங்கியிருப்போம் என்று நம்பி அப்பாவும் அம்மாவும் வாசல் திண்ணையில் அமர்ந்து பேசிக்கொண்டிருந்தார்கள். உண்மையில் பயத்தின் வசப்பட்டிருந்த வினய் மட்டும்தான் உறங்கிப் போயிருந்தான். அண்ணாவோ, வினோத்தோ, நானோ சற்றும் உறக்கமின்றி வெறுமனே படுத்துத் தான் இருந்தோம்.

'நீங்க ஏதாவது கண்டிச்சேளா?' என்று அம்மா அப்பாவிடம் கேட்டாள்.

'இல்லே. பேசவேயில்லே.'

'அது போதும். பேசாம இருக்கறதும் கண்டிக்கறதும் ஒண்ணுதான். விட்டுடுங்கோ' என்று அம்மா சொன்னாள்.

'கஷ்டமா இருக்கு அகி. எங்க வம்சத்துல ஆசாரசீலர்னு யாருமில்லேன்னாலும் உங்கப்பா, தாத்தாவெல்லாம் நாள் தவறாம அக்னிஹோத்ரம் பண்ணி வாழ்ந்தவா. இந்தப் பிள்ளை இப்படி பண்ணுவான்னு எதிர்பாக்கலே.'

'பரவால்லேங்கறனே?' என்று அம்மா சொன்னது என் காதில் விழுந்தது. சற்று அதிர்ச்சியாக இருந்தது. உடனே நான் அண்ணா கவனித்துக்கொண்டிருக்கிறானா என்று திரும்பிப் பார்த்தேன். எங்கள் வீட்டில் முற்றத்தின் வடக்கு நடையோடியில்தான் நாங்கள் நான்கு பேரும் படுப்பது வழக்கம். சுள்ளிக்கட்டைப் பிரித்துப் போட்டாற்போல வரிசையாக எங்கள் படுக்கைகள் அங்குதான் விரிக்கப்பட்டிருக்கும். அப்பாதான் தினமும் எங்களுக்குப் படுக்கை போட்டு வைப்பார். மூன்று பாய்களை விரித்து, அதன்மீது முதலில் ஒரு போர்வையை விரிப்பார். சுருக்கங்கள் இல்லாமல் அதை நேர்த்தியாகப் பாய்களை மூடும்படி அமைத்து, அதன்மீது அம்மாவின் பழைய ஒன்பது கஜம் புடவை ஒன்றை இரண்டாக மடித்துப் போடுவார். மீண்டும் அமர்ந்து அதன் சுருக்கங்களை மெதுவாகப் பிரித்து ஒழுங்கு செய்வார். அதன்பின் நான்கு தலையணைகளை எடுத்து வந்து அருகருகே போட்டுவிட்டு, 'மணியாச்சு, வந்து படுங்கோ' என்று ஒரு குரல் கொடுப்பார். இதெல்லாம் இரவு ஒன்பது மணிக்கு நடந்துவிடும். நாங்கள் படுத்து அரை மணி ஆனபின்புதான் அப்பாவும் அம்மாவும் சாப்பிட உட்காருவார்கள். பேசியபடி சாப்பிட்டுவிட்டு, மேலும் சிறிது நேரம் வாசல் திண்ணைக்குப் போய் உட்கார்ந்து பேசிக்கொண்டிருப்பார்கள். பொதுவாக அவர்கள் இரண்டு பேரும்

எப்போது படுக்க வருவார்கள் என்று எங்களுக்குத் தெரியாது. காலை கண் விழிக்கும்போது அப்பா மீண்டும் அதே வாசல் திண்ணையில் பேப்பர் படித்துக்கொண்டிருப்பார். அம்மா சமையலறையில் காப்பி போட்டுக்கொண்டிருப்பாள்.

இந்த ஒழுங்கு என்றுமே மாறியதில்லை. எனக்குத் தெரிந்து முதல் நாளாக அன்றைக்குத்தான் நாங்கள் தூங்காமல் அவர்கள் இருவரும் திண்ணையில் அமர்ந்து பேசிக்கொண்டிருந்ததைக் கேட்டுக்கொண்டிருந்தோம். அண்ணா கண்ணை மூடிக்கூட பாவனை செய்யவில்லை. கொட்டக்கொட்ட விழித்தபடியேதான் படுத்திருந்தான். இரு கைகளையும் தலைக்கு அடியில் கொடுத்து, மேலே சுழலும் மின் விசிறியைப் பார்த்தபடி சும்மா கிடந்தான். வினோத் போர்வையைத் தலையோடு காலாக இழுத்துப் போர்த்திக்கொண்டு தன் விழிப்பை மறைக்கப் பார்த்துக்கொண்டிருந்தது புரிந்தது. நான் எழுந்து உட்கார்ந்து அண்ணாவைப் பார்த்தேன். அவன் திரும்பி என்னைப் பார்த்துப் புன்னகை செய்தான். *'தூக்கம் வரலியா?'* என்று கேட்டான்.

'அம்மா என்னடா இப்படி சொல்றா? பீடி பிடிக்கறது தப்பில்லியா?' என்றேன் நம்ப முடியாத வியப்புடன். அவன் மீண்டும் புன்னகை செய்தான். *'தப்பா இல்லியான்னு உனக்கு சரியா புரியணுன்னா நீயும் ஒரு தடவை மாமா எதிர்ல நின்னு பிடிச்சிப் பாரு.'*

'ஐயோ மாமா வினய்ய போட்டுப் பின்னி படுத்திருக்கார். நான் மாட்டேன்.'

'அப்ப ஒண்ணு செய். அம்மா எதிர்லயே நின்னு பிடி.'

'ஐயோ!' என்றேன் அலறலுடன்.

'உன்னையும் ஒண்ணும் சொல்ல மாட்டா விமல். பயப்படாத' என்று அண்ணா சொன்னான்.

'அதான் ஏன்?' நான் விடாமல் கேட்டேன்.

அண்ணா அதற்கு பதில் சொல்லவில்லை. வெளியே கதவு அடைக்கப்படும் சத்தம் கேட்டது. அப்பாவும் அம்மாவும் பேசி முடித்து உள்ளே வந்தார்கள். நான் சட்டென்று படுத்து போர்வையை இழுத்துப் போர்த்திக்கொண்டு கண்ணை மூடிக்கொண்டேன். அன்றைக்கும் எனக்கு முழு இரவும் உறக்கமில்லாமல் போய்விட்டது. அப்பாவும் அம்மாவும் விளக்கை அணைத்துவிட்டு

வந்து எங்கள் நான்கு பேருக்கும் அந்தப் பக்கம் ஒருவரும் இந்தப் பக்கம் ஒருவருமாகப் படுத்தார்கள்.

சரியாகத் தெரியவில்லை என்றாலும் இரவெல்லாம் அம்மா அழுதுகொண்டிருந்ததாகத்தான் எனக்குத் தோன்றியது.

08. புறப்பாடு

எனக்கு ஒரு சந்தேகம் இருந்தது. இப்போதுதான் அதைச் சந்தேகம் என்கிறேனே தவிர அந்த வயதில் அது ஒரு தீர்மானமாகவே எனக்குள் பதிந்திருந்தது. வினய் பீடி குடித்த விஷயத்தில் ஒன்றுமே நடக்காத மாதிரி நடந்துகொண்ட அம்மா, என் மூத்த அண்ணா சம்பந்தப்பட்ட எதிலும் அப்படி இருக்க மாட்டாள் என்றே தோன்றியது. உதாரணத்துக்கு, பீடியைக் குடித்தது வினய் அல்ல; விஜய்தான் என்றால் அம்மா என்ன செய்திருக்கக்கூடும்? நிச்சயமாகக் கதறித் தீர்த்திருப்பாள் என்று நினைத்தேன். அவனை அமரவைத்து மணிக்கணக்கில் நல்ல புத்தி சொல்லியிருப்பாள். அவனுக்காக அவள் விரதமிருப்பாள். உணவில் எதையாவது தவிர்ப்பாள். வெறுந்தரையில் படுப்பாள். கோவளம் தர்கா வாசலில் எப்போதும் அமர்ந்திருக்கும் ஒரு பக்கிரியை அவளுக்குத் தெரியும். வீட்டில் ஏதாவது பெரிய பிரச்னை வரும்போதெல்லாம் அம்மா ரகசியமாக அவரிடத்தில் சென்று ஆலோசனை கேட்டு வருவது வழக்கம். அண்ணாவுக்காக அவரிடம் தாயத்து மந்திரித்து வாங்கி வந்து கட்டினாலும் கட்டுவாள். இதனால் எல்லாம்தான் அவன் பூணூலைக் கழட்டிவிட்ட விவரத்தை நான் அவளிடம் சொல்ல வேண்டாமென்று முடிவெடுத்தேன். அந்த வயதில் அவளது கண்ணீரைத் தாங்குகிற சக்தி எனக்கு இல்லாதிருந்தது.

அண்ணாவிடம் இதைச் சொன்னபோதுதான் அவன் அந்த நாடிச் சுவடியைக் குறித்து முதல் முதலில் என்னிடம் பேசினான். 'நீ நினைக்கறது தப்பு விமல். நான் கொலையே பண்ணாலும் அம்மா ஒண்ணும் சொல்ல மாட்டா. அப்பாவையும் வாயத் திறக்க விடமாட்டா' என்று சொன்னான்.

'எப்படி சொல்றே நீ?'

'சுவடி அப்படித்தான் சொல்றது' என்றான் அண்ணா. அவன் வைத்திருந்த சுவடியை நான் ஏழெட்டு முறை எடுத்துப் பார்த்திருந்தேன். ஆனால் அதில் எந்தப் பயனும் இல்லை. அதில் எழுதியிருந்ததில் ஒரு சொல்லைக் கூட என்னால் படிக்க

முடியவில்லை. மிகவும் பழுப்பேறிப் போயிருந்த புராதனமான சுவடி அது. புதிய சுவடியாக இருந்தாலுமே என்னால் படித்திருக்க முடியாது. ஏனெனில் அந்தத் தமிழ் நான் அறியாததாக இருந்தது. பல எழுத்துகள் பாதி அழிந்திருந்தன.

'டேய், உண்மைய சொல்லு. ஒனக்கு மட்டும் இது புரியுமா?' என்று நான் அண்ணாவிடம் கேட்டேன்.

'புரியாதுதான்' என்று அவன் பதில் சொன்னான்.

'அப்பறம் எதுக்கு உனக்கு இது?'

'இது நம்ம குடும்பத்த பத்தின சுவடி விமல். நாலு வரில நம்மள பத்தித் தெளிவா எழுதியிருக்கா. நமக்கு இதைப் படிச்சி புரிஞ்சிக்கத் துப்பில்லேன்றது வேணா உண்மையா இருக்கலாம். ஆனா இது நம்மள பத்தி எழுதினது. அதனால நமக்கு முக்கியம்.'

'யார் சொன்னா நம்மள பத்தி எழுதினதுன்னு?'

'ஒரு சித்தர்.'

'திருப்போரூர் சாமியா?'

'அவர்கிட்ட இருந்துதான் எடுத்துண்டு வந்தேன். ஆனா சொன்னது அவர் இல்லே. அது வேற.'

எனக்குப் பல சமயம் அவன் சம்பவங்களைப் புனைந்து விடுகிறானோ என்ற சந்தேகம் வரும். அனைத்துமே உண்மைதான் என்றால் அதை வீட்டில் அனைவருக்கும் பொதுவாக ஏன் ஒருபோதும் சொல்ல மறுக்கிறான்? ஒவ்வொரு முறையும் 'யாரிடமும் சொல்லாதே' என்று சொல்லிவிட்டு என்னிடம் அவன் பேசத் தொடக்கும்போதும் எனக்கு இந்தக் கேள்வி எழும். யோகம், சித்து, தவம், தியானம், பிராணாயாமம் என்று பல சொற்களை நான் அவனிடமிருந்துதான் பெற்றேன். அவன் எல்லோரையும் போல இல்லாமல் வேறு விதமானதொரு வாழ்வை ரகசியமாக வாழ்ந்துகொண்டிருக்கிறான் என்று எனக்குப் புரிந்தது. அதைப் பற்றி அறியவும் அவனோடு பேசி, புதிதாக எதையேனும் தெரிந்துகொள்ளவும் எனக்கு விருப்பமிருந்தது. ஆனால் என் விருப்பம் எப்போதும் சந்தேகத்தின் திரைச்சீலையைத் தன்மீது போர்த்திய வண்ணமே வெளிப்படுவதாயிருந்தது.

அண்ணா சொன்னான், 'வாழற நாள்பூரா சந்தேகம் மட்டும்தான். மனுஷன் செத்தாலும் அவன் சந்தேகம் சிரஞ்சீவியாத்தான் இருக்கும்.'

பல சமயம் எனக்கு அவன் பேசுவது புரியாது. அவன் ரகசியமாக வைத்திருந்த அந்த நாடிச் சுவடியைப் போலவே பேசுவதாகத் தோன்றும். அவன் மட்டும் அதை அப்பாவிடமோ, கேசவன் மாமாவிடமோ கொடுத்தால் கண்டிப்பாக அதில் எழுதியிருப்பது என்னவென்று தெரிந்துவிடும். ஆனால் முடியவே முடியாது என்று தீர்மானமாகச் சொல்லிவிட்டான்.

'நீ மட்டும் இதை அப்பாட்ட சொன்னேன்னா, அதோட நான் உன்னோட பேச மாட்டேன்.'

அண்ணா அந்தச் சுவடியை மிகவும் ரகசியமான ஓரிடத்தில் வைத்திருந்தான். எங்கள் நான்கு பேரின் பாடப் புத்தகங்கள், துணிமணிகளை வைத்துக்கொள்வதற்காக, இருக்கிற இரண்டு அறைகளில் ஒன்றை அம்மா ஒழித்து விட்டிருந்தாள். அந்த அறை எப்போதும் களேபரமாகவே காணப்படும். எங்கும் துணிமணிகளும் புத்தகங்களும் இறைந்து கிடக்கும். எழுதிக் கிழித்துப் போட்ட தாள்கள், ஊக்கு உடைந்த பென்சில்கள், ரப்பர் அழித்த தூசுக் குப்பை, பென்சில் சீவிய குப்பை, இங்க் போடும்போது சிந்தியதைத் துடைக்காமல் விட்டதால் உண்டான கறைகள் ஏராளமாக இருக்கும். வினோத்துக்கு சுவரில் கிறுக்கும் பழக்கம் உண்டென்பதால் அந்த அறையின் சுவரெங்கும் கணக்கு, அறிவியல் பாடக் குறிப்புகளால் நிறைந்திருக்கும். அந்த அறையில் ஒரு பரண் உண்டு. அப்பாவின் புராதனமான இரண்டு டிரங்குப் பெட்டிகள் அங்கிருக்கும். அப்பாவின் திருமணத்துக்கு வாங்கிய வேட்டிகள், ஒரு வெள்ளிக் குத்து விளக்கு, சில வெள்ளிப் பாத்திரங்கள், அம்மாவின் முகூர்த்தப் பட்டுப் புடைவை, சில பழைய புகைப்படங்கள் அதில் உண்டு. வருடத்துக்கு ஒரு முறை எப்போதாவது அப்பா அந்த இரு பெட்டிகளையும் கீழே இறக்கி வைத்துத் திறந்து பார்ப்பார். எல்லாம் சரியாக இருக்கிறதா என்று எண்ணி வைப்பாரோ என்னவோ. மற்றபடி வருடம் முழுதும் அந்தப் பரணைச் சீந்துவார் கிடையாது. அண்ணா, புத்தக அலமாரியில் கால் வைத்து மேலே ஏறி, அந்தப் பரணில் உள்ள அப்பாவின் பெட்டிக்குப் பின்புறமாக அந்த ஓலைச் சுவடியைப் போட்டு வைத்திருந்தான். அதை அவன் ஒரு சுருணைத் துணியில் சுற்றித்தான் வைத்திருந்தான். இருந்தாலும் அது நாளுக்கு நாள் அழிந்துகொண்டே போவதாகத்தான் எனக்குத் தோன்றியது. ஒவ்வொரு முறையும் வீட்டில் யாருமில்லாத நேரத்தில் அவன் என்னைத் துணைக்குக் கூப்பிட்டுக்கொண்டு பரண் மீதேறி அந்தச்

சுவடியை எடுத்துப் பார்க்கும்போதும் எனக்கு பயமாக இருக்கும். எதற்காக அந்தப் பயம் என்று தெரியாது. ஆனாலும் நடுங்கும். வியர்த்து விடும்.

'உனக்கும்தான் அதைப் படிக்க முடியல, புரியலன்னு சொல்றியே. அப்பறம் எதுக்கு அடிக்கடி அதை எடுத்து வேற பாக்கற?' என்று ஒரு நாள் அவனிடம் கேட்டேன்.

'மனப்பாடம் பண்ண முடியறதான்னு பாக்கறேன். மனசுல ஏத்திண்டுட்டா அப்பறமா மெதுவா புரியறப்போ புரிஞ்சிட்டுப் போகட்டுமே?'

'இன்னுமா மனப்பாடம் ஆகலை?'

'ஆகாது விமல். ஆகாதுன்னு சொல்லியேதான் அவர் குடுத்தார்.'

'அவர்னா யார்?'

'சொன்னேனே, திருப்போரூர்ல ஒருத்தர்.'

அது என் ஆர்வத்தைத் தூண்டியது. எத்தனை எத்தனை பாடப் பக்கங்களை நான் மனப்பாடம் செய்திருக்கிறேன்! முந்தைய வருடத்துப் பாடங்கள்கூட இன்னமும் நினைவில் இருக்கின்றன. இந்த நான்கு வரிகள் மனத்தில் நிற்காதா. அதையும் பார்த்து விடலாம் என்று ஒரு நாள் அவன் ஓலைச்சுவடியை எடுத்தபோது வாங்கி வைத்துக்கொண்டு வார்த்தை வார்த்தையாகப் படிக்க முயற்சி செய்தேன். பல சொற்களின் அமைப்பே எனக்கு அதில் புரியவில்லை. அச்செழுத்தாக இருந்தால் மனப்பாடம் செய்துவிடுவது சுலபம் என்று தோன்றியது. அது கையால் கிறுக்கப்பட்டது என்பதால் எழுத்துகளே புரியாதிருந்தது.

'பனை ஓலைல முள்ளால கீறி எழுதி, மஞ்சள் பொடி போட்டு எழுத்தா தெரிய வெப்பா அந்தக் காலத்துல.' என்று அண்ணா சொன்னான். அந்தக் காலம் என்றால் எந்தக் காலம்? அந்தக் காலத்து முறை இவனுக்கு எப்படித் தெரியும்? கேட்டால் திருப்போரூர் சாமி சொன்னதாகச் சொல்லிவிடுவான். என்றைக்காவது ஒரு நாள் நான் அந்த சாமியைச் சந்திப்பேன். அப்போது என் அண்ணாவைப் பற்றி அவரிடம் விசாரிப்பேன். பொக்கிஷம் போன்றதொரு ஓலைச் சுவடியை ஒரு பதினேழு வயதுப் பையனிடம் எந்தத் தைரியத்தில் அவர் கொடுத்தனுப்பினார் என்று கேட்பேன். எங்கள் குடும்பத்தைப் பற்றிய வரிகள் கொண்ட சுவடி என்றால் அதை ஏன்

என் பெற்றோருக்குக் காட்டாமல் மறைக்கச் சொன்னார் என்று கண்டிப்பாகக் கேட்டறிவேன்.

'விமல், இந்தச் சுவடி அம்மாக்குப் புரியும். அவ படிச்சிடுவா. ஆனா அது இப்ப நடக்காது' என்று அண்ணா சொன்னான்.

'வேற எப்பொ நடக்குமாம்?'

அவன் சிறிது நேரம் அமைதியாக இருந்தான். பிறகு நீண்டதொரு பெருமூச்சு எழுந்தது. சட்டென்று கண்ணை மூடி அமர்ந்து பிராணாயாமம் செய்யத் தொடங்கினான். ஆறு நிமிடங்கள் அதைச் செய்து முடித்துவிட்டு மீண்டும் சுவடியைப் பரணில் பத்திரப்படுத்திவிட்டு இறங்கி வந்து சொன்னான். 'என்னிக்குன்னு எனக்குத் தெரியாது. ஆனா அன்னிக்கு என் பொறந்த நாளா இருக்கும். அன்னிக்கு யாரோ ஒருத்தர் செத்துப் போன சேதி வரும்.'

'ஐயோ, என்னடா சொல்றே நீ? இதை யாரு ஒனக்கு சொன்னது? திருப்போரூர் சாமியா?' என்று கேட்டேன்.

'இல்லை. நானேதான் சொல்றேன். நடக்கும் பார்' என்று சொல்லி விட்டு அறையை விட்டு வெளியேறிச் சென்றான்.

அதுதான் எனக்குத் தீராத வியப்பாகத் தங்கிப் போனது. அண்ணா சொன்னது போலத்தான் நடந்தது. அன்றைக்கு அவனது பிறந்த நாள். அவன் எழுவதற்கு முன்னால், தான் எழுந்து குளித்து, வழக்கமான சமையலுக்கு மேலே ஏதாவதொரு இனிப்புப் பண்டம் செய்துவிட வேண்டும் என்று அம்மா மும்முரமாக அடுக்களையில் வேலை பார்த்துக்கொண்டிருந்தாள். ஏழு மணிக்கு நான் கண் விழித்துப் பார்த்தபோது அப்பா வெளியே போய்விட்டிருந்தார். வினய்யும் வினோத்தும் ஒரே போர்வைக்குள் சுருண்டு படுத்திருந்தார்கள். வழக்கத்துக்கு மாறாக அண்ணா ஏன் இன்றைக்குத் தலையோடு காலாகப் போர்த்திக்கொண்டு உறங்குகிறான் என்று நான்தான் அவன் போர்வையை விலக்கிப் பார்த்தேன். அண்ணா அங்கில்லை. இரண்டு தலையணைகளை ஒன்றன்கீழ் ஒன்றாக வைத்து அதற்குத்தான் தன் போர்வையை அவன் போர்த்தி விட்டிருந்தான்.

அப்போது எனக்கு வித்தியாசமாக ஏதும் தெரியவில்லை. எழுந்து பின்புறம் சென்று பல் துலக்கி, முகம் கழுவிக்கொண்டு அடுக்களைக்குச் சென்று அம்மாவிடம் காப்பி கேட்டேன். வாங்கிக் குடித்துவிட்டு, வாணலியில் வறுபட்டுக்கொண்டிருந்த

முந்திரிகளைப் பார்த்தேன். அதன் நறுமணத்தைச் சிறிது அனுபவித்துவிட்டு, 'எதுக்கு ஸ்வீட்?' என்று கேட்டேன்.

'விஜய்க்கு கேசரிதானே பிடிக்கும்? அதான்' என்று அம்மா சொன்னாள். பொட்டிலடித்தாற்போல் இருந்தது. ஒரு பாய்ச்சலில் மீண்டும் வந்து படுக்கையைப் பார்த்தேன். கொல்லைப்புறம், வாசல், அல்லிக் குளம், வசந்த மண்டபம் என்று கால் போன திக்கெல்லாம் ஓடி ஓடித் தேடிக் களைத்து வீடு திரும்பியபோது 'எங்கடா போயிட்டே நீ? விஜய் எப்ப எழுந்தான்? காலங்கார்த்தால அவனையும் காணோம். காப்பிகூட சாப்டாம எங்க போய்த் தொலைஞ்சான்னே தெரியல' என்று அம்மா சொன்னாள்.

எனக்கு அழுகை வெடித்துக்கொண்டு வந்தது. நான் அழுதால் அம்மா பதறிவிடுவாள். அண்ணா வீட்டை விட்டுப் போய்விட்டான் என்று நான் சொல்லவேண்டி வரும். அப்பாவும் அம்மாவும் கேசவன் மாமாவும் மாற்றி மாற்றி என்னைக் கேள்வி கேட்டுத் துளைப்பார்கள். எனக்குத் தெரிந்ததையெல்லாம் சொல்லிவிடலாம்தான். ஆனால் அப்போதிருந்த மனநிலையில் என்னால் ஒரு சொல்கூடப் பேச முடியாது போலிருந்தது. உடல் முழுதும் உதறிக்கொண்டிருந்தது. விளையாட்டுப் போல அவன் சொன்னதையெல்லாம் கேட்டுக்கொண்டு, ரகசியம் காத்தது எத்தனை பெரிய தவறாகிவிட்டது!

ஒன்றுமே பேசாமல் நான் வீட்டுக்குள் போய்விட்டேன். அம்மா வினயை அழைத்து அண்ணா எங்கே போனான் என்று பார்த்து வரச் சொல்லிக்கொண்டிருந்தாள். அவன் சட்டையை மாட்டிக்கொண்டு புறப்பட்டபோதுதான் அப்பா வேகவேகமாக வீட்டுக்கு வந்து சஞ்சய் காந்தி இறந்துவிட்டதாக அம்மாவிடம் சொன்னார்.

09. மூல மந்திரம்

சிதையிலிருந்து உருவியெடுத்த தழல் துண்டுகளைப் போலத் தகித்துக்கொண்டிருந்தன அம்மாவின் விழிகள். அவள் அழுவது போலவும் இல்லை, அழாதது போலவும் இல்லை. சாதாரணமாகத்தான் பேசிக்கொண்டிருந்தாள். ஆனால் அந்தக் குரலுக்குள் தடம் புரண்ட ரயிலின் பெட்டிகளைப் போன்றதொரு கோர பிரம்மாண்டம் இருப்பதாகப் பட்டது. தனது பதற்றத்தை அவள் உரக்கப் பேசி மறைத்துக்கொள்வதாகத் தோன்றியது. எல்லாமே சரிதான், எல்லாமே வரக்கூடியதுதான், எதையும் எதிர்பார்க்காமல் இருந்தால்தான் தவறு என்கிற தொனியை ஒரு போர்வையாகப் போர்த்திக்கொண்டு யாருக்கோ தேறுதல் சொல்லுகிற பாவனையில் தனக்குத்தானே இடைவிடாது பேசிக்கொண்டிருந்தாள். அப்பா வாயே திறக்கவில்லை. வினய்யும் வினோத்தும் என்ன நடந்திருக்கிறது என்பதை உள்வாங்கவே சிரமப்பட்டுக்கொண்டிருப்பது போலப் பட்டது. கேசவன் மாமாதான் முற்றத்துத் தூணில் முட்டிக்கொண்டு முட்டிக்கொண்டு அழுதார்.

‘பாவி பாவி, மகாபாவி. இதுக்காக்கா அவனைப் பெத்தே? இதுக்கா அவன் இஷ்டத்துக்கு வளரவிட்டே? ஒரு வார்த்தை கண்டிச்சிருப்பியா? தப்பா எதாவது சொல்லியிருப்பியா? மார்க் சரியில்லே, அது சரியில்லேன்னு திட்டியிருப்பியா?’ ஆற்ற மாட்டாமல் அரற்றிக்கொண்டிருந்த கேசவன் மாமாவின் அருகே சென்று அப்பா அவரது தோளைத் தொட்டார்.

‘கேசவா, கண்டிக்கிற அளவுக்கு அவன் பொறந்ததுலேருந்து எந்தத் தப்பும் பண்ணதில்லடா. பள்ளிக்கூடத்துல எந்தப் பரீட்சையிலயும் அவன் தொண்ணூறு மார்க்குக்குக் கீழ வாங்கினதே இல்லை.’ என்று சொன்னார்.

மாமா, போலிஸ் ஸ்டேஷனுக்குப் போய் புகார் கொடுத்துப் பார்க்கலாம் என்று சொன்னார். எங்கே, எவ்வளவு தூரம் போயிருக்க முடியும்? எப்படியும் பிடித்து விடலாம் என்று

அவர் நம்பினார். அம்மாவிடம் இதனைச் சொன்னபோது அவள் பதில் சொல்லவில்லை. அதிர்ச்சியில் சித்தம் கலங்கி நின்றுவிட்ட பாவனையில் அவள் தீவிரமாக ஏதோ யோசித்துக்கொண்டிருப்பதாகத்தான் எனக்குத் தோன்றியது. நான் ஒரு முடிவெடுத்தால் அத்தனை பேரின் குழப்பங்களையும் தீர்த்து வைத்துவிட முடியும். தேடிப் பயனில்லை. அண்ணா ஒரு தீர்மானத்துடன் போயிருக்கிறான். இனி அவன் திரும்பி வரமாட்டான்.

சொல்லிவிடலாம்தான். ஆனாலும் எனக்கு அச்சமாக இருந்தது. அவன் ஓடிப் போனதைவிட, அவன் ஓடிப் போகப் போகிறான் என்பது தெரிந்தும் நான் யாரையும் எச்சரிக்காதிருந்திருக்கிறேன் என்பது மிகப் பெரிய குற்றமாகிவிடும். அம்மாவால் அதனைத் தாங்கவே முடியாது என்று தோன்றியது.

எனக்குத் தீராத வியப்புகளாக அன்றைக்கு இரண்டு மிச்சமிருந்தன. நான் எப்படி அத்தனை அழுத்தக்காரனாக இருந்திருக்கிறேன் என்பது முதலாவது. சந்தேகத்தின் நெல்லளவு நிழல்கூட யாருக்கும் படராத வண்ணம் அண்ணா எப்படித் தன்னை அத்தனைக் காலமாக மறைத்து வந்திருக்கிறான் என்பது அடுத்தது. அவன் செய்துகொண்டிருந்த யோகப் பயிற்சிகளை நான் அறிவேன். ஆனால் ஒரு நாளும் அவன் அவற்றை வீட்டில் அமர்ந்து செய்து பார்த்ததில்லை. பெரும்பாலும் மாலை வேளைகளில் சவுக்குத் தோப்பில்தான் செய்வான். நரிகளுக்கு பயந்து யாரும் நுழைய விரும்பாத நேரம் அது. அவனிடம் சில வினோதமான புத்தகங்கள் இருந்தன. எல்லாம் செல்லரித்த, மிகப் பழங்காலத்துப் புத்தகங்கள். இரவுப் பொழுதுகளில் வீட்டில் அனைவரும் உறங்கியபிறகு ஏதாவது ஒரு புத்தகத்தை எடுத்துக்கொண்டு அவன் பின்கட்டுக்குப் போய் கிணற்றடி விளக்கைப் போட்டுக்கொண்டு உட்கார்ந்து படிப்பான். ஒரு சில சமயம் நான் சிறுநீர் கழிக்க நள்ளிரவு எழுந்து செல்லும்போது அதைப் பார்த்திருக்கிறேன்.

முதல் முறை அவன் அப்படிப் படித்துக்கொண்டிருந்ததை நான் பார்த்தபோது அவன் சற்றே திடுக்கிட்டுப் புத்தகத்தை மறைத்தது போலிருந்தது. ஆனால் விரைவில் சகஜமாகிவிட்டான். 'வா, இப்படி உக்காரு' என்று என்னிடம் சொன்னான்.

‘என்னடா படிக்கறே? கெட்ட புஸ்தகமா?’ என்று கேட்டேன்.

'நீயும் வேணா படிச்சிப் பாரு' என்று என்னிடம் அதை நீட்டினான். அந்தப் புத்தகத்துக்கு அட்டை இல்லை. எழுத்துருக்கள் மிகவும் புராதனமாக, ஒடுங்கி நெளிந்து உருக்குலைந்திருந்தன. பழுப்புத் தாள்களைப் புரட்டப் புரட்ட எனக்கு மிகவும் வினோதமாக இருந்தது. அந்த மொழி எனக்குப் புரியவில்லை. நாலைந்து வரிகளில் ஏதேதோ மந்திரங்களும் அதன் அடியில் கட்டம் போட்டு, அதே மந்திரங்களின் சொற்களை ஒவ்வொரு கட்டத்தில் இட்டு நிரப்பியும் இருந்தது.

'நீ மந்திரவாதி ஆகப் போறியாடா?' என்று ஆர்வமுடன் கேட்டேன். அவன் இல்லை என்று தலையசைத்தான்.

'அப்பறம் எதுக்கு இதெல்லாம் படிக்கறே? இது ஏதோ மந்திர தந்திர புஸ்தகம் மாதிரி இருக்கே?'

'இது சித்து. இது என்னன்னு எனக்குத் தெரிஞ்சிக்கணும்.' என்று அவன் சொன்னான்.

'இந்தப் புஸ்தகம் ஏது உனக்கு?'

'திருப்போரூர் சாமி வெச்சிருந்தார்.'

எனக்கு அதுதான் பெரிய குழப்பமாக இருந்தது. அந்தத் திருப்போரூர் சாமியை ஒரு நாளாவது நான் சந்தித்தே தீரவேண்டும் என்று தோன்றியது. இவன் எப்போது அவரிடம் சென்று அறிமுகமானான், எப்படி நெருக்கமானான் என்றே எனக்குப் புரியவில்லை. புராதனமான நூல்களையும் ரகசிய ஓலைச் சுவடிகளையும் கொடுத்தனுப்பும் அளவுக்கு அப்படி என்ன சிறப்பைக் கண்டார் இவனிடம்?

என்னை அவரிடம் அழைத்துச் செல்லும்படி விஜயிடம் கேட்டேன். அவன் சிறிது நேரம் யோசித்துக்கொண்டிருந்துவிட்டு, 'வேணாம் விமல். நீ நன்னா படி. நீ நன்னா வந்தாத்தான் அம்மாக்கு சந்தோஷம்' என்று சொன்னான்.

'ஏன் நீ நன்னா படிக்கறதில்லியான்ன? அப்படி ஒண்ணும் தெரியலியே. நல்ல மார்க் எல்லாம் வாங்கறியே?' என்று சொன்னேன்.

அவன் சிரித்தான். 'அப்பாம்மா படிக்க வெக்கறதால படிக்கறேன். மார்க் வாங்கினாத்தான் அவாளுக்கு சந்தோஷம். அதனால வாங்கிக்

குடுத்துடறேன். ஆனா இந்தப் படிப்பு எனக்குப் பிடிக்கலை' என்று பதில் சொன்னான்.

எனக்கு அது அதிர்ச்சியாக இருந்தது. அவன் வைத்திருந்த புத்தகத்தை மீண்டும் ஒருமுறை புரட்டிப் பார்த்தேன். 'இதையெல்லாம் ரகசியமாத்தான் படிக்கணுமா? அம்மாக்குத் தெரிஞ்சா பிரச்னையாயிடுமா?' என்று கேட்டேன்.

'அப்படியெல்லாம் இல்லை. ஆனா, அம்மா பயந்துடுவா.'

'நீ எப்படி பயப்படாம இருக்கே?'

'தெரியலடா' என்று விஜய் சொன்னான். சிறிது நேரம் அமைதியாக இருந்தவன், என்ன நினைத்தானோ, 'நாளைக்கு சாயங்காலம் வசந்த மண்டபத்துக்கு ஆறு மணி சுமாருக்கு வா. நான் அங்கதான் இருப்பேன். உனக்கு ஒண்ணு காட்டறேன்' என்று சொன்னான். அதைச் சொல்லிவிட்டு, 'நாளைக்கு அந்த அற்புதம் உனக்குத் தெரியணும்னா, இன்னிக்கு நான் இதை இங்க படிச்சிண்டிருந்ததை நீ யார்கிட்டேயும் சொல்லக்கூடாது!' என்று சொன்னான்.

அற்புதம்!

அப்படியொன்றை அவன் எனக்குக் காட்டுவதென்றால் நான் ஏன் அம்மாவிடம் எதையும் சொல்லப் போகிறேன்! படிப்பைத் தாண்டி அன்றைக்கு எங்கள் கிராமத்தில் என் வயதுச் சிறுவர்களுக்கு வேறொன்றும் தெரியாது. எப்போதாவது வீதியில் கூடி விளையாடுவது உண்டுதான். ஆனால் அதெல்லாம் சில மணித் துளிகளுக்குள் முடிந்துவிடக் கூடிய வைபவம். ஏனோ சிறுவர்கள் ஒன்றுகூடி விளையாடுவதை அன்றைய பெரியவர்கள் அதிகம் விரும்பாதவர்களாக இருந்தார்கள். படி, படி என்பதைத் தாண்டி அவர்கள் வேறெதையும் மறந்தும் சொல்லமாட்டார்கள். மல்லையிலோ திருப்போரூரிலோ படூரிலோ கோயில் திருவிழா வந்தால் மட்டும் குடும்பத்தோடு கிளம்பிச் செல்வோம். வருடம் ஒருமுறை நடக்கும் படூர் மயான கொள்ளைத் திருவிழா எனக்கு ரொம்பப் பிடிக்கும். மற்றபடி கேவலம் நான்கு மாங்காய் அடித்துத் தின்ன விரும்பினால்கூட சைக்கிள் எடுத்துக்கொண்டு தையூர் தோப்புக்குப் போனால்தான் உண்டு. திருவிடந்தையில் கடலையும் சவுக்குக் காட்டைத் தவிர இன்னொன்று கிடையாது.

எனவே மறுநாள் அண்ணா எனக்குக் காட்டவிருந்த, நானறியாத அந்த அற்புத அனுபவத்துக்கு அந்தக் கணத்தில் இருந்தே தயாராக

ஆரம்பித்தேன். வரும்போது அம்மாவுக்குத் தெரியாமல் ஒரு பொட்டலத்தில் பிடி சர்க்கரை எடுத்து வரச் சொல்லியிருந்தான். மறக்காமல் அதை எடுத்துக்கொண்டு கிளம்பினேன்.

வசந்த மண்டபம் எங்கள் வீட்டில் இருந்து பதினைந்து நிமிட நடை தூரம்தான். சுற்றிலும் வயல்களும் ஒரு பெரிய ஏரியும் சிறிதாக ஒரு அல்லிக் குளமும் வழியேறத் தென்னை மரங்களும் நிறைந்திருக்கும். அங்கே போய்ச் சேர சரியான பாதை கிடையாது. ஒற்றையடி மண் பாதை முழுதும் சரளைக் கற்கள் நிரம்பியிருக்கும். உற்சவ காலங்களில் பெருமாள் வீதி உலா போகும்போது அந்த மண்டபத்தில் சிறிது நேரம் இளைப்பாறுவார் என்று அப்பா சொல்லியிருக்கிறார். ஆனால் எனக்கு நினைவு தெரிந்து நான் எங்கள் ஊரில் எந்தத் திருவிழாவும் நடந்து பார்த்ததில்லை. உற்சவர் நித்ய கல்யாணப் பெருமாளை வேண்டிக்கொண்டு விரதம் இருந்தால் கல்யாணம் ஆகாதவர்களுக்கு உடனே குதிர்ந்துவிடும் என்று ஒரு நம்பிக்கை உண்டு. அதைப் பிடித்துக்கொண்டு எப்போதாவது, யாராவது வண்டி கட்டிக்கொண்டு குடும்பத்தோடு கோயிலுக்கு வருவார்கள். சிறிய கோயில்தான் என்பதால் சுற்றிப் பார்க்க உள்ளே ஒன்றும் இருக்காது. காடாக முளைத்துக் கிடக்கும் புல்லின்மீது நடந்து மூன்று சந்நிதிகளைச் சேவித்து முடிக்க எவ்வளவு நேரம் ஆகும்? பத்து நிமிடங்களில் அர்ச்சனை முடித்து பிரசாதம் வாங்கிக்கொண்டு வெளியே வந்துவிட்டால், திரும்பக் கிளம்பும்வரை பொழுது போக வேண்டுமே? ஊரைச் சுற்றிக் காலார நடந்துவிட்டு வரலாம் என்று புறப்படுகிறவர்கள் அந்த மண்டபத்தில் அமர்ந்து புளியோதரையோ, தயிர் சாதமோ சாப்பிடுவார்கள். குளத்தில் இறங்கி, தண்ணீர் அள்ளிக் குடித்துவிட்டு ஒன்றிரண்டு அல்லிப் பூக்களைப் பறித்துக்கொண்டு ஊர் திரும்புவார்கள்.

அன்று மாலை அண்ணா சொன்ன ஆறு மணிக்குச் சரியாக நான் வசந்த மண்டபத்துக்குப் போய்ச் சேர்ந்தபோது அவன் அல்லிக் குளத்தின் நடுவே நீந்திக் குளித்துக்கொண்டிருந்தான். 'டேய் நான் வந்துட்டேண்டா' என்று மண்டபத்தில் நின்றுகொண்டு கத்தினேன். அவன் அதைக் கண்டுகொள்ளவில்லை. சுமார் இருபது நிமிடங்கள் ஏகாந்தமாகக் குளம் முழுதும் பரவி நீந்திக்கொண்டே இருந்தான். பிறகு கரையேறி வந்து என்னைப் பார்த்துச் சிரித்தான். அவிழ்த்து மடித்து வைத்திருந்த தனது வேட்டியைக் குளத்து நீரில் நனைத்துப் பிழிந்து இடுப்பில் சுற்றிக்கொண்டு மண்டபத்துக்கு வந்தான்.

'என்னடா இது ஈர வேஷ்டி! துண்டு எடுத்துண்டு வரலியா? இப்படி சொட்டச் சொட்ட நிக்கறியே!' என்று நான் சொன்னேன்.

'பரவால்ல. நீ உக்கார்' என்று சொல்லிவிட்டு அவன் சுற்றுமுற்றும் பார்த்தான். அந்த நேரத்தில் தென்பட்டு போகிறவர்களோ, திருவிடந்தைக்கு அங்கிருந்து வருகிறவர்களோ யாரும் இருக்க மாட்டார்கள் என்பது எனக்கே தெரியும். அந்தச் சாலை பகல் பொழுதிலேயே பொளேரென்று வெறுமையாகத்தான் கிடக்கும். எப்போதாவது சவுக்குக் கட்டைகள் ஏற்றிய மாட்டு வண்டிகள் சரளைக் கற்களை அரைத்துக்கொண்டு போகும். ஆனந்தமாக பீடி குடித்தபடி ஹேய் ஹேய் என்று மாட்டை விரட்டும் வண்டிக்காரர்கள் வசந்த மண்டபத்தை தாண்டிக் கோயில் கண்ணில் பட ஆரம்பித்ததுமே வலித்துக்கொண்டிருக்கும் பீடியை விசிறி எறிந்துவிடுவார்கள். அப்படி அவர்கள் வீசியெறியும் பீடிகளால் ஈர்க்கப்பட்டுத்தான் முதல் முதலில் குடித்துப் பழகியதாக வினய் பின்பொரு சமயம் என்னிடம் சொன்னான்.

'யாரும் வரலை. என்ன அற்புதம்?' என்று நான் அண்ணாவிடம் கேட்டேன். ஆர்வம் எனக்குக் கட்டுக்கடங்காது பெருகிக் கொண்டிருந்தது.

அவன் ஒன்றும் பேசவில்லை. மண்டபத்தின் ஒரு ஓரமாக மடித்து வைத்திருந்த தனது சட்டையின் பாக்கெட்டில் இருந்து ஒரு சாக்பீஸை எடுத்தான். கண்மூடி தியானம் செய்துவிட்டு, மண்டபத் தரையில் ஓரடி நீள அகலத்துக்கு ஒரு சதுரக் கட்டம் வரைந்தான். பிறகு அந்தப் பெரிய சதுரத்துக்குள் ஐந்து, ஐந்தாக இருபத்து ஐந்து சிறு சதுரங்களை வரைந்தான். அதன்பின் ஒவ்வொரு கட்டமாக, வ-லம் எ-றீயும் 15 / ந-ஐம் அ-ஐயும் 9 / சி-நம் உ-சவ்வும் 4 என்று தொடங்கி விறுவிறுவென்று ஏதோ எழுத ஆரம்பித்தான்.

எனக்கு ஒன்றும் புரியவில்லை. மிகவும் குழப்பமாகவும் சிறிது பதற்றமாகவும் இருந்தது. 'என்னடா பண்ற?' என்று அடிக்குரலில் சொற்களை நசுக்கிக் கேட்டேன். அவன் பதில் சொல்லாமல் அந்த இருபத்து ஐந்து கட்டங்களையும் நிரப்புவதில் குறியாக இருந்தான். ம-ஈம். ய-சௌளம். சி-நம். ந-ஐம். வ-லம். திரும்பத் திரும்ப இதே சொற்கள்தாம். ஆனால் இரண்டாவது வரிகளில் அ-ஐயும், உ-சவ்வும், எ-றீயும், ஓ-ஸிரீயும் என்று கட்டத்துக்கொன்றாக வேறெதையோ மாற்றி எழுதிக்கொண்டு போனான்.

எழுதி முடித்துவிட்டு என்னைப் பார்த்துச் சிரித்தான்.

‘என்னது இது?’

‘சொல்றேன். கொஞ்ச நேரம் பேசாம இரு’ என்று சொல்லிவிட்டு பத்மாசனமிட்டு அமர்ந்துகொண்டான். ‘சர்க்கரை கொண்டு வரச் சொன்னனே?’

நான் என் நிஜார் பாக்கெட்டில் இருந்து பொட்டலத்தை எடுத்து அவன்முன் வைத்தேன். அவன் அதைப் பிரித்து அந்தப் பெரிய சதுரத்தின் வட கிழக்கு மூலையில் வைத்தான். கண்ணை மூடி, கைகளைக் கூப்பிக்கொண்டு மந்திரத்தை உச்சரிக்க ஆரம்பித்தான்.

ஓம்-றீயும்-ஐயும்-சவ்வும்-ஸ்ரீயும்-கிலியும்-ஆக்ருஷ்ணாய-ஸ்வாஹா.
ஓம்-றீயும்-ஐயும்-சவ்வும்-ஸ்ரீயும்-கிலியும்-ஆக்ருஷ்ணாய-ஸ்வாஹா.
ஓம்-றீயும்-ஐயும்-சவ்வும்-ஸ்ரீயும்-கிலியும்-ஆக்ருஷ்ணாய-ஸ்வாஹா.
ஓம்-றீயும்-ஐயும்-சவ்வும்-ஸ்ரீயும்-கிலியும்-ஆக்ருஷ்ணாய-ஸ்வாஹா.

நான் பயந்துவிட்டேன். இது நிச்சயம் ஏதோ பேய் வரவழைக்கும் மந்திரமாகத்தான் இருக்க வேண்டும் என்று தோன்றியது. அண்ணா அந்த ஒரு வரி மந்திரத்தை ஆயிரத்தெட்டு முறை மூச்சு விடாமல் உச்சரித்து நிறுத்தினான். அதுவரை நடுக்கமுடன் அவனையே பார்த்துக்கொண்டிருந்தேன். பேய் வந்து என்னை அடித்தாலும் பரவாயில்லை; அவனுக்கு ஒன்றும் ஆகிவிடக் கூடாதே என்று கவலைப்பட்டேன். இவன் மட்டும் ஏன் எல்லோரையும் போல இருக்கமாட்டேனென்கிறான்? யாருக்கும் தெரியாத எதையெதையோ எங்கிருந்தோ அறிந்து வைத்திருக்கிறான். அதெல்லாம் எப்படி முடிகிறது என்றுதான் தெரியவில்லை.

கண்ணைத் திறந்து என்னைப் பார்த்தவன் புன்னகையுடன் சொன்னான், 'இது பேய் மந்திரம் இல்லை. ஆகர்ஷண மூல மந்திரம்.'

எனக்கு அடி வயிற்றில் பகீரென்று பந்து திரண்டு எழுந்தது. பேய் மந்திரம் என்று நான் நினைத்ததை அவன் எப்படி அறிந்தான்? 'ஐயோ... நீ முழு மந்திரவாதியாவே ஆயிட்டேடா!' என்று கத்திக்கொண்டே எழுந்து ஓட ஆரம்பித்தேன்.

10. பேயின் நாக்கு

இரவு பதினொன்றரை இருக்கும். என் கனவில் ஒரு பேய் வந்தது. அது ஆண் பேயா, பெண் பேயா என்று சரியாகத் தெரியவில்லை. தலை முதல் கால் வரை செக்கச்செவேலென்று சேவல் கழுத்தைத் துணியாக நெய்தாற்போன்ற அங்கியொன்றை அது அணிந்திருந்தது. எத்தனை முயன்றும் என்னால் அந்தப் பேயின் முகத்தைப் பார்க்க முடியவில்லை. அநேகமாக அது முதுகைக் காட்டிக்கொண்டு நின்று பேசியிருக்க வேண்டும். எத்தனை பிரம்மாண்டமான, அகன்ற பெரும் முதுகு! வெறும் முதுகைக் காட்டியே ஒருவனை அச்சமுற வைக்க முடியுமென்றால் அது ஒரு பேயால் மட்டுமே முடியும். எனக்கு உடம்பெல்லாம் நடுநடுங்க ஆரம்பித்துவிட்டது. அண்ணா தெரியாமல் ஏதோ மந்திரம் சொல்லி வரவழைத்துவிட்ட பேய். அதைத் திருப்பி அனுப்ப அவனுக்குத் தெரிந்திருக்கவில்லை. ஆனால், அழைத்தவனை விட்டுவிட்டு அது ஏன் என்னைத் தேடி வந்திருக்கிறது? நல்ல உறக்கத்தில் இருந்த என்னை அது மெல்ல நெருங்கித் தொட்டது. பிறகு லேசாகத் தட்டி விழிப்புற வைத்தது. பார்த்ததும் நான் அலறத் தொடங்கும் முன் என் வாயைப் பொத்தியது. எனக்கு அதுவும் ஆச்சரியம். எனக்கு முதுகைக் காட்டி நின்றுகொண்டிருந்த பேய் எப்படித் தன் கைகளைப் பின்புறமாக நீட்டி என் வாயைச் சரியாகத் தொட்டுப் பொத்த முடிகிறது? அப்படியே என்னை எழுப்பி, கொல்லைப்புறம் வரும்படிச் சைகை செய்துவிட்டு அது முன்னால் போனது. கட்டுண்டவன்போல நான் அதன் பின்னால் எழுந்து சென்றேன். சத்தமில்லாமல் கதவைத் திறந்து கிணற்றடிக்குச் சென்ற பேய், அங்கே விளக்கைப் போட்டது. ஆனால் அப்போதும் என்னால் அதன் முதுகைத்தான் காண முடிந்ததே தவிர, முகத்தையல்ல.

'என்ன வேண்டும்?' என்று நான் குரல் நடுங்கக் கேட்டேன்.

'நீதான் வேண்டும். எப்போது வருகிறாய்?'

'எங்கே?' மீண்டும் நடுக்கம்.

'பேய்களின் உலகத்துக்கு. உன் சகோதரன் உன்னை அங்கே அழைத்துச் செல்லச் சொல்லி என்னிடம் சொல்லியிருக்கிறான்.'

'ஐயோ எதற்கு?'

'நீ தவறிப் போய் மனிதனாகப் பிறந்துவிட்டாய். பிறப்பிக்கும்போது செய்த பிழையைக் கடவுள் சரி செய்ய நினைக்கிறார்.'

'என் அண்ணா அனுப்பியதாக அல்லவா நீ சொன்னாய்? அப்படியானால் அவன் கடவுளின் ஆளா? அவனை விடு. கடவுள் எப்படி ஒரு பேயுடன் சிநேகிதம் வைத்துக்கொண்டிருக்க முடியும்? அவர் சம்பந்தப்பட்ட ஒரு காரியத்தில் நீ ஈடுபடவே முடியாது.'

'பேசிக்கொண்டிருக்க எனக்கு விருப்பமில்லை. நீயாக வந்தால் அழைத்துச் செல்வேன். அல்லது உன்னை எடுத்து விழுங்கிக்கொண்டு போய்விடுவேன்.'

'ஐயோ! நான் வர முடியாது. எனக்குக் கடவுளே வேண்டாம். அவரிடம் போய்ச் சொல்லிவிடு' என்று சொல்லிவிட்டுத் தலை தெரிக்க ஓட ஆரம்பித்தேன். அந்தப் பேய் அசையாமல் நின்று நான் ஓடுவதைப் பார்த்துக்கொண்டே இருந்தது. ஒரு மைல் தூரத்துக்கு நான் ஓடியிருப்பேன் என்று நினைக்கிறேன். வீட்டிலிருந்து பாய்ந்து வெளியேறி, கிழக்கு மாட வீதியைக் கடந்து, உற்சவ மண்டபத்தைச் சுற்றிக்கொண்டு கடற்கரைச் சாலை வரை மூச்சு விடாமல் ஓடினேன். அச்சம் ஓய்ந்தபாடில்லை. ஒரே ஒரு முறை அங்கே சென்றபின் திரும்பிப் பார்த்துவிட்டு மீண்டும் இடப்புறமாகத் திரும்பி கோவளத்தை நோக்கி ஓடத் தொடங்கினேன்.

என் இலக்கு கோவளம் தர்காதான். தர்காவின் வாசலில் எப்போதும் அமர்ந்திருக்கும் முஸ்லிம் பக்கிரியை அம்மாவுக்கு மட்டுமல்ல; எனக்கும் தெரியும். அம்மாவோடு அந்தப் பக்கம் போகும்போதெல்லாம் அவரை நான் பார்த்திருக்கிறேன். அந்த மனிதர் சிரிக்க மாட்டார். யாருடனும் பேசுவதும் கிடையாது. யாராவது வீட்டில் பிரச்னை, வியாதி என்று எதையாவது கொண்டுவந்து அவர்முன் போட்டால் சில நிமிடங்கள் கண்மூடி எதையோ முணுமுணுத்துக்கொண்டிருப்பார். அவரையறியாமல் அவரது இடக்கரம் மார்புவரை நீண்டிருக்கும் தாடியை உருவிவிட்டுக்கொண்டிருக்கும். மந்திரம் உருட்டி முடித்தபின் அவர் தனது குல்லாவை ஒருமுறை கழட்டி, வழுக்கைத் தலையைத் துடைத்துக்கொள்வார். மீண்டும் குல்லாவை அணிந்துகொண்டு அவரவர் தேவைக்கேற்ப நல்ல வார்த்தையோ, தாயத்தோ தருவார்.

எப்படியாவது அவரை நெருங்கி, அடைக்கலமாகிவிட்டால் அந்தப் பேயிடமிருந்து தப்பித்துவிடலாம் என்று நினைத்துத்தான் நான் கோவளத்தை நோக்கி ஓடிக்கொண்டிருந்தேன். ஆனால் நான் தர்கா சாலையில் திரும்பும் இடத்தில் எனக்கு எதிரே ஒரு சிவப்புச் சுவரைப் போல அந்தப் பேய் மறித்துக்கொண்டு நின்றிருந்தது. இப்போதும் அது தன் முகத்தைக் காட்டவில்லை. முதுகுதான் தெரிந்தது. கண்மண் தெரியாமல் ஓடிக்கொண்டிருந்தவன், எதன்மீது மோதுகிறோம் என்பதே தெரியாமல், பேயின் முதுகில் சென்று மோதிக்கொண்டு கீழே விழுந்தேன்.

இப்போது அது திரும்பியது. என்ன ஆச்சரியம்! அந்தப் பேயின் முகம் உள்ள பக்கமும் முதுகைப் போலவேதான் இருந்தது. அளவில் பெரிதான ஒரு பேட்மிண்டன் ராக்கெட்டை நிகர்த்த முதுகு. அங்கே கண் இல்லை. மூக்கோ காதுகளோ இல்லை. வாய் இருக்கவேண்டிய இடத்தில் ஒரு சிறிய துவாரம் மட்டும் இருந்தது. அத்தனை சிறிய துவாரம் வழியே அந்தப் பேய் எப்படி என்னை எடுத்து விழுங்க முடியும்?

அப்போதுதான் எனக்குச் சிறியதொரு நம்பிக்கை வந்தது. கொஞ்சம் மூச்சு விட்டுக்கொண்டு, உரத்த குரலில் அதனை எச்சரிக்க ஆரம்பித்தேன். 'போய்விடு. நீ விபரீதமாக ஏதோ திட்டத்தோடு வந்திருக்கிறாய். ஆனால் உன்னால் என்னை ஒன்றும் செய்ய முடியாது.'

'அப்படியா?' என்றது பேய். அதன் வாயாக இருந்த துவாரத்துக்குள் இருந்து ஒரு பட்டு நூலைப் போல் ஏதோ ஒன்று நீண்டு வெளியே வந்தது. முதலில் அது ஒரு மண்புழு என்று நினைத்தேன். ஆனால் அதன் நீளம் நம்ப முடியாததாக இருந்தது. மெல்ல மெல்ல நீண்டுகொண்டே வந்த அது ஒரு பாம்பாக இருக்கலாம் என்று பிறகு தோன்றியது. ஆனால் ஒரு பாம்பைக் காட்டிலும் நீளமாக அது சுருண்டு சுருண்டு வெளிப்பட்டுக்கொண்டே இருக்க, ஒரு கட்டத்தில் அதுதான் பேயின் நாக்கு என்பது எனக்குப் புரிந்துவிட்டது. என்ன செய்வது என்று நான் முடிவெடுக்கும்முன் அதன் நாக்கு மெல்ல என்னைச் சுற்றிச் சுழன்று அப்படியே இறுக்கிக் கட்டியது.

'விடு. என்னை விட்டுடு' என்று நான் அலறத் தொடங்கினேன். பேய் அதைப் பொருட்படுத்தவில்லை. என் எலும்புகள் நொறுங்குமளவுக்கு அதன் நாக்கு ஒரு பாசக் கயிறேபோல்

என்னைக் கட்டி இறுக்கி அப்படியே தூக்கியது. உடனே அதன் நீளம் சுருங்க ஆரம்பித்தது. நாக்கு, பேயின் வாய்க்குள் சுருங்கி அடங்கத் தொடங்கியபோது நானும் மெல்ல மெல்ல அதனுள்ளே போக ஆரம்பித்தேன். முற்றிலும் உள்ளே போகவிருந்த கணத்தில் என் முழுப் பலத்தையும் திரட்டி, அம்மா என்று அடி வயிற்றிலிருந்து ஓலமிட்டுக் கண் விழித்தேன்.

அதற்குமேல் என்னால் படுத்திருக்க முடியவில்லை. பயத்தில் நான் சின்னாபின்னமாகியிருந்தேன். எழுந்து சென்று அடுக்களையில் விளக்கைப் போட்டு தண்ணீர் எடுத்துக் குடித்தேன். மீண்டும் விளக்கை அணைத்துவிட்டு வாசல் திண்ணைக்குப் போய் உட்கார்ந்துகொள்ளலாம் என்று முடிவு செய்து இருட்டில் யார் மீதும் கால் படாமல் ஜாக்கிரதையாக நடந்து தாழ்வாரத்தைக் கடந்து வாசல் கதவைத் திறந்தேன்.

அண்ணா அங்கே அமர்ந்திருந்தான். என்னைக் கண்டதும் புன்னகை செய்தான்.

‘டேய் நீ தூங்கலியா?’

‘இல்லை. உக்கார்’ என்று சொன்னான்.

‘எனக்கு ஒரு பயங்கரமான கனவுடா. அம்மாவை எழுப்பியிருப்பேன். என்னமோ வேணாம்னு தோணிடுத்து. பாரு, இன்னும் என் கையெல்லாம் உதறுது.’ என்று அவன்முன் என் கைகளை நீட்டினேன்.

‘என்ன கனவு?’

‘எல்லாம் பேய்க் கனவுதான். நீ என்னமோ பண்ணல்ல? பேய் மந்திரம் சொன்னியே...’

அவன் சட்டென்று என்னை நிறுத்தினான். 'அப்படியெல்லாம் சொல்லக்கூடாது. அது மூலமந்திரம். ஆகர்ஷண மந்திரம். நீ மட்டும் கடைசிவரை இருந்து பிரசாதம் வாங்கி சாப்ட்டிருந்தா ஒனக்கு என்னென்னமோ நல்லது நடந்திருக்கும்' என்று சொன்னான்.

‘பிரசாதமா!’

‘ஆமா. ஒன்ன எடுத்துண்டு வரச் சொன்னனே சர்க்கரை! அதுதான் பூஜைக்கப்பறம் பிரசாதமா மாறும்.’

என்னால் அவன் சொன்ன எதையும் ஏற்கவும் முடியவில்லை; நம்பவும் முடியவில்லை. ஆனால் பிடித்திருந்தது. என்

கனவில் அன்று வந்த பேய் மிக நிச்சயமாக அன்று மாலை அவன் நிகழ்த்திய பூஜையின் விளைவுதான். நியாயமாக நான் அவனைக் கடிந்துகொண்டிருக்கலாம். அம்மாவிடம் அவன் செய்யும் களேபரங்களைப் பற்றி எடுத்துச் சொல்லி கண்டிக்கச் சொல்லியிருக்கலாம். கேசவன் மாமாவிடம் சொல்லிவிட்டால் அதற்குமேல் பிரச்னையே இராது. மாமா இருபத்து நான்கு மணி நேரமும் அவனைக் கண்காணித்து, மிரட்டி அதட்டி ஒரு வழிக்குக் கொண்டு வந்திருப்பார்.

ஏன் நான் அதைச் செய்யாமல் போனேன்? என்னால் உணர இயலாத ஒரு சாகச முயற்சியை அவன் மேற்கொண்டிருப்பதாக என் உள்ளுணர்வு சொன்னது. அது சார்ந்த ஆர்வப் படபடப்பும் நிகரான அச்சமும் எனக்கு இருந்தது. அந்தந்தக் கணங்களில் அவன் சொல்கிற அனைத்துமே இந்த இரு உணர்வுகளையும் எனக்கு அளித்தாலும் பிற்காலத்தில் இதெல்லாம் பெரும் விபரீதமாக உருக்கொள்ளக்கூடிய சாத்தியங்கள் உள்ளவை என்றெல்லாம் எனக்குத் தோன்றவேயில்லை என்றுதான் இப்போது தோன்றுகிறது. அதனால்தான் அவன் எனக்கு நிகழ்த்திக் காட்டிய அனைத்தையுமே வெறும் கதையும் காட்சியுமாக உள்வாங்கியிருக்கிறேன்.

அன்றைக்கு அவனிடம் கேட்டேன், 'என்னமோ அற்புதம்னு சொன்னியே? அது என்ன?'

'நீதான் ஓடிப் போயிட்டியே?'

'பரவால்ல. இப்ப சொல்லு. என்ன அற்புதம் நடந்தது?' என்று விடாமல் கேட்டேன்.

அவன் என்னை உற்றுப் பார்த்தான். 'நீ நம்பமாட்டே. நேர்ல பார்த்திருக்கணும்.'

'இல்லை. நம்பறேன், சொல்லு' என்று மீண்டும் சொன்னேன்.

'நான் அரையடி உசரத்துல காத்துல மிதந்தேன்.' என்று அண்ணா சொன்னான்.

'நிஜமாவா!'

'சத்தியம். அது நடந்தது. நீ பாத்திருக்கலாம். ஆனா ஓடிப் போயிட்டே.'

'இல்ல. இதெல்லாம் நடக்கவே நடக்காது' என்று நான் அடித்துச் சொன்னேன்.

‘நடந்தது விமல்! இன்னொரு தடவை எப்ப நடக்கும்னு எனக்குத் தெரியலை. ஆனா ரொம்ப நாளா நான் பண்ண பயிற்சி பலன் குடுத்துடுத்து.’ என்று சொன்னான்.

எனக்கு அதற்குமேல் பேச்சே எழவில்லை. எத்தனை பெரிய பைத்தியக்காரத்தனத்தைச் செய்துவிட்டேன்! அண்ணா எனக்குக் காட்ட விரும்பிய அற்புதம் உண்மையில் வேறு யாருக்கும் கிடைக்கக்கூடியதல்ல. சொல்லப் போனால் அவனுக்கே அது ஒரு அற்புதம்தான். பல காலமாக அதனை ஓர் இலக்காக வைத்து அவன் நானறியாத ஏதேதோ பயிற்சிகளைச் செய்து பார்த்து வந்திருக்கிறான். நேற்றைக்கு மாலை எல்லாம் திரண்டு வரவிருந்த நேரம். என் அறியாமையால் நான் ஒரு பெரும் அனுபவத்தைத் தவறவிட்டிருக்கிறேன்!

என்னையறியாமல் என் கண்களில் இருந்து தரதரவென்று நீர் வழிந்தோடியது. நான் அண்ணாவின் கையைப் பிடித்துக்கொண்டு, 'இன்னொரு தடவை பண்ணிக் காட்டுடா!' என்று கெஞ்ச ஆரம்பித்தேன்.

‘முடியுமான்னு தெரியல. பாப்போம்’ என்று சொன்னான். ‘ஆனா இதையெல்லாம் நீ யார்ட்டயும் சொல்லக்கூடாது. யாருக்கும் இதெல்லாம் புரியாது.’

எனக்கும்தான் புரியவில்லை. ஆனாலும் என்னை அவன் நம்புகிறான்! அது எனக்கு அவன் அளித்த கௌரவமாக அப்போது தோன்றியது. அவன்மீது மிகப்பெரிய மரியாதை உருவானது. அண்ணா படு பயங்கர சக்திகள் மிக்க மந்திரவாதி மாண்ட்ரேகைக் காட்டிலும் சிறந்ததொரு ஆகிருதியாக விரைவில் உலகுக்கே தெரிய வருவான் என்று நினைத்தேன். இதை அவனிடம் சொன்னபோது அவன் முகம் சுளித்தான்.

‘உனக்கும் புரியல இல்லே? நான் மந்திரவாதி இல்லை விமல். அப்படி ஆகணும்னு எனக்கு இஷ்டமும் இல்லை.’

‘பின்னே?’

‘இது வேற. ஒனக்குப் புரியணும்னா நீ கேள்வியே இல்லாம என்னைப் பின் தொடர்ந்து வந்துண்டே இருக்கணும்.’ என்று சொன்னான்.

நான் தூங்கப் போய்விட்டேன். பொழுது விடியட்டும் என்று நினைத்தேன். பல்லைத் துலக்கிவிட்டு, காப்பி குடித்து முடித்த

கணம் முதல் அவன் சொன்னபடி, கேள்வியே கேட்காமல் அவனது சீடனாகிவிடலாம் என்று முடிவு செய்துகொண்டேன்.

11. கிருஷ்ணார்ப்பணம்

அன்றைக்குக் கிருஷ்ண ஜெயந்தி. மற்றப் பண்டிகைகள் எப்படி இருந்தாலும் எங்கள் வீட்டில் கிருஷ்ண ஜெயந்தி கொண்டாட்டங்கள் வெகு விமரிசையாக இருக்கும். காலை எட்டு மணிக்கு மிஷினுக்குப் போய்விட்டு வா என்று சொல்லி, ஒரு பையில் அரிசி, ஒரு பையில் வறுத்த உளுத்தம்பருப்பைக் கொடுத்து அம்மா எங்களை அனுப்பி வைப்பதில் அது ஆரம்பிக்கும். அந்நாள்களில் திருவிடந்தையில் மாவு மிஷின் கிடையாது. கோவளத்துக்கோ, கேளம்பாக்கத்துக்கோதான் போக வேண்டும். சைக்கிள் ஓட்டும் ஆசையில் வினய் தானே போய் வருவதாகச் சொல்லிவிட்டு அண்ணாவின் சைக்கிளை எடுத்துக்கொண்டு கிளம்பிப் போவான். 'டேய், டேய், ஒரு நிமிஷம் இருடா..' என்று கத்தியபடியே இன்னொரு சிறு பிளாஸ்டிக் கவரில் நாலைந்து பிடி ரேஷன் அரிசியைப் போட்டு எடுத்துக்கொண்டு அம்மா வெளியே ஓடி வருவாள். இதுவும் வருடம் தவறாமல் நடக்கும். 'இத முதல்ல குடுத்து அரைச்சிக் குடுக்க சொல்லி தனியா வாங்கிண்டுடு. அதுக்கப்பறம் அரிசியைப் போடச் சொல்லு' என்பாள். முன்னதாக அரைத்துச் சென்றவர்கள் எதைப் போட்டு அரைத்திருப்பார்களோ என்ற சந்தேகம். அது கடலை மாவாகவோ, மஞ்சள் தூளாகவோ, கேழ்வரகு மாவாகவோ இருந்தால் அரிசி மாவு நன்றாக வராது. நிறம் மாறிவிடும். மணமும் ருசியும்கூட மாறிவிடும். நான்கு பிள்ளைகளைப் பெற்றவளுக்குப் பண்டிகை என்பது பட்சணங்களுக்கான தினம். கடவுள் ஒரு சாக்கு. பக்தி ஒரு சாக்கு. எப்போதுமா விதவிதமாக சமைத்துக்கொண்டும் தின்றுகொண்டும் இருக்கிறோம்? எப்போதோ ஒரு நாள். வருடத்துக்கு ஒரு முறை. அதில் அம்மாவுக்கு எந்தக் குறையும் இருந்துவிடக் கூடாது.

அன்று முழுதும் அம்மா பச்சைத் தண்ணீர் தவிர எதுவும் சாப்பிட மாட்டாள். சமையல் மேடையில் இருக்கும் அடுப்பு தரைக்கு வந்துவிடும். ஒரு மணைப் பலகையைப் போட்டு உட்கார்ந்துகொண்டு அடுப்பில் வாணலியை ஏற்றி எண்ணெயைச் சுடவைக்க ஆரம்பித்தால் பிற்பகல் மூன்றரை நான்கு மணி வரை

வேலை ஓயவே ஓயாது. முறுக்கு, தட்டை, தேன் குழல், அதிரசம், அப்பம், சுய்யம், கொழுக்கட்டையில் வெல்லக் கொழுக்கட்டை ஒரு ரகம், உப்புக் கொழுக்கட்டை ஒரு ரகம் என்று ஒன்று மாற்றி ஒன்று செய்துகொண்டே இருப்பாள். இடையிடையே பசிக்கிறது என்று யாராவது வந்தால் ஐந்து நிமிடம் அடுப்பை அணைத்துவிட்டு கேட்பவர்களுக்கு மட்டும் சாப்பிட ஏதாவது கொடுப்பாள். அது பழங்களாக இருக்கும். காப்பியாக இருக்கும். ஆனால் கண்டிப்பாக அன்றைக்குப் பகல் முழுதும் வீட்டில் சமையல் கிடையாது. அதில் மாற்றம் இராது.

எங்கள் நான்கு பேரில் எனக்குத்தான் தின்பண்டங்கள் மீது சபலம். கண்ணெதிரே ஒரு தேன்குழல் உருவாகிப் பூத்து, எண்ணெய் மினுமினுப்புடன் தாம்பாளத்தில் வந்து இறங்கும்போது நாக்கில் நீரூரும். ஆனால் அம்மா தொடவிட மாட்டாள். அடுக்கடுக்காகப் பண்டங்களைச் சுட்டுச் சுட்டு இறக்குவாளே தவிர, அவளும் ஒரு விள்ளலைக்கூட வாயில் போட மாட்டாள். அம்மா நகர்ந்து செல்லும் சில வினாடிகளில் ஒரு துண்டு தட்டையையாவது எடுத்து மென்றுவிட ஒவ்வொரு வருடமும் முயற்சி செய்வேன். என்றுமே அது நிறைவேறியதில்லை. அம்மாவுக்கு அடுப்பில் கண் இருந்திருக்கிறது. அல்லது அவள் பட்சணங்களுக்குள் தன்னை ஒளித்து வைத்துவிட்டுத்தான் கொல்லைப் பக்கம் எழுந்து போவாள். நான் அடுக்களைக்குள் நுழைந்தாலே எங்கிருந்தோ அவளது குரல் வந்துவிடும். 'எதையும் தொடக்கூடாது.'

‘ராத்திரி எப்படி எல்லாத்தையும் சாப்பிட முடியும்? இப்ப கொஞ்சம் குடுத்தா என்ன?’ என்று நான் கேசவன் மாமாவை உதவிக்கு அழைப்பேன்.

‘அதெல்லாம் எனக்குத் தெரியாது. உங்கம்மா கொன்னுடுவா’ என்று சொல்லிவிட்டு மாமா நகர்ந்துவிடுவார்.

வினய்யும் வினோத்தும் அன்றைய பகல் முழுதும் வீட்டுக்குள் காலடிகூட எடுத்து வைக்க மாட்டார்கள். எத்தனை முயற்சி செய்தாலும் எதுவும் கிடைக்காது என்பது தெரியுமாதலால், நாளெல்லாம் வீதியில் அலைந்து திரிந்துவிட்டு இருட்டும் நேரம்தான் வீடு திரும்புவார்கள். அண்ணா, கேட்கவே வேண்டாம். எடுத்து வந்து எதிரே வைத்தாலும் சாப்பிடலாமா வேண்டாமா என்று பத்து நிமிடங்கள் யோசித்துவிட்டு முடிவு சொல்லக்கூடியவன் அவன். பிரச்னையெல்லாம் எனக்குத்தான்.

அன்றைக்கு நடந்த சம்பவம் எனக்கு நன்றாக நினைவிருக்கிறது. அது எனக்கு மறக்க முடியாத கிருஷ்ண ஜெயந்தி. அம்மா முள் முறுக்கு, தேன்குழலை மட்டும் முடித்துவிட்டு, அடுத்த சுற்றுக்கு ஆயத்தம் ஆவதற்கு முன்னால் எழுந்து வாசலுக்குச் சென்றிருந்தாள். பக்கத்து வீட்டு மாமி என்ன காரணத்துக்காகவோ கூப்பிட்டிருந்தாள். அதுதான் சந்தர்ப்பம் என்று எனக்குத் தோன்றியது. ஓசைப்படாமல் அடுக்களைக்குள் நுழைந்து ஒரு முள் முறுக்கை மட்டும் எடுத்து நிஜார் பையில் போட்டுக்கொண்டு கிணற்றடிக்குப் போய் உட்கார்ந்துகொண்டேன். உதவிக்கு ஒரு பாடப் புத்தகம். படிக்கிற பாவனையில் சிறு சிறு துண்டுகளாக உடைத்து உடைத்துத் தின்னத் தொடங்கியிருந்தேன்.

அம்மா, பக்கத்து வீட்டு மாமியிடம் பேசி முடித்துவிட்டு மீண்டும் அடுக்களைக்கு வந்து, விட்ட இடத்தில் இருந்து வேலையைத் தொடங்கியும் அரை மணி நேரத்துக்குமேல் ஆகிவிட்டது. நான் முழு முறுக்கையும் திருப்தியாகச் சாப்பிட்டுவிட்டு, அதற்குப் பின்பும் படித்துக்கொண்டே இருந்தேன். அம்மா கண்டுபிடிக்கவில்லை என்பது எனக்கு மிகுந்த சந்தோஷம் தந்தது.

மாலை அப்பா வீடு திரும்பி, கிணற்றடியில் குளித்து முழுகி திருமண் இட்டுக்கொண்டார். பஞ்சக்கச்சம் உடுத்தி பூஜையில் அமர்ந்து பாராயணத்தை ஆரம்பித்தார். நாலாயிர திவ்விய பிரபந்தத்தில் நாநூறு பாசுரங்கள் சேவிப்பது அவர் வழக்கம். பெரியாழ்வாரில் நூறு. ஆண்டாள் முழுமையாக. நம்மாழ்வார் கொஞ்சம். மற்றவர்களில் ஆளுக்குக் கொஞ்சம். மொத்தமாகச் சேவித்து முடித்த பிறகு அனைவரையும் கூப்பிட்டார். அம்மா, செய்த பட்சணங்கள் அனைத்தையும் எடுத்து வந்து பூஜையறையில் அமுது செய்விக்க வைத்தாள். அப்பா அனைத்து பட்சணங்களின் மீதும் ஒரு துளசி இலையைக் கிள்ளிப் போட்டுவிட்டு நாறு நறும்பொழில் மாலிருஞ்சோலை நம்பிக்கு நூறு தடாய் வெண்ணெய் வைத்த பாசுரத்தைச் சொல்லி முடித்து, கற்பூர ஆரத்தி ஆன பிற்பாடு எந்தத் தடையும் இல்லை, எடுத்துச் சாப்பிடுவதற்கு. பட்சணங்கள் ஒரு பக்கம் என்றால் வடை, அக்கார அடிசிலுடன் விருந்தும் இருக்கும். முழுநாளும் உண்ணாதிருந்துவிட்டு ஒரே மொத்தமாகத் தின்று தீர்க்க வருடத்துக்கு ஒரு தினம்.

அன்றைக்கு அம்மா, கிருஷ்ண விக்ரகத்தின் முன் அத்தனைப் பலகாரங்களையும் கொண்டு வைத்ததும் அண்ணாவுக்கு என்ன

தோன்றியதோ. சட்டென்று குனிந்து ஒரு அப்பத்தை எடுத்துக் கடித்துவிட்டான்.

நாங்கள் பயந்தே போய்விட்டோம். மிக நிச்சயமாக ஒரு பூகம்பம் வெடித்துவிடும் என்று எனக்குத் தோன்றியது. அப்பா துர்வாசரைப் போல உக்கிரமாக எழுந்து நின்றார். கேசவன் மாமா அவசர அவசரமாக அண்ணாவைப் பிடித்து இழுத்து, அவன் கையில் இருந்த அப்பத்தைப் பிடுங்கிப் போட்டு, 'அறிவில்லே ஒனக்கு? ஆக்கப் பொறுத்தவனுக்கு ஆறப் பொறுக்காதோ? இன்னும் ரெண்டு நிமிஷத்துல முடிஞ்சிடப் போறது. அதுக்குள்ள என்ன?' என்று கேட்டார்.

நான் அம்மாவையே பார்த்துக்கொண்டிருந்தேன். நைவேத்தியத்துக்கு முன்பு ஒரு விள்ளல் கூட உள்ளே போய்விடக் கூடாது என்ற அவளது பல்லாண்டுக் கால விரதத்தை ஒரே ஒரு அப்பக் கடியில் முறியடித்திருக்கிறான் அண்ணா. என்னைப் போல் திருட்டுத்தனமாக அவன் அதைச் செய்திருந்தால் எந்தப் பிரச்னையும் வந்திருக்கப் போவதில்லை. எதற்காக இப்படி எல்லோரும் கூடியிருக்கும்போது செய்தான்? அதுவும் சில வினாடிகளில் அம்மாவே எடுத்துக் கொடுத்துவிடவிருந்த சூழ்நிலையில்?

அப்பா அவனைக் கண்டபடி திட்ட ஆரம்பித்தார். இரண்டு நிமிடங்கள் மூச்சு விடாமல் திட்டித் தீர்த்துவிட்டு, 'தரித்திரம். வந்து வாய்ச்சுது பாரு நமக்குன்னு' என்று சொல்லிவிட்டு ஓய்ந்தார்.

'விட்டுடுங்கோ, பரவால்ல' என்று அம்மா சொன்னாள்.

'என்ன பரவால்ல? அந்த அப்பத்த நகர்த்தி வை. அது வேண்டாம் இன்னிக்கு'

'பரவால்ல. அம்சி பண்ணிடுங்கோ'

'அதான் எடுத்துத் தின்னுட்டானே. அப்பறம் எதுக்கு அது பெருமாளுக்கு?'

அம்மா அண்ணாவை ஒரு பார்வை பார்த்தாள். சற்று சிரித்தாள். அவனும் சிரித்தான். 'நான் ஒண்ணும் சொல்லமாட்டேண்டா. நீ சாப்ட்டா சந்தோஷம்தான். பெருமாள் ஒண்ணும் நினைச்சிக்க மாட்டார்' என்று சொன்னாள்.

இது எனக்கு வியப்பாக இருந்தது. சற்று துணிச்சல் உண்டாகி, 'நானும் ஒரு தப்பு பண்ணேம்மா' என்று சொன்னேன்.

‘என்ன?’

‘மத்தியானம் நீ ரேகா மாமியோட பேசிண்டிருந்தப்போ ஒரு முள்ளு முறுக்க எடுத்துண்டு போயிட்டேன். ரொம்ப ஆசையா இருந்ததும்மா’ என்று சொன்னேன்.

அப்பா, மாமா, அம்மா மூவருமே சிறிது நேரம் எதுவும் பேசவில்லை. பூஜை முடித்து நைவேத்யமாகாமல் பெருமாள் காத்துக்கொண்டிருப்பதை யார் அவர்களுக்கு எடுத்துச் சொல்வது? அந்தப் பேரமைதி மிகவும் குரூரமாக இருந்தது. வினய் என்னை யாருக்கும் தெரியாமல் இடுப்பில் கிள்ளினான். சனியனே என்று சொன்னான்.

அம்மா என்ன நினைத்தாளோ. சட்டென்று குனிந்து முள் முறுக்கு இருந்த பாத்திரத்தை மட்டும் உள்ளே எடுத்துச் சென்று வைத்துவிட்டுத் திரும்பி வந்து, 'நடக்கட்டும்' என்று சொன்னாள்.

எனக்கு அது தாங்க முடியாத அவமானமாக இருந்தது. 'விஜய் சாப்ட்டது மட்டும் தப்பில்லியா?' என்று திரும்பத் திரும்பப் பொறுமிக்கொண்டிருந்தேன். அம்மாவோ அப்பாவோ அதற்கு பதில் சொல்லவேயில்லை. நல்ல நாளும் அதுவுமாகக் குழந்தைகளைக் கடிந்துகொண்டு பண்டிகை சந்தோஷத்தைக் கெடுக்க வேண்டாம் என்று அப்பா நினைத்திருப்பார். அன்றிரவு நாங்கள் அமைதியாகச் சாப்பிட்டோம். படுத்துவிட்டோம்.

அம்மா அனைத்தையும் எடுத்து வைத்துவிட்டு ஒரு தம்ளர் தண்ணீர் மட்டும் குடித்துவிட்டுப் படுக்க வந்தபோது, 'ஐயோ நீ ஏன் சாப்பிடலை?' என்று அப்பா கேட்டார்.

‘குழந்தைகள் தெரியாம பண்ணாலும் தப்பு தப்புதான். இது பிராயச்சித்தம்’ என்று அம்மா சொல்லிவிட்டாள். எனக்கு மிகவும் சங்கடமாகிப் போனது. ‘நீ சாப்பிடும்மா, சாப்பிடும்மா’ என்று திரும்பத் திரும்ப அவளிடம் கெஞ்சிப் பார்த்தேன். முடியவே முடியாது என்று மறுத்துவிட்டாள். ஏதோ ஒரு கணத்தில் எனக்குத் தோன்றியது. வம்புக்காகவே அம்மா நான் எடுத்துத் தின்ற பண்டத்தை மட்டும் நைவேத்தியத்துக்கு வைக்காமல் உள்ளே எடுத்துச் சென்றுவிட்டு, அண்ணா எடுத்துச் சாப்பிட்டதை அனுமதித்ததற்குத்தான் அது பிராயச்சித்தம்.

சரி, பட்டினி கிடக்கட்டும் என்று நானும் போய்ப் படுத்துவிட்டேன்.

அன்று நள்ளிரவு அனைவரும் உறங்கிக்கொண்டிருந்தபோது அண்ணா ஓசைப்படாமல் என்னை மட்டும் எழுப்பினான்.

'என்னடா?' என்று அடிக்குரலில் கேட்டேன்.

'எழுந்து வா' என்று சொன்னான்.

நாங்கள் இருவரும் பூஜையறைக்கு வந்தோம். அம்மா வீடெங்கும் முதுகு உடைய வரைந்திருந்த கிருஷ்ணர் பாதங்கள் அங்கேதான் வந்து பூர்த்தியடைந்திருந்தன. ஒரு சிறிய பெஞ்சைக் கவிழ்த்துப் போட்டு நாலாபுறமும் தோரணம் கட்டி, பூமாலைகள் தொங்கவிட்டு அப்பா ஒரு தாற்காலிக சன்னிதியை உருவாக்கி அதில் கிருஷ்ணனை ஏளப்பண்ணியிருந்தார். துளசியும் ரோஜாவும் சாமந்தியும் மல்லியும் உதிரிகளாக அந்த பெஞ்சு சன்னிதிக்குள் குவிந்து கிடக்க, அண்ணாவிடம் இருந்து மாமா பிடுங்கிப் போட்ட அப்பத்துண்டு ஒரு மூலையில் அப்படியே கிடந்தது.

அண்ணா அந்த அறையில் விளக்கைப் போடவில்லை. ஆனால் அப்போதும் எரிந்துகொண்டிருந்த குத்து விளக்குகளின் ஒளியில் எல்லாமே பளிச்சென்று தெரிந்தன.

'எதுக்குடா கூப்ட்ட? என்ன பண்ணப் போற?' என்று கேட்டேன்.

'அந்த அப்பத்த எடுத்துண்டு வா' என்று அண்ணா சொன்னான்.

நான் கீழே கிடந்த அப்பத்துண்டை எடுத்து வந்து அவனிடம் நீட்டி, 'இருந்தாலும் நீ பண்ணது தப்புடா. அம்மாக்கு தெரியாம சாப்ட்டிருக்கலாம். இப்படி எல்லார் எதிர்லயும் அப்படி செஞ்சிருக்க வேண்டாம்' என்று சொன்னேன்.

அவன் பதில் சொல்லவில்லை. அவன் ஏற்கெனவே கடித்தது போக மிச்சமிருந்த அந்த அப்பத்தை இரண்டாகக் கிள்ளி எடுத்தான். அப்பத்துக்குள் இருந்து ஒரு சிறிய - மிகச் சிறிய கிருஷ்ணர் விக்கிரகம் கீழே விழுந்தது. பித்தளைக் கிருஷ்ணர்.

'மாமா அப்படி கலாட்டா பண்ணாம இருந்திருந்தார்னா அப்பவே இதை எடுத்து அப்பாகிட்ட குடுத்திருப்பேன். இனிமே குடுக்கறதுல உபயோகமில்லே. நீ யார்ட்டயும் சொல்ல வேண்டாம்' என்று சொன்னான்.

நான் நடுங்கிக்கொண்டிருந்தேன். அண்ணாவா! என் அண்ணாவா இதனைச் செய்தான்! அவனால் இதெல்லாமும் முடியுமா! அன்றைக்கு வீட்டுக்கு வந்த சட்டை போட்ட சித்தர் வாழைப்

பழத்தில் இருந்து பிள்ளையார் எடுத்ததைப் போன்றதொரு காரியம். ஆனால் அண்ணா அவரிடம் கேட்டானே. உங்களால் ஒரு பெருமாள் விக்கிரகத்தை எடுத்துத் தர முடியுமா என்று? பதிலே சொல்லாமல் அவர் போனாரே.

நான் சட்டென்று அவனிடம் கேட்டேன், 'உன்னால ஒரு பிள்ளையார் சிலையை எடுத்துத் தர முடியுமா?'

அவன் சிறிதும் யோசிக்கவில்லை. விண்ட அப்பத்தை மேலும் இரு துண்டுகளாக்கினான். இப்போது அதே அளவில் ஒரு பிள்ளையார் சிலை கீழே விழுந்தது.

12. போனவன்

என்னால் அதை அன்றைக்கு நம்ப முடியவில்லை. இன்று வரை அண்ணாவைப் பற்றி நினைக்கும்போதெல்லாம் எனக்கு அப்பத்தில் இருந்து விக்கிரகங்கள் விழுந்த காட்சி நினைவில் வராதிருப்பதில்லை. அவன் சில சித்து வேலைகள் அறிந்து வைத்திருந்தான் என்று பின்னாளில் தெரிந்துகொண்டேன். ஆனால் எப்போதும் புரியாத விஷயம், யாரிடமிருந்து அவன் அதையெல்லாம் கற்றான் என்பதுதான். அடிக்கடி சவுக்குக் காட்டுக்கு அவன் தனியாகச் சென்று சில பயிற்சிகள் செய்வது, வீட்டிலேயே இரவுப் பொழுதுகளில் எழுந்து சென்று பின்புறம் அமர்ந்து தியானம் செய்வது, ரகசியமாகச் சில புத்தகங்களைப் படிப்பது, சுவடி வைத்திருப்பது இதெல்லாம் என் சிறு வயதுகளில் அவன் மீதான ஆர்வம் தூண்டக்கூடிய அம்சங்களாக விளங்கின. ஒரு துப்பறியும் கதைப் புத்தகம் அளிக்கக்கூடிய ஆர்வம். ஒரு சாகசக் காட்சியைக் கண்டுகளிக்கிற ஆர்வம். குளத்துக்கு அடியில் முனிவர்களைக் காண்பதாக அவன் சொல்லும்போதெல்லாம் மனத்துக்குள் அதனை ஒரு காட்சியாக விரித்து வைத்து முனிவர்கள் நிறைந்த சபையொன்றில் அண்ணா அவர்களோடு உரையாடிக்கொண்டிருப்பது போல எண்ணிப் பார்ப்பது எனக்கு அப்போது பிடித்திருந்தது. பிடிமானம் ஏதுமின்றி, பாறையின்மீது அவன் சிரசாசனம் செய்தபோது ஒரு சர்க்கஸ் காட்சியைக்காணுகிற உணர்வுதான் அன்றைக்கு எனக்கு இருந்திருக்க வேண்டும். அவனோடு இருந்த தருணங்களை சிறந்த பொழுதுபோக்கு அனுபவங்களாகவே நான் உள்வாங்கியிருக்கிறேன் என்பது எனக்குப் பிறகுதான் புரிந்தது. சரியாகச் சொல்லுவதென்றால், அப்பத்தில் இருந்து விக்கிரகங்கள் விழுந்தபோது.

அன்று எனக்கு மிகவும் பயமாகிவிட்டது. தானொரு மந்திரவாதி இல்லை என்றுதான் அவன் சொன்னான். 'அப்ப நீ சித்தரா?' என்று கேட்டதற்கு, 'அதெல்லாம் ரொம்பப் பெரிய வார்த்தை. நான் அதெல்லாம் இல்லை' என்று பதில் சொன்னான். 'அப்ப நீ யாரு?' என்று கதறியேவிட்டேன்.

‘அதுதான் கேள்வி. கண்டுபிடிச்சிட்டு சொல்றேன்’ என்று சொன்னான். எனக்கு அது முற்றிலும் புரியவேயில்லை.

‘எனக்கு அதெல்லாம் வேண்டாம். அப்பத்துலேருந்து எப்படி விக்கிரகம் எடுத்தே? அதை மட்டும் சொல்லு’ என்று விடாப்பிடியாகக் கேட்டேன். அவன் புன்னகை செய்தான்.

‘நீ சொல்லாம விடமாட்டேண்டா. இப்ப நீ சொல்லலைன்னா நிச்சயமா நான் இதை அம்மாகிட்ட சொல்லிடுவேன்’ என்றும் சொன்னேன்.

‘விமல், உன்னை ஒண்ணு கேக்கறேன். பதில் சொல்லு. அப்பாக்கு என்ன சம்பளம்?’

‘தெரியாதே.’

‘சரி, நான் சொல்றேன். ரெண்டாயிரத்து முன்னூறு.’

‘சரி.’

‘மாசக் கடைசி ஆனா செலவுக்குப் பணமில்லேன்னு எல்லா மாசமும் புலம்பறாரா இல்லியா?’

‘ஆமா.’

‘அ[illegible] ஆத்துல என்ன நடக்கறது?’

‘என்ன நடக்கறது?’

‘திட்டிண்டோ, முணுமுணுத்துண்டோ அம்மா உள்ளேருந்து பணம் எடுத்துண்டு வந்து குடுக்கறா. அப்பப்ப பிரச்னை தீந்து போயிடறது. இல்லியா?’

‘ஆமா.’

‘அப்பா மட்டும் சம்பாதிக்கற இடத்துல அம்மாகிட்ட எப்படி ரகசியமா பணம் இருக்கு? அதுவும் அப்பா சம்பாத்தியம்தானே?’

‘ஆமா.’

‘ஆனா அம்மா தன்கிட்ட குடுக்கற காசுல கொஞ்சத்த எடுத்து தனியா டப்பால போட்டு வெக்கறா. சுத்தமா பணம் தீர்ந்து போகும்போது எடுத்துத் தரா.’

‘ஆமா. சிறு சேமிப்பு. ஸ்கூல்ல சொல்லிக் குடுத்திருக்கா.’

‘இது அந்த மாதிரிதான். விக்ரகமோ, வேற ஒண்ணோ. எடுத்து ஒரு இடத்துல போட்டு வெச்சிடறது. தேவைப்படறப்ப அதை இன்னொரு இடத்துலேருந்து எடுத்துக் காட்றது.’

‘இல்லே. இது அது இல்லே. அம்மா அடுக்களைல உளுத்தம்பருப்பு டப்பாலதான் பணம் போட்டு வெக்கறா. அங்க போய்தான் எடுத்துண்டு வந்து குடுக்கறா. அடுக்களைல வெச்ச பணத்த அப்பா சட்டைப்பைலேருந்து எடுத்துத் தந்தாத்தான் நீ சொல்றது பொருந்தும்.’

அவன் சிரித்தான். ‘சரியாத்தான் சொல்றே. அடுக்களைல வெச்சத, அடுக்களைலேருந்தே எடுக்கறது எல்லாரும் பண்றது. அதை அப்பா சட்டைப் பையிலேருந்து எடுக்கறதுதான் வித்தை. அதைத்தான் நான் கத்துக்கறேன்.’

‘வித்தைன்னா மேஜிக்தானே?’

உண்மையில் எனக்குப் புரியவைக்க வேண்டும் என்றெல்லாம் அவன் அன்று விரும்பியதாகத் தெரியவில்லை. ஆனால் நான் விடாமல் நச்சரித்துக்கொண்டே இருந்தேன். ஏனென்றால் அந்த விக்கிரகம் விழுந்த கணத்தில் நான் அடைந்த அதிர்ச்சியும் வியப்பும் ஒரு முழு வாழ்நாளுக்குமானது. யாரோ ஒரு சித்தர் அதைச் செய்தபோது எனக்கு வியப்பு மட்டும்தான் இருந்தது. பெரிய மகான் என்று நினைத்துக்கொண்டேன். அதையே என் அண்ணா செய்தபோது இவன் ஏதோ தந்திரம் செய்கிறான் என்று தோன்றியது. ஆனால் தந்திரமே என்றாலும் ஒரு கிருஷ்ணர் விக்கிரகம் விழுந்தது சரி. எப்படி நான் கேட்டதும் ஒரு பிள்ளையார் விக்கிரகமும் விழுந்தது?

அவன் மீண்டும் சிரித்தான். ‘கிருஷ்ணர் விக்கிரகத்த நான் காட்டினதும் நீ அடுத்தபடியா அதைத்தான் கேப்பேன்னு எனக்குத் தெரியும். ஏன்னா அன்னிக்கு சித்தர் வந்தப்போ நான் அவரை மடக்கினத நீ கவனிச்சிண்டிருந்தே.’

‘ஆமா, ஆமா’ என்றேன். ‘அவரால ஏன் அன்னிக்கு பெருமாள் விக்கிரகம் எடுக்க முடியலை?’

‘ஏன்னா அவர் சேத்து வெச்ச விக்கிரகங்கள்ள பெருமாள் விக்கிரகம் இல்லை. அன்னிக்கு அவரால பிள்ளையார் விக்கிரகம் மட்டும்தான் முடிஞ்சது. அன்னிக்கு சாயந்திரமே அவர் பெருமாள் விக்கிரகம், லஷ்மி விக்ரகம், சிவலிங்கம்னு நாலஞ்சு விதமா வாங்கி ஸ்டாக் வெச்சிருப்பார்.’

'ஐயோ எனக்குப் புரியவேயில்லைடா' என்று சொன்னேன்.

மேற்கொண்டு அவன் விளக்கம் சொல்லவில்லை. ஆனால், 'புரிய வெப்பேன். கொஞ்ச நாளாகும் அதுக்கு. ஆனா அதுவரைக்கும் ஆத்துல யார்ட்டயும் நீ இதையெல்லாம் சொல்லக்கூடாது. சொன்னேன்னா...'

அந்த வரி இல்லாமல் அவன் எந்த ஒரு உரையாடலையும் நிறைவு செய்ததில்லை.

'ஆனா மாமா பிடுங்கிப் போடலேன்னா விக்கிரகத்த எடுத்து அம்மாட்டயே குடுத்திருப்பேன்னு சொன்னியே? அப்ப மட்டும் தெரிஞ்சிடாதா?' என்று கேட்டேன்.

அவன் சட்டென அமைதியாகிவிட்டான். வெகுநேரம் யோசித்துக்கொண்டே இருந்தான். பதில் வரட்டும் என்று நான் காத்திருந்தேன். அன்றைக்கு அவன் அதற்கு பதில் சொல்லவில்லை. அடுத்த நாளோ, அதற்கும் மறுநாளோகூட சொல்லவில்லை. அந்தச் சம்பவம் நடந்த நான்காம் நாள் அவன் என்னைக் கோயிலுக்கு அழைத்துச் சென்றான். தாயார் சன்னிதியில் நாங்கள் அமர்ந்திருந்தோம். சேவிக்க வந்த யாருக்காகவோ சன்னிதியைத் திறந்து கற்பூரம் காட்டி, ஒரு சிட்டிகை குங்குமம் கொடுத்துவிட்டு பட்டர் மீண்டும் சன்னிதியைப் பூட்டிக்கொண்டு போய்விட்டார்.

இப்போதைக்கு அவரோ வேறு யாருமோ அங்கு வரப் போவதில்லை என்பதை நிச்சயப்படுத்திக்கொண்டு அண்ணா சொன்னான், 'என் மனசுல அப்படி பட்டுது விமல். அன்னிக்கு நான் என்னவாகப் போறேன், எங்கே போகப் போறேன்னு அம்மாக்கு குறிப்பா புரியவெச்சிடலான்னு தோணித்து. என்னிக்கோ ஒரு நாள் எப்படியோ தெரியப்போறதை நானே சுட்டிக்காட்டிடலாம்னு நினைச்சேன்.'

'என்ன தெரியப் போறது? நீ சித்தர் ஆயிடுவேன்னா?'

அவன் இல்லை என்று திடமாகத் தலையசைத்தான்.

'பின்னே?'

'சித்தெல்லாம் ஒண்ணுமில்லே. நான் தேடறது வேற.'

'எனக்கு நீ பேசறதெல்லாம் புரியலடா. ஆனா பயம்மா இருக்கு. எதுக்கும் நீ அம்மாட்ட சொல்லிடேன்? சொல்லாம இதெல்லாம் பண்ணாதடா,' என்று சொன்னேன். அவன்

நெடுநேரம் எங்கோ வெறித்துப் பார்த்தபடி அமர்ந்திருந்தான். பிறகு, ‘அன்னிக்கு என்னமோ சொல்லிடணும், இல்லேன்னா தெரியப்படுத்திடணும்னு தோணித்து. அப்பறம் வேணாம்னு பட்டுடுத்து.’

‘ஏண்டா?’ நான் அதிர்ந்து போயிருந்தேன்.

‘தெரியலே. அவளுக்கே தெரிஞ்சத நாம ஏன் கிளறிக்காட்டணும்னு தோணிடுத்து’ என்று சொன்னான்.

கடைசிவரை அண்ணா தீர்மானமாக இருந்தான். அவன் வீட்டை விட்டுப் போகத்தான் போகிறான் என்பது அம்மாவுக்குத் தெரியும் என்று அதன்பின்பும் நாலைந்து முறை என்னிடம் சொல்லியிருக்கிறான். ஏனோ எனக்குத்தான் அதைச் சரியான பொருளில் உள்வாங்க அன்றைக்குத் திறனில்லாது இருந்தது. சொன்னேனே. எனக்கான பொழுதுபோக்கு அமானுஷ்யக்கதையை ஒருநிகழ்கலையாகஅவன்நிகழ்த்திக்காட்டிக்கொண்டிருந்ததாகவே எண்ணியிருக்கிறேன். விக்கிரக சம்பவத்துக்குப் பிறகு என் எண்ணம் சற்று மாறித்தான் இருந்தது. ஆனாலும் ஏனோ திரும்பத் திரும்ப அம்மாதிரியான அற்புதங்கள் ஏதாவது நடக்குமா என்று எதிர்பார்த்தே அவனோடு சுற்றிக்கொண்டிருந்தேன்.

அவன் இல்லாமல் போன தினத்தன்றுதான் என் பிழை எனக்குப் புரிந்தது. நான் வீட்டில் அவனைப் பற்றிச் சொல்லியிருக்க வேண்டும். அல்லது அவனிடமாவது முழுதும் கேட்டறிந்திருக்க வேண்டும். ஒரு கதையாக, கனவாக எண்ணிப் பார்க்கப் பரவசம் தருகிற எல்லாம் உண்மையில் எத்தனை வீரியமுடன் தாக்கக்கூடியது என்பதை அன்றுதான் அறிந்தேன்.

அப்பா குமுறிக் குமுறி அழுதுகொண்டிருந்தார். கேசவன் மாமா முற்றத்துத் தூணில் முட்டிக்கொண்டு அழுதார். வினய்யும் வினோத்தும் பிரமை பிடித்தாற்போலாகிவிட்டார்கள். மாமாதான் சத்தம் போட்டார், ‘ஏண்டா இங்க நிக்கறிங்க? போய்த் தேடுங்களேன்? அவன் எங்க போனான்னு பாருங்களேன்!’

காத்திருந்தாற்போல் வினய் அண்ணாவின் சைக்கிளை எடுத்துக்கொண்டு கிளம்ப, வினோத் பின்னால் ஏறிக்கொண்டான். திருவிடந்தை முழுவதும் சுற்றித் தேடிவிட்டு, கோவளம், கேளம்பாக்கம், தையூர் வரை போய் அண்ணாவின் வகுப்பில் படிக்கிற பையன்களையெல்லாம் பார்த்து விசாரித்துவிட்டு

அவர்கள் பன்னிரண்டு மணிக்கு வீட்டுக்கு வந்து சேர்ந்தார்கள். யாருக்குமே அவனைப் பற்றி எதுவும் தெரிந்திருக்கவில்லை. மாமா செங்கல்பட்டில் இருந்து நாவலூர் வரை போகும் காண்டீபன் பஸ் சர்வீசின் முதலாளியை நேரில் சென்று பார்த்து விவரம் சொல்லி, அந்த கம்பெனியின் அனைத்து கண்டக்டர்களையும் கூப்பிட்டு விசாரித்திருக்கிறார். ஒரு பையன். பதினெட்டு வயதுப் பையன். நெடுநெடுவென்று ஒல்லியாக, உயரமாக இருப்பான். இரு புருவங்களுக்கு மத்தியில் பொட்டு வைத்தாற்போலக் கறுப்பாக ஒரு மச்சம் இருக்கும். அவனை யாராவது பஸ்ஸில் பார்த்தார்களா? எங்கே போய் இறங்கினான் என்று தெரியுமா?

கண்டக்டர்களுக்குத் தெரிந்திருக்கவில்லை. எனவே கேசவன் மாமா கோவளம் போலிஸ் ஸ்டேஷனுக்குப் போய் ஒரு புகார் கொடுத்துவிட்டு வீடு வந்து சேர்ந்தார்.

அன்றைக்கு முழுவதும் வீடு ரணகளப்பட்டது. அப்பா நினைத்து நினைத்து அழுதுகொண்டிருந்தார். திடீர் திடீரென்று ஆவேசம் வந்தாற்போல உரத்த குரலில் கத்தினார். பூஜையறைக்குச் சென்று சுவாமி படங்களையெல்லாம் விசிறியடித்தார். 'நீயெல்லாம் ஒரு தெய்வமா? ஒழி. எங்கயாவது போயிடு. இனிமே என் வீட்ல ஒனக்கு இடமில்லே' என்று திட்டினார். திருவிடந்தை முழுதும் விஷயம் தெரிந்து யார் யாரோ வீட்டு வாசலுக்கு வந்து விசாரித்துவிட்டுப் போனார்கள். கேசவன் மாமாதான் அவர்களையெல்லாம் சமாளித்து அனுப்பிக்கொண்டிருந்தார்.

அம்மா அடுக்களையைவிட்டு வெளியே வரவேயில்லை. அண்ணா வீட்டை விட்டுப் போய்விட்டான் என்பது தெரிந்த கணம் அதிர்ந்துபோய் உட்கார்ந்தவள்தான். அவள் எழுந்திருக்கவேயில்லை அங்கிருந்து. யாருடனும் பேசவும் இல்லை.

எனக்கு பயமும் பதற்றமும் சம விகிதத்தில் உடலெங்கும் பரவி நிறைந்திருந்தது. பரண்மீது ஏறி அந்த நாடிச் சுவடியை எடுத்துக் காட்டிவிட்டால் எல்லோருக்கும் எல்லாம் புரிந்துவிடும். ஆனால் அதைச் செய்வதற்கு எனக்குத் துணிவு வரவில்லை. அப்பாவின் முழுக் கோபமும் என் மீது திரும்பிவிடும் என்று நினைத்தேன். இன்னொன்றும் நான் செய்திருக்கலாம். சுவடிகூட அவசியமில்லை. அன்றைக்கு அப்பத்தில் இருந்து அண்ணா எடுத்துக் காட்டிய கிருஷ்ணர் விக்கிரகம், பிள்ளையார் விக்கிரகம் இரண்டையும்

நான் பத்திரமாக என்னுடைய புத்தகப் பைக்குள்தான் பொட்டலம் கட்டி வைத்திருந்தேன். அதைக் காட்டி அன்றைக்கு நடந்ததைச் சொன்னால்கூடப் போதும்.

கடைசிவரை நான் அந்த இரண்டையும் செய்யவேயில்லை. கவனமாக விக்கிரகங்களை மட்டும் எடுத்துச் சென்று அல்லிக் குளத்தில் வீசிவிட்டு மானசீகமாக அம்மாவின் மடியில் படுத்து அரை மணி நேரம் அழுதேன். பிறகு அண்ணா நிச்சயம் ஒரு நாள் திரும்பி வருவான் என்று நினைத்துக்கொண்டு, வரும்போது அவன் எப்பேர்ப்பட்ட ரிஷியாகியிருப்பான், என்னெல்லாம் வித்தைகள் கற்றுத் தேர்ந்திருப்பான், ஊரைக் கூட்டி அவனைக் காண்பித்து அம்மா எப்படியெல்லாம் பரவசப்படுவாள் என்று கற்பனை செய்து பார்க்க ஆரம்பித்தேன்.

13. காவல்

மாடத்தில் வைத்த விளக்கின் நிழல் சுவரில் படர்ந்து லேசாக அசைவதுபோல அடுக்களைக்குள் அம்மா அமர்ந்த இடத்தில் இருந்து எழுந்திருப்பது தெரிந்தது. போனவனை எண்ணிக்கொண்டே இருக்கவேண்டியதுதான். இருப்பவர்களுக்குப் பசிக்க ஆரம்பித்திருக்கும் என்பதை அவள் அறிவாள். எது இருந்தாலும் இல்லாது போனாலும் வேளைக்குப் பசிக்கத் தவறுவதில்லை யாருக்கும். துக்கத்திலும் கோபத்திலும் சோறு வேண்டாம் என்று சொல்லுவதெல்லாம் எத்தனை வேளைக்கு சாத்தியம்? தீயற்றுப் போனாலும் கங்கற்று இருப்பதில்லை எந்தக் குண்டமும்.

அம்மா அடுப்பை மூட்டுவது தெரிந்தது. அரிசி களைவது தெரிந்தது. உலை வைத்துவிட்டு அடுக்களையை விட்டு வெளியே வந்தாள். வினய்யைக் கூப்பிட்டு ஏதாவது காய் வாங்கி வரச் சொல்லிப் பணம் கொடுத்து அனுப்பினாள். அவன் சட்டையை மாட்டிக்கொண்டு கிளம்பிய நேரம் கேசவன் மாமா விடுவிடுவென வீட்டுக்குள் நுழைந்தார். அவர் கையில் ஒரு பெரிய கட்டைப்பை இருந்தது. அந்தப் பை நிறையத் துணிமணிகள் இருந்தன. அவர் தோளில் தொங்கிய இன்னொரு பையில் நாலைந்து பாத்திரங்கள் இருந்தது அவை எழுப்பிய சத்தத்தில் இருந்து தெரிந்தது. அநேகமாக அது மாமாவின் பூஜையறைப் பாத்திரங்களாக இருக்கலாம் என்று நினைத்தேன். வட்டில், சாளக்கிராமம், சொம்பு, கொளபாத்திரம்.

அம்மா அவரிடம் எதுவும் கேட்கவில்லை. வெறுமனே சில நிமிடங்கள் பார்த்துக்கொண்டு நின்றாள். பிறகு அப்பாவைப் பார்த்தாள். அவர் பஞ்சாங்கத்தை வைத்துக்கொண்டு ஏதோ கணக்குப் போட்டுக்கொண்டிருந்தார். மாமாவை நிமிர்ந்து பார்த்து, 'உக்காரு' என்று மட்டும் சொன்னார்.

'நான் அந்தாத்த காலி பண்ணிண்டு வந்துட்டேன் அத்திம்பேர்' என்று மாமா சொன்னார்.

அப்பாவோ, அம்மாவோ அதை ஒரு பெரிய விஷயமாக எடுத்துக்கொள்ளவில்லை. இரண்டு பைகளுக்குள் அடங்கக்கூடிய குடித்தனத்தைத்தான் அவர் அத்தனைக் காலமாக அங்கே நடத்திக்கொண்டிருந்திருக்கிறார். காலி செய்வதொன்றும் அத்தனை சிரமான செயலில்லை. மாமாவின் வீடு தெற்கு வீதியை ஒட்டியிருந்த தென்னந்தோப்புக்கு வடக்கே இருந்தது. மிகச் சிறிய ஓட்டு வீடு. உண்மையில் அது குடிசை வீடுதான். ஆறேழு வருடங்களுக்கு முன்புதான் மாமா அந்த வீட்டின் ஓலைக் கூரைகளை மாற்றி சொருகு ஓடு போட்டிருந்தார். மண்தரையை சிமெண்டு தரையாக்கி, புதிதாக ஒரு நிலைக்கால் வைத்து, அதற்கொரு பூஜையும் போட்டு, கிரகப்பிரவேசமாக இல்லாவிட்டாலும் ஒரு கொண்டாட்டத்துக்கு ஏற்பாடு செய்திருந்தார். நுழைந்ததும் ஒரு கூடம். அதிலேயே வலது ஓரத்தில் சமைக்கும் இடம். அதை ஒட்டியே நாலடிக்கு நாலடி பரப்பில் பாத்திரம் துலக்க ஒரு தொட்டி. மொத்த வீடே அவ்வளவுதான்.

போதுமேக்கா. நாங்க ரெண்டே பேர். இன்னொண்ணுக்கு இந்த ஜென்மத்துல ப்ராப்தமில்லேன்னு தெரிஞ்சாச்சு. உக்கார ரெண்டடி. படுக்க ஆறடி. இந்த வீடு யதேஷ்டம்' என்று மாமா சொன்னார். கமலி மாமி அன்றைக்கெல்லாம் மிகுந்த சந்தோஷமுடன் காணப்பட்டாள். எங்கள் ஆறு பேருக்கும் அன்று கேசவன் மாமா வீட்டில்தான் சாப்பாடு. இலை விரித்து, சர்க்கரை வைத்து பருப்பு, நெய், சாம்பார், ரசம், இரண்டு விதக் காய்கறிகள், வடை, திருக்கண்ணமுதுடன் மாமி அமர்க்களப்படுத்தியிருந்தாள்.

'என்னத்துக்கு கமலி இவ்ளோ பண்ணியிருக்கே?' என்று அம்மா கேட்டாள்.

'இதைவிட்டா வேற எப்ப இதெல்லாம் பண்ணி சாப்பிடறது?' என்றாள் கமலி மாமி.

மாமா வீட்டில் பெரும்பாலும் சமையல் என்ற ஒன்று இருந்து எனக்கு நினைவில்லை. அவர் கோயில் மடைப்பள்ளியில் உத்தியோகம் பார்த்துக்கொண்டிருந்தார். புளியோதரை இல்லாத நாள்களிலும் அவருக்கு ததியோன்னத்துக்குக் குறைவிருக்காது. கமலி மாமி பிரமாதமாக ஆவக்காய் ஊறுகாய் போடுவாள் என்பதால் மாமா வீட்டில் பெரும்பாலும் கோயில் ததியோன்னமும் ஆவக்காய் ஊறுகாயும்தான் சாப்பாடாக இருக்கும். மாமி ஒரு நாளும் அதைப் பற்றியெல்லாம் அலுத்துக்கொண்டதில்லை என்று கேசவன் மாமா அடிக்கடிப் பெருமையாகச் சொல்லுவார்.

‘கேட்டுக்கோடா வினோத். உனக்குத்தான் அவன் சொல்றான். சாப்பிடறதுல ஒண்ணுமில்லே. எதையாவது ஒண்ணப் போட்டு வயித்த நிரப்பினா போதும். புத்தி ஒண்ணுதான் எப்பவும் பிரகாசமா இருக்கணும். துலங்கி நிக்கணும். வயித்தையே கவனிச்சிண்டிருந்தா அந்த ஜோலி கெட்டுப் போயிடும்’ என்று அப்பா சொல்லுவார்.

எங்கள் வீட்டில் வினோத்துக்கு மட்டும்தான் விதவிதமாகச் சாப்பிடுவதில் ஆர்வம் அதிகம். அதற்காக அம்மாவை எப்போதும் அவன் நச்சரித்துக்கொண்டே இருப்பான். இட்லித் தட்டில் நாலு குழி மாவூற்றி வைக்கும்போதுகூட கொஞ்சம் கேரட் துருவித் தூவி வேகவிடச் சொல்லுவது அவன் வழக்கம்.

‘இட்லில போய் யாராவது கேரட் போடுவாளா?’ என்று அம்மா கேட்டால், ‘போட்டுத்தான் பாரேன், நாலு கொத்தமல்லிய சேத்துக் கிள்ளிப் போடு. பிரமாதமா இருக்கும்’ என்பான்.

‘உனக்கு யாருடா இதெல்லாம் சொல்லித்தரா?’

‘யாருமில்லே. நானே யோசிப்பேன். முடக்கத்தான் கீரை தோசை பண்றப்போ, கேரட் இட்லி மட்டும் கூடாதா? உப்மாக்கு தாளிக்கறப்போ நாலு துளசியைக் கிள்ளி சேர்த்துப் போட்டுத் தாளிச்சிப் பாரு. அமிர்த வாசனையா இருக்கும்’ என்பான்.

அம்மாவுக்கு அவன் பேச்செல்லாம் எப்போதும் தீராத ஆச்சரியம்தான். இந்தப் பிள்ளை எப்பப்பார் சாப்பாட்டையே நினைத்துக்கொண்டிருக்கிறானே என்று சமயத்தில் அவள் அலுத்துக்கொள்வதுண்டு. ஆனாலும் அவனது ருசி சார்ந்த ஆலோசனைகள் பிழைபட்டுப் போவதேயில்லை என்று அடிக்கடி சொல்லுவாள்.

‘யாரு கண்டா? எனக்கப்பறம் உன் பிள்ளைதான் மடைப்பள்ளி நிர்வாகத்த எடுத்துக்கப் போறானோ என்னமோ’ என்று கேசவன் மாமா சொல்லும்போதெல்லாம் அப்பா அந்தப் பேச்சை வெட்டி விடுவார். ‘அவனை நான் ஐசிடபிள்யுஏ படிக்க வெக்கப் போறேன். இன்னிக்கெல்லாம் அதுதான் பெரிய படிப்பு. அதைப் படிச்சவாள்ளாம் மெட்ராசுல லட்ச லட்சமா சம்பாதிக்கறாளாம்’ என்பார்.

வினோத்துக்கு அது என்ன படிப்பு என்று விசாரித்து அறிய விருப்பம் இருந்ததில்லை. அப்பாவுக்கும் அநேகமாக அதைப் பற்றி எதுவும் தெரிந்திருக்காது என்றுதான் நாங்கள் அனைவருமே நினைத்தோம்.

யாரோ சொல்லியிருப்பார்கள். ஐசிடபிள்யுஏ என்பது பெரிய படிப்பு. நாலு பேரில் ஒருவனை அதைப் படிக்க வை. என்ன காரணத்தாலோ அப்பா வினோத்தை அதற்குத் தேர்ந்தெடுத்திருந்தார்.

அவருக்கு அண்ணாவை பாலிடெக்னிக்குக்கு அனுப்ப வேண்டும் என்ற ஆசை இருந்தது. அந்த வருடம்தான் முதல் முதலாக அப்படியொரு படிப்பு அறிமுகமாகியிருந்தது. தொழில் கல்வி. அங்கே படித்துவிட்டால் போதும். எல்லா பெரிய பெரிய தொழிற்சாலைகளிலும் உடனே கூப்பிட்டு வேலை கொடுத்துவிடுவார்கள் என்று அப்பா சொன்னார். அதேபோல, வினய் பெரியவனானதும் எப்படியாவது அவனை அரசாங்கப் பரீட்சை எழுத வைத்து கவர்மெண்டில் போட்டு விடவேண்டும் என்றும் சொல்லிக்கொண்டிருப்பார். என்ன உத்தியோகம், எந்தத் துறை என்றெல்லாம் பேச்சே கிடையாது. கவர்மெண்டில் போட்டுவிட வேண்டும். வீட்டுக்கு ஒருவனாவது பென்ஷன் வாங்கும் உத்தியோகத்தில் இருக்க வேண்டும் என்பது அவரது இச்சை.

‘அதெல்லாம் ஒரு குடுப்பினை. எல்லாருக்கும் அவ்ளோ லேசுல கிடைச்சிடாது. என்னையே எடுத்துக்கோ. எங்கப்பா தலைகீழா நின்னு தண்ணி குடிச்சிப் பார்த்தார். முடிஞ்சிதா? இந்த ஜென்மால ஒனக்கு விஜிபில டிக்கெட் கிழிக்கற உத்தியோகம்தான்னு எழுதி வெச்சுட்டான். யாரு மாத்த முடியும்?’ என்று அலுத்துக்கொள்வார். விஜிபி திறப்பதற்கு முன்னால் அப்பா முதலைப் பண்ணையில் அதே டிக்கெட் கிழிக்கும் உத்தியோகத்தில்தான் இருந்தார். அதற்கும் முன்னால் மகாபலிபுரத்தில் ஒரு ஓட்டலில் வேலை பார்த்தார். டிக்கெட் கிழிக்கும் உத்தியோகம் என்று அவர் சொன்னாலும் உண்மையில் அவர் அந்த வேலையைச் செய்யவில்லை. கணக்குப் பிரிவில்தான் அவர் பணியாற்றிக்கொண்டிருந்தார் என்பதை வெகு காலம் கழித்துத்தான் நான் தெரிந்துகொண்டேன். அதுவும் அண்ணா சொன்னதுதான்.

அன்றைக்கு கேசவன் மாமா வீட்டு கிரகப்பிரவேசத்தில் நாங்கள் ஆறு பேர் மட்டும்தான் விருந்தினர். ஒப்புக்கு ஒரு வாத்தியாரைக்கூட மாமா அழைத்திருக்கவில்லை. அவரே ஒரு ஔபாசனக் கல்லை எடுத்து வைத்து அக்னி சந்தானம் செய்து, தனக்குத் தெரிந்த மந்திரங்களைச் சொன்னார். பத்து நிமிடத்தில் எல்லாம் முடிந்துவிட்டது. 'இலை போட்டுடலாம்' என்று கமலி மாமிக்குச் சொல்லிவிட்டு, 'உக்காருங்கோ அத்திம்பேர்' என்று சொன்னார்.

அன்று முழுதும் நாங்கள் மாமா வீட்டிலேயேதான் இருந்தோம். என்னமோ புத்தம் புதிதாக ஒரு வீடு கட்டி கிரகப்பிரவேசம் செய்தாற்போல அம்மா வாய் ஓயாமல் மாமியைப் புகழ்ந்துகொண்டே இருந்தாள். 'கண்ணு படும். கோயில் வாச்மேன் முனுசாமி சும்மாத்தானே கெடக்கறான்? கூப்ட்டு ஒரு பூசனிக்காய சுத்தி உடைச்சிட்டுப் போகச் சொல்லு' என்று சொல்லிவிட்டுக் கிளம்பினாள்.

அன்றிரவு மாமா எங்கள் வீட்டுக்கு வந்தபோது பூசனிக்காய் உடைத்துவிட்ட தகவலைச் சொல்லத்தான் வந்தார் என்று நினைத்தோம். 'என்னடா?' என்று கேட்டபோது மாமா மேல் துண்டால் வாயைப் பொத்தி, குலுங்கிக் குலுங்கி அழுதார்.

‘டேய், என்னன்னு கேக்கறனே? சொல்லித் தொலையேன்’ என்று அப்பா பதற்றத்துடன் முன்னால் வந்தார். அம்மாவுக்கும் பதற்றமாகிவிட்டது. ‘ஆத்துல அவ சகஜமா இருக்காளோல்யோ?’ என்று கேட்டாள்.

‘போயிட்டாக்கா!’ என்று தலையில் அடித்துக்கொண்டு அழ ஆரம்பித்தார் கேசவன் மாமா.

ஒரு ஓட்டு வீட்டில் வாழவேண்டும் என்பது கமலி மாமியின் வாழ்நாள் கனவாக இருந்தது என்று பிற்பாடு மாமா சொல்லிச் சொல்லி வருத்தப்பட்டிருக்கிறார். தலைமுறை தலைமுறையாக ஏழைமையின் கோரப் பிடியில் சிக்கிச் சின்னாபின்னமான குடும்பம் அவளுடையது. மாமா அவளை மணந்துகொண்டபோது கமலி மாமியின் அப்பா அவர் கையைப் பிடித்துக்கொண்டு அழுதபடி சொன்னாராம், 'மாப்ளே, என்கிட்ட மொத்தமா நாப்பத்தியெட்டு ரூபா இருக்கு. அத வெச்சிண்டு ஒரு கல்யாணத்த எப்படி பண்றதுன்னு எனக்குத் தெரியலே. நீங்களே பாத்துப் பண்ணிக்கோங்கோ' என்று சொல்லி அந்தப் பணத்தை மாமாவின் கையில் திணித்திருக்கிறார்.

‘அந்தப் பொண்ண எனக்குத் தெரியும் கேசவா. தங்கமான பொண்ணு. யோசிக்காம பண்ணிக்கோ’ என்று அம்மாதான் மாமாவுக்கு எடுத்துச் சொல்லியிருந்தது. அம்மா சொல்லிவிட்ட பின்பு மாமாவுக்கு மாற்றுச் சிந்தனையே இருந்ததில்லை. என்றைக்கும். எனவே, சம்மந்தி பிராமணன் கொடுத்த நாற்பத்தியெட்டு ரூபாயை அவர் கையிலேயே திருப்பிக் கொடுத்துவிட்டு, ‘நாள் மட்டும் பார்த்துச் சொல்லுங்கோ. அகிலவல்லி சன்னிதில கல்யாணம். அவாவா ஆத்துல சாப்பாடு’ என்று சொல்லிவிட்டிருக்கிறார்.

கமலி மாமியின் தகப்பனாரெல்லாம் எப்போது போய்ச் சேர்ந்தார் என்பதே எங்களுக்குத் தெரியாது. இதெல்லாம் மாமா எப்போதாவது கொஞ்சம் கொஞ்சமாகச் சொன்ன தகவல்கள்தாம். ஆனால் மாமி ஆசைப்பட்ட ஓட்டு வீட்டில் ஒரு நாள்கூட அவளால் முழுதாக வாழ முடியாமல் போனது மட்டும் நெடுநாள் வரை உறுத்தலாகவே இருந்தது. 'எல்லாத்துக்கும் ஒரு ப்ராப்தம் வேணும். அவளுக்கு வீட்டுக்கு ஓடு போடற ப்ராப்தம் இருந்திருக்கு. இருந்து பாக்க இல்லே.' என்று கேசவன் மாமா சொன்னார்.

மாமி இறந்த துக்கம் அவருக்குப் பல மாதங்கள் இருந்தன. ஷவரம் செய்யாமல், தலை வாராமல், அழுக்குத் துணி மாற்றாமல்தான் ஊரெல்லாம் திரிந்துகொண்டிருந்தார். அப்பாவும் அம்மாவும் எவ்வளவோ சொல்லியும் இன்னொரு கல்யாணம் செய்துகொள்ள மறுத்துவிட்டார். 'போதும்க்கா. திருப்தியாத்தான் இருந்தோம். திருப்தியாவே போய் சேந்துட்டா. இனிமே என்ன? நீ இருக்கே. அத்திம்பேர் இருக்கார். பிள்ளைகள் இருக்கா. இவ்ளோதான் எனக்கு. என் திருப்தி இவ்ளோதான்.' என்று சொல்லிவிட்டார்.

ஒரு நாளில் நூறு முறை மாமா எங்கள் வீட்டுக்கு வருவார். காலை கோயில் காரியத்துக்குப் போகும்போது ஒருமுறை. எட்டு மணிக்கு காப்பிக்கு ஒரு முறை. பத்து மணிக்கு வந்து அரை மணி தலை சாய்த்துவிட்டுப் போக ஒருமுறை. நடை சாத்தும் நேரம் வீட்டுக்குப் போகும்போது ஒருமுறை. மாலை ஒரு முறை. சந்தைக்குப் போய் வரும்போது ஒருமுறை. இரவு படுக்கப் போகுமுன் ஒருமுறை. பெரும்பாலும் அவர் எங்கள் வீட்டிலேயேதான் இருந்தார். அவருக்கென்று ஒரு ஓட்டுவீடு இருப்பதே எங்களுக்கு மறக்கத் தொடங்கியிருந்தபோதுதான் 'மொத்தமா வந்துட்டேன்க்கா' என்று சொல்லிக்கொண்டு மாமா வந்து சேர்ந்தார்.

'அத்திம்பேர், உங்கள கேக்காமத்தான் இந்த முடிவ எடுத்தேன். ஆனா இதை மாத்திக்கப் போறதில்லே. நீங்க என்னிக்காவது என்னை செருப்பால அடிச்சி வெளிய போன்னு சொன்னாலும் போறதா இல்லே. ஓடிப் போனவன தேடிக் கண்டுபிடிக்கறது ஒரு காரியம்னா, உள்ளவாள பாத்துக்கறதும் இனிமே என் பொறுப்புதான்.' என்று சொன்னார்.

அன்றிரவு வினய்தான் வினோத்திடம் சொல்லிக்கொண்டிருந்தான். 'மாமா நம்மள பாத்துக்க வரலை வினோத். அம்மாவ பாத்துக்கத்தான் வந்திருக்கார்.'

'ஏண்டா?' என்று வினோத் கேட்டான்.

'அம்மா தற்கொலை பண்ணிண்டுடுவாளோன்னு மாமாக்கு பயம்' என்று வினய் சொன்னான்.

அதைக் கேட்டதும் எனக்கு மிகவும் அச்சமாகிவிட்டது. உடனே எழுந்து சென்று அம்மாவின் அருகில் படுத்துக்கொண்டேன். விடிந்ததும் அண்ணாவைப் பற்றி நான் அறிந்த அனைத்தையும் ஒரு வாக்குமூலம் போல் அவளிடம் சொல்லிவிட வேண்டும் என்று நினைத்துக்கொண்டே தூங்கிப் போனேன்.

14. சுடர்

அன்றைக்கு மறுநாள் பொழுது விடிந்து நான் கண் விழித்தெழுந்தபோது வீடெங்கும் சாம்பிராணிப் புகை பரவியிருந்தது. பூஜை மாடத்தருகே விளக்கேற்றி, கோலம் போட்டு, அப்பா விசிறியடித்திருந்த படங்களை மீண்டும் அதனதன் இடத்தில் வைத்து மாலை சார்த்தியிருந்தது. அடுக்களைக்குள் அம்மா சகஸ்ரநாமம் சொல்லிக்கொண்டே காய் திருத்திக்கொண்டிருந்தாள். நான் உள்ளே போனபோது எப்போதும்போலச் சிரித்தாள். 'பல்லு தேச்சாச்சா? காப்பி அதோ இருக்கு பார்' என்று சொன்னாள்.

எனக்குக் குழப்பமாக இருந்தது. ஓரிரவு முழுதும் ஓடிக் கடந்திருக்கிறது. அண்ணா வீட்டை விட்டுப் போயிருக்கிறான். நேற்றெல்லாம் அம்மாவின் மௌனக் கதறல் என் செவிப்பறையைக் கிழித்திருக்கிறது. இரவு மாமா பெட்டி படுக்கையோடு வந்து நின்று, இனிமேல் இங்கேதான் இருக்கப் போகிறேன் என்று அறிவித்ததற்கு வினய் சொன்ன காரணத்தில் உயிர்க்குலை நடுங்கிப் போயிருந்தேன். ஆனால் எதுவுமே பெரிதல்ல என்பதுபோல இவளால் எப்படிக் காட்டிக்கொள்ள முடிகிறது? அண்ணாவைப் பற்றி நான் அறிந்த அனைத்தையும் அம்மாவிடம் தெரியப்படுத்திவிட அதுதான் சரியான நேரமாக இருக்குமோ என்று ஒரு கணம் நினைத்தேன். காப்பியை எடுத்துக்கொண்டு அவளருகே போய் அமர்ந்துகொண்டேன். 'சீக்கிரம் குளிச்சிட்டு ரெடியாகணும் விமல். ஸ்கூல் இருக்கோல்யோ?'

உண்மையில் எனக்கு அப்போது பேச்சே வரவில்லை. ஆனால் ஏதாவது ஒரு சொல்லில் ஆரம்பித்துவிட வேண்டும் என்று தோன்றிக்கொண்டே இருந்தது. அம்மாவுக்கு அதிர்ச்சியாகத்தான் இருக்கும். மீண்டும் அழத்தொடங்குவாள். அப்பா ருத்ரதாண்டவமாடிவிடக்கூடும். மாமா என்னை இழுத்து எதிரே நிறுத்திக்கொண்டு தன் தலையில் அடித்துக்கொண்டு கத்துவார். முதல் நாள் நடந்த அனைத்தும் மறு உருவம் கொண்டு வீடு மீண்டும் துயரத்தின் சாறை உறிஞ்சத்தொடங்கும். இதையெல்லாம்

தவிர்த்துவிட்டு அண்ணாவைப் பற்றி எதுவும் பேசிவிட முடியாது என்று உறுதியாகத் தோன்றியது. ஒருவேளை முதல் நாள் இருந்த நிலையிலேயே அன்றைக்கும் பொழுது விடிந்திருந்தால் எனக்கு அந்தத் தயக்கம் இருந்திருக்காதோ என்னவோ. சட்டென்று ஒரு புன் சிரிப்பில், சாதாரணமான பேச்சில், ஒரு சாம்பிராணிப் புகையில் புதைந்த பேருலகை மீட்டுவிடப் பார்க்கிறாள்.

'குளிக்கப் போகச் சொன்னேனே' அம்மா நினைவுபடுத்தினாள். நான் எழுந்துகொண்டேன். எதையாவது பேசித்தான் ஆகவேண்டும் என்பதால் 'அப்பா எங்கம்மா?' என்று கேட்டேன்.

'மாமாவோட போலிஸ் ஸ்டேஷன் போயிட்டு வரேன்னு போயிருக்கார்.'

அதை அவள் சொன்னபோது முகத்தை ஆழமாக உற்றுப் பார்த்தேன். எந்த மாறுதலும் இல்லை. முந்தைய தினத்துக்கு முந்தைய அம்மாவைப் போலவேதான் இருந்தாள். போலிஸ் ஸ்டேஷன் போவதை ஒரு செய்தியாக மட்டும் அறிவிக்க முடியும் என்பது எனக்கு வியப்பாக இருந்தது. சட்டெனத் தோன்றியது. வீட்டில் அப்பாவும் மாமாவும் இல்லாத தருணத்தில் அம்மாவிடம் மட்டும் சொல்லிவிட்டால் என்ன?

இப்போது நினைத்தால் எனக்குச் சிரிப்புத்தான் வருகிறது. என் குரு என்னைச் சொல்லின் குழந்தை என்று குறிப்பிடுவார். எதையும் சரியான சொற்களில் வெளிப்படுத்திவிடத் தெரிந்தவன் என்றுதான் என்னைப் பற்றி எல்லோரிடமும் அறிமுகப்படுத்துவார். அதில் எனக்கு மிகுந்த மகிழ்ச்சி உண்டு. எனது பேச்சு எனக்கே பிடித்துப் போகும் சில தருணங்களில் மகிழ்ச்சியைத் தாண்டி சற்று கர்வம் கொள்வதும் உண்டு. ஆனால் அன்றைக்கு நான் அனைத்துச் சொற்களாலும் வஞ்சிக்கப்பட்டேன். கடைசிவரை என்னால் அம்மாவிடம் அண்ணாவைப் பற்றிச் சொல்லவே முடியாமல் போனது. தயங்கித் தயங்கி நின்றுவிட்டு, பிறகு குளித்து சாப்பிட்டுப் பள்ளிக்குக் கிளம்பிச் சென்றேன்.

மாலை வீடு திரும்பியபோது அப்பா சற்றுத் தெம்பாக இருப்பது போலிருந்தது. எப்படியும் கண்டுபிடித்துவிடலாம் என்று கோவளம் இன்ஸ்பெக்டர் அவரிடம் நம்பிக்கை சொல்லியிருந்தார். அவர் ஸ்டேஷனில் இருக்கும்போதே பல பேருக்கு போன் செய்து அண்ணாவைப் பற்றிய விவரங்களைச் சொல்லி, எங்கே பார்த்தாலும் தகவல் தரும்படி உத்தரவிட்டிருக்கிறார்.

தாயார் உடல்நிலை கவலைக்கிடம் என்று செய்தித் தாளில் ஒரு விளம்பரம் தரச் சொல்லி ஆலோசனை சொல்லியிருக்கிறார். என்ன காரணத்தாலோ, அப்பா அதைச் செய்ய விரும்பவில்லை.

'குடுத்துத்தான் பாருங்களேன் அத்திம்பேர். நல்லது நடக்க பொய் சொன்னா என்ன தப்பு?' என்று கேசவன் மாமா கேட்டார்.

ஆனால் அப்பா முடியவே முடியாது என்று சொல்லிவிட்டார். இந்தப் பேச்செல்லாம் நடந்துகொண்டிருந்தபோது நான் அம்மாவையே பார்த்துக்கொண்டிருந்தேன். தனக்கும் அதற்கும் சம்பந்தமேயில்லை என்பது போல் அவள் காய்ந்த துணிகளை உதறி மடித்து அடுக்கிக்கொண்டிருந்தாள்.

'நீ சொல்லேன்க்கா. உனக்கு ஒண்ணுனா அவன் ஓடி வந்துட மாட்டானா?' என்று மாமா சொன்னார்.

அம்மா அதற்கு பதில் சொல்லவில்லை. எனக்கு மட்டும் உறுதியாகத் தோன்றியது. என்னவானாலும் அவன் வரப் போவதில்லை.

அன்றிரவு நாங்கள் மூன்று பேரும் கோயில் முன் மண்டபத்தில் தனியே உட்கார்ந்திருந்தோம். வினோத் மிகவும் கலவரமாகிப் போயிருந்தது எனக்குப் புரிந்தது. வினய் என்னவாகியிருக்கிறான் என்பதைத் தெரிந்துகொள்ள முடியாதிருந்தது.

'அப்படி எங்கடா போயிருப்பான் அவன்? தப்பு பண்ணவன் தான் தப்பிச்சி ஓடுவான். இவன் தப்பே பண்ணதில்லியே?' என்று வினோத் சொன்னான். 'ஒருவேளை யாராவது கடத்திண்டு போயிருப்பாளோ?'

வினோத்துக்குக் கதைப் புத்தகங்கள் படிக்கும் பழக்கம் உண்டு. துப்பறியும் கதைகள். சாகசக் கதைகள். பேய்க் கதைகள். பி.டி. சாமி என்பவர் எழுதிய பல புத்தகங்களை அவன் தன் பள்ளிக்கூடப் பைக்குள் மறைத்து வைத்திருப்பான். அதையெல்லாம் அவன் யாரிடமிருந்து வாங்கி வருகிறான் என்று தெரியாது. ஆனால் வாங்கி வருவதை வெறித்தனமாகப் படித்துத் தீர்த்துவிட்டு அடுத்தப் புத்தகத்துக்கு ஓரிரு தினங்களில் மாறிவிடுவான். காரணமே இல்லாமல் அண்ணா காணாமல் போயிருக்க முடியாது; கண்டிப்பாக யாராவது கடத்திக்கொண்டு போயிருக்க வேண்டும் என்கிற முடிவுக்கு அவன் அதனால்தான் வந்தான்.

'அதெல்லாம் இல்லே. எனக்குத் தெரியும், அவன் திருப்பதிக்குப் போயிருப்பான்' என்று வினய் சொன்னான்.

இது எனக்கு அதிர்ச்சியளித்தது.

'திருப்பதிக்கா? எதுக்கு?' என்று கேட்டேன்.

'என்னடா கேக்கறான் இவன்? பெருமாள் சேவிக்கத்தான்' என்று வினோத் சொன்னான்.

'இல்லடா. திருப்பதிலதான் சாப்பாடு ஃப்ரீ. மூணு வேளையும் நன்னா சாப்ட்டுண்டு நிம்மதியா இருக்கலாம்' என்று வினய் சொன்னான்.

நான் சிரித்துவிட்டேன். 'இப்ப என்ன நாம காசு குடுத்தா சாப்ட்டுண்டிருக்கோம்? மூணு வேளையும் ஆத்துல நன்னாத்தானே சாப்பிடறோம்? இங்க இல்லாத எதை அவன் அங்க போய் சாப்டப் போறான்?' என்று கேட்டேன்.

அண்ணா எப்போதோ வினய்யிடம் திருப்பதிக்குப் போகவேண்டும் என்று சொல்லியிருக்கிறான். 'ஒரு மனுஷன் கையில பத்து காசு கூட இல்லாம சாகற வரைக்கும் நிம்மதியா வாழறதுக்கு அதுதான் சரியான இடம்' என்று சொன்னானாம்.

அண்ணாவுக்கு எப்படி அப்படியொரு எண்ணம் வந்திருக்கும் என்று ஆச்சரியமாக இருந்தது. நாங்கள் குடும்பத்தோடு ஒரே ஒரு முறை திருப்பதிக்குப் போயிருக்கிறோம். அப்போது நான் மூன்றாம் வகுப்பில் படித்துக்கொண்டிருந்தேன். சரியான குளிர் காலம். இரவு ஏழு மணிக்கு மலைக்குப் போய் இறங்கியதுமே குளிர்க்காற்று தோலைச் சுரண்ட ஆரம்பித்தது. எனக்கு அந்தக் குளிர் தாங்கவேயில்லை. நடுங்கிப் போய்விட்டேன். அம்மா என்னை இழுத்து இழுத்து தன்னோடு சேர்த்து இறுக்கிக்கொண்டு அவ்வப்போது சற்று ஆசுவாசம் அளித்துக்கொண்டிருந்தாள். எப்படி அந்த ஒரு இரவைக் கடக்கப் போகிறோம் என்று எனக்குக் கவலையாகிவிட்டது.

'இங்கயே உக்காந்துண்டிருங்கோ. சாப்பிடறதுக்கு என்ன கிடைக்கும்னு பாத்துட்டு வந்துடறேன்' என்று சொல்லிவிட்டு அப்பா கிளம்பிப் போனார். நாங்கள் அப்போது கல்யாண கட்டத்துக்கு முன்னால் இருந்த மரத்தடியில் அமர்ந்திருந்தோம். மலை முழுதும் மனிதர்களால் நிரம்பியிருந்தது. எல்லோரும் மொட்டை அடித்திருந்தார்கள். எல்லா ஆண்களும் அவரவர் பிள்ளைகளைத் தோளில் உயர்த்தி அமரவைத்துக்கொண்டு நடந்து போனார்கள்.

'திருப்பதில மொட்டை அடிச்சிண்டே ஆகணுமாம்மா?' என்று அம்மாவிடம் கேட்டேன்.

‘அப்பபடின்னு இல்லே. வேண்டுதல் இருந்தா அடிச்சிக்கலாம்.’

‘பொம்பளைங்களெல்லாம் மொட்டை அடிச்சிண்டு போறாளேம்மா.’

‘அவாளுக்கு எதாவது வேண்டுதல் இருக்கும்.’

‘பாக்க நன்னாவேயில்ல.’

‘அப்படியெல்லாம் சொல்லக்கூடாது விமல். மனுஷாளுக்கு அழகக் குடுக்கறது தலைமுடிதான். அதை பெருமாளுக்கு அர்ப்பணம் பண்றதா நினைச்சிண்டு செய்யறது இது.’ என்று அம்மா சொன்னாள்.

‘அப்ப அந்த பாட்டிய பாரு. எண்பது வயசுக்கு மேல இருக்கும். அவ எதுக்கு மொட்டை அடிச்சிண்டிருக்கா? அவ என்ன அழகாவா இருக்கா?’ என்று அண்ணா கேட்டான்.

அம்மா அதிர்ச்சியாகிவிட்டாள். அதற்குப் பிறகு அவள் ஒன்றும் பேசவில்லை. அவனுக்கு என்ன பதில் சொல்லிப் புரியவைக்கலாம் என்று யோசித்துக்கொண்டிருப்பாள் என்று தோன்றியது. ஆனால் அம்மாவுக்கு பதிலாக எதுவும் கிடைக்கவில்லை.

நான் அண்ணாவிடம் சொன்னேன், 'நீ அப்படி கேட்டிருக்கக்கூடாது. அம்மா *sad* ஆயிட்டா பாரு.'

‘தோணிடுத்தே? கேக்காம என்ன பண்றது?’ என்று அண்ணா சொன்னான்.

சாப்பிட ஏதாவது வாங்கி வருவதாகச் சொல்லிவிட்டுப் போன அப்பா முக்கால் மணி நேரம் கழித்துத் திரும்பி வந்தார். அவர் கையில் இருந்த பொட்டலத்தில் புளியோதரை இருந்தது.

‘ஏதுன்னா?’ என்று அம்மா கேட்டாள்.

லைன்ல வரவாளுக்கு ஒரு பிடி பிரசாதமா இதத் தரா. நான் ரெண்டு ரூபா குடுத்தேன். மொத்தமா இப்படி பொட்டலம் கட்டிக் குடுத்துட்டா.’

‘நீங்க கோயிலுக்கா போயிட்டு வரேள்?’

‘இல்லல்ல. கோயில் வாசல்ல விசாரிச்சப்போ தெரிஞ்சிது. சாப்டுங்கோ எல்லாரும்’ என்று சொன்னார்.

நாங்கள் சாப்பிட்டு முடித்து, குழாயில் நீர் பிடித்துக் குடித்தோம். இரவு தங்குவதற்கு அப்பா எந்த இடத்திலும் ஏற்பாடு

செய்திருக்கவில்லை. தர்ம சத்திரம் எங்கோ இருக்கிறது என்று அவர் கேள்விப்பட்டிருந்தார். ஆனால் அவரால் அதைக் கண்டுபிடிக்க முடியவில்லை. அப்படியே தேடிப் போனாலும் வந்திருக்கும் கூட்டத்தில் அங்கே நாங்கள் தங்குவதற்கு இடம் கிடைக்குமா என்று எனக்கே சந்தேகமாக இருந்தது. அப்பா என்ன நினைத்தாரோ. சட்டென்று தன் வேட்டியை அவிழ்த்து அந்த மரத்தடியிலேயே விரித்தார். 'படுத்துக்கோங்கோ' என்று சொன்னார்.

'ஐயோ இந்தக் குளிர்லயா?' என்று வினோத் அலறினான்.

'ஒரு ராத்திரிதாண்டா கண்ணு. கார்த்தால மூணு மணிக்கு எழுந்து குளத்துல குளிச்சிட்டு பெருமாள் சேவிக்கப் போயிட்டா குளிரும் தெரியாது; ஒண்ணும் தெரியாது' என்று அம்மா சொன்னாள்.

திக்கென்றாகிவிட்டது எனக்கு. மூன்று மணிக்குக் குளத்தில் குளிப்பதா! நான் முடியவே முடியாது என்று சொல்லிவிட்டேன். 'ஊருக்குப் போய் குளிச்சிக்கறேன்.'

அம்மா ஒன்றும் சொல்லவில்லை. ஆனால் மறுநாள் அதிகாலை அம்மாவும் அப்பாவும் குளத்தில்தான் முங்கி எழுந்தார்கள். எங்களை முகம் மட்டும் கழுவிக்கொள்ளச் சொல்லி, அப்பாசூரணம் இட்டுவிட்டார். 'வாங்கோ' என்று எங்களை அழைத்துக்கொண்டு கோயிலுக்குப் போனார். ஈரம் சொட்டச் சொட்ட அம்மா அவர் பின்னால் வந்தாள்.

அன்றைக்கு அம்மாவும் அப்பாவும் அங்கப்பிரதட்சிணம் செய்தார்கள். உருட்டி விடுவதற்காக விஜய்யும் வினய்யும் ஆளுக்கொருவர் முன் நின்றுகொண்டார்கள். வினோத்தும் நானும் சிறுவர்களாகத் தெரிந்தபடியால் காவலாளி எங்களைத் தடுக்கவில்லை. கோவிந்தா கோவிந்தா என்று குரல் கொடுத்தபடி கொத்துக் கொத்தாக ஜனங்கள் அங்கப்பிரதட்சிணம் செய்துகொண்டே போவதைக் கண்டேன். அப்பாவும் அம்மாவும் அவரகளோடு சேர்ந்து உருள ஆரம்பித்தார்கள். அரை இருட்டில் கோயில் தாழ்வாரம் முழுவதும் பாம்புகள் ஊர்வது போலத் தோன்றியது. எனக்கு மிகுந்த அச்சமாகிவிட்டது. அம்மாவுக்கும் அப்பாவுக்கும் ஏதோ ஆகிவிடும் என்று தோன்றியது. அப்படியெதுவும் நடந்துவிடக்கூடாதே என்று மனத்துக்குள் வேண்டிக்கொண்டேன்.

பத்து நிமிடத்தில் எல்லாம் முடிந்துவிட்டது. அப்பாவும் அம்மாவும் உருண்டபடி த்வஜஸ்தம்பத்துக்கு அருகே வந்து

சேர்ந்ததும் எழுந்து கைகூப்பினார்கள். விழுந்து சேவித்தார்கள். உடனே காவலுக்கு இருந்தவர்கள் எங்களை உள்ளே இழுத்துத் தள்ளினார்கள். கோவிந்தா கோவிந்தா என்று குரலெழுப்பியபடி நாங்கள் சன்னிதியை நோக்கி முன்னேறிக்கொண்டிருந்தோம். முழு இருளில் வெறும் நெய் விளக்கு வெளிச்சத்தில் பெருமாள் ஒரு ஆளைப் போல நின்றுகொண்டிருந்தார். எந்தக் கணமும் அவர் அடியெடுத்து வைத்து வெளியே வந்துவிடுவார் என்று தோன்றியது. மிஞ்சிப் போனால் இரண்டு வினாடி அல்லது நான்கு வினாடிகள் நாங்கள் சன்னிதியில் நின்றிருப்போம். அதற்குள் மீண்டும் இழுத்து வெளியே தள்ளிவிட்டார்கள்.

‘சேவிச்சியாடா? நன்னா சேவிச்சிங்களா?’ என்று அம்மா எங்கள் நான்கு பேரிடமும் திரும்பத் திரும்பக் கேட்டுக்கொண்டே இருந்தாள். சன்னிதியில் எரிந்துகொண்டிருந்த நெய் விளக்கிலிருந்து ஒரு சுடரை எடுத்து அவள் தன் புருவத்தின் மத்தியில் வைத்துக்கொண்டாற்போல் இருந்தாள். என்னவோ, அதுவரை நான் பார்த்திராத ஒரு ஜொலிப்பு அவள் முகத்தில் அன்றைக்கு இருப்பதாகத் தோன்றியது.

லட்டு வாங்கி வருவதாகச் சொல்லிவிட்டு அப்பா நகர்ந்து போனார். நாங்கள் கோயிலுக்கு வெளியே படிக்கட்டில் அமர்ந்திருந்தோம். அண்ணா என்ன நினைத்தானோ. தான் அமர்ந்திருந்த இடத்தில் இருந்து எழுந்து என்னருகே வந்து அமர்ந்துகொண்டான். 'ரொம்பக் குளிர்றதா?' என்று கேட்டான். தன் சட்டையைக் கழட்டி என்னிடம் கொடுத்து, அதையும் மேலுக்குப் போட்டுக்கொள்ளச் சொன்னான்.

‘விமல், மொட்டையடிச்சிக்கறது அழகை சமர்ப்பணம் பண்றதெல்லாம் இல்லே. மனுஷாளுக்கு எப்பவுமே ஒரு பாதுகாப்பு உணர்ச்சி உண்டு. பெருமாளுக்கேயானாலும் திரும்பக் கிடைக்கக்கூடிய ஒண்ணத்தான் தானம் பண்ணுவா. பெருமாளே இந்தா எடுத்துக்கோன்னு ஒரு கைய, கால வெட்டிக் குடுத்தா திரும்பக் கிடைக்குமா? கிடைக்காதோல்யோ? அதான் மழுங்க சிரைச்சிட்டாலும் திரும்ப முளைச்சிடும்ன்ற நம்பிக்கைல முடிய குடுத்துடறா’ என்று சொன்னான்.

15. உடைத்தறிதல்

ஒரு குப்பை லாரி கவிழ்ந்தாற்போலக் கூட்டம் மொத்தம் மொத்தமாக அந்தப் பெரிய கூடத்துக்குள் வந்து விழுந்துகொண்டே இருந்தது. உள்ளே வருகிறவர்கள் ஒரு பக்கமும் சாப்பிட்டுவிட்டு வெளியே போகிறவர்கள் இன்னொரு பக்கமுமாக இருபுற வாயில்களிலும் நெருக்கித் தள்ளிக்கொண்டே இருந்தார்கள். பந்தியில் இருந்தவர்கள் யாரும் இந்த மோதும் கும்பலைக் கவனிக்கவேயில்லை. அவர்கள் அத்தனை பேருமேகூட அப்படி மொத்தத்தில் வந்து விழுந்தவர்கள்தாம். ஆனாலும் சாப்பிடுகிற இடத்தில் பேசிக்கொண்டிருக்கவோ, வேடிக்கை பார்க்கவோ வழியில்லை. கணம் பிசகினாலும் இலையை எடுத்துப் போட்டுவிட்டுப் புதிய இலையை வைத்துச் செல்லப் பணியாளர்கள் பாய்ந்து பாய்ந்து வந்தார்கள். அப்படிப் புதிய இலை விரிக்கப்படும் இடத்தில் எங்கெங்கிருந்தோ ஆட்கள் எகிறிக் குதித்து வந்து அமர்ந்துகொண்டிருந்தார்கள். பிரம்மாண்டமான பாத்திரங்களை இரண்டிரண்டு பேராக நகர்த்திக்கொண்டே வர, பரிமாறுகிறவர்கள் முறத்தால் சாதமெடுத்து இலைகளை நிரப்பிக்கொண்டே போனார்கள். அதை ஒதுக்கி வைப்பதற்குள் யாரோ பாய்ந்து வந்து சொம்பில் சாம்பார் எடுத்து ஊற்றினார்கள். எல்லாமே அதிகம். எல்லாமே அபரிமிதம். அளந்து போட நேரமில்லாத அவசரம். கொதிக்கக் கொதிக்க இலையில் விழுந்த சாதத்தில் குளம் வெட்டி ஊற்றிய குழம்பைக் கலந்து நாங்கள் சாப்பிட்டுக்கொண்டிருந்தோம்.

முதலில் அப்பா அமர்ந்திருந்தார். அவருக்கு அடுத்து அண்ணா. அவன் பக்கத்தில் அம்மா. அம்மாவுக்குப் பக்கத்தில் நானும் என்னை அடுத்து வினோத்தும் வினய்யும் இருந்தோம்.

'திருப்தியா சாப்டுங்கோடா. இங்கல்லாம் சங்கோஜமே கூடாது' என்று அப்பா சொன்னார்.

'தர்ம சாப்பாடுன்னாலும் நன்னா பண்றா' என்றாள் அம்மா.

அன்றைக்குத் திருப்பதியில் நாங்கள் உண்ட உணவு மிகவும் காரமாக இருந்தது. சாம்பாரும் ரசமும் கூட்டும் பொறியலும் மொத்தமாக மிளகாய்ச் சாறில் ஊறவைத்துக் கொண்டு வரப்பட்டது போலிருந்தது. வினோத் விக்கிக்கொண்டே சாப்பிட்டான். வினய், உணவு உண்டதைவிட தண்ணீர் அருந்தியதே அதிகம். ஆனாலும் அது பிரசாதம். திருப்பதிக்கு வந்துவிட்டு ஓட்டலில் சாப்பிடப் போவது மகா பாவம் என்று அப்பா சொன்னார்.

அண்ணா மட்டும் எந்தச் சலனமும் இன்றி பருக்கை பருக்கையாகக் கொறித்துக்கொண்டிருந்தான். உணவு விஷயத்தில் அவன் எப்போதுமே அப்படித்தான் சாப்பிடுவான். ஆள்காட்டி விரலும் நடுவிரலும் கட்டை விரலும் மட்டுமே அவனுக்கு ஈரமாகும். அந்த மூன்று விரல்களால் எடுக்கும் உணவை உதட்டில் படாமல் அண்ணாந்துதான் சாப்பிடுவான். நான் வழித்துச் சாப்பிட்டுவிட்டுக் கை முழுதையும் நக்கி உண்கிறவன். இதற்காக அப்பா எத்தனையோ நாள் என்னைக் கண்டித்திருக்கிறார். 'ஐயோ எச்சில், எச்சில்' என்று முகத்தைச் சுளித்துக்கொண்டே சொல்வார். எச்சில்தான். ஆனால் உணவின் ருசி பூரணம் என்பது இறுதியாக நக்கித் தின்பதில்தான் உள்ளதென்பது என் கருத்து. இன்று வரையிலுமே நான் அப்படித்தான்.

அன்றைக்கு எங்களோடு அந்தப் பந்தியில் உட்கார்ந்தவர்கள் சாப்பிட்டு முடித்து எழுந்து சென்று அடுத்தப் பந்தி ஆரம்பமான பின்பும் நாங்கள் சாப்பிட்டுக்கொண்டே இருந்தோம். வாழ்நாளில் என்றுமே அத்தனை சாதம் இலையில் விழுந்து நாங்கள் பார்த்ததில்லை. அம்மா உண்மையில் மிரண்டு போனாள். 'என்ன இவா ஒருத்தர் இலையிலே ஒம்பது பேருக்குப் போடறா?' என்று சொன்னாள்.

'கும்பலைப் பாரு. இங்கல்லாம் அளந்து போட்டுண்டிருக்க முடியுமா? படியளக்கறவன் கொண்டு வந்து கொட்டிண்டே இருக்கான். அப்பறம் பரிமாறுறவனுக்கு என்ன கஷ்டம்?' என்றார் அப்பா.

எங்களுக்கு உண்மையிலேயே அந்த அனுபவம் மிகவும் பிரமிப்பாக இருந்தது. இலவசமாகக் கிடைக்கிற உணவு. அதுவும் தரமான உணவு. அளவில்லாத உணவு. யார் வேண்டுமானாலும் வரலாம். உட்கார்ந்து சாப்பிடலாம். எழுந்து போய் கை கழுவிக்கொண்டு மீண்டும் வரிசைக்குப் போய் நின்றால் அடுத்த வேளை

உணவுக்குள் வரிசை நகர்ந்து உள்ளே வந்துவிடும். அப்போது மீண்டும் உட்கார்ந்து சாப்பிடலாம். ஏன் திரும்ப வந்தாய் என்று யாரும் கேட்கப் போவதில்லை. முகங்களல்ல. வயிறுகளும் பசியும் மட்டுமே முதன்மை பெறுகிற இடம். சந்தேகமில்லாமல் அது ஒரு சிறப்பான ஏற்பாடுதான்.

ஊருக்குத் திரும்பி, திருப்பதிக்குப் போய்வந்த கதையைப் பிரசாதத்துடன் சேர்த்து பார்க்கிற அத்தனை பேரிடமும் அம்மா சொல்லிக்கொண்டிருந்தாள். பெருமாள் சேவித்ததைவிட அந்த தரும உணவுச் சத்திரத்தைப் பற்றித்தான் அவள் அதிகம் பேசினாள்.

'சாதத்தை மலையா பாத்தேன் மாமி! சந்தேகமில்லாம பெருமாள் அதுலதான் இருந்தார்!'

அதைத்தான் வினய் எங்களுக்கு நினைவூட்டினான். 'அவன் திருப்பதில நம்மளோடல்லாம் பேசவேயில்லைடா. யோசிச்சிப் பாருங்கோ ரெண்டு பேரும். தனியா தனக்குத்தானே என்னமோ யோசிச்சிண்டே இருந்தான். அப்பவே எனக்கு அவன்மேல சந்தேகம்தான்' என்று வினய் சொன்னான்.

ஆனால் எனக்கென்னவோ வெறும் சோற்றுக்காக அவன் திருப்பதிக்குப் போயிருப்பான் என்று நினைக்கவே கஷ்டமாக இருந்தது. வினய்க்கும் சரி, வினோத்துக்கும் சரி. நான் அதைச் சொல்லிப் புரியவைக்கவே முடியாது. நீ சின்னப் பையன், உனக்கு ஒன்றும் தெரியாது என்று சொல்லிவிடுவார்கள். ஆனால் சின்னப் பையனிடம்தான் அண்ணா தன் மனத்தைத் திறந்து காட்டியிருக்கிறான். முழுதாக இல்லாவிட்டாலும் பகுதியளவுக்கு. அவன் சொன்ன பல விஷயங்களை என்னால் திரும்ப நினைவுகூர்ந்து அவர்களிடம் சொல்ல முடியுமா என்று சந்தேகமாக இருந்தது. சொன்னால் வரக்கூடிய சிக்கல்கள் வேறு. ஆனால் சொல்லத்தான் முடியுமா?

ஒரு சம்பவம். அன்றைக்கு ஞாயிற்றுக்கிழமை. அப்பாவுக்கு விடுமுறை. என்ன நினைத்தாரோ, பரணில் ஏறி பெட்டியை எடுத்துக் கீழே வை என்று அண்ணாவிடம் சொன்னார். அண்ணாவின் நாடிச் சுவடி வீட்டுக்கு வந்திருக்காத காலம் அது. அண்ணா, புத்தக அலமாரியின்மீது கால் வைத்து ஏறி நின்று அப்பாவின் டிரங்குப் பெட்டியைக் கீழே இறக்கிக் கொடுத்தான். வினய்யும் நானும் சேர்ந்து பிடித்து அதைத் தரையில் வைத்தோம். அப்பா

ஆர்வமுடன் பெட்டியைத் திறந்து வைத்துக்கொண்டு குடைவதற்கு உட்கார்ந்தார்.

அப்பாவின் டிரங்குப் பெட்டி ஒரு பெரும் சுரங்கம். அனைவருக்கும் தெரிந்த வெள்ளிப் பாத்திரங்கள், பட்டுப் புடைவை, பட்டு வேட்டிகளைத் தவிரவும் அதில் எப்போதும் புதிதாக ஏதேனும் ஒரு பொருள் வியப்பதற்கு இருந்துகொண்டே இருக்கும். அவர் ஒவ்வொன்றாக எடுத்து தூசு தட்டிக் கீழே வைத்துக்கொண்டே இருக்க, நாங்கள் அதை எடுத்து எடுத்துப் பார்த்துக்கொண்டே இருப்போம். பழைய டைரிகள், அந்தக் காலத்துக் காசுகள், பாக்கு வெட்டி, திருமண் பெட்டி, அப்பாவின் அம்மா, நாங்கள் பார்த்தேயிராத எங்கள் பாட்டியின் அறுபதாம் கல்யாண போட்டோ என்று எடுக்க எடுக்க என்னவாவது வந்துகொண்டே இருக்கும். ஒவ்வொரு பொருளை வெளியே எடுத்து தூசு தட்டும்போதும் அப்பா அது தொடர்பான கதையொன்றைச் சொல்லுவார். சில சமயம் அந்தக் கதை சுவாரசியமாக இருக்கும். சில சமயம் ஆர்வம் தூண்டாது. ஆனால் அத்தனையும் சரித்திரம். அதில் சந்தேகமில்லை.

அவர் வழக்கம்போல் ஒவ்வொரு பொருளாக எடுத்து வெளியே வைத்துக்கொண்டிருக்கும்போது அண்ணா சட்டென்று பெட்டிக்குள் கையைவிட்டு அடியில் எதையோ அவனே வைத்தது போல வெளியே எடுத்தான். ஒரு சிறிய துணி முடிப்புக்குள் கோலிக் குண்டுகள்போல இரண்டு பொருள்கள் உருண்டன.

‘ஏய் ஏய்.. ஜாக்கிரதை. அது சாளக்கிராமம்’ என்று அப்பா சொன்னார்.

எங்கள் வீட்டு பூஜையில் நான்கு சாளக்கிராமங்கள் உண்டு. கரேலென்று உருண்டு திரண்ட கற்கள். மொழுமொழுவென்று நாவற்பழத்தை நிகர்த்த கற்கள். அதில் ஒன்று லஷ்மி நரசிம்மர். இன்னொன்று திருப்பதி வெங்கடாசலபதி. மூன்றாவது மகாலட்சுமி. நான்காவது என்னவென்று தெரியவில்லை என்று அப்பா சொல்லுவார்.

‘அது வெறும் கல்லு இல்லே விமல்! உடைச்சிப் பார்த்தா உள்ளே பெருமாள் இருப்பார். ஆனா உடைக்கறது தப்பு. யாரும் செய்ய மாட்டா’ என்று அம்மா சொல்லியிருக்காள்.

‘உடைச்சிப் பாக்காம இந்தக் கல்லுல இந்தப் பெருமாள்தான் இருக்கார்னு எப்படித் தெரியும்?’ என்று வினய் ஒரு சமயம் கேட்டிருக்கிறான்.

‘அதெல்லாம் சிலருக்குத் தெரியும். ரொம்ப பெரியவா, மகான்கள் கரெக்டா சொல்லிடுவா.’

‘அதெல்லாம் சும்மா’ என்று அண்ணா சொன்னான்.

‘அப்படியெல்லாம் பேசக்கூடாது.’ என்று அவனை அடக்கிவிட்டு அம்மா போய்விட்டாள். அதன்பின் அந்தப் பேச்சு வீட்டில் எழுந்ததில்லை.

இப்போது பூஜையில் இருக்கும் நான்கு சாளக்கிராமங்கள் தவிர இன்னும் இரண்டு அப்பாவின் டிரங்குப் பெட்டியில் இருக்கிற விஷயம் தெரியவந்திருக்கிறது. நல்லது. இந்த சாளக்கிராமங்களுக்குள் இருக்கும் பெருமாள் யார்?

நான் அப்பாவிடம் கேட்டேன். அவர் சற்று நேரம் யோசித்துவிட்டு, 'தெரியலடா. இது எங்கப்பாவோட அப்பா காலத்து சாளக்கிராமம். எங்கப்பா பூஜைல வெச்சிருந்தார்னு நினைக்கறேன். என்னமோ என் காலத்துல அது தொடரலே.' என்று அப்பா சொன்னார்.

அன்றைக்கு மதியம் வரை பெட்டியைக் குடைந்துவிட்டு போதும் என்று அப்பா அதை மூடிவிட்டார். 'எடுத்து மேலே போட்டுடுடா' என்று சொல்லிவிட்டுப் போய்விட்டார். நாங்கள் மூவரும் உதவி செய்ய, அண்ணாதான் மீண்டும் அதைப் பரணில் ஏற்றினான். அன்றைக்கு மதியம் நாங்கள் சாப்பிட்டு உட்காரவே மூன்று மணி ஆகிவிட்டது. அலுப்பில் அனைவரும் படுத்துவிட்டார்கள். எனக்குத் தூக்கம் வராமல் கிணற்றடிக்குப் போய் உட்கார்ந்துகொண்டு வீட்டுப் பாடம் படிக்க ஆரம்பித்தேன்.

சற்று நேரத்தில் அண்ணா அங்கு வந்தான். வழக்கத்துக்கு மாறாக அவன் முகத்தில் ஒரு புன்னகை இருந்தது. ஏதோ ரகசியம் பதுக்கிய புன்னகை.

‘என்னடா?’ என்று கேட்டேன்.

உள்ளங்கையை விரித்துக் காட்டினான். ஒரு சாளக்கிராமம் இருந்தது.

எனக்கு அச்சமாகிவிட்டது. 'ஐயோ அப்பா திட்டுவா' என்றேன்.

‘அப்பாக்குத் தெரியாது. அந்தப் பெட்டில இருந்த ரெண்டுல ஒண்ணு இது.’ என்று அண்ணா சொன்னான்.

நான் அதை வாங்கி உற்றுப் பார்த்தேன். எந்த வித்தியாசமும் இல்லை. கறுப்பு நிறத்தில் சற்றே நீண்ட ஒரு கூழாங்கல்லைப் போல இருந்த

சிறிய சாளக்கிராமம். ஒரு பக்கம் சற்று நசுங்கியிருந்தது. நசுங்கலின் மறுபுறம் பூச்சி அரித்தாற்போல ஒரு சிறு துவாரம் இருந்தது.

'டேய் இதையெல்லாம் நாம தொடக்கூடாதுடா. குளிக்காம பூஜைகூடப் பண்ணக்கூடாதுன்னு அம்மா சொல்லுவாளே' என்றேன்.

'பெருமாளுக்கு தோஷம் கிடையாது விமல். அதெல்லாம் நாமளே நினைச்சிக்கறது' என்று அண்ணா சொன்னான். 'இதுக்குள்ள இருக்கற பெருமாளுக்கு நான் தொட்டது பிடிக்கலேன்னா இவ்ளோ நேரம் வெளிய வந்து சொல்லியிருப்பார். இல்லேன்னா என் கைய விட்டுப் போயிருப்பார்.'

'ஆனா இது என்ன பெருமாள்னு தெரியலன்னு அப்பா சொன்னாளே!'

அண்ணா சிறிது நேரம் அந்த சாளக்கிராமத்தையே உற்றுப் பார்த்துக்கொண்டிருந்தான். பிறகு, 'நான் சொல்லட்டுமா?' என்று கேட்டான்.

'உனக்குத் தெரியுமா?! நிஜமாவா!'

'சொல்றேன். இது ரங்கநாதர். சயன கோலம்' என்று சொன்னான்.

என்னால் அதை நம்ப முடியவில்லை. 'சும்மா சொல்றே' என்று சொன்னேன்.

அவன் என்ன நினைத்தானோ. உள்ளே சென்று ஒரு சுத்தியலை எடுத்து வந்தான்.

'ஐயோ வேணாம்டா. இதெல்லாம் தப்பு' என்று நான் அலறினேன்.

உஷ்ஷ் என்று என்னை அடக்கிவிட்டு சாளக்கிராமத்தைக் கீழே வைத்தான். யாராவது வருகிறார்களா என்று சுற்றி ஒரு பார்வை பார்த்துக்கொண்டு அதன்மீது ஓங்கி ஓரடி அடித்தான். எனக்கு உயிரே போய்விடும் போலிருந்தது. இது மகா பாவம். இவன் ஏன் இப்படியெல்லாம் முட்டாள்தனம் செய்கிறான்? என்ன ஆயிற்று இவனுக்கு?

அந்தக் கல் இரண்டாகப் பிளந்துகொண்டது. அண்ணா என்ன நினைத்தானோ. கண்ணை மூடிக்கொண்டு அதைத் தொட்டு கண்ணில் ஒற்றிக்கொண்டான். கையில் எடுத்து வைத்துக்கொண்டு இறுக்கி மூடி நெஞ்சோடு அமர்த்திக்கொண்டான். நான்

பார்த்துக்கொண்டே இருந்தபோது தனது உள்ளங்கையை விரியத் திறந்து, 'இப்போ பார்' என்று சொன்னான்.

நான் நடுங்கும் கரத்தை உயர்த்தி அவன் கையில் இருந்த சாளக்கிராமத் துண்டுகளை எடுத்து உற்றுப் பார்த்தேன். பிளந்த இடத்தின் மடிப்பில் ஓர் உருவம் தெரிந்தது. மிகச்சிறிய உருவம்தான். ஆனால் படுத்த வாக்கில் இருந்தது. கண்ணோ, மூக்கோ, கரங்களோ, தேகமோ, காலோ வேறெதுவுமோ தெரியவில்லை. ஓர் உருவம். மொத்தமாக ஓர் உருவம். ஆனால் சந்தேகமின்றி அது படுத்த உருவம்.

'பெருமாளே!' என்று என்னையறியாமல் குரல் கொடுத்தேன். கைகூப்பி நின்றுகொண்டேன். எனக்கு உடலெங்கும் உதற ஆரம்பித்துவிட்டது. கழுத்தில் வியர்த்து சட்டைக்குள் இறங்கியது. நம்பவே முடியாமல் அண்ணாவிடம் கேட்டேன், 'அன்னிக்கு மகான்களுக்குத் தெரியும்னு அம்மா சொன்னப்போ அதெல்லாம் சும்மான்னு சொன்னியே? இன்னிக்கு நீ எப்படிடா உள்ள இருக்கறவர் ரங்கநாதர்னு சொன்னே?'

அண்ணா சொன்னான், 'தெரியலேடா விமல். மனசுல பட்டுது. இந்தக் கல்லுக்குள்ள இருக்கற உருவம் கண்ணுக்குத் தெரிஞ்சிதுடா!'

16. நூற்று எண்பத்து ஒன்பது தெய்வங்கள்

போபாலுக்கு வந்து ரயில் ஏறுவதற்கு முன்னால் கேசவன் மாமாவுக்கு போன் செய்தேன். ஏன் செய்யத் தோன்றியது என்று தெரியவில்லை. அவர் தந்தி கிடைத்த நேரம் புறப்பட்டிருந்தால் இந்நேரம் திருவிடந்தையில் இருந்திருக்கலாம். என்னையறியாமல் எப்படி அண்ணாவைத் தேடிக் கிளம்பினேன் என்று எத்தனை யோசித்தும் காரணம் விளங்கவில்லை. நான் விரும்பாமலேயே ஊருக்குப் போவதைத் தள்ளிப் போட நினைத்தேனா என்று எண்ணிப் பார்த்தேன். மரணத்துக்கான காத்திருப்பைப் போல் அருவருப்பான விஷயம் வேறில்லை. அம்மாவானால் என்ன, வேறு யாரானால் என்ன? மரணம் பூரணமானது. அமைதியும் நிச்சலனமும் கொண்டது. இரவின் அபூர்வ ரகசியங்களை நிகர்த்தது. ஆனால் அதற்காகக் காத்திருப்பதன் குரூரம் மிகவும் ஆபத்து.

நான் வளர்ந்த குருகுலத்தில் ஒரு சமயம் சாதுர்மாஸ்ய விரதம் இருக்கலாம் என்று யாரோ சொன்னார்கள். அதெல்லாம் எங்களுக்கு வழக்கமில்லாதது. பூஜை புனஸ்காரங்களுக்கு எதிரான மனநிலை கொண்ட ஒரு குருநாதரை நான் மிகவும் சிரமப்பட்டுத் தேடிக் கண்டடைந்திருந்தேன். வரலாறும் ஆன்மிகமும் தத்துவமும் விசாரங்களும்தான் எங்களை அங்கே செலுத்திக்கொண்டிருந்தவை. நானறிந்து மருந்துக்கும் அங்கே ஒருநாள் மணியடிக்கும் சத்தம் கேட்டதில்லை. பூஜைகள், விரதங்கள், பஜன் என்று நாள்களைக் கொன்றதில்லை. தெய்வம் ஒன்று என்ற கொள்கைக்கு குருநாதர் முற்றிலும் எதிரானவராக இருந்தார். அவர் கணக்கில் மொத்தம் நூற்று எண்பத்தி ஒன்பது தெய்வங்கள் உண்டு. ஆனால் அவற்றுக்குப் பெயர்கள் கிடையாது. உருவம் கிடையாது. குரு ஒவ்வொரு தெய்வத்தையும் நம்பர் கொடுத்து அழைப்பார். திடீரென்று 'இந்தப் பதினேழு ரொம்பப் படுத்துகிறான். அவனைக் கொஞ்சம் தட்டி வைக்கவேண்டும்' என்பார். 'எண்பத்தாறுக்கு இன்று என்னவோ ஆகிவிட்டது. விடிந்ததிலிருந்து விதவிதமாக ஆடிக்கொண்டே இருக்கிறான். ஆடும்போது ஒருத்தனுக்கு அரிப்பெடுத்தால் எவ்வளவு சிரமம்! இடது காலைப் பின்னால் வளைத்து, கழுத்தைச்

சொறிந்துகொள்கிறான். பார்க்கவே தமாஷாக இருந்தது' என்பார்.

'முகத்தைப் பார்த்தீர்களா குருஜி?'

'முண்டக்கலப்பைக்கு முகம் ஏது?' என்று குரு சொன்னார். ஆனால் எண்பத்தியாறு தனது இடது காலைப் பின்புறம் வளைத்து கழுத்து வரை உயர்த்தி சொறிந்துகொண்டதை அவர் கண்டிருக்கிறார். அது பிரமையல்ல. கற்பனையல்ல. சும்மா கதை விடுவதல்ல. தான் காணாத ஒன்றை அவர் ஒருபோதும் சொல்ல மாட்டார் என்ற நம்பிக்கை எனக்கு ஆழமாக இருந்தது. நூற்று எண்பத்தொன்பது தெய்வங்களுடனும் அவர் நேரடித் தொடர்பில் இருந்தார். அவரது தெய்வங்களுக்கு மொழி கிடையாது. எப்படி முகமில்லையோ அப்படி. அவற்றுக்குப் பசி உண்டு. தாகம் இருக்காது. உறக்கமும் விழிப்பும் உண்டு. ஆனால் காலம் கிடையாது. இரவு பகல் அறியமாட்டார்கள். அவர்களது உடலுறுப்புகளில் மூளை என்ற ஒன்று இருக்காது. ஆனால் மனம் உண்டு. அது ஓர் உறுப்பாகவே செயல்படும் என்று குருஜி சொல்லுவார்.

'மொழியற்ற அவர்களுடன் நீங்கள் எப்படி உரையாடுவீர்கள்?'

'மொழியை விலக்கிச் சிந்திக்கும்போது தெய்வங்களுக்குப் புரியும்' என்பார் குருஜி.

மொழியை விலக்கிச் சிந்திப்பது! எத்தனை உன்னதமானதொரு கலை! முடியுமா அது? யாருக்கு சாத்தியமாகியிருக்கிறது? சொல்கிறாரே தவிர, குருஜிக்கு மட்டும் கைகூடியிருக்குமா என்ன?

'மொழிபிறப்பதற்குமுன்னால் சித்திரங்கள் பேசவில்லையாவிமல்? அதற்கும் முன்னால் சைகைகள் உதவவில்லையா? சைகைக்கும் முன்னால் சிந்தனையே அந்தப் பணியை நிகழ்த்தியிருக்கும் என்பது உண்மையானால், சிந்தனைக்கு முன்னால் சிந்திக்காதிருப்பதே அதைச் செய்திருக்கும்.'

நான் அவரை முற்றிலும் புரிந்துகொள்ள மேற்கொண்ட முயற்சிகளைக் குறித்தும் தெளிந்த கணத்தைக் குறித்தும் பிறிதொரு தருணத்தில் விவரிக்கிறேன். இங்கே சொல்ல வந்தது மரணத்துக்கான காத்திருப்பைக் குறித்து. அதற்கு முன்னால் அந்த சாதுர்மாஸ்ய விரதத்தைக் குறித்து.

அந்தப் பையன் எங்கள் குருகுலத்துக்குப் புதிதாக வந்து சேர்ந்தவன். வேதம் தெரிந்த குருநாதர். உபநிடதங்களில் கரை கண்ட மனிதர்.

பார்க்கும்போதே அவரது நெற்றிப் பொட்டிலிருந்து ஞானச்சுடர் புறப்பட்டு வந்து தன்னைத் தழுவிக்கொள்வதாக அவனுக்குத் தோன்றியிருக்க வேண்டும். எப்படியாவது இவரிடமிருந்து மொத்த சொத்தையும் சுரண்டி எடுத்துக்கொண்டு போய் எங்காவது மடம் கட்டிக்கொண்டு உட்கார்ந்துவிடலாம் என்று நினைத்திருப்பானோ என்னவோ. வந்த முதல் நாளில் இருந்தே அவன் தீயை மிதித்த பரபரப்பிலேயே இருந்தான். அதிகாலை மூன்றரைக்கு எழுந்து குளிப்பது, ஜபதபங்கள் செய்வது, ஒன்றரை மணி நேரம் தியானத்தில் உட்கார்வது, பிறகு தோட்ட வேலை செய்வது, தண்ணீர் இறைப்பது, குருஜியின் துணிகளைத் துவைத்துப் போடுவது, சாப்பாட்டுக்கு இலைகள் நறுக்கி வைப்பது, குருகுல வளாகத்தை சுத்தமாகப் பெருக்கி மெழுகுவது என்று யாரும் சொல்லாமல் எல்லா வேலைகளையும் தானே இழுத்துப் போட்டுக்கொண்டு செய்துகொண்டிருந்தான். குருவுக்கு அவனை மிகவும் பிடித்திருந்தது. 'விமல் அவனை கவனித்தாயா? உன்னைத் தலைகீழாகப் புரட்டிப் போட்டுத்தான் எழுபத்தியாறு அவனை உருவாக்கியிருக்கிறான்' என்று சிரித்துக்கொண்டே சொல்வார்.

எப்படி அவனது சுறுசுறுப்பு அவருக்குப் பிடித்திருந்ததோ, அதேபோலத்தான் எனது சோம்பலும் அவரது விருப்பத்துக்குரிய ஒன்றாக இருந்தது. குருகுலத்தில் இருந்த காலத்தில் நான் ஒன்பது மணிக்குக் குறைந்து படுக்கையை விட்டு எழமாட்டேன். 'இதென்ன சோம்பேறி மடமா?' என்று அங்கிருந்த அத்தனை பேரும் திட்டுவார்கள். எரிந்து விழுவார்கள். காமேஷ் ஒருமுறை ஒரு சோடா கம்பெனியில் சொல்லிவைத்து ஒரு பாறையளவு பெரிய ஐஸ் கட்டியைத் தருவித்து, உடைத்து, என் போர்வையை உரித்துக் கொட்டி என்னை கதிகலங்க வைத்திருக்கிறான்.

'அவனை விட்டுவிடு. அவன் தூங்கட்டும்' என்றுதான் அப்போதும் குருஜி சொன்னார். 'விழிப்பு நிலை கற்பிக்காத பலவற்றை உறக்கம் சொல்லித்தரும்.'

இதே மனநிலையில்தான் அவர் அந்தப் பையன் கேட்ட சாதுர்மாஸ்ய விரதத்தைக் கடைப்பிடிக்க ஒப்புக்கொண்டார். எங்களுக்கெல்லாம் அது பெரும் அதிர்ச்சி. குறிப்பிட்ட கால இடைவெளியில் மேற்கொள்ளும் விரதங்களும் திடீர் ஒழுக்க நியமங்களும் ஆன்மிக முன்னேற்றத்துக்கு மிகப்பெரிய தடை என்று அவர் அடிக்கடி சொல்லுவார். 'ஒழுக்கமோ ஒழுக்கமின்மையோ, ஏதேனும்

ஒன்றில் முழுமை வேண்டும். நியமங்கள் அல்ல. முழுமைதான் பரம்பொருளுக்குப் பாலம்' என்பார்.

அந்த ஆண்டு வேறு வழியின்றி நாங்களும் விரதம் கடைப்பிடிக்க முடிவு செய்து மொத்தமாக துங்கபத்திரை நதிக்கரைக்குப் பயணமானோம். நான்கு மாதகாலப் பயணம். நதிக்கரை வாசம். மழையோ, வெயிலோ. அந்த நான்கு மாதங்களும் வெட்டவெளியில் மட்டுமே படுப்பது, பிச்சை எடுத்து மட்டுமே உண்பது என்று குரு சொல்லியிருந்தார். அந்தப் புதிய பையனுக்கு இது மிகுந்த மகிழ்ச்சியையும் பரவசத்தையும் அளித்தது. ஒரு மாறுபட்ட அனுபவத்துக்கு அவன் தன்னைத் தயார் செய்துகொண்டான். ஆனால், கிளம்பும்போது குருஜி ஒரு உத்தரவிட்டார். 'காஷாயம் வேண்டாம். எல்லோரும் வெள்ளை பைஜாமா, குர்த்தா அணிந்தால் போதும்.'

'புரியவில்லை குருஜி!' என்று அவன் நெருங்கி வந்து கேட்டான்.

'நம் விரதத்தை நாம் காவி துறந்து தொடங்குகிறோம்.' என்று குருஜி சொன்னார். அவனால் அதை ஜீரணிக்கவே முடியவில்லை. 'இதென்ன குருகுலமா அல்லது பைத்தியக்காரர்களின் கூடாரமா?' என்று ஆவேசமாகக் குரல் எழுப்பி, அன்றைக்கே அவன் எங்கள் குருகுலத்தை விட்டு விலகிப் போனான்.

குருஜி புன்னகை செய்தார். 'நல்லது குழந்தைகளே. நம் திட்டம் மாறுதல் இல்லாதது. நாம் சாதுர்மாஸ்ய விரதம் கடைப்பிடிக்கப் போகிறோம். கிளம்பலாம்' என்று சொன்னார்.

ஷிமோகாவுக்கு வடக்கே பத்து கிலோ மீட்டர் தொலைவில் குருஜி ஓரிடத்தைத் தேர்ந்தெடுத்திருந்தார். ஒரு சிறிய கிராமம் அது. நதிப்படுகை எங்கும் தென்னையும் வாழையும் அடர்த்தியாக வளர்ந்து நிறைந்திருந்த பகுதி. பக்கத்தில் ஒரு பெரிய கோழிப் பண்ணை இருந்தது. நாளெல்லாம் கோழிகளின் கொக்கரிப்புச் சத்தம் கேட்டுக்கொண்டே இருந்தது. தவிரவும் அந்தக் காற்றில் கோழித்தீவன வாடை எப்போதும் கலந்திருந்தது. நான்கு மாதங்கள் எப்படி அதைச் சகித்துக்கொண்டு அங்கே இருக்கப் போகிறோம் என்று எனக்கு அச்சமாக இருந்தது. 'பழகிவிடும்' என்றார் குருஜி. அவர் ஏற்கெனவே அந்தக் கிராமத்து மக்களுக்குத் தெரிந்தவராக இருந்தார். எமர்ஜென்சி அமலுக்கு வந்தபோது அவர் அந்தக் கிராமத்தில்தான் தங்கியிருந்ததாக ஊர்க்காரர்கள் சொன்னார்கள்.

'தலைமறைவாகியிருந்தீர்களா!' என்று கேட்டேன்.

'ஆம். கட்டாயத் தலைமறைவு. ஜனதாக்கார நண்பர் ஒருவரைக் காப்பாற்ற வேண்டியிருந்தது. அவருக்காக இங்கே வந்து தங்கினேன்' என்று குரு சொன்னார். அது எனக்கு வியப்பாக இருந்தது. அவருக்கு அரசியல் நண்பர்கள் இருக்கக்கூடும் என்று நான் எண்ணிப் பார்த்ததில்லை. நானறிந்து நண்பர் என்று சொல்லிக்கொண்டு அவரைப் பார்க்க யாருமே எங்கள் இருப்பிடத்துக்கு வந்ததில்லை. எப்போதும் மாலை வேளைகளில் நடக்கும் வேதாந்த வகுப்புகளில் கலந்துகொள்ள ஏழெட்டுப் பேர் வருவார்கள். வகுப்பு முடிந்ததும் விழுந்து கும்பிட்டுவிட்டு எழுந்து போவார்கள். பிரபலமற்ற ஒரு துறவியைப் பொதுவாக யாரும் பொருட்படுத்துவதில்லை. பூச்சுகளற்ற மேதைமையின் இருப்பிடம் புவியின் பரப்பில் வெகு சொற்பமே.

அந்த நான்கு மாதங்களில் அவரது அன்று வரையிலான வாழ்க்கையைக் குறித்து முழுதும் கேட்டுத் தெரிந்துகொண்டுவிடுவது என்று முடிவு செய்துகொண்டேன். துரதிருஷ்டவசமாக, அந்தக் கிராமத்துக்கு நாங்கள் போய்ச் சேர்ந்த நான்காம் நாள் மாலை அவருக்கு உடல் நலன் கெடத் தொடங்கியது. முதலில் சாதாரணக் காய்ச்சல் போலத்தான் இருந்தது. பிறகு அதுவே வீரியம் கொண்டு நாளெல்லாம் ஓயாமல் சுட்டுத் தீர்த்தது. மெலிந்த தேகமும் குழி விழுந்த கண்களும் ஒடுங்கிய முகவாயும் கொண்ட குருஜி, அந்தக் காய்ச்சல் காலத்தில் தனக்கு உணவு வேண்டாம் என்று சொல்லிவிட்டது பெரும் சிக்கலாகிப் போனது.

'குருஜி, அடம் பிடிக்காதீர்கள். கொஞ்சம் சாப்பிடுங்கள். இல்லாவிட்டால் மருந்துகள் வேலை செய்யாது.'

'நான் விரதத்தில் இருக்கிறேன். நானே போய்க் கையேந்திப் பிச்சை எடுக்காத உணவை என்னால் சாப்பிட முடியாது' என்று சொன்னார்.

'உங்கள் நாற்பத்தி ஏழு, உங்கள் சார்பாக என்னைப் பிச்சை எடுத்து வரச் சொல்லி சொன்னார்.'

'அவன் கிடக்கிறான், நான் அவனைப் பொருட்படுத்துவதில்லை. சரியான சந்தர்ப்பவாதி' என்று சொல்லிவிட்டார்.

முதல் சில தினங்கள் நாங்கள் அவரைக் கட்டாயப்படுத்தி காய்ச்சலுக்கு மருந்து உட்கொள்ள வைத்தோம். ஏழாம் நாள் அவர் கூடாது என்று சொல்லிவிட்டார். எத்தனை

மன்றாடியும் ஏற்க மறுத்தார். முன்னர் செய்த தீர்மானத்தின்படி வெட்டவெளியிலேயேதான் படுத்திருந்தார். நாங்கள் கெஞ்சியும் கதறியும் பார்த்தும் பலனின்றிப் போனது. ஒரு குடில் அல்லது கூடாரம்கூடப் போடக்கூடாது என்று சொல்லிவிட்டார்.

அன்றைக்கு இரவு பேய் மழை அடித்தது. ஆற்றங்கரை மணல் வெளியெங்கும் சேறும் சகதியுமாகிப் போனது. தாக்குப் பிடிக்க முடியாத எங்களில் பலர் கோழிப் பண்ணைக்குள் போய் ஒளிந்துகொண்டு குளிரில் நடுங்கிக்கொண்டிருந்தார்கள். குருஜி படுத்த இடத்தில் இருந்து எழவேயில்லை. முழு இரவும் கொட்டித் தீர்த்த மழைக்குத் தன்னைத் தின்னக் கொடுத்துவிட்டு மறுநாள் காலை என்னை அழைத்துச் சொன்னார்:

‘விமல், விரைவில் நான் இறந்துவிடுவேன். எனக்கு ஒரு கடன் பாக்கி இருக்கிறது. அதை மட்டும் எனக்காக நீ தீர்க்க வேண்டும். அவசரமில்லை. உன் காலம் முடிவதற்குள் தீர்த்தால் போதும்.’

17. ஒரு கோப்பை நெய்

அவர் இறந்துவிடுவார் என்று எனக்கு அப்போது தோன்றவில்லை. நோயின் கடுமை மரணத்தை எண்ணிப் பார்க்க வைக்கக்கூடும் என்பதை அறிவேன். ஆனால் ஒரு காய்ச்சல், அது எத்தனை தீவிரமாக இருந்தாலும் உயிரைப் பறிக்காது என்று நினைத்தேன். குருவிடம் அதனைச் சொல்லவும் செய்தேன். அவர் எனக்கு பதிலேதும் சொல்லவில்லை. ஆனால் குறிப்பிட்ட இடைவெளியில் மீண்டும் சொன்னார், 'நான் இறந்துவிடுவேன். அதற்குமுன் உன்னிடம் சற்றுப் பேசவேண்டும்.'

என்னவோ தோன்றியது. இந்த மனிதரைச் சற்று அலைக்கழித்துப் பார்த்தால்தான் என்ன? தனது இறுதிச் சொற்களை எனக்களிக்க அவர் முடிவு செய்திருந்ததைப் புரிந்துகொண்டேன். அப்படியானால் அவரது இறுதியைத் தீர்மானிப்பவன் நானாக அல்லவா இருப்பேன்? நான் அதைத் தள்ளிப் போட முடிவு செய்துகொண்டேன்.

'குருஜி, நீங்கள் ஒழுங்காக உணவு உட்கொள்ளவும் மருந்து எடுத்துக்கொள்ளவும் கூடாரத்துக்குள் வந்து படுக்கவும் ஒப்புக்கொண்டாலொழிய நான் உங்களோடு பேசப் போவதில்லை; நீங்கள் சொல்வதைக் கேட்கப் போவதுமில்லை' என்று சொல்லிவிட்டு எழுந்து போய்விட்டேன். அவர் என்னை வற்புறுத்தவில்லை. என்னை சமாதானப்படுத்தி அழைத்துவரச் சொல்லி யாரையும் அனுப்பவுமில்லை. ஆற்றுப் படுகையில் விரித்த கோரைப் பாயில் அவர் படுத்திருந்தார். வானம் மட்டுமே உலகமென்பது போல.

சீடர்கள் அவரைச் சுற்றி அமர்ந்து கவலையுடன் ஏதேதோ கேட்டுக்கொண்டிருந்தார்கள். உணவு வேண்டாம்; பழங்கள் மட்டுமாவது எடுத்துக்கொள்ளலாம் என்று சொல்லிப் பார்த்தார்கள். அவர் அதையும் மறுத்தார். இரண்டு பேரைப் பிடித்துக்கொள்ளச் சொல்லி, தானே தடுமாறி எழுந்து ஆற்றில்

இறங்கி அவ்வப்போது இரண்டு கை நீரள்ளிப் பருகிவிட்டு வந்து மீண்டும் படுத்துக்கொண்டார். பசியால் அவர் இறக்கமாட்டார் என்பது எங்களுக்குத் தெரியும். அவர் மட்டுமல்ல. எங்கள் குருகுலத்தில் பயின்ற அனைவருக்குமே பசியை வெல்லும் கலை தெரியும். குருஜி எங்களுக்கு முதலில் சொல்லிக் கொடுத்தது அதனைத்தான்.

'ஆன்மிகம் என்றில்லை. எதில் நாம் முன்னேற நினைத்தாலும் முதலில் வயிற்றைப் பற்றிய நினைவுக்கு விடைகொடுத்தாக வேண்டும்' என்று குருஜி சொல்வார்.

ஆசிரமத்தில் வசிக்கிறவர்கள் தினமும் விடிந்து எழுந்ததும் ஒரு ஸ்பூன் நெய் அருந்த வேண்டும் என்பதை குருஜி ஒரு கட்டாய விதியாக வைத்திருந்தார். பத்து நிமிடங்களுக்குப் பிறகு காலைக்கடன் முடித்துவிட்டு ஒரு லிட்டர் வெதுவெதுப்பான நீரை அருந்தி முடிக்க வேண்டும். இதற்கு அரை மணி நேரம் கழித்து அவரே ஒவ்வொருவரையாக அழைத்து வேப்பிலை, திப்பிலி, மிளகு வைத்து அரைத்த ஒரு சூரணத்தைக் கொடுத்து விழுங்கச் சொல்லுவார். அந்தக் கசப்புக்கும் காரத்துக்கும் அஞ்சி, பலபேர் அதைத் தூக்கிப் போட்டுவிடுகிறார்கள் என்று தெரிந்த பிறகுதான் அவர் தானே நேரடியாக அதைக் கொடுக்க ஆரம்பித்தார். அவர் எதிரிலேயே வாயில் போட்டு மென்று விழுங்கியாக வேண்டும். விழுங்கி அரை மணி நேரத்துக்குத் தண்ணீர் குடிக்க அவர் அனுமதிக்க மாட்டார். அவர் எதிரே அங்கேயே அமர்ந்து தியானத்தில் ஈடுபட வேண்டும். அந்த அரை மணியைக் கடந்தபிறகு கசப்புக்குத் தண்ணீர் குடிக்கத் தேடும் வேட்கை இல்லாது போய்விடும். காப்பி, தேநீர் கிடையாது. பகல் பதினொரு மணிக்கு ஒவ்வொருவருக்கும் இரண்டு வெள்ளரிக்காய் அல்லது இரண்டு தக்காளிப் பழங்களைச் சாப்பிடக் கொடுப்பார்கள். அதனோடு ஒரு கறுப்புத் தேநீர். ஆனால் அதில் சர்க்கரை இருக்காது. அடுத்த உணவென்பது மாலை நான்கு மணிக்கு இருக்கும். சிறிதளவு உலர்ந்த திராட்சை, ஒரு பிடி வேர்க்கடலை இருக்கும். அபூர்வமாகச் சில நாள் கொண்டைக்கடலை சுண்டல் செய்யப்பட்டிருக்கும். முழு உணவு என்பது இரவில் மட்டும்தான். சரியாக எட்டரைக்கு அது ஆரம்பிக்கும்.

தேங்காய்ப் பூவில் பிரட்டிய ஒரு துண்டு வாழைப்பழத்தை அப்போது முதலில் சாப்பிட வேண்டும். அதன்பின் அருந்துவதற்கு ஒரு குவளை ரசம் வரும். வேப்பம்பூ ரசம். தூதுவளை ரசம். இஞ்சி

ரசம். ஏதேனும் ஒன்று. ஆனால் ஒரு குவளை மட்டும். அதை அருந்தி முடித்ததும் இரண்டு காய்கறிகள் வரும். ஒன்று பச்சையாக. ஒன்று வேகவைத்தது. அதை உண்டு முடித்து இலை காலியானதும் ஒவ்வொரு இலைக்கும் தலா ஒரு சப்பாத்தி பரிமாறப்படும். பருப்புக் கூட்டைத் தொட்டுக்கொண்டு அதைத் தின்று தீர்த்தால் அடுத்ததாக சாதம் வரும். ஏதேனும் ஒரு குழம்பு. குருஜிக்கு மோர்க்குழம்பு என்றால் இஷ்டம். அதனாலேயே அதை மாதம் ஒருமுறை மட்டுமே செய்ய வேண்டுமென்று உத்தரவிட்டிருந்தார். ஆசிரமத்தில் பெரும்பாலும் வத்தக்குழம்புதான் இருக்கும். அபூர்வமாக ஒருநாள் பருப்பு சாம்பார் அமைந்துவிடும். அன்றைக்கெல்லாம் நான் மூன்று முறை, நான்கு முறை சாம்பாரைக் கேட்டுக் கேட்டு வாங்கிப் பிசைந்து வளைத்துக் கட்டுவேன். காய்கறிகளையோ, கூட்டையோ சாதத்துக்குத் தொட்டுச் சாப்பிடக்கூடாது என்று குரு சொல்லுவார். ஒவ்வொரு நாளும் எங்களோடு கூடவேதான் அவர் சாப்பிட உட்காருவார் என்பதால் விதியை மீறக் கஷ்டமாக இருக்கும்.

'குருஜி, நீங்கள் மிகவும் படுத்துகிறீர்கள். உணவு விஷயத்தில் நீங்கள் சற்று சுதந்தரம் தரலாம்' என்று ஒருநாள் நான் சொன்னேன்.

'நான் இழுத்துப் பிடிப்பதெல்லாம் அந்த ஒரு விஷயத்தில் மட்டும்தானே?' என்றார் அவர்.

யோசித்துப் பார்த்தால் அது உண்மைதான். உணவைத் தவிர வேறு எதிலுமே அவர் என்னைக் கட்டுப்படுத்தியதில்லை. ஒரு வாரம் ஆசிரமத்தில் சமையல் நடக்கும். அடுத்த வாரம் கூசாமல் பிச்சைக்குப் போகச் சொல்லிவிடுவார். சமைத்து உண்டாலும் சரி, பிச்சை எடுத்து உண்டாலும் சரி. கண்டிப்பாக ஒருவேளை உணவுதான். அதில் மாற்றம் இருக்காது.

'விமல், இந்த உலகில் படைக்கப்பட்ட எந்த உயிரினமும் சரியாக மணியடித்து மூன்று வேளை உண்பதில்லை. மனிதன் மட்டும்தான் கெட்டுப் போய்விட்டான்.' என்றார் குரு.

'ஆனால் பசிக்கிறதே?'

'இல்லை. அது உணர்வல்ல. உன் பிரமை. இந்த வேளைக்கு உண்ணாவிட்டால் பசிக்கும் என்பது, சொல்லித் தரப்பட்டிருப்பது மட்டுமே. உண்மையில் நீ உயிர்வாழ ஒருவேளை உணவு உனக்குப் போதும்.'

'அப்படியா?'

'ஒரு வாரம் இருந்து பார். புரிந்துவிடும்' என்று சொன்னார்.

எனக்கு அது புரிவதற்கு ஒருவாரம் போதவில்லை. சுமார் ஒன்றரை மாதங்கள் பிடித்தன. காலை அருந்தும் ஒரு ஸ்பூன் நெய் மட்டுமே மதியம் வரையிலான பசிக்குப் போதும் என்று குருஜி சொன்னது எத்தனை உண்மை என்று வியந்தேன். மதியம் எழுந்த பசியை நான்கு மணி வரை அடக்கி வைத்தால் கிடைக்கும் இரண்டு வெள்ளரிப் பிஞ்சுகளே ஒரு பெரும் விருந்தைப் போல் ருசிக்கும். இரவுணவு பற்றிய எண்ணம் அடுத்த சில மணி நேரங்களுக்கு இல்லாமல் போய்விடும். மீண்டும் பசி தெரிய எட்டு மணியாகும். சரியாக எட்டரைக்கு ஆசிரமத்தில் இலை போடப்பட்டுவிடும்.

ஒவ்வொரு மாதமும் கடைசி பத்து தினங்கள் மட்டும் குருஜி எங்கள் உணவில் மாற்றம் செய்வார். அந்த நாள்களில் காலை பத்து மணிக்கு ஆளுக்கொரு கட்டு கீரை சமைத்து உண்ணலாம். அதோடு இரவு பத்து மணிக்குத்தான் அடுத்த உணவு. அதை உணவென்று எப்படிச் சொல்வது? ஒவ்வொருவரும் நூறு கிராம் உருக்கிய நெய் அருந்திவிட்டுப் படுத்துவிட வேண்டும்.

அவர் எங்கிருந்து இதைக் கற்றார் என்று எங்களுக்குத் தெரியாது. ஆனால் எந்த வரையறைக்குள்ளும் அடங்காத இந்த உணவுப் பழக்கம் சிறிது சிறிதாகப் பசியில் இருந்து எங்களை முற்றிலுமாக வெளியேற்றிவிட்டிருந்தது. பல சமயம் பிச்சைக்குப் போகச் சோம்பேறித்தனப்பட்டுக்கொண்டு நான் இரண்டு மூன்று நாள்களை உண்ணாமலேயே கடந்திருக்கிறேன். சோர்வு தெரியாது. களைப்பாக இருக்காது. அன்றாடப் பணிகள் எது ஒன்றிலும் தொய்வு நேராது. என்னைப் பார்த்து ஆசிரமத்தில் பலபேர் அப்படி ஒரு நாள், இரண்டு நாள், மூன்று நாள்களெல்லாம் சாப்பிடாதிருந்து பார்த்திருக்கிறார்கள். எங்களால் அது முடிந்தது என்பதை எங்களால் நம்பவே முடியவில்லை.

குருஜி புன்னகை செய்தார். 'வேதகால ரிஷிகள் மாதக் கணக்கில் உணவின்றி, உறக்கமின்றித் தவமிருந்ததெல்லாம் எப்படி என்று நினைக்கிறீர்கள்? இம்மாதிரியான உணவுப் பழக்கத்தால்தான்!'

'அப்படியானால் யோகப்பயிற்சிகள் இதில் உதவுவதில்லையா?'

'என்ன உளறுகிறாய்? இந்த உணவுப் பயிற்சியே ஒரு யோகமுறை அல்லவா?' என்று குருஜி கேட்டார்.

ஒரு சமயம் பதினேழு தினங்கள் வெறும் நீரை மட்டுமே அருந்தியபடி அவர் உண்ணாதிருந்ததை நான் கண்டிருக்கிறேன்.

அந்தப் பதினேழு தினங்களிலும் அவரது அன்றாடப் பணிகள் எதுவும் தடைபடவில்லை. அவர் வழக்கம்போலப் படிக்க வேண்டியவற்றைப் படித்தார். வழக்கம்போல எங்களோடு உரையாடினார். வகுப்பெடுத்தார். பிரசங்கங்கள் செய்தார். நடமாட்டத்தை மட்டும் சற்று மட்டுப்படுத்திக் கொண்டதைக் கவனித்தேன். தினமும் பத்து மைல் தொலைவுக்குக் காலை நடை ஒன்று போய் வருவார். அந்த தினங்களில் அந்தப் பயிற்சியை அவர் மேற்கொள்ளவில்லை.

என்ன நினைத்தாரோ. பதினேழாம் நாள் இரவு படுக்கச் சென்றபோது, 'காலை நான் உண்ணாவிரதத்தை முடித்துவிடுவேன்' என்று சொல்லிவிட்டுப் படுத்தார். சொன்னது போலவே மறுநாள் காலை ஒரு ஸ்பூன் நெய் அருந்தித் தமது விரதத்தை நிறைவு செய்தார். அரை மணி நேரம் கழித்து ஒரு தம்ளர் எலுமிச்சைச் சாறு கொண்டு வரச் சொல்லிக் குடித்தார். அன்றைக்கு மட்டும் இரவுணவாக அல்லாமல் காலையே பிச்சைக்குச் சென்று வந்து கிடைத்ததைச் சாப்பிட்டுவிட்டு, 'நாம் ஆரம்பிக்கலாம்' என்று முண்டகோபநிஷத்தை எடுத்துக்கொண்டு உட்கார்ந்தார்.

எனக்குத் தெரிந்து அவர் நோய் என்று படுத்ததில்லை. சிறு தலைவலி, ஜலதோஷம்கூட அவருக்கு வந்தது கிடையாது. என்ன காரணத்தால் அப்படியொரு காய்ச்சல் கண்டிருக்கும் என்று விளங்கவேயில்லை. குரு சொன்னார், 'போக ஒரு வழி வேண்டும். எனக்கு விதித்தது இது.'

எனக்கு அந்த சாதுர்மாஸ்ய விரதம் இருக்கும் யோசனையைக் கொடுத்தவனைத் தேடிப் பிடித்துக் கட்டிவைத்துத் தோலை உரிக்க வேண்டும் என்று தோன்றியது. என் நண்பர்கள் அத்தனை பேரும்கூட அதையேதான் சொன்னார்கள். வாடகைக்கு ஓர் அடியாளை அமர்த்தியாவது அவனைத் தேடிப் பிடித்து இழுத்துவரச் செய்யலாம் என்று ஒருவன் சொன்னான். கட்டுப்படுத்த இயலாத கோபத்தை இழுத்துப் பிடிக்க மிகவும் சிரமப்பட்டுக்கொண்டிருந்தேன். அவரது காய்ச்சல் ஓய்வேனா என்று அடம் பிடித்துக்கொண்டிருந்தது. அந்த நான்கு மாதங்களில், அவர் எங்களுக்கு அதர்வ வேதத்தின் அங்கங்களுள் ஒன்றான ஆயுர்வேதம் குறித்து போதிப்பதாகச் சொல்லியிருந்தார். அவர் ஒரு சிறந்த நாட்டு மருத்துவர் என்பதை நானறிவேன். ஆனால் கண்டிப்பாகத் தனக்கு எந்த வைத்தியத்தையும் செய்துகொள்ளப் போவதில்லை என்ற உறுதியில் இருந்தார்.

விரக்தியிலும் ஆற்றாமையிலும் இருந்த ஒரு கணத்தில் நானே எழுந்து சென்று அவர் அருகே அமர்ந்து கேட்டேன், 'குருஜி, அவன் உங்களுக்கென்று அனுப்பப்பட்ட காலதூதன் என்பதை எப்படி அறிந்தீர்கள்?'

அவர் நெடுநேரம் அமைதியாகவே இருந்தார். நான் மீண்டும் அதே கேள்வியைக் கேட்டபோது, 'நீ உன் விரதத்தில் இருந்து விலகுகிறாய். நீ என்னோடு பேசப் போவதில்லை, நான் சொல்வதைக் கேட்கப்போவதில்லை என்று விரதம் பூண்டவன். மறந்துவிட்டாயா விமல்?' என்று கேட்டார்.

எனக்கு அழுகை வந்தது. அடக்கிக்கொண்டு அவர் கரங்களைப் பிடித்துக்கொண்டேன். 'உங்கள் உயிர் பொருட்டல்ல. ஆனால் என் வாழ்க்கை எனக்கு முக்கியம். நீங்கள் இறந்துவிடக்கூடாதென்று நான் விரும்புவதன் காரணம் சுயநலம்தான். புரிந்துகொள்ளுங்கள்' என்று சொன்னேன்.

'உண்மையாகவா?'

'ஆம். சந்தேகமில்லை. ஆன்மிகத்தில் சுயநலத்தின் இடம் மிகப்பெரிது என்று நான் கருதுகிறேன். என் சுயம் நன்றாக இருந்தால்தான் உங்கள் நூற்று எண்பத்து ஒன்பது தெய்வங்களும் உயிரோடு இருப்பார்கள்.'

சட்டென்று அவர் புன்னகை செய்தார். என் கைகளைப் பிடித்துக்கொண்டு எழுந்து உட்கார்ந்தார். என் கன்னங்களை வருடிக் கொடுத்தார். 'சரி, போய் எங்காவது ஒரு கோப்பை நெய் சம்பாதித்துக்கொண்டு வா' என்று சொன்னார்.

'குருஜி, நான் உங்களை அழைத்துச் செல்கிறேன். நீங்களே பிச்சை எடுங்கள். விரதம் கலைய வேண்டாம்.'

'இல்லை, அது கலையாது. பிச்சை எடுத்துவரும் நெய்யை நீ அருந்து. உன்னை நான் அருந்திவிடுகிறேன். அப்படிச் செய்தால் பாதகமில்லை என்று முப்பத்தியேழு சொல்கிறான்' என்று சிரித்தபடி சொன்னார்.

18. துளி வாழ்வு, துளி சாவு

அன்றைக்கு வெள்ளிக்கிழமை, கிருஷ்ண பட்சம், நவமி திதி. சிறிது நேரத்தில் அவர் இறந்துவிடுவார் என்று நாங்கள் அறிந்திருந்தோம். இறந்துவிடுவேன் என்று அவர் சொல்லிச் சரியாக இருபது தினங்கள் கழிந்திருந்தன. படிப்படியாக அவரது பேச்சு குறைந்துகொண்டே வந்தது. நடமாட்டம் ஒரு வாரத்துக்கு முன்னாலேயே இல்லாது போயிருந்தது. பெரும்பாலும் அவரது கண்கள் மூடியே இருந்தன. எப்போதாவது ஒரு சுவரில் விழும் விரிசலைப் போல் அவை திறக்கும். கணப் பொழுது யாரையாவது தேடுவார். சீடர்கள் மொத்தமாக முண்டியடித்து முன்னால் வந்து குழுமி நிற்பார்கள். தேர்ந்தெடுப்பதற்குள் கண்கள் மீண்டும் மூடிக்கொள்ளும். எனக்குத் தெரியும், அவர் என்னைத் தான் தேடினார். தனது கடைசிச் சொல்லை அவர் எனக்காகச் சேமித்திருந்தார். அது என்னவாக இருக்கும் என்றறியக்கூட நான் விரும்பவில்லை. என் குரு ஒரு சொல்லில் இல்லை எனக்கு. மேலும் அவர் சொல்லித்தராத அந்த ஒரு சொல்லைப் பற்றிக்கொண்டுதான் எனது பயணத்தைத் தொடங்கவேண்டும் என்றும் நான் தீர்மானித்திருந்தேன். எனவே, அவர் கண்ணைத் திறக்க முயற்சி செய்த போதெல்லாம் நான் அவர் தலைக்கு அருகே சென்று நின்றுகொண்டேன்.

குருகுலத்தில் என்னைவிட மூத்தவர்கள் ஆறு பேர் இருந்தார்கள். எனக்குப் பிறகு வந்து சேர்ந்தவர்கள் பத்துப் பேர் உண்டு. இதில் இரண்டு பெண்களும் அடக்கம். அவர்களுள் கார்த்திகாயினி மிகவும் அழகாக இருப்பாள். அவளெல்லாம் சன்னியாசம் வாங்கிக்கொண்டு என்ன செய்யப் போகிறாள் என்பது அந்நாள்களில் எனக்குப் பெரிய வியப்புக் கலந்த வினாவாக இருந்தது. வீட்டைத் துறந்து, உறவுகளைத் துறந்து, படித்த படிப்பை, அது தரக்கூடிய உத்தியோகத்தை, சம்பளத்தை, சௌகரியங்களை ஒதுக்கி எதைத் தேடி அவள் அங்கே வந்தாள் என்று அநேகமாக தினமும் ஒருமுறை அவளிடம் கேட்பேன். அவள் தினமும் ஒரு பதிலைச் சொல்லுவாள். எனது காவியும், குருவோடு எனக்கிருந்த நெருக்கமும் அவளைச் சலிப்புறாமல் என்னுடன் பேசவைத்தன.

என்னோடு சேர்த்து மூன்று பேருக்குத்தான் குருஜி அப்போது சன்னியாச தீட்சை வழங்கியிருந்தார். மீதமிருந்தவர்கள் அத்தனை பேரும் எப்போது தமக்கு அக்காலம் வரும் என்று காத்திருந்தார்கள். எனவே தீட்சை பெற்ற சீடர்களுக்கு மற்றவர்கள் மத்தியில் ஒரு மரியாதை இருந்தது. எத்தனை முயன்றும் தமக்கு இன்னமும் கிட்டாத தீட்சை இவனுக்குக் கிடைத்துவிட இவன் என்ன செய்திருப்பான் என்கிற வினா ஒவ்வொருவருக்கும் இருந்தது. கார்த்திகாயினி என்னிடம் ஒரு நாள் கேட்டாள், 'நீங்கள் குருவைப் போல் இல்லை. அவரது குணாதிசயம் எதுவும் உங்களிடம் இல்லை. நீங்கள் ஒரு துறவிக்கான ஒழுக்க நியமங்களையும் பின்பற்றுவதில்லை உங்களைப் போல் வேறு யாராவது இருந்தால் நிச்சயமாக குருஜி அவர்களை சகித்துக்கொண்டிருப்பார் என்று தோன்றவில்லை. உங்களை மட்டும் எப்படி அவர் தன்னருகே வைத்துக்கொண்டிருக்கிறார்?'

நான் புன்னகை செய்தேன். அது ஒரு சிறந்த வினா. நான் குருகுலத்தில் இணைந்த நாள் முதல் அங்கு வசித்து வந்த, வந்து சென்ற அனைவருக்கும் ஒரு கணமாவது அந்த வினா நெஞ்சில் எழாதிருந்திருக்காது. எனது ஒழுங்கீனங்களின் ஊழித் தாண்டவத்தைக் கண்ட யாரும் என்னைக் கொல்லவேண்டும் என்று எண்ணாதிருந்திருக்க முடியாது. ஒரு விதத்தில் குரு என்னை சக்கர வியூகத்துக்குள் நிறுத்தி அடை காத்துக்கொண்டிருந்தார் என்றுதான் சொல்லவேண்டும். என்னை அவருக்கு மட்டும்தான் தெரியும். என்னை ஏன் அவர் அங்கீகரித்தார் என்பதும் எனக்கு மட்டும்தான் தெரியும்.

பெருமைப்பட்டுக்கொள்ள எல்லோரிடமும் சொல்லிக் காட்டலாம்தான். ஆனால் நான் செய்ததில்லை. ஒரு புன்னகையில் அனைத்தையும் கடந்துவிட நான் அறிவேன். அதுதான் குருவுக்கு நான் செலுத்திய நன்றியாக இருந்தது. என்னால் வேறென்ன முடியும்? அவர் இன்னும் சற்று நேரத்தில் இறந்துவிடுவார் என்று அனைவருக்குமே தெரிந்த கணத்தில் நான் அறிவித்தேன்: 'சரி நண்பர்களே, நான் புறப்படுகிறேன்.'

'எங்கே?' என்று கேட்டார்கள். குரல்களில் பதற்றமும் அச்சமும் இருந்தன.

'எனக்கெப்படித் தெரியும்? அதை குரு தீர்மானிப்பார். ஆனால் இப்போது நான் கிளம்பியாக வேண்டும்.'

'ஐயோ, அவரது இறுதிக் கணத்தில் நீங்கள் இல்லாமல் எப்படி?'

நான் சிரித்தேன். 'பாதியில் வந்தவன் நான். பாதியில் போவதுதான் சரி.'

உண்மையில் என்னால் அந்த மரணத்தை எதிர்கொள்ள முடியாது என்று தோன்றியது. நான் சிதறி, சின்னாபின்னமாகிவிடுவேன் என்று நினைத்தேன். உட்கார்ந்து அழுகிற ரகமல்ல நான். ஆனால் அவரது மரணத்துக்கு முன் நான் விடைபெற்றுச் சென்றுவிட்டால்தான் நான் சேகரித்த சொற்கள் என்னுடையவையாக இருக்கும். அல்லாத பட்சத்தில் அவரது சமாதிக்கடியில் அவையும் சேர்த்துப் புதைக்கப்பட்டுவிடும் என்று எனக்கு நிச்சயமாகத் தோன்றியது. அதன்பின் நான் அங்கே இருந்தால் என்ன, எங்கே இருந்தால் என்ன? என்னிடம் அப்போது ஒரே ஒரு சொல் மட்டும்தான் இருக்கும். அது அவர் இறுதியாகச் சொன்னதாக இருக்கும்.

இதனால்தான் அந்த இறுதிச் சொல்லை நான் தவிர்க்க நினைத்தேன்.

இருபது தினங்கள். ஒரு முதியவர் தாங்கக்கூடிய வலியாக அது நிச்சயமாக இருந்திருக்காது. அவரது உறுப்புகள் ஒவ்வொன்றாகச் செயலிழந்துகொண்டிருந்ததைக் கண்டேன். முதலில் நகங்கள் கறுத்தன. பின் விரல்கள் மடங்க மறுத்தன. பிடித்து நீவி விட்டுப் பார்த்தும், எண்ணெய் தேய்த்து உருவிப் பார்த்தும் பயனில்லாமல் போனது. அதன்பின் கை மூட்டுகளும் கால் மூட்டுகளும் செயலிழந்தன. அவரைப் புரட்டிப் போட்டுப் படுக்கவைக்கக்கூட முடியாமல் போனது. நான்கு பேர் சேர்த்துத் தள்ளினால்தான் அவரது உடல் அசைந்தது. வேதனையின் வெளிப்பாட்டை மிகச் சிறு முனகலாகத்தான் அவரிடம் பெற முடிந்தது. முடிந்தவரை முனகக்கூட செய்யாமல் சகித்துக்கொண்டிருந்தார். படுத்தவாக்கில் மலஜலம் கழிக்க வேண்டியிருந்ததுதான் அனைத்திலும் கொடூரம். சீடர்கள் சற்றும் அருவருப்படையாமல் உடனுக்குடன் அவரைத் துடைத்து சுத்தம் செய்து பவுடர் போட்டுவிட்டார்கள்.

நான் அனைத்தையும் வெறுமனே பார்த்துக்கொண்டுதான் இருந்தேன். அவர் அருகே செல்லவேயில்லை. வந்த நாள் முதலே அப்படித்தான். இன்னொரு மூச்சுக்காற்றின் சூட்டை என்னால் தாங்க முடியாது. அதுவும் கண்களால் மூச்சு விட்டு, செவிகளால் பேசுகிறவர்களின் பக்கம் நெருங்காதிருப்பது எப்போதும் நல்லது. துறப்பது என்று முடிவு செய்ததும் நான் முதலில் துறந்தது துறவு நிலையைத்தான். இதை என் குரு அறிவார் என்பதற்கு

அப்பால் வேறெதுவும் எனக்கு முக்கியமாகப் படவில்லை. கார்த்திகாயினிக்கு இது புரியவேண்டுமென்றால் அவள் என்னைத் தேடி வந்து சிஷ்யை ஆவது தவிர வேறு வழியில்லை.

நான் கிளம்பிவிட்டேன். குருகுலத்தில் இருந்த அத்தனை பேரும் என் காலைப் பிடிக்காத குறையாகக் கதறித் தீர்த்தார்கள். 'தயவுசெய்து போகாதீர்கள். இப்போது நீங்கள் கிளம்பினால் அது துரோகம். குருஜியின் ஆன்மா என்றுமே உங்களை மன்னிக்காது' என்று மிரட்டிக்கூடப் பார்த்தார்கள். ஒரு புன்னகையில் நான் அனைத்தையும் கடந்து வெளியேறிச் சென்றேன். நான் இன்னும் சிறிது காலம் முன்னதாகக் கிளம்பியிருக்க வேண்டும் என்றுதான் குரு நினைத்தார். என்னிடம் அதைச் சில சமயம் சொல்லவும் செய்தார்.

‘விமல், இது உனக்கேற்ற இடமில்லை. உனக்கேற்ற இடத்தை இன்னொருவர் உனக்குக் காண்பிக்கவே முடியாது. நீ மலைகளும் சமவெளிகளும் பள்ளத்தாக்குகளும் நீர்நிலைகளும் கடலும் பாலையுமற்ற ஒரு பிரதேசத்தைச் சமைக்க வேண்டியிருக்கும். அநேகமாக அதுதான் உன் முதல் பணியாக இருக்கும்.’

‘ஆம் ஐயா. நான் சூனியத்தில் இருந்து பூரணத்தை எடுக்கத்தான் வேண்டும்’ என்று பதில் சொன்னேன். ஆசிரமத்தில் இருந்து நான் வெளியேறியபோது அதைத்தான் எண்ணிக்கொண்டேன். சூனியத்தை அங்கே விட்டுவிட்டு, பூரணத்தை எடுத்துக்கொண்டுவிட்டதாக.

அன்று முழுதும் சாலையில் தென்பட்ட பல வாகனங்களைக் கைநீட்டி நிறுத்தி, அவை போன வழியிலேயே கொஞ்ச கொஞ்ச தூரம் போய் இறங்கிக்கொண்டேன். இரவு எட்டு மணிக்கு நான் பெங்களூர் வந்து சேர்ந்ததும் ஆசிரமத்துக்கு போன் செய்தேன். கார்த்திகாயினிதான் எடுத்தாள்.

‘அவர் போய்விட்டாரா?’ என்று கேட்டேன்.

அவள் குமுறிக் குமுறி அழத் தொடங்கினாள். என்னிடம் அதிகம் பணமில்லை அப்போது. வெகுநேரம் பொதுத் தொலைபேசியில் பேசிக்கொண்டிருக்க முடியாது. எனவே அவள் அழுகையைப் பாதியில் தடுத்து, 'அடக்கம் செய்வதற்கு முன்னால் மறக்காமல் அவருக்கு ஷவரம் செய்துவிடுங்கள்' என்று மட்டும் சொல்லிவிட்டு வைத்துவிட்டேன். அவளுக்கு என்ன புரிந்ததோ. எப்படியும்

கன்னடத்தில் அவளறிந்த ஒரு சில கெட்ட வார்த்தைகளையேனும் பயன்படுத்தி என்னைத் திட்டியிருப்பாள் என்று தோன்றியது. கார்த்திகாயினி கோவப்படும்போதும் அழகாகத்தான் இருப்பாள். பேசும்போது அவளது மூக்கின் இரு புறமும் ஒரு பானிபூரியைப் போல் விரிந்து விரிந்து அடங்குவது பார்க்க மிகவும் ரசமாக இருக்கும்.

எனக்கென்னவோ, அம்மாவின் இறுதித் தருணம் நெருங்கிவிட்ட செய்தி கிடைத்தபோது நான் அண்ணாவைத் தேடிச் சென்றது பல விதங்களில் என் குருவின் மரணத்தின்போது நான் ஆசிரமத்தை விட்டுப் புறப்பட்டதை ஒத்திருந்ததாகவே பட்டது. துக்கத்தின் நிழலில் நிற்க விரும்பாத சுயநலமல்ல அது. சொல்லப் போனால் அருகே இல்லாதவனுக்குத்தான் அனைத்துத் துயரங்களும் ஆசியாக உச்சந்தலையில் இறங்கும். மேலே விழுந்து புரண்டு கதறிவிட்டால் அதன்பிறகு ஒன்றுமேயில்லை. விலகி நின்று வாழ்வின் ஒரு துளி சாறெடுத்து சாவின் சாற்றில் கலந்து அருந்தி, நினைவில் சாசுவதமாக்கிக்கொள்வது ஒரு கலை. அதைத்தான் நான் செய்தேன்.

ஆனால் ஒரு விருப்பம் இருந்தது. அம்மா என் குருவைப் போல வலிகளுடன் போய்ச் சேரக்கூடாது. எனக்கு நன்றாகத் தெரியும். தனது இறுதித் தினங்களில் அவரால் ஒரு கணம்கூட தியானத்தில் இருந்திருக்க முடியாது. அவரது நூற்று எண்பத்து ஒன்பது தெய்வங்களுள் ஒருவரைக்கூட அழைத்துப் பேசியிருந்திருக்க மாட்டார். வாழ்நாள் முழுதும் அவர் ஓதியறிந்த வேதங்களில் இருந்தோ, உபநிடதங்களில் இருந்தோ ஒரு வரி, ஒரு சொல்லைக்கூட அவர் எண்ணியிருக்க மாட்டார். தேகமும் உலகமும் வலியாலானதாக மட்டுமே நினைத்திருப்பார். அந்த இறுதி இருபது தினங்களில் அவரிடமிருந்து வெளிப்பட்ட முனகல் எனக்கு அதைத்தான் தெரிவித்தது. எத்தனை உற்சாகமாக சாதுர்மாஸ்ய விரதம் இருக்கப் புறப்பட்ட மனிதர்! துங்கபத்திரையின் கரையில் ஒரு கூழாங்கல்லைப் போலாகிப் போனார். உண்மையில் எனக்கு அப்படித்தான் தோன்றியது. ஒரு கல்லைக் கொண்டு போய்த்தான் ஆசிரம வளாகத்தில் அவர்கள் அடக்கம் செய்திருப்பார்கள்.

டெல்லியில் இருந்து சென்னைக்குச் செல்லும் கிராண்ட் டிரங்க் எக்ஸ்பிரசில்தான் நான் பயணம் செய்ய ஏற்பாடு செய்யப்பட்டிருந்தது. போபால் ரயில் நிலையத்தில் இருந்து மீண்டும் ஒருமுறை கேசவன் மாமாவுக்கு போன் செய்தேன். அவள் இறந்துவிட்டாள் என்று ஒருவேளை அவர் சொல்லிவிட்டால் என்

பயணத்தை ரத்து செய்துவிட்டு மைசூருக்குப் போய்விடலாம் என்று கூடத் தோன்றியது. ஆனால் நான் சற்றும் எதிர்பாராவிதமாக மாமாவின் குரலில் ஒரு தெம்பு தெரிந்தது. 'கௌம்பிட்டியா? நல்லது. வா. சீக்கிரம் வந்து சேரு.' என்று சொன்னார்.

'மாமா, அம்மா...'

'இருக்கா. இன்னும் போகலே. இன்னிக்கி கார்த்தாலேருந்து எனக்கு வேற மாதிரி தோணறதுடா. ஒருவேள பொழச்சிண்டுடுவாளோ என்னமோ.'

'எப்படி மாமா?' என்று கேட்டேன்.

'பின்னே? வினய் வந்துட்டானே!'

சட்டென்று எனக்குச் சிரிப்பு வந்துவிட்டது.

19. நீயா

சினிமாக்காரர்கள் வந்திருக்கிறார்கள் என்று வினோத் வந்து சொன்னான். உடனே என்ன படம் என்று வினய் கேட்டான்.

'தெரியலடா. தனாவ பாக்கறதுக்காக அகரம்பட்டு போனேன். வர வழில பாத்தேன். ரோடோரம் நிறைய ரிஃப்ளெக்டர் வெச்சிருந்தது' என்று வினோத் சொன்னான்.

திருவிடந்தையில் தினமும் படப்பிடிப்புகள் இருக்கும். தமிழ், தெலுங்கு, மலையாளம், இந்தி என்று எந்த மொழிப் படமாகவும் இருக்கும். கடலை ஒட்டிய சவுக்குக் காடுகளும் கோயிலை அடுத்த பெரிய குளமும் சினிமாக்காரர்களுக்கு மிகவும் விருப்பமான இடங்கள். ஊரில் வேறு எந்த இடமும் அவர்களுக்குப் பொருட்டில்லை. அந்த இரண்டே இரண்டு இடங்கள் போதும். நீண்ட கோள வடிவில் ஒரு குளத்தை வேறு எந்த ஊரிலும் பார்க்க முடியாது. அதுவும் புதையப் புதிய மணல் சரிவுகளை அரணாகக் கொண்ட குளம். படிக்கட்டுகளோ, தடுப்புச் சுவர்களோ அந்தக் குளத்துக்குக் கிடையாது. மணலில் கால் புதைய நடந்துகொண்டே போனால், சட்டென்று ஓரிடத்தில் குளம் நிறுத்தும். என்னைச் சுற்றிக்கொண்டு போ என்று சொல்லும். தரைத் தளத்துக்குப் பத்தடி ஆழத்தில் அலையடிக்கிற குளம். உள்ளே இன்னமும் ரிஷிகள் தவத்தில் இருப்பதை அண்ணா போய்ப் பார்த்துவிட்டு வந்திருக்கிறான். ஆனால் அது எனக்கு மட்டுமே தெரிந்த சங்கதி. சினிமாக்காரர்களுக்குக் குளத்தில் மேலே படர்ந்து மலர்ந்திருக்கும் அல்லிப் பூக்கள்தான் வசீகரம். எங்கிருந்தோ ஓடி வரும் கதாநாயகி கரையின் விளிம்பில் சட்டென்று படுத்துக்கொண்டு உருளத் தொடங்கினால் மணல் சரிவில் அவள் கீழே இறங்கி நீர்ப்பரப்பின் விளிம்பைத் தொடப் பதினைந்து வினாடிகள் பிடிக்கும். உருண்டு வரும் கதாநாயகியின் பிம்பம் நீரில் சுருண்டு எழும். நூற்றுக்கணக்கான பாடல் காட்சிகளில் நீங்கள் இதனைப் பார்த்திருக்கலாம். பாரத தேசத்தில் வேறெந்தக் குளக்கரையிலும் இப்படி ஒரு காட்சியைப் படம் பிடிக்க முடியாது.

அந்நாள்களில் திருவிடந்தையில் நித்ய கல்யாணப் பெருமாள்தான் பிரபலமில்லையே தவிர, அந்தக் குளம் மிகவும் பிரபலம்.

கோயிலில் காலட்சேபம் இருந்தது. வேளுக்குடி வரதாச்சாரியார் ராமாயணம் சொல்லிக்கொண்டிருந்தார். ஆறேழு தினங்களாக அம்மா அதற்குப் போய்க்கொண்டிருந்தாள். ஏழு மணிக்கு ராமாயணம் ஆரம்பித்தால் முடிவதற்கு ஒன்பது ஆகிவிடும் என்பதால், அதன்பின் வீட்டுக்கு வந்து இரவுக்குச் சமைப்பது சிரமம். எனவே காலட்சேபம் ஆரம்பித்ததில் இருந்து அவள் மாலையே சமைத்து வைத்துவிட்டுப் போவதை வழக்கமாகக் கொண்டிருந்தாள்.

'விமல், கறிகா ஒண்ணுமில்லே. பந்துலு கடைக்குப் போய் என்ன இருக்குன்னு பாரு. வெண்டைக்காய் இருந்தா அரைக்கிலோ வாங்கிண்டு வா.' என்றாள்.

நான் கடைக்குப் போய் வெண்டைக்காய் வாங்கிக்கொண்டு திரும்பும்போது குளக்கரையில் வினய் நின்று வேடிக்கை பார்த்துக்கொண்டிருந்ததைக் கண்டேன். எனக்கு அது ஆச்சரியமாக இருந்தது. திருவிடந்தையில் யாரும் படப்பிடிப்புகளை வேடிக்கை பார்க்க மாட்டார்கள். ஒரு திரைப்படம் அளிக்கும் பரவசத்தை, கற்பனையை, ஆர்வத் தூண்டலை நிச்சயமாகப் படப்பிடிப்பு தராது. ஒரே வரி வசனத்தை, அல்லது ஒரு பாடலின் ஏதோ ஒரு வரியைத் திரும்பத் திரும்பச் சொல்லிக்கொடுத்து நடிக்கச் சொல்லுவார்கள். எப்படித்தான் நடிகர்கள் சலிக்காமல் அதை மீண்டும் மீண்டும் செய்கிறார்களோ என்று தோன்றும். நடிகர், நடிகைகளை சும்மா போய்ப் பார்த்துவிட்டு வருவது என்பது ஒரு காலத்தில் இருந்திருக்கலாம். தினமும் படப்பிடிப்பு நடக்கிற கிராமத்தில் அத்தனைக் கலைஞர்களுமே ஏற்கெனவே தெரிந்தவர்களாகிவிடுவார்கள். திரும்பத் திரும்பப் பார்க்க என்ன இருக்கிறது? அதே முகப்பூச்சு. அதே உதட்டுச் சாயம். அதே செண்ட் வாசனை. சிகரெட் வாசனை.

நான் வினய்யை நெருங்கி, 'இங்க என்னடா பண்றே?' என்று கேட்டேன். அவன் சற்று திடுக்கிட்டாற்போலத் தெரிந்தது.

'ம்? ஒண்ணுமில்லே. சும்மாத்தான்' என்று சொன்னான். நீல நிற ஒயர் பின்னப்பட்ட அலுமினிய சாய்வு நாற்காலியில் அமர்ந்திருந்த நடிகையையே அவன் உற்றுப் பார்த்துக்கொண்டிருந்தான். அது ஏதோ ஒரு கன்னடப் படம். அந்த நடிகை, குளத்தில்

குதித்துத் தற்கொலை செய்துகொள்வதற்காக வந்திருந்தாள். காப்பாற்றுவதற்குத் தயாராக முன்னதாகக் குளத்துக்குள் மூழ்கியிருந்த கதாநாயகன் சம்பந்தப்பட்ட காட்சிகளைத்தான் அப்போது எடுத்துக்கொண்டிருந்தார்கள். எனக்குத் தெரியும், நடிகைக்கு இன்று வேலை இருக்காது. ஏனெனில் அப்போதே மணி ஐந்தாகியிருந்தது. ஐந்து பத்து நிமிடங்களில் வெளிச்சம் போய்விடும். அதன்பின் அனைத்தையும் வாரிச் சுருட்டி வண்டியில் போட்டுக்கொண்டு படப்பிடிப்புக் குழுவினர் கோவளத்துக்குப் போய்விடுவார்கள். அங்கேதான் தாஜ் கொரமண்டல் ஓட்டல் இருந்தது. படப்பிடிப்புக்கு வரும் கலைஞர்கள் அங்கேதான் எப்போதும் தங்குவார்கள்.

என்ன நினைத்தானோ, வினய் எனக்கு அந்த நடிகையைச் சுட்டிக்காட்டினான். 'அவளைப் பாரு. பார்த்தா என்ன தோணறது?' என்று கேட்டான்.

எனக்கு எதுவும் தோன்றவில்லை. சட்டென்று வியக்குமளவுக்கு அவள் பேரழகியாக இல்லாதிருந்தது ஒரு காரணமாயிருக்கலாம். கர்நாடகத்தில் அவள் பெரிய நட்சத்திரமாக இருக்கக்கூடும். பரிச்சயமான முகமாக இல்லாதபடியால் எனக்கு விசேடமாக ஒன்றும் நினைக்க முடியவில்லை.

'அந்தத் தோலை மட்டும் உரிச்சி எடுத்துட முடிஞ்சா எலும்பும் சதையும் ரத்தம் ஒழுகிண்டு கோரமா இருக்கும் இல்லே? தோலால மூடி வெச்சுட்டா எல்லாம் மறைஞ்சி போயிடறது.' என்று சொன்னான்.

எனக்கு அதிர்ச்சியாக இருந்தது. ஒரு பெண்ணை, தோலை உரித்துவிட்டு யோசிக்க முடியுமா? அப்படியே முடியுமென்றாலும் எதற்காக அப்படி யோசிக்க வேண்டும்?

வினய் சொன்னான், 'விமல், ஒரு ஆடு, ஒரு கோழி, ஒரு மாடு - இதையெல்லாம் சாப்பிடறவா யாரும் தோலோட நினைச்சிப் பார்க்கறது கிடையாது. உரிச்சி யோசிச்சாத்தான் உணவு. மனுஷாளுக்குப் பொம்மனாட்டி ஒரு உணவு. பொம்மனாட்டிகளுக்குப் புருஷா உணவு. ஆனா தோலோடதான் வேணும். சரியா சொல்லணும்னா தோல் மட்டும்தான் உணவு.'

அவன் கெட்டதாக ஏதோ பேசுகிறான் என்று எனக்குத் தோன்றியது. ஆனால் சரியாகப் புரியவில்லை. தவிர எனக்கு எதற்கு இது என்றும்

கேட்க நினைத்தேன். பேச்சை வளர்க்க விரும்பாமல் அங்கிருந்து கிளம்பிவிட்டேன்.

அந்தச் சம்பவம் நடந்து பத்து நாள்களுக்குப் பிறகு ஒரு நாள் என் நண்பர்களோடு கிரிக்கெட் விளையாடுவதற்காக அம்மாவிடம் அனுமதி பெற்றுக்கொண்டு கடற்கரைக்குப் போயிருந்தேன். இருட்டும்வரை விளையாடிக்கொண்டிருந்துவிட்டு, இருட்டிய பின்பு வீட்டுக்குத் திரும்பும் வழியில் சவுக்குத் தோப்புக்குள் வினய் போய்க் கொண்டிருப்பதைக் கண்டேன். கூப்பிடலாம் என்று வாய் நுனிவரை பெயர் வந்துவிட்டது. ஒருவேளை அது வேறு யாராவதாக இருக்கலாம் என்று அதற்குள் தோன்றியபடியால், அழைக்காமல் அவனை நோக்கி ஓடத் தொடங்கினேன்.

சவுக்குத் தோப்பு என்பது முடிவே இல்லாத பெருங்காடு. கோவளத்தின் கடற்கரை எல்லையில் ஆரம்பித்து மகாபலிபுரம் வரைக்கும் இடைவெளி விட்டுவிட்டு நீண்டுகொண்டே இருக்கும். பிற்காலத்தில் அந்தக் காட்டை அழித்து ஏராளமான உல்லாச விடுதிகளும் நட்சத்திர உணவகங்களும் பொழுதுபோக்குக் கேந்திரங்களும் உருவாக்கப்பட்டுவிட்டன. நான் திருவிடந்தையில் வசித்தபோது ஊரின் கிழக்குப் பக்கத்துக் கோட்டைச் சுவர் போல சவுக்குக் காடுதான் உயர்ந்து நின்று காக்கும். வழி தெரியாத யாராவது காட்டுக்குள்ளே போய்விட்டால் மீண்டு வெளியே வருவது சிரமம். குத்து மதிப்பாக திசைக் கணக்கை வைத்து சாலையைப் பிடித்துவிட முடியும்தான். ஆனால் நரிகள் மட்டுமின்றி, கள்ளச் சாராயம் காய்ச்சுவோரும் அங்கேதான் தொழில் செய்துகொண்டிருப்பார்கள் என்பதால் வெறுமனே உலவுவதற்கென்று யாரும் அந்தப் பக்கம் போகமாட்டார்கள்.

எனக்கு வினய் ஏன் காட்டுக்குள் போகிறான் என்று குழப்பமாக இருந்தது. நான் பார்த்தது அவனைத்தானா என்று உறுதிப்படுத்திக் கொள்ள அவனைப் பின் தொடர்ந்து ஓட ஆரம்பித்து வெகுதூரம் உள்ளே போய்விட்டேன். அதற்குள் நன்றாக இருட்டவும் தொடங்கிவிட்டபடியால் எனக்கு முன்னால் போனவன் மறைந்தே போய்விட்டான். இப்போது என்ன செய்வதென்று யோசனையாக இருந்தது. வினய், வினய் என்று ஓரிருமுறை குரல் கொடுத்துப் பார்த்தேன். பதில் இல்லை. சரி, திரும்பிவிடலாம் என்று முடிவு செய்து நடக்கத் தொடங்கியபோது இருளில் ஓர் உருவம் என்னை நெருங்கி வந்து தோளைத் தொட்டது.

அவந்தான்.

‘நெனச்சேன்’ என்று சொன்னேன்.

‘நீ இந்தப் பக்கம் ஏன் வந்தே?’ என்று வினய் கேட்டான்.

‘நீ ஏன் வந்தே?’

‘சும்மாதான். ஒரு சின்ன பரிசோதனை பண்ணவேண்டியிருந்தது’ என்று வினய் சொன்னான்.

எனக்குச் சட்டென்று அண்ணாவின் நினைவு வந்துவிட்டது. அதே காட்டுக்குள்தான் அவன் எனக்கு ஒரு பாறையின்மீது தலை குப்புற நின்று காட்டினான். கால்களை உயர்த்தி விரித்து நரியை நகர வைத்தான். அந்த நாளை என்னால் மறக்கவே முடியாது. அண்ணா வீட்டைவிட்டுப் போன பிறகு அவனைப் பற்றி நினைக்கும்போதெல்லாம் அந்தச் சம்பவம் எனக்குத் தவறாமல் நினைவில் வந்துவிடும். என் அபத்தமான அறியாமையாலும் காரணமற்ற அச்சத்தாலுமே அவனை நாங்கள் இழந்தோம் என்று தோன்றும். கடைசிவரை அம்மாவிடம் நான் அண்ணாவைப் பற்றி அறிந்த எதையுமே சொல்லவில்லை. எனக்கு அதற்குத் துணிச்சல் வரவேயில்லை. என்றைக்காவது பரணில் உள்ள அந்த நாடிச் சுவடி அப்பாவின் கண்ணில் பட்டு, இது என்ன, ஏது என்று விசாரித்தால் அப்போது சொல்லிக்கொள்ளலாம் என்று நிரந்தரமாக அந்த யோசனையைத் தள்ளிப் போட்டிருந்தேன். ஆனால் அந்தக் குற்ற உணர்வு என்னைக் கணம்தோறும் தின்றுகொண்டிருந்தது. அண்ணாவின்மீது அதுவரை எனக்கிருந்த பாசமும் பிரியமும் அவன் பிரிந்து சென்ற பிற்பாடு பல மடங்கு அதிகரித்து அடிக்கடி என்னைத் தனியே சென்று அழவைத்தது.

சொல்லி வைத்த மாதிரி வினய் ஒரு பரிசோதனைக்காக சவுக்குக் காட்டுக்கு வந்ததாகச் சொன்னது எனக்கு மிகுந்த அதிர்ச்சியளித்தது. நான் அவனிடம் என்ன பரிசோதனை என்றெல்லாம் கேட்கவேயில்லை. 'நீயா எதாவது முடிவு பண்ணியிருந்தேன்னா நான் கண்டிப்பா இன்னிக்கு ராத்திரியே அம்மாட்ட சொல்லிடுவேண்டா' என்று சொன்னேன்.

இருளில் அவன் சில வினாடிகள் என்னை உற்றுப் பார்த்தான். பிறகு, 'வா' என்று சொல்லிவிட்டு நடக்க ஆரம்பித்தான்.

நாங்கள் காட்டைவிட்டு வெளியே வந்து மண் மேட்டில் ஏறி

சாலையின் மறுபுறத்தை வந்தடைந்தோம். வடக்குப் பட்டுக்குப் போய்க்கொண்டிருந்த ஒரு மாட்டு வண்டியில் ஏழெட்டுப் பேர் அமர்ந்திருந்தார்கள். முட்டுக்காடில் ஏதோ கலவரம் என்று அவர்கள் பேசிக்கொண்டு போனது காதில் விழுந்தது.

'கலவரம்னா கல்லால அடிப்பா இல்லே?' என்று நான் கேட்டேன்.

'தெரியலே. நீ வா' என்று வினய் என் கையைப் பிடித்துத் தரதரவென்று இழுத்துக்கொண்டு ஓட்டமாய் ஓடினான். நாங்கள் கோயில் முன் மண்டபத்துக்கு வந்து சேர்ந்தபோது அங்கே யாருமில்லை. சுற்றுமுற்றும் ஊரடங்கி ஒடுங்கிவிட்டிருந்தது. எங்கும் நடமாட்டமோ பேச்சுக்குரலோ இல்லை. கோயிலுக்குள் வேளுக்குடி வரதாச்சாரியார் ராமாயணம் சொல்லிக்கொண்டிருப்பார். அந்நாளில் எங்கள் ஊரில் மைக் வைத்து சொற்பொழிவு நடத்தும் வழக்கம் கிடையாது. தாயார் சன்னிதிக்கு முன்னால் கதை சொல்பவர் ஒரு தூணில் சாய்ந்து உட்கார்ந்து சொல்லிக்கொண்டிருப்பார். சுற்றி அமர்ந்து நாற்பது ஐம்பது பேர் கேட்டுக்கொண்டிருப்பார்கள். திண்ணைப் பேச்சு போலத்தான் இருக்கும். அண்ணா வீட்டைவிட்டுப் போனபிறகு அம்மா கோயிலில் நடக்கும் எந்த ஒரு வைபவத்தையும் தவறவிடுவதேயில்லை. அது ராமாயணமோ வேறெதுவுமோ. எதுவுமே இல்லாவிட்டால் சும்மாவேனும் மாலை வேளைகளில் கோயிலுக்குப் போய் சிறிது நேரம் உட்கார்ந்திருந்துவிட்டு வருவதை வழக்கமாகக் கொண்டிருந்தாள். சில நாள் கேசவன் மாமாவும் அம்மாவோடு போவார். ஆபீஸ் விட்டு வீட்டுக்கு வரும் அப்பா, சம்பிரதாயமாக 'அம்மா எங்க?' என்று கேட்டுவிட்டு பதிலை எதிர்பார்க்காமல் தனக்காகப் போட்டு வைத்திருக்கும் காப்பியை சூடு படுத்திக் குடித்துவிட்டு வேலையைப் பார்க்கப் போய்விடுவார்.

அண்ணா ஒருவன் இல்லாமல் போன பிறகு எங்கள் வாழ்க்கை முறையில் எங்களையறியாமல் இறுக்கம் கூடிக்கொண்டே போனது. எதையாவது செய்து எல்லோரும் இயல்பாக இருப்பது போலக் காட்டிக்கொள்ளக் கஷ்டப்பட்டுக்கொண்டிருந்தோம் என்று இப்போது தோன்றுகிறது. வினய்கூட அண்ணா காணாமல் போன பிறகு படிப்பில் தீவிரமாகக் கவனம் செலுத்த ஆரம்பித்திருந்தார். அடுத்து வந்த பரீட்சைகளில் அவன் பெற்ற மதிப்பெண்கள் அதற்குமுன் எப்போதுமே அவன் பெற்றிராதவை. அம்மாவுக்கு மிகுந்த சந்தோஷம்.

'நன்னா படிடா. நீ படிச்சி பெரிய உத்தியோகத்துக்குப் போகணுன்றதுதான் உங்கப்பாவோட கனவு. நீயாவது அதை நிறைவேத்து' என்று சொல்வாள்.

மண்டபத்துக்கு வந்து சேர்ந்த பிறகு நான் வினய்யிடம் கேட்டேன், 'காட்ல என்ன பண்ணிண்டிருந்தே?'

அவன் பதில் சொல்லவில்லை. தன் சட்டை பாக்கெட்டில் இருந்து இரண்டு புகைப்படங்களை எடுத்துக் கீழே வைத்தான். ஒன்று, மகாலட்சுமித்தாயாரின் படம். இன்னொன்று 'நீயா' திரைப்படத்தில் நடித்திருந்த நடிகை ஸ்ரீப்ரியாவின் அரை நிர்வாணப் புகைப்படம்.

'இந்த ரெண்டையும் பார்த்தா உனக்கு என்ன தோணறது?' என்று வினய் கேட்டான்.

20. படக்கதை

நான் 'நீயா' திரைப்படம் பார்த்ததில்லை. வினய்யும் பார்த்திருக்க வாய்ப்பில்லை. கேளம்பாக்கம் ராஜலட்சுமியில் ஒரு வெள்ளிக்கிழமை மாலைக் காட்சியாகத் திரையிடப்பட்டு ஞாயிற்றுக்கிழமை மாலைக் காட்சியுடன் எடுத்துவிட்டார்கள். ஆனால் அந்தப் படத்தில் நடித்த ஸ்ரீப்ரியாவின் அந்தப் புகைப்படம் மிகவும் பிரபலமானது. நாகங்கள் யாவும் அவரைப் பார்த்துத்தான் நெளியக் கற்றுக்கொண்டன என்று நினைக்கத் தூண்டும் அளவுக்குத் தத்ரூபமாக இருக்கும். பல பத்திரிகைகளில் வெளிவந்தது. சுவரொட்டிகளிலும் கண்டிருக்கிறேன். வினய்க்கு எங்கிருந்து அந்தப் புகைப்படம் கிடைத்திருக்கும் என்று யோசித்தேன். தவிர, அந்தப் படத்தை ஒரு தாயார் படத்துடன் சேர்த்து வைத்து சிந்திக்குமளவுக்கு என்ன பிரச்னை ஆயிருக்கும் என்பதும் புரியவில்லை.

'யோசிச்சிப் பாருடா விமல். ரெண்டும் பொம்மனாட்டி போட்டோ. ஒண்ணு தெய்வம். இன்னொண்ணு மனுஷி. ஆனா போட்டோல ரெண்டும் ஒண்ணுதான்.'

'சரி'

'லட்சுமி படத்த பாத்தா தொட்டு கண்ணுல ஒத்திக்கறோம். ஸ்ரீப்ரியா படத்துல மட்டும் ஏன் கண்ணு மார் மேலயே நிக்கறது?'

எனக்குக்கூச்சமாகஇருந்தது.பெண்களின்ஒருசிலஅங்கங்களைநான் சில காலம் முன்னதாகத்தான் ரசிக்க ஆரம்பித்திருந்தேன். எப்போது அந்தப் பழக்கம் ஏற்பட்டது என்று சரியாக நினைவில்லை. ஆனால் பள்ளிக்கூடத்தில், கோயிலில், சாலையில் போகிற என் வயதுப் பெண்கள் யாரைக் கண்டாலும் உற்று நோக்க ஆரம்பித்திருந்தேன். கண்ணைத்தான் பார்ப்பேன். என்னையறியாமல் பார்வை சரிந்து நெஞ்சில் வந்து நிலைத்துவிடும். இது பாவம், இது நரகத்துக்கு இட்டுச் செல்லக்கூடியது என்று எனக்கு நானே சொல்லிக்கொள்வேன். ஆனாலும் பார்க்காதிருந்ததில்லை. பார்த்த

மார்புகளைத் தனியே வந்து அமர்ந்து சிந்திக்காதிருந்ததில்லை. அது ஒரு அழகிய திருட்டுத்தனம். அற்புதமான சண்டாளத்தனம். அம்மாவுக்குத் தெரியாமல் அந்த வயதில் நான் செய்துகொண்டிருந்த காரியம் அது ஒன்றுதான். இஷ்டப்பட்டுத்தான் செய்தேன். பிறகு செய்ததை எண்ணி வருந்தி அழுதும் இருக்கிறேன். ஆனாலும் அடுத்தப் பெண்ணைப் பார்க்கும்போது பார்வை நெஞ்சில் இறங்கி நிற்காதிருந்ததில்லை.

ஆனால் வினய் எப்படி இதைப்போய் பட்டவர்த்தனமாகப் பேசுகிறான்? அதுவும் தம்பியிடம் யாராவது இதையெல்லாம் பேசுவார்களா? எனக்கு அவன் அதைச் சொன்னதைவிட, சொன்ன தொனி வினோதமாகப் பட்டது. நாளெல்லாம் முலைகளின்மீதே படுத்துப் புரண்டெழும் வழக்கம் கொண்டவனின் அலட்சியத் தொனி. இதெல்லாம் பெரிய விஷயமா என்பதைப் போல. எனக்கு அவன் அப்படிக் கேட்டது ஓர் அதிர்ச்சி என்றால், என் பதிலை அவன் எதிர்பார்த்துக்கொண்டிருந்தது இன்னும் பெரிய அதிர்ச்சியாக இருந்தது.

'சொல்லு விமல். ஸ்ரீப்ரியா படத்துல நீ மாரைத்தானே பாக்கறே? லட்சுமி படத்துல மட்டும் ஏன் கண்ணைப் பார்த்துட்டு உடனே பாதத்தைப் பார்க்கறே?'

'ஏன்னா அது காட்.'

'நான் சொல்றேன், ரெண்டுமே வெறும் போட்டோ. ரெண்டுமே கேர்ல்ஸ். அப்பறம் என்ன?'

'எனக்கு நீ பேசறது பிடிக்கலை. நான் ஆத்துக்குப் போறேன்' என்று சொல்லிவிட்டுக் கிளம்பிப் போய்விட்டேன். அவன் பீடி குடிப்பவன். நடிகைகளின் புகைப்படங்களைத் திருட்டுத்தனமாக வைத்துப் பார்த்து ரசிப்பவன். யாருக்கும் தெரியாமல் இன்னும் வேறென்னென்ன பழக்கங்கள் அவனுக்கு இருக்குமோ என்று பயமாக இருந்தது. அம்மாவுக்கு இதெல்லாம் தெரிந்தால் செத்தே போய்விடுவாள் என்று தோன்றியது.

நாலைந்து தினங்கள் கழித்து ஒரு நாள் பள்ளிக்கூடத்துக்குப் போகிற வழியில் சொன்னேன், 'வினய், அண்ணா காணாம போனப்பறம் அம்மா உன்னைத்தான் ரொம்ப நம்பிண்டிருக்கா. தப்பு வழியில மட்டும் போயிடாதடா.'

அவன் சிரித்தான். 'மார பாக்கறது தப்புன்னா பகவான் ஏன் அதைப்

பொம்மனாட்டிகளுக்குக் குடுத்தான்?' என்று கேட்டான்.

'ஏன் குடுத்தான்?'

'அதுதான் அவன் சாமர்த்தியம்! நமக்கு அவன் வெக்கற டெஸ்ட்.'

'என்ன டெஸ்ட்?'

'மாரைப் பாக்கறப்போ உனக்கு அதுக்குள்ள இருக்கற எலும்பும் சதையும் தெரியறதான்னு யோசி. அது தெரிஞ்சிடுத்துன்னா மார் பாக்கறப்போ உன் குஞ்சு எழுந்துக்காது.'

எனக்குத் தூக்கிவாரிப் போட்டுவிட்டது. இது நான் சற்றும் எதிர்பாராதது. இப்படியெல்லாம் வாயைத் திறந்து ஒருவனால் அசிங்க அசிங்கமாகப் பேசிவிட முடியுமா! இது கொலையைவிடப் பெரும் பாவமல்லவா! ஏழேழு ஜென்மத்துக்கும் நரகம்தான், சந்தேகமில்லை.

அதற்குமேல் எனக்கு அவனோடு பேச இஷ்டமில்லாமல் போய்விட்டது. வேகவேகமாக நடையை எட்டிப் போட்டு முன்னால் போய்விட்டேன். மதிய உணவு இடைவேளையின்போது வினோத்தை அவன் வகுப்புக்குப் போய்ப் பார்த்தேன். 'உன்கிட்ட ஒண்ணு பேசணும், வா' என்று தனியே மைதானத்துக்கு அழைத்துச் சென்று, 'வினய் சரியா இல்ல. அசிங்க அசிங்கமா பேசறான். கெட்டத்தனம் நிறைய பண்றான் போலருக்கு' என்று சொன்னேன்.

நான் அவ்வளவுதான் சொன்னேன். ஆனால் மாலை நான் விளையாடிவிட்டு வீடு போய்ச் சேர்வதற்குள் அவன் அம்மாவிடம் நான் சொன்னதைத் தெரியப்படுத்திவிட்டிருந்தான். அம்மா எனக்குக் காப்பியைக் கொடுத்து, குடித்து முடிக்கும்வரை அமைதியாக இருந்தாள். நான் தம்ளரை வைத்துவிட்டுக் கிளம்பியதும், 'வினயைப் பத்தி எதோ சொன்னியாமே? என்ன?' என்று கேட்டாள்.

எனக்கு உண்மையிலேயே மிகவும் அச்சமாகிவிட்டது. நான் ஏன் அதை வினோத்திடம் சொன்னேன் என்று வருந்தினேன். உண்மையில் அம்மாவை மனம் வருந்தச் செய்யும் எதையுமே செய்யக்கூடாது என்று எண்ணியிருந்தேன்.

'சொல்லு விமல். வினய் என்ன பண்ணான்?' அம்மா விடாமல் கேட்டாள்.

'இல்லேம்மா. அவன் நடிகை படமெல்லாம் வெச்சிண்டிருக்கான்' என்று தட்டுத்தடுமாறி, கேட்ட மரியாதைக்கு ஒரு பதிலைச் சொல்லி வைத்தேன்.

‘நடிகை படமா? யாரோட படம்டா?’ என்று கேசவன் மாமா கேட்டார்.

‘ஸ்ரீப்ரியா.’

‘அட! பய நம்மள மாதிரி டேஸ்ட் உள்ளவனா! சர்தான். எனக்கும் அவள ரொம்பப் பிடிக்கும்க்கா’ என்று மாமா சொன்னார்.

‘போதுமே? ஆன வயசுக்கு அது ஒண்ணுதான் குறைச்சல்’ என்று சிடுசிடுத்துவிட்டு, என்னை மட்டும் சமையல் கட்டுக்கு அழைத்துச் சென்றாள்.

‘நடிகை படம் வெச்சுக்கறதெல்லாம் தப்பில்லேடா விமல். அவன் வயசு வரும்போது உனக்கும் யார் போட்டோவாவது வெச்சுக்கலாம்னு தோணும். அதெல்லாம் தப்பே இல்லே.’

இது எனக்கு மிகுந்த அதிர்ச்சியளித்தது. அம்மா இப்படிப் பேசுவாள் என்று நான் எதிர்பார்க்கவில்லை. இருந்தாலும் நான் அவனைப் போன்றவனில்லை என்று அவளுக்குப் புரியவைத்துவிட விரும்பினேன்.

‘எனக்கு அப்படி ஒரு போட்டோ வெச்சுக்கணும்னு தோணித்துன்னா நான் உன் போட்டோவத்தான் வெச்சுப்பேன்’ என்று சொன்னேன்.

அம்மா சிரித்தாள். என்னை அப்படியே வாரி அணைத்துக்கொண்டு உச்சந்தலையில் முத்தமிட்டாள். 'என் கண்ணு. உன்கிட்ட அம்மா போட்டோ இருக்கா?'

‘இல்லை. ஆனா அப்பா பொட்டியிலே, ஆல்பத்துல இருக்கு. அத பிச்சி எடுத்துண்டுடுவேன்’ என்று சொன்னேன்.

‘ரொம்ப வருஷம் முன்னாடி அதே கல்யாண ஆல்பத்துலேருந்து ஒரு போட்டோவ விஜய் பிச்சி வெச்சிண்டிருந்தான். அத எங்க போட்டானோ தெரியலே.’

நான் அம்மாவையே பார்த்துக்கொண்டிருந்தேன். அவள் அழுவது போலத் தெரிந்தது. ஆனால் முகம் கோணாமல், குரல் உடையாமல், கண்ணீரை வெளியே சிந்தாமல் அழ முடியுமா என்று தெரியவில்லை. ஒரு கணம் யோசித்தேன். சட்டென்று அறைக்குள் ஓடி, அண்ணாவின் புத்தக அடுக்கைக் கலைத்துப் போட்டு வேகவேகமாகத் தேடினேன். அவனிடம் அம்மாவின் அந்தப் போட்டோ இருந்தது எனக்குத் தெரியும். ஆனால் அடிக்கடி எடுத்துப் பார்ப்பதெல்லாம் கிடையாது. என்றைக்கோ தோன்றி,

ஆல்பத்தில் இருந்து எடுத்து வைத்திருக்கிறான். பிறகு எடுத்ததையே மறந்திருப்பான் என்று தோன்றியது.

ஐந்து நிமிடங்கள் அவனது அனைத்துப் புத்தகங்களையும் புரட்டிக் கவிழ்த்து ஒரு வழியாக அந்தப் போட்டோவைக் கண்டுபிடித்துவிட்டேன். 'அம்மா, கிடைச்சுடுத்து' என்று கத்திக்கொண்டே அடுக்களைக்குள் அதை எடுத்துக்கொண்டு ஓடினேன்.

'என்னதுடா?'

'அண்ணா எடுத்து வெச்சிருந்த போட்டோ' என்று அவளிடம் நீட்டினேன்.

ஒரு கணம்தான். அம்மாவின் முகம் குப்பென்று பூரித்துப் போனது. நெடுநேரம் அந்தப் படத்தையே பார்த்துக்கொண்டிருந்தாள். அது அம்மாவின் திருமணத்தன்று எடுத்த கறுப்பு வெள்ளைப் புகைப்படம். அம்மா குனிந்து நின்றிருக்க, அப்பா அவள் காலில் மெட்டி அணிவித்துக்கொண்டிருப்பார். உறவுக்கார ஜனம் சுற்றி நின்றிருக்கும். அண்ணாவுக்கு மொத்தப் படங்களில் அந்த ஒரு போட்டோ மட்டும் ஏன் பிடித்தது என்று தெரியவில்லை. அத்தனை ஒன்றும் சிறப்பாக எடுக்கப்பட்ட படமும் அல்ல. என்னமோ அவனுக்குத் தோன்றியிருக்கிறது. கவர்ந்திருக்கிறது.

அம்மா கண்ணைத் துடைத்துக்கொண்டாள். 'இந்தா, உள்ள கொண்டு போய் வை' என்று என்னிடம் திருப்பிக் கொடுத்தாள்.

அப்போதுதான் போட்டோவின் பின்பக்கம் அண்ணா பென்சிலால் ஏதோ எழுதியிருப்பதை நானே பார்த்தேன்.

'குடு அதை' என்று அம்மா மீண்டும் வாங்கி, எழுதியிருந்ததைப் படித்தாள். அண்ணாவின் கையெழுத்துத் தான். நிறுத்தி, நிதானமாக, மிகச் சரியாகத்தான் எழுதியிருந்தான்.

'ஒரு கடமைக்காக ஒருநாள் வருவேன்.'

21. மயான காண்டம்

படூர் வாத்தியார் பார்த்துக்கொள்வதாகச் சொல்லியிருந்ததால் அப்பா என்னை அந்த வருட மயான கொள்ளைத் திருவிழாவுக்கு அனுப்ப ஒப்புக்கொண்டிருந்தார். ஆசைப்பட்டதை வாங்கிச் சாப்பிட கையில் இரண்டு ரூபாய் கொடுத்திருந்தார்.

'ஃப்ரெண்ட்ஸெல்லாம் வந்தாங்கன்னா கூட சேர்ந்து ஜாலியா ஊர சுத்து விமல். அதெல்லாம் தப்பே இல்லை. ஆனா கூட்டம் மயானத்துக்குப் போகறப்ப நீ ஆத்துக்கு வந்துடு. கூட வர யாருமில்லேன்னா வாத்யார் வீட்ல போய் இரு. அப்பா வந்து அழைச்சிண்டு வந்துடுவா' என்று அம்மா சொன்னாள்.

கேசவன் மாமா திருவல்லிக்கேணி வரை போயிருந்தார். திரும்ப ஒரு நாளாகும் என்று சொல்லியிருந்தார். அவர் இருந்திருந்தால் வாத்தியாரோடு திருவிழா பார்க்க வேண்டிய அவலம் உண்டாகியிருக்காது. ஊர்ப்பெரியவராக, பஞ்சாயத்து முக்கியஸ்தராக, நல்லவராக, அன்பானவராக இருந்தாலும் அவர் என் பள்ளிக்கூட வாத்தியார். அவரது அருகாமையில் பத்திரமாக இருக்கலாமே தவிர, ஜாலியாக இருக்க முடியாது. ஆனால் எனக்கு அன்றைக்கு வேறு வழியில்லாமல் போய்விட்டது. என்றைக்குமில்லாத திருநாளாக வினோத் படிக்க வேண்டியிருப்பதாகச் சொல்ல, வினய் தனக்குத் திருப்போரூரில் கிரிக்கெட் மேட்ச் இருப்பதாகச் சொல்லிவிட்டு அதிகாலையே கிளம்பிப் போய்விட்டிருந்தான். நான் மிகவும் ஆசைப்பட்டேன் என்பதால் அப்பா தனது நண்பரான படூர் வாத்தியாருக்கு போன் செய்து விவரம் சொல்லியிருக்கிறார்.

'அதுக்கென்ன, நம்ம வீட்டுக்கு கூட்டிட்டு வந்து விட்டுடுங்க. நான் பாத்துக்கறேன்' என்று அவர் சொல்லியிருக்கிறார்.

எனக்கு அதிலேயே திருவிழா மீதிருந்த விருப்பம் சற்று மட்டுப்பட்டது. படூர் வாத்தியாரின் மகன் என்னோடு படிக்கிறவன்தான். ஒரு சில சந்தர்ப்பங்களில் அவர்கள் வீட்டுக்கு

நான் போயிருக்கிறேன். யாரும் தெரியாதவர்கள் இல்லை. அறிமுகமில்லாத முகங்களில்லை. ஆனாலும் அவர் வாத்தியார்.

'அதெல்லாம் பரவால்ல. ஸ்கூல்லதான் அவர் வாத்தியார். ஆத்துல அன்பாத்தான் இருப்பார். நீ அப்பாவோட கெளம்பு' என்று அம்மா அனுப்பிவைத்தாள்.

கேளம்பாக்கம், கோவளம், புதுப்பாக்கம், தையூர், திருப்போரூர், நாவலூர், சோழிங்கநல்லூரில் இருந்தெல்லாம் மக்கள் மொத்த மொத்தமாக வந்து சேர்ந்துகொண்டே இருந்தார்கள். படூர் சாலைகளெங்கும் வெறும் உடல்களாக நின்று நகர்ந்துகொண்டிருந்தன. பெரியவர்கள் அவரவர் குழந்தைகளைத் தோளில் ஏற்றி உட்காரவைத்துக்கொண்டு நகர்ந்து போய்க்கொண்டிருந்தார்கள். பெண்கள் ஆளுக்கொரு கூடைப் பையில் முருங்கைக்காய்கள், மஞ்சள் கிழங்கு, கொழுக்கட்டைகளை எடுத்துக்கொண்டு சத்தம் போட்டுப் பேசியபடியே போனார்கள். எங்கோ யார் யாரோ மொத்தமாக இலை பீப்பீ ஊதினார்கள். எனக்கு அது மிகவும் பிடிக்கும். யாராவது செய்து கொடுத்தால் நாளெல்லாம் வைத்துக்கொண்டு ஊதுவேன். கேசவன் மாமாவுக்கு எட்டும் குளிர்ந்த தினத்தில் கோயில் சுவரில் வளர்ந்திருக்கும் ஆல இலைகளை மடித்து பீப்பீ செய்து வந்து தருவார். படூர் வாத்தியாரிடம் பீப்பீ வேண்டும் என்று எப்படிக் கேட்பது?

நான் வாத்தியாரின் மகன் மூர்த்தியிடம் என் விருப்பத்தைச் சொன்னேன். அவனுக்கு பீப்பீயில் விருப்பம் இல்லை. அவன் திருவிழாக் கடைகளின் பக்கம் பார்வையைச் செலுத்தியபடி வந்தான். ஹரிக்கேன் விளக்கு வைத்த தள்ளுவண்டிகளில் விதவிதமான நிறங்களில் பலகாரங்களை மலை மலையாக அடுக்கி விற்றுக்கொண்டிருந்தார்கள். பார்க்கவே எல்லாம் அழகாக இருந்தது. பலூன் கடைகள், பொம்மைக் கடைகள், பாத்திரக் கடைகள், துணிக்கடைகள் என்று வீதிகளின் ஓரங்களெங்கும் தரையில் பச்சை, நீல நிற பாலிதீன் கோணிகளை விரித்துக் கொட்டிக் குவித்திருந்தது. எல்லாக் கடைகளின் முன்னும் ஆட்கள் குவிந்திருந்தார்கள். எங்கும் குரல்களால் நிறைந்திருந்தது.

அன்றைக்கு மதியம் முதல் இருட்டி இரண்டு மணி நேரமாகும்வரை படூர் முழுவதையும் சுற்றித் தீர்த்திருந்தேன். கால்கள் வலியில் இழுத்துக்கொண்டன. கால் வலி என்று லேசாக முனகிவிட்டுப்

படுத்தால் போதும். தூக்கம் நெருங்கும் நேரத்தில் அம்மா வந்து அருகே அமர்ந்து பாதங்களை எடுத்து மடியில் வைத்துக்கொண்டு ஒத்தடம் கொடுப்பதுபோல அமுக்கிவிடுவாள். வீட்டுக்குப் போய்விடலாமா என்று ஒருகணம் நினைத்தேன். மயானத்துக்கு மட்டும் போகவேண்டாம் என்று அம்மா சொன்னது நினைவுக்கு வந்தது. இத்தனை நூறு பேர் போகவிருக்கிற ஓரிடத்துக்கு நான் மட்டும் போகாதிருக்க என்ன அவசியம்?

பேய்களும் பிசாசுகளும் உலவும் இடமானாலும் இன்றைய ஒரு நாள் அவை யாரையும் ஒன்றும் செய்யாது என்று வாத்தியாரின் மனைவி சொன்னாள். சாம்பலும் மணலும் கலந்து செய்யப்படுகிற அங்காளியின் பேருருவம் மயானத்தின் நடுவே கிடத்தப்பட்டிருக்கும். அதன் கண் திறக்கும் வைபவம்தான் உச்சம். எங்கெங்கும் மக்கள் கரகமெடுத்து ஆடிக்கொண்டிருப்பார்கள். தையூர் பண்ணையின் தரைக் கிணற்றில் குதித்துக் குளித்துவிட்டு பூசாரி ஈரம் சொட்டச் சொட்ட எழுந்து வருவார். அங்கிருந்து அவரோடுகூட ஆயிரமாயிரம் பேர் படூர் வரை ஊர்வலமாக வருவார்கள். ஒரு மாறுதலுக்கு பூசாரி அன்றைக்குப் புடைவை கட்டியிருப்பார். முகமெங்கும் சாந்தும் குங்குமமும் பூசியிருப்பார். அவரோடு வருபவர்களுள் யாராவது ஒருவர் வாயில் ஒரு ஆட்டின் பச்சை ஈரலைக் கடித்துக் கவ்விக்கொண்டு கையில் தீச்சட்டி ஏந்தி வருவார். ஆளாளுக்குக் கையில் ஆயுதங்கள் வைத்திருப்பார்கள். வாள்கள். குத்தீட்டிகள். வேல் கம்புகள். ஜல் ஜல்லென்று அதிரும் சலங்கைகளின் சத்தம். எங்கும் ஒலிக்கும் பறையின் பேரரவம்.

எனக்கு அதைக் கேட்கும்போதே போய்ப் பார்த்தால்தான் என்னவென்று தோன்றியது. மயானத்தில் கொள்ளையடிக்க என்ன இருக்கும் என்ற வினாவொன்று எனக்கு இருந்தது. அதை வாத்தியாரிடம் கேட்கத் தயக்கமாகவும் இருந்தது. எங்கெங்கிருந்தோ வந்து குவியும் சனம், நூற்றுக்கணக்கான சேவல்களை ஒரே சமயத்தில் பலியிடுவதைப் பார்ப்பதே பெரும் புண்ணியம் என்றாள் வாத்தியாரின் மனைவி. எனக்குக் குலை நடுங்கியது. நூறு சேவல்கள்! அத்தனை ரத்தமும் மயானம் முழுதும் பொங்கிப் பரவி வழிந்தோடுவது போலக் கற்பனை செய்து பார்த்தேன். உடல் சிலிர்த்தது. ஒருவேளை இதற்காகத்தான் என்னை அந்தப் பக்கம் போகவேண்டாம் என்று அம்மா சொன்னாளோ என்றும் தோன்றியது.

‘அதெல்லாம் போனா தப்பில்லைடா’ என்று மூர்த்தி சொன்னான்.

‘நீ வரலைன்னா வீட்லயே இரு விமல். நாங்க வெளிய கதவ பூட்டிக்கிட்டு போயிடுறோம்’ என்று வாத்தியார் சொன்னார்.

‘இல்லை சார். எனக்கு ஆசையாத்தான் இருக்கு. ஆனா அம்மா திட்டுவாளோன்னு பயம்மா இருக்கு.’

அவர் என்ன நினைத்தாரோ. ‘சரி, நான் உங்கப்பாட்ட பேசிக்கறேன். நீயும் வா’ என்று சொன்னார்.

அன்று நள்ளிரவுக்குப் பிறகு நாங்கள் வீட்டைப் பூட்டிக்கொண்டு வீதியில் இறங்கினோம். பகலேபோல எங்கும் வெளிச்சம் பரவி நிரம்பியிருந்தது. காணுமிடம் எல்லாம் மக்கள் கூட்டம். மூலைக்கு மூலை கூம்பு ஸ்பீக்கர் கட்டி அம்மன் பாடல்கள் ஒலிக்கவிட்டிருந்தார்கள். வாண வேடிக்கைகளும் வேட்டுச் சத்தமும் ஊரை நாலாபுறமும் அரணாகச் சூழ்ந்திருப்பதாகத் தோன்றியது. கும்பலோடு கும்பலாக நாங்கள் மயானத்தை நோக்கித் தள்ளிச் செல்லப்பட்டோம்.

அந்தக் காட்சியை நான் வாழ்நாளில் மறக்கமாட்டேன். வாயில் ஆட்டு ஈரலைக் கடித்துக்கொண்டு ஆவேசமாகத் தீச்சட்டியுடன் முன்னால் ஓடி வந்தவனுக்கு முப்பது முப்பத்து ஐந்து வயது இருக்கும். வருடக் கணக்கில் முடி வெட்டாமல் தலை காடு போலக் கிடந்தது. அடர்ந்த தாடியும் சிவந்த கண்களும் திரண்டு முட்டிக்கொண்டு நின்ற தோள்களும் எலும்பு புடைத்த மார்புமாக அவன் ஆவேசமாக எடுத்து வைத்த ஒவ்வொரு அடியும் புவியைப் பிளந்துவிடும் போல் அச்சமூட்டியது. பக்கவாட்டில் முட்டித் தள்ளிய கூட்டத்தை அவன் பொருட்படுத்தவில்லை. குறுக்கே யார் வந்தாலும் உதைத்துத் தள்ளிக்கொண்டே ஓடினான். உண்மையில் அத்தனை பெரும் கூட்டத்தை மயானத்தை நோக்கி உந்தித் தள்ளிக்கொண்டு போனதே அவந்தான் என்று தோன்றியது. கிளம்பியதுதான் தெரியும். எப்போது, எப்படி அங்கே போய்ச் சேர்ந்தேன் என்றே புரியவில்லை.

பூசாரியும் ஈரல் கடித்தவனும் மயானத்தை வந்தடைந்தபோது கூச்சலும் பறையொலியும் உச்சத்தைத் தொட்டன. இருளில் ஒருவரையொருவர் முகம் பார்க்கக்கூட முடியவில்லை. ஆங்காங்கே பொருத்தியிருந்த விளக்குகளின் வெளிச்சம், கவிந்திருந்த இருளின் அடர்த்தியைத்தான் பெரிது படுத்திக் காட்டியதே தவிர அடுத்தவர் முகம் பார்க்கக்கூட உதவவில்லை.

நான் சற்று பயந்திருந்தேன். என் வாழ்நாளில் அத்தனை பெரும் சத்தத்தை நான் கேட்டதில்லை. ஒரு பெரும் கூட்டமே ஆவேசம் கொண்டு முட்டி மோதும் என்று தெரிந்திருந்தால் நான் அங்கு சென்றிருக்க மாட்டேன். வாத்தியாரின் வேட்டியை என்ன ஆனாலும் விடக்கூடாது என்று இறுக்கிப் பிடித்துக்கொண்டிருந்தேன். திடீரென்று வானில் ஒரு வெடிச் சத்தம் கேட்டது. உடனே பெண்கள் அத்தனை பேரும் எடுத்து வந்திருந்த முருங்கைக்காய்களையும் மஞ்சள் கிழங்குகளையும் கொழுக்கட்டைகளையும் வானை நோக்கி வீசத் தொடங்கினார்கள். கணப் பொழுதில் மயானம் முழுதும் நிறைந்து நின்றிருந்த அத்தனை பேர் மீதும் முருங்கைக்காய்கள் விழத் தொடங்கின. ஒரு கூட்டம் அதைப் பொறுக்கக் குனிய, பின்னால் வந்துகொண்டிருந்தவர்கள் அவர்களை நெக்கித் தள்ளினார்கள். நெரிசலில் மிதிபட்டுப் பலபேர் கெட்ட வார்த்தைகள் சொல்லித் திட்ட ஆரம்பித்தார்கள்.

பூசாரி உக்கிரமாக சாமியாடிக்கொண்டிருந்தார். உடுக்கைச் சத்தமும் சேகண்டி ஒலியும் செவிகளைக் கிழித்தன. விழாவின் உச்சமாக அவர் தரையில் படர்ந்து கிடந்த பிரம்மாண்டமான சாம்பல் அங்காளியின் மீது விழுந்து புரண்டு எழுந்தபோது மொத்தக் கூட்டமும் ஆர்ப்பரித்தது. அவர் உடலெங்கும் சாம்பல் பூசி பார்க்கவே பயங்கரமாக இருந்தார். அப்படியே பிடிப்பிடியாக சாம்பலை அள்ளி அள்ளி சூழ்ந்திருந்த மக்கள் மீது வீசினார். மூலைக்கு மூலை சேவல்களின் மரண ஓலம். எனக்குத் தெரியாது. படூர் வாத்தியாரும் ஒரு சேவலை பலி கொடுக்க ஏற்பாடு செய்திருந்தார் போலிருக்கிறது. அதற்காக அவர் ஒரு ஆளை நியமித்திருந்தார். எங்கிருந்தோ பாய்ந்து வந்த அந்த நபர், ‘சார் வாங்க’ என்று அவர் கையைப் பிடித்து கும்பலுக்கு நடுவே இழுத்துக்கொண்டு போக, அவர் வேட்டியைப் பிடித்துக்கொண்டிருந்த நானும் அவரோடு ஒட்டிக்கொண்டு பின்னால் போனேன். வாத்தியாரின் மனைவி வருகிறாளா, மூர்த்தி என் பின்னால் வந்தானா என்றுகூடத் தெரியாது. உலகமே சேர்ந்து என்னைச் செலுத்திக்கொண்டிருந்தது போலத்தான் உணர்ந்தேன்.

அந்த நபர் வாத்தியாரை ஒரு மரத்தடிக்கு இழுத்துக்கொண்டு போனான். மயானத்தின் தெற்கு மூலையில் இருந்த மரம் அது. மொத்தப் பரப்பில் அந்த இடம்தான் சற்று மேடாகவும் இருந்தது. அங்கிருந்து பார்த்தபோது பூசாரி அங்காளியின் சாம்பல் சிலையுருவின்மீது உருண்டு புரளும் காட்சி சற்றுத் தெளிவாகத்

தெரிந்தது. கணப் பொழுது நான் பார்வையைத் திருப்பியபோது வாத்தியார் தனது நேர்த்திக்கடனாக சேவலைச் சீவி பலி கொடுத்துக்கொண்டிருந்தார்.

எங்கள் பள்ளிக்கூடத்தில் அவர் தறி ஆசிரியராக இருந்தவர். கைத்தொழில் பயிற்றுநர். அமைதியே வடிவான மனிதர் என்று பெயரெடுத்தவர். எப்போதாவது வரலாறு, புவியியல் எடுக்கும் ஆசிரியர்கள் பள்ளிக்கு வராதிருந்தால் அவரைத்தான் தலைமை ஆசிரியர் அந்த வகுப்புகளுக்கு அனுப்பிவைப்பார். 'டேய் படிங்கடா' என்று மட்டும் சொல்லிவிட்டு ஒரு காகிதத்தைக் கிழித்துச் சுருட்டி, காது குடைய ஆரம்பித்துவிடுவார். வகுப்பு முடியும் நேரத்தில் மட்டும் ஒவ்வொருவரும் ஏதாவது ஒரு கைத்தொழில் கற்க வேண்டியதன் அவசியத்தைக் குறித்து சில வார்த்தைகள் சொல்லுவார். அவரறிந்த வரலாறும் புவியியலும் அதுவாகவே இருந்தது. ஏனோ அந்த சங்கதி தலைமை ஆசிரியருக்குத் தெரியாமலே இருந்தது. நானறிந்து பிரம்பைத் தொடாத ஒரே ஆசிரியர் எங்கள் பள்ளியில் அவர்தான். ஆனால் எத்தனை உக்கிரமாகச் சேவலின் சிரத்தைச் சீவித் தள்ளிவிட்டார்! வெட்டிய பின்பும் அந்தச் சேவலின் உடல் துடித்துக்கொண்டே இருந்தது. அரை இருளில் அந்தக் காட்சி அளித்த அதிர்ச்சியில் இருந்து என்னால் வெகு நேரம் மீளவே முடியவில்லை.

திகைத்துப் போய் நான் வாத்தியாரை நிமிர்ந்து பார்த்தேன். என் முகத்தில் அச்சத்தின் துளிகள் தெறித்திருக்க வேண்டும்.

'என்ன?' என்றார் வாத்தியார்.

உடனே நான் ஒன்றுமில்லை என்று தலையசைத்தேன். அந்த இடத்தைவிட்டு ஓடிவிடவேண்டும் என்று ஏனோ தோன்றிவிட்டது. உடம்பெங்கும் சாம்பல் பூசி ஆடிக்கொண்டிருந்த பூசாரியின் ஆட்டத்தை விடவும், பக்தியின் உச்சத்தில், கொண்டாட்டத்தின் உச்சத்தில் தம்மை மறந்து குரலெழுப்பிக்கொண்டிருந்த ஜனக்கூட்டத்தின் ஆரவாரத்தை விடவும் அந்த ஒரு சிறு கழுத்துச் சீவலின் உக்கிரம் என்னை வெகுவாகத் தாக்கியது.

நான் மெல்ல வாத்தியாரின் வேட்டியைப் பிடித்திருந்த கையை விலக்கிக்கொண்டேன். அவர் யாருடனோ பேசிக் கொண்டிருந்தபோது அவரறியாமல் நாலடி நகர்ந்து சென்று அந்த மரத்தின்மீது சாய்ந்து நின்றுகொண்டேன்.

அப்போதுதான் மரத்தின் மீதிருந்து ஓர் உருவம் கீழே குதித்தது. வரும்போதே மரக்கிளைகளில் பலபேர் ஏறி நின்றிருந்ததை நான் பார்த்திருந்தேன். ஆனால் முகங்களைக் கவனிக்கவில்லை. இப்போது எதிர்பாராவிதமாக என் முன்னால் குதித்தவனைக் கண்டபோது எனக்குப் பேச்சற்றுப் போனது. அரையில் ஒரு கோவணம் மட்டும் உடுத்தி, முற்றுமுழுதாகச் சாம்பல் பூசிக்கொண்டு இருந்தான். முகமெல்லாம் சாம்பல் புழுதி. அது வினய் என்பதை நான் உணரவே எனக்குச் சில வினாடிகள் பிடித்தன.

22. உரித்தெடுத்தல்

தோல், தோல், தோல் என்று பைத்தியம் போல் திரும்பத் திரும்பச் சொல்லிக்கொண்டே இருந்தான். தனக்கு மட்டும் சக்தி இருந்தால் நெற்றியில் இருந்து பாதம் வரை மூடியிருக்கும் தோலை உரித்தெடுத்துவிட விரும்புவதாக வினய் சொன்னபோது எனக்கு மிகுந்த அச்சமாகிவிட்டது. அவனுக்கு ஏதோ ஆகிவிட்டதென்று தோன்றியது. வீட்டுக்குப் போவதற்கு முன்னால் அல்லிக் குளத்தில் குதித்து நன்றாகத் தேய்த்துக் குளித்தான். கரை ஏறி வந்து அப்படியே கோவணத்துடன் சிறிது நேரம் நின்று தன்னை உலர்த்திக்கொண்டு பிறகு உடைகளை எடுத்து அணிந்துகொண்டான். 'சாம்பலெல்லாம் போயிடுத்தோலோ?' என்று கேட்டான்.

'எதுக்காகடா நீ அப்படி செஞ்சே?'

'தெரியல விமல். ஆனா எல்லாத்தையும் உரிச்சிப் பாத்துடணும்னு ஒரு வெறி. இப்ப கொஞ்ச நாளாத்தான் இப்படியெல்லாம் தோணறது. நடிகைங்கள பாத்தா தோலை உரிச்சிப் பாக்கத் தோணறது. பத்மா மாமி பொண்ண பாத்தாலும் அதான் தோணறது. என்னையே உரிச்சிப் பாத்துடமாட்டனா்னு இருக்கு. முடியலியே. அதான் சட்டை பேண்ட்டையாவது கழட்டிப் போட்டுடத் தோணிடுத்து.'

'எதுக்காகடா உரிக்கணும்? உரிக்க வேணாம்னுதானே பெருமாள் உடம்பை மூடிக் குடுத்திருக்கார்?'

அவன் சிரித்தான். 'உரிக்கமுடியறதாபார்னு சவால் விட்டிருக்கார்டா' என்று சொன்னான்.

எனக்கு மிகவும் குழப்பமாக இருந்தது. அவனுக்குத் தீவிரமாக ஏதோ பிரச்னை உள்ளதென்று தோன்றியது. அண்ணா விஷயத்தில் நடந்துகொண்டதைப் போல இவன் விஷயத்தில் நான் அலட்சியமாக இருந்துவிடக் கூடாது என்று நினைத்துக்கொண்டேன். அண்ணாவாவது தெளிவாக இருந்தான். தெளிவாகப் பேசினான். தான் எதைத் தேடுகிறோம் என்று என்னிடமாவது அவனால்

எடுத்துச் சொல்ல முடிந்தது. சந்தேகமில்லாமல் அவன் ஒரு பக்திமான். அதைத்தாண்டி அவனிடம் ஒரு ஞானத்தேடல் இருந்தது. இதெல்லாம் பின்னால் எனக்கென்று ஒரு பக்குவம் வந்தபோது புரிந்த விஷயங்கள்தாம் என்றாலும் வினய் விஷயத்தில் எனக்கு அந்த வயதிலேயே தீர்மானமாகத் தோன்றியது. இவனுக்குப் பைத்தியம் பிடிக்கவிருக்கிறது.

'ஆமால்ல? பைத்தியம்தான் போலருக்கு' என்று அவன் சொன்னான்.

அன்று மாலை அப்பா ஆபீஸ் முடித்துத் திரும்பியபோது அவரிடம் நான் பார்த்ததைச் சொல்லிவிட வேண்டும் என்று முடிவு செய்துகொண்டேன். எனக்கு வசதியாக அம்மா, மாமாவோடு தையூர் சந்தைக்குப் போய்வருவதாகச் சொல்லிவிட்டுப் போயிருந்தாள். வினோத் வீட்டில்தான் இருந்தான். ஆனால் அது ஒரு பிரச்னையில்லை. பொதுவாக அவன் அப்பா இருக்கும் இடத்தின் பக்கம் வரவே மாட்டான். பசியெடுக்கும்போது 'அம்மா பசிக்கறது' என்று குரல் கொடுப்பானே தவிர என்னைப் போல் அடுக்களைக்கு உள்ளே போய்ப் பேசுகிற வழக்கம் அம்மா விஷயத்தில்கூட அவனுக்குக் கிடையாது. வினய் எல்லோரிடமும் எப்போதும் பேசிக்கொண்டிருக்கிறவன். அவன் தையூர் தோப்பில் பீடி குடித்ததைப் பார்த்துவிட்டு கேசவன் மாமா வீட்டுக்கு வந்து சொன்னதன் மறுநாள் ஒன்றுமே நடக்காதது போல மாமாவிடமே கிரிக்கெட் விளையாட வருகிறீர்களா என்று கேட்டான். மாமா அப்போதும் அவனுக்கு நல்ல வார்த்தைகள் சொல்லி, கெட்டுப் போகாதிருக்கும்படிக் கெஞ்சியிருக்கிறார்.

'பீடி பிடிச்சா கெட்டுப் போய்டுவேனா மாமா? அப்ப ஒரு நாளைக்கு பதினாறு சிகரெட் பிடிச்ச விவேகானந்தர் கெட்டவரா?' என்று வினய் கேட்டதாக மாமா வந்து சொல்லிப் புலம்பிக்கொண்டிருந்தார்.

எனக்கு அந்தத் தகவல் மிகவும் புதிதாக இருந்தது. நான் அம்மாவிடம் ரகசியமாகக் கேட்டேன், 'விவேகானந்தர் சிகரெட் பிடிப்பாராம்மா?'

'எனக்குத் தெரியலடா. அவனுக்கு யாரோ அப்படி சொல்லியிருக்கா' என்று சொன்னாள்.

'ஆனா சிகரெட்டெல்லாம் கெட்டவாதானே பிடிப்பா?'

அம்மா சிறிது நேரம் அமைதியாக இருந்தாள். பிறகு, 'வினய் நல்லவன்' என்று சொன்னாள்.

கேசவன் மாமாவுடன் அம்மா சந்தைக்குப் போய் முக்கால் மணி நேரம் ஆகியிருந்தது. அப்பா வாசலில் நாற்காலி போட்டு அமர்ந்து டிரான்சிஸ்டரில் செய்தி கேட்டுக்கொண்டிருந்தார். நான் அவர் அருகே சென்று அமர்ந்துகொண்டேன். சில நிமிடங்கள் அப்பா என்னைப் பொருட்படுத்தவில்லை. செய்தியிலேயே கவனமாக இருந்தார். பிறகு என்ன நினைத்தாரோ, டிரான்சிஸ்டரின் வால்யூமைக் குறைத்துவிட்டு, 'என்ன?' என்றார்.

நான் சற்றும் யோசிக்கவில்லை. 'வினய் நிறைய தப்பு பண்றாம்ப்பா. அவனை ஒரு டாக்டர்ட்ட கூட்டிண்டு போய்க் காட்டணும். கோவிந்தராஜ் டாக்டர் இல்லே. மெட்ராஸ்ல இருக்கற யாராவது நல்ல டாக்டர்' என்று சொன்னேன்.

'தப்பு பண்ணா டாக்டர் எதுக்கு?'

'இது வேற மாதிரி தப்பு' என்று சொன்னேன்.

அப்பா இப்போது ரேடியோவை நிறுத்தினார். 'என்ன பண்ணான் சொல்லு' என்று கேட்டார்.

மசானக் கொள்ளையில் அவன் வெறும் கோவணத்துடன் மரத்தின் மீதிருந்து குதித்த காட்சியை நான் பார்த்தபடியே விவரித்து முடித்தேன். 'உடம்பெல்லாம் சாம்பல் பூசிண்டு பாக்கவே பயங்கரமா இருந்தான்ப்பா. எனக்கு அழுகையே வந்துடுத்து. ஏண்டா இப்படின்னு கேட்டதுக்கு எல்லாத்தையும் உரிக்கறேன்னு சொல்றாம்ப்பா.'

அன்றிரவு அப்பா வினய்யை நடுக்கூடத்தில் நிறுத்தி வைத்து அடி அடியென்று அடித்துத் தீர்த்தார். அம்மாவும் மாமாவும் எவ்வளவோ சொல்லிப் பார்த்தார்கள். குறுக்கே விழுந்து தடுத்தார்கள். அப்பா நிறுத்தவேயில்லை. 'பாவி, மகாபாவி! ஏண்டா உம்புத்தி இப்படி போறது? இதுக்காடா எனக்குப் பிள்ளையா வந்து பொறந்தே?' என்று கதறிக்கொண்டே அடித்தார். இரண்டு பிரம்புகள், ஒரு ஸ்கேல் உடைந்தன. அப்போதும் அவரது ஆத்திரம் தீரவில்லை. 'எங்க என் பெல்ட்டு? எடு அதை' என்று உக்கிரமாக பெல்ட்டைத் தேடத் தொடங்கியபோது மாமாதான் வினய்யைப் பிடித்து இழுத்துச் சென்று ஓர் அறைக்குள் தள்ளிக் கதவைச் சாத்தித் தாழ்ப்பாள் போட்டார். மறக்காமல் வெளிப் பூட்டை எடுத்து வந்து அந்த அறைக்கதவுக்குப் போட்டு, பூட்டி சாவியை எடுத்துக்கொண்டு வெளியே போய்விட்டார்.

எனக்கு மிகவும் பதற்றமாகவும் பயமாகவும் இருந்தது. வினோத் என்னைத் தனியே கூப்பிட்டுப் பத்து நிமிடங்களுக்குத் திட்டினான். 'நீ அதை அம்மாட்ட சொல்லியிருக்கணும். இப்பப் பாரு, அப்பா அவனை எப்படிப் போட்டு அடிச்சிருக்கார்' என்று சொன்னான். வினய் என்னோடு பேசப் போவதில்லை என்பது தெரிந்துவிட்டது. இருந்தாலும் அன்றைக்கு அது நடந்தது நல்லதற்கே என்று நினைத்தேன். மாமா கேட்டபோதுகூட, 'அவன் நடந்துண்டது பாக்க பயமா இருந்தது மாமா. அதனாலதான் சொன்னேன்' என்று சொன்னேன்.

அன்றிரவு அம்மா, அப்பா, மாமா மூவரும் நெடுநேரம் வாசலில் அமர்ந்து பேசிக்கொண்டிருந்தார்கள். நானும் வினோத்தும் உறங்கிவிட்டோமா என்று பார்க்க அப்பா ஐந்து நிமிடங்களுக்கொரு முறை உள்ளே வந்து வந்து போய்க்கொண்டிருந்தார். நாங்கள் இரண்டு பேருமே உறங்கியிருக்கவில்லை. ஆனால் வெளியே அவர்கள் பேசுவதைக் கேட்கவும் முடியாதவர்களாக இருந்தோம். அப்பா திட்டமிட்டு மிகவும் ரகசியமான குரலில் பேசுவது போலத் தோன்றியது. சரி, என்ன முடிவெடுத்தாலும் விடிந்தால் தெரியத்தானே போகிறது என்று நினைத்துக்கொண்டு தூங்கிப் போய்விட்டேன்.

மறுநாள் விடிந்து நான் கண் விழித்தபோது கேசவன் மாமா வினய்யை அடைத்து வைத்திருந்த அறையின் பூட்டைத் திறந்தார். வினய் நன்றாகத் தூங்கிக்கொண்டிருந்தான். மாமா அவனைத் தட்டி எழுப்பி, பல்லைத் தேய்த்துவிட்டு வரச் சொன்னார். 'அப்படியே கக்கூஸ் போயிட்டு குளிச்சிட்டு வரச் சொல்லு' என்று அப்பா சொன்னார்.

வினய் பதிலே சொல்லாமல் அவர் சொன்னபடி செய்தான். குளித்து தலைவாரிக்கொண்டு அப்பா முன்னால் வந்து, 'ரெடிப்பா' என்று சொன்னான்.

அம்மா அவனுக்குக் காப்பி கொடுத்தாள். அதை வாங்கிக் குடித்துவிட்டு, 'சொல்லுங்கோ' என்று நின்றான். எதற்கும் தயாராக இருந்தான் என்று எனக்குத் தோன்றியது. அது எப்படி முடியும் என்றுதான் புரியவில்லை. அப்பா அடித்தபோது அவன் சற்றும் முகம் சுளிக்கவில்லை. வலியில் கத்தவில்லை. எதிர்ப்புக் காட்டவில்லை. மாமா அவனை இழுத்துச் சென்று அறைக்குள் தள்ளிப் பூட்டியபோதும் கதவை இடிக்கவில்லை. எனக்குத் தெரிந்து அந்த இரவு அவன் சாப்பிட்டிருக்கவில்லை. ஒருவேளை

நான் உறங்கியபிறகு அம்மா பூட்டைத் திறந்து சாப்பிட ஏதாவது கொடுத்திருக்கலாம். அநேகமாக அப்பா அதை அனுமதித்திருக்க மாட்டார் என்று தோன்றியது. வினோத் சொன்னது போல நான் அம்மாவிடமோ அல்லது மாமாவிடமோ சொல்லியிருக்கலாமோ என்று நினைத்தேன். இருந்தாலும் நான் அப்படியொன்றும் தவறு இழைக்கவில்லை என்றுதான் திரும்பத் திரும்பத் தோன்றியது.

அம்மாதான் சொன்னாள், 'வினய், அப்பா உன்னை ஸ்கூல்லேருந்து நிறுத்திட முடிவு பண்ணியிருக்கார்.'

அது எனக்கு அதிர்ச்சியாக இருந்தது. 'ஐயோ ஏம்ப்பா?' என்று வினோத் கேட்டான்.

'இது படிச்சது போதும்னு நினைக்கறார். ஒன்ன காஞ்சீபுரத்துல பாடசாலைல போடப் போறார்' என்று கேசவன் மாமா சொன்னார்.

வினய் ஒன்றுமே சொல்லவில்லை. நான்தான் தாங்க முடியாமல் கேட்டேன், 'இங்கேருந்து எப்படி மாமா டெய்லி காஞ்சீபுரம் போயிட்டு வர முடியும்? பஸ் கிடையாதே.'

'அங்கயேதான் இருக்கணும். படிப்பு முடியறவரைக்கும் வீடு கிடையாது. உறவு கிடையாது. ஒண்ணும் கிடையாது' என்று அப்பா சொன்னார்.

நான் உடனே அம்மாவைப் பார்த்தேன். அதிர்ச்சியோ வேதனையோ வருத்தமோ சற்றும் அந்த முகத்தில் தெரியவில்லை. அதே சமயம் எப்போதும் படர்ந்திருக்கும் புன்னகையும் இல்லை. எனக்கு மிகுந்த அச்சமாகிவிட்டது. 'இதெல்லாம் வேணாம்மா. அப்பாட்ட சொல்லும்மா' என்று திரும்பத் திரும்பக் கேட்டேன். எனக்கு அழுகை வந்தது. எப்போதுமில்லாத வினோத வழக்கமாக எனக்கே தோன்றும்படி வினய்யின் கைகளை இழுத்து இறுக்கிப் பிடித்துக்கொண்டே பேசினேன்.

'நான் சும்மா சொன்னேம்ப்பா. வினய் பாவம்ப்பா. இப்படியெல்லாம் பண்ணவேணாமே? இனிமே அவன் ஒழுங்கா இருப்பான்ப்பா.'

அப்பா தன் முடிவில் எவ்வளவு தீவிரமாக இருந்தார் என்பது அந்த வயதில் எனக்குப் புரியவில்லை. அதைவிடப் புரியாத விஷயம், அம்மா எப்படி எதிர்க்கவே செய்யாமல் ஒப்புக்கொண்டாள் என்பது.

நான் வினய்யிடம் திரும்பத் திரும்ப மன்னிப்புக் கேட்டுக் கொண்டேன். 'நீ நடந்துண்டத பாத்து பயந்து போய்த்தாண்டா நான் அப்பாட்ட சொன்னேன். அவர் இப்படி பண்ணுவார்னு எனக்குத் தெரியலைடா.'

அவன் ஒன்றும் சொல்லவில்லை.

அன்று காலை அம்மா பொங்கலும் தேங்காய்ச் சட்னியும் செய்திருந்தாள். அனைவரும் ஒன்றாக உட்கார்ந்து சாப்பிட்டோம். சாப்பிடும்போது யாரும் எதுவும் பேசவில்லை. சாப்பிட்டு முடித்ததும், 'கௌம்பறோம்க்கா' என்று மாமா சொன்னார். வினய், இரண்டு செட் உடுப்புகள் மட்டும் எடுத்துக்கொண்டு தயாராக நின்றான். 'மடத்துக்கு எஸ்டிடி போட்டுப் பேசிட்டேன். போய் சேர்த்து விட்டுட்டு வந்துடறோம்' என்று சொல்லிவிட்டு அப்பாவும் மாமாவும் அவனை அழைத்துக்கொண்டு கிளம்பிச் சென்றார்கள்.

நான் நெடுநேரம் அழுதுகொண்டே இருந்தேன். அது நான் சற்றும் எதிர்பாராதது. வினய்யைக் கண்டித்து அல்லது தண்டித்து ஒழுங்கு செய்ய அப்பாவால் மட்டுமே முடியும் என்று எண்ணித்தான் நான் அவரிடம் சொன்னேன். ஆனால் அவர் நடந்துகொண்ட விதமும் எடுத்த முடிவும் எனக்குச் சற்றும் பிடிக்கவில்லை. அம்மா எப்படி அதற்கு ஒப்புக்கொண்டாள் என்ற வினா எனக்கு வெகுகாலம் பதிலற்று அப்படியே இருந்தது. எத்தனையோ முறை அம்மாவிடம் நான் அதைப் பற்றிக் கேட்டுப் பார்த்திருக்கிறேன். அவள் எனக்குச் சரியான பதில் சொன்னதில்லை. என்றைக்கோ ஒரு நாள் வினோத் இதைக் கேட்டபோது மட்டும், 'அவன் சொல்லிக்காம போனான். இவனை நாம கொண்டுபோய் விட்டோம்னாவது இருந்துட்டுப் போகட்டுமே' என்று பதில் சொல்லியிருக்கிறாள்.

23. துக்கம் தவிர்த்தல்

அன்றைக்கு முழுவதும் நான் வசந்த மண்டபத்தில்தான் அமர்ந்திருந்தேன். அலையடித்துக்கொண்டிருந்த குளத்து நீரும் பசுமையின் பல நிறங்களைச் சதுரம் சதுரமாகக் காட்டிக்கொண்டிருந்த வயல்வெளியும் ஓயாமல் சத்தமிட்டுக்கொண்டிருந்த சிட்டுக் குருவிகளும் எப்போதாவது சரளைக் கற்களை அரைத்துக்கொண்டு மெல்ல நகர்ந்து போகும் மாட்டு வண்டிகளும் வைக்கோல் வாசனையும் பொதுவாக எனக்கு மிகவும் பிடிக்கும். ஆனால் அன்று எதன்மீதும் கவனம் செல்லவேயில்லை. அது துக்கமா என்று தெரியவில்லை. நெஞ்சை அழுத்தத்தான் செய்தது. ஆனால் அப்பாவிடம் நான் வினய் குறித்துச் சொன்னதைத் தவறு என்று என்னால் நினைக்க முடியவில்லை. ஏதோ ஒரு விதத்தில் அவனுக்கு நான் நல்லது செய்ததாகவே தோன்றியது. ஆனால் அப்பா எடுத்த முடிவு எனக்கு அதிர்ச்சியாக இருந்தது. அம்மா பதில் சொல்லாமல் அதை ஏற்றது அதைவிடப் பெரிதாகத் தாக்கியது. ஒன்று மட்டும் எனக்குப் புரியவில்லை. என் வீட்டில் மட்டும் ஏன் இப்படியெல்லாம் நடக்கிறது?

இப்போது நினைத்துப் பார்த்தாலும் எனக்குச் சிரிப்புத்தான் வருகிறது. முதல் முதலில் வினய் பீடி குடித்த விவகாரம் வீட்டுக்கு வந்தபோது, என்றைக்காவது ஒரு நாள் அவன் பத்மா மாமியின் பெண்ணோடு ஊரை விட்டு ஓடிப் போவான் என்று ஏனோ எனக்குத் தோன்றியது. அவனுக்கு அந்தப் பெண்ணின்மீது ஒரு கண் இருந்ததை நான் அறிவேன். என் வயதுக்கு நான் அதையெல்லாம் வெளிப்படையாகப் பேசுவது கூடாது என்று என்னையறியாமல் நினைத்துக்கொண்டிருந்ததால், அவனிடமோ, வேறு யாரிடமோ அதைப் பற்றிப் பேசியதில்லை. பெண்களின் மீதான ஈர்ப்பு பற்றி ஏராளமான ஐயங்களும் குழப்பங்களும் எனக்கிருந்த காலம் அது. உள்ளுக்குள் முட்டி மோதிக்கொண்டிருந்த பல சங்கதிகளை உதறி உதிர்த்து ஒவ்வொன்றாக எடுத்துப் பார்த்தால் என்னை எனக்கே பிடிக்காமல் போய்விடும் என்று தோன்றும். அதனாலேயே பெண்களைப் பற்றி நினைக்கும் நேரம் தவிர

மற்ற நேரங்களில் நானொரு நல்ல பையனாகவே இருந்துவிட முடிவு செய்திருந்தேன். அதாவது பள்ளிக்குச் செல்லும் நேரம். விளையாட்டு மைதானத்தில் இருக்கும் நேரம். வீட்டில் இருக்கும் நேரம். குளித்துவிட்டு பெருமாளை விழுந்து சேவிக்கும் நேரம். அம்மாவோடு செலவழிக்கும் நேரம். படிக்கிற நேரம்.

பொதுவாகப் பள்ளி விட்டு வீடு திரும்பும் நேரங்களில்தான் நான் பெண்களைக் குறித்து நினைப்பேன். சென்ற வருடம் வரை என் வகுப்பில் என்னோடு படித்துக்கொண்டிருந்த பல பெண்கள் அந்த வருடம் சட்டென்று தாவணிக்கு மாறிவிட்டிருந்தார்கள். வி மடிப்புத் தாவணியும் மடித்துக் கட்டிய இரட்டைப் பின்னலும். ஓ. கடவுளல்ல; ஒரு கலைஞனால் மட்டுமே அப்படியொரு வடிவழகைப் படைக்க முடியும். எனக்கு தாவணி அணிந்த அத்தனைப் பெண்களுமே அன்றைக்கு அழகாகத் தெரிந்தார்கள். பிறந்தது முதல் என்றுமே நான் கண்டறியாத பெண்களின் இடுப்பை அந்தத் தாவணிப் பெண்களிடம்தான் முதலில் கண்டேன். அரைக்கணம் போதும் எனக்கு. அதற்குமேல் நான் உற்றுக் கண்டதில்லை. அந்த அரைக்கணத்து நினைவை ஒரு முழு நாளுக்குச் சேமித்து வைத்து மாலை வீடு திரும்பும்போது எடுத்து நினைப்பேன்.

ஆனால் வினய் என்னிடம் இடுப்பைக் குறித்துப் பேசியதில்லை. மிக நேரடியாக அவன் மார்பைப் பற்றித்தான் சொன்னான். பெண்களின் மார்பு. அவன் சொன்னபோது எனக்குச் சற்றுப் பூரித்துப் போனது உண்மை. ஆனாலும் ஐயோ இப்படி அசிங்க அசிங்கமாகப் பேசுகிறானே என்றுதான் நினைத்தேன். எதையெல்லாம் குற்றம் என்று நினைத்தேனோ அதெல்லாம் பிடித்திருந்தது. எதையெல்லாம் திருட்டுத்தனம் என்று நினைத்தேனோ, அதையெல்லாம் ரகசியமாக ரசித்துக்கொண்டிருந்தேன். நான் ரகசியமாகச் செய்ததை வினய் வெளிப்படையாகச் செய்தபோது அவன் ஒரு நல்ல பொறுக்கியாவான் என்று நினைத்தேன். சற்றும் எதிர்பாராவிதமாக அவன் மயானத்தில் சாம்பல் பூசிக்கொண்டு நின்றதைக் கண்டபோது என்னால் தாங்க முடியாமல் போய்விட்டது.

விஜய் வீட்டை விட்டுப் போனபோது எனக்கு வருத்தம் இருந்ததே தவிர, நான் அதைக் குறித்துப் பெரிதாக யோசிக்கவில்லை. முதலில் அவன் ஒரு பெரிய மந்திரவாதியாகிவிடுவான் என்று நினைத்தேன். பிறகு அவன் சித்தராவான் என்று தோன்றியது. சித்தெல்லாம் ஒன்றுமில்லை என்று அவன் சொன்ன பிறகு அவன் அல்லிக்

குளத்துக்கு அடியில் தவம் செய்யும் ரிஷிகளுள் ஒருவனாகிவிடுவான் என்று முடிவு செய்துகொண்டேன். ஆனால் வினய்யின் நடவடிக்கை எனக்கு மிகுந்த குழப்பத்தையும் அதிர்ச்சியையும் தந்தது. ஒரு பித்தனுக்குரிய குணாதிசயங்கள் அவனிடம் சேரத் தொடங்கியிருப்பதாகத் தோன்றியது. ஒரு விதத்தில் அது என் அச்சம்தான். என் வயதும் ஒரு காரணமாயிருக்கலாம். ஆனால் அப்படி ஒரேயடியாக அவன் வீட்டை விட்டுப் போவதற்கு நான் காரணமாவேன் என்று எதிர்பார்க்கவில்லை.

அப்பா பள்ளிக்கூடத்தில் அவனுக்கு டிசி கூட வாங்கவில்லை. அதெல்லாம் அவசியமில்லை என்று சொல்லிவிட்டார். 'இங்க படிச்சிக் கிழிச்சதெல்லாம் போதும். அவனுக்கு சரியான இடம் காஞ்சீபுரம்தான்' என்று சொன்னார். அவர், பிரதிவாதி பயங்கரம் அண்ணங்கராசாரியாரின் பரம பக்தர். 'வேதாந்த தேசிகரோட புத்ரன் வரத நாராயணாச்சார்ட்டே நேரடியா பாடம் கேட்டவர். அவரளவு ஞானஸ்தர் லோகத்துலயே கிடையாது' என்று அடிக்கடி சொல்லுவார். மாதம் ஒருமுறை காஞ்சீபுரத்துக்குப் போய் வரதராஜரை சேவித்துவிட்டு, மடத்துக்கும் சென்றுவிட்டு வருவார்.

வினய் அங்கே தங்கிப் படித்தால் புத்தி தடுமாறாமல் இருக்கும் என்று அப்பா நினைத்தார். கட்டுக் குடுமியும் பன்னிரண்டு திருமண்ணும் வைரக்கல் வைத்த கடுக்கண்ணுமாக வினய் வீட்டுக்குத் திரும்பி வரக் குறைந்தது எட்டாண்டுகள் ஆகும் என்று கேசவன் மாமா சொன்னார்.

'ஆனா வரும்போது ஞானப்பழமா வருவாண்டா உங்கண்ணன். நாலாயிரமும் படிச்சிருப்பான். திருப்பதிலயோ ஸ்ரீரங்கத்துலயோ காஞ்சீபுரத்துலயோ அவனுக்கு உத்தியோகம் ஆயிருக்கும். புத்தி தெளிஞ்சிருப்பான். பகவத் ஸ்மரணம் தவிர இன்னொண்ணு இருக்காது பாத்துக்கோ' என்று கேசவன் மாமா சொன்னார்.

நான் அம்மாவிடம் கேட்டேன். 'பண்ணது தப்புதான். அதுக்கு அடிச்சாச்சு, கண்டிச்சாச்சு. எதுக்காக இப்படி மடத்துல கொண்டு போய்த் தள்ளினார் அப்பா?'

'தங்கணுமேன்ற தவிப்புதான்' என்று சொல்லிவிட்டு அவள் போய்விட்டாள். எனக்குப் புரியவில்லை. எங்கு தங்க வேண்டும்? எதற்குத் தங்க வேண்டும்? அவள் ஏதோ சொல்ல நினைப்பதையும் ஆனால் கவனமாக அதைத் தவிர்ப்பதையும் என்னால் உணர முடிந்தது. என்னவென்று கண்டுபிடிக்க முடியவில்லை. பெருமாள்

ஏன் என்னைச் சிறுவனாகப் படைத்தான் என்று நொந்துகொண்டு வசந்த மண்டபத்துக்குப் போய் அமர்ந்தேன்.

வெகு நேரம் அழுதுகொண்டுதான் இருந்தேன். சொல்லாமல் வீட்டைவிட்டுப் போன விஜய்க்காகக்கூட நான் அத்தனை அழவில்லை என்பதை நினைத்துக்கொண்டேதான் அழுதேன். ஒருவேளை இந்த அழுகை இருவருக்கும் சேர்த்த அழுகையாக இருக்குமோ என்று தோன்றியது. ஆனால் அப்போதும் அம்மா அழவில்லை என்பதுதான் உறுத்திக்கொண்டே இருந்தது. எப்படி அவளால் முடிகிறது? ஒரு பிள்ளை சொல்லாமல் ஓடிப் போனான். இன்னொருவனை வலுக்கட்டாயமாகக் கொண்டு போய் எங்கோ தள்ளிவிட்டு வந்தாயிற்று. நான்கு பேர் இருந்த வீட்டில் மிச்சம் இருப்பது இரண்டே பேர். முடியுமா? தகிக்காதா? தாங்கக்கூடியதுதானா அது?

எனக்கு யாரிடமாவது பேசவேண்டும் போலிருந்தது. அம்மாவிடமோ, அப்பாவிடமோ, மாமாவிடமோ அல்ல. வினோத்திடமும் அல்ல. வேறு யாரிடமாவது. ஆனால் யாருடன் பேசுவது? எனக்குப் புரியவில்லை. மிகவும் குழப்பமாகவும் கலக்கமாகவும் இருந்தது. என்னால் இனிமேல் பாடங்களில் கவனம் செலுத்த முடியுமா என்று சந்தேகமாக இருந்தது. எல்லா அதிர்ச்சிகளும் ஒரு நாளில் நடந்து முடிந்துவிடுகின்றன. ஆனால் அவற்றின் வீரியமும் தாக்கமும் வாழ்நாள் முழுதும் தொடரும் போலிருக்கிறது.

அந்தக் கணத்தில்தான் எனக்குத் தோன்றியது. எதற்கும் அதிர்ச்சியுறாத ஒரு வாழ்வை எனக்கே எனக்காகப் பிரத்தியேகமாகச் செய்துகொண்டால் என்ன? துக்கம் தரத்தக்க எதையும் அண்டவிடாதிருப்பது. துக்கத்தின் ஒரு சொட்டு நிழலும் என் மீது படியாமல் பார்த்துக்கொள்வது. துக்ககரமான எந்த ஒரு நிகழ்விலும் பங்கு கொள்ளாதிருப்பது.

குருநாதர் இறந்துவிடுவார் என்று தெரிந்தபோது நான் ஆசிரமத்தை விட்டுப் புறப்பட்டுவிட்டதன் காரணம் அதுதான். எனக்கு அவர்மீது பற்றில்லாமல் இல்லை. பாசமில்லாமல் இல்லை. பக்தியோ, மரியாதையோ சற்றும் குறைந்ததேயில்லை. நான் ஆக நினைத்த வடிவை அவர் எனக்குச் சமைத்துக் கொடுத்தவர். என் ஆளுமையின் பிரம்மாண்டம் அவர் வடிவமைத்தது. அதில் சந்தேகமில்லை. ஆனாலும் மரணம் துக்ககரமானது.

உலவிய ஒரு உயிரைக் கிடந்த கோலத்தில் காண்பது ஒரு சவால். வைராக்கியத்துக்கோ, விரக்திக்கோ இட்டுச் செல்லும் எது ஒன்றும் எனக்குத் தேவையில்லை என்று அன்று முடிவு செய்தேன்.

அன்றைக்கு மாலை வரை நான் வசந்த மண்டபத்தில் இருந்து எழவேயில்லை. எப்படியும் என்னைத் தேடிக்கொண்டு வினோத் அங்கு வருவான் என்று நினைத்தேன். ஆனால் வரவில்லை. தென்பட்டுக்குப் போகிற யாரிடமாவது அம்மா என்னைப் பார்த்தால் வீட்டுக்கு வரச் சொல்லி, சொல்லி அனுப்புவாள் என்று தோன்றியது. அப்படியும் யாரும் வந்து என்னைப் பார்க்கவில்லை. ஒரு முழு நாள் என்னைக் குறித்து நினைக்காமலே இருந்திருப்பாளா? நான் என்ன ஆனேன், எங்கே போனேன் என்று தேடத் தோன்றாதா?

இதுவும் எனக்கு வியப்பாக இருந்தது. அம்மாவின் பல பக்கங்களை நான் திறக்கவேயில்லை என்று தோன்றியது. ஆனால் அவள் ஒரு சராசரி இல்லை என்று மட்டும் அடிக்கடி நினைப்பேன். இந்தச் சொற்கள் இப்போது வருவன. அன்றைக்கு எனக்கு இதற்கெல்லாம் அர்த்தம் தெரியாது. மொழியற்ற வடிவில் உணர்ந்ததுதான். இதையேதான் பின்னாள்களில் என் குரு சொன்னார். மொழியற்ற, சிந்தனையுமற்ற வடிவில் இறைவனுடன் பேசுவது குறித்து. சிந்திப்பதை நிறுத்திவிட்டு, மொழி களைந்து உரையாடுவது குறித்து.

முடியுமா என்று ஏன் அப்போது கேட்டேன்? தெரியவில்லை. எனக்கே முடிந்திருக்கிறதே. இப்போதுதான் அதுவும் புலப்படுகிறது.

இருட்டும் நேரம் நான் வசந்த மண்டபத்தை விட்டுப் புறப்பட்டேன். அப்போதும் வீட்டுக்குப் போகத் தோன்றவில்லை. என்னமோ நினைத்துக்கொண்டு அல்லிக் குளத்தைக் கடந்து கடற்கரைச் சாலை வரை போனேன். சட்டென்று கோவளம் பக்கம் காலை எட்டிப் போட்டு நடக்க ஆரம்பித்தேன். முக்கால் மணி நேரம் எதையெதையோ நினைத்தபடி நடந்துகொண்டே இருந்தேன். நடுநடுவே அம்மா தேடுவாள், அம்மா தேடுவாள் என்று தோன்றியபடி இருந்தது. ஆனாலும் திரும்பத் தோன்றவில்லை. என்னையறியாமல் கடலையொட்டி இருந்த தர்காவுக்குப் போய்ச் சேர்ந்திருந்தேன்.

அந்த நேரத்திலும் தர்காவில் ஏழெட்டுப் பேர் இருந்தார்கள். நெற்றியில் ஸ்ரீசூர்ணம் இட்ட பையன் இங்கு எதற்கு

வந்திருக்கிறான் என்று அவர்களுக்குத் தோன்றியிருக்கும். நான் இலக்கே இல்லாமல் தர்காவைச் சுற்றி வந்துகொண்டிருந்தேன். அந்த இடம் முழுதும் காய்ந்த மீனின் வாசனை அடித்தது. காற்றில் ஈரம் இருந்தது. அந்த ஈரத்தின் வாசனை மணலில் இருந்து எழுந்து வந்து காற்றில் கலந்துகொள்வதாக நினைத்தேன். சிறிது நேரம் தர்காவின் பின்புறம் கடலை நோக்கியவாறு அப்படியே அமர்ந்திருந்தேன். வெகு தொலைவில் ஒரே ஒரு படகு கரையை நோக்கி வந்துகொண்டிருந்தது தெரிந்தது. அந்தப் படகில் ஒரு விளக்கு இருந்தது. படகு நீரில் ஏறி இறங்குவதற்கேற்ப அந்த விளக்கின் ஒளியும் மேலே ஏறி ஏறி உள்ளிறங்கிக் கொண்டிருந்தது. என் மனத்தை யாரோ கழட்டி எடுத்து அந்தப் படகுக்குள் பொருத்தி விட்டாற்போல் உணர்ந்தேன்.

எவ்வளவு நேரம் அதையே பார்த்துக்கொண்டிருந்தேனோ தெரியாது. யாரோ என் பின்னால் வந்து நிற்பது போலத் தெரியவும், சட்டென்று எழுந்துகொண்டேன்.

அவரை எனக்குத் தெரியும். அம்மாவோடு சில சமயம் அந்தப் பக்கிரியைப் பார்க்க நானும் வந்திருக்கிறேன். அவர் ஒரு பிச்சைக்காரர் என்று முதலில் நினைத்தேன். அம்மா அவரிடம் வீட்டுக்கு வரும் சிறு பிரச்னைகளை விவரித்து மந்திரித்துக்கொண்டு போவதையும் தாயத்து கேட்டு வாங்கி வருவதையும் கண்டபின் அவர் பிச்சைக்காரர் இல்லை என்று முடிவு செய்துகொண்டேன். ஒரு முஸ்லிம் சாமியார் என்று எண்ணிக்கொள்வது எனக்கு வசதியாக இருந்தது.

எதிர்பாராவிதமாக அந்த மனிதர் என் முன்னால் வந்து நின்றபோது என்ன பேசுவதென்று எனக்குத் தெரியவில்லை. கடற்கரையின் வெளிச்சமற்ற வெளிச்சத்தில் என்னை அவருக்கு அடையாளம் தெரிந்ததா என்றும் தெரியவில்லை.

‘வீடு எங்கே?’ என்று அவர் கேட்டார்.

‘திருவிடந்தை’

‘தனியா வந்திருக்கியா? வீட்ல தேடுவாங்களே.’

‘போகணும்’ என்று சொன்னேன்.

‘கௌம்பு, கௌம்பு. சீக்கிரம் போ’ என்றார்.

நான் தலையசைத்துவிட்டு நாலடி நடந்திருப்பேன். அவருக்கு என்ன தோன்றியதோ. வேகமாக என்னை நெருங்கி என் தோளை அழுத்தி நிறுத்தினார். ஒரு கணம் என்னை உற்றுப் பார்த்தார். என்

நெற்றிப் பொட்டில் கைவைத்து என்னவோ சொன்னார். அந்த மொழி எனக்குப் புரியவில்லை. கொஞ்சம் பயமாக இருந்தது. அவர் சித்தரா, டாக்டரா என்று வீட்டுக்குப் போனதும் அம்மாவிடம் கேட்க வேண்டும் என்று நினைத்துக்கொண்டேன். ஏனெனில், ஒரு சமயம் அப்பாவுக்குத் தீராத வயிற்றுப் போக்கு வந்தபோது அம்மா அந்தப் பக்கிரியிடமிருந்துதான் ஏதோ ஒன்றை வாங்கி வந்து அப்பாவுக்கு வெந்நீருடன் சேர்த்துக் கொடுத்தாள். அதைச் சாப்பிட்ட பின்பு அப்பாவுக்கு பேதி நின்றுவிட்டது. அன்றைக்கு அது என்னவென்று கேட்கத் தோன்றவில்லை எனக்கு. இன்று மறக்காமல் கேட்க நினைத்துக்கொண்டேன்.

அவர் என் நெற்றிப் பொட்டில் கைவைத்து மந்திரித்துவிட்டு, ‘போ’ என்று சொன்னதும் அவருக்கு நான் தேங்ஸ் சொன்னேன். சிரித்தார். அப்படியொரு சிரிப்பை என் வாழ்நாளில் நான் கண்டதில்லை. இருட்டில் நாலைந்து பற்கள் மட்டும் வெளியே தெரியும்விதமான பூடகச் சிரிப்பு. ஒரே ஓட்டமாக நான் அந்த இடத்தை விட்டுப் பறந்துவிட்டேன்.

ஆனால் என்னையறியாமல் மறுநாள் ஏனோ அவரிடம்தான் போய் நின்றேன்.

24. ஐயாவுக்கு ஒரு கடிதம்

சாம்பல் பூத்த எரிந்த கட்டை போலிருந்தது அவர் முகம். அவர் அணிந்திருந்த ஜிப்பாவும் தலைக்குச் சுற்றியிருந்த துணியும்கூடத் தமது நிறமிழந்து சாம்பல் வண்ணத்திலேயே காட்சியளித்தன. வார் அறுந்த செருப்புக்குப் பின் குத்தியிருந்தார். பெரிய பெரிய நீலக் கட்டங்கள் போட்ட அழுக்கு லுங்கியை தேவைக்கு அதிகமாக இடுப்பில் மடித்துவிடப் போக, அவரது வலது முழங்காலில் ஒரு காயம் பட்டு ஆறிக்கொண்டிருந்தது தெரிந்தது. பொதுவாக அந்த வயதில் கோவளம் தர்கா அருகே நான் பார்த்த அனைத்து முஸ்லிம் பக்கிரிகளும் மெல்லிய ஜெமினி கணேசன் மீசையும் அடர்த்தியான அம்ஜத்கான் தாடியும் வைத்திருப்பார்கள். எத்தனை பெரிய கூட்டத்திலும் அது அவர்களைத் தனியே தூக்கிக் காட்டும். ஆனால் அந்தப் பக்கிரி அந்த மெல்லிசு மீசைகூட வைத்திருக்கவில்லை. தாடி மட்டும்தான். தினமும் பொழுது விடிந்ததும் மீசையை மட்டும் மறக்காமல் ஷேவ் செய்துவிட்டுத்தான் பல் துலக்கப் போவார் என்று தோன்றியது.

கேளம்பாக்கத்தில் எங்கள் பள்ளிக்கூடத்தை அடுத்து ஒரு கீரைத் தோட்டம் இருந்தது. பெரிய தோட்டம். எப்படியும் இரண்டு, இரண்டரை ஏக்கரா பரப்பளவுக்கு இருக்கும். எல்லாக் காலங்களிலும் அந்தத் தோட்டத்தில் ஏதேனும் நாலைந்து கீரைகள் பயிரிடப்பட்டுக்கொண்டே இருக்கும். அந்த மண்ணுக்கு அப்படியென்ன மகத்துவமோ. எந்தக் கீரை போட்டாலும் நான்கு நாள்களில் பளிச்சென்று முளைத்து நிற்கும். பெரியதொரு தரைக்கிணற்றில் இருந்து ஏற்றம் வைத்து நீர் பாய்ச்சுவார்கள். பாத்திகளெங்கும் தண்ணீர் தரதரவென்று வழிந்தோடுவது பார்க்க ரசமாக இருக்கும். சுற்றிலும் தென்னை மரங்கள் அரண் போலக் காத்து நிற்கும் அத்தனை பெரிய தோட்டத்தின் நட்ட நடுவில் இரண்டடிக்கு இருபதடி ஓர் இடைவெளி இருக்கும். நானும் எத்தனையோ முறை தோட்டத்துக்குப் போகும்போதெல்லாம் அங்கு வேலைபார்க்கிறவர்களிடம் அந்த இடைவெளி எதற்கு என்று கேட்டிருக்கிறேன். யாரும் சரியான பதிலைச் சொன்னதில்லை. 'அது

மொதலாளி வெக்க சொன்ன இடம்' என்பார்கள். எதற்கு என்றால், தெரியாது. முதலாளி அங்கே கயிற்றுக் கட்டில் போட்டுப் படுப்பாரா என்றால் அதுவும் கிடையாது. தோட்டத்தொழிலாளிகள் அந்த இடத்தை வேறு ஏதேனும் காரியத்துக்குப் பயன்படுத்துவார்களா என்றால் தெரியாது. ஆனாலும் கீரை வனத்தின் குறுக்கே ஒரு விபூதிப் பட்டை போன்ற வெட்ட வெளி.

அந்தப் பக்கிரியின் தாடி நிறைந்த, மீசை மழித்த முகத்தைப் பார்த்தபோது எனக்கு அந்தக் கீரைத் தோட்டம்தான் நினைவுக்கு வந்தது. சொன்னால் கோபித்துக் கொள்ள மாட்டார் என்று தோன்றியதால் அதை அவரிடமும் சொன்னேன். அவர் சிரித்தார். தாடியைத் தடவியபடியே, 'சரியாத்தான் சொல்லுறே. இது அந்த மாதிரிதான்' என்று சொன்னார்.

'நீங்க மீசையும் வெச்சிண்டேள்னா நன்னாருக்கும்.'

'அப்படியா?' என்று கேட்டார். என்ன காரணததாலோ, பேசும்போது எனதிரு கரங்களையும் இழுத்து இழுத்து வைத்துக்கொண்டு உருவி விட்டுக்கொண்டே இருந்தார். பிறகு என்னை இன்னும் நன்றாக முன்னால் வந்து அமரச் சொல்லி தோள் பட்டைகளைப் பிடித்து அதே போல் உருவிவிட்டார். என் பாதங்களைக் காட்டச் சொல்லி சிறிது நேரம் அவற்றை உற்றுப் பார்த்தார். காது மடிப்பை வளைத்துப் பார்த்தார். இடது கையால் என் கழுத்தைப் பிடித்து முன்னால் இழுத்துக் குனியவைத்து தலை முடியை வலக்கரத்தால் கலைத்து சிறிது நேரம் ஆராய்ச்சி செய்தார்.

'எனக்கு உடம்புக்கெல்லாம் ஒண்ணுமில்லே. மந்திரிக்க வேணாம்' என்று சொன்னேன். மீண்டும் சிரித்தார்.

'நான் மந்திரிப்பேன்னு உனக்குத் தெரியுமா?' என்று கேட்டார்.

'ஓ, தெரியுமே. எங்கம்மாவோட நானே வந்திருக்கேனே.'

'அப்படியா? உங்கம்மா இன்னிக்கு வரலியா?'

'இல்லை. நான் தனியாத்தான் வந்தேன்.'

'நேத்தும் தனியாத்தான் வந்த.'

'ஆமா. மனசு சரியில்லே. அதான் பீச்சுக்கு வந்தேன்.'

'திருவிடந்தைலயும் பீச்சு இருக்குதே.'

'தெரியல. என்னமோ இங்க வந்தேன்.'

'வர வெச்சிட்டான் போல.'

'யாரு?'

அவர் அதற்கு பதில் சொல்லவில்லை. தர்காவை ஒரு முறை நிமிர்ந்து பார்த்தார்.

'உங்க பெருமாள சொல்றேளா?'

'இங்க உள்ளவரு சாமி இல்லே. தமீம் அன்சாரின்னு ஒரு மகான். பெரிய பக்தர்.'

'அப்ப இது கோயில் இல்லியா உங்களுக்கு?'

'இல்ல. இது தர்கா. மசூதிதான் கோயில் மாதிரி.'

'ஓ. சமாதியா இது?'

'ஆமா. நபியோடகூட பத்ரு போர்ல கலந்துக்கிட்டவரு தமீம் அன்சாரி. எத்தனையோ வருசம் முன்ன இந்தியாவுக்கு வந்து இங்க கோவளத்துல இறந்துட்டாரு. இறை நேசர்னு சொல்லுவோம்.'

'ராமானுஜர் மாதிரி!' என்றேன் உற்சாகத்துடன். அவர் சிரித்தார்.

'ஐயிர் ஊட்டுப் புள்ளையா நீ?'

'ஐயங்கார்' என்று சொன்னேன்.

'ரெண்டும் ஒண்ணுதான். அதவிடு. என்னாண்ட எதுக்கு வந்த?'

'தெரியல. எங்கம்மாக்கு நீங்க நிறைய தடவை மந்திரிச்சி தாயத்து குடுத்திருக்கேள். நீங்க வியாதிக்கு மட்டும்தான் செய்விங்களா இல்ல வேற எல்லாத்துக்குமா?' என்று கேட்டேன்.

'வேறென்ன வோணும் உனக்கு?'

சொல்லலாமா என்று ஒரு கணம் தயக்கம் ஏற்பட்டது. ஏனோ முதல் நாள் அவரைப் பார்த்துவிட்டுப் போனதில் இருந்தே, அவரைக் குறித்தே நினைத்துக்கொண்டிருந்தேன். அண்ணா ஓடிப் போனது, வினய் காஞ்சீபுரத்துக்கு அனுப்பிவைக்கப்பட்டது இரண்டினைக் குறித்தும் அவரிடம் பேசலாம் என்று தோன்றியது. எனக்குத் தென்படாத ஏதேனும் ஒரு உட்குறிப்பை அவர் கண்டறிந்து சொல்ல வாய்ப்பிருப்பதாக நினைத்தேன். இல்லாவிட்டால் 'பெருமாள் தீர்த்தத்துக்கு மிஞ்சின மருந்தில்லே' என்று வாய்க்கு வாய் சொல்லிக்கொண்டிருக்கும் அம்மாவே அவரைத் தேடிப் போய் ஏன் சூரணம் வாங்கி வரப் போகிறாள்?

இன்னொரு சம்பவம் கூட நினைவுக்கு வந்தது. மாமாவே இதைச் சொன்னதாக விஜய் வீட்டில் இருந்த காலத்தில் ஒரு சமயம் என்னிடம் சொல்லியிருக்கிறான்.

கேசவன் மாமாவின் மனைவி காலமாகி ஒன்றிரண்டு வருடங்கள் ஆனபின்பு, அவருக்கு இன்னொரு திருமணம் செய்து வைக்க வேண்டும் என்று அப்பா ஆசைப்பட்டிருக்கிறார். ‘இப்படியே இருக்க முடியாது கேசவா. உனக்குன்னு ஒரு வாழ்க்கை வேணும்’ என்று பலமுறை அவரிடம் எடுத்துச் சொல்லியிருக்கிறார். ஆனால் மாமா அதற்குச் சம்மதிக்கவில்லை. அம்மாவும் தன்னால் முடிந்த விதத்தில் எல்லாம் முயற்சி செய்து பார்த்துவிட்டு, எதுவும் நடக்காதபடியால் அந்தப் பக்கிரியிடம் போய் விஷயத்தைச் சொல்லியிருக்கிறாள். தம்பிக்கு இன்னொரு திருமணம் நடக்க வாய்ப்பிருக்கிறதா? அரைக்கணம் கூட யோசிக்காமல், இல்லை என்று சொல்லிவிட்டாராம்.

அம்மா அதிர்ந்து போய்விட்டாள். ஏன் என்று கேட்டதற்கு, எழுந்து போ, அவ்வளவுதான் என்று சொல்லியிருக்கிறார்.

அதற்குப் பிறகும் அம்மாவும் அப்பாவும் எத்தனையோ முறை மாமாவின் இரண்டாம் திருமணம் குறித்துப் பேசியிருக்கிறார்கள். அம்மா, கேசவன் மாமாவிடம் சண்டை போட்டு, அழுது ஆர்ப்பாட்டமெல்லாம் செய்து பார்த்திருக்கிறாள். வம்படியாக நாலைந்து இடங்களில் சொல்லிவைத்து ஜாதகங்கள் தருவித்திருக்கிறாள். என்ன முயற்சி செய்தும் மாமாவுக்கு அது நடக்கவில்லை. அவருக்கு தாடி முடி நரைக்க ஆரம்பித்தபோது வீட்டில் இயல்பாக அந்தப் பேச்சு இல்லாமல் போய்விட்டது.

நான் அந்தப் பக்கிரியிடம் இந்த விஷயத்தை நினைவுகூர்ந்து, ‘அதெப்படி எங்க மாமாவுக்கு ரெண்டாங்கல்யாணம் நடக்காதுனு நீங்க சொன்னேள்? உங்களுக்கு அவரைத் தெரியக்கூடத் தெரியாதே? அம்மாவாவது எப்பவாவது உங்கள வந்து பாப்பா. மாமா கோயில் மடப்பள்ளியிலே வேலை பார்க்கிறவர். அவர் இங்கல்லாம் வரமாட்டாரே’ என்று கேட்டேன்.

‘அப்படியா? நானா சொன்னேன்? நெனப்பில்லப்பா’ என்று அவர் சொன்னார். நான் பல விதமாக நினைவூட்டியும் அவரால் என் அம்மாவைக் கூட நினைவுகூர முடியவில்லை. அம்மாவோடு நானே வந்து அவரைப் பார்த்திருக்கிறேன் என்றபோதும் என்னை அவருக்கு அடையாளம் தெரியவில்லை என்றே சொன்னார்.

‘உங்களுக்கு ஞாபக மறதி ஜாஸ்தி போலருக்கு’ என்று சொன்னேன்.

‘இருக்கும், இருக்கும்’ என்று சொன்னார். தன்னருகே வைத்திருந்த ஒரு அழுக்கு மூட்டையைப் பிரித்து அதனுள் இருந்து ஒரு பிஸ்கட் பொட்டலத்தை எடுத்தார். ஏற்கெனவே அதில் நாலைந்து பிஸ்கட்டுகளை அவர் சாப்பிட்டுவிட்டு மிச்சத்தைச் சுருட்டி வைத்திருந்தார். ஒன்றை எடுத்து அவர் கடித்துவிட்டு, இன்னொன்றை என்னிடம் நீட்டி, சாப்பிடு என்று சொன்னார்.

நான் தயங்கினேன்.

‘ஒண்ணுஞ்செய்யாது. சாப்டு’ என்று மீண்டும் சொன்னார். நான் அதை வாங்கிக்கொண்டேன்.

‘ஒனக்கு என்கிட்டே என்ன கேக்கணும்?’

‘தெரியல. எங்கண்ணா வீட்டைவிட்டுப் போயிட்டான். இன்னொரு அண்ணாவை அப்பா காஞ்சீபுரம் மடத்துல கொண்டு போய் சேர்த்துட்டார். ஏன் இப்படியெல்லாம் நடக்கறதுன்னு புரியல. எனக்கு அழுகையா வருது’ என்று சொன்னேன்.

அவர் சிறிது நேரம் என் வலக்கையைப் பிடித்துக்கொண்டு முணுமுணுவென்று என்னவோ உச்சரித்துக்கொண்டிருந்தார். அதை முடித்துவிட்டு அதே அழுக்கு மூட்டையை மீண்டும் பிரித்து எதையோ தேடினார். அவர் தேடிய பொருள் அத்தனை எளிதில் அகப்படாதபடியால் மூட்டைக்குள் இருந்த பொருள்கள் அனைத்தையும் எடுத்து வெளியே வைத்தார். அதில் ஒரு அழுக்கு லுங்கி, கிழிந்த துண்டு ஒன்று, பனைமரம் படம் போட்ட மஞ்சள் நிற டால்டா டப்பா ஒன்று, விபூதிச் சம்புடம் போல மரத்தாலான கிண்ணம் ஒன்று, ஹுக்கா பிடிக்கிற குழாய் ஒன்று, ஒரு புகையிலைப் பொட்டலம், அரபி மொழிப் புத்தகங்கள் இரண்டு, ஒரு பிடி சில்லறைக் காசுகள், ஒரு சந்தன மாலை என்று என்னென்னவோ வெளியே வந்தன. கடைசியாக அவர் தேடியது அனைத்துக்கும் அடியில் இருந்தது.

அது ஒரு அமிர்தாஞ்சன் தைல டப்பா. அடக்கடவுளே. எனக்கொன்றும் தலைவலி இல்லையே. இவர் இதையா இத்தனை நேரம் தேடிக்கொண்டிருந்தார் என்று நான் நினைத்துக்கொண்டிருந்தபோதே அவர் அந்த டப்பாவின் மூடியைத் திறந்தார். அதில் தைலம் இல்லை. மாறாகக் கொஞ்சம் மண் இருந்தது. எங்கிருந்து எடுத்த மண் என்று எனக்குத் தெரியவில்லை.

அதை வைத்து அவர் என்ன செய்வார் என்றும் புரியவில்லை. அவர் அந்த மண் டப்பாவைத் திறந்ததும் ஒருதரம் முகர்ந்து பார்த்தார். பிறகு அதிலிருந்து ஒரு சிட்டிகை மண்ணை எடுத்து, 'வாயத் தொற?' என்று என்னைப் பார்த்துச் சொன்னார்.

எனக்குப் புரியவில்லை. இந்த மனிதர் நான் சொன்ன எதையுமே சரியாகப் புரிந்துகொள்ளவில்லையோ என்று தோன்றிவிட்டது. எனவே மீண்டும் சொன்னேன், 'எனக்கு உடம்புக்கு ஒண்ணுமில்லை.'

'பரவால்ல வாயத் தொற தம்பி' என்று சொன்னார்.

சிறிது நடுக்கத்துடனே வாயைத் திறந்து காட்டினேன். நான் எதிர்பார்த்தது போல அவர் அந்த மண்ணை என் வாயில் போடவில்லை. போட்டால் துப்பிவிடலாம் என்றுதான் நினைத்திருந்தேன். ஆனால் அவர் அப்படிச் செய்யவில்லை. மாறாக, என் நாக்கில் அந்த மண்ணை வைத்து ஒரு இழு இழுத்தார். பிறகு அவரே அதை வழித்து வெளியே போட்டுவிட்டு லுங்கியில் விரலைத் துடைத்துக்கொண்டார்.

'என்ன செஞ்சிங்க இப்போ?' என்று கேட்டேன். சிரித்தார்.

'ஒண்ணுமில்ல. நீ வீட்டுக்குப் போ' என்று சொன்னார்.

'இல்லே. எனக்குத் தெரியணும். நீங்க என்ன செஞ்சிங்க?'

'அவசியம் தெரியணுமா?'

'கண்டிப்பா தெரியணும்.'

'அப்ப எனக்கு பத்து காசு குடு' என்று சொன்னார். நான் உடனே என் நிஜார் பாக்கெட்டுகளில் தேடிப் பார்த்தேன். என்னிடம் பத்து காசு இல்லை. என்ன செய்யலாம் என்று யோசித்தேன். வீட்டுக்குப் போய் எடுத்து வந்து கொடுப்பதென்றால் இன்னும் ஒரு மணி நேரம் ஓடிவிடும். எனவே, 'இப்ப நீங்க சொல்லுங்கோ. நான் நாளைக்கு எடுத்துண்டு வந்து குடுக்கறேன். இப்ப என்கிட்ட காசு இல்லே' என்று சொன்னேன்.

'அப்படியா? சரி, அப்ப ஒண்ணு செய். நாளைக்குப் பத்து காசு கொண்டு வந்து குடுத்துட்டுக் கேளு. சொல்றேன்.'

ஏன் அவர் அப்படி அடம் பிடித்தார் என்று எனக்கு இன்றும் புரியவில்லை. ஆனால் நான் பலமுறை மன்றாடியும் அவர் தாம்

செய்ததன் காரணத்தை எனக்குச் சொல்லவில்லை. வேறு வழியின்றி நான் மறுநாள் பள்ளிக்கூடம் விட்டு வீடு திரும்பும்போது நேரே வீட்டுக்குப் போகாமல் கோவளம் தர்காவுக்குப் போய் அவரிடம் பத்து காசைக் கொடுத்து 'இப்ப சொல்லுங்கோ' என்று சொன்னேன்.

அப்போதுதான் அவர் சொன்னார், 'நீயும் போகத்தான் போற. என்ன, அதை ஒரு ரெண்டு வருசம் தள்ளிப் போடச் சொல்லி ஐயாவுக்கு லெட்டர் எழுதினேன்.'

25. பகவத் சங்கல்பம்

வினய் காஞ்சீபுரத்துக்குப் போய்ச் சேர்ந்து ஆறு மாதங்கள் இருக்கும். இடையில் இரண்டொரு முறை அப்பாவும், மாதம் ஒரு முறை மாமாவும் அவனைப் போய்ப் பார்த்துவிட்டு வந்தார்கள். ஒரே ஒரு சமயம் அப்பா போகும்போது அம்மாவை உடன் அழைத்துப் போனார். அம்மா அப்போது அவன் தங்கிப் படித்துக்கொண்டிருந்த மடத்துக்குப் போகவில்லை. வரதராஜர் கோயில் குளக்கரையில் வைத்து அவனைப் பார்த்ததாகச் சொன்னாள்.

'என்னால நம்பவே முடியலடா விமல். உங்கண்ணன் எப்படி இருக்கான் தெரியுமா இப்போ? கட்டுக்குடுமியும் திருமண்ணுமா, பாத்தா என் கண்ணே பட்டுடும் போல இருந்தது' என்று சொன்னாள்.

குளக்கரையில் வைத்து வினய் அம்மாவுக்கு முதலாயிரத்தில் நூறு பாசுரங்கள் சொல்லிக் காட்டியிருக்கிறான். அதோடு நிறுத்தாமல் அவனே அம்மாவைப் பெருமாள் சன்னிதிக்கும் அழைத்துச் சென்றிருக்கிறான்.

'நான் சேவிச்சுட்டேண்டா' என்று அம்மா சொன்னபோது, 'பரவால்ல வாம்மா' என்று சொல்லி வலுக்கட்டாயமாகக் கையைப் பிடித்து அழைத்துக்கொண்டு மீண்டும் உள்ளே போயிருக்கிறான்.

பட்டாச்சாரியார் அவனைக் கண்டதும், 'வாடா, இவாஉங்கம்மாவா? ஏன் மாமி இத முன்னாடியே சொல்ல மாட்டேளோ? இருங்கோ' என்று சொல்லி மீண்டும் ஒருமுறை அம்மாவுக்காகக் கற்பூர ஆரத்தி காட்டி, தீர்த்தம் சடாரியெல்லாம் அளித்து, தாயார் சன்னிதியில் ஸ்பெஷலாக ஒரு அர்ச்சனை வேறு செய்து அனுப்பியிருக்கிறார்.

'இனிமே எனக்கு அவனைப் பத்திக் கவலையே இல்லேடா விமல். என்னமோ கெட்ட நேரம் அப்போ அவனை அப்படிப் படுத்தி எடுத்திருக்கு. குழந்தை இப்போ ஞானவானா ஆயிண்டிருக்கான்' என்று சொன்னாள்.

வினய் என்னவானாலும் எனக்கு அது குறித்துக் கவலை இல்லை. ஆனால் அம்மா மகிழ்ச்சி கொள்ளும்படியாக அவள் எதிரே அவன் நடந்துகொண்டிருக்கிறான் என்பதை அறிந்தபோது சற்று நிம்மதியாக இருந்தது.

பிறகு ஒரு நாள் அப்பா, வீட்டில் எல்லோரையுமே அழைத்துக் கொண்டு காஞ்சீபுரத்துக்குப் போனார். மடத்தில் நானும் வினோத்தும் அவனைப் பார்த்தபோது ஆளே அடையாளம் தெரியாமல் மாறிவிட்டிருந்தான். நாங்கள் உள்ளே போனபோது மடத்துக்கு மளிகை சாமான்கள் வந்து இறங்கியிருந்தன. கடைக்காரப் பையன் பெரிய பெரிய மூட்டைகளில் இருந்து ஒவ்வொரு பொட்டலமாக எடுத்து எடுத்துக் கீழே வைக்க, வினய் கையில் லிஸ்ட் வைத்துக்கொண்டு படித்து சரி பார்த்துக்கொண்டிருந்தான்.

'வெல்லம் ரெண்டு கிலோ போட்டிருந்தது வரலே. பச்சைக் கல்ப்பூரம் வரலே. விளக்குத் திரி வரலே. சமித்து மூட்டை இளைச்சாப்ல இருக்கே. எத்தன கட்டு குடுத்தனுப்ச்சார் முதலியார்வாள்?' என்று அவன் கேட்டபோது கடைப்பையன் திருதிருவென்று விழித்தான்.

அம்மாவுக்குப் பெருமை பிடிபடவில்லை. 'அவன் வெறுமே சந்தை சொல்லக் கத்துக்கலே. வாழக் கத்துண்டிருக்காண்டா' என்று கேசவன் மாமா சொன்னார். 'பிரமாதம்டா. பிரமாதம்டா' என்று திரும்பத் திரும்பச் சொல்லி அவன் முதுகில் தட்டிக்கொண்டே இருந்தார். வினய் எங்களுக்கு அவனது நண்பர்களை அறிமுகப்படுத்திவைத்தான். மடத்தின் நிர்வாகி இருந்த இடத்துக்கு அழைத்துச் சென்று ஒவ்வொருவரையும் பெயர் சொல்லி அறிமுகம் செய்தான். உபாத்தியாயரிடம் சென்றபோது சாஷ்டாங்கமாக விழுந்து சேவித்து, எழுந்து அபிவாதயே சொல்லிவிட்டு, அதன் பிறகுதான் 'இவா எங்கம்மா' என்று ஆரம்பித்தான்.

அப்பாவுக்குப் பெருமை பிடிபடவில்லை. அங்கிருந்த அத்தனைப் பேரிடமும் திரும்பத் திரும்ப நன்றி சொல்லிக்கொண்டே இருந்தார். அவர் அதை எதிர்பார்த்திருக்கவில்லை. வினய் கெட்டுப் போகாதிருக்க வேண்டும் என்று நினைத்துத்தான் அவர் அவனைப் பாடசாலையில் கொண்டு போய்ப் போட்டார். அவன் ஒன்றும் கற்காமல், எதையும் அறியாமல் வெறுமனே எட்டு வருடங்கள் கழித்துத் திரும்பி வந்திருந்தாலும் அவர் அதைப் பெரிதாக எடுத்துக்கொண்டிருக்கப் போவதில்லை என்பது எனக்குத் தெரியும்.

ஆனால் ஒரு வருடத்துக்கும் குறுகிய காலத்துக்குள் ஒருவன் இத்தனைப் பொறுப்பும் திறமையும் ஞானமும் பெற்றவனாகிவிட முடியுமா! எப்படி சாத்தியம்?

மடத்தில் சந்தை சொல்லிக்கொடுக்கும் அந்த உபாத்தியாயர் சொன்னார், 'இதெல்லாம் பகவத் சங்கல்ப்பம். சேரவேண்டியது எப்படியும் சேர்ந்துடும். கூடாதுன்னா இழுத்து வெச்சிக் கட்டினாலும் அறுத்துண்டு ஓடிடும்.'

ஆயிரத்தில் ஒரு சொல் அது. என்னால் அதை மறக்கவே முடியாது.

வினய் காஞ்சீபுரம் பாடசாலைக்குப் போய்ச் சேர்ந்து இரண்டரை வருடங்கள் ஆகியிருந்தன. திருவிடந்தை கோயிலில் பிரம்மோத்சவத்துக்கு ஏற்பாடுகள் நடந்துகொண்டிருந்தன. கோயிலெங்கும் சுவர்களிலும் தூண்களிலும் இருந்த பழுதுகள் செப்பனிடப்பட்டு சுண்ணாம்பும் காவியும் பூசினார்கள். பந்தல் போட்டு பத்து நாள்களுக்கு நிகழ்ச்சிகள் ஏற்பாடு செய்து கமிட்டி கூடி அறிவித்தார்கள். கேசவன் மாமா அந்நாள்களில் வீட்டுக்கே வரவில்லை. கோயிலே கதியென்று கிடந்தார். தினசரி வீதி உலா, கதாகாலட்சேபம், பாராயணம் என்று ஊரே அமர்க்களப்பட ஆரம்பித்தது. எங்கள் வீட்டில் சமைப்பதே நின்று போனது. காலை, மதியம், இரவு மூன்று வேளையும் கோயில் பிரசாதமே உணவாகிப் போனது. அம்மா நினைத்துக்கொண்டால் கோயிலுக்குப் போய் உட்கார்ந்து விடுவாள். வேலைக்குப் போகிற நேரம் தவிர மிச்ச நேரமெல்லாம் அப்பாவும் கோயிலிலேயேதான் இருந்தார். எனக்கும் வினோத்துக்கும் வீட்டில் கேள்வி கேட்க ஆளில்லாமல் போனது. நாங்கள் இஷ்டத்துக்கு ஊரைச் சுற்றித் திரிந்தோம். நண்பர்களோடு விளையாடினோம். ஆங்காங்கே மோர்ப் பந்தல்களில் தாகம் தணித்துக்கொண்டு இரவு பகலாக ஊரைச் சுற்றி வந்தோம்.

உற்சவம் தொடங்குவதற்கு நான்கு தினங்களுக்கு முன்னால் அப்பா வினய்க்கு ஒரு கடிதம் எழுதியிருந்தார். பத்து நாள் உற்சவத்தில் ஓரிரு நாள்களுக்காவது அவன் ஊருக்கு வந்து போக முடிந்தால் நன்றாக இருக்கும் என்று அதில் சொல்லியிருந்தார். மறு நாளே வினய் கோயில் ஆபீசுக்கு போன் செய்து மாமாவைக் கூப்பிட்டுப் பேசினான். கடைசி மூன்று நாள் வருகிறேன். தொடர்ச்சியாக ஒருவாரம் ஊரில் இருந்துவிட்டுப் போகிறேன் என்று சொல்லியிருக்கிறான்.

மாமாவுக்கு சந்தோஷம் பிடிபடவில்லை. அங்கிருந்தே அந்தச் சேதியைக் கத்திக்கொண்டு வீட்டுக்கு வந்து அறிவித்தார்.

'அத்திம்பேர், அவன் வரான். கடேசி மூணு நாள் உற்சவத்துக்கு அவன் இங்கதான் இருக்கப் போறான்!'

எனக்கு நினைவு தெரிந்து எங்கள் குடும்பம் முற்று முழுதான மகிழ்ச்சியைக் கொண்டாடிய ஒரே தருணம் அதுதான். வினய் வருகிறான் என்றதுமே அப்பா தனது தங்கைகளுக்கெல்லாம் கடிதம் எழுதி விவரம் சொல்லிவிட்டார். எல்லோரையும் உற்சவத்துக்கு வரும் சாக்கில் வீட்டுக்கு வந்து தங்கும்படிக் கேட்டிருந்தார்.

அப்பாவுக்கு இரண்டு தங்கைகள் இருந்தார்கள். எனக்கு அந்த இரண்டு அத்தைகளுமே அதிகப் பரிச்சயம் இல்லாதவர்கள். ஒருவர் ஸ்ரீவில்லிபுத்தூரில் இருந்தார். இன்னொருத்தர் சென்னை வில்லிவாக்கத்தில் குடியிருந்தார். அப்பா தலையெடுத்துத்தான் தங்கைகள் இருவருக்கும் திருமணம் செய்து வைத்தார் என்று அம்மா எங்களிடம் சொல்லியிருக்கிறாள். ஆனால் அடிக்கடி வந்து போகிற உறவாக அவர்கள் எக்காலத்திலும் இருந்ததில்லை. அடிக்கடி என்ன? எனக்குத் தெரிந்து அத்தைகள் என்று இரண்டு பேர் எனக்குண்டே தவிர, சந்தித்ததில்லை. அப்பா எப்போதாவது கோயில் ஆபீசுக்குப் போய் அவர்களுடன் போனில் பேசிவிட்டு வருவார். பேசிய விவரங்களை அம்மாவிடம் சொல்லுவார். அப்போது அவர்கள் பெயர் காதில் விழுவதுடன் சரி.

அந்த முறை, 'சந்திராவையும் ஜெயஸ்ரீயையும் உற்சவத்துக்கு வரச் சொல்லியிருக்கேன்' என்று அப்பா வீட்டில் சொன்னபோது அம்மாவுக்கே சற்று ஆச்சரியமாகப் போய்விட்டது.

'என்ன சொன்னா?' என்று கேட்டாள்.

'முடிஞ்சா வரேன்னா. வினய் ஊர்லேருந்து வரான்னு சொல்லியிருக்கேன். அவன பாக்கறதுக்கு வருவான்னு நினைக்கறேன்' என்று அப்பா சொன்னார்.

அப்பாவுக்கு அதுதான் ஆசை. தங்கைகள் எதிரே வினய்யை உட்காரவைத்து அரை மணி நேரம் பிரபந்தம் சொல்லவைக்க வேண்டும். ஊர்ப் பையன்கள் அத்தனை பேரும் கோயில் உற்சவத்தில் வெறுமனே பிரசாதம் வாங்கிச் சாப்பிட்டுவிட்டுப் போகிறபோது, அவன் மட்டும் சந்தையில் சேர்ந்துகொண்டு நாலாயிரம் சேவிப்பான். பெருமாள் வீதி உலா வரும்போது

முன்னால் போகும் கோஷ்டியில் அவன் இருப்பான். பரிபாஷைகள், சம்பிரதாய ஒழுக்கங்கள், பெரிய மனித சேர்மானங்கள். தன் மகனை வேறொருவனாக மிக உயரத்தில் நிறுத்தி அவர்களுக்குக் காண்பிக்கும் வேட்கை அவருக்கு இருந்ததை நான் புரிந்துகொண்டேன். ஒன்றும் பிழையில்லை. அவர் பெருமைப்பட்டுக்கொள்ள அவருக்கென்று வேறு யார் இருக்கிறார்கள்?

சொன்னது போலவே ஏழாம் நாள் உற்சவத்தன்று வினய் ஊருக்கு வந்து சேர்ந்தான்.

‘செங்கல்பட்டு வந்து காண்டீபன் பிடிச்சி கேளம்பாக்கத்துல இறங்கி நடந்து வரேன்’ என்று சொன்னான்.

‘இன்ன பஸ்ல வரேன்னு சொல்லமாட்டானோ ஒருத்தன்? நான் சைக்கிள் எடுத்துண்டு வந்திருப்பேனோல்யோ?’ என்று அப்பா சொன்னார். அம்மா அவனை வீட்டு வாசலில் நிற்க வைத்து ஆரத்தி எடுத்து உள்ளே வரச் சொன்னாள். மாமா தாங்க முடியாத பரவசத்தில் அவனைக் கட்டியணைத்து மாற்றி மாற்றி முத்தமிட்டார்.

‘நீ சாதிச்சுட்டேடா. சரியான நேரத்துலே, சரியான இடம் போய்ச் சேர்ந்தே பாரு! அதுதான் பகவத் கிருபை. அன்னிக்கு அத்திம்பேர் சொல்லச் சொல்லக் கேக்காம ஒன்ன காஞ்சீபுரத்துல கொண்டு தள்றேங்கறாரேன்னு மனக்கு ஆறுவேயில்லே. ஆனா இப்ப யோசிச்சிப் பாத்தா அவர் செஞ்சதுதான் சரின்னு படறது. என்ன இருந்தாலும் பெத்தவர் இல்லியா? அவர் கணக்கு சரியாத்தான் இருக்கும்!’

கேசவன் மாமாவுக்கு சந்தோஷம் பிடிபடவில்லை. மாடவீதி நான்கிலும் ஓடி ஓடி ஒவ்வொரு வீட்டுப் படியாக ஏறி வினய் வந்திருக்கும் விஷயத்தைச் சொல்லிவிட்டு வந்தார். அவனது வருகை பிரம்மோற்சவத்தைத் தூக்கிச் சாப்பிட்டுவிட்டது என்று வினோத் சொன்னான்.

எங்களுக்கும் சந்தோஷமாகத்தான் இருந்தது. நாளெல்லாம் வினய் எங்களுக்கு காஞ்சீபுரத்துக் கதைகளைச் சொல்லிக்கொண்டிருந்தான். அவனது சிநேகிதர்கள். உபாத்தியாயர். கற்றுக்கொண்ட பாசுரங்கள். வரதர் கோயிலுக்கு தினசரி போய்விடுவானாம். ‘கோயில்னா அதுதான். பெருமாள்னா அவர் மட்டும்தான்’ என்று வினய் சொன்னான்.

அப்பா ஒரு நிரந்தரப் புன்னகையுடன் அவன் பேசுவதைக் கேட்டுக்கொண்டே இருந்தார்.

'நீங்க தப்பு பண்ணிட்டேள்ப்பா. என்னை அஞ்சு வயசுலயே பாடசாலைல கொண்டு போய்ப் போட்டிருக்கணும். அப்ப அத்தி வரதர் சேவிச்சிருப்பேன். அது முடியாம போயிடுத்து பாருங்கோ' என்று அவன் சொன்னபோது, 'என் கண்ணே' என்று அம்மா அவனை இழுத்து இறுக்கிக் கட்டிக்கொண்டாள்.

'அதென்ன அத்தி வரதர்?' என்று வினோத் கேட்டான்.

'குளத்துக்கடியிலே ஒரு பெருமாள் இருப்பர். நாப்பது வருஷத்துக்கு ஒரு தடவைதான் வெளியிலே வருவார் அவர்' என்று கேசவன் மாமா சொன்னார்.

'வெறும் பெருமாள் சிலை இல்லே வினோத். ஒரு சன்னிதி அது. தனிக் கோயில்னே சொல்லலாம். அவர சேவிக்கணும்னா நாப்பது வருஷம் காத்துண்டிருக்கணும். மனுஷாளா பொறந்து ப்ராப்தம்னு ஒண்ணு இருந்தா, இந்த ஜென்மத்துல ரெண்டு தடவை மட்டும்தான் அவர சேவிக்க முடியும். அப்படி ரெண்டு தடவையும் அத்தி வரதரை சேவிச்சவாளுக்கு அடுத்த ஜென்மா கிடையாது' என்று வினய் சொன்னான்.

எனக்கு அண்ணாவின் ஞாபகம் வந்துவிட்டது. அல்லிக் குளத்துக்கு அடியில் இன்னமும் தவத்தில் இருக்கும் ரிஷிகளைச் சென்று சந்தித்துவிட்டு வந்தவன் அவன். ஒரு முயற்சி எடுத்தால் வினய்யும் வரதர் கோயில் புஷ்கரணியில் குதித்து நீந்தி உள்ளே போய் அத்தி வரதரைச் சேவித்துவிட்டு வந்துவிட முடியாதா? இத்தனை ஆசைப்படுகிறவனுக்கு அதைச் செய்வதா கஷ்டம்?

'அதெல்லாம் தப்பு. அவரச் சேவிக்க அவர் அனுக்ரஹம் வேணும்' என்று வினய் சொன்னான்.

அவன் திருவிடந்தையில் இருந்த அந்த ஒரு வாரமும் எங்கள் வீடு அமர்க்களப்பட்டது. பிரம்மோற்சவத்தின் கடைசி மூன்று தினங்களும் அவன் அப்பா ஆசைப்படி கோயில் சேவாகாலத்தில் கலந்துகொண்டு கணீரென்று பாசுரங்கள் சொன்னான். கருட சேவையின்போது பெருமாளைத் தூக்கிக்கொண்டு போன கூட்டத்தில் அவனே முதலாவதாக நின்றான். வேட்டியைத் தார்ப்பாய்ச்சிக் கட்டிக்கொண்டு என்ன ஓட்டம் ஓடினான்! என்னால் அதையெல்லாம் நம்பவே முடியவில்லை. அப்படியொரு மாற்றம்

அவனுக்குள் நிகழும் என்று கற்பனைகூடச் செய்ய முடியவில்லை.

உற்சவமெல்லாம் முடிந்து, விடுமுறையும் முடிந்து அவன் மீண்டும் ஊருக்குக் கிளம்புவதாகச் சொல்லிவிட்டு பஸ் ஏறியபோது அம்மாவின் முகத்தில் விவரிக்க இயலாத ஒரு பேரமைதியைக் கண்டேன். இனி அவனைக் குறித்துக் கவலைப்படவே வேண்டாம் என்று தோன்றியிருக்கும்.

'நீ முடிச்சிட்டு வாடா பயலே. நித்ய கல்யாணப் பெருமாளுக்கு இனிமே நித்ய கைங்கர்யம் பண்ணப் போறது நீதான்! நான் அதெல்லாம் ஏற்பாடு பண்ணிடுவேன்' என்று கேசவன் மாமா சொன்னார். அவன் சந்தோஷமாக பஸ்ஸில் ஏறி உட்கார்ந்து அனைவருக்கும் கையாட்டி விடை கொடுத்துவிட்டுத்தான் போனான்.

போய்ச்சேர்ந்து நான்கு நாள்களுக்குப் பிறகு மடத்தில் இருந்து கோயில் ஆபீசுக்கு போன் செய்து யாரோ மாமாவிடம் பேசியிருக்கிறார்கள். வினய் ஏன் இன்னும் ஊரிலேயே இருக்கிறான், எப்போது காஞ்சீபுரத்துக்கு வந்து சேருவான் என்று கேட்டார்களாம்.

26. ஊருக்கு ஓர் அழகி

பலார்ஷா ஸ்டேஷனில் ரயில் நின்றபோது வெளியே வியாபாரிகள் சப்பாத்திக் கல் விற்றுக்கொண்டிருந்ததைப் பார்த்தேன். வட்ட வடிவில் வழுவழுப்பான கற்கள். ஒவ்வொரு கல்லும் குறைந்தது இரண்டு கிலோ எடை இருக்கும். தலைக்குப் பத்துக் கற்களை அடுக்கி வைத்துக்கொண்டு ஜன்னல் ஜன்னலாக நகர்ந்து போய்க்கொண்டிருந்தார்கள். ரயில் பயணிகளில் யார் சப்பாத்தி இடும் கற்களை வாங்குவார்கள் என்று எனக்குத் தெரியவில்லை. ரயிலிலேயே சப்பாத்தி இட்டு, சுட்டு உண்ணக்கூடிய வசதி கிடையாது. வட இந்தியர்கள் பொதுவாக ரயிலில் விற்கும் சப்பாத்திகளைக் கூட வாங்குவதில்லை. அவரவர் வீட்டிலேயே சப்பாத்தி சுட்டு அடுக்குகளில் எடுத்து வந்துவிடுகிறார்கள். என் இருக்கைக்கு எதிரே அமர்ந்திருந்த குடும்பம் ரயில் ஏறியதில் இருந்து இருபத்தி ஐந்து சப்பாத்திகளைச் சாப்பிட்டு முடித்திருக்கிறார்கள். கணவன் மனைவியும் இரு பிள்ளைகளும். அந்தப் பெண்மணி எடுத்து வந்திருக்கும் அடுக்கில் இன்னும் குறைந்தது நாற்பது ஐம்பது சப்பாத்திகள் இருக்கும். இன்னொரு பெரிய தூக்குச் சட்டியில் பருப்புக் கூட்டு வைத்திருந்தாள். அந்தப் பெண்மணியின் கணவரைப் பார்த்தபோது அவர் ஒரு நகை வியாபாரியாக இருப்பார் என்று தோன்றியது. ஆனால் அறிமுகத் தயக்கம் விலகி பேச்சு சகஜமாகி அவர் தன்னைப் பற்றிச் சொன்னபோது அவர் ஒரு யுனானி மருத்துவர் என்று அறிந்தேன். மருத்துவரானாலும் வேளைக்குப் பன்னிரண்டு சப்பாத்திகள் சாப்பிடுவதெல்லாம் உடல் நலனுக்கு உகந்ததல்ல என்று சொல்ல நினைத்தேன். ஆனால் சொல்லவில்லை.

அந்தக் குடும்பம் திரும்பத் திரும்ப என்னை நச்சரித்துக்கொண்டே இருந்தது. 'நீங்கள் ஏன் எதுவுமே சாப்பிடாமல் இருக்கிறீர்கள்?'

'இல்லை. நான் நாற்பத்து எட்டு மணி நேர விரதத்தில் இருக்கிறேன்.'

'சென்னை போய்ச் சேருகிற வரை பசி தாங்குமா?'

நான் அவர்களிடம் இரண்டு சப்பாத்திகளையாவது வாங்கி உண்டால் அவர்கள் அமைதியாகிவிடுவார்கள் என்று தோன்றியது. ஆனால் பயணங்களில் நான் பொதுவாக எதுவும் உட்கொள்வதில்லை. கிளம்புவதற்கு முன்னால் ஒரு கிலோ தந்தூரி சிக்கன், நான்கு முட்டை, ஒரு தம்ளர் பால் அருந்திவிட்டு வண்டி ஏறினால் போதும் எனக்கு. அடுத்த நாற்பத்து எட்டு மணி நேரத்துக்கு எனக்கு வேறெதுவும் வேண்டியிருக்காது. அவ்வப்போது தண்ணீர் மட்டும் அருந்தினால் போதும்.

இது ஒரு வசதி. என் குருநாதர் எனக்குச் சொல்லிக்கொடுத்த வழி. வெளியூர்ப் பயணங்களின்போது எதையும் உண்ணாதிருப்பது. கிளம்புவதற்கு முன்னால் முழுக் கொழுப்புணவு ஒன்றை பசி தீரும்வரை சாப்பிட்டுவிட்டுப் புறப்பட்டுவிட்டால் போதுமானது. அடிக்கடி கழிப்பறைக்குப் போகிற வேலையும் இருக்காது. குறைந்தது ஒரு முழுநாள் உண்ணாதிருக்கும்போது உடல் இயந்திரம் செரிமானம் தாண்டி வேறு சில காரியங்களைச் செவ்வனே செய்யும். அது அடுத்த உணவுக்குப் பிறகு மேலும் புத்துணர்ச்சியாக உணர வைக்கும்.

இதை நான் சொன்னபோது அந்த யுனானி மருத்துவருக்குப் பெரிய ஆச்சரியமாகிப் போய்விட்டது.

‘வெறும் கொழுப்பா? முழுக் கொழுப்பா?’ என்று திரும்பத் திரும்பக் கேட்டார்.

‘ஆம். அதிலென்ன சந்தேகம்?’

‘சுவாமிஜி, எதற்கும் ஒரு மருத்துவப் பரிசோதனை செய்துகொண்டுவிடுங்கள்’ என்று சொன்னார். நான் உடனே சரி என்று சொல்லி விட்டேன்.

அறிவுரை சொல்வதையே பிழைப்பாகக் கொண்டவனுக்கு அறிவுரைகள் ஒவ்வாமை ஏற்படுத்துபவை. எப்படி ஒரு நல்ல சமையல்காரன் கல்யாண வீடுகளில் தான் சமைத்ததை உண்பதில்லையோ அப்படி.

பேச்சை மாற்ற விரும்பி நான் அந்த யுனானி மருத்துவரின் மனைவியிடம் வெளியே விற்றுக்கொண்டிருந்த சப்பாத்திக் கற்களைக் காட்டி, ‘நீங்கள் ஒன்று வாங்கிக்கொள்ளலாம்’ என்று சொன்னேன்.

'என் வீட்டில் இருக்கிறதே' என்று அவள் சொன்னாள்.

'இருக்கலாம். ஆனால் உங்கள் சப்பாத்திகள் மிகவும் கனமாகத் தெரிகின்றன. பலார்ஷா கற்களில் சப்பாத்தி மிக மெல்லிசாக வரும்.'

'அப்படியா? இது எனக்குத் தெரியாதே' என்றவள் சட்டென்று வெளியே விற்றுக்கொண்டிருந்த ஒரு பையனைக் கூப்பிட்டு உடனடியாக ஒரு ஜன்னல் வியாபாரத்தை முடித்தாள்.

யுனானி மருத்துவர் அந்தக் கல்லை வாங்கித் தடவிப் பார்த்தார். என்னிடமும் கொடுத்தார். நானும் தடவிப் பார்த்தேன். மென்மையாக, நன்றாக இருந்தது. எங்கள் வீட்டில் அம்மா இதே போன்றதொரு கல்லை வைத்திருந்தாள். அது ஒரு அபூர்வம். பொதுவாகத தமிழ்நாட்டில் சப்பாத்திக் கல் என்பது மரத்தாலான பொருளாகவே இருக்கும். இம்மாதிரி பாலீஷ் போடப்பட்ட கருங்கற்கள் பயன்பாட்டில் இருந்ததில்லை. வட்ட வடிவில் மரப்பலகை ஒன்றைச் செதுக்கி, அதன்மீது வழுவழுப்பான பிளாஸ்டிக் தாளை ஒட்டியிருப்பார்கள். வாரச் சந்தைகளில், திருவிழாக்காலங்களில் விற்பனைக்குக் கிடைக்கும். அம்மாவுக்கு எங்கிருந்து அந்தக் கருங்கல் கிடைத்தது என்று தெரியவில்லை. இந்த பலார்ஷா கல்லைவிட அது கனமானது. தூக்கித் தலையில் அடித்தால் கண்டிப்பாக மண்டை உடைந்து ரத்தம் கொட்டும்.

இதை எப்படி இவ்வளவு உறுதியாகச் சொல்கிறேன் என்றால், வினய் ஊரில் இருந்து புறப்பட்டுக் காஞ்சீபுரம் போய்ச் சேரவில்லை என்ற தகவல் வந்தபோது அப்பா அந்தச் சப்பாத்திக் கல்லில்தான் முட்டிக்கொண்டு அழுதார். நான்கு முறை முட்டிக்கொண்ட உடனேயே கேசவன் மாமா பாய்ந்து அவர் கையில் இருந்த கல்லைப் பிடுங்கி வீசியெறிந்துவிட்டார். ஆனால் அப்பாவின் நெற்றி புடைத்துக்கொண்டுவிட்டது. வினாடிப் பொழுதில் புசுபுசுவென்று ஊதி ஒரு குழிப் பணியாரம் போலாகிவிட்டது.

'என்னடி பண்ணுவேன் நான்? இப்படி பண்ணிட்டானே இந்தப் பிள்ளை? அப்படி எங்க போய்த் தொலைஞ்சிருப்பான்? நன்னாத்தானே இருந்தான்? சரியாத்தானே இருந்தான்? எல்லாமே சரியாத்தானே இருந்தது? திடீர்னு என்ன கிராக்கு பிடிச்சிப் போச்சோ தெரியலியே?'

குமுறிக் குமுறி அழுதுகொண்டிருந்தார். அண்ணா காணாமல் போனபோதாவது நாலு இடங்களில் தேடிப் பார்த்து அதன் பிறகே

கிடைக்கவில்லை என்ற திருப்தியிருந்தது. வினய் காணாமல் போனதே நான்கு தினங்களுக்குப் பிறகுதான் தெரியவந்ததால் எங்கே போய்த் தேடுவது என்றுகூடப் புரியவில்லை.

வினோத்தான் சட்டென்று சொன்னான், 'அப்பா அவன் ஒருவேளை திருப்பதிக்குப் போயிருக்கலாம்ப்பா.'

'திருப்பதியா?'

'ஆமாப்பா. திருப்பதிலதான் சாதம் ஃப்ரீ. அங்க போனா நிம்மதியா சாகற வரைக்கும் சாப்பாட்டு பிரச்னையில்லாம வாழலாம்னு அண்ணா அவன்கிட்டே சொன்னதா ஒரு நாள் சொன்னான்.'

அம்மாவுக்கு இந்தத் தகவல் மிகுந்த அதிர்ச்சியளித்தது. 'சாதம் என்னிக்குடா உங்களுக்குப் பிரச்னையா இருந்தது?' என்று கேட்டாள்.

'பெரிய வருமானம் இல்லேன்னாலும் என்னிக்கு இந்த வீட்ல சோறு பொங்காம இருந்திருக்கு? குழம்பிருந்தா ரசம் இல்லே, ரசமிருந்தா குழம்பில்லே. ஆனா சோறில்லாம விட்டிருக்கேனா?' என்று கேட்டாள்.

'அக்கா, நீ இரு. வினோத், யாரு சொன்னா? விஜய்யா?' என்று கேசவன் மாமா கேட்டார்.

'ஆமா மாமா. சின்ன வயசுல அப்பா எங்கள எல்லாம் ஒரு சமயம் திருப்பதிக்குக் கூட்டிண்டு போனாளே, அப்ப போயிட்டு வந்தப்போ சொன்னானாம்.'

'இது உனக்கு எப்படித் தெரியும்?'

'அண்ணா காணாம போனப்போ, அவன் திருப்பதிக்குப் போயிருக்கலாம்னு வினய் சொன்னான் மாமா.'

மாமா அரைக் கணம் கூட யோசிக்கவில்லை. 'அத்திம்பேர், நான் கௌம்பறேன். ரெண்டு நாள்ள வரேன்' என்று சொல்லிவிட்டு ஒரே ஒரு மஞ்சள் பையில் ஒரு வேட்டி சட்டை மட்டும் எடுத்துக்கொண்டு புறப்பட்டுப் போனார்.

அன்றைக்கே என்னையும் வினோத்தையும் பத்மா மாமி வீட்டில் கொண்டுபோய் விட்டுவிட்டு, அப்பாவும் அம்மாவும் காஞ்சீபுரத்துக்குக் கிளம்பிப் போனார்கள்.

மாமி மிகுந்த அக்கறையும் கனிவுமாக எங்கள் இருவரையும் கவனித்துக்கொண்டாள். உட்கார வைத்து சாப்பாடு போடும்போது,

‘ஏந்தான் உங்காத்துக்கு இப்படி ஒண்ணு மாத்தி ஒண்ணு கஷ்டம் வந்து சேர்றதோ தெரியலே போ’ என்று சொன்னாள். ‘என்னவானாலும் மனசத் தளர விட்டுடாதீங்கோடா. உங்கப்பாம்மாக்கு நீங்க ரெண்டு பேரும்தான் தூணா நின்னு தாங்கணும்’ என்று சொல்லிவிட்டு இரவுக்குச் சமைக்கக் காய்கறி வாங்கி வருவதாகச் சொல்லிவிட்டுக் கிளம்பிப் போனாள்.

காத்திருந்தாற்போல பத்மா மாமியின் மகள் சித்ரா என்னருகே வந்து அமர்ந்து, ‘ஏண்டா வினய் காணாம போயிட்டான்?’ என்று கேட்டாள். ஒரு கணம் எனக்குத் தாங்க முடியாத கோபம் வந்தது. ஏதாவது ஒரு வார்த்தை சொல்லி அவளை திடுக்கிட வைக்க மிகவும் விரும்பினேன். அது ஒரு அர்த்தமற்ற கோபம் என்பதெல்லாம் அப்போது எனக்குத் தெரியவில்லை. உண்மையில் யார் மீது அல்லது எதன்மீது கோபம் என்றும் இனம் காண முடியவில்லை. எனவே வெறி பிடித்தவன் போலச் சொன்னேன், ‘நீதான் காரணம். உன்னாலதான் அவன் காணாமப் போனான்!’

‘ஐயோ, நான் என்னடா செஞ்சேன்?’

‘நீ வினய்ய லவ் பண்ணியா?’

சித்ரா என்னைவிட இரண்டு வயது மூத்தவள். நான் பெண்களை நினைக்க ஆரம்பித்தபோது ஒரு சில சமயம் அவளைப் பற்றியும் நினைத்துப் பார்த்திருக்கிறேன். அது ஒரு கொலைப் பாவம் என்று உடனே தோன்றிவிடும். என் மானசீகத்தில் மன்னிப்புக் கேட்டுக்கொண்டு சிந்தனையை மாற்றிக்கொண்டுவிடுவேன். ஓரிரு நாள் இடைவெளியில் மீண்டும் என்னையறியாமல் அவளை நினைப்பேன். திருவிடந்தையில் அந்நாள்களில் அவள் மட்டும்தான் பார்க்க லட்சணமாக இருந்த ஒரே பெண். என்னைவிட இரண்டு வயது மூத்தவள் என்ற ஒரே காரணத்தால் என்னால் அவளைத் தொடர்ந்து நினைக்க முடியாமல் போய்விட்டது. ஆனால் வினய் அவளைப் பற்றிச் சிந்தித்துக்கொண்டிருக்கிறான் என்று தெரியவந்தபோது ஏனோ சில காலம் எனக்கு அவனைப் பிடிக்காமல் போனது. பிறகு அதுவும் சரியானது. என்ன தவறு? அவன் சித்ராவைவிட இரண்டு வருடங்கள் மூத்தவன். திருவிடந்தையில் அவன் நினைத்து ரசிக்கவும் வேறு அழகிகள் கிடையாதுதான்.

எனக்கு மிக நன்றாகத் தெரியும். காஞ்சீபுரத்துக்குப் போவதற்கு முன்னால் வினய் பெரும்பாலான நேரங்களில் சித்ராவைத்தான்

நினைத்துக்கொண்டிருந்தான். வாய் விட்டுச் சொன்னால்தானா என்ன? அவனுக்குள் இருந்த பல்வேறு குழப்பங்களுக்கு இவள் ஒரு காரணமாயிருப்பாளோ என்று எனக்கு அப்போது தோன்றியது. எல்லாக் குழப்பங்களையும் உதிர்த்துவிட்டுத்தான் அவன் பாடசாலைக்குப் போய்ச் சேர்ந்தான். அல்லது போனபின் அவை தன்னியல்பாக உதிர்ந்திருக்க வேண்டும். ஒன்றரை ஆண்டுக்காலம் முற்றிலும் வேறொரு சூழலில், பெருமாளும் பாராயணமும் புளியோதரையுமாக வாழ்ந்த ஒருவனுக்கு திடீரென்று மீண்டும் என்ன ஆயிருக்கும்? புரியவேயில்லை.

என்ன நடந்தாலும் நடக்கட்டும் என்று முடிவு செய்துகொண்டுதான் நான் சித்ராவிடம் கேட்டேன், 'நீ வினய்ய லவ் பண்ணியா?'

'ஐயோ' என்று வினோத் என்னை அதிர்ச்சியாகப் பார்த்தான்.

'பரவால்லடா. இவ இவம்மாட்ட சொல்லி, மாமி நம்ப அப்பாட்ட சொல்லி அப்பா என்னை பெல்ட்டால அடிச்சாலும் பரவால்ல வாங்கிக்கறேன். ஆனா எனக்கு இதுக்கு பதில் தெரியணும். நீ சொல்லு சித்ரா. வினய்ய நீ லவ் பண்ணியா?' என்று மீண்டும் கேட்டேன்.

'சீ, அதெல்லாம் இல்லை. யார் சொன்னா உனக்கு?' என்று சித்ரா கேட்டாள்.

'அவன் அடிக்கடி உன்னை நினைச்சிண்டிருந்தான்.'

'அப்படியா?' என்றாள். சிறிது ஆச்சரியப்பட்டது போலிருந்தது. ஆனால் உடனே அழ ஆரம்பித்தாள். 'நீ இப்படியெல்லாம் பேசறது எனக்குப் பிடிக்கலே. எங்கம்மாக்கு தெரிஞ்சா கொலையே பண்ணிடுவா'

'சரி இனிமே பேசலை. ஆனா வினய் காணாம போனதுக்கு நீயும் ஒரு காரணம்' என்று சொன்னேன்.

அவளால் அந்த அதிர்ச்சியைத் தாங்கவே முடியவில்லை. நான் அதை அன்று சொல்லியிருக்கக்கூடாது. அது என் அறிவின் முதிர்ச்சியின்மையை எனக்கே தெரியப்படுத்திய தருணம். பத்மா மாமியின் மகளைப் பற்றி வினய் என்னிடம் சொன்னபோதுகூட அவள் மார்புத் திரட்சிக்கு உள்ளே இருக்கும் எலும்புகளையும் ரத்தத்தையும் பற்றித்தான் சொன்னான். அல்லிக் குளத்தில் தற்கொலைக் காட்சிக்குத் தயாரான கன்னட நடிகையைக் கண்டபோது அவனுக்கு எழுந்த அதே உணர்வு.

என்னால் அந்த வயதில் அதை வேறு மாதிரி புரிந்துகொள்ளவே முடியவில்லை. வினய் மனத்தில் சித்ரா இருந்திருக்கிறாள். அல்லது அப்படி அவள் அங்கே இடம் பிடிக்க ஏதுவாக அவள் ஏதாவது பேசியிருக்கலாம், சிரித்திருக்கலாம். அட, காதலித்திருக்கத்தான் கூடாதா?

ஆனால், அது ஏன் வினய்யின் ஒருதலைக் காதலாக இருந்திருக்கக் கூடாது என்று என்னால் யோசிக்க முடியவில்லை. தூண்டுதல் அவளிடத்திலிருந்தே வந்திருக்க வேண்டும் என்று தீர்மானமாகத் தோன்றியது.

அப்படியே இருந்திருந்தால்தான் என்ன? காஞ்சீபுரத்துக்குப் போனபிறகு அனைத்தையும் அவன் மறந்துதானே போனான்? பிரம்மோற்சவத்துக்கு வந்தபோதுகூட,

‘எம்மனா, என் குலதெய்வமே

என்னுடைய நாயகனே

நின்னுளேனாய்ப் பெற்ற நன்மை

இவ்வுலகினில் ஆர் பெறுவார்?

நம்மன் போலே வீழ்த்து அமுக்கும்

நாட்டில் உள்ள பாவம் எல்லாம்

சும்மெனாதே கைவிட்டு ஓடித்

தூறுகள் பாய்ந்தனவே’

என்று கண்மூடிக் கிரங்கி நின்று பாசுரம் சொன்னவனுக்கு பத்மா மாமியின் மகளோ, அவளது மார்பகத்தினுள்ளே உள்ள எலும்பும் சதையுமோ நினைவில் இருந்திருக்க வாய்ப்பில்லை.

வேறு ஏதோ நடந்திருக்கிறது. மிக நிச்சயமாக சித்ரா அதற்குக் காரணமில்லை. அல்லது அவள் மட்டும் காரணமாயிருக்க முடியாது.

அன்றிரவு படுக்கப் போகும்முன் நான் சித்ராவிடம் மன்னிப்புக் கேட்டுக்கொண்டேன். ‘நான் சொன்னத மறந்துடு. உங்கம்மாட்ட சொல்லிடாத.’ என்று சொன்னேன்.

‘சொல்ல மாட்டேன் விமல். எனக்கு ஒரு அண்ணா இருந்து அவன் ஓடிப் போயிருந்தா நானும் இந்த மாதிரியெல்லாம்தான் யோசிச்சிப் பாத்திருப்பேன்.’

அப்போது எனக்கு அவளைப் பிடித்தது. வெகு நாள் கழித்து அன்றிரவு மீண்டும் அவளை நினைத்துக்கொண்டு தூங்கிப் போனேன்.

மறுநாள் பத்மா மாமி வீட்டிலேயே குளித்து, சாப்பிட்டுவிட்டுப் பள்ளிக்கூடம் போகும் வழியில் வினோத் என்னைத் திட்டினான். நான் அப்படிப் பேசியிருக்கக்கூடாது என்று சொன்னான். அது இரண்டு குடும்பங்களுக்கு இடையில் பெரிய பகையை உருவாக்கிவிடும் என்று அவன் அஞ்சினான்.

'இல்லேடா. அவ அவம்மாட்ட சொல்லமாட்டேன்னு சொல்லிட்டா.'

'அப்படித்தான் சொல்லுவா. ஆனா கண்டிப்பா இது பெரிய பிரச்னையாயிடும் பார். நம்பம்மாவுக்கு இருக்கற கஷ்டம் போதாதுனு இதுவேற ஒண்ணு.'

எனக்கு அழுகை வந்தது. அடக்கிக்கொண்டு, 'அவதான் காரணம்னா என்னிக்காவது வினய் திரும்பி வந்துடுவாண்டா. அந்த மாதிரி எந்தக் காரணமும் இல்லேன்னாத்தான் அண்ணா போன மாதிரி ஆயிடுமோன்னு தோணித்து.' என்று சொன்னேன்.

வினோத்துக்கு நான் சொன்னது புரியவில்லை. சிறிது நேரம் அவன் யோசித்துக்கொண்டே இருந்தான். பிறகு கேட்டான், 'அண்ணா போன மாதிரின்னா? அவன் வரவே மாட்டான்னு சொல்றியா?'

அந்தக்கணம் எனக்கு தோன்றியது. அப்பாவிடமோ அம்மாவிடமோ சொல்லாத நானறிந்த உண்மைகளை இவனிடம் சொல்லலாம். என்ன நடந்தாலும் சரி. செருப்படி பட்டாலும் சரி. இதற்குமேல் என்னால் தூக்கிச் சுமக்க முடியாது.

'ஆமா. அவன் வரமாட்டான்.'

'ஏண்டா?!' என்று அதிர்ச்சியுடன் கேட்டான்.

'அவன் சன்னியாசி ஆயிட்டாண்டா. இமயமலைக்கோ எங்கியோ போயிட்டான்!' என்று சொன்னேன்.

27. இடப் பெயர்ச்சி

நினைத்துப் பார்த்தால் சிரிப்புத்தான் வருகிறது. அண்ணா வீட்டை விட்டுச் சென்றபின் அதைப் பற்றிச் சற்றேனும் வாய் திறந்து பேசுவதற்கான துணிவை நான் பெறுவதற்கு இரண்டு வருடங்கள் தேவைப்பட்டிருக்கின்றன. அப்போதுகூட அப்பாவிடமோ, அம்மாவிடமோ, மாமாவிடமோ என்னால் அதைப் பேச முடியாது என்று தீர்மானமாகத் தோன்றியது. வினோத்தை நான் தேர்ந்தெடுத்ததன் காரணம், அவன் மட்டும்தான் மிச்சமுள்ள ஒரே நபர். ஒரு வாக்குமூலம் போல நானறிந்தவற்றை அவனிடம் சொல்லிவிட்டால் ஏதோ ஒரு விதத்தில் என் கடமை முடிந்துவிடும் என்று நினைத்தேன். என் வாழ்வின் ஆகக் குழப்பமான காலக்கட்டத்தை நான் அப்போது கடந்துகொண்டிருந்தேன். கோவளம் தர்கா அருகே நான் சந்தித்த பக்கிரி திரும்பத் திரும்ப என் கனவில் வந்துகொண்டே இருந்தார். நான் ஓடிப் போவேன் என்று எப்படி அவர் சொல்கிறார்? அதற்குச் சற்றும் வாய்ப்பில்லை என்றுதான் அன்றைக்கு எனக்குத் தோன்றியது. ஏனென்றால் என்னை எனக்கு மிக நன்றாகத் தெரியும். இந்த உலகில் என்னைக் காட்டிலும் சொகுசு விரும்பி வேறு யாரும் இருக்க முடியாது.

உறவின் சொகுசு. பாசத்தின் சொகுசு. பாதுகாப்பின் சொகுசு. வேளைக்குக் கிடைக்கும் உணவின் சொகுசு. உல்லாசத்தின் சொகுசு. தாவணி போட ஆரம்பித்த பின்பு பத்மா மாமியின் மகள் சித்ரா இன்னமுமே அழகாகியிருக்கிறாள். சற்று மெனக்கெட்டிருந்தால் வினய் அவளை வென்றிருக்கலாம். இரண்டு வயது மூத்தவள் என்றாலும் இந்நாள்களில் நான் முன்பளவு குற்ற உணர்வின்றி அவளை அடிக்கடி நினைத்துக்கொள்ள ஆரம்பித்திருக்கிறேன். ஒரு வேகத்தில், வினய்யை அவள் விரும்பினாளா என்று கேட்டுவிட்டாலும், அவள் இல்லை என்றபோது சற்று நிம்மதியாகத்தான் இருந்தது என்பதை நிதானமானபின் உணர்ந்தேன்.

நான் நன்றாகப் படித்தேன். சிறந்த மதிப்பெண்கள் பெறுகிற மாணவர்கள் பட்டியலில் எப்போதும் என் பெயர் இருந்தது. பெரிய

துயரங்களற்ற ஒரு நேர்த்தியான வாழ்க்கை எனக்கு எப்படியும் வசப்பட்டுவிடும் என்பது அப்போதே தெரிந்திருந்தது. நான் ஓடிப் போக ஒரு காரணத்தையும் என்னால் எண்ணிப் பார்க்க முடியவில்லை. ஆனால் அந்தப் பக்கிரி அதைத்தான் சொன்னார். இரண்டு வருடங்கள் அதைத் தள்ளிப் போடச் சொல்லி அவரது எஜமானிடம் கேட்டிருப்பதாக.

அப்போதும்கூட நான் என்னைக் குறித்துக் கவலைகொள்ளவில்லை. என் அச்சமெல்லாம் அம்மாவைப் பற்றித்தான். இரண்டு மகன்களைப் பறிகொடுத்திருக்கிறாள். நானும் போய்விட்டால் அவள் என்ன ஆவாள்? அதுசரி. நான் ஏன் போகவேண்டும்?

எப்படி யோசித்துப் பார்த்தாலும் எனக்கு அதற்கு ஒரு காரணம்கூடப் புலப்படவில்லை. இரண்டு பேர் இல்லாமல் போனதன் தொடர்ச்சியாக வீட்டின் மீதான என் ஒட்டுதலும் இறுக்கமும் மேலும் மேலும் அதிகரித்துக் கொண்டிருப்பதாகத்தான் தோன்றியது. வினய்யைக் குறித்து விசாரிப்பதற்காகக் காஞ்சீபுரம் போயிருக்கும் அம்மாவும் அப்பாவும் திரும்பி வந்ததும் அவர்களோடு உட்கார்ந்து நிறையப் பேசவேண்டும் என்றெல்லாம் நினைத்துக்கொண்டேன். நிச்சயமாக அண்ணாவைக் குறித்தல்ல. அதை வினோத்திடம் சொல்லிவிட முடிவு செய்திருந்தேன். அவன் பிறகு அதை அவர்களிடம் சொல்லுவதென்றால் சொல்லிக்கொள்ளட்டும். நானாக வாய் திறக்கப் போவதில்லை என்று எண்ணிக்கொண்டேன்.

‘சொல்லுடா. அவன் எங்க போனான்? உனக்கு என்ன தெரியும்?’

வினோத் கேட்டபோது நான் எனக்குத் தெரிந்ததைச் சொன்னேன். *‘அவன் நம்மள மாதிரி பையன் இல்லடா. அவன் வேற.’*

‘அப்படின்னா?’

‘அவன் ஒரு ஞானி.’

‘அப்படின்னா?’

‘எனக்குத் தெரியலே. ஆனா அவன் யோகாவெல்லாம் பண்ணுவான். தியானம் பண்ணுவான். தண்ணிக்கடியிலே அவனால பதினஞ்சு நிமிஷம் மூச்சடக்கி நிக்க முடியும். நான் பாத்திருக்கேன்.’

‘எப்போ?’

‘எவ்ளவோ வாட்டி. அவனுக்கு யாரோ ஒரு சித்தரோட தொடர்பு இருந்திருக்கு. யார்னு அவன் சொனதில்லை. ஆனா திருப்போரூர் சாமிய அடிக்கடி போய்ப் பாப்பான்.’

‘என்ன சொல்றே நீ? திருப்போரூர் சாமி ஐயங்கார் இல்லியேடா?’ என்று வினோத் சொன்னான்.

எனக்கு அதற்கு என்ன பதில் சொல்லுவதென்று தெரியவில்லை. சிறிது நேரம் யோசித்துவிட்டு, ‘விஜய்யே ஐயங்கார் இல்லை வினோத். அவன் ரொம்ப நாளா பூணூலே போட்டுக்கலை.’

‘ஐயோ’ என்றான் வினோத்.

‘தெரியாதோல்யோ? அதான். க்ளவரா அதை ஆத்துல மறைச்சி வெச்சிண்டிருந்தான்.’

‘உனக்கு எப்படித் தெரியும்?’

‘தெரியும். அவனே சொல்லியிருக்கான்.’

வினோத்தால் நான் சொன்ன பல விஷயங்களை நம்ப முடியவில்லை. குறிப்பாக அவன் தலைகீழாக நின்ற கதை. காலை அசைத்து நரியை விரட்டிய கதை. அல்லிக் குளத்துக்கு அடியில் அவன் ரிஷிகளைச் சந்திக்கச் செல்லும் கதை.

அதனாலென்ன? எனக்கு அவன் நம்புவது அவசியமென்று தோன்றவில்லை. சொல்லிவிட வேண்டும் என்று நினைத்தேன். ஒரு விதத்தில் அவன் நம்பாதிருந்தாலே நல்லது என்றும் தோன்றியது.

‘நீ ஒரு லூசு. அவன் ஒண்ணும் ஞானியெல்லாம் இல்லை. அண்ணாக்கு படிப்பு சரியா வரலை. அதனாலதான் அவன் ஓடிப் போயிட்டான்’ என்று வினோத் சொன்னான்.

இது அபாண்டம் என்று எனக்குத் தோன்றியது. என்னளவுக்கு அவன் மதிப்பெண்கள் பெறுபவனல்ல என்பதை நானறிவேன். ஆனால் அண்ணா என்றைக்கும் எதிலும் தோல்வியுற்றதில்லை. எல்லா பாடங்களிலும் கௌரவமான மதிப்பெண்களை அவனால் பெற முடிந்திருக்கிறது. வீடு அவன் படிப்பைக் குறித்துப் பெரிதாகக் கவலைப்படாத அளவுக்கு என்ன செய்ய வேண்டுமோ அதை அவன் செய்துகொண்டுதான் இருந்தான். ஒரு வகையில் வீட்டின் கவனத்தைத் தன்புறம் திருப்பாதிருப்பதற்காகவேகூட அவன் அதைச் செய்திருக்கலாம். என்னைவிட ஒரு வயது மூத்தவனான வினோத்துக்கு இது எப்படிப் புரியாதிருக்கிறது?

‘அதெல்லாம் சும்மா. நமக்குத் தெரியாம அவன் எதாவது பெரிய பிரச்னைல சிக்கிண்டிருப்பான். அதச் சொல்ல தைரியமில்லாம ஓடிப் போயிட்டான்’ என்று வினோத் சொன்னான்.

‘அப்ப வினய் ஏன் போனான்?’ என்று நான் கேட்டேன்.

வினோத் வெகுநேரம் எதுவும் பேசவில்லை. அவன் யோசித்துக்கொண்டிருந்தாற்போலத் தோன்றியது. வினய் ஓடித்தான் போனானா என்றே அவன் சந்தேகப்பட்டான். ‘நீ வேணா பாரேன். அப்பாவும் அம்மாவும் இன்னிக்கு அவனை மடத்துல பார்த்திருப்பா.’ என்று சொன்னான்.

அப்படி நடந்திருந்தால் எனக்கும் அது மகிழ்ச்சிதான். ஆனால் ஏனோ அது நடக்காது என்றே தோன்றியது. திரும்பத் திரும்ப கோவளத்தில் நான் சந்தித்த பக்கிரிதான் நினைவுக்கு வந்தார். வினய் ஓடியிருக்காவிட்டால் அவர் அதையல்லவா முதலில் சொல்லியிருப்பார்? என் ஓட்டத்தைத் தள்ளிப் போடச் சொன்னதாகச் சொல்ல என்ன அவசியம்?

நான் வினோத்திடம் அவரைக் குறித்தும் சொன்னேன். ஆனால் கவனமாக, அவர் என்னைக் குறித்துச் சொன்னதை மறைத்துவிட்டு, அவரிடம் போய்ப் பேசியதை மட்டும் தெரிவித்தேன்.

‘அவர் ஒண்ணும் சித்தர் இல்லை’ என்று வினோத் சொன்னான்.

‘அம்மாவே அவர்ட்ட போய் அடிக்கடி பேசிட்டு வருவா. எனக்குத் தெரியும்!’

‘எனக்கும் தெரியும்டா. நானும் அம்மாவோட போயிருக்கேன். அவர் ஒரு நாட்டு டாக்டர் மட்டும்தான்’ என்று வினோத் சொன்னான்.

அவனுக்கு ஒரு சமயம் முகமெங்கும் கட்டி வந்துகொண்டே இருந்தது. ஒரு கட்டி வளர்ந்து, ஊதிப் பெருத்து உடைந்ததும் அடுத்தது முளைக்கும். அதன் காலம் முடிவடையும்போது இன்னொன்று உடனே முளைவிடும். அப்பா அவனை இரண்டு மூன்று டாக்டர்களிடம் அழைத்துச் சென்று காட்டி, இஞ்செக்‌ஷன், மாத்திரை என்று எவ்வளவோ செய்து பார்த்தார். அவனது பிரச்னை தீராமலே இருந்தது. கேசவன் மாமாதான் கோவளத்துப் பக்கிரியிடம் அழைத்துச் சென்று காட்டலாம் என்று அம்மாவிடம் நினைவூட்டியது. எனக்குத் தெரிந்து அவன் அந்தப் பக்கிரியைச் சந்தித்த ஒரே சந்தர்ப்பம் அதுதான். அவரிடம் இதை நினைவூட்டினால், ‘அப்படியா? இருக்கலாம்’ என்றுதான் சொல்லுவார். அம்மாவையே நினைவில்லாதவருக்கு வினோத்தை எப்படித் தெரிந்திருக்கும்?

அன்று அந்தப் பக்கிரி வினோத்தின் கட்டியின்மீது ஒரு பிடி விபூதியை வைத்துத் தேய்த்து மந்திரித்துவிட்டதாக அம்மா சொன்னாள்.

'முஸ்லிம்னா விபூதியெல்லாம் வெச்சிருப்பாளான்ன?' என்று அப்பா கேட்டார்.

'தெரியலே. ஆனா அவர் விபூதிதான் தேய்ச்சார். சரியாயிடும்னு சொன்னார்' என்று அம்மா சொன்னாள்.

இரண்டு நாளில் அவனது கட்டி வடியத் தொடங்கிவிட்டது. அதன்பின் அது திரும்ப வரவேயில்லை. வினோத்துக்கு அது ஒரு அற்புதம் என்றெல்லாம் எண்ணத் தோன்றவில்லை. விபூதியில் அவர் ஏதோ மூலிகை கலந்து தேய்த்திருக்கலாம் என்றுதான் நினைத்தான். பெரிதாக அதைப் பற்றி அவன் யாரிடமும் சொல்லிக்கொண்டிருக்கவும் இல்லை. எனக்குத்தான் அப்போது அது மிகப்பெரிய வியப்பாக இருந்தது. டாக்டர்களால் முடியாத ஒன்றை ஒரு பக்கிரி எப்படி சாதித்திருப்பார்? அண்ணாவிடம் அதைக் குறித்து நான் கேட்டேன். 'மருந்து விபூதியிலே இல்லை. அவர் தேய்ச்சது வெறும் மண்ணாவோ, சாணியாவோ, எதுவாவோகூட இருக்கலாம். மருந்து வேற இடத்துலேருந்து வந்திருக்கு' என்று அவன் சொன்னான்.

எனக்கு அது புரியவில்லை. 'மந்திர பலமா?' என்று கேட்டேன்.

'அதுகூட இல்லே.'

'பின்னே?'

அப்போது அவன் ஒன்று சொன்னான். அன்றைக்கு எனக்கு அது சற்றும் விளங்கவில்லை. அவன் காணாமல் போய் கிட்டத்தட்ட இரண்டாண்டுகள் கழிந்து, வினோத்துடன் தற்செயலாக அந்த விஷயத்தைப் பேசப் போக, சட்டென்று ஏதோ ஓரிழை பிடிபட்டது போலத் தோன்றியது.

'கட்டி கரைஞ்சி போகலே வினய். அது இடம் மாறிப் போயிருக்கு.'

'அப்படின்னா?'

'அவர் எடுத்துண்டுட்டார் அதை. அவர் மூஞ்சிலயோ முதுகுலயோ எங்கயோ ஒட்டவெச்சுண்டுட்டார். அவ்ளோதான். இல்லேன்னா வேற யாருக்காவது குடுத்திருப்பார்.'

காஞ்சீபுரத்துக்குப் போன அப்பாவும் அம்மாவும் மூன்றாம் நாள் காலை ஊருக்குத் திரும்பி வந்தார்கள். இரண்டு பேர்

முகத்தையும் பார்க்கச் சகிக்கவில்லை. அழுது அழுதே கருகிவிட்டாற்போலிருந்தது. திருப்பதிக்குப் போன மாமா இன்னும் வீடு வந்து சேர்ந்திருக்கவில்லை. அவராவது ஏதாவது நல்ல செய்தியுடன் வரமாட்டாரா என்று அப்போதும் அப்பா எதிர்பார்த்துக்கொண்டுதான் இருந்தார்.

'மடத்துல என்னப்பா சொன்னா?' என்று வினோத் கேட்டான்.

'அவா யாருக்கும் தெரியலே. இவன் இங்கேருந்து கௌம்பி அங்க போகலே' என்று சொன்னார்.

காஞ்சீபுரத்தில் வினய் இருந்த ஒன்றரை வருட காலத்தில் அவன் பழகிய, அவனை அறிந்த அத்தனை பேரையும் அப்பாவும் அம்மாவும் சந்தித்துப் பேசிவிட்டு வந்திருக்கிறார்கள். யாராலுமே அவன் காணாமல் போனதை நம்ப முடியாதிருந்திருக்கிறது.

'யாராவது கடத்திண்டு போயிருக்கலாம். நீங்க போலிஸ் கம்ப்ளைண்ட் குடுத்துடுங்கோ' என்றுதான் நிறையப்பேர் சொன்னார்களாம்.

கடத்திச் செல்லும் வயதா!

அன்றிரவெல்லாம் அப்பா என்னையும் வினோத்தையும் அழைத்து உட்காரவைத்து என்னென்னவோ சொல்லிக்கொண்டிருந்தார். 'இன்னும் நாங்க ரெண்டு பேரும் பிராணன விடாம இருக்கோம்னா அதுக்குக் காரணம் நீங்க ரெண்டு பேரும்தான். என்னிக்கும் இது ஞாபகத்துல இருக்கட்டும்.' என்று அவர் சொன்னது மட்டும் இன்னமும் எனக்கு நினைவில் இருக்கிறது.

அடுத்த நாள் காலை விடிந்தபோது கேசவன் மாமா வீடு வந்து சேர்ந்தார்.

'அக்கா...' என்று வாசலில் நின்றவாறே அவர் அழைத்தபோது அவர் குரல் என்னவோ போலிருந்தது.

'என்னாச்சு கேசவா?' என்று அப்பாதான் பதைத்துப் போய் ஓடி வந்தார். அம்மா வழக்கம்போல் எவ்வித முக மாறுதலும் இன்றி அடுக்களை வாசலில் நின்றே கவனித்துக்கொண்டிருந்தாள்.

'போனியா? பாத்தியா? ஏதாவது தெரிஞ்சிதா?' என்று அப்பா கேட்டார்.

'பாத்தேன் அத்திம்பேர். ஆனா வினய் இல்லே. விஜய்' என்று மாமா சொன்னார்.

28. எழுப்புதல்

கேசவன் மாமா திருமலைக்குச் சென்று இறங்கியபோது அபூர்வமாக அன்றைக்குக் கூட்டம் குறைவாக இருந்தது. ஆண்டுப் பரீட்சை விடுமுறை முடிந்து பள்ளிகள் திறந்திருந்த சமயம் என்பதால் ஜன வரத்து குறைவாக இருக்கிறது என்று அவர் நினைத்தார். இருப்பினும் அத்தனை எளிதில் வினய்யை அங்கே தேடிக் கண்டுபிடிப்பது சாத்தியமல்ல என்றே தோன்றியது. அது நேர வேண்டும். அவன் தானாகத் தன் கண்ணில் பட வேண்டும். அதற்குப் பெருமாள் துணை புரிந்தாக வேண்டும்.

குளத்தில் குளித்துவிட்டு, திருமண் இட்டுக்கொண்டு அதிகாலை ஜீயருடன் அவர் திருப்பாவை சேவை கோஷ்டியில் போய் நின்றுகொண்டார். திருப்பாவை சேவையில் யார் வேண்டுமானாலும் போய்ச் சேர்ந்துகொள்ளலாம். மூன்றே நிபந்தனைகள். காதுக்குக் கீழே கிருதா வளர்ந்திருக்கக்கூடாது. தாடியில்லாமல் மீசை மட்டும் வைத்திருக்க அனுமதியில்லை. அல்லது முற்றிலும் மழித்திருக்க வேண்டும். தென்கலையோ, வடகலையோ, இரண்டிலொரு திருமண் கட்டாயம். மற்றபடி திருப்பாவை தெரிந்திருக்கிறதா என்றெல்லாம் யாரும் பரிசோதிக்கமாட்டார்கள். ஜீயர் கோயிலுக்குள்ளே போகும்போது பின்னாலேயே ஒட்டிக்கொண்டு போய்விடலாம். கெடுபிடியின்றி பத்து நிமிடங்கள் சன்னிதியில் நிற்க முடியும்.

கேசவன் மாமா திருப்பாவை சேவையை முடித்துக்கொண்டு மனமார வேண்டிக்கொண்டார். எப்படியாவது வினய் கண்ணில் பட்டுவிட வேண்டும். அதன்பின் அவனைப் பேசி சமாதானப்படுத்தி வீட்டுக்கு அழைத்துச் செல்வது அவருக்குப் பெரிய பிரச்னையாக இருக்காது. இதை மட்டும் நடத்திக் கொடுத்துவிட்டால் அடுத்த முறை திருவிடந்தையில் இருந்து பாத யாத்திரையாகவே மலைக்கு வருவதாக அவர் வேண்டிக்கொண்டார்.

கோயிலை விட்டு வெளியே வந்ததும் அவர் நேரே உணவுக் கூடத்துக்குத்தான் போனார். தரும உணவு. வரிசையில் நின்று

ஒவ்வொரு முகத்தையும் கவனிக்க ஆரம்பித்தார். தமிழ் முகங்கள். தெலுங்கு முகங்கள். ஹிந்தி முகங்கள். திருமலையில் தென்படும் முகங்களில் ஏனோ மலையாள முகங்களின் எண்ணிக்கை குறைவாக இருக்கிறது. சமீப காலத்தில் பிரபலமாகத் தொடங்கியிருக்கும் ஐயப்பன் அவர்களை வளைத்துப் போட்டுவிடுகிறார் போலிருக்கிறது. தவிரவும் பிராந்தியக் கடவுள் அணுகச் சுலபம் என்று கருதியிருக்கலாம்.

மதியம் இரண்டு மணிவரை கேசவன் மாமா உணவுக்கூடத்தை விட்டு நகரவேயில்லை. காத்திருக்கும் வரிசையிலும் பந்தி வரிசைகளிலும் சுற்றிச் சுற்றி வந்துகொண்டே இருந்தார். வினய் அங்கு வரவில்லை. கிளம்பும்போதே அவர் மறக்காமல் வினய்யின் புகைப்பட நெகடிவ் ஒன்றை எடுத்துச் சென்றிருந்தார். கீழ்த்திருப்பதியில் இறங்கியதும் ஒரு ஸ்டுடியோவுக்குச் சென்று அதில் பத்து ப்ரிண்ட் போட்டு எடுத்துக்கொண்டுதான் மலை ஏறியிருந்தார். உணவுக் கூடத்தில் உத்தியோகம் பார்த்துக்கொண்டிருந்த சிலரிடம் விவரம் சொல்லி அவர்களிடம் போட்டோவையும் கொடுத்துவிட்டுத்தான் வேறிடம் தேடிச் சென்றார்.

மலை முழுதும் கால் போன போக்கில் நடந்துகொண்டே இருந்துவிட்டு மாலை பாபவிநாசம் அருவிக்கரைக்குச் சென்று சேர்ந்தார். அருவியில் அதிகம் தண்ணீர் வரத்து இல்லை. ஆனால் அந்த இடம் மாமாவுக்கு மிகவும் பிடித்திருந்தது. அதற்குமுன் அவர் அங்கு சென்றதே இல்லை. அங்கே குளித்துக்கொண்டிருந்தவர்கள், சுற்றி அமர்ந்து கதை பேசிக்கொண்டிருந்தவர்கள், மரத்தடி நிழல்களில் படுத்து உறங்கிக்கொண்டிருந்தவர்கள் என்று கண்ணில் பட்ட அத்தனை பேரிடமும் வினய் குறித்து அவர் விசாரித்தார். புகைப்படத்தைக் காட்டிக் காட்டி எங்காவது பார்த்தார்களா என்று கேட்டார். யாரோ பாவம் வந்த இடத்தில் பிள்ளையைத் தொலைத்திருக்கிறார் என்று எண்ணி அவர்களும் கனிவோடு பதில் சொல்லி அனுப்பியிருக்கிறார்கள். இதுவரை பார்க்கவில்லை; பார்த்தால் அவசியம் காவல் நிலையத்தில் தகவல் சொல்கிறோம் என்று தெரிவித்திருக்கிறார்கள்.

அன்று காலை முதல் கேசவன் மாமா எதுவுமே சாப்பிட்டிருக்கவில்லை. நாளெல்லாம் அலைந்து திரிந்ததில் தலை சுற்றி, கிறுகிறுவென்று வந்தது. அருவித் தண்ணீரை நாலு கை அள்ளிக் குடித்துவிட்டு மீண்டும் நடக்க ஆரம்பித்தார். இருட்டும் வரை சுற்றித் திரிந்துவிட்டு, அதற்குமேல் அலைய

முடியாது என்ற நிலை வந்தபோது கல்யாணக் கட்டத்துக்கு வந்து, அந்தக் கட்டடத்தின் வாசலில் ஒரு ஓரமாகத் துண்டை விரித்துப் படுத்துவிட்டார். கால் வலி கொன்றெடுத்தது. நாள் முழுதும் உண்ணாதிருந்தது வேறு கண்ணைத் திறக்க முடியாமல் செய்திருந்தது. எப்படியாவது வினய்யைக் கண்டுபிடித்து விடலாம் என்று எண்ணித்தான் அவர் திருமலைக்கு வந்திருந்தார். அது முடியாதோ என்று அப்போது அவருக்குச் சந்தேகம் வந்தது. அது துக்கம் அளித்தது. அழுகை வந்தது. அடக்கிக்கொண்டு அப்படியே படுத்துக் கிடந்தார். பிறகு எப்படியோ உறங்கிப் போய்விட்டார்.

நள்ளிரவு யாரோ தன்னைத் தொட்டு எழுப்புவது போலத் தோன்றவும் கேசவன் மாமா திடுக்கிட்டுக் கண் விழித்துப் பார்த்தார். அப்போதுதான் விஜய் அங்கிருப்பது அவருக்குத் தெரியவந்தது.

'ஐயோ' என்றுதான் அவருக்கு முதலில் அலறத் தோன்றியிருக்கிறது. 'நீயாடா? நீயாடா இங்க இருக்க? டேய் பாவி! இவ்ளோ நாளா இங்கயாடா இருக்க?' என்று அவனைப் பிடித்து உலுக்கியிருக்கிறார்.

'இல்லே மாமா. இவ்ளோ நாளா நான் இங்கே இல்லை. இப்பத்தான் வரேன்.' என்று அண்ணா சொல்லியிருக்கிறான்.

'ஏண்டா அப்படி செஞ்சே? எங்கடா போய்த் தொலைஞ்சே?' என்று கதற ஆரம்பித்தவருக்கு அதற்குமேல் பேச்சே வரவில்லை. பத்து நிமிடங்கள் இடைவிடாமல் அழுது தீர்த்தார். அவர் அழுது முடிக்கும்வரை அண்ணா ஒன்றும் பேசவில்லை. பிறகு, 'பசியா இருக்கா? எதாவது சாப்பிடறேளா?' என்று கேட்டுவிட்டு, தன் தோள் பையில் இருந்து ஒரு சாத்துக்குடி பழத்தை எடுத்து நீட்டினான்.

மாமாவால் அதை நம்பவே முடியவில்லை. மிக நிச்சயமாக அவர் அண்ணாவைச் சந்திப்போம் என்று நினைத்திருக்கவில்லை. திருப்பதியில் உணவுப் பிரச்னை இராது என்று அவன் என்றோ சொன்னதை நினைவில் வைத்திருந்து வினய் குறிப்பிட்டதுதான் அவரை அங்கே செலுத்திச் சென்றது. என்ன காரணத்தாலோ அண்ணா வெறும் உணவை உத்தேசித்துத் திருப்பதிக்குப் போக நினைத்திருக்க மாட்டான் என்றே அவர் கருதினார். ஆனால் ஓடிப் போக வேறு என்ன காரணம் இருந்தாலும் உடனடி உணவுப் பிரச்னை வராதிருக்க வினய் அந்த இடத்தைத் தான் தேர்ந்தெடுத்திருப்பான் என்றும் அவர் நினைத்தார்.

'அவனுக்கு வேறென்ன தெரியும்? பிரபந்தம் சொல்லுவான். கோஷ்டில போவான். கோயில் கைங்கர்யங்கள் தெரிஞ்சிருக்கும்.

அதுல பிழைக்க நினைச்சா திருப்பதி பொருத்தம்தானே?' என்று அவர் சொன்னார்.

அன்றிரவு முழுதும் அண்ணா கேசவன் மாமாவுடன் பேசிக் கொண்டிருந்தான். 'தேடாதிங்கோ மாமா. என்னைத் திரும்ப ஆத்துக்குக் கூட்டிண்டு போகணும்னு தயவுசெஞ்சி நினைக்காதிங்கோ. நான் அங்க வரமாட்டேன்.'

'ஏண்டா?' என்று மாமா கேட்டார்.

'உங்களுக்கு சொன்னா புரியாது. விட்டுடுங்கோ.'

'இப்ப நீ எங்க இருக்கே? என்ன பண்ணிண்டிருக்கே?'

'சொன்னேனே, உங்களுக்குப் புரியாது.'

'கொன்னுடுவேன் படவா. பெத்த தாய் தகப்பனைத் தவிக்க விடுறதெல்லாம் மகாபாவம்டா.' என்று கேசவன் மாமா சொன்னார். அண்ணா அமைதியாக இருந்தான். 'அப்படி அவாள தவிக்க விட்டுட்டு எங்க போய் என்ன சாதிப்பே நீ? ஒரு புல்லைக்கூட உன்னால பிடுங்க முடியாது பாத்துக்கோ. நான் சும்மா சொல்லலே விஜய். என் வயித்தெரிச்சல் இதைச் சொல்ல வெக்கறது. வேண்டாம். என்னோட ஆத்துக்கு வந்துடு.'

'மன்னிச்சுடுங்கோ மாமா. அது முடியாது' என்று அண்ணா சொன்னான்.

மாமாவுக்கு ஒன்றும் புரியவில்லை. அவனுக்கு வீட்டில் என்ன குறை இருந்தது? ஒன்றுமே இல்லை. விட்டுச் செல்லத் தோன்றும் அளவுக்கு அசம்பாவிதம் ஏதும் நிகழவில்லை. சொல்லி வைத்த மாதிரி இன்றைக்கு வினய் காணாமல் போயிருக்கிறான். இப்படி ஆளாளுக்கு ஒழிந்து போகத்தானா அக்கா உங்களையெல்லாம் பெற்றுப் போட்டாள்?

அவரது கண்ணீரும் கதறலும் அண்ணாவுக்குப் புரியாமல் இல்லை. ஆனால் அவன் தன் முடிவில் உறுதியாக இருந்தான்.

'உங்கள ஒண்ணு கேக்கறேன். நீங்க இங்க படுத்து தூங்கிண்டிருந்தேள். நானாத்தான் வந்து தொட்டு எழுப்பினேன். ஏன் செய்யணும்?'

'அதைத்தாண்டா கேக்கறேன் ராஸ்கல். வரமாட்டேன்னு இப்படி அழிச்சாட்டியம் பண்றதுக்கு என் முகத்துல முழிக்காமலே இருந்திருக்கலாமே?'

‘செஞ்சிருக்கலாம் மாமா. ஆனா ஒண்ணு சொல்லணும்னு நினைச்சேன். அதனாலதான் உங்க கிட்ட வந்தேன்.’

‘என்னது?’

‘நான் ஆத்துக்குத் திரும்பி வருவேன் மாமா. கண்டிப்பா அது ஒரு நாள் நடக்கும். ஆயிரமானாலும் அம்மாக்கு கொள்ளி போட நாந்தானே வந்தாகணும்?’ என்று அண்ணா சொன்னான்.

அதற்குமேல் மாமாவுக்குப் பேச்சே வரவில்லை. சீ என்று காறித் துப்பிவிட்டு எழுந்து நடக்க ஆரம்பித்துவிட்டார்.

நடந்த அனைத்தையும் மாமா விவரித்து முடித்தபோது அப்பாவும் அம்மாவும் மௌனமாக அழுதுகொண்டிருந்தார்கள். வினோத் பயத்தில் நடுங்கி ஒடுங்கிப் போய் ஒரு ஓரமாக அமர்ந்திருந்தான். ஐந்து பேர் இருந்த வீட்டில் ஒரு சொல்லும் உலவாதிருந்தது என்னவோ போலிருந்தது.

‘அவனுக்கு என்னமோ ஆயிடுத்துக்கா. அவன் சரியா இல்லே. பேச்சே சரியா இல்லே. அவன் பாத்த பார்வை சரியா இல்லே. நின்ன தோரணை சரியா இல்லே. விஜய் வேற யாரோ மாதிரி ஆயிட்டான்க்கா’ என்று மாமா சொன்னார்.

‘அவன் ஆயிரம் சொல்லட்டும்டா. நீ ஏன் அவனை விட்டுட்டு வந்தே? பிடிச்சி இழுத்துண்டு வந்திருக்க வந்திருக்க வேண்டியதுதானே?’ என்று அப்பா கேட்டார்.

மாமா வெகுநேரம் ஏதோ யோசித்துக்கொண்டே இருந்தார். என்ன நினைத்தாரோ. சட்டென்று சுவரில் முட்டிக்கொண்டு அழ ஆரம்பித்தார்.

‘விடு கேசவா. நீ என்ன பண்ணுவே பாவம்’ என்று அம்மா சொன்னாள்.

‘இல்லேக்கா. நாலு பேர உதவிக்குக் கூப்ட்டுண்டாவது அவன இழுத்துண்டு வந்துடணும்னுதான் நினைச்சேன். ஆனா அவன் சொன்ன அந்த வார்த்தைக்குள்ள என்னமோ இருந்திருக்குக்கா. கனம்மா இரும்புக் கை ஒண்ண ஒளிச்சி வெச்சி ப்ரயோகம் பண்ண மாதிரி சொன்னான்க்கா. நானா கௌம்பல தெரியுமோ? அது என்னைப் பிடிச்சித் தள்ளிண்டே போயிடுத்துக்கா. கீழத் திருப்பதி வந்தப்பறம்தான் நான் என்ன பண்ணேன்றதே நெனப்புக்கு வந்தது. ஐயோ விட்டுட்டமேன்னு திரும்ப மலைக்கு ஓடினேன். ஆனா

அவனைப் பாக்க முடியலேக்கா.' சொல்லிவிட்டு மாமா கேவிக் கேவி அழத் தொடங்கினார்.

என்னால் அதற்குமேல் அமைதியாக இருக்க முடியாது என்று தோன்றியது. என்ன ஆனாலும் நானறிந்ததைச் சொல்லிவிட முடிவு செய்தேன். அமைதியாக அறைக்குள் சென்று ஒரு ஸ்டூலை இழுத்துப் போட்டு, பரண் மீது ஏறினேன். அப்பாவின் டிரங்குப் பெட்டியை நகர்த்திவிட்டு, அண்ணா அதன் பின்னால் மறைத்து வைத்திருந்த நாடிச் சுவடியைத் துழாவி எடுத்தேன்.

29. கண்ணீரின் கனம்

நான் பதறக் கூடாது. நான் உணர்ச்சி வயப்படலாகாது. என்ன ஆனாலும் அம்மாவை நிலைகுலையச் செய்யும்படியாக எதையும் செய்வதில்லை என்று பிரக்ஞை பூர்வமாக முடிவெடுத்தவன் நான். எனக்கு நான் வகுத்த விதியை நான் மீறுவதற்கில்லை. ஆனால் என்னால் அந்த அவலச் சுவை ததும்பும் கணங்களைக் கடக்க முடியவில்லை. வீட்டுக் கூடத்தில் எரிந்துகொண்டிருந்த அறுபது வாட்ஸ் விளக்கிலிருந்து ஒளியின் வடிவில் கண்ணீரே ஒழுகிக்கொண்டிருப்பதாகத் தோன்றியது. சுவரெங்கும் கண்ணீர். தரையெங்கும் கண்ணீர். அப்பா, அம்மா, கேசவன் மாமா, வினோத் நான்கு பேருமே மாற்றி மாற்றி அழுதுகொண்டிருந்தார்கள். தாழிட்ட வாசல் கதவு தாண்டி இந்தத் துக்கமும் கண்ணீரும் வெளியே போக வழியில்லை. இது இங்கேயேதான் கிடக்கும். மேலும் மேலும் பெருகிப் பெருகி ஒரு பொருளாக உருத்திரண்டு கூடத்தை அடைக்கும். இடம் போதாமல் அறைகளுக்குப் பரவும். அடுக்களை முழுதும் வியாபிக்கும். காரை பெயர்ந்த வீட்டின் சுவர்கள் அனைத்தும் கண்ணீரின் கனத்த மோதல் பொறுக்காமல் மேலும் பெயர்ந்து விழும். சிதிலங்களில் அண்ணாவின் நினைவு புதைந்து மண்ணோடு சேர்ந்து மட்கும்.

அப்படி மட்கிப் போய்விட்டால்கூடப் பரவாயில்லை. அம்மா அதை மட்க விடுவாளா என்று சந்தேகமாக இருந்தது. கணத்துக்குக் கணம் அப்பா தன் ஆற்றாமைச் சொற்களால் இட்டு நிரப்பிய துக்கத்தின் இடைவெளிகளை அம்மா தன் மௌனத்தினால் மெழுகிவிட்டுக் கொண்டிருந்தாள்.

அந்தச் சுவடியை நான் கையில் வைத்திருந்தேன். கணப் பொழுது முடிவுதான். அதைக் கொண்டு போய் நடுக்கூடத்தில் விட்டெறிந்துவிட்டால் போதுமானது. என்னதுடா என்று மாமா குனிந்து எடுத்துப் பார்ப்பார். தமிழில் எழுதப்பட்ட சுவடிதான் அது. ஆனாலும் படிப்பது அத்தனை சுலபமல்ல. அதன் தொன்மமும், பழுப்பேறி பல எழுத்துகள் காணாமலாகியிருந்ததும் மட்டுமல்ல காரணம். அதிலிருந்த தமிழின் முகம் காலத்தின் பேய்ப்

பாய்ச்சலில் மண்மூடிக் கிடந்தது. அது வேறு தமிழ். புராதனமானது. பூடகத்தன்மை கொண்டது. பலமுறை அதை எடுத்துப் படித்த அண்ணாவே தனக்கு அது முற்றிலும் புரிந்ததில்லை என்றுதான் சொல்லியிருக்கிறான். ஆனால் அதிலுள்ள வரிகளின் சாரத்தை அவன் அறிவான். அது எங்கள் குடும்பத்தைப் பற்றியது. ஒரு பெரும் சரித்திரத்தின் ஒரு வரி. ஆனால் முழுதையும் தாங்கி நிற்பது. திருப்போரூர் சாமிக்கு அது எங்கிருந்து கிடைத்தது என்று தெரியவில்லை. அதை அவர் எப்படிச் சரியாக அண்ணாவைப் பிடித்து ஒப்படைத்தார் என்பதும் தெரியவில்லை. எல்லாமே அவன் சொன்னதுதான். அவன் என்ன சொன்னாலும் அது உண்மையாக மட்டுமே இருக்கும் என்று நான் ஏன் நினைக்கிறேன்? எனக்கு அது புரியவில்லை. என்னையறியாமல் நான் அவனைக் கண்டு பிரமித்திருக்கிறேன் என்று தோன்றுகிறது. அவன் சாதாரணமானவனில்லை என்று அடி மனத்தில் எப்போதோ ஒரு வித்து விழுந்திருக்கிறது. காரணம் புரியாத எண்ணம்.

என் கவலையெல்லாம் என்னைப் போல என் வீடு அவனை அப்படி நினைக்குமா, நம்புமா என்பதுதான். மாமா அவனை அயோக்கியன் என்று சொன்னார். 'எவன் கேட்டான் இவன் கொள்ளியை? இவன் கொள்ளி வெக்கலேன்னா உன் கட்டை வேகாதாக்கா? விட்டுட்டு ஓடின நாய்க்காகவா உன் கொள்ளி காத்துண்டிருக்கும்? விடமாட்டேன்க்கா. இவா எவனுமே இல்லேன்னாலும் நான் இருக்கேன் ஒனக்கு. தம்பியா நீ நினைச்சுக்கோ. புள்ளையாவே இருந்துட்டுப் போறேன்' என்று சொன்னார்.

ஆற்றாமையும் ஆதங்கமும் நிறைந்து ததும்பிக்கொண்டிருந்த தருணத்தில் அந்தச் சுவடியைக் கொண்டு போய்க் கொடுப்பது அபத்தமாகிவிடுமோ என்று ஒரு கணம் நினைத்தேன். ஆனால் ஏதோ ஒரு வகையில் அம்மாவுக்கு அதிலொரு தெளிவு கிடைக்கலாம் என்று தோன்றியது. என்னைத்தான் துருவித் துருவிக் கேட்பார்கள். அனைத்துக்கும் பதில் சொல்லியாக வேண்டியிருக்கும். அது பிரச்னையல்ல. ஆனால் இத்தனை நாளாக ஏன் மறைத்தாய் என்றொரு கேள்வி வரும். அண்ணா ஓடிப் போன கணத்திலேயே தெரிந்ததைச் சொல்லியிருந்திருக்கலாம். அப்போது செய்யவில்லை. துணிவில்லை என்பதுதான் காரணம். ஒரு அச்சம். ஒரு தப்பித்தல் உணர்வு. அனைத்தையும் தாண்டி, அண்ணாவின் ஓட்டம் தடைப்பட்டுவிடக் கூடாது என்று அடி மனத்தில் நினைத்திருக்கிறேனா என்ன? அவன் போனது சந்தேகமில்லாமல் இழப்புத்தான். எத்தனையோ இரவுகள் அவனை எண்ணிக்கொண்டு

உள்ளுக்குள் கலங்கி நின்றிருக்கிறேன். அதன் பெயர் பாசம்தானா என்று எனக்குச் சரியாகத் தெரியவில்லை. வீட்டில் அத்தனை பேரையும் விட்டுவிட்டு அவன் தன்னை வெளிப்படுத்திக்கொள்ள என்னைத் தேர்ந்தெடுத்ததன் காரணம் அறிய முடியாத பூடகத் தன்மை கொடுத்த உறவின் நெருக்கமாக இருக்கும்.

உறவு நிலைகளின் புதிர்த்தன்மை பேரெழில் கொண்டது. அன்பென்றும் பாசமென்றும் ஒற்றைச் சொற்களில் அனைத்தையும் முடிந்து வைத்துவிட நினைக்கிறது மனம். உண்மையில் சொற்களற்ற பெருவெளியில் காற்றில் அலைக்கழியும் ஒரு சிறு சிறகு அல்லது சருகு நிகர்த்த ஸ்தூலமாகத்தான் நான் அதை உணர்ந்தேன். எதையும் நகர்த்தி வைத்துவிட முடியும் என்று தோன்றியது. தேவை என்ன, அவசியம் என்ன என்பதுதான் விஷயம். அவன் அம்மாவையும் நகர்த்தி வைத்ததில்தான் நான் திகைத்துப் போனேன். எத்தனை பெரிய ஞானம் சித்தித்தாலும் எனக்கு அது சாத்தியமில்லை என்றே கருதினேன். சாத்தியமே ஆனாலும் செய்ய விரும்ப மாட்டேன் என்று தோன்றியது. அந்த வயதில் என்னால் இதை யோசிக்க முடிந்ததேகூட எனக்கு வியப்பாகத்தான் இருந்தது.

நான் ஒரு முடிவுக்கு வந்தேன். அந்த நாடிச் சுவடியை நான் அனைவருக்கும் பொதுவாகக் கொண்டு போய் வைக்கவேண்டாம் என்று நினைத்தேன். ஆனால் மிக நிச்சயமாக அம்மாவுக்கு அது தேவை. தொடர்ந்து தன்னை வெளிப்படுத்திக்கொள்ளாமல் உள்ளுக்குள் அவள் சிதிலமாகிக்கொண்டே இருப்பதாகத் தோன்றியது. என்றைக்காவது ஒரு நாள் கோயில் வாசலில் குவித்திருக்கும் சரளைக் கற்களைப் போல் இதுதான் அம்மா என்று ஒரு குவியலைக் காட்டி யாராவது சொல்லிவிடுவார்களோ என்று அஞ்சினேன். அதனால் அந்தச் சுவடியை அவள் மட்டும் அறியும்படியாக அடுக்களைக்கு எடுத்துச் சென்று துவரம் பருப்பு டப்பாவுக்குள் போட்டு மூடினேன். 'இது எப்படி இங்க வந்தது? யார் கொண்டு வந்து வெச்சா?' என்று கேட்டால் ஒன்றும் சொல்லாதிருந்துவிடுவது. அடித்து உதைத்து மிரட்டினாலும் எனக்குப் பிரச்னையில்லை. சொல்ல வேண்டாம் என்றால் வேண்டாம்தான். நான் சொல்லி எதையும் யாரும் நம்பப் போவதில்லை என்று நினைத்தேன். அதைக் காட்டிலும் அம்மாவின் அப்போதைய துயரத்துக்கு நான் காரணமாக இருக்கவிரும்பவில்லை.

மறுநாள் காலை அம்மா பருப்பு டப்பாவைத் திறந்தபோது அந்தச் சுவடியை எடுத்தாள். நான் பார்த்துக்கொண்டுதான் இருந்தேன். ஆனால் ஒன்றும் அறியாதவன் போல நகர்ந்து போய்விட்டேன். அம்மா அதைப் படிக்க முயற்சி செய்தாள். ஆனால் முடியவில்லை. அப்பாவிடம் வந்து, 'இது என்னதுன்னு பாருங்கோ' என்று சொன்னாள்.

அப்பா அதை வாங்கிப் பார்த்தார். அவருக்கும் ஒன்றும் புரியவில்லை. கேசவன் மாமாவும் வாங்கிப் படித்துப் பார்த்தார். 'எங்க இருந்தது இது?' என்று கேட்டார்.

'துவரம் பருப்பு டப்பாக்குள்ள இருந்தது கேசவா. எப்படி வந்ததுன்னு தெரியலே.'

'நீயாடா?' என்று மாமா கேட்டார்.

'எனக்கென்ன தெரியும்?' என்று நான் பதில் சொன்னேன். தனக்கும் ஒன்றும் தெரியாது என்று வினோத் சொன்னான். அதுதான் எனக்கு வியப்பாக இருந்தது. அண்ணாவைப் பற்றி நான் அறிந்த அனைத்தையும் அவனிடம் சொல்லியிருந்தேன். இப்படி ஒரு சந்தர்ப்பம் வரும்போது அவன் கண்டிப்பாக அதை வீட்டில் சொல்வதோடு நான் சொன்னதையும் தவறாமல் குறிப்பிடுவான் என்றுதான் நினைத்தேன். நான் சற்றும் எதிர்பாராவிதமாக அவன் தனக்கும் அதற்கும் சம்பந்தமில்லாதது போலக் காட்டிக்கொண்டது சற்றுக் குழப்பமாக இருந்தது.

'நானில்லே, நீயில்லே, யாருமில்லேன்னா யாரு கொண்டு வந்து பருப்பு டப்பால போட்டது?' என்று அப்பா கேட்டார்.

'டப்பால போட்டது இருக்கட்டும் அத்திம்பேர். இவ்ளோ நாளா இது எங்க இருந்தது? இந்தாத்துல சுவடில்லாம் கிடையாதே' என்று மாமா சொன்னார். வெகுநேரம் அந்தச் சுவடியைப் படிக்க அவர்கள் முயற்சி செய்தார்கள். புராதனமான ஒற்றைப் பனை ஓலை. ஒரு எழுத்தும் புரியாமல் அதில் கிறுக்கியிருந்தது. ஆணியால் கீறி, மஞ்சள் பொடி தூவிய எழுத்துகள். சுவடியின் பழுப்பில் மஞ்சள் மங்கிக் கிட்டத்தட்டக் காணாமலாகிக்கொண்டிருந்தது.

'எண்ணெய் தடவி வெய்யில்ல வெச்சா படிக்க முடியும்னு நினைக்கறேன்' என்று மாமா சொன்னார்.

அப்பா அந்தச் சுவடியின்மீது விரலில் தொட்டு தேங்காய் எண்ணெய் தடவினார். அம்மா அதை எடுத்துச் சென்று வெயில் படும்படி வைத்துவிட்டு வந்தாள். வினோத்தைக் கூப்பிட்டு, 'உண்மைய சொல்லு. இது ஏது உனக்கு? எங்கேருந்து வந்தது?' என்று கேட்டாள். 'சத்தியமா எனக்குத் தெரியாதும்மா. நான் வெக்கலே. இந்த மாதிரி ஓலையை இப்பத்தான் பாக்கறேன்' என்று அவன் சொன்னான்.

'விமல்..' என்று அம்மா என்னை அழைத்தாள். வாழ்வில் முதலும் முடிவுமான ஒரு பெரும் பொய்யைச் சொல்லிவிட முடிவு செய்துகொண்டு நான் அம்மாவின் அருகே சென்றேன். ஆனால் அம்மா என்ன நினைத்தாளோ. என்னிடம் அவள் வினோத்தைக் கேட்டது போலக் கேட்கவில்லை. மாறாக, 'நேத்து கார்த்தால குழம்புக்குப் பருப்பு எடுத்தப்போ அது அந்த டப்பால இல்லை. இப்ப இருக்குன்னா எப்படி?' என்று கேட்டாள்.

'தெரியலம்மா' என்று சொல்லிவிட்டேன்.

கீழைத்தெருவில் ஒரு சக்தி உபாசகர் இருந்தார். புதுப்பாக்கம் போக்யோ டானரீஸில் வேலை பார்த்து ரிடையர் ஆகி, அதன்பின் சக்தி உபாசகரானவர். அப்பா அந்தச் சுவடியை அவரிடம் எடுத்துச் சென்று விவரம் சொல்லியிருக்கிறார். 'இந்த மாதிரி சுவடியெல்லாம் எங்காத்துல கிடையாது. திடீர்னு இன்னிக்கு இது கிடைச்சிது. ஒண்ணும் புரியலே.'

அவர் அந்தச் சுவடியை வாங்கி, உயர்த்தி வைத்துப் படித்துப் பார்த்தார்.

'பசங்க ரெண்டு பேரும் தெரியலேன்னு சொல்றா. நாங்களும் இப்படி ஒண்ணைப் பாத்ததில்லே. திடீர்னு இது அடுக்களைக்குள்ள எப்படி வந்திருக்கும்?'

அப்பாவுக்கு அவர் என்ன பதில் சொன்னார் என்று எனக்குத் தெரியவில்லை. அப்பா அதை வீட்டில் பொதுவில் பேசவில்லை. அவர் உபாசகரைப் பார்க்கப் போனது எங்களுக்குத் தெரியும். போய் வந்தபோது, 'என்ன சொன்னார்?' என்று அம்மா கேட்டபோது நான் அருகில்தான் இருந்தேன். ஆனால் அப்பா அதற்கு பதில் சொல்லவில்லை. அமைதியாக உள்ளே போய்விட்டார். அதன்பின் அம்மாவிடம் அவர் எப்போது என்ன சொன்னார் என்று தெரியவில்லை. அந்தச் சுவடியை அதன்பின் அவர் எங்கே எடுத்து வைத்தார் என்றும் எனக்குத் தெரியவில்லை.

அது எனக்குத் தீராத வியப்பு. அண்ணாவைக் குறித்து, எங்கள்

குடும்பத்தைக் குறித்து, யாருமறியாத சில ரகசியங்களைக் குறித்து நான்கே வரிகளில் அந்தச் சுவடி சொல்லுவதாக அண்ணா என்னிடம் சொல்லியிருந்தான். திடீரென்று அப்படியொரு சுவடி கிடைக்குமானால் அதில் என்ன எழுதியிருக்கிறது என்று அறிய விரும்பமாட்டார்களா. யாரையாவது பிடித்து எப்படியாவது அதைப் படித்துவிடத் தோன்றாதா? அம்மா ஏன் பேசாதிருக்கிறாள்? அப்பா ஏன் அமைதியாகிவிட்டார்? கேசவன் மாமாகூட வினய் காணாமல் போனது தொடர்பாக இங்கே அங்கே அலைந்து திரிந்து யார் யாரையோ பார்த்துவிட்டு வந்தாரே தவிர, அந்தச் சுவடியை மறந்தே விட்டாற்போலத்தான் இருந்தது.

எனக்குத் தாங்கவில்லை. மறுநாள் பள்ளிக்கூடம் போகும்போது வினோத்திடம் கேட்டேன். 'நீ ஏண்டா என்னை மாட்டிவிடலே? நாந்தான் உன்கிட்ட எல்லாத்தையும் சொன்னேனே?'

'அப்பா உன்னைத் திட்டுவா. மாமா அடிப்பா. நீயும் மனசு உடைஞ்சு போய் ஆத்தைவிட்டுப் போயிட்டேன்னா அம்மா செத்தே போயிடுவாளேடா!' என்று சொன்னான்.

அப்போது எனக்கு உறுதியாகத் தோன்றியது. நாங்கள் இரண்டு பேரும் என்றென்றைக்கும் அம்மாவுக்குப் பிள்ளைகளாக வீட்டில்தான் இருப்போம்.

30. சிவன் கோயில் பிரசாதம்

வைத்தீஸ்வரன் கோயிலுக்குப் போகலாம் என்று கேசவன் மாமா சொன்னார். ஓலைச்சுவடி படிக்கத் தெரிந்தவர்கள் அங்கேதான் இருக்கிறார்கள். ஒருவர் சொல்வதை இன்னும் நான்கு பேரிடம் கேட்டு சரி பார்த்துக்கொள்ளவும் அதுதான் வசதி.

‘அதெல்லாம் அவசியமா?’ என்று அப்பா கேட்டார்.

‘இல்லியா பின்னே? தானா வந்து ஒரு சுவடி நம்மாத்துல உக்காந்திருக்குன்னா அதுல என்னமோ இருக்கு அத்திம்பேர். என்னன்னு தெரிஞ்சிண்டே தீரணும்’ என்று தீர்மானமாகச் சொன்னார்.

‘தானா ஒண்ணு எப்படி வரும்? என்னால அதை நம்ப முடியலே’ என்று அம்மா சொன்னாள்.

‘எதைத்தான் நம்ப முடியறது இந்தாத்துல? நன்னாருந்த ரெண்டு பேர் சொல்லிக்காம ஓடிப் போனதெல்லாம் நம்பற மாதிரியா இருக்கு?’

‘கிடைச்சவனையும் கோட்டை விட்டுட்டு வந்தியே, அதையும் சேர்த்துச் சொல்லு’ என்றார் அப்பா. மாமாவுக்கு வாயடைத்துவிட்டது. திரும்பத் திரும்ப அவர் பலமுறை சொல்லிவிட்டார். திருப்பதியில் எப்படி அவர் விஜய்யை விட்டுவிட்டு வந்தார் என்று அவருக்கே புரியவில்லை. ’வேணும்னு செய்வனாக்கா? என்னமோ ஒரு சக்தி என்னை இழுத்துண்டு போன மாதிரி ஆயிடுத்துக்கா. திரும்ப சுயநினைவு வந்து மலைக்கு ஓடினா அவனைக் காணலே.’

‘விடு கேசவா. உன்னைப் பத்தி எங்களுக்குத் தெரியாதா? இதெல்லாம் கர்மா. நாம படணும்னு இருக்கு. பட்டுண்டிருக்கோம்.’ என்று அம்மா அவரைச் சமாதானப்படுத்துவாள். என்னால் அவளைப் புரிந்துகொள்ளவே முடியவில்லை. அவளுக்குத் துக்கம் இருந்தது. அழுகை வந்தது. அங்கலாய்ப்பு இருந்தது. பத்மா மாமியிடம்

தினத்துக்கு நூறு முறை போய்ப் போய்ப் புலம்பிக்கொண்டிருந்தாள். ‘என்ன குறை வெச்சேன் இதுகளுக்கு? கண்ணாட்டம்தானே பாத்துண்டிருந்தேன்? கடிஞ்சி ஒரு வார்த்தகூடப் பேசினதில்லே. ஆத்துல குரல் ஓசத்தி ஒரு சண்டை போட்டதில்லே. அசம்பாவிதமா ஒண்ணுமே நடக்கலே. ஆனாலும் போயிடுத்துகளே.’

‘வருத்தப்படாதடி. எனக்கென்ன தோணறது தெரியுமா? ரெண்டும் பெரும் பணக்காராளா ஆகி கோட்டும் சூட்டுமா திரும்பி வரும் பாரு. இந்த டொக்கு கிராமத்துலே மாட்டிண்டு என்ன பண்ண முடியும்? எங்கயாவது பம்பாய் கல்கத்தான்னு போய் சம்பாதிச்சிண்டு வரும் பாரு’ என்று மாமி சொல்லுவாள்.

‘யாரு கேட்டா மாமி இதுகள் சம்பாத்தியத்தை? அவர் உடம்புல தெம்பு இருக்கற வரைக்கும் உழைக்கப் போறார். நன்னா படிக்க வெச்சி ஒரு உத்தியோகத்த தேடிக் குடுக்கத்தான் போறார். பெத்த கடமைக்கு அதை நாங்க செய்ய மாட்டோமா? அந்த நம்பிக்கை இல்லாம போயிடுமா?’

‘பைத்தியமே. உத்தியோகம், மாச சம்பளமெல்லாம் சாத்துஞ்சாதத்துக்குப் போதும். அதைத்தானே தினம் பொங்கிப் போட்டுண்டிருந்தே? உம்பிள்ளைகள் ராயலா வாழ நினைச்சிருக்கா. அதுக்கு உத்தியோகம் பாக்கறவனா இருந்தா போதாது. பத்து பேருக்கு உத்தியோகம் குடுக்கறவனா மாறணும். அப்படி மாறி வருவான்கள் பாரு.’

‘தெரியலியே மாமி. அம்பானிகூட அப்படித்தான் கௌம்பி வெளி நாட்டுக்கு ஓடினார், திரும்பி வந்து ரிலையன்ஸ் ஆரம்பிச்சார்னு எங்காத்துக்காரர் சொன்னார். ஆனா அவர்கூட அவாத்துல சொல்லிட்டுத்தான் போனாராமே?’

‘கிழிச்சார். உம்பிள்ளை வெளி நாட்டுக்குப் போறேன்னு சொன்னா நீ போக விட்டுடுவியாக்கும். நாஞ்சொல்றத நம்புடி. விஜய் எங்கயோ போய் ஒரு வேல தேடிண்டுதான் அடுத்தவன கூப்ட்டிருக்கான். உன் குடித்தன கஷ்டத்த மொத்தமா தீக்கற அளவுக்கு சம்பாதிச்சிண்டு அம்பாசிடர்ல வந்து இறங்கப் போறான் பாரு.’

‘கேக்க நன்னாருக்கு மாமி. ஆனா ஒண்ர வருஷம் காஞ்சீபுரத்துல பாடசாலைல படிச்சிட்டு இவன் எங்க போய் என்னத்த பண்ணுவான்? ஸ்கூல் படிப்பும் அரைகுறை. இந்தப் படிப்பும் அரைகுறை.’

'படிச்சவன் என்னிக்குப் பணக்காரனாயிருக்கான்? உம்பிள்ளேள் நாலுமே புத்தி சூரியன்கள். எனக்கென்ன தெரியாதுன்னு நெனச்சியா? நாலு பேர் ஜாதகத்தையும் நான் பாத்திருக்கேன்' என்று பத்மா மாமி சொன்னாள்.

அம்மாவுக்கு அது உண்மையிலேயே பெரிய ஆறுதல்தான். பத்மா மாமிக்குக் கொஞ்சம் ஜாதகம் பார்க்கத் தெரியும். திருவிடந்தையில் அநேகமாக அத்தனை பேர் ஜாதகத்துக்கும் அவளிடம் ஒரு பிரதி இருக்கும். திருமணப் பொருத்தம் பார்ப்பது, பால் காய்ச்ச, கிரகப் பிரவேசம் செய்ய நாள் பார்த்துக் கொடுப்பது என்று முடிந்ததைச் செய்துகொண்டிருந்தாள். அண்ணாவின் ஜாதகத்தை முதல் முதலில் பார்த்தபோதே, 'இவன் பெரிய தொழிலதிபரா வருவான்' என்று சொன்னாளாம். வினய் ஜாதகத்தைப் பார்த்துவிட்டு, 'எழுதி வெச்சிக்கோ. வினய் ஒரு ஸ்கூல் வாத்தியாராத்தான் போவான்' என்று சொல்லியிருக்கிறாள். ஊரிலேயே நூறு வயது தாண்டி வாழப் போகிற முதல் நபர் வினோத் என்றும், நான் ஒரு சினிமாக் கலைஞனாவேன் என்றும் சொல்லியிருக்கிறாள்.

'அம்பானி ஓடிப் போனதாலதான் பிசினஸ் பண்ணி பெரிய ஆளா ஆனார். நாந்தான் சொன்னேனே, விஜய் ஒரு தொழிலதிபராத்தான் ஆவான்னு? அதான் அவனும் ஓடிப் போனான்' என்று பத்மா மாமி சொன்னாள்.

'ஆனா கொள்ளி போட வருவேன்னு சொல்லிட்டானாம் மாமி' அம்மாவால் அதைத்தான் தாங்கவே முடியவில்லை.

'பைத்தியம். அவன் அந்த அர்த்தத்துல சொல்லியிருக்கமாட்டாண்டி. கடேசி காலம் வரைக்கும் உன்னோட கூடத்தான் இருப்பேன்னு சொல்லியிருக்கான். உன் தம்பி ஒரு தத்தி. ஒரு மண்ணும் சரியா புரியாது அவனுக்கு.'

அர்த்தமற்ற ஆறுதல் என்று எனக்கே புரிகிறபோது அம்மாவுக்கு அது புரியாமலா இருக்கும்? ஆனாலும் வேண்டித்தான் இருந்தது. பத்மா மாமியிடம் புலம்புவது தவிர கோயிலுக்குப் போய் தாயார் சன்னிதியில் உட்கார்ந்து சிறிது நேரம் புலம்பிவிட்டு வருவாள். மாமாவிடம் புலம்புவாள். அப்பாவிடம் புலம்புவாள். என்னையும் வினோத்தையும் அழைத்து உட்கார வைத்துப் புலம்புவாள். துயரத்தின் மூழ்கடிப்பிலிருந்து இன்னும் மீள முடியாமல் அவதிப்படுபவளைப் போலத்தான் காட்டிக்கொண்டாள். ஆனாலும் அம்மா ஒரு நிதானத்தின் வளையத்துக்குள்ளேயே

இருப்பதாக எனக்குத் தோன்றிக்கொண்டே இருந்தது. அவளது அழுகைக்கும் புலம்பல்களுக்கும் அப்பால் எங்கோ ஓரிடத்தில் அவளது வேறொரு மனம் நிலைகொண்டிருப்பதாக நினைத்தேன். அந்த மனத்துக்குத் துயரம் இல்லை. கண்ணீர் இல்லை. கதறல்கள் இல்லை.

முடியுமா? வாய்ப்பில்லை என்றுதான் தோன்றியது. ஆனாலும் புலம்பாத நேரங்களில் அம்மாவின் மௌனம் எனக்கு அதைத்தான் திரும்பத் திரும்பச் சொன்னது. ஒரு கண் தெரிவிக்காததையா சொற்கள் சொல்லிவிடும்? அவள் பார்வையின் தெளிவும் தீட்சண்யமும் எனக்குச் சமயத்தில் அச்சமூட்டும் அளவுக்கு விரிவு கொள்ளும். அனைத்தையும் ஏற்கெனவே தரிசித்து ஜீரணித்துவிட்ட பாவனை. வாழவேண்டியிருப்பதால் சொற்களோடு புழங்க வேண்டியிருப்பதாக நினைக்கிறாளா?

அன்றைக்கு நாங்கள் வைத்தீஸ்வரன் கோயிலுக்குக் கிளம்பினோம். முதலில் என்னையும் வினோத்தையும் பத்மா மாமி வீட்டில் விட்டுவிட்டுப் போவதாகத்தான் இருந்தது. கிளம்பும் நேரத்தில் அம்மா நாங்களும் வரட்டும் என்று சொல்லிவிட்டாள். 'எதுக்கு?' என்று அப்பா கேட்டதற்கு, 'பரவால்ல அத்திம்பேர். இனிமே தனியா விட்டுட்டு எங்கயும் போகவேண்டாம்' என்று கேசவன் மாமா பதில் சொன்னார்.

அதிகாலை கேளம்பாக்கத்தில் இருந்து பஸ் பிடித்து செங்கல்பட்டு போய் இறங்கி, அங்கிருந்து வேறொரு பஸ் ஏறி வைத்தீஸ்வரன் கோயிலுக்குப் போய்ச் சேர்ந்தபோது மதியம் பன்னிரண்டு மணியாகிவிட்டது. 'பசிக்கறது' என்று வினோத் சொன்னான். கோயிலுக்குப் போய்விட்டு வந்து சாப்பிடலாம் என்று அம்மா அவனைச் சமாதானப்படுத்தினாள். 'இல்லேன்னா நடை சாத்திடுவா.'

அவசர அவசரமாகக் கோயிலுக்குப் போய்விட்டு வெளியே வந்தோம். 'பிரசாதம் எதாவது வேணுமா?' என்று அப்பா தயக்கத்துடன் கேட்டார். அம்மா எங்கள் இருவரையும் பார்த்தாள். நாங்கள் பதில் சொல்லாமல் அமைதியாகவே இருந்ததால், 'சரி போகலாம்' என்று கிளம்பிவிட்டார். அப்பாவுக்கு சிவன் கோயில்களுக்குப் போவதில் பிரச்னை இல்லை. ஆனால் அங்கே பிரசாதம் வாங்கிச் சாப்பிட யோசிப்பார். யாராவது கொண்டு வந்து கொடுத்தாலும் ஒரு சிட்டிகை கிள்ளியெடுத்து வாயில்

போட்டுக்கொண்டு போதும் என்று சொல்லிவிடுவார். சிறு வயதில் அவரது தாத்தா சொல்லிக் கொடுத்த வழக்கம் என்று சொல்லியிருக்கிறார். சிவன் கோயில்களில் பிரசாதம் வாங்கித் தின்னாதே.

'ஏம்ப்பா?' என்று நான் ஒரு சமயம் கேட்டிருக்கிறேன்.

'என்னமோ காரணம் இருக்கும். இல்லாம இருக்காது' என்று மட்டும் பதில் சொன்னார். எனக்கு அந்த பதில் போதுமானதாக இல்லை. அம்மாவிடம் மீண்டும் கேட்டேன். 'சிவன் கோயில் பிரசாதமெல்லாம் பெருமாள் கோயில் பிரசாதத்தவிட டேஸ்டா இருக்கும். நம்மளவாளுக்கு அந்த டேஸ்ட கொண்டு வர முடியறதில்லியேன்னு காண்டு' என்று சொன்னாள். நான் சிரித்துவிட்டேன்.

கோயிலை விட்டு வெளியே வந்ததும் நாங்கள் ஒரு ஓட்டலுக்குச் சென்றோம். சாப்பிட்டுவிட்டு பில்லுக்குப் பணம் கொடுக்க வந்தபோது கேசவன் மாமா ஒரு துண்டுச்சீட்டை எடுத்து கல்லாவில் இருந்த நபரிடம் நீட்டி, 'இந்த அட்ரசுக்கு எப்படிப் போகணும்?' என்று விசாரித்தார்.

'பத்து நிமிஷம் நடக்கணும். இல்லேன்னா ஜட்கா வெச்சிக்கிட்டு போயிடுங்க. வெய்யிலா இருக்கு பாருங்க' என்று அவர் சொன்னார்.

அப்பா ஒரு ஜட்கா வண்டி பிடித்தார். உள்ளே புல் பரப்பி அதன்மீது கோணி விரித்திருந்தது. புல்லின் வாசனை நன்றாக இருந்தது. நாங்கள் ஏறி உட்கார்ந்ததும் வண்டிக்காரன் கம்பிக் கொக்கியை மாட்டிவிட்டு முன்னால் சென்று ஏறி உட்கார்ந்து, 'ஹக் ஹக்' என்று சத்தம் கொடுத்தான். வண்டி புறப்பட்டது. எனக்கு அந்த குதிரை வண்டிப் பயணம் மிகவும் பிடித்திருந்தது. அதற்கு முன் நான் அப்படியொரு வண்டியில் சென்றதில்லை. வழியெங்கும் கடைகள். சாலை நிறைத்த மனிதர்கள். வீதிக்கு நான்கு நாடி சோதிட நிலையங்கள்.

'நாடி ஜோசியம்னா என்னம்மா?' என்று வினோத் கேட்டான்.

'நாடி படிச்சி சொல்லுவா.'

'நாடின்னா என்ன?'

'நாடின்னா... நாடிதான். நம்மள பத்தி ஓலைல எழுதி வெச்சிருப்பா.'

'யாரு?'

'ரிஷிகள், மகான்கள்.'

'அப்ப இப்ப நம்மகிட்ட இருக்கறது நாடியா?'

'தெரியலே. என்னமோ சுவடி. என்னமோ எழுதியிருக்கு. அதுல என்ன இருக்குன்னு தெரிஞ்சிக்கறதுக்குத்தான் இப்ப போறோம்.'

நான் வினோத்தையே பார்த்துக்கொண்டிருந்தேன். எப்படி அவனால் இப்படி இருக்க முடிகிறது என்று ஆச்சரியமாக இருந்தது. நான் அந்த நாடிச் சுவடியைப் பற்றி அவனிடம் சொல்லியிருக்கிறேன். அண்ணாவுக்கு அது வந்து சேர்ந்த கதையும்கூட. ஒன்றுமே தெரியாதது போல காட்டிக்கொள்வது பெரும் வித்தை. அதை எப்படி இவன் அநாயாசமாகச் செய்கிறான்? ஒரு வார்த்தை. ஒரே ஒரு சொல். திருப்போரூர் சாமியிடம் போய்க் கேட்டால் தெரிந்துவிடும் என்று சொல்லியிருந்தால் வைத்தீஸ்வரன் கோயிலுக்கே வந்திருக்கப் போவதில்லை. நான் சொல்லாதிருந்தது பெரிதல்ல. அவன் அப்படிக் கட்டுப்படுத்திக்கொண்டிருந்ததுதான் எனக்கு வியப்பூட்டிக்கொண்டிருந்தது. எனக்காகவா? நான் வீட்டை விட்டுப் போய்விடக் கூடாதென்பதற்காகவா? நான் அத்தனை முக்கியமா அவனுக்கு?

ஆனால் நானொரு கோழை. பொய்யன். பெற்ற தாயாகவே இருந்தாலும் உண்மையை மறைப்பவன். அதற்குச் சில நியாயங்களை நெய்து வைத்திருப்பவன். யாருமே ஒப்புக்கொள்ள முடியாத நியாயங்கள். எனக்கு அதைக் குறித்துச் சற்றும் கவலை கிடையாது. யாருடைய கண்ணீருக்கும் நான் காரணமாயிருக்க விரும்பவில்லை என்பதுதான் என் சுயம்.

பல வீதிகளைக் கடந்து அந்த குதிரை வண்டி ஓடிக்கொண்டே இருந்தது. நடந்தாலே பத்து நிமிடங்களில் போய்விடலாம் என்று அந்த ஓட்டல்காரர் சொன்னாலும் குதிரை வண்டியில் நாங்கள் அந்த இடத்துக்குப் போய்ச் சேரவே பத்து நிமிடங்கள் பிடித்தன. இறங்கும்போது வண்டியில் இருந்து ஒரு பிடி புல்லை உருவி என் நிஜார் பாக்கெட்டில் போட்டுக்கொண்டேன். 'எதுக்குடா?' என்று வினோத் கேட்டான்.

'சும்மாதான். வாசனை நன்னாருக்கு' என்று பதில் சொன்னேன்.

கேசவன் மாமா எங்களை வெளியே காத்திருக்கச் சொல்லிவிட்டு அந்த வீட்டுக்குள் போனார். இரண்டு நிமிடங்களில் திரும்பி வந்து எங்களை உள்ளே அழைத்துச் சென்றார். ஸ்ரீ காகபுஜங்கர்

நாடி ஜோதிட நிலையம் என்று உள்ளே ஒரு சிறிய பலகை இருந்தது. வெளியே வாசலில் வைக்க வேண்டியதை இங்கே எதற்கு வைத்திருக்கிறார்கள் என்று யோசித்தேன். எழுபது வயது மதிக்கத்தக்க பெரியவர் ஒருவர் வந்து உட்கார்ந்ததும் அப்பாவும் அம்மாவும் அவரை விழுந்து சேவித்தார்கள்.

‘சொல்லுங்கோ. நாடி பாக்கணுமா?’

கேசவன் மாமா அந்தச் சுவடியை எடுத்து அமைதியாக அவரிடம் நீட்டினார்.

‘என்ன?’

‘இதுல என்ன எழுதியிருக்குன்னு தெரியணும். திடீர்னு நேத்து ஆத்துல இது இருந்தது. இதுக்கு முன்னாடி இருந்ததில்ல. எங்கேருந்து, எப்படி, யார் கொண்டு வந்து போட்டதுன்னே தெரியலே’ என்று அப்பா சொன்னார்.

என் ஆர்வம் என்னை நிலைகொள்ளாமல் அடித்துக்கொண்டிருந்தது. அவர் வாய் திறந்து என்ன சொல்லுவார் என்று தவித்துக்கொண்டிருந்தேன். பதற்றத்தோடு வினோத்தைத் தொட்டு அழைத்தேன். அவன் திரும்பி என்ன என்று கேட்டான். சொல்ல எனக்கு ஒன்றுமில்லைதான். ஆனால் எனக்கிருந்த தவிப்பும் பதற்றமும் அவனுக்கும் இருக்கிறதா என்று பார்க்க விரும்பினேன்.

அந்தப் பெரியவர் சுவடியை விளக்கு வெளிச்சத்தில் தூக்கிப் பிடித்துப் படித்துப் பார்த்தார். பிறகு அப்பாவிடம் அதைத் திருப்பிக் கொடுத்தார்.

‘தொடர்ந்து ரெண்டு அசம்பாவிதம் குடும்பத்துலே. எல்லாம் ஏன் நடக்கறதுன்னே புரியலே. தாங்க மாட்டாம தவிச்சிண்டிருக்கோம். பெரியவா நீங்க எதாவது நல்ல வார்த்தை சொன்னேள்னா கேட்டுப்போம்.’

அப்பாவுக்குப் பேசவே முடியாமல் துக்கம் அடைத்தது. அவர் தனக்காக வைத்திருந்த சொம்பை எடுத்து அவரிடம் நீட்டினார்.

‘என்னது?’

‘குடிங்க’ என்று சொன்னார். தண்ணீர்தான். அப்பா நான்கு வாய் அருந்திவிட்டுத் திருப்பிக் கொடுத்ததும் வாங்கி வைத்துவிட்டு, ‘இந்த சுவடியிலே ஒண்ணுமில்லே. இது எதோ வைத்திய சுவடிலேருந்து உருவினது.’ என்று சொன்னார்.

'ஆனா எப்படி எங்க வீட்டு அடுக்களைக்கு வந்ததுன்னு புரியலையே?' என்று அம்மா கேட்டாள்.

அதற்குமேல் எனக்கு அந்த உரையாடல் ஆர்வம் தரவில்லை. வைத்தியச் சுவடியா? வம்ச சரித்திரம் என்றல்லவா அண்ணா சொன்னான்? அண்ணா பொய் சொன்னானா?

என்னால் அதை நம்ப முடியவில்லை.

31. சாமி

என் நம்பிக்கைகள் தகர்ந்துகொண்டிருந்தன. என் ஆதர்சம் நொறுங்கிக்கொண்டிருந்தது. பிரமிப்புகளின் திருதராஷ்டிர அரவணைப்பு நெகிழ்ந்து கொடுக்க ஆரம்பித்திருந்தது. என்னால் அண்ணாவை ஒரு பொய்யனாக எண்ணிப் பார்க்கவே முடியவில்லை. அவனிடமிருந்து எனக்கு வந்து சேர்ந்த ஒவ்வொரு சொல்லும் சத்தியம் என்று கருதுவதை ஒரு கௌரவமாக நினைத்திருந்தேன். ஆனால் அவன் ஏன் அப்படிச் சொன்னான்? ஏதோ ஒரு மருத்துவச் சுவடியின் ஒரு பக்கம். அது கிடைப்பதற்குத் திருப்போரூர் சாமி தேவையில்லை. எனக்குத் தெரிந்தே நீலாங்கரையில் ஒரு நாட்டு மருத்துவர் அப்போது இருந்தார். ஊரார் அவரைப் பண்டார தேசிகர் என்று அழைப்பார்கள். அதுதான் அவரது இயற்பெயரா அல்லது ஏதோ ஒரு காரணம் பற்றி அப்படியொரு பெயர் அவருக்கு அமைந்ததா என்று எனக்குத் தெரியாது.

ஒரு சமயம் எங்கள் பள்ளிக்கூடத்தில் ஸ்கவுட்ஸ் கேம்ப்பாக எங்களை நீலாங்கரைக்கு அழைத்துச் சென்றார்கள். அதிகாலை ஐந்து மணிக்குப் புறப்பட்டு, ஊர்வலம் போவது போலப் பேசிக்கொண்டும் சிரித்துக்கொண்டும் நாங்கள் நீலாங்கரைக்குப் போய்ச் சேர்ந்தபோது கடலோரம் ஏழெட்டுத் தென்னை மரங்களுக்கு நடுவே அமைந்திருந்த பண்டார தேசிகரின் பந்தல் போட்ட ஓட்டு வீட்டில்தான் எங்களுக்குக் காலை ஆகாரம் கொடுத்தார்கள். எங்கள் ஸ்கவுட் மாஸ்டரின் பால்ய சிநேகிதர் அவர் என்பது அப்போது தெரிந்தது. ‘பசங்களா இவரு பெரிய பண்டிதரு. பெரிய பெரிய புஸ்தகமெல்லாம் படிச்சவரு. பாத்துக்கங்கடா’ என்று ஆசிரியர் சொன்னார். தேசிகரின் வீட்டில் ஏராளமான புராதனமான புத்தகங்களும் ஓலைச் சுவடிகளும் இருந்தன. வைத்திய வல்லாதி, கன்ம நூல், அகஸ்தியர் பரிபூரணம், முப்பூ சூஸ்திரம், போகர் முனிவரின் சரக்கு வைப்பு எண்ணூறு என்று அங்கே நான் கண்ட பல புத்தகங்களின் பெயர்கள் எனக்கு இன்னமும் நினைவிருக்கின்றன. ஒரு சுவடியை நான் தொடலாமா கூடாதா என்று தயங்கியபடியே

ஓரத்தில் மெல்லத் தொட்டபோது, ‘எடுத்துப் பாரு தம்பி’ என்று தேசிகர் சொன்னார். அண்ணா வைத்திருந்த சுவடிப் பக்கம் போலத்தான் அதுவும் இருந்தது. புராதனமானது. பழுப்பேறியது. தெளிவற்ற எழுத்துகளில் எதையெதையோ பேசியது.

‘இது கடம்பாவனி பிரசவ சூத்திரம். எண்ணி ஏழு மூலிகெ. உடுகாட்டி, உரோசிதம், அமரகோளம், இல்லி, சயவரி, உடுநி, கட்டிணசஞ்சீவினி. முடிஞ்சிதா? இந்த ஏழ என்னமா சேர்த்து, எப்பிடிக் கட்டி ஒண்ணாக்குறதுன்றதுதான் சங்கதியே. இன்னிக்கி யாரு இதையெல்லாம் தெரிஞ்சிக்கிட்டு பிரசவம் பாக்குறாங்க? பிரசவ மரணமே இல்லாம செய்ய முடியும் தம்பி. ஆனா பாரு, போற போக்குலே கத்தியில்லாமெ பிரசவமே இல்லைன்னு சொல்லிப்பிடுவான்கள்’ என்று அவர் சொன்னார். சிறுவர்களுக்கு இதெல்லாம் என்ன புரியும் என்று அவர் எண்ணிப் பார்க்கவேயில்லை. வந்திருந்த அத்தனை மாணவர்களையும் கூப்பிட்டுக் கூப்பிட்டு அருகே உட்கார வைத்துக்கொண்டு என்னென்னவோ சொன்னார். எங்களுக்கு அவர் சொன்ன எதுவும் புரியவில்லை. ஆனாலும் ஒரு நூறடி ஆழத்தில் புதைந்து போன மனிதர் ஒருவரைத் தோண்டி எடுத்து மேலே கொண்டு வந்து வைத்த மாதிரி இருந்தார். அதை ரசித்தோம்.

அண்ணா ஒருவேளை நீலாங்கரை வைத்தியரிடம் எதற்காவது போயிருப்பானோ என்று தோன்றியது. அவரிடமிருந்து எடுத்து வந்த சுவடித் தாளை திருப்போரூர் சாமி கொடுத்ததாகச் சொல்லிவிட்டானோ? எனக்கு அதைத் தெரிந்துகொள்ளாவிட்டால் நிம்மதி இராது என்று தீர்மானமாகத் தோன்றியது. வினோத்திடம் விஷயத்தைச் சொல்லி, ‘நீயும் வருகிறாயா?’ என்று கேட்டேன்.

‘எங்க? நீலாங்கரைக்கா?’

‘இல்லே. திருப்போரூருக்கு. அந்த சாமிய நேர்ல பாத்து ஒரே ஒரு வார்த்தை கேக்கணும் எனக்கு.’

‘என்னது?’

‘அவருக்கு அண்ணாவைத் தெரியுமா? தெரியாதா?’

இடைப்பட்ட நாள்களில் நானும் வினோத்தும் வழக்கத்துக்கு விரோதமாகச் சற்று நெருங்கியிருந்தோம். வீட்டில் பெரியவர்களுக்குத் தெரியாமல் நாங்கள் இருவரும் அண்ணாவைப் பற்றியும் வினய்யைப் பற்றியும் நிறையப் பேசினோம். அண்ணா

காணாமல் போனதற்கு நான் எண்ணியிருந்த காரணத்தை முதலில் இருந்தே வினோத் நம்பவில்லை. 'அவன் ஒண்ணும் ஞானியெல்லாம் இல்லே' என்றுதான் சொன்னான்.

'ஆனா அவன் தியானமெல்லாம் பண்ணுவாண்டா. தலைகீழாக்கூட நிப்பான். நானே பாத்திருக்கேன்.'

'அது ப்ராக்டிஸ் பண்ணா வரும்' என்று வினோத் சொன்னான்.

நான்கூட ஓரிரு முறை சுவரோரம் தலையணை ஒன்றை வைத்து, அதன்மீது தலையை நிறுத்தி, காலை மேலே உயர்த்திப் பார்த்திருக்கிறேன். என்னால் அது முடியவில்லை. மூச்சு வாங்கியது என்பதைவிட பயமாக இருந்தது. எந்தக் கணமும் தடாரென்று விழுந்துவிடுவேன் என்று தோன்றியது. இத்தனைக்கும் சுவரோரம்! ஆனால் அண்ணா வெட்ட வெளியில் மிக அநாயாசமாகத் தலை குப்புற நின்றான். அப்படி நின்றதோடு மட்டுமின்றி கையை அசைப்பது போன்ற லாகவத்தில் ஒரு காலையும் திருப்பி அசைத்தான். பயிற்சிதான். அதை மறுப்பதற்கில்லை. ஆனால் யாருக்கு இதையெல்லாம் பயிலத் தோன்றும்? எனக்குத் தோன்றவில்லையே? வீட்டில் வேறு யாருக்கும் இப்படியெல்லாம் எண்ணிக்கூடப் பார்க்க முடிந்ததில்லையே? இதை ஒரு சாதனையாக அவன் கருதியிருந்தால் அத்தனை பேரையும் கூப்பிட்டு வேடிக்கை பார்க்கச் சொல்லி, செய்து காட்டியிருப்பான். எங்கள் வீடென்ன, ஊரே அசந்து போய்க் கைதட்டியிருக்கும். ஆனால் அவன் என்னை மட்டுமல்லவா சாட்சிக்கு வைத்தான்? நான் சொல்லுவதை யாரும் எக்காலத்திலும் பொருட்படுத்தப் போவதில்லை என்பதை எப்படியோ தெரிந்துகொண்டுதான் அவன் அப்படிச் செய்தானோ என்று தோன்றியது.

என்னவானாலும் அவனைப் பற்றி இன்னும் ஒரு வரியாவது தெரிந்துகொண்டுவிட வேண்டும் என்று தீவிரமாக நினைத்தேன். அந்த வாரம் வெள்ளிக்கிழமை பள்ளிக்கூடம் விட்டு நேரே வீடு திரும்பாமல், திருப்போரூருக்குப் போய்விடுவது என்று முடிவு செய்தேன். ஆரம்பத்தில் மிகவும் தயங்கினாலும் நான் இடைவிடாமல் வற்புறுத்தியதால் வினோத்தும் என்னோடு வரச் சம்மதித்தான்.

பள்ளிக்கூடத்தின் வாசலிலேயே பேருந்து நிற்கும். காண்டீபன் பஸ் சர்வீஸ். சரியாகப் பள்ளி விட்டு ஐந்து நிமிடங்களில் ஒரு வண்டி வரும். நாங்கள் காத்திருந்து அதில் ஏறி திருப்போரூருக்குப் போய்ச் சேர்ந்தோம்.

‘முதல்ல கோயிலுக்குப் போகணுமா?’ என்று வினோத் கேட்டான்.

‘அதெல்லாம் வேணாம். சாமி எங்க இருக்கும்னு யாரையாவது கேக்கணும். சீக்கிரம் பார்த்துட்டு ஆத்துக்குப் போயிடணும். இல்லேன்னா அப்பா சந்தேகப்படுவார்.’

நாங்கள் கோயில் வாசலில் தேங்காய்க் கடை வைத்திருந்த பெண்மணியிடம் திருப்போரூர் சாமியைக் குறித்து விசாரித்தோம்.

‘எதுக்கு?’ என்று அந்தப் பெண்மணி கேட்டாள்.

நான் கூசாமல் பொய் சொன்னேன், ‘எங்கம்மா அவர பாக்கப் போயிருக்கா. அம்மாகிட்டதான் ஆத்து சாவி இருக்கு.’

அந்தப் பெண்மணி சொன்ன வழியில் நாங்கள் சாமி வீட்டை அடைந்தபோது வெளியே ஒரு ஜட்கா வண்டி நின்றுகொண்டிருந்தது. ‘டேய், அவர் எங்கயோ கிளம்பிண்டிருக்கார் போலருக்கே’ என்று வினோத் சொன்னான்.

‘பரவால்ல வா’ என்று அழைத்துக்கொண்டு நேரே உள்ளே போய்விட்டேன். வீடு மிகவும் இருட்டாக இருந்தது. தாழ்வாரத்தில் இரண்டு காவி வேட்டிகள் உலர்ந்துகொண்டிருந்தன. நாலைந்து கௌபீனங்களும் ஒரு காசித் துண்டும் தரையில் விரித்துப் போடப்பட்டிருப்பதைக் கண்டேன். ஒரு பெரிய பிரம்புக்கூடை நிறைய காய்ந்த மாலைகள் கிடந்தன. தாழ்வாரத்தை ஒட்டி மாடிக்குச் செல்லும் மரப்படிக்கட்டுகள் முழுதும் அரிசி மணிகள் சிந்தியிருந்தன. சாமி வீட்டு சமையல் கட்டு மாடியில்தான் இருக்கும் என்று நினைத்துக்கொண்டேன்.

நாங்கள் கூடத்துக்கு வந்தபோது அங்கே ஒரு பெரியவர் தரையில் அமர்ந்து கணக்குப் பிள்ளை மேசைமீது ஒரு பேரேட்டை வைத்துக்கொண்டு ஏதோ எழுதிக்கொண்டிருந்தார். எங்களைக் கண்டதும், ‘யாரு?’ என்று கேட்டார்.

‘சாமிய பாக்கணும்.’ என்று வினோத் சொன்னான்.

‘சாமி வெளிய கௌம்பிட்டிருக்காங்களே. காலமே வாங்க தம்பிகளா’

‘இல்லே. ரெண்டு நிமிஷம் பாக்கணும். இப்பவே’ என்று சொன்னேன்.

பின்புறம் யாரோ வந்து நிற்பது போலிருந்தது. திரும்பிப் பார்த்தேன். சாமிதான் நின்றிருந்தார். சடைமுடியும் நெற்றி நிறைத்த விபூதியும் வெள்ளையும் கருப்புமாகப் படர்ந்திருந்த பெரும் தாடியும் இடுப்பு வேட்டியையே நெஞ்சு வரை இழுத்து கழுத்தைச்

சுற்றிப் போர்த்தியிருந்த கோலமுமாக அவரை நான் முதல் முதலில் அப்போதுதான் அத்தனை நெருக்கத்தில் கண்டேன்.

எங்கள் பள்ளிக்கூட ஆண்டு விழாவுக்கு வந்திருக்கிறார். பித்தா பிறைசூடி என்று பாட்டுப் பாடி ஐந்து நிமிடங்கள் ஏதோ பேசிவிட்டுப் போனார். அப்போது பார்த்ததைவிட நேரில், நெருக்கத்தில் இன்னமும் சற்றுக் கருப்பாயிருந்தது போலத் தோன்றியது.

'ஆரு தம்பி?' என்று சாமி கேட்டது.

'திருவிடந்தைலேருந்து வரோம். விஜய்யோட ப்ரதர்ஸ்' என்று நான் சொன்னேன்.

அவர் முகத்தில் எதையும் புரிந்துகொண்ட பாவனை இல்லை. வெறுமனே எங்கள் இருவரையும் மாறி மாறிப் பார்த்தார்.

'படிக்கிற பசங்களா?' என்று கேட்டபடி தன் கையில் வைத்திருந்த சுருக்குப் பையைத் திறந்து உள்ளே இருந்து விபூதி எடுத்து எங்கள் கையில் போட்டார். 'தணிகா, பசங்களுக்குப் பிரசாதம் குடுத்துடு' என்று சொன்னார். கணக்குப் பிள்ளை உடனே எழுந்து உள்ளே போனார்.

'சாமி உங்ககிட்டே நாங்க பேசணும்.'

'என்ன?' என்பது போல ஒரு பார்வை பார்த்தார்.

'எங்கண்ணா உங்களைப் பத்தி சொல்லியிருக்கான். அவன் இப்ப எங்களோட இல்லை. ஓடிப் போயிட்டான்' என்று வினோத் சொன்னான்.

யார் என்ன என்று கேட்டறிவதற்கு முன்னால் அவர் 'என்ன வயசு?' என்று கேட்டார்.

'பதினேழுலே போனான். இப்போ அவனுக்கு பத்தொம்பது இருக்கும்'

'ஓ...' என்றது சாமி.

'அவனை உங்களுக்குத் தெரியும்னு சொன்னான். நீங்க அவனுக்கு ஒரு ஓலைச்சுவடி குடுத்திருக்கிங்க.'

'நானா?'

'ஆமா. அப்படித்தான் சொன்னான். அதுலே அவன் ஓடிப் போவான்னு எழுதியிருக்காம். நாலு வரியிலே எங்க குடும்பத்தோட மொத்த கதையும் இருக்குன்னு சொன்னிங்களாம்.'

அவர் சில வினாடிகள் என்னை உற்றுப் பார்த்தார். பிறகு, 'வா' என்று சொல்லிவிட்டு மாடிப்படி ஏற ஆரம்பித்தார். நாங்கள் இருவரும் அவர் பின்னால் படியேறச் சென்றபோது கணக்குப் பிள்ளை இரண்டு சாத்துக்குடிப் பழங்களோடு வந்தார். 'போறச்சே வாங்கிக்கறோம்' என்று வினோத் சொன்னான்.

'சாமி இப்ப வெளிய கௌம்பணும்' என்று அவர் மீண்டும் சொன்னார். மேலே போய்க்கொண்டிருந்த சாமி நின்று ஒருகணம் அவரைத் திரும்பிப் பார்த்தார். பிறகு, 'இன்னிக்குப் போகலை. நாளைக்குப் பார்த்துக்குவம்' என்று சொல்லிவிட்டு அறைக்குள் நுழைந்தார். 'வா தம்பி' என்று எங்களைப் பார்த்துச் சொல்லிவிட்டுத் தனது இருக்கையில் சென்று அமர்ந்துகொண்டார்.

அது அசப்பில் ஒரு சிம்மாசனம் போலத்தான் இருந்தது. ஆனால் கால்கள் இல்லை. தரையிலேயே முதுகு வைத்த மணைப் பலகை போலக் கிடந்தது. ஆனால் பெரிது. நெடு நேரம் உட்கார்ந்தால் புட்டம் வலிக்குமே என்று யாரோ யோசித்து மெத்தென்று வெல்வெட் துணி விரித்து வைத்திருந்தார்கள். ஆசனத்துக்கு எதிரே ஒரு சிறு மேசை இருந்தது. தரையில் இருந்து முக்கால் அடி உயரம். இரண்டரை அடி அகலம் இருக்கும். சாமி அந்த மேசையின்மீது எதிரே உட்காருகிறவர்கள் பார்க்கிறபடிக்கு ஒரு முருகன் சிலையை வைத்திருந்தது. சிலையின் பாதங்களில் நான்கைந்து ரோஜா இதழ்கள் சிதறிக் கிடந்தன. ஒரு பெரிய விபூதிச் சம்புடம். அருகே ஒரு குங்குமக் கிண்ணம். நீள் செவ்வக அறை முழுதும் அறுபடை வீட்டுக் காட்சிகள் சித்திரமாகத் தீட்டப்பட்டிருந்தன.

எங்களுக்கு அது வியப்பாக இருந்தது. சாமி இப்படித் தனது தனியறைக்கு எங்களை அழைத்து வந்து பேசுவார் என்றெல்லாம் நாங்கள் எண்ணியிருக்கவில்லை. தவிரவும் சாமி என்பவர் எப்போதும் பக்தர்களின் நடுவே பவனி வருகிறவராக இருப்பார் என்று நான் எண்ணியிருந்தேன். வரிசையில் நின்றுதான் அவரை தரிசிக்க வேண்டியிருக்கும் என்று வழியில் சொல்லிக்கொண்டே வந்தேன். ஆனால் சற்றும் எதிர்பாராவிதமாக அவர் மிகவும் எளிமையாகவும் தனித்தும் இருந்தார்.

வினோத்தான் ஆரம்பித்தான். 'எங்கண்ணா உங்களைத் தெரியும்னு சொன்னான். நிஜமாவே தெரியுமா சாமி?'

'பேரென்ன சொன்னே? விஜய்யா?'

‘ஆமா’

‘சுவடி வெச்சிருந்தானா? நான் குடுத்தேன்னு சொன்னானா?’

‘ஆமா சாமி.’

‘ஐயரூட்டுப் புள்ள தானே?’ என்று ஒருதரம் கேட்டுக்கொண்டார்.

‘ஆமா. நாங்க ஐயங்கார்.’

அவர் சிரித்தார். பிறகு, ‘அந்த சுவடிய எடுத்தாந்திங்களா?’ என்று கேட்டார்.

‘இல்லே. அதை அப்பா வெச்சிருக்கார். ஆனா அது நாடியெல்லாம் இல்லை; ஏதோ வைத்திய சுவடின்னு சொல்றா.’

‘யாரு சொன்னாங்க?’

‘வைத்தீஸ்வரன் கோயில்ல போய்க் கேட்டோம்.’

அவர் மீண்டும் சிரித்தார். ‘உங்கண்ணன் ஒரு நாள் காணாம போயிடுவான்னு எனக்குத் தெரியும். போவுறதுக்கு முன்ன கூடப் பொறந்த ஒருத்தர்ட்டே சொல்லிட்டுப் போடான்னு சொன்னேன். சொன்னானா?’ என்று கேட்டார்.

32. விபூதி யோகம்

அவரைப் பார்க்க ஓர் அணைந்த தீப்பந்தம் போலிருந்தார். தலை முதல் கால் வரை ஒரே அளவு. தோள்களிலோ, வயிற்றிலோ, இடுப்பிலோ, முதுகிலோ சற்றும் சதைப்பிடிப்பில்லை. முதுமையின் தளர்ச்சி அவரது கரங்களில் ஓடிய நரம்புகளில் தெரிந்தது. பேசும்போது வார்த்தைக்கு வார்த்தை எச்சில் விழுங்கிப் பேசினார். அப்படி அவர் எச்சில் விழுங்கும்போதெல்லாம் தொண்டையில் ஓர் எலும்பு இறங்கி ஏறியதைக் காண முடிந்தது. முகம் அடர்ந்த தாடியும் முடிந்த சடை முடியும் அள்ளிப் பூசிய விபூதியும் மார்பில் புரண்ட குண்டு குண்டு ருத்திராட்ச மாலைகளும் அவரது தோற்றத்துக்கு ஒட்டவைத்த மாதிரி இருந்தது. ஆள் கறுப்புத்தான். ஆனால் எளிய வேட்டி சட்டையில் தாடியும் சடையும் இல்லாதிருந்தால் நடிகர் சுருளி ராஜனைப் போல் இருப்பார் என்று நினைத்தேன்.

என் வியப்பெல்லாம் அதி பயங்கரமான ஒரு செய்தியை மிகச் சாதாரணமான தொனியில் எப்படி இவரால் பேச முடிகிறது என்பதுதான். வினோத் கடும் கோபத்துடன் அவரிடம் கேட்டான், ‘ஒருத்தன் வீட்ட விட்டு ஓடிப் போகப்போறேன்னு சொன்னா, நல்லது போயிட்டு வான்னு சொல்லுவிங்களா நீங்க? உடனே அவனோட அப்பா அம்மா யாருன்னு விசாரிச்சி அவங்களுக்கு சொல்ல வேணாமா? இது மட்டும் இப்ப எங்கப்பாவுக்குத் தெரிஞ்சா என்ன நடக்கும் தெரியுமா?’

அவர் அப்போதும் பதறவில்லை. ‘தம்பி, உங்கண்ணன் ஓடிப் போவேன்னு என்கிட்ட சொல்லவேயில்லியே? அவன் போயிடுவான்னு எனக்குத் தெரியும்னுதான் சொன்னேன்.’

‘அத நீங்க அவன்கிட்ட சொன்னது தப்பு. எங்கப்பாட்டதான் சொல்லியிருக்கணும்.’

‘உங்கப்பா இங்க வரவேயில்லியேப்பா!’ என்று அவர் சொன்னார். இதற்கு என்ன பதில் சொல்வதென்று வினோத்துக்குத் தெரியவில்லை.

‘உங்க ரெண்டு பேர்ல யாருகிட்டே அவன் சொல்லிட்டுப் போனான்?’ என்று சாமி கேட்டது.

‘சொல்லிட்டுப் போகலை. ஆனா அவன் என்னென்னவோ மாதிரி நடந்துண்டான். என்கிட்டே கொஞ்சம் பேசியிருக்கான்.’ என்று நான் சொன்னேன்.

‘என்ன மாதிரி நடந்துக்கிட்டான்?’ அவருக்குக் கதை கேட்கும் ஆர்வம் வந்துவிட்டாற்போல் இருந்தது. எனக்கு அது பிடிக்கவில்லை. நான் கதை சொல்ல அங்கே போயிருக்கவில்லை என்பதே காரணம்.

‘எங்கண்ணாவுக்கு அந்த சுவடிய குடுத்தது நீங்கதானா?’ என்று கேட்டேன்.

அவர் சிறிது யோசித்தார். பிறகு, ‘நான் குடுக்கலை. அவன் எடுத்துக்கிட்டுப் போனதைத் தடுக்கவும் இல்லை’ என்று சொன்னார். ‘ஒண்ணு தெரிஞ்சிக்கங்க பிள்ளைங்களா. உங்கண்ணன் சாதாரணப்பட்டவன் இல்லை. அவன் வேற.’

‘அப்படின்னா?’

‘உங்கண்ணனாத்தானே கௌம்பிப் போனான்? வேற ஒருத்தனா வருவான்.’

‘எப்போ?’ என்று வினோத் கேட்டான்.

‘தெரியலப்பா. அநேகமா அன்னிக்கி நான் இருக்க மாட்டேன்’ என்று அவர் சொன்னார்.

அவரிடம் பேசுவதில் பெரிய பயன் இருக்கும் என்று எனக்குத் தோன்றவில்லை. ‘அந்த சுவடி மருத்துவ சுவடியா?’ என்று மட்டும் கேட்டேன்.

‘இருக்கும் தம்பி. எனக்கு சுவடியெல்லாம் படிக்கத் தெரியாது. இங்க அதைப் பார்த்தான். பார்த்ததுமே எடுத்து வெச்சிக்கிட்டான். ஒனக்கு எதுக்குடா அதுன்னு கேட்டதுக்கு, இது எங்க வம்ச சரித்திரம்னு அவந்தான் சொன்னான்.’

இந்த பதில் என்னை மேலும் குழப்பியது. சுவடி படிக்கத் தெரியாத சாமிக்கு சுவடி எதற்கு? யாரோ ஒருவன் அது தனது வம்ச சரித்திரம் என்று சொன்னால் உடனே சரியென்று ஒப்புக்கொண்டு விடுவாரா! அப்புறம் இவரென்ன சாமி? அதையெல்லாம்விட,

இவரிடமிருக்கும் சுவடியை உரிமையுடன் எடுத்துச் செல்லுமளவுக்கு அண்ணா எப்படி இவருக்கு நெருக்கமானான்? அப்படி எதைக் கண்டான் இவரிடம்?

எனக்கு அவர் பெரிய ஞானி என்றோ, எல்லாம் அறிந்தவர் என்றோ தோன்றவில்லை. ஒரு சித்தராக இருக்க வாய்ப்பே இல்லை என்று தீர்மானமாகத் தோன்றியது. வாழைப்பழத்தில் இருந்து பிள்ளையார் சிலை எடுத்த சித்தர் அளவுக்குக் கூட இவரால் ஒன்றும் செய்ய முடியாது என்று நினைத்தேன். ஆனால் அண்ணா வீட்டை விட்டுப் போவான் என்று சரியாகக் கணித்திருக்கிறார். அவனிடம் அதைத் தெரியப்படுத்தியிருக்கிறார். அதுதான் உறுத்திக்கொண்டே இருந்தது.

நான் ஒரு தீர்மானத்துக்கு வந்து, துணிச்சலாக அதைக் கேட்டேன், ‘உண்மைலயே உங்களுக்கு எதாவது பவர் இருக்கா? எங்கண்ணா ஏன் உங்ககிட்டெ வந்தான்?’

அவர் திடுக்கிடவும் இல்லை, திகைக்கவும் இல்லை. உணர்ச்சியற்ற பார்வையில் என்னை வெகுநேரம் அமைதியாகப் பார்த்துக்கொண்டே இருந்தார். பிறகு, ‘இப்ப நீ எதுக்கு வந்தே?’ என்று கேட்டார்.

‘அண்ணாவைப் பத்தித் தெரிஞ்சிக்க. அவன் எங்க போனான்னு உங்களுக்குத் தெரியுமா?’

‘தெரியாது. அவனைப் பத்தியே எனக்கு ஒண்ணுந்தெரியாது தம்பி. அவன் போயிடுவான்னு மட்டும்தான் தெரியும்.’

‘அதான் எப்படி?’

‘எப்படின்னு கேட்டேன்னா என்ன சொல்லுவேன்? சரி போ. நீயும் போகத்தான் போறே. தோ, இவனும் போயிடுவான். இது நடந்தப்பறம் திரும்பி வந்து கேளு. கேக்க வேணாம், அப்ப ஒனக்கே புரிஞ்சிடும்’ என்று அவர் சொன்னார்.

உண்மையிலேயே நாங்கள் இருவரும் திகைத்துப் போனோம். ‘டேய், இவரு பெரிய பிள்ளை பிடிக்கிற கும்பலோட தலைவன் போல இருக்கார். வேணாம்டா. நாம போயிடலாம்’ என்று வினோத் சொன்னான். அதை அவர் காது படவே அவன் சொன்னதுதான் விசேடம். அதற்கும் அவர் சிரிக்கவோ, கோபப்படவோ இல்லை.

கிளம்பும்போது வினோத் சொன்னான், ‘சாமி நாளைக்கு எங்கப்பாட்ட சொல்லி அவர இங்க கூட்டிண்டு வருவேன்.’

'வாயேன்?'

அவர் சற்றும் அதிராமல் பேசியது எனக்கு மேலும் மேலும் வியப்பூட்டியது.

'எங்கப்பா பெரிய கோவக்காரர். உங்க மேல போலிஸ் கம்ப்ளைண்ட் குடுப்பார்.'

'சரி.'

'எங்கண்ணா எங்க போனான்னு சொல்லிடுங்கோ.'

'நாந்தான் தெரியாதுன்னு சொன்னனே தம்பி? அவன் ஒண்ணும் என்கிட்ட சொல்லிட்டுப் போகலை. அப்படி சொல்லிட்டுப் போக அவன் என்ன வேலை வெச்சிக்கிட்டு ஊருக்கா போனான்?'

'பின்னே?'

'போகணும்னு அவன் விதி. போனான். ஒனக்கும் அதே விதிதான். நீயும் போவ. உன் தம்பியும் போவான்.'

'இது உங்களுக்கு எப்படித் தெரியும்?' என்று நான் ஆங்காரமாகக் குரல் எழுப்பிக் கத்தினேன். உண்மையில் நாந்தான் மிகவும் பதற்றமாகியிருந்தேன்.

'தெரியல கண்ணு. எழுவத்தாறு வயசாகுது எனக்கு. இதுவரைக்கும் யாருகிட்டயும் இப்படியெல்லாம் நான் சொன்னதுமில்ல; யாரப் பத்தியும் இந்த மாதிரி நினைச்சதும் இல்ல. என்னமோ உங்கள பாக்குறப்ப அப்படி தோணுது.' என்று அவர் சொன்னார்.

எனக்குக் குழப்பமும் பதற்றமும் கணந்தோறும் அதிகரித்துக்கொண்டே இருந்தது. ஒருவேளை வினோத் சொன்னதுபோல அவர் ஒரு பிள்ளை பிடிக்கிற ஆளாக இருப்பாரோ என்றுகூட நினைத்தேன். ஆனால் எழுபத்து ஆறு வயது முதியவர். சிவனடியார். பார்த்தால் தப்புதண்டா செய்யக்கூடியவராகத் தெரியவில்லை. தவிரவும் தாடியில்லாமல் வெள்ளை உடை அணிந்தால் சுருளி ராஜனைப் போலிருக்கக்கூடியவர். கடைசியில் நான் கேட்டே விட்டேன்.

'தயவுசெஞ்சி உண்மைய சொல்லுங்கோ. உங்களுக்கு எதாவது சக்தி இருக்கா?'

அவர் என்னை அருகே வரச் சொன்னார். தன்னெதிரே இருந்த விபூதிச் சம்புடத்தில் இருந்து இரு விரல்களுக்கிடையே ஒரு சிட்டிகை எடுத்து என் நெற்றியில் தேய்த்தார். வினோத்தையும் அருகே அழைத்தபோது, 'வேணாம். நாங்க விபூதி வெச்சுக்கறதில்லே' என்று அவன் சொன்னான்.

'பரவால்ல தம்பி. தப்பில்லே.'

'இல்லே. எனக்கு வேண்டாம்.'

இப்போது அவர் சிரித்தார். 'இப்ப ஒண்ணு சொல்லணுன்னு தோணுது. சொல்லவா?' என்று கேட்டார்.

'என்ன?'

'நீ சிவனைப் பார்த்துடுவ. ஸ்தூலமாவே பார்த்துடுவ.'

வினோத்துக்கு மிகுந்த கோபம் உண்டாகிவிட்டது. 'யோவ் போய்யா!' என்று சொல்லிவிட்டு விறுவிறுவென்று மாடிப்படி இறங்கிப் போய்விட்டான். எனக்குத்தான் சங்கடமாகிப் போனது. 'சாரி. அவன் கொஞ்சம் கோவப்படுவான்' என்று மட்டும் சொல்லிவிட்டு நானும் அந்த அறையைவிட்டு வெளியேறினேன்.

வீடு திரும்பும் வழியில் வினோத் தீர்மானமாகச் சொன்னான், 'அந்தாள் ஒரு ஃப்ராடு விமல். சரியில்லே. அண்ணா எதுக்கோ இவர்கிட்டே வந்திருக்கான். நான் வீட்டைவிட்டுப் போயிடுவேன்னு சொல்லியிருப்பான் போலருக்கு. அதை வெச்சிண்டு இவரா கதை கட்டி விட்டுண்டிருக்கார்.'

எனக்கு அதெல்லாம் முக்கியமாகவே படவில்லை. நானும் வினோத்தும்கூட வீட்டை விட்டுப் போய்விடுவோம் என்று எப்படி இவர் சொல்லியிருப்பார்? எழுபத்து ஆறு வயது முதியவர். பள்ளிக்கூடம் போய்க்கொண்டிருக்கும் பையன்களிடம் இப்படிப் பேசலாமா என்று கணப்பொழுது நினைத்துப் பார்க்க மாட்டாரா! அப்படியொரு ஞானதிருஷ்டியில் எல்லாம் தெரிந்துவிடுகிறதென்றால் என் அப்பாவைக் கூப்பிட்டுப் பேசுவதுதானே முறை?

அந்த வயதில் எனக்கு அவரைப் புரியவில்லை. பிறகு ஒரு சமயம் அந்தப் புரிதல் நிகழ்ந்தது. ஆனால் சுவடியே படிக்கத் தெரியாத ஒருவரிடம் மருத்துவச் சுவடி எப்படி வந்தது

என்பது மிகப்பெரும் புதிராக இருந்தது. அதை அண்ணா வம்ச சரித்திரம் என்று சொன்னதாகவும், எடுத்துக்கொண்டபோது தடுக்காதிருந்துவிட்டதாகவும் சொன்னது அதன்பின்பும் புரியவில்லை.

'கொள்ளி போட வருவேன் மாமா' என்று திருப்பதியில் அண்ணா கேசவன் மாமாவிடம் சொல்லிவிட்டுப் போனதைத்தான் நினைத்துக்கொண்டேன். அப்படி ஒரு சந்தர்ப்பம் மட்டும் அமைந்துவிட்டால் அவனிடம் முதல் வினாவாக அதைத்தான் கேட்க வேண்டும் என்று நினைத்துக்கொண்டேன். 'மருத்துவச் சுவடியிலே என்ன பெரிய வம்ச சரித்திரத்தைக் கண்டாய்?'

33. காலச்சுருள்

ரயில் ஆந்திர மாநிலத்தின் எல்லையைத் தொட்டுக் கடந்து ஏதோ ஒரு ஸ்டேஷனில் வந்து நின்றிருந்தது. சிறிய ஸ்டேஷன் தான். நான் ஸ்டேஷன் பெயரைக் கவனிக்கத் தவறியிருந்தேன். ஆனால் அந்த ஊரே மிக அழகானதொரு ஊராக இருக்க வேண்டும் என்று தோன்றியது. நான் அமர்ந்திருந்த பெட்டி, எஞ்சினில் இருந்து வெகு தொலைவு பின்னால் இருந்ததால் ஸ்டேஷன் பிளாட்பாரத்துக்கு அங்கே கூரை இல்லை. முன்பக்கம் மட்டும் ஆஸ்பெஸ்டாஸ் தகடு வேய்ந்திருந்தது. முன்புறம் மக்கள் இறங்கிச் செல்வதும் ஏறுவதும் வியாபாரிகள் தேநீர், குடிநீர், நொறுக்குத் தீனிகள் விற்பதும் நிகழும் போல. நான் இருந்த பகுதிக்கு யாருமே வரவில்லை. பிளாட்பாரத்தில் நான்கைந்து புங்கை மரங்கள் வளர்ந்திருந்தன. ஸ்டேஷனுக்கு அப்பால் ஒரு பெரிய ஏரி இருந்தது. ஏரிக் கரை முழுதும் மரங்கள். ரயில் பெட்டியில் இருந்து அந்தக் காட்சியைக் காண்பதே ஒரு அனுபவமாக இருந்தது.

நான் அமர்ந்திருந்த பெட்டிக்கு அருகே யாரும் எதையும் விற்றுக்கொண்டு வராததில் என் எதிரே அமர்ந்திருந்த யுனானி மருத்துவரின் குடும்பம் மிகவும் தவித்துப் போனதைக் கண்டேன். டாக்டரின் மனைவி ஒரு டசன் பழம் வாங்க வேண்டும் என்று இரண்டு மூன்று மணி நேரங்களாகச் சொல்லிக்கொண்டே இருந்தார். இடையில் ஒரே ஒரு ஸ்டேஷனில்தான் வண்டி நின்றது. மருத்துவர் பர்ஸை நெஞ்சோடு சேர்த்து அணைத்துக்கொண்டு இறங்கிப் போனார். ஒரு நிமிடத்தில் வண்டி புறப்பட்டுவிட்டது. பழம் வாங்கச் சென்ற கணவரைக் காணாமல் அந்தப் பெண்மணி தவித்துப் போய்விட்டார். ஜன்னலுக்கு வெளியே கையை ஆட்டி ஆட்டிக் கத்தினார். பதற்றத்தில் அவருக்கு வியர்த்தே விட்டது. அந்தக் கணம் அந்த யுனானி மருத்துவர் தன் குடும்பத்தைப் பிரிந்து எங்காவது சென்றுவிடுவது என்று முடிவெடுத்து இருந்தால் எப்படி இருக்கும் என்று ஒரு கணம் தோன்றியது. உடனே, இது என்ன அபத்தம் என்றும் நினைத்துக்கொண்டேன்.

நூறு கோடி இந்தியர்களில் நான்கில் இருந்து நாலாயிரம் பேர் வரை அப்படி நினைக்கலாம். நிகழ்த்தியும் காட்டியிருக்கலாம். பெரும்பாலானவர்கள் குடும்பத்தையே விரும்புகிறார்கள். அது ஒரு சௌகரியம். குறைந்த பட்சம் உணவளவில். அதிகபட்சம் உறவளவில்.

எனக்கு உடனே சிரிப்பு வந்துவிட்டது. என்னால் எப்படி அந்த யுனானி மருத்துவரை அப்படி எண்ணிப் பார்க்க முடிந்தது என்று புரியவேயில்லை. ரயிலில் ஏறியதில் இருந்து அவர் நொடிக்கொருதரம் சாரதா, சாரதா என்று தன் மனைவியை அழைத்துக்கொண்டே இருந்தார். பேச ஏதாவது சங்கதி இருந்துதான் தீரவேண்டுமென்பதில்லை. அந்தப் பெயரை உச்சரித்துக்கொண்டிருப்பதே ஒரு யோகம் என்று கருதியிருப்பார் போல. அந்தப் பெண்மணியின் கையில் ஒரு நாவல் இருந்தது. மிகவும் கனமான புத்தகம். அதை எழுதிய ஆசிரியரின் பெயர் எனக்குப் பரிச்சயமாக இல்லை. அது ஒரு புகழ்பெற்ற எழுத்தாளரின் நாவலாக எனக்குத் தோன்றவில்லை. இருந்தாலும் அந்தப் பெண்மணி கவனம் நகர்த்தாமல் அந்தப் புத்தகத்திலேயே மூழ்கிக் கிடந்தார். கணவர் அழைக்கும்போதெல்லாம் புத்தகத்தில் இருந்து தலையை நிமிர்த்தாமலேயே பதில் சொல்லிக்கொண்டிருந்தார். தன்னைப் பார்த்து அவர் பதிலளிக்காததில் அந்த மருத்துவர் சற்றும் கோபமோ எரிச்சலோ கொள்ளவில்லை. அவருக்கு அது பழகியிருக்கக்கூடும். அவர் பற்றிக்கொள்ள மனைவியின் குரல் மட்டும் போதும் என்ற முடிவுக்கு வந்திருக்கலாம். அவரது பதில்கள் பொருத்தமானவையாக இல்லாமலே போனாலும் அதில் அவருக்குப் பிரச்னை இராது என்று தோன்றியது.

சட்டென்று எனக்குப் புலப்பட்டுவிட்டது. யுனானி மருத்துவர் இறங்கிய ஸ்டேஷனில் இருந்து அப்படியே குடும்பத்தை விட்டு நகர்ந்திருப்பாரோ என்று ஏன் எனக்குத் தோன்றியது என்பதற்கான காரணம். அந்த வருடம் சித்ரா பவுர்ணமிக்கு ஶ்ரீரங்கம் செல்லலாம் என்று கேசவன் மாமா சொன்னார். காவிரியில் குளித்து, பெருமாள் சேவித்துவிட்டுக் காவிரிக்கரையில் கூட்டத்தோடு கூட்டமாக உட்கார்ந்து சித்ரான்னங்கள் சாப்பிட்டு வரலாம் என்ற அவரது யோசனையை அப்பா உடனே ஏற்றுக்கொண்டார். அன்றைக்கு மாலையே அவர் யாரிடமோ சொல்லி அனுப்பி ஐந்து பேருக்கும் ரயிலில் போக வர டிக்கெட்டுக்கு ஏற்பாடும் செய்தார்.

அண்ணாவும் வினய்யும் வீட்டை விட்டுப் போன பிற்பாடு நாங்கள்

எங்குமே செல்லவில்லை. பல மாதங்கள் அப்பாவும் அம்மாவும் வீட்டை விட்டேகூட அதிகம் வெளியெ வரவில்லை. அப்பா நீண்ட விடுப்பு எடுத்துக்கொண்டு சிறிது காலம் வீட்டுக்குள் முடங்கிக் கிடந்தார். மாமா மட்டும்தான் எல்லாம் சரியாகிவிடும், எப்படியும் வந்துவிடுவான்கள் என்று திரும்பத் திரும்பச் சொல்லிக்கொண்டிருந்தார். வெறுமனே சொல்லிக்கொண்டிராமல், தன்னால் முடிந்த விதங்களில் எல்லாம் அவர்கள் இருவரையும் தேடவும் செய்தார். இடையில் ஒரு பதினைந்து நாள் ஏதோ ஒரு வட இந்திய யாத்திரைக் குழுவுடன் சேர்ந்துகொண்டு காசி, கயா, பத்ரிநாத், கேதார்நாத் வரைகூடப் போய்விட்டு வந்தார். எனக்கு நன்றாகத் தெரியும். மாமா தீர்த்த யாத்திரை செல்லவில்லை. ஒருவேளை அண்ணாவோ வினய்யோ அங்கே கண்ணில் பட்டுவிட மாட்டார்களா என்ற நப்பாசையே அவரது பயணத்துக்குக் காரணம். திருப்பதியில் அண்ணாவைப் பார்த்தது போல இன்னொரு தருணம் நிகழாதா என்று அவர் மிகவும் ஏங்கியிருந்தார். அப்படி ஒரு சந்தர்ப்பம் மட்டும் அமைந்துவிட்டால் என்ன ஆனாலும் கட்டி இழுத்துவந்து விடுவது என்ற வெறியுடன் தான் புறப்பட்டுச் சென்றார். துரதிருஷ்டவசமாக அவரது அந்தப் பயணம் நிறைவடையும் வரை அவரால் இருவரையுமே கண்டுபிடிக்க முடியாமல் போனது.

'பத்ரிலே உள்ள ஒரு ஆசிரமம் விடாம விசாரிச்சிட்டேன் அத்திம்பேர். காசில அத்தனை படித்துறைக்கும் நேர்ந்துண்டா மாதிரி போய்ப் போய்ப் பாத்தேன். அங்க உள்ள மடங்கள்ள எல்லாம் விசாரிச்சேன். போற இடம், பாக்கற மனுஷா ஒருத்தரையும் விடலே. எல்லாமே பிரயோசனமில்லாம போயிடுத்து' என்று மேல் துண்டால் கண்ணைத் துடைத்துக்கொண்டு சொன்னார்.

'நீ ஒருத்தண்டா கேசவா. சாமியாராகல்லாம் ஒரு தராதரம் வேண்டாமோ? இவனுகளுக்கு அப்படியென்ன ஞான சகவாசம் கிடைச்சிதுன்னு கேக்கறேன்? புத்தர் மாதிரி உக்காந்து தவம் பண்ணி கிடைச்சிருக்குமானா அதுக்கும் இந்தக் காலத்துல எல்லாம் வாய்ப்பில்ல பாத்துக்கோ. என்னமோ நாம இப்படி கெடந்து புலம்பிண்டிருக்கணுன்னு எழுதிட்டான். விடு' என்று சொல்லிவிட்டு அப்பா நகர்ந்து போனார். அம்மா ஒன்றுமே பேசவில்லை. அவள் பார்வையெல்லாம் என் மீதே இருந்தது. எனக்கு அது குறுகுறுவென்றிருந்தது. என்னதான் நினைக்கிறாள் இவள்? நானும் விட்டுப் போய்விடுவேன் என்றா? அப்படித்தான்

அந்தக் கோவளத்துப் பக்கிரி சொன்னார். அதையேதான் திருப்போரூர் சாமியும் சொன்னார்.

வினோத் அந்த விவகாரத்தை வீட்டில் கண்டிப்பாகச் சொல்லுவான் என்று நான் எண்ணியிருந்தேன். ஆனால் நாங்கள் திருப்போரூர் போனதையே மறந்துவிட்டவன் போல மறுநாள் முதல் மிகத் தீவிரமாகப் படிப்பில் கவனம் செலுத்த ஆரம்பித்துவிட்டான். அவன் அப்படி விழுந்து விழுந்து படித்து நான் பார்த்ததே இல்லை. மாலை நேர விளையாட்டுகளை நிறுத்திவிட்டான். பள்ளிக்கூடத்தில்கூட நண்பர்களோடு அவன் அதிகம் பேசுவதில்லை என்று அவன் வகுப்பில் படித்த பையன்கள் சொன்னார்கள். உணவு இடைவேளைகளிலும் அவன் படித்துக்கொண்டே இருந்தான். படித்தவற்றை உடனுக்குடன் எழுதிப் பார்த்தான்.

'என்னடா ஆச்சு ஒனக்கு?' என்று நானே ஒரு நாள் கேட்டதற்கு, 'நன்னா படிச்சிடணும் விமல். நாமதான் நம்ம அப்பாம்மாவ கடேசி வரைக்கும் பத்திரமா வெச்சிண்டு பாத்துக்கணும். போன ரெண்டு பேர பத்தின துக்கம் நம்மள பாத்துத்தான் அவாளுக்குத் தீரணும்' என்று சொன்னான்.

அப்பா விரக்தியில் பேசிக்கொண்டிருந்தபோது அம்மா என்னையே பார்த்தது எனக்கு மிகவும் உறுத்தியது. நான் சட்டென்று அவள் அருகே போனேன். 'நான் அப்படியெல்லாம் போயிட மாட்டேம்மா. எனக்கு ஒன்னோட இருக்கறதுதான் பிடிக்கும். என்னிக்கும் நான் ஆத்துலதான் இருப்பேன்' என்று சொன்னேன். அம்மா என்னை அரவணைத்து வருடிக் கொடுத்தாள். உடனே வினோத்தும் ஓடி வந்து அவளருகே நின்றுகொண்டான். 'விஜய்யும் வினய்யும் கண்டிப்பா வந்துருவாம்மா. ரெண்டு பேரும் எங்கயோ வேலை தேடிண்டு போயிட்டான்னு நினைக்கறேன்' என்று சொன்னான். நான் அவனைப் பார்த்தேன். விவகாரமாக எதுவும் பேசிவிடுவேனோ என்று பயந்திருப்பான் போல. 'நீ வேணா பாருடா. கோட்டும் சூட்டுமா வந்து இறங்கத்தான் போறான் ரெண்டு பேரும்' என்று மீண்டும் சொன்னான்.

அன்று ஒரு விஷயத்தை உறுதிப் படுத்திக்கொண்டேன். திருப்போரூர் சாமி சொன்னதையோ, கோவளத்துப் பக்கிரி சொன்னதையோ எந்நாளும் நான் வீட்டில் சொல்லுவதற்கில்லை. அண்ணா சாமியாராகியிருக்க மாட்டான் என்று அப்பா தீர்மானமாக நம்பியது அம்மாவுக்குப் பிடித்திருந்தாற்போலத் தோன்றியது. அந்த

நினைவை மென்று காலம் கழிக்க அவள் விரும்பியிருக்கலாம். அதை ஏன் கெடுக்க வேண்டும்?

இடைப்பட்ட காலத்தில் அப்பா ஒரு வேலை மாறினார். கோவளம் தாஜ் கொரமண்டல் ஓட்டலில் அவருக்குப் புதிய வேலை கிடைத்தது. முன்னைக் காட்டிலும் ஐந்நூறு ரூபாய் சம்பளம் அதிகம் என்று சொன்னார். கேசவன் மாமா கோயிலின் தலைமைப் பரிசாரகராகப் பதவி உயர்வு பெற்றார். அம்மாவுக்குத் தலை நரைக்கத் தொடங்கியது. அப்பாவுக்கு சர்க்கரை வியாதி வந்தது. நான் பத்தாம் வகுப்பில் நாநூற்றுப் பதினான்கு மதிப்பெண்கள் பெற்றுத் தேறினேன். வினோத் மேல்நிலைப் பள்ளிக்குப் போகாமல் பத்தாம் வகுப்பை முடித்த பின்னர் நேரடியாக தரமணியில் இருந்த பாலிடெக்னிக்குக்குப் போய்ச் சேர்ந்தான். வீட்டில் ஒரு இஞ்சினியராவது இருக்க வேண்டும் என்று அப்பா ஆசைப்பட்டதை அவன் தீர்த்துவைக்க முடிவு செய்திருந்தான்.

ஒவ்வொரு வருடமும் அண்ணாவின் பிறந்த நாள், வினய்யின் பிறந்த நாள் வரும்போதெல்லாம் அம்மா மௌனமாகிவிடுவாள். அன்று முழுதும் அவள் சாப்பிடுவதே இல்லை. அப்பாவுக்கும் துக்கம் இல்லாதிருக்காது. ஆனால் தன் துக்கத்தின் சாறை இன்னொருவர் மீது தெளிக்கக்கூடாது என்று அவர் கருதத் தொடங்கியிருந்தார். முன்னைப் போல் அவருக்குக் கோபம் வருவதில்லை. தாஜ் கொரமண்டலுக்குப் போக ஆரம்பித்ததில் இருந்தே அவர் மிகவும் சாதுவாகிப் போனார். அம்மாவோ, மாமாவோ யார் என்ன சொன்னாலும் யோசிக்காமல் உடனே சரி என்று சொல்ல ஆரம்பித்திருந்தார். இதில் ஆச்சரியம் என்னவென்றால் அந்த மரியாதையை அவர் வினோத்துக்கும் தரத் தொடங்கியிருந்ததுதான். அவன் என்ன சொன்னாலும் சரி. அவன் என்ன செய்தாலும் சரி. அம்மா எதற்காவது கருத்துக் கேட்டால்கூட, ‘வினோத்த கேட்டுண்டு பண்ணு’ என்பார். காலை ஆறரைக்கு வீட்டை விட்டுப் புறப்பட்டுக் கல்லூரிக்குச் சென்று மாலை ஏழு மணிக்கு வீடு திரும்பும் வினோத், அதன்பின் ஒரு மணி நேரம் வீட்டு வேலைகள் என்னவாவது இருந்தால் அதைச் செய்து முடித்துவிட்டு எட்டரைக்குப் படிக்க உட்காருவான். பதினொரு மணி வரை படித்துவிட்டே படுப்பான்.

நம்பிக்கையை உருவாக்குவதல்ல. அதை வழங்குவது ஒரு கலை. வினோத் அக்கலையில் மிகவும் தேர்ச்சியுற்றிருந்தான். என்னைப் பார், என்னைப் போல் நீயும் இரு என்று அடிக்கடி எனக்குச்

சொல்லவும் செய்தான். திடீரென்று வீட்டின்மீது அவனுக்கு உண்டான பிணைப்பு, எடுத்துக்கொண்ட பொறுப்புகள் என்னை மிகவும் கவர்ந்தன. இன்னொரு அசம்பாவிதம் வீட்டில் இனி நிகழாது என்று நானே நம்ப ஆரம்பித்திருந்தேன். அப்போதுதான் அந்த சித்ரா பவுர்ணமி வந்தது. மலைக்கோட்டை எக்ஸ்பிரசில் டிக்கெட் ரிசர்வ் செய்து நாங்கள் குடும்பத்தோடு ஸ்ரீரங்கத்துக்குக் கிளம்பினோம்.

34. லிங்கப் பிரதிஷ்டை

கொள்ளிடத்தில் தண்ணீர் இருந்தது. அது வழக்கமாகச் சித்திரையில் இருக்கும் தண்ணீர் அளவைக் காட்டிலும் அதிகம் என்று அப்பா சொன்னார். கரையெங்கும் மக்கள் வீசப்பட்ட நாற்றுகளைப் போலச் சிதறிக் கிடந்தார்கள். எங்கும் பேச்சு. எல்லா முகங்களிலும் சந்தோஷம். குடும்பம் குடும்பமாக வந்திருந்தார்கள். பெரிய பெரிய ஒயர் கூடைகளில் கட்டுச் சாதங்கள். நதிக்கரையில் துண்டு விரித்து அமர்ந்து சாப்பிடுவதற்கு ஆயத்தமாகிக்கொண்டிருந்தார்கள். இருட்ட வேண்டும். அதுதான் கணக்கு. நிலவு தெரியத் தொடங்கிவிட்டால் கொண்டாட்டம் ஆரம்பமாகிவிடும்.

'முன்னல்லாம் சித்ரா பௌர்ணமிக்கு இங்கே சங்கீத வித்வான்கள் வருவா. ஒரு மைக் கிடையாது. மேடை கிடையாது. ஒண்ணுங்கிடையாது. உக்காந்து பாட ஆரம்பிச்சான்னா மணிக்கணக்கா கேட்டுண்டே இருக்கலாம்' என்று அப்பா சொன்னார். அப்பாவுக்குப் பூர்வீகம் ஸ்ரீரங்கம். பத்துப் பன்னிரண்டு வயதில் குடும்பம் இடம் பெயர்ந்துவிட்டது. தாத்தா ஒரு பிரிட்டிஷ் அதிகாரிக்கு மொழிபெயர்ப்பாளராக இருந்தவர் என்று அப்பா சொல்லியிருக்கிறார்.

'கச்சேரிக்கெல்லாம் போவிங்களா?' என்று வினோத் கேட்டான்.

'அப்படின்னு இல்லே. அதெல்லாம் தஞ்சாவூர்லே நடக்கும். ஸ்ரீரங்கத்துல பெருமாள் சேவிக்கறது ஒண்ணுதான் ஜோலி. தினம் ஒரு உற்சவம். புறப்பாடு. சேவாகாலம். சித்ரா பௌர்ணமின்னா மட்டும் இங்க கொள்ளிடத்துக்கு வந்துடுவோம் அப்பல்லாம். நெஜத்த சொல்லணும்னா நான் பாட்டுக் கேட்டதே வருஷத்துல அந்த ஒரு நாள்தான்.'

அப்பா பாட்டு கேட்டோ, எதையாவது பாடி முணுமுணுத்தோ நான் என்றுமே கேட்டதில்லை. அவர் சினிமா பார்க்க மாட்டார். புத்தகங்கள் படிக்கும் வழக்கம் கிடையாது. அவருக்கு நண்பர்கள்

இருந்ததில்லை. வேலைக்குப் போவதும் வீட்டுக்கு வருவதும் தவிர அவர் வேறெதையும் செய்து நான் கண்டதில்லை. கேசவன் மாமா தினமணி வாங்க வேண்டும் என்று அடம் பிடித்து வீட்டுக்குப் பேப்பர் போட வைத்தபோது ஓரிரு நாள் எடுத்துப் புரட்டியிருக்கிறார். அதன்பின் அதையும் தொடவில்லை. மாலை ஒருவேளை செய்தி கேட்பார். அதை ஒரு கடமை போலச் செய்வார். மற்றபடி உலகத்தோடு அவருக்கு வேறு தொடர்புகள் இருந்ததில்லை.

இத்தனைக் காலம் இல்லாமல் திடீரென்று இந்த வருடம் ஸ்ரீரங்கத்துக்குப் போகலாம் என்று அவர் சொன்னதே அம்மாவுக்குப் பெரிய வியப்பு. ஆற்றங்கரையில் வேட்டி விரித்து ஐந்து பேரும் மொத்தமாக அமர்ந்து பேசிக்கொண்டிருந்தது அதைக் காட்டிலும் நம்ப இயலாத தருணம். எனக்குத்தான் சற்று பயமாக இருந்தது. 'அதுகள் ரெண்டும் இருந்திருந்தா எவ்ளோ நன்னா இருந்திருக்கும்!' என்று பெரியவர்கள் மூவரில் யாராவது ஒருவர் சொல்லிவிட்டால்கூட முடிந்தது கதை. அதன்பின் யாரும் சிரிக்க முடியாது. எதையும் பேசவும் முடியாது. இருளைப் போலக் கவியும் மௌனத்தின் வலைப்பின்னல்களுக்குள் ஒடுங்கிவிட வேண்டியதுதான். அதுகூடப் பரவாயில்லை. ஆற்றங்கரை வெட்ட வெளியில் செங்கல் வைத்து அடுப்பு மூட்டி அம்மா மூன்று மணியில் இருந்து நிறைய சமைத்திருக்கிறாள். இதற்காகவே வரும்போது மளிகை சாமான், பாத்திரம் பண்டங்களெல்லாம் எடுத்துப் போயிருந்தோம். புளியோதரை, தேங்காய் சாதம், தயிர் சாதம். உருளைக்கிழங்கு பொரியல். அபூர்வமாக அப்பா தானே கடைக்குப் போய் அரைக்கிலோ வாழைக்காய் சிப்ஸ் வாங்கி வந்திருந்தார். 'ஒனக்குப் பிடிக்குமேன்னுதாண்டா' என்று கேசவன் மாமா சொன்னார்.

எனக்கு அந்தச் சூழல் மிகவும் பரவசமளித்தது. நதியும் மக்களும். தனித்தனியே பொருள் தரும் பல நூறு சொற்கள் ஒரே சமயத்தில் பல நூறு பேரிடமிருந்து புறப்பட்டு வெளிப்படும்போது பொருள் உதிர்த்து சத்தமாகும் விந்தையைக் கூர்ந்து கவனித்துக்கொண்டிருந்தேன். நதியைப் போலவே அதுவும் முடிவற்றதாயிருந்தது. சட்டென்று நதியெங்கும் சொல்லாகி ஓடினால் எப்படி இருக்கும் என்று எண்ணிப் பார்த்தேன். என்னமோ தோன்றி, அம்மாவிடம் இதைச் சொன்னபோது, 'இந்தா இப்போ இத சாப்டு' என்று ஒரு வாழைப்பழத்தை எடுத்து என்னிடம் கொடுத்தாள்.

எனக்குச் சிரிப்பு வந்துவிட்டது. ஒவ்வொரு சொல்லும் வாழைப்பழமாகிவிட்டால் அம்மா சிப்ஸ் பாக்கெட்டைப் பிரித்துவிடுவாள் என்று தோன்றியது. ஆனால் அதைச் சொல்லவில்லை.

அப்பா, ஸ்ரீரங்கத்தில் கழிந்த தன் இளமைக்காலத்தைச் சொல்லிக்கொண்டிருந்தார். 'எங்கப்பா பெரிய இங்கிலீஸ் ஸ்காலர். பிரிட்டிஷ்காரனே பிரமிச்சுப் போற மாதிரி இங்கிலீஷ் பேசுவார்' என்று சொன்னார்.

'என்ன படிச்சவர்?' என்று கேசவன் மாமா கேட்டார்.

'படிப்பெல்லாம் ஒண்ணுமில்லே கேசவா. அப்பாக்கு வெள்ளத்தோல்காரான்னா ஒரு ப்ரீதி. திருச்சினாப்பள்ளில டெபுடி கலெக்டரா இருந்த ஒருத்தனுக்கு இவர் என்னமோ ஹெல்ப் பண்ணியிருக்கார். வாரும் ஓய், நம்மளோடவே இருந்துடும்னு சொல்லி மெட்ராசுக்குக் கூட்டிண்டு போயிட்டான் அவன்.'

'அதுக்கு முன்னாடி?'

'ஸ்கூல் வாத்யார். ஸ்கூல்னா என்னன்னு நெனச்சே? திண்ணைப் பள்ளிக்கூடம். உத்தர வீதியிலே ஒரு பட்டாச்சார் ஆத்து வாசல் திண்ணையிலே நடக்கும். கார்த்தால ரெண்டு மணி நேரம். சாயந்திரம் ரெண்டு மணி நேரம். அவ்ளோதான் ஸ்கூல்.'

'சம்பளம்?' என்று வினோத் கேட்டான்.

'சம்பளமாவது ஒண்ணாவது? ஆத்து வாசல்லே வருஷத்துக்கு ரெண்டு தடவை வண்டியிலே அரிசி மூட்டை வந்து இறங்கும். உப்பு புளி பருப்பெல்லாம் ஒரு ரெட்டியார் கடையிலே கணக்கு வெச்சிண்டு வாங்கிக்க வேண்டியது. விஜயதசமி அன்னிக்கு அவர்ட்ட படிக்கிற பிள்ளைகளோட தகப்பனார் கடைக்குப் போய் கணக்கைக் கேட்டு செட்டில் பண்ணிட்டு வந்துடுவா.'

'அதென்ன விஜயதசமி அன்னிக்கு மட்டும்?'

'அதென்னமோ தெரியலே. ஆனா அப்பல்லாம் அப்படித்தான். பத்து பிள்ளைகள் படிச்சான்னா பத்து பேர் ஆத்துலயும் பேசி வெச்சிண்டு மொத்தமா கொண்டு போய் கணக்குத் தீத்துடுவா.'

அப்பா இன்னும் நிறைய சொன்னார். பாலக்கரையில் ஒரு இங்கிலீஷ்கார சிப்பாயை குதிரையில் இருந்து இறங்கச் சொல்லி இவரை ஏற்றி உட்கார வைத்து ஓட்டிப் போகச் சொன்னாராம்.

‘அந்தக் காலத்துலே வெள்ளைக்கார சிப்பாய் எதிர்லே நின்னு பேசக்கூட எல்லாரும் பயப்படுவா. எங்கப்பா அவாளையெல்லாம் விரல் சொடுக்கிக் கூப்டுவா.’

அம்மா புன்னகை மாறாமல் அவர் பேசுவதை மௌனமாகக் கவனித்துக்கொண்டே இருந்தாள். எத்தனையோ முறை அப்பா இந்தக் கதைகளை அவளுக்குச் சொல்லியிருக்கக்கூடும். பெரிய சுவாரசியங்களற்ற இளமைப்பருவம்தான் என்றாலும் அவரிடம் சொல்வதற்கு அது ஒன்றுதான் இருந்தது. தாத்தாவும் அவரது ஆங்கிலப் புலமையும். தாத்தாவும் பிரிட்டிஷ் அதிகாரிகளும். தாத்தாவும் அவரது ஆளுமையும்.

என் அப்பாவைப் பற்றிப் பிற்காலத்தில் நான் நினைவுகூர என்னவெல்லாம் இருக்கும் என்று யோசித்துப் பார்த்தேன். அவரது டிரங்குப் பெட்டி ஒன்றைத்தவிர வேறெதுவும் எனக்கு சட்டென்று அப்போது நினைவில் வரவில்லை. ஆனால் இரண்டு பிள்ளைகள் விட்டுவிட்டுப் போன பிறகும் ஒரு மனிதர் தன் பிள்ளைப் பிராயத்தை நினைவுகூர முடிவது பெரிய விஷயம் என்று நினைத்தேன். கேசவன் மாமாதான் அந்த ரகசியத்தைப் பிற்பாடு போட்டு உடைத்தார்.

‘புரியலியா உனக்கு? எத்தனை வயசானாலும் எத்தனை கஷ்டம் அனுபவிச்சாலும் கடைசிக்காலம் வரைக்கும் அவர் அவரோட தகப்பனாரோடதான் இருந்தார். அவர் சாகற வரைக்கும் இவர்தான் வெச்சிக் காப்பாத்தியிருக்கார். இன்னிக்கு உங்க ரெண்டு பேருக்கும் அவரோட தகப்பனாரைப் பத்தி சொல்றார்னா, இந்த சுபாவம் உங்களுக்காவது நிலைக்கணும்னு நினைக்கறார்.’

நாங்கள் வெகு நேரம் பேசிக்கொண்டே இருந்தோம். நானும் வினோத்தும் படிப்பில் எதிர்பார்த்ததைக் காட்டிலும் சிறப்பாகச் செயல்படுவது பற்றி அப்பாவுக்கு மிகுந்த சந்தோஷம் என்பதை அன்று வெளிப்படையாகச் சொன்னார்.

‘நமக்கெல்லாம் இது ஒண்ணுதாண்டா போக்கிடம். படிப்பில்லேன்னா பிழைப்பில்லே.’

‘சாப்பிடலாமா?’ என்று அம்மா கேட்டாள்.

‘இன்னும் பத்தே பத்து நிமிஷம்மா’ என்று சொல்லிவிட்டு, ‘அப்பா நான் ஆத்துல குளிக்கணும்’ என்று வினோத் சொன்னான்.

'இருட்டிடுத்தேடா. மொதல்லயே சொல்லியிருக்கக்கூடாதா?'

'பரவால்லப்பா. பத்தே நிமிஷம். இவ்ளோ தண்ணிய பாத்துட்டு குளிக்காம போனா நன்னாருக்காது.'

அப்பா மறுக்கவில்லை. 'நீயும் போறியாடா?' என்று என்னைக் கேட்டார்.

'வேண்டாம். அவனுக்கு ஜலதோஷம் பிடிச்சுக்கும்.' என்று அம்மா உடனே சொன்னாள்.

'பரவால்லம்மா. அம்ருதாஞ்சன் தேய்ச்சிக்கறேன்.' என்று சொல்லிவிட்டு சட்டென்று சட்டையைக் கழட்டிவிட்டேன்.

'நீயும் வேணா போயேண்டா கேசவா' என்று அம்மா மாமாவிடம் சொன்னாள்.

'இல்லேக்கா. இப்ப குளிக்கணும்னு தோணலை. சாயந்திரம் ஸ்டேஷன்லயேதான் குளிச்சாச்சே!'

நானும் வினோத்தும் ஆற்றில் இறங்கினோம். பெரிய ஆழம் இல்லை. ஆனால் தண்ணீர் ஓடிக்கொண்டிருந்ததால் ஒரு இழுப்பு இருந்தது. அது சுகமாகவும் இருந்தது. வெயில் தணிந்து குளிர்க்காற்று வீச ஆரம்பித்திருந்ததால் மிகவும் இதமாக இருந்தது. நாங்கள் இருவரும் போட்டி போட்டுக்கொண்டு நீந்திக் குளித்தோம். அப்பாவும் அம்மாவும் கரையில் அமர்ந்து எங்களையே பார்த்துக்கொண்டிருந்தார்கள்.

அண்ணாதான் எங்கள் மூவருக்குமே நீச்சல் கற்றுக் கொடுத்தவன். 'கத்துக்கறதுக்கு அல்லிக்குளம் சரிப்படாது. நாம தையூர் தோப்புக்குப் போயிடுவோம்' என்று சொல்லி நடத்தியே அழைத்துச் செல்வான். தையூர் பண்ணையின் மாந்தோப்புக்குள் ஒரு தரைக் கிணறு உண்டு. நல்ல விஸ்தாரமாகப் பதினைந்தடி விட்டத்துக்குப் பரந்து விரிந்த கிணறு. உள்ளே இறங்கிப் போவதற்குக் கருங்கல் வைத்த படிக்கட்டுகள் உண்டு. பகல் பதினொரு மணிக்கு மேல் பெண்கள் கூட அந்தப் படிக்கட்டுகளில் உட்கார்ந்து குளிப்பார்கள். பண்ணைக்குப் பெரிய மனசு. குளிக்க வரும் யாரையும் கூடாது என்று தடுக்க மாட்டார். 'பசங்களா, மாங்கா அடிச்சா மட்டும் சும்மா விடமாட்டேன். சும்மா குளிச்சிட்டுப் போறதுனா போங்க' என்று சொல்லுவார். நாங்கள் குளித்துவிட்டு ஏழெட்டு மாங்காய் அடித்துத் தின்றுகொண்டேதான் திருவிடந்தைக்குத் திரும்புவோம்.

தரைக் கிணறில் நீச்சல் பயின்ற பிறகு நான் தனியே சென்று அல்லிக் குளத்தில் நீந்த ஆரம்பித்தேன். அண்ணா சொன்னது சரிதான். நீச்சல் பயிலக் கிணறே சரி. ஆனால் வினய் எவ்வளவோ கேட்டும் அவன் கடலுக்கு அழைத்துச் செல்ல மட்டும் மறுத்துவிட்டான். 'எனக்குக் கடல் நீச்சல் தெரியாது. எனக்குத் தெரியாத ஒண்ணை நான் உங்களுக்குச் சொல்லித்தர முடியாது' என்று சொன்னான். கொள்ளிடத்தில் குளித்துக்கொண்டிருந்தபோது நான் அவனை மட்டுமேதான் நினைத்துக்கொண்டிருந்தேன். என் மனமெங்கும் நிறைந்திருந்த அவனது ஞாபகங்கள் பொங்கி வெளியேறி நீரோடு கலந்து நகர்வது போலச் சொறக்களற்று உணர்ந்தேன். சின்னச் சின்ன விஷயங்கள்தாம். ஒரு ஞாயிற்றுக் கிழமை அவன் அப்பாவையும் மாமாவையும் எங்களோடு சேர்த்து அழைத்துக்கொண்டு அல்லிக் குளத்துக்கு வந்தான்.

'எதுக்குடா?' என்று அப்பா கேட்டார்.

'எப்படி கத்துண்டிருக்கான்னு பார்க்கறதுக்கு' என்று சொல்லிவிட்டு எங்களைத் தண்ணீரில் குதிக்கச் சொன்னான்.

அந்த வயதில் அப்பாவின் முன்னால் அது ஒரு பெரும் வீர சாகசமாக இருக்கும் என்று எனக்குத் தோன்றிவிட்டது. என்றுமில்லாத வழக்கமாக இருபதடி தொலைவுக்கு நடந்து சென்று அங்கிருந்து ஓடி வந்து குளத்தில் பாய்ந்து குதித்தேன்.

'டேய் பாத்து! பாத்து!' என்று அப்பா கத்தினார். அது இருபதடி நீளக் குளம். நான் அப்பாவை மேலும் வியப்பூட்டும் விதமாக நீருக்கடியிலேயே நீந்திச் சென்று அவருக்கு எதிர்ப்புறம் கரையேறி நின்றேன். வினய்யும் வினோத்தும் தண்ணீரில் அன்றைக்குக் குட்டிக்கரணமெல்லாம் அடித்துக் காட்டினார்கள்.

'பரவால்லேடா விஜய். உன் தம்பிகளுக்கு உருப்படியா ஒண்ண கத்துக்குடுத்துட்டே' என்று அப்பா சொன்னார்.

சட்டென்று இந்தச் சம்பவம் நினைவுக்கு வந்து வினோத்திடம் சொல்லலாம் என்று அவனைத் தேடினேன். எனக்குப் பக்கத்தில்தான் அவனும் குளித்துக்கொண்டிருந்தான். சட்டென்று எங்கே போனான்?

சுற்றுமுற்றும் பார்த்தேன். அவன் என் கண்ணில் படவில்லை. கரையேறி விட்டானா என்று பார்த்தேன். இல்லை. அம்மா, அப்பா,

மாமா மூவர் மட்டும்தான் அங்கே அமர்ந்திருந்தார்கள். எங்கே போய்த் தொலைந்தான் இவன்?

நான் மேலும் சிறிது தூரம் நீந்திச் சென்று அவன் தென்படுகிறானா என்று பார்த்தேன். சட்டென்று யாரோ என் காலை இழுப்பது போலிருந்தது. சுதாரித்துக்கொண்டு திரும்பினேன். வினோத்தான்.

'நாயே, பயந்தே போயிட்டேன்' என்று சொன்னேன்.

கழுத்தளவு ஆழத்தில் அவன் என் கையைத் தேடித் துழாவி அதை இழுத்து எதையோ அதில் வைத்து அழுத்தினான்.

'என்னடா?'

'எடுத்துப் பாரு.'

நான் என் கையை நீரில் இருந்து வெளியே எடுத்து உயர்த்திப் பார்த்தேன். அது ஒரு சிவ லிங்கம். மிகவும் சிறியது. ஓர் உள்ளங்கைக்குள் அடங்கிவிடக் கூடியதுதான். வழுவழுப்பாக இருந்தது.

'ஏதுடா இது?' என்று கேட்டேன்.

'தெரியலே விமல். தானா வந்து என் கையிலே உக்காந்தது!' என்று சொன்னான்.

35. விஸ்வ ரூப தரிசனம்

திருப்போரூர் சாமியைத்தான் நான் நினைத்துக்கொண்டேன். அந்த மனிதரிடம் என்னவோ இருந்திருக்கிறது. போகிற போக்கில் சொல்லிவிட்டுப் போனாலும் அவரது சொல் எப்படியோ வரலாறாகிவிட்டது.

ஆற்றில் அந்தச் சிவ லிங்கம் கிடைத்ததை நான் அப்போது பெரிதாக நினைக்கவில்லை. யாராவது போட்டிருப்பார்கள் என்று வினோத்திடம் சொன்னேன்.

'ஆனா இத்தனை நூறு பேர் குளிக்கறாளே. யாருக்கும் கிடைக்காம இது ஏண்டா எனக்குக் கிடைச்சிருக்கும்?' என்று வினோத் கேட்டான்.

'தெரியலே. ஆனா நன்னாருக்கு. சின்னதா, அழகா.'

அவன் என் கையில் இருந்து அந்த லிங்கத்தை வாங்கிப் பார்த்தான். எனக்கென்னவோ அவனது கை நடுங்குவது போலத் தோன்றியது.

'விமல், இது ஸ்ரீரங்கம். வைஷ்ணவத் தலம். இங்க ஓடற ஆத்துத் தண்ணில சிவலிங்கத்த கொண்டு வந்து யார் போட்டிருக்க முடியும்?' என்று வினோத் கேட்டான்.

'இங்கதான் போடணுமான்ன? வேற எங்கயாவது யாராவது போட்டிருப்பா. ஓட்டத்துல அது அடிச்சிண்டு வந்திருக்கும்டா' என்று சொன்னேன். ஆனால் சொல்லும்போதே எனக்கு யோசனையாக இருந்தது. அந்த லிங்கம் கருங்கல்லால் ஆனது போலத்தான் இருந்தது. ஆனால் வழுவழுப்பாக இருந்தது. தூக்கிப் பார்த்தால் கால் கிலோ கனம் தெரிந்தது. தண்ணீரில் அடித்து வந்திருக்க முடியுமா? போட்டால் மூழ்கித்தான் போகும் என்று தோன்றியது. ஏனென்றால் நாங்கள் நின்ற இடத்தில் காலுக்கடியில் நிறைய கூழாங்கற்கள் இருந்தன. உருளைக்கிழங்கு அளவுக்கான கற்கள். இந்த லிங்கமும் அநேகமாக அந்தக் கற்களைப் போன்ற கனபரிமாணம் கொண்டதுதான். எங்கிருந்து அடித்து வரப் பட்டிருக்கும்?

வினோத் சொன்னான், 'எனக்கு வேற என்னமோ தோணறதுடா. திருப்போரூர் சாமி சொன்ன மாதிரி இது சிவன் எனக்குக் குடுத்த பிரத்தியட்சக் காட்சியா இருக்குமோ?'

அதெல்லாம் வாய்ப்பே இல்லை என்று சொன்னேன். 'பிரத்தியட்சம்னா நேர்ல வந்து நிக்கறது. இந்த மாதிரி பொம்மையா கிடைக்கறதில்லே.'

'ஆனா கோவிந்த ஜீயருக்கு இந்த மாதிரிதான் ஒரு லிங்கம் கிடைச்சதா வினய் என்கிட்டே சொல்லியிருக்கான்.'

'அது யாரு?'

'ராமானுஜரோட தம்பியாம். ஐ திங்க் சித்தி பிள்ளை. அவருக்கு காசிலயோ எங்கயோ குளிக்கறப்போ இந்த மாதிரி ஒரு சிவலிங்கம் கிடைச்சிதாம். அத எடுத்துண்டு போய் காளஹஸ்தியிலே பிரதிஷ்டை பண்ணி பூஜை பண்ண ஆரம்பிச்சிட்டாராம்.'

'ஓஹோ. அப்பறம் எப்படி அவர் ஜீயர் ஆனார். ஸ்மார்த்தாள்ள ஜீயர் உண்டான்ன?' என்று கேட்டேன்.

வினோத் அதற்கு பதில் சொல்லவில்லை. அவன் அந்த லிங்கத்தையே வெகு நேரம் பார்த்துக்கொண்டிருந்தான். சட்டென்று என்ன நினைத்தானோ. 'இங்க பக்கத்துலதான் திருவானைக்கா இருக்கில்லே?' என்று கேட்டான். கரையேறியதும் அப்பாவிடமும் அதைத்தான் கேட்டான்.

'ஆமா. ஸ்ரீரங்கத்துலேருந்து நடந்து போற தூரம்தான். ரயில்வே கேட்டுக்கு அந்தப் பக்கம் திருவானைக்கா. இந்தப் பக்கம் ஸ்ரீரங்கம்' என்று அப்பா சொன்னார். அவன் அதற்குமேல் ஒன்றும் கேட்கவில்லை, யாருடனும் பேசவும் இல்லை. அமைதியாகவே சித்ரான்னங்களை உண்டான். ஆற்றில் கை கழுவ இறங்கியபோது, 'நாளைக்குக் கார்த்தாலே திருவானைக்காவுக்குப் போகணும்னு தோணறதுடா. அப்பாட்ட சொல்லேன்' என்று சொன்னான்.

அன்றிரவு நாங்கள் ஆண்டவன் ஆசிரமத்து மடத்தில் தங்கினோம். மாமாவுக்கு அங்கே ஒருவரைத் தெரிந்திருந்தது. விடியற்காலை ஐந்து மணிக்கு எழுந்து தயாராகிவிட்டால் விஸ்வரூப தரிசனத்துக்கு அழைத்துச் செல்வதாக அவர் சொல்லியிருந்தார். அப்பாவுக்கு சந்தோஷம் பிடிபடவில்லை. 'நாலு மணிக்கே எழுந்துடணும்' என்று அம்மாவிடம் சொல்லிக்கொண்டிருந்தார். இரவு

பன்னிரண்டரைக்கு நான் பின்புறம் செல்லக் கண் விழித்தபோது அப்பா விழித்துக்கொண்டு அமர்ந்திருக்கக் கண்டேன்.

'தூங்கலியாப்பா?' என்று கேட்டபோது, 'கார்த்தால சேவிச்சுட்டு அப்பறமா தூங்கிக்கலாம்னு நினைச்சேன்' என்று சொன்னார். நான் வினோத்தைத் திரும்பிப் பார்த்தேன். அவன் நிம்மதியாகத் தூங்கிக்கொண்டிருந்தான். அவன் கேட்டது நினைவுக்கு வந்து அப்பாவிடம் அதைச் சொன்னேன், 'விஸ்வரூப தரிசனம் முடிஞ்சதும் திருவானைக்காவுக்கு ஒரு நடை போயிட்டு வருவோமாப்பா?'

'எதுக்கு?' என்று அப்பா கேட்டார்.

'இல்லே. அதுவும் பழைய கோயில். நாயன்மாரெல்லாம் பாடியிருக்கா. போனதே இல்லியேன்னுதான் கேட்டேன்.'

அப்பா பதில் சொல்லவில்லை.

'வினோத்தும் ஆசைப்பட்டான்ப்பா' என்று சொன்னேன்.

'அப்படியா? உன்கிட்டே சொன்னானா?'

நான் தலையசைத்தேன். தண்ணீரில் கிடைத்த லிங்கத்தைப் பற்றி யாரிடமும் சொல்ல வேண்டாம் என்று வினோத் என்னிடம் சொல்லியிருந்தான். அவன் அதைச் சொல்லியிருக்காவிட்டாலும் நானாக அதை அப்பாவிடம் சொல்லியிருப்பேனா என்பது சந்தேகம்தான். இது ஒன்றும் அமானுஷ்யமோ, அற்புதமோ இல்லையென்றாலும் அப்பாவும் அம்மாவும் நிச்சயமாகக் கலவரமடைந்துவிடுவார்கள் என்று தோன்றியது. ஆனால் அம்முறை ஏனோ எனக்குச் சற்றும் பதற்றமோ, கவலையோ இல்லை. மாறாக நானே நினைத்திராத ஒரு வியப்புணர்வே என்னை ஆட்கொண்டிருந்தது. எப்படி நிகழ்கிறது இதெல்லாம்! எனக்கென்னவோ வினோத் நிச்சயமாக எங்களோடு ஊர் திரும்பப் போவதில்லை என்று தோன்றிவிட்டது.

இது ஒரு சூட்சுமம். எதிலும் பொருந்தாத ஏதோ ஒரு ரகசியம். சமிக்ஞை. திருப்போரூர் சாமி கூட இப்படியொரு சந்தர்ப்பத்தை ஞான திருஷ்டியில் கண்டு சொல்லியிருக்க வாய்ப்பில்லை என்றுதான் நினைத்தேன். ஆனாலும் அவர்மூலம் அது வெளிப்பட்டிருக்கிறது. 'நீயும் போகத்தான் போற.'

எப்படி முடிந்தது? யார் நிகழ்த்துவது இதையெல்லாம்?

அண்ணா விட்டுச்சென்றபோதும், வினய் காணாமல் போனபோதும் எழாத ஒரு வியப்புணர்வு அது. இதுதான் நடக்கப் போகிறது என்று தெரிந்துவிட்ட பிறகு மனம் அதற்கு ஏதோ ஒரு கட்டத்தில் தயாராகிவிடுகிறது. இரண்டு பேர் இல்லாமல் போனபோது வீடு அடைந்த பரபரப்பை நான் அறிவேன். முட்டிக்கொண்டு அப்பாவும் அம்மாவும் அழுத சுவர்களை எத்தனையோ தினங்கள் தொட்டுத் தடவிப் பார்த்திருக்கிறேன். எங்கள் வீட்டுச் சுவர்களெல்லாம் கண்ணீரால் பூசப்பட்டவை. அது காய்ந்து காரையாகி ஆங்காங்கே பெயர்ந்து நிற்கும். வீட்டைச் செப்பனிட வேண்டும் என்று அப்பா நினைத்ததே இல்லை. பூச்சுவேலையின் அவசியம் உணரப்படும் போதெல்லாம் திரும்பத் திரும்பக் கண்ணீர் தானாகச் சென்று சுவரில் படியும். காலக்கிரமத்தில் காய்ந்து போகும்.

எனக்கென்னவோ மறுநாள் பொழுது விடியும்போதே வினோத் எங்களோடு இருக்கமாட்டான் என்றுதான் தோன்றியது. அதற்காக நான் தூங்காமல் விழித்துக்கொண்டே எல்லாம் இருக்கவில்லை. நன்றாகவே தூங்கினேன். ஆனால் காலை வினோத்தான் என்னை எழுப்பினான். 'டேய், அப்பா ரெடியாயிட்டா. அம்மா குளிக்கப் போயிருக்கா. சீக்கிரம் எழுந்து பல்லைத் தேய். கோயிலுக்குப் போகணும்' என்று சொன்னான்.

எனக்குக் கண்ணைத் திறக்கவே முடியாத அளவுக்கு எரிச்சலாக இருந்தது. முதல் நாள் முழுவதும் திருச்சி, பாலக்கரை என்று எங்கெங்கோ அலைந்து திரிந்துவிட்டுத்தான் நாங்கள் கொள்ளிடக் கரைக்குப்போய்ச்சேர்ந்தோம். 'இன்னிக்கு கோயிலுக்கு வேண்டாம். கூட்டம் அதிகம் இருக்கும். நாளைக்குக் கார்த்தால போகலாம்' என்று அப்பா சொல்லியிருந்தார். நாளெல்லாம் நாங்கள் ஒதுங்க ஒரு இடம் தேடாதிருப்பதற்காகவே அவர் எங்களை தனது சிறு வயதில் சுற்றித் திரிந்த இடங்களுக்கெல்லாம் அழைத்துச் சென்று காட்டினார். 'ராத்திரி மடத்துக்குப் போயிடலாம் அத்திம்பேர்' என்று கேசவன் மாமா சொல்லியிருந்ததால் ராத்தங்கல் பிரச்னை விட்டது என்று நினைத்திருப்பார். அப்பாவுக்குச் செலவு செய்ய மனம் வராது. சிறு வயதில் இருந்தே ஏழைமையில் உழன்று வந்த மனிதர் அவர். சிறிய வேலைகள், சிறிய சம்பளம் என்று வாழ்க்கை அவருக்குச் சிக்கனமாக வாழச் சொல்லிக் கொடுத்திருந்தது. நான்கு பிள்ளைகளை ஒருவேளைகூடப் பட்டினி போடாதிருப்பதே தன் சாதனை என்று மாமாவிடம் ஒருமுறை சொல்லியிருக்கிறார். இதைக் கேசவன் மாமா எனக்குச் சொல்லியிருக்கிறார்.

வினோத் என்னை மீண்டும் மீண்டும் எழுப்பிக்கொண்டிருந்தான். வேறு வழியின்றி நான் எழுந்து உட்கார்ந்தேன். அந்த அதிகாலை நேரத்திலேயே மடத்தில் நிறைய நடமாட்டம் இருந்தது. உடம்பெங்கும் திருமண் சாத்திக்கொண்டு யார் யாரோ வேகவேகமாக எங்கோ ஓடிக்கொண்டிருந்தார்கள். ஜீயர் கௌம்பறார் என்று யாரோ சொன்னார்கள். 'சீக்கிரம் போய் பல்லைத் தேய்டா' என்று வினோத் சொன்னான். நான் களைப்புடன் எழுந்து மடத்தின் பின் பக்கம் போனேன். பல்லைத் தேய்த்துவிட்டுக் கிணற்றடியில் குளித்து முடித்தபோது அங்கிருந்த குளியலறைக்குள் இருந்து அம்மா குளித்து முடித்துவிட்டு மடிசாருடன் வெளியே வந்தாள். என்னைக் கண்டதும், 'ரெடியாயிட்டியா? சமத்து' என்று சொன்னாள்.

அப்பா எனக்கும் வினோத்துக்கும் திருமண் இட்டுவிட்டார். ஒரு மாறுதலுக்கு நாங்கள் இருவரும் அன்றைக்கு வேட்டி கட்டியிருந்தோம்.

'மடத்துல தங்கினா வேஷ்டி கட்டிண்டுதான் ஆகணும். திருமண் இட்டுண்டுதான் தீரணும்' என்று மாமா சொன்னார்.

நாங்கள் விஸ்வரூப தரிசனத்துக்குக் கோயிலுக்குப் போய்ச் சேர்ந்தோம். நூற்றுக் கணக்கில் மக்கள் குவிந்திருந்தார்கள். இன்னும் உள்ளே திரை திறந்தபாடில்லை என்று தெரிந்தது. காப்பிகூடக் குடிக்காமல் கிளம்பி வந்தது எனக்கு என்னவோ போலிருந்தது. அடிக்கடி கொட்டாவி வந்தது. வினோத்தைத் தனியே கூப்பிட்டுச் சொன்னேன், 'ராத்திரி அப்பாகிட்ட கேட்டேண்டா. ஆனா அவர் ஒண்ணும் பதில் சொல்லலே.'

'எது?'

'திருவானைக்கா போகணும்னு சொன்னியே, அது.'

'பரவால்ல விடு' என்று வினோத் சொன்னான். இதுவும் எனக்கு வியப்பாக இருந்தது. ஒரே இரவில் முந்தைய தினத்தின் உணர்ச்சிப் பெருக்குகள் வடிந்துவிடுமா? சிவ லிங்கத்தின் சக்தி அவ்வளவுதானா? ஒருவேளை நான் தான் தேவையில்லாமல் கற்பனை செய்துகொண்டு விட்டேனோ என்று தோன்றியது.

உள்ளே மணியடிக்கும் சத்தம் பலமாகக் கேட்டது. கோயில் யானை முதல் சேவைக்காக முன் மண்டபத்தில் நுழைந்தது. கூடியிருந்த அத்தனை பேரும் ரங்கா ரங்கா என்று கோஷமெழுப்பினார்கள்.

நாங்கள் கூட்டத்தில் முந்தித் திணித்துக்கொண்டு உள்ளே போக ஆரம்பித்தோம். 'சீக்கிரம் வாடா' என்று வினோத் என் கையைப் பிடித்து இழுத்தான். அப்பாவின் கையைப் பிடித்து இழுத்துக்கொண்டு கேசவன் மாமா அவனுக்கும் முன்னால் உள்ளே போய்க்கொண்டிருந்தார். அம்மா என் பக்கத்தில்தான் இருந்தாள். அத்தனை நெரிசலிலும் சற்றும் முகம் சுளிக்காமல் அவள் ஸ்ரீசூக்தம் சொல்லிக்கொண்டிருந்ததைக் கவனித்தேன்.

என்னால் அந்த அழுத்தத்தையும் நெரிசலையும் தாங்க முடியவில்லை. மூச்சு முட்டிக்கொண்டிருந்தது. யாரோ என் காலைக் கட்டி பின்னால் இழுப்பது போல உணர்ந்தேன். நான்கு புறமும் ஜனக்கூட்டம் இடித்துத் தள்ளிக்கொண்டு முன்னால் போகப் பார்க்க, என்னையறியாமல் நான் என்னைத் தள்ளுகிறவர்களை விலக்கி ஒவ்வோர் அடியாகப் பின்னால் போய்க்கொண்டிருந்தேன். அம்மா என்னைக் கவனிக்கவில்லை. இப்போது எனக்கும் அவளுக்கும் நாலைந்தடி இடைவெளி ஏற்பட்டுவிட்டிருந்தது.

என்னமோ தோன்றியது. சரி போ, இந்தக் கூட்டம் முதலில் உள்ளே போய்வரட்டும்; முடிந்தால் பிறகு போய்க்கொள்ளலாம் என்று நினைத்து, வலுக்கட்டாயமாக நான் என்னைப் பின்னால் செலுத்திப் போய்க்கொண்டே இருந்தேன். அப்பா, மாமா, வினோத், அம்மா எல்லோரும் சன்னிதிக்குள் போய்விட்டார்கள். நான் வெளிப்பிராகார மண்டபத்தின் ஓரத்துக்கு வந்து சேர்ந்திருந்தேன். அப்போதுதான் மூச்சு விட முடிந்தது. அதற்குள் எனக்கு வியர்த்துப் போயிருந்தது.

என்ன ஜனம் இது? சற்றும் ஒழுங்கற்ற வடிவில்தான் பக்திப் பெருக்கு இருக்குமானால் ஒழுங்கின் இன்றியமையாமையைப் பேச அவசியமென்ன? திருப்பதியில் இதைக் காட்டிலும் பெரிய கூட்டம்தான். ஆனால் அங்கே ஒழுங்கு செய்ய ஆட்கள் இருந்தார்கள். சத்தம் போட்டுக் கூட்டத்தைக் கட்டுப்படுத்தத் தெரிந்து வைத்திருந்தார்கள். கணப் பொழுது தரிசனம் முடித்து வைத்து, அடுத்த சில வினாடிகளில் சன்னிதிக்கு வெளியே கொண்டு தள்ளிவிடுவார்கள். இங்கே அந்த நேர்த்தி இல்லை. நேர்த்தியற்ற வழிபாட்டில் எனக்கு ஆர்வமில்லை.

வெளியே வந்ததும் அப்பாவும் அம்மாவும் 'எங்கடா போயிட்டே? நன்னா சேவிச்சியா?' என்று கேட்பார்கள். வெறுமனே தலையசைத்துவிட்டால் போதும் என்று நினைத்துக்கொண்டேன்.

சிறிது நேரம் உட்காரலாம் என்று நகர்ந்து சென்று மண்டபத் தூண் ஓரம் ஏறி அமர்ந்தேன்.

யாரோ கூப்பிடுவது மாதிரி இருந்தது.

36. காற்றில் கரைதல்

என் கனவுக்குள் நான் தூங்கிக்கொண்டிருந்தேன். வாழ்வில் என்றுமே அப்படியொரு நிச்சலனமான உறக்கம் எனக்கு வாய்த்ததில்லை. வெளியெங்கும் பஞ்சு மெத்தைபோல நீலம் சுருண்டு சுருண்டு மேகமாக உருக்கொண்டு வந்து கவிந்து நின்றது. அது குளிர்ச்சியாக இருந்தது. அதுவரை நான் நீல நிற மேகத்தைக் கண்டதில்லை. மேகம் சாம்பல் பூசித்தான் இருக்கும். இந்த நீலம் வான்வெளிக்குரியது. ஆனால் அதை மேகம் பூசியிருந்தது. மெல்ல மெல்ல அது இறங்கி வந்து என் பக்கங்களை நிரப்பியது. சுற்றிலும் நீலம். அடகுக்கடை சேட்டுகளின் திண்டுத் தலையணைகளைப் போல. ஆனால் கனமற்றது. ஓரிடம் நிற்காமல் மிதந்துகொண்டே இருந்தது. அம்மேகச் சுருள்களுள் ஒன்று நான் புரண்டு படுத்தபோது எனக்குக் கீழே சென்று என்னை ஏந்திக் கொண்டது. அதுவும் சுகமாக இருந்தது. அப்போதுதான் முதல் முதலில் மேகத்தின் மென்மையை உணர்ந்தேன். சிறகினும் மெல்லிய புதரொன்று உண்டா உலகில்? அது புதர்தான். நீர்த்துளிகள் மறைத்த மேகப்புதர். அப்படியே என்னை அள்ளி ஏந்தி அந்தரத்தில் அது கொண்டு சென்றது. மூடிய கண்களுக்குள் நீலம் மட்டுமே நிறைந்திருந்தது. என்னை யாரோ ஒரு தேவதை தூக்கிச் செல்வதாக முதலில் நினைத்தேன். ஆனால் என்னால் புரண்டு படுக்க முடிந்தது. உருள முடிந்தது. எழுந்து உட்கார முடிந்தது. நடக்கவும் ஓடவும் கூட முடிந்தது. இத்தனையும் சாத்தியமானாலும் நான் இன்னொன்றின் கரத்தில் இருப்பதை உணர்ந்தேன். நீல நிற மேகம்.

அந்த அனுபவம் நான் அதற்குமுன் அடையாதது. ஒரு சிறுவனின் பரவசத்துடன் அதை எதிர்கொண்டேன். முடிவற்ற வெளியில் மேகப் பந்துகள் என்னைச் சுமந்துகொண்டு எங்கெங்கோ போய்க்கொண்டிருந்தன. சிறிது நேரம் தரையில் இறங்கி நின்றால் நன்றாயிருக்கும் என்று தோன்றியது. குதிக்கலாம் என்று பார்த்தால் நான் நிற்பதே தரையில்தான் என்று தெரிந்தது. ஆனால் தரை தெரியவில்லை. நிலமும் வானும் மறைந்து முழுதும் நீலமயமாகியிருந்தது. சரி இப்படியே இருந்துவிட்டுப்

போய்விடுவோம் என்று நினைத்து மீண்டும் அதன் மடிகளில் படுத்துக்கொண்டேன்.

ஒரு நாள். இரண்டு நாள். ஒரு மாதம். ஒரு வருடம். பத்து வருடங்கள். எனக்குக் காலம் மறந்தே போனது. கடந்த தினங்களின் நினைவுகள் யாவும் அழிந்து நானொரு வெள்ளைத் தாள் ஆகியிருந்தேன். புள்ளிகள், கோடுகள், கிறுக்கல்கள் ஏதுமற்ற வெறும் தாள். ஒரு வெள்ளைத் தாளை யாரும் விமரிசித்துவிட முடியுமா? சிறப்பு என்ற ஒற்றைச் சொல்லுக்குள் எத்தனை யுகங்களை அது கழித்திருக்கும்! நானொரு வெள்ளைத் தாள். நன்றாகத்தான் இருந்தது. அதைவிட என் வெண்மையையும் மாசற்ற பூரணத்துவத்தையும் நானே பார்க்கவும் உணரவும்கூட முடிந்தது. சதையோ எலும்புகளோ ரத்தமோ நரம்புகளோ இல்லாமல் போய் ஒரு டைப்ரைட்டிங் இன்ஸ்டிட்யூட்டுக்குப் போகிற இரட்டைப் பின்னலணிந்த பெண்ணின் சைக்கிள் ஹேண்ட் பாரில் சொருகிய வெள்ளைத் தாளைப் போலவே இருந்தேன்.

சுமார் தொண்ணூறு வருடங்கள் நான் அப்படியே மேகப் பொதிகளால் தூக்கிச் செல்லப்பட்டு உலகெங்கும் சுற்றி, தரைக்கு வந்து சேர்ந்தபோது திருவானைக்கா ரயில்வே லெவல் கிராசிங்கை ஒட்டியிருந்த ஒரு குடிசைக்குள் கண் விழித்தேன்.

'எந்திரிச்சிட்டியா தம்பி?' என்று என்னெதிரே வந்து அந்தக் கிழவன் சிரித்தான். 'இந்தா, இதைக் குடி' என்று ஒரு குவளையில் எதையோ தந்தான். நான் ஒன்றும் கேட்காமல் அதை வாங்கிக் குடித்தேன். காரமாக இருந்தது.

'காப்பித்தண்ணில இஞ்சி இடிச்சிப் போட்டது. காரம் உறைக்குதா?' என்று கேட்டான்.

'ஆமா.'

'அப்ப சரியா இருக்கும். குடி.'

'இது எதுக்கு?'

'சாப்ட்ட இல்லே சக்கர பொங்கல்? அது செரிக்கறதுக்கு.'

நான் சிரித்தேன். அந்த இஞ்சிக் காப்பியைக் குடித்து முடித்துக் குவளையைக் கீழே வைத்தேன். என் வாழ்வில் அவனொரு தீராத வியப்பாகப் போகிறான் என்பது எனக்குப் புரிந்துவிட்டது. அதுதான் என்னை அவன்பால் ஈர்த்துச் சென்றது. ஒரு கணம்

யோசித்துப் பாருங்கள். நான் ஸ்ரீரங்கத்துக்குச் சென்றிருக்கிறேன். எனக்கு அது அந்த ஊருக்கு முதல் பயணம். அப்பா உள்பட எங்களைத் தெரிந்தவர்கள் அங்கே யாரும் கிடையாது. கூட்டத்தில் உதிர்ந்த முகங்களாக இரண்டு நாள்களாக அம்மண்ணைத் துழாவிக்கொண்டிருக்கிறோம். சித்ரா பவுர்ணமி. விஸ்வரூப சேவை. ஆண்டவன் ஆசிரமத்துச் சாப்பாடு. இதோ சன்னிதிக்குள் போயிருக்கும் அப்பாவும் அம்மாவும் வெளியே வந்துவிட்டால் புறப்பட்டு ஊருக்குப் போகவேண்டியதுதான்.

முன் மண்டபத்தில் நான் அவர்களுக்காகக் காத்திருந்தபோதுதான் அவன் என்னை நெருங்கித் தொட்டான். ஈஈ என்று கேவலமாகச் சிரித்தான். முதலில் அவனை ஒரு பிச்சைக்காரன் என்று நினைத்தேன். உடனே அவன் ஒரு பைத்தியக்காரனாகத்தான் இருக்க வேண்டும் என்று தோன்றியது. அழுக்கேறிக் கசங்கிக் கிழிந்திருந்த ஒரு நாலு முழ வேட்டியும் யாருக்கோ தைத்த அளவில் தொளதொளத்த சட்டையும் அணிந்திருந்தான். தாடி மீசை மண்டியிருந்தது. பராமரிக்கப்படாத தாடி மீசை. ஆனால் எண்ணெய் தடவி தலைமுடியை மட்டும் படிய வாரியிருந்தான். வெட்டப்படாத அவனது விரல் நகங்களில் அழுக்கேறிக் கறுத்துக் கிடந்தது. ஒடுங்கிய, எலும்பு தெரியும் தாடையும் முகவாயும் கழுத்து நரம்புகள் புடைத்த தேகக்கட்டும் வயசுக் காலத்தில் அவன் நிறைய ஓடி உழைத்திருப்பான் என்று நினைக்க வைத்தன.

ஆனால், குளிக்காமல் ஒருவன் கோயிலுக்கு வருவானா! அவனைக் கண்டதும் எனக்கு எரிச்சல் வந்தது. சட்டென்று எழுந்து சற்றுத் தள்ளிப் போய் உட்கார்ந்துகொண்டேன். அவன் என்னைப் பரிதாபமாகப் பார்த்துக்கொண்டிருந்தான். என்னிடம் அப்போது சில்லறை ஏதுமில்லை. ‘இல்லப்பா’ என்று சொல்லச் சங்கடமாக இருந்தது. அதனால்தான் தள்ளிப் போய் அமர்ந்தேன். ஆனால் அவன் விடாமல் என் அருகே மீண்டும் வந்து நின்றான். சிரித்தான்.

‘என்ன?’ என்று கேட்டேன்.

‘இந்தா’ என்று தன் கையில் இருந்த தொன்னையை நீட்டினான். அதில் சர்க்கரைப் பொங்கல் இருந்தது.

‘இல்ல வேணாம்.’

‘பரவால்ல சாப்டு’ என்று சொன்னான்.

‘வேணான்னு சொல்றனே.’

'நீ சாப்ட்டுத்தான் ஆகணும்' என்ற அவனது பதில் எனக்குச் சிரிப்பை வரவழைத்தது. எனக்கு இவன் யார் கட்டளையிடுவதற்கு? நான் முறைத்தேன்.

'விமல், அப்பா சொன்னா கேக்கணும்!' என்று அவன் சொன்னான்.

திக்கென்று ஒரு கணம் திகைத்துப் போனேன். அப்பா என்று அவன் தன்னைக் குறிப்பிட்டுக்கொண்டது எனக்குப் பிரச்னையாக இல்லை. ஆனால் என்னைப் பெயர் சொல்லி அழைத்தது எப்படி?

'உங்கண்ணன் சொல்லியிருக்கான். நீ இங்க வருவேன்னு. வரும்போது உனக்கு சர்க்கரைப் பொங்கல் தரச் சொன்னான்' என்று சொன்னான்.

சில வினாடிகள் எனக்கு எதுவுமே புரியவில்லை. இவன் யார்? இவனுக்கு என் அண்ணாவை எப்படித் தெரியும்? சரி எப்படியோ சந்தித்திருக்கலாம் என்று வைத்துக்கொண்டாலும் அண்ணா என்னைப் பற்றி இவனிடம் என்ன சொல்லியிருக்கக்கூடும்? என் பெயரைச் சொல்லியிருக்கலாம். ஆனால் அது நாந்தான் என்று எப்படி இவன் அறிவான்? இன்றைக்கு நான் இங்கே வருவேன் என்பது எப்படித் தெரிந்திருக்கும்? இத்தனைப் பெரிய கூட்டத்தில் என்னை எப்படி இவன் அடையாளம் கண்டிருப்பான்?

'இந்தா, சாப்டு' என்று மீண்டும் அந்தத் தொன்னையை நீட்டினான். நான் தயக்கத்துடன் அதை வாங்கிக்கொண்டு, 'யார் நீங்க?' என்று கேட்டேன். அவன் சொன்ன பதில்தான் என்னைத் தூக்கிவாரிப் போடச் செய்தது.

'அட சாப்டுப்பா. நீ ஒண்ணும் குழந்தையுமில்லே, உனக்கு பிரசாதத்துல மயக்க மருந்து கலந்து குடுத்து ஒன்ன தூக்கிட்டுப் போக நான் கிரிமினலும் இல்லே.'

அதற்குமேல் நான் ஒன்றும் பேசவில்லை. அந்த சர்க்கரைப் பொங்கலை வாங்கிச் சாப்பிட்டு முடித்தேன். இப்போது அவன் புன்னகை செய்தான். என் அருகே அமர்ந்து, 'உங்கண்ணன் சொல்லிட்டுப் போனான். அவன் கௌம்பிப் போயி நாலா வருசம் ஒன்ன வந்து பாப்பானாம். அப்ப அந்த வம்ச சுவடி எப்படி மருந்து சுவடியா மாறிச்சின்னு சொல்லுவானாம்.'

உண்மையில் நான் அதிர்ந்துவிட்டேன். சட்டென்று அந்தக் கிழவனின் கரங்களை இறுகப் பற்றிக்கொண்டு பேச்சற்றுப் போய் நின்றேன். என் உடல் என்னையறியாமல் நடுங்கிக்கொண்டிருந்தது.

தொண்டை வறண்டுவிட்டது. கண்ணில் இருந்து கரகரவென நீர் வழிய ஆரம்பித்தது. பொருளற்ற பல நூறு உணர்ச்சிகளின் பெருவெள்ளத்தின் மையத்தில் நான் சிக்கியிருந்தேன். அது ஒரு சமுத்திரம்தான். சந்தேகமில்லை. ஆழம்காணவியலாத நீர்ப்பரப்பின் அடியோட்டமாக ஒரு மின்சக்தி இருப்பதை உணர்ந்தேன். அது என்னைத் தூக்கித் தூக்கிப் போட்டுக்கொண்டிருந்தது. மெல்ல மெல்ல நான் என் உணர்வை இழக்கத் தொடங்கினேன். என் கண்கள் சொருக ஆரம்பித்தன. கால்கள் தள்ளாடத் தொடங்கின. விழுந்துவிடுவேனோ என்ற அச்சம் எழுந்த நேரத்தில் மிதக்கத் தொடங்கினேன். அப்போதுதான் என்னைச் சுற்றி நீல நிற மேகம் ஒன்று மெதுவாக நகர்ந்து வர ஆரம்பித்தது. ஒன்றன்பின் ஒன்றாகப் பல நூறு மேகப் பொதிகள் என்னை ஏந்தி எடுத்துச் செல்லத் தொடங்கியதும் அதன்பிறகுதான்.

ஆனால் எப்போது நான் அந்தக் கிழவனின் குடிசைக்கு வந்து சேர்ந்தேன் என்று எனக்குத் தெரியவில்லை. நான் கோயிலில் அமர்ந்திருந்ததையும் அப்பா, அம்மா, கேசவன் மாமா, வினோத் எல்லோரும் சன்னிதிக்குச் சென்றிருந்ததையும் எண்ணிப் பார்த்தேன். இந்நேரம் அவர்கள் சன்னிதியை விட்டு வெளியே வந்திருப்பார்கள். என்னைத்தான் தேடிக்கொண்டிருப்பார்கள். அடக்கடவுளே. அனைத்தையும் மறந்து எப்படி நான் இங்கே வந்து சேர்ந்தேன்?

நான் அவசரமாக எழுந்த போது கிழவன் சிரித்தான். 'எங்க போற?'

'கோயில்லே எங்கப்பாம்மா என்னைத் தேடிண்டிருப்பா.'

'எவ்ளோ நாளா?' என்று அவன் கேட்டான்.

முதலில் எனக்கு அவன் சொன்னது புரியவில்லை. சட்டென்று ஏதோ தோன்ற, 'நான் எப்ப இங்க வந்தேன்?' என்று கேட்டேன்.

'அது ஆச்சு ரெண்டு நாள்'

'ஐயோ! ரெண்டு நாளா? ரெண்டு நாளாவா தூங்கிண்டிருந்தேன்?'

'நீ எங்க தூங்கின? உலகத்தையில்ல சுத்தி வந்த? ஒன்ன சுத்தி நீல நீலமா இருந்திச்சா இல்லியா?' என்று அவன் கேட்டான்.

'ஐயோ ஆமா. அது எப்படி உங்களுக்குத் தெரியும்?'

அவன் மீண்டும் சிரித்தான். 'உக்காரு. ஒனக்கு இப்ப பசிக்கும். முதல்ல சாப்டு. எல்லாம் அப்பறம் சொல்றேன்' என்று சொன்னான்.

எனக்கு எதுவும் புரியவில்லை. ஆனால் பயமாக இல்லை. அவன் பைத்தியம் இல்லை என்பது தெரிந்துவிட்டது. அவன் என் அண்ணாவைச் சந்தித்திருக்கிறான். அண்ணா என்னைப் பற்றியும் இன்னும் பலவும் அவனோடு பேசியிருக்கிறான். மிக முக்கியமாக அந்தச் சுவடி. அண்ணாவை ஒரு பொய்யன் என்று நினைத்துவிட்டேனே? அந்த மருத்துவச் சுவடி ஒரு மாயமாக இருக்கக்கூடும் என்று ஏன் எண்ணாமல் போனேன்? அவனைக் குறித்து நான் அறிந்ததெல்லாம் ஒன்றுமே இல்லை என்று முதல் முதலில் அப்போது தோன்றியது. என்ன ஆனாலும் இந்தக் கிழவன் மூலம் அவனைச் சந்தித்துவிடுவது என்று முடிவு செய்துகொண்டேன்.

அவனது குடிசைக்குப் பின்புறம் பத்தடி இடம் இருந்தது. சிறியதாக ஒரு கிணறும் அதனருகே ஒரு செம்பருத்தி புதரும் இருந்தது. ஏழெட்டுப் பூக்கள் பூத்திருந்தன. நான் பல் துலக்கிவிட்டு, கிணற்றில் இருந்து நீர் இறைத்துக் குளித்தேன். துடைத்துக்கொள்ள அவன் ஒரு அழுக்கு வேட்டியைக் கொடுத்தான். மறுக்காமல் வாங்கித் துடைத்துக்கொண்டேன். அதையே கட்டிக்கொண்டு உள்ளே வந்து அமர்ந்தேன். அவன் எனக்கு நான்கு இட்லிகளைச் சாப்பிடக் கொடுத்தான். ஒன்றும் பேசாமல் அதைச் சாப்பிட்டு முடித்தேன். மீண்டும் ஒரு கருங்காப்பி போட்டுத் தந்தான். அதையும் வாங்கிக் குடித்தேன்.

'அண்ணா இப்போ எங்க இருக்கான்?' என்று கேட்டேன்.

அவன் சிறிது நேரம் அமைதியாக இருந்தான். பிறகு, 'இடம் தெரியும். ஆனா இப்பப் போயி நீ அவன பாக்க முடியாது.'

'ஏன்?' என்று கேட்டேன்.

'அவன் விரும்ப மாட்டான்.'

'என்னைப் பாக்கவா?'

'யாரையுமே.'

அவன் சொன்னது எனக்குப் புரியவில்லை. எனவே திரும்பத்திரும்ப அண்ணாவின் இருப்பிடத்தைக் குறித்துக் கேட்டுக்கொண்டே இருந்தேன்.

ஒரு கட்டத்தில் பொறுமை இழந்து அவன் சொன்னான், 'தம்பி, ஒனக்கு நம்பிக்கை இல்லேன்னா போய் வேணா முயற்சி பண்ணிப்

பாரு. அவன் குற்றாலத்துலே இருக்கான். ஆனா ஒன்னால அவன கண்டுபிடிக்க முடியாது.'

'அதான் ஏன்னு கேக்கறேன்.' எனக்குப் பொறுமை போய்விட்டது.

அவன் என் தலையைப் பாசமாக வருடிக் கொடுத்தான். 'அவஞ்சொன்னது சரிதான். நீ சின்னப்பய. ஆளுதான் வளந்துட்டே சரி சொல்றேன் புரிஞ்சிக்க. அவனா விரும்பினாலொழிய நீ அவன பாக்க முடியாது. அவன் காத்துக்குள்ள கரைஞ்சி உக்காந்திருக்கான்.' என்று சொன்னான்.

37. நாய் வழி

அவன்தான் எனக்குப் பணம் தந்தான். திருச்சிராப்பள்ளி பேருந்து நிலையத்துக்கு வந்து என்னை வண்டி ஏற்றி விட்டதும் அவன்தான். பஸ் கிளம்பும்போது ஜன்னலுக்கு வெளியே நின்று சிரித்தான். ‘எப்பிடியும் நீ உங்கண்ணன பாக்கப் போறதில்லே. திரும்பிப் போறப்ப என்னை வந்து பாத்துட்டுப் போ’ என்று சொன்னான்.

நான் அதற்கு பதில் சொல்லவில்லை. அவன் சொன்னது காதிலேயே விழாதது போல நடந்துகொண்டேன். எனக்கென்னவோ நிச்சயமாக நான் அண்ணாவைக் குற்றாலத்தில் சந்தித்துவிடுவேன் என்று தோன்றியது. அவனைப் பேசி, மசிய வைத்து வீட்டுக்கு அழைத்துச் சென்றுவிட முடியும் என்றெல்லாம் நான் நினைக்கவில்லை. குறைந்தபட்சம் அம்மாவோடு அவனை போனிலாவது பேச வைத்துவிட வேண்டும் என்று எண்ணியிருந்தேன். நகர்ந்த வருடங்களில் அண்ணா இல்லாது போன துக்கத்தின் சுவடுகள் சற்று மறைய ஆரம்பித்திருந்தன. வினய் போன பிறப்பாடு இந்த அதிர்ச்சிகள் என் வீட்டுக்குப் பழகிப் போகத் தொடங்கியிருந்தன என்றே நினைத்தேன். எப்படியும் வினோத் போய்விடுவான் என்று எனக்கே தோன்றத் தொடங்கியிருந்த நிலையில், நானும் தங்க மாட்டேன் என்று ஒன்றுக்கு இரண்டு பேர் சொல்லியிருந்ததுதான் குழப்பமாகவே இருந்தது.

ஆனால் அது உண்மையாகாது என்று நினைத்தேன். ஏனென்றால் அன்றைய மன நிலையில் நான் வீட்டை விட்டு வெளியேறுவதை எண்ணிப் பார்க்கவும் விரும்பவில்லை. அண்ணா குற்றாலத்தில் இருக்கிறான் என்று அந்தக் கிழவன் சொன்னபோதுகூட உடனே சென்று அப்பாவிடம் தகவலைச் சொல்லி அவரையும் அழைத்துக்கொண்டு போகலாம் என்றுதான் தோன்றியது. ஆனால் நான் இரண்டு நாள் இடைவிடாது உறங்கியிருந்தேன். சர்க்கரைப் பொங்கலில் அவன் அபின் கலந்து கொடுத்திருந்த விவரம் பின்னர்தான் எனக்குத் தெரிந்தது.

'நல்லாத்தான் இருந்தது. ஆனா சொல்லிட்டுக் குடுத்திருக்கலாம்' என்று நான் சொன்னேன்.

அவன் சிரித்தான். 'சொன்னா நீ எப்பிடி அதத் திம்பே? முதல்ல என்னோடகூட வந்திருக்கவே மாட்டியே' என்று சொன்னான்.

அதுவும் உண்மைதான். ஆனால் இரண்டு தினங்களாக என்னைக் காணாமல் அம்மாவும் அப்பாவும் எங்கெல்லாம் அலைந்திருப்பார்கள், எத்தனைக் கவலைப்பட்டிருப்பார்கள் என்று நினைத்துப் பார்க்க சிரமமாக இருந்தது. கண்டிப்பாக அவர்களுக்கு அண்ணாவின் நினைவும் வினய்யின் நினைவும் வந்திருக்கும். அவர்களைப் போலவே நானும் ஓடிப் போய்விட்டதாகத்தான் நினைப்பார்கள். ஆனால் அம்மா, உன்னைவிட்டு நான் எங்கும் போகிற உத்தேசம் இல்லை. குறைந்தபட்சம் இப்போது அப்படியொரு எண்ணம் நிச்சயமாக இல்லை. நாளை நானும் மனம் மாறலாம். திருப்போரூர் சாமியும் கோவளத்துப் பக்கிரியும் சொன்னது நடக்கலாம். ஆனால் நாளைதான். இன்றல்ல.

என் கவலையெல்லாம் வினோத் சொல்லாமல் கொள்ளாமல் போய்விடப் போகிறானே என்பது குறித்துத்தான் இருந்தது. அதெப்படி அவன் கையில் சிவலிங்கம் வந்து விழும்? அதை வைத்துக்கொண்டிருந்தபோது அவனது கை நடுங்கியதை நான் கண்டேன். தண்ணீருக்குள் நின்றிருந்தாலும் அவன் கண்கள் கலங்கியிருந்ததையும் கவனித்தேன். சிவன் பிரத்தியட்சம் என்று திருப்போரூர் சாமி சொன்னது அந்தக் கணத்தில் அவனை பாதித்ததை உணர முடிந்தது என்னால். நான் வினோத்துடன் ஒரு நீண்ட உரையாடலை நிகழ்த்த விரும்பினேன். பிரத்தியட்சம் என்பது லிங்கமல்ல. பிரத்தியட்சம் என்பது தோற்றமும் அல்ல. அல்லிக் குளத்தில் ஓடி வந்து குதிக்கிறபோது எழும் அதிர்வை நிகர்த்த ஏதோ ஒன்று அது. உள்ளுக்குள் நிகழ்வது.

அன்று காலை நான் கண் விழித்தபோது அவனைத்தான் முதலில் பார்த்தேன். எனக்குக் காரணமே இல்லாத ஒரு பெரும் சந்தோஷம் தோன்றியது. ஏனெனில், அன்றிரவுக்குள் அவன் ஓடிவிடுவான் என்று நான் முடிவு செய்திருந்தேன். அது நிகழாததே எனக்கு மிகுந்த நம்பிக்கையளித்தது. அதனால்தான் அவனுடன் பேச நினைத்திருந்தேன். ஊருக்குப் போய்ச் சேர்ந்த பிறகு. குளக்கரையில் அவனைக் கூப்பிட்டு உட்கார வைத்து. ஆனால் அதற்குமுன் நான் இப்படி சொல்லாமல் கொள்ளாமல் தென்காசிக்குக் கிளம்ப வேண்டிவரும் என்று நினைத்தே பார்க்கவில்லை.

கிழவன் சொன்னான், 'தம்பி குத்தாலத்துலே இப்ப தண்ணி வரத்து இல்லே. ஆனா தேனருவியிலே கொஞ்சம் இருக்கும். மறக்காம அங்க ஒருக்கா குளிச்சிரு.'

'நான் ஒண்ணும் ஜாலியா ஊர் சுத்திப் பார்க்கப் போகலை' என்று பதில் சொன்னேன்.

'ஆனா ஊர சுத்திட்டுத்தான் திரும்புவே. அது நிச்சயம்.'

'ஆமா. சுத்துவேன். அண்ணாவைத் தேட வேணாமா?'

இப்போதும் அவன் சிரித்தான். 'தேடு தேடு. நல்லாத் தேடு. ஆனா கிடைக்கமாட்டான்.'

'ஏன் இப்படி அபசகுனமாவே பேசறிங்க? அவன் போனப்பறம் எங்க வீட்ல எவ்ளோ கஷ்டம் தெரியுமா? எங்கம்மா இப்பல்லாம் சிரிக்கறதே இல்லை' என்று சொன்னேன். அவன் என்ன நினைத்தானோ. சிறிது நேரம் பேசவேயில்லை. எங்கோ வெறித்துப் பார்த்தபடி நின்றிருந்தான். பேருந்து நிரம்பி, வண்டி கிளம்பிய பின்பும் பேசவில்லை. ஒரு பத்தடி தூரம் வண்டி புறப்பட்டுப் போனபோது வெறி பிடித்தாற்போல ஓடி வந்து ஜன்னலில் எக்கி, என் கையைத் தொட்டு அழைத்தான்.

'என்ன?'

'நீ விட்டுட்டு ஓடுவ பாரு, அப்ப உங்கம்மா சிரிப்பாங்க' என்று சொன்னான்.

மறுநாள் விடியும் நேரம் நான் தென்காசியில் இறங்கினேன். திருச்சி போலவே அங்கும் வெயில் கொளுத்தியெடுக்கும் என்றுதான் எண்ணியிருந்தேன். ஆனால் இறங்கும்போதே சிறு தூறல் இருந்தது. அது மகிழ்ச்சியளித்தது. ஒரு டீக்கடையில் காப்பி சாப்பிட்டேன். பொதுக் கழிப்பிடத்தில் கடன்களை முடித்துவிட்டு சாலையோரக் கடை ஒன்றில் ஒரு வேட்டி மட்டும் வாங்கிக்கொண்டு அருவிக்கரைக்குச் சென்றேன். கிழவன் சொன்னதுபோல பெரிய நீர் வரத்து இல்லைதான். ஆனாலும் நின்று குளிக்கும் அளவுக்குத் தண்ணீர் இருக்கவே செய்தது. அரை மணி நேரம் குளித்துவிட்டு வேட்டியை மாற்றிக்கொண்டு கோயிலுக்குப் போனேன்.

எனக்கிருந்த பிரார்த்தனையெல்லாம் ஒன்றுதான். எப்படியாவது அண்ணாவைப் பார்த்துவிட வேண்டும். குற்றாலம் பெரிய ஊர் அல்ல. ஒரு நாள் முழுதும் நடந்தால் ஊர் முழுவதையும் சுற்றி

வந்துவிடலாம். ஆனால் அவன் கண்ணில் பட வேண்டும். அதுதான் முக்கியம். ஆனால் அந்தக் கிழவன் அது நிகழாது என்று சொல்லியிருந்தான். இப்போதே நான் குற்றாலத்துக்குக் கிளம்புகிறேன் என்று சொல்லிவிட்டு அவன் வீட்டில் எழுந்தபோதே அவன் அதைத்தான் சொன்னான். 'பிரயோசனமில்ல தம்பி.'

இவன் யார் அப்படிச் சொல்ல என்றுதான் நினைத்தேன். அதைவிட, அண்ணா எங்கிருந்து இப்படிப்பட்ட மனிதர்களைத் தேடிப் பிடிக்கிறான் என்பது புரியாத விஷயமாக இருந்தது. திருவானக்கா கிழவனை அண்ணாவுக்கு முன்பே தெரிந்திருக்க நியாயமேயில்லை. அவன் சுற்றத் தொடங்கிய பின்புதான் பழக்கமாகியிருக்க வேண்டும். 'அது ஆச்சி, ரெண்டர வருசம்' என்று கிழவன் சொல்லியிருந்தான். இரண்டரை வருடங்களுக்குமுன் அண்ணா என்னைப் பற்றி இவனிடம் சொல்லியிருக்கிறான். காலத்தின் இடைவெளியை இடக்கையால் நகர்த்திவிட்டு, நேற்று அவன் நிகழ்த்திய சாகசம் எனக்குப் புரியவில்லை. எப்படி என்னை அடையாளம் கண்டான்? என் கட்டுப்பாட்டு எல்லைகளைத் தகர்த்துவிட்டு எப்படி என்னை அவனோடு அழைத்துச் சென்றான்? இரண்டு நாள் அவன் வீட்டில் சுய நினைவின்றிக் கிடந்திருக்கிறேன். ஒரு பிள்ளை பிடிக்கிறவனைப் போல போதை மருந்து கொடுத்து என்னைக் கடத்தித்தான் சென்றிருக்கிறான். ஆனாலும் அவன்மீது எனக்குக் கோபம் வரவில்லை. அவனுக்கு அண்ணாவைப் பற்றிக் கொஞ்சம் தெரிந்திருந்ததுதான் காரணம்.

கண்ணுக்குத் தெரியாத ஏதோ ஒரு கண்ணி எல்லா இடங்களிலும் புதைந்து கிடக்கிறது. கால் வைத்து மாட்டிக்கொள்ள நபர்கள் தேடிக் காத்திருக்கும் கண்ணி. அண்ணா தன் காலை அதில் வைத்துவிட்டான். வினய் வைத்துவிட்டான். வினோத்தும் வைக்கப் போகிறான். ஆனால் நான் சிக்க மாட்டேன் என்றுதான் அப்போதும் தோன்றியது.

அன்றெல்லாம் நான் குற்றாலத்தின் வீதிகளில் அலைந்து திரிந்துகொண்டே இருந்தேன். ஒரு வீட்டு வாசலில் கொய்யா பழுத்துத் தொங்கிக்கொண்டிருந்ததை ஓரிடத்தில் பார்த்தேன். எதற்கும் இருக்கட்டும் என்று ஏழெட்டு கொய்யாக் காய்களைப் பறித்து என் தோள் பையில் போட்டுக்கொண்டு கிளம்பினேன். நாள் முழுதும் அதைத் தின்றுகொண்டேதான் அலைந்தேன்.

கண்ணில் பட்ட ஒவ்வொரு முகத்திலும் என் அண்ணாவைத் தேடிக்கொண்டிருந்தேன். கோயில், மண்டபங்கள், ஓடைப்பாதை, அருவிக்கரை என்று தரைத் தளத்தில் போய்த் தேடக்கூடிய அனைத்து இடங்களிலும் அன்று தேடித் தீர்த்தேன். இரவு கோயில் வாசலிலேயே படுத்துத் தூங்கினேன். மறுநாள் மலையேறிப் போய்த் தேடலாம் என்று நினைத்துக்கொண்டேன்.

விடிந்து எழுந்தபோது என்னருகே நாய் ஒன்று படுத்திருக்கக் கண்டேன். நான் கண் விழித்தபோது அதுவும் விழித்தெழுந்தது. என்னைப் பார்த்து சிறிதாக இரண்டு முறை குரைத்தது. நான் அதைப் பொருட்படுத்தாமல் எழுந்து நடக்க ஆரம்பித்தபோது அது பாய்ந்து என் முன்னால் வந்து நின்று மீண்டும் குரைத்தது. நான் சில வினாடிகள் அதையே உற்றுப் பார்த்துக்கொண்டிருந்தேன். என்ன காரணத்தாலோ அதை அண்ணாவே என்னிடம் அனுப்பியிருப்பான் என்று தோன்றியது. இப்போதெல்லாம் இம்மாதிரியான விபரீத பயங்கரக் கற்பனைகள் நிறைய வருகின்றன. எல்லா இடங்களிலும் என்னவாவது ஒரு அற்புதம் நிகழ்ந்துவிடும் என்று தோன்றிக்கொண்டே இருக்கிறது. ஏதோ சரியில்லை அல்லது எல்லாமே சரியாக இருக்கின்றன என்று நினைத்துக்கொண்டேன்.

அந்த நாய்க்கு நான் அலுத்திருக்க வேண்டும். என்னைவிட்டு நகர்ந்து செல்ல ஆரம்பித்தது. ஏதோ நினைத்துக்கொண்டு நான் அது போன வழியிலேயே போக ஆரம்பித்தேன். மனத்தில் அந்த எண்ணம் மட்டும் தீராமல் அப்படியே தேங்கி நின்றது.

இந்த நாய் என்னை அண்ணாவிடம் கொண்டு சேர்க்கப் போகிறது.

38. மீன் உண்டவன்

அது என்ன கிறுக்குத்தனம் என்று தெரியவில்லை. அன்றைக்குப் பகல் முழுதும் அந்த நாய் எங்கெல்லாம் சென்றதோ, அதன் பின்னாலேயே போய்க்கொண்டிருந்தேன். அது ஓய்வெடுக்க அமர்ந்தபோது நானும் அமர்ந்தேன். இடையிடையே அது தனது உறவினர்களையோ, நண்பர்களையோ சந்தித்து ஓரிரு வார்த்தைகள் பேசியதைக் கவனித்தேன். ஒன்று புரிந்தது. நாய்கள் பெரும்பாலும் சோம்பியிருப்பதில்லை. அதன் இலக்கு என்னவென்று தெரிவதில்லையே தவிர, எதையோ தேடிக்கொண்டு அது போய்க்கொண்டேதான் இருக்கிறது. நான் நாயைத் தொடர்ந்து போனாலும் என் கவனம் முழுவதும் எங்காவது அண்ணா கண்ணில் படுகிறானா என்பதிலேயே இருந்தது. ஏனோ அவன் ஒரு முனிவரைப் போலக் காட்டுக்குள் தனிமை தேடி அமர்ந்து தவமிருக்க மாட்டான் என்று நினைத்தேன். அறிமுகமற்ற முகங்களின் நடுவேதான் தனிமையின் உச்சத்தைக் கண்டுணர முடியும். கூட்டத்தில் கரைவது காற்றில் கரைவதினும் பேரனுபவம்.

அவன் காற்றுக்குள்தான் மறைந்திருப்பான் என்று அந்தக் கிழவன் சொல்லியிருந்தான். எனக்கென்னவோ அது ஒரு மிகை என்று பட்டது. இந்தச் சில வருடங்களில் அப்படியான சக்திகளை அவன் பெற்றிருக்க முடியும் என்று தோன்றவில்லை. உண்மையில் அப்படியொரு சக்தி இருந்துவிடத்தான் முடியுமா!

என் அறிவியல் ஆசிரியர் ஒரு ஆன்மிகவாதி. பெரிய மகான்களின் சரிதங்கள், சுய சரிதங்கள் வாசிப்பதில் அவருக்கு விருப்பம் அதிகம். வகுப்பு முடிவதற்குப் பத்து நிமிடங்களுக்கு முன்னால் பாடத்தை முடித்துக்கொண்டு, அந்தப் பத்து நிமிடங்களுக்கு ஏதாவது ஒரு கதை சொல்லுவார். அது யாராவது ஒரு மகானின் வாழ்வில் நிகழ்ந்த சம்பவமாக இருக்கும். நாங்கள் ஸ்ரீரங்கம் புறப்படுவதற்குச் சில நாள்களுக்கு முன்னர் அவர் அப்படி ஒரு கதை சொன்னார். திரைலங்கர் என்றொரு துறவியைப் பற்றிய கதை. குருவிடம் பயின்று முடித்துவிட்டு அவர் தனியே சாதகங்கள்

செய்து பார்ப்பதற்காகக் கிளம்பி இமயத்துக்குப் போனார். இத்தனை நாள், இன்னின்ன பயிற்சிகள் என்ற திட்டமெல்லாம் இல்லை. சும்மா போனார். போனவர் எங்கெங்கோ அலைந்து திரிந்துவிட்டு, சரி போதும் ஊருக்குப் போகலாம் என்று எண்ணியபோது இருபது வருடங்கள் கழிந்துவிட்டிருந்தன. அடடா இத்தனைக் காலம் குருவைப் பார்க்காதிருந்துவிட்டோமே, மறந்தே போனோமே என்று அவருக்கு ஒரே வருத்தமாகிவிட்டது. உடனே தன் மானசீகத்தில் குருவை அழைத்தார். ‘குருவே, நலமாக இருக்கிறீர்களா? எங்கே இருக்கிறீர்கள்?’ என்று கேட்டார். ‘ஒரு வழியாக என் நினைவு வந்துவிட்டதா? கிளம்பி வா வாரணாசிக்கு’ என்று குருவும் அதே மானசீகத்தில் தன் இருப்பிடத்தைத் தெரிவித்தார். ‘கும்பமேளா ஆரம்பித்திருக்கிறது. நான் இங்கேதான் இருக்கிறேன்.’

தகவல் வந்த மாத்திரத்தில் திரைலங்கர் இருந்த இடத்தில் இருந்து அப்படியே எழுந்து காற்றில் மறைந்துவிட்டார். அடுத்த ஒரு மணி நேரத்தில் அவர் காசியில் உள்ள தசாஸ்வமேத கட்டத்தில் இருந்தார்.

மீண்டும் குருநாதர் தகவல் அனுப்பினார். ‘மகனே, நள்ளிரவு பன்னிரண்டு மணிக்கு மேல் நான் அங்கே வருவேன். அதுவரை காத்திரு.’

திரைலங்கர் அங்கேயே இருந்தார். சொன்னது போல அன்றிரவு பன்னிரண்டு மணிக்குக் கூட்டம் முற்றிலும் கரைந்து காணாமலாகியிருந்த நிலையில் நதிப்பரப்பின் அக்கரையில் ஓர் ஒளிப்புள்ளி தோன்றியது. அந்தப் புள்ளி மெல்ல மெல்ல நகர்ந்து கரையின் இந்தப் பக்கம் வந்து சேர்ந்து திரைலங்கரின் குருவாக மாறியது. மகிழ்ச்சிப் பரவசத்துடன் திரைலங்கர் தனது குருவை விழுந்து வணங்கினார்.

‘வா, நமக்கொரு முக்கியமான வேலை இருக்கிறது’ என்று திரைலங்கரையும் ஓர் ஒளிப்புள்ளியாக்கி எடுத்துக்கொண்டு குரு மீண்டும் ஆற்று வெளியின்மீது மிதந்து போனார். பாதி தூரம் போனதும் அவர்கள் நீருக்குள் இறங்கத் தொடங்கினார்கள். ஒளி தண்ணீரைத் தொட்டதும் நீர் விலகிக்கொள்ளத் தொடங்கியது. ஓர் ஆழ்துளைக் கிணறு போல அந்த இடம் குழிந்துகொண்டே போகப் போக, குருவும் சீடரும் அதனுள் இறங்கிச் சென்றுகொண்டே இருந்தார்கள்.

இரண்டாயிரம் அடி ஆழத்துக்கு அவர்கள் சென்று சேர்ந்தபோது ஒரு நிலவறை போன்ற இடம் அங்கு உருவாக்கப்பட்டிருப்பதைத் திரைலங்கர் கண்டார். எங்கிருந்து வருகிறது என்றே தெரியாமல் அந்த நிலவறையெங்கும் வெளிச்சம் ஒரு நதியைப் போலப் பொங்கிப் பிரவகித்துக்கொண்டிருந்தது. திரைலங்கருக்குக் கண் கூச்சமெடுத்தது. அப்படியொரு பேரொளிப் பிரவாகத்தை அவர் என்றுமே கண்டதில்லை. ‘குருவே இது என்ன இடம்?’ என்று கேட்டார்.

‘குழந்தாய், இது யோகிகள் சந்திக்கும் இடம். பல்லாண்டுக் காலங்களாகக் காற்று வெளியில் எங்கெங்கோ அலைந்து திரியும் யோகிகள் கும்பமேளா நடக்கிற நாள்களில் இங்கே வந்து கூடுவார்கள். இந்த முறை நீயும் இந்த சத்சங்கத்தில் பங்கு பெற அனுமதிக்கப்படுகிறாய்!’ என்று குரு சொன்னார். அந்தக் கணம் அந்தப் பேரொளிப் படலம் மெல்ல மெல்ல மட்டுப்பட்டு அந்த நிலவறையின் தோற்றம் சற்றே தெளிவு பெறத் தொடங்கியது. நூறு நூறு யோகிகள் அங்கே குழுமியிருப்பதைத் திரைலங்கர் கண்டார். ஆயிரமாயிரம் ஆண்டுகளாக ஜன சமூகத்திடமிருந்து விலகிக் கானக வெளியில் யார் கண்ணிலும் படாமல் உலவிக்கொண்டிருக்கும் யோகிகள். நூறு வயது தாண்டியவர்கள். முன்னூறு வயதைத் தொட்டவர்கள். வயதே கண்டறிய முடியாதவர்கள். காலத்தின் வயதைத் தன் வயதாக்கிக்கொண்டவர்கள். அவர்கள் ஒவ்வொருவரும் பேசிய மொழி ஒவ்வொரு விதமாக இருந்தது. பல நூறு மொழிகள். ஆனால் எல்லா மொழியும் எல்லோருக்கும் அங்கே புரிந்தது. திரைலங்கர் அதையெல்லாம் பிரமிப்பும் வியப்பும் மேலோங்கப் பார்த்துக்கொண்டிருந்தார்.

அறிவியல் ஆசிரியர் இந்தக் கதையைப் பாதி சொல்லிக் கொண்டிருந்தபோதே வகுப்பு முடிந்து மணியடித்துவிட்டார்கள். மறு நாள் மீதிக் கதையைச் சொல்வதாகச் சொல்லிவிட்டு அவர் கிளம்பிச் சென்றார். நான் அன்றிரவெல்லாம் அதையேதான் யோசித்துக்கொண்டிருந்தேன். இமயத்தின் ஏதோ ஒரு மூலையில், எங்கோ ஒரு கானகத்தில் இருந்த யோகி, எப்படி ஒரு மணி நேரத்தில் காசிக்கு வந்து சேர்ந்திருக்க முடியும்? ஒரு மனித உடலை ஒரு யோகி நினைத்தால் ஒளிப்புள்ளியாக்கி எடுத்துக்கொண்டு போய்விட முடியுமா? முன்னூறு வயது யோகி. நூற்று எண்பது வயது யோகி. மரணமற்றவர்கள். உண்டா? சாத்தியமா அதெல்லாம்?

'யோகப் பயிற்சிகள் சாத்தியமாக்கும்' என்று அறிவியல் ஆசிரியர் சொன்னார். ஆனால் நான்காண்டுக் காலத்தில் அண்ணா அப்படிப்பட்ட பயிற்சிகளில் தேறியிருப்பானா? காற்றுக்குள் ஒளிந்துகொள்ளும் வித்தை அறிந்திருப்பானா?

எனக்கென்னவோ அந்த திருவானைக்கா கிழவன் பொய் சொல்கிறான் என்றே திரும்பத் திரும்பத் தோன்றியது. தவிரவும் இக்காலம் யோகிகளுக்கானதல்ல என்று நினைத்தேன். அண்ணாவுக்கு ஓர் உணர்வெழுச்சி இருந்தது. அதில் எனக்குச் சந்தேகமில்லை. அவன் எதையோ ஒன்றைக் குறி வைத்து நகர்ந்துகொண்டிருந்ததை என் சிறு வயது முதல் கண்டுவந்திருக்கிறேன். அது என்னவென்று அப்போது எனக்குப் புரிந்ததில்லை. பின்னாள்களில் நான் என் அறிவியல் ஆசிரியர் அளித்த உந்துதலால் சித்தர்களைக் குறித்தும் யோகிகளைக் குறித்தும் நிறையப் படிக்கத் தொடங்கியபோது மிகத் தெளிவாக ஒன்றை அறிந்தேன். இது எதுவும் சாமானியர்கள் நுழையக்கூடிய பிராந்தியமல்ல. அண்ணா ஒரு சாமானியன்தான் என்று எண்ணிக்கொள்வது எனக்கு சௌகரியமாக இருந்தது.

அன்று மதியத்துக்குமேல் நான் நாயைப் பின் தொடர்வதை விட்டுவிட்டு மீண்டும் மலையேறி காட்டுக்குள் சென்றேன். எந்தத் திட்டமும் இன்றி கால் போன வழியில் நடந்துகொண்டே இருந்தேன். அவ்வப்போது தூறல் விழுந்தது. ஒரு சில நிமிடங்களுக்கு நல்ல மழையேகூடப் பெய்தது. சென்ற வழியெல்லாம் நீரின் சலசலப்பு இருந்துகொண்டே இருந்தது. நான் அதற்குமுன் ஒரு கானகத்தைக் கண்டதில்லை. மலையேறுவது எத்தனை சிரமமான பணி என்பதை அறிந்திருக்கவில்லை. துணைக்கு யாருமில்லாமல் எதற்காக இப்படி பைத்தியக்காரத்தனமாகத் திரிகிறோம் என்ற வினா அவ்வப்போது எழுந்தாலும் என்னால் அப்படிச் செய்வதைத் தவிர்க்க முடியவில்லை. ஒன்று செய்திருக்கலாம். நான் அண்ணாவைத் தேடிக்கொண்டு குற்றாலத்துக்கு வந்திருக்கிறேன் என்று வீட்டுக்கு ஒரு போனாவது செய்து தகவல் சொல்லியிருக்கலாம். என்னையும் இழந்துவிட்டதாக அம்மாவும் அப்பாவும் எண்ணிக் குமுறிக்கொண்டிருக்கப் போகிறார்களே என்ற எண்ணம் மட்டும் அடிக்கடி எழுந்தது.

ஒரு தருணம். அண்ணா கண்ணில் பட்டுவிட்டால் போதும். அவனை அம்மாவோடு பேச வைத்துவிட்டால் போதும். அனைத்தும் சமன் செய்ததாகிவிடும்.

நெடு நேரம் நடந்து களைத்துப் போனேன். திரும்பவும் இவ்வளவு தூரத்தையும் எப்படி நடந்து கடந்து நகரை அடையப் போகிறேன் என்று நினைக்கவே பிரமிப்பாக இருந்தது.

இருட்டிவிட்டால் திரும்புவது சிரமமாகிவிடுமே என்று தோன்றியது. இருப்பினும் அங்கேயே நிற்கவோ, திரும்பவோ தோன்றவேயில்லை. நடந்துகொண்டுதான் இருந்தேன். முக்கால் மணி நேரம் நடந்த பிறகு ஒரு குடிசை தெரிந்தது. அப்பாடா என்றிருந்தது. யாராவது இருப்பார்கள். சிறிது பேசி இளைப்பாறலாம் என்று நினைத்து அங்கே சென்றேன்.

அது ஒரு காட்டிலாகா ஊழியரின் குடிசை. நான் சென்றபோது அவரது மனைவிதான் அங்கு இருந்தாள்.

‘வழி தப்பி வந்துட்டியளா?’ என்று கேட்டாள்.

‘இல்லம்மா. எங்கண்ணா இங்க இருக்கான்னு தெரிஞ்சிது. அவனைத் தேடி வந்தேன்’ என்று பதில் சொன்னேன்.

‘என்னவா இருக்காக?’

இதற்கு என்ன பதில் சொல்வதென்று எனக்குத் தெரியவில்லை. அவன் நான்கு வருடங்களுக்கு முன்னர் வீட்டை விட்டு ஓடிப் போனவன். எதை நோக்கி ஓடினான் என்று சரியாகத் தெரியவில்லை. நிச்சயமாக அவன் ஒரு வேலை தேடிக்கொண்டு போயிருக்க முடியாது என்று மட்டும் சொன்னேன்.

அவள் சிறிது யோசித்தாள். *‘எப்படி இருப்பாக அவுக?’* என்று கேட்டாள்.

‘புருவத்துக்கு நடுவுல பொட்டு வெச்ச மாதிரி ஒரு மச்சம் இருக்கும்.’

‘ஆமா. ஒல்லியா, வெடவெடன்னு முருங்கக்காயாட்டம்...’

‘தெரியுமா? நீங்க பாத்திருக்கிங்களா? இங்கயா இருக்கான்?’ எனக்குப் பதற்றமாகிவிட்டது.

‘இப்ப கொஞ்ச நாளாத்தான் பாக்குதேன். இங்கனதான் சுத்திக்கிட்டு இருப்பாப்ல.’

‘ஐயோ, எங்க? எங்க பாக்கலாம்?’

‘எங்க இருக்காகன்னு தெரியலயே தம்பி. ஆனா பாப்பேன். ரெண்டு நாள் முன்ன இங்க நம்ம வீட்ல காப்பித் தண்ணி கேட்டுக் குடிச்சிட்டுப் போனாக.’

நான் எப்படியும் அவனைப் பார்த்துவிடுவேன் என்று உறுதியாகத் தோன்றியது. என் பதற்றத்தையும் தவிப்பையும்

வெளிக்காட்டிக்கொள்ளாமல் அந்தப் பெண்ணின் கணவன் வீடு வரும்வரை அங்கேயே காத்திருந்தேன். அவனிடம் விவரம் சொல்லி ஓரிரு தினங்கள் நான் அவன் வீட்டிலேயே தங்கலாமா என்று கேட்டேன்.

‘இடம் பத்தாது தம்பி’ என்று அவன் சொன்னான்.

‘இல்லே. நான் வெளியிலயே படுத்துக்கறேன். சாப்பாடெல்லாம் வேணாம். இங்க இருந்துக்க மட்டும் அனுமதி குடுத்தேள்னா போதும்’ என்று சொன்னேன்.

‘பாப்பார ஊட்டுப் புள்ளையா நீயி? அண்ணன்னு சொல்றே? அந்தப் பையன் மீனெல்லாம் திங்குதானே?’ என்று அவன் சொன்னான்.

அண்ணா மீன் சாப்பிடுகிறானா? இது எனக்குச் செய்தியாக இருந்தது. நம்ப முடியவில்லை.

‘நீங்க பாத்திங்களா?’ என்று கேட்டேன்.

‘ஆமா. ஆத்துல புடிச்சி பச்சையாவே தின்னுதான். தேனருவிப்பக்கம் பாத்தேன்.’

‘அவன் என்ன பண்ணிண்டிருக்கான்? பிச்சை எடுக்கறானா? காஷாயம்... காவி கட்டிண்டிருக்கானா?’

‘அதெல்லாம் இல்ல தம்பி. ஒன்ன மாதிரி, என்னை மாதிரிதான் இருக்கான். சவரம் பண்ணிக்காமெ திரியுதான் பரதேசியாட்டம். இரு. திரும்ப வரானா பாப்பம்’ என்று அவன் சொன்னான்.

அன்றிரவு நான் அந்தக் குடிசைக்கு வெளியே அந்தப் பெண்மணி அளித்த பாயை விரித்துப் படுத்தேன். குளிர்க்காற்றும் தூறலும் உறங்கவிடாமல் செய்தன. இருந்தாலும் அண்ணாவைப் பார்த்துவிடுவேன் என்ற நம்பிக்கை எனக்குப் போதுமானதாக இருந்தது.

மறுநாள் அதிகாலை ஐந்து மணி இருக்கும். ஒரு நூல்கண்டைப் போல என் உடலைச் சுருக்கி, முறுக்கி, ஒடுக்கிக்கொண்டு தூக்கத்தின் விளிம்பைத் தொட்டுக்கொண்டிருந்தபோது யாரோ என்னைத் தொடுவது போல உணர்ந்தேன். அலறியடித்துக்கொண்டு எழுந்தபோது அந்த நாய் என்னருகே நின்றிருந்தது.

39. அக்னி சந்தானம்

மரத்தில் இருந்து உரித்தெடுத்து உலர்த்திய பட்டையின் நிறத்தில் இருந்தது அந்த நாய். அடி வயிற்றில் எலும்புகள் தெரிந்தன. வலப்புறப் பின்னங்காலின் மேற்புறம், புட்டத்துக்குச் சற்றுத் தள்ளி அதற்கு ஏதோ காயம் பட்டிருந்தது. காயத்தை வட்டமிடும் ஈக்களை விரட்ட அது ஓயாமல் தன் வாலைச் சுழற்றிக்கொண்டே இருந்தது. நான் குற்றாலத்துக்கு வந்து இறங்கியது முதல் அந்த நாயைத் தொடர்ந்துகொண்டிருந்தபோது எனக்கு வித்தியாசமாக எதுவும் தோன்றவில்லை. எப்படியும் இலக்கின்றி அலையப் போகிறேன், அதை ஏன் இந்த நாயின் பாதையில் அலைந்து திரியக்கூடாது என்று எண்ணித்தான் அது போன வழியெல்லாம் போனேன். ஒரு கட்டத்தில் நாயைத் தொடர்வதை விட்டு என் இஷ்டத்துக்கு மலை மீது ஏறத் தொடங்கினேன். ஆனால் நான் சற்றும் எதிர்பாராவிதமாக இப்போது நாய் என்னைத் தேடி வந்திருக்கிறது. இதில் ஏதோ சூட்சுமம் இருக்கக்கூடும் என்று அப்போதுதான் தோன்றியது. அண்ணாவே அதை என்னிடம் அனுப்பி வைத்திருப்பானோ என்று நினைத்தேன். அல்லது அவனே நாய் வடிவம் எடுத்துவிட்டானா?

தோன்றத்தான் செய்தது. ஆனாலும் அப்படியெல்லாம் இருக்காது என்றும் உடனே சொல்லிக்கொண்டேன். அற்புதங்கள் எனக்குப் பிடிக்கும். ஆனால் அவை கதைகளில் மட்டுமே நிகழக்கூடியவை என்று நினைத்தேன். துயரங்களின் அடியாழத்தில் அமர்ந்திருந்தும் அதன் ஈரம் படாமல் என்னைத் தற்காத்துக்கொள்ள முடிந்ததன் பலன் அது ஒன்றுதான். எதற்கும் உணர்ச்சி வயப்படுவதில்லை. எது குறித்தும் பரவசமாவதில்லை. கண்ணீர்? அறவே கிடையாது. புன்னகை ஒன்றைத்தான் என் போர்வையாக்கிக்கொண்டிருந்தேன். அது தேவைப்படுகிறது. எதையும் மறைப்பதற்கு. அல்லது எதையாவது அடைவதற்கு. சொல்கூட அப்போது எனக்கு இரண்டாம் பட்சமாகத்தான் இருந்தது. புன்னகை போதுமென்று நினைத்தேன். என் புன்னகையை நீங்கள் அறிய மாட்டீர்கள். அதில் தெய்வீகம் கிடையாது. மயக்கும் குண விசேடங்கள் ஏதுமில்லை. அது இயல்பானது. பாவனைகள் களைந்த ஒரு மாயப் பாவனை

கொண்டது. கணப் பொழுதில் விரிந்து நிறைந்து மறைந்துவிடக் கூடியது. ஆனால் அதற்கொரு நாதமுண்டு. புன்னகையின் நாதம். புலரியின் வசீகரத்துக்கு ஒப்பானதொரு நாதம். அதையே ஆயுதமாகவும் கேடயமாகவும் கொள்ள வேண்டுமென்று முடிவு செய்திருந்தேன்.

இந்த உலகில் புன்னகையைக் காட்டிலும் ஒரு பேரற்புதம் வேறில்லை என்று கருதியிருந்தேன். எந்த உணர்வையும் அதனுள் இட்டுப் புதைத்துவிட முடியும். எதையும் தாங்கும் புவிக்கு நிகரான வல்லமையை மனிதன் பெறக்கூடிய ஒரே வித்தை அதில்தான் ஒளிந்துள்ளது. அதைக் காட்டிலும் அற்புதம் ஒன்றுண்டா?

அண்ணாவை நான் சந்திக்க நேர்ந்தால் என் புன்னகையைத்தான் முதலில் எடுத்து விரிப்பேன். அதில் பரவசம் இருக்காது. உணர்ச்சிப் பெருக்கு இருக்காது. கண்ணீர் இருக்காது. கதறல் அறவே இராது. ஒரு புன்னகை. வெறும் புன்னகை. ஆனால் சகல உணர்ச்சிகளையும் அது உள்ளடக்கியிருக்கும். என் கண்ணை நீங்கள் உற்றுப் பார்த்தால் என் புன்னகையின் ஊற்று அங்கே புலப்படும். இதழ்களால் புன்னகை செய்வது இயற்கை விரோதம். கண் போதும். கணப் பொழுது போதவே போதும். அவனில்லாமல் வளர்ந்த வருடங்களில் நான் மனிதர்களைப் புரிந்துகொள்ளவும் மௌனத்தால் அவர்களை ஈர்த்து நிறுத்தவும் பழகிப் பயின்றிருந்தேன். வீட்டில்கூட வீணாகப் பேசுவதே கிடையாது. ஒரு சொல்லில் ஒரு பதில். அல்லது ஒரு பார்வையில் ஒரு வினா. சொற்களை இறைக்காதவரை ஆளுமை கட்டப்பட்டுக்கொண்டே இருக்கிறது என்பதைக் கண்டுகொண்டேன்.

உண்மையில் நான் சொல்ல வேண்டிய உண்மையைச் சொல்லாதிருக்க வேண்டியே இவற்றைப் பழகினேன். தொடக்கத்தில் இது குறித்த குற்ற உணர்ச்சி எனக்கிருந்தது. போகப் போக அது பழகி, மங்கிவிட்டது. என்ன இப்போது? அண்ணா வீட்டை விட்டுப் போகவிருக்கிறான் என்பது எனக்குத் தெரியும். அவன் சில யோக சாதனைகள் செய்து பழகியதைப் பார்த்திருக்கிறேன். உலகம் பயணப்படும் பாதை தனக்குச் சரிப்பட்டு வராது என்று அவன் நினைத்ததை நான் அறிவேன். அவனிடம் ஒரு சுவடி இருந்தது. இவ்வளவுதானே? இதை நான் முன்பே அறிவேன் என்பதைச் சொல்லாதிருந்துவிடுவதில் என்ன பிழை? சொன்னால் மட்டும் அவன் திரும்பி வந்துவிடுவானா? அல்லது தேடிப் போய் அழைத்து வந்துவிடத்தான் முடியுமா?

என்றைக்காவது அவன் வருவான் என்ற நம்பிக்கையை நான் அம்மாவுக்கு மிச்சம் வைத்தேன். என் மௌனமும் புன்னகையும் அதற்கு உதவின. என்ன பிழை? ஒன்றுமில்லை. ஒன்றுமேயில்லை. இது பாவம் என்றால் எந்த தெய்வம் என்னைத் தண்டித்துவிடும் பார்க்கலாம் என்று எண்ணிக்கொண்டேன். அப்படி ஒரு தருணம் வரவேயில்லை. தெய்வங்கள் என்னை மறந்துவிட்டிருந்தன. அல்லது நான் அவற்றைப் புறக்கணித்திருந்தேன். வினய் வீட்டை விட்டுப் போனபிறகு நான் முற்றிலும் வேறானவன் ஆகியிருந்தேன். என் வாழ்வில் அதிர்ச்சிகளுக்கு இனி இடமே இருந்துவிடக்கூடாது என்று முடிவு செய்து அதற்கான பயிற்சிகளை ஒழுங்காக மேற்கொண்டேன். மரணங்களைக் கூர்ந்து கவனித்தேன். திருமணக் கொண்டாட்டங்களின் தோலுரித்து எலும்புகளைத் தேடத் தொடங்கினேன். உறவுகளும் அதன் சிடுக்குகளும்.

ஒன்று நினைவுக்கு வருகிறது. பத்மா மாமியின் மகளை வினய் காதலித்தான் என்று நான் அவளிடம் சொன்னபோது அவள் பெரிதும் அதிர்ச்சியடைந்ததை நான் அறிவேன். தனக்கு அப்படியொரு அபிப்பிராயமே இருந்ததில்லை என்று அன்று அவள் என்னிடம் சொன்னது முற்றிலும் உண்மை. ஆனால் அதற்குப் பிறகு காணாமல் போன வினய்யை அவள் விரும்ப ஆரம்பித்துவிட்டாள். இதையும் நான் கவனித்தேன். ரசித்தேன் என்று சொல்ல வேண்டும். பார்க்கிற போதெல்லாம் அவள் வினய்யைப் பற்றி என்னிடம் கேட்காதிருக்கவில்லை.

'அவன் என்னைப் பத்தி உன்கிட்டே பேசியிருக்கானாடா?'

'இல்லே.'

'அப்பறம் எப்படி அவன் என்னை விரும்பினான்னு சொன்னே?'

'அது எனக்குத் தெரியும்.'

'பாவம் இல்லே? எங்க போனானே தெரியலியேடா விமல்? போலிஸ் கம்ப்ளைண்டெல்லாம் குடுத்தேளே? ஒண்ணுமே நடக்கலியா?'

'ம்ஹூம்.'

'கிடைச்சிட்டான்னா நன்னாருக்கும்.'

'அவனைக் கல்யாணம் பண்ணிண்டுடுவியா நீ?' என்று கேட்டேன்.

அவள் சிரித்தாள். சற்று வெட்கமுற்றாள் என்று நினைக்கிறேன். ஆனால் மறுக்கவில்லை. 'திரும்பி வந்துட்டான்னா நானே அவன்கிட்டே பேசிடுவேன்' என்று சொன்னாள்.

எளிய தீர்வுகள் எல்லோரிடமும் இருக்கின்றன. மிக எளிதில் எல்லோராலும் ஒரு முடிவுக்கு வந்துவிட முடிகிறது. எளிதில் சமாதானம் கொள்ளும் மனத்தை இயற்கை வழங்கியிருக்கிறது. எல்லாம் எளிது. கண்ணீரைப் போலவே, அது உலர்ந்து போவதும்கூட.

அம்மாவுக்கும் அது உலர்ந்துதான் போயிருந்தது. இந்தச் சமயத்தில் அண்ணாவைத் தேடிப் போனேன், அதனால்தான் காணாமல் போனேன் என்று சொல்லிக் கிளறி வைப்பது வீண் வேலை என்று எனக்குத் தோன்றாமல் இல்லை. ஆனாலும் அதைச் செய்ய விரும்பினேன். இது பாசத்தால் நிகழ்ந்தது என்று எண்ணால் எண்ண முடியவில்லை. எனக்கு அவனைப் பார்க்க வேண்டும். சிறிது பேசவேண்டியிருந்தது. அவன் கூப்பிட்டுக் கூப்பிட்டு உட்காரவைத்துப் பேசிய நாள்களில் நான் அவனுடன் பேசவேயில்லை. அது ஒரு தவறுதான் என்று தோன்றியது. அன்றைய எனது பக்குவமும் தெளிவும் அவ்வளவுதான். இன்றைக்கு நான் அப்படியல்ல. நிச்சயமாக அல்ல. நான் வேறு. தெளிவு என்று நான் எண்ணிக்கொண்டிருப்பதன் சாறில் ஒரு துளியையேனும் அவன்மீது நான் தெளித்துவிட விரும்பினேன்.

என்ன பெரிய கடவுள்? என்ன பெரிய யோகம்? என்ன பெரிய கர்மா? யாவே த்வயக்ஷகம் ஜீவேத்ரணம் க்ருத்வா க்ருதநிவேத: பஸ்மி பூதஸ்ய தேஹ புனராஹமம் குத:? என்று கேட்ட சார்வாகன் எனக்குப் பிடித்துப் போயிருந்தான். ஆனால், நான் வெளிப்படையாக எங்கும் கடவுளை மறுக்கப் போவதில்லை என்று உறுதி பூண்டிருந்தேன். தெரியாத ஒன்றை மறுத்து ஆகப் போவது ஒன்றுமில்லை. எதற்கு அவனை நினைத்து நேர விரயம் செய்துகொண்டிருக்க வேண்டும்?

இந்த உலகம் அழகானது. வாழ்வு இனிதானது. மனிதர்கள் பெரும் சுரங்கம். தோண்டத் தோண்ட எத்தனையெத்தனை அற்புதங்களை உற்பத்தி செய்துகொண்டே இருக்கிறார்கள்! மனிதர்களும் அவர்தம் தேவைகளும். அது முடிவற்றது. எல்லைகளில்லாதது. வேட்கையின் பிரவகிப்பில் வாழ்வையே ஒரு சருகாக்கி ஓடவிட்டு வேடிக்கை பார்க்கிற இனம். இதைப் பயில்வதல்லவா யோகம்? இதை ஆராய்வதல்லவா ஞானம்?

என்னை உறக்கத்தில் இருந்து எழுப்பிவிட்ட நாய் தன்னியல்பாக எங்கோ நடந்து போக ஆரம்பித்திருந்தது. ஒரு ஆர்வத்தில் நானும் அதன் பின்னால் போகத் தொடங்கியிருந்தேன். மலைக்காட்டின் குளிர் நான் சகிக்கக்கூடியதாக இல்லை. மழை இல்லை என்றாலும் காற்றின் ஈரம் தோலைக் குத்திக் குடைந்தது. பாதையற்ற பாதைகளில் அந்த நாய் எங்கெங்கோ போய்க்கொண்டே இருந்தது. இருளின் பூரணமான கருமையை விழுங்கியபடி முன்னால் விரைந்த அதன் பார்வையை எனதாக்கிக்கொண்டு என் எதிரே விரிந்த வனத்தை விழுங்கிக்கொண்டிருந்தேன்.

வெளிச்சம் சற்று புலப்படத் தொடங்கிய நேரம் எங்கெங்கோ சுற்றி மீண்டும் அந்தக் குடிசை இருந்த இடத்துக்கருகிலேயே நான் வந்துவிட்டிருந்ததை உணர்ந்தேன். சற்று வெட்கமாக இருந்தது. ஒரு காலை நடைப்பயிற்சி என்பது தவிர எந்த அற்புதத்தையும் அந்த நாய் தந்துவிடவில்லை. எனக்குச் சிரிப்பு வந்துவிட்டது.

'என்ன தம்பி, வெள்ளன எந்திரிச்சிட்டிகளா?' என்று கேட்டபடி அந்தக் காட்டிலாகா ஊழியர் குடிசையை விட்டு வெளியே வந்தார். நான் தலையசைத்தேன். ஒரு காப்பி சாப்பிட்டால் நன்றாயிருக்கும் என்று தோன்றியது. ஆனால் கேட்கத் தயக்கமாக இருந்தது.

'உங்க ஒய்ஃப் தூங்கறாங்களா?' என்று கேட்டேன்.

'எங்க தூங்குறது? அவ அப்பமே எந்திரிச்சிப் போயிட்டா.'

'எங்க?'

'இன்னிக்கி அவ தங்கச்சிய பொண்ணு பாக்க வராக. பாளையங்கோட்டைக்குப் போகணுன்னு பத்து நாளா சொல்லிக்கிட்டிருந்தா.'

'ஓ. அப்ப உங்களுக்கு சாப்பாடு?'

'பாத்துக்கிட வேண்டியதுதான்' என்று சொல்லிவிட்டு ஒரு வேப்பங்குச்சியுடன் பின்பக்கம் போனார்.

அன்றைய தினத்தை நான் எப்படிக் கழிக்கப் போகிறேன் என்று குழப்பமாக இருந்தது. காட்டிலாகா ஊழியர் எட்டு மணிக்கு டூட்டிக்குப் புறப்பட்டுச் சென்றுவிடுவார். அதோடு மாலை ஆறு மணிக்குத்தான் திரும்பி வருவார். அதற்குள் தங்கைக்கு நிச்சயம் செய்து முடித்துவிட்டு அவரது மனைவி வந்து சேர்ந்துவிடுவாரா என்று கேட்கத் தயக்கமாக இருந்தது.

ஒரு கணம் தலையைச் சிலுப்பிக்கொண்டேன். இதென்ன வினோதம்? இவர்களை எனக்கு முன்பின் தெரியாது. இவர்கள்

அண்ணாவைப் பார்த்திருக்கிறார்கள். அது ஒன்றுதான் தொடர்பு. அழைத்துச் சென்று அவனைக் காண்பிக்கக்கூடியவர்களும் அல்லர். அவன் எங்கிருக்கிறான் என்று தெரியாது என்று சொல்லிவிட்டார்கள். தப்பித்தவறி அவன் இந்தப் பக்கம் மீண்டும் வந்தால் நானே பார்த்துக்கொள்ள வேண்டியதுதான். அதற்கு இவர்கள் எதற்கு?

மீண்டும் மனித மனத்தின் விசித்திரக் கவலைகளைத்தான் எண்ணிக்கொண்டேன். ஒரு சராசரியாக இருந்துவிடுவது எப்போதும் சௌகரியம்தான். சிந்திக்காதிருந்துவிட முடியுமானால் இன்னுமே சௌகரியம்.

ஏழரை மணிக்கு அவர் வேலைக்குப் புறப்பட்டுப் போனார். நான் வீட்டுக்கு வெளியேதான் அப்போதும் அமர்ந்திருந்தேன். 'இங்கனயே இரு தம்பி. உங்கண்ணாத்தை இன்னிக்கி ஒருவேளை வருவாரு. வந்தா கூப்ட்டு இருக்க வையி. நான் வந்துடுதேன்' என்று சொல்லிவிட்டுப் போனார்.

பதினொரு மணி சுமாருக்கு அந்தப் பக்கமாக நாலைந்து பேர் தடதடவென ஓடினார்கள். ஒருவனைப் பிடித்து நிறுத்தி என்ன விஷயமென்று கேட்டேன். 'ஒருத்தன் கட்டைய கொளுத்திப் போட்டு அதுமேல படுத்துக் கெடக்கறானாம் தம்பி. ஒடம்புல ஒத்த காயம்கூட படவேயில்லியாட்டிருக்கு. சின்ன வயசு சித்தர்னு பேசிக்கிடறாங்க.'

நானும் எழுந்து ஓட ஆரம்பித்தேன்.

40. சொல்லாலானவன்

காட்டுப் பாதையில் என்னால் அவர்கள் வேகத்துக்கு ஈடுகொடுத்து ஓட முடியவில்லை. மேடு ஏறுவதில் எனக்குப் பிரச்னை இல்லை. ஆனால் சரிவுகளில் இறங்கும்போது கால் தடுக்கியது. ஆனால் அவர்கள் அநாயாசமாக இயற்கையின் நெளிவுசுளிவுகளைத் தாண்டிக் கடந்து போய்க்கொண்டே இருந்தார்கள். இருபது நிமிடங்களுக்குமேல் நான் ஓடியிருப்பேன். மூச்சிறைத்து ஓரிடத்தில் நின்றுவிட்டேன். என்னோடு ஓடிய கிராமத்து மக்கள் நிற்காமல் முன்னேறிச் சென்றுகொண்டே இருந்தார்கள். மனத்தில் அப்போது எனக்குத் தீர்மானமாகத் தோன்றியது. அது என் அண்ணாதான். அவனைத் தவிர வேறு யார் அம்மாதிரி விஷப் பரீட்சைகள் செய்ய முடியும்? இம்முறை அவனைத் தவறவிட்டுவிடக் கூடாது என்று மீண்டும் எழுந்து வெறி கொண்டு ஓடினேன்.

அவர்கள் சென்று சேர்ந்த இடத்தை நான் அடைந்தபோது கூட்டமாக இருபது பேர் வரை அங்கே குழுமியிருந்தார்கள். ஒரு பக்கம் ஓடையின் சலசலப்பு. கரையெங்கும் அடர்ந்து வளர்ந்திருந்த மரங்களின் பசுமை. கண்ணில் பட்ட எல்லைவரை எங்கும் மனிதர்கள் வாழ்வதற்கான அறிகுறியே தெரியாத அடர்வனமாக இருந்தது அது. என்னோடு ஓடி வந்தவர்கள் ஏழெட்டுப் பேர்தான். மற்றவர்கள் எங்கிருந்து எப்போது வந்து சேர்ந்திருந்தார்கள் என்று தெரியவில்லை. ஆனால் விஷயம் எப்படியோ வெளியே போயிருக்கிறது. யாரோ ஒருவர் பார்த்துவிட்டு எப்படியோ மற்றவர்களுக்குத் தகவல் சொல்லியிருக்கிறார்.

ஓடையை ஒட்டிய ஒரு பெரும் பாறையின் எதிரே பத்திருபது கட்டைகள் எரிந்து கிடந்தன. சாம்பல் மூடிய அவற்றின் உள்ளே இன்னமும் கங்கு இருந்தது. புகைந்தது.

‘இதுமேலதாங்க படுத்துக் கெடந்தாரு. என்னமோ மெத்தையில படுத்திருக்கறதாட்டம்’ என்று ஒருவன் சொன்னான்.

நான் நெருங்கிச் சென்று அந்த எரிந்த கட்டைகளில் ஒன்றைத்

தொட்டேன். விரல் சுட்டது. இன்று முழுவதுமே அந்தச் சூடு அங்கு இருக்கும் என்று தோன்றியது.

'நீ பாத்தியா சேகரா? நெசமாத்தானா?' என்று யாரோ கேட்டார்கள்.

'குத்தாலநாதர் சத்தியமாண்ணே. அந்தக் காலத்துல உடன்கட்டை ஏறுவாங்களாமே, அப்பிடி எதாச்சும் பைத்தாரத்தனம் பண்ணுதானோன்னு பயந்து போய் ஓடியாந்தேன். நெருங்கிப் பாத்தப்பத்தான் தெரிஞ்சிது, அவுக தவம் பண்ணிட்டிருக்காகன்றது.'

என்னால் நம்பவே முடியவில்லை. அதிர்ச்சியும் வியப்பும் ஒருங்கே தாக்க, அவர்கள் பேசுவதைக் கேட்டுக்கொண்டு வாய் பிளந்து நின்றேன்.

ஓர் இளைஞன். எப்படியும் இருபது இருபத்து இரண்டு வயதுதான் இருக்கும். முகமெங்கும் தாடி. தோள் வரை நீண்டு வளர்ந்திருந்த தலைமுடி. மேலுக்குச் சட்டை அணிந்திருக்கவில்லை. இடுப்பில் ஒரு வேட்டி மட்டும் கட்டியிருந்தான். அதுவும் முழங்கால் உயரத்துக்குத் தூக்கிக் கட்டியிருந்தான். யாருமற்ற வனாந்திரத்தின் பேரெழிலைப் பருகியபடியே நடந்துகொண்டிருந்தவன், ஓடைக்கரையை நெருங்கியதும் சற்றுத் தாமதித்தான். அங்கிருந்த பாறையின்மீது வெகுநேரம் அமர்ந்திருந்தான். மரம் வெட்டச் சென்ற சேகரன், போகிறபோது அந்த இளைஞனைப் பார்த்துக்கொண்டேதான் போயிருக்கிறான். ஆனால் அப்போது வித்தியாசமாக அவனுக்கு ஏதும் தோன்றவில்லை. யாரோ சுற்றுப் பயணி என்று நினைத்திருக்கிறான். அல்லது பைத்தாரக் கிறுக்கன்.

அவன் திரும்பும்போதுதான் அந்த யோகி கட்டைகளைக் கொளுத்திவிட்டு அதன்மீது ஏறிப் படுத்ததைக் கண்டிருக்கிறான். ஐயோ என்று அலறிக்கொண்டு அவன் அருகே ஓடி வந்து சேர்வதற்குள் கட்டைகள் திகுதிகுவென்று எரியத் தொடங்கியிருந்தன. ஒரு பாயைப் போல் அதைப் பாவித்து மேலே படுத்திருந்த யோகி தலைக்குமேலே கையை உயர்த்திக் கூப்பிய வண்ணம் கண்மூடிக் கிடந்தார்.

அழைப்பதா, கீழே தள்ளிவிடுவதா, கத்திக் கூப்பாடு போட்டு யாரையாவது கூப்பிடுவதா, விழுந்து கும்பிடுவதா என்று புரியாத குழப்பத்தில் அவன் சில நிமிடங்கள் வைத்த கண் வாங்காமல் அவரையே பார்த்துக்கொண்டு நின்றான். எரிந்துகொண்டிருந்த கட்டைகள் மெல்ல மெல்லத் தணிய ஆரம்பித்து நெருப்பு அடங்கி,

கங்கு தெரிய ஆரம்பித்தது. யோகி நிதானமாகத் தன் கண்களைத் திறந்து பார்த்தார். அதில் இருந்து எழுந்து வெளியே வந்து ஓடையில் இறங்கி உடம்பைத் தேய்த்துக் குளித்தார்.

இப்போது சுய உணர்வு பெற்ற சேகரன் வேகமாக அவர் அருகே ஓடி, 'சாமி...' என்று அழைத்தான்.

'என்ன?' என்று அவர் திரும்பியதும் கையெடுத்துக் கும்பிட்டான். தனது இடது கையை உயர்த்தி ஆசி வழங்குவது போலச் செய்துவிட்டு திரும்பிப் பாராமல் அவர் கிளம்பிச் சென்றார்.

அவன் சொல்லி முடித்த கதையைக் கூட்டத்தில் பலர் நம்பவில்லை என்பது எனக்குப் புரிந்தது. 'கிறுக்குப் பய சும்மா எதோ சொல்லுதான்யா' என்று ஒருவர் சொன்னார்.

'இல்லண்ணே, சாமி சத்தியம். நான் பாத்தேண்ணே.'

'எள வயசு சாமியா?'

'ஆமாண்ணே. நெடுநெடுன்னு ஈச்ச மரமாட்டம் வளத்தி. மீச மாதிரி புருவம். ரெண்டு புருவம் சேர்ற இடத்துல பொட்டு வெச்ச மாதிரி ஒரு மச்சம் இருந்ததுண்ணே.'

'ஏண்டா அப்பிடி ஒருத்தன் இங்க இருந்தான்னா பிடிச்சி வெக்கவேண்டியதுதானே? ஊருக்குள்ள கூட்டிட்டு வந்திருக்கலாம்ல?'

'அவரு நிக்கவேயில்லண்ணே. கைய ஒசத்தி ஆசீர்வாதம் பண்ணிட்டுப் போயிட்டே இருந்துட்டாரே.'

நான் அவர்கள் சம்பாஷணையில் குறுக்கிடவேயில்லை. ஆனால் அவர்கள் பேசிய ஒவ்வொரு சொல்லையும் உள்ளுக்குள் ஏந்தி இருத்திக்கொண்டேன். அது அண்ணாதான். எனக்கு சந்தேகமேயில்லை. ஆனால் தணலின்மீது கிடக்குமளவுக்கு இந்நாள்களில் அவன் தன் சாதனைகளில் முன்னேறியிருப்பான் என்று என்னால் நம்ப முடியவில்லை. சட்டென்று அந்தத் திருவானைக்கா கிழவன் ஞாபகம் வந்துவிட்டது. எத்தனைக் கெட்ட கிழவன்! 'அவன் அங்கதான் இருக்கான். ஆனா நீ பாக்க மாட்டே' என்று அடித்துச் சொன்னான். ஒரு கணம் அந்தக் கிழவனின்மீது கோபம் வந்தது. உடனே அந்தக் கோபம் உதிர்ந்து ஓர் அதிசய உணர்வு எழுந்தது. இதுவும் கண்ணுக்குத் தெரியாத பல கண்ணிகளின் அந்தரங்கப் பிணைப்புத்தான். எங்கிருந்து அண்ணா

அந்தக்கிழவனைப்பிடித்தான்? என்னபேசினான்? என்னவெல்லாம் சொல்லியிருப்பான்? எதுவாகவும் இருந்துவிட்டுப் போகட்டும். ஆனால் குற்றாலத்தில் அண்ணா இருப்பதை அறிந்த கிழவன், நான் குற்றாலத்துக்கே சென்றாலும் அவனைச் சந்திக்க முடியாது என்று எப்படி அப்படியொரு தீர்மானத்துடன் சொல்ல முடியும்? மானசீகத்தில் பேசிக்கொள்கிறவர்களா? முடியுமா? அதெல்லாம் சாத்தியம்தானா?

குழப்பமாக இருந்தது. புதிர்களின் அழகை யோசிக்க ஆரம்பித்தேன். இது ஒரு அனுபவம். மகத்தான பேரனுபவம். என் அண்ணா ஒரு யோகி. வாழ்வில் அவன் எதைத் தேடப் போய் எங்கே நிற்கிறான் என்று அறிய முயல்வதே என் சாதகம். நான் அதை விடப் போவதில்லை. அவன் என் கண்ணில் படுகிறானா இல்லையா என்பதே முக்கியமில்லை என்று தோன்றிவிட்டது. ஆனால் என்னால் அவனை நினைக்காதிருக்க முடியாது. தேடாதிருக்க முடியாது. தேடிப் போகிற இடங்களில் இறுதிவரை இப்படிப் பிறர் சொற்களாகவே அவன் எனக்குக் காட்சியளிக்க முடிவெடுத்துவிட்டானா?

சொல்லாலானவன். எனக்கென்னவோ அவன் திட்டமிட்டு என்னைத் தவிர்க்க விரும்புவான் என்று தோன்றவில்லை. என்றைக்காவது சந்திக்கும் நேரம் ஒன்று வராமல் போகாது என்று நினைக்கவே விரும்பினேன்.

கூட்டத்தில் ஒருத்தன் அண்ணாவைப் பார்த்தவனிடம் கேட்டான், ‘எல்லாஞ்சரிடா தம்பி. நெருப்புல படுத்துக் கெடந்து எந்திரிச்சிப் போனாகன்னு சொன்னியே, ஒடம்புல தீத்தழும்பு பட்டிருக்கும்ல?’

‘நீ நம்பமாட்டண்ணே. அதனாலதான் நாஞ்சொல்லலை. அவுக கட்டியிருந்த வேட்டி மட்டுந்தான் லேசா பொசுங்கியிருந்தது. சூத்தாமட்டை தெரிஞ்சிதண்ணே. ஆனா நெருப்புப்பட்ட சுவடே இல்லே.’

அதற்குமேல் எனக்குக் குற்றாலத்தில் இருப்புக் கொள்ளவில்லை. மீண்டுமொரு முறை அருவிக்குச் சென்று ஆசை தீரக் குளித்தேன். குளிக்கும்போது அந்தக் காட்டிலாகா ஊழியர் சொன்னது நினைவுக்கு வந்தது. ‘ஆத்துல மீன புடிச்சி பச்சையாவே கடிச்சித் திங்குதான்.’

அண்ணாவா? நான் சிரித்தே விட்டேன். இதைக் கண்டிப்பாகக் கேசவன் மாமாவிடம் சொல்ல வேண்டும் என்று நினைத்துக் கொண்டேன். ஐயோ ஐயோ என்று அவர் தலையில் அடித்துக் கொள்வார்.

'அவன் மீன் சாப்பிடறதை விடுங்கோ. நான் அபின் சாப்ட்டேன். தெரியுமா?' என்று கேட்டால் மீண்டும் ஐயோ ஐயோ.

'ரொம்ப நன்னா இருந்தது மாமா. அப்படியே காதெல்லாம் பஞ்சடைச்சுப் போயி, கண்ணெல்லாம் நீலமாகி, காத்துல மிதந்துண்டே இருந்தேன். ரெண்டு நாள் மிதந்திருக்கேன்னா பாத்துக்கோங்கோ.'

ஐயோ ஐயோ.

அன்றைக்கு மாலை நான் திருநெல்வேலிக்கு வந்து சேர்ந்துவிட்டேன். கையில் மிச்சம் இருந்த பணம் சென்னை வரை செல்வதற்குப் போதுமா என்று சந்தேகமாக இருந்தது. ஒரு கண்டக்டரிடம் சென்னைக்குச் செல்ல டிக்கெட் தொகை எவ்வளவு என்று கேட்டேன். அவர் சொன்னதைக் காட்டிலும் என்னிடம் ஒன்பது ரூபாய் குறைவாக இருந்தது. என்ன செய்யலாம் என்று யோசித்தேன்.

சட்டென்று ஏதோ தோன்றி திருச்சி வண்டியில் ஏறி அமர்ந்தேன். திருவானைக்காவுக்குப் போய் அந்தக் கிழவனை இன்னொரு முறை பார்த்துவிட்டுப் போகலாம் என்று தோன்றியது. என் அனுபவத்தைச் சொல்வதல்ல முக்கியம். நான் ஊர் திரும்பவும் அவரிடம்தான் பணம் கேட்கவேண்டும். இந்த உலகில் எனக்கு உதவுவதற்கு இருந்த ஒரே அந்நிய மனிதன் அவன்தான் என்று நினைத்துக்கொண்டேன்.

என்னைக் கண்டதும் கிழவன் சிரிப்பான். 'என்ன தம்பி அண்ணன பாத்தியா?' என்று நக்கலாகக் கேட்பான்.

ஆமாம் பார்த்தேன் என்று சொல்லிவிடலாம் என்று நினைத்துக் கொண்டேன். வண்டி கிளம்ப ஆரம்பித்தது.

41. பிசிறுகளின் காதலன்

சத்திரம் பேருந்து நிலையத்தில் நான் இறங்கும்போதே அவன் என் கண்ணில் பட்டான். வேட்டியைத் தார்ப்பாய்ச்சிக் கட்டிக்கொண்டு, மேலுக்கு எதையும் அணியாமல் வெற்று மார்பின் குறுக்கே இரு கரங்களையும் பெருக்கல் குறிபோலப் போட்டுக்கொண்டு குத்துக்காலிட்டு அமர்ந்திருந்தவன், என்னைக் கண்டதும் சிரித்தான். எனக்கும் சிரிப்பு வந்தது. 'நீ வருவேன்னு தெரியும், அதான் பஸ் ஸ்டாண்டுக்கே வந்துட்டேன்' என்று சொல்வானென எதிர்பார்த்தேன். ஏனோ அவன் அதைச் சொல்லவில்லை. மாறாக, விட்ட இடத்தில் தொடங்குவது போல, 'பாக்க முடியல இல்ல? நாந்தான் சொன்னேனே?' என்றான்.

நான் அதைக் கண்டுகொள்ளாமல், 'ஊருக்குப் போகப் பணம் குறையறது. எனக்கு இங்க தெரிஞ்சவர் நீங்க மட்டும்தான். பஸ்ஸுக்குப் பணம் தர முடியுமா?' என்று கேட்டேன்.

அவன் சிறிது நேரம் என்னை உற்றுப் பார்த்துக்கொண்டே இருந்தான். பிறகு, 'சட்டைப்பையிலே வெச்சிருக்கேன். கௌம்பு' என்று சொன்னான்.

எனக்குப் புரியவில்லை. என்ன என்று கேட்டேன். 'உஞ்சட்டைப் பையிலே வெச்சிருக்கேன் தம்பி. கௌம்புன்னு சொன்னேன்' என்று மீண்டும் சொன்னான். நான் குழப்பத்தோடு என் சட்டைப்பைக்குள் கைவிட்டேன். ஒரு நூறு ரூபாய்த் தாள் இருந்தது. உடனே நான் அவனை நிமிர்ந்து பார்த்தேன். 'நீங்க சித்தரா?' என்று கேட்டேன். அவன் இதற்கும் சிரித்தான். அந்தச் சிரிப்பு எனக்குப் பிடிக்கவில்லை. அவனைச் சற்றுக் கோபப்படுத்திப் பார்க்கலாம் என்று ஏனோ தோன்றியது. 'மேஜிக் தெரிஞ்சவரா?' என்று அடுத்துக் கேட்டேன். இதற்கு அவன் சிரிக்கவில்லை. உடனே பதில் சொன்னான், 'ஆமா.'

எனக்குத் தெரிந்துவிட்டது. அவன் ஒரு சித்தர்தான். எங்கிருந்து அண்ணா அவனைப் பிடித்தான் என்று என்றாவது கேட்டுத் தெரிந்துகொள்ளலாம். அது அவ்வளவு முக்கியமல்ல. ஆனால்

என் மனத்தில் அவனைக் குறித்த வியப்போ, பிரமிப்போ உருவாகவேயில்லை என்பதைக் கவனித்துக்கொண்டே இருந்தேன். திரும்பத் திரும்ப அவனை நான் ஒருமையிலேயே நினைத்தேன். மனத்தில் உருவாகாத மரியாதைப் பன்மையைச் சொல்லில் அதனால்தான் என்னால் ஏற்ற இயலவில்லை. ஒருவேளை நான் குற்றாலத்தில் அண்ணாவைச் சந்தித்திருந்தால் இது மாறியிருக்கலாம் என்றும் தோன்றியது.

இப்படி யோசித்துக்கொண்டிருந்தபோதே அவன் சொன்னான், 'மரியாதையெல்லாம் வெறும் பாவனை. நான் அதை எதிர்பார்க்கறதில்லே. உங்கண்ணன் என்னை சொரிமுத்துன்னு பேர் சொல்லியே கூப்புடுவான். நான் தேர்ந்தெடுக்கறவங்களை நான் அப்படித்தான் நினைக்கவும் பேசவும் வெப்பேன்.'

இது என்னை அதிரவைத்தது. இவன் என்னைத் தேர்ந்தெடுத்திருக்கிறானா!

சட்டென்று, 'மன்னிச்சிடுங்க. தப்புதான்.' என்று சொன்னேன்.

அவன் அதைப் பொருட்படுத்தவில்லை. 'அந்த பஸ்ஸு கெளம்புது பாரு. போய் ஏறிக்க' என்றான்.

'இல்லே. நான் கொஞ்ச நேரம் கழிச்சிப் போறேன். உங்ககிட்டே பேசணும்.'

'என்னா இருக்குது பேச? உங்கண்ணன் படுக்கைய பாத்துட்டல்ல? அவ்ளதான். உங்க வீட்ல ஒருத்தருக்குத் தெரியப்படுத்தணுன்னு ஒரு இது. அது ஒனக்கு வாய்ச்சிது. பதமா பக்குவமா இத உங்கம்மாப்பாட்ட சொல்லு. இதையுஞ்சொல்ல தெகிரியம் வரலன்னா கோவளத்துக்குப் போயி சம்சுதீன்கிட்டேயாச்சும் சொல்லிடு. அவன் உங்கம்மாவுக்குத் தெரியப்படுத்திடுவான்.'

'சம்சுதீனா?'

'அவம்பேரு அதான். மசூதி வாசல்ல கெடப்பான். ஒனக்கு அவனைத் தெரியும்.'

ஏனோ எனக்கு அவனை விட்டு உடனே நகர்ந்துவிட வேண்டும் என்று இப்போது தோன்றியது. மனத்தில் எழுந்த உணர்வு அச்சமா என்று சந்தேகமாக இருந்தது. ஆனால் எனக்குள் ஒரு சிறு நடுக்கம் இருந்ததை உணர்ந்தேன். இது வேறு உலகம். இவர்கள் வேறு மனிதர்கள். தற்செயலாக அண்ணா இவர்களுள் ஒருவனாகிப்

போயிருக்கிறான். நல்லது. அது அவனது கர்மா. ஆனால் நான் இதைக் குறித்தெல்லாம் வியப்பதற்கில்லை என்று எண்ணிக்கொண்டேன். நகர்ந்த வருடங்களில் நான் நிறைய வாசிக்க ஆரம்பித்திருந்தேன். சித்தர் பாடல்கள். இந்து மதம். யோகம். ஆன்மிகம். தந்திரா. சித்து. மூலிகை மருத்துவம். என்னென்னவோ. பல யோகிகள், சித்தர்களின் வாழ்க்கை வரலாறுகளை வாசித்துப் பார்த்தேன். பக்கம் தோறும் அவர்கள் அற்புதங்களை நிகழ்த்திக்கொண்டே இருந்தார்கள். எத்தனை எத்தனை அற்புதங்கள்! இரவைப் பகலாக்குவதில் தொடங்கி, நீரில் நடப்பது, காற்றில் பறப்பது, உடல் விட்டு உயிரை நகர்த்தி மீண்டும் உடலோடு சேர்ப்பது வரை என்னென்னவோ. யோக விஞ்ஞானம் சார்ந்த அடிப்படை அறிவு உண்டாகிவிட்டால் இவை எளிதில் புரிந்துவிடும் என்று நினைத்தேன். ஆனால் அத்தனைப் பேரும் பிறந்து வாழ்ந்து இறந்துதான் போயிருக்கிறார்கள். ஆனால் மரணத்தை வெல்ல முயற்சி செய்திருக்கிறார்கள். அதுதான் பெரும்பாலானவர்களின் நோக்கமாக இருந்திருக்கிறது.

எனக்கு அதுதான் உடன்பாடற்றதாக இருந்தது. மரணத்தை எதற்கு வெல்ல வேண்டும்? வாழ்வின் அனைத்துப் பிசிறுகளையும் நான் விரும்பினேன். மரணம் உள்பட. முரண்பாடுகளில் ஒளிந்துள்ள கவித்துவத்தை ரசித்தேன். கண்ணீரின் ருசியும் புன்னகையின் வாசனையும் இணையும் புள்ளியைத் தேடுவதை விடுத்து மரணத்துக்கு எதிரான துவந்த யுத்தத்தை நிகழ்த்திக்கொண்டிருப்பதில் என்ன அர்த்தம் உள்ளது?

கடவுள். ஐயோ அவன் ஒருத்தன் இந்த யோகிகளை என்ன பாடு படுத்தி எடுக்கிறான்! வாழ்வை விடுத்து மலை முகடுகளில் அவர்கள் தேடிச் செல்லும் பக்காத் திருடன். சிலருக்கு அவன் அகப்படுகிறான். பலர் இறுதிவரை தேடிவிட்டுக் காலாவதியாகிவிடுகிறார்கள். ஆனால் காலம் தோறும் தேடிக்கொண்டுதான் இருக்கிறார்கள். சௌக்கியமாகத் தேடட்டும். எனக்கு அதில் ஆர்வம் இல்லை. நிகழ மறுக்கும் அற்புதமான இந்த வாழ்வே எனக்குப் போதும். இதன் கசடுகள் எனக்குப் பிடித்திருக்கின்றன. இதன் துவர்ப்பு பிடித்திருக்கிறது. இதன் வாசனையும் துர்நாற்றமும் எனக்குப் பாதுகாப்பாக உள்ளது. போதும். அற்புதங்களை அவர்களே நிகழ்த்திக்கொள்ளட்டும். அதை வியக்க நான் ஆளில்லை. கிழவனால் ஒரு நூறு ரூபாய்த் தாளைத்தான் என் சட்டைப் பையில்

கொண்டு வைக்க முடியும். தலைகீழாக நின்றாலும் அவனால் ஒரு நூற்று ஒரு ரூபாய்த் தாளை உண்டாக்க முடியாது.

அற்புதங்களின் மீதான ஈர்ப்பு உதிர ஆரம்பித்திருந்தது. அன்றைய என் வயதுக்கு அது அதிகம்தான். அதில் சந்தேகமில்லை. ஆனாலும் நான் அப்படித்தான் இருந்தேன். அதிசயப் பிறவிகளும் கடவுளை நோக்கிய அவர்களது முயற்சிகள் மிகுந்த பயணங்களும் தொடக்கத்தில் எனக்கும் ஆர்வம் தரத்தக்கவையாகத்தான் இருந்தன. ஏதோ ஒரு கட்டத்தில் மனித மனத்தினும் பெரிய அற்புதம் வேறில்லை என்று கண்டேன். அதை அலையவிட்டு வேடிக்கை பார்ப்பதுதான் எத்தனை சுகமான காரியம்! முட்டாள்தனமாக அதைக் கட்டுப்படுத்தி ஒருமையில் நிறுத்துவதை யோகமென்கிறது உலகம். என்ன பெரிய சித்து? என்ன பெரிய அதிசயம்? என் சட்டைப்பையில் அந்தக் கிழவன் நூறு ரூபாய்த் தாளை எனக்குத் தெரியாமல் வைத்தது ஓர் அற்புதமா? எந்தப் பிரயத்தனமும் இன்றி எனக்குத் தேவையான பணம் என்னிடம் வந்து சேர நான் ஒரு வழி கண்டறிந்தேனே, அதுவல்லவா அற்புதம்?

நான் எதையும் காட்டிக்கொள்ளவில்லை. இப்படியெல்லாம் நான் எண்ணுவதைக்கூட அவன் படித்திருப்பான் என்று அறிவேன். அதனாலென்ன? எதிராளி மனத்துக்குள் ஓடுகிற எண்ணங்களை இழுத்து நிறுத்திப் படிப்பது ஓர் அறிவியல். ஆனால், அது மின்சார ரயிலில் பயணம் செய்கிறபோது வெளியே விரையும் கம்பங்களை எண்ணுவதை நிகர்த்ததுதான். இன்னொருவன் மனத்தைப் படித்து எனக்கென்ன ஆகப் போகிறது? அடுத்தவர் டைரியை வாசிக்கும் எளிய கிளுகிளுப்புதான் அதிலும் இருக்கிறது. எனக்கு மனிதர்களை அவரவர் சொற்களின் மூலம் படிக்கவே விருப்பம். உண்மையும் பொய்யும் மாறி மாறி முலாம் பூசுகிற சொற்கள். பொய்யும் அழகுதான். உண்மையின் பேரெழில் அதற்கும் உண்டு. முற்றிலும் உண்மையானவை எப்படி அலுத்துப் போகுமோ அதே போலத்தான் முழுப் பொய்களும் திகட்டும். மனிதர்கள் தம் மானசீகத்தில் சரி விகிதம் அறிந்து அதைக் கலந்து வெளிப்படுத்துகிறார்கள். அதுதான் அழகு. அதன்மூலம்தான் மக்களைப் படிக்க வேண்டும். பூரணத்தில் இருந்து பூரணத்தை ஏன் எடுக்க வேண்டும்? பூரணங்கள் அருங்காட்சியகத்தில் பத்திரமாக இருக்கட்டும். நான் பிசிறுகளின் காதலனாகவே இருந்துவிட்டுப் போகிறேன்.

நான் அந்தக் கிழவனிடம் விடைபெற்று சென்னை செல்லும் பேருந்தில் ஏறிக்கொண்டேன். ஏறியதுமே கண்டக்டரிடம் அந்த நூறு

ரூபாய்த் தாளைக் கொடுத்து டிக்கெட்டும் வாங்கிவிட்டேன். அது யார் காசோ, எங்கிருந்து வந்ததோ. வாழைப்பழப் பிள்ளையாரின் வேறொரு வடிவம். ஒழியட்டும் என்று எண்ணிக்கொண்டு கண் மூடித் தூங்க ஆரம்பித்தேன்.

இரண்டு மணி நேரம் அயர்ந்து தூங்கித்தான் போனேன். பிறகு என்னருகே இருந்தவரிடம் இருந்து செய்தித் தாளை வாங்கிப் புரட்டினேன். வண்டி விழுப்புரம் தாண்டியதும் ஒரு சாலையோர விடுதியின் முன்னால் நின்றது. பத்து நிமிடங்கள் நிற்கும் என்று கண்டக்டர் சொல்லிவிட்டு இறங்கிச் சென்றார். எனக்கும் ஒரு காப்பி சாப்பிடலாம் என்று தோன்றியது. வண்டியை விட்டு இறங்கினேன்.

முன்புறம் கூரை வேய்ந்த ஒரு சிறிய உணவகம் அது. வெளியே ஒரு ஸ்டூலில் பெரிய ஸ்பீக்கர் வைத்துப் பாடல் ஒலிபரப்பிக்கொண்டிருந்தார்கள். குளிர்பானங்கள், பிஸ்கட்டுகள், திரைப்படப் பாடல் ஒலித்தட்டுகள். உள்ளே முட்டை தோசை, இடியாப்பம் தயாராக உள்ளதாக வாசலில் நின்று ஒருவன் சொல்லிக்கொண்டிருந்தான்.

ஒரு கணம் தயங்கினேன். சரி, காப்பிதானே சாப்பிடப் போகிறோம் என்று உள்ளே சென்று உட்கார்ந்தேன். காப்பி சொல்லிவிட்டுத் திரும்பியபோது என் பக்கத்தில் ஒரு பெண் வந்து உட்கார்ந்தாள். அவளுக்கு முப்பத்தி ஐந்து முதல் நாற்பது வயது இருக்கும் என்று நினைக்கிறேன். அவளும் ஒரு காப்பி சொன்னாள். சொல்லிவிட்டுச் சட்டென்று என்னிடம் திரும்பி, 'வேணுமா?' என்று கேட்டாள்.

'என்ன?'

'வேணுமா?'

'என்னது வேணுமா?'

'ஐய, தெரியாத மாதிரி கேக்குது பாரு' என்று மிகவும் உரிமையுடன் என் விலாவில் இடித்தாள்.

எனக்குப் புரிந்தது. சட்டென்று நான் அங்கிருந்து எழுந்து அடுத்த மேசைக்குச் சென்று உட்கார்ந்துகொண்டேன். அவள் சில வினாடிகள் என்னையே பார்த்துக்கொண்டிருந்தாள். பிறகு என்ன நினைத்தாளோ, 'காப்பி வேணா' என்று சொல்லிவிட்டு எழுந்து வெளியே போய்விட்டாள்.

நான் காப்பியைக் குடித்துவிட்டு வெளியே வந்தபோது அவள் எனக்காகக் காத்திருந்ததைக் கண்டேன். அவள் ஏதும் பேசுவதற்குள் பேருந்தில் ஏறி உட்கார்ந்துவிட வேண்டும் என்று

நினைத்து வேகமாக நடந்தேன். ஆனால் அவள் நான் முற்றிலும் எதிர்பாராவிதமாக என் கையைப் பிடித்து இழுத்து நிறுத்தினாள்.

'வண்டி இன்னும் அஞ்சு நிமிசம் நிக்கும். வேணுன்னா சொல்லு. பின்னாடி இடம் இருக்குது. பதினஞ்சு ரூபா குடு. போதும்.'

நான் அவளை முறைத்தேன். இதென்ன விபரீதம்? பட்டப் பகலில் பொது வெளியில் இப்படிப் பேச முடியுமா? சரி முடிகிறது. ஐந்து நிமிடங்கள். பதினைந்து ரூபாய். ஒரு நேர்த்திக்கடன் போல் யாராவது இதற்கு ஒப்புக்கொண்டு ஒதுங்குவார்களா?

'வேணான்னா வேணான்னு சொல்லு. நான் அடுத்த ஆளப் பாக்கப் போவேன்ல? டைம் வேஸ்ட் பண்றியே? பஸ்ஸு கௌம்பிரும்ல?'

'வேணாம்' என்று சொல்லிவிட்டு வேகமாகச் சென்று பேருந்தில் ஏறி அமர்ந்தேன். சற்றுப் படபடப்பாக இருந்தது. நான் வீட்டைவிட்டுத் தனியே எங்கும் போகாதவன். இந்தப் பயணம் நான் திட்டமிடாதது. என் அப்பாவும் அம்மாவும் என்னைக் காணாமல் எவ்வளவு வேதனை அடைந்திருப்பார்கள் என்பது எனக்குத் தெரியும். ஏதோ ஒரு நப்பாசையில் அண்ணா இருக்கும் இடம் தெரிந்ததால், அவனைத் தேடித் தனியே போய்விட்டேன். அவனைப் பார்க்க முடியாவிட்டாலும் அவனைப் பற்றிய ஒரு பெரிய உண்மையை அறிந்து வந்திருக்கிறேன். கிழவன் சொன்னதற்காக இல்லாவிடினும் இதை நிச்சயம் நான் வீட்டில் சொல்லிவிடுவேன் ஏதோ ஓரிடத்தில் ஒவ்வொரு சங்கதிக்கும் ஒரு முற்றுப் புள்ளி வைத்துத்தான் ஆகவேண்டும்.

வண்டி அங்கிருந்து கிளம்பியபோது அந்தப் பெண் நான் அமர்ந்திருந்தஇடத்தருகேவந்தாள். நான்அவளைப்பார்க்கக்கூடாது என்று எண்ணிக்கொண்டு எங்கோ பார்க்க ஆரம்பித்தேன். அவள் சிரித்தாள். ஏனோ அதை நான் பார்த்துவிட்டேன்.

'தொட்டுப் பாக்கணுன்னு தோணுதில்ல? அப்பறம் என்ன?' என்று அவள் கேட்டாள். எனக்கு மிகவும் அவமானமாகப் போய்விட்டது. சீ என்று வேறுபுறம் திரும்பிக்கொண்டேன். வண்டி வேகமெடுத்து வெகுதூரம் சென்ற பிறகுதான் என்னால் நிதானத்துக்கு வர முடிந்தது. அப்போது நினைத்தேன். அது உண்மையா? அவளைத் தொட்டுப் பார்க்க எனக்குத் தோன்றியதா?

நிச்சயமாக இல்லை. ஆனால் தொட்டுப் பார்த்திருக்கலாம் என்று இப்போது நினைத்தேன்.

42. உடலும் உள்ளமும்

இரவு ஏழு மணிக்குப் பேருந்து மாமண்டூரை நெருங்கிக் கொண்டிருந்தது. முகத்தில் வீசிய காற்றில் பகல் முழுதும் அடித்த வெயிலின் மிச்சம் இருந்தது. நான் மிகவும் களைத்திருந்தேன். குறுகலான இருக்கையில் இன்னொருவர் அருகே அமர்ந்திருப்பது மிகுந்த வலி தரத் தக்கதாக இருந்தது. நான் நிமிர்ந்து உட்கார்ந்தால் அவர் தோளில் இடித்தது. காலை நீட்ட முயன்றால் எனக்குக் குறுக்காக அவர் கால் நீட்டியிருந்தார். திரும்பினால் உரச வேண்டியிருந்தது. எனக்குச் சிறிது நேரம் கால்களை மடக்கி உட்கார வேண்டும் என்று தோன்றியது. ஆனால் அது சாத்தியமாக இல்லை. ஒரு காலை மடக்கிவிட்டேன். இன்னொன்றைத் தூக்கி மடக்க முடியவில்லை. எதிர் இருக்கையில் முட்டிக்கொண்டு நின்றது. அத்தனை நெருக்கம். இன்னொரு ஐந்து பத்து நிமிடங்களுக்கு எங்காவது வண்டியை நிறுத்தி இளைப்பாற அனுமதிக்கமாட்டார்களா என்று எண்ணிக்கொண்டிருந்தபோது விபத்தானது.

நான் பயணம் செய்த பேருந்தின் ஓட்டுநர் சரியாகத்தான் வண்டியை ஓட்டிக்கொண்டிருந்தார். எதிர்ப்புறம் வந்த காருக்கு அந்த இரவுப் பொழுதில் அத்தனை வேகம் இருந்திருக்கக்கூடாது. இத்தனைக்கும் முழுதும் மோதி நொறுங்கவில்லை. ஒரு உரசல்தான். அதற்குள் ஓட்டுநர் சுதாரித்துக்கொண்டு வண்டியை இடப்புறம் ஒடித்து வளைத்துவிட்டார்.

ஆனாலும் அது விபத்துதான். கூக்குரல்களும் அலறல்களும் பேருந்துக்குள் உறங்கிக்கொண்டிருந்தவர்களை விழித்தெழச் செய்துவிட்டது. எல்லோரும் எல்லாக் கம்பிகளிலும் மோதிக் கொண்டோம். ஆளாளுக்கு என்னென்னவோ சொல்லிக் கத்த ஆரம்பித்துவிட்டார்கள். ஓட்டுநர் ஒரு வழியாக வண்டியைச் சாலையோரம் கொண்டு சென்று நிறுத்தினார். காத்திருந்தாற்போல் அத்தனைப் பேரும் அலறிப் புடைத்துக்கொண்டு வண்டியை விட்டு இறங்கிவிட்டார்கள்.

பேருந்தில் உரசிய கார் எதிர்ப்புறம் தன் கட்டுப்பாட்டை இழந்து எப்படி எப்படியோ ஓடியிருக்க வேண்டும். விபத்தான இடத்துக்கு இருபதடி தூரம் தள்ளிச் சென்று ஒரு நாய் சிறுநீர் கழிக்கும் தோற்றத்தில் பின் சக்கரத்தை உயர்த்திக்கொண்டு எதிலோ மோதி நின்றிருந்தது. பேருந்தில் இருந்து இறங்கிய கண்டக்டரும் டிரைவரும் அந்தக் காரை நோக்கித்தான் முதலில் ஓடினார்கள். அதற்குள் அந்தப் பிராந்தியத்தில் நடந்து போய்க்கொண்டிருந்தவர்களும் சாலையோரக் கடைக்காரர்களும் அங்கே குழுமிவிட்டார்கள்.

நல்ல வேளையாகக் காருக்குள் இருந்தவர்களுக்கு காயம் மட்டுமே பட்டிருந்தது. யார் உயிரும் போகவில்லை என்று சில வினாடிகளில் தெரிந்துவிட்டது. நான் அமர்ந்திருந்த இருக்கையின் முன் இருக்கையில்தான் முட்டிக்கொண்டேன். நெற்றியிலும் மூக்கிலும் நல்ல வலி இருந்தது. என் அருகே இருந்தவர் புத்திசாலித்தனமாக அந்தச் சந்தர்ப்பத்தில் என் மீது சாய்ந்து என்னைக் கொலை செய்ய வருபவர்போல இறுக்கிப் பிடித்துக்கொண்டு விட்டார். அவருக்கு வலிக்கும் அளவுக்கு ஒன்றுமில்லை என்று தெரிந்தது. சாலையோரம் நாங்கள் கூடி நின்று நடந்த விபத்தைக் குறித்துப் பேசிக்கொண்டிருந்தோம். யாருக்கும் உயிர் போகவில்லை என்பது எல்லோருக்கும் நிம்மதியாக இருந்தது. ஆனால் பேருந்து உடனே புறப்பட வாய்ப்பில்லை என்று கண்டக்டர் வந்து சொன்னார். விபத்துக்குக் காரணமான காரோட்டி தன் தவறை ஒப்புக்கொண்டாலும் போலிசுக்குத் தகவல் தெரிவித்துவிட்டதால் அவர்கள் வரும்வரை வண்டியை எடுக்க முடியாது.

இது எனக்கு மிகுந்த ஆசுவாசம் அளித்தது. நான் கால் வலி தீர மெல்ல நடக்க ஆரம்பித்தேன். அந்நாள்களில் மாமண்டூர்ச் சாலையில் கடைகள் அதிகம் கிடையாது. அங்கொன்றும் இங்கொன்றுமாக சிறு பெட்டிக்கடைகள் மட்டும்தான் இருந்தன. அவற்றையும் விளக்கு வைத்த ஒரு மணி நேரத்தில் மூடிவிடுவார்கள். எல்லாக் கடைகளின் வாசலிலும் நாய்கள் படுத்திருந்தன. சாராயக் கடைக்குச் செல்லும் வழி என்று அம்புக்குறி இட்ட போர்ட் ஒன்றைக் கண்டேன். அது ஒரு குறுகலான பாதையில் போகச் சொல்லி வழி காட்டியது. முற்றிலும் வெளிச்சமில்லாத சாலை. ஒருபுறம் சீமைக்கருவேல புதர்களும் மறுபுறம் ஏதோ ஒரு பெரிய தொழிற்சாலையின் பின்புற காம்பவுண்டு சுவரும் அந்தப் பாதைக்கு அரண்களாக இருந்தன. நான் ஏன் அந்தப் பாதையில் நடக்கத் தொடங்கினேன்

என்று தெரியவில்லை. சும்மா சிறிது நேரம் நடப்பது மட்டுமே என் நோக்கம். ஒரு ஐந்து நிமிடங்கள். போதும். திரும்பி வந்தால் பேருந்தை எடுத்துவிடுவார்கள். பத்து இருபதுக்கு செங்கல்பட்டில் கடைசிப் பேருந்து கிளம்பும். அதைப் பிடித்துவிட முடிந்தால் கேளம்பாக்கத்தில் இறங்கி வீட்டுக்கு நடந்து போய்விடலாம் என்று எண்ணியிருந்தேன்.

அந்தக் குறுகிய பாதையில் நூறடி நடந்திருப்பேன். புதருக்குள் இருந்து யாரோ யாரையோ அழைப்பது போலத் தெரிந்தது. இருட்டில் உருவம் தெரியவில்லை. ஆனால் அங்கே யாரோ இருந்தார்கள். மேலும் சிறிது நடந்தபோது எனக்கு எதிரே ஓர் உருவம் சற்றுத் தொலைவில் நடந்து வந்துகொண்டிருந்ததைக் கண்டேன். யாரோ சாராயக் கடையில் இருந்து திரும்பிக்கொண்டிருக்க வேண்டும். இந்த சாராய போதை என்பது எப்படி இருக்கும் என்று தெரியவில்லை. எனக்கு அந்த திருவானைக்கா கிழவன் கொடுத்த அபின் பிடித்திருந்தது. சட்டென்று தரையில் இருந்து தூக்கிப் பஞ்சுப் பொதியின்மீது உட்கார வைத்துவிடுகிற பொருள். அது ஒரு அனுபவம்தான். மறக்க முடியாததும் கூட. எனக்கென்னவோ சாராயம் அப்படியொரு அனுபவத்தைத் தரக்கூடியதாக இருக்காது என்று தோன்றியது. அபின் கலந்த சர்க்கரைப் பொங்கலைத் தின்றபோது நான் உளறவோ, நடை தடுமாறவோ இல்லை என்பதை நினைவுகூர்ந்தேன். மயக்கத்தில்தான் கிடந்திருக்கிறேன். ஆனால் அதை மயக்கம் என்று உணரவேயில்லை. கோயிலில் இருந்து திருவானைக்கா வரை அவனோடு நடந்து சென்றபோதும் சரி, அவன் வீட்டுத் தரையில் படுத்து உறங்க ஆரம்பித்தபோதும் சரி. என் செயல் எனக்கு நினைவில் இருந்தது. அப்பாவும் அம்மாவும் தேடுவார்களே என்று நினைத்துக்கொண்டேதான் இருந்தேன். உறங்கிய பின்பும் கனவில் நான் முழு விழிப்புடன் இருந்தேன். திருவிளையாடல் திரைப்படத்தில் ஞானப்பழத்துக்காக மயில் மீதேறி உலகம் சுற்றிய பால முருகனைப் போலச் சுற்றி வந்தது இப்போதும் நினைவிருக்கிறது. ஆனால் நான் பார்த்த குடிகாரர்கள் எப்போதும் உளறிக்கொண்டே இருந்தார்கள். கால்களை வளைத்து வளைத்து நடப்பார்கள். எந்தக் கணமும் விழுந்துவிடுவதற்குத் தயாராவதற்காகவே அவர்கள் குடிக்கிறார்கள் என்று தோன்றியது. எந்நாளும் நான் குடிக்க மாட்டேன் என்று தோன்றியது. போதை ஒரு சுகானுபவம் என்றால், சுகமளிக்கக்கூடிய எதையும் அலங்கோலப்படுத்திப் பார்ப்பது தகாது. ஒரு சுகத்துக்காக நம்மை நாமே அலங்கோலப்படுத்திக்கொள்வது அதனினும்

துக்ககரமானது. சொன்னேனல்லவா? நான் துக்கங்களை வெறுப்பவன். துயரங்களின் சாறு என்மீது தெளித்துவிடாதிருக்க எப்போதும் எச்சரிக்கையோடு நடப்பவன்.

நான் பார்த்துக்கொண்டிருந்தபோதே அந்தக் குடிகாரன் முட்புதர்களை விலக்கி, உள்ளே இறங்கிச் செல்ல ஆரம்பித்தான். ஒரு ஆர்வத்தில் நான் புதரோரம் நின்று அவன் போவதைக் கவனிக்கத் தொடங்கினேன். அதிகத் தொலைவு இல்லை. அவனை அங்கே ஒலியெழுப்பி அழைத்த பெண் நான்கைந்து புதர்களுக்குப் பின்னால்தான் நின்றுகொண்டிருந்தாள். அவளால் அவன் முகத்தைக் காண முடியாது. அவனுக்கும் அவளது முகம் புலப்பட வாய்ப்பில்லை. இருள் அனைத்து முகங்களின்மீதும் கருமை பூசி மறைத்து இருந்தது. இருப்பினும் எனக்கு ஒலிகள் போதுமானதாக இருந்தது. ஒரு சல்லாபத்தை ஒலிகளைக் காட்டிலும் வேறெது துல்லியமாக உணர்த்தும்?

நானும் ஒரு புதரின் பின்னால் மறைந்து நின்றுகொண்டு சத்தம் வந்த திக்கையே பார்த்துக்கொண்டிருந்தேன். தரையொன்றும் அத்தனை சுத்தமாக இல்லை. திக்கித் திணறித்தான் கால் வைக்க வேண்டியிருந்தது. இருப்பினும் அனுபவசாலியான அந்தப் பெண், ஒதுங்கியிருந்த புதரின் அருகே இருவர் அமரவும் கிடக்கவும் இடம் உண்டாக்கி வைத்திருப்பாள் என்று நினைத்துக்கொண்டேன். சட்டென்று எனக்கு மதியம் சந்தித்த பெண்ணின் நினைவு வந்தது. ஒரே நாளில் ஒரே மாதிரியான இரு பெண்கள். வீட்டுக்கு வெளியே உலகம் இப்படியாகத்தான் எனக்கு விரிய வேண்டும் என்று இருந்திருக்கிறது. அண்ணாவும் வினய்யும் வீட்டை விட்டுச் சென்றபோது இந்தப் பாதையைக் கடந்திருப்பார்களா? அண்ணா வாய்ப்பில்லை. ஒருவேளை வினய் இதனைக் கண்டிருக்கலாம் என்று நினைத்தேன்.

என்றைக்காவது நேரம் ஒதுக்கி அமர்ந்து வினய்யைக் குறித்து யோசிக்க வேண்டும் என்று வெகு நாள்களாக நினைத்துக்கொண்டிருந்தேன். அவன் விட்டுச் சென்றதன் நியாயம் எனக்கு அப்போது வரை விளங்கவேயில்லை. அண்ணாவைப் போல அவன் சந்தேகத்துக்கு இடமளித்து என்றுமே நடந்துகொண்டதில்லை. பெண் உடல் குறித்து அவன் நிறைய சிந்தித்துக்கொண்டிருந்தான் என்பது எனக்குத் தெரியும். உறுப்புகளின் உட்புறம் உள்ள எலும்பு, நரம்பு, ரத்தம் குறித்தெல்லாம் பேசினாலும் எனக்கென்னவோ அவன்

பத்மா மாமியின் மகள் பற்றிய ஏக்கத்தையே வேறு வடிவில் தணித்துக்கொண்டிருந்ததாகப் பட்டது. ஒரு விஷயம் சொல்ல வேண்டும். பொதுவாகவே பாடசாலைகளில் படிக்கப் போகிற பையன்களுக்குச் சீக்கிரம் திருமணம் ஆகிவிடும். இது மிகையே இல்லை. திருவிடந்தையிலேயே வினய்க்கு முன்னதாக பட்டாச்சாரியாரின் மகன் அகோபிலத்தில் ஒரு பாடசாலைக்கு ஏழு வயதில் கிளம்பிப் போனான். பதினாறு வயதில் வைரக் கடுக்கன்னும் கட்டுக் குடுமியுமாக அவன் ஊர் திரும்பியபோது சன்னிதித் தெருவில் அவனுக்குப் பெண் கொடுக்க ஆறேழு குடும்பங்கள் தயாராக இருந்ததாக அம்மா சொல்லியிருக்கிறாள்.

'ஸ்ரீதரனுக்குப் பதினெட்டு வயசுல அவாத்துல கல்யாணம் பண்ணிட்டா. அடுத்த வருஷம் ஒரு பொண்ணு. ரெண்டு வருஷம் கழிச்சி ஒரு பிள்ளை. இன்னிக்குப் பாரு, இப்பவே மாமா மாதிரி ஆயிட்டான், தொந்தியும் சந்தனமுமா.'

கேசவன் மாமாவின் நண்பர் ஒருவர் மகாபலிபுரத்தில் இருந்தார். அவரது பிள்ளையை கேசவன் மாமாதான் கும்பகோணத்துக்கு அழைத்துச் சென்று ராஜா வேதபாட சாலையில் சேர்த்துவிட்டு வந்தார். ஸ்மார்த்தப் பையன். அவனுக்குப் பதினேழு வயதிலேயே திருமணமாகிவிட்டது. அவன் கல்யாணத்துக்கு மாமா என்னையும் அழைத்துச் சென்றது நினைவிருக்கிறது.

'சட்டப்படி தப்புன்னு சொல்லுவா. கம்ப்ளைண்டுன்னு ஒண்ணு குடுக்கலன்னா சட்டத்துக்கு என்ன மதிப்பு?' என்று கேசவன் மாமா கேட்டார்.

வினய் வேதபாட சாலைக்குப் போய்ச் சேர்ந்தபோது நான் அதைத்தான் நினைத்தேன். எப்படியும் நாலாயிரம் கற்றுக்கொண்டு திரும்பும்போதே அப்பா அவனுக்கு ஒரு பெண்ணைப் பார்த்து வைத்துவிடுவார். அதிகபட்சம் இருபது வயதில் அவனுக்குத் திருமணம் ஆகிவிடும். அந்தப் பெண் பத்மா மாமியின் மகள் சித்ராவா, வேறு யாராவதா என்பது மட்டும்தான் எனக்கு மிச்சமிருந்த வினா.

ஆனால் அவனும் சொல்லாமல் ஓடித்தான் போனான். சித்ராவினும் பேரழகி ஒருத்தி அவனுக்குக் கிடைத்திருப்பாள் என்று எண்ணிக்கொள்வது அப்போது எனக்கு சௌகரியமாக இருந்தது. வாழ்வை வெறுத்து ஓடவோ அல்லது அண்ணாவைப் போல் ஞான வேட்கை கொண்டு அலைந்து திரியவோ

அவன் பொருத்தமானவனில்லை என்று நினைத்தேன். வினோத்திடமும் இதையேதான் பலமுறை சொன்னேன். அவன் நம்பினானா இல்லையா என்பதல்ல. திரும்பத் திரும்ப இதைச் சொல்லிக்கொள்வதன்மூலம் ஏதோ ஒரு விதத்தில் என்னைத் திருப்திப்படுத்திக்கொள்வதாகத் தோன்றியது. எனக்கு அது வேண்டியும் இருந்தது.

இரண்டு நிமிடங்கள் நான் அந்த புதரின் பின்னால் நின்றுகொண்டு கவனித்திருப்பேன். முதலில் சிரிப்பும் கிசுகிசுப்பான பேச்சொலியும் கேட்டன. அவர்கள் சல்லாபத்தை ஆரம்பித்துவிட்டார்கள் என்று தெரிந்தது. எதற்குப் பைத்தியம்போல் இதைப் போய் நின்று பார்க்கிறேன் என்று எனக்கு நானே கேட்டுக்கொண்டேன். இருந்தாலும் ஓர் ஆர்வம் இருந்தது. ‘தொட்டுப் பாக்கத் தோணுதில்ல?’ என்று மதியம் கேட்ட பெண்ணின் குரல் மீண்டும் கேட்டது. அவசியம் தொட்டுப் பார்க்க வேண்டும்தான். அதிலென்ன சந்தேகம்? இந்த ஈர்ப்பில் அல்லவா உலகம் இயங்கிக்கொண்டிருக்கிறது? இதில் எனக்கு வெட்கமெல்லாம் இல்லை. ஆனால் உச்சி வெயிலிலோ அல்லது இம்மாதிரி இருட்புதரிலோ எனக்கு முடியாது. செயல்பாடுகளில் லலிதம் முக்கியம். ஒவ்வொரு அசைவிலும் உள்ளார்ந்த பேரமைதியும் அதனுள்ளே பெரும் இசையும் இழையோடுவது அதனினும் எனக்கு முக்கியம். வாழ்வின் வாசனை நிதானத்தில் உள்ளது. பதற்றத்தின் மேடு பள்ளங்களை நான் அறவே வெறுத்தேன். தவிரவும் வாடகைக்கு ஒரு பெண்ணை அமர்த்திக்கொள்வதெல்லாம் எனக்கு ஒவ்வாமை தரும். என் இயல்பு வேறு. என் பிரத்தியேகங்களின் தன்மை வேறு. எனக்குள் ஒரு கிருஷ்ணரைப் போல நான் எப்போதும் கோபிகைகளின் அரவணைப்பில் இருந்தேன். ஆ, அந்த நினைவுதான் எத்தனைப் பெருஞ்சுகம்!

சரி கிளம்பிவிடலாம் என்று எண்ணி நான் புதரை விட்டு விலகி, சாலைக்கு வந்தேன். நான் நடக்கத் தொடங்கிய வினாடி அந்தச் சத்தம் என் செவியைத் தாக்கியது. எனக்கு நன்றாகத் தெரிந்தது. அது ஒரு மரண அறிவிப்பு ஓலம். சத்தம் எழுந்த உடனேயே அந்தப் புதருக்குள் இருந்து வெளிப்பட்டு அந்தப் பெண் ஓட ஆரம்பித்தாள். அவள் கையில் ஒரு கத்தி இருந்தது.

43. சாட்சிக்காரன்

நான் அதற்குமுன் ஒரு கொலையைக் கண்டதில்லை. இப்போதுகூட ஒரு கொலை நிகழ்ந்திருக்கிறது என்பது மட்டும் தெரியுமே தவிர, நான் அதை நேரில் பார்க்கவில்லை. ஆனால் அந்தக் குடிகாரனின் மரண ஓலம் என்னை அந்தக் கணம் சற்று அசைத்தது. எத்தனைத் தெளிவான திட்டம்! அவன் குடித்துவிட்டு வருகிற வழியை அவள் தேர்ந்தெடுத்திருந்தாள். முட்புதர்கள் நிறைந்த இடம். தெரு விளக்குகூட இல்லாத இருட்டுச் சூழல். ஒரு மரண ஓலம் கேட்டால்கூட யாரும் அவ்வளவு விரைவில் ஓடி வந்துவிட முடியாத இட அமைப்பு. அந்தச் சாலையின் இறுதியிலோ அல்லது திருப்பத்திலோதான் சாராயக்கடை இருக்க வேண்டும். சாலை முழுதும் புதர்களும் ஒரு பெரும் காம்பவுண்டுச் சுவரும் மட்டுமே இருபுறமும் நிறைந்திருந்தன. ஒரு பேச்சுக்கு சாலை என்கிறேனே தவிர, அது தார் காணாத மண் தரைதான். மேடு பள்ளங்களும் சாக்கடை நீர்த் தேக்கங்களும் மிகுதி. இருளுக்குக் கண் பழகிய பின்புதான் வழி புலப்படும். மிகச் சரியான ஓரிடத்தைத் தேர்ந்தெடுத்து, துல்லியமாகத் தான் நினைத்ததை அந்தப் பெண் முடித்திருந்தாள்.

இப்போது என் முன் இருந்த குழப்பங்கள் இரண்டு. நான் இறந்தவனை அல்லது இறந்துகொண்டிருந்தவனைக் கவனிப்பதா? அல்லது குத்திக் கொன்றுவிட்டு தப்பித்து ஓடிக் கொண்டிருப்பவளைத் துரத்திச் செல்வதா? இரண்டுமே என் இயல்புக்குப் பொருந்தாத காரியங்கள் என்று உடனே தோன்றியது. அந்த இடத்திலிருந்து அகன்றுவிடவே நான் மிகவும் விரும்பினேன். விடிந்ததும் எப்படியும் போலிஸ் வரும். அதிர்ச்சித் தகவல் பிராந்தியம் முழுதும் பரவும். கும்பல் கூடும். கொலைக்கான காரணங்கள் அலசப்படும். கொலையாளி யார் என்ற தேடல் தொடங்கும். அது பெரும்பாலும் இறந்தவனின் பின்னணியில் பிள்ளையார் சுழி போட்டு ஆரம்பிக்கப்படும்.

அவன் யாராக இருப்பான்? அவன் ஒரு குடிகாரன். அவனுக்கும் ஒரு பெயர் இருக்கும். பெற்றோர் இருக்கலாம். மனைவி, மக்களும்கூட. குத்திவிட்டு ஓடியவளை ஒரு கணம் கணிகையென்று எண்ணிவிட்டேன். அவள் அவனால் வஞ்சிக்கப்பட்டவளாக இருக்கலாம். மனைவியாகவேகூட இருக்கக்கூடும். எத்தனை நாள் வெறுப்போ, விரக்தியோ, வேதனையோ திரண்டு எழுந்து ஒரு கணத்தில் அவளை இம்முடிவெடுக்க வைத்திருக்கிறது.

அப்பா! என்ன ஓட்டம் ஓடினாள். அது என்னால் கற்பனைகூடச் செய்து பார்க்க முடியாத விரைவு. புதரில் இருந்து அவள் வெளிப்பட்டு சாலையை அடைய மிஞ்சினால் மூன்று வினாடிகள்கூட ஆகியிருக்காது. அப்படியொரு மிருகப் பாய்ச்சல். ஆனால் கொன்றுவிடுவது என்று முடிவு செய்துவிட்ட பின்பு அவனது வருகைக்காகவும் தருணத்துக்காகவும் அவள் மணிக்கணக்கில் காத்திருந்திருப்பாள். அதில் சந்தேகமில்லை. அவள் முகத்தை நான் பார்த்திருக்கலாம். ஒரு கொலையை உத்தேசித்து, திட்டமிட்டு, செய்தும் முடித்த ஒரு பெண்ணின் முகம் எப்படி இருக்கும் என்று எனக்குத் தெரியாது. நானறிந்ததெல்லாம் என் அம்மாவின் முகம் மட்டும்தான். என்னிடம் எப்போதும் புன்னகையையும் வீட்டில் பொதுவாக உணர்ச்சியற்ற ஒரு பாவத்தையும் நிரந்தரமாக அவள் வழங்கிக்கொண்டிருப்பாள். இது எனக்கு நினைவு தெரிந்த நாளாக. அம்மா என்னிடம் என்றுமே புன்னகையின்றிப் பேசியதில்லை. அது பாசத்தில் வருகிற புன்னகையாக எனக்குத் தோன்றியதுமில்லை. எனக்கான அவளது முகத்துக்கு அது ஒரு அடையாளச் சின்னம். சிறு கோபங்கள் உதிரும் கணங்களிலும் அவள் முகத்தில் அந்தப் புன்னகையை நான் கண்டிருக்கிறேன். அது மின்சாரக் கம்பங்களில் எப்போதேனும் நெருப்புப் பொறி தோன்றி உதிர்வது போல மின்னி மறையும்

அப்பாவுடன் பேசுகிற போதெல்லாம் அம்மாவின் முகத்தில் ஒரு சோகத்தின் நிழல் படரும். ஆனால் குரல் மாறாது. சொற்களில் கனம் கூடாது. எளிய சொற்கள். மிகச் சிக்கனமான வெளிப்பாடு. ஆனாலும் சோகம்தான் அதில் நீரோட்டமாயிருக்கும். சோகம்தானே தவிர, விரக்தி இராது. என்ன ஆனால் என்ன? வாழ்ந்துதான் தீரவேண்டும் என்ற தெளிவு அவளிடம் என்றும் இருப்பதாக எப்போதும் நினைப்பேன்.

அம்மாவுக்கு அப்பால் நான் பார்த்த, நினைத்துக்கொண்ட பெண்களின் எண்ணிக்கை வெகு சொற்பம். பத்மா மாமியின்

மகள் சித்ரா ஒரு சுமாரான அழகி என்பதில் சந்தேகமில்லை. எனக்கு அவளைப் பிடிக்கும். பிடிக்கும் என்றால் திருட்டுத்தனமாக அவளை நான் பல சமயம் நினைத்து ரசித்திருக்கிறேன். அவளைப் போலவே பள்ளியில் என்னோடு அப்போது படித்துக்கொண்டிருந்த கார்த்திகாயினியையும் அவ்வப்போது ரசிப்பேன். கார்த்திகாயினி மலையாளி. அவளது தந்தை மின்சார வாரியத்தில் பணி புரிந்துகொண்டிருந்தார். பூர்வீகம் எர்ணாகுளம் என்றாலும் இரண்டாம் வகுப்பின்போதே அவள் இங்கே இடம் மாறி வந்து சேர்ந்தவள். ஆனால் எனக்குப் பத்தாம் வகுப்பின்போதுதான் அவள் பரிச்சயமானாள்.

இவர்கள் இருவரைத் தவிர தென்பட்டில் விசாலாட்சி என்றொரு பெண், தையூர் பண்ணையின் பேத்தி முருகு சுந்தரி, கேளம்பாக்கம் மன்னார் உணவக உரிமையாளரின் தங்கை மகள் பானுமதி என்று மேலும் சில பெண்களையும் நான் அறிவேன். இவர்கள் எல்லோருமே ஏதோ ஒரு வகையில் என்னைக் கவரக்கூடியவர்களாக இருந்தார்கள். பல்வேறு உணர்ச்சிகள் வந்து போகும் முகங்கள்தான் எல்லோருக்கும் என்றாலும் ஒரு கொலையை உத்தேசிக்கக்கூடிய பெண் இவர்களில் யாரும் கிடையாது.

சரி, ஒரு தவறைத் தெரிந்தே செய்வோம் என்று முடிவு செய்து நான் அந்த இடத்தில் இருந்து புறப்பட்டேன். மனச்சாட்சியுள்ள ஒரு மனிதன் மிக நிச்சயமாகக் குத்திக் கொல்லப்பட்ட ஒருவனை அப்படியே விட்டுவிட்டுப் போக மாட்டான். நான் மனச்சாட்சியுள்ளவன் அல்லன். அல்லது என் மனம் நான் செய்ய நினைக்கிற காரியங்களுக்கு மட்டுமே சாட்சி சொல்லும்.

அடடே, என்ன அழகு இது! என் மனமும் அதைக் குறித்து நினைக்கும் நானும் வேறு வேறாக அல்லவா மாறிவிட்டோம். என்றால் என் மனத்தை நினைப்பது எது? என் உடலா? என் ஆன்மாவா? மூளைதான் யோசிக்கிறது. மனத்தைக் குறித்து யோசிக்கிற மூளை. எனில் மூளைதான் ஆன்மாவாக இருக்குமோ? அண்ணாவிடம் கேட்டால் ஏதேனும் ஒரு பதில் கண்டிப்பாகச் சொல்லுவான். என்றைக்காவது பார்க்க நேர்ந்தால் கேட்க வேண்டியதுதான்.

நான் அந்த இருட்டுச் சந்துப் பாதையில் இருந்து திரும்பி நடக்க ஆரம்பித்தேன். பேருந்து புறப்பட ஆயத்தமாகியிருக்கும் என்று தோன்றியது. இந்த ஏழெட்டு நிமிடங்களில் போலிஸ் வந்து, விசாரணையை முடித்திருப்பார்கள். விபத்தில் யாருக்கும் பெரிய

காயங்கள் இல்லை என்பதால் வண்டியை அனுப்பி வைப்பதில் சிக்கல் இருக்காது. அந்தக் காரோட்டிதான் பாவம். அநேகமாக அவன் மாட்டிக்கொள்வான் என்று நினைத்தேன்.

நான் பெருஞ்சாலையை நெருங்கியபோது பேருந்து இன்னமும் கிளம்பாமல் இருந்ததைக் கண்டேன். எப்படியும் செங்கல்பட்டை அடையவே நள்ளிரவாக்கிவிடுவார்களோ என்று சந்தேகம் வந்தது. அலுப்பும் களைப்பும் ஒரு கொலைக்கு சாட்சியாக இருந்தது குறித்த பதற்றமும் என் நடையைக்கூட மாற்றியிருந்தன. உண்மையிலேயே மிகவும் தளர்ந்துதான் போயிருந்தேன். சாலையைக் கடக்கவிருந்த நேரம் சட்டென்று நெருங்கி, என் கையைப் பிடித்து அவள் இழுத்தாள். எங்கிருந்து வந்தாள், என்னை எதற்கு இழுக்கிறாள் என்று எனக்கு ஒரு கணம் புரியவில்லை. திரும்பிப் பார்த்து, ‘என்ன’ என்று கேட்டேன்.

‘நில்லு. நீ அங்கதான நின்னுக்கிட்டிருந்த?’

‘எங்க?’

‘உள்ளார, முள்ளு புதராண்ட.’

இவளா? இவளா அந்தப் பெண்? வீதி விளக்கு வெளிச்சத்தில் இப்போது அவள் முகத்தை என்னால் பார்க்க முடிந்தது. நினைத்தபடி கொலை செய்து முடித்துவிட்டு, மின்னல் வேகத்தில் பறந்துவிட்டவள், இன்னொரு புதரின் பின்னால் இருளோடு கரைந்து பதுங்கியிருந்த என்னையும் பார்த்திருக்கிறாளா! இது எப்படி சாத்தியம்? நான் அவள் முகத்தை அப்போது பார்க்கவேயில்லை. என்னால் அது முடியவில்லை. ஆனால் அவள் பார்த்திருக்கிறாள்.

‘கேக்கறேன்ல? நீதான அது?’

நான் அரைக்கணம் யோசித்தேன். பின், *‘ஆமா. ஒண்ணுக்குப் போகப் போனேன். அப்பத்தான் நீ உள்ளேருந்து ஓடி வந்தே.’*

‘அதைக்கேக்கலை. அவன் செத்துட்டானா? அது தெரியுமா?’

‘நான் பாக்கலை.’

‘போலிசுல சொல்லப் போறியா?’

‘இல்ல. நான் வெளியூர். அந்த பஸ்ல போயிட்டிருக்கேன்’ என்று பேருந்தைச் சுட்டிக்காட்டினேன்.

அவள் என்னை ஏற இறங்கப் பார்த்தாள்.

'இல்லே. நிஜமாவே நான் போலிசுக்கெல்லாம் போகமாட்டேன். எனக்கு வேற வேலை இருக்கு' என்று மீண்டும் சொன்னேன். அவள் பதில் சொல்லவில்லை. ஆனால் என் முகத்தை மனத்துக்குள் எழுதிக்கொள்பவள் போல என்னையே உற்று நோக்கிக்கொண்டிருந்தாள். தப்பித்தவறி என்னால் ஒரு பிரச்னை வருமானால் முகத்தை நினைவில் கொள்ளவேண்டியது அவசியம் என்று கருதியிருக்கலாம். ஆனால் பெண்ணே, ஒரு கொலையைக் கண்ட பின்பும், கொலையாளியை இத்தனை நெருக்கத்தில் பார்த்த பின்பும் சற்றும் பதற்றமுறாமல் நின்று பேசுகிற ஒருவனை நீ எவ்வாறு வகைப்படுத்துவாய்? என்னைக் கண்டு நீ அச்சப்படவே தேவையில்லை. நான் வெறும் ஒரு சருகைநிகர்த்தவன். இருக்கிறேன் என்பதைத் தவிர என் இருப்பின் பொருள் ஏதுமில்லை.

அவளுக்குச் சற்று நம்பிக்கையளிக்கலாம் என்று தோன்றியது. 'வரேன்' என்று சொல்லிவிட்டுப் புன்னகை செய்தேன். அவள் சட்டென்று மீண்டும் என் கையை எட்டிப் பிடித்தாள்.

'என்ன?'

'ஒரு நிமிசம் வந்துட்டுப் போ' என்று என்னை இழுத்துக்கொண்டு நடக்க ஆரம்பித்தாள்.

'இல்லே. நான் போகணும். இந்த வண்டி போயிடுச்சின்னா கஷ்டம்.'

'பரவால்ல வா' என்றாள். கையை உதறிக்கொண்டு ஓடிப் போய் பேருந்தில் ஏறிவிடலாமா என்று நினைத்தேன். ஏனோ அதைச் செய்யவில்லை.

44. ஒரு சிறிய கொலை

அவள் வீடு மிகவும் சிறியதாக, ஒரு குங்குமச் சிமிழின் மூடியைத் தனியே எடுத்துக் கவிழ்த்து வைத்தாற்போல் இருந்தது. ஓலை வீடுதான். ஆனால் உள்ளே ஒரு டிவி பெட்டி இருந்தது. டிவியின்மீது ஒரு ரவிக்கையும் உள்பாவாடையும் கிடந்தன. தரையிலேயே ஒரு ஓரமாகத் துணிகள் மடித்து வைக்கப்பட்டிருந்தன. அரைத் தடுப்புச் சுவருக்கு அப்பால் சமையலறை. அலுமினியப் பாத்திரங்களும் ஓர் அடுப்பும் இருந்தன. அவள் அந்த வீட்டில் தனியாகத்தான் இருந்தாள் என்று நினைத்தேன். ஓர் ஆண் உடன் இருப்பதற்கான எந்த அடையாளமும் அங்கில்லை.

'ஆமா, எனக்குக் கல்யாணமெல்லாம் ஆவலை' என்று அவள் சொன்னாள்.

'அப்ப அவன் யாரு? உன் காதலனா?' என்று கேட்டேன்.

அவள் அதற்கு உடனே பதில் சொல்லவில்லை. அவளுக்கு இருந்ததெல்லாம் ஒரு பெரிய சந்தேகம் மட்டும்தான். நான் உண்மையிலேயே கண்ட கொலையைக் குறித்து போலிசாரிடம் சொல்லுவேனா மாட்டேனா என்பது. நான் உண்மையிலேயே கொலை நடந்ததை நேரில் பார்த்திருக்கவில்லை என்பதை எத்தனையோ விதமாக அவளிடம் எடுத்துச் சொல்லிப் பார்த்தேன். அவள்தான் கொன்றாள் என்பது தெரியும். குத்துப்பட்டவன் நிச்சயம் இந்நேரம் இறந்து போயிருப்பான். அதிலும் சந்தேகமில்லை. ஆனாலும் பார்த்தேன் என்று எப்படிச் சொல்வது. அந்தக் கொலைக்கும் எனக்கும் நடுவே இருட்டு நின்றுகொண்டிருந்தது.

'நீங்களா வந்து கேக்கலைன்னா, அத செஞ்சது நீங்கதான்னு எனக்குத் தெரிஞ்சிருக்கவே தெரிஞ்சிருக்காது' என்றும் சொன்னேன். அவள் சிறிது யோசித்தாள். 'சரி போ. மாட்டிக்கணும்னு இருந்தா மாட்டிக்கிட்டுத்தான் ஆவணும். அதையெல்லாம் யோசிக்காம ஒண்ணும் செய்யல' என்று சொன்னாள்.

'அப்பறம் என்ன? விடுங்களேன். நான் கிளம்பறேன்.'

அவள் சட்டென்று என் கையைப் பிடித்தாள். 'ஜெயிலுக்குப் போயிடுவேன் தம்பி. அதுல ஒண்ணுமில்ல. எம்பொண்ணு ரொம்ப கஷ்டப்படுவா' என்று சொன்னாள்.

'உங்களுக்குக் கல்யாணம் ஆயிடுச்சா?'

'இல்லை. அந்த நாயி தாலி கட்டலை.'

இப்போது எனக்குச் சற்றுப் புரிந்தது. காதல் தோல்விதான். ஆனால் சற்று ஆழம் கொண்டது. எல்லைகளைச் சற்று நகர்த்தி வைத்துக்கொண்டு காதலித்திருக்கிறாள். எப்படியோ சில உணர்ச்சிகள் மனிதர்களை இஷ்டத்துக்கு எடுத்து விழுங்கத் தொடங்கிவிடுகின்றன. அஜீரணம் குறித்த கவலை அதற்கு எழுவதில்லை. உலகைப் பற்றிய அச்சமோ, கலக்கமோ அக்கணத்தில் மறைந்துகொண்டுவிடுகின்றன. உணர்ச்சியின் பேயாட்டம் எத்தனைக் காலம் நீடிக்கிறது என்பதைப் பொறுத்து இழப்புகளின் சதவீதம் அமைகிறது. ஆனால், இழப்புத்தான். அதில் சந்தேகமில்லை. எந்த ஓர் உணர்ச்சியும் எதையும் இழக்காதிருக்கச் செய்யும் வரம் பெற்றிருப்பதில்லை.

நான் அவளுக்கு எந்த விதத்தில் ஆறுதல் சொல்லலாம் என்று யோசித்தேன். அது ஓர் அவசியம் என்று தோன்றவில்லை என்றாலும், என்னைக் குறித்த அச்சமின்றி அவள் அடுத்த தினங்களை வாழ்வதற்காகவாவது எதையாவது சொல்லிவிட்டுப் போகலாம் என்று தோன்றியது. நான் போலிசுக்கெல்லாம் போகப் போவதில்லை என்று ஏற்கெனவே சொல்லியிருந்தேன். ஏனோ அது அவளுக்குப் போதுமானதாக இல்லை. அவளது பேச்சில், அசைவுகளில் ஒரு பதற்றம் இருந்ததைக் கண்டேன். செய்த கொலை காரணத்தால் வந்த பதற்றமாகவோ, அதை ஒருவன் பார்த்திருக்கிறானே என்பதாலோ வந்ததாக இருக்கலாம்.

ஆனால் பெண்ணே, இது உன் வாழ்க்கை. ஒரு மனிதன் நீ விரும்பக்கூடியவனாக இருந்திருக்கிறான். அவனிடம் நீ உன்னைத் தந்திருக்கிறாய். சாட்சிக்கு ஒரு பெண் குழந்தை. பரவாயில்லை. ஒன்றும் பிழையில்லை. அதே மனிதனைக் கொல்லும் அளவுக்கு வாழ்வு உன் கழுத்தை நெரித்திருக்கிறது. துக்கங்களின்றி வாழ்வேது? துயரற்ற பேருலகம் என்பது ஒரு கனவு. எல்லோருக்கும் வருவது. ஆனால் கனவுதான். கடவுளைப்

போலவே அதுவும் இல்லாத ஒன்று. அல்லது இருந்தும் பயனற்றது. வாழ்வென்பது துயரங்களின் சாரம். ஆனால் ஒரு கொலைக்கான வெறியும் வேகமும் எல்லோருக்கும் வருவதல்ல. இதனைக் காட்டிலும் உக்கிரமான தருணங்கள் எத்தனையோ பேருக்கு எத்தனையோ வடிவங்களில் வரத்தான் செய்கின்றன. என் தாயைத் தெரியுமா உனக்கு? நான்கு பிள்ளைகளைப் பெற்றவள். அதில் இரண்டு சொல்லாமல் ஓடிப் போய்விட்டன. ஒருவன் யோகியாக எங்கோ அலைந்துகொண்டிருக்கிறான். இன்னொருவன் என்னவானான் என்று தெரியவில்லை. நாளைக்கு நான் வீட்டுக்குப் போய்விடுவேன் என்றாலும் இந்தக் கணம் அவளுக்கு நானும் இல்லாமல் போனவன்தான். வாழ்வில் மூன்று முறை சுய கொலை செய்துகொள்ள என் அம்மாவுக்குச் சந்தர்ப்பங்கள் வந்து போயிருக்கின்றன. ஆனால் இன்றும் அவள் உயிருடன் தான் இருக்கிறாள். அது என்ன மனம்! அது என்ன வார்ப்பு! துக்கங்களை நகர்த்தி வைத்துவிட்டு தினமும் விடிந்ததும் அரிசி களைந்து போட்டு உலை வைத்துக்கொண்டிருக்கிறாள்.

ஒன்று புரிந்துகொள். அது வாழ்வின் மீதான பிரேமை அல்ல. மரணத்தை அஞ்சிய கோழைத்தனமும் அல்ல. இருக்கப் பணிக்கப்பட்டவர்களின் குறைந்தபட்சப் பொறுப்புணர்ச்சி.

அவளுக்கு என்ன புரிந்ததோ. சிறிது அழுதாள். பிறகு, 'என்னை ஏமாத்திட்டு மட்டும் ஓடியிருந்தான்னா ஒண்ணுஞ்செஞ்சிருக்கப் போறதில்ல. எங்கம்மாவோடல்ல ஓடிப் போனான்?' என்று சொன்னாள்.

நான் அவளை நிதானமாகத் தலைமுதல் கால் வரை பார்த்தேன். இருபத்து இரண்டு அல்லது இருபத்து மூன்று வயதிருக்கும் என்று தோன்றியது. கறுப்பாகத்தான் இருந்தாள். பெரிய அழகெல்லாம் இல்லை. முகத்தில் வசீகரமாக ஏதேனும் தெரிகிறதா என்று பார்த்தேன். அப்படியும் ஒன்றும் தோன்றவில்லை. ஒரு பெண். மிகவும் சராசரியாக யாரோ ஒரு அயோக்கியனிடம் ஏமாந்த மக்குப் பெண். இவளைப் பெற்ற மக்குப் பெண்மணி இப்போது எங்கு இருக்கிறாள் என்று கேட்டாள் நிச்சயம் அவள் சொல்லியிருப்பாள். எனக்கு அது முக்கியமாகப் படவில்லை. ஒருவேளை அவளையும் இவள் கொன்றிருக்கலாம். அல்லது கொலை செய்வதற்குத் திட்டம் தீட்டியிருக்கலாம். இல்லாமல் போகச் செய்வது ஒரு சாதனையா? நினைவுகளை என்ன செய்வாள்?

'உங்க மகளுக்கு என்ன வயசு?' என்று கேட்டேன்.

'மூணு வயசு ஆகுது. என் சினேகிதி வீட்ல விட்டு வெச்சிருக்கேன்.'

'ஏன்?'

'இங்க நிலவரம் சரியில்லியே? எங்கம்மா இப்படிச் செய்வான்னு நான் நினைக்கலை.'

'உங்கம்மாவுக்கு என்ன வயசு?' என்று கேட்டேன். பிறகு ஏன் கேட்டேன் என்று எனக்கே வருத்தமாகப் போய்விட்டது. அவள் அதையெல்லாம் கவனிக்கவில்லை. கேட்ட கேள்விக்கு உடனே பதில் சொன்னாள், 'நாப்பத்தி ஆறு.'

'அப்ப அவனுக்கு?'

இப்போது அவள் என்னைப் பொருட்படுத்திப் பார்த்தாள். இவனுக்கு எதற்கு இதெல்லாம் என்று தோன்றியிருக்கலாம். நான் ஒரு சாட்சி. நான் இருப்பது நிச்சயமாக ஆபத்து. ஒரு கொலைதான் கஷ்டம். ஒன்று பழகிவிட்டால் இரண்டாவதில் ஒன்றுமில்லை. கூர் தீட்டிய கத்திக்கு இன்னொரு கழுத்து என்பது பெரிய சிரமமாயிராது. யாருமற்ற இந்த அடர் இரவு வேளையில் என் வாயில் ஒரு துணியை அடைத்துக் கொன்று வீசி விடுவது சுலபம். அதைத்தான் அவள் உத்தேசித்துக்கொண்டிருக்கிறாளா?

'அவன் நல்லவன்னு நெனைச்சேன். கட்டிக்கறேன்னு சொன்னான். சரின்னு படுத்தேன். அப்ப எனக்குத் தெரியலை. அவன் என்னைக் கட்டிக்கறேன்னு சொன்னதே எங்கம்மாமேல எனக்கு சந்தேகம் வந்துடக்கூடாதுன்னுதான்.'

'ஐயோ.'

'அம்மாவா இருந்துக்கிட்டு இப்படி ஒருத்தி இருப்பாளா சொல்லு. பெத்த பொண்ண அடகு வெக்கப் பாத்திருக்கா பழிகார முண்டை. எனக்கு ஒரு புள்ள பொறக்கற வரைக்கும்கூட மறைச்சிருக்கா.'

இது என்ன மாதிரி அம்மா! எனக்கு இப்படியான அம்மாக்களைத் தெரியாது. இது வேறு. முற்றிலும் நானறியாதது. ஆனாலும் அம்மாதான். குறைந்தது இருபது வருடங்கள் இவளை வளர்த்திருக்கிறாள். இவளுக்கொரு மகள் பிறக்கும்போது அருகே இருந்து கவனித்துக்கொண்டிருப்பாள். எல்லாமே தனது ரகசிய உறவின் மதில் சுவர்களாக இருக்கும் என்று நினைத்திருப்பாளா? அந்தக் குடிகாரன் அத்தனைப் பெரிய ஆளுமையா? மகளை பலி கொடுத்தாவது தனக்கு அவன் வேண்டும் என்று எண்ணுமளவு என்ன இருந்திருக்கும்?

நான் அவளிடம் ஒன்று மட்டும் சொன்னேன், 'நியாயமா நீ உங்கம்மாவைத்தான் கொலை பண்ணியிருக்கணும். அவனைக் கொன்னது தப்பு.'

அவள் நெடுநேரம் அழுதாள். பிறகு முந்தானையில் கண்ணைத் துடைத்துக்கொண்டு சிரித்தாள்.

'ஆமால்ல? ஆனா மனசு வரலியே?' என்று சொன்னாள்.

அந்தக் கணம் தோன்றியது. கொலையுணர்வைவிடக் கொடிது இதுதான்.

45. புல்லாகுதல்

சந்தடி அடங்கிய சாலையில் நான் நடந்துகொண்டிருந்தேன். இரு புறமும் கரிய பெரும் தவலைகள் போல் மரங்கள் அடர்ந்து கவிந்து சாலையை மூடியிருந்தன. காற்றின் வெம்மை தணிந்து ஈரம் கலந்திருந்தது. எங்கோ குரைத்த நாயின் இருப்பு நான் முற்றிலும் நினைவகன்று போய்விடாமல் காத்தது. எத்தனை நேரமாக நான் நடந்துகொண்டிருந்தேன் என்று தெரியவில்லை. ஆனால் நிற்கவில்லை. எங்கும் நின்றுவிடத் தோன்றவில்லை என்பதுதான் உண்மை. அவள் பேசிய சொற்கள் ஒரு ரவுடியின் அடாவடித்தனம் போல என்னைப் புரட்டியெடுத்துக்கொண்டிருந்தன.

வெறும் பாசம். வேறெந்த உணர்ச்சியையும் அது இல்லாமல் செய்துவிடுமென்றால் அதன் வீரியத்தைக் குறைத்து மதிப்பிட இயலாது. எனக்கும் பாசம் உண்டு. அதை நான் ஒரு போர்வையென எடுத்து விரித்து அனுபவித்திருக்கிறேன். யார் மீதாவது வைக்கிற பாசம். எதன் பொருட்டாவது நெகிழச் செய்துவிடுகிற உணர்ச்சி. எனக்கு அம்மாவைப் பிடிக்கும். என் வாழ்வில் நான் சொன்ன பொய்கள், மாற்றிப் பேசிய நிஜங்கள், நடக்காது என்று எனக்கே தெரிந்தும் அளித்த வாக்குறுதிகள் யாவும் அவளுக்காகச் சொன்னவை. கணப்பொழுது அவளை மகிழ்வடையச்செய்வதற்கு நான் எதையும் செய்யக்கூடியவனாக இருந்திருக்கிறேன் என்பதை விழிப்புடன் எண்ணிப் பார்த்தேன். ஆனால் உண்மையில் அவள் மகிழ்ச்சியடைந்தாளா, நான் சொன்னவற்றை நம்பினாளா, ஏற்றாளா என்று பரிசீலனை செய்ததில்லை. இறங்கிப் போகிற போக்கில் தூக்கிப் போட்டுவிட்டுப் போகிற பஸ் டிக்கெட்டைப் போலவே சொற்களை அவளிடத்தில் பயன்படுத்தியிருக்கிறேன். சொற்கள் என்றால் பொய்கள். சொற்கள் என்றால் பூச்சுகள் கொண்டவை. புன்னகை ஏந்தியவை. நம்பிக்கை தருபவை. அவற்றின் நோக்கம் ஒன்றுதான். அவள் சந்தோஷப்பட வேண்டும்.

எதிலிருந்து இந்தப் பாசம் உற்பத்தியாகிறது என்று எண்ணிப் பார்த்தேன். எனக்கு அம்மாவின் மீதிருந்த அத்தகைய உணர்ச்சி

அப்பாவின்மீது இருந்ததில்லை. இதற்கும் எனக்குக் காரணம் தெரியவில்லை. நியாயமாக என் அப்பாவைத்தான் நான் அதிகம் விரும்பியிருக்க வேண்டும். மிகக் குறைந்த வருமானத்தில், கவனமாகத் திட்டமிட்டுக் குடும்பத்தை நடத்திக்கொண்டிருந்த மனிதர். வஞ்சனையின்றி வீட்டில் அனைவரையும் அவர் நேசித்தார். எதிலும் என்றைக்கும் கூடுதல் குறைவு என்பதே கிடையாது. பாசமோ கோபமோ வேறெதுவோ. எல்லாவற்றையும் எல்லாருக்கும் சரி சமமாகப் பிரித்துத் தரத் தெரிந்த மனிதர். அம்மாகூட யாருக்கு எது பிடிக்கும் என்று யோசித்துச் செய்கிறவள். ‘உனக்கு இன்னிக்கு கரமுது இவ்ளோதான். கத்திரிக்காய்னா வினய்க்கு ரொம்பப் பிடிக்கும். இன்னும் இருக்கான்னு கேப்பான். அவனுக்கு வை’ என்று தீர்மானமாகச் சொல்லி எடுத்து வைத்துவிடுவாள். அப்பா என்றும் அப்படி நடந்துகொண்டதில்லை. எங்கள் சிறு வயதுகளில் தீபாவளிக்குத் துணி எடுக்கப் போகிற தினம் ஒன்று போதும் உதாரணத்துக்கு.

எனக்கு நினைவு தெரிந்து அப்பா கோ ஆப்டெக்ஸ் தவிர வேறெங்கும் புதுத்துணி வாங்க மாட்டார். விலை மலிவு என்பதைத் தாண்டி ஏதோ கடமைப்பட்டவர் போல அவர் நடந்துகொள்வதாக எனக்குத் தோன்றும். அவர் ஏன் மற்றக் கடைகளைப் பொருட்படுத்துவதில்லை என்று நாங்கள் அனைவரும் எத்தனையோ முறை கேட்டுவிட்டோம். அவர் பதில் சொன்னதில்லை. அம்மாவுக்குப் புடைவைகூட அங்கேதான். அபூர்வமாக ஒரு தீபாவளிக்குப் பட்டுப்புடைவை வாங்கிக் கொடுத்தார். அதைக்கூட கோ ஆப்டெக்ஸில்தான் வாங்கினார்.

‘நல்லில நன்னாருக்கும்னு எல்லாரும் சொல்றா’ என்று அம்மா போகிற வழியில் சொன்னது எனக்கு நினைவிருக்கிறது. ஆனால் அப்பா பொருட்படுத்தவில்லை. அடையாறில் இறங்கி, அதே கோ ஆப்டெக்ஸ். ‘என்ன பிடிச்சிருக்கோ எடுத்துக்கோ’ என்று சொல்லிவிட்டு ஒதுங்கி நின்றார்.

எங்கள் நான்கு பேருக்கும் எப்போதும் அவர் தேர்ந்தெடுப்பது கைத்தறிச் சட்டைத் துணியும் காட்டன் பேண்ட் துணியும்தான். எந்த நிறம், என்ன டிசைன் என்பதைத் தேர்ந்தெடுக்கும் பொறுப்பை அவர் எங்களிடம் வழங்கிவிடுவார். யாராவது ஒருவர் சொல்வதை எல்லோரும் ஏற்றுக்கொள்வோம். ஆனால் ஒரே ஒரு தேர்வுதான் சாத்தியம். அப்பா, நான்கு பேருக்கும் அந்தத் துணியிலேயே கிழிக்கச் சொல்வார். யாரும் வேறொன்றை விரும்பிவிட முடியாது.

எந்தப் பண்டிகைக் காலத்திலும் நாங்கள் ஆளுக்கொரு வண்ணமும் வடிவமைப்பும் கொண்ட ஆடையை அணிந்ததில்லை. பள்ளிக்கூடத்தில் உள்ளதைப் போலவே வீட்டிலும் யூனிபார்ம் அணிவது எங்களுக்குப் பழகிப் போனது.

கேசவன் மாமாதான் சொன்னார். 'அத்திம்பேருக்கு சட்டைத் துணிலகூட வித்தியாசம் இருந்துடக் கூடாது. அததுக்கு கல்யாணமாகி நாலு பொண்ணுகள் ஆத்துக்கு வரவரைக்கும் அவர் கணக்கு நாலில்லே; ஒண்ணுதான்.'

ஆனாலும் எனக்கு அம்மாவின் மீதுதான் பிரியம் மிகுந்திருந்தது. அப்பாவை அதிகம் விரும்பிய அண்ணாவும் வினய்யும் வீட்டை விட்டு ஓடிப் போனது ஒருவேளை என்னை பாதித்திருக்கலாம். ஆனால் அதற்கு முன்பிருந்தே நான் அப்படித்தான். அண்ணாக்கள் இருவரும் விட்டுச்சென்றபின் அந்தப் பாசத்தின் கனம் அதிகரித்ததே தவிர, சற்றும் குறையவில்லை. சொன்னேனே, பொய்கள்? அவை அவளுக்காக. அவளது சந்தோஷத்துக்காக.

அந்தக் கொலைகாரப் பெண் என்னைப் போலத்தான் இருந்திருக்கிறாள். மட்ட ரகமானதொரு தாயாக இருந்தாலும் அவளைக் கொல்ல மனம் வரவில்லை என்று அவள் சொன்னாள். எனக்கு அது மிகவும் வியப்பாக இருந்தது. கொல்ல வேண்டாம். ஒரு வெறுப்பு இராதா? நான் கிளம்பும்போது, 'சாப்பிடறியா தம்பி?' என்று கேட்டுவிட்டு ஒரு பாத்திரத்தை எடுத்து வைத்தாள். அதில் பிசைந்த சாம்பார் சோறு இருந்தது.

'அந்தக் கருமம் புடிச்சவ இன்னும் வீடு வரல பாரு. அவளுக்காகத்தான் எடுத்து வெச்சேன். பரவால்ல, நீ தின்னுடு' என்று சொன்னாள். நான் அதை மறுத்துவிட்டுப் புறப்பட்டேன். பேருந்து நின்றிருந்த இடத்துக்கு நான் வந்தபோதே ஒரு மணி நேரத்துக்கு மேல் ஆகிவிட்டது. வண்டி கிளம்பிச் சென்றிருக்கும் என்று தெரியும். ஆனால் நான் எந்த வண்டியிலும் ஏற நினைக்கமாட்டேன் என்பதை அப்போது உணரவில்லை. நடக்கலாம் என்று நினைத்தேன். முக்கால் மணி நேரம் நடந்தபின்பு, நடந்துகொண்டே இருக்கலாம் என்று தோன்றியது. ஒரே சிந்தனைதான். அம்மாவின்மீது எனக்கிருந்த பாசம் என்னை அச்சம் கொள்ள வைத்துக்கொண்டிருந்தது. வாழ்வில் முதல் முறையாக நான் அவளை எண்ணி அஞ்ச ஆரம்பித்தேன். ஒரு போதைப் பொருளினும் வீரியம் கொண்ட உணர்ச்சிக்கு நான் ஒரு

போதும் அடிமையாகிவிடக் கூடாது என்று நினைத்தேன். எனக்குக் கடவுள் வேண்டாம் என்று முடிவு செய்திருந்ததற்கு என்ன காரணம் வைத்திருந்தேனோ, அதுவேதான் அம்மா விஷயத்திலும் என்று தோன்றியது. அம்மாக்கள் கடவுள்கள்தாம். அதில் சந்தேகமில்லை. ஆனால் எனக்குக் கடவுள்களின் தேவை அத்தனை முக்கியமாக இருக்காது என்று பட்டது.

இதுதான் விரக்தியா, இதுதான் என்னை வீட்டை விட்டு நகர வைக்கிறதா என்று கேட்டுக்கொண்டேன். இல்லை என்று தோன்றியது. நான் விரக்தி கொள்ள இந்த உலகில் ஒன்றுமே இல்லை. நான் அனைத்தையும் நேசித்தேன். உலகில் காணக் கிடைக்கும், நுகரக் கிடைக்கும் ஒவ்வொன்றும் எனக்கு உவப்பானவையாகவே இருந்தன. அம்மாவின் மடிச் சூடு நான் அறிவேன். சாலையோரத் தேநீர் விடுதியில் என் கையைப் பிடித்து இழுத்த விலை மகளின் ஸ்பரிசமும் அதே போலத்தான் சுட்டது. கொலையைச் செய்துவிட்டு உட்கார்ந்து அழுதுகொண்டிருந்த இந்தப் பெண்ணின் கண்ணீரும்கூட அதே தகிப்பில்தான் இருக்கும்.

நல்லது. எனக்குக் கண்ணீருடன் உறவில்லை. அற்புதங்களில் ஆர்வமில்லை. ரகசியங்களைத் தூக்கிச் சுமந்து சுமந்து மூச்சு முட்டுகிறது. ஒரு கணத்தில் உதறிவிடக்கூடிய எல்லாவற்றையும் ஏன் இன்னும் உதறாதிருக்கிறேன்? ஒரு அம்மா. ஒரு அப்பா. ஒரு வீடு. ஒரு குடும்பம். ஒரு நட்பு வட்டம். ஒரு வாழ்க்கை. ஒரு சௌகரியத்துக்குப் பழகிவிடுகிற மனம் இப்படித்தான் பாசத்தின் பூச்சுக்குள் தன்னை மறைத்துக்கொள்ளும் என்று தோன்றியது. இனி யார்மீதும் பாசம் செலுத்த வேண்டாம் என்று முடிவு செய்துகொண்டேன். என் பிரத்தியேகமான அக்கறைக்குரிய ஒரே ஜென்மம் நானாகவே இருந்துவிட முடிவு செய்தேன். அதுகூட அத்தனை அவசியமா? ஒரு புல்லைப் போல் அடையாளமற்று இருந்துவிட்டுப் போய்விடுவது பரம சுகமாயிருக்கக்கூடும். ஆனால் எனக்கு அடையாளங்களுடன் பிரச்னை இல்லை. உறவுகள்தான். அது மட்டும்தான்.

ஒரு காரியம் செய்தேன். எனக்கு அச்சமில்லை என்பதை நானே நிரூபித்துக்கொள்ள முடிவு செய்து ஓர் உணவகத்தின் வாசலில் இருந்த தொலைபேசியில் இருந்து என் வீட்டை அழைத்தேன்.

அம்மாதான் எடுத்தாள்.

'விமல் பேசறேம்மா' என்றதும் அவள் அலறிவிட்டாள். உடனே சத்தம் போட்டு அப்பாவை அழைத்து, மாமாவை அழைத்து, வினோத்தை அழைத்து களேபரப்படுத்திவிட்டாள்.

'எங்கடா போய்த் தொலைஞ்சே கடங்காரா? நாங்கல்லாம் உசிரோட இருக்கறதா சாகறதா?' என்று கேட்டாள்.

நான் மிகவும் திடப்படுத்திக்கொண்டு சொன்னேன். 'நீ இருப்பேம்மா. சாகமாட்டே. ஆனா இனிமே நான் உனக்கில்லை. வரேன்' என்று சொல்லிவிட்டு போனை வைத்தேன். மீண்டும் கால் போன திக்கில் நடக்க ஆரம்பித்தேன்.

46. உடலாகுபெயர்

நிலத்தின் நிறம் மாறிக்கொண்டே போகிறது. பச்சையும் பழுப்பும் சாம்பலும் சிவப்பும் வெளிர் மஞ்சளுமாகக் கண்ணெதிரே ரயிலின் சன்னல் செவ்வகத்துக்கு அப்பால் பூமி கணத்துக்கொரு நிறம் கொண்டு கடக்கிறது. ஆனால் வானம் ஒரே மாதிரி இருக்கிறது. படர்ந்து நகர்ந்த மேகத் திட்டுகளை ஏந்திய வானம். ஓடும் ரயிலின் தடதடப்பு உடலுக்குப் பழகிவிட்டிருக்கிறது. அதன் சத்தம் செவிக்குப் பழகியது போல. இப்போதெல்லாம் நீண்ட பயணங்களில் பொதுவாக நான் படிக்க விரும்புவதில்லை. பேச்சுகூட அத்தனை முக்கியமில்லை. நிலமும் வானமும் அடையாளமற்ற முகங்களும் எனக்குப் போதும். என்னையறியாதவர்கள் என்றால் இன்னுமே விசேடம். ஆனால் ஏனோ இந்த மக்கள் காவி ஆடை அணிந்தவர்களைச் சற்றுத் தள்ளி வைத்துப் பார்க்கப் பழகியிருக்கிறார்கள். அதுவே சௌகரியம் என்று நினைக்கிறார்கள். என் காவி புனிதத்தின் சின்னமல்ல. அது என் குருநாதர் எனக்களித்தது. ஒரு பார்வை. ஒரு ஆயுதம். அல்லது ஒரு கேடயம். எதையும் துறக்காதவனின் காவி. சரி போ, உடுத்திக்கொள் என்று என்மீது தூக்கிப் போட்டுவிட்டுப் போய்ச் சேர்ந்தார். இதை நான் யாரிடமும் சொல்லுவதில்லை. சொல்லி என்ன ஆகப் போகிறது? நான் திருமணமாகாதவன். இம்மக்களுக்கு அது ஒன்றே போதுமானதாக இருக்கிறது. ஆனால் துறப்பது என்றால் அது ஒன்றுதானா! ஒரு நிறத்துக்கு இந்த மண் அளித்திருக்கும் கௌரவம் மிகப் பெரிது. நான் அதை விழிப்புடன் கவனிப்பவன். ஒரு மாறுதலுக்கு அவ்வப்போது என் காவி பட்டுத் துணியாகும். என்னிடம் சில வெல்வட் காவி உடுப்புகளும் உண்டு. அபூர்வமாகச் சில சமயம் என் பிரத்தியேகத் தையல்காரர் என் அங்கியின் ஓரங்களை சரிகை வைத்து அலங்கரித்துத் தருவார். எனக்கு அதுவும் பிடிக்கும். சிறிய தாடியும் சிறந்த புன்னகையும் வெல்வட் காவி உடுப்பும் ஊடுருவும் பார்வையும் யாருக்கும் சாத்தியமே. ஆனால் இதன் சொகுசை அடையாளம் கண்டு அனுபவிக்க ஒரு தேர்ச்சி வேண்டும். அது என்னிடம்தான் உண்டு. அல்லது என்னைப்

போலச் சிலர். மக்கள் பட்டுக்காவி சன்னியாசிகளை சீக்கிரம் விரும்ப ஆரம்பித்துவிடுகிறார்கள். அவர்களுக்கு எளிய சில மூச்சுப் பயிற்சிகள் போதுமானதாக உள்ளது. உடலுக்கும் உள்ளத்துக்கும் சட்டென்று ஒரு ஓய்வைப் பிச்சையாக அளிக்கும் பயிற்சிகள்.

என் ஆசிரமத்தை நான் திட்டமிட்டு உருவாக்கினேன். அமைதியை மட்டுமே அங்கு அலங்காரப் பொருளாகப் பயன்படுத்தினேன். வெறும் அமைதி. ஓம் போன்ற ஒலித்தட்டுகள் அங்கே கூடாது என்று தீர்மானமாகச் சொல்லியிருந்தேன். திருவுருவங்களுக்கு இடமில்லை. பூஜைகள் இல்லை. மணிச்சத்தம் இல்லை. பிரசாதங்கள் கிடையாது. முக்கியமாக நான் யாருக்கும் விபூதி அளிப்பதில்லை. என்னைத் தேடி வருகிறவர்களுக்குச் சொல்லித்தர என்னிடம் சில மூச்சுப்பயிற்சிகள் உண்டு. மிக மிக எளிதான பயிற்சிகள். அவை அவர்களை உட்காரவைக்கின்றன. உட்காருகிறவர்களோடு நான் பேச ஆரம்பிக்கிறேன். பேச்சு என்றால் உரையாடல். நான் கொஞ்சம் பேசுவேன். பிறகு எதிராளியைப் பேசவிடுவேன். அபத்தங்களை ரசிப்பது போலொரு சிறந்த பொழுது போக்கு வேறில்லை. எனக்கு அபத்தங்களை ரசிக்கப் பிடிக்கும். இந்த உலகில் பேசப்படும் பெரும்பாலான விஷயங்கள் அபத்தமானவையே என்பதில் எனக்குச் சந்தேகமில்லை. பேசாதிருப்பது ஒன்றே புனிதமானது. எண்ணம் சொல்லாகும்போது அபத்தங்கள் ஆனந்தத்தாண்டவம் ஆட ஆரம்பித்துவிடுகின்றன.

என் ஆச்சரியமெல்லாம் ஒன்றுதான். அபத்தத்தின் பூரணம் என்று தெரிந்தே நான் பேசுகிற பலவற்றை மக்கள் சிலிர்ப்போடு கேட்டுக்கொண்டு போகிறார்கள். என் முன்னால் கண்ணில் நீர் பெருக நின்று கை கூப்பி வணங்குகிறார்கள். ஆசிரமத்துக்கு ஆயிரங்களில் தொடங்கி லட்சங்கள் வரை நன்கொடை அளிக்கிறார்கள். என்ன வேண்டும் இவர்களுக்கு? எது பற்றாக்குறையாகி என்னைத் தேடி வருகிறார்கள்?

மிகவும் யோசித்துவிட்டு நானொரு முடிவுக்கு வந்தேன். எதுவும் இல்லாமல் இவர்கள் யாரும் வரவில்லை. எல்லாம் அபரிமிதமாக இருக்கிறபடியால் வருகிறார்கள். எல்லாம் நிறைய இருக்கிறவர்களுக்கு எதுவுமில்லாதவனின் சகாயம் ஏதோ ஒரு கட்டத்தில் தேவைப்பட்டுவிடுகிறது. இத்தனைக்கும் நான் கடவுளைக்கூட முன் நிறுத்துவதில்லை. குடும்ப உறவுகளின் முக்கியத்துவத்தைப் பேசுவதில்லை. பொய் சொல்லாதே, திருடாதே, தருமம் செய் என்று போதிப்பதில்லை. வெறுமனே

அவர்களைப் பேசவிட்டுக் கேட்கிறேன். ஒரு புன்னகையில் அரவணைத்துவிடுகிறேன். எல்லாம் சரியாகிவிடும் என்று யாருக்கும் வாக்குத் தருவதில்லை. முட்டி மோதி செருப்படி படு என்றுதான் சொல்கிறேன். கர்மாவை வாழ்ந்துதான் கழித்தாக வேண்டும். ஆனால் கவலையின்றிக் கழிக்க முடியும். எதற்குக் கவலை கொள்ள வேண்டும்? உன் உலகத்தில் உன்னைத் தவிர யாருமில்லை என்று திரும்பத் திரும்பச் சொல்லிக்கொண்டிருந்தேன். அது ஒருவித உசுப்பிவிடும் உத்தி. போராடத் தூண்டும் உத்தி. செய்யப் போவது அவன்தான். செருப்படியும் அவனுடையதுதான். அடி வாங்கித்தான் தீரவேண்டும் என்பதை எடுத்துச் சொல்ல ஒருவன் வேண்டியிருக்கிறான்.

என்ன விசித்திரம்! ஆனால் எனக்கு இது பிடித்திருந்தது. என் குருநாதர் எனக்கு வேத உபநிடதங்களின் பல அங்கங்களைச் சொல்லிக் கொடுத்திருக்கிறார். நான் தர்க்க சாஸ்திரம் பயின்றிருக்கிறேன். யோகக் கலையின் மிகச் சில அம்சங்களை அறிவேன். அதிகம் பயிற்சி செய்ததில்லை. அவ்வப்போதைய முதுகு வலிக்கும் இடுப்புப் பிடிப்புக்கும் என்னால் சுய வைத்தியம் செய்துகொள்ள முடியும். அவ்வளவுதான். போதுமே?

ஒரு சமயம் வகுப்பில் மாணவன் ஒருவன் கேட்டான், ‘குருஜி, என்ன முயற்சி செய்தாலும் என் மனத்தை என்னால் கட்டுப்படுத்தவே முடிவதில்லை.’

‘அப்படியா? நீ என்ன முயற்சி செய்தாய்?’

‘நான் தியானம் செய்கிறேன். பிராணாயாமம் செய்கிறேன். ஜபம் செய்கிறேன்.’

‘சரி, கட்டுப்படுத்த முடியாத உன் மனம் எதை நோக்கி ஓடுகிறது?’

‘பெரும்பாலும் பெண்களை.’

‘சரியாகச் சொல். பெண் என்றால் முழு உருவமா, முலைகளா, யோனியா?’

அவன் ஒரு கணம் தயங்கினான். வெட்கப்பட்டு அருகே உள்ளவர்களைப் பார்த்தான்.

‘பரவாயில்லை சொல்’ என்று நான் மீண்டும் சொன்னேன்.

‘எல்லாம்தான் குருஜி.’

'அப்படியென்றால் நீ மிகவும் சரியாக இருக்கிறாய். உனக்கு எந்தப் பிரச்னையும் இல்லை.'

'ஆனால் இது தவறல்லவா?'

'பெண்ணை நினைப்பது தவறென்றால் இந்த உலகில் பெண்கள் பிறந்திருக்க வேண்டியதே இல்லை. இதுவேதான் அவர்களுக்கும் ஆண்கள் விஷயத்தில்.'

'ஆனால் காமத்தைக் கடந்தால் அல்லவா கடவுள்?'

நான் சற்றும் யோசிக்கவில்லை. 'யார் சொன்னது? எல்லாவற்றிலும் இருக்கிற கடவுள் காமத்தில் எப்படி இல்லாதிருப்பான்?' என்று கேட்டேன்.

'இதோ பார் மனோமயகோசத்தைக் கட்டுப்படுத்துவது அத்தனை எளிதல்ல. அது பிராணமயகோசத்தின் பங்காளி. இந்த இரண்டுமே சூட்சும வகையறா. இதனால்தான் சூட்சுமத்தை சிந்திக்காதே என்கிறேன். ஸ்தூலத்தில் இருந்து தொடங்கு. உன் உடலைக் கவனி. சிறிய பிரயத்தனங்களில் அதை உன் வசப்படுத்திவிட முடியும்.'

'ஆனால் உடலைக் கவனித்தால் போதுமா?'

'முடிந்ததைச் செய்வதுதான் யோகம். முடிந்ததையும் செய்யாதிருப்பதுதான் யோகத்தின் எதிர்நிலை.'

இதுதான். இவ்வளவுதான். என் வகுப்புகளை நான் இவ்வாறுதான் அமைத்துக்கொள்கிறேன். துயரங்களில் இருந்து விடுதலை என்பது மனித குலத்தின் மாபெரும் கனவாக இருக்கிறது. ஆனால் எப்படி நான் இந்த மக்களுக்குச் சொல்லிப் புரியவைப்பேன்? மனித குலத்தின் கட்டுமானமே துயரங்களின் அடிக்கல்லின்மீது எழுப்பப்பட்டதுதான் என்பதை?

'என் பிரியமான நண்பர்களே, இந்த மண்ணில் புத்தன் ஏன் ஜெயிக்கவில்லை என்று யோசித்திருக்கிறீர்களா? கிருஷ்ணனால் ஏன் யுத்தத்தைத் தவிர்க்க முடியவில்லை என்று தெரியுமா உங்களுக்கு? ஜரதுஷ்டிரன் காலாவதியாகிப் போனான். வர்த்தமான மகாவீரர் இருந்த சுவடாவது இருக்கிறதா? ஆனால் இயேசு எப்படி உலகின் நம்பர் ஒன் ஆளுமையானார்?'

'அது மிஷனரிகள் செய்த வேலை' என்று ஒருவன் உடனே பதில் சொன்னான். நான் புன்னகை செய்தேன். 'இல்லை நண்பனே. வெறும் பிரசாரம் ஓரெல்லைக்குமேல் பலன் தராது.

மதத்தலைவர்கள் அத்தனை பேரும் ஆன்மாவைக் குறித்துச் சிந்தித்துக்கொண்டிருந்தபோது இயேசுதான் உடலைப் பற்றி யோசித்தார். தேக சௌஸ்தம் அவரது முதன்மைக் கருவி. குருடர்கள் பார்த்தார்களா என்று கேட்காதே. ஊமைகள் பேசினார்களா என்று மடக்க நினைக்காதே. அவரால் குறைந்தபட்சம் ஒரு ஜலதோஷத்தையாவது சரி செய்ய முடிந்திருக்கிறது. ஒரு விஷக் காய்ச்சலை விரட்டியடிக்க முடிந்திருக்கிறது. வியாதிகளைத் தீர்த்ததால் அவர் வென்றார். அது இல்லாமல் அத்தனைக் கோடி ஜனம் சென்று விழ வேறு காரணமே கிடையாது.'

'அப்படியானால் டாக்டர்கள்தான் கடவுளா?'

'இல்லை. மருந்தாக மாறத் தெரிந்த வைத்தியன் கடவுளாகிவிடுகிறான்.' என்று சொன்னேன்.

அன்றைக்கு வகுப்பு முடிந்து அனைவரும் கலைந்து சென்றதும் ஒரு பெண் என்னருகே வந்து நின்றாள்.

'என்ன?' என்று கேட்டேன்.

'அவர் கிறிஸ்தவராவதற்கு நீங்கள் கதவு திறந்துவிட்டீர்கள்!'

நான் சிரித்தேன். 'என் பேச்சு அவனை மதத்துக்குள் கொண்டு தள்ளுமானால் எதிலிருந்தும் அவனுக்கு மீட்சி கிடைக்காது. அவனது நிரந்தர மதம் முட்டாள்த்தனமாகத்தான் இருக்கும்.'

'மதம் பெரிதல்ல என்கிறீர்களா?'

'எதுவுமே பெரிதல்ல பெண்ணே. உன்னைக் கவனி. இந்த உலகில் நீ மட்டும்தான் பெரிது. உனக்கு மிஞ்சி ஒன்றுமில்லை. உன் அழகு. உன் வனப்பு. உன் ஆரோக்கியம். உன் அறிவு. உன் தெளிவு. உன் நிம்மதி. உன் மகிழ்ச்சி. உன் கொண்டாட்டங்கள். இவ்வளவுதான். இது போதும்.'

'அப்படியானால் கடவுள்?'

'அவன் உனக்கு முன்மாதிரி. அவனைப் போல் ஆனந்தமாக இருக்க எப்படி உன்னைத் தயாரிக்கிறாய் என்பதுதான் விஷயம். அதைத்தான் உடலில் இருந்து தொடங்கச் சொல்கிறேன்.'

அவள் புன்னகை செய்தாள். நான் உங்களைத் தொடலாமா என்று கேட்டாள். இப்போது நானும் புன்னகை செய்தேன். என் வலக்கைய நீட்டினேன். அவள் அதை ஏந்தி எடுத்து முத்தமிட்டாள். 'நீங்கள்

ஒருநாள் என் வீட்டுக்கு வரவேண்டும். என் அப்பாவைச் சந்திக்க வேண்டும்.'

'அப்படியா? உன் தந்தை என்ன செய்கிறார்?'

'அவர் ஒரு அரசியல்வாதி.'

'எம்.எல்.ஏவா? எம்பியா? எந்தத் தொகுதி?'

'அதெல்லாம் இல்லை. அத்தனை எளிதில் உங்களுக்கு அதைச் சொல்லிப் புரியவைக்க முடியாது. அவர் மேலிடங்களின் நண்பர். பேப்பரில் பேர் வராது. டிவியில் முகம் காட்டமாட்டார். ஆனால் காய் நகர்த்தல்கள் பல அவர்மூலம் நிகழும்.'

'ஓ. சந்திக்கலாமே? ஆனால் அவருக்கு நான் எதற்கு?' என்று கேட்டேன்.

'அப்பா எப்போதும் கவலைப்பட்டுக்கொண்டே இருப்பார். எப்போதும் பதற்றமாகவே இருப்பார். உங்களுடன் பேசினால் அவர் சற்று மாறக்கூடும்.'

'அப்படியா?' என்று சிரித்தேன்.

நான்கு நாள் இடைவெளியில் அவள் மீண்டும் என் ஆசிரமத்துக்கு வந்தாள். 'போகலாமா?' என்று கேட்டாள். ஒரு பிஎம்டபிள்யூ காரில் நான் பயணம் செய்தது அதுதான் முதல் முறை. அந்தப் பயணம் முழுவதும் அவள் என் கையைப் பிடித்துக்கொண்டே அருகில் அமர்ந்திருந்தாள். மிகவும் வாசனையாக இருந்தாள்.

47. தடம்

மிருதுளாவின் தந்தை, பழைய ஹிந்தி நடிகர் ஒருவரைப் போல இருந்தார். நான் நெடுநேரம் யோசித்தும் அப்போது எனக்கு அந்த நடிகரின் பெயர் நினைவுக்கு வரவேயில்லை. ஆனால் அம்முகத்தை நானறிவேன். பலமுறை நேரிலேயே பார்த்திருக்கிறேன். எனக்கு சினிமா அறிவு அதிகம் கிடையாது. நான் வீட்டை விட்டுப் போவதற்கு முன்னால் மொத்தமே இருபது திரைப்படங்களைப் பார்த்திருந்தால் அதிகம். கேளம்பாக்கம் ராஜலட்சுமி திரையரங்கத்தில் என்ன படம் வருகிறதோ அதுதான். அதிலும் எதைப் பார்க்கலாம் என்று அப்பா முடிவு செய்கிறாரோ அது மட்டும்தான். எங்கள் வீட்டில் டிவி இருந்ததில்லை. அப்படி ஒரு பொருள் தேவை என்று யாரும் கருதியதில்லை. ஊரில் அநேகமாக தினமும் ஏதாவது ஒரு படப்பிடிப்பு நடக்கும். தமிழ், மலையாளம், கன்னடம், தெலுங்கு, ஹிந்தி மொழிப் படங்கள். பம்பாயில் இருந்தெல்லாம் திருவிடந்தைக்கு வந்து படப்பிடிப்பு நடத்தும் அளவுக்கு எங்கள் ஊர் அன்றைக்குப் பிரபலமான கிராமமாக இருந்தது. அந்தக் குளமும் சவுக்குத் தோப்பும் அதை ஒட்டிய அலைகள் குறைந்த கடற்பரப்புமே காரணம்.

அந்த மனிதரைப் பார்த்ததுமே எனக்கு ஏன் அந்த ஹிந்தி நடிகரின் நினைவு வந்தது என்று தெரியவில்லை. அந்த நடிகரை நான் திருவிடந்தையில் பார்த்திருக்கிறேன். ஒரு முறையல்ல; நாலைந்து முறை வேறு வேறு படங்களுக்காக வந்திருக்கிறார். ஜிப்பாவின் இடதுபுற பாக்கெட்டில் எப்போதும் உள்ளங்கை அளவு அகலமுள்ள சிகரெட் பெட்டி வைத்திருப்பார். ஐந்து நிமிடங்களுக்கொரு முறை அதை எடுத்துக் கையில் வைத்துக்கொள்வார். அருகே சென்றால் நூதனமானதொரு வாசனை திரவியத்தின் நெடியும் சிகரெட் நெடியும் சேர்ந்து அடிக்கும்.

மிருதுளாவின் அப்பாவுக்கு சிகரெட் பழக்கம் இருந்ததாகத் தெரியவில்லை. ஆனால் அவரும் ஒரு வாசனை திரவியம் பூசியிருந்தார். அந்த ஹிந்தி நடிகரைப் போல அவரும் ஜிப்பாதான்

அணிந்திருந்தார். பல்லாண்டுக் காலமாகச் சேர்த்த பணத்தின் செழுமை அவரது முகத்திலேயே தெரிந்தது. அவருக்கு ஏராளமான கவலைகள், மன உளைச்சல்கள் என்று சொல்லித்தான் அந்தப் பெண் என்னைத் தன் வீட்டுக்கு அழைத்துச் சென்றாள். ஆனால் சந்தித்த கணம் முதல் அந்த மனிதர் என்னிடம் சிரித்துச் சிரித்துப் பேசிக்கொண்டிருந்தார். பள்ளிப் படிப்பை அவர் முடிக்கவில்லை. குடும்பச் சூழ்நிலை காரணமாகப் பதினாறு வயதிலேயே அவர் ஒரு வேலை தேடிக்கொள்ளும்படியாகிவிட்டது என்று சொன்னார். ஒரு அச்சகத்தில் எடுபிடிப் பையனாக அவரது வாழ்க்கை ஆரம்பித்திருக்கிறது. அது போஸ்டர்கள், கலியாணப் பத்திரிகைகள், மரண அறிவிப்புக் கடிதங்கள் அச்சடிக்கும் அச்சுக்கூடம்.

ஏதோ ஒரு தேர்தல் காலத்தில் அங்கே அச்சுக்கு வந்த கட்சி போஸ்டரில் இருந்த சில பிழைகளை அவர் நீக்கி, அச்சுக் கோத்திருக்கிறார். தவிரவும் பிரசார வாசகங்களில் சில திருத்தங்கள் செய்திருக்கிறார். இதெல்லாம் ஒரு அச்சுக்கூடத்தில் வேலை பார்க்கும் சிறுவன் செய்யக்கூடிய காரியங்களல்ல. இருந்தாலும் அன்றைக்கு அவர் அதைச் செய்ததால்தான் கட்சி ஆட்களின் கண்ணில் பட்டிருக்கிறார்.

‘அந்தத் தேர்தலில் அந்தக் கட்சிக்கு நான் இருநூறு வாசகங்கள் எழுதிக் கொடுத்தேன். ஒரு குட்டித் தலைவரின் தேர்தல் சொற்பொழிவுகள் அனைத்தும் அன்றைக்கு நான் எழுதி அளித்தவைதான். தேர்தல் முடிந்த பிறகு எனக்குப் பத்தாயிரம் ரூபாய் பணம் தந்தார்கள்.’ என்று சொன்னார்.

‘அது சரி, அந்தத் தேர்தலில் அவர்கள் வென்றார்களா?’

‘இல்லை. தோற்றுத்தான் போனார்கள். ஆனால் எனக்கு எதிர்க்கட்சிகளில் இருந்தெல்லாம் வாய்ப்புகள் வரத் தொடங்கி விட்டன. உங்களுக்கு ஒன்று தெரியுமா? இந்தியாவிலேயே அரசியல் கட்சிகளுக்கான தனி நபர் விளம்பர ஏஜென்சியாக முதல் முதலில் வேலை செய்தவன் நாந்தான்’ என்று சொன்னார்.

அது எனக்கு வியப்பாக இருந்தது. பன்னிரண்டுக்கு பத்தடி உள்ள ஓர் அறையை வாடகைக்கு எடுத்து அதில் ஒரு மேசை நாற்காலி மட்டும் போட்டு அமர்ந்து அவர் தம் தொழிலைத் தொடங்கியிருக்கிறார். கட்சிக்காரர்கள் யார் வேண்டுமானாலும் வரலாம். பிரசார வாசகங்கள், கொள்கை விளக்கக் கையேடுகள், ஒரு வரி சுலோகன்கள், தேர்தல் அறிக்கைகள் என்று என்ன

வேண்டுமானாலும் கேட்கலாம். அடிப்படைத் தரவுகளை அவர்கள் தந்துவிட வேண்டும். அதை இவர் சரியான மொழியில் வடிவமைத்துக் கொடுத்துவிடுவார்.

'சொன்னால் நம்புவீர்களா? என் பதினாறு வயது வரை ஒரு நூறு ரூபாய்த் தாளை நான் கண்டதேயில்லை. ஆனால் பதினெட்டு வயதில் என்னிடம் ஆறு லட்ச ரூபாய் இருந்தது.'

இதை நம்புவதில் எனக்கு எந்தப் பிரச்னையும் இருக்கவில்லை. அரசியல், சினிமா, கிரிக்கெட். இந்தியாவில் இந்த மூன்று துறைகளில்தான் அதிகப்பணப் புழக்கம் என்பதை நான் அறிவேன். நாடெங்கும் வாழும் மக்களுக்காக ஒரு பகுதியும் இந்த மூன்று துறைகளைச் சேர்ந்தவர்களுக்காக வேறொரு பகுதியும் பணம் அச்சடிக்கிறார்கள் என்றுகூட எண்ணியிருக்கிறேன். ஒரு மாறுதலுக்கு நான் ஏன் நிறைய சம்பாதிக்கக்கூடாது?

அந்நாள்களில் நான் பணத்தைக் குறித்து நிறைய யோசித்திருக்கிறேன். என்னால் ஓர் அலுவலகத்துக்குச் சென்று வேலை பார்க்க முடியாது. யாருக்கும் கட்டுப்பட்டுப் பொருந்தியிருக்க முடியாது. நான் அதிகம் படித்ததில்லை. நானொரு பட்டதாரி அல்ல. நானொரு சன்னியாசி. அப்படித்தான் என்னைக் கண்டவர்கள் கருதினார்கள். உண்மையில் நான் அதுவுமல்ல. எனக்கு வேதங்களின் சில அங்கங்கள் தெரியும். தருக்கம் தெரியும். நாத்திகத்தைக் குறித்துச் சற்று நிறையவே வாசித்திருக்கிறேன். கம்யூனிச நாத்திகமோ, திராவிட நாத்திகமோ அல்ல. இது வேறு. முற்றிலும் வேறு.

விஷயம், அறிந்தவை என்ன என்பதல்ல. அது எப்படிப் பொருளாகும் என்பது பற்றியது. எனக்கு அப்போது நிறையப் பணம் தேவைப்பட்டது. ஆசிரமம் என்று சொன்னேனே தவிர என் இருப்பிடம் அப்போது மிகவும் சிறிதாக இருந்தது. மடிகேரியில் ஒரு வெங்காய வியாபாரிக்குச் சொந்தமான அரை ஏக்கராவுக்கும் குறைவான நிலத்தை எனக்கு அவர் நன்கொடையாக வழங்கியிருந்தார். என்னைத் தேடி வந்தவர்களுள் சற்றே வசதியானவர்கள் ஆளுக்குக் கொஞ்சம் பணம் போட்டு ஒரு கட்டடம் எழுப்பித் தந்திருந்தார்கள். எளிய வரவேற்பறை. உள்ளே நுழைந்ததும் ஒரு பெரிய ஹால். வெள்ளை வெளேரென்று உயரமான சுவர்களையும் விதானத்தையும் கொண்டது. அங்கே எந்தப் பொருளும் கிடையாது. அலங்காரச் சிற்பங்கள் கிடையாது.

குத்து விளக்கு கிடையாது. நாற்காலிகள், மேசைகள் கிடையாது. மைக் கிடையாது. வெறும் ஹால். சுமார் நூறு பேர் அங்கே அமர முடியும். நான் உட்காரும் இடத்தை மட்டும் ஒன்றரை அடி உயரமாகக் கட்டச் சொல்லியிருந்தேன். மேலே சுழலும் மின் விசிறிகளின் சத்தம் அங்கு கேட்கும். இல்லாவிட்டால் நான் பேசும் மெல்லிய சத்தம். அவ்வளவுதான்.

அந்த ஹாலின் பின்புறம் ஒரு கதவு உண்டு. அந்த வழியாகப் போனால் ஒரு படிக்கட்டு வரும். ஏறி மேலே சென்றால் என் நூலகம். படுக்கையறை. அதனோடு இணைந்த ஒரு கழிப்பறை மற்றும் குளியலறை. அவ்வளவுதான் என் மொத்த ஆசிரமமே. அந்தக் கட்டடத்துக்கு வெளியே மிச்சமுள்ள இடங்களெங்கும் புல் வளர்த்து ஆங்காங்கே நிழற்குடை அமைக்கச் செய்திருந்தேன். எளிய மூங்கில் நிழற்குடைகள். வகுப்புகள் இல்லாத நேரங்களில் ஆசிரமத்துக்கு வருவோர் அந்தக் குடைகளின் அடியில் அமர்ந்து ஏதாவது படிக்கலாம். பேசலாம். ஓய்வெடுக்கலாம். அவர்கள் உபயோகத்துக்காக அங்கே தனியே ஒரு பெரிய கழிப்பறை மட்டும் இருந்தது.

மிகவும் யோசித்துத் திட்டமிட்டு நான் ஒரே ஒரு ஏற்பாடு செய்திருந்தேன். ஆசிரமத்துக்கென்று ஊழியர்கள் யாரும் இருந்துவிடக் கூடாது என்பதே அது. எந்தக் காலத்திலும் யாருக்கும் நான் கடமைப்பட்டுவிடவோ, எனக்கு இன்னொருவர் கடமைப்படவோ இடம் தரக்கூடாது என்ற முடிவில் இருந்தேன். என்னைத் தேடி வந்தவர்கள் ஆசிரமத்து வேலைகளைப் பங்கு போட்டுக்கொண்டு செய்ய ஆரம்பித்தார்கள். அதைக் கூட நான் யாரிடமும் சொன்னதில்லை. எவருக்கும் எந்த உத்தரவும் அளித்ததில்லை. நான்கு பேர் சேர்ந்து ஆசிரம வளாகத்தைப் பெருக்கி சுத்தம் செய்வார்கள். இன்னும் நான்கு பேர் என் ஆடைகளைத் துவைத்துப் போட்டுக் காயவைத்து எடுத்து மடித்து வைப்பார்கள். நூலகத்தை இரண்டு பேர் பராமரிக்க ஆரம்பித்தார்கள். தோட்டப் பராமரிப்பு வேறு சிலரின் பொறுப்பாகிப் போனது. என்றைக்கோ ஒரு நாள் யாரோ சொன்னார்கள். ஆசிரமத்தில் உணவு தயாரிக்கலாம்.

சிறிய அளவில் ஒரு கேண்டீன் திறக்கப்பட்டது. பெங்களூரில் ஒரு பெரிய உணவகம் நடத்திக்கொண்டிருந்தவர் அங்கிருந்து எனக்குச் சிலபேரை அனுப்பித் தந்தார். சமையல் கலைஞர்கள். அவர்கள் என்னிடம் பணியாற்றவில்லை. எனக்காகப் பணியாற்றினார்கள். ஆசிரமத்தில் அப்போது முதல் மதிய

உணவும் மாலைச் சிற்றுண்டியும் கிடைக்க ஆரம்பித்தது. வருகிறவர்கள் மலிவு விலையில் பசியாறிக்கொள்ள ஒரு வழி. நான் அதன் கணக்கு வழக்குகளில் தலையிடுவது கிடையாது. கேண்டீன்காரரர்கள் பெங்களூர் முதலாளிக்கு நேரடியாக பதில் சொல்லிக்கொள்வார்கள். இதில் எனக்கிருந்த ஒரே லாபம், என் உணவுப் பிரச்னை உடனடியாகத் தீர்ந்ததுதான். எனக்கான உணவை கேண்டீன் கலைஞர்கள் தனியே சமைத்துத் தந்தார்கள்.

பொதுவாக நான் மதியம் மூன்று மணி வரை எதையும் சாப்பிடுவதில்லை. மூன்று மணிக்கு இரண்டு வெள்ளரிப் பிஞ்சுகளை மென்று தின்றுவிட்டு ஒரு கறுப்புத் தேநீர் அருந்துவேன். ஐந்தரை மணிக்கு இரண்டு ஸ்பூன் வெண்ணெய். இரவு எட்டு மணிக்கு இரண்டு சப்பாத்திகள், கொஞ்சம் சோறு, பருப்புக் கூட்டு, ஒரு கப் தயிர். கொஞ்சம் பழங்கள். இந்த உணவுப் பாணியை என் குரு எனக்குக் கற்றுத் தந்திருந்தார். உணவு சார்ந்த ஆர்வங்களும் அக்கறையும் இல்லாமல் போவது ஒரு வரம். ஒரு விதத்தில் அது ஒரு யோகம். பல யோக முறைகளுக்கு உள்ளே நுழைவதற்கான வாசலும்கூட.

இதில் ரசமான விவகாரம் என்னவெனில், பக்தர்களாகவும் நண்பர்களாகவும் சீடர்களாகவும் என்னை நோக்கி வந்தவர்களில் பெரும்பாலானவர்களை இழுத்துப் பிடிக்கும் அம்சமாக இந்த உணவு முறையே இருந்தது. ஒரு மனிதன் ஒருவேளை உண்டால் போதுமா? இது எப்படி சாத்தியம் என்று என்னிடம் கேட்காதவர்களே கிடையாது. 'ஏன் உங்களாலும் முடியுமே? சொல்லப் போனால் மனிதனுக்கு ஒருவேளை உணவு போதுமானது. தேவைக்கு அதிகமாகத்தான் நாம் திணித்துக்கொண்டிருக்கிறோம்' என்று சொல்வேன். சில உணவு மாற்றங்களைச் செய்துகொடுத்து என்னால் சில பேரின் சர்க்கரை வியாதி, ரத்த அழுத்தம் போன்றவற்றை முற்றிலுமாகக் குணப்படுத்த முடிந்தது. உண்மையில் நான் மருத்துவனல்லன். எனக்கு உணவின் அறிவியலும் தெரியாது. என் குருநாதர் கடைப்பிடித்த சில வழிமுறைகளைப் பரீட்சை செய்து பார்த்ததுடன் சரி.

சொன்னேனே, ஞானிகளல்ல; நோய் தீர்க்கத் தெரிந்தவர்களே நிலைத்து நிற்கிறார்கள்.

மிருதுளாவின் தந்தைக்கு நான் எந்த விதத்தில் உதவ முடியும் என்று யோசிக்க ஆரம்பித்தேன். ஆரம்பத் தயக்கம், அறிமுகத்துக்குப்

பிறகு அவர் என்னிடம் மனம் விட்டுப் பேசத் தொடங்கியிருந்தார். அவரது பிரச்னை என்னவென்று அவருக்கு நானே புரியவைக்க வேண்டியிருந்தது என்பதுதான் இதில் பெரிய விசித்திரம்.

தேசம் ஒரு ஆட்சி மாற்றத்தை எதிர்கொள்ளத் தயாராகிக்கொண்டிருந்தது. நிச்சயமாக இம்முறை காங்கிரஸ் ஆட்சிக்கு வரக்கூடாது என்று அவர் சொன்னார். உதிரிகளின் மிகப்பெரிய கூட்டணி ஒன்றை அரசியல் பெரியவர்கள் உத்தேசித்திருந்தார்கள். ஒரு சமஷ்டி அரசு. எல்லாக் கட்சிகளுக்குமான நியாயமான பிரதிநிதித்துவம். அனுபவம் மிக்கதொரு பிரதம மந்திரி வேட்பாளர். அவரை முன்னதாகவே அறிவித்தாக வேண்டிய கட்டாயம் ஒன்றுமில்லை. கூட்டணி வென்றபின் தேர்ந்தெடுத்துக்கொள்ளலாம், அது அவ்வளவு முக்கியமில்லை என்று அவர் சொன்னார்.

'அப்படியா நினைக்கிறீர்கள்? நீங்கள் ஒரு தலைமை வேட்பாளரை முன்னிறுத்தாவிட்டால் உங்கள் கூட்டணி வெல்ல வாய்ப்பே இல்லை. தப்பித்தவறி வென்றாலும் ஆறு மாதங்களுக்குமேல் அரசு நிற்காது' என்று சொன்னேன்.

48. லக்ஷ்மி கடாட்சம்

எனக்கு அரசியல் தெரியாது. எனக்கு எதுதான் தெரியும்? தெரியாதவற்றின் பூரணத்தில் திளைப்பவன் நான். முப்பது வயது வரை எனக்கு அந்தப் பதற்றம் இருந்தது. ஒன்றும் அறியாதிருப்பது பற்றிய தவிப்பு. அல்லது அனைத்திலும் மிதமானவற்றுக்கு மேலே தெரியாதிருப்பது குறித்த கவலை. குருநாதரோடு இருந்த காலத்தில் இதைப் பற்றி ஓரிரு முறை அவருடன் விவாதித்தும் இருக்கிறேன். அவர் புன்னகை செய்வார். 'மனத்தை ஏன் ஒரு குப்பை லாரி ஆக்கிக்கொள்ள விரும்புகிறாய்?' என்று கேட்பார்.

'முற்றிலும் பெருக்கித் துடைத்து காலியாக வைக்க வழியில்லாத போது குப்பை லாரியாக இருப்பதுதான் சௌகரியம்' என்று பதில் சொல்வேன். 'யாரும் கிட்டே நெருங்க அஞ்சுவார்கள் பாருங்கள்? கழிவு நீர் ஊர்தியாக இருப்பது இன்னும் வசதி.'

அந்த வருடம் குடகில் வரலாறு காணாத மழை பெய்தது. ஒன்பது நாள்களுக்கு இருப்பிடத்தைவிட்டு வெளியே வரக்கூட முடியாத அளவுக்கு மழை. பல இடங்களில் மலைச்சரிவு உண்டாகி பாதை தடைபட்டுப் போயிருந்தது. காவிரி ஊழிப் பெருவெள்ளமாகப் பெருக்கெடுத்துப் பாய்வதாகச் சொன்னார்கள். தொலைத் தொடர்புகள் முற்றிலுமாகத் துண்டிக்கப்பட்டு, வழக்கமாக ஆசிரமத்துக்கு வருகிறவர்கள் கூட வராத சூழலில் நாங்கள் கட்டாயமாகச் சிறை வைக்கப்பட்டது போல உணர்ந்தோம். ஆசிரமத்தில் இன்னொரு நாலைந்து தினங்களுக்கு உணவுப் பொருள்கள் இருந்தன. ஆனால் குளித்து, துணி மாற்றத்தான் வழியில்லாதிருந்தது. மாணவர்களிடம் மூன்று ஜோடி உடைகளுக்கு மேல் இருக்கக்கூடாது என்று குரு சொல்லியிருந்தார். அவரிடம் இரண்டு உடுப்புகள் மட்டுமே இருந்தன. அனைத்துமே நனைந்து ஈரமாகிவிட்டிருந்தன. ஒன்பது நாள்களும் அவை கொடியில் தொங்கிக்கொண்டுதான் இருந்தன. ஆனால் உலரவேயில்லை. இதனாலேயே மழை விட்ட நிமிடங்களில் வெளியே போக நினைத்தாலும் முடியாமல் இருந்தது. நாங்கள்

நாளெல்லாம் கம்பளியைச் சுற்றிக்கொண்டு அறைகளில் சுருண்டு கிடக்கும்படியாகிப் போனது.

அன்றைக்கு நான் மதியம் தூங்கிவிடுவது என்று முடிவெடுத்து இரண்டு குவளைகள் வெந்நீர் மட்டும் குடித்துவிட்டுப் படுத்திருந்தேன். உறக்கத்தின் விளிம்புக்குச் சென்றடைந்த நேரம் குரு என் அறைக்குள் நுழைந்தார். 'விமல், நாம் வெளியே போகலாம்' என்று சொன்னார்.

நான் சற்றுத் தயங்கினேன். 'இதுவும் நனைந்துவிடும் என்று அஞ்சாதே. வேறு வாங்கித் தருகிறேன் வா' என்று சொன்னார்.

'அதுசரி கடைகள் ஏது இப்போது?'

'பார்த்துக் கொள்ளலாம் வா' என்று சொன்னார்.

நாங்கள் இருவரும் ஆசிரமத்தை விட்டு வெளியே வந்து நடக்கத் தொடங்கினோம். நகரம் முற்றிலும் நனைந்து விரைத்துப் போயிருந்தது. வீடுகளின் சுவர்களெல்லாம் நிறம் அழிந்து பழுப்பாகத் தெரிந்தன. வழியெங்கும் அத்தனை மரங்களில் இருந்தும் ஈரம் சொட்டிக்கொண்டிருந்தது. தரையெல்லாம் இலைகள் உதிர்ந்திருந்தன. மரக்கிளைகள் விழுந்திருந்தன. மண் சரிவால் பாதை முழுதும் சேறாகி, சோற்றுருண்டைகள் போலச் சரளைக் கற்கள் செம்மை பூசிப் பரவிக் கிடந்தன. சாலையில் நடமாட்டம் வெகுவாகக் குறைந்திருந்தது. பல கடைகள் மூடியிருந்தன. மூடிய கடைகளின் வெளியே நாய்கள் படுத்திருந்தன. ஒன்றிரண்டு சைக்கிள்கள் தவிர போக்குவரத்து அறவே இல்லாது போயிருந்தது.

'ஊரின் இந்த முகம் நன்றாக இருக்கிறது இல்லையா?' என்று குரு கேட்டார்.

'ஆம். ஆனால் இது போரடித்துவிடும். நகரின் அழகு மனிதர்களால் வருவது' என்று சொன்னேன்.

'அப்படியா நினைக்கிறாய்? இயற்கைக்கு இரண்டாவது இடம்தானா?'

'இரண்டாவது இடம் சத்தத்துக்கு. அடுத்த இடம் குப்பைகளுக்கும் புழுதிக்கும்.'

'அப்படியானால் ஆசிரமத்தை நாம் பெங்களூருக்கோ மைசூருக்கோ மாற்றினால் நீ வருத்தப்பட மாட்டாய் என்று நினைக்கிறேன்.'

ஒரு கணம் யோசித்தேன். எனக்கு மடிகேரியை மிகவும் பிடித்துப் போயிருந்தது. அது நகரமில்லை. கிராமாந்திரம் என்றும் சொல்லிவிட முடியாது. கூப்பிடு தொலைவில் காவிரி ஊற்றெடுத்துப் பொங்கிக்கொண்டிருக்கும் இடம். மாலை ஐந்து மணியானால் எங்கும் யாரும் தென்படமாட்டார்கள். இருட்டத் தொடங்கும் நேரம் மலைப்பாதையில் மேலே ஏறிப் போவது ஓர் அனுபவம். திரும்ப முடியுமா என்று சந்தேகம் வரும் எல்லைவரை நடந்துகொண்டே இருந்துவிட்டுத் திரும்பி வருவது இன்னொரு பேரனுபவம். ஆனாலும் அந்த அமைதியும் சாந்நித்தியமும் அல்ல; பகலின் சந்தடியும் இணைவதாலேயே எனக்கு அந்த ஊரைப் பிடித்தது. மைசூரிலோ பெங்களூரிலோ சத்தத்துக்குக் குறைவிருக்காது என்பது உண்மைதான். ஆனால் சத்தம் சௌந்தர்யத்துடன் சேரும்போதல்லவா ரசனைக்குரியதாகிறது?

'ஆம். ஓசைக்கும் இசைக்குமான இடைவெளி அதில் உள்ளது' என்று குரு சொன்னார். எனக்குப் புரிந்துவிட்டது. அவர் அந்தப் பேச்சை எடுக்கக் காரணமே பாதி தெரிந்தவனாக இருப்பது பற்றிய குற்ற உணர்ச்சியை நான் வெளிப்படுத்தியதுதான். நான் புன்னகை செய்தேன். 'புரிந்தது குருஜி' என்று சொன்னேன்.

'விமல், பாதி அறிந்திருப்பது ஓர் அழகு. உலகில் பாதிக்கு உள்ள மதிப்பு முழுமைக்கு இல்லை.'

'அப்படியா நினைக்கிறீர்கள்?'

'பாதிக்கு உள்ள சௌகரியத்தில் பாதிகூட முழுமைக்குக் கிடையாது. மூச்சு முட்டத் தின்றுவிட்டு உன்னால் என்ன செய்ய முடியும்? உன்னை நான் அரை வயிற்று உணவுக்குப் பழக்கியிருக்கிறேன் என்பதை எண்ணிப் பார். உன் உற்சாகம் அதனால் வருவது.'

'அட ஆமாம். ஆனால் நிறைகுடம்தான் தளும்பாது என்பார்கள்.'

'தளும்பாதிருப்பதில் என்ன அழகு? ஒரு பெண் குடத்தில் தண்ணீர் எடுத்து வரும்போது உற்றுப் பார். குடம் தளும்பி நீர் வெளியே தெறித்தால் அந்தப் பெண் இன்னும் அழகாகத் தெரிவாள்.'

நான் பேச்சற்றுப் போனேன். முக்கால் மணி நேரம் நடந்து காவிரி பாயும் வெளிக்கு வந்து சேர்ந்தோம். விரிந்த பெரும் படுக்கையில் ஆடை அவிழ்வது தெரியாமல் புரளும் ஒரு பெண்ணைப் போல் புரண்டோடிக்கொண்டிருந்தது நதி. ஓட்டத்தின் சத்தம் உற்சாகமளித்தது. நின்றிருந்த மழை மீண்டும் தூறலாகத்

தொடங்கியிருந்தது. 'குருஜி, நாம் முற்றிலும் நனைந்தபடிதான் திரும்பவேண்டும் என்று நினைக்கிறேன்' என்று சொன்னேன்.

'ஆம். ஈரத்துடன் போய்ச் சேருவோம்.'

'குளிர்கொல்லப் போகிறது. படுத்தால் தூக்கம் வரப் போவதில்லை.'

'ஆனால் களைப்பில் உனக்குப் பாதி உறக்கம் நிச்சயம் வந்துவிடும். உறக்கத்திலும் பாதிதான் அழகு' என்று அவர் சொன்னார்.

மிருதுளாவின் தந்தையுடன் பேசிக்கொண்டிருந்தபோது எனக்கு ஏனோ இந்தச் சம்பவம்தான் திரும்பத் திரும்ப நினைவுக்கு வந்து கொண்டிருந்தது. உண்மையில் அவர்தான் பேசிக்கொண்டிருந்தார். நான் அமைதியாகக் கேட்டுக் கொண்டிருப்பதை மட்டுமே முக்கியமாக நினைத்தேன். பேசாத சொற்கள் உருவாக்கும் பிம்பம் மிகப் பெரிது. அறியாமையும் பூரண ஞானமும் ஒரு நூல் கண்டின் இருவேறு முனைகளல்லவா? ஆனாலும் கண்டாக உள்ளபோது இரண்டும் அருகருகேதான் குடியிருக்கும். நாத்திகத்துக்கும் ஆத்திகத்துக்கும் உள்ள நெருக்கம் போல. ஒரு நாத்திகனைக் காட்டிலும் கடவுளை அதிகம் நினைப்பவன் யார்? இழுத்து இழுத்து மனத்தில் நிறுத்தி அவனை இல்லை என்று நிறுவுவதற்கு எத்தனைப் பிரயத்தனம் செய்ய வேண்டியிருக்கிறது. மனம் குவியாத ஒரு நாம ஜபத்துக்கு நிகரானது அது.

'உங்களுக்கு என்ன தோன்றுகிறது? இந்தத் தேர்தல் என்னவாகும் என்று நினைக்கிறீர்கள்?' என்று அவர் கேட்டார்.

நான் சிறிது நேரம் யோசித்துவிட்டுச் சொன்னேன். 'முயற்சி பெரிதுதான். ஒருவேளை உங்கள் பெருங்கூட்டணி வெல்லலாம். ஆனால் ஆட்சி நீடிக்காது.'

'அப்படியா?'

'அப்படித்தான் தோன்றுகிறது. எதற்கும் அளந்து செலவு செய்யுங்கள்.'

அவர் சற்றுப் பதற்றமானது போலத் தோன்றியது. எழுந்து சென்று தண்ணீர் குடித்துவிட்டு வந்து மீண்டும் அமர்ந்தார். 'என் பங்குக்கு நான் எழுபது கோடி செலவு செய்தாக வேண்டும். இதில் என் சொந்தப் பணம் மட்டும் நாற்பது கோடி. மிச்சம் உள்ளவை வசூலானவை' என்று சொல்லி ஒரு பெரிய பெட்டியைக் காட்டினார்.

'திறந்து காட்டுவீர்களா?' என்று சிரித்தபடி கேட்டேன். உண்மையில் நிறையப் பணம் என்பதை நான் அதுநாள் வரை கண்டதேயில்லை. அதன் அடர்த்தியையும் வாசனையையும் நுகர்ந்து பார்க்க வேண்டும் என்று தோன்றியது. ஒரு சன்னியாசி இதைக் கேட்பதில் எந்தப் பிரச்னையும் இல்லை. இத்தனைப் பணத்தில் எனக்கு ஒரு கட்டு கொடுங்கள் என்று நான் நிச்சயம் கேட்கப் போவதில்லை. அப்படிக் கேட்கக்கூடியவனாக என் தோற்றம் ஒருபோதும் என்னை முன்னிறுத்தாது என்பதை நானறிவேன்.

அவர் யோசிக்கவில்லை. அறைக்கதவை மட்டும் எழுந்து சென்று தாழிட்டுவிட்டு வந்து பெட்டியைத் திறந்தார். பெட்டி என்றால் பெரிய கள்ளிப் பெட்டி. கனமானது. அதை நகர்த்துவதற்குச் சிறிதாக நான்கு சக்கரங்கள் பொருத்தப்பட்டிருந்தன. பெரிய பூட்டுப் போட்டு பூட்டியிருந்தார். பீரோவைத் திறந்து ஒரு சாவியை எடுத்து வந்து அந்தப் பூட்டைத் திறந்தார். முப்பது கோடி ரூபாய். பெரும்பாலும் நூறு ரூபாய்க் கட்டுகளாகவே இருந்தன. ஒரு சில ஐம்பது ரூபாய்க் கட்டுகளும் இருக்கலாம். சுருணைத் துணி சொருகி வைத்தாற்போலப் பெட்டிக்குள் ஓர் ஒழுங்கில்லாமல் மொத்தமாகத் திணித்திருந்தார்கள். நான் பெட்டியை மூடினேன். அவரைப் பார்த்துப் புன்னகை செய்தேன்.

'என்ன?' என்று கேட்டார்.

'செலவுக்கு இந்தப் பணம் போதும். உங்கள் சொந்தப் பணத்தை வெளியே எடுக்காதீர்கள்' என்று சொன்னேன்.

'அது எப்படி முடியும்? இதெல்லாம் செய்தே தீரவேண்டிய செலவுகள். சேர்த்து அப்புறம் எடுத்துவிடலாம் என்று வையுங்கள். ஆனாலும்...'

'அப்படியானால் ஒன்று செய்யுங்கள். இந்தப் பணத்தை நான் எடுத்துப் போகிறேன். இது உங்கள் கைக்கு வரவேயில்லை என்று நினைத்துக்கொள்ளுங்கள். உங்கள் பணத்தைச் செலவு செய்து முடித்துவிட்டு அதற்குமேல் தேவைப்பட்டால் என்னிடம் வந்து வாங்கிக்கொள்ளுங்கள்' என்று சொன்னேன்.

'நீங்களா?'

'ஆம். எனக்குச் செலவு கிடையாது. இந்தத் தாள்களால் எனக்குப் எந்தப் பயனும் இல்லை. தேர்தலில் வென்று நீங்கள் நினைத்தபடி ஒரு கூட்டாட்சி அமைத்து ஒரு மாதத்தில் அது கலைந்தபின் ஒரு

வெறுமை வரும் பாருங்கள், அப்போது என்னிடம் வந்தால் இதைக் கொடுத்து அந்த வெறுமையைப் போக்குவேன்' என்று சிரித்துக்கொண்டே சொன்னேன்.

அந்தச் சந்திப்பு அவருக்குப் பெரிய உற்சாகத்தை அளித்திருக்கும் என்று நான் நினைக்கவில்லை. மிருதுளாவின் விருப்பத்தின் பேரில்தான் நான் அவள் வீட்டுக்குப் போனேன். வாசனையான பெண். வசதியானவளும்கூட. அன்பாக அழைக்கும்போது எனக்கு மறுக்கத் தோன்றாததால்தான் போனேன்.

ஆனால் நானே எதிர்பாராத சம்பவம் ஒன்று நடந்தது. அது அந்தத் தேர்தலும் அதன் முடிவுகளும். நான் நினைத்தபடிதான் அந்தத் தேர்தல் முடிவுகள் அமைந்தன. மிருதுளாவின் தந்தை ஆதரித்த கர்நாடக அரசியல்வாதி ஒருவர்தான் அந்தமுறை பிரதமரானார். ஆனால் ஆட்சி நீடிக்கவில்லை. மிகச் சில மாதங்களில் அந்த ஆட்சி கவிழ்ந்து போனது.

அதற்குச் சரியாக மூன்று மாதங்களுக்குப் பிறகு மிருதுளா என்னை மீண்டும் அவள் வீட்டுக்கு வரச் சொல்லி அழைத்தாள். 'அப்பா மிகவும் மனம் உடைந்து போயிருக்கிறார். அவரை எப்படி மீட்பது என்றே தெரியவில்லை.'

'நான் வரவில்லை. அவரை அழைத்து வா' என்று சொன்னேன்.

பத்து நாள் இடைவெளியில் மிருதுளா அவளது தந்தையை என் ஆசிரமத்துக்கு அழைத்து வந்தாள். அவர் என்னிடம் அளித்து, மறந்தே போயிருந்த அந்தப் பணப்பெட்டியை எடுத்து அவர் முன்னால் வைத்தேன். 'நிறைய செலவு செய்திருப்பீர்கள். எல்லாமே இழப்புத்தான். ஆனால் மற்றவர்களைக் காட்டிலும் உங்களுக்கு இழப்பின் சதவீதம் குறைவு' என்று சொன்னேன்.

அவர் நம்பவில்லை. பெட்டியைத் திறந்து பார்த்து சிறிது நேரம் பேச்சற்றிருந்தார். பிறகு சொன்னார், 'நீங்கள் ஒரு அபூர்வம். உங்கள் ரேகைகூட இதில் பட்டிருக்காது என்று தோன்றுகிறது.'

நான் புன்னகை செய்தேன்.

மறுவாரமே நான் அவரோடு டெல்லிக்குப் போகவேண்டியிருந்தது. அது எனக்கு முதல் விமானப் பயணம். அசோகா ஓட்டலில் எனக்கு அவர் அறை ஏற்பாடு செய்திருந்தார். அது எனக்கு முதல் நட்சத்திர விடுதி வாசம். அடுத்த மூன்று தினங்களில் எனக்கு ஏராளமான

அரசியல் தலைவர்கள் அடுத்தடுத்து அறிமுகமானார்கள். எனக்குத் தெரியாத அரசியலை நான் அவர்களிடம் தெரிந்துகொள்ள ஆரம்பித்தேன்.

ஊர் திரும்பியபோது என்னையறியாமல் நான் ஏழெட்டுப் பேரின் நிதி ஆலோசகராகியிருந்தேன்.

49. மருந்தாகுதல்

மூடிய கண்களின்மீது இரண்டு வெள்ளரித் துண்டுகளை நறுக்கி வைத்திருந்தேன். மானசீகத்தில் எனக்கு அந்தத் துண்டுகள் சஹஸ்ரஹாரசக்கரமாக உருமாறி மெல்லக் கீழிறங்கி வந்து சுழலுவது போலிருந்தது. அதன் குளிர்ச்சி மெல்ல மெல்ல என் விழிகளுக்குள் இறங்கி தலைக்குள் செல்வது போல எண்ணிக்கொண்டேன். எண்ணிக்கொள்வதுதான். உண்மையில் எந்த உணர்ச்சியையும் உறுப்புகளுக்கு நம்மால் கடத்த முடிவதில்லை. அது அங்கங்கே தன்னியல்பாக உற்பத்தியாவது. கணப் பொழுது மூளையுடன் தொடர்புகொண்டு தகவல் தெரிவித்துவிட்டுத் தன் தேவைகளை உறுப்புகள் நிறைவேற்றிக்கொண்டுவிடுகின்றன. உணர்ச்சிகளை மூளையின் கட்டளையாக என்னால் எண்ணிப் பார்க்க முடிந்ததில்லை. உணர்வின் மிகத் தெளிவான எதிர்நிலையில் என் மனத்தையும் மூளையையும் நிறுத்தப் பழக்கிக்கொண்டிருந்தேன். துக்கத்தில் புன்னகை செய்வதற்கும் மகிழ்ச்சிக்குரிய தருணங்களில் அதில் மறைந்திருக்கும் பிசிறுகளை ஆராயவும் எனக்குப் பிடித்தது. எந்தத் தருணத்திலும் நான் என் உணர்வின் வசத்தில் விழமாட்டேன் என்று எப்போதும் நினைத்துக்கொள்வேன். அந்நினைவு ஒரு போர்வை. கதகதப்பானது. சுகமளிப்பது. அது எனக்கு அவசியம் என்று நினைத்தேன்.

நான் மைசூரில் இருந்தேன். மிருதுளாவின் தந்தைதான் என்னை அங்கே அழைத்து வந்திருந்தார். 'நீங்கள் ஒருவரைச் சந்திக்க வேண்டும். மிகப் பெரிய மனிதர். ஆனால் வெளியே சொல்ல முடியாத ஒரு பெருங்கஷ்டத்தில் இருக்கிறார். அவரது துக்கம் உங்களால் தீருமானால் நான் சந்தோஷப்படுவேன்' என்று சொன்னார்.

நகரத்தின் ஆகப்பெரிய நட்சத்திர விடுதியில் அறையெடுத்து என்னைத் தங்க வைத்திருந்தார். பளபளப்பான பித்தளைப் பூண் போட்ட தேக்கு மரக் கதவுகளும் பச்சைத் தரை விரிப்புகளும் படுத்தால் ஓரடி ஆழத்துக்குப் புதைத்துக்கொள்ளும் படுக்கையும்

இதர வசதிகளுமாக அந்த விடுதி அமர்க்களமாக இருந்தது. ஜன்னல் திரைச் சீலைகளை விலக்கி வெளியே பார்த்தபோது நீல நிறத்தில் ஒருதுணியை விரித்து உலர்த்தியது போல நீச்சல் குளம் தென்பட்டது. ஆண்களும் பெண்களும் நீந்திக் களித்துக்கொண்டிருந்தார்கள். குளக்கரையில் சாய்வு நாற்காலிகள் காலியாக இருந்தன. எனக்கு அங்கே போய் அமர்ந்துகொள்ளலாம் என்று தோன்றியது. அறையைப் பூட்டிக்கொண்டு குளக்கரைக்குச் சென்றேன். சிறிது நேரம் குளத்தைப் பார்த்தபடி படுத்திருந்துவிட்டு, சிப்பந்தியிடம் சொல்லி இரண்டு துண்டு வெள்ளரி எடுத்து வரச் சொல்லிக் கண் மீது வைத்துக்கொண்டு மீண்டும் சாய்ந்து படுத்தேன்.

மிருதுளாவின் தந்தைக்கு நான் சூரிய நமஸ்காரம் செய்யக் கற்றுக்கொடுத்திருந்தேன். தவிரவும் பிராணாயாமம். மிக எளிய இந்த இரு பயிற்சிகளால் அவருக்கு இருந்த சைனஸ் தொந்தரவும் முதுகு வலியும் அவரைவிட்டு நீங்கியிருந்தன. அது ஒரு சுவாரசியமான சம்பவம். ஒருநாள் தொடர்ந்து ஏழெட்டு வியாதிகளைப் பற்றியும் அவற்றால் தான் எவ்வளவு பாதிக்கப்பட்டிருக்கிறோம் என்பதையும் சொல்லி மிகவும் வருந்திக்கொண்டிருந்தார்.

'எங்கே உங்கள் கையை நீட்டுங்கள்?' என்று சொல்லி நாடி பிடித்துச் சில வினாடிகள் பார்த்தேன். இந்த நாடி பார்ப்பது ஒரு கலை. நாடி ஜோதிடம் போன்றதல்ல. இது வேறு. இதயத்தின் சுருங்கி விரியும் தன்மையைப் பொறுத்து ஒருவனின் நாடி நடை அமையும். இதயத்தின் துடிப்பும் நாடியின் துடிப்பும் பெரும்பாலும் ஒத்திருக்கும். இதில் என்னவாவது சிக்கல் இருக்குமானால் நாடி வழியே இதயம் அதை வெளிப்படுத்தும். நாடியை மணிக்கட்டில் பார்க்கலாம். கண்டத்தில் பார்க்கலாம். காலின் பெருவிரல், கணுக்காலில்கூடப் பார்க்கலாம். என் குருநாதர் கணுக்காலில்தான் எப்போதும் நாடி பிடித்துப் பார்ப்பார். அது அத்தனை உத்தமம் இல்லை என்றாலும் அவருக்கு அதுதான் சௌகரியமாக இருக்கிறது என்று சொல்லுவார்.

'விமல், நல்ல வைத்தியன் என்றால் நாடி ஒன்று போதும். சரீரத்தில் சிலேட்சுமம் ஒரு பங்கு, பித்தம் இரண்டு பங்கு, வாதம் நாலு பங்கு இருந்தால் ரோக சாத்தியம் குறைவு. இதில் மாற்றம் காணும்போது சிகிச்சை அவசியமாகிவிடும்' என்று என்பார்.

எனக்கு அவரிடம் வைத்திய சாஸ்திரம் பயிலப் பெரிய விருப்பம் இல்லை. ஆனால் அவசரத்துக்கு உதவும் என்று ஒரு சிலவற்றை

மட்டும் கற்றிருந்தேன். அங்காகர்ஷண நாசகாரி. ஆம்ல நாசகாரி. உதரவாத ஹரகாரி. கபஹரகாரி. ஸ்மிருதிரோதகாரி. சுரஹரகாரி. பூதி நாசகாரி. மூத்திர வர்த்தனகாரி. விஷநாசகாரி. எளிய வியாதிகளுக்கான எளிய தீர்வுகள். அவர் எனக்கு மருந்துகளை அறிமுகப்படுத்தியதேயில்லை. எல்லா வியாதிகளுக்கும் மூச்சில் உள்ளது தீர்வு என்று சொல்வார். ஆசிரமத்தில் யாருக்கு என்ன ரோகமென்றாலும் கூப்பிட்டு உட்கார வைத்துக் கணுக்காலில் நாடி பார்த்துவிட்டு மூச்சுப் பயிற்சியைத்தான் ஆரம்பிக்க வைப்பார். வியாதிக்கேற்ற பயிற்சி. ஒழுங்காகச் செய்யும் வரை விடவே மாட்டார். ஆனால் சொல்லி வைத்தாற்போல் மூன்று நான்கு தினங்களில் எப்பேர்ப்பட்ட நோயும் குணம் கண்டுவிடும்.

‘குருஜி, ஞானமார்க்கத்தில் மருத்துவத்துக்கு இருக்கிற இடம் ஏன் மற்றக் கலைகளுக்கு இருப்பதில்லை?’

‘ஞானம் என்பது பிரம்மத்தை அறிவது என்றா நினைக்கிறாய்? என்னைப் பொறுத்தவரை அது உடலை அறிவது. உடல் அழியும்போது பிரம்மம் அழிகிறது.’

‘ஆ, அகம் பிரம்மம்!’

‘அதுவல்ல. நீயே பிரம்மம், உனக்குள் பிரம்மம் என்பதெல்லாம் தத்துவம். நான் சொல்வது பிரம்மம் என்பது உன் புனைபெயர்.’

நான் அவரை இறுக்கிப் பிடித்துக்கொண்டதற்கு இதுதான் காரணம். தத்துவங்களுக்கு எதிர்நிலையில் ஒரு ஞான மையத்தை நிறுவும் முயற்சியில் அவர் இருந்தார். அதுதான் என்னை ஈர்த்தது. அவரது நூற்றுக் கணக்கான கடவுள்களை ஒருநாள் எனக்குக் காட்டித் தந்தபோது அவர்மீதான பிரமிப்பும் மரியாதையும் மிகுந்தது. மனிதர்களின் விதவிதமான ரேகைகளைப் போலவே ஒவ்வொருவரின் சுவாச ஓட்டமும் வேறு வேறாக இருக்கும் என்று அவர் சொன்னார். மூச்சுக் காற்றின் போக்குவரத்தை அவர் கடவுளாகக் கருதினார். அதன் வேகம், அதன் இயல்பு, அதன் மணம், ருசி மாறுகிறபோது அவற்றை எண்களில் குறித்து வேறு வேறு கடவுள்களாகச் சொன்னார். எப்பேர்ப்பட்ட மனிதர்!

‘நீ இன்னும் சற்று உள்ளே வரலாம். உனக்கு வைத்திய சாஸ்திரம் எளிதாக அப்பியாசமாகும்’ என்று ஒருநாள் என்னிடம் சொன்னார்.

'எனக்கு டாக்டராகும் விருப்பமில்லை குருஜி. பத்து ரூபாய் செலவிட்டால் ஒரு நல்ல டாக்டரும் சிறந்த மருந்துகளும் கிடைத்துவிடும் என்றால் அது என்ன பெரிய கலை?'

'அப்படியா நினைக்கிறாய்?' என்று புன்னகை செய்தவர், அப்போதுதான் எனக்கு இயேசுநாதரின் கதையைச் சொன்னார். 'நீ பைபிள் படிக்க வேண்டும் விமல். மனித குலத்துக்கு எந்நாளும் செய்துகொண்டே இருப்பதற்கு நூறாயிரம் வைத்தியங்களின் தேவை இருந்தபடியே இருக்கிறது. தத்துவங்களும் தருக்கங்களும் தீர்க்காத சந்தேகங்களை ஒரு எளிய ஜலதோஷ நிவாரணி தீர்த்து வைத்துவிடும்.'

'உண்மையாகவா?'

'ஆம். உன் வாய்ச்சாலம் உனக்குக் கூட்டத்தைக் கட்டிப்போட்டு உட்கார வைக்கும். அதில் எனக்கு சந்தேகமில்லை. ஆனால் ஒரு கூட்டம் உன்னை நெருங்கி வர உன்னிடம் ஒரு மிட்டாயாவது இருக்க வேண்டியது அவசியம்.'

'இயேசுநாதரின் மிட்டாய்!' என்றேன் சிரித்தபடி.

அரைக் கணம் யோசித்துவிட்டு அவர் சொன்னார். 'ஆம். அவர் ஒரு நல்ல மிட்டாய் வியாபாரி.'

நான் ஒரு சில மிட்டாய்களை எடுத்துக்கொண்டுதான் மைசூருக்கு வந்திருந்தேன். மிருதுளாவின் தந்தை குறிப்பிட்ட பிரமுகர், மரணத்தின் வெளி வாசலில் நின்றுகொண்டிருப்பதாகச் செய்தித் தாள்களில்கூட வர ஆரம்பித்திருந்தது. பழம்பெரும் அரசியல்வாதி. பழம்பெரும் திரைப்பட நடிகர். மூன்றோ அதற்கு மேற்பட்ட எண்ணிக்கையிலோ திருமணங்கள் புரிந்துகொண்டு குடும்பத்தைப் பல்கலைக் கழகமாக்கியிருந்தவர். அவருக்கு லட்சக் கணக்கில் ரசிகர்கள் இருந்தது எனக்குத் தெரியும். முன்பொரு காலத்தில் அவர் திருவிடந்தைக்குப் படப்பிடிப்புக்கு வந்தபோது நானேகூட அவரிடம் ஆட்டோகிராஃப் வாங்கியிருக்கிறேன். ஆனால் அவர் அரசியலுக்குப் போனதெல்லாம் எனக்குத் தெரியாது.

மிருதுளாவின் தந்தை சொன்னார், 'அவர் எங்களுக்கு முக்கியம். அவர் முக்கியம் என்றால் அவர் உயிருடன் இருப்பது. குறைந்தது இன்னும் சில ஆண்டுகளுக்கு.'

நான் யோசித்தேன். தவறான எந்த நம்பிக்கையையும் இந்த மனிதருக்குத் தந்துவிடக்கூடாது என்று தோன்றியது. 'ஐயா, நான் வைத்தியன் அல்ல. எனக்குத் தெரிந்தவையெல்லாம் பிராண சக்தியைக் கட்டுப்படுத்துவதில் உள்ள சில முறைகள் மட்டுமே. நான் முற்றிலும் பயின்றவனல்ல. அது என் துறையுமல்ல.'

'அதனாலென்ன? அவரை கவனித்துக்கொள்ளப் பல மருத்துவர்கள் இருக்கிறார்கள். அவர்கள் செய்வதை அவர்கள் செய்யட்டும். நீங்கள் செய்வதை நீங்கள் செய்யுங்கள்' என்று சொன்னார். ஒரு முதுகுவலிப் பிரச்னை தீர்ந்ததுதான் இந்த மனிதரை என்பால் எத்தனைத் தீவிர நம்பிக்கை கொள்ள வைத்துவிட்டது! ஆனால் எனக்கென்னவோ, அவர் வியாதி சொஸ்தத்துக்காக மட்டும் என்னை அந்தப் பழம்பெரும் அரசியல்வாதியிடம் அழைத்துப் போக நினைப்பதாகத் தோன்றவில்லை. வேறு ஏதோ காரணம் இருக்க வேண்டும். பார்க்கலாம் என்று நினைத்துக்கொண்டேன்.

பிற்பகல் மூன்று மணிக்கு எங்களுக்குக் கார் வந்தது. நாங்கள் அதில் ஏறிப் புறப்பட்டோம். மைசூரைத் தாண்டி கார் தெற்கே பெங்களூர் செல்லும் சாலையில் போய்க்கொண்டிருந்தது.

'எங்கே இருக்கிறார் அவர்?' என்று கேட்டேன்.

'வீடு மைசூரில்தான் உள்ளது. ஆனால் இப்போது சிலகாலமாக ஸ்ரீரங்கப்பட்டணத்தில் வசிக்கிறார். அங்கே அவருக்கு இன்னொரு வீடு உண்டு.'

'தீவிர அரசியலில் இப்போது அவர் இல்லை அல்லவா?'

'ஆம். ஆனால் இன்னமும் அவர் ஒரு தீர்மானிக்கும் சக்தியாகத்தான் இருக்கிறார். எந்த ஆட்சி இங்கே வந்தாலும் அவரைக் கேட்காமல் ஒன்றும் நடக்காது.'

'அப்படியா?'

அவர் இன்னும் என்னென்னவோ சொன்னார். அந்த மனிதரின் அந்தரங்கக் கதைகள். அவருக்கு இருக்கும் வங்கிக் கணக்குகள். அயல் தேசத்துத் தொடர்புகள். இந்தியாவில் அவரை மட்டுமே அறிந்த சில வெளி நாட்டு ஆயுதக் குழுக்களைப் பற்றிக் கேள்விப்பட்டபோது எனக்கு வியப்பாக இருந்தது.

'அதெல்லாமும் உண்டா?' என்று கேட்டேன்.

'நீங்கள் நேரில் பார்த்துப் பேசுங்கள். உங்களுக்கே அனைத்தும் புரியும்' என்று சொன்னார்.

நாங்கள் ஸ்ரீரங்கப்பட்டணத்துக்குப் போய்ச் சேர்ந்தபோது வெளிச்சம் சாயத் தொடங்கிவிட்டிருந்தது. அவரது பங்களா ஊருக்கு ஒதுக்குப்புறமாக ஒரு பெரிய மாந்தோப்புக்குள் இருந்தது. காம்பவுண்டு சுவருக்கு வெளியே நின்று பார்த்தால் உள்ளே ஒரு பங்களா இருப்பதே தெரியாது. தோப்புக்குள் சுமார் எழுநூறு மீட்டர் தூரம் பயணம் செய்த பிறகுதான் வீடு கண்ணில் படும்.

புராதனமான பங்களா. முன்புறம் கார்கள் நிறுத்துவதற்குப் புதிதாகப் பெரிய போர்டிகோ அமைத்திருந்தார்கள். நான் வண்டியைவிட்டு இறங்கியபோது அங்கு ஏழெட்டு கார்கள் நின்றுகொண்டிருந்தன. கட்டிப்போடப்பட்ட நான்கு பெரிய நாய்கள் இருந்தன. ஏராளமான வேலைக்காரர்கள் சுற்றிக்கொண்டே இருந்தார்கள். எங்களை உள்ளே அழைத்துச் சென்று வரவேற்பறையில் அமரவைத்தவர், ஐந்து நிமிடங்கள் காத்திருக்கும்படிச் சொல்லிவிட்டு உள்ளே போனார். அங்கிருந்த பத்திரிகை ஒன்றை எடுத்துப் புரட்ட ஆரம்பித்தேன்.

யாரோ வெளியே வரும் சத்தம் கேட்டது. நான் பத்திரிகையில் இருந்து கண்ணை விலக்கிப் பார்த்தபோது முதலில் என்னால் அடையாளம் காண முடியவில்லை. ஆனால் சில வினாடிகளில் கண்டுபிடித்துவிட்டேன்.

வினய்யைப் பார்த்து எத்தனை வருடங்களாகிவிட்டன!

50. நதியில் ஒரு பரிசல்

எனக்கு மிக நன்றாக நினைவிருக்கிறது. அன்றைக்கு வினய்க்குப் பிறந்த நாள். நாற்பத்து நான்கு முடிந்து நாற்பத்து ஐந்தாவது வயதில் அவன் அடியெடுத்து வைத்திருந்தான். ஊரில் இருந்திருந்தால் அம்மா ஒரு பருப்பும் பாயசமும் கூடுதலாகச் சமைத்திருப்பாள். கையில் பணம் இருக்கிறதோ இல்லையோ. யாருக்குப் பிறந்த நாள் வந்தாலும் அப்பா எப்படியாவது ஒரு சட்டைக்கு ஏற்பாடு செய்துவிடுவார். எளிய தருணங்கள். எளிய சந்தோஷங்கள். ஆனால் அந்த வாழ்க்கை இப்போதில்லை. இனி என்றைக்குமே இல்லை என்று சொல்லிக்கொண்டேன். எனக்கு அதில் வருத்தமெல்லாம் கிடையாது. ஆனால் இம்மாதிரிச் சந்தர்ப்பங்களில் நினைத்துப் பார்க்காமல் இருக்க முடிந்ததில்லை.

அந்த ஸ்ரீரங்கப்பட்டணத்து அரசியல்வாதியின் வீட்டு வரவேற்பறையில் வினய்யைப் பார்த்தபோது எனக்கு வேறொன்றும் முதலில் செய்யத் தோன்றவில்லை. சட்டென்று எழுந்து சென்று அவன் கையைப் பிடித்துக் குலுக்கி, 'பிறந்த நாள் வாழ்த்துகள்' என்று சொன்னேன். அவன் என்னை அடையாளம் கண்டுகொள்ளச் சில வினாடிகள் தேவைப்பட்டன. என் கண்களை வெகுநேரம் உற்றுப் பார்த்துக்கொண்டே இருந்தான். பிறகு என் வலது தோள்பட்டையை அழுத்திப் பிடித்தான். அந்த அழுத்தம் லேசாக வலிக்கும் அளவுக்கு இருந்தது. நான் பொறுத்துக்கொண்டேன். புன்னகை மாறாமல் அவனையே பார்த்துக்கொண்டிருந்தேன்.

காலம் அவன் முகத்தை ஒடுங்கவைத்திருந்தது. கன்னங்கள் இரண்டும் டொக்காகியிருந்தன. பிதுங்கி விழுந்துவிடுவது போலக் கண்கள் திரண்டு வெளியே தெரிய, முகம் அடர்ந்த தாடியில் பாதி அதற்குள்ளாகவே வெளுத்திருந்தது. அவன் தலை வாருவதை நிறுத்திப் பல ஆண்டுகள் ஆகியிருக்க வேண்டும். நாலைந்து சடைகள் உருவாகியிருந்தன. தோளுக்குக் கீழே முடி புரண்டுகொண்டிருந்தது. எலும்பு புடைத்த வெற்று

மார்பும் அரையில் சிறியதொரு அழுக்கேறிய காவித் துணியும் அணிந்திருந்தான்.

‘எப்படி இருக்கே?’ என்று கேட்டேன்.

என்ன நினைத்தானோ, சட்டென்று என் உச்சந்தலையில் கை வைத்தான். மிருதுளாவின் தந்தைக்கு அங்கு என்ன நடக்கிறது என்று புரியவில்லை. எழுந்து என்னருகே வந்து, ‘சுவாமி இவரை உங்களுக்குத் தெரியுமா?’ என்று கேட்டார்.

நான் சிரித்துவிட்டு, ‘இவரைத் தெரியாது. ஆனால் இவனைத் தெரியும்’ என்று சொன்னேன். நாங்கள் ஒரே குருகுலத்தில் படித்திருப்போம் என்று நினைத்திருப்பார் போல. தொந்தரவு செய்ய வேண்டாம் என்று கருதி நகர்ந்து சென்று அமர்ந்துவிட்டார்.

‘உள்ளே பெரியவர் அழைத்தால் நீங்கள் போய்ப் பேசிக்கொண்டிருங்கள். நான் சிறிது நேரத்தில் வருகிறேன்’ என்று சொல்லிவிட்டு அவன் கையைப் பிடித்து, ‘வா’ என்று அழைத்துக்கொண்டு வேகமாக அங்கிருந்து வெளியேறினேன்.

அரை மணி நேரம் நடந்து திரிவேணி சங்கமத்தை நாங்கள் அடைந்தோம். காவிரியில் பரிசல்கள் நிறையப் போய்க்கொண்டிருந்தன. சுற்றுலாப் பயணிகள் குடும்பம் குடும்பமாகப் பரிசல்களில் ஏறிச் சுற்றிக்கொண்டிருந்தார்கள். நான் வினய்யைப் பார்த்துக் கேட்டேன், ‘கரையில் அமர்ந்து பேசலாமா? பரிசலில் போய்ப் பேசலாமா?’

அவன் சில வினாடிகள் அமைதியாக இருந்துவிட்டு, ‘என்ன பேசவேண்டும்?’ என்று கேட்டான்.

நியாயமான கேள்விதான். என்ன இருக்கிறது பேசுவதற்கு? இருபத்து ஐந்து வருடங்களுக்கு முன்பு அவன் எனக்கு அண்ணனாக இருந்தான். அதற்கும் பத்தாண்டுகளுக்கு முன்பு உலகில் என்னைக் காட்டிலும் ஒரு பாசம் மிகுந்த தம்பி யாரும் இருந்திருக்க மாட்டார்கள். நான்கு சகோதரர்கள். ஒரு தாய் தந்தை. ஒரு தாய் மாமன். ஒரு வீடு. எண்ணிப் புல்லரித்துப் போக வண்ண மயமான நினைவுகள் அந்த வீடு சார்ந்து எனக்கு இல்லை என்பது உண்மையே. ஆனால் எண்ணாதிருந்ததில்லை. எனக்கு ஒரு தீர்மானம் இருந்தது. வினய்யோ, அண்ணாவோ, வினோத்தோ. வாழ்க்கை எங்கே தள்ளிக்கொண்டு போய், என்னவாக ஆக்கிவிட்டிருந்தாலும் திருவிடந்தை வீட்டில் இருந்த நாள்களை எண்ணிப் பாராதிருக்க

முடியாது. நதிகளுக்குப் புறப்பட்ட இடம் தெரியாதிருக்கலாம். மனிதர்களுக்கல்ல. அவர்கள் ஞானிகளேயானாலும் சரி.

'நீ வீட்டைவிட்டுப் போய்டுவேன்னு எனக்குத் தெரியும்டா. ஆனா இப்படி ஆவேன்னு நினைக்கலை. உன்னை ஒரு மடாதிபதியா கற்பனை பண்ணி வெச்சிருந்தேன். கெடுத்துட்டே' என்று சொல்லிச் சிரித்தேன்.

அவன் அமைதியாக இருந்தான்.

'பேசலாம், தப்பில்லை.' என்று சொன்னேன். ஆனால் அவன் அப்போது பேசவில்லை. திரும்பத் திரும்ப நான் அவன் எங்கே போனான், எப்படி மாறினான் என்று கேட்டுக்கொண்டே இருந்தேன். பல்வேறு விதங்களில் அவன் வாயைப் பிடுங்க முயற்சி செய்தேன் என்று சொல்வதே சரி. என்னுடைய எந்தக் கேள்விக்கும் அவன் பதிலே சொல்லாதிருந்ததில் சற்று சலிப்புற்று, 'அம்மா இருக்காளா போயிட்டாளான்னாவது தெரியுமா? ஏன்னா எனக்கு அதுவும் தெரியாது' என்று சொன்னேன்.

'எனக்கும் தெரியாது' என்று அப்போதுதான் அவன் வாய் திறந்தான். இது உண்மையிலேயே எனக்கு அச்சமூட்டக்கூடியதாக இருந்தது.

'ஏண்டா?'

'ஏன்னா?'

'ஊருக்கு நீ அப்பறம் போகவேயில்லியா?'

'நீ மட்டும் போனியா?'

'ஆமா. நானும் போகலை. என்னவோ போகத் தோணலை. ஆனா நடுல கேசவன் மாமாவ ரெண்டொருதரம் பாத்திருக்கேன். நான் இருக்கற மடிகேரிக்கு அவர் வந்திருக்கார்.'

அவன் என்னை ஏற இறங்கப் பார்த்தான். 'நீ மடிகேரில இருக்கியா?'

'ஆமா. சின்னதா ஒரு ஆசிரமம். பதினஞ்சு பேர் ஸ்டூடன்ஸ் இருக்கா. வந்து போறவா அம்பது நூறு பேர் இருப்பா. வாழ்க்கை வேறயாயிடுத்து.'

இப்போது அவன் சிரித்தான். 'ஆனா அதே பாப்பார பாஷை' என்று சொன்னான்.

'ஆமாமா. அது போகலை. ஆனா தேவைப்பட்டா மாத்திப்பேன்.'

அவன் சட்டென்று சொன்னான், 'மொழிதான் உன் ஆயுதம்னு அண்ணா சொன்னான்.'

அதிர்ந்து போனேன். 'அண்ணா சொன்னானா? எப்போ?'

'ஸ்ரீரங்கத்துக்குப் போயிட்டு அங்கேருந்து நீ அவனைத் தேடி குத்தாலத்துக்குப் போனியாமே? பாக்க முடியாம திரும்பினவன், வீட்டுக்குப் போகாம அப்படியே திரியப் போயிட்டியாமே?'

எனக்கு தூக்கிவாரிப் போட்டுவிட்டது. சட்டென்று அவனை இழுத்துக்கொண்டு போய் ஒரு பரிசலில் ஏற்றினேன். நானும் ஏறிக்கொண்டு பரிசல்காரனை எடுக்கச் சொன்னேன்.

'எதுக்கு இதெல்லாம்?' என்று அவன் கேட்டான்.

'இருக்கட்டும். எனக்குப் பேசணும். நீ பாதில போயிடக்கூடாது பாரு. அதுக்குன்னு நினைச்சிக்கோ. சொல்லு. அண்ணாவ எங்க பாத்தே? எப்ப பாத்தே?'

'ரெண்டு தடவை பாத்தேன் விமல். முதல் தடவை பாத்தப்போதான் நான் போயிடுறதுன்னு முடிவு பண்ணி காஞ்சீபுரம் போகாம வாலாஜாபாத்ல இறங்கி குண்டூருக்குப் போனேன்.'

'ஓ...! அவனை அப்பவே பாத்துட்டியா நீ?'

'ஆமா. வாலாஜாபாத் பஸ் ஸ்டாண்ட்ல இருந்தான். அன்னிக்கு என்னைப் பார்த்து அவன் சிரிச்சான் பாரு ஒரு சிரிப்பு.. சாகற வரைக்கும் மறக்காது.'

என் ஆர்வம் கட்டுக்கடங்காமல் போனது. வினய்யின் கைகளைப் பிடித்துக்கொண்டு கெஞ்சினேன். 'தயவுசெஞ்சி சொல்லு. அவனை எப்படிப் பார்த்தே? என்ன சொன்னான்?'

அண்ணாவைப் பார்த்த கதையை வினய் எனக்குச் சொல்ல ஆரம்பித்தான்.

அன்றைக்கு அவன் பாடசாலைக்குப் போகிற முடிவோடுதான் பஸ் ஏறியிருந்தான். எங்களுக்கெல்லாம் தெரியாமல் பஸ் ஸ்டாண்டில் அவன் பத்மா மாமியின் மகள் சித்ராவை வேறு பார்த்திருக்கிறான். பஸ் ஏற்றிவிடப் போன அப்பாவும் மாமாவும் அருகே இல்லாதிருந்தால் கண்டிப்பாக அவளிடம் அவன் மனம் விட்டுப் பேசியிருப்பான்.

'நான் உன்னைக் கல்யாணம் பண்ணிக்கணும்னு நினைக்கறேன். முடிஞ்சா ஆத்துல, அம்மாகிட்டே சொல்லி வை. அடுத்த தடவை நான் ஊருக்கு வரும்போது ஒரு உத்தியோகத்த தேடிண்டு தான்

வருவேன். வந்ததும் மொத காரியம் உங்காத்துக்கு வந்து பொண்ணு கேக்கறதுதான்.’

மனத்துக்குள் சொல்லிப் பார்த்த வரிகளை நேரில் அவனால் சொல்ல முடியாது போய்விட்டது. அதனாலென்ன? அவனது பார்வை சித்ராவுக்குப் புரிந்தது. அவள் சற்று வெட்கப்பட்டாள். அதே சமயம் வேத வித்தாக ஊருக்குத் திரும்பி வந்தவன் இப்படி சொற்ப தினங்களில் திரும்பிப் போகிறானே என்று கவலைப்படவும் செய்தாள். பிரியத்தின் கனத்துக்குச் சிறிது துக்கத்தின் பூச்சு அவசியம் என்று அவனுக்குத் தோன்றியது. வலிக்கத்தான் செய்யும். ஆனாலும் நன்றாக இருக்கும்.

வழியெல்லாம் அவன் சித்ராவைப் பற்றியே நினைத்துக்கொண்டு போனான். எப்படியாவது ஸ்ரீரங்கம் கோஷ்டியில் இடம் பிடித்துவிட வேண்டும் என்பது அவனது அப்போதைய கனவாக இருந்தது. வரதராஜரைக் காட்டிலும் ரங்கநாதர் தனது சேவாகால கோஷ்டியினரை சௌக்கியமாக வைத்துக்கொள்கிறார். வேளைக்குச்சாப்பாடும் செலவுக்குப் பணமும் பெரிய விஷயமல்ல. அது எங்கும் கிடைக்கும், எப்படியாவது கிடைத்துவிடும். ஆனால் ஸ்ரீரங்கத்தில் வாழ்க்கையை ஆரம்பிப்பதே எதிர்காலத்துக்கு உகந்தது என்று வினய் நினைத்தான்.

பஸ் வாலாஜாபாத்தை நெருங்கிக்கொண்டிருந்தது. சட்டென்று அவனுக்கு ஒரு எண்ணம் தோன்றியது. காஞ்சீபுரம் போய் இறங்கியதும் சித்ரா வீட்டுத் தொலைபேசிக்கு அழைத்தால் என்ன? இது என்னவாவது விபரீதத்தில் கொண்டு விடுமா என்று ஒரு கணம் யோசித்தான். என்ன பெரிய விபரீதம்? மிஞ்சிப் போனால் பத்மா மாமி இங்கே எங்கள் வீட்டுக்கு வந்து அம்மாவிடம் விவரத்தைச் சொல்லுவாள். ‘உங்க பிள்ளை என்னத்துக்கு எம்பொண்ணுக்கு போன் பண்ணிப் பேசணும்னு கேக்கறேன்? உங்காத்துக்கு எதாவது தகவல் சொல்லி விடணும்னா உங்களுக்கே பேச வேண்டியதுதானே? இல்லேன்னா கோயிலுக்குப் பண்ணி கேசவண்ட்ட பேசிட்டுப் போறது. இதெல்லாம் நன்னால்ல பாத்துக்கோங்கோ.’

அந்த விதமாகவேனும் அம்மாவுக்கு அரசல் புரசலாக விஷயத்தைத் தெரியப்படுத்திவிட்டால் நல்லது என்று அவன் நினைத்தான். கொஞ்சம் அதிர்ச்சியாக இருக்கும். ஆனால் என்ன பெரிய கொலைபாதகம்? இந்த வயதில் வராத இச்சை வேறெப்போது

வரும்? அறியாத வயதில் அவன் பீடி குடித்திருக்கிறான். 'விமல், உனக்குத் தெரியாது. நான் ஒரு சில சமயம் கடா மார்க் சாராயம் கூடக் குடித்துப் பார்த்திருக்கிறேன்!' என்று சொன்னான்.

'அப்படியா?'

'கஞ்சா குடித்திருக்கிறேன். அபின் உண்டிருக்கிறேன். வேலி முட்டி தெரியுமா வேலி முட்டி?'

'இல்லை. தெரியாது.'

'இந்த உலகில் நான் இறங்கிப் பார்க்காத பாதாளம் என்று எதுவுமில்லை. ஆறு முறை விலைப் பெண்களைக் கூடத் தொட்டுப் பார்த்திருக்கிறேன். கொலை மட்டும் செய்யவில்லை.'

என்னால் அவன் சொன்னவற்றையெல்லாம் நம்பவே முடியவில்லை. வாழ்க்கை எத்தனை அழகாகத் திட்டமிடுகிறது. மனிதர்களின் திட்டங்களை எவ்வளவு அனாயாசமாக மாற்றிவிடுகிறது. வாழ்வென்பது வகுப்பெடுக்கும் ஆசிரியரல்ல. தேர்வுத் தாள் திருத்தும் ஆசிரியர். காஞ்சீபுரத்து அண்ணங்கராசாரியார் மடத்துக்குப் போய்ச் சேர்ந்த பின்பு அந்த வினய் அப்படியே அடியோடு மாறிவிட்டிருக்கிறான். புதிய சூழல். புதிய நட்புகள். புதிய பரிபாஷைகள். திருமண் ஸ்ரீசூர்ணம். கோயில், பெருமாள், பிரசாதம், பாராயணம். வேறொரு வாழ்க்கை. வேறொரு சூழல். அவனுக்கு அதுவும் பிடித்துப் போனது. அதில்தான் இனி தனது பயணம் என்று எண்ணியிருந்தான். ஒரு உத்தியோகம் சம்பாதித்துக்கொண்டு ஊருக்கு வந்து சித்ராவைக் கலியாணம் செய்துகொண்டு, ஒரு பெண், ஒரு பிள்ளை பெற்றுக்கொள்வது வரை கனவு கண்டு சேமித்து வைத்திருந்தான்.

துரதிருஷ்டம் என்று சொல்வதா? ஆனால் நிச்சயமாக அது அதிர்ஷ்டமாக இருக்க முடியாது. அன்றைக்கு அவன் போய்க்கொண்டிருந்த பேருந்து வாலாஜாபாத் பஸ் ஸ்டாண்டில் நின்றபோது அங்கே அண்ணா குத்துக்காலிட்டு அமர்ந்துகொண்டிருக்கக் கண்டான். முதலில் அது அண்ணாதானா என்று அவனுக்குச் சந்தேகமாக இருந்தது. ஜன்னல் வழியே தலையை முழுதும் வெளியே நீட்டி, 'விஜய்...' என்று கத்தியிருக்கிறான்.

ஒரு பிச்சைக்காரனின் தோற்றத்தில் பரட்டைத் தலையும் அழுக்கு வேட்டியும் குச்சிக் குச்சியாக தாடியும் ஒரு பைத்தியக்காரனின் சிரிப்புமாக அவன் அமர்ந்திருந்தான். வினய்யைப் பார்த்து

சிரித்தானே தவிர அவன் எழுந்திருக்கவில்லை. அருகே ஓடி வரவில்லை. ஒருவேளை அவன் பார்க்கவேயில்லையோ என்ற சந்தேகத்தில் வினய் மீண்டும் ஜன்னல் வழியே தலையை நீட்டி விஜய் விஜய் என்று கத்தியிருக்கிறான். அப்போதும் அவன் அசையாமல் இருந்த இடத்திலேயே அமர்ந்து சிரித்துக்கொண்டிருந்ததால்தான் வினய் பேருந்தைவிட்டு இறங்க வேண்டியதானது.

51. ஒலித்த குரல்

பேருந்தைவிட்டு வழியில் இறங்கியிருந்ததை வினய் மறந்தே போனான். அதிர்ச்சியும் திகைப்புமாக அண்ணாவை நோக்கி ஓடினான். அவன் நெருங்கி வரும்வரை அண்ணா குத்துக்காலிட்டு அமர்ந்த நிலையிலேயே சிரித்துக்கொண்டிருந்தது வினய்க்கு வேறு விதமான சந்தேகத்தை எழுப்பியிருந்தது. ஒருவேளை அவன் பைத்தியமாகிவிட்டானோ?

'டேய், இங்கயாடா இருக்கே? என்னடா பண்ற இங்கே?' என்று வினய் அவனைப் பிடித்து உலுக்கியதற்கும் அவன் சிரிப்பைத்தான் பதிலாகத் தந்தான்.

'கேக்கறேனே, பதில் சொல்லுடா! இங்க என்ன பண்றே?'

'நீ என்ன பண்ணப் போறியோ அதான்' என்று அண்ணா பதில் சொன்னான். வினய்க்கு ஒன்றும் புரியவில்லை. 'ஏண்டா இப்படி ஆயிட்டே? என்ன கோலம் இது? பெருமாளே.. நீ வா. வா சொல்றேன்' என்று அவனை எழுப்பி இழுத்துக்கொண்டு போனான். 'என்னோட காஞ்சீபுரத்துக்கு வந்துடறியா?'

அண்ணா இதற்கும் சிரித்தான்.

'என்னடா ஆயிடுத்து ஒனக்கு? எதுக்கு இப்படி பைத்தியமா திரிஞ்சிண்டிருக்கே? அம்மா அப்பால்லாம் உன்னைக் காணாம எவ்ளோ கலங்கிப் போயிருக்கா தெரியுமா?'

'இத்தனை வருஷம் கழிச்சுமா?' என்று அண்ணா கேட்டான்.

'முட்டாள். எத்தனை வருஷம் ஆனா என்னடா? பெத்த பிள்ளை இல்லாம போற துக்கம் உனக்கு எங்கே தெரியப் போறது?'

'அப்படியா? உனக்கு மட்டும் எப்படித் தெரியும்? உனக்குக் கல்யாணமாகி குழந்தை பொறந்து காணாம போயிடுத்தா?'

வினய்க்குக் கடுமையாகக் கோபம் வந்தது. எங்கு நிற்கிறோம், என்ன செய்கிறோம் என்றே உணராமல் அண்ணாவைப்

பளாரென அறைந்தான். ‘மரியாதையா என்னோட வா. முதல்ல நீ இங்கதான் இருக்கேன்னு அம்மாக்கு சொல்லணும். வா என்னோட’ என்று அவனை இழுத்துக்கொண்டு ஒரு டெலிபோன் பூத்துக்குச் சென்றான். அண்ணா முரண்டு பிடிக்கவில்லை. அவன் தன்னை அறைந்தது பற்றிய வருத்தமோ, கோபமோ உள்ளதாகக் காட்டிக்கொள்ளவும் இல்லை. இது இன்று நடந்தாக வேண்டும் என்ற விதியை அறிந்தவன் போல வினய் இழுத்த இழுப்புக்கு உடன் சென்றான்.

டெலிபோன்பூத்தில்வேறுயாரோஉள்ளேபேசிக்கொண்டிருந்ததால் வினய் சிறிது நேரம் காத்திருக்கும்படி ஆனது. எங்கே அதற்குள் அண்ணா தப்பித்துப் போய்விடுவானோ என்ற அச்சத்தில் அவன் கையை அழுத்திப் பிடித்துக்கொண்டே நின்றிருந்தான். ஆனால் அண்ணாவுக்குத் தப்பித்துச் செல்லும் உத்தேசம் இருப்பதாகவே தெரியவில்லை.

‘என்னதாண்டா ஆச்சு உனக்கு? ஏன் ஆத்தைவிட்டுப் போனே?’ என்று வினய் மீண்டும் கேட்டான்.

‘அங்கே எனக்கு மூச்சு முட்டித்து வினய். அதான் வெளியே வந்தேன்’ என்று அண்ணா சொன்னான்.

‘கொன்னுடுவேன் நாயே. அம்மாவும் அப்பாவும் நம்ம நாலு பேர்மேல உசிரா இருக்கா. ஒரு வார்த்தை உன்னைக் கடிஞ்சி பேசியிருப்பாளா? ஒருவேளை உனக்கு சாதம் போடாம இருந்திருப்பாளா? என்னடாகுறை வெச்சா? எல்லாம் நன்னாத்தானே இருந்தது? எல்லாம் சரியாத்தானே போயிண்டிருந்தது? திடீர்னு ஏன் இப்படி கிறுக்கு பிடிச்சிது உனக்கு?’ என்று வினய் மூச்சு விடாமல் திட்டினான்.

‘கிறுக்குத்தான் இல்லே?’ என்று கேட்டுவிட்டு எங்கோ வெறித்துப் பார்க்க ஆரம்பித்தான். மீண்டும் அந்த அசட்டுச் சிரிப்பு. பைத்தியக்காரச் சிரிப்பு. அவன் பற்களெல்லாம் கறை படிந்து பார்க்கவே கண்ணராவியாக இருந்தது வினய்க்கு. அண்ணா சலூனுக்குப் போவதையே முற்றிலும் நிறுத்திவிட்டிருந்தான் போல. முகமும் தலையும் காடாகியிருந்தது. புறங்கையிலும் பாதங்களின் மேற்புறமும் சொறி பிடித்தாற்போல வெள்ளை பூத்துக் கிடந்தது.

வினய்க்கு ஆற்றாமை தாங்க முடியவில்லை. 'ஏண்டா இப்படி ஆயிட்டே? சாப்பாட்டுக்கு என்னடா பண்றே?' என்று கேட்டபோது அவன் கண்கள் கலங்கிவிட்டன.

'அழாதே' என்று அண்ணா சொன்னான். 'அவர் போயிட்டார் பார். நீ அம்மாக்கு போன் பேசணும்னு சொன்னியே, பேசு.'

வினய் அவனை நம்பவே முடியாமல் பார்த்துக்கொண்டிருந்தான். அம்மாவிடம் பேச மறுப்பான், தன்னிடமிருந்து தப்பித்து ஓடத்தான் பார்ப்பான் என்று அவன் நினைத்திருந்தான். அவன் எண்ணியிருந்ததற்கு முற்றிலும் மாறாக அண்ணா எந்த எதிர்ப்பும் காட்டாமல் உடன் நின்றது அவனுக்கு மிகுந்த குழப்பத்தையும் வியப்பையும் அளித்தது.

'பேசேன்?' என்று அண்ணா மீண்டும் சொன்னான்.

வினய் கண்ணைத் துடைத்துக்கொண்டு பூத்துக்குள் நுழைந்து போனை எடுத்தான். இம்முறை அவன் பிடித்து இழுக்காமல் அண்ணாவே அவன் பக்கத்தில் வந்து நின்றுகொண்டது அவனுக்கு மேலும் வியப்பாக இருந்தது.

'இதோ பார், நான் கூப்பிடறேன். ஆனா நீதான் பேசணும்' என்று வினய் சொன்னான். அண்ணா சிரித்தான். 'முதல்ல கூப்டு.'

பெட்டிக்குள் காசு போட்டு வினய் காத்திருந்தான். ஏழெட்டு முறை தொலைபேசி ஒலித்தபின் எதிர்முனையில் போனை எடுக்கும் சத்தம் கேட்டது.

'அம்மா நான் வினய் பேசறேம்மா. இங்க வாலாஜாபாத்லேருந்து பேசறேம்மா. என்னோட கூட விஜய் இருக்காம்மா. அவன் இங்கதான் இருக்கான். நான் பாத்துட்டேம்மா.' என்று மூச்சுவிடாமல் சொல்லி முடிக்கும்வரை அண்ணா அவனையே கண்ணிமைக்காமல் பார்த்துக்கொண்டிருந்தான்.

'அம்மா, நான் பேசறது கேக்கறதா? விஜய்மா! இங்கதாம்மா இருக்கான்!' என்று வினய் மீண்டும் சொன்னான்.

'வினய், இன்னும் நீ ஏன் குழந்தையாவே இருக்கே?' என்று எதிர்முனையில் கேட்ட குரல் அவனுக்கு மிகுந்த அதிர்ச்சியளித்தது. அது அம்மா இல்லை. அண்ணாவேதான்.

நம்ப முடியாமல் வினய் அண்ணாவைத் திரும்பிப் பார்த்தான். அவன் அங்கேதான் இருந்தான். வினய்யின் ஒரு கையைப்

பிடித்துக்கொண்டுதான் நின்றிருந்தான். பேசாமல் அவனையே பார்த்துக்கொண்டுதான் இருந்தான். ஆனால் தொலைபேசிக்குள் அவனது குரல்தான் வினய்க்குக் கேட்டது.

'டேய்...' என்று வினய் அதிர்ச்சியடைந்தபோதும் அண்ணா வாய் திறக்கவில்லை. புன்னகைதான் செய்துகொண்டிருந்தான். ஆனால் தொலைபேசியில் அவன் தான் பேசிக்கொண்டிருந்தான்.

'சிலதெல்லாம் சொல்லிப் புரியவெக்க முடியாது வினய். தானா புரியும்னுகூட சொல்ல முடியாது. அதுக்கு முட்டி மோதணும். செருப்படி படணும். புத்திய நெருப்புலவாட்டி வறுத்து எடுக்கணும். என்னமோ இன்னிக்கு உனக்கு இதைச் சொல்லணும்னு எனக்கு உத்தரவு ஆயிருக்கு, சொல்லிண்டிருக்கேன். கூடுமானவரைக்கும் புரிஞ்சிக்க முயற்சி பண்ணேன்?'

வினய்க்கு நெஞ்சொலியே நின்றுவிடும் போலிருந்தது. அப்போதும் நம்ப முடியாமல் அம்மா, அம்மா என்றுதான் தொலைபேசியில் அழைத்துக்கொண்டிருந்தான். ஆனால் பார்வை விஜய்யின்மீதே இருந்தது. மிக நிச்சயமாக அண்ணா வாயைத் திறக்கவும் இல்லை; பேசவும் இல்லை. ஆனால் அவன் மனத்தின் ஓசை தொலைபேசி வழியே வினய்க்குக் கேட்டுக்கொண்டிருந்தது.

'நீ ஆச்சரியப்படணும்னோ, அதிர்ச்சியாகணும்னோ நான் இதைப் பண்ணலைடா. சொன்னேனே.. எனக்கு இன்னிக்கு இது உத்தரவு. உனக்குச் சிலதைப் புரியவெக்கணும்.'

'டேய்.. நீ பேயா? பேய் ஆயிட்டியாடா?' என்று வினய் கேட்டான். 'எப்படிடா இங்க நின்னுண்டு பேசறே? நான் அம்மாவுக்குத்தானே நம்பர் போட்டேன்?'

இப்போதும் நம்ப முடியாமல் வினய் அந்த அழைப்பைத் துண்டித்துவிட்டு மீண்டும் ஒருமுறை வீட்டு எண்ணைச் சுழற்றினான். இன்னொரு ஒரு ரூபாய் நாணயத்தைப் பெட்டியில் போட்டுவிட்டுக் காத்திருந்தான். இம்முறையும் ரிங் போகும் சத்தம் கேட்டது. யாரோ எடுக்கும் சத்தமும் கேட்டது. ஆனால் குரல் அண்ணாவுடையதுதான். பேசியதும் அவன் தான். வினய் என்ன நினைத்தானோ. சட்டென்று அண்ணாவை இழுத்துப் பிடித்துத் தன் கையால் அவன் வாயை அழுத்திக்கொண்டு 'அம்மா, நான் பேசறது கேக்கறதா?' என்று கத்தினான்.

தொலைபேசியின் மறுமுனையில் அண்ணாதான் பேசினான். 'இவ்ளோ சத்தம் எதுக்கு? மெதுவா பேசினாலே கேக்கும்.'

அவனுக்கு வெலவெலத்துப் போனது. தளர்ந்து போய் போனை வைத்துவிட்டான். நம்ப முடியாமல் அண்ணாவையே பார்த்துக்கொண்டிருந்தான். ‘எப்படிடா?’

‘நியாயமா நான் இதையெல்லாம் பண்ணக்கூடாது. ஆனா என்ன சொன்னாலும் நீ அம்மாக்கு பேசத்தான் செய்வேன்னு அடம் பிடிப்பே. வேற வழியில்லாம பண்ணிட்டேன்’ என்று அண்ணா சொன்னான்.

‘என்னது? எதைப் பண்ணே?’

‘போனுக்குள்ள என் குரல்தானே கேட்டது?’

‘ஆமா. அது எப்படி?’

‘அதைத்தான் சொன்னேன். அதை நான் செஞ்சிருக்கக்கூடாது. அது மகா பாவம்.’

வினய்க்கு ஒரு கணம் கிறுகிறுத்துவிட்டது. அப்படியே நெடுஞ்சாண்கிடையாக அண்ணாவின் காலில் விழுந்துவிடலாம் என்று நினைத்தான். சட்டென்று மனத்தை இழுத்துப் பிடித்து நிறுத்திக்கொண்டு, ‘இதோ பார், எனக்கு இதெல்லாம் புரியலை. புரியவும் வேணாம். நீ ஆத்துக்கு வரணும். இப்பவே என்னோட வரணும். இல்லேன்னா நான் கையோட உன்னை போலிஸ் ஸ்டேஷனுக்கு இழுத்துண்டு போயிடுவேன்’ என்று சொன்னான்.

அண்ணா சிரித்தான். ‘வா’ என்று சொல்லிவிட்டு நடக்க ஆரம்பித்தான். அவனைத் தவறவிட்டுவிடக்கூடாது என்ற தீர்மானத்துடன் வினய் ஓடிச் சென்று அவன் கையைப் பிடித்துக்கொண்டு உடன் நடந்தான்.

‘நான் போயிடமாட்டேன் வினய். நீ பயப்பட வேணாம்.’

‘என்னடா ஆச்சு உனக்கு? எனக்கு ஒண்ணுமே புரியலியே.. பெருமாளே. எப்படி இதெல்லாம்?’

திரும்பத் திரும்ப அவன் அதையே கேட்டுக்கொண்டிருந்தான். அண்ணா பதில் சொல்லவில்லை. ஐந்து நிமிடங்கள் நடந்தபின் வாலாஜாபாத் காவல் நிலையம் வந்தது. அண்ணா நின்றான். ‘போலிஸ் உதவி கேப்பேன்னு சொன்னியே. போய்ச் சொல்லு. நான் இங்கயே நிக்கறேன். இல்லேன்னா நானும் உள்ள வரேன்’ என்று சொன்னான்.

வினய்க்கு என்ன பேசுவதென்றே புரியவில்லை. அதிர்ச்சியா, வியப்பா, பரவசமா என்று புரியாத நிலையில் அவன் கண்ணில் இருந்து கரகரவென நீர் வழிந்தது. அண்ணா நெடுநேரம் அவனை வெறுமனே உற்றுப் பார்த்துக்கொண்டே இருந்தான். பிறகு, வினய்யின் நடு நெற்றியில் தனது கட்டைவிரலை வைத்து அழுத்தினான். 'கொஞ்சம் உயிர் போற மாதிரி இருக்கும். பயந்துடாதே. ஆனா போகாது' என்று சொன்னான்.

அடுத்தக் கணம் வினய்யின் உச்சந்தலையில் யாரோ ஓங்கி அடித்தது போலிருந்தது. தலைக்குள்ளே இருந்த உறுப்புகள் அனைத்தும் உதிர்ந்து கீழே விழுவது போலத் தோன்றியது. இதயத் துடிப்பு பலநூறு மடங்கு அதிகரித்து, கால்கள் நிற்க முடியாத அளவுக்கு உதறலெடுத்தது. அது ஒரு கணமா ஒரு மணி நேரமா என்று அவனுக்குத் தெரியவில்லை. தடாலென்று சரிந்து கீழே விழுந்தான்.

'கண்ணு முழிச்சிப் பாத்தப்போ நான் வரதர் கோயில் புஷ்கரணிக் கரைல இருந்தேண்டா' என்று வினய் சொன்னான்.

52. வாசனை

எனக்குப் புரிந்தது. அது நிகழவேண்டுமென்று முன்னெப்போதோ விதிக்கப்பட்டிருந்தது. ஓடிப்போய் பேருந்தில் ஏறி இடம் பிடிக்க சாமர்த்தியம் இல்லாதவனுக்காக இன்னொருவன் ஏறி அமர்ந்து இடம் தேடிக் கொடுப்பதை நிகர்த்ததுதான். எந்தப் பதற்றமும் அவசரமும் இன்றித் தன் தீர்மானத்தை நிறைவேற்றிக்கொண்ட ஊழிற் பெருவலி வேறில்லை. ஆனால் எனக்குத் தீராத வருத்தம் அண்ணாவின்மீதுதான். இதென்ன கண்ணாமூச்சியாட்டம்? அவனைத் தேடி எங்கெங்கோ நாயைப்போல் அலைந்தவன் நான். பெரிய நோக்கங்கள் பிற்காலத்தில் இல்லாது போய்விட்டாலும் ஏனோ அவனைக் குறித்த செய்தி ஏதாவது காதில் விழும்போதெல்லாம் என்னையறியாமல் தேடிக் கிளம்பிவிடுபவனாகவே எப்போதும் இருந்து வந்திருக்கிறேன். ஒவ்வொரு முறையும் அவன் தனது இருப்பின் மிச்சங்களை எனக்காக வைத்துச் செல்பவனாகவே இருந்திருக்கிறான். தன்னையல்ல. தன் ஸ்தூலத்தையல்ல. தன் நினைவுகளை மட்டும். சில சம்பவங்களை மட்டும். ஒரு சமயம் தன் வாசனையை அவன் எனக்காக வைத்துவிட்டுப் போனதும் நிகழ்ந்தது.

அதைச் சொல்ல வேண்டும். சிறு வயதில் அம்மா அடிக்கடி அவனிடம் குறைப்பட்டுக்கொள்ளும் சங்கதி ஒன்றுண்டு. அது அவன் ஒழுங்காகத் தேய்த்துக் குளிப்பதில்லை என்பது. எனக்குத் தெரிந்து அவன் குளியலறைக்குச் சென்றால் அரை மணி நேரத்துக்கு முன்பாக வெளியே வந்ததேயில்லை. ஆனால் உள்ளே அவன் குளிக்கத்தான் செய்தானா என்று தெரியாது. ஒருவேளை அந்தத் தனிமையை உதறிப் போர்த்திக்கொண்டு தியானத்தில் உட்கார்ந்திருக்கலாம். அல்லது தாழிட்ட அறையின் சௌகரியத்தைப் பயன்படுத்திக்கொண்டு வேறு ஏதேனும் யோகாப்பியாசங்கள் செய்து பார்த்திருக்கலாம். எப்படியாயினும் அவன் வெளியே வர அரை மணி நேரமாகும். ஆனாலும் அவனது ஆடையைத் துவைக்க எடுத்துச் செல்லும்போதெல்லாம் அம்மா சொல்லுவாள், 'என்ன நாத்தம்! அழுகின தேங்கா மாதிரி.

எங்கேருந்துடா உன் சட்டையெல்லாம் இப்படி நார்றது? ஒழுங்கா தேய்ச்சிக் குளி விஜய். இல்லேன்னா சொறி சிரங்குதான் வரும்.'

அண்ணாவின் வியர்வை நெடி அழுகிய தேங்காயின் நெடியைப் போலத்தான் இருக்கும். அவன் ஓடியாடி எதையும் செய்யாமல் வெறுமனே உட்கார்ந்திருக்கும்போதும் சமயத்தில் அந்த நெடியை உணர்ந்திருக்கிறேன். மிகவும் நெருங்கிச் சென்றால் தெரியும். இதை நான் இப்போது நினைவுகூர ஒரு காரணம் இருக்கிறது. வாலாஜாபாத் பேருந்து நிலையத்தில் அண்ணாவை நெருங்கித் தொட்டபோது அவன்மீது பச்சைக் கற்பூர நெடி அடித்ததாக வினய் என்னிடம் அப்போது சொன்னான். 'இல்லையே, அவனது வாசனை அழுகிய தேங்காயின் வாசனை அல்லவா?' என்று நான் கேட்டேன்.

'அதென்னமோ தெரியலை. ஆனா நான் பிடிச்சி உலுக்கினப்போ பச்சைக் கற்பூர வாசனைதான் அடிச்சிது. அவன் இருந்த கோலத்துக்கும் அந்த அழுக்குக்கும் மூஞ்சில வழிஞ்ச எண்ணெய்க்கும் சம்மந்தமே இல்லாத நெடி.'

எனக்குச் சிரிப்பு வந்துவிட்டது. ஒரு சமயம். அது ஒரு மோசமான வெயில் காலம். மோசமென்றால் கண் இமை, நகக்கண்களெல்லாம் எரிகிற அளவுக்குக் கொளுத்தி எடுத்துக்கொண்டிருந்த வெயில். நான் அப்போது பீகாரில் சுற்றுப்பயணம் செய்துகொண்டிருந்தேன். ஆறு சொற்பொழிவுகள். இரண்டு முக்கியமான அரசியல் சந்திப்புகள். சொற்பொழிவுகள் பொது மக்களுக்காக. சந்திப்பு தனிப்பட்ட சங்கதி. எனக்கு அப்போது ஒரு பொறுப்பு அளிக்கப்பட்டிருந்தது. தேசிய அளவில் ஆட்டமான ஆட்டம் ஆடிக்கொண்டிருந்த ஒரு பிரகஸ்பதியைச் சற்று அடக்கி வைக்கிற பொறுப்பு.

'எதையாவது செய்யுங்கள். எதைச் சொன்னால் அவன் வாலைச் சுருட்டிக்கொள்வான் என்று பாருங்கள். அதிகம் வேண்டாம். மூன்று மாதங்களுக்குப் போதும். நாட்டில் என்ன நிகழ்ந்தாலும் அவன் வாய் திறக்கக்கூடாது. மூன்று மாதங்களுக்கு அவன் நாட்டிலேயே இல்லாதிருக்கும்படிச் செய்தாலும் நல்லது.' என்று ஒரு அரசியல் தலைவர் என்னிடம் கேட்டுக்கொண்டிருந்தார். உருண்டு நகர்ந்த வருடங்களில் அம்மாதிரியான சிறு உதவிகள் பலவற்றை நான் பலபேருக்குச் செய்யத் தொடங்கியிருந்தேன். மந்திர தந்திரங்களெல்லாம் என்னிடத்தில் கிடையாது. கடவுள் கிடையாது. ஒன்றும் கிடையாது. நான் ஒரு சக்தி. நான் ஒரு விசை. என் பார்வையும் என் சொற்களும் எனக்காகப் பேசும். நான் நினைப்பதை அது சாதித்துத் தரும். ஒரு சில சொற்களில்

எதிராளியின் வைராக்கியங்களைத் தகர்க்கத் தெரிந்தவனாக நான் மாறியிருந்தேன். அரசியலில் இருப்பவர்களுக்கு இந்தத் தோரணை அத்தனை எளிதில் பிடிபடாது. பிடிபடாதவற்றின் மீதான கவர்ச்சி மட்டும் நிரந்தரமாகத் தொக்கி நிற்கும் பிராந்தியம் அது.

நான் பீகாருக்குப் போனதன் முக்கியக் காரணம் அந்தக் குறிப்பிட்ட ஆசாமி அப்போது அங்கே முகாமிட்டிருந்ததுதான். அவன் நேரடி அரசியல்வாதி இல்லை. அரசியல் தொடர்பற்றவன் என்றும் சொல்லிவிட முடியாது. பெரும் பணக்காரன். வெளிப்பார்வைக்குத் தெரியும் விதமாக நான்கைந்து வர்த்தகங்களும் யாருக்குமே தெரியாத மேலும் நான்கைந்து வர்த்தகங்களும் அவனுக்கு இருப்பதாகச் சொன்னார்கள். அதில் மிக முக்கியமானது, ரஷ்ய எல்லையோரம் அவனுக்கு இருந்த ஒரு தாமிரச் சுரங்கம். அவன் பெயரோ, அவனது உறவினர்கள், நண்பர்கள் பெயரோ அந்த சுரங்க நிறுவனத்தின் பேரேடுகளில் இருக்காது. மகாகனம் பொருந்திய கொன்ஸ்டண்டின் செனங்கோ அமரராகி மிகைல் கோர்பசேவ் அப்போதுதான் ஆட்சியதிகாரத்துக்கு வந்திருந்தார். ஜாதகம் பார்க்காத, கிரக நிலை கவனிக்காத தேசம். சரியான கண்டச் சனி பிடித்திருந்த தருணத்தில் வந்து சேர்ந்திருக்கிறாரே என்று விவரமறிந்தவர்கள் கவலைப்பட்டார்கள். பதவிக்கு வந்த முதல் சில வருடங்களில் அவர் எந்த வெளியாட்களையும் சந்திக்கவேயில்லை. எனக்குத் தெரிந்து அவரைச் சந்தித்த முதல் வெளிநாட்டுக்காரன் அந்தத் தாமிரச் சுரங்க முதலாளிதான். எதற்கு அந்தச் சந்திப்பு, என்ன பேசினார்கள், என்ன நிகழ்ந்தது என்பதெல்லாம் யாருக்கும் தெரியாது. ஆனால் சோவியத்து ரஷ்யா சிதறி உருண்டோடிய காலத்தில்கூட அவனது சுபீட்சத்துக்குக் குறைவேதும் வரவில்லை.

நான் அவனை பத்மா நதியில் மிதந்துகொண்டிருந்த ஒரு படகு இல்லத்தில் சந்திப்பதாக இருந்தேன். ஏற்பாடுகள் அனைத்தும் தயாராக இருந்த நிலையில், ஓரிரவு முழுவதையும் அவனோடு படகு இல்லத்தில் செலவிட ஆயத்தமாகி நான் நதிக்கரையை அடைந்தேன். நாடாளுமன்ற உறுப்பினர் ஒருவர் என்னோடு ஆற்றங்கரைவரை வந்திருந்தார். கிளம்பும்போதுகூடச் சொன்னார், ‘அவன் என்ன கேட்டாலும் ஒப்புக்கொள்ளுங்கள். இது மிகவும் சிக்கலான தருணம். அவனது இருப்பு சிக்கல்களை மேலும் சிக்கலாக்கிவிடக் கூடாது.’

அந்த விவகாரத்தை நான் முழுதும் சொல்லுவதற்கில்லை. ஒருவேளை தேவைப்பட்டால் பிறகு பார்த்துக்கொள்ளலாம்.

இங்கே நான் முக்கியமாகச் சொல்ல நினைத்தது நான் அந்தப் படகு இல்லத்துக்குள் நுழைந்தக் கணம்.

உள்ளே காலெடுத்து வைத்ததுமே எனக்கு அந்த வாடை முகம் சுளிக்கவைத்தது. அழுகிய தேங்காயின் வாடை. வெகு இயல்பாக நான் அண்ணாவை அப்போது நினைத்துக்கொண்டேன். ஆனால் ஒரு படகு இல்லத்தை வாடகைக்கு எடுத்து அவன் உல்லாசம் அனுபவித்திருப்பான் என்று தோன்றவில்லை. ஒருவேளை அந்தத் தாமிர முதலாளியைச் சந்திக்க வந்திருப்பானோ? எப்படி யோசித்துப் பார்த்தாலும் அதற்கான நியாயங்கள் எனக்குப் பிடிபடவில்லை.

யோசித்தபடி நான் அவனுக்காகக் காத்திருக்க ஆரம்பித்தேன். படகு கிளம்பி நதியில் ஓரிரு மைல்கள் ஓடி நின்றபோது இன்னொரு படகு அதன் அருகே வந்து நின்றது. சிப்பந்திகள் பரபரவென்று இரு படகுகளுக்கும் இடையே மரச் சட்டங்களைப் பொருத்தி பாலம் அமைத்தார்கள். அவன் ஒரு காகித அம்பைப் போல் அந்தப் படகில் இருந்து வெளிப்பட்டு மரப்பாலத்தைக் கடந்து நான் இருந்த படகுக்குள் வந்து சேர்ந்தான். 'நமஸ்தே' என்று கரம் குவித்தான்.

இரண்டுமே அவனுடைய படகுகள்தாம். அன்றைக்குக் காலை அவன் இந்தப் படகில்தான் இருந்திருக்கிறான். வேறொரு சந்திப்பு. வேறொரு விவகாரம். தீர்த்து வைக்கிற அவசரப் பணி. 'நான் மிகவும் மதிக்கும் நபர்களை இந்தப் படகில்தான் சந்திப்பது வழக்கம். இது என் ராசிப் படகு' என்று அவன் சொன்னான்.

'அப்படியா? காலை யாரைச் சந்தித்தீர்கள்?'

'அவர் ஒரு யோகி. மிகப் பெரிய மனிதர்.'

எனக்குத் தெரிந்துவிட்டது. ஆனால் இவன் ஒரு பொறுக்கியல்லவா? அயோக்கியன் அல்லவா? அண்ணா எப்படி இவனைச் சந்தித்திருக்கக்கூடும்? அதுதான் புரியவில்லை.

அவன் சொன்னான், 'நீங்கள் சிரமப்பட வேண்டாம் குரு மகராஜ். போய் உங்கள் தலைவரிடம் சொல்லுங்கள். என்னால் அவருக்குச் சிக்கல் வராது.'

'மன்னியுங்கள். எனக்கு யாரும் தலைவர் கிடையாது. நான் யாருக்கும் கட்டுப்பட்டவனும் இல்லை.'

'ஆனாலும் நீங்கள் அவர் சார்பாகத்தான் வந்திருக்கிறீர்கள்.'

'யார் சொன்னது?'

'சொன்னேனே, ஒரு யோகி. அவர்தான் சொன்னார்.'

எனக்கு மிகவும் குழப்பமாக இருந்தது. நான் அதை நம்ப விரும்பவில்லை. பொருள்வயமான ஒரு பெருவெளியில் அண்ணாவின் சஞ்சாரம் அமையக்கூடும் என்று நான் நினைக்கவில்லை. என் வழி வேறு. நான் பூரணமான லௌகீகம் கடைப்பிடிப்பவன். என் சூட்சுமங்கள் வேறு. என் கணித வரிசை வேறு. அண்ணா அப்படியல்ல. தன் இல்லாமையில் அவன் நிலைநிறுத்திய அவனைக் குறித்த பிம்பம் முற்றிலும் வேறு.

'அவர் மிகவும் தற்செயலாக என் வழியில் தென்பட்டார். அவரால் என் வாழ்க்கை முற்றிலும் மாறிப் போனது. ஒன்று சொல்லவா? நான் இந்த தேசத்தைவிட்டே இன்னும் சில மாதங்களில் போய்விடுவேன்.'

'அப்படியா?'

'ஆம். திரும்பி வரவும் போவதில்லை. என் வர்த்தகம் இனி இங்கே இருக்காது. ஏனெனில் எனக்கு இங்கே பிழைப்பில்லை என்று அவர் சொல்லிவிட்டார்.'

'அவர் உங்களைச் சீடராக ஏற்றுக்கொண்டிருக்கிறாரா?' என்று கேட்டேன்.

'இல்லை. அந்தத் தகுதி எனக்கில்லை என்று சொல்லிவிட்டார். ஆனால் என் இடப்பெயர்ச்சி எனக்கும் இந்த நாட்டுக்கும் நல்லது என்று சொல்லியிருக்கிறார்.'

முற்றிலும் பூடகமான அந்தத் தகவல்கள் எனக்கு மொட்டவிழப் பல மாதங்கள் ஆயின. அண்ணாவை நினைத்து நான் பிரமித்துப் போன தருணம் அது. ஒரு அரசாங்கம், ஒரு ராணுவம் நிகழ்த்த வேண்டிய சாகசங்களை இந்த தேசத்தின் உண்மையான யோகிகள் மறைமுகமாக நிகழ்த்திக்கொண்டே இருக்கிறார்கள். அவர்களுக்கு நபர்கள் முக்கியமில்லை. அவர்களது தராதரம்கூடப் பொருட்டில்லை. இது நிகழவேண்டும் என்றால் நிகழ்ந்தாக வேண்டும். இயற்கையின் உத்தரவு என்று அண்ணா சொன்னதாக அந்தத் தாமிர முதலாளி என்னிடம் சொன்னான்.

ஒன்று சொல்லவேண்டும். அண்ணா அவனுக்கு நல்லது செய்தானா, நாட்டுக்கு நல்லது செய்தானா என்பதல்ல. நான் ஒரு மகத்தான சக்தி

மையமாக உருக்கொள்ள அந்தப் படகுப் பயணம் மிக முக்கியக் காரணமானது. கரைக்கு வந்து அவனிடம் இருந்து விடைபெற்றுப் போனபின் நான் உரியவர்களைச் சந்தித்து நடந்ததைச் சொன்னேன்.

'அவனால் சிக்கலில்லை. அவன் வெளிநாடு போய்விடுவான். இனி திரும்ப மாட்டான்.'

'எப்படி? எப்படி?' என்று ஆர்வம் தாங்கமாட்டாமல் அலறினார் அந்த அமைச்சர்.

நான் ஒரு கணம் அமைதியாக யோசித்தேன். என் மானசீகத்தில் அண்ணாவிடம் மன்னிப்புக் கேட்டுக்கொண்டு கூசாமல் சொன்னேன், 'அவன் மன வரைபடத்தை நான் கலைத்துப் போட்டு வேறு படம் எழுதிவிட்டேன்.'

53. மூன்றாவது வழி

ஸ்ரீரங்கப்பட்டணத்துப் பரிசல் பயணத்தின்போது வினய்யிடம் நான் அந்தச் சம்பவத்தை நினைவுகூர்ந்தேன். 'நீயே யோசித்துப் பார். அவன் உன்னைச் சந்தித்திருக்கிறான். உன்னைப் போன்ற வேறு சில பொறுக்கிகளையும் சந்தித்திருக்கிறான். திட்டமிட்டு என்னைச் சந்திப்பதை மட்டும் தவிர்த்துக்கொண்டே வந்திருக்கிறான். சுத்த அயோக்கியன்.'

வினய் சிரித்தான். 'விமல், வாழ்வில் நான் திரும்ப வேண்டிய கட்டம் ஒன்று வந்தது. பாதை இரண்டாக என் முன்னால் நீண்டிருந்தது. அவன் என்னை திசை திருப்ப அனுப்பப்பட்டிருக்கிறான். மற்றபடி அவனைப் பற்றி எனக்கு வேறு எதுவுமே தெரியாது' என்று சொன்னான்.

'நீ அவனை விசாரிக்கவில்லையா? அவன் எங்கே போனான், யாரிடம் இருந்தான் என்று கேட்கவில்லையா?'

'கேட்டேன். ஆனால் அவன் அதற்கெல்லாம் பதில் சொல்ல வில்லை.'

'பிறகு?'

'என்னைத் திருவானைக்காவுக்குச் சென்று அங்கே உள்ள ஒரு கிழவனைப் பார்க்கச் சொன்னான்.'

இப்போது நான் வாய்விட்டுச் சிரித்துவிட்டேன்.

'என்ன?' என்று வினய் கேட்டான்.

'அந்தக் கிழவனை நானும் பார்த்தேன். சரியாகச் சொல்லுவதென்றால் என்னைத் தேடி அவன் வந்தான். அவன்தான் எனக்கு அபின் கொடுத்து இழுத்துச் சென்றான். அவனிடமிருந்து புறப்பட்டுத்தான் நான் குற்றாலத்துக்குப் போனேன்.'

வினய் ஒன்றும் சொல்லவில்லை. சிறிது நேரம் நதியின் ஓட்டத்தையே வெறித்துப் பார்த்துக்கொண்டிருந்தான். சட்டென்று சொன்னான், 'நாம் ஒன்றாகப் பிறந்தது ஒரு தற்செயல்.'

நான் யோசிக்கவேயில்லை. 'பிறப்பு என்பதே ஒரு தற்செயல் அல்லவா?' என்று கேட்டேன்.

'உண்மைதான். திட்டமிட்டுப் பெற்றுக்கொள்ளும் குழந்தைகள் தத்திகளாகத்தான் இருக்கின்றன. அம்மா திட்டமே இல்லாமல் நம்மைப் பெற்றுவிட்டாள். அவளது பிழையும் நமது பிழையின்மையும் அதுதான்.'

எனக்குப் பசித்தது. நான் மைசூரில் இருந்து புறப்பட்டதில் இருந்து ஒன்றும் சாப்பிட்டிருக்கவில்லை. என்னுடைய கைப்பையில் பிஸ்கட்டுகள் வைத்திருந்தேன். ஆனால் ஸ்ரீரங்கப்பட்டணத்து அரசியல்வாதி வீட்டில் அந்தப் பையை வைத்துவிட்டு வந்துவிட்டேன். எனவே பரிசல்காரனிடம் சாப்பிட ஏதாவது வைத்திருக்கிறாயா என்று கேட்டேன். அவன் கரை திரும்பிவிடவா என்று பதிலுக்குக் கேட்டதும், உடனே வேண்டாம் என்று சொன்னேன். வினய் சிரித்தான்.

'உன்னைத் திரும்ப எப்போது பார்ப்பேன் என்று தெரியாது. இன்னும் சிறிது நேரம் உன்னோடு இருக்க விரும்புகிறேன்' என்று சொன்னேன். நாங்கள் பேசுவது பரிசல்காரனுக்குப் புரிந்துவிடக்கூடாது என்ற ஜாக்கிரதை உணர்வுடன் ஆங்கிலத்தில் உரையாடிக்கொண்டிருந்தோம். இந்தப் பிராந்தியங்களில் பெரிய பிரச்னை இதுதான். எல்லோருக்கும் குறைந்தது மூன்று மொழிகள் தெரிந்திருந்தன. தமிழ். கன்னடம். ஹிந்தி. நான் ஆங்கிலத்தில் பேச ஆரம்பித்தபோது முதலில் சற்றுத் தயங்கினேன். வினய்க்கு ஆங்கிலம் பேச வருமா என்கிற குழப்பம் இருந்தது. ஆனால் அவன் தடையில்லாமல் பேசினான். பரிசல் ஓட்டியவனுக்கு அது நிச்சயமாகப் புதிய அனுபவமாகத்தான் இருக்கும். இரண்டு துறவிகள். இருவருமே காவி அணிந்தவர்கள். ஒருவன் காவி வேட்டியும் காவி மேல் துண்டும் தாடியும் ஜடாமுடியுமாக இருப்பவன். இன்னொருவன் அதே காவியில் அழகாக அங்கி தைத்து அணிந்திருப்பவன். அவனுக்கு ஜடாமுடி கிடையாது. கவனமாக அலங்கரிக்கப்பட்ட சிகை. மழுங்கச்சிரைத்த முகம். தங்க ஃப்ரேம் போட்ட மூக்குக் கண்ணாடி அணிந்த துறவி. இருவருமே படித்தவர்கள். ஆங்கிலம் பேசுகிறவர்கள். தரையில் பேச முடியாத எதை இப்படி நீருக்குள் வந்து அலசியெடுக்கிறார்கள்?

வினய் என்னை நோக்கிக் கையை நீட்டினான். நான் என்னவென்று கேட்டேன். 'கையைக் கொடு. பசிக்கிறது என்றாயே?'

நான் சிரித்தபடி அவன் முன்னால் கையை நீட்டினேன். அவன் என் உள்ளங்கையின்மீது தன் கையை வைத்து மூடினான். நான்கு வினாடிகள் அப்படியே வைத்திருந்துவிட்டு அவன் கையை எடுத்த போது என் உள்ளங்கையில் சிறியதொரு ஆப்பிள் பழம் இருந்தது. எனக்கு அது வியப்பாகவோ, அதிர்ச்சியாகவோ இல்லை. நான் அறிவேன். என் கைப்பைக்குள் நான் வைத்திருந்த ஆப்பிள்தான் அது.

'நீயும் இதில் இறங்கிவிட்டாயா? அருமை' என்று சொன்னேன். அந்தப் பழத்தைச் சாப்பிட ஆரம்பித்தேன். அதுவரை எங்களை அவ்வளவாகப் பொருட்படுத்தாதிருந்த பரிசல்காரன் திடீரென்று என் கையில் இருந்த பழத்தைக் கண்டதும் சற்று அதிர்ச்சியடைந்தான்.

'அவனுக்கு இரண்டு துண்டு கொடு' என்று வினய் சொன்னான். நான் பாதி பழத்தைப் பரிசல்காரனிடம் கொடுத்தேன். என்ன நினைத்தானோ, அவன் அதை வாங்கிக் கண்ணில் ஒற்றிக்கொண்டு இடுப்பில் முடிந்துகொண்டான்.

'சரி சொல், திருவானைக்கா கிழவன் உன்னை எங்கே அனுப்பினான்?' என்று கேட்டேன்.

'அவன் என்னை எங்கும் அனுப்பவில்லை. அவனிடம்தான் நான் ஆறு வருடங்கள் இருந்தேன்.'

'நினைத்தேன். இந்த மாதிரி சில்லறை சித்துகளில் அவன் விற்பன்னன். ஏனோ எனக்கு அவன்மீது மரியாதையே வரவில்லை.'

'இல்லை விமல். அவன் பெரிய ஆள்.'

'அப்படியா நினைக்கிறாய்? பெரிய ஆள் பிஸ்கட் பொட்டலம் தரமாட்டானே?' என்று சிரித்தேன்.

அவன் காயப்பட்டிருக்க வேண்டும். சிறிது நேரம் அமைதியாக இருந்தான். பிறகு, 'நான் அவனைவிட்டு விலகியிருக்கக்கூடாது விமல். ஒரு சிறு பிழை செய்தேன். அது மொத்தமாக என்னை வேறொரு தளத்துக்கு நகர்த்திக்கொண்டு போய்விட்டது.'

பேசிக்கொண்டே இருந்தவன் சட்டென்று கண்கலங்கி இருந்ததைக் கண்டேன். இது எனக்கு வியப்பாக இருந்தது. 'டேய், அழாதே' என்று சொன்னேன்.

'அழக்கூடாது என்று பல வருடங்களாக நினைத்திருந்தேன். ஏனோ இன்று அழத் தோன்றுகிறது. நான் உன்னைப் பார்த்திருக்கக்கூடாது.'

'ஆம். எனக்கும் அதுதான் தோன்றுகிறது.'

'நீ என் ரத்த உறவு என்ற எண்ணம் இன்னும் மனத்தில் இருக்கிறது. அந்தச் சுமை அதன் பங்குக்கு உறுத்திக்கொண்டே இருக்கிறது.'

'வினய், உறவில் தவறே இல்லை. அதை ஏன் சிக்கலாக நினைக்கிறாய்? என்னைப் பார். நான் எந்த உறவையும் துறக்கவில்லை. கணந்தோறும் புதிய உறவுகளை உற்பத்தி செய்துகொண்டே இருக்கிறேன். என் துறவு என்பது என் உறவினர்களின் எண்ணிக்கை எத்தனை ஆயிரம் அல்லது லட்சம் என்பதில்தான் முழுமை அடைகிறது.'

'அது வேறு. என்னால் அம்மாவைத் துறக்க முடிந்ததே. அது பெரிதல்லவா?' என்று அவன் கேட்டான்.

'முட்டாள். அனைத்தையும் துறந்த பின்புதான் நான் அம்மாவை அதிகமாக நேசிக்க ஆரம்பித்தேன். என் துறவின் பூரணமே அவளது நினைவின் இருப்புதான்' என்று சொன்னேன்.

ஒரு கணம் அவன் அதிர்ச்சியடைந்தான். பிறகு, 'நீயும் சித்ராவை விரும்பினாய்' என்று சொன்னான்.

அடக்கஷ்டமே! எங்கிருந்து எங்கு தாவுகிறது இந்த அழகுக் குரங்கு மனம்! ஆம். நானும் சித்ராவை நேசித்தேன். அதிலென்ன சந்தேகம். ஆனால் அது காதல் இல்லை. எனக்கு அவளது கன்னங்கள் பிடித்தன. உதடு பிடித்தது. எச்சில் விழுங்கும்போது கழுத்தில் விழும் குழி பிடித்தது. அதே குழிகள் முலைகளுக்குக் கீழே, இடுப்புக்கு மேலே இடப்புறம் அவளுக்கு உண்டு. அது பிடித்தது. இன்னும் என்னென்னவோ. சித்ரா என்னைவிட வயதில் பெரியவளாக இருந்தது மட்டும்தான் எனக்கிருந்த ஒரே மனத்தடை. ஆனால் இப்போது நினைத்துக்கொள்கிறேன். வயதில் என்ன இருக்கிறது? அந்த ஒரு நினைவு அந்நாள்களில் என் பல சந்தோஷ நினைவுகளைப் பாதியில் கிள்ளி எறிந்திருக்கிறது.

வினய் என்னைப் புன்னகையுடன் உற்றுப் பார்த்துக்கொண்டே இருந்தான். பரிசல் இப்போது நகரவில்லை. நதியின் நடுவே இரு பெரும் பாறைகளுக்கு மத்தியில் மையம் கொண்டாற்போல் நின்றிருந்தது. ஓட்டச் சொன்னால் ஓட்டலாம் என்பது போல பரிசல்காரன் எங்களையே பார்த்துக்கொண்டிருந்தான். ஒருவேளை நதிக்கு நடுவே அமர்ந்து பேசுவது எங்களுக்கு உவப்பானதாக இருக்கும் என்று அவன் கருதியிருக்கலாம்.

'வாழ்க்கைதான் எத்தனை குரூரமானது! அண்ணா என்னைச் சரியான நபரிடம்தான் அனுப்பினான். என் அவசர புத்தி என்னை அங்கிருந்து பெயர்த்தெடுத்துத் தூக்கிப் போட்டுவிட்டது.' என்று வினய் சொன்னான்.

'புலம்பாதே. என்ன ஆனது என்று சொல். எப்படிச் சரி செய்யலாம் என்று நான் சொல்கிறேன்.'

'நீயா!' அவன் சிரித்துவிட்டான்.

'ஏன், முடியாது என்று நினைக்கிறாயா? இந்த தேசத்தில் பல அரசியல் சிக்கல்களை நான் தீர்த்து வைப்பவனாக இருக்கிறேன். ஒன்று தெரியுமா? கடந்த வாரம் நடந்த கோவா பொதுத் தேர்தலே நான் தீர்மானித்ததுதான். இன்னும் அதன் முடிவு வெளியாகாதிருப்பதும் என் வார்த்தைக்குக் கட்டுப்பட்டுத்தான்.'

அவன் என் கையைப் பிடித்துத் தன் கரங்களுக்கு நடுவே வைத்துக்கொண்டான். இன்னும் நெருக்கமாக வந்து அமர்ந்துகொண்டு, 'விமல்! உன் வழி வேறு என்று நினைக்கிறேன். நான் போகும் பாதைக்கு முற்றிலும் நேரெதிராக நீ போய்க்கொண்டிருக்கிறாய்.'

'முட்டாள், நீயேதான் நீ விரும்பும் வழியில் போகவில்லை போலிருக்கிறதே? அப்புறம் என் வழியைப் பற்றிய விமரிசனம் எதற்கு?'

'ஆம். ஒரு விதத்தில் சரி. ஆனால் இன்னொரு முறை நான் அண்ணாவைச் சந்தித்துவிட்டால் சரியாகிவிடுவேன் என்று நினைக்கிறேன்.'

'அப்படியா? அதுசரி, நீ எதற்கு அந்த ஸ்ரீரங்கப்பட்டணத்து அரசியல்வாதி வீட்டுக்குப் போனாய்?' என்று கேட்டேன்.

கணப் பொழுது அவன் யோசித்தான். பிறகு சொன்னான். 'அவரோடு எனக்கு ஒன்றுமில்லை. அவரது மனைவி என்னை வரச் சொல்லியிருந்தாள்.'

'எதற்கு?'

'அவளுக்கு ஆவிகளுடன் பேசப் பிடிக்கும்.'

54. கபிலர்

வாழ்வில் எதற்குமே அதிர்ச்சியடைவதோ, உணர்ச்சிவசப்படுவதோ கூடாது என்று எப்போதும் நினைத்துக்கொள்வேன். எனக்குப் பசி தெரியும். பசி மறக்கவும் பசியை அடக்கவும் தெரியும். மறுபுறம் குபேர விருந்துகளை நானறிவேன். மேசையெங்கும் நிறைந்து கிடக்கும் விதவிதமான உணவுப் பண்டங்களின் நடுவே நீந்தி நீந்தி இஷ்டத்துக்கு எடுத்து உண்டிருக்கிறேன். பணக்காரர்கள், ஏழைகள், பெரிய மனிதர்கள், சிறிய மனிதர்கள், ஆண்கள் பெண்கள் குழந்தைகள் என நூறாயிரம் பேரைச் சந்தித்திருக்கிறேன். ஒவ்வொரு மனிதரும் ஒவ்வொரு முழு வாழ்க்கை. ஒவ்வொரு வாழ்விலும் எத்தனை அனுபவங்கள். அதிர்ச்சியடைய வைக்கவும், வியப்பூட்டவும் ஒவ்வொருவரிடத்திலும் குறைந்தது ஒரு விஷயமாவது நிச்சயம் உண்டு. நாளெல்லாம் வாழ்வெல்லாம் மனிதர்களைச் சந்தித்துக்கொண்டே இருப்பவன், கணந்தோறும் அதிரவும் வியக்கவும் செய்வது சிரமம். வெறும் மௌனத்தில், சிறு புன்னகையில் எதையும் கடந்துவிடப் பழகியிருந்தேன்.

ஆனால் வினய் சொன்ன தகவல் உண்மையில் என்னை அதிர வைத்தது. அதை நான் எதிர்பார்க்கவில்லை. ஒரு கணம் அவனுக்காகப் பரிதாபப்பட்டேன். என்னையறியாமல் கண் கலங்கினேனா என்ன? தெரியவில்லை. இருக்கலாம். வெளியெங்கும் விரிந்திருந்த நதியின் மேல் தோல் சற்றே மங்கித் தெரிந்தது. நெடுநேரம் பேச்சற்றுப் போய் அமர்ந்திருந்தேன். பிறகு சொன்னேன், 'நீ சொன்னது சரி. நீ அந்த சொரிமுத்துக் கிழவனிடமே இருந்திருக்கலாம். அல்லது செத்துப் போயிருக்கலாம்.'

அவன் என்னை திடுக்கிட்டுப் போய்ப் பார்த்தான்.

'நான் யோசிக்காமல் பேசவில்லை வினய். உண்மையிலேயே நீ இறந்திருக்கலாம். அண்ணா நிச்சயமாக உன்னை இப்படியொரு பாதைக்குத் திருப்ப எண்ணியிருக்க மாட்டான்.'

'நான் அவனைப் பொருட்படுத்தவில்லை. என் வரையில் எனக்குச் சரியென்று பட்டதைத்தான் நான் செய்தேன்' என்று சொன்னான்.

‘அதிருக்கட்டும். உண்மையிலேயே ஆவிகள் இருக்கின்றனவா?’ என்று கேட்டேன்.

‘ஆவிகள் இல்லை. ஆத்மாக்கள் உண்டு. இறப்புக்கும் இல்லாமல் போவதற்கும் இடைப்பட்ட ஒரு நிலையில் அவை ஊசலாடிக் கொண்டிருக்கும். நாங்கள் அவற்றை ஒரு போலிஸ் நாயைப் போல் பழக்கி வைத்திருப்போம்.’

‘எதற்கு? ஆப்பிள் பழம் எடுத்து வரவா?’

‘நீ கிண்டல் செய்கிறாய். உண்மையில் இது சித்துக்குச் சற்றும் சளைக்காத பணி.’

‘முட்டாள்!’ என்று கத்தினேன்.

‘இல்லை. உண்மையிலேயே அதுதான். இல்லாத ஒன்றை யாரும் உற்பத்தி செய்ய முடியாது விமல். எல்லாமே இருப்பதுதான். சிறு தெய்வங்களைக் கொண்டு செயல்படுகிறோமா, ஆத்மாக்களைக் கொண்டு செயல்படுகிறோமா என்பதுதான் வித்தியாசம்.’

அவனுக்குத் தீவிரமாக என்னவோ ஆகியிருக்கிறது என்று நினைத்தேன். அடி மனத்தில் அவனே வெறுக்கிற ஒரு செயலை மேல் மனத்தின் துணையுடன் தொடர்ந்து செய்துகொண்டிருக்கிறானோ என்று சந்தேகமாக இருந்தது. இப்படியே விட்டால் வெகு விரைவில் வினய் தற்கொலை செய்துகொண்டுவிடுவான் என்று பட்டது. ஸ்ரீரங்கப்பட்டணத்து அரசியல்வாதி இன்னும் சில நாள்களுக்காவது சௌக்கியமாக இருப்பார். நான் வினய்யை முதலில் கவனித்தாக வேண்டும் என்று முடிவு செய்துகொண்டேன். மிகவும் வற்புறுத்தி என்ன நடந்தது என்று முழுதாகச் சொல்ல வைத்தேன்.

அவன் சொன்ன கதை உண்மையிலேயே மிகவும் பரிதாபகரமானது. அதை நான் சற்றும் எதிர்பார்க்கவில்லை.

வாலாஜாபாத்தில் அண்ணாவைச் சந்தித்த பிறகு வினய்க்கு காஞ்சீபுரம் செல்லத் தோன்றவில்லை. ‘இன்னிக்கு நான் உன்னோடவே இருந்துடறேனே’ என்று அண்ணாவிடம் அவன் கேட்டிருக்கிறான். அவன் பதில் சொல்லவில்லை என்றாலும் மறுக்கவும் இல்லை. அன்றிரவு அண்ணா அவனுக்கு இரண்டு பொறைகள் வாங்கிக் கொடுத்துச் சாப்பிடச் சொல்லியிருக்கிறான். ‘உனக்கு?’ என்று வினய் கேட்டதற்கு, ‘நான் இப்ப சாப்பிடறதில்லை’ என்று பதில் சொல்லியிருக்கிறான்.

'பசிக்காதா?'

'இல்லை. பசிக்காது. நீ சாப்டு'

வினய் அதற்குமேல் அவனை வற்புறுத்தவில்லை. பொறைகளைச் சாப்பிட்டுவிட்டு அந்த டீக்கடையிலேயே தண்ணீர் வாங்கிக் குடித்தான். 'நீ எங்க தங்கியிருக்கே?' என்று கேட்டான். அண்ணா சிரித்தான்.

'எதுக்கு சிரிக்கறே? இந்த ஊர்லதானே இருக்கே?' என்று வினய் மீண்டும் கேட்டான்.

'இங்கேயும் இருப்பேன். அதைவிடு. உனக்குப் படுக்கணும். அதானே? என்னோட வா' என்று சொல்லிவிட்டு எழுந்து நடந்தான். இருவரும் பத்து நிமிடங்கள் நடந்து ஒரு வீட்டுக்கு வந்து சேர்ந்தார்கள். அந்த வீட்டில் ஒரு கிழவி தனியாக இருந்தாள். அண்ணா அவளிடம், 'இன்னிக்கு இவன் இங்க படுத்துக்கட்டும்' என்று சொன்னான். யார் என்ன என்றுகூட விசாரிக்காமல் அவள் சரியென்று சொல்லிவிட்டு ஒரு பாயை எடுத்து வந்து விரித்தாள். வினய் படுத்துக்கொண்டு, 'நீயும் படுக்கறதுதானே?' என்று அண்ணாவைப் பார்த்துச் சொன்னான். அவன் சிரித்தபடி, 'சரி' என்று சொல்லிவிட்டு அவனருகே படுத்தான்.

'ரொம்ப வருஷமாச்சில்லே?'

'என்னது?'

'நம்மாத்துல நாம நாலு பேரும் இப்படித்தான் ஒருத்தர் பக்கத்துல ஒருத்தர் வரிசையா படுப்போம். ஒரு கோடில அப்பா. இன்னொரு கோடில அம்மா.'

'ஆமா.'

'நீ அதையெல்லாம் நினைச்சிப்பியாடா?' என்று வினய் கேட்டான்.

'இல்லே. நினைக்கறதில்லே.' என்று அண்ணா பதில் சொன்னான்.

'எப்படிடா இப்படி எல்லாத்தையும் சட்டுனு உதறமுடிஞ்சிது உன்னால?'

'தெரியல.'

'இதெல்லாம் ஒரு பக்குவம் இல்லே? எனக்குத்தான் இதெல்லாம் புரியமாட்டேங்கறது. ஆனா நீ ஊரைவிட்டுப் போனப்பவே விமல்

சொன்னாண்டா. நீ சாதாரண ஆள் இல்லை, குளத்துக்கு அடில பத்து நிமிஷம் மூச்சடக்கி தியானம் பண்ணுவே அப்படி இப்படின்னு என்னவோ...'

'ஆமா.'

'அந்த குளத்துல ரிஷிகள்ளாம் இருக்கான்னு சொல்லுவியாமே? சினிமாக்காராதான் அங்க பர்மனண்ட்டா இருப்பா.'

'இல்லை வினய். அங்க ரிஷிகள் இருக்கா. அது பொய்யில்லே.'

'நீ பாத்திருக்கியா?'

'ஆமா.'

'தப்பா நினைச்சிக்காத விஜய். என்னால நம்ப முடியலை' என்று வினய் சொன்னான்.

'அதனால ஒண்ணும் பிரச்னை இல்லை. நீ நம்பணும்னு நான் சொல்லலியே?'

'இல்லே.. நிஜமாவே ரிஷிகள் இருந்தான்னா.. சரி, அப்படியே இருந்தாலும் நம்ம கண்ணுக்கெல்லாம் தெரியற மாதிரியாவா இருப்பா?'

'என் கண்ணுக்குத் தெரிஞ்சா.'

'நிஜமாவா?'

'நான் பொய் சொல்லக்கூடாது வினய். எனக்கு அதுக்கு அனுமதி இல்லை.'

'யாரோட அனுமதி?'

'என் குரு.'

'அது யாரு?'

'உனக்குத் தெரியாது. கபிலர்.'

வினய்க்கு சிரிப்பை அடக்க முடியவில்லை. கபிலர்! எளிய சில சொற்களில் எத்தனை அனாயாசமாக இவன் காலங்களைக் கடந்துவிடுகிறான்! நீ நம்புவது நம்பாதது என் பிரச்னையில்லை என்று எத்தனை சுத்தமாக நகர்த்தி வைத்துவிடுகிறான்! எப்படி முடிகிறது இதெல்லாம்!

'கபிலரா! அவரை நீ பாத்திருக்கியா?'

'அவர்தான் என் குரு.'

'சரி. எங்க இருக்கார் அவர்?'

அவன் சற்றும் தயங்காமல் பதில் சொன்னான். 'முன்னாடி நம்ம ஊர் அல்லிக் குளத்துக்கு அடியிலே இருந்தார். இப்போ அங்கே இல்லை.'

'பின்னே?'

'உங்க காஞ்சீபுரம் வரதர் கோயில் குளத்துக்கடியிலே இருக்கார்.'

வினய் சிரித்துவிட்டான். 'அத்தி வரதருக்குத் துணையாவா?'

'இல்லை. அத்தி வரதரே அவர்தான்.'

அதற்குமேல் என்ன பேசுவதென்று வினய்க்குத் தெரியவில்லை. ஒரு சன்னியாசிக்குரிய சகல லட்சணங்களும் அண்ணாவுக்குச் சேர்ந்துவிட்டதாக அவனுக்குத் தோன்றியது. அதற்குமேல் அவனை வற்புறுத்தி வீட்டுக்கு அழைப்பதெல்லாம் முடியாத காரியம் என்பது அவனுக்குப் புரிந்துவிட்டது. இந்த சித்து ஆட்டங்கள், மாய தந்திர விளையாட்டுகளை எங்கே கற்றுக்கொண்டான் என்பது மட்டும் தெரிந்துவிட்டால் போதும்.

'விளையாட்டா? நான் எங்கே விளையாடினேன்?' என்று அண்ணா கேட்டான்.

'இல்லே.. என் பக்கத்துல நின்னுண்டு டெலிபோனுக்குள்ளேருந்து பேசினியே.. அதச் சொன்னேன்.'

'அது விளையாட்டில்லை வினய். அது ஒரு அறிவியல்' என்று அண்ணா சொன்னான்.

'அதையும் கபிலர்தான் கத்துக் குடுத்தாரா?'

'ஆமா.'

'உனக்கு மட்டும்தான் கத்துக் குடுப்பாரா? இல்லே யார் கேட்டாலும் கத்துக் குடுப்பாரா?'

'யார் கேட்டாலும் கத்துக் குடுப்பார். ஆனா யார் கண்ணுல அவர் தென்படறார்னு ஒண்ணு இருக்கில்லியா?' என்று சிரித்துக்கொண்டே கேட்டான்.

வினய் சிறிது நேரம் ஒன்றும் பேசவில்லை. உறங்கத் தொடங்கும் முன் ஒன்று மட்டும் சொன்னான், 'உன்கிட்டே எதோ சில சக்தி இருக்குன்னு புரியறது விஜய். ஆனா நீ சொல்ற கபிலர் கதையெல்லாம் நம்பும்படியா இல்லை. தப்பா நினைச்சிக்காதே.'

'அப்படியா?'

'ஆமா. அப்படித்தான்.'

'சரி தூங்கு. நான் அவர்கிட்டே கேக்கறேன்.'

'என்னன்னு?'

'என் தம்பிய நம்ப வெக்கறேளான்னு.'

'சரின்னு சொல்லுவாரா?'

'சொல்லிட்டார்னா நாளைக்குக் கார்த்தால ஒன்ன அவர்ட்ட கூட்டிண்டு போறேன்.'

'எங்கே? காஞ்சீபுரம் வரதர் சன்னிதிக்கா?'

'சன்னிதில எனக்கென்ன வேலை? குளக்கரைக்குப் போனா போதும். அவர் உள்ளதான் இருப்பார்.'

வினய் சரி என்று சொன்னான். சிரித்துக்கொண்டே உறங்கிப் போனான்.

விடிந்தபோதுதான் அவன் வரதர் கோயில் புஷ்கரணிக் கரையில் இருப்பதை உணர்ந்தான். அவன் பார்த்துக்கொண்டிருந்தபோதே அண்ணா குளத்துக்குள் இருந்து எழுந்து வெளியே வந்தான்.

'வா. ஒன்ன கூட்டிண்டு வரச் சொல்லிட்டார்' என்று சொன்னான்.

55. வேறிடம்

வினய்க்கு முதலில் ஒன்றும் புரியவில்லை. இரவு படுத்த இடம் ஒன்றாகவும் காலை விழித்த இடம் வேறாகவும் இருந்த குழப்பத்தில் சில வினாடிகள் பிரமை கொண்டு அமர்ந்திருந்தான். அண்ணா அவனை நீருக்குள் இறங்கச் சொல்லி அழைத்தபோது சற்று பயந்தான். எதற்கு இந்த விபரீதங்கள் என்று அவனுக்குத் தோன்றியது. கபிலர் இருந்தால் என்ன? இல்லாது போனாலென்ன? அவனுக்கு அவனது நம்பிக்கை. அதைக் கேள்விகளால் காயப்படுத்தி என்ன ஆகப் போகிறது? ஆனால் சந்தேகமில்லாமல் அண்ணா வேறு யாரோவாகியிருக்கிறான். சராசரிகளால் புரிந்துகொள்ள முடியாத சில சக்திகள் அவனுக்கு வந்திருக்கின்றன. அவன் அதைப் பயின்று பெற்றானா, தன்னியல்பாக வந்ததா என்பதல்ல முக்கியம். இனி எந்நாளும் அவன் வீடு திரும்பப் போவதில்லை என்பதுதான் அவனது நடவடிக்கைகள் சொல்லும் செய்தியாக இருந்தது.

அண்ணா அவனை மீண்டும் அழைத்தான். 'பயப்படாமல் இறங்கு. நான் இருக்கிறேன்.'

'எதற்கு?' என்று வினய் கேட்டான்.

'சொன்னேனே? உனக்கு அனுமதி தரப்பட்டிருக்கிறது.'

வினய் சிறிது யோசித்தான். 'விஜய், நான் உன்னை மதிக்கிறேன். உன்னை நம்புகிறேன். ஆனால் எனக்கு இதெல்லாம் வேண்டாம்.'

அண்ணா புன்னகை செய்தான். இரண்டு தாவில் நீந்தி, படியருகே வந்தான். தண்ணீர் சொட்டச் சொட்ட வினய் அருகே நடந்து வந்து அவன் தலையில் கைவைத்தான்.

'என்ன செய்கிறாய்? இதோ பார் மந்திர மாயங்களெல்லாம் எனக்கு வேண்டாம்.'

'ஒன்றுமில்லை வினய். சிறிது அமைதியாக இரு.' என்றவன், அவன் தலைமீது வைத்த உள்ளங்கையை மெல்ல மெல்ல அழுத்த ஆரம்பித்தான்.

‘என்ன செய்கிறாய்? எனக்கு இதெல்லாம் வேண்டாம்.’ என்று வினய் மீண்டும் சொன்னான். அவன் கையைத் தட்டிவிட்டு எழுந்து செல்ல முயன்றபோது அண்ணா அவனை அப்படியே தூக்கிக் குளத்துக்குள் போட்டான்.

வினய்க்கு மூச்சடைத்துவிட்டது. அவனுக்கு நீச்சல் தெரியாது. இறந்துவிடப் போகிறோம் என்ற பதற்றத்தில் ஆவேசமாக அண்ணாவை உதைத்துத் தள்ளி வெளியே வரப் பார்த்தான். சில வினாடிகள்தாம். தான் இறக்கவில்லை என்பது புரிந்துவிட்டது. தவிர நீருக்குள் அதுவரை அவன் போனதில்லை என்பதால் அந்த அனுபவம் புதிதாக இருந்தது. உடலின் எடை முற்றிலுமாக இல்லாமலாகிவிட்டதாக உணர்ந்தான். ஒரு மீனைப் போல் போய்க்கொண்டே இருந்தான். திடீரென்று அவனுக்குக் குழப்பமாகி விட்டது. குளம்தானே இது? ஆனால் எப்படி இத்தனை நீண்ட பயணத்தை அதன் ஆழத்தில் செய்கிறோம்? அத்தி வரதரேகூட இருபதடி ஆழத்தில்தான் இருப்பதாகச் சொல்லுவார்கள். ஆனால் இதென்ன அதையும் தாண்டிப் போய்க்கொண்டே இருக்கிறோம்?

தன்னோடு வந்துகொண்டிருந்த அண்ணாவிடம் வினய் இதைக் கேட்டான். அப்போது அவனுக்கு மீண்டும் வியப்பாக இருந்தது. தண்ணீருக்குள் எப்படித் தன்னால் பேச முடிகிறது? தன்னால் பேச முடிவது மட்டுமல்ல. பேசுவது அவனுக்குக் கேட்கவும் செய்கிறது. இதென்ன ஆச்சரியம்!

அண்ணா சொன்னான், ‘அத்தி வரதர் என்பவரை ஒரு சிலையாகவா கருதுகிறாய்?’

‘இல்லையா பின்னே? நாற்பது வருடங்களுக்கு ஒருமுறை குளத்து நீரை இரைத்து வெளியே கொட்டி அவர் சன்னிதிக்குப் போக வழி செய்வார்கள் என்று சொன்னார்களே.’

‘ஆம். அது உண்மைதான். ஆனால் கடவுள் என்பது சிலையல்ல.’

‘அதுசரி. கடவுள் என்பவர் சிலையல்லதான். ஆனால் அத்தி வரதர் சிலைதானே?’

‘இல்லை வினய். அவர் ஒரு ஆள். ஆசாமி. அவரது நிஜப்பெயர் கபிலர்.’

‘நீ பொய் சொல்கிறாய். இதையெல்லாம் நம்ப நான் குழந்தையில்லை.’ என்று வினய் சொன்னான்.

அண்ணா சிரித்தான். 'நீருக்குள் நீ நீந்தி வருகிறாய். நீருக்குள் உன்னால் பேச முடிகிறது. என்னோடு விவாதம் செய்ய முடிகிறது. இதையெல்லாம் மட்டும் எப்படி நம்புகிறாய்?'

வினய்க்குக் குழப்பமானது. ஆம். எப்படி இதெல்லாம் முடிகிறது?

'வினய், அறிதலின் எல்லை என்று ஒன்று உள்ளது. அதே போல அறிவின் எல்லையும் ஒன்று உண்டு. அதற்கும் அப்பால் உலவும் சக்தியை அறிவதே ஆன்மிகம். வேறு வழியில்லை. இதையும் அறியத்தான் வேண்டும். ஆனால் மூளையைப் பயன்படுத்தி அறிய முடியாது. மனத்தால் நிகழவேண்டியது இது.' என்று அண்ணா சொன்னான்.

வினய்க்கு அது புரியவில்லை. தனக்கு எதற்கு இது என்ற வினா மட்டும் அவன் மனத்தில் இருந்தது. ஆனால் அதை அவனிடம் கேட்கவில்லை. இருபது முப்பது நிமிடங்கள் நீருக்கடியில் போய்க்கொண்டிருந்த பின்பு அண்ணா அவன் கையை எட்டிப் பிடித்தான்.

'என்ன?'

'நாம் வந்தடைந்துவிட்டோம்.'

'எங்கே?'

'கபிலரின் இருப்பிடத்துக்கு. அங்கே பார்' என்று அவன் சுட்டிக்காட்டிய திசையில் நீர்த்தாவரம் ஒன்று புதராகப் பெருகி வளர்ந்து மிதந்துகொண்டிருந்தது. அண்ணா அந்த இடத்துக்கு வினய்யை அழைத்துச் சென்றான். நீந்தியபடியே புதரை விலக்கி அவன் முன்னால் செல்ல, வினய் அவன் கால்களைப் பிடித்துக்கொண்டு பின்னால் மிதந்து சென்றான். முதலில் அது ஒரு புதரைப் போலத்தான் தெரிந்தது. ஆனால் போகப் போக அது ஒரு பெரும் கானகத்தின் நுழைவாயில் என்று புரிந்தது. அண்ணா அங்கே அடிக்கடி வருபவனைப் போல வெகு இயல்பாகப் போய்க்கொண்டே இருந்தான். நீருக்கடியில் இத்தனை பெரிய கானகம் எப்படி சாத்தியம் என்று வினய்க்குப் புரியவேயில்லை. வியப்பும் பிரமிப்புமாக அவன் நாலாபுறமும் பார்த்துக்கொண்டே போனான். சட்டென்று ஓரிடத்தில் நீரற்றுப் போனது. அந்தக் கணம் இருவருமே பொத்தென்று கீழே விழுந்தார்கள். பெரிய உயரமில்லை. ஒரு நாலடி உயரம்தான் இருக்கும். குளத்துக்குள்

குதித்தது போலவே, குளத்தில் இருந்து குதித்தாற்போன்ற அனுபவம்.

‘டேய், நாம் குளத்துக்குள் அல்லவா இறங்கி வந்தோம்? திடீரென்று எப்படித் தரை தெரிகிறது? தவிர, இங்கு தண்ணீரின் சுவடே இல்லையே?’ என்று வினய் கேட்டான்.

‘தண்ணீர் இல்லாமல் எப்படி இத்தனைத் தாவரங்கள் இருக்கும்? அந்த மரத்தைப் பார். அப்படியொரு மரத்தை நீ எங்குமே கண்டிருக்க முடியாது’ என்று அண்ணா ஒரு மரத்தைச் சுட்டிக் காட்டினான்.

விழுந்த இடத்தில் எழுந்து நின்று திரும்பிப் பார்த்த வினய் பிரமிப்பில் மூச்சடைத்துப் போனான். ஆறடி உயரம்தான் அந்த மரம். நூறு கிளைகளும் கிளை மறைத்த வட்ட வடிவ இலைகளும் ஒவ்வொரு இலைக்கு நடுவிலும் ஒரு தாமரைப் பூவுமாக மிகவும் நூதனமாக இருந்தது அது. தாமரை எப்படி மரத்தில் பூக்கும்? அல்லது இது தாமரை போன்ற தோற்றமுடைய வேறு ஏதேனும் மலரா?

வினய் நம்ப முடியாத அதிசயத்தைக் கண்டவன் போல் அந்த மரத்தருகே சென்று ஒரு பூவைத் தொட்டுப் பார்த்தான். செந்நிறத்தில் பூத்துப் பொலிந்திருந்த அந்த மலர் அவன் விரல் பட்டதும் நீலமானது. அவன் பயந்துவிட்டான். அண்ணா புன்னகையுடன் அவனைப் பார்த்துக்கொண்டிருந்தான்.

‘இதைத் தொடக்கூடாதா?’ என்று வினய் கேட்டான்.

‘அப்படியெல்லாம் இல்லை. இன்னொன்றைத் தொடு’ என்று அண்ணா சொன்னான்.

வினய் தயக்கமுடன் இன்னொரு பூவைத் தொட்டான். உடனே அதுவும் நீலமானது.

‘இது என்ன அதிசயம்? இது எப்படி நிகழ்கிறது!’ என்று வினய் கேட்டான்.

‘நீ அதை வலக்கையால் தொட்டாய் அல்லவா? இம்முறை இடக்கையால் இன்னொரு பூவைத் தொடு’ என்று அண்ணா சொன்னான்.

வினய் இடது கரத்தால் இன்னொரு பூவைத் தொட்டதும் அது ஒரு கனியாக மாறி அவன் கரத்தில் விழுந்தது.

'டேய் என்னடா இதெல்லாம்!'

'சாப்பிடு' என்று அண்ணா சொன்னான். வினய், வியப்பு நீங்காமல் அதை வாயில் வைத்து ஒரு துளி கடித்தான். அது இனிப்பாக இல்லை. கசப்போ துவர்ப்போ புளிப்போ காரமோ உப்போ இல்லை. சுவையற்றதாகவும் இல்லை. ஆனால் என்ன சுவையென்று அவனால் கண்டறிய முடியவில்லை. என்ன என்ன என்று அண்ணாவிடம் திரும்பத் திரும்பக் கேட்டான்.

'நீ உனக்குத் தெரிந்த ஆறு சுவைகளில் இது எது என்று யோசிக்கிறாய். இதைத்தான் சொன்னேன். நீ அறிந்தவற்றுக்கு அப்பால் உள்ளவற்றை அறிந்ததைக் கொண்டு அளக்க முடியாது.'

'அப்படியா? ஏழாவதாக ஒரு சுவை உண்டா?'

'ஏழாயிரம் சுவைகள்கூட இருக்கலாம் அல்லவா?'

வினய்க்கு என்ன சொல்வதென்று புரியவில்லை. இன்றெல்லாம் இடைவிடாமல் அவன் தன்னை பிரமிப்பில் வீழ்த்திக்கொண்டே இருக்க முடிவு செய்திருப்பதாக நினைத்தான். ஒரு மாறுதலுக்கு அவனைச் சற்று அதிர்ச்சியடைய வைத்துப் பார்த்தால் என்ன?

சட்டென்று அவன் தன் கையில் இருந்த கனியை எறிந்துவிட்டு, அம்மரத்தின் இலைகளைப் பறித்து உண்ண ஆரம்பித்தான். கணப் பொழுதில் அவன் உடல் பச்சைப் பசேலென்று நிறம் மாறிப் போனது.

56. எடுத்தலும் வைத்தலும்

பரிசல் கரை நோக்கிச் சென்றுகொண்டிருந்தது. மழை பெய்ய ஆரம்பித்தால் பரிசலைத் திருப்பிவிட வேண்டும் என்று அரசியல் அமைப்புச் சட்டத்தில் யாரோ சொல்லியிருக்க வேண்டும். நான் பரிசல்காரனிடம் எவ்வளவோ மன்றாடிப் பார்த்தும் அவன் அதற்குமேல் நீர்ப்பரப்பில் மிதந்துகொண்டிருக்க முடியாது என்று சொல்லிவிட்டான். இரண்டு சன்னியாசிகளின் பாதுகாப்பு அவனுக்கு மிகவும் முக்கியம். மழையில் நனைந்து ஜலதோஷம் பிடித்துக்கொண்டால் உட்கார வைத்துத் தைலம் தேய்த்துவிட எங்களுக்கு யார் இருக்கிறார்கள்? எனக்குச் சற்று எரிச்சலாக இருந்தாலும் அடக்கிக்கொண்டேன். சரி, எவ்வளவு நேரம்தான் நீர்ப்பரப்பில் அலைந்துகொண்டே இருப்பது? கரை ஏறித்தான் தீரவேண்டும்.

ஆனால் வினய்க்கு இன்னும் சிறிது நேரம் இருக்கலாம் என்று தோன்றியது. அவனும் பரிசல்காரனிடம் கெஞ்சிப் பார்த்தான். மழை விட்டதும் மீண்டும் வரலாம் என்று அவன் சொன்னான்.

'விடு வினய். நாம் கரையிலேயே அமர்ந்து பேசுவோம். என்ன இப்போது?' என்று நான் சொன்னேன்.

எனக்கு அவன் குளத்துக்கு அடியில் பயணம் மேற்கொண்டு கானகத்தை அடைந்த கதையைச் சொன்னபோதே புரிந்துவிட்டது. அண்ணா அவனுக்கு என்ன செய்திருக்கிறான் என்று தெரிந்துவிட்டபடியால் அதன்பின் அக்கதையில் எனக்குப் பெரிய ஆர்வம் உண்டாகவில்லை.

'இரு. எப்படியும் நீ அந்த வாலாஜாபாத் கிழவி வீட்டில்தான் திரும்பக் கண் விழித்திருப்பாய். சரியா?' என்று கேட்டேன்.

'அதுதாண்டா எனக்கு ஆச்சரியம். கண் விழிச்சது அங்கேதான். ஆனா தொப்பலா நனைஞ்சிருந்தேனே?'

'அவன் உம்மேல ஒரு குடம் தண்ணி ஊத்தியிருப்பான்' என்று சொன்னேன். 'இல்லேன்னா அந்தளவுக்கு வியர்க்க வெச்சிருப்பான்.'

'வெறும் கனவுதான்னு சொல்றியா?'

'கனவுதான். ஆனா தானா வந்ததில்லே. உன் கனவை அவன் எழுதியிருக்கான்.'

'முடியுமா விமல்?'

'ஏன் முடியாது? முழிச்சிண்டிருக்கறப்போ சொல்லிக் குடுக்கறதெல்லாம் மனசுல போய் உக்கார்றது இல்லியா? அதையேதான் அவன் கனவுல செஞ்சிருக்கான்.'

'புரியலை.'

'குழந்தை தூங்கறபோது அதோட கை கால் அகண்டிருந்தா அம்மா பார்த்து சரி பண்ணி படுக்க வெப்பாளே.. அந்த மாதிரி. உன் கனவு உன்னை இழுத்துண்டு போறப்போ, அதைத் தடுத்து நிறுத்திட்டு அவன் ஒரு கனவை அங்கே விதையாட்டம் தூவிட்டுப் போயிடுவான்.'

'பயங்கரம்!' என்றான் வினய். 'ஆனா அன்னிக்கு நான் அவன் சொன்னதைக் கேட்டேன் விமல். என்னைத் திருவானைக்காவுக்குப் போகச் சொன்னான். சொரிமுத்து சித்தனைப் போய் பார்க்கச் சொன்னான்.'

'அதைவிடு. குளத்துக்கு அடியிலே நீ கபிலரைப் பார்த்தியா?'

அவன் சில வினாடிகள் அமைதியாக இருந்தான். பிறகு, 'ஆமா. பாத்தேன்' என்று சொன்னான்.

'எப்படி இருந்தார்?'

'ஜடாமுடி இருந்தது. தாடி இருந்தது. நெத்தியிலே கோபி சந்தனம் வெச்சிண்டிருந்தார். ஆனா காவி இல்லே. வேட்டி பழுப்பா இருந்தது. கண்ணுக்கு நடுவிலே கருமணியே இல்லை.'

'அதைவிடு. ஆன வயசுக்கு உதிர்ந்திருக்கும்' என்று சொன்னேன். சிரித்தான்.

'என்னமோ பண்ணிட்டாண்டா. நான் அப்படி மாறுவேன்னு நினைக்கவேயில்லை. அந்த கபிலர் என்னைத் தொட்டார். அது நிச்சயம். அவரோட இடது கை ஒரு ரெண்டு நிமிஷத்துக்கு என் உச்சந்தலைமேல தான் இருந்தது. கண்ணை மூடி என்னமோ

சொன்னார். சொல்லிண்டே இருந்தார். அவர் முடிச்சிட்டு கைய எடுத்தப்போ எனக்கு வீடு, அப்பா அம்மா எல்லாம் மறந்து போச்சு விமல். உடனே போயிடணும்னு தோணிடுத்து.'

'எங்கே?'

'தெரியலே.. எங்கயாவது போயிடணும். இமயமலைக்கா, வேற எங்கயாவதான்னு அப்ப எனக்கு நினைக்க முடியலை. ஆனா நான் வீட்டுக்கு சொந்தமானவன் இல்லைன்னு தோணிடுத்து.'

நான் சட்டென்று கேட்டேன். 'சித்ராவையும் உதறிவிட்டா?'

அவன் என்னை உற்றுப் பார்த்தான். 'நீ சித்ராவை மறக்கவேயில்லை' என்று சொன்னான்.

நான் எப்படி மறப்பேன்? எதற்காக நான் எதையும் மறக்க வேண்டும்? நான் நினைவுகளின் முத்துச் சிமிழ். என் சிமிழுக்குள் பல்லாயிரம் கோடி நினைவுகளை நான் சேமித்துக்கொண்டே இருக்கிறேன். தேவைப்படும் ஒவ்வொரு சந்தர்ப்பத்திலும் சரியான நினைவுகளைச் சிப்பி திறந்து வெளியே எடுத்து விரிக்கிறேன். வண்ணமயமான அதன் மேற்புறத்தில் லாவாக்கள் நீந்திக்கொண்டிருக்கும். நானும் என் நினைவுகளும். என்றைக்குமே நான் அவற்றை உதறியதில்லை. உதற விரும்பியதும் இல்லை.

'ஆனால் சொரிமுத்துச் சித்தன் என்னிடம் முதலில் சொன்ன வார்த்தையே, நிர்வாணம்தான்!' என்று வினய் சொன்னான்.

'எனக்குத் தெரியும் வினய். சாத்தியமில்லாதவற்றை சாத்தியப்படுத்த முயற்சி செய்யும் துறையில் அவர்கள் இயங்குகிறார்கள். இறுதியில் இது சாத்தியமில்லை என்று சொல்லிக் கையெழுத்திட்டுவிட்டுப் போய்விடுவார்கள். சேரும் இடமல்ல. பயணம்தான் அவர்களுக்குப் பெரிது.'

'அண்ணா சென்றடைய மாட்டான் என்கிறாயா?'

'வாய்ப்பே இல்லை.'

'எப்படி இத்தனைத் தீர்மானமாகச் சொல்கிறாய்? அவனுக்கு என்னென்ன வித்தைகள் தெரிந்திருக்கின்றன தெரியுமா?'

நான் சிரித்தேன். 'ஒரு வித்தைக்காரனாவதா சாதனை?'

'இல்லையா? வித்தை என்ற சொல்லை மலினமாக எண்ணாதே. வாலாஜாபாத்தில் இருந்து கணப் பொழுதில் நான் திருவானைக்கா

போய்ச் சேர்ந்தேன். அது கனவல்ல. நிஜத்தில் நடந்தது.' என்று வினய் சொன்னான்.

'அப்படியா? எனக்கென்னவோ நீ வாலாஜாபாத்துக்கே போகவில்லை என்றுதான் தோன்றுகிறது.'

'ஆனால் நான் சொரிமுத்துவைப் பார்த்தேனே? அவனோடு ஆறு வருடங்கள் வாழ்ந்திருக்கிறேன்!'

'இதோ பார் வினய். கண்ணுக்குத் தெரியாத உலகில் உலவுகிற ஜீவராசிகள் அவன் சொல்பேச்சு கேட்கின்றன. ஒரு ஜீவனுக்கோ, ஒன்றுக்கு மேற்பட்ட ஜீவன்களுக்கோ அவன் மேய்ப்பனாக இருக்கிறான். அவ்வளவுதான். இதை என்னால் ஒரு சாதனையாக எண்ணக்கூட முடியாது.'

வினய் வெகுநேரம் அமைதியாக இருந்தான். மழை விட்டிருந்தது. இருட்ட ஆரம்பித்திருந்தது. ஏனோ எங்களுக்கு மீண்டும் நீருக்குள் செல்லத் தோன்றவில்லை. கேட்டிருந்தால் அந்தப் பரிசல்காரன் எங்களை மீண்டும் நதியில் அழைத்துச் சென்றிருப்பான். நாங்கள் கேட்கவில்லை. கரையிலேயே ஒரு பாறையின்மீது அமர்ந்து நாங்கள் பேசிக்கொண்டிருந்தோம்.

வினய், சொரிமுத்துச் சித்தனிடம் போய்ச் சேர்ந்த கதையைச் சொல்லிக்கொண்டிருந்தான். முதல் முதலில் அவனைக் கண்டபோது தனக்கு அருவருப்பாக இருந்ததாக வினய் சொன்னான்.

'அவன் கிட்டேயே போக முடியாது. அப்படியொரு நாற்றம்'

'அவன் வியாதிகளைத் தீர்ப்பவன்' என்று நான் சொன்னேன்.

'ஆம். உனக்கு அது தெரியுமா?'

'யூகம்தான். வியாதிகளை அவன் துர்நாற்றமாக உருமாற்றித் தன்மீது பூசிக்கொண்டுவிடுகிறான். அவனைப் போலப் பலபேர் உண்டு. திருவண்ணாமலையில் நானும் ஓரிரண்டு பேரை அப்படிச் சந்தித்திருக்கிறேன்.'

'ஆம். அவன் ஒரு மருத்துவன். நம்ப முடியாத மருத்துவன். ஒரு கேன்சர் நோயாளியை அவன் குணமாக்கியதை நேரில் பார்த்தேன். அன்றுதான் என் மானசீகத்தில் அவனுக்கு நான் சீடனானேன்.' என்று வினய் சொன்னான்.

'என்ன செய்தான்?'

வினய் அந்தக் கதையை எனக்குச் சொன்னான். சமயபுரத்துக்கு அருகே வசித்து வந்த செருப்புத் தைக்கும் தொழிலாளி அவன். அவனுக்குப் புற்று நோய் என்று மருத்துவர்கள் சொல்லிவிட்டார்கள். சென்னை கேன்சர் இன்ஸ்டிட்யூட்டுக்குப் போய் அட்மிட் ஆகச் சொல்லி சொல்லியிருக்கிறார்கள். தோராயமாக என்ன செலவாகும் என்று தெரியாத நிலையில், இருக்கும்வரை வாழ்ந்துவிட்டு, முடியும்போது இறந்துவிடலாம் என்று அவன் முடிவு செய்திருக்கிறான். ஆனால் வலி பொறுக்காமல் போனபோது கதறிவிட்டிருக்கிறான். வீட்டுக்கு விவரம் தெரிந்து யாரோ சித்த வைத்தியரிடம் அழைத்துச் சென்றிருக்கிறார்கள். வந்த மரியாதைக்கு அவர் ஏதோ சூரணத்தைக் கொடுத்துவிட்டு திருவானைக்கா சித்தனைப் போய்ப் பார்க்கச் சொல்லியிருக்கிறார்.

மறுவாரம் வெள்ளிக்கிழமை அன்று காலை எட்டு மணிக்கு அந்த செருப்புத் தைக்கும் தொழிலாளி சொரிமுத்துவின் வீட்டுக்கு வந்தான். அவனை அவனது மனைவி அழைத்து வந்திருந்தாள். சொரிமுத்து அப்போது வீட்டுக்கு வெளியே குத்துக்காலிட்டு அமர்ந்து தேங்காய் உரித்துக்கொண்டிருந்தான். அவனைக்கண்டதும் என்னவென்று விசாரித்தான். செருப்புத் தைக்கும் தொழிலாளியின் மனைவி விவரத்தைச் சொல்லி அழுதாள்.

'சாமி நீங்க யாருன்னு எங்களுக்குத் தெரியாது. வைத்தியருங்களா? உங்கள போய் பாக்கச் சொல்லி தென்னூர் கண்ணபிரான் வைத்தியர் சொன்னாருங்க' என்று சொன்னாள்.

சொரிமுத்து அவனை வீட்டுக்குள் வரச் சொல்லிவிட்டு எழுந்து உள்ளே போனான். அவன் பின்னால் சென்றபோது, 'வெளிய ஒரு காய் உரிச்சேன் பாரு. அதக் கொண்டு வா' என்று சொன்னான்.

அவனும் பதில் பேசாமல் மீண்டும் வெளியே வந்து அவன் உரித்து வைத்திருந்த தேங்காயை எடுத்துக்கொண்டு உள்ளே சென்றான். வினய் அப்போது வீட்டுக்குள் சொரிமுத்துவுக்குக் காலை உணவைச் சமைத்துக்கொண்டிருந்தான். நொய்க் கஞ்சி. வீட்டுக்கு யார் புதிதாக வந்திருப்பது என்று வினய் திரும்பிப் பார்த்தான். 'சீக்கிரம் கஞ்சி ஆவட்டும்' என்று சொரிமுத்து சொன்னான். வந்தவனை உட்காரவைத்து, அவன் எதிர்பாராத கணத்தில் அவன் தலையில் முட்டி தேங்காயை உடைத்தான். அவன் திடுக்கிட்டு ஆவென்று அலற, 'சத்தம் போடாம இரு.' என்று சொன்னான்.

அந்த செருப்புத் தைக்கும் தொழிலாளிக்கும் அவன் மனைவிக்கும் அங்கே என்ன நடக்கிறது என்று புரியவில்லை. சொரிமுத்துவை ஒரு சித்தன் என்று அவர்களால் நினைக்க முடியவில்லை. கண்ணபிரான் வைத்தியரைவிடப் பெரிய வைத்தியராக இருக்கும் என்று எண்ணித்தான் அவர்கள் அங்கே வந்திருந்தார்கள். ஆனால் இதென்ன? அழுக்கு வேட்டியும் பரட்டைத் தலையுமாக ஒரு மொடாக்குடிகாரனின் தோற்றத்தில் கண் சிவந்து இருக்கிறானே இவன்?

வினய் கஞ்சியை இறக்கி வேறொரு பாத்திரத்தில் கொட்டித் தாளித்து ஒரு குவளையில் எடுத்து வந்து சொரிமுத்துவின் அருகே வைத்தான். அது சூடாக இருந்தது. ஆவி பறந்தது. சிறிது நேரம் அதைக் கையில் எடுத்துப் பார்த்துக்கொண்டே இருந்த சொரிமுத்து, அதை அந்த செருப்புத் தைக்கும் தொழிலாளியிடம் கொடுத்து, 'ஒரே மூச்சுல குடி' என்று சொன்னான். அவன் தயங்கினான்.

'குடின்னு சொல்றேன்ல?'

அச்சத்தில் அவன் சட்டென்று அந்தக் கஞ்சியைக் குடித்துவிட்டான். குடிக்கும்போதே ஆஊ என்று சூடு தாங்கமாட்டாமல் அலறினான். என்ன நடக்கிறது என்று புரியாமல் அவன் மனைவி திகைத்துப் போய்ப் பார்த்துக்கொண்டிருந்தபோது, 'தொண்டைக்குள்ள விரலவிட்டு வாந்தி எடு' என்று சொரிமுத்து சொன்னான். இப்போது வினய் அவன் அருகே வந்து நின்றுகொண்டான்.

'என்ன சாமி?'

'வாந்தி எடுடா' என்று சொரிமுத்து மீண்டும் சொன்னான். மாட்டிக்கொண்டோமே என்று அவன் நினைத்திருப்பான். வேறு வழியின்றி தொண்டைக்குள் நடுவிரலை விட்டு வாந்தியெடுக்க முயற்சி செய்தான்.

'நல்லா... நல்லா குடைஞ்சி எடு' என்று சொரிமுத்து மீண்டும் சொன்னான்.

நான்கைந்து முறை அவன் முயற்சி செய்தபிறகு அவனுக்கு வாந்தி வந்தது. அவன் ஓக்காளமிட்டு வாந்தி எடுக்கத் தொடங்கியபோது சட்டென்று சொரிமுத்து, அவன் தலையில் அடித்து உடைத்த தேங்காயில் அதை ஏந்திக்கொண்டான். இரண்டு மூடிகள் நிறைய அவன் எடுத்த வாந்தி.

'சரியாப் போச்சி. நீ போவலாம்' என்று சொரிமுத்து சொன்னான்.

'சாமி?'

'எந்திரிச்சிப் போடா. ஒனக்கு ஒண்ணுமில்லை' என்று அவன் மீண்டும் சொன்னதும், விட்டால் போதும் என்று அவன் தன் மனைவியை அழைத்துக்கொண்டு கிளம்பிப் போய்விட்டான்.

சில நிமிடங்கள் சொரிமுத்து தன் கையில் வைத்திருந்த, அவன் எடுத்த வாந்தியை உற்றுப் பார்த்துக்கொண்டே இருந்தான். சட்டென்று அதைத் தான் எடுத்துக் குடித்தான்.

வினய் ஆடிப் போய்விட்டான். 'என்ன பண்றிங்க?' என்று கேட்டான்.

'விட்றா. மருத்துவம் பாக்கப் பணமில்லாதவன். அவன் சம்சாரத்த பாத்தியா? தலைல அடிச்சிக் கையில குடுத்தா வாங்கிக்குவா. அவ்ளோ சாது. அப்பா அம்மா இல்லே. ஒரே ஒரு பொட்டப் புள்ள. பொழைக்கவெக்க வேணாமா?'

'அதனால?'

'அவன் புத்துநோயை நான் எடுத்துக்கிட்டேன்.'

'ஐயோ!' என்று வினய் அலறினான்.

'கூவாத. நாஞ்சாவ மாட்டேன். இன்னொருத்தனுக்கு இது இப்ப தேவைப்படுது. அவனுக்குக் குடுக்கற வரைக்கும் என்கிட்ட இருக்கும்' என்று சொரிமுத்து சொன்னான்.

57. நாய் வளர்ப்பு

ஒரு கையில் அடங்குகிற அளவுக்குப் பெரிய கூழாங்கல் ஒன்றை வாயில் திணித்து நெஞ்சுக்குள் புதைத்தாற்போல் இருந்தது என்று வினய் சொன்னான். அவனால் சொரிமுத்து சொன்னதை முதலில் நம்ப முடியவில்லை. அவன் சித்தன் என்று தெரியும். சில தந்திரங்கள் செய்யக்கூடியவன் என்பதை நேரில் கண்டிருக்கிறான். உணவின்றியும் உறக்கமின்றியும் நாள் கணக்கில் அவனால் நடந்துகொண்டே இருக்க முடிவதைப் பார்த்திருக்கிறான். ஒரு துண்டு மஞ்சளையும் ஆறு துளசி இலைகளையும் ஏழெட்டு மிளகுகளையும் ஒன்றாக வைத்து இடித்து ஒருவேளை உணவாக உட்கொண்டுவிட்டு ஒன்பது நாள்களுக்கு வெறும் நீர் அருந்தி வாழ்வதைப் பார்த்திருக்கிறான். ஆனால் புற்று நோயைக் குணப்படுத்தக்கூடிய அளவுக்கு சக்தி வாய்ந்தவனா என்று சந்தேகமாக இருந்தது. அவனிடம் கேட்கவும் தயங்கினான்.

சொரிமுத்து அவனையே பார்த்துக்கொண்டிருந்தான். 'என்னா? நம்பலியா?' என்று கேட்டான்.

'இல்ல.. மருத்துவத்துல இன்னும் இதுக்கு ஒரு தீர்வு கண்டுபிடிக்கலை. அதைத்தான் நினைச்சிண்டிருந்தேன்' என்று வினய் சொன்னான்.

'வியாதின்றது ஒண்ணுதாண்டா. ஊர்ப்பட்ட பேரு குடுத்து ரகத்துக்கு ஒண்ணா மருந்து சொன்னா அவம்பேரு டாக்டர். என்னைய கேளு. வியாதிக்கு ஒரே பேரு கர்மா.கர்மாவ அழிக்க முடியாது. ஆளு மாத்தி, இடம் மாத்தி வெக்க முடியும்.' என்று சொரிமுத்து சொன்னான்.

வினய்க்கு அது புரியவில்லை. 'எடுத்த புத்துநோய இன்னொருத்தனுக்கு வச்சா நம்புவியா?' என்று சொரிமுத்து கேட்டான்.

'ஐயோ வேண்டாம். யாரா இருந்தாலும் பாவம்தான். துக்கம் கூடாதுன்றதுதான் உங்க கொள்கைன்னா ஒருத்தன் துக்கத்தை இன்னொருத்தனுக்கு எப்படித் தரலாம்?'

அன்றைக்கு சொரிமுத்துச் சித்தன் வினய்யிடம் ஒரு விஷயம் சொல்லியிருக்கிறான். அவன் ஒரு மேஸ்திரி. சம்பளத்துக்கு நியமிக்கப்பட்ட மேஸ்திரி. திட்டம் தீட்டிய பொறியியல் வல்லுநர் வரைபடத்தைக் காட்டி கட்டடம் எப்படி எழும்பவேண்டும் என்று விளக்கிச் சொல்லியிருக்கிறான். நிலத்தின் எல்லைகள் வகுக்கப்பட்டிருக்கின்றன. சுற்றுச் சுவர் இது. வெட்டவெளி இது. வீட்டின் தொடக்கப் புள்ளி இது. இங்கே இந்த அறை. அங்கே அந்த அறை. இங்கே மாடிப்படி. அங்கே பால்கனி. ஜன்னல் இப்படி வைக்க வேண்டும். கதவு இன்ன மரத்தாலானதாக இருக்க வேண்டும். மணலை இந்தக் கடையில் வாங்கு. செங்கலை அந்தச் சூளையில் இருந்து தருவி. சிமெண்டுக்கு இங்கே பேசியிருக்கிறது. தண்ணீருக்குக் கிணறு அதோ. உனக்காக ஒதுக்கப்பட்ட வேலையாட்கள் இத்தனை பேர். அதில் ஆண்கள் இவ்வளவு. பெண்கள் அவ்வளவு. இது கடப்பாறை. அது மண்வெட்டி. வேலையைத் தொடங்க இதுவே தருணம்.

சொரிமுத்து தனக்கு அளிக்கப்பட்ட ஆட்களைப் பரீட்சித்துப் பார்த்தான். இன்னின்னாருக்கு இன்னின்ன வேலைகள் என்று ஒதுக்கிக் கொடுத்தான். வேலையில் சுணக்கம் நேரும்போது ஆட்களை மாற்றிப் போட்டான். நீ மண்ணெடுத்தது போதும். போய் கலவை போடு. அவனை இங்கே வந்து பூசச் சொல்லு. அளக்கத் தெரியாதவன் நூல் பிடிக்காதே. போய் கிணற்றில் இருந்து நீர் எடுக்கும் வேலையை நீ பார். நீ அங்கே பூசு. அவன் இங்கே பட்டி பார்க்கட்டும். கலவை தூக்கி வரும் அந்தப் பெண்ணுக்குக் கழுத்து வலிக்கிறது பார். சுமையை நீ வாங்கு. அவளைச் சற்று ஓய்வெடுக்கச் சொல்.

'தம்பி நான் இவ்ளதான். வெறும் மேஸ்திரி.'

'உங்களை விடுங்க. உங்ககிட்ட வர்றவங்கள பத்தி சொல்லுங்க. உங்களுக்கு ஒதுக்காத ஆளுங்களுக்கு நீங்க ஒண்ணும் செய்ய முடியாதா?'

முடியாது என்று சொரிமுத்து சொன்னான். 'நான் மட்டுமில்ல தம்பி. என்னைய மாதிரி இருக்கற எல்லாரும் அப்பிடித்தான். சித்தருகிட்ட போனேன்.. சும்மா பழங்குடுத்து திருப்பி அனுப்பிட்டாருன்னு எத்தினியோ பேரு சொல்லிக் கேட்டதில்ல? நானாச்சும் பழம் குடுத்து அனுப்புவேன். சில பேர் துண்ணூறு பூசி அனுப்பிடுவாங்க.'

அன்று மாலை சொரிமுத்து வெளியே போகலாம் என்று சொல்லி அவனை அழைத்துக்கொண்டு கிளம்பினான். திருவானைக்கா

லெவல் கிராசிங்கினுள் நுழைந்து தண்டவாளங்கள் சென்ற வழியிலேயே நடக்க ஆரம்பித்தார்கள். வினய்க்கு சரளைக் கற்கள்மீது நடக்கக் கஷ்டமாக இருந்தது. அடிக்கடி கால் தடுக்கி விழப் போனான். சொரிமுத்து ஒவ்வொரு முறையும் அவனைத் தாங்கிப் பிடித்து நேராக நடக்க வைத்தான்.

வினய் சொன்னான். 'நான் ஏன் உங்ககிட்டே வந்தேன்னு தெரியலை. அண்ணா போகச் சொன்னான். என்னமோ அவன் சொன்னதையெல்லாம் தட்டாதவன் மாதிரி நேரா இங்க வந்துட்டேன். வந்ததுலேருந்து இங்கேயேதான் இருக்கேன். ஏன் இருக்கேன்னும் தெரியலே, நீங்களும் அதைக் கேக்கலே.'

'எதுக்கு கேக்கணும்? போவணுன்னு தோணுறப்ப நீயே போயிடுவன்னு தெரியுமே?' என்று சொரிமுத்து சொன்னான்.

'நீங்க எனக்கு எதாவது கத்துத் தருவிங்களா?'

'என்னது?'

'இல்லே. இந்த சித்து.. எனக்கு இது புரியலை. ஆனா ஆர்வமா இருக்கு.'

'இதெல்லாம் கத்துத் தரக்கூடியதில்லை' என்று சொரிமுத்து சொன்னான்.

'பின்னே?'

'தானா வரும். வரணும்னு இருந்தா.'

'ஆனா நான் உங்ககிட்ட வந்திருக்கேனே? வரணும்னு இருந்திருக்கே?'

'என்னைத் தேடி தினம் ஒரு நாய் வரும் ராத்திரில. பாத்திருக்கியா?' என்று சொரிமுத்து கேட்டான்.

வினய்க்குச் சற்று சங்கடமாக இருந்தது.

'எப்பனாச்சும் நான் அதைத் துரத்தியிருக்கேனா? பன்னி வந்தாலும் துரத்த மாட்டேன், கழுதை வந்தாலும் துரத்த மாட்டேன், நீ வந்தாலும் துரத்த மாட்டேன்.'

'ஆமால்ல? எல்லாம் ஒண்ணுதான். ஆனா நீங்க நாய்க்கு சாப்பாடு வெக்கறிங்க. அதைப் பாத்தேன்.'

சொரிமுத்து சிரித்தான். வினய்க்கு அது இன்னமும் புரியாத சங்கதியாகத்தான் இருந்தது. சொரிமுத்து பொதுவாக உணவு விஷயங்களில் அக்கறை இல்லாதவன். சில நாள் காலை வேளைகளில் கஞ்சி காய்ச்சச் சொல்லுவான். சில நாள் பிச்சை எடுத்து உண்பான். இன்னும் சில நாள்களில் ஓட்டல்களுக்குச் சென்று இரண்டு இட்லி சாப்பிடும் வழக்கமும் உண்டு. ஆனால் என்னவானாலும் ஒரு நாளில் ஒருவேளை உணவுதான் உட்கொள்வான். அதுவும் மிகக் குறைந்த அளவு. ஆனால் தினமும் இரவு பத்து மணிக்கு அவன் வீட்டைத் தேடி வரும் அந்தக் கறுப்பு நிற நாய்க்கு அவன் விதவிதமாகச் சாப்பிடக் கொடுப்பான். ஒரு நாள் பால் சோறு. ஒரு நாள் சாம்பார் சாதம், வெண்டைக்காய் பொரியல். ஒருநாள் வெறும் பால். இன்னொரு நாள் பிரியாணி. சில நாள் கமகமவென்று கறி சமைத்தும் போடுவான். அது சாப்பிடும்போது அருகே உட்கார்ந்து அதன் புறங்கழுத்தைத் தடவிவிட்டுக் கொண்டே இருப்பான். சாப்பிட்டு முடித்துவிட்டு அந்த நாய் அவன் முகத்தை நக்கும். அதனோடு சிறிது நேரம் கொஞ்சிவிட்டு சட்டென்று எழுந்து கல்லால் அடித்துத் துரத்திவிடுவான்.

வினய்க்கு அந்தப் பாசம் புரியவில்லை. அத்தனை அக்கறையாக உணவிடுகிற கிழவன் எதற்குக் கிளம்பும்போது மட்டும் கல்லால் அடித்துத் துரத்த வேண்டும்?

‘அது ஒனக்கு வேணாம் விடு’ என்று சொரிமுத்து சொன்னான்.

‘இல்லே. நாளைக்கு என்னையும் கல்லாலடிச்சி துரத்துவிங்களோன்னு ஒரு சந்தேகம்.’

அவன் சற்றும் யோசிக்கவில்லை. ‘ஒனக்கு கல்லு இல்லே. செருப்புதான். பிஞ்ச செருப்பு’ என்று சொல்லிவிட்டு கெக்கெக்கெ என்று சிரித்தான்.

உண்மையில் அவன் ஒரு சித்தன் என்பதை வினய் அறிந்ததே அவன் அந்த நாய்க்கு உணவிடுவதைப் பார்த்தபோதுதான்.

‘டேய் ஒரு தட்டு எடுத்தாடா’ என்று உள்ளே பார்த்துக் குரல் கொடுப்பான் சொரிமுத்து. எதற்கு என்று கேட்காமல் வினய் ஒரு பழைய அலுமினியத் தட்டை எடுத்துக்கொண்டு வெளியே வருவான். அதை இடது கையால் அவன் வாங்கும்போதே அவன் மனத்தில் எண்ணும் உணவு தட்டில் நிரம்பிவிடும். உள்ளே சமைத்து வைத்ததைத்தான் வினய் எடுத்து வந்தாற்போல அதை

அவன் நாய்க்குப் போட ஆரம்பிப்பான். நாய் சாப்பிட்டு முடித்துக் கிளம்பும்வரை வினய் அதையே பார்த்துக்கொண்டிருப்பான். வெறும் சம்பிரதாயமாகக் கூடக் கிழவன் அவனை ஒரு நாளும் நீ சாப்பிடுகிறாயா என்று கேட்டதில்லை. வினய்க்குப் பசித்தால் நொய்க்கஞ்சி வைத்துக் குடித்துக்கொள்ள வேண்டியதுதான். பால் சோறும் பிரியாணியும் நாய்க்கு மட்டும்தான் என்பதில் அவன் தெளிவாக இருந்தான்.

ரயில் தண்டவாளம் சென்ற வழியே அவர்கள் இருவரும் நடந்துகொண்டிருந்தார்கள். ஏழெட்டு ஸ்டேஷன்கள் கடந்த பின்பும் கிழவன் நடையை நிறுத்தவில்லை. வினய்க்குக் கால் வலித்தது. அதை அவன் சொரிமுத்துவிடம் சொன்னபோது, 'வலிச்சா பரவால்ல' என்று பதில் சொன்னான். அன்றைக்கு இரவெல்லாம் தன்னை அவன் நடக்கவைத்துவிடுவானோ என்று வினய்க்கு அச்சமாக இருந்தது. ஆனால் ஏதோ ஒரு காரணமின்றி அவன் தன்னை அத்தனை தூரம் அழைத்துச் செல்ல மாட்டான் என்றும் தோன்றியது. வானம் முற்றிலும் இருட்டிவிட்டது. ரயில் பாதை சத்தமற்றுப் போனது. எங்கோ தொலைவில் யாரோ ஒரு லைன்மேன் எப்போதேனும் நடந்து போவது தெரியும். திடீரென்று ஒரு ரயில் கடந்து போகும். அதன் செவ்வக வெளிச்சத்தில் வினய் சொரிமுத்துவின் முகத்தைப் பார்த்தான். சிக்குப் பிடித்த தாடியும் சடை விழுந்த தலைமுடியும் எண்ணெய் வழியும் முகமுமாக அவன் இப்படி அப்படித் திரும்பாமல் நடந்துகொண்டே இருந்தான்.

மூன்று மணி நேரங்களுக்கு மேல் அந்த நடை நிற்கவேயில்லை. அதற்குமேல் தன்னால் நடக்க முடியாது என்று வினய்க்குத் தோன்றிவிட்டது. சட்டென்று அவன் அப்படியே தரையில் உட்கார்ந்து விட்டான்.

'என்ன?' என்று கிழவன் கேட்டான்.

வினய்க்கு உண்மையிலேயே அழுகை வந்தது. 'என்னால முடியலே. இது உங்களுக்குத் தெரியும். தெரிஞ்சும் என்னை இழுத்துண்டு போறேள்' என்று வினய் சொன்னான்.

சொரிமுத்து மீண்டும் கெக்கெக்கே என்று சிரித்தான். 'சரி எழுந்திரு.'

'முடியாது.'

'அட எந்திரிடா. இனிமே நடக்க வேணா' என்று கிழவன் சொன்னான். சந்தேகத்துடன் வினய் எழுந்தான். அவன் சற்றும்

எதிர்பாராவிதமாக சொரிமுத்து அவனை ஒரு குழந்தையை அள்ளுவது போல அள்ளித் தோளில் போட்டுக்கொண்டு நடக்க ஆரம்பித்தான்.

58. வெளிச்சம்

கண் விழித்து எழுந்தபோது அலையற்ற பெருங்கடல் ஒரு வெளிர் பச்சை நிறச் சேலையைப் போல விரிந்து கிடந்தது. வானத்தின் முனையோடு அது முடிந்துவைக்கப்பட்டிருந்தது. சுற்றிலும் ஆளரவமற்ற தனிமையில் அந்தக் கடல் தனக்காகவே காத்திருந்தாற்போல வினய் உணர்ந்தான். காரணமற்ற பரவசமும் எழுச்சியும் மனமெங்கும் நிறைந்து ததும்பிக்கொண்டிருந்தது. ஒரு அணிலைப் போல அவன் துள்ளியெழுந்து கரையோரம் சிறிது தூரம் ஓடினான். மீண்டும் கிளம்பிய இடத்துக்கே திரும்பி ஓடி வந்தான். அவனுக்காகவே அந்த நிலப்பரப்பு உற்பத்தி செய்யப்பட்டிருந்தாற்போலிருந்தது. வெண் மணலும் சிறு பாறைகளும் அடர்ந்த வெளி. தொலைவில் ஒரு சவுக்குக் காடு தெரிந்தது. கடற்காற்றில் மரங்கள் நொறுங்கி விழுவது போல் அசைந்துகொண்டிருந்தன. அவனுக்குச் சட்டென்று திருவிடந்தை நினைவு வந்தது. அங்கும் கடல் உண்டு. சவுக்குக் காடுகள் உண்டு. ஆனால் அந்தக் கடலில் அலைகள் இருக்கும். அந்தக் காற்றில் மிதமான சூடு இருக்கும். மரங்களின் அசைவில் ஒரு லயம் இருக்கும். காற்றடிக்கும் நேரம் சவுக்குக் காட்டுக்குள் நடந்தால் யாரோ வாயைக் குவித்து அடித்தொண்டைக்கும் கீழிருந்து ஓர் ஒலியெழுப்புவது போலக் கேட்கும். அது வேறு கடல். அது வேறு காற்று. இந்த இடம் மிகவும் புதிது. அவன் அதுநாள் வரை கண்டறியாத பிரதேசம்.

பத்து நிமிடங்கள் அவன் இலக்கற்றுத் திரிந்துகொண்டே இருந்தான். கண் கூசும் சூரிய வெளிச்சத்தை அந்தக் கடலின் வெளிர் பச்சை நிறம் தணித்துக்கொண்டிருப்பதாக அவனுக்குத் தோன்றியது. பார்த்துக்கொண்டே இருக்கலாம் போலிருந்தது. இன்னொரு நபர் மட்டும் அங்கே வந்துவிட்டால் அந்த மோனம் கெட்டுவிடும் என்று அஞ்சினான். ஆனால் யாருமற்ற வெளியில் எவ்வளவு நேரம் திரிந்துகொண்டிருக்க முடியும்? தனிமையை ஒரு லாகிரியாக மட்டுமே பயன்படுத்த இயலும் என்று தோன்றியது. கால் சோர்ந்து அவன் மீண்டும் நீர்ப்பரப்புக்கு அருகே வந்து அமர்ந்தபோது

சொரிமுத்துக் கிழவன் அவனை நோக்கி வருவது தெரிந்தது. வினய் அவனைப் பார்த்துப் புன்னகை செய்தான்.

'எங்க வந்திருக்கோம்?' என்று கேட்டான்.

'தனுஷ்கோடி.'

'ஒரே ராத்திரியிலா? அதுவும் நடந்து.'

இதற்குக் கிழவன் பதில் சொல்லவில்லை. 'அதுசரி. நீங்கதான் நடந்திங்க. நான் நடக்கலியே.' என்று வினய் மீண்டும் சொன்னான். இதற்கும் அவனிடம் பதில் வரவில்லை. அவன் அருகே வந்து அமர்ந்து வெகு நேரம் கடலையே பார்த்துக்கொண்டிருந்தான். வினய்யேதான் மீண்டும் பேசினான், 'நான் ராமேஸ்வரம் கோயில் போனதில்லை. கூட்டிட்டுப் போறிங்களா?'

'நாம கோயிலுக்குப் போக வரலை' என்று சொரிமுத்து சொன்னான்.

'வேற?'

'போய் ஒரு முக்குப் போட்டுட்டு வா'

வினய் பதில் பேசாமல் சட்டையைக் கழட்டி வைத்துவிட்டுக் கடலுக்குள் இறங்கினான். தண்ணீர் குளிர்ச்சியாக இருந்தது. கடலே ஒரு பெருங்குளமாகக் காட்சியளிக்கும் அதிசயம் தீரவேயில்லை அவனுக்கு. சிறிது நேரம் நன்றாக நீந்திக் குளித்தான். கரையேறி வரும் வரை அமைதியாக அவனையே பார்த்துக்கொண்டிருந்த சொரிமுத்து, 'டேய் ஒன்ன நான் முக்குப் போட்டுட்டில்ல வர சொன்னேன்? நீஞ்சிட்டு வந்தா என்ன அர்த்தம்?' என்று கேட்டான்.

வினய் சிரித்தபடி மீண்டும் நீருக்குள் இறங்கினான். இடுப்பளவு ஆழத்துக்குப் போய் நின்றுகொண்டு, 'ஒரு தடவையா? மூணு தடவையா?' என்று கேட்டான்.

'ஒரு முக்கு போடு போதும்' என்று சொரிமுத்து சொன்னான்.

வினய் ஒரு முறை முங்கி எழுந்து மீண்டும் ஈரம் சொட்டக் கரைக்கு வந்தான்.

'உக்காரு இப்பிடி.'

வினய் அவன் எதிரே அமர்ந்தான். சொரிமுத்து அவன் நடு நெற்றியில் தனது கட்டைவிரல் நகத்தை வைத்து ஸ்ரீசூர்ணம் இடுவது போலக் கீறினான். லேசாக வலித்தது. பிறகு, 'கண்ண

மூடிக்க. இதுவரைக்கும் நினைச்சதில்லேன்னாலும் பரவால்ல. இப்ப சிவனை நினை' என்று சொன்னான்.

வினய் கண்ணை மூடினான். ஒரு சிவ லிங்கத்தை மனத்துக்குள் கொண்டு வந்து நிறுத்தப் பார்த்தான். அவனால் லிங்கம் வைக்கப்பட்டிருக்கும் ஆவுடையைக் காண இயலவில்லை. ஒரு ஸ்டூலின்மீது லிங்கத்தை வைத்தாற்போலக் கண்டான்.

'வந்துருச்சா? அதையே பாரு' என்று சொரிமுத்து சொல்வது கேட்டது. வினய், தனது மூடிய கண்களுக்குள் தெரிந்த லிங்கத்தை உற்றுப் பார்க்கத் தொடங்கினான்.

'அப்படியே கொஞ்சம் கொஞ்சமா மேல போ. லிங்கத்தோட உச்சந்தலையப் பாரு'

மொழுங்கென்று இருந்த அதன் சிரத்தை வினய் கண்டான். உற்றுப் பார்த்தான். சட்டென்று அவனது உச்சந்தலையில் யாரோ ஓங்கி அடிப்பது போலிருந்தது. அதன்பின் அவன் கவனம் எங்குமே நகரவில்லை. இந்த உலகில் அவன் இருந்தான். அந்த லிங்கம் இருந்தது. அதன் சிரத்தின் வழுவழுப்பு இருந்தது. எங்கும் வேறெதுவும் இருக்கவில்லை. எவ்வளவு நேரம் அப்படியே அமர்ந்திருந்தோம் என்று வினய்க்குத் தெரியவில்லை. காலமும் வெளியும் மறைந்து போய் அகண்ட பேருலகின் ஒரே உயிராக அவன் கணக்கற்ற தொலைவுகளைக் கணப் பொழுதில் சுற்றி வந்தான். கண் விழித்தபோது அவனுக்கு மிகவும் பரவசமாக இருந்தது. அதுவரை உணராத பக்திப் பெருக்குடன் அவன் சொரிமுத்துவை நோக்கிக் கரம் குவித்தான். அவன் கண்ணில் இருந்து நிற்காமல் நீர் வழிந்துகொண்டிருந்தது.

'என்ன பார்த்தே?' என்று சொரிமுத்து கேட்டான்.

'எதுவுமில்லை.'

'ஆனா வெறுமையும் இல்லை. கரீட்டா?'

'ஆமா.'

'வெளிச்சமா இருந்திச்சா? இருட்டா இருந்திச்சா?'

'சரியா தெரியலே. வெளிச்சம்தான்னு நினைக்கறேன்.'

'கண்ணு கூசிச்சா?'

'இல்லை. நான் இமைக்கவேயில்லை. அது மட்டும் எப்படியோ நினைவிருக்கு.'

'ம்ம். அப்ப செரி. போ. போய் இன்னொருக்கா முக்குப் போட்டுட்டு வா' என்று சொன்னான்.

வினய் எழுந்து சென்று மீண்டும் ஒருமுறை முங்கிக் குளித்துவிட்டு எழுந்து வந்து எதிரே அமர்ந்தான்.

சொரிமுத்து பேச ஆரம்பித்தான்.

இது பாடம் அல்ல. இது கல்வியல்ல. இது அறிவியலோ மற்றதோ அல்ல. ஆன்மிகமா என்றால் மிகவும் யோசித்துவிட்டுத்தான் ஆமென்று சொல்ல முடியும். ஆனால் ஒரு சௌகரியத்துக்குக் கலை என்று சொல்லிக்கொள்ளலாம். நமக்குள் மட்டும்தான். வெளியாளுக்கல்ல. உலகத்துக்கல்ல. ஒரு சித்தன் உயிருள்ளவற்றின் நன்மைக்காக மட்டுமே இயங்க வேண்டும். மனிதர்கள். விலங்குகள். தாவரங்கள். நுண் உயிரிகள்.

'வைரஸா?' என்று வினய் கேட்டான்.

'உயிருள்ள எல்லாம்' என்று சொரிமுத்து சொன்னான்.

'எனக்கு ஒரு கேள்விக்கு பதில் வேணும். கடவுள் நிஜமா?'

அவன் சற்றும் யோசிக்காமல் சொன்னான். 'அதுல என்ன டவுட்டு? இப்பம் நீ பாத்தியே?'

'எங்கே?'

'முட்டாள். கண்ணை இமைக்காம வெளிச்சம் பார்த்தேன்னு சொன்னல்ல? அதுதான்.'

'அதுவா!' நம்ப முடியாமல் வினய் கேட்டான்.

'பின்னே? இப்ப வேணா கண்ணை மூடிப் பாரு. அந்த வெளிச்சம் திரும்ப வராது.'

அவனுக்குச் சந்தேகமாக இருந்தது. மீண்டும் கண்ணை மூடிப் பார்த்தான். இருட்டாகத்தான் இருந்தது. வெளியே அடித்த சூரிய வெளிச்சத்தின் நிழலும் கடலின் அலையடிப்பும் மங்கலாகத் தெரிந்தது.

'இருக்குதா?'

'இல்லை. அப்ப பார்த்தது இப்ப இல்லை.'

'அதான். அவ்ளதான்.'

'அப்ப கடவுள்னா வெளிச்சமா?'

'இருட்டுந்தான்.' என்று சொரிமுத்து சொன்னான். வினய்க்குக் குழப்பமாக இருந்தது. அவன் தனது வேட்டி மடிப்பில் இருந்து சருகு போலாகியிருந்த ஒரு இலையை எடுத்தான். 'இத மோந்து பாரு' என்று வினய்யிடம் நீட்டினான். வினய் அதை வாங்கி மூக்கருகே கொண்டு சென்று வைத்து முகர்ந்தான். ஒரு வாசனையும் இல்லை. அதை அவன் சொன்னபோது சொரிமுத்து சிரித்தான்.

'அதுக்கு வாசனை இருக்குது. ஆனா உனக்கு இப்ப அத கண்டுக்கற பக்குவம் இல்லை.'

'அப்படியா? அப்படியொரு பக்குவம் வருமா? அது வர நான் என்ன செய்யணும்?' என்று வினய் கேட்டான்.

அன்றைக்கெல்லாம் சொரிமுத்து அவனிடம் நெடு நேரம் பேசிக்கொண்டிருந்தான். உச்சாடணம். ஆகர்ஷணம். பேதனம். மோகனம். வசியம். வித்துவேஷணம். மாரணம். தம்பனம்.

'சில மந்திரங்கள் இருக்குதுடா. அதே மாதிரி சில மூலிகைகள் இருக்குது. மூலிகை உடம்பு. மந்திரம் உசிரு.' என்று சொரிமுத்து சொன்னான்.

'புரியுது. ரெண்டும் சேர்ந்தா பவர்னு சொல்றிங்க'

அவன் கெக்கெக்கே என்று சிரித்துவிட்டு, 'சேக்கத் தெரிஞ்சவண்ட்டதான் பவரு' என்று சொன்னான்.

வினய்க்குச் சற்றுக் குழப்பமாக இருந்தது. அவனுக்கு நீலாங்கரை சித்த வைத்தியரைத் தெரியும். அவனும் ஸ்கவுட்ஸ் வகுப்புகளின்போது அவர் வீட்டுக்குப் போயிருக்கிறான். அங்கே குவியல் குவியலாக மூலிகைகள் குவித்துவைக்கப்பட்டிருப்பதைக் கண்டிருக்கிறான். சில மூலிகைகளை புடைவை விரித்து நிழலில் உலர்த்தியிருக்கும். சிலவற்றை வீட்டுக்கு வெளியே வெயில் படும்படியாகவும் அவர் உலர்த்தியிருப்பார். புத்தகக் கட்டுகள், சுவடிக் கட்டுகள், மூலிகைகள், குப்பிகள், அம்மி, குழவியாலான வீடு.

'அதுவுந்தான். லச்சம் மூலிகை இருக்கு. ஒண்ணொண்ணும் ஒண்ணொண்ண செய்யும். சுளுவா கிடைக்கறத வெச்சி வைத்தியஞ் செய்வான். செரமப்பட்டுத் தேடிப் பிடிக்கறத வெச்சி சித்து பண்ணலாம்.'

வினய்க்கு அப்போது சட்டென்று முன்பொரு சமயம் வீட்டுக்கு வந்திருந்த சட்டையணிந்த சித்தரின் நினைவு வந்தது. வாழைப் பழத்தில் இருந்து பிள்ளையார் சிலை எடுத்த சித்தர். அவன் சொரிமுத்துவிடம் அந்தச் சம்பவத்தைச் சொன்னான். கேட்ட மாத்திரத்தில் சட்டென்று சொரிமுத்து சிறிது சிரித்தான். உடனே அமைதியாகிவிட்டான்.

'அதுக்கெல்லாமும் மூலிகை தேவையா?' என்று வினய் கேட்டான்.

'எல்லாத்துக்குந்தான். பாரு, இது விளையாட்டில்லெ'

'அது புரிஞ்சுடுத்து. நீங்க விளையாடலை.' என்று வினய் தீவிரமாகச் சொன்னான்.

'நிறைய வேலை செய்யலாம் தம்பி. வியாதி விரட்றது ரொம்ப மேம்போக்கு. அதுக்கும் மேல நிறைய இருக்கு. ஆகர்சனம்னா தேவதைங்கள கூப்ட்டு சகாயம் பண்ண வெக்குறது. நீ பாக்குற ஒண்ண உன் கண்ணெதிர்ல இன்னொண்ணா மாத்திப்புடலாம். அது பேதனம். மாரணம்னா சாவடிக்கறது..'

'ஐயோ..'

'என்ன ஐயோ? அந்த கேன்சர்காரண்ட்டேருந்து எடுத்து வெச்சேன்ல? எதுக்குன்னு நினைக்கற? வேற யாருக்கு சாவு அவசியமோ அவனுக்குக் குடுக்கறதுக்குத்தான்.'

சட்டென்று வினய் கேட்டான், 'இதையெல்லாம் மனுஷா பண்ண முடியும்னா அப்பறம் கடவுள் என்னதான் பண்ணுவார்?'

சொரிமுத்து சிரித்தான். 'நாம மனுசன், வேற எவனோ ஒருத்தன் கடவுள் உத்தியோகம் பாத்துக்கிட்டிருக்கான்னு நினைக்கற வரைக்கும் நீ சித்தனாக முடியாது' என்று சொன்னான்.

59. காற்றின் இருப்பிடம்

பொட்டல் வெளியான தனுஷ்கோடியில் மூலிகை கிடைக்கும் என்று வினய் நினைக்கவில்லை. ஆனால் அதற்காகத்தான் அங்கே வந்திருப்பதாக சொரிமுத்து சொன்னான்.

'இங்கே சவுக்கு தவிர வேற மரம்கூட இல்லையே' என்று வினய் கேட்டான்.

'ஆமால்ல?' என்று மட்டும் சொல்லிவிட்டு சொரிமுத்து சிரித்தான். பகல் பன்னிரண்டு மணி வரை கடலோரத்தில் அமர்ந்திருந்துவிட்டு அதன்பின் 'போலாம் வா' என்று சொரிமுத்து எழுந்து நடக்க ஆரம்பித்தான். வினய்யால் அவன் வேகத்துக்கு நடக்க முடியவில்லை. ஒரு ராட்சசனைப் போல் மணலில் பாதங்களைப் புதைத்துப் புதைத்து அவன் விரைந்துகொண்டிருந்தான். எடுத்து வைக்கும் ஒவ்வொரு அடிக்கும் கைப்பிடி அளவு மணல் மேலே துள்ளியெழுந்து கால்களை மூடின.

அவர்கள் சவுக்குக் காட்டுக்கு வந்து சேர்ந்தபோது நான்கைந்து மட்டக் குதிரைகள் அங்கே மேய்ந்துகொண்டிருந்ததை வினய் கண்டான். கிட்டே போய்த் தொட்டுப் பார்க்க ஆசையாக இருந்தது. ஆனால் வேண்டாம் என்று சொரிமுத்து சொன்னான். 'எதையும் யாரையும் தொந்தரவே பண்ணக்கூடாது, தெரிஞ்சிக்கிட்டியா? நாம எதுக்கு வந்தோமோ அத மட்டும்தான் பாக்கணும்.'

'நாம எதுக்கு வந்தோம்?'

'இதத்தான் நானும் உங்கண்ணனும் எங்கள மாதிரி இன்னும் சில பேரும் ரொம்ப வருசமா கேட்டுக்கிட்டிருக்கோம்' என்று சொல்லிவிட்டு கெக்கெக்கே என்று சிரித்தான்.

'இல்லை. நிஜமாவே எனக்கு இது தெரியணும். நான் காஞ்சீபுரத்துல பாடசாலைல படிச்சிண்டிருந்தேன். பிரபந்தத்துல ரெண்டாயிரம் எனக்கு அத்துப்படி. கோயில், உற்சவம், கோஷ்டி, சேவைன்னு வாழ்க்கை வேற விதமாத்தான் இருந்திருக்கணும். எல்லாத்தையும் விட்டுட்டு ஏன் உங்ககிட்ட வந்தேன்னே புரியலை.'

சொரிமுத்து அவனைச் சிறிது உற்றுப் பார்த்தான். பிறகு தோளில் கை போட்டு நடக்க ஆரம்பித்தான்.

'பாடசாலைக்கு முன்னாடி என்ன செஞ்சிட்டிருந்தே?'

'ஸ்கூல்ல படிச்சிண்டிருந்தேன்.'

'அப்போ அந்தப் பொண்ணு சித்ரா?'

தூக்கிவாரிப் போட்டது வினய்க்கு. அண்ணாவுக்குத் தெரிந்திருக்குமா? அவந்தான் சித்ராவைக் குறித்து இவனிடம் சொல்லியிருக்க வேண்டும். ஒரு காதலாகக் கூட மலராத வெறும் நினைவைக் குறிப்பிட்டு விசாரிக்க என்ன அவசியம் இருக்கும் என்று அவனுக்குப் புரியவில்லை.

'டேய், நடிக்காத. காதலெல்லாம் இல்லை. நீ அவளைத் தொட நினைச்சியா இல்லியா? அதச் சொல்லு. மார புடிச்சி கசக்கிப் பாக்க ஆசைப்பட்டல்ல?' என்று சொரிமுத்து கேட்டான்.

வினய்க்கு பயமாகிவிட்டது. மனத்துக்குள் ஓடுவதை இவன் எப்படிப் படிக்கிறான். நினைக்கும் விஷயத்தில் இருந்து கேள்விகளை உருவாக்கத் தெரிந்தவனாக இருக்கிறான். நல்லது. இது சித்துதான். இவனிடம் எதையும் ஒளித்துப் பயனில்லை என்று அவனுக்குத் தோன்றியது.

'இப்ப நினைச்ச பாத்தியா? அதாங்கரீட்டு. எதையும் மறைக்காத. அப்படியே சொல்லு.'

'எதுக்கு சொல்லணும்? உங்களுக்கேதான் எல்லாம் தெரிஞ்சிருக்கே?'

'பரவால்ல, நீ சொல்லு' என்று அவன் மீண்டும் தூண்டினான்.

வினய் சிறிது நேரம் யோசித்தான். இனி மறைக்க ஒன்றுமில்லை. இவனிடம் ஏன் வந்தோம் என்பது தெரியவேண்டுமானால் இவனுக்கு நேர்மையாக இருந்தே தீரவேண்டும் என்று தோன்றியது. எனவே சொல்ல ஆரம்பித்தான்.

'ஆமா. எனக்கு அவளத் தொடணும்னு தோணித்து. படுக்க வெச்சி நாக்கால உடம்பு பூரா நக்கிப் பாக்கணும்னு அடிக்கடி தோணும்.'

'உம். அப்பறம்?'

'எங்க ஊருக்கு நிறைய சினிமாக்காரா வருவா. அங்க டெய்லி ஷூட்டிங் நடக்கும்.'

‘சரி.’

‘எல்லா நடிகையையும் கிட்டப் போய் மோந்து பாக்கணும்னு தோணும்.’

‘போடு. மேல சொல்லு.’

‘எந்த பொம்மனாட்டிய பாத்தாலும் அவா புடவைய அவுத்துட்டு குளிக்க ரெடியாற மாதிரி மனசுக்குள்ள நினைச்சிப்பேன்.’

‘உங்கம்மாவையுமா?’ என்று சொரிமுத்து கேட்டான்.

‘ஐயோ’ என்று வினய் அலறிவிட்டான்.

‘இல்லேன்னா இல்லேன்னு சொல்லு. அவ்ளதான். மேல போ.’

வினய்க்கு என்ன சொல்வதென்று தெரியவில்லை. ‘இதெல்லாம் எல்லாருக்கும் தோணறதுதான். நான் மட்டும் ஒண்ணும் தப்பா நினைக்கலை. என் ஃப்ரெண்ட்ஸ் எல்லாரும்கூட இப்படித்தான் நினைப்பாங்க.’

‘ஆங். அதச் சொல்லு. எல்லாரும் இப்படித்தான் நினைப்பானுக. ஆனா யாரும் மார பாத்துட்டு மாருக்குள்ள எலும்பும் நரம்பும் ஓடுறத நினைக்கறதா சொல்ல மாட்டாங்க இல்லே?’

சட்டென்று வினய் அவன் காலில் விழுந்தான். நெடுநேரம் அவனது கால்களைப் பிடித்தபடி குமுறிக் குமுறி அழுதுகொண்டே இருந்தான். அவன் தடுக்கவில்லை. கால்களை நகர்த்தவும் இல்லை. பேச்சற்றுக் கடந்த கணங்களை சவுக்குக் காட்டின் காற்று விழுங்கிக்கொண்டிருந்தது. அவன் சமநிலைக்கு வந்து எழுந்தபோது சொரிமுத்து அன்போடு அவன் தலையை இரு கரங்களாலும் ஏந்திப் பிடித்து, ‘இந்தப் பொய் இருக்கே, அதுதான் ஆலகால வெசம். நீ உன் தம்பிகிட்ட மட்டும்தான் அதச் சொன்னே. ஆனா அப்படிச் சொன்னதைத்தான் இப்பம் வரைக்கும் நினைச்சிக்கிட்டிருக்க. ஆமாவா இல்லியா?’

‘ஆமா’

‘இப்பம் புரியிதா ஒனக்கு? பொய்தான் உன்னோட கேன்சர். ஒன்ன அதுதான் தின்னுக்கிட்டிருக்கு.’

‘நான் சரியானவன் இல்லை. அது எனக்குத் தெரியும். ஆனா பொம்மனாட்டிய நினைக்காத ஆம்பளைகள் இல்லை. அப்படி நினைக்கறது தப்புன்னா வம்ச விருத்தியே இல்லியே?’

‘தப்புன்னு நாஞ்சொல்லலியே?’

‘பின்னே?’

‘கசக்கணும்னு சொன்னே. நக்கிப் பாக்கணும்னு சொன்னே. அதைச் சொல்லவேண்டியதுதானே உன் தம்பிகிட்ட? அதை விட்டுட்டு மாருக்குள்ள எலும்ப பாக்கறேன், ரத்தத்த பாக்கறேன்னு எதுக்கு சொன்னே?’

‘அவன் சின்னப் பையன். அவன் என்னைத் தப்பா நினைச்சிட்டான்னா அதை என்னால தாங்க முடியாது.’

கிழவன் சிரித்தான். ‘சரி வா’ என்று அவனை இன்னும் சிறிது தூரம் அழைத்துச் சென்றான். சவுக்குக் காடு அங்கே இன்னும் அடர்ந்து நிறைந்திருந்தது. வெளிச்சம் மிகக் குறைவாகவே இருந்தது. கண்ணுக்கெட்டிய தொலைவு வரை மனித நடமாட்டமே இல்லாதிருந்தது.

‘நாம இங்க எதுக்கு வந்திருக்கோம்?’ என்று வினய் மீண்டும் கேட்டான்.

‘சொல்றேன். முதல்ல இந்த இடத்தைக் கொஞ்சம் தோண்டு’ என்று சொரிமுத்து ஓரிடத்தைச் சுட்டிக்காட்டினான். சற்றே இறுகியிருந்த மணல்தான். அங்கு தோண்டுவதற்கு கடப்பாறையெல்லாம் வேண்டாம் என்று வினய்க்குத் தோன்றியது. குனிந்து உட்கார்ந்து கைகளால் விறுவிறுவென்று தோண்டத் தொடங்கினான். சட்டென்று கிழவனைப் பார்த்து, ‘திருவிடந்தை பீச்சுல சின்ன வயசுல இப்படித் தோண்டித் தோண்டி கோபுரம் கட்டுவோம்’ என்று சொன்னான்.

‘நான் என் சின்ன வயசுல மாடமாளிகையெல்லாம் கட்டியிருக்கேன். மண்ணுல கட்டாத கொழந்தை ஏது? போற இடத்துமேல பொறந்ததுலேருந்து பாசம் இருக்கத்தாஞ் செய்யும்.’ என்று சொரிமுத்து சொன்னான்.

வினய் அரை மணி நேரம் அங்கே தோண்டிக்கொண்டே இருந்தான். மூச்சு வாங்கியது. மூக்கில் வியர்த்து ஒரு சொட்டு கீழே உதிர்ந்தது. இப்போது அவன் தோண்டிய இடத்தில் சிறியதாக ஒரு புடைவை நுனி தென்பட்டது. அவன் அதிர்ச்சியுடன் சொரிமுத்துவை நிமிர்ந்து பார்த்தான்.

‘நீ தோண்டினது போதும். நகந்துக்க’ என்று சொல்லிவிட்டு அவன் அந்தக் குழிக்கு அருகே வந்து அமர்ந்துகொண்டான். கண்ணை மூடி ஏதோ சொன்னான். பிறகு குனிந்து அந்தப் புடைவை நுனியைத் தொட்டான். ஒரு கொத்துத் தாள்களில் இருந்து ஒன்றை மட்டும்

தொட்டு உருவுவது போல அவன் அந்தப் புடைவை நுனியைப் பிடித்து இழுக்க ஆரம்பித்தான். வினய்யால் தான் கண்டதை நம்ப முடியவில்லை. அவன் தோண்டிய குழி அகண்டுகொண்டே சென்று அதில் ஒரு பெண் புதைக்கப்பட்டிருப்பதைக் கண்டான். ஐயோ என்று அலறினான்.

‘கத்தாதே. சைலண்டா இரு’ என்று சொரிமுத்து சொன்னான்.

‘என்ன பண்றிங்க? யாரு இது? இங்க எப்படி.. எனக்கு ஒண்ணும் புரியலை’ என்று வினய் படபடத்தான்.

‘அட இருடான்றன்ல?’

மிகச்சிலவினாடிகளில்அந்தஉருவம்முழுதும்வெளிப்பட்டிருந்தது. ஒரு பெண்ணின் பிணம். புதைத்துப் பல நாள்கள் ஆகியிருக்க வேண்டும். நிச்சயமாக அது இயல்பான மரணமாக இருக்க முடியாது என்று வினய்க்குத் தோன்றியது. இல்லாவிட்டால் இப்படி சவுக்குக் காட்டில் கொண்டு வந்து ஏன் புதைத்திருக்க வேண்டும்?

சொரிமுத்து அந்தப் பிணத்தின் மீது படிந்திருந்த மண்ணைக் கையால் தட்டி அகற்றினான். முகம் அழுகிவிட்டிருந்தது. வினய்யால் அதைப் பார்க்க முடியவில்லை. ஐயோ ஐயோ என்று அரற்றிக்கொண்டே இருந்தான்.

இப்போது சொரிமுத்து அந்தப் பிணத்தின் மீதிருந்த புடைவையை அகற்றினான். ஜாக்கெட்டின் ஊக்குகளை விடுவித்தான். பாதி அழுகிய மார்பகங்கள் தெரிந்தன. வினய்யைப் பார்த்து ஈஈஈ என்று சிரித்தான்.

‘வேண்டாமே? எனக்கு பயம்மா இருக்கு.’

‘பயம் போகணும்னா இதப் பாரு.’ என்று சொல்லிவிட்டு ஒரு குச்சியை எடுத்து பாதி அழுகியிருந்த அந்த மார்பின்மீது வைத்துக் கிளறினான். உள்ளிருந்து வெள்ளையாக சீழ் போலொரு திரவம் வெளிப்பட்டது. சதை அழுகிக் கரைந்து எலும்பு தெரிந்தது. ரத்தமும் சீழும் எலும்போடு கலந்து முழுமையாக வெளிப்பட்டபோது வினய் இமைக்க மறந்து அதனைப் பார்த்துக்கொண்டே இருந்தான்.

எவ்வளவு நேரம் அப்படியே நின்றிருந்தான் என்று அவனுக்குவின்த் தெரியவில்லை. ஒரு பெண். பிணமாகிவிட்ட பெண். புதைக்கப்பட்டவள். அழுகிக்கொண்டிருக்கும் உடல். சதை. எலும்பு. ரத்தம். சீழ். துர்நாற்றம்.

'பாத்தியா?' என்று சொறிமுத்து கேட்டான். வினய் தலையசைத்தான்.

'சரி, இனிமே மூடிடு.' என்று சொல்லிவிட்டு அவன் எழுந்துகொள்ள, காத்திருந்தாற்போல வினய் ஆவேசமாக அள்ளிக் கொட்டிய மண்ணை மீண்டும் அதன்மீது கொட்டி மூட ஆரம்பித்தான். இருபது நிமிடங்களில் மொத்தமாக மூடி சமப்படுத்திவிட்டு பொத்தென்று கீழே விழுந்தான். சொறிமுத்து சிரித்தான்.

'என்ன பாத்தே?'

வினய்க்குப் புரியவில்லை. அவன் மீண்டும் அதையே கேட்டான்.

'பொணம். பொண்ணோட பொணம்.'

'பொண்ணா? பொணமா? கரீட்டா சொல்லு.'

'பொணம்தான்.'

'ஏன் அவ பொண்ணில்லியா?'

'பொண்ணும்தான். ஆனா பொணம்.'

'ஆக காத்துதான் எல்லாம்னு புரியுதா? வெளிய கெடக்குற காத்து உள்ள கெடந்தா பொண்ணு. உள்ள கெடக்குற காத்து வெளிய போயிட்டா பொணம்.'

அதற்குப் பின் வினய் பேசவில்லை. இனி எந்நாளும் சொறிமுத்துவை விட்டுத் தான் வேறெங்கும் போகப் போவதில்லை என்று நிச்சயம் செய்துகொண்டான்.

60. சபித்தவன்

தனக்கு நடந்தவற்றை வினய் சொல்லிக்கொண்டே வந்தபோது எனக்கொரு சந்தேகம் எழுந்தது. அவனை சன்னியாசியாக்கித் திரிய விடுவதற்காக அண்ணா அவனை சொரிமுத்துச் சித்தனிடம் அனுப்பியிருக்க மாட்டான் என்று நினைத்தேன். வினய்யிடம் ஏதோ ஒரு பிரச்னை இருப்பதாக அவன் நினைத்திருக்க வேண்டும். அதை மட்டும் சரி செய்துவிட்டால் அவன் வாழ்க்கை சிக்கலில்லாமல் போகும் என்று தோன்றியிருக்கும். அவனறிந்த உலகில், அவனறிந்த மனிதர்களில் சொரிமுத்துச் சித்தன் சரியாக இருப்பான் என்று எண்ணியிருப்பான். இவன்தான் அதைத் தவறாகப் புரிந்துகொண்டுவிட்டானோ?

வினய்யிடம் நான் எனக்குத் தோன்றியதைச் சொன்னபோது, *'இல்லே விமல். சன்யாசம் என் விதி'* என்று சொன்னான்.

'யாரு சொன்னது?'

'சொரிமுத்து. எனக்கு மட்டுமில்லே. நம்ம நாலு பேருக்குமே அதுதான் விதி. நாம யாரும் வீடு தங்கப் பொறக்கலை.'

'அவனுக்கு எப்படி தெரியுமாம்?'

அப்போதுதான் அவன் அந்தச் சுவடியைப் பற்றிச் சொன்னான். அண்ணா வைத்திருந்த சுவடி. அது ஒரு மருத்துவச் சுவடிதான் என்று வைத்தீஸ்வரன் கோயில் நாடி வல்லுநர் சொல்லிவிட்ட பின்பு வீட்டில் அதை யாரும் பொருட்படுத்தவில்லை. அது மீண்டும் பரணுக்குச் சென்றதா அல்லது கீழேயே கிடக்கிறதா, அம்மா வெளியில் தூக்கிப் போட்டிருப்பாளா என்றுகூட எனக்குத் தெரியாது. ஓரிரு முறை கேசவன் மாமாவைச் சந்திக்க நேர்ந்த போதெல்லாம் அதைக் குறித்துக் கேட்கவேண்டும் என்று எண்ணிக்கொள்வேன். எப்படியோ மறந்துவிடும்.

ஆனால் அது மருத்துவச் சுவடியல்ல என்று வினய் சொன்னான். *'அண்ணா அதை அப்படி மறைச்சி, மாத்தி வெச்சிருக்காண்டா.*

உண்மைல அது நம்மோட வம்ச சரித்திரம். அதுல ஒரு செய்தி இருக்கு.'

'என்ன செய்தி?'

'செய்தியில்லே. ஒரு ரகசியம். ஒரு பயங்கரமான கதை.'

'நாலு வரி பயங்கரக் கதையா?'

'நீ நம்பலை இல்லே?' என்று வினய் கேட்டான்.

நான் எதையும் நம்பவும் நம்ப மறுக்கவும் கூடாதென்ற விரதத்தில் உள்ளதை அவனுக்கு எப்படிப் புரியவைப்பேன்? எத்தகைய அற்புதங்களையும் வெறும் தகவல்களாக்கி உள்ளே போட்டுக்கொள்வதில் ஒரு குரூரமான சந்தோஷம் இருக்கிறது. மிகச் சிறந்ததொரு லௌகீகியால் மட்டுமே அந்த சந்தோஷத்தை நுகர முடியும். நான் புன்னகை செய்தேன். 'வினய், அது ஒரு பொய். புனைவு. என்னைப் பார். என் உடை மட்டும்தான் காவி. நான் சன்னியாசி இல்லை. மிக நிச்சயமாக நான் எதையும் துறக்கவில்லை' என்று சொன்னேன்.

'அப்படியா?'

'ஆம். என்னிடம் பணம் இருக்கிறது. எங்கெங்கிருந்தோ, யார் யாரோ கொண்டு வந்து தருகிறார்கள். என்னை ஒரு விசையாகக் கருதித் தமக்காகச் செலுத்தும் அரசியல்வாதிகள் என் சௌக்கியத்துக்கு பங்கமின்றிப் பார்த்துக்கொள்கிறார்கள். அழகிய இளம் பெண்கள் பலரை நான் அறிவேன். நான் அவர்களைத் தொடுகிறேன். சுவைக்கிறேன். சுகிக்கிறேன். நான் எதையும் அடக்குவதில்லை. எதையும் விட்டு உதறுவதும் இல்லை.'

அவன் அதிர்ந்து போய்ப் பார்த்தான். 'நிஜமாவா?' என்று கேட்டான்.

'நான் என் சகோதரனிடம் பொய் சொல்லவே மாட்டேன். உண்மையிலேயே நான் ஒரு பரம லௌகீகி. பணம், பெண், புகழ், போதை எதையும் துறக்கவில்லை.'

'ஆனா வீட்டைத் துறந்தியே?' என்று வினய் சொன்னான்.

யோசித்துப் பார்த்தால் ஒரு விதத்தில் அது மட்டும்தான் உண்மை. நான் வீட்டைத் துறந்துதான் வந்தேன். ஆனால் யாருடைய நினைவையும் துறக்கவில்லை. இன்றுவரை அம்மாவின் அன்பும் புன்னகையும் எனக்கு நினைவில் இருக்கின்றன. அப்பாவின்

வாசனை நினைவில் இருக்கிறது. கேசவன் மாமாவின் பாசம், திருவிடந்தை கோயிலின் தயிர்சாத வாசனை, சித்ராவின் மார்புச் செழுமை.

வினய் வாய்விட்டு உரக்கச் சிரித்தான். 'ஆனாலும் அநியாயம். அண்ணன் தம்பிகள் மொத்தமாக நாம் அவளை நினைவில் தொட்டுத் தோய்ந்திருக்கிறோம்.'

'அண்ணாவுமா?' என்று கேட்டேன்.

'தெரியலை. ஆனா அதெப்படி இல்லாம இருக்கும்?' என்று வினய் சொன்னான்.

'அடுத்த தடவை அவனைப் பாத்தேன்னா மறக்காம கேளு' என்று சொன்னேன்.

'ஏன் நீயே கேக்கலாமே?'

'நான் பாக்க மாட்டேன்.'

'ஏன்?'

'ஏனோ? எனக்கு அப்படித்தான் தோணறது. என்னிக்கும் நான் அவனைப் பார்க்கப் போறதில்லை.'

அன்றைக்கு சிரீரங்கப்பட்டணத்து முன்னாள் நடிகரும் அரசியல்வாதியுமான பிரமுகரை நான் பார்க்க முடியவில்லை. மிகவும் நேரமாகிவிட்டபடியால் மறு நாள் வந்து பார்ப்பதாகத் தகவல் மட்டும் அனுப்பிவிட்டு ஓட்டலுக்குத் திரும்பிவிட்டேன். மிருதுளாவின் அப்பாவுக்குத் தீராத வியப்பு. என் சகோதரனும் ஒரு சன்னியாசி என்பதை அவரால் நம்பவே முடியவில்லை. நான் அவருக்கு வினய்யை அறிமுகம் செய்து வைத்தேன். அவனை மிகவும் கட்டாயப்படுத்தித்தான் நான் தங்கியிருந்த நட்சத்திர விடுதிக்கு அழைத்துச் செல்ல முடிந்தது. அவன் மிகவும் யோசித்தான். வேண்டாமே என்று மறுத்துப் பார்த்தான்.

'எல்லாம் பரவால்ல வா' என்று சொன்னேன்.

'இல்லே. நான் அந்த மாதிரி இடத்துல எல்லாம் தங்கறதில்லே.'

'ஏன் தங்கினா விரதம் கெட்டுடுமா? ஒரு இடம் உன்னை மாத்தும்னா அப்பறம் அது என்ன பெரிய சன்னியாசம்?'

'இடம் இல்லை. சொகுசு.' என்று வினய் சொன்னான்.

'எல்லாம் பரவாயில்லை. நான் கட்டிலில் படுத்துக்கறேன். நீ தரையில் படு' என்று சொல்லித்தான் அழைத்துப் போனேன். அன்று இரவு முழுதும் நாங்கள் தூங்கவில்லை. அவன் துறந்தவன் என்பதையே மறந்து என்னிடம் மனம் விட்டுப் பேசிக்கொண்டிருந்தான். சில சமயம் அவன் என்னைச் சகோதரனாக எண்ணிப் பேசுவது போலத் தோன்றும். சட்டென்று நான் கவனிக்காத கணத்தில் அவன் பொதுவில் யாருடனோ பேசுவது போலப் பேசினான். எனக்கு இரண்டுமே பரவாயில்லை என்றுதான் தோன்றியது. இரவு பதினொரு மணி வரை நாங்கள் சாப்பிட மறந்து பேசிக்கொண்டே இருந்தோம். சட்டென்று நாந்தான் கேட்டேன். 'டேய் உனக்குப் பசிக்குமே? எதாவது ஆர்டர் பண்ணவா?'

'வேண்டாம்' என்று வினய் சொன்னான்.

'இல்லை. இங்க சாப்பாடு நன்னாருக்கு. சிம்பிளா எதாவது சொல்றேனே?'

வேண்டவே வேண்டாம் என்று அவன் மறுத்துவிட்டான். நான் எனக்கு மட்டும் நான்கு சப்பாத்திகளும் ஒரு பருப்புக் கூட்டும் வரவழைத்து உண்டேன். தகதகவெனப் பணத்தின் செழுமையில் ஒளிர்ந்துகொண்டிருந்த அந்தப் பெரிய, குளிரூட்டப்பட்ட அறையில் நாங்கள் இருவரும் சோபாக்கள், நாற்காலிகளைப் புறக்கணித்துவிட்டு தரையில் கால் நீட்டி அமர்ந்து பேசிக்கொண்டிருந்தோம்.

வினய் அந்த ஓலைச் சுவடியைப் பற்றி நெடுநேரம் பேசிக்கொண்டிருந்தான். அண்ணாவின் சுவடி சொரிமுத்து அவனுக்கு அந்தச் சுவடியைப் பற்றிச் சொல்லியிருக்கிறான். பாரத தேசத்தில் இதுவரை ஆறு பேர் வீடுகளில் இம்மாதிரி நடந்திருக்கிறது. பிறக்கிற பிள்ளைகள் அத்தனை பேரும் துறவு கொண்டு போகிற சம்பவம்.

'யாரந்த ஆறு பேர்?' என்று கேட்டேன்.

'அது அவன் சொல்லவில்லை. ஒரிசாவில் ஒரு குடும்பத்தைச் சொன்னான். ஜம்முவில் ஒரு குடும்பம். தமிழ் நாட்டிலேயே இன்னொரு குடும்பம் இருக்கிறதாம். ராமேஸ்வரத்தில் என்று சொன்னான்.'

'பிறகு?'

‘ராஜஸ்தானில் ஒன்று. அருணாசல பிரதேசத்தில் ஒன்று.’

எனக்கு அந்தக் கதை சுவாரசியமாக இருந்தது. அது ஒரு குல சாபம் என்று சொரிமுத்து வினய்யிடம் சொல்லியிருக்கிறான். என் அம்மாவின் பாட்டனாருக்கு இடப்பட்ட சாபம். சாபமிட்ட முனிபுங்கவர் யாராக இருப்பார்? அது தெரியவில்லை. ஆனால் சாபம்தான். உன் வம்சத்தில் ஆண் குழந்தைகள் பிறக்காது. பிறந்தால் ஒரே குடும்பத்தில் மொத்தமாகப் பிறக்கும். மொத்தமாக அவை சன்னியாசம் பெற்றுச் சென்றுவிடும்.

‘இதுதான் அந்த ஓலைச்சுவடியில் இருந்ததா?’

‘ஆம்’ என்று வினய் சொன்னான்.

‘நீ இப்படியொரு முட்டாளாக இருப்பாய் என்று நான் நினைக்கவில்லை வினய். ஒரே குடும்பத்தில் மொத்தமாகப் பிறக்கும் ஆண் குழந்தைகள் சன்னியாசியாகும் என்றால் கேசவன் மாமா எந்தக் குடும்பத்தில் பிறந்தார்? அவர் ஏன் இன்னும் வீட்டைக் கட்டிக்கொண்டு அழுகிறார்?’

அவன் கணப் பொழுதும் சிந்திக்கவில்லை. ‘மாமா நம்ம தாத்தாவுக்குப் பொறக்கலை’ என்று சொன்னான்.

நான் சட்டென்று எழுந்துவிட்டேன்.

‘நம்ப முடியலை இல்லியா? ஆனா அதுதான் உண்மை. இது அம்மாவுக்கே தெரியாது.’

‘ஓ. மாமாவுக்குத் தெரியுமா?’

‘தெரியாது.’

‘சொரிமுத்துவுக்கு மட்டும்தான் தெரியுமா?’

‘அண்ணாவுக்குத் தெரியும்னு சொரிமுத்து சொன்னான்.’

சில வினாடிகள் நான் மாமாவைப் பற்றிச் சிந்தித்துக்கொண்டிருந்தேன். பெரிய அதிர்ச்சியெல்லாம் இல்லை. ஆனாலும் சிறிது வருத்தமாக இருந்தது. கேசவன் மாமாவை எனக்கு மிகவும் பிடிக்கும். ஒருவிதமான ஆக்ரோஷப் பாசம் அவருடையது. தனது அக்காவின் குடும்பத்துக்காகத் தன்னை உருக்கி ஊற்றிக்கொண்டிருக்கிற மனிதர். ஒருக் கணமும் அவர் அம்மாவைப் பிரிந்ததே இல்லை.

மடிகேரியில் நான் இருக்கிற விவரம் அறிந்து முதல் முதலில் அவர் என்னைக் காண வந்தபோது ஒன்று சொன்னார். ‘பெத்த தாயைவிட எதுவும் பெரிசில்லே. சன்யாசம், ஞானம், தெய்வம் உள்பட.’

நான் தெய்வத்தையோ சன்னியாசத்தையோ பெரிதாக எண்ணுபவனல்ல என்பதை எப்படி அவருக்குப் புரியவைப்பது என்று யோசித்தேன். புரியும் என்று தோன்றவில்லை. லௌகீகம்தான் சரி என்று எண்ணுபவன் வீட்டுக்கு வந்து தொலைத்தால் என்னவென்று கேட்டுவிடுவார். நியாயமான கேள்விதான். ஆனால் என் தடுப்புச் சுவர்களை நான் மெல்ல மெல்ல நகர்த்திக்கொண்டே போய்க்கொண்டிருந்தேன். எல்லைகளற்ற உலகம் என ஒன்றில்லை. ஆனால் என் எல்லைக் கற்களை என்னால் நகர்த்தி வைக்க முடியும். அதன் தேவையும் முக்கியத்துவமும் மாமாவுக்குப் புரிய வாய்ப்பில்லை.

‘மாமா, அம்மான்றவ ஒருத்தி இல்லே. உறவுங்கறது நாலஞ்சு பேரோட முடியறதும் இல்லே.’

‘இருந்துட்டுப் போகட்டுமே? அவ அழுகைய விடவாடா உன் ஞானம் பெரிசு?’ என்று குழந்தை போலக் கேட்டார்.

ஞானமா! நான் அதன் கோரப் பிடியில் இருந்து என்னை முற்றிலுமாக விடுவித்துக்கொள்ளப் போராடிக்கொண்டிருப்பவன் அல்லவா? என்ன சொன்னால் இவர் சமாதானம் ஆவார் என்று யோசித்தேன். இறுதியில், ‘நான் தமிழ் நாட்டுக்குக் கூடிய சீக்கிரம் வருவேன். அப்ப உங்காத்துக்குக் கண்டிப்பா ஒரு நடை வரேன்’ என்று சொன்னேன்.

மாமா அதிர்ந்து போனார். ‘எங்காமா!’ என்று திரும்பத் திரும்பக் கேட்டார். அவரை எழுந்து போகவைக்க எனக்கு அப்போது வேறு வழி தெரியவில்லை. சீ என்று சொல்லிவிட்டுப் போய்விட்டார்.

வினய்யிடம் இதனைச் சொன்னேன். ‘பாவம் மனிதர்’ என்று வருத்தப்பட்டான்.

‘அவர் தாத்தாவுக்குப் பொறக்கலைன்னு எப்பவாவது அவர்கிட்டே நீ சொல்லுவியா?’ என்று கேட்டேன்.

‘அவசியமில்லைன்னு நினைக்கறேன். அவசியப்பட்டா அண்ணா சொல்லிப்பான்.’

இப்போது நான் வெடித்துச் சிரித்தேன்.

61. சர்க்கரைப் பொங்கல்

வினய், சொரிமுத்துச் சித்தனோடு ஆறேழு வருடங்கள் சுற்றியிருக்கிறான் என்று அறிந்தபோது எனக்குச் சற்று வியப்பாக இருந்தது. அவன் நிறைய மூலிகைகளைப் பற்றி வினய்க்குச் சொல்லிக் கொடுத்திருக்கிறான். இங்கு கிடைக்காத மூலிகைகள். எங்குமே இன்று கிடைக்காத மூலிகைகள். ஆனால் மூலிகைகள் இன்றி சித்து இல்லை. அப்படிச் செய்யப்படுபவை எதுவும் சித்தில் சேர்த்தி இல்லை.

'வேறென்ன?' என்று வினய் கேட்டதற்கு, 'துஷ்ட சகவாசம்' என்று சொரிமுத்து பதில் சொன்னான். ஆவிகள். பேய்கள். அமைதியுறாத ஆத்மாக்கள்.

'ஒண்ணு தெரிஞ்சிக்கடா. இந்த உலகத்துலே மொத சித்தன் பரமசிவன். அவன் சுடுகாட்டு வாசி. விட்டுட்டு மலைக்கு ஓடிட்டான். கடேசி சித்தன் உங்கண்ணன். அவனும் சுடுகாட்ட விட்டுட்டு மலைக்குத்தான் ஓடினான்' என்று சொரிமுத்து சொன்னபோது வினய்க்கு வியப்பாகிவிட்டது. அண்ணா சுடுகாட்டில் இருந்தானா?

'பின்னே? திருச்சினாப்பள்ளி கண்டோன்மெண்டு சுடுகாட்லதாங் கெடப்பான். அப்பறம் கொஞ்சநாளு பெரம்பலூர்ல இருந்தான். குடிகாரப் பசங்க தொல்ல தாங்கலன்னு சொல்லிட்டு என்னாண்ட வந்து புலம்பினான். நாந்தான் அவனை விஜயவாடாவுக்கு அனுப்பிவெச்சேன். அங்க ஒரு வெட்டியான் நம்ம சினேகிதன்' என்று சொன்னான்.

வினய்க்கு மிகவும் குழப்பமாக இருந்தது. அண்ணாவுக்கு சித்து தெரியும் என்று நம்புவதில் அவனுக்குப் பிரச்னை இருக்கவில்லை. ஆனால் அவனை எப்படி இவன் கடைசிச் சித்தன் என்று சொல்கிறான் என்பது புரியவில்லை.

'அது அப்பிடித்தான். ஒனக்கு புரியாது. ஒரு சித்தன் எப்பம் பூரணமடையிறான் தெரியுமா? அவன் சித்து வேல செய்யிறத நிறுத்திட்டு அடுத்த லெவலுக்குப் போவுறப்ப.'

‘அடுத்த லெவல்னா?’

‘சொன்னனே, காத்த கட்டுப்படுத்தறது.’

‘பிராணாயாமம் மாதிரியா?’

சொரிமுத்து சிரித்தான். 'எலேய் உங்கண்ணன் ஒண்ற அவருக்கு நான் ஸ்டாப்பா வலது நாசியால காத்த இழுத்து இடது நாசியால வெளிய விடுவான். தெரியுமா ஒனக்கு?'

‘அப்படியா?’

‘இதையே இருவத்தி நாலு மணி நேரமும் செய்யறவங்க இருக்காங்க. காத்துக்கு பர்மனெண்டா ஒன்வே ரோடு.’

‘எதுக்கு?’

‘சொன்னனேடா சோம்பேறி. காத்துதான் எல்லாம். அத கண்ட்ரோல் பண்ணத் தெரிஞ்சிட்டா முடிஞ்சிது கதை. அஞ்சு பூதமும் அப்பம் சமமாயிரும். நெருப்பு சுடும்னும் தெரியாது, தண்ணி உள்ளார இழுக்கும்னும் கிடையாது.’

ஹட யோகம். வினய்க்கு அந்தச் சொல் அப்போதுதான் அறிமுகமாகியிருக்கிறது. உன் அண்ணா ஒரு ஹடயோகி என்று சொரிமுத்து சொன்னபோது அவனுக்கு உடலுக்குள் லேசாக நடுக்கம் கண்டது.

‘இப்பஞ்சொல்லு. காத்த கண்ட்ரோல் பண்ணுறது பெரிசா? இல்ல, காத்துக்குள்ள மறைஞ்சிக்கிட்டு சொல்றத செய்யிற ஆத்மாக்கள கண்ட்ரோல் பண்ணுறது பெரிசா?’

அண்ணாவுக்குச் சட்டை முனி என்ற சித்தரின் தொடர்பு பதினைந்து வருடங்களுக்கு முன்பு கிடைத்ததாக சொரிமுத்து வினய்யிடம் சொல்லியிருக்கிறான். கணக்கற்ற நூற்றாண்டுகளுக்கு முன்பு வாழ்ந்த சித்தர் அவர். பாம்பாட்டிச் சித்தருக்கு ஞானம் உதிக்கக் காரணமாயிருந்தவர். மருதமலைக் காட்டில் ஒரு பிடாரனைப் பாம்பாட்டிச் சித்தராக்கிய சட்டை முனி, அண்ணாவைத் தொடர்பு கொண்டிருக்கிறார் என்பது வினய்க்கு வியப்புக்குரிய தகவலாக இருந்தது. 'இது நிஜமா?' என்று திரும்பத் திரும்பக் கேட்டிருக்கிறான்.

‘ஆமா. உங்கண்ணனும் கொஞ்ச காலம் பாம்பு புடிச்சிக்கிட்டிருந்தான். பாம்பு வெசத்த சாப்பாடா தின்றவன பத்தி கேள்விப்பட்டிருக்கியா? உங்கண்ணன் திம்பான்.’

‘ஐயோ.’

‘என்ன ஐயோ? வெசம்னு நெனச்சா வெசம். மருந்துன்னு நினைச்சா மருந்து. அதை அவன் சாப்பாடுன்னு நினைச்சிருக்கான். அவ்ளதான் மேட்டரு. இதுல உள்ள மேட்டரு புரியிதா ஒனக்கு?’

‘ம்ம். நினைப்புதான் எல்லாம்.’

‘அவ்ளதான். வெளிய உள்ளதுல காத்துதான் எல்லாம். உள்ளார இருக்கறதுல நெனப்புதான் எல்லாம். இந்த காத்து - நெனப்பு ரெண்டும் வசமாயிட்டா அவன் யோகி.’

‘எனக்கு அந்த சட்டை முனிய பத்தி சொல்லுங்க. அண்ணாவுக்கு அவர்தான் ஞானம் குடுத்தாரா?’ என்று வினய் கேட்டான்.

‘ஆமாமா. சும்மா வெசத்த திங்காதடா, இந்தா இந்த பாம்பத் தின்னுன்னு ஒரு மலப்பாம்ப எடுத்து நீட்னாராம். சரி குடுங்கன்னு வாங்கி ஸ்டிரெய்ட்டா அது தலைய வாய்க்குள்ளார வெச்சி கடிச்சிருக்கான். இவன் கடிச்சா பாம்பு சும்மாருக்குமா? அது பதிலுக்கு இவன கடிச்சிருக்கு. பயபுள்ள செத்துட்டான்.’

‘ஐயோ.’

‘அதெல்லாம் அப்பிடித்தாண்டா. இவன சாவடிக்கறதுக்கா ரெண்டாயிரம் வருசத்து சித்தர் வருவாரு? அது ஒரு தீட்சை. கர்மத்த கழிக்கிறது.’

‘அப்படின்னா?’

‘ஒனக்கு புரியாது. எனக்கு தீட்சை குடுத்தவரு என் கர்மத்த கழிக்க என்னைய இருவது நாள் நிறுத்தாம செருப்பால அடிச்சிக்கிட்டே இருந்தாரு. அதுவும் வெறும் செருப்பில்லே. ஒரு கூடை நிறைய சாணிய எடுத்தாந்து வச்சிக்கிட்டு அதுல தோய்ச்சி தோய்ச்சி அட்ச்சாரு. இந்த ஒலகத்துல உள்ள ஒரே வாடை, சாணி வாடைதான்னு நான் நம்புற அளவுக்கு அடிச்சிட்டு, போய் குளிச்சிட்டு வந்துருன்னாரு. அதோட செரி.’

வினய் திகைத்திருந்தான். அது அவனறியாத உலகம். அண்ணா அந்த உலகில் எப்படியோ தன்னைப் பொருத்திக்கொண்டு உள்ளே நெடுந்தூரம் போய்விட்டான். இனி அவன் திரும்பப் போவதில்லை. என்றென்றைக்குமாக அவன் அந்த உறவின் உரிமைக்கு அப்பாற்பட்டவன் ஆகிவிட்டான். எவ்வளவு நெஞ்சுரம் இருந்திருக்க வேண்டும் அவனுக்கு! சிறு வயதில் அவனை இப்படியாக யாரும் எண்ணிக் கூடப் பார்த்ததில்லை. அதற்கு அவன் இடம் கொடுத்ததில்லை என்பதுதான் முக்கியம்.

'ஆனா எனக்குத் தெரியும் வினய்' என்று நான் சிரித்தபடி சொன்னேன். 'நான் உன்கிட்டே கூட அதைப் பத்தி ஒரு மாதிரி சொல்லியிருக்கேன். நீ அப்ப நம்பலை.'

'ஆமா. நம்பத்தான் முடியலை' என்று வினய் சொன்னான். 'ஆனா மொதமொத நான் ஒரு சித்து பண்ணிப் பாக்கறப்ப நம்பினேன் விமல்! அன்னிக்கெல்லாம் அண்ணாவையேதான் நினைச்சிண்டிருந்தேன்.' என்று உணர்ச்சி வயப்பட்டவனாகச் சொன்னான்.

அது வினய் சொரிமுத்துவிடம் பயிற்சியில் இருந்த காலம். திடீரென்று ஒருநாள் காலை சொரிமுத்து, உறக்கத்தில் இருந்த வினய்யை எழுப்பி, 'எனக்கு பசிக்குது. சக்கர பொங்கல் வேணும்' என்று சொல்லியிருக்கிறான். சமைக்கலாம் என்று அடுப்படிக்கு வந்து பாத்திரங்களை எடுத்துப் பார்த்த வினய், ஒரு அரிசி மணியும் இல்லாததைக் கண்டு, பிட்சை எடுத்து வரலாம் என்று கிளம்பியிருக்கிறான்.

சொரிமுத்து ஒரு விஷயத்தில் மிகவும் உறுதியாக இருந்திருக்கிறான். எந்நாளும் அவன் தனது சித்துகளைத் தன் தேவைக்குப் பயன்படுத்தி வினய் பார்க்கவில்லை. 'என்னிக்கி அது நடக்குதோ, அன்னிக்கி நான் செத்துருவேன்' என்று சொரிமுத்து அவனிடம் சொல்லியிருக்கிறான். பிட்சை எடுத்துத்தான் உணவு. வினய்யையும் அவன் அப்படித்தான் பழக்கியிருந்தான்.

எனவே பிட்சைக்குக் கிளம்பிய வினய், திடீரென்று சந்தேகம் வந்து சொரிமுத்துவிடம் கேட்டிருக்கிறான். 'அரிசி கிடைக்கும். வெல்லத்துக்கு எங்கே போக?'

'நெய்க்கு மட்டும் எங்க போவ? முந்திரி பருப்பு? ஏலக்கா? தபாரு, எனக்கு சக்கர பொங்கல் இலக்கண சுத்தமா இருக்கணும் சொல்லிட்டேன்.'

வினய் ஒரு கணம் கண்மூடி யோசித்தான். இது ஒரு தேர்வு. எழுதிப் பார்த்தால்தான் என்ன? கிளம்பியவன், சட்டையைக் கழட்டிவிட்டுக் கிணற்றடிக்குப் போய்க் குளித்தான். ஈரம் சொட்டச் சொட்ட மீண்டும் அடுக்களைக்கு வந்து ஒரு அலுமினியத் தட்டை எடுத்து வைத்துக்கொண்டு வடக்குப் பார்த்து அமர்ந்தான். கண்ணை மூடிக்கொண்டு சொரிமுத்து சொல்லிக் கொடுத்த ஒரு வழியைப் பரிசோதிக்கப் பார்த்தான்.

கணப் பொழுதில் அது நிகழ்ந்திருக்க வேண்டும். ஆனால் அவனுக்கு ஆறு நிமிடங்கள் பிடித்தன. திருவானைக்கா கோயில் பிரசாதம். சுடச் சுட சர்க்கரைப் பொங்கல். தட்டில் அது வந்து விழுந்ததும் எடுத்துக்கொண்டு வந்து சொரிமுத்துவிடம் நீட்டினான்.

'என்னதிது?'

'சர்க்கரைப் பொங்கல். ஆனா நீங்க இதைச் சாப்பிட வேண்டாம். என்னால முடியிதான்னு பாத்தேன்.'

சொரிமுத்து நெடுநேரம் அவனை உற்றுப் பார்த்துக்கொண்டே இருந்தான். பிறகு புன்னகை செய்தான். பிறகு சொன்னான், 'முடிஞ்சிதில்லே?'

'ஆமா.'

'இன்னொருக்கா டிரை பண்ணேன்னா வராது.'

'ஐயோ ஏன்?'

'டேய் பேட்ரி மாதிரிடா இதெல்லாம். ஒருக்கா யூஸ் பண்ணா சார்ஜு போயிரும். திரும்ப சார்ஜு ஏத்திக்கிட்டுத்தான் செய்யணும்.'

அடுத்த இருபத்தியொரு தினங்களுக்கு முழு உபவாசம் இருந்து கோடி முறை ஜபித்து இழந்ததை அவன் திரும்பப் பெற்றிருக்கிறான். 'வந்திரிச்சா? சரி, இன்னொரு பிளேட்டு சக்கர பொங்கல் எடுத்தா. திருவானைக்கா கோயில் பொங்கல் வேணா. வெல்லஞ்சரியில்லே. வரவர புது வெல்லத்தப் போட்டு சக்கர பொங்கல் டேஸ்டையே கெடுத்துடறானுக. திருப்பதிலேருந்து கொண்டா.' என்று சொரிமுத்து சொன்னான்.

திருப்பதி கோயில் சர்க்கரைப் பொங்கலைக் கொண்டு வந்ததற்கு அவன் நாற்பத்தி எட்டு தினங்கள் விரதம் இருக்க வேண்டியதானது. அதன்பின் சொரிமுத்து முன்பொரு முறை செருப்புத் தைக்கும் தொழிலாளி ஒருவனிடம் இருந்து எடுத்த கேன்சரை ஒரு எள்ளுருண்டையில் அடைத்து வினய்யிடம் கொடுத்து, 'இதக் கொண்டு போயி நாஞ்சொல்ற ஆளுகிட்ட குடுத்து சாப்ட சொல்லு' என்று சொன்னான்.

அந்தப் பயணத்தின்போதுதான் வினய் நிரந்தரமாக சொரிமுத்துவை விட்டு நகர்ந்துவிடும்படியானது.

62. எள்ளுருண்டை

திருச்சிராப்பள்ளியில் இருந்து மார்த்தாண்டம் போகிற பஸ்ஸில் வினய்யை ஏற்றி விட்டுத் தானே டிக்கெட்டும் எடுத்துக் கொடுத்த சொரிமுத்து, வழிச்செலவுக்குப் பத்து ரூபாய் பணமும் கொடுத்தான்.

'இது போதாதே? திரும்பி வர என்ன செய்ய?' என்று வினய் கேட்டபோது, 'அங்க ஒருத்தன் டிக்கெட் எடுத்துத் தருவான் போ' என்று சொல்லியிருக்கிறான். வழியெல்லாம் வினய் அந்த எள்ளுருண்டையையே நினைத்துக்கொண்டிருந்தான். அது ஒரு நோய். தீர்க்கவே முடியாத நோய். ஒரு எள்ளுருண்டைக்குள் ஒரு நோயை அடைக்கிற வித்தை பெரிதல்ல. நோய் என்று தெரிந்தும் அதை எடுத்துச் சென்று ஒருவனுக்கு அளிக்க வேண்டிய பணி அவனுக்கு மிகுந்த மன உளைச்சலைத் தந்தது.

'ரொம்ப சிந்திக்காதடா. மூள சூடாயிரும்' என்று சொரிமுத்து சொன்னான்.

'அப்படித்தான் நினைக்கறேன். ஆனாலும் மனசுக்கு கஷ்டமாவே இருக்கு' என்று வினய் பதில் சொன்னான்.

'என்னா கஸ்டம்?'

'இல்லே. இது ஒரு வியாதின்னு தெரியும். இதைக் கொண்டுபோய் ஒருத்தனுக்குக் குடுத்து அனுபவின்னு சொல்லிட்டு வர்றது குரூரம் இல்லியா?'

'அது அவனுக்கு விடுதலையா இருந்திச்சின்னா?'

'அது தெரியலை. ஆனாலும் கஷ்டப்பட்டு அப்பறம்தானே சாவான்? சாவுதான் விடுதலைன்னா ஒரு சொட்டு விஷத்த குடுத்து சாகடிச்சிடலாமே?'

'லூசு. அவங்கர்மம் கழிய வேணாவா?' என்று கேட்டான்.

கண்ணுக்குத் தட்டுப்படாத கர்மம். அதைத்தான் சொரிமுத்து மூச்சுக்கொரு முறை சொல்லிக்கொண்டிருந்தான். முன்னெப்போதோ வாங்கிய கடனுக்கு தண்டம் கட்டுகிற சோலி. ஆனால் அதைச் செய்துதான் தீரவேண்டும் என்று சொரிமுத்து சொன்னான்.

'மனுசன் சொமக்குற எடையில பேர்பாதி கர்மந்தான். அதக் குறைக்கறதுக்கு ஒலகத்துல டயட்டே கிடையாது. சொமந்துதான் தீரணும்' என்று சொரிமுத்து சொன்னது வினய்க்கு மிகுந்த குழப்பமாக இருந்தது. செருப்பைச் சாணியில் தோய்த்து முகத்தில் அடித்தால் அதே கருமம் தொலைந்துவிடுகிறது. அடிக்கிற கை எது, தோய்க்கிற சாணி எது என்பது சங்கதி. எல்லோருக்கும் அது வாய்ப்பதில்லை. விழுகிற எல்லா செருப்படிகளும் கருமம் தொலைப்பதுமில்லை.

'ஒனக்கு இதெல்லாம் புரியணுன்னா நீ தவஞ்செய்யணும்' என்று சொரிமுத்து சொன்னான்.

சொரிமுத்து தினமும் தவம் செய்வான். சரியாக இரவு பதினொரு மணிக்கு அவனது தவம் ஆரம்பிக்கும். வீட்டுக்குள்தான் செய்வான். படுத்திருக்கும் பாயை எடுத்து சுருட்டி வைத்துவிட்டு வெறுந்தரையில் மீண்டும் அதே போலப் படுப்பான். இடது காலையும் வலது கையையும் செங்குத்தாக உயர்த்தி நிறுத்தி வைப்பான். கண் மூடியிருக்கும். மூன்றில் இருந்து நான்கு மணி நேரம் அப்படியே அசையாது கிடப்பான். அந்த நேரத்தில் அவனைத் தொட்டால், கிள்ளினால், அடித்தால், உதைத்தால் அவனுக்கு உறைக்காது. சற்றும் அசையாமல் கிடப்பான். வினய் ஓரிரு சமயம் அவன் தவத்தில் இருக்கும்போது உயர்த்தியிருக்கும் அவனது காலைப் பிடித்துக் கீழே இறக்கிவைத்திருக்கிறான். ஒரு ரப்பரைப் போல அந்தக் கால் மீண்டும் உயர்ந்து செங்குத்தாக நிற்கும். சொரிமுத்து கண்ணைத் திறக்க மாட்டான்.

அவனது அன்றைய சாதகம் முடிந்து அவனாகக் கண்ணைத் திறக்கும்போதுதான் அவனுக்கு சூழல் தெரிய ஆரம்பிக்கும்.

'நான் உங்க காலைப் பிடிச்சி இழுத்தேன்.' என்று வினய் சொன்னான்.

'அப்பிடியா?' என்றுதான் சொரிமுத்து கேட்டான். சுய உணர்வற்றுப் போகிற சாதகம். அவன் பேசிய பல விஷயங்கள் வினய்க்குப் புரியவில்லை. ஒரே ஒருமுறை முக்கால் மணி நேரம் சமாதி

நிலையில் இருந்திருப்பதாக ஒரு நாள் சொரிமுத்து சொன்னான். ‘அப்ப எங்குருநாதர் பக்கத்துல இருந்தாரு. அதுக்கப்பறம் தனியா எவ்ளவோ டிரை பண்ணிப் பாத்துட்டேன். எனக்கு அது விதிக்கலை’

‘அண்ணா இருப்பானா?’

‘தெரியாது’ என்று சொன்னான். ‘எனக்குத் தெரிஞ்சி ராமகிருஷ்ண பரமஹம்சர் இருந்திருக்காரு. அவருதான் லாஸ்டு. அதுக்கப்பறம் சமாதியோகம் தெரியுன்னு சொல்லிக்கிட்டுத் திரியறவன் பூராம் ஃப்ராடு. பத்து நிமிசம், இருவது நிமிசம், ஒன்னவர் இருக்கலாம். நாள் கணக்கா நம்மளால எல்லாம் முடியாது.’

‘எப்படி இருக்கறது?’

‘சொன்னேன்ல? காத்து. ட்யூபுலேருந்து புடுங்கி உடுற மாதிரி காத்த புடுங்கி வெளிய வெச்சிடுறது. டைம் செட் பண்ணிட்டு அப்பறம் திரும்ப உள்ளார கொண்டு வெச்சிடுறது.’

காற்றை நிகர்த்த கேன்சர். ஒரு உள்ளிருந்து எடுத்துச் சிறிது காலம் வெளியே வைத்திருந்துவிட்டு மீண்டும் இன்னொரு உள்ளுக்குக் கொண்டு போய் வைக்க முடிகிற பொருள்.

பொருளா! ஆம். அப்படித்தான் சொல்ல வேண்டும். அப்படிச் சொல்லுவதற்கு வசதியாகத்தான் சொரிமுத்து அதை ஒரு எள்ளுருண்டையாக்கிக் கொடுத்திருந்தான். செல்லும் வழியெல்லாம் வினய் தன் இடுப்பில் முடிந்து வைத்திருந்த எள்ளுருண்டையைப் பற்றியே நினைத்துக்கொண்டிருந்தான். அடிக்கடி அதைத் தொட்டுப் பார்த்துக்கொண்டான்.

‘பாரு, நீ மார்த்தாண்டம் பஸ் ஸ்டாண்டுலே இறங்கினதும் அங்கேருந்து களியக்காவிளைக்கு எப்படிப் போவணுன்னு யார்ட்டயாச்சும் கேளு. பஸ்ஸு போவுற ரூட்டுல நடந்து போய்க்கிட்டே இரு. சரியா மூணாங்கிலோ மீட்டர்ல அவன் ஒன்னைய வந்து பாப்பான்.’

‘யாரு?’

‘இசக்கியப்பன்.’

‘கிறிஸ்டியனா?’

'என்ன களுதையானா ஒனக்கென்ன?'

'இல்லே. நான் அதுக்கு கேக்கலை. இசக்கியப்பனுக்கு விடுதலை வேணும்னா அவர் அவரோட சர்ச் ஃபாதர்கிட்டயோ, நேரா இயேசுநாதர்ட்டயோ கேட்டுக்கப் போறார். நீங்க எதுக்கு அவருக்கு?'

சொரிமுத்து சிரித்தான். 'மண்ட பூராம் குப்பை. ம்ம்?' என்று மீண்டும் சிரித்தான்.

'இல்லே. தெரிஞ்சிக்கறதுக்காகத்தான் கேக்கறேன்.'

'இதெல்லாம் சொல்லித் தெரியாதுடா. தானா அப்பப்ப வெளங்கும். நீ கெளம்பு' என்று சொன்னான்.

முகமறியாத இசக்கியப்பனைத் தேடி வினய் மார்த்தாண்டம் பஸ்ஸில் ஏறிப் பயணம் செய்ய ஆரம்பித்தான். இரவெல்லாம் உறங்காதிருந்து மறு நாள் காலை பேருந்து திருநெல்வேலியைக் கடந்து டீ குடிக்க ஓரிடத்தில் நின்றபோது வினய் கீழே இறங்கினான். ஒதுங்கிச் சென்று சிறுநீர் கழித்துவிட்டு முகம் கழுவிக்கொண்டு வந்து பேருந்தின் அருகே நின்றான்.

அப்போதுதான் அவன் முகமது குட்டியைச் சந்தித்தான். அவன் அதே பேருந்தில் வந்தவனா, வேறு வண்டியில் பயணம் செய்துகொண்டிருந்தவனா என்று வினய்க்குத் தெரியவில்லை. எங்கோ பார்த்துக்கொண்டு நின்றிருந்த முகமது குட்டி சட்டென்று நினைவுக்கு வந்தவன் போல நேரே வினய்யிடம் வந்து, 'எனக்கு அந்த எள்ளுருண்டை தேவைப்படுகிறது. தருவாயா?' என்று கேட்டிருக்கிறான்.

வினய்க்கு அச்சமாகிவிட்டது. தன்னிடம் உள்ள எள்ளுருண்டையைப் பற்றி இவனுக்கு எப்படித் தெரியும்? சொரிமுத்து வீட்டில் வேட்டி மடிப்பில் வைத்து முடிந்துகொண்ட பிறகு இன்னும் அவனே அதை வெளியே எடுக்கவில்லை. அப்படி இருக்கையில், முன்பின் அறிமுகமில்லாத யாரோ ஒருவன், தான் கொடுத்து வைத்ததை வந்து கேட்பது போல அல்லவா இவன் கேட்கிறான்!

'நீ எனக்கு அதை சும்மா தரவேண்டாம். பதிலுக்கு நீ எதையாவது விரும்பிக் கேட்டால் அதை நான் உனக்கு வரவழைத்துத் தருவேன்' என்று முகமது குட்டி சொன்னான்.

'நீங்கள் யார்?'

'அது அத்தனை அவசியமா? உன் இடுப்பு மடிப்பில் உள்ள எள்ளுருண்டையை அறிந்தவன் என்பது போதாதா?'

'அது புரிந்தது. அந்த எள்ளுருண்டைக்குள் என்ன இருக்கிறது என்பதும் உங்களுக்குத் தெரிந்திருக்கும்.'

'ஆம். கேன்சர்.'

'உங்களுக்கு அது எதற்கு?'

'எனக்கல்ல. வேறு ஒருவனுக்கு.'

'உருவாக்கி எடுத்துச் செல்ல வேண்டியதுதானே?'

'அது என் திட்டமில்லை. உனக்குச் சொன்னால் புரியாது. உன்னால் தர முடியுமா? முடியாதா?'

'நான் அனுமதி கேட்க வேண்டும்.'

'யாரிடம்?'

'என் குரு.'

'சரி கேள்.' என்று முகமது குட்டி சொன்னான்.

வினய்க்குக் குழப்பமாக இருந்தது. கண்ணை மூடி மனத்துக்குள் சொரிமுத்துவை நினைத்தான். நெருக்கடி நேரத்தில் கண்ணை மூடி என்னை நினைத்துக்கொண்டால் நான் உன்னோடு பேசுவேன் என்று சொரிமுத்து அவனிடம் சொல்லியிருந்தான். ஏற்கெனவே ஓரிரு முறை அப்படிப் பேசியும் இருக்கிறான். அந்த நம்பிக்கையில் அம்முறையும் கண்ணை மூடி சொரிமுத்துவை நினைத்தான். முழுதாக ஒரு நிமிடம் ஆகியும் சொரிமுத்து அவனிடம் வரவில்லை.

'என்ன?' என்று முகமது குட்டி கேட்டான்.

'இன்னும் உத்தரவு வரவில்லை.'

'சரி, மீண்டும் முயற்சி செய்' என்று சொல்லிவிட்டு அவன் வேறு புறம் திரும்பி நின்றுகொண்டான்.

வினய் மீண்டும் கண்ணை மூடிக்கொண்டு சொரிமுத்துவை உள்ளுக்குள் கூப்பிட்டுப் பார்த்தான். அவன் வரவில்லை. இதற்குள் டீ குடிக்கப் போயிருந்த ஓட்டுநரும் நடத்துநரும் வந்துவிட்டார்கள். பயணிகள் பேருந்துக்குள் ஏறத் தொடங்கிவிட்டார்கள்.

'என்ன? கிடைத்ததா?' என்று முகமது குட்டி அவசரப்படுத்தினான்.

'இல்லை. மன்னித்துக்கொள்ளுங்கள்.' என்று சொல்லிவிட்டு அவன் பேருந்தில் ஏறப் போனபோது முகமது குட்டி அவனைத் தொட்டு நிறுத்தினான். 'இதோ பார், எனக்கு அது வேண்டும். உன்னிடம் அது உள்ளது என்று தெரிந்துகொள்ள முடிந்தவனால் உனக்குத் தெரியாமல் எடுத்துக்கொள்ளவும் முடியும். ஆனால் நான் அப்படிச் செய்யவில்லை, பார்த்தாயா?'

இப்போது வினய்க்குக் கோபம் வந்தது.

63. காற்று மறைப்பு

கொழுகொழுவென்று இரண்டு பெரிய கூழாங்கற்களை ஒன்றன்மீது ஒன்று நிறுத்தி வைத்தாற்போல் இருந்தான் அவன். உயரம் நாலரை அடிகூட இருக்காது. தொப்பையைத் தூக்கிக்கொண்டு அவனால் வேகமாக நடக்கக்கூட முடியாது என்று வினய்க்குத் தோன்றியது. முழங்கால் தெரியும்படி லுங்கியை உயர்த்திக் கட்டியிருந்தான். லுங்கியில் பாதியை மறைக்கும் நீளத்துக்கு தொளதொளவென்று ஒரு ஜிப்பா அணிந்திருந்தான். கழுத்தில் கிடந்த கறுப்புக் கயிறில் ஒரு தாயத்து இருந்தது. தனது மிகச் சிறிய கண்களை அடிக்கடி சுருக்கிச் சுருக்கிப் பேசினான். அப்படிக் கண்ணைச் சுருக்கும்போது அவனது காது மடல்கள் விரிந்து அடங்குவதை வினய் கண்டான்.

ஒரு பொருள். எள்ளுருண்டை மார்த்தாண்டம் இசக்கியப்பனுக்கு விதிக்கப்பட்ட அதனை இந்த முகமது குட்டி ஏன் கேட்கிறான்? இத்தனைப் பேர் உலவும் இந்த நெடுஞ்சாலைத் தேநீர்க் கடை வளாகத்தில் மிகச் சரியாகத் தன்னிடம் வந்து இடுப்பில் இருப்பதை எடுத்துக் கொடு என்று கேட்கிற மனிதன் யாராக இருப்பான் என்று வினய்க்குப் புரியவில்லை. முகமது குட்டியை ஒரு சித்தனாக அவனால் நினைத்துப் பார்க்க முடியவில்லை. சிவன் மனத்தில் உட்காராவிட்டால் சித்து வராது என்று சொரிமுத்து சொல்லியிருந்தான். 'எல்லா கடவுளும் ஒண்ணில்லியா அப்போ?' என்று வினய் கேட்டதற்கு, 'பாலுந்தயிரும் ஒண்ணுன்னு சொன்னா என்னா உண்மையோ அதான் இதும்' என்று பதில் சொன்னான். சரியான பதில்தான். ஒன்றாகவும் ஒன்றல்லதாகவும் உள்ளவையும் இருக்கத்தானே செய்கின்றன?

'இதோ பாருங்கள். எனக்கு நீங்கள் யாரென்று தெரியாது. அது தெரிய வேண்டிய அவசியமும் இல்லை. நீங்கள் என்னிடம் எதிர்பார்ப்பதை நான் இப்போது செய்யக்கூடிய சூழ்நிலையில் இல்லை. ஒருவேளை நீங்கள் இதை என்னிடமிருந்து பறித்துச் செல்லக்கூடிய வல்லமை கொண்டவராக இருக்கலாம். என்னால்

உங்களைத் தடுக்க முடியாது போகலாம். அதுவல்ல பிரச்னை. இன்னொருவரின் பொருளுக்கு நீங்கள் ஆசைப்படுவது சரியல்ல.' என்று வினய் சொன்னான்.

அவன் சிறிது நேரம் தனது தாடியைத் தடவிக்கொண்டிருந்துவிட்டு, 'இல்லை. நான் எடுத்துத்தான் தீரவேண்டும்.' என்று சொன்னான்.

வினய்க்கு அச்சமாகிவிட்டது. மீண்டும் மனத்துக்குள் சொரிமுத்துவை நினைத்தான். கிழவன் ஏன் இப்படிப் படுத்துகிறான்? எங்கே போய்த் தொலைந்திருப்பான்? இப்படி ஒரு நெருக்கடியில் உதவாமல் இவன் என்ன குருநாதர்? அவன் வேகவேகமாக யோசித்தான். பேருந்து கிளம்பிவிட்டது. சட்டென்று அதன் முன்பக்கம் ஓடி ஏறிக்கொண்டான். 'டேய், டேய்' என்று கத்தியபடியே முகமது குட்டி தன் தொப்பையைத் தூக்கிக்கொண்டு பின்னாலேயே துரத்தி வந்து அவனும் தொற்றிக்கொண்டான். இதற்குள் முன்புற வழியாக ஏறிய வினய் ஒரே ஓட்டமாகப் பாய்ந்து பேருந்தின் பின் வழியே வெளியே குதித்தான். திரும்பிக் கூடப் பார்க்கவில்லை. ஒரு வேட்டை நாயின் வேகத்தில் பாய்ந்து, கிளம்பிக்கொண்டிருந்த இன்னொரு பேருந்தில் அவன் ஏறி ஜன்னல் வழியே பார்த்தபோது, அவன் ஏறவேண்டிய பேருந்து நெடுஞ்சாலையை அடைந்து வேகமெடுத்துவிட்டிருந்தது. முகமது குட்டி அதில்தான் இருந்தான்.

அவனுக்கு மிகுந்த பதற்றமாக இருந்தது. காலியாக இருந்த ஓர் இருக்கையில் உட்கார்ந்து சிறிது ஆசுவாசப்படுத்திக்கொண்டான். அந்தப் பேருந்து எங்கே போகிறது என்று அவனுக்குத் தெரியவில்லை. யாரிடமாவது கேட்கலாம். அது அவசியமா என்றும் தெரியவில்லை. கிளம்பும்போது சொரிமுத்து கொடுத்த பத்து ரூபாய்த் தாள் பாக்கெட்டில் பத்திரமாக இருந்தது. இடுப்பைத் தொட்டுப் பார்த்துக்கொண்டான். எள்ளுருண்டையும் இருந்தது. நடத்துநரிடம் விவரம் சொல்லி டிக்கெட் வாங்கிக் கொள்ளலாம் என்று நினைத்தான். ஆனால் எங்கே என்று கேட்பது?

குழப்பத்தில் சில நிமிடங்கள் போனது. பிறகு ஒரு முடிவுடன் எழுந்து நடத்துநரிடம் சென்று 'இந்த பஸ் எங்க போகுது?' என்று கேட்டான். அவனை ஏற இறங்கப் பார்த்த நடத்துநர், 'நீ எங்க போகணும்?' என்று பதிலுக்குக் கேட்டார்.

'நான் மார்த்தாண்டம் போகணும்.'

‘எங்க ஏறின?’

‘அங்க டீக்கடைல வண்டி நின்னப்ப..’

‘பஸ்ஸு மாறிட்ட தம்பி. இது மதுரை போற வண்டி. அடுத்த ஸ்டாப்புல இறங்கிக்க’ என்று நடத்துநர் சொன்னார்.

‘இல்லே. மதுரைக்கு டிக்கெட் எவ்ளோ?’

நடத்துநர் அங்கேயே விசில் ஊதி வண்டியை நிறுத்தினார். ‘இறங்கிக்க’ என்று சொன்னார். அதற்குமேல் அவருடன் என்ன பேசுவதென்று வினய்க்குப் புரியவில்லை. வண்டி நின்ற இடத்தில் இறங்கிக்கொண்டான். பேருந்து வந்த வழியிலேயே திரும்பி நடக்க ஆரம்பித்தான்.

முக்கால் மணி நேரம் நடந்தபின்பு அவனுக்கு மிகவும் களைப்பாகிப் போனது. சாலையோரம் ஒரு மரத்தடியில் அமர்ந்தான். குடிக்க நீர் இருந்தால் நன்றாக இருக்கும் என்று தோன்றியது. தாகம் கொன்றுகொண்டிருந்தது. ஆனால் கண்ணில் பட்ட தூரத்தில் கடைகள் ஏதுமில்லை. நீர் நிலையும் எதுவும் தென்படவில்லை. ஆளற்ற நெடுஞ்சாலை ஓர் அசுரன் வீழ்ந்து கிடப்பது போல நீண்டு கிடந்தது. அவ்வப்போது சில வாகனங்கள் சத்தமுடன் கடந்து போனது தவிர நடமாட்டம் ஏதுமின்றி வெறும் வெளியாக இருந்தது.

இப்போது அவன் மீண்டும் கண்ணை மூடி சொரிமுத்துவை நினைத்தான். எண்ணி ஐந்து வினாடிகளில் சொரிமுத்து அவனுக்கு பதில் சொன்னான்.

‘எங்க போயிட்டிங்க நீங்க? எத்தன தடவை கூப்டுவேன்? காதுலயே விழலியா?’

‘கூப்ட்டியா? எப்ப?’

‘இப்ப ஒரு மணி நேரம் முன்ன. இங்க எனக்குப் பெரிய சிக்கல்.’

‘என்னாது?’ என்று சொரிமுத்து கேட்டான்.

‘முகமது குட்டின்னு ஒருத்தன் என்கிட்டே வந்து எள்ளுருண்டைய குடுன்னு கேட்டான்.’

சொரிமுத்து சிறிது நேரம் அமைதியாக இருந்தான். பிறகு, ‘நீ என்ன சொன்ன?’

‘உங்கள கேக்காம அதெல்லாம் முடியாதுன்னு சொன்னேன்.’

‘ஒத்துக்கிட்டானா?’

‘என்னால அதை உன்கிட்டேருந்து எடுத்துக்க முடியும்னு சொன்னான். நான் பயந்தே போயிட்டேன். தப்பிச்சி ஓடி, இப்ப எங்கயோ இருக்கேன். எந்த இடம்னுகூடத் தெரியலை.’

அவன் மீண்டும் சிறிது நேரம் அமைதியாக இருந்தான். வினய் மீண்டும் கேட்டான், ‘நான் கூப்ட்டப்ப நீங்க ஏன் வரலை?’

‘நீ கூப்ட்டது நெசம்னா, அது எனக்குக் கேக்கலைன்றதும் நெசம்.’

‘அது எப்படி கேக்காம போகும்?’

‘கேக்கலை. அதான் சங்கதி. நீ இருந்த இடத்துக் காத்து செஞ்ச சதி.’

‘புரியலை.’

‘காத்துதாண்டா எல்லாம். உன் எதிர்ல இருந்தவன் எப்படி இருந்தான்?’

‘ரொம்ப குள்ளம். ரொம்ப குண்டா இருந்தான். துலுக்கன். லுங்கி கட்டிண்டு, தாடி வெச்சிண்டு... பேர் கேட்டப்போ முகமது குட்டின்னு சொன்னான்.’

‘சரிவிடு. தப்பான ஆளு. அதான் தப்பான காத்து. உருண்ட பத்திரமா இருக்குதில்ல?’

‘ஆமா’ என்று இடுப்பைத் தொட்டுப் பார்த்தபடி சொன்னான்.

‘அப்பஞ்செரி. நாஞ்சொல்லுறத செய்யி. எங்க நிக்குற நீ?’

‘மெயின் ரோட்ல. பைபாஸ்.’

‘காலுங்கீழ என்ன மண்ணு இருக்குது?’

அவன் குனிந்து பார்த்துவிட்டு, ‘செம்மண்’ என்று சொன்னான்.

‘ஒரு பிடி அள்ளு.’

வினய் அவன் சொன்னதைப் போலச் செய்தான்.

‘எடுத்தியா?’

‘உம்.’

‘சரி. அத ரெண்டா பிரிச்சி பீச்சாங்கையில பாதிய போடு.’

வினய் எடுத்த மண்ணை இரு கரங்களிலுமாகப் பிரித்துக்கொண்டான்.

'செஞ்சியா?'

'உம்.'

'செரி. எண்பது செகிண்டு சும்மா இரு. நான் ஒண்ணு பண்றேன்' என்று சொல்லிவிட்டு சொரிமுத்து அமைதியானான்.

வினய் காத்திருந்தான். சொரிமுத்து அவனுக்குச் சொல்லிக் கொடுத்திருந்த தியான மந்திரங்களில் ஒன்றை மனத்துக்குள் உச்சாடனம் செய்யத் தொடங்கினான். கண்ணை மூடி நின்றபடி அவன் மந்திர உச்சாடனத்தில் ஈடுபடத்தொடங்கிய சில வினாடிகளில் அவனுக்கு உலகம் மறந்து போனது. சட்டென்று யாரோ தன்னைத் தொடுவது போலிருக்க, மந்திரத்தைப் பாதியில் நிறுத்திவிட்டுக் கண்ணைத் திறந்தான்.

எதிரே முகமது குட்டி நின்றிருந்தான். வினய் அலறிவிட்டான். அவன் கரங்களில் இருந்த மண் அவனையறியாமல் கீழே விழுந்தது. அரைக் கணமும் தாமதிக்காமல் அங்கிருந்து அவன் ஓடத் தொடங்கினான்.

'டேய் ஓடாதே.. தம்பி டேய்' என்றபடியே முகமது குட்டி அவன் பின்னால் ஓட்டமும் நடையுமாக வரத் தொடங்க, இதென்ன தொல்லை என்று வினய்க்கு எரிச்சலாக வந்தது. ஒரு கணம் யோசித்துவிட்டுச் சட்டென்று நின்றான். குனிந்து ஒரு கருங்கல்லை எடுத்தான்.

'கிட்ட வந்தேன்னா தலையப் பொளந்துடுவேன்' என்று முகமது குட்டியைப் பார்த்துக் கத்தினான்.

துரத்திக்கொண்டு வந்த முகமது குட்டி இப்போது சிரித்தான். வினய் சட்டென்று கண்ணை மூடி மீண்டும் சொரிமுத்துவை அழைக்கப் பார்த்தான். பதில்வரவில்லை. ஐயோ என்று ஆகிவிட்டது அவனுக்கு. தனக்குத் தெரிந்த குறைந்த அளவு சித்து அறிவைக் கொண்டு இவனை ஏதாவது செய்ய முடியுமா என்று யோசித்துப் பார்த்தான். 'ஒனக்கு மந்திர ஜப வேகம் ரொம்பக் கம்மியா இருக்குதுடா. மனசு இன்னும் முழுசா குவியலை. கோடி, பத்து கோடி, நூறு கோடி உச்சாடனம் பண்ணி உருவேத்தி வெச்சவனுகல்லாம் இருக்கானுக. நீ இன்னும் நாப்பதாயிரம் தாண்டல பாரு. அதாங் கஸ்டப்படுற' என்று சொரிமுத்து சொன்னது நினைவுக்கு வந்தது.

இதற்குள் முகமது குட்டி அவன் அருகே வந்துவிட்டிருந்தான். சிரித்தான். 'எள்ளுருண்ட தர்றியா?' என்று மீண்டும் கேட்டான்.

'முடியாது. போயிடு.'

'அப்ப சரி' என்று சொல்லிவிட்டு வினய் சற்றும் எதிர்பாராத விதமாக அவன் திரும்பிச் செல்ல ஆரம்பித்தான். சிறிது நேரம் அவன் போவதையே பார்த்துக்கொண்டிருந்த வினய்க்கு சட்டென்று பயம் வந்து இடுப்பைத் தொட்டுப் பார்த்தான். முடிந்து வைத்த இடத்தில் அது இருந்தது. இருந்தாலும் சந்தேகம் தீர அவன் முடிப்பை அவிழ்த்து உருண்டையை எடுத்தான்.

எள்ளுருண்டை இல்லை. ஒரு கமர்கட்டு இருந்தது.

64. சிவம்

இரை கண்ட முதலையின் ஆக்ரோஷம் போன்றதொரு சினம் மனத்துக்குள் ஒரு புள்ளியாகக் குவிந்தது. இன்றைக்கு அந்த முகமது குட்டியைக் கொல்லாமல் விடப் போவதில்லை என்று முடிவு செய்துகொண்டு வினய் அவன் போன பாதையில் துரத்திக்கொண்டு ஓட ஆரம்பித்தான். தான் தோற்றிருக்கிறோம் என்று எண்ணவே அவனுக்குப் பிடிக்கவில்லை. அது தோல்விதானா. துலுக்கன் சக்கையாக ஏமாற்றிவிட்டான். அயோக்கியன். அவனை சும்மா விடுவதற்கில்லை. வெட்டிக் கூறு போடாமல் இந்த ஆத்திரம் தணியாது என்று அவனுக்குத் தோன்றியது. நெடுஞ்சாலையில் இருந்து இடது புறம் பிரிந்த ஒரு பாதையில் இறங்கித்தான் முகமது குட்டி சென்றான். வினய் அதே வழியில் அவனைத் தேடிக்கொண்டு போனான். எவ்வளவு நேரம் ஓடியிருப்பானோ, எங்கெல்லாம் தேடியிருப்பானோ கணக்கே இல்லை. பார்வையில் கருமை படர்ந்து கால்கள் நடுங்க ஆரம்பித்தபோது, இதற்குமேல் முடியாது என்று தோன்றிவிட்டது. அழுகை வந்தது. ஆள்களற்ற ஒரு பேருந்து நிழற்குடையின் அடியில் இருந்த சிமெண்டு பெஞ்சில் போய் விழுந்தான். தனது இயலாமையும் கையாலாகாத்தனமும் அவனைக் குத்திக் கிழித்துக்கொண்டிருந்தன. எத்தனை திறமையான மோசடி!

அவன் அயோக்கியன்தான். சந்தேகமில்லை. ஆனால் ஒரு அயோக்கியனுக்கு இத்தகைய சக்திகள் எப்படிக் கைகூடும்? அதுதான் புரியவில்லை. சிவனை நினையாதவனுக்கு சித்து வராது என்று சொரிமுத்து சொன்னது உண்மைதான் என்று அவன் நம்பத் தொடங்கியிருந்தான். அவன் சிறு வயது முதல் ராமனையும் திருப்பதி வேங்கடாசலபதியையும் திருவிடந்தை நித்யகல்யாணப் பெருமாளையும் மட்டுமே வணங்கி வந்திருந்தான். கடவுளே என்று மனத்துக்குள் நினைத்தால் உடனே அவனுக்கு ஆதி வராக மூர்த்திதான் கடவுளாக உருத் திரள்வார். சொரிமுத்துவிடம் சேர்ந்த பின்பு சிவனை நினைப்பதற்கும் சிவபூஜை செய்வதற்கும் தன்னைப் பழக்கப்படுத்திக்கொள்ள ஆரம்பித்து, மனம் கூடாமல் மிகுந்த சிரமப்பட்டான்.

சொரிமுத்து ஒருநாள் சொன்னான். ‘நீ ஒரு வேல செய்யிறியா? நேரா உங்கூருக்கே போ. அங்க கோவளத்துல தர்கா வாசல்ல ஒரு பக்கிரி இருப்பான்.’

‘தெரியும்.’

‘அவனைப் போய்ப் பாரு. உம்பிரச்னைய அவன்கிட்டெ சொல்லு. பெயிண்டு கலர மாத்தி அடிக்கிறதுல அவன் எக்ஸ்பர்ட்டு.’

வினய்க்கு இது ஆச்சரியமாக இருந்தது. கோவளம் பக்கிரியைப் பற்றி இவனுக்கு எப்படித் தெரியும்? அம்மா எப்போதாவது அந்தப் பக்கிரியிடம் சென்று மந்திரித்த திருநீறு வாங்கி வருவதுண்டு. சில சிறிய வியாதிகளுக்கு அவனது வைத்தியம் பயன்பட்டிருக்கிறது. அவன் சித்தரா?

‘டவுட்டா ஒனக்கு? சித்தந்தான். நீ போய் நான் சொன்னேன்னு அவன்கிட்டே சொல்லு. உம்மனசுல இருக்கற மத்த சாமிங்கள பெருக்கித் தள்ளிட்டு சிவனை உக்காரு வச்சி, ஆணியடிச்சி அனுப்பிடுவான்.’

‘என்னால நம்ப முடியலை’ என்று வினய் சொன்னான்.

‘டேய், ஒன்னால எதைத்தான் நம்ப முடியுது? சொன்னதச் செய்டா. நேரா போய் அவனை மட்டும் பாத்துட்டு திரும்பி வந்துடு.’

‘ஏன் அதை நீங்க செய்ய முடியாதா?’

‘முடியாது. அந்த பவர் எனக்கில்லை’ என்று சொரிமுத்து சொன்னான். இதுவும் வினய்க்குக் குழப்பமாக இருந்தது.

‘ஒண்ணே ஒண்ணு மட்டும் கேக்கறேன். இதுக்கு மட்டும் நேரா பதில் சொல்லிடுங்கோ. அந்த பக்கிரி சிவபக்தரா?’

சொரிமுத்து ஹோவென்று குரல் உயர்த்திச் சிரிக்க ஆரம்பித்தான். நெடுநேரம் சிரித்துக்கொண்டே இருந்தான். கண் முழியெல்லாம் கலங்கிப் போகிற அளவுக்கு அப்படியொரு சிரிப்பு.

‘என்ன சிரிப்பு?’

‘என்ன கேட்டே நீ?’

‘அந்தப் பக்கிரி சிவபக்தரான்னு கேட்டேன்.’

‘லூசு. அவன் சிவனேதாண்டா’ என்று சொரிமுத்து சொன்னான். ‘புத்திய குவிச்சி நாஞ்சொல்றத உறிஞ்சிக்க. சிவன்னு சொல்றேன்

இல்ல? அது ஒரு ஆள் இல்ல. அது ஒரு பவர். கரண்டு மாதிரி ஒரு பவர். காத்துல கரண்டு இருக்கும். தண்ணில கரண்டு இருக்கும். நெலத்துக்குள்ளார கரண்டு இருக்கும். நெருப்பு சுடுது பாத்தியா? அதுவும் கரண்டுதான்.'

'சரி.'

'மின்சார வாரியம் என்னா செய்யிது? அனாமத்தா கெடக்குற கரண்ட உருட்டி, திரட்டி எடுத்து சேமிச்சி வெக்குது. லைட்டு எரிய, ஃபேன் எரிய, டிவி பொட்டி படம் காட்ட கம்பி வழியா வீடுங்களுக்கு அனுப்புது. கரீட்டா?'

'ஆமா.'

'அதேதான் நாஞ்சொல்றதும். சிவன்றது ஒரு பவர். ஒரு கரண்டு. அத வெச்சி நிறைய காரியம் பண்ண முடியும்.'

'ஆனா சிவன் ஹிந்துக் கடவுள் இல்லியோ?'

'கடவுள்னு நினைச்சிக்கறது வசதியா இருந்திச்சின்னா நெனச்சிக்க. ஒனக்கு பன்னின்னு நினைச்சிக்கணுன்னு தோணிச்சின்னாலும் நெனச்சிக்க. கருவாடுன்னு வேணாக்கூட நினைச்சிக்க. ஆனா நீ நினைக்கறது சிவமாத்தான் இருக்கணும். இந்துவா, இன்னொருத்தனான்னு பாக்காத. நெனப்புக்கு மதமில்லே.'

'வராகப் பெருமாள் பன்னியாத்தான் வந்தார். எங்கூர்ல அவர்தான் பெருமாள். அவரை நினைச்சிண்டா?'

'சிவம்தான் வராகமாச்சின்னு நெனச்சிக்கிட்டன்னா செரி. ஆனா நீ அப்பிடி நினைக்கமாட்டியே? மகாவிஷ்ணுவல்ல நினைப்ப?'

'அது தப்பா?'

'தப்புன்னு நாஞ்சொன்னனா? விஷ்ணுவ நினைச்சி சித்து படிக்க முடியாது. அந்த வடிவத்துக்கு அந்த பவர் கெடியாது.'

'அதான் ஏன்?'

ஐயோ ஐயோ என்று சொரிமுத்து தலையில் அடித்துக்கொண்டான். 'எப்பிட்றா உங்காத்தா உங்கண்ணன பெத்தப்பறம் ஒன்னைய பெத்தா? லூசு.'

வினய்க்கு அழுகை வந்தது. 'தெரிஞ்சிக்கத்தானே கேக்கறேன்? இப்படித் திட்டினா என்ன அர்த்தம்?'

'தபாரு, தண்ணில கரெண்டு இருக்குது. ரைட்டா?'

'ஆமா.'

'குடிக்கறதுக்கு உங்க வீட்ல குடத்துல புடிச்சி வெக்குற தண்ணில கரண்டு இருக்குதா? கிளாசுல எடுத்து குடிக்கறப்ப ஷாக்கடிக்குதா?'

'இல்லே.'

'அதான். கிளாசுல எடுத்துக் குடிக்கற தண்ணிக்கு தாகம் தீக்கற பவர் மட்டும்தான் இருக்கும். ஆக்ரோசமா அது அருவியா விழசொல்லத்தான் கரண்டு வரும்.'

சட்டென்று ஏதோ பிடிபட்டாற்போல் இருந்தது.

'தண்ணி ஒண்ணுதான். பவர் ஒண்ணுதான். நீ கிளாசுல எடுக்கிறியா, கம்பில தேக்குறியான்றதுதான் மேட்டரு.'

வினய் சட்டென்று சொரிமுத்துவின் காலைக் குனிந்து தொட்டு கண்ணில் ஒற்றிக்கொண்டான்.

'புரிஞ்சிடுத்து. ஆனா இன்னும் ஒண்ணே ஒண்ணு.'

'கேளு.'

'அந்த கோவளத்து பக்கிரி சித்து எதுவும் செஞ்சதா நான் கேள்விப்பட்டதில்லே. மந்திரிச்சி விபூதி தருவார். எங்கப்பாவுக்குக் கூட ஒரு சமயம் வயித்து வலி வந்தப்ப அவர் மந்திரிச்சிக் குடுத்த விபூதி ஹெல்ப் பண்ணியிருக்கு.'

'உங்கண்ணுக்குத் தெரியறாப்ல சித்து வேல பண்ண அவன் என்ன கேனயனா? அந்தப் பக்கிரி ஒரு பூரண புருசன். என்னிக்கானா உங்கண்ணன பாத்தன்னா அவனப் பத்திக் கேளு.'

'அண்ணாவுக்கு அவரைத் தெரியுமா?'

'திருப்போரூர் சாமி மடத்துல உங்க வம்சத்து சுவடி இருக்குதுன்றத உங்கண்ணனாண்ட சொன்னதே அவந்தான்.'

'நிஜமாவா!'

'அந்த சாமி ஒரு அப்புராணி. அதுக்கு சுவடியெல்லாம் படிக்கத் தெரியாது. சொம்மா பளக்க தோசத்துல நமசிவாயம் வாழ்கன்னு சொல்லிக்கிட்டிருக்கும். என்னிக்கோ யாரோ கொண்டாந்து வெச்ச சுவடிங்க அந்த மடத்துல ஏகமா கெடக்குது. அதுல ஒண்ண உருவிட்டு வந்தான் உங்கண்ணன்.'

வினய் நெடுநேரம் அதன்பிறகு பேசவேயில்லை. தனியே சென்று அமர்ந்து யோசித்துக்கொண்டே இருந்தான். கோவளத்துப் பக்கிரி. எத்தனையோ நூறு மைல்கள் தொலைவில் தர்கா வாசலில் கிடக்கிறவன். ஒரு பிச்சைக்காரனாக ஊருக்கு அவனைத் தெரியும். போடுகிற ஐந்து, பத்து காசுகளுக்கு இடது கையை உயர்த்தி ஆசி வழங்குகிற மனிதன். ஒரு மருத்துவனாக அவனை அம்மா வீட்டுக்கு அறிமுகப்படுத்தியிருக்கிறாள். மந்திரிக்கத் தெரிந்த பக்கிரி. ஆனால் அவன் அதெல்லாம் இல்லை. அவை அனைத்துக்கும் மேலே என்று சொரிமுத்து சொன்னான்.

முகமது குட்டியைப் பற்றி நினைக்கும்போது உடனே வினய்க்கு அந்தக் கோவளத்துப் பக்கிரியின் நினைவுதான் வந்தது. பூரண புருஷன். என்ன ஒரு சொல். அந்த ஒற்றைச் சொல்லில் சொரிமுத்து அந்தப் பக்கிரியின் மீதான மதிப்பையும் பக்தியையும் வினய் மனத்தில் கண்காணா உயரத்துக்கு ஏற்றி வைத்துவிட்டான். முகமது குட்டியும் துலுக்கன் தான். இவனுக்கும் ஏதோ சில சக்திகள் இருக்கின்றன. சித்தோ, சித்தைப் போன்ற வேறெதுவோ அறிந்திருக்கிறான். இன்னொருத்தன் இடுப்பு முடிப்பில் இருந்து ஒரு பொருளைத் திருடும் வல்லமை அவனுக்கு இருக்கிறது. அவன் அருகில் வரும்போது சொரிமுத்துவுடன் தொடர்புகொள்ளக்கூட முடியாமல் போய்விடுகிறது. காற்று சரியில்லை என்று சொரிமுத்து சொல்கிறான். சிவமற்றுப் போகிற ஒரு சூழலை ஒருவனால் உருவாக்க முடியுமா. அதில் அற்புதங்களையும் நிகழ்த்த முடியுமா.

நடந்தது அற்புதமல்ல. அபத்தம்தான். அயோக்கியத்தனமும் கூட. அதனால்தான் வினய் கொந்தளித்துப் போனான். ஏதாவது செய்து முகமது குட்டியைப் பழிவாங்கிவிட வேண்டும் என்று மிகவும் விரும்பினான். ஆனால் இதை அவன் சொரிமுத்துவிடம் சொல்ல விரும்பவில்லை. எள்ளுருண்டை போனால் போகிறது; நீ திரும்பி வந்துவிடு என்று அவன் சொல்லிவிடுவான். எள்ளுருண்டை அல்ல பிரச்னை. ஏமாற்றப்பட்டதுதான் பெரும் பிரச்னை.

வினய் அந்தப் பேருந்து நிறுத்தத்தில் ஒரு மணிநேரம் அமர்ந்திருந்தான். கண்ணை மூடி, முகமது குட்டி எங்கே சென்றிருப்பான் என்று தியானம் செய்ய ஆரம்பித்தான். சொற்ப அளவில் தான் சேகரித்து வைத்திருந்த சக்தி முழுவதையும் செலவிட்டாவது அதைக் கண்டுபிடித்தே தீரவேண்டும் என்று நினைத்தான். பத்து நிமிடங்கள் போராடிய பிறகு அவனுக்குப் பச்சை நிறச் சுண்ணாம்பு அடித்த ஒரு வீட்டின் தோற்றம் தரிசனமானது.

மிகச் சிறிய வீடு. முன்புறம் ஓட்டுச் சரிவு போடப்பட்டு வாசலில் ஒரு கயிற்றுக் கட்டில் இருந்தது. வீட்டுக் கதவுக்கு நீல நிறத்தில் பெயிண்ட் அடித்திருந்தது. திறந்து உள்ளே போனால் சிறியதாக ஒரு கூடம், அதனை ஒட்டிய ஓர் அறை தென்பட்டது. அறைக்குள் பாய் விரித்திருந்தது. அறையின் சுவரெல்லாம் காரை பெயர்ந்து உதிர்ந்து கிடந்தது. உதிர்ந்த துகள்களை அப்புறப்படுத்தக்கூடச் செய்யாமல் அப்படியே தூசு படிய விட்டிருந்தது. வினய் பார்த்துக்கொண்டே இருந்தபோது அந்த அறைக்குள் முகமது குட்டி நுழைந்தான். ஜிப்பாவைக் கழட்டிக் கடாசிவிட்டு ஒரு துண்டை எடுத்து அக்குள்களில் துடைத்துக்கொண்டான். கீழே கிடந்த பாயின்மீதிருந்த அழுக்குத் துணிகளைத் திரட்டி, சுருட்டித் தலையணை போல வைத்துக்கொண்டு படுத்தான். உறங்க ஆரம்பித்தான்.

மூடிய விழிகளுக்குள் இதைப் பார்த்துக்கொண்டிருந்த வினய் அப்படியே மெல்ல மெல்லப் பின்வாங்கி வீட்டுக்கு வெளியே வந்தான். அந்த வீதியைக் கவனித்தான். ஒரு பெயர்ப் பலகை. ஒரு பின்கோடு கண்ணில் பட்டுவிட்டால் போதும். இடம் தெரிந்துவிடும். ஆனால் அவன் பார்த்த வரையில் அந்த வீதியில் கடைகளே தென்படவில்லை. வீதி முனையில் பெயர்ப்பலகையும் இல்லை. என்ன செய்வதென்று புரியாமல் தனது நோக்கு தீட்சண்யத்தை மேலும் நீட்டி விஸ்தரித்து அடுத்த வீதி வரை செலுத்திப் பார்த்தான்.

சட்டென்று காட்சி கலைந்துவிட்டது. சோர்வுடன் கண்ணைத் திறந்தான். அவன் எதிரே ஒரு நாய் நின்றிருந்தது. சொறி பிடித்த கறுப்பு நிற நாய். அவன் பார்க்கும்வரை அசையாது நின்றிருந்த அந்த நாய், அவன் பார்வை தன்மீது பட்டதும் திரும்பி நடக்க ஆரம்பித்தது. அது தன்னை எங்கோ அழைத்துப் போக வந்திருப்பதாக வினய்க்குத் தோன்றியது. சட்டென்று எழுந்து அதன் பின்னால் நடக்க ஆரம்பித்தான்.

65. தாகம்

ஒரு பயணத்திட்டத்தைச் சற்றும் எதிர்பாராத விதமாக அந்த முகமது குட்டி குலைத்துப் போட்டுவிட்டான். எத்தனைத் திறமையாகத் தன்னை ஏமாற்றிவிட்டு அந்த எள்ளுருண்டையை எடுத்துக்கொண்டு போனான்! நினைக்க நினைக்க வினய்க்கு அவமான உணர்வும் துக்கமும் பொங்கிப் பொங்கித் தணிந்தது. ஏதாவது செய்து அவன் வாழ்நாளிலேயே மறக்க முடியாத பேரிடியை அவனுக்குத் தந்துவிட வேண்டும் என்று நினைத்தான். சற்றும் இலக்கில்லாமல் அந்த நாய் சென்ற வழியே அதன் பின்னால் நடக்க ஆரம்பித்தான்.

அந்த நாய் நடந்துகொண்டே இருந்தது. எங்குமே நிற்கவில்லை. வினய்க்கு அது ஒரு குறியீடாகத் தோன்றியது. தன்னைச் செலுத்திப் போகிற குறியீடு. உண்மையில் அப்படி இல்லாவிட்டாலும் அப்படி நினைத்துக்கொள்வது வசதியாக இருப்பதாக அவனுக்குப் பட்டது. சொரிமுத்து அவனுக்குச் சொல்லியிருந்த ஒரு விஷயத்தை மட்டும் திரும்பத் திரும்ப நினைத்துப் பார்த்துக்கொண்டான்.

'ஒண்ணு சொல்றேன் மனசுல வெச்சிக்க. எது ஒண்ண நீ திரும்பத் திரும்ப நினைக்கிறியோ, அதைத்தான் உன்னால சுளுவா நெருங்க முடியும். நல்லதா கெட்டதான்னு கிடையாது. தேவையா இல்லியான்னும் இல்ல. நெனப்பு மனசுக்குள்ளாற அப்பிடியே சர்ப்புல நனச்ச வேட்டியாட்டம் ஊறணும். ஊறி ஊறி உன் நெனப்பும் நீயும் ஒண்ணுன்னு ஆயிரணும். தூக்கத்துல கூட அந்த நெனப்பத் தவிர வேறெதுவும் இருக்கக்கூடாது. அதுக்குப் பேருதான் யோகம். பரமாத்ம சொரூபத்த நினைக்கறது அல்டிமேட்டு. அதுதான் பெருவழி. அந்த ரூட்ல போவசொல்ல வழில நீ நினைக்கறதுக்கு நிறைய கிடைக்கும். நின்னு பாத்து ரசிக்க எத்தினியோ வரும். சித்தெல்லாம் அதுல ஒண்ணுதான்.'

வினய் முகமது குட்டியை தண்டிப்பதைத் தவிர வேறெதையும் நினைப்பதில்லை என்று முடிவு செய்துகொண்டான். தண்டித்து முடிக்கும்வரை மட்டுமே அவன் நினைப்பு. அதன்பின் மறந்துவிட

வேண்டும். தன் வழி வேறு. தன் பாதை வேறு. சட்டென்று நகர்த்தி வைத்துவிட்டுத் திருவானைக்கா போய்விட வேண்டும். எப்படியும் சொரிமுத்து கடிந்துகொள்வான். இதெல்லாம் வேண்டாத வேலை என்றுதான் சொல்லுவான்.

'பாரு, ஆறு வருசம் அப்பியாசம் பண்ணி சேத்த சொத்தெல்லாம் போச்சே?' என்பான். பரவாயில்லை என்று வினய்க்குத் தோன்றியது. சொத்து சேர்க்கும் கலையை அவன் அறிவான். ஆறு வருட அப்பியாசம். ஆயுள் இன்னும் இருக்கிறது. மீண்டும் ஆரம்பிக்கலாம். சொரிமுத்துவிடம் சொல்லிவிட்டுத் தனியே எங்காவது போகலாம். அண்ணா சுடுகாடு தேடி ஆந்திரத்துக்குப் போனதாக சொரிமுத்து சொன்னான். தனக்குச் சுடுகாடு வேண்டாம் என்று வினய்க்குத் தோன்றியது. அவன் மனத்தில் ஒரு நீர்நிலை நிழற்படமாக எப்போதும் எழுந்து வந்து நிற்கும். அது நதியல்ல. ஏரியோ குளமோ கடலோ அல்ல. ஒரு ஆர்மோனியம் வாசிப்பவரின் இடது கை அசைவை நிகர்த்த சலசலப்பு அந்த நீர்ப்பரப்பில் இருக்கும். நீரின் நிறம் இளஞ்சிவப்பாக இருக்கும். சட்டென்று வெளிர் மஞ்சளாக மாறும். கண்ணை மூடும்போதெல்லாம் அந்த நீர்ப்பரப்பு அவனுக்குள் உதித்து எழுந்து வரும். இந்த உலகில் ஏதோ ஒரு மூலையில் அப்படியொரு நீர்நிலை இருக்கத்தான் வேண்டும் என்று வினய் எப்போதும் நினைப்பான். கரையற்ற, முற்றுமுழுதான நீர்நிலை. எல்லைகளற்றது. அதன் ஆழம் தெரியாது. அதில் மீன்கள் உண்டா, வேறு நீர்வாழ் விலங்குகள் உண்டா என்று தெரியாது. அவன் கண்ணுக்கு அது தென்படும்போதெல்லாம் ஆர்மோனிய அசைவு மட்டும்தான் அதில் இருக்கும். அமைதியான இடம். அந்த இடத்தைத் தேடிக் கண்டுபிடித்து அங்கே சென்று அமர்ந்துவிட வேண்டும் என்று வினய் நினைத்துக்கொண்டான்.

இரண்டு மணி நேரம் அந்த நாய் இடைவிடாமல் நடந்துகொண்டே இருந்தது. பல்வேறு சாலைகளைக் கடந்து கிராமாந்திரமான ஒரு இடத்துக்கு அவனை அழைத்துச் சென்றது. இங்கொன்றும் அங்கொன்றுமாக பத்திருபது குடிசை வீடுகள் கண்ணில் பட்டன. விரித்துப் போட்டாற்போல ஊரைச் சுற்றி வயல் வெளி நிறைந்திருந்தது. உழவு முடித்த மனிதர்கள் வீடு திரும்பிக்கொண்டிருந்தார்கள். ஏதோ ஒரு குடிசைக்குள் இருந்து மாநிலச் செய்திகள் கேட்டது. நாய் அந்த குடிசை வாசலுக்குப் போய் சற்று நின்றது. வினய்யும் நின்றான். அதுவரை திரும்பிப் பாராமல் நடந்துகொண்டிருந்த நாய் அங்கே நின்றதும் வினய்யைத்

திரும்பிப் பார்த்தது. ஒரு கணம் உட்கார்ந்துவிட்டு உடனே எழுந்து ஓடிவிட்டது.

வினய்க்கு அது புரியவில்லை. ஒருவேளை அது தனக்கான சூசகமாக இருக்குமோ என்று நினைத்தான். நாய் நடந்துகொண்டிருந்தவரை பின்னால் நடந்து வந்தவன், அது ஓடத் தொடங்கியதும் தானும் ஓடுவதா வேண்டாமா என்று யோசித்தான். இதற்குமேல் தன்னால் ஓட முடியாது என்று அவனுக்குப் பட்டது. எனவே அந்த குடிசையின் வெளித் திண்ணையில் உட்கார்ந்துகொண்டான். சாணம் மெழுகிய சிறு மேடை போலிருந்தது அது. கால் நீட்டிப் படுத்தால் உடனே தூங்கிவிடுவோம் என்று தோன்றியது. ஆனால் அவன் தூங்க விரும்பவில்லை. அன்று இரவுக்குள் முகமது குட்டியைக் கண்டுபிடிக்க ஒரு வழி தேடியாக வேண்டும். எத்தனைக் குயுக்தியாகத் தன்னிடம் இருந்து எள்ளுருண்டையை அவன் அபகரித்துச் சென்றானோ, அதே வழியில் அவனிடமிருந்து அதை மீட்க வேண்டும். தவிர அவன் வாழ்நாளில் மறக்க முடியாதபடி ஒரு தண்டனை. அதைப் பிறகு யோசித்துக்கொள்ளலாம். முதலில் உருண்டையை மீட்பது.

அவனுக்குத் தாகமாக இருந்தது. வீட்டுக் கதவு மூடியிருந்தது. உள்ளே யாரும் இருப்பது போலத் தெரியவில்லை. வேலைக்குப் போயிருந்தாலும் இந்நேரம் திரும்பியிருப்பார்களே என்று நினைத்தான். எங்காவது சென்று தண்ணீர் மட்டும் குடித்துவிட்டு வரலாம் என்று நினைத்து அவன் எழுந்தபோது கதவு திறந்து ஒரு பெண் வெளிப்பட்டாள்.

‘யாரு?’ என்று கேட்டாள்.

‘நான் திருச்சினாப்பள்ளிலேருந்து வரேன். மார்த்தாண்டம் போகணும். வழியிலே ஒரு சிக்கல்... வந்து.. எனக்குக் குடிக்க தண்ணி வேணும்.’

அந்தப் பெண் உள்ளே சென்று ஒரு சொம்பில் நீர் எடுத்து வந்து கொடுத்தாள். குடித்து முடித்தபோது வினய்க்கு மனம் நெகிழ்ந்திருந்தது. வெறும் தண்ணீர். ஆனால் தாகத்துக்குக் கிடைக்கிறபோது அது வேறு பரிமாணமல்லவா எய்திவிடுகிறது? அவனுக்கு ஒரு சம்பவம் நினைவுக்கு வந்தது. சொரிமுத்துவுடன் ஒருநாள் அவன் பிட்சைக்குப் போய்க்கொண்டிருந்தபோது திடீரென்று சொரிமுத்து, 'டேய் எனக்கு டீ குடிக்கணும்டா இப்பொ' என்று சொன்னான். அவர்களிடம் அப்போது ஒரு பத்து பைசா

நாணயம் கூட இல்லை. நாற்பது நாள்களுக்குக் காசுப் பிச்சை ஏற்பதில்லை என்று சொரிமுத்து விரதம் கொண்டிருந்தான். உணவுக்கு மட்டுமே கையேந்தும் விரதம். அப்படி இருக்கையில் டீ குடிக்கப் பணத்துக்கு எங்கே போவது?

ஒரு வீட்டு வாசலில் நின்று பிட்சை கேட்டபோது அந்த வீட்டுப் பெண்மணி 'கஞ்சிதான் இருக்கு. பரவால்லியா?' என்று கேட்டாள்.

'பரவால்ல' என்று சொரிமுத்து சொன்னான். அவள் உள்ளே சென்று ஒரு கலயத்தில் கஞ்சியை எடுத்து வந்து கொடுத்து, 'குடிச்சிட்டு அப்படி வெச்சிட்டுப் போயிடு' என்று சொன்னாள்.

சொரிமுத்து கஞ்சியைப் பார்த்தான். வினய் அவனையே பார்த்துக்கொண்டிருந்தான்.

'சரி, நீ குடி' என்று வினய்யிடம் கலயத்தை நீட்டினான்.

'பரவால்ல. நீங்க முதல்ல குடிங்க' என்று வினய் சொன்னான். ஒரு நாளைக்கு ஒரு வீட்டில் மட்டுமே சென்று கையேந்த வேண்டும். எந்த வீடு முதல் பிட்சை போடுகிறதோ, அதுதான் அன்றைய உணவு. அளவு குறைவாக இருந்தாலும் அவ்வளவுதான். அதிகமாக இருந்தாலும் அவ்வளவுதான்.

அந்தப் பெண்மணி கொண்டு வந்து கொடுத்த கஞ்சி மிஞ்சிப் போனால் ஒன்றரை தம்ளர் அளவுக்கு இருக்கும். கண்டிப்பாக ஒருவர் பசியைக்கூட அது தணிக்காது. அதனால்தான் வினய், சொரிமுத்துவை முதலில் அருந்தச் சொன்னான்.

'டேய் நீ குடிடான்றன்ல? கடேசில ஒரு வாய் மட்டும் மிச்சம் வெச்சிட்டுக் குடி' என்று சொரிமுத்து மீண்டும் சொன்னான்.

வேறு வழியின்றி வினய் அந்தக் கஞ்சியைக் குடித்து முடித்தான். கலயத்தில் மிகச் சிறிய அளவு கஞ்சி மட்டுமே எஞ்சியிருந்தது. சொரிமுத்து அதை வாங்கிப் பார்த்தான். சட்டென்று, 'எனக்கு இப்பம் டீ குடிக்கணும்' என்று மீண்டும் சொன்னான். வினய்க்குப் புரிந்தது. சில வினாடிகள் கண்மூடி மந்திரம் சொல்லிக் கலயத்தைக் கையால் மூடித் திறந்தான். உள்ளே சுடச்சுடத் தேநீர் இருந்தது. சொரிமுத்து அதை வாங்கி ஒரே வாயில் குடித்து முடித்தான்.

வினய்க்கு அது சற்று வியப்பாக இருந்தது. சொரிமுத்து ஒருநாளும் தனது சித்து வேலைகளைத் தன் சொந்த லாபத்துக்குப் பயன்படுத்துபவனல்லன். வினய்யைக் கொண்டு தேநீர்

வரவழைத்தாலும் அது தனக்குத்தானே செய்துகொள்வதுதான் அல்லவா? எனவே சொரிமுத்துவிடம் அவன் தனது சந்தேகத்தைக் கேட்டான்.

'இந்த வீட்டுலேருந்தேதானே எடுத்த?' என்று சொரிமுத்து கேட்டான்.

'ஆமா. அந்தம்மா உள்ள டீ போட்டு வெச்சிருந்தாங்க.'

'தெரியும். அதுல பல்லி விழுந்திருச்சி. அத்தக் குடிச்சிட்டு அவ புருசன் பேதி புடுங்கிக்கிட்டு நிப்பான். எதுக்கு பாவம்னுதான் நான் எடுத்துக் குடிச்சிட்டேன்' என்று சொன்னான். 'ஒனக்கு ஒரு வாய் கஞ்சி ஊத்தினவளுக்கு எதோ என்னால முடிஞ்சது.'

அந்தப் பெண் கொடுத்த தண்ணீரைக் குடித்து முடித்தபோது ஏனோ வினய்க்கு இந்தச் சம்பவம் நினைவுக்கு வந்தது. இவளுக்கு ஏதாவது செய்ய வேண்டும் என்று தோன்றியது. குடித்து முடித்த சொம்பைச் சில வினாடிகள் உற்றுப் பார்த்தான். பிறகு வலது கையால் ஒருமுறை அதை மூடித் திறந்தான். 'இந்தாம்மா' என்று நீட்டினான்.

ஒரு காலிச் சொம்பை எதிர்பார்த்துக் கை நீட்டியவள், சொம்பு நிறையப் பால் இருப்பதைக் கண்டு திகைத்துப் போனாள்.

66. வேறொருத்தி

அந்தப் பெண் முதலில் அச்சப்பட்டிருக்கத்தான் வேண்டும். இவன் யாரோ மந்திரவாதி என்று தோன்றிவிட்டால் அடுத்தக் கணம் அலறிக்கொண்டு ஓடியிருப்பாள். ஆனால் அவளுக்கு நம்பிக்கையளிக்கும் விதத்தில் வினய் புன்னகை செய்தான். கைகூப்பி வணங்கி, 'தாகத்துக்குத் தண்ணி தர்றது உடம்புக்கு உயிரக் குடுக்கறதுக்கு சமம்' என்று சொன்னான்.

'நீங்க யாரு?' என்று அவள் கேட்டாள். வினய் ஒன்றும் சொல்லவில்லை. வெளிச்சம் முற்றிலுமாக மறையத் தொடங்கிவிட்டிருந்தது. அவள் வினய்யை வீட்டுக்குள் அழைத்துச் சென்று உட்காரச் சொன்னாள். சாப்பிடுவதற்கு ஏதாவது வேண்டுமா என்று விசாரித்தாள். வினய் வேண்டாம் என்று மறுத்துவிட்டான். அந்தச் சிறு குடிசையை அரைக்கணப் பொழுதில் முற்றிலும் கவனித்துவிட முடிந்தது. எளிய குடிசை. நான்கைந்து பாத்திரங்களும் இரண்டு புடைவைகளும் மட்டுமே அவ்விடத்தின் உடைமைகளாக இருந்தன. ஒரு நாடாத் திரி அடுப்பு இருந்தது. மண் சுவரின் ஓரிடத்தில் ஆணியடித்து சிறியதாகக் கண்ணாடி ஒன்று மாட்டியிருந்தது. அதில் ஒரு ஓரத்தில் ரசம் போயிருந்தது. வினய் அதைக் கண்டதும், 'ரசம்போன கண்ணாடியை வீட்ல வெக்காதே' என்று சொன்னான்.

அவள் ஏன் என்று கேட்காமல் கண்ணாடியைக் கழட்டிக் கீழே வைத்தாள்.

'வெளியே கொண்டு போட்டுடு' என்று வினய் சொன்னான்.

அவள் அப்படியே செய்தாள்.

'உனக்குக் கல்யாணம் ஆயிடுச்சா?'

அவள் தலையசைத்தாள்.

'புருஷன் என்ன செய்யறான்?'

'அந்தாள் என்னோட இல்லை.'

'ஓ. இந்த ஊர்ல இருக்கானா?'

'இல்லை. எங்க இருக்கான்னு தெரியாது' என்று அவள் சொன்னாள்.

'உன்னோட வேற யார் இருக்கா?'

'யாருமில்லை. நான் தனி.' என்றவள் வினய் சற்றும் எதிர்பாராவிதமாக அவன் காலில் விழுந்தாள்.

அதற்கு முந்தைய நாள் அதிகாலை அவளுக்கு ஒரு கனவு வந்திருக்கிறது. யாரென்று தெரியாத யாரோ ஒரு நபர் அவள் வீட்டு வாசலில் வந்து நின்று குரல் கொடுத்திருக்கிறான். பிரிந்துபோன தனது கணவனாக இருக்கும் என்று அவள் நினைத்தாள். சட்டென்று எழுந்து வெளியே வந்து பார்த்தபோது, அவளுக்கு அறிமுகமில்லாத யாரோ ஒருவன் அங்கே நின்றிருக்கிறான். அழுக்கு வேட்டி. உடலுக்குப் பொருத்தமில்லாத பெரிய சட்டை. அவன் கழுத்தில் ஒரு ருத்திராட்சம் இருந்தது. தலை கலைந்திருந்தது. முகம் மண்டிய தாடியும் கை விரல் நகங்களெங்கும் அழுக்கும் மண்டிக் கிடந்தன. யார் வேண்டும் என்று அவள் கேட்டாள். அவன் பதில் சொல்லவில்லை. அவளை நகர்த்திவிட்டு நேரே வீட்டுக்குள் நுழைந்தவன், சற்றும் யோசிக்காமல் சுவரில் மாட்டியிருந்த கண்ணாடியை மட்டும் எடுத்துக்கொண்டு வெளியே வந்துவிட்டான். என்ன என்று அவள் திகைத்தபோது, 'போய் வருகிறேன்' என்று சொல்லிவிட்டுப் போய்விட்டான்.

'சொல்லி வைத்த மாதிரி நீங்கள் அந்தக் கண்ணாடியை எடுக்கச் சொன்னீர்கள்' என்று அவள் சொன்னாள்.

வினய் புன்னகை செய்தான். 'ரசம் போன கண்ணாடி வீட்டில் இருப்பது தவறு.' என்று சொன்னான்.

அன்றிரவு வினய் அந்தக் குடிசை வாசலில்தான் படுத்துக்கொண்டான். நாளெல்லாம் நடந்த களைப்பில் படுத்த உடனே உறங்கியும் போனான். அதிகாலை கண் விழித்தபோது அவன் மீது ஒரு போர்வை போர்த்தப்பட்டிருப்பதைக் கண்டான். தலைமாட்டில் ஒரு சொம்பு தண்ணீர் வைக்கப்பட்டிருந்தது. அவன் எழுந்து சென்று முகம் கழுவி வாய் கொப்புளித்தான். அந்தப் பெண் அதற்குள் எழுந்துவிட்டிருந்தாள். 'காப்பி குடிக்கிறிங்களா?' என்று கேட்டாள்.

'இல்லே. எனக்கு அதெல்லாம் பழக்கமில்லை.'

‘வெறும் காப்பித் தண்ணிதான். பாலெல்லாம் இல்லை.’

‘ஏன் நேத்து நான் ஒரு சொம்பு பால் குடுத்தேனே. அதைக் காய்ச்ச வேண்டியதுதானே?’

அவள் ஒரு கணம் வெட்கியது போல் இருந்தது. சிறிது இடைவெளி விட்டு, ‘ராத்திரி நான் அதைக் குடிச்சிட்டுத்தான் படுத்தேன்.’

‘ஓ. அப்ப சரி’

‘காப்பித்தண்ணி கலக்கப் போறேன். ஒரு கிளாஸ் குடிங்க’ என்று சொல்லிவிட்டு அவள் அடுப்படிக்குச் சென்றாள். சில நிமிடங்களில் வெந்நீரில் கரைத்து வடிகட்டிய காப்பித் தண்ணீரை எடுத்து வந்து அவன்முன் வைத்தாள். வினய் ஒன்றும் சொல்லாமல் அதை எடுத்துக் குடித்தான்.

‘நீங்க சித்தருங்களா?’ என்று அவள் கேட்டாள்.

வினய் இதற்கு பதில் சொல்லவில்லை. என்ன சொல்வதென்று அவனுக்குத் தெரியவில்லை. சிறிது சிறிதாக இன்னும் நான்கைந்து சித்துகள் தன்னால் செய்ய இயலும் என்று அவனுக்குத் தோன்றியது. மந்திர ஜப வலுவில்லாதது உறுத்தியது. முகமது குட்டியை மானசீகத்தில் தேடிப் பிடிக்க மேற்கொண்ட முயற்சியில் தனது பெரும்பாலான சக்தி கரைந்துவிட்டதாகத் தோன்றியது. ஒரு வாரம் போதும். யாருமற்ற தனிமையில் போய் அமர்ந்துவிட முடிந்தால் சற்று வலுவேற்றிக்கொண்டு திரும்ப முடியும். அதற்கு முன்னால் முகமது குட்டியைத் தேடிக் கண்டுபிடித்துவிட முடிந்தால் நன்றாயிருக்கும்.

இவ்வாறு அவன் யோசித்துக்கொண்டிருந்தபோதே, அந்தப் பெண் அவனிடம் தன்னைப் பற்றிக் கூற ஆரம்பித்தாள். இருபது வயதில் அவளுக்குத் திருமணம் ஆகிவிட்டது. திருமணத்தின்போது அவளது பெற்றோர் அவளோடுதான் இருந்தார்கள். பையனைப் பார்த்துப் பேசி திருமணத்தை அவர்கள்தான் நடத்தி முடித்தார்கள். விசாரித்தபோது எல்லாமே சரியாகத்தான் இருந்திருக்கிறது. ஆனாலும் திருமணத்துக்குப் பிறகு எதுவுமே சரியில்லை என்று அவளுக்குத் தோன்ற ஆரம்பித்தது. அவனிடம் என்னவோ ஒரு பிரச்னை இருந்தது. அது என்னவென்று அவளுக்குத் தெரியவில்லை. கெட்ட பழக்கங்கள் அவனுக்குக் கிடையாது. ஒரு வேலைக்குப் போய்க்கொண்டிருந்தான். கூலி வேலை. ஒரு விறகுத் தொட்டியில் அவன் வேலை பார்த்தான். நாள் முழுதும் சுமை

தூக்கிவிட்டு இருட்டும் நேரம் வீட்டுக்கு வந்து சாப்பிட்டுவிட்டுப் படுப்பான். மீண்டும் மறுநாள் காலை ஏழு மணிக்கு வேலைக்குக் கிளம்பிச் சென்றுவிடுவான். பணம் கேட்டால் கொடுப்பான். எங்காவது வெளியே போகவேண்டும் என்று சொன்னால் அழைத்துச் செல்வான். சண்டை போடுகிற வழக்கமில்லை. சாதாரணமாகத்தான் இருந்தான். சாதாரணமாகத்தான் பழகினான். ஆயினும் ஒரு நாள் சொல்லிக்கொள்ளாமல் எங்கோ போய்ச் சேர்ந்தான்.

பிறகு இருபது தினங்களுக்குப் பிறகு அவனிடம் இருந்து ஒரு அஞ்சல் அட்டை அவளுக்கு வந்தது. அதில் அவன் தான் வேறொரு பெண்ணுடன் வாழ்வதாகத் தெளிவாகக் குறிப்பிட்டிருந்தான். உனக்கு வேண்டுமென்றால் நீ இன்னொருவனைத் திருமணம் செய்துகொண்டு போகலாம்; எனக்குப் பிரச்னை இல்லை என்றும் எழுதியிருந்தான்.

அவள் பல நாள் அந்த அஞ்சலட்டையைக் கண்டு அழுதுகொண்டே இருந்தாள். அது அவளது பெற்றோர் இருவரும் அடுத்தடுத்து காலமாகிவிட்டிருந்த சமயம். வேறு உறவுகளோ, நட்புகளோ இல்லாதிருந்தவளுக்கு என்ன செய்வதென்று புரியவில்லை. யாரிடமும் இதைக் கொண்டு போய்ப் பேசவும் பிடிக்கவில்லை. உன் புருஷன் எங்கே என்று கேட்டவர்களுக்கெல்லாம் அவன் மதராசில் வேலை கிடைத்துப் போயிருப்பதாகச் சொல்லியிருக்கிறாள். அதை மாற்றவும் விருப்பமில்லை.

தன் வயிற்றைக் கழுவ சிறு சிறு விவசாயக் கூலி வேலைகள் செய்து பிழைக்க ஆரம்பித்தாள். அப்படியே வருடங்கள் நகர்ந்து அவளுக்கு இப்போது முப்பது வயதாகிவிட்டிருந்தது.

‘நீ அவனைத் தேடிப் போகவேயில்லியா?’ என்று வினய் கேட்டான்.

‘எதுக்கு?’

‘வாழறதுக்குன்னு சொல்லலே. குறைஞ்சது சண்டை போடவாச்சும்?’

‘பிரயோசனமில்லியே சாமி. வேணான்னுதானே போயிட்டான்? போய் சண்ட போட்டு மட்டும் என்னா ஆயிடப் போகுது?’ என்று அவள் கேட்டாள்.

வினய் அவளை உற்றுப் பார்த்தான். முப்பது வயது என்று அவள் சொன்னாலும் தோற்றத்தில் அத்தனை தெரியவில்லை. அவளுக்குச் சற்றுப் பெரிய கண்கள். மூக்கு சற்றுப் பட்டையாக இருந்தது. அது விகாரமாகத் தெரியாதபடி கன்னங்கள் அகன்று திரண்டு நின்றன. மண்வெட்டி பிடித்து வேலை செய்கிறவளைப் போலத் தோள்கள் வலுவாக இருந்தன. ஏதோ ஒரு விதத்தில் அவள் அழகிதான் என்று வினய் நினைத்தான். ஆனாலும் அவள் புருஷனுக்கு அவளைப் பிடிக்காமல் போயிருக்கிறது. என்ன காரணம் என்று அவன் சொல்லவில்லை. வீட்டில் பெரிய சண்டைகளும் நடந்ததில்லை என்று அவள் சொன்னாள்.

வினய் நெடுநேரம் அவளைக் குறித்து யோசித்தபடி இருந்தான். சட்டென்று ஏதோ தோன்ற, 'உன் பேர் என்ன?' என்று கேட்டான்.

'இவ்ளநேரம் நீங்களும் கேக்கலை, நானும் சொல்லலை பாருங்க' என்று சொல்லிவிட்டு அவள் சிரித்தாள்.

'பரவால்ல. இப்ப சொல்லு. உன் பேர் என்ன?'

தன் பெயர் சித்ரா என்று அவள் சொன்னாள்.

67. தொட்ட இடம்

நெடுநேரம் சிரித்துக்கொண்டே இருந்தேன். கண்ணில் நீர் வரும் அளவுக்குச் சிரித்தேன். என்னால் தாங்கவே முடியவில்லை. உண்மையில் நான் அப்படிச் செய்திருக்கக்கூடாது. அது வினய்யைக் காயப்படுத்தும் என்பதை நான் அறிவேன். இருப்பினும் என்னால் சிரிப்பைக் கட்டுப்படுத்த முடியவில்லை. ஆனால் வாழ்க்கை இப்படித்தான். என் சிறு வயதுகளில் கேசவன் மாமா மசால்வடையில் மருந்து தடவி எலிப்பொறிக்குள் வைப்பதைக் கண்டிருக்கிறேன். வெறும் மசால்வடை போதாதா எலியை அழைக்க? எலியைப் அழைப்பதல்ல. எலியை அழிப்பது முக்கியம் என்று மாமா சொல்லுவார். இரவு வைக்கும் மசால்வடைக்கு விடியலில் எலி பொறிக்குள் செத்துக் கிடக்கும். மாமா அதை அப்படியே தூக்கிச் சென்று கடலில் எறிந்துவிட்டு வந்து சோப்புப் போட்டு கையை அலம்பிக்கொள்வார்.

வினய் சந்தித்த பெண் எனக்கொரு மசால்வடையாகத் தெரிந்தாள். அவள் பெயர் சித்ராவாக இருந்தது, அதில் தடவிய மருந்து. நட்சத்திர விடுதி அறையில் வினய் தன்னையறியாமல் நெடு நேரம் அழுதுகொண்டே இருந்தான். அவன் அழுது முடிக்கக் காத்திருந்தேன். உண்மையில் அவன் மிகவும் வருந்தியதை என்னால் புரிந்துகொள்ள முடிந்தது. அது சற்றும் எதிர்பாராத ஒரு சந்திப்பு. தாகத்துக்குத் தண்ணீர் கொடுத்த பெண். அவளுக்கு அவன் ஒரு சொம்பு பாலைக் கொடுத்ததே அதிகப்படி. அதைச் செய்திருக்க வேண்டாம் என்று நான் சொன்னேன்.

'விமல், இது உனக்குத் தெரியாது அல்லது புரியாது. சித்து பயில்பவர்களுக்கு சட்டென்று ஒரு கணம் மனத்தில் தோன்றும். இந்த நிமிடம் இதைச் செய் என்று எங்கிருந்தோ ஒரு கட்டளை வரும்.'

'அது உன் மனம் சொல்வதுதான்' என்று சொன்னேன்.

'இருக்கலாம். என் மனம், உன் மனம் என்று தனித்தனியே இல்லை. மனம் ஒன்றுதான். கட்டளைகள் மட்டும் இடம் மாறி வரும்.'

'கடவுள் அனுப்புவாரா?'

'அப்படித்தான் நம்புகிறேன்' என்று வினய் சொன்னான்.

எனக்குக் கடவுள்கள் இல்லாதிருப்பது எத்தனை சொகுசாக இருக்கிறது! பொதுவாக நான் என் மனத்துக்குள் பேசுவதே கிடையாது. பேச்சு என்ற செயலுக்கு எதிராளி ஒருவன் முக்கியம். அல்லது பலபேர். யாருமற்ற நேரங்களில் நான் மிதமாக மது அருந்திவிட்டுத் தூங்கிவிடுவேன். வினய்யிடம் இதைச் சொன்னபோது அவன் அதைக் கண்டுகொண்டதாகத் தெரியவில்லை. அவனது வருத்தமெல்லாம் அந்தப் பாளையங் கோட்டைக்காரியிடம் வீழ்ந்து கிடந்த தினங்களைப் பற்றியதாகவே இருந்தது.

'என்னால் மீளவே முடியவில்லை விமல். என் கண்ணெதிரே நான் தோற்றுக்கொண்டிருந்தேன். ஒருமுறை இருமுறையல்ல. ஒவ்வொரு முறையும்.'

அவளை சக்தி வடிவமாகக் கொண்டு உள்ளே புகப் பார்த்ததில் ஆரம்பித்திருக்கிறது சிக்கல். அவன் மனக்கண்ணில் தெரிந்த நீர்நிலை அவளைக் கண்டபிறகு ஒரு பெண்ணுருவம் கொண்டிருக்கிறது. ஒரு நாள் நள்ளிரவு உறங்கிக்கொண்டிருந்த சித்ராவைத் தட்டியெழுப்பி, 'பெண்ணே இப்படி எதிரில் வந்து உட்கார்' என்று சொல்லியிருக்கிறான். ஒரு சொம்புப் பாலில் தடுக்கி விழுந்த அந்தப் பெண் வினய் சொன்னதற்கு மறுப்பேதும் சொல்லாமல் சம்மதித்து எதிரே வந்து அமர்ந்தாள். வினய் அவளது கண்களை உற்றுப் பார்த்தான். உதடுகளை உற்றுப் பார்த்தான். பார்வையை அப்படியே மெல்லக் கீழிறக்கி, கழுத்தைப் பார்த்தான். சற்றே தெரிந்த இடுப்பைப் பார்த்தான். அவள் எதிர்பாராத ஒரு கணத்தில் அவள் சேலையைத் தனது இடக்கரத்தால் விலக்கி மார்பகங்களைக் கண்டான். அதைத் தொட்ட கணத்தில் அவன் நினைவில் இருந்து சொரிமுத்து முற்றிலுமாக நகர்ந்து போனான்.

'இல்லை. அது தவம்தான். நான் சக்தி சொரூபத்தை அவளது தேகத்தில் மானசீகமாக ஆவாகனம் செய்தபின்தான் பூஜிக்க ஆரம்பித்தேன்.' என்று வினய் சொன்னான்.

'முட்டாள். உன் மனத்தில் சிவமே உட்காரவில்லை. சக்தி எப்படி ஆவாகனமாவாள்?'

அவன் கேவிக்கேவி அழத் தொடங்கினான். 'என் சக்திகள் என்னை விட்டுப் போய்விட்டன விமல். நான் அந்தக் கணம் ஒரு சித்தனாகும் தகுதியை இழந்தேன். என் உடலெங்கும் சாக்கடை ஓடத் தொடங்கியது. அதன் துர்நாற்றம் என் நினைவெங்கும் படர்ந்து ஒரு கிருமியாக என்னைத் தின்ன ஆரம்பித்தது. என்னால் தாங்கவே முடியவில்லை. மீளவும் முடியவில்லை.'

'எத்தனைக் காலம்?'

'ஒன்பது மாதங்கள். அவள் ஒரு கருக்கலைப்புச் செய்ய வேண்டி வந்தது. அன்றைக்கு நான் அந்த இடத்தைவிட்டு ஓடிப் போனேன்' என்று வினய் சொன்னான்.

'சுத்த அயோக்கியன்.'

'ஆம். சந்தேகமில்லை. அயோக்கியன்தான். இந்தப் பாடுக்கு நான் காஞ்சீபுரம் வேதபாட சாலையிலேயே இருந்திருக்கலாம். படித்து முடித்து பத்மா மாமியின் மகளைத் திருமணம் செய்துகொண்டு சந்தோஷமாக வாழ்ந்திருக்கலாம்.'

'இப்போதும் ஒன்றும் கெட்டுப் போகவில்லை வினய். பத்மா மாமியின் மகளுக்கு வேண்டுமானால் திருமணமாகிக் குழந்தை பிறந்து வளர்ந்திருக்கலாம். நீ வேறு பெண்ணைப் பார்த்துத் திருமணம் செய்துகொண்டு வாழலாம்.' என்று சொன்னேன்.

'இல்லை. அது முடியாது. நான் ஒரு பெரிய குழிக்குள் இருக்கிறேன். பிசாசுகளும் குட்டிச் சாத்தான்களும் என்னைச் சூழ்ந்திருக்கின்றன. பூரணத்தை நோக்கிய ஒரு பெரும் பயணத்தை மேற்கொண்டு அந்தப் பாழாய்ப் போன முகமது குட்டியால் சூனியத்துக்குள் விழுந்துவிட்டேன்.' என்று தலையில் அடித்துக்கொண்டு அழுதான்.

எனக்கு மிகவும் பரிதாபமாக இருந்தது. அவன் ஏன் முகமது குட்டியைப் பழிவாங்க நினைத்தான் என்பதுதான் எனக்குப் புரியவில்லை. நான் அதை அவனிடம் கேட்கவில்லை. அந்த நேரத்து ஆங்காரம் என்பது பதிலாக இருக்கும். எனக்கென்னவோ அவன் முகமது குட்டியின் வித்தையின்மீது தன்னையறியாமல் மையல் கொண்டிருப்பான் என்று தோன்றியது. ஒரு சுண்டியிழுப்பு. ஒரு வசீகரம். உன் இடுப்பில் இருந்ததை என் இடுப்புக்கு

மாற்றிவிட்டேன் பார் என்கிற எகத்தாளம் அளித்த ஆத்திரத்தின் அடியில் புதைந்திருந்த ஆச்சரிய உணர்வு. அவன் சித்தனல்ல என்று வினய்க்குத் தெரிந்திருந்தது. ஒரு சித்தன் செய்யக்கூடிய காரியத்தை சித்தனல்லாத ஒருவன் செய்வது எப்படி என்று குழம்பிப் போயிருக்கிறான்.

ஒரு சமயம் டெல்லியில் நானொரு மேஜிக் ஷோ பார்க்கப் போயிருந்தேன். அசோகா ஓட்டலின் விஸ்தாரமான அரங்கமொன்றில் மிகப்பெரிய முக்கியஸ்தர்கள் சிலருக்காக நிகழ்த்தப்பட்ட பொழுதுபோக்கு நிகழ்ச்சி. உண்மையில் அது ஒரு முக்கியமான அரசியல் ஆலோசனைக் கூட்டம். ரகசியக் கூட்டமும் கூட. ஆலோசனைகள் செவ்வனே நிறைவேறியதும் களைப்பு நீங்க மதுவருந்திவிட்டு உணவுத் தட்டுகளோடு எல்லோரும் மேஜிக் ஷோ பார்க்க அமர்ந்தோம்.

அந்தக் கலைஞன் மிகவும் இளைஞனாக இருந்தான். ஒல்லியாக, சிவப்பாக, தோள்வரை புரண்ட தலைமுடியோடு மிகவும் வசீகரமாக இருந்தான். வழக்கமான தொடக்கக் காட்சிகளைப் பரபரவென்று செய்துகாட்டிக் கைதட்டல் பெற்ற பின்பு யாராவது ஒருவர் மேடைக்கு வர முடியுமா என்று கேட்டான்.

குறைந்தபட்சம் ஒரு எம்பி பதவி, குறைந்தபட்சம் ஐம்பது கோடி ரூபாய் சொத்து, குறைந்தபட்சம் ஆறு பங்களாக்கள், பத்து கார்கள் வைத்திருந்தவர்கள் அவர்கள். அந்தக் கூட்டத்தில் என்னைச் சேர்த்து ஓரிருவர் மட்டுமே பணக்காரர்கள் அல்லாதவர்கள். ஆனால் முன் சொன்ன எம்பிக்கள் பலபேரின் பலகோடிக் கணக்கான பணம் எங்களிடம்தான் புழங்கிக்கொண்டிருந்தது. அதுவல்ல விஷயம். அன்றைக்கு அந்த மேஜிக் கலைஞன் யாராவது மேடைக்கு வர முடியுமா என்று கேட்டவுடன் நாலைந்து பேர் எழுந்து முன்னால் போனார்கள். அவன் ஒருவரை மட்டும் தேர்ந்தெடுத்து தன்னருகே அழைத்தான். ஒரு ஸ்டூலைப் போட்டு அதன்மீது ஏறி நிற்கச் சொன்னான். குஜராத்தில் பிரம்மாண்டமான பால்பண்ணை ஒன்றை நடத்துகிற அந்த மனிதர் ஸ்டூல் மீது ஏறி நிற்பது பற்றிச் சற்றும் வெட்கமுறாமல் அவன் வார்த்தைக்குக் கட்டுப்பட்டு ஏறி நின்றார். அவன் அந்தப் பெரிய மனிதருக்கு இரண்டு உயரமான கழிகளைக் கொடுத்து இரு கைகளிலும் பிடித்துக்கொள்ளச் சொன்னான். ஒரு பாதுகாப்பு போல. பிடிமானத்துக்காக. அவன் சொன்னபடியே அவர் கழிகளைப் பிடித்துக்கொண்டு ஸ்டூல் மீது நின்றதும் அவன் தனது குச்சியைச் சுழற்றி ஏதோ செய்தான். பிறகு சட்டென்று அவர்

நின்றுகொண்டிருந்த ஸ்டூலை உருவி நகர்த்திவிட்டான். பிரமுகர் விழவேயில்லை. அந்தரத்தில் அப்படியே நின்றுகொண்டிருந்தார். கூட்டத்தில் இருந்தவர்கள் ஓவென்று சத்தமிட்டு பலமாகக் கைதட்டினார்கள். அவன் அதோடு நிறுத்தவில்லை. அவரது பிடிமானத்துக்காகக் கொடுத்த இரு கழிகளையும் அதே போல் உருவி, நீக்கிவிட்டான். இப்போது பிரமுகர் முற்றிலும் புவியீர்ப்பு விசைக்கு எதிராகச் செயல்பட்டுக்கொண்டிருந்தார்.

இரண்டு நிமிடங்களுக்கு இந்த மேஜிக் நீடித்தது. அதன்பின் அவன் மீண்டும் ஸ்டூலை நகர்த்தி அவர் காலுக்கடியில் வைத்து நிற்கும்படிச் செய்து கீழே இறக்கினான்.

இது எப்படி, இது எப்படி என்று அத்தனை பேரும் அந்த மேஜிக் நிபுணனைத் துளைத்து எடுத்துவிட்டார்கள். 'திஸ் இஸ் மேஜிக்' என்று சொன்னானே தவிர அவன் அதன் சூட்சுமத்தைச் சொல்லவில்லை. நான் அந்தப் பால் பண்ணை அதிபரிடம் சென்று, 'நீங்கள் அந்தரத்தில் மிதந்ததை உணர்ந்தீர்களா?' என்று கேட்டேன்.

ஆமாம் என்று உடனே பதில் சொன்னவர் சற்று யோசித்துவிட்டு, 'சரியாகத் தெரியவில்லை. அப்படித்தானே நீங்கள் எல்லோரும் சொல்கிறீர்கள்?' என்று கேட்டார்.

இந்தச் சம்பவத்தை நான் வினய்யிடம் சொன்னபோது, 'கண்கட்டு' என்று சொன்னான். 'ஏவலாளி ஜாதி ஒன்று இருக்கிறது. அவர்களைக் கூப்பிட்டு இதையெல்லாம் செய்வது சுலபம்' என்றான்.

'அதைத்தானே முகமது குட்டி செய்தான்?' என்று கேட்டேன்.

அவன் சற்றுத் தயங்கினான். பிறகு, 'ஆம். நான் உன்னிடம் மறைக்க விரும்பவில்லை. ஸ்ரீரங்கப்பட்டணத்து நடிகரின் மனைவிக்கு இதெல்லாம்தான் பிடிக்கும். அவளைப் போல எனக்குப் பலபேரைத் தெரியும்.'

எனக்கு அவனைப் பார்க்கப் பாவமாக இருந்தது. ஒரு ஞானத்தேடல் இப்படியொரு வியாபார உத்திக்குள் அவனை விழச் செய்திருக்க வேண்டாம்.

68. முதலும் ஈடும்

திட்டமிட்ட தேதியில் நான் அந்த சிரீரங்கப்பட்டணத்து நடிகரைப் பார்க்க முடியவில்லை. வினய் அதைக் கெடுத்தான். முப்பது வருடங்களுக்குப் பிறகு என் உடன் பிறந்த சகோதரனைச் சந்திக்கிறேன் என்பதை மிருதுளாவின் தந்தை நல்லவிதமாகப் புரிந்துகொண்டதால் அவரிடம் சொல்லி ஒரு நாள் தள்ளி மீண்டும் சந்திப்புக்கு ஏற்பாடு செய்தார்.

அந்த மனிதரை நான் ஒரு அரசியல்வாதியாக என்றுமே எண்ணிப் பார்த்ததில்லை. ஆனால் கர்நாடகத்து அரசியலில் அவருக்குப் பெரும் பங்கு இருந்திருக்கிறது. அதுவும் நெடுங்காலமாக. ஒரு கட்சிக்காரராகத் தன்னைக் காட்டிக்கொள்ளாமலேயே எட்டாண்டுகள் அவர் அரசியல் செய்திருக்கிறார் என்பது வியப்பாக இருந்தது. முதுமையும் தள்ளாமையும் நெருங்கியபோதுதான் அவர் தன்னை ஒரு கட்சியுடன் இணைத்துக்கொண்டார். தேசியக் கட்சி.

'சுவாமிஜி, கட்சி என்கிறோம். கொள்கை என்கிறோம். அரசியல் பேசுகிறோம். மக்களைக் குறித்துப் பேசுகிறோம். எல்லாவற்றுக்கும் அடிப்படை ஒன்றுதான்' என்று அவர் சொன்னார்.

'ஆம். பணம்.'

'மற்றத் துறைகளில் பணம் இல்லாமல் இல்லை. இங்கு சற்று அதிகம். சினிமாவைவிட அதிகம்.'

'சரி.'

'நீங்கள் எங்கள் கட்சியில் பலபேருக்கு பினாமியாகச் செயல்படுவதாக லிங்கப்பா சொன்னார். நான் சுற்றி வளைக்காமல் கேட்கிறேன். எனக்கு நீங்கள் வேலை செய்ய முடியுமா?'

நான் யோசித்தேன். என்னிடம் அப்போது ஒன்பது வாடிக்கையாளர்கள் இருந்தார்கள். ஆறு அரசியல்வாதிகள்ளர்கள். ஒரு அதிகாரி. இரண்டு நடிகைகள். இவர்கள் சம்பாதிக்கும் பணத்தில் ஒரு பகுதியை என்னிடம் அனுப்பிவிடுவார்கள்.

பிரேசிலில் ஒரு காப்பிக் காடு நான் அனுப்பும் பணத்தில்தான் விளைந்துகொண்டிருந்தது. மூன்று மத்தியக் கிழக்கு எண்ணெய் கம்பெனிகளில் முதலீடு செய்திருந்தேன். இது போக ஒரு நகைக்கடை. பிரம்மாண்டமானது. தேசமெங்கும் அதற்கு ஏழெட்டுக் கிளைகள் உண்டு. அரசியல்வாதிகளுக்கு என்னைப் பிடித்துப் போக ஒரே ஒரு காரணம்தான். அவர்கள் தரும் பணத்தில் ஒற்றைக் காசைக்கூட நான் தொடுவதில்லை. நான் துறவி. எனக்கு எதற்குப் பணம்? என் உணவுத் தேவைகளைக் கவனித்துக்கொள்ள ஆள் இருந்தால் போதும். என் உறைவிடம் இன்னொருவர் பொறுப்பு. பயணங்கள், தங்குமிடச் செலவுகள் வேறொருவருடையது. ஆசிரமத்துக்குத் தேவையானவற்றை பக்தர்களே நிறைவேற்றிவிடுகிறார்கள். இதற்குமேல் ஒண்டிக் கட்டையான எனக்குப் பணத்தின் தேவைதான் என்ன?

யோசித்துப்பார்த்தால் எனக்கே அது சற்று வியப்பாகத்தான் இருந்தது. இத்தனை ஆண்டுகளில் வங்கிக் கணக்கு என்ற ஒன்று எனக்கு இருந்ததே இல்லை. அதற்கு அவசியமும் வந்ததில்லை. முதல் முறை நான் வெளிநாடு செல்ல நேர்ந்தபோது வங்கிக் கணக்கும் பண அட்டையும் அவசியம் என்று சொன்னார்கள். நான் சிரித்தேன். 'என்னை அழைப்பவர்களிடம் அவை இருக்கிறதல்லவா? போதும்' என்று சொன்னேன். என் ஆசிரமத்துக்கு வருவோருக்குச் சில நிபந்தனைகள் உண்டு. வெளியே அவர்கள் செருப்பை அவிழ்த்து விடும்போது பர்ஸையும் சேர்த்துத்தான் விட்டு வர வேண்டும். லாக்கர்கள் இருக்கும். அவரவர் பணப்பையை அதில் வைத்துப் பூட்டிக்கொள்ளலாம்.

'பணத்தைத் தொடாமல் ஒரு மணி நேரம் இருப்பதும் ஒரு வித தியானம்தான்' என்று அடிக்கடிச் சொல்வேன். உண்மையில் அது என்னுடைய அபாரமான கண்டுபிடிப்பு. எந்தத் துறவியும் ஞானியும் சொல்லாதது. நான் பணமற்றவன். அதற்கான தேவையும் அற்றவன். எனது சம்பாத்தியம் என்பது மனிதர்கள் மட்டுமே. இதனாலேயே நான் என்ன நினைத்தாலும் நடந்தது. எது கேட்டாலும் கிடைத்தது. என்னை நம்பிப் பணத்தை ஒப்படைக்கும் அத்தனை பேருக்கும் கணக்கு சுத்தமாக வருடம்தோறும் நேரடியாகப் பணம் போய்விட ஏற்பாடு செய்திருந்தேன். அடுத்தவர் பணம். யாரோ எங்கோ உழைத்து அதைப் பெருக்கித் தருகிறார்கள். அவர்களுக்கான சம்பளத்தை இன்னும் யாரோ கொடுக்கிறார்கள். இடையில் நின்று கைகாட்டிவிடுவது மட்டுமே நான். வெறும் இடையன். வெறும்

மேய்ப்பன். வருமான வரித்துறைக்கு வேலையே வைக்காத ஒரு ஆசிரமத்தை நடத்திக்கொண்டிருப்பதால் என்னை நம்பியவர்கள் என்றும் நிம்மதியுடன் இருந்தார்கள்.

அந்த முன்னாள் நடிகரிடம் நான் கேட்டேன், 'உங்களுக்கு எந்தத் தொழிலில் முதலீடு செய்ய விருப்பம்?'

'தங்கம் வேண்டாம். காப்பி வேண்டாம். எண்ணெய் வேண்டாம்.'

'என்ன வேண்டும் என்று சொல்லுங்கள்.'

'எனக்கு வேண்டியது பெரும் பணம். சுவாமிஜி, இன்னும் மூன்றாண்டுகளில் பொதுத் தேர்தல் வந்துவிடும். அந்தத் தேர்தல்தான் என் இலக்கு. என் எதிர்காலத்தைத் தீர்மானிக்கப் போகிற தேர்தல் அது.'

எனக்கு சிரிப்பு வந்தது. அவருக்கு எப்படியும் அறுபத்து ஐந்தில் இருந்து எழுபது வயதுக்குள் இருக்கும் என்று தோன்றியது. எதிர்காலம் என்பது இன்னும் எத்தனை ஆண்டுக்காலம் இருக்கும் என்று உத்தேசித்திருக்கிறார்? நான் சட்டென்று கேட்டேன், 'உங்களுக்கு சர்க்கரை வியாதி இருக்கிறதா?'

'ஆம்.'

'ரத்த அழுத்தம்?'

'உண்டு.'

'வேறு ஏதேனும் உடல் நலன் சார்ந்த சிக்கல்கள் இருந்தால் சொல்லுங்கள்.'

அவர் யோசித்துவிட்டு, 'இல்லை. இந்த இரண்டும்தான்.'

'எத்தனைக் காலமாக?'

'குறைந்தது முப்பது வருடங்கள்.'

'மாத்திரைகளை ஒழுங்காக எடுத்துக்கொள்கிறீர்களா?'

'ஒருநாளும் தவறுவதில்லை.'

சிறிது நேரம் அமைதியாக இருந்தேன். பிறகு, 'நான் சொல்கிற மாதிரி உங்களால் சாப்பிட முடியுமானால் இந்த இரண்டு வியாதிகளில் இருந்தும் நீங்கள் நிரந்தரமாக விடுதலை பெறலாம். உங்கள் அரசியல் எதிர்காலத்தை வியாதி தின்றுவிடக் கூடாதல்லவா?'

அவர் உற்சாகமாகிவிட்டார். 'உண்மையாகவா? சர்க்கரை நோய் தீரவே தீராது என்றல்லவா சொல்கிறார்கள்?'

நான் புன்னகையுடன் அவர் நாடி பிடித்துப் பார்த்தேன். 'உங்கள் எடை என்ன?' என்று கேட்டேன். அவர் யோசித்துவிட்டு, 'சமீபத்தில் பார்க்கவில்லை. எப்படியும் தொண்ணூறு கிலோ இருப்பேன் என்று நினைக்கிறேன்' என்று சொன்னார்.

'சரி. நாளை முதல் ஒரு வாரத்துக்கு முட்டை தவிர வேறு எதையும் உண்ணாதீர்கள்' என்று சொன்னேன்.

'என்ன?'

'வெறும் முட்டை. பசிக்கும்போதெல்லாம் முட்டை. பசி அடங்கும்வரை முட்டை.'

'அப்படிச் சாப்பிட்டால் என்ன ஆகும்?'

'ஒருவாரம் சாப்பிட்டுவிட்டு ஒரு ரத்தப் பரிசோதனை செய்து பாருங்கள். உங்களுக்கே புரியும்' என்று சொல்லிவிட்டுக் கிளம்பி விட்டேன்.

உண்மையில் நான் அவரது பணத்துக்குப் பொறுப்பேற்றதைவிட அவர் அதிகம் மகிழ்ச்சி கொண்டது அதில்தான். எண்ணி ஒரு வாரம். வெறும் முட்டை மட்டுமே சாப்பிட்டதில் அவரது ரத்த சர்க்கரை கணிசமாகக் குறைந்துவிட்டிருந்தது. அலறிக்கொண்டு எனக்கு போன் செய்து இந்தத் தகவலைச் சொன்னார். 'என் மருத்துவர் மாத்திரைகளின் அளவைப் பாதியாகக் குறைத்துவிட்டார். இது எப்படி? என்ன செய்தீர்கள் நீங்கள்?'

நான் ஒன்றுமே செய்யவில்லை என்பதைச் சொல்லவில்லை. அவருக்கான என் பிரார்த்தனையைப் பரம்பொருளிடம் சேர்ப்பித்து விட்டதாகச் சொன்னேன். என் சீடன் ஒருவன் மூலம் அவருக்கு நான் அனுப்பிவைத்த முட்டைகளுக்குள் ஏதோ மந்திரித்து சேர்த்து அனுப்பிவைத்திருப்பதாக அவர் மனப்பூர்வமாக நம்பினார். என் கைகளைப் பிடித்துக்கொண்டு கண்ணீர் விட்டு நன்றி சொன்னார். அவரது மனைவி, சந்தோஷத்தில் எனக்கு ஒரு பெரிய விருந்தே அளித்தார். அந்த விருந்தின்போதுதான் அவர் சொன்னார், 'ஆயுதங்களில் முதலீடு செய்யுங்கள். புரட்சி நடக்கும் தேசங்களில் விளைச்சல் அதிகம் இருப்பதாகச் சொல்கிறார்கள்.'

நான் உடனடியாக அவருக்குச் சம்மதம் சொல்லவில்லை. ஒரு மாத காலம் அவகாசம் வேண்டும் என்று சொல்லிவிட்டுக் கிளம்பிச் சென்றேன். அமெரிக்காவில் எனக்கு அப்போது சில சீடர்கள் சேர்ந்திருந்தார்கள். விடுமுறைக்கு இந்தியா வந்தபோது என் சொற்பொழிவுகளைக் கேட்டு சீடர்களானவர்கள். அந்த தேசத்துக்கு என்னைச் சொற்பொழிவாற்ற வரச் சொல்லிக் கேட்டுக்கொண்டிருந்தார்கள். அவர்களில் ஒருவனைத் தேர்ந்தெடுத்துக் கடிதம் எழுதினேன். நான் அமெரிக்கா வருகிறேன். ஆனால் அங்கிருந்து மெக்சிகோ செல்ல விரும்புகிறேன். அந்தப் பயணத்துக்கும் சேர்த்து ஏற்பாடு செய்ய முடிந்தால் நல்லது.

அமெரிக்கச் சீடர்கள் மிகுந்த மகிழ்ச்சியடைந்தார்கள். உடனடியாக எனது பயணத்துக்கு ஏற்பாடுகள் செய்யத் தொடங்கினார்கள். நான் மீண்டும் அந்தக் கன்னட நடிகரைச் சந்தித்து, 'ஒரு மாதம் போதாது. இன்னொரு மாதம் காத்திருங்கள்' என்று சொல்லிவிட்டு மிருதுளாவின் தந்தையை என்னோடு அமெரிக்காவுக்கு வரமுடியுமா என்று கேட்டேன். இடைப்பட்ட நாள்களில் அடிக்கடி என்னை அவர் சந்தித்ததில் மிருதுளாவைப் போலவே அவரும் என் வயமாகியிருந்தார். நான் மொழியின் குழந்தை. ஒரு தையல்காரனின் லாகவத்துடன் என்னைத் தேடி வருகிறவர்களுக்கான சொற்களைத் தேர்ந்தெடுத்துப் பேசுகிறேன். அவர்கள் என் சொல்லில் மூழ்கித் திளைக்கிறார்கள். என் வங்கியின் மனிதக் கணக்கு பணத்தைக் காட்டிலும் வேகமாகப் பெருகுகிறது. மனிதர்கள் பணத்தைக் காட்டிலும் வலிமை மிக்கவர்கள். எனக்குத் தெரிந்த இந்த உண்மை என்னைத் தவிர பிறருக்குத் தெரியாது என்பதுதான் என் அதிர்ஷ்டம்.

அந்த மனிதர் தன்னால் அமெரிக்காவுக்கு வர முடியாதது பற்றி மிகவும் வருத்தப்பட்டார். ஆனால் மிருதுளாவை அழைத்துச் செல்லுங்கள் என்று சொன்னார்.

69. ஒரு பயணம்

பதினாறாம் நூற்றாண்டின் முற்பகுதியில் ஸ்பானியர்கள் மெக்சிகோவுக்குப் படையெடுத்து வென்றதற்கும் இருபதாம் நூற்றாண்டின் பிற்பகுதியில் நான் மெக்சிகோவுக்குப் பயணம் மேற்கொண்டதற்கும் சில பொருத்தங்கள் இருப்பதாக எனக்குத் தோன்றியது. நான் ஊர் சுற்றிப் பார்க்கப் போகவில்லை. அங்கே உள்ள உல்லாசங்களை அனுபவிக்க எனக்கு நேரமும் இல்லை; விருப்பமும் இல்லை. என்னை அறிந்தவர்களோ, என் மொழி தெரிந்தவர்களோ அங்கு யாருமிருக்கவில்லை. ஆனால் வட அமெரிக்காவின் டெக்சஸ் மாகாணத்தில் எல் பசோ நகரத்தில் வசித்து வந்த எனது சீடர்களுள் ஒருவனான விக்கி என்கிற விக்னேஸ்வரனுக்கு மெக்சிகோவில் ஒரு தொடர்பு இருந்தது. அமெரிக்காவில் நிரந்தரமாகக் குடியேறிவிட்ட ஒரு மெக்சிகக் குடும்பத்தில்தான் அவன் பெண் எடுத்துத் திருமணம் செய்திருந்தான். அந்தப் பெண்ணின் உறவினர்கள் பலர் மெக்சிகோவில் இன்னமும் வசித்துக்கொண்டிருந்தது சௌகரியமாக இருந்தது. என்னை வரவேற்கவும் தங்க வைப்பதற்கும் அவர்கள் பொறுப்பேற்றுக்கொண்டார்கள்.

இருபது நாள் அமெரிக்காவில் சொற்பொழிவுகளை முடித்துக்கொண்டு நான் மெக்சிகோ போய்ச் சேர்ந்தபோது ‘இங்கே நாம் என்ன செய்யப் போகிறோம் குருஜி?’ என்று மிருதுளா கேட்டாள்.

‘தெரியவில்லை பெண்ணே. உன் தந்தைக்கு மிகவும் வேண்டப்பட்ட ஒரு பெரிய மனிதருக்கு உதவ ஏதாவது வழியிருக்கிறதா என்று பார்க்க வந்திருக்கிறேன்’ என்று சொன்னேன்.

உண்மையில் எனக்கு அதுவரை நிழல் உலகத்துடனான தொடர்புகள் சொல்லிக்கொள்ளும்படியாக இருந்ததில்லை. பணத்தின் மீதான விருப்பத்தை அறவே களைந்தவனுக்கு அதன் தேவையும் இல்லை. ஓரிருவரை எனக்குத் தெரியும். உஸ்பெகிஸ்தானில் ஒரு போதைக் கடத்தல் தலைவன். திபெத்தில் வசிக்கும் ஒரு

வெடிகுண்டு நிபுணன். இதைச் சொன்னால் ஆச்சரியப்படுவீர்கள். அவன் பெயர் கேம்போ. பார்த்த கணத்தில் விழுந்து வணங்கத் தூண்டும் விதத்தில் அவனது தோற்றம் அப்படியொரு சாந்த வடிவமாயிருக்கும். தூய காவி உடையும் மழுங்கச் சிரைத்த தலையும் முகமும் எப்போதும் புத்த பெருமானின் திருநாமத்தை உச்சரித்துக்கொண்டிருக்கும் உதடுகளும் அவனை ஒரு துறவியாகக் காட்டும். அது உண்மையும்கூட. கேம்போ ஒரு துறவிதான். அவனுக்குக் குடும்பம், குழந்தை குட்டியெல்லாம் கிடையாது. நானாவது மடிகேரியில் ஒரு ஆசிரமம் வைத்திருக்கிறேன். அவனுக்கு அப்படியும் ஒன்றுமில்லை. எளியதொரு கிராமப்புற வீட்டில் வசித்துக்கொண்டு, பிட்சை எடுத்து உண்டு வாழ்பவன். கிராமத்துச் சிறுவர்களைக் கூப்பிட்டு உட்காரவைத்து இலவசமாகப் பாடம் சொல்லிக் கொடுப்பவனாகப் பிராந்தியத்தில் அவனை அறியாதவர்கள் இல்லை.

அவனை வேறு விதமாக அறிந்தவர்கள் உலகில் மிகச் சிலரே. என்னோடு சேர்த்து இருபது பேர் இருந்தால் அதிகம். கேம்போ ஒரு சிறந்த வெடி பொருள் நிபுணன். இலக்கு, நோக்கம், எதிர்பார்ப்பைச் சொல்லிவிட்டால் மிகச் சரியாகத் தேவையைப் பூர்த்தி செய்துவிடுவான். நூறு பேர் இறக்க வேண்டுமென்றால் நூறு பேர். ஆயிரம் பேர் இறக்க வேண்டுமென்றால் ஆயிரம் பேர். கட்டடம் நொறுங்க வேண்டுமானால் அதற்கான ஆயத்தம். கப்பல் வெடிக்க வேண்டுமானால் அதற்கொரு வழி. நான்கு வருடங்களுக்கு முன்பு கேம்போ இந்தியாவுக்கு வந்திருந்தான். எனக்கு மிகவும் பரிச்சயமான அரசியல்வாதி ஒருவர் என்னை அவனுக்கு அறிமுகப்படுத்தி வைத்தார். பவுத்தம் ஏன் இந்தியாவில் எடுபடாமல் போனது என்பது பற்றி நான் அவனுக்கு முக்கால் மணி நேரம் சொற்பொழிவாற்றினேன்.

‘சராசரி இந்தியர்கள் எத்தனை பெரிய ஏமாற்றங்களையும் விழுங்கி செரிக்கத் தயாராக இருப்பார்கள். ஆனால் கடவுள் இல்லை என்பதை அவர்கள் ஒருபோதும் ஏற்கமாட்டார்கள். கம்யூனிச நாத்திகமும் திராவிட நாத்திகமும் இங்கே எடுபடாமல் போவது அதனால்தான். கடவுளைக் குறித்துப் பேசாமல் நீங்கள் எத்தனை காலத்துக்கு வேண்டுமானாலும் இங்கே அரசியல் செய்ய முடியும். ஆனால் கடவுள் கிடையாது என்பீர்களானால் உங்கள் வாழ்வு முடிந்தது.’ என்று சொன்னேன்.

‘ஆனால் தத்துவங்கள்...’

‘ஆ, தத்துவங்கள்! அவற்றின் தேவைதான் என்ன இங்கே? பசியினும் பெரிய தத்துவம் இல்லை. பசியாற்றுவதினும் பெரிய அறம் இல்லை. எளிய மக்கள் தத்துவங்களின் பக்கம் ஒதுங்குவதில்லை நண்பரே. மூளை ஒரு நகை. அதைத் துடைத்துப் பெட்டியில் வைத்துப் பூட்டி வைக்கவே விரும்புகிறோம். விசேஷக் காலங்களில் மட்டும்தான் அதற்கு வேலை. உங்களால் எளிய உணர்ச்சிகளைத் தூண்டிவிட முடிந்தால் போதும். சிந்திக்கச் சொல்லாதீர்கள். அதற்கெல்லாம் நேரமில்லை. அதற்குள் ரேஷன் கடை மூடிவிடுவார்கள்’

நானொரு நாத்திகன் என்று அறிந்தபோது கேம்போ ஆச்சரியப்பட்டான். ‘இந்தியாவில் நாத்திகமும் ஒரு மதம் என்று தெரியுமல்லவா? இன்றைக்கு இல்லை. ஒரு காலத்தில். இன்று நாத்திகம் அரசியலுக்கு மட்டும் பயன்படுகிற ஒரு கருவி. அதுவும் தோற்பதற்கு உதவும் கருவி.’

‘எனில் உங்கள் கடவுள் யார்?’ என்று கேம்போ கேட்டான்.

சந்தேகமென்ன? என் கடவுள் நானேதான். என் குருவுக்கு இருந்த நூற்றுக் கணக்கான கடவுள்களின் முழுத் தொகுப்பாக நான் என்னைக் கண்டேன். என் கடவுள் என்பது என் சிந்தனை மட்டுமே என்று கேம்போவிடம் சொன்னேன். அவனுக்கு என்னை மிகவும் பிடித்துப் போய்விட்டது. என்னை திபெத்துக்கு வரும்படி அன்போடு அழைத்தான். அதற்கென்ன? என்றைக்காவது ஒரு நாள் அவசியம் வருகிறேன் என்று சொன்னேன்.

உண்மையில் நான் மெக்சிகோவுக்குப் போவது நல்லது என்று எனக்கு ஆலோசனை சொன்னது கேம்போதான்.

‘அங்கே நடப்பது போதைப் போர்கள்தான். ஆனால் ஆயுத மார்க்கெட்டுடன் தொடர்புடைய ஒரு சிலர் அங்கே இருக்கிறார்கள்.’ என்று சொல்லி எனக்கு ஒரு தொடர்பையும் அவன் தான் ஏற்படுத்திக் கொடுத்தான். மிருதுளாவிடம் நான் இதையெல்லாம் எப்படிச் சொல்ல முடியும்? அழகான சிறுமி அவள். மிகச் சில மூச்சுப் பயிற்சிகளை மட்டும்தான் நான் அவளுக்குச் சொல்லிக் கொடுத்திருக்கிறேன். சிரத்தையாக அவற்றை அப்பியாசம் செய்து சில வியாதிகளில் இருந்து அவள் விடுதலையாகியிருந்தாள். ஒரே ஒருமுறை அவளை நிஷ்டையில் அமர வைத்து சஹஸ்ரார சக்கரத்தைச் சுழலவிட்டுக் காட்டியிருக்கிறேன். கிறுகிறுத்துப் போய் சுருண்டு விழுந்துவிட்டாள். மூன்று மணி நேரத்துக்கு அவள்

எழுந்துகொள்ளவேயில்லை. ஆசிரமத்தில் சுற்றி நின்று வேடிக்கை பார்த்த சீடர்கள் சற்று மிரண்டு போனார்கள். 'குருஜி இவள் எப்போது எழுந்திருப்பாள்?' என்று அச்சத்தோடு கேட்டார்கள். நான் புன்னகை செய்தேன். அவர்களை வெளியே போகச் சொல்லிவிட்டு அறைக்கதவை மூடினேன். எனக்குத் தெரியும், அவளுக்கு என்ன நிகழ்ந்தது என்று. சின்னப் பெண் அல்லவா? அவள் கண் விழிக்கும்வரை அவள் அருகேயே அமர்ந்திருந்தேன். விழித்து எழுந்ததும் என்னைக் கண்டு சிரித்தாள். கட்டியணைத்து என் கன்னத்தில் முத்தமிட்டாள். 'தேங்க்யூ குருஜி, தேங்க்யூ குருஜி!' என்று வாய் ஓயாமல் சொல்லிக்கொண்டே இருந்தாள். அதன்பின் ஒருவார காலம் ஆசிரமத்தில் நான் சொற்பொழிவு நிகழ்த்தவேயில்லை. தனக்கு நேர்ந்த அனுபவத்தை ஆயிரமாயிரம் சொற்களில் மிருதுளா திரும்பத் திரும்ப விவரித்துக்கொண்டே இருந்தாள். கேட்பவர்களுக்கெல்லாம் சொன்னாள். கேட்காதவர்களையும் கூப்பிட்டு வைத்துச் சொல்லிக்கொண்டிருந்தாள்.

என்றோ ஒருநாள் அவளுக்கு அந்தச் சந்தேகம் வந்துவிட்டது. 'குருஜி, எனக்கு ஒன்று நிகழ்ந்தது. நான் என்னால் முடிந்தளவு அதை மற்றவர்களுக்கு விளக்கப் பார்க்கிறேன். ஆனால் நான் உணர்ந்ததை எந்தச் சொல்லும் சரியாக வெளிப்படுத்தவேயில்லை' என்று சொன்னாள்.

நான் புன்னகை செய்தேன்.

'தயவுசெய்து உதவுங்கள். எனக்கு நேர்ந்ததை நான் எப்படி விளக்குவது?'

சில வினாடி அமைதியாக இருந்துவிட்டு நான் சொன்னேன், 'சொல் தோற்கும் இடங்களில் மௌனம்தான் வெல்லும்.'

கேம்போ தந்திருந்த மெக்சிகனின் முகவரி நான் தங்கியிருந்த விடுதியில் இருந்து சுமார் ஐம்பது கிலோ மீட்டர் தொலைவில் இருந்தது. தொலைபேசியில் அவனை அழைத்து நான் வந்துவிட்ட விவரத்தைச் சொல்லும் பொறுப்பை நான் மிருதுளாவிடம் தந்திருந்தேன். அவள் ஏழெட்டு அழைப்புகளுக்குப் பிறகு அவனுடன் நேரில் பேசினாள். 'சுவாமிஜி நாளை உங்களைச் சந்திக்க விரும்புகிறார்' என்று சொன்னாள். அவனுக்கு ஆங்கிலம் அத்தனை வராது போலிருக்கிறது. திரும்பத் திரும்ப மிருதுளா சொன்னதையே சொல்லிப் புரியவைக்கப் பார்த்தாள். பத்து நிமிடங்கள் பேசிய பிறகு நன்றி சொல்லி போனை வைத்தாள்.

நான் 'என்ன' என்று கேட்டேன்.

'சொல்லிவிட்டேன் குருஜி. நாளைக் காலை ஒன்பது மணிக்கு நம்மை அழைத்துச் செல்ல இங்கே வண்டி வரும்' என்று சொன்னாள்.

இடையில் பதிமூன்று மணி நேரம் இருந்தது. ஒரு விடுதி அறையில் அடைந்து கிடப்பதில் என்ன இருக்கிறது? நாம் வெளியே போகலாம் என்று மிருதுளாவிடம் சொன்னேன். அன்றிரவு இரண்டு மணி வரை நாங்கள் மெக்சிகோ நகரெங்கும் சுற்றித் திரிந்தோம். எங்கெங்கோ சாலையோரக் கடைகளில் விதவிதமான மெக்சிகோ உணவு ரகங்களை ருசி பார்த்தோம். கால் களைத்த போது அறைக்குத் திரும்பி வந்து படுத்தோம்.

இரண்டு மணி நேரம்கூடத் தூங்கியிருக்க மாட்டோம். திடீரென்று நாங்கள் தங்கியிருந்த விடுதிக்கு வெளியே இடைவிடாமல் துப்பாக்கி வெடிக்கும் சத்தம் கேட்க ஆரம்பித்தது. திடுக்கிட்டுக் கண் விழித்து ஜன்னல் திரைச்சீலைகளை விலக்கி நான் வெளியே பார்த்தேன். மிருதுளா அச்சத்துடன் என் பின்னால் பதுங்கி நின்று கவனித்தாள். ஐந்தாறு நிமிடங்கள் நீடித்த துப்பாக்கிச் சூட்டின் இறுதியில் சாலையில் ஒன்பது பிணங்கள் தனியே கிடந்தன. ஒரு நாய் மட்டும் அவற்றுக்கிடையே உயிருடன் சுற்றிச் சுற்றி வந்தது.

70. கொன்றவன்

மிருதுளா பயந்திருந்தாள். பேரச்சத்தின் மைய மின்சாரப் புள்ளியை அவள் கண்களில் நான் பார்த்துவிட்டேன். இருள் பிரியாத அதிகாலை நேரத்தில் ஒன்பது உயிர்கள் நடுச் சாலையில் உடலை விட்டுப் பிரிந்திருக்கின்றன. அவர்கள் யார்? அத்தனை பேரையும் மொத்தமாகக் கொன்று குவிக்கும் வெறி எப்படி ஒரு மனிதப் பிறவிக்கு ஏற்படும்? கொள்கையா? யுத்தமா? பழிவாங்கும் வெறியா? வேறென்னவாகவும் இருக்கட்டும். ஒரு உயிர் என்பது பெரிதல்லவா?

நான் சொன்னேன். 'உயிர் பெரிதுதான். உயிர் துறத்தல் அதைவிடப் பெரிது.'

'குருஜி அவர்கள் வெறும் கொள்ளைக்காரர்களாக இருப்பார்களா? பணத்துக்காகவோ, பொருளுக்காகவோ இதை அவர்கள் செய்திருப்பார்கள் என்றால் சத்தியமாக நான் சாகும்வரை அவர்களை மன்னிக்க மாட்டேன்' என்று உணர்ச்சிவசப்பட்டுச் சொன்னாள்.

'பெண்ணே, கொலை என்பது ஒரு செயல். மரணம் என்பது ஒரு நிகழ்வு. காரணம் இதில் தேவையில்லாதது. ஒரு பூவைப் பறிப்பது போல. ஒரு பழத்தை மரத்தில் இருந்து கொய்வது போலத்தான் உடலில் இருந்து உயிரைப் பிடுங்குவதும். இது பாவமென்றால் நீ வாழைப்பழம் சாப்பிடுவதும் பாவம். இதனை நீ மன்னிக்க மாட்டாய் என்றால் நீ பூஜைக்காக தினமும் வீட்டுத் தோட்டத்தில் பூப்பறிப்பதையும் மன்னிக்க இயலாமல் போய்விடும்.'

அவள் அதிர்ந்துவிட்டாள். 'என்ன சொல்கிறீர்கள் நீங்கள்? மனிதன் மகத்தானவன் அல்லவா!'

'சந்தேகமில்லை மிருதுளா. மரணம் அதனினும் மகத்தானது' என்று சொன்னேன். எனக்கு அப்போது வினய் அந்த மார்த்தாண்டத்துக்காரனுக்கு எள்ளுருண்டை எடுத்துச் சென்ற கதை தெரியாது. அவனை முன்னதாகச் சந்தித்திருந்தால் அந்தச்

சம்பவத்தை நான் மிருதுளாவிடம் சொல்லியிருப்பேன். அவளுக்கு நான் வேறொரு கதை சொன்னேன்.

அது நான் என் குருநாதருடன் வாழ்ந்துகொண்டிருந்த காலம். ஒரு பனிக்காலத்தில் அவரைத் தேடி ஓர் இசைக்கலைஞர் எங்கள் ஆசிரமத்துக்கு வந்தார். குருநாதருக்குத் திரைப்படமெல்லாம் தெரியாது. நடிகர்கள், பாடகர்கள், இசையமைப்பாளர்கள் குறித்தெல்லாம் அறிந்துகொள்வதில் அவர் ஆர்வம் செலுத்தியதில்லை. ஆசிரமத்துக்கு வருபவர் யாராக இருந்தாலும் கூப்பிட்டு உட்காரவைத்துப் பேசுவது அவர்வழக்கம். அப்படித்தான் அவர் அந்த இசைக்கலைஞருடன் பேசிக்கொண்டிருந்தார். அவர் இந்தியா முழுதும் பிரபலமான ஒரு பாடகர். லட்சக்கணக்கில் ரசிகர்களைக் கொண்டவர். செல்வத்துக்கோ புகழுக்கோ பஞ்சமற்ற பெருவாழ்வு வாழ்ந்துகொண்டிருந்தவர். ஆனாலும் அவருக்கு வாழ்வில் நிம்மதி இல்லாமல் இருந்தது. காரணம் அவருக்கு இருந்த ஒரு வியாதி. அது என்ன வியாதி என்று குருஜி எங்களிடம் இறுதிவரை சொல்லவில்லை. நிச்சயமாகப் புற்று நோயாக இருக்க முடியாது என்று எனக்குத் தோன்றியது. ஒரு புற்று நோயாளிக்குரிய தோற்றம் அவருக்கு இல்லை. மினுமினுப்பிலும் ஊட்டச் செழுமையிலும் குறைவற்றிருந்தார். இருந்தாலும் ஒரு வியாதி. வேறு ஏதோ ஒன்று. அது முக்கியமல்ல.

குருவிடம் அவர் தனது வியாதியைக் குறித்து நெடு நேரம் புலம்பிக்கொண்டிருந்தார். 'இதில் இருந்து எனக்கு விடுதலை வேண்டும்' என்று சொன்னார்.

குருஜி திரும்பத் திரும்ப அவரிடம் கேட்டதெல்லாம் ஒரே ஒரு வினாதான். 'உண்மையிலேயே நீங்கள் விடுதலையை விரும்புகிறீர்களா?'

அவர் ஆம் என்று தீர்மானமாகச் சொன்ன பிறகு அன்றிரவு மட்டும் அவரை எங்கள் ஆசிரமத்திலேயே குருநாதர் தங்கச் சொன்னார். மறுநாள் அதிகாலை அவருக்குத் தன் கையாலேயே ஏதோ ஒரு மூலிகையை அரைத்துக் கொடுத்து மோருடன் விழுங்கச் சொல்லி ஆசீர்வதித்து அனுப்பிவைத்தார்.

ஓரிரு வாரங்களில் செய்தித் தாள்களில் அவர் காலமான செய்தி வந்தது. நான் அதை குருவிடம் சொன்னபோது, 'நான் என்ன செய்ய? விடுதலை என்பதே அவரது கடைசி ஆசையாக இருந்தது.

மிகவும் வற்புறுத்தியதால் செய்யவேண்டியதாகிவிட்டது' என்று சொன்னார்.

மிருதுளாவுக்கு நான் இந்தக் கதையைச் சொன்னபோது அவள் அதிர்ச்சியில் பேச்சற்றுப் போய்விட்டாள். உண்மையாகவா, உண்மையாகவா என்று திரும்பத் திரும்பக் கேட்டாள்.

'பெண்ணே, நான் பொய் சொல்வதில்லை. அது ஒரு சுமை.'

'கொலை பாவமே இல்லையா?'

'பாவம் என்றே ஒன்றில்லை என்கிறேன்.'

'அப்படியானால் இந்தத் துப்பாக்கிச் சூடு சம்பவம் உங்களை பாதிக்கவேயில்லையா?'

'நிச்சயமாக பாதித்தது மிருதுளா. ஆனால் அது உன்னை பாதித்ததற்கும் என்னை பாதித்ததற்கும் ரக வித்தியாசம் உண்டு.'

'அப்படியென்றால்?'

'ரத்தம் உன்னை நிலைகுலைய வைத்தது. சரியா?'

'ஆம்.'

'நான் சுட்டுக் கொன்றவனின் மன வரைபடத்தை யோசிக்கிறேன். இறந்தவனின் இயலாமையின் பின்னணி என்னவாயிருக்கும் என்று யோசிக்கிறேன். இரண்டுமே கோரமானவை. இரண்டுமே சகிக்க முடியாதவை. இரண்டின் பின்னாலும் இருந்திருக்கக்கூடிய மோசமான வளர்ப்பு, மோசமான கல்வி, மோசமான சமூகச் சூழலைப் பற்றிச் சிந்திக்கிறேன்.'

'ஆக கண்ணீருக்கு உங்களிடம் வேலையில்லை.'

'ஒரு மரணத்துக்குக் கண்ணீர் சிந்துபவன் துறவியாக இருக்க முடியாது பெண்ணே. மரணம் ஒரு விடுதலை. துறவு வேறுவித விடுதலை.'

எப்படி முடியும், எப்படி முடியும் என்று அவள் திரும்பத் திரும்பக் கேட்டாள். ஒரு மனிதனின் மரணம் நிலைகுலையச் செய்யாமல் போய்விடுமா? அங்கேயும்கூட அறிவுதான் தீட்டிக்கொண்டு

முன்னால் நிற்குமா? மனித வாழ்வைக் காட்டிலும் மகத்தான ஒன்று வேறென்ன உள்ளது?

நான் புன்னகை செய்தேன். 'மனிதன் மகத்தானவன் என்று உனக்கு யார் சொன்னது?'

'எனில் வேறு எதுதான் மகத்தானது?'

'மகத்தான எதையும் படைக்காமல் கவனம் காக்கும் இயற்கையை வேண்டுமானால் சொல்லலாம்.'

அவளுக்கு நான் சொன்னது புரியவில்லை. ஆனால் நிச்சயமாக யோசிப்பாள் என்று தோன்றியது.

உண்மையில் மரணத்தைக் குறித்த எனது தீர்மானங்கள் யாராலும் எளிதில் ஜீரணிக்கத் தகுந்ததாக இருக்காது என்பது எனக்குத் தெரியும். அம்மா இறக்கப் போகிறாள் என்று கேசவன் மாமாவிடம் இருந்து தகவல் வந்ததும் நான் இதையெல்லாம்தான் எண்ணிப் பார்த்துக்கொண்டேன்.

அன்றைக்கு மிருதுளா மிகவும் குழப்பமாக இருந்தாள். அவளால் ஓரிடத்தில் அமரக்கூட முடியவில்லை. விடுதி அறையில் குறுக்கும் நெடுக்கும் நடந்துகொண்டே இருந்தாள். அந்தச் சம்பவம் நடந்த இருபது நிமிடங்களுக்குப் பிறகு மெக்சிகன் போலிசார் அங்கே வந்து சேர்ந்தார்கள். பிணங்களை அப்புறப்படுத்திவிட்டு, சாலையில் படர்ந்திருந்த உதிரத்தைத் தண்ணீர் ஊற்றிக் கழுவ ஏற்பாடு செய்துவிட்டுப் போனார்கள். யாரும் விழித்திருந்த சமயமல்ல என்பதால் அவர்களால் அதிகம் பேரை விசாரிக்க முடியவில்லை. என்னைக் கேட்டிருந்தால் நான் ஒரு தகவல் சொல்லியிருப்பேன். துப்பாக்கிச் சத்தம் கேட்டதும் நான் ஓடிச் சென்று ஜன்னலைத் திறந்து பார்த்தேன். சுட்டுக்கொண்டிருந்தவர்களுள் ஒருவனது தலை சரி பாதி சிரைத்திருந்தது. ஒரு பக்கம் மட்டும் முடி வைத்திருந்தான். அந்தத் தோற்றம் எனக்கு விநோதமாக இருந்தது. ஒருவேளை மெக்சிகோவில் இது இளைஞர்களிடையே புழக்கத்தில் உள்ள நாகரிகமாயிருக்கும் என்று எண்ணினேன். அப்படி இல்லாத பட்சத்தில், அந்தத் தகவல் நிச்சயமாகக் காவல் துறைக்கு உதவிகரமாக இருக்கும். ஒரு பக்கம் மழுங்கச் சிரைத்தவன். தேடிக் கண்டுபிடிப்பதில் பெரிய சிரமம் இராது என்று தோன்றியது.

எட்டு மணி ஆனபோது நான் கிளம்ப வேண்டும் என்பதை மிருதுளாவுக்கு நினைவுபடுத்தினேன். அவள் நெடுநேரம்

அமைதியாக இருந்துவிட்டு, 'மன்னித்துக்கொள்ளுங்கள் குருஜி. நீங்கள் மட்டும் போய் வாருங்கள். என்னால் இன்று யாருடனும் சகஜமாகப் பேச முடியும் என்று தோன்றவில்லை. நான் மிகவும் உடைந்திருக்கிறேன்' என்று சொன்னாள்.

நான் அவளை வற்புறுத்த விரும்பவில்லை. குளித்துவிட்டு நான் மட்டும் தயாரானேன். ஒரு காப்பி மட்டும் அருந்திவிட்டு, மிருதுளாவுக்கு காலை உணவுக்குச் சொல்லிவிட்டு வண்டி வருவதற்காகக் காத்திருந்தேன். சரியாக ஒன்பது மணிக்கு எனக்கான வண்டி வந்துவிட்டது. கீழே இருந்து என்னைக் கூப்பிட்டார்கள். வருகிறேன் என்று சொல்லிவிட்டு, மிருதுளாவிடம் கதவைப் பூட்டிக்கொள்ளச் சொல்லிவிட்டுக் கிளம்பிச் சென்றேன்.

முதல் நாள் வந்தபோது நான் அந்த விடுதியைச் சரியாகப் பார்க்கவில்லை. இப்போதுதான் பார்த்தேன். அது ஒரு புராதனமான தங்கும் விடுதி. சுவர்களுக்கு அவர்கள் சுண்ணாம்பு அடித்திருக்கவில்லை. பெரிய பெரிய பாறாங்கற்களைக் கொண்டு கட்டப்பட்ட சுவர்கள் அப்படி அப்படியே விடப்பட்டிருந்ததால், ஒரு தோற்றத்தில் அந்த விடுதியே ஒரு பெரும் குகை போலிருந்தது. தரையெங்கும் மரத்தால் இட்டு நிரப்பியிருந்தார்கள். எனவே நடக்கும்போது பலத்த சத்தம் எழுந்தது. எந்தச் சுவரிலும் விளக்குகள் இல்லை. மாறாக ஆங்காங்கே தரையிலேயே விளக்குகளை எரியவிட்டு அதன்மீது பின்புறம் ஓட்டையிடப்பட்ட மண் பானைகளைக் கவிழ்த்திருந்தார்கள். ஜப்பானியர்களைப் போலப் பாய்களைத் தொங்கவிட்டு அலங்காரம் செய்திருந்தார்கள். முயற்சி புரிந்தது. ஆனால் அந்த விடுதி என்னை அவ்வளவாகக் கவரவில்லை. நான் குடித்த காப்பி நன்றாக இல்லாததும் ஒரு காரணமாயிருக்கும் என்று எண்ணிக்கொண்டேன்.

வரவேற்பறையில் இருந்த பெண்ணிடம் நான் கிளம்புவதாகச் சொன்னேன். என்னோடு வந்திருக்கும் பெண் அறையில்தான் இருக்கிறாள்; அவளைக் கவனித்துக்கொள்ளுங்கள் என்று சொல்லிவிட்டு விடுதியைவிட்டு வெளியே வந்தேன். எனக்காகக் காத்திருந்த நீண்ட நெடிய கறுப்பு நிற வேனில் ஏறி அமர்ந்தபோது வண்டி ஓட்டுநர் என்னைத் திரும்பிப் பார்த்து வணக்கம் சொன்னான்.

அவன்தான். எனக்குப் பார்த்ததுமே தெரிந்துவிட்டது. தலையை ஒரு பக்கம் மட்டும் மழுங்கச் சிரைத்தவன். என் அடையாளத்தை

உறுதிப் படுத்திக்கொண்டதும் அவன் சிநேகமாக என்னைப் பார்த்துச் சிரித்தான். மெக்சிகோவுக்கு நல்வரவு என்று சொன்னான்.

'இதே இடத்துக்கு இன்று நீ இரண்டு முறை வரவேண்டியதாகி விட்டதல்லவா?' என்று கேட்டேன்.

அவன் சற்றும் யோசிக்கவில்லை; திடுக்கிடவும் இல்லை. 'ஓ, அதிகாலை விழித்திருந்து பார்த்தீர்களா?' என்று கேட்டான்.

71. முதலீடு

புவியின் முடிவற்ற விளிம்பை நோக்கிப் போய்க்கொண்டே இருந்தது அந்தச்சாலை. எங்குமே வளையவில்லை. எங்குமே எதிரே ஒரு வண்டி வரவில்லை. சாலையின் இரு புறங்களிலும் கோதுமை வயல்கள் பழுப்பு நிறத்தில் அசைந்தாடிக்கொண்டிருந்தன. அபூர்வமாக ஓரிரு இடங்களில் கொத்துக் கொத்தாகச் சாலையோரம் சில மரங்கள் வளர்ந்திருந்தன. மெக்சிகோ நகரத்தில் நான் கவனித்த சந்தடியும் நாகரிகமும் வண்ணமயமும் நகரை நீங்கிய இருபது நிமிடங்களில் எங்கு போனதென்றே தெரியாத அளவுக்கு கிராமத்தின் எளிய உருவம் புவியைப் பூசி நின்றது. உண்மையில் எனக்கு அது பிடித்திருந்தது. ஒவ்வொரு தேசத்தின் நிலப்பரப்பும் அத்தேசத்தின் மனிதர்களைப் போலத்தான். எண்ணாத கணங்களில் சட்டென்று தன் முகத்தை மாற்றிக்கொள்ளும் திறன் பெற்றது.

மெக்சிகோவின் புறநகர்ப் பகுதி ஒன்றில் நான் சந்தித்த அந்த ஆயுத வியாபாரி, நான் உள்ளே நுழைந்த நேரம் யோகா செய்துகொண்டிருந்ததைக் கண்டபோது எனக்குச் சிரிப்பு வந்துவிட்டது. அவனிடம் நான் இதைச் சொன்னபோது, ‘உண்மைதான் சுவாமிஜி. ஒரேமாதிரி இருப்பது விரைவில் அலுத்துவிடுமல்லவா?’ என்று கேட்டான். ஏழெட்டு வருடங்களுக்கு முன்னர் அவன் அமெரிக்காவில் சந்தித்த யாரோ ஒரு இந்தியன் அவனுக்கு யோகா சொல்லிக் கொடுத்திருக்கிறான். உடல் ஆரோக்கியத்துக்கு எனக்கு இது ஒன்றுதான் ஒரே வழி என்று அவன் சொன்னான்.

அவனுக்குத் தீராத ஆச்சரியம் எனக்கு கேம்போவை எப்படித் தெரிந்திருந்தது என்பது. அப்போதுதான் நான் கேம்போவைக் குறித்த கூடுதல் விவரங்கள் சிலவற்றை அறிந்தேன். பொதுவாக அவன் புதியவர்கள் யாரையும் சந்திப்பதே இல்லை என்று அந்த மெக்சிகன் சொன்னான். புதிய அறிமுகங்களை அவன் விரும்புவதே கிடையாது. தெரிந்த மிகச் சிலர் மூலம்தான் அவனது தொழில் நடந்துகொண்டிருந்தது.

‘எந்தத் தொழிலாக இருந்தாலும் இந்த மனோபாவம் சரியில்லையே?’ என்று நான் கேட்டேன்.

‘அது உண்மைதான். ஆனால் கேம்போ அப்படித்தான். உங்கள் நாட்டு அமைச்சர் ஒருவரை அவன் அறிந்திருந்தாலும் உங்களைச் சந்திக்க ஒப்புக்கொண்டது என்னளவில் வியப்புக்குரியதுதான். அதோடு நிறுத்திக்கொள்ளாமல் என்னைக் குறித்து உங்களுக்குத் தெரிவித்து, எனக்கும் போன் செய்து தகவல் சொல்லி நம்மைச் சந்திக்க வைக்கிறான் என்றால் இது என்னால் நம்ப முடியாததாக உள்ளது.’ என்று சொன்னான்.

நான் தங்கியிருந்த விடுதி வாசலில் அன்று காலை நடைபெற்ற துப்பாக்கிச் சூடு குறித்து அவனிடம் பேசிக்கொண்டிருந்தேன். ‘என்ன செய்ய? சில கொலைகள் தவிர்க்க முடியாததாகிவிடுகின்றன. அரசியல் கொலைகளுக்குக் காரணமெல்லாம் கேட்காதீர்கள்’ என்று சிரித்தான்.

எனக்கு காரணங்கள் அநாவசியம். காரியமுமேகூட. நான் ஒரு திட்டத்துடன் அவனிடம் சென்றிருந்தேன். அவன் ஆயுதங்கள் உற்பத்தி செய்பவன். கனரகத் துப்பாக்கிகள். வெடி மருந்துகள். சிறிய ரக பீரங்கிகள். மட்ட ரக ராக்கெட் லாஞ்ச்சர்கள். அவனது இரண்டு தொழிற்சாலைகளுள் ஒன்று மெக்சிகோவிலும் இன்னொன்று ஆப்பிரிக்காவில் காங்கோவிலும் உள்ளதாக அவன் சொன்னான். உலகெங்கும் புரட்சி நடக்கிற தேசங்களில் அவனுக்குக் கடைகள் உண்டு. புரட்சியாளர்களுக்கு ஆயுதங்கள் தேவைப்படுகின்றன. அவர்கள் ஆயுதங்கள் சம்பாதிப்பதற்காக மக்களிடம் வரி வசூலிக்கிறார்கள். கொள்ளையடிக்கிறார்கள். போதைக் கடத்தலில் ஈடுபட்டுப் பணம் ஈட்டுகிறார்கள். அந்தப் பணம் கணக்கற்றது. எண்ண முடியாத அளவுக்குப் பெரும் தொகையாக இருப்பது. அதில் அவர்கள் தமக்கென்று எதையும் சேமித்து வைப்பதில்லை. அத்தனைக் காசும் ஆயுதங்களில் போய் விழுகின்றன.

அந்த மெக்சிகன் தனது பெயரைச் சொன்னபோது அது என் நினைவில் தங்குவது சிரமம் என்று தோன்றியது. அதை நான் அவனிடம் சொன்னபோது சிரித்துவிட்டு ‘நீங்கள் என்னைச் சுருக்கமாக ஜிக்ரா என்று அழைக்கலாம்’ என்று சொன்னான். அவனைக் குறித்து கேம்போ என்னிடம் சொன்னபோது ஜிக்ரா என்ற பெயரைப் பயன்படுத்தவில்லை. பதினாறு எழுத்துகள் கொண்ட அவனது முழுப் பெயரைத் தான் குறிப்பிட்டான்.

'ஜிக்ரா, நான் ஒரு நடு மனிதன். நீங்கள் இதைச் சரியாகப் புரிந்துகொள்ள வேண்டும். என்னிடம் பணம் கிடையாது. சல்லிக் காசுகூடக் கிடையாது. நான் ஒரு சன்னியாசி. பிட்சை எடுத்து உண்கிறவன்.'

'அப்படியா?' என்று அவன் வியப்பாகக் கேட்டான்.

'ஆம். எனக்கென்று ஒரு வங்கிக் கணக்குக் கூடக் கிடையாது. ஆனால் என்னை நம்பி எங்கள் நாட்டில் சில பெரிய மனிதர்கள் தங்கள் பணத்தைக் கொடுக்கிறார்கள். நான் சதவீத கமிஷன் கேட்பதில்லை என்பது ஒரு காரணமாயிருக்கலாம். பணத்தின் தேவை எனக்கு இல்லை என்பது இன்னொரு காரணமாயிருக்கலாம்.'

'அதெப்படி முடியும்? பணமே இல்லாமல் எப்படி வாழ்வீர்கள்?' என்று அவன் மீண்டும் ஆச்சரியப்பட்டான்.

'இதோ பார். நான் பதிமூன்றாயிரம் கிலோ மீட்டர்கள் பயணம் செய்து இங்கே உன்னை வந்து சந்தித்துக்கொண்டிருக்கிறேன். இத்தனை தூரப் பயணத்துக்கு என்ன செலவு பிடிக்கும் என்று எனக்குத் தெரியாது. யாரோ எனக்குப் பயணச் சீட்டு எடுத்துக் கொடுத்தார்கள். வேறு யாரோ என்னை மெக்சிகோ நகரத்தில் தங்குவதற்கு ஏற்பாடு செய்தார்கள். உங்கள் ஊர் சாப்பாடு எனக்கு அவ்வளவாகப் பிடிக்கவில்லை. ஆனாலும் நான் பசியோடு இல்லை. இதோ, நீ வண்டி அனுப்பி என்னை உன் இருப்பிடத்துக்கு அழைத்து வந்திருக்கிறாய். நீயேதான் என்னைத் திருப்பிக் கொண்டு விடவும் போகிறாய். நான் என் ஊருக்குத் திரும்ப வேறொருவர் பயணச் சீட்டு தருவார். அங்கே நான் விமான நிலையம் வந்து சேர்ந்த தகவல் தெரிந்ததும் இன்னொருவர் வண்டி எடுத்து வந்து அழைத்துச் சென்று விடுவார்.'

அவனுக்குப் புரிந்தது. மிகவும் அதிசயமாக என்னைப் பார்த்தான். வெகு நேரம் கண்ணிமைக்காமல் பார்த்துக்கொண்டே இருந்தவன் சட்டென்று, 'நீங்கள் மாயாஜாலமெல்லாம் செய்கிற சுவாமிஜியா?' என்று கேட்டான்.

'இல்லை. எனக்கு அதெல்லாம் தெரியாது.'

'ஓ. பொதுவாக இந்திய சாமியார்கள் சித்து வேலைகள் செய்வார்கள் என்று கேள்விப்பட்டிருக்கிறேன்.'

'எல்லோரும் அல்ல. மிகச் சிலர். ஆனால் அவர்கள் கள்ள ஆயுத உற்பத்தியில் முதலீடு செய்யவெல்லாம் வரமாட்டார்கள்.'

'அப்படியானால் நீங்கள் போலிச் சாமியார்!' என்று சொல்லிவிட்டு அவன் விழுந்து விழுந்து சிரித்தான். அவன் சிரித்து முடிக்கும்வரை காத்திருந்துவிட்டு, 'போலி மனிதர்கள்தாம் உண்டே தவிர, போலிச் சாமியார்கள் என்று யாருமில்லை.' என்று சொன்னேன்.

'ஆன்மிகத்தைத் தவறாகப் பயன்படுத்துபவர் போலிச் சாமியார்தானே?'

'அதைத்தான் சொன்னேன். அவன் போலி மனிதன். அவன் சாமியார் கிடையாது. என் விஷயத்தில் நான் ஆன்மிகத்தின் பக்கம் ஒதுங்குவதே இல்லை. எனக்கும் அதற்கும் வெகுதொலைவு. நான் ஒரு நாத்திகன்' என்று சொன்னேன்.

அதற்குமேல் அவன் என்னுடன் விவாதிக்கவில்லை. சிறிது நேரம் நாங்கள் வந்த விஷயத்தைப் பற்றிப் பேசிக்கொண்டிருந்தோம். உண்மையில் அவன் மிகப்பெரும் பணத்தேவையில் இருந்த சமயம் அது. சோமாலியாவுக்கும் உஸ்பெகிஸ்தானுக்கும் ஏராளமான ஆயுதங்களை உற்பத்தி செய்து அனுப்பிவிட்டு, வர வேண்டிய பணம் வந்து சேராமல் தவித்துக்கொண்டிருந்தான்.

எனக்கு ஆச்சரியமாக இருந்தது. இந்தத் தொழிலில் கூடவா கடனுக்குக் கொள்முதல் நடக்கும்?

'பொதுவாக அப்படி நடக்காது. ஆனால் இம்முறை இரு இடங்களிலும் எனது நேரடித் தொடர்பில் உள்ளவர்கள் ஒன்று தலைமறைவாகிவிட்டார்கள்; அல்லது இறந்துவிட்டார்கள்' என்று சொன்னான்.

'அடடா!'

'இருபது மில்லியன் டாலர் வரை பணம் மிச்சம் உள்ளது. நான் உஸ்பெக்குக்கு ஒரு பயணம் மேற்கொள்ள இருந்த நேரத்தில்தான் நீங்கள் வந்துவிட்டீர்கள்' என்று சொன்னான்.

அன்று மதியம் நான் அவனோடுதான் உணவு உட்கொண்டேன். அரைக் கிலோ பச்சை வெள்ளரிக்காயும் கேரட்டும் சாப்பிட்டுவிட்டு ஒரு சொம்பு நிறையத் தயிர் அருந்தி நான் என் மதிய உணவை முடித்துக்கொண்டேன். அவனால் அதை நம்பவே முடியவில்லை. இவ்வளவுதானா! இவ்வளவுதானா! என்று திரும்பத் திரும்பக் கேட்டான். 'உங்களைப் பட்டினி போட்டு அனுப்புவது போல உணர்கிறேன்' என்று சொன்னான். 'ஒரு சிக்கன் துண்டாவது எடுத்துக்கொள்ளுங்கள்' என்று கெஞ்சினான்.

'நான் இரவில் மட்டும்தான் மாமிசம் உட்கொள்வது வழக்கம். மதிய வேளைக்கு எனக்கு இது போதும்' என்று சொன்னேன்.

கிளம்பும்போது அவன் தனது ஞாபகார்த்தமாக எனக்கு ஒரு சிறிய பிஸ்டலைப் பரிசளித்தான். உள்ளங்கையைவிடச் சிறிது. 'இது இன்னும் புழக்கத்துக்குப் போகவில்லை. என்னுடைய புதிய கண்டுபிடிப்பு இது. பத்தடி தூரத்துக்கு மட்டுமே பயன்படுத்த முடியும். ஆனால் வீரியம் அதிகம்' என்று சொன்னான். அந்த பிஸ்டலுக்குரிய ரவைகள் அடங்கிய சிறு பெட்டி ஒன்றையும் சேர்த்து அளித்தான். ஸ்ரீரங்கப்பட்டணத்து நடிகரின் பணத்தை அவனுக்கு அனுப்பிவைப்பதற்கான முறைகளைப் பேசி இருவரும் தெளிவு படுத்திக்கொண்ட பிறகு நான் புறப்பட்டேன்.

ஹோட்டல் அறைக்கு நான் வந்து சேர்ந்தபோது ஆசிரமத்தில் இருந்து எனக்கொரு தகவல் வந்திருந்தது. கேசவன் மாமா அங்கே என்னைப் பார்ப்பதற்காக வந்திருக்கிறார்.

72. ப்ரோக்கர்

'என்னால் உங்களைப் புரிந்துகொள்ளவே முடியவில்லை குருஜி' என்று மிருதுளா சொன்னாள். நான் புன்னகை செய்தேன். 'ஆனால் உங்களைப் புரிந்துகொள்ள முடியாதிருப்பதுதான் திரும்பத் திரும்ப உங்களிடம் என்னை ஈர்க்கிறது.'

'தவறு பெண்ணே. ஈர்ப்பு என்பது எப்போதுமே ஒற்றைப் புள்ளி சார்ந்ததாக இருக்கக்கூடாது. உலகில் படைக்கப்பட்ட அனைத்தும் நம்மை ஈர்க்க நாம் அனுமதிக்க வேண்டும். நாலா புறங்களில் இருந்தும் நம்மை யாரேனும் ஈர்த்துக்கொண்டே இருக்கவேண்டும். போய் ஒட்டிக்கொள்ளும் இடம் ஒன்றாக இருந்துவிட அனுமதித்துவிடாதே. உலகம் முழுதும் உன் இடமாக இருக்கவேண்டும். அல்லது உலகமே நீயாகிவிட வேண்டும்' என்று நான் மிருதுளாவிடம் சொன்னேன். அவளுக்கு என்ன பதில் சொல்லுவதென்று தெரியவில்லை. அமைதியாக யோசித்துக்கொண்டிருந்தது புரிந்தது.

எனது மெக்சிகோ பயணத்தின் நோக்கம் ஒரு வியாபார ஒப்பந்தம் மட்டுமே என்பதை அவளால் நம்ப முடியவில்லை. இத்தனைக்கும் நான் ஒரு ஆயுத வியாபாரியின் தொழிலில் முதலீடு செய்ய வந்திருப்பதை அவளிடம் சொல்லியிருக்கவில்லை. வெறும் வியாபாரப் பேச்சு என்று மட்டுமே சொன்னேன். அதையே அவளால் தாங்க முடியவில்லை.

'குருஜி, நீங்கள் இதனைச் செய்ய வேண்டுமா?' என்று அவள் கேட்டாள்.

'நான் ஏன் செய்யக்கூடாது என்று நீ நினைக்கிறாய்? இதில் எனக்கு லாபமோ நட்டமோ இல்லை. விருப்பும் இல்லை; வெறுப்பும் இல்லை. ஆர்வமோ ஆர்வமின்மையோ சற்றும் இல்லை. ஒரு துறவி ஸ்திதப்ரக்ஞனாக இருப்பது முக்கியம்' என்று சொன்னேன்.

'ஆனால் உங்கள் பணி வேறல்லவா? உங்கள் அறம் வேறல்லவா?'

'எது என் அறம்? உனக்கு நான் மகிழ்ச்சியளிக்கிறேனல்லவா? அதுதான் என் அறம். உன்னைப் போல் யாருக்கு மகிழ்ச்சி தேவைப்பட்டாலும் நான் உதவுவேன். உதவி மட்டும்தான். பிரதிபலன் இதில் கிடையாது. உதவுதலே என் தவம்' என்று சொன்னேன்.

அவளால் அப்போதும் ஏற்றுக்கொள்ள முடியவில்லை. என்னால் அவளைப் புரிந்துகொள்ள முடிந்தது. வியாபாரம் தவறு என்று அவளால் நிச்சயமாகச் சொல்ல முடியாது. அவளது தந்தை மிகப்பெரிய வியாபாரி. பணத்தின் செழுமை, வாழ்வின் செழுமை அந்த வியாபாரத்தில் இருந்து வருவதுதான் என்பதை அவள் அறிவாள். ஆனால் ஒரு துறவி எப்படி அதில் ஈடுபடலாம்?

'அதுதானே?' என்று நான் புன்னகையுடன் கேட்டேன்.

அவள் ஆம் என்று தலையசைத்தாள்.

நான் சிறிது நேரம் அமைதியாக இருந்துவிட்டு, 'பாரதத்தில் கிருஷ்ணன் என்ன செய்தான்?' என்று கேட்டேன்.

'என்ன செய்தான்? தருமம் காக்கப் பாண்டவர்களின் பக்கம் நின்றான்.'

'இல்லை பெண்ணே. கிருஷ்ணன் செய்தது பேரம். இரு தரப்புக்கும் இடையே ஒரு புரோக்கராக நின்று செயல்பட்டான். இவர்கள் தரப்பை அவர்களுக்கும் அவர்கள் தரப்பை இவர்களுக்கும் எடுத்துச் சொன்னான். இரு தரப்புக்குமே எது சரி, எது தவறு என்பதை இறுதிவரை உணர்த்திக்கொண்டே இருந்தான். ஆனால் கௌரவர்களின் தோல்வியோ, பாண்டவர்களின் வெற்றியோ அவனை பாதிக்கவேயில்லை. அவன் தன் கடமை என்று நினைத்ததைச் செய்தான். அவ்வளவுதான்.'

'ஆனால் நீங்கள் அவனை ப்ரோக்கர் என்கிறீர்கள்!' அவளால் அந்தச் சொல்லைத் தாங்கவே முடியவில்லை என்பது புரிந்தது. அதை எதிர்பார்த்து, மிகவும் கவனமாகத் தேர்ந்தெடுத்துத்தான் நான் அச்சொல்லைப் பயன்படுத்தினேன்.

'ஆம். ப்ரோக்கர்தான். பேரம் பேசிப் பார்த்த ப்ரோக்கர். கமிஷன் கேட்காத ப்ரோக்கர். ஆனால் இறுதியில் தருமத்தை மன்னர் குலம் காக்கவில்லை. ப்ரோக்கர்தான் காத்தான்.'

'ஆனால் அவனும் ஒரு மன்னனே அல்லவா?'

'இல்லை. அவன் துறந்தவன். முற்றிலும் துறந்தவன். என்னைப் போல.' என்று சொல்லிப் புன்னகை செய்தேன்.

இந்தியாவுக்குத் திரும்பும் வழி முழுதும் அவள் இடைவிடாது பேசிக்கொண்டேதான் வந்தாள். அவள் வயதுக்கான சந்தேகங்கள். அவள் வயதுக்கான குழப்பங்கள். நாகரிக நாட்டத்துக்கும் ஆன்மிக முன்னேற்றத்துக்கும் இடைப்பட்ட தூரம். 'குருஜி, நான் ஒருவனைக் காதலிக்கிறேன். அவனோடு இரண்டு முறை உறவு கொண்டிருக்கிறேன். அதே சமயம் என் பக்தியிலோ, தியானம் செய்வதிலோ, நீங்கள் கற்றுத் தந்த மூச்சுப் பயிற்சிகளைச் செய்வதிலோ குறை வைப்பதில்லை.' என்று சொன்னாள்.

'இரண்டுக்கும் என்ன சம்மந்தம்?'

'இல்லை. காதல் தவறென்று தோன்றவில்லை. ஆனால்...'

'படுத்ததைப் பிழையாகக் கருதுகிறாய். சரியா?'

அவள் மௌனமாகத் தலைகுனிந்தாள்.

'இதுவே திருமணமாகிவிட்டால் உனக்கு இந்த மனச்சிக்கல் இராது. சரியா?'

'அப்படித்தான் நினைக்கிறேன்.'

'இது சராசரி இந்திய மனநிலை. இதில் பிழையில்லை. ஆனால் குற்ற உணர்ச்சி கொள்ளவும் இதில் ஒன்றுமில்லை' என்று சொன்னேன்.

'என் அப்பாவுக்குத் தெரிந்தால் இடிந்து போய்விடுவார். தற்கொலை செய்துகொண்டாலும் ஆச்சரியப்படுவதற்கில்லை.'

'தெரிய வேண்டும் என்று நினைக்கிறாயா?'

'தெரிந்துவிட்டால்?'

'மிருதுளா, காமம் தவறே இல்லை. தியானத்தைப் போல அதுவும் புனிதமானது. உன் குற்ற உணர்வால் அதன் புனிதத்தன்மையைக் கெடுக்காதே.'

'ஆனால் தியானத்தில் குற்ற உணர்வு ஏற்படுவதில்லை. காமத்தில்தான்.'

'என்றால் உன் உறவில் குற்றம் உள்ளது என்று பொருள். காமத்தில் அல்ல. அது ஒரு வெளிப்பாடு. அன்பைப் போல. காதலைப் போல. கோபம், மகிழ்ச்சி, துயரம் அனைத்தையும் போல வெறும்

வெளிப்பாடு. வெளிப்படுத்த வேண்டியதை அடைத்து வைப்பது வன்முறை. வன்முறையில் ரகசியம் கலப்பது வியாதிக்கு வழி வகுக்கும். அதுதான் உன் குற்ற உணர்வு.' என்று சொன்னேன்.

அவள் நெடு நேரம் அழுதுகொண்டிருந்தாள். பிறகு, 'என் குற்ற உணர்வை விலக்க நான் என்ன செய்யலாம் குருஜி?' என்று கேட்டாள். நான் சிரித்தேன். 'ஊருக்குப் போனதும் சொல்லித் தருகிறேன்' என்று சொன்னேன்.

மடிகேரிக்குப் போய்ச் சேர்ந்தபோது என்னால் மிருதுளாவுக்காக நேரம் ஒதுக்க முடியவில்லை. இருபது நாள்களுக்கு மேலாக என்னைக் காணாதிருந்த சீடர்களும் பக்தர்களும் வந்து மொய்த்துக்கொண்டு விட்டார்கள். கேசவன் மாமாவுக்கு அந்த அனுபவம் புதிது. முந்தைய முறை அவர் என்னைக் காண வந்திருந்தபோது நான் தனி மனிதனாக இருந்தேன். ஓரிரு சீடர்கள் அப்போதும் இருந்தார்கள் என்றாலும் எனக்கென்று அப்போது ஒரு ஆசிரமம் இருக்கவில்லை. நான் இருந்த சிறு வீடே என் ஆசிரமமாக இருந்தது. எப்போதாவது வருகிற ஒரு சிலரைத் தவிர எப்போதும் நான் தனியாகவே இருந்த காலம் அது. ஆனால் இம்முறை மாமா உண்மையிலேயே மிரண்டு போனார்.

'உன்னை நீ வா போன்னு மரியாதை இல்லாம கூப்பிடலாமா கூடாதான்னு சந்தேகமா இருக்கு விமல்' என்று சொன்னார்.

நான் சிரித்தேன். ஆனால் பதில் சொல்லவில்லை.

'என்னமோ இருக்கில்லே? ஏதோ ஒரு சக்தி இருக்கத்தான் செய்யறது. பாரேன், பைத்தியமாட்டம் நீ என்னிக்காவது ஒரு நாள் ஆத்துக்கு வந்துடுவேன்னு நேத்து வரைக்கும் உங்கம்மாட்ட சொல்லிண்டேதான் இருந்தேன். சும்மா வாய் வார்த்தைக்கு இல்லே. நிஜமாவே அப்படித்தான் நம்பிண்டிருந்தேன்.' என்று சொன்னார்.

நான் அதற்கும் பதில் சொல்லவில்லை.

'எப்படியோ நன்னாருந்தேன்னா சரி. பெரிய மனுஷாள்ளாம் நிறையப் பேர் வரா போலருக்கே?' என்று கேட்டார்.

'உம். அரசியல்வாதிகள் வருவா. சினிமாக்காரா வருவா. அப்பறம் பெரிய பெரிய பிசினஸ் மேக்னட்ஸ். ரெண்டு மாசம் முன்னாடி குமாரமங்கலம் பிர்லா வந்திருந்தார் ஆசிரமத்துக்கு.'

‘அடேங்கப்பா.’

‘எல்லாருக்கும் ஏதோ ஒண்ணு வேண்டியிருக்கே மாமா?’

‘உங்கம்மா பாவம்டா.’ என்று சட்டென்று சொன்னார். நான் அமைதியானேன். ‘நாலு பேரும் இப்படி பண்ணுவேள்னு இப்ப வரைக்கும் அவளுக்கு நம்பவே முடியலை. எதனால, எதனாலன்னு திடீர் திடீர்னு ராத்திரில முழிச்சிண்டு என்னை எழுப்பிக் கேப்பா. நான் என்னத்தச் சொல்லுவேன்?’

‘கர்மான்னு சொல்லுங்கோ’

முந்தைய முறை கேசவன் மாமா வந்திருந்தபோது வார்த்தைக்கு வார்த்தை என்னைத் திட்டிக்கொண்டே இருந்தார். படு பயங்கரமான சாபங்கள் அளித்தார். பெற்ற தாயைவிடத் துறவு உள்பட, கடவுள் உள்பட எதுவும் முக்கியமே இல்லை என்று சொன்னார். நான் மௌனமாக அவர் சொன்ன அனைத்தையும் ஆமோதித்து, இறுதிவரை பதிலேதும் சொல்லாமல் அவரை வழியனுப்பி வைத்தேன். ஆனால் இம்முறை அவர் சற்றுத் தளர்ந்திருந்தார். பழைய கோபம் அவருக்கு இல்லை. ஆனால் பழைய துயரத்தின் ஒரு சில சொட்டுகளை அப்போதும் அவர் தேக்கி வைத்திருந்தார். ஒரு கனவு. மிக எளிய, சற்றும் ஆடம்பரமற்ற, ஜோடனைகளற்ற சராசரிக் கனவு. வீடு. குடும்பம். பிள்ளைக் குட்டிகள். வாரிசு. வம்சம்.

‘நீங்கள்ளாம் சராசரி இல்லியோ என்னமோ. உங்கம்மா அதான். நான் அதான். உசிரோட இருந்த வரைக்கும் உங்கப்பாவும் அப்படித்தான் இருந்தார். நாலு பேர்ல ஒருத்தனாவது எங்க கனாவை நிறைவேத்தியிருக்கலாம்.’ என்று சொன்னார்.

நான் புன்னகை செய்தேன். ‘நீங்க மனசு வெச்சிருந்தேள்னா வினோத்தை மடக்கிப் போட்டிருக்கலாம். கோட்டை விட்டுட்டேள்!’ என்று சொன்னேன்.

கேசவன் மாமா கேவிக் கேவி அழுதார். உண்மையில் அவரது நோக்கமும் லட்சியமும் அதுவாகத்தான் இருந்திருக்கிறது. முதல் முதலில் நான் மடிகேரியில் இருப்பதை அறிந்து அவர் என்னை வந்து சந்தித்து, திட்டி, சாபமிட்டுவிட்டுப் போன பிறகு அந்தப் பக்கமே வரவில்லை. மீண்டும் என்னைக் காண அவருக்கு இருபது வருடங்கள் பிடித்திருக்கிறது. இடைப்பட்ட வருடங்களில் என் வாழ்வு என் எண்ணத்தைக் காட்டிலும் ஓங்கி வளர்ந்திருந்தது. நான் விரும்பியவற்றைவிட மிக அதிகம் பெற்றிருந்தேன். வட

கர்நாடகத்தின் ஒரு மலை உச்சியில் அமர்ந்துகொண்டு வட இந்தியா முழுவதையும் என் கைப்பிடிக்குள் வைத்துக்கொள்ளப் பழகியிருந்தேன். மிகக் கவனமாகத் தமிழ் நாட்டைத் தவிர்த்தேன். அங்கிருந்து வரும் சொற்பொழிவு அழைப்புகளை ஏதேனும் காரணம் சொல்லி நிராகரித்துக்கொண்டிருந்தேன். மாமாவைச் சமாளித்து அனுப்புவது போல அம்மாவைச் செய்துவிட முடியாது என்று எனக்கு எப்போதும் தோன்றும். ஏனெனில் உண்மையில் நான் எதையுமே துறந்திருக்கவில்லை. வீட்டுக்குப் போகவேயில்லை என்றாலும் வீட்டை ஒரு நாளும் நினைக்காதிருந்ததில்லை. குறிப்பாக, வினோத்தைக் குறித்து.

அண்ணா விட்டுச் சென்று, நான் விட்டுச் சென்று, வினய்யும் விட்டுச் சென்ற பின்பு அவன் மட்டும்தான் வீட்டுப் பிள்ளையாக இருந்தான். வெகு நாள் அவன் அப்படி இருக்கமாட்டான் என்பது எனக்குத் தெரியும். அந்த ஸ்ரீரங்கம் பயணத்தின்போதே அது நிகழ்ந்திருக்க வேண்டியது. காவிரியில் அவன் கண்டெடுத்த லிங்கம் மிக நிச்சயமாக அவனை வேறொரு எல்லைக்கு இட்டுச் செல்லப் போகிறது என்று எனக்குத் தெரியும். ஆனால் அது மிகத் தாமதமாகத்தான் நிகழ்ந்திருக்கிறது. தொடர்பற்று இருந்ததால் எனக்குத் தெரியாமல் போய்விட்டது.

'ஆனாலும் அவன் பண்ணது மன்னிக்கவே முடியாததுடா!' என்று கேசவன் மாமா சொன்னார்.

'அப்போ எங்க மூணு பேரையும் மன்னிச்சிடுவேளா?'

அவர் சிறிது யோசித்துவிட்டுச் சொன்னார், 'ஒழியறது போன்னு எப்பவாவது தோணும். அவன் விஷயத்துல அது கிடையாது.'

73. சித்ராவும் உருளைக்கிழங்கு போண்டாவும்

எனக்கேகூட அது ஆச்சரியம்தான். கேசவன் மாமா வினோத்தைக் குறித்துப் பேச ஆரம்பித்தபோது முதலில் எனக்கு ஒரு கதை கேட்பது போலத்தான் இருந்தது. விரக்தியில் மாமா தன்னையறியாமல் சம்பவங்களை மிகைப்படுத்திவிடுகிறாரோ என்று அடிக்கடித் தோன்றியது. சட்டென்று வேறொரு சந்தேகமும் எழுந்தது. என்ன ஆனாலும் நான் வீட்டுக்கு வந்து யாரிடமும் குறுக்கு விசாரணை செய்யப் போவதில்லை என்பதை அவர் அறிவார். பெற்ற நான்கு பிள்ளைகளும் தமது தாய்க்கு ஆத்ம சுத்தியுடன் செய்த துரோகங்களை அவர் பட்டியலிட்டுக்கொண்டிருந்தார். தமக்கைப் பாசம் தன்னியல்பாக அதில் சில மிகைகளைக் கொண்டு சொருகிவிடுகிறதோ என்று நினைத்தேன். என்னவானாலும் சொல்லி முடிக்கும்வரை மாமா அழுதுகொண்டேதான் இருந்தார். நான் குறுக்கிடவில்லை. அவர் பேசி முடிக்கும்வரை அமைதியாகக் கேட்டுக்கொண்டிருந்தேன். எல்லாம் சொல்லியானதும் அவர் என்னைப் பார்த்துக் கேட்டார், 'பங்கக்காவுக்கு என்னடா தலையெழுத்து இப்படியெல்லாம் கஷ்டப்படணும்னு? இப்படியெல்லாம் பண்றதுக்கு நீங்க நாலு பேரும் பேசி வெச்சுண்டு அவளைக் கொன்னு கடல்ல வீசிட்டுப் போயிருக்கலாமே?'

நான் அமைதியாக இருந்தேன். சில வினாக்கள் பதில்களை எதிர்பார்ப்பதில்லை. அவற்றுக்கு வினாவாக மட்டுமே இறுதிவரை இருந்துவிடுவதில்தான் விருப்பம். பொருத்தமான பதில்கள் வந்துவிடுமோ என்ற அச்சம் அத்தகைய வினாக்களுக்கு எப்போதும் இருக்கும். பதில்களை வெறுக்கும் வினாக்கள். பதில்களில் இருந்து விலகியோட விரும்புகிற வினாக்கள்.

நல்லது. எனக்கு கேசவன் மாமாவைக் காட்டிலும் வினோத்தின்மீதுதான் பரிதாப உணர்வு அதிகமாகத் தோன்றியது. மூன்று பேர் விட்டு விலகி ஓடிவிட்ட பின்பு அவன் அனுபவித்திருக்கக்கூடிய தனிமையை எண்ணிப் பார்த்தேன். அது என் அப்பா அம்மா அனுபவித்த தனிமையினும் கொடிது.

இதை நான் சொன்னால் யாரும் ஒப்புக்கொள்ளப் போவதில்லை. ஆனாலும் அதுதான் உண்மை. தன் தனிமையைக் கொல்லத் தெரியாமல் அவன் தவித்திருக்க வேண்டும். ஏற்கெனவே அவனுக்குக் கொள்ளிடத்தில் கிடைத்திருந்த சிவலிங்கம் அவனை சிந்திக்க விடாமல் அடித்திருக்கும் என்பதில் சந்தேகமில்லை. வீட்டை விட்டுப் போகும்வரை அப்படியொரு சம்பவம் நடந்ததையே அவன் காட்டிக்கொள்ளவில்லை என்று கேசவன் மாமா சொன்னார். கிளம்பிய தினத்தில் தன் ஞாபகார்த்தமாக அந்தச் சிவலிங்கத்தை எடுத்துச் சென்று பூஜையறையில் வைத்திருக்கிறான். அதன் கீழே ஒரு வரி எழுதிய தாள். இவன் கூப்பிடுகிறான்.

உண்மையில் எனக்குச் சிரிப்பு வந்துவிட்டது. கொள்ளிட வெள்ளத்தில் அவனுக்கு லிங்கம் கிடைத்ததற்கும் அவன் வீட்டை விட்டு விலகிப் போனதற்கும் நடுவே பன்னிரண்டு ஆண்டுகள் உருண்டு புரண்டோடியிருக்கின்றன. இக்காலத்தில் அவன் திருவிடந்தை ஆரம்பப் பாடசாலையில் ஒரு ஆசிரியராகப் பணியாற்றியிருக்கிறான். வீட்டுக்குத் தெரியாமல் வாரம்தோறும் மயிலாப்பூர் கபாலீசுவரர் கோயிலுக்குப் போய்வந்திருக்கிறான். சிவத்தின் மீதான தனது பக்திப் பெருக்கு எங்கே ஏளனத்துக்குரியதாகிவிடுமோ என்ற அச்சத்தில் அதைக் குறித்து யாரிடமும் ஒரு சொல்லும் பேசாமலேயே கழித்திருக்கிறான்.

வினோத்துக்கு இருபத்து மூன்று வயதானபோது அம்மா வீட்டில் அவனுக்குத் திருமணப் பேச்சை எடுத்தாள் என்று கேசவன் மாமா சொன்னார். இவன் நிச்சயமாக விட்டுப் போகப் போவதில்லை என்பது தெளிவாகியிருந்த நேரம் அது. தனது சொற்ப சம்பளத்தை வீட்டுக்கு மொத்தமாகக் கொடுத்துவிட்டு, ஓய்வுப் பொழுதுகளில் அவன் அம்மாவுக்கு உதவியாகத் துணி மடித்து, பாத்திரங்கள் துலக்கிக் கொடுத்து, வீடு பெருக்கி வாழ்ந்து வந்திருக்கிறான்.

அப்பா அவனிடம் மிகவும் நேரடியாகக் கேட்டாராம். 'ஒனக்கு கல்யாணம் பண்ணிப் பாக்கணும்னு உங்கம்மா ஆசைப்படறா. சரின்னு பட்டுதுன்னா சொல்லு.'

'ஏம்ப்பா அப்படிக் கேக்கறேள்? நீங்க என்ன செஞ்சாலும் எனக்கு சரி' என்று வினோத் பதில் சொன்னான்.

அம்மாவுக்கு அந்த பதில் போதவில்லை. எனவே அவளும் தன் பங்குக்கு அவனைத் தனியே கூப்பிட்டுப் பேசியிருக்கிறாள். 'மூணு பிள்ளைகளை இழந்தவடா நான். அவா மூணு பேரும்

உயிரோடதான் இருப்பான்னு தெரியும். ஆனா எங்க இருக்கான்னு தெரியாது. நம்மாத்துக்கு ஏன் இப்படி நடக்கறதுன்னும் எனக்குத் தெரியலே. இதைச் சொன்னா நாலாவதா உனக்கு யாராவது பொண்ணு குடுப்பாளான்னும் எனக்குத் தெரியலே. இருந்தாலும் மனசுக்குள்ள ஒரு நப்பாசை. குறைஞ்சது நீயாவது இதுல தெளிவா இருக்கியான்னு தெரிஞ்சிண்டு முயற்சி பண்ணிப் பாக்க நினைக்கறேன். முயற்சி பண்ணிக் கிடைக்காம போக நிறைய வாய்ப்பு இருக்கு.'

வினோத் யோசிக்கவேயில்லை. 'கிடைக்கலேன்னா அது என் தலையெழுத்தும்மா. ஆனா நீ ஆசைப்படறதை நீ பண்ணலாம். என்னால எந்தப் பிரச்னையும் வராது' என்று சொல்லியிருக்கிறான். அதோடு நிறுத்தியிருக்கலாம். 'எனக்கு ஓடிப் போற விருப்பமெல்லாம் இல்லைம்மா. அவ்ளோ துணிச்சலும் இல்லை.'

இரண்டு நாள் இடைவெளியில் அம்மா வினோத்தின் ஜாதகத்தைக் கோயிலுக்கு எடுத்துச் சென்று தாயார் சன்னிதியில் வைத்து அர்ச்சனை செய்துவிட்டு பத்மா மாமியிடம் கொண்டுபோய்க் கொடுத்திருக்கிறாள்.

'பண்ணிக்கறேன்னு சொல்றான் மாமி. இவன் மட்டும்தான் மிச்சம் இருக்கற ஒரே நம்பிக்கை. முயற்சி பண்ணிப் பாக்கலான்னு ஒரு ஆசை.' அம்மா தயங்கித் தயங்கித்தான் மாமியிடம் பேசினாள்.

பத்மா மாமி வினோத்தின் ஜாதகத்தை எடுத்து வைத்துக்கொண்டு தீவிரமாகக் கணக்குகள் போட்டாள். சட்டென்று என்ன தோன்றியதோ? 'நீங்க நாளைக்கு வாங்கோளேன்?' என்று சொல்லி அம்மாவை அனுப்பிவைத்தாள்.

மறுநாள் அம்மா பத்மா மாமியின் வீட்டுக்குப் போனபோது அவளது கணவர் வீட்டில் இருந்தார். அம்மாவைக் கண்டதும் 'சித்ரா ஜாதகத்தோட உங்க பிள்ளை ஜாதகம் நன்னா பொருந்தறது மாமி. உங்களுக்கு இஷ்டமிருந்தா நாம மேற்கொண்டு பேசலாம்' என்று சொன்னார்.

அம்மாவால் அதை நம்பவே முடியவில்லை. என்ன, என்ன என்று திரும்பத் திரும்பக் கேட்டிருக்கிறாள்.

'மூணு பேர் ஓடிப் போனா என்ன மாமி? இவன் ஜாதகம் இவன் கால்ல ஆணியடிச்சி உங்காத்துக் கூடத்துல பொருத்தி வெச்சிருக்கறதாத்தான் சொல்றது. படிச்சிருக்கான். சம்பாதிக்கறான்.

சின்ன வயசுலேருந்து பாக்கறவன் தானே? இஷ்டமிருந்தா சொல்லுங்கோ' என்று பத்மா மாமியும் சொல்லியிருக்கிறாள்.

சித்ராவுக்கு அவர்கள் நாலைந்து வருடங்களாகவே வரன் பார்த்துக்கொண்டிருந்தார்கள் என்று கேசவன் மாமா சொன்னார். 'என்னமோ தெரியலைடா விமல். அந்தப் பொண்ணுக்கு ஒரு இடமும் தகையலை. இத்தனைக்கும் அவளோடது சுத்த ஜாதகம்' என்று சொன்னார். நாடு முழுவதும் இருந்து திருவிடந்தை கோயிலுக்கு வந்து வேண்டிக்கொண்டு யார் யாரோ கல்யாணப் பிராப்தி அடைந்துகொண்டிருந்தார்கள். பத்மா மாமி பிறந்தது முதல் நித்யகல்யாணப் பெருமாளை மட்டுமே வணங்கிக்கொண்டிருப்பவள். அவள் மகளுக்கு ஒரு வழி காட்ட மாட்டாரா?

சித்ராவும் பெருமாளுக்கு வேண்டிக்கொண்டு மாலை வாங்கிப் போய் வைத்து விரதம் காத்துக்கொண்டிருந்தாள். சொல்லி வைத்த மாதிரி அப்போதுதான் அம்மா வினோத்தின் ஜாதகத்தை எடுத்துச் சென்று பத்மா மாமியிடம் காட்டியிருக்கிறாள்.

தேய்பிறை போகட்டும் என்று அப்பா சொன்னதால் ஒன்பது நாள்கள் காத்திருந்துவிட்டு அப்பா அம்மா கேசவன் மாமா வினோத் நால்வரும் பத்மா மாமி வீட்டுக்கு சம்பிரதாயப்படி பெண் பார்க்கப் போயிருக்கிறார்கள். மாமி உருளைக் கிழங்கு போண்டாவும் கேசரியும் செய்திருந்தாள். சித்ரா வினோத்துக்கு மானச சஞ்சரரே பாடிக் காட்டியிருக்கிறாள். வினோத்துக்கு அந்தப் பாட்டு பிடித்திருந்ததா அல்லது உருளைக்கிழங்கு போண்டா பிடித்திருந்ததா அல்லது சித்ராவையே பிடித்திருந்ததா என்று தெரியவில்லை. திருமணத்துக்கு அன்றே சம்மதம் சொல்லிவிட்டு வந்துவிட்டான்.

அம்மாவுக்குத் தாங்க முடியாத சந்தோஷம். மறுநாளே கோயிலில் தளிகைக்குச் சொல்லி ஐம்பது பண்டாரங்களுக்கு அன்னதானம் செய்தாள். அப்பா, அம்மாவை மட்டும் அழைத்துக்கொண்டு அடையார் கோ ஆப்டெக்ஸுக்குப் போய் நிச்சயதார்த்தத்துக்குத் துணிமணிகள் வாங்கி வந்தார். பத்மா மாமி வீட்டிலேயேதான் நிச்சயதார்த்தம் நடந்தது. சமையலுக்குத் தனியே யாரையும் சொல்லவேண்டாம் என்று கேசவன் மாமா தீர்மானமாகச் சொல்லிவிட்டு தானே களத்தில் இறங்கினார்.

அந்த நிச்சயதார்த்தத் தளிகையே கல்யாணத் தளிகை போலிருந்தது என்று கேசவன் மாமா சொன்னபோது நான் புன்னகை செய்தேன்.

சன்னிதித் தெருவில் இருந்த அத்தனை பேரும் வினோத் நிச்சயதார்த்தத்துக்கு வந்திருந்து ஆசீர்வாதம் செய்துவிட்டுப் போனார்கள்.

அன்றிலிருந்து நாற்பதாம் நாள் கல்யாணம் என்று குறிக்கப்பட்ட பத்திரிகையை வாத்தியார் வாசித்து ஆனதும் முதல் முதலாக வினோத் துணிச்சல் பெற்று சித்ராவிடம் பேசியிருக்கிறான்.

‘என்னை ஒனக்கு பிடிச்சிருக்கா? இல்லேன்னா உங்கம்மா சொன்னதுக்காக பண்ணிக்கறியா?’

சித்ரா ஒன்றும் சொல்லவில்லை. வெட்கப்பட்டுக்கொண்டு நின்றாள்.

‘பெரிய சம்பளமெல்லாம் இல்லே. மாசம் ரெண்டாயிரத்து எழுநூறு கையிலே வரும். இனிமே ட்யூஷன் எடுக்கலாம்னு இருக்கேன். அதுல ஒரு நாநூறு ஐந்நூறு வரலாம். கரஸ்பாண்டன்ஸ்ல எம்.ஏ. ஜாயின் பண்ணப் போறேன். அது முடிஞ்சிடுத்துன்னா கவர்மெண்ட் ஸ்கூல்லே முயற்சி பண்ணிப் பாப்பேன். அதிர்ஷ்டம் இருந்தா வேலை கிடைக்கும்’ என்று சொன்னான்.

சித்ரா வெறுமனே தலையாட்டினாள்.

கிளம்பும் முன் வினோத் அவளிடம் மீண்டும் கேட்டான், 'என்னைப் பிடிச்சிருக்கா?'

‘உம்’ என்று மட்டும் சொன்னாள்.

இரண்டு நாள்கள் கழித்து ஒரு ஞாயிற்றுக்கிழமை மாலை தூங்கி எழுந்து முகம் கழுவிக்கொண்டு காப்பி குடித்த பின்பு வினோத் அம்மாவிடம் கேட்டான், 'அம்மா நான் சித்ராவோட இப்போ வெளிய போனா தப்பாகுமா?'

வீட்டில் அப்போது அப்பா இருந்தார். கேசவன் மாமாவும் இருந்தார். அம்மாவுக்கு குப்பென்று வெட்கமாகிவிட்டது. என்ன பிள்ளை இவன்!

‘அதெல்லாம் போகலாம் ஒண்ணும் தப்பில்லே. அதான் நிச்சயதார்த்தம் ஆயிடுத்தே’ என்று கேசவன் மாமா சொன்னார்.

‘அதுக்கில்லே கேசவா. அவாத்துல ஒத்துக்கணுமில்லியா?’ என்று அப்பா கேட்டார்.

வினோத்துக்குப் புரிந்துவிட்டது. வீட்டில் யாருக்கும் ஆட்சேபணை இல்லை. எனவே, 'நானே போய் அவப்பாட்ட பேசிப் பாக்கறேம்ப்பா. சரின்னு சொன்னா கூட்டிண்டு போறேன்.'

'எங்கடா?' என்று கேசவன் மாமா கேட்டார்.

'ஒனக்கு எதுக்கு அதெல்லாம்? அவன் எங்க வேணா போகட்டும் சித்ரா இனிமே அவன் பொறுப்பு' என்று அம்மா சொன்னாள்.

நான்கு பிள்ளைகள் பிறந்த நாளாக வராத பேரானந்தம் அன்று அவள் கண்ணில் தெரிந்ததைக் கேசவன் மாமா கண்டார். புன்னகை செய்தார்.

வினோத் தன்னை அலங்கரித்துக்கொண்டு பத்மா மாமியின் வீட்டுக்குப் போனான். அவன் போன நேரம் சித்ரா பூ தொடுத்துக்கொண்டு வாசல் திண்ணையில்தான் அமர்ந்திருந்தாள்.

'உங்கப்பாவ பாக்கணும்' என்று வினோத் சொன்னதும் அவள் எழுந்து வந்து புன்னகை செய்தாள். 'உள்ளே வாங்கோ.'

வினோத் வீட்டுக்குள் சென்று சித்ராவின் பெற்றோரிடம் விவரம் சொன்னான். 'என்னமோ தோணித்து. உங்களுக்குத் தப்பா படலேன்னா அனுப்பிவைங்கோ. இல்லேன்னாலும் பரவாயில்லை' என்று சொன்னான்.

'கேக்கவே வேண்டாம் மாப்ளை' என்று சித்ராவின் அப்பா சந்தோஷமாகச் சொன்னார். பத்து நிமிடங்களில் சித்ரா தயாராகி, பளிச்சென்று வேறொரு புடைவையில் வந்து நின்றாள்.

'தேங்ஸ். ராஜலட்சுமி தியேட்டருக்குத்தான் போறோம். படம் முடிஞ்சதும் கொண்டு வந்து விட்டுடறேன்' என்று சொல்லிவிட்டு வினோத் சித்ராவை அழைத்துக்கொண்டு புறப்பட்டான்.

'தியேட்டர்லே அவளுக்கு முத்தம் குடுத்தேன்னு அவன் என்கிட்டே சொன்னாண்டா!' என்று கேசவன் மாமா சொன்னார். நான் வினய்யைத்தான் நினைத்துக்கொண்டேன். அவனுக்கு அப்படியொரு அனுபவம் அந்நாள்களில் வாய்த்திருந்தால் மிக நிச்சயமாக அவன் ஓடிப் போயிருக்க மாட்டான் என்று தோன்றியது.

74. சிவன் செயல்

அம்மா ஒரு குருவியைப் போலாகிவிட்டாள் என்று கேசவன் மாமா சொன்னார். நிச்சயதார்த்தம் முடிந்த மறுநாளே அவள் கல்யாணத்துக்கு ஆயத்தமாகத் தொடங்கிவிட்டாள். 'கல்யாணப் பரபரப்பு பொண்ணாத்துக்காராளுக்கு. நீ எதுக்கு இப்படி அலைஞ்சிண்டே இருக்கே?' என்று அப்பா கேட்டார். அம்மா அதையெல்லாம் கண்டுகொள்ளவேயில்லை. பத்மா மாமியும் அவரது கணவரும் புடைவை வாங்கக் கிளம்பியபோது அம்மாவும் அவர்களோடு கடைக்குப் போனாள். நகை வாங்க, பத்திரிகை அச்சடிக்க, சமையல்காரனுக்குச் சொல்ல - எதையுமே அவள் விடவில்லை. பத்மா மாமியே அம்மாவிடம் கேட்டிருக்கிறாள், 'பொண்ணும் பிள்ளையும் இடம் மாறிப் பொறந்துட்ட மாதிரின்னா இருக்கு?' அம்மா சிரித்தாளே தவிர எதையும் நிறுத்திக்கொள்ளவில்லை. திருவிடந்தை முழுதும் ஒரு வீடு மிச்சமில்லாமல் படியேறிச் சென்று பத்திரிகை கொடுத்து விட்டு வந்தாள்.

திருமணத்துக்கு முன்பு நான்கு முறை வினோத், சித்ராவை அழைத்துக்கொண்டு வெளியே போய்வந்ததாக கேசவன் மாமா சொன்னார். ஒரு முறை கேளம்பாக்கம் ராஜலட்சுமி தியேட்டருக்கு. மறுமுறை மகாபலிபுரம் போய்வந்திருக்கிறான். மூன்றாம் முறை அவன் வெளியே போவதாகச் சொன்னபோது, 'எதுக்குடா?' என்று அம்மா கேட்டிருக்கிறாள். 'சித்ரா ஆசைப்படறாம்மா' என்று வெட்கப்பட்டுக்கொண்டே வினோத் பதில் சொன்னான். அம்மா ஒன்றும் சொல்லவில்லை. அம்முறை அவன் சித்ராவோடு மெரினா கடற்கரைக்குப் போயிருக்கிறான். அன்றிரவெல்லாம் மாமாவிடம் தனது எதிர்கால வாழ்க்கை எப்படி இருக்கும் என்று ஆர்வத்தோடு பேசியிருக்கிறான்.

'எனக்குப் பெரிய எதிர்பார்ப்பெல்லாம் இல்லே மாமா. அம்மா அப்பா காலம் வரைக்கும் அவாளோடகூட இருக்கணும். கடன் இல்லாம வாழணும். வீதியிலே இறங்கி நடந்து போனா நாலு பேர்

கையெடுத்துக் கும்பிடலைன்னா பரவால்லே. ஆனா போறான் பாரு சனியன்னு சொல்லிடக்கூடாது.'

மாமாவுக்கு அவன் ஒரு பள்ளிக்கூட ஆசிரியர் ஆனதில் மிகுந்த பெருமிதம் உண்டாகியிருந்தது. பி.டி. பரீட்சையில் அவன் தேறிய தினத்தன்று கோயிலில் அவர் தனது செலவில் சர்க்கரைப் பொங்கல் தளிகை விட்டார். 'இவ்ளோதாண்டா வினோத். எவ்ளோ சம்பாதிக்கறோம்ன்றது பெரிசே இல்லை. ஆயிரத்துலயும் வாழ முடியும். பத்தாயிரத்துலயும் வாழ முடியும். லட்சத்துலயும் வாழ முடியும். ஆனா வாழறோமா? அவ்ளோதான்.' என்று கேசவன் மாமா சொன்னார்.

வினோத் திருமணத்தை முன்னிட்டு அப்பா வீட்டைச் செப்பனிட முடிவு செய்தார். கட்டிய நாளாக எங்கள் வீட்டில் எந்த மராமத்துப் பணியும் நடந்ததில்லை. கட்டப்பட்டபோது அந்தச் சுவருக்கு என்ன நிறம் இருந்திருக்கும் என்று குத்துமதிப்பாக யூகிக்கலாமே தவிர, கண்ணுக்குத் தெரியாது. தரை பல இடங்களில் விரிசல் கண்டிருக்கும். முற்றத்தை ஒட்டிய நான்கு தூண்களுமே பூச்சி அரித்து உதிர ஆரம்பித்திருந்தன. கதவுகள், சன்னல்கள் யாவும் புராதனமானவை. கறுப்பேறியவை. பொதுவாகக் கோயிலைச் சுற்றியுள்ள வீடுகள் அனைத்துமே இப்படித்தான் இருக்கும். அவரவர் வசதிக்கு ஏற்பச் செப்பனிட்டுக் கொள்ளலாமே தவிர, அவற்றின் தோற்றத்தில் பெரிய மாறுதல்கள் வராது.

ஏனோ எங்கள் வீட்டில் எக்காலத்திலும் மராமத்துப் பணிகள் நடைபெற்றதில்லை. நாங்கள் மூன்று பேர் ஒவ்வொருவராக வீட்டை விட்டுப் போனது காரணமாயிருக்கலாம். மொத்தமாக இடிந்து தலையில் விழுந்தால் இனியும் யாரும் ஓடிப் போகமாட்டார்கள் என்று அப்பா கருதியிருக்கலாம். ஒரு வழியாக வினோத் திருமணத்துக்கு ஒப்புக்கொண்டதில் அந்த வீட்டுக்கு ஒரு கதி மோட்சம் கிடைத்தது.

கேசவன் மாமா திருப்போரூரில் இருந்து ஒரு மேஸ்திரியை அழைத்து வந்து வீட்டைக் காட்டினார். இரண்டு மணி நேரம் அவன் வீட்டை அலசிவிட்டு அறுபதாயிரத்துக்குச் செலவுக் கணக்கு சொல்லிவிட்டுப் போனான். அப்பா அதிகம் யோசிக்கவில்லை. அந்த வாரத்திலேயே ஒரு நல்ல நாள் பார்த்து அவனை ஆள்களோடு வரச் சொல்லிவிட்டார். அம்மா மொத்த வீட்டையும் ஒழித்து எடுத்துக்கொண்டு ஓர் அறைக்குள் சென்று அடைந்துகொண்டாள்.

அங்கேயேதான் சமையல். அங்கேயேதான் படுக்கை. நாளெல்லாம் வேலை நடந்தது. ஒருவர் முகத்தை ஒருவர் பார்க்க முடியாத அளவுக்கு வீடெங்கும் தூசு நிரம்பித் ததும்பிக்கொண்டிருந்ததாகக் கேசவன் மாமா சொன்னார்.

சுண்ணாம்புத் தூசு மிக அதிகம் இருந்ததில் வினோத்துக்கு ஜலதோஷம் பிடித்துக்கொண்டது. அம்மா மிகவும் கவலையாகி விட்டாள். உடனே மாமாவை அனுப்பி எங்கிருந்தோ சித்தரத்தை இலைகளைப் பறித்து வரச் சொல்லி கஷாயம் போட்டுக் கொடுத்தாள். அப்பா வெந்நீரில் நீலகிரித் தைலத்தைப் போட்டு அவனை ஆவி பிடிக்கச் சொன்னார். அவன் உறங்கி வெகு நேரம் ஆனபின்பும் அருகே உட்கார்ந்து அவனுக்குத் தலை பிடித்துவிட்டதாகக் கேசவன் மாமா சொன்னார்.

இடைப்பட்ட நாள்களில் அம்மாவும் பத்மா மாமியும் முன்பைக் காட்டிலும் மிகுந்த சிநேகம் கொண்டுவிட்டிருந்தார்கள். நொடிக்கொருதரம் மாமி எங்கள் வீட்டுக்கு வந்துவிட்டுப் போவாள். உங்கள காணமேன்னுதான் நானே வந்தேன் என்றபடி அம்மா அவர்கள் வீட்டுக்குப் போக ஆரம்பித்தாள். தினசரி குழம்பு, சாற்றமுது வரை இங்கிருந்து அங்கும் அங்கிருந்து இங்கும் போக வரத் தொடங்கியது மாமாவுக்கே மிகவும் புதிதாக இருந்திருக்கிறது.

‘ஏதேது, சம்மந்தியாகப் போறவா இப்படியா இருப்பா?’ என்று யாரோ கோயிலில் பார்த்து அம்மாவிடம் கேட்டிருக்கிறார்கள். ‘ஒண்ணும் தப்பில்லே. கண்ணு போடாதிங்கோ’ என்று அம்மா சொல்லிவிட்டாள்.

திருவிடந்தையில் கல்யாண மண்டபமெல்லாம் கிடையாது. பத்மா மாமிக்கு எப்படியாவது நித்ய கல்யாணப் பெருமாளின் கண் பார்வைக்கு உட்பட்ட இடத்துக்குள் திருமணத்தை நடத்திவிட வேண்டும் என்று ஆசை. ஆனால் கோயிலில் கல்யாணம் நடத்தும் வழக்கம் கிடையாது. மண்டபம் பார்த்துத்தான் செய்தாக வேண்டும். என்ன செய்யலாம் என்று மாமியும் அவரது கணவரும் அப்பாவிடம் வந்து கேட்டார்கள்.

‘மண்டபம் பார்த்துத்தான் பண்ணனும்னெல்லாம் இல்லே. நீங்க உங்காத்துலேயே வெச்சாக்கூட எங்களுக்குப் பிரச்னை இல்லை. என்னடா வினோத்?’ என்று அப்பா வினோத்தைக் கேட்டிருக்கிறார். இறுதியில் அப்படித்தான் முடிவு செய்தார்கள். சித்ரா வீட்டு வாசலில் பந்தல் போட்டுக் கல்யாணம். நான்கு மாட வீதிகளையும்

சுற்றி ஜானவாச ஊர்வலம் நடத்த வேண்டும் என்று கேசவன் மாமா சொன்னார்.

'ஒ பேஷா! நான் இன்னிக்கே படூருக்குப் போய் ஜானவாச கார் புக் பண்ணிட்டு வந்துடறேன்' என்று சித்ராவின் அப்பா அங்கிருந்தே எழுந்து ஓடினார்.

பத்து நாள்களில் வீட்டில் மராமத்துப் பணிகள் யாவும் நிறைவு பெற்றன. பளிச்சென்று மஞ்சள் சுண்ணாம்பு பூசி வீடு அமர்க்களமாகிவிட்டது. வினோத்தின் அறைக்கு மட்டும் அப்பா மொசைக் தரை போடச் சொல்லியிருந்தார். அந்த அறையின் சுவர்களுக்கு மட்டும் நீல நிற சுண்ணாம்பு. யாரிடமோ சொல்லிவைத்து செகண்ட் ஹேண்டில் அப்பா ஒரு ஏர் கண்டிஷனர் பெட்டி வாங்கி வந்து அந்த அறைக்குள் பொருத்தினார்.

'எதுக்குப்பா இதெல்லாம்?' என்று வினோத் சங்கடப்பட்டான்.

'இருக்கட்டும்டா. வேர்த்துதுன்னா நானும் வந்து உக்காந்துப்பேன்' என்று அப்பா சிரித்துக்கொண்டே சொல்லிவிட்டு நகர்ந்து போனார்.

வினோத்திடம் அப்போது நான்கு சிறுவர்கள் ட்யூஷன் படித்துக்கொண்டிருந்தார்கள். எட்டாவது, ஒன்பதாவது வகுப்புப் பையன்கள். அம்மா அவர்களுக்கும் கல்யாணத்துக்குப் புதிய சட்டை எடுத்திருந்தாள். ஊரில் இருந்த உறவுக்காரர்கள் ஒவ்வொருவரையாக நினைவுகூர்ந்து உறவைப் புதுப்பித்து நேரில் சென்று பத்திரிகை கொடுத்துத் திருமணத்துக்கு அழைத்துவிட்டு வந்தார்கள்.

மூன்று நாளில் கல்யாணம் என்று நெருங்கி வந்தபோது வினோத் நான்காவது முறையாக சித்ராவை அழைத்துக்கொண்டு வெளியே போனான். இம்முறை அவன் யாரிடமும் சொல்லிவிட்டுச் செல்லவில்லை. கோவளத்தில் தன்னோடு படித்த பெண்களுக்குப் பத்திரிகை கொடுத்துவிட்டு சித்ரா வீடு திரும்பிக் கொண்டிருந்தபோது பள்ளிக்கூடம் விட்டு வந்துகொண்டிருந்த வினோத் அவளை வழியில் பார்த்தான். 'நீலாங்கரை வரைக்கும் போயிட்டு வரலாமா?' என்று கேட்டபோது அவள் மறுக்கவில்லை. வினோத் தன் சைக்கிளில் அவளை ஏறிக்கொள்ளும்படிச் சொன்னான். இருவரும் சைக்கிளிலேயே நீலாங்கரைக்குப் போனார்கள்.

வினோத்தின் நண்பன் ஒருவன் அங்கே ஒரு ஓட்டல் வைத்து நடத்திக்கொண்டிருந்தான். கடற்கரையோரத்தில் ஓலைக் கூரை வேய்ந்த ஓட்டல். அந்நாள்களில் அம்மாதிரியான உணவகங்கள் பிராந்தியத்தில் வேறு கிடையாது. கடலைப் பார்த்துக்கொண்டே காப்பி அருந்தலாம். சூடாக போண்டா, பஜ்ஜி, மசால் தோசை கிடைக்கும். மகாபலிபுரத்துக்கு வருகிற வெளிநாட்டு சுற்றுலாப் பயணிகளுக்கு அம்மாதிரியான உணவகங்களே மிகவும் பிடித்திருப்பதாக யாரோ வினோத்தின் நண்பனிடம் சொல்லியிருக்கிறார்கள். அவனுக்கு மகாபலிபுரத்தில் ஓட்டல் நடத்த வசதி இல்லை என்பதால் நீலாங்கரையில் ஆரம்பித்திருந்தான்.

வினோத், சித்ராவுடன் அந்த உணவகத்துக்கு சைக்கிளில் சென்று இறங்கினான். நண்பனுக்குப் பத்திரிகை கொடுத்து திருமணத்துக்கு அழைத்துவிட்டு இருவரும் ஒரு மேசையின் எதிரெதிரே அமர்ந்து காப்பி சாப்பிட்டார்கள். அப்போதுதான் வினோத் அவளிடம் தன்னைக் குறித்த ஒரு தகவலை வெளிப்படுத்தியிருக்கிறான்.

'சித்ரா உன்கிட்டே ஒண்ணு சொல்லணும்.'

'உம்.'

'ஐயங்காராத்துப் பையன்னாலும் நான் ஒரு சிவ பக்தன்.'

'அப்படியா?' என்று சித்ரா கேட்டாள். அவள் பார்வையில் மிகுந்த வியப்பு இருந்ததை வினோத் கவனித்தான்.

'இந்த விஷயம் இத்தன காலமா ஆத்துல யாருக்கும் தெரியாது. நான் சொல்லிண்டதில்லை.'

'அதெப்படி முடியும்?'

'முடிஞ்சிருக்கே. மனசுக்குள்ள எனக்கு ஒரே கடவுள் சிவன்தான். வேற யாரையும் சேவிக்கறதில்லை. ஒண்ணு தெரியுமா? நான் நம்ம கோயிலுக்குப் போயே பல வருஷமாச்சு.'

'நம்பவே முடியலே. எப்பலேருந்து இது?'

'சின்ன வயசுலேருந்தே. ஒரு வாட்டி பதினெட்டாம் பெருக்குக்கு திருச்சி போயிருந்தோம். கொள்ளிடத்துல குளிச்சிண்டிருந்தப்போ என் கையிலே ஒரு லிங்கம் தட்டுப்பட்டுது.'

'வெச்சிருக்கேளா?'

‘இருக்கு. பத்திரமா என் பெட்டிக்குள்ள வெச்சிருக்கேன். தெனம் ராத்திரி எடுத்து வெளில வெச்சிண்டு பூஜை பண்ணி ஏளப்பண்ணிடுவேன்.’

‘உங்கம்மாக்கு தெரியாதா?’

‘சொன்னதில்லை.’

‘ஏன்?’

‘ஏன்னு சட்டுனு சொல்லத் தெரியலை. என்னமோ அப்ப சொல்லத் தோணலை. அப்பறம் அப்படியே பழகிடுத்து.’

‘ஒண்ணு கேக்கறேன். லிங்கம் கிடைச்சதால சிவ பக்தரானேளா? இல்லே அதுக்கு முன்னாடியேவா?’

வினோத் ஒரு கணம் யோசித்தான். பிறகு, 'லிங்கம் கிடைச்சப்பறம்தான்.' என்று சொன்னான்.

சித்ராவுக்கு அதற்குமேல் என்ன பேசுவதென்று தெரியவில்லை. ஒன்றும் பேசாதிருப்பது சரியில்லை என்று தோன்றியிருக்கும் போல. 'ஒண்ணும் தப்பில்லியே. சிவனும் ஒரு கடவுள்தானே' என்று சொன்னாள்.

‘அப்ப நீ என்னைத் தப்பா நினைக்க மாட்டே இல்லியா?’

‘இதை எதுக்கு தப்பா நினைக்கணும்? நீங்க நாஸ்திகரா இருந்தாலும் நான் தப்பா நினைக்கமாட்டேன். அதெல்லாம் அவாவா இஷ்டம்.’

மறுநாள் காலை முதல் இரு வீடுகளும் உறவினர்களால் நிரம்ப ஆரம்பித்துவிட்டன. மாப்பிள்ளை அழைப்பு முடிந்து வினோத் ஜானவாச காரில் ஏறி அமர்ந்தபோது கேசவன் மாமா எங்கிருந்தோ ஓடி வந்து அவன் கையில் ஒரு பூச்செண்டைக் கொடுத்தார். பெட்ரோமாக்ஸ் விளக்குகள் வெளிச்சத்தில் ஜானவாச கார் நான்கு மாட வீதிகளையும் மெல்லச் சுற்றி வந்ததை ஊரே கூடி நின்று வேடிக்கை பார்த்தது. அப்பாவுக்கும் அம்மாவுக்கும் அள்ளிப் பிடிக்க முடியாத சந்தோஷம். அப்பா நாகஸ்வர வித்வானிடம், 'இதை வாசி அதை வாசி' என்று அமர்க்களப்படுத்திக்கொண்டே வந்தார். அன்றைய ஜானவாச விருந்து உலகத்தரத்தில் இருந்ததாகக் கேசவன் மாமா சொன்னார்.

'அந்த மனுஷனுக்கு எப்பேர்ப்பட்ட மனசு தெரியுமா? நடக்காமலே போயிடுமோன்னு நினைச்ச பொண்ணு கல்யாணமோல்யோ? அதான், அமர்க்களப்படுத்திப்பிட்டார்.' என்று சொன்னார்.

மறுநாள் காலை ஏழு மணிக்கு முகூர்த்தம். எனவே அனைவரும் சீக்கிரமே வீடு திரும்பிப் படுத்துவிட்டார்கள். படுக்கப் போகுமுன் அம்மா வினோத்திடம் 'மூணு மணிக்கெல்லாம் எழுந்துடணும்' என்று சொல்லியிருந்தாள்.

இரண்டரைக்கே அலாரம் வைத்து அவள் எழுந்து காப்பி போட்டுவிட்டு சரியாக மூன்று மணிக்கு வினோத்தை எழுப்பப் போனபோது அவன் அறையில் இல்லை. அவனது பெட்டி மட்டும் திறந்திருந்தது. அதில் லிங்கம் இருந்தது. வினோத் ஒரு கடிதம் எழுதி வைத்திருந்தான்.

75. ஒரு தற்கொலை

ஆசிரமத்துக்கு வெளியே இருந்த புல்வெளியில் நான் ஒரு சாய்வு நாற்காலியில் அமர்ந்திருந்தேன். கேசவன் மாமா என்னெதிரே அமர்ந்து பேசிக்கொண்டிருந்தார். இருவருக்கும் இடையில் ஒரு சிறு மர ஸ்டூல் இருந்தது. அதன்மீது இரண்டு காப்பிக் கோப்பைகள். நான் குடித்துவிட்டிருந்தேன். மாமா காப்பியைத் தொடவேயில்லை. அவர் காப்பியைக் குடித்து முடித்த பின்பு நான் வினோத்தைப் பற்றிக் கேட்டிருக்க வேண்டும். தவறு செய்துவிட்டேன். அந்தக் காப்பி ஆறியே போய்விட்டது. சுற்றுமுற்றும் பார்த்தேன். உதவியாளர்கள் யாரும் கண்ணில் படவில்லை. 'மாமா நானே போய் காப்பி எடுத்து வருகிறேன். இது ஆறிவிட்டது' என்று சொன்னேன்.

'உக்காருடா. நான் ஒண்ணும் காப்பி சாப்பிடறதுக்காக இங்க வரலை' என்று கேசவன் மாமா சொன்னார். சிரித்தேன்.

'சரி சொல்லுங்கோ. வேற எதுக்கு வந்தேள்?'

'உங்கண்ணன் ஒரு சுவடி வெச்சிருந்தான். உனக்கு ஞாபகம் இருக்கும்.'

'ஓ, தெரியுமே? வைத்தீஸ்வரன் கோயிலுக்குப் போய் விசாரிச்சுட்டு அது ஒண்ணுமில்லைன்னு தெரிஞ்சிண்டு வந்தோமே?'

'ஆமா, அதுதான். ஆனா அதுல என்னமோ இருந்திருக்குடா விமல். ஒண்ணு அந்த நாடி ஜோசியனுக்கு அது புரியலை. இல்லேன்னா அவன் சொல்லாம மறைச்சிட்டான்' என்று மாமா சொன்னார்.

நான் சில வினாடிகள் அமைதியாக யோசித்தேன். ஏனோ எனக்கு மாமாவிடம் அப்போது உண்மையைச் சொல்லிவிடலாம் என்று தோன்றியது. உண்மையின் ஒரு பகுதியை மட்டும். இனி அவருக்கு அது வியப்பை வேண்டுமானால் தரலாமே தவிர அதிர்ச்சி தர வாய்ப்பில்லை என்று நினைத்தேன். நான்கு பேருமே வீட்டைத் துறந்துவிட்டோம். ஓடிக் கழிந்த வருடங்களில் எனக்கே தலைமுடியும் தாடியும் வெகுவாக நரைத்துவிட்டது. மிகவும்

கவனமாக தினமும் சாயம் பூசிக்கொள்கிறேன். வினய் இப்போது எப்படி இருப்பான் என்று யூகிக்கக்கூட முடியவில்லை. அண்ணா மிக நிச்சயமாகப் பதினெட்டு வயதுத் தோற்றத்தை எட்டிப் பிடித்திருப்பான். அவனுக்கு நரைத்திருக்காது. காடுகளிலும் மலை முகடுகளிலும் நடந்து நடந்து அவன் மொத்த உடலும் ஒற்றை எலும்பாகியிருக்கும். தீவிரமான உணவுக் கட்டுப்பாடும் பிராணப் பயிற்சிகளும் அவனுக்கு நூற்றுக்கும் மேற்பட்ட ஆயுளை அளித்திருக்கும். ஒருவேளை அது வேண்டாம் எனக் கருதி அவன் தேக வியோகமேகூடச் செய்திருக்கலாம். யாருக்குத் தெரியும்? வினோத்துக்கும் நிறைய நரைத்திருக்கும். கன்னங்கள் சுருங்கி, உடல் வற்றி மிக நிச்சயமாக வேறு யாரோ ஆகியிருப்பான். வீட்டைத் துறந்து வெளியேறி இருபது ஆண்டுகளுக்குப் பிறகு அவன் மாமாவுக்கு ஒரு கடிதம் எழுதியிருக்கிறான். ஒரு முழு வெள்ளைத் தாளில் ஒரே ஒரு வரி. அம்மா இறந்தால் வீரகேசரி பத்திரிகையில் ஒரு விளம்பரம் தரவும். அவ்வளவுதான். வீரகேசரி என்பது இலங்கையில் இருந்து வெளியாகிற பத்திரிகை என்பது அக்கடிதம் வந்த பிறகுதான் அவர் விசாரித்து அறிந்திருக்கிறார்.

'தேடி வரமாட்டோம்னு நினைச்சிண்டு அங்க ஓடிப் போயிட்டான் போலருக்கு. நான் விடலியே? இலங்கைக்குப் போயிட்டேன்' என்று மாமா சொன்னார்.

'கிடைச்சானா?'

'இல்லை' என்று சொல்லிச் சில வினாடிகள் வருத்தப்பட்டார். அதற்குப் பிறகுதான் எனக்கு மாமாவிடம் உண்மையின் ஒரு பகுதியைச் சொல்லலாம் என்ற எண்ணம் ஏற்பட்டது.

'மாமா, நீங்கள் ஒரு விஷயத்தைப் புரிந்துகொள்ள வேண்டும். இது நாம் தீர்மானிப்பதல்ல. இயற்கை அல்லது விதி செய்வது.'

'அதான் தெரிஞ்சிதே.'

'ஆனால் இதுதான் நடக்கும் என்று அந்தச் சுவடியில் எழுதப்பட்டிருந்தது உண்மை.'

'அப்படியா?' என்று மாமா கேட்டார்.

'ஆமாம். அது வம்சத்தில் யாரோ செய்த பாவத்துக்குக் கிடைத்த சாபம். அந்தச் சுவடியில் அது இருந்தது.'

'உனக்கு எப்போ தெரியும்?'

'அண்ணா சொன்னான். ஒருமுறையல்ல. இருமுறை.'

'ஆனா அது எதோ மருந்து சுவடின்னு அந்த நாடி ஜோசியன் சொல்லிட்டானேடா?'

'அவர் சொன்னதும் உண்மை.'

'புரியலியே?'

'அது கண்கட்டு. அண்ணா அந்தச் சுவடியின் வரிகளை மறைத்து, மாற்றிவிட்டான்.'

'அதெல்லாம் முடியுமோ?'

'முடியும். சித்தர்களால் முடியாதது இல்லை.'

'விஜய் சித்தனா?'

'ஆம். ஆனால் அது மட்டுமல்ல என்று நினைக்கிறேன். உங்களுக்குப் புரியாது.'

மாமா ஒரு பெருமூச்சு விட்டார். அதில் அவரது துக்கத்தின் வாசனை கலந்திருந்தது. 'எனக்கு என்னதான் புரியும்? வெறும் மக்கு பிராமணன். சமையக்காரன். அக்கா பிள்ளைகள் நாலும் இப்படிப் போயிடுத்தேன்னு எழுவத்தி நாலு வயசுலயும் உக்காந்து அழுதுண்டிருக்கற அசமஞ்சம்.' என்று சொல்லிவிட்டுக் கேவிக் கேவி அழுதார்.

நான் எழுந்து சென்று அவரைத் தொட்டேன். அவர் கண்ணை உற்றுப் பார்த்துப் புன்னகை செய்தேன். 'அழாதீர்கள். இது விதி. நாம் இதை ஒன்றும் செய்ய முடியாது.'

'புரிஞ்சிடுத்து. வினோத் கடுதாசி எழுதி வெச்சிட்டு ஓடிப் போனபோதே புரிஞ்சிடுத்து' என்று மாமா சொன்னார். நியாயமாக வினய் காஞ்சீபுரத்துக்குப் புறப்பட்டு, பாதி வழியில் திசை மாறியபோதே அவருக்குப் புரிந்திருக்க வேண்டும். குறைந்தது ஸ்ரீரங்கத்தில் நான் காணாமல் போனபோதாவது. உண்மையின் கோர தகிப்பில் இருந்து வெகுதூரம் விலகி நிற்க விரும்பும் சராசரி ஆத்மாக்களுக்கு இது ஒரு பிரச்னை. புரிவதும் புரியாததும் அல்ல. புரிந்துகொள்ள மேற்கொள்ள வேண்டிய எளிய முயற்சியைக் காலவரையறையற்றுத் தள்ளிப் போடுவது. இடையில் ஏதாவது அற்புதம் நிகழ்ந்துவிடாதா என்கிற அற்ப ஆசை. நானறிந்தவரை மனித வாழ்வில் அற்புதம் என்று ஏதும் நிகழ்வதில்லை. பிள்ளையார்

சிலையை அல்ல; என்னை யாராவது ஒரு வாழைப்பழத்துக்குள் இருந்து எடுத்துக் கொடுத்தால் வேண்டுமானால் நம்புவேன். மாமாவிடம் இதைச் சொன்னபோது இதுவும் அவருக்குப் புரியவில்லை. ‘என்னமோ போடா’ என்று சொல்லிவிட்டு மேல் துண்டால் கண்ணைத் துடைத்துக்கொண்டார்.

அவரால் ஜீரணிக்கவே முடியாத விஷயம், வினோத் ஏன் திருமணத்துக்கு முதல் நாள் அப்படியொரு காரியம் செய்தான் என்பதுதான். என்னிடம் அதைத் தான் திரும்பத் திரும்பச் சொல்லிப் புலம்பினார்.

‘நாலு தடவை. நாலு தடவை அந்தப் பொண்ண கூட்டிண்டு வெளிய போய் சுத்திட்டு வந்தாண்டா! ஊரைக் கூட்டி கல்யாணம் ஏற்பாடு பண்ணியாச்சு. மொத நாள் சாயந்திரம் ஜானவாச கார்ல உக்காந்துண்டு மாடவீதி நாலையும் சுத்தியாச்சு. அதுக்கப்பறம் இப்படி ஒரு காரியம் பண்ணுவானோ ஒருத்தன்? அந்தப் பொண்ணு வாழ்க்கை சர்வ நாசமாயிடுமேன்னு கூடவா தோணாது? தற்கொல பண்ணிண்டு செத்தாளே! அந்தப் பாவம் இவனை விட்டுடுமா? என்ன பெரிய சிவன்? என்ன பெரிய தரிசனம்? அந்தப் பாஷாண்டி ஒண்ணுக்கு ரெண்டு பொண்டாட்டி கட்டிண்டவன். அவனைப் பிடிச்சித் தொங்கிண்டு இப்படி விட்டுட்டு ஓடறோமேன்னு தோணாதா? க்ஷண நேரத்துல துறக்கறதெல்லாம் எங்கேருந்துடா வரும்? அதுவும் மொத நாள் வரைக்கும் அவ கைய கோத்துண்டு கூத்தடிச்சிட்டு... சீ!’ என்றார் மாமா.

எனக்கு சித்ரா தற்கொலை செய்துகொண்டது மிகுந்த வருத்தமளித்தது. உண்மையில் அழுகையே வந்தது. ஆனால் நான் அழவில்லை. இது கணப் பொழுதில் நிகழ்வதுதான் என்று நான் எப்படி மாமாவிடம் சொல்வேன்? அவருக்கு அது புரியாது. யாருக்குமே புரியாதுதான். இத்தனைக்கும் வினோத் மிகவும் நேர்மையாக ஒரு கடிதம் எழுதி வைத்துவிட்டுத்தான் போயிருக்கிறான். நான்கு வரிக் கடிதம். அம்மாவுக்கோ, அப்பாவுக்கோ அல்ல. நேரடியாக சித்ராவின் பெயருக்குத்தான் அந்தக் கடிதம் எழுதப்பட்டிருக்கிறது.

என்னை மன்னித்து விடு. அல்லது சபித்து விடு. இன்றிரவு என் லிங்கம் பிளந்து சிவ தரிசனமாகிவிட்டது எனக்கு. இனி நான் உன்னோடு வாழ முடியாது. வேறு யாரோடும்கூட.

இவ்வளவுதான் அந்தக் கடிதம். அம்மாவின் ஒரு ஓலக் குரலில் ஏழு மணி முகூர்த்தம் ரத்தாகிப் போனது. ஊர் முழுதும் வீட்டு

வாசலில் கூடி நின்று என்ன, என்ன என்று விசாரித்துக்கொண்டே இருந்தது. யாருக்கும் அந்தக் கடிதம் புரியவில்லை. பத்மா மாமி தலை தெரிக்கக் கோயிலுக்கு ஓடி தாயார் சன்னிதித் தூணில் முட்டிக்கொண்டு கதறினாள். அவளது கணவர் மயங்கி விழுந்ததும் தெரியாது; யார் அவரை வண்டி ஏற்றி அழைத்துச் சென்று திருப்போரூர் மருத்துவமனையில் சேர்த்தார்கள் என்றும் தெரியாது. பல மணி நேரம் கழித்து பத்மா மாமியும் அவரும் வீடு வந்து சேர்ந்தபோதுதான் சித்ரா விஷம் குடித்து இறந்திருந்த விவரமே தெரிய வந்திருக்கிறது.

எல்லாம் ஒரே நாள். கல்யாணத்துக்கு வந்திருந்த அத்தனை பேரும் சித்ராவின் பிணத்தை எடுத்துச் செல்லும்வரை இருந்து அழுதுவிட்டு வீடு போய்ச் சேர்ந்தார்கள்.

சொல்லிக்கொண்டே வந்தபோது கேசவன் மாமாவுக்குத் தொண்டை அடைத்தது. தனது மரணத்துக்கு முன் சித்ரா ஒரு நல்ல காரியம் செய்திருந்தாள். நீலாங்கரை உணவு விடுதியில் வினோத் தன்னிடம் சொல்லியிருந்த சங்கதிகளை அவள் தன் பெற்றோரிடம் தெரிவித்திருக்கிறாள். ஒரு கணம் எனக்கு மிகுந்த வெட்கமாகிவிட்டது. அந்தத் துணிச்சல் சிறு வயதில் எனக்கு இல்லாமல் போய்விட்டது. இருந்திருந்தால் அண்ணா வீட்டை விட்டு வெளியேறியதுமே எனக்குத் தெரிந்த அனைத்தையும் நான் சொல்லியிருப்பேன். குறைந்தது அந்தச் சுவடியையாவது எடுத்துக் கொடுத்து விவரம் சொல்லியிருக்கலாம். ஆனால் இத்தனை ஆண்டுக்காலம் அம்மா உயிருடன் இருந்திருப்பாளா என்பது சந்தேகம்.

வினோத் போனதுதான் அப்பாவின் மரணத்துக்குக் காரணம் என்று கேசவன் மாமா சொன்னார். அடுத்தடுத்து வந்த இரண்டு மாரடைப்புகள். ஆஸ்பத்திரி வாசம். மருந்து மாத்திரைகள். அவன் வீட்டை விட்டு விலகிய நான்கு மாதங்களில் அப்பா போய்விட்டார். எங்கள் நான்கு பேரில் என் இருப்பிடம் மட்டுமே அப்போது கேசவன் மாமாவுக்குத் தெரியும். எனக்கு அவர் தந்தி கொடுத்திருந்தார். நான் அப்போது வட இந்திய சுற்றுப் பயணத்தில் இருந்தேன். காரியத்தை நீங்களே செய்துவிடுங்கள் என்று அவருக்கு பதில் தந்தி கொடுத்துவிட்டு அந்த நினைவை நகர்த்தி வைத்துவிட்டேன். எல்லாம் முடிந்திருக்கும் என்று ஒரு கணக்குப் போட்டு அப்பா இறந்த பதினேழாம் நாள் மாமாவுக்கு நான் ஒரு கடிதம் எழுதினேன்.

மன்னித்துக்கொள்ளுங்கள். ஆனால் அம்மா இறக்கும்போது அவசியம் வருவேன். நான் மட்டுமல்ல. நான்கு பேருமே வருவோம்.

வந்தால் காலை வெட்டிவிடுவேன் என்று மாமா பதிலுக்கு ஒரு கடிதம் எழுதினார். அதை பத்திரமாக எடுத்து வைத்துக்கொண்டேன். ஞாபகமாக அந்தக் கடிதத்தை இப்போது எடுத்து வந்து அவரிடம் காட்டிப் புன்னகை செய்தேன். அவர் ஒன்றும் சொல்லவில்லை. மீண்டும் சிறிது நேரம் அழுதார்.

நேரம் மாலை ஆறாகிவிட்டிருந்தது. நான் சொற்பொழிவுக்குத் தயாராகவேண்டும் என்பதால் எழுந்துகொண்டேன். மாமாவை இரண்டு நாள்களாவது ஆசிரமத்தில் தங்க வேண்டும் என்று கேட்டுக்கொண்டேன். அவர் உடனே, 'இல்லே. நாளைக்குப் போயிடுவேன்' என்று சொன்னார். நான் வற்புறுத்தவில்லை.

'என்னமோ உன்னைப் பாத்துட்டுப் போகணும்னு தோணித்து. அங்க அக்கா பாவம் தனியா கஷ்டப்படுவா. இப்பல்லாம் கண்ணு சரியா தெரியறதில்லே' என்று சொன்னார். சிறிது நேரம் கழித்து, 'அவளை இங்கே ஒரு நடை கூட்டிண்டு வரட்டுமா? நீ ஒண்ணும் சொல்ல மாட்டியோல்யோ?'

நான் உடனே வேண்டாம் என்று சொன்னேன். அவர் ஏன் என்று கேட்கவில்லை. என்னுடன் விவாதம் செய்யவும் இல்லை. நான் அந்த பதிலைத்தான் சொல்லுவேன் என்று எதிர்பார்த்திருப்பார் என்று எண்ணிக்கொண்டேன்.

76. பசி

ரேணிகுண்டா ரயில்வே ஸ்டேஷனில் நான் வினய்யைச் சந்திப்பேன் என்று நினைக்கவில்லை. அது எனக்கு ஓர் இன்ப அதிர்ச்சிதான். கடைசியாக அவனை நான் ஸ்ரீரங்கப்பட்டணத்தில் சந்தித்துப் பிரிந்தபோது அவன்தான் சொன்னான். 'அம்மா இறந்தால் நான் ஊருக்குப் போவேன். அப்போது நாம் திரும்ப சந்திக்கலாம்.' அவனைக் கண்டதும் எனக்கு அந்தச் சொற்கள்தாம் நினைவுக்கு வந்தன. நான் சிரித்தேன். அவனும் சிரித்தான். சட்டென்று நான் இருக்கையைவிட்டு எழுந்து அவனிடம் சென்று, 'டிக்கெட் இருக்கிறதா?' என்று கேட்டேன்.

'இல்லை. தேவைப்பட்டால் வரவழைத்துக்கொள்வேன்' என்று சொன்னான்.

'தவறல்லவா?'

'இல்லை.' என்று சொன்னான். உணர்ச்சியற்ற அவன் முகத்தில் சவக்களை படிந்திருந்தாற்போல எனக்குத் தோன்றியது. காட்டிக்கொள்ளாமல், 'வினய், அம்மாவைக் குறித்து உனக்கு யார் சொன்னது?' என்று கேட்டேன்.

'யாரும் சொல்லவில்லை. எனக்கே தோன்றியது.'

'என்னவென்று?'

'அவள் போய்விடுவாள்.'

'எப்போது?'

'அது தெரியவில்லை. ஆனால் இந்த தட்சிணாயணத்துக்குள் நடக்கும்.'

'மிகவும் வயதாகிவிட்டது அவளுக்கு.'

'ஆம். எழுபத்தொன்பது அல்லவா?'

'எனக்கு கேசவன் மாமா தந்தி கொடுத்திருந்தார்.'

'அப்படியா? எனக்கு அவரோடு தொடர்பு இல்லை. வேறு யாரோடும் இல்லை. தற்செயலாக உன்னைத்தான் இதோடு சேர்த்து இரண்டு முறை சந்தித்திருக்கிறேன்.'

நான் புன்னகை செய்தேன். 'அது என் அதிர்ஷ்டம்' என்று சொன்னேன்.

அவன் என்னைத் தலை முதல் கால் வரை உற்றுப் பார்த்தான். அவன் கண்ணில் மெல்லிய வியப்புத் தெரிந்தது.

'என்ன?' என்று கேட்டேன்.

'நீ ஒரு செழிப்பான சன்னியாசி.'

'ஆம். அதிலென்ன சந்தேகம்? நான் ஒரு சுகவாசி. என் சொகுசுகளை என்றுமே குறைத்துக்கொண்டதில்லை. இந்த முதல் வகுப்புப் பெட்டியே எனக்கு அவ்வளவாகப் பிடிக்கவில்லை. பொதுவாக நான் கூபேவில்தான் பயணம் செய்வேன்.' என்று சொன்னேன்.

'உன்னைப் பற்றி அவ்வப்போது கேள்விப்படுவேன். அரசியல்வாதிகளோடு ஐக்கியமாகிவிட்டாயா நீ?'

'அப்படிச் சொல்ல முடியாது. ஆனால் அரசியல்வாதிகள் என் வாழ்வில் தவிர்க்க முடியாதவர்கள். வினய், இது ஒரு தொழில். ஒரு வியாபாரம். இதில் எனக்கு வருமானம் என்று தனியே ஒன்றுமில்லை. ஆனால் இந்தியாவில் என்னைக் காட்டிலும் செல்வந்தன் யாருமில்லை.'

அவன் விரக்தியாகச் சிரித்தான். சிறிது நேரம் அமைதியாக இருந்துவிட்டு, 'கடவுள் சரியாகத்தான் அளித்திருக்கிறான். இந்தியாவில் என்னைக் காட்டிலும் பரம தரித்திரன் இருக்க முடியாது' என்று சொன்னான்.

'ஏன் அப்படிச் சொல்கிறாய்?'

'நான் சாப்பிட்டுப் பல நாள்களாகிவிட்டன. என்னிடம் பத்து காசு கூட இல்லை' என்று சொன்னான்.

எனக்கு மிகவும் பரிதாபமாகிவிட்டது. என் இருக்கைக்கு வந்து ஒரு சீப்பு வாழைப்பழங்களை எடுத்துக்கொண்டு அவன் நின்றிருந்த இடத்துக்குச் சென்றேன். 'இந்தா, சாப்பிடு' என்றேன்.

அவன் மறுப்பேதும் சொல்லாமல் சாப்பிட்டான். ரயில் பெட்டியின் கதவோரம் நின்று நாங்கள் பேசிக்கொண்டிருந்ததை சக பயணி

ஒருவர் பார்த்தார். வினய்யைக் கண்டதும் தன்னியல்பாக அவர் முகம் சுளித்தார். அவனது தோற்றம், ஒரு முதல் வகுப்புப் பயணிக்குரியதாக இல்லை. யாரோ பிச்சைக்காரன் என்று அவருக்குத் தோன்றியிருக்கும். பைத்தியக்காரன் என்று தோன்றியிருந்தாலும் வியப்பில்லை. அவன் அப்படித்தான் இருந்தான். தலைமுடியெல்லாம் சடை விழுந்திருந்தது. நெஞ்சு வரை நீண்டிருந்த தாடி பாதி உடலை மறைத்தது. இடுப்புக்கும் தொடைக்கும் இடையே ஒரு காவித் துணியைத் தார்ப்பாய்ச்சிக் கட்டியிருந்தான். கண்கள் இரண்டும் குழிக்குள் இருப்பவை போலிருந்தன. எலும்புகள் தெரிந்தன. கையை உயர்த்தி அவன் பேசும்போது விரல்கள் நடுங்கியதைக் கவனித்தேன்.

'கஞ்சா நிறையப் புகைக்கிறாயா?' என்று கேட்டேன்.

'ஆம். பெரும்பாலும் அதுதான் உணவு.'

'நீ அன்றைக்கு எனக்கு ஒரு ஆப்பிள் பழம் வரவழைத்துக் கொடுத்தாய். நான் மறக்கவில்லை' என்று சொன்னேன்.

'ஆம். ஆனால் இப்போது என்னால் அதையெல்லாம் செய்ய முடியாது.'

'அப்படியா? நீ குட்டிச் சாத்தான்களை விரட்டிவிட்டாயா?'

அவன் நெடுநேரம் பதில் சொல்லாமல் என்னை உற்றுப் பார்த்துக்கொண்டே இருந்தான். நான் மீண்டும் கேட்ட பின்பே பதில் சொன்னான், 'இல்லை. அவை என்னை ஒதுக்கிவிட்டன.'

நான் அமர்ந்திருந்த இடத்துக்கு அருகே இருந்த டாக்டர் குடும்பம் ரேணிகுண்டாவில் இறங்கிவிட்டது. அந்த இருக்கைகள் காலியாகத்தான் இருந்தன. டிடிஆர் கண்ணில் பட்டால் வினய்க்கு ஒரு டிக்கெட் எடுத்து அமரச் சொல்லலாம் என்று நினைத்தேன். அவன் சட்டென்று சொன்னான், 'டிக்கெட் இல்லாமலும் உட்காரலாம். நான் விரும்பினால் டிடிஆரை இனி இந்தப் பக்கமே வராமலும் செய்ய முடியும்.'

நான் சிரித்தேன். 'ஆக விட்டகுறை ஏதோ மிச்சம் உள்ளது.'

அவன் அதற்கு பதில் சொல்லவில்லை. கதவுக்கு வெளியே பின்புறமாக விரைந்த உலகைக் கண்ணில் விழுங்கியபடி நெடுநேரம் அசைவற்று நின்றிருந்தான். சட்டென்று, 'விமல் எனக்கொரு சந்தேகம். உன்னால் தீர்க்க முடியுமா?' என்று கேட்டான்.

‘முயற்சி செய்யலாம். ஆனால் ஒன்று. நான் அண்ணாவைப் போல யோகியோ சித்தனோ அல்ல. உன்னைப் போலப் பேய்களுடனும் குட்டிச்சாத்தான்களோடும் உறவு கொண்டவனும் அல்ல. நான் ஒரு புத்திசாலி. புத்திசாலி மட்டும்தான்' என்று சொன்னேன்.

‘புத்தி ஒரு சுமை. அது இல்லாதிருப்பது அதனினும் சுமை’ என்று வினய் சொன்னான். அவன் உட்கார விரும்பவேயில்லை. ரேணிகுண்டாவில் ரயில் ஏறியவன், ஒரு மணி நேரம் கதவருகே நின்றுகொண்டே இருந்தான். எனக்குக் கால் வலித்தது. உட்காரலாம் என்று தோன்றியது. இரண்டு முறை அவனிடம் சொல்லிப் பார்த்தேன். அவன் அதைக் கண்டுகொள்ளவேயில்லை.

‘விமல், நான் ஒரு சமயம் ஒன்பது தினங்கள் ஓர் இடத்தைவிட்டு அசையாமல் நின்றிருக்கிறேன். இரவு பகல் முழுவதும்’ என்று சொன்னான்.

‘எதற்காக?’

‘ஒரு வித்தை கற்க.’

‘ஓ. என்ன வித்தை?’

‘ஒரு குறிப்பிட்ட சாத்தானைப் பணிய வைப்பதன் பொருட்டு.’

‘பணிய வைத்து?’

‘அது பெண்களை இடம் பெயரவைக்க உதவும்.’

‘தூக்கிச் சென்று நீ சொல்லும் இடத்தில் அடைத்து வைக்குமா?’

‘ஆம். அப்படித்தான்.’

‘உனக்கு எதற்குப் பெண்கள்? யாராவது ஒருத்தி போதாதா? அல்லது ஓரிருவர். பேசாமல் நீ திருமணம் செய்துகொண்டிருக்கலாம்.’

‘நான் எனக்காகச் செய்வதில்லை. ஒன்று தெரியுமா? நான் ஒரு பெண்ணைத் தொட்டு முப்பது வருடங்களாகின்றன.’

‘ஆனால் நினைக்கிறாய்.’

அவன் சற்று திடுக்கிட்டாற்போல் இருந்தது. என்னை ஒரு பார்வை பார்த்துவிட்டுச் சட்டென்று பார்வையைத் தழைத்துக்கொண்டான். எனக்கு அவன்மீது பரிதாபம் வந்தது. அவன் வலக்கையை இழுத்து நாடி பிடித்துப் பார்த்தேன். அவன் உடனே, 'உனக்கு மருத்துவம் தெரியுமா?' என்று கேட்டான்.

'அதெல்லாம் தெரியாது. ஆனால் சிறிது நாடி பார்க்கத் தெரியும். என் குரு சொல்லிக் கொடுத்திருக்கிறார். சர்க்கரை, ரத்த அழுத்தம், பைல்ஸ், பார்வைக் குறைபாடு போன்ற சில வியாதிகளை வெறும் உணவால் சரி செய்யத் தெரியும்.'

'சர்க்கரையா?'

'ஆம். முடியும்.'

'எனக்கு இருக்கிறது' என்று வினய் சொன்னான்.

'நீ சொல்லவே வேண்டாம். நாடி சொல்லிவிட்டது.'

'அது இல்லாவிட்டால் நான் இன்னும் சிலவற்றை முயற்சி செய்து பார்த்திருப்பேன். முடியாமல் போய்விட்டது.'

கண்டிப்பாக அவனுக்கு நான் சர்க்கரை நோயைத் தீர்க்கக்கூடாது என்று நினைத்துக்கொண்டேன்.

அவன் ஒரு தவறு செய்திருந்தான். திருநெல்வேலியில் அவனிடம் இருந்த எள்ளுருண்டை களவு போனபோதே அவன் திருவானைக்காவுக்குத் திரும்பிச் சென்றிருக்க வேண்டும். முகமது குட்டியைப் பழி வாங்கவேண்டும் என்று நினைத்ததன் விளைவுதான் தடம் மாறிவிட்டது.

'அதுசரி அந்த முகமது குட்டியை நீ மீண்டும் சந்தித்தாயா? முடிந்ததா?' என்று கேட்டேன்.

'ஓ, அவனைக் கொன்றுவிட்டேன்' என்று சொன்னான்.

எனக்கு மிகவும் அதிர்ச்சியாக இருந்தது. கொலையா என்று திரும்பத் திரும்பக் கேட்டேன்.

'ஆம். ஒரு மரம் வெட்டும் கோடரியால் அவன் மண்டையைப் பிளந்துவிட்டேன். ரத்தம் முழுதும் வெளியேறும்வரை காத்திருந்துவிட்டு பிணத்தை எடுத்துச் சென்று எரித்துவிட்டேன்.'

'ஐயோ. மாட்டிக்கொண்டிருப்பாய்!'

'இல்லை' என்று வினய் சொன்னான். அவன் முகமது குட்டியை இரண்டாம் முறை சந்தித்தது திருவனந்தபுரத்தில் வைத்து. இம்முறை வினய் சூரிய நாராயண போத்தியிடம் மாணவனாகியிருந்தான். போத்தி ஒரு வசியக் கலைஞன். அவனது கட்டுப்பாட்டில் ஏழெட்டு குட்டிச் சாத்தான்கள் இருந்திருக்கின்றன.

திருடு போன பொருள்களை மீட்டுக் கொடுப்பது, செய்வினை வைப்பது, பேய் ஓட்டுவது நில பேரங்களை முடித்துக் கொடுப்பது என்று அவனது வருமானத்துக்குச் சில தொழில்கள் இருந்தன. அது அனைத்தையும்விட அவன் பெண்களை வசியம் செய்வதில் விற்பன்னனாக இருந்தான். பல கல்லூரி மாணவர்கள் அவனது நிரந்தர வாடிக்கையாளர்களாக இருந்திருக்கிறார்கள். அரசியல்வாதிகள், நடிகர்கள், உயரதிகாரிகளும்கூட.

சூரிப் போத்தியிடம் ஒரு பெண்ணைக் காட்டி அவள் தனக்கு வேண்டும் என்று சொல்லிவிட்டால் போதும். ஆறேழு தினங்களில் அந்தப் பெண் சம்பந்தப்பட்டவனைத் தேடித் தானே வந்துவிடுவாள். உண்மையில் வினய் அவனிடம் போய்ச் சேரக் காரணமே ஒரு பெண் தான்.

77. கொலைக்களம்

திருவல்லம் பரசுராமர் ஆலயத்தில் இருந்து சுமார் ஒரு கிலோ மீட்டர் தொலைவில் கால்வாய்க் கரையோரம் அமைந்திருந்த ஒரு குடிசை வீட்டில் அப்போது வினய் தங்கியிருந்தான். வந்து ஒரு நாள் ஆகியிருந்தது. அந்த வீட்டைச் சுற்றிலும் நிறையத் தென்னை மரங்கள் இருந்தன. எப்போதும் ஈரக் காற்று அடித்துக்கொண்டே இருந்த இடம். வீட்டை விட்டு வெளியே வந்து எட்டடி நடந்து மேடேறினால் மண் சாலை. சாலைக்கு அந்தப் பக்கம் புழை. அதிகம் நீர் இல்லை என்றாலும் நீரோட்டம் இருந்துகொண்டே இருந்தது. சிறுவர்கள் தோளில் ஒரு வேட்டியைப் போட்டுக்கொண்டு நீரில் இறங்கி வேட்டியை விரித்துப் பிடித்து மீன் அள்ளிக்கொண்டு போனார்கள். வினய்க்கு அந்த இடம் பிடித்தது. இந்த இடத்தில் தனக்கொரு குடிசை கிடைத்தால் நிரந்தரமாகத் தங்கிவிடலாம் என்று நினைத்தான்.

அந்த வீட்டுக்குச் சொந்தக்காரன் வாமா நாயர் ஒரு சோதிடன். யார் யாரிடமோ விசாரித்து, முகம்மது குட்டி திருவனந்தபுரத்தில் இருக்கிறான் என்று கேள்விப்பட்டு, வினய் திருவனந்தபுரத்துக்கு வந்து சேர்ந்து, ஒரு வாரம் அவனைத் தேடிக் கிடைக்காமல் போனபோது வாமா நாயர் அகப்பட்டான். சாலைத் தெருவில் ஒரு உணவகத்தில் அவன் வினய்க்கு எதிரே அமர்ந்து புட்டு சாப்பிட்டுக்கொண்டிருந்தான். எதிர்பாராத விதமாக அந்த நேரத்தில் வாமா நாயரை அவனது மகள் பார்க்கவி தேவி நினைத்துக்கொள்ள, அவனுக்குப் புரை ஏறி பலமாக இருமினான். வாயில் இருந்த புட்டு மொத்தமும் வினய் மீது தெரித்துவிட்டது. வாமா நாயர் பதறிவிட்டான். மன்னித்துக் கொள்ளுங்கள் மன்னித்துக்கொள்ளுங்கள் என்று பல முறை கும்பிட்டுக் கேட்டுக்கொண்டு தன் மேல் துண்டால் வினய்யின் முகத்தைத் துடைத்து சுத்தம் செய்யவும் ஆரம்பித்துவிட்டான்.

வினய் அந்தச் சம்பவத்தைப் பொருட்படுத்தவேயில்லை. பரவாயில்லை என்று ஒரு சொல்லில் முடித்துவிட்டுத் தன்

தட்டில் இருந்த இட்லியைச் சாப்பிட ஆரம்பித்தான். இது வாமா நாயருக்கு மிகுந்த வியப்புக்குரிய சம்பவமாக இருந்தது. சற்றும் நாகரிகமில்லாமல் முகத்தில் அவன் துப்பியிருக்கிறான். ஒரு சிறு முகச் சுளிப்பும் இல்லாமல் ஒருவன் அதைக் கடக்க முடியும் என்றால் எம்மாதிரியான மனநிலை அவனுக்கு வாய்த்திருக்கும்?

'நீங்கள் யார்?' என்று நாயர் கேட்டான்.

'என் பெயர் வினய். தமிழ் நாட்டில் இருந்து வருகிறேன்' என்று வினய் சொன்னான்.

'எங்கே தங்கியிருக்கிறீர்கள்?'

'இன்னும் எங்கும் தங்கவில்லை. தங்கும் உத்தேசமும் இல்லை. நான் ஒரு நபரைத் தேடிக்கொண்டிருக்கிறேன். அவன் இந்த ஊரில் இருப்பதாகக் கேள்விப்பட்டேன்.'

'ஓ. அவர் என்ன தொழில் செய்கிறார்?'

என்ன சொல்வதென்று வினய் யோசித்தான். சட்டென்று, 'நீங்கள் என்ன செய்கிறீர்கள்?' என்று கேட்டான்.

'நான் ஒரு சோதிடன். சோழி போட்டுப் பார்த்து ஆரூடம் சொல்வேன்.'

அதனால்தான் வினய் வாமா நாயருடன் அவனது வீட்டுக்குப் போனான். ஒரு முயற்சி. ஒருவேளை இது நடந்துவிட்டால் நன்றாக இருக்கும் அல்லவா? வாழ்க்கை எதிர்பாராத அனுபவங்களால் நெய்யப்படுவது. வாமா நாயர் எதிர்பாராத விதமாக எதிர்ப்பட்டவன். யார் கண்டது? ஒருவேளை முகமது குட்டியை அவனது சோழிகள் காட்டிக் கொடுக்கலாம்.

ஆனால் வீட்டுக்கு அழைத்துச் சென்று உட்காரவைத்து, சோழி போட்டுப் பார்த்த வாமா நாயர், முகமது குட்டி என்ற நபரை வினய் இனி எந்நாளும் சந்திக்கவே முடியாது என்று சொன்னான்.

'ஐயோ என்ன இப்படிச் சொல்கிறீர்கள்?'

'சோழி அப்படித்தான் தம்பி சொல்கிறது.' என்று நாயர் சொன்னான். வினய்க்கு மிகவும் வருத்தமாகிவிட்டது. ஒரு அபத்தத்தை அதன் எல்லை வரை துரத்திச் சென்று தோற்றுத் திரும்புவதை அவன் மனம் விரும்பவில்லை. என்ன செய்யலாம் என்று யோசிக்கத் தொடங்கியபோதுதான் நாயரின் மகள் பார்க்கவி ஒரு யோசனை

சொன்னாள். 'நீங்கள் சூரிய நாராயண போத்தியைப் போய்ப் பாருங்கள். அவரால் ஒருவேளை உதவ முடியும்.'

வாமா நாயருக்கு இந்த யோசனை பிடிக்கவில்லை. போத்தி ஒரு அயோக்கியன் என்று அவன் சொன்னான்.

'அவர் என்னவாயிருந்தால் என்ன? ஒரு ஆள் எங்கே இருக்கிறான் என்று கண்டுபிடிக்க வேண்டும். அவ்வளவுதானே?' என்று பார்க்கவி கேட்டாள்.

'ஆம். அவன் என்னை ஏமாற்றிவிட்டான். அவனால் என் வாழ்க்கையே தடம் மாறிவிடுமோ என்று பயமாக இருக்கிறது. எப்படியாவது நான் அவனைச் சந்தித்தே தீரவேண்டும்.' என்று வினய் சொன்னான்.

'தம்பி, அடாத செயல் புரிகிறவர்களிடம் இருந்து விலகி இருப்பதே நல்லது. அவனால் உனக்கு ஏற்பட்ட இழப்பு என்னவாக இருந்தாலும், அதோடு முடிந்தது என்று நினைத்து விட்டுவிடு. மீண்டும் ஒருமுறை எதையும் இழக்க வேண்டாமே?' என்று வாமா நாயர் கேட்டான்.

நியாயம் என்றுதான் வினய் நினைத்தான். ஆனால் ஏதோ ஒன்று திரும்பத் திரும்ப அவனை முகம்மது குட்டியை நோக்கி இழுத்துக்கொண்டே இருந்தது. அவனை நினைக்காதிருக்கவே முடியவில்லை. ஒரு எள்ளுருண்டை போனதல்ல பெரிது. எத்தனை அலட்சியமாகத் தன்னை ஏமாற்றிவிட்டுப் போய்விட்டான்! ஒரு வித்தை. தன்னிடம் இருப்பதை என்னவென்று அறிந்து, அதை எடுத்துக்கொண்டும் போக முடிகிற வித்தை. மிக நிச்சயமாக அவன் ஒரு சாத்தானைத் துணைக்கு வைத்திருக்கிறான். அதில் சந்தேகமில்லை. ஏவல் சாத்தான். என்ன சொன்னாலும் செய்கிற உடலற்ற அடிமை. அதே சாத்தானைக் கொண்டு அவனைப் பழிவாங்க வேண்டும் என்று வினய்க்குத் தோன்றியது.

வாமா நாயர் சொல்லச் சொல்லக் கேட்காமல் பார்க்கவி தேவி அவனை சூரிப் போத்தியின் வீட்டுக்கு அழைத்துச் சென்றாள். போத்தியின் மகள் பகவதியும் பார்க்கவியும் ஒரே வகுப்பில் ஒன்றாகப் படிக்கிறவர்கள் என்பது வினய்க்கு அப்போதுதான் தெரிந்தது.

வினய் போத்தி வீட்டுக்குப் போய்ச் சேர்ந்தபோது அவன் வீட்டுக்கு வெளியே ஒரு பெரிய பாறைக் கல்லின்மீது அமர்ந்து

கள் குடித்துக்கொண்டிருந்தான். பார்க்கவியைக் கண்டதும் 'வரு' என்று சொல்லிவிட்டு உள்ளே பார்த்துத் தன் மகளுக்குக் குரல் கொடுத்தான்.

'இல்லை. நான் உங்களைப் பார்க்கத்தான் வந்தேன். இவருக்கு உங்களால் ஒரு காரியம் ஆகவேண்டும்' என்று பார்க்கவி வினய்யைக் காட்டிச் சொன்னாள். போத்தி, வினய்யை ஏற இறங்கப் பார்த்தான். பிறகு உள்ளே அழைத்துச் சென்று உட்காரச் சொன்னான்.

'சொல். என்ன வேண்டும்?'

வினய்க்கு அந்த வீட்டில் இரண்டு சிறுமிகள் இருந்தது பேசுவதற்குத் தயக்கமாக இருந்தது. பார்க்கவிக்கும் பகவதிக்கும் மிஞ்சினால் பதினைந்து வயதுதான் இருக்கும். அவர்களை எதிரே வைத்துக்கொண்டு முகம்மது குட்டியைப் பற்றி எப்படிப் பேச்செடுக்க முடியும்?

போத்திக்கு அவன் தயக்கம் புரிந்தது. 'சரி மேலே வா' என்று அவனை அழைத்துக்கொண்டு மாடிக்குப் போனான். அங்கே ஒரு சிறிய அறை இருந்தது. ஜன்னல்கள் இல்லாத இருட்டு அறை. போத்தி ஒரு விளக்கைப் போட்டான். ஒரு பாயை எடுத்து விரித்து அமர்ந்துகொண்டு அவனையும் உட்காரச் சொன்னான்.

'சொல். என்ன விஷயம்?'

'ஒருவனைக் கொல்ல வேண்டும். அவன் என்னை ஏமாற்றியவன்.'

'கொலையா?'

'அது என் பிரச்னை. அவன் இருக்கும் இடம் எனக்குத் தெரியவேண்டும். அதற்கு உங்களால் உதவ முடியும் என்று பார்க்கவி சொன்னாள்.'

அவன் சிறிது நேரம் யோசித்தான். பிறகு, பெயரென்ன என்று கேட்டான்.

'முகம்மது குட்டி.' என்று வினய் சொன்னதுமே போத்தி சடாரென்று எழுந்து நின்றான்.

'முகம்மது குட்டியா? அவனை உனக்குத் தெரியுமா?'

'எனக்குத் தெரிந்த முகம்மது குட்டி ஒரு அயோக்கியன். சில்லறை சாத்தான்களை வைத்துக்கொண்டு திருட்டுத் தொழில் செய்பவன்.'

'நான் நினைத்தது சரி.'

'நீங்கள் என்ன நினைத்தீர்கள்?'

'நான் நினைக்கும் முகம்மது குட்டியைத்தான் நீ தேடி வந்திருக்கிறாய் என்று எண்ணுகிறேன். பார்க்க ஆள் கட்டைக் குட்டையாக, தொப்பையுடன் இருந்தானா?'

'ஆம்.'

'முழங்கால் வரை லுங்கியை சுருட்டிச் சொருகியிருந்தானா?'

'ஆம்.'

'கண்கள் இடுங்கி இங்குமங்கும் அலைபாய்ந்துகொண்டே இருந்தனவா?'

'ஆம்.'

'சந்தேகமில்லை. அவன் அயோக்கியன் தான். எத்தனை ரூபாய் இழந்தாய்?'

'பணமல்ல. ஒரு பொருள்.'

'தங்கமா?'

'இல்லை. இது வேறு. அதை நான் சொல்வதற்கில்லை. உங்களால் அவன் இருப்பிடத்தைக் காட்டித்தர முடியுமா என்று சொல்லுங்கள். நீங்கள் கேட்கும் பணத்தைத்தர என்னிடம் இப்போது வசதியில்லை. ஆனால் நான் ஏமாற்ற மாட்டேன். நீங்கள் சொல்லும் தொகையை எப்படியாவது சம்பாதித்துக் கொண்டு வந்து கொடுத்துவிடுவேன்.'

போத்தி நெருங்கி வந்து அவன் தோள்களைப் பற்றினான். கண்ணுக்குக் கண் உற்றுப் பார்த்து, 'அவன் என் தந்தையை ஏமாற்றியவன். அவரது தென்னந்தோப்பை அபகரித்துக்கொண்டு விரட்டி அடித்துவிட்டான். பயந்த சுபாவம் கொண்டவரான என் தந்தை அந்த விவரத்தை எங்களிடம் சொல்லக்கூடச் செய்யாமல் மனம் வருந்தியே மாரடைப்பு வந்து இறந்துவிட்டார்.'

'ஐயோ. பிறகு எப்படித் தெரிந்தது?'

'அந்தத் துலுக்கனே இதை எனக்குத் தெரிந்த ஒருவரிடம் சொல்லிப் பெருமை பீற்றிக்கொண்டிருக்கிறான். ஒன்று சொல்கிறேன். அவனைப் பழி வாங்க நினைத்துத்தான் நான் அதர்வ வேதம் கற்கச் சென்றேன்.' என்று சொன்னான்.

போத்தி யார் என்பது வினய்க்கு அப்போதுதான் தெரிந்தது. பார்க்கவி சொன்ன விதத்தில் அவன் ஒரு சிறிய மந்திரவாதி என்று தோன்றியது. வெற்றிலையில் மை போட்டுப் பார்த்து இருப்பிடம் சொல்லத் தெரிந்தவனாக இருப்பான் என்று நினைத்தான். ஆனால் சூரிப் போத்திக்கு அதைக் காட்டிலும் அதிகம் தெரிந்திருந்தது. அவன் வசியக்கலை பயின்றிருந்தான். அவனது கட்டுப்பாட்டில் ஜென்சி என்ற கிறிஸ்தவப் பெண்ணின் ஆவி ஒன்று இருந்தது. பத்தொன்பது வயதில் காதல் தோல்வியில் இறந்த பெண். மரணத் தருவாயில் போத்தி அவளைக் காப்பாற்றப் பெரும் முயற்சிகள் செய்திருக்கிறான். தற்செயலாக அன்றைக்கு ஒரு வேலை நிமித்தம் எர்ணாகுளம் சென்றிருந்த போத்தி, ரயில்வே ஸ்டேஷன் பெஞ்சில் விஷம் குடித்து மயங்கிக் கிடந்தவளைத் தோளில் தூக்கிப் போட்டுக்கொண்டு ஓடியிருக்கிறான். எர்ணாகுளம் அரசுப் பொது மருத்துவமனையில் அவளைக் கொண்டு சேர்த்து சிகிச்சை அளிக்கப் பார்த்து, அது பயனின்றி அவள் இறந்து போனாள். பெற்றோராலும் மற்றவர்களாலும் கைவிடப்பட்ட அந்தப் பெண், இறந்த பின்பு யாரென்றே தெரியாத ஒரு வழிப் போக்கன் தன்னைக் காப்பாற்ற மேற்கொண்ட உதவியை எண்ணி நெகிழ்ந்திருக்கிறாள். வசியம் பயின்ற போத்திக்கு அது வசதியாகிவிட்டது. ஜென்சியைத் தன் வசப்படுத்தி அவளைக் கொண்டு பலபேர் வாழ்வின் காதல் பிரச்னைகளைத் தீர்த்து வைத்துக்கொண்டிருந்தான்.

‘எனக்கு முகம்மது குட்டியின் இருப்பிடம் மட்டும் தெரிந்தால் போதும். மற்றதை நான் பார்த்துக்கொள்வேன்’ என்று வினய் அவனிடம் சொன்னான்.

‘அவன் ஓரிடத்தில் இருப்பதில்லை. அவனுக்கென்று ஒரு இருப்பிடம் கிடையாது. ஆனால் ஒவ்வொரு மாதமும் அவன் நட்சத்திரத்துக்கான சந்திராஷ்டம தினத்தன்று அவன் என் அப்பாவின் தோப்புக்கு வருவான் என்பது தெரியும்.’

‘ஓ. அங்கு அவன் என்ன செய்வான்?’

‘அது எனக்குத் தெரியாது. நான் அங்கு சென்றதில்லை. என்னால் அங்கு போக முடியவில்லை.’

‘ஏன்?’

‘அவன் அனுமதிப்பதில்லை. என்னை மட்டுமல்ல. வேறு யாரையும்.’

‘அந்தத் தோப்பு எங்கு இருக்கிறது?’

‘திருவனந்தபுரத்தில் இருந்து தும்பா போகிற வழியில் மூன்றாவது மைல்.’

ஆறு நாள் வினய் திருவல்லத்திலேயே சுற்றிக்கொண்டிருந்தான். இரவு படுப்பதற்கு மட்டும் போத்தி வீட்டுக்குப் போய்விடுவான். அந்த மாடி அறையில் அவன் படுத்துக்கொள்ள போத்தி அனுமதித்தான். அந்த ஆறு நாள்களும் போத்தியின் பணி என்னவாக இருக்கிறது என்பதை வினய் கவனித்தான். அவனைச் சந்திக்க வருகிற ஆள்கள். அவர்களது பிரச்னைகள். இந்தப் பெண்கள் எல்லோருக்கும் ஏதோ ஒரு வகையில் சிக்கலளிப்பவர்களாகவே இருக்கிறார்கள். ‘இன்பம் மிகுந்த இடங்களில்தான் வலியும் மிகுந்திருக்கும்’ என்று போத்தி சொன்னான். ‘நான் வலிகளில் இருந்து நிவாரணம் தருகிறேன்.’

கேட்கலாமா என்று யோசித்துவிட்டு வினய் தயக்கமுடன் கேட்டான், ‘நீங்கள் என்ன செய்கிறீர்கள் என்று உங்கள் மகளுக்குத் தெரியுமா? தாயில்லாப் பெண் என்று தெரிகிறது. சிறுமியாகவும் இருக்கிறாள். அதனால் கேட்டேன்.’

‘தெரியாது’ என்று போத்தி சொன்னான்.

‘வேறு என்ன சொல்லி வைத்திருக்கிறீர்கள்?’

‘நிமித்தம் பார்ப்பவன். ஆரூடம் சொல்பவன்.’

‘என்றைக்காவது தெரியவந்தால் என்ன செய்வீர்கள்?’

‘அவளது பதினெட்டாவது பிறந்த நாளன்று நானே சொல்லிவிடலாம் என்றிருக்கிறேன்’ என்று போத்தி சொன்னான்.

மிதுன ராசியில் பிறந்தவனான முகம்மது குட்டியின் அம்மாத சந்திராஷ்டம தினம் புதன் கிழமை வந்தது. அன்று காலை போத்தி வினய்யை அழைத்துச் சொன்னான், ‘அந்தத் துலுக்கனை உண்மையிலேயே நீ கொன்றால் நீ நினைத்துப் பார்க்காத பரிசொன்றை உனக்கு நான் தருவேன்.’

வினய் யோசிக்காமல் சொன்னான், ‘அவனை நான் கொன்று விட்டால் அதைக் காட்டிலும் பெரிய பரிசு எனக்கு வேறில்லை. ஏனென்றால், தினம் தினம் மனத்துக்குள் எப்போதும் நான் அவனைக் கொன்றுகொண்டே இருக்கிறேன். நிஜத்தில் அவன் இன்னும் சாகாதிருக்கிறான் என்பதுதான் என் பெருவலியாக உள்ளது.’

78. வெறி தணிதல்

முகமது குட்டி ஒரு குடிசைக்கு வெளியே படுத்திருந்தான். அத்தனை பெரிய தென்னந்தோப்புக்குள் அந்த ஒரு குடிசை மட்டும் கவிழ்த்த பிரம்புக் கூடை போலக் கிடந்தது. ஒரு காவலாளி இருந்தான். கையில் ஒரு கோலை வைத்துக்கொண்டு தரையில் தட்டியபடியே தோப்புக்குள் அவன் சுற்றிச் சுற்றி வந்தான். வினய் அங்கே ஒரு தோப்பு இருப்பதையே கவனிக்காதவன் போல எங்கோ பார்த்தவாறு தோப்பைக் கடந்து போனான். காவலாளியின் பார்வையில் இருந்து மறைந்தபின்பு தோப்பின் பின்புறமாக மீண்டும் சுற்றி வந்தான். சுற்றிலும் கம்பி வேலி போடப்பட்டிருந்தது. முன் பகுதியில் சிறிது தூரத்துக்கு மட்டும் நாலடி உயரத்துக்குச் சுற்றுச்சுவர் எழுப்பியிருந்தது. பெரிய கதவுகளோ நுழைவாயிலோ இல்லை. இரண்டு ஆள் உள்ளே போகும் அளவுக்கு இடைவெளி விட்டு அங்கே ஒரு ஸ்டூலைப் போட்டுக் காவலாளி அமர்ந்திருந்தான். உள்ளே நுழைவதில் பெரிய பிரச்னை இருக்காது என்று வினய்க்குத் தோன்றியது. அவன் கம்பி வேலிக்குள் மிக எளிதாகத் தன் உடலை நுழைத்து உள்ளே போய்விட்டான்.

ஒரு முசல்மான் சந்திராஷ்டம தினத்துக்கு முக்கியத்துவம் தருவது அவனுக்கு வினோதமாக இருந்தது. அன்றைக்கு மகரத்தில் சந்திரன் சஞ்சரித்துக்கொண்டிருந்த நாள். மகரத்தில் சந்திரன் சஞ்சாரம் செய்தால் மிதுன ராசிக்காரர்களுக்குச் சிக்கல். சிறிய மனக்குழப்பம் முதல் பெரும் சண்டை சச்சரவுகள் வரை என்ன வேண்டுமானாலும் நிகழலாம். எந்த ராசியில் பிறந்தவரானாலும் மாதம் ஒருமுறை அந்த தினத்தைக் கடந்துதான் தீரவேண்டும். சொரிமுத்துதான் வினய்க்கு இந்த சந்திராஷ்டம சூட்சுமத்தைச் சொல்லிக் கொடுத்திருந்தான்.

'அன்னிக்கு ஒரு நாள் காணாம போயிடுடா. யாரையும் பாக்காத. யார்ட்டயும் பேசாத. சன நடமாட்டம் இல்லாத இடத்துக்குப் போயி உக்காந்து தியானம் பண்ணு' என்று சொரிமுத்து சொல்லுவான். சொல்லி வைத்த மாதிரி மாதம் ஒருநாள் அவன் அப்படித்தான்

காணாமல் போவான். பொன்மலை ரயில்வே ஸ்டேஷனுக்கோ, துவாக்குடி பொறியியல் கல்லூரி மைதானத்துக்கோ போய் உட்கார்ந்திருப்பான். மறுநாள் காலை வினய் எழுந்திருப்பதற்கு முன்னால் வீட்டுக்கு வந்து படுத்துவிடுவான்.

'உங்களுக்கு இதுலல்லாம் நம்பிக்கை இருக்கா?' என்று வினய் கேட்டான்.

'கெரகம் ஒன்னையும் என்னையும்விட பெரிசா இல்லியா?'

'ஆமா.'

'அவ்ளதான். சைக்கிள்ள போறவன் லாரிக்காரன் ஆரன் அடிச்சா ஒதுங்குவானா இல்லியா?'

'ஆமா.'

'அதேதான் இது. இருவத்தி நாலு மணி நேரம் தியானத்துல உக்கார ஒரு நாள் கிடைச்சிதுன்னு எடுத்துக்க. உக்காந்து சாதகம் பண்ணு. குண்டலினிய எழுப்பிக் கொண்டாந்து சஹஸ்ராரத்துல நிப்பாட்டு. இல்லியா? பாம்பு சண்ட போடு' என்பான்.

சொரிமுத்துவிடம் வினய் கற்ற வித்தைகளுள் மிக முக்கியமானது அதுதான். பாம்புச் சண்டை. வயிற்றுக்கும் ஆண்குறிக்கும் இடைப்பட்ட பகுதியில் உள்ள ஒரு குறிப்பிட்ட நரம்பை சில மூச்சுப் பயிற்சிகளின் மூலம் நிமிர்த்தி, ஒரு கம்பியைப் போல நிற்க வைப்பது முதல் படி. அது நெஞ்சக் குழி வரை எழுந்து நிற்கக்கூடிய பெரும் நரம்பு. பிறகு உச்சந்தலையில் இருந்து ஒரு நரம்பை விரித்து முன் நெற்றி வழியே கீழே இறக்கினால் அது சரியாக அடி வயிற்று நரம்பு எழுந்து நிற்கும் எல்லையை வந்து தொடும். இந்த இரு நரம்புகளையும் பின்னல் போல் பிணைப்பதற்கான முயற்சியை மேற்கொள்ள வேண்டும். அதைத்தான் சொரிமுத்து பாம்புச் சண்டை என்று சொல்லுவான். அது அத்தனை எளிதல்ல. முற்றிலும் வலது நாசியின் வழியாக மட்டும் காற்றை உள்ளே செலுத்திக் கொண்டிருக்க வேண்டும். ஏழு வினாடிகள் இழுக்கும் காற்றை இருபத்தியொரு வினாடிகள் உள்ளே தேக்கி அதில் சரி பாதி அளவை இடது நாசி வழியாக மட்டும் வெளியே விடவேண்டும். இடைவெளியே இல்லாமல் இப்பயிற்சியை ஆயிரம் முறை செய்யும்போது இரண்டு நரம்புகளும் அசைந்து கொடுக்கும். கீழே இருப்பது மேலே எழவும், மேலே உள்ளது கீழே இறங்கவும் ஆரம்பிக்கும். இரண்டு நரம்புகளும் ஒன்றையொன்று தொடும்போது சவாசனத்துக்குப் போய்விட வேண்டும். உடலுக்குள்

உள்ள பிராண சக்தியை மொத்தமாக வெளியேற்றிவிட்டு இரண்டும் தொட்டுக்கொள்ளும் தருணத்துக்குக் காத்திருக்க வேண்டும். அப்படித் தொடுகிற வினாடி உடலுக்குள் பாய்கிற மின்சாரம் ஒரு ஊரை எரிக்கிற அளவுக்கு வல்லமை கொண்டது. சொரிமுத்து அதை நாபியில் சேமித்து வைப்பதாகச் சொல்லுவான். ‘சிலபேரு உச்சந்தலைல சேத்து வெப்பாங்க. அது டேஞ்சரு. அப்பிடி செஞ்சிதான் விவேகானந்தர் செத்தாரு. நமக்கு வயிறுதாஞ்செரி.’

‘நெஜமாவே எரிக்குமா?’ என்று வினய் கேட்டான்.

சில வினாடிகள் அமைதியாக இருந்துவிட்டு, ‘செரி, நீயே எதுனா ஒண்ண சொல்லு. எரிச்சிக் காட்டுறேன்’ என்று சொரிமுத்து சொன்னான்.

வினய் சட்டென்று வீட்டு வாசலில் முளைத்திருந்த பச்சைப் புற்களைச் சுட்டிக் காட்டி, ‘அதை எரியுங்கள்’ என்று சொன்னான்.

சொரிமுத்து எழுந்து வாசலுக்கு வந்தான். குனிந்து ஒரு கொத்துப் புல்லைத் தன் இடது கையால் அழுத்திப் பிடித்தான். அடுத்தக் கணம் அவன் கைப்பிடிக்குள் அடங்கிய பசும்புற்கள் தீப்பற்றி எரிந்ததை வினய் கண்டான். சொரிமுத்து கையை விடுவித்துக்கொண்டு, மேற்கொண்டு தீ பரவாமல் அதே கையால் அணைத்துத் தணித்தான்.

‘போதுமா?’

வினய்க்கு அது மிகுந்த ஆச்சரியமாக இருந்தது. எப்படியாவது அதைக் கற்கவேண்டும் என்று தீர்மானித்தான். அன்று முதல் நாளெல்லாம் மூச்சுப் பயிற்சியில் ஈடுபட ஆரம்பித்தான். இரண்டு வருடங்களில் அவனால் ஓரளவு வெற்றி பார்க்க முடிந்தது. சொரிமுத்து திரும்பத் திரும்பச் சொல்லிக்கொண்டிருந்தது ஒன்றுதான். உனக்கு கவனம் குவிவதில்லை.

‘உள்ளார இழுக்குற காத்த நீ மானசீகத்துல பாக்கணும்டா. காத்த எப்பிடி பாக்குறதுன்னு கேக்காத. காத்துதான் கடவுள். பாக்க டிரை பண்ணிக்கிட்டே இருக்கணும். எதுவா நினைச்சிக்கிட்டா புத்தி அதுல நிக்குமோ, அதுவா நினைச்சிக்க. ஆனா பாக்கணும். ஏழு செகிண்டு காத்த இழுக்கிறியா... ஒரு லிங்கத்த கொண்டு போயி உள்ளார சொருகுறேன்னு நெனச்சிக்க. காத்த லிங்கமா பாரு. அப்ப மனசு அதுல தோயும்’ என்று சொரிமுத்து சொன்னான்.

வினய்க்குக் காற்றை லிங்கமாக உருவகம் செய்துகொள்ள முடியவில்லை. அவனுக்கு உள்ளே போகும் காற்றை ஒரு சேலையாக

எண்ணிக்கொள்வது வசதியாக இருந்தது. ஆனால் ஒவ்வொரு முறையும் அவன் சேலையை நினைக்கும்போதும் சித்ராவின் நினைவு வந்து அவனை அலைக்கழித்தது. சித்ரா சேலையணிந்து அவன் பார்த்ததில்லை. தாவணியில் பார்த்திருக்கிறான். வீட்டு வாசல் வரை அடியெடுத்து வைத்து நடந்து வருபவள், வீட்டுக்குள் செல்லும்போது மட்டும் ஒரே தாவில் மூன்று படிகளைத் தாண்டிக் குதித்து உள்ளே போகிற வழக்கம் அவளுக்கு உண்டு. ஒரு வண்டு பறப்பது போல அந்த ஒரு கணத்தில் நிகழும் உருமாற்றத்தை வினய் மிகவும் ரசிப்பான். தாவிக் குதிக்கும்போது அவளது தாவணியின் முந்தானை ஒரு விசிறியைப் போல விரிந்தெழுந்து அடங்கும்.

'அந்த ஒரு காட்சிக்காகவே எத்தனையோ தினங்கள் அவள் வீட்டு வழியாகப் போகிறவனைப் போலப் போய்ப் போய் நின்றிருக்கிறேன்' என்று வினய் என்னிடம் சொன்னான்.

மூச்சுக்காற்றை ஒரு சேலையாக மட்டுமே தன்னால் எண்ண முடிவதை வினய் கடைசிவரை சொரிமுத்துவிடம் சொல்லவில்லை. அந்தப் பிரச்னையைச் சொல்லியிருந்தால் சொரிமுத்துவே அதற்கு ஏதாவது தீர்வு சொல்லியிருப்பான். அதனால்தான் ஆறு மாதப் பயிற்சியில் சாத்தியமாகிவிடும் என்று சொரிமுத்து சொல்லியிருந்த பாம்புச் சண்டையை அவன் வெற்றிகரமாக நிகழ்த்தி முடிக்க இரண்டாண்டுகள் தேவைப்பட்டன.

தென்னந்தோப்பில் முகமது குட்டி அம்மாதிரியான அப்பியாசங்கள் எதையாவது செய்துகொண்டிருப்பானோ என்று வினய்க்கு சந்தேகமாக இருந்தது. சந்திராஷ்டம தின அப்பியாசங்கள். ஆனால் அவன் சாதகம் ஏதும் செய்வதாகத் தெரியவில்லை. குடிசைக்கு வெளியே வெறும் தரையில் கால் விரித்துப் படுத்துக் கிடந்தான். வினய் காலை ஏழு மணிக்கு அந்தத் தோப்புக்குச் சென்றான். பிற்பகல் மூன்று மணி வரை முகமது குட்டி படுத்த கோலத்தில் இருந்து எழவேயில்லை. மூன்றரை மணிக்கு தோட்டக் காவலன் அங்கு வந்தபோது வினய் ஒரு மரத்தின் பின்னால் பதுங்கிக்கொண்டு நின்றான். தோட்டக்காரன் முகமது குட்டிக்கு உணவு எடுத்து வந்து கொடுத்தான். முகமது குட்டி சாப்பிட்டுவிட்டுத் தட்டிலேயே கை கழுவினான். வாயைக் கொப்பளித்துத் தட்டிலேயே துப்பினான். காவல் காரன் அதை எடுத்துச் சென்று கழுவி குடிசைக்குள் வைத்துவிட்டு மீண்டும் தன் இடத்துக்குப் போய்விட்டான். முகமது குட்டி இப்போது ஒருக்களித்துப் படுத்துக்கொண்டு உறங்க ஆரம்பித்தான்.

வினய் மேலும் பதினைந்து நிமிடங்கள் அங்கேயே நின்றிருந்தான். முகமது குட்டி நன்றாக உறங்கிவிட்டான் என்பது தெரிந்ததும் தான் பதுங்கியிருந்த இடத்தில் இருந்து வெளியே வந்தான். சுற்றுமுற்றும் பார்த்தான். சிறிது தூரத்தில் ஒரு கடப்பாறையும் கோடரியும் மண்வெட்டியும் ஓரிடத்தில் கிடந்தன. தோட்டப் பணிக்காகப் பயன்படுத்துவானாயிருக்கும் என்று எண்ணிக்கொண்டான். சத்தமில்லாமல் கோடரியை மட்டும் எடுத்துக்கொண்டு முகமது குட்டி இருந்த இடத்துக்கு வந்தான். அவன் உண்மையிலேயே நன்றாகத் தூங்கிக்கொண்டிருந்தான்.

சரி, நீ இறந்துவிடு என்று சொல்லிவிட்டுக் கோடரியை ஓங்கி அவன் தலையில் அடித்தான். முகமது குட்டியின் மண்டை பிளந்து ரத்தம் வெளிப்பட்டது. அவன் அலறத் தொடங்கும் முன் வினய் தன் இடது பாதத்தைத் தூக்கி அவன் வாயில் வைத்து அழுத்தினான். மொத்தம் பதிமூன்று வினாடிகள் முகமது குட்டியின் உடல் துடித்தது. பிறகு அடங்கிவிட்டது. ஆனால் ரத்தம் மட்டும் பொங்கி வழிந்துகொண்டே இருந்தது. வினய் பதற்றமடையவேயில்லை. ஆறேழு நிமிடங்கள் அவன் இறந்த முகமது குட்டியின் உடலைப் பார்த்தபடி அப்படியே நின்றிருந்தான். பிறகு அவனைத் தூக்கித் தன் தோளில் போட்டுக்கொண்டு தோப்பின் தெற்கு எல்லைக்குச் சென்றான். தோட்டக் காவலன் தன் இடத்தில் இருந்து எழுந்து வருவது போலத் தோன்றவே ஒரு கணம் யோசித்துவிட்டு முகமது குட்டியின் உடலைக் கம்பி வேலிக்கு வெளியே தூக்கி எறிந்துவிட்டு அவனும் வெளியே குதித்தான். மீண்டும் தூக்கிக்கொண்டு நடக்க ஆரம்பித்தான்.

79. கண்ணீரைச் சேமித்தல்

முகமது குட்டியை எரித்தபோது தனக்கு அழுகை வந்ததாக வினய் சொன்னான். அது முகமது குட்டிக்காக வந்த அழுகையல்ல என்று எனக்குத் தோன்றியது. சுய இரக்கத்தின்பாற்பட்டே வினய் அன்று அழுதிருக்க வேண்டும். அல்லது உள்ளுக்குள் அவனையறியாமல் மூண்டிருக்கக்கூடிய அச்சம் அந்த அழுகையைத் தந்திருக்கலாம். எப்படியானாலும் ஒரு சன்னியாசியின் கண்ணில் நீர் பெருகுவது ஓர் அவலமன்றி வேறல்ல.

இதனை என் குருநாதர் எனக்குச் சொன்னார். மகாராஷ்டிர மாநிலத்தில் புனேவுக்கு எழுபது கிலோ மீட்டர் அப்பால் ஒரு குக்கிராமத்தில் பிறந்தவர் அவர். ஒன்பது வயதில் வீட்டைத் துறந்து கர்நாடகத்துக்கு இடம் பெயர்ந்து வந்தவர். அந்த வயதில் அவரைச் செலுத்தி வந்த சக்தி எது என்று வெகுகாலம் அவர் யோசித்துப் பார்த்திருக்கிறார். ஆனால் சரியான விடை கிடைக்கவில்லை. வீடு, அப்பா, அம்மா, ஒரு அண்ணன், ஒரு தங்கை அவருக்கு உண்டு. என்ன காரணத்தாலோ மிகச் சிறு வயதில் இருந்தே தன்னால் யாருடனும் பிரத்தியேக உறவு பேண முடிந்ததில்லை என்று அவர் சொன்னார். எல்லா உயிர்களும் எனக்கானவை என்றே தோன்றியது என்ற வரியை அவர் தனது வாழ்நாளில் குறைந்தது நூறு முறையேனும் சொல்லியிருப்பார்.

அவரது பதினேழாவது வயதில் அவருக்கு ஒரு செய்தி கிடைத்திருக்கிறது. அவரது அப்பா, அம்மா, அண்ணன், தங்கை நால்வரும் ஒரே இரவில் ஒன்றாகத் தற்கொலை செய்துகொண்டு இறந்திருக்கிறார்கள். கடன் பிரச்னையாக இருக்கலாம். அல்லது வேறு ஏதேனும் தாங்க இயலாத பெரும் பிரச்னை. ஏதோ ஒன்று பூதாகாரமாக வந்து தாக்காமல் குடும்பத்தோடு அப்படி யாரும் இறந்து போக முடிவு செய்திருக்க மாட்டார்கள். குருநாதர் அப்போது மடிகேரிக்கு வந்திருக்கவில்லை. ஒரு நாடோடியாக மாநிலம் முழுதும் திரிந்துகொண்டுதான் இருந்திருக்கிறார். அவரது அப்பாவின் தமக்கையின் கணவர் தற்செயலாக அவரை வழியில்

கண்டு, அடையாளம் தெரிந்துகொண்டு மேற்படித் தகவலை அவருக்குத் தெரியப்படுத்தியிருக்கிறார்.

இதற்கு என்ன பதில் சொல்வது, அல்லது அவரிடம் அந்த மனிதர் என்ன எதிர்பார்த்தார் என்று குருவுக்குப் புரியவில்லை. மரணச் செய்தியை அவர் சொல்லி முடித்ததும், 'ஓ, சரி' என்று சொல்லியிருக்கிறார். அதற்குமேல் அம்மனிதர் குருநாதருடன் பேச விரும்பவில்லை. 'கிறுக்குப் பயலே, நீயும் போய்ச் சேர்ந்திருக்கலாம். அல்லது நீ மட்டும் ஒழிந்து தொலைந்திருந்தால் அவர்கள் நன்றாக இருந்திருப்பார்கள்' என்று சொல்லிவிட்டுப் போய்விட்டார்.

'உங்களுக்கு உண்மையிலேயே வருத்தம் இல்லையா?' என்று பின்பொரு சமயம் நான் அவரிடம் கேட்டேன்.

'இருந்திருக்கும் என்றுதான் நினைக்கிறேன்' என்று அவர் பதில் சொன்னார்.

'இது என்னபதில்? இருந்ததா? இல்லையா? சரியாகச்சொல்லுங்கள்.'

அவர் சிறிது யோசித்துவிட்டு, 'ஆம். இருந்தது. ஆனால் நான் அழவில்லை. பத்து நிமிடங்களுக்குமேல் அவர்களை நினைக்கவும் இல்லை' என்று சொன்னார்.

'ஏன்? அந்த நினைவு துறவுக்கு விரோதம் என்று நினைத்தீர்களா? உலகமே உறவுதான் என்றானபிறகு ஒரு நான்கு பேரின் மரணத்துக்கு ஒரு சொட்டுக் கண்ணீர் விடுப்பதில் என்ன பிழை?'

அப்போதுதான் அவர் சொன்னார். 'விமல்! மனித ரத்தத்தினும் மதிப்பு மிக்கது கண்ணீர். அது உள்ளத்தின் ஈரம். எப்போதாவது உருப்பெறுவது. எப்போதேனும் கசிவது. அபூர்வமானது. விந்துவினும் வீரியம் கொண்டது. அதைச் சேமிப்பது ஒரு துறவிக்கு மிகவும் முக்கியம்.'

'கண்ணீரைச் சேமித்து என்ன செய்ய முடியும்?'

'காமத்தைக் கடந்து என்ன செய்ய முடியுமோ அதைக் கண்ணீரைக் கடந்தும் செய்யலாம்.'

வினய்யிடம் நான் இந்தச் சம்பவத்தைச் சொன்னபோது அவன் 'சரிதான். சரியாகத்தான் சொல்லியிருக்கிறார்' என்று சொன்னான். 'ஆனால் அன்று நான் அழுதது உண்மை. என்னால் அடக்கவே முடியவில்லை.

எனக்கு அவன்மீது பரிதாபமாக இருந்தது. தன்னால் மீண்டும் சொரிமுத்துவிடம் போகவே முடியாது என்று அவன் முடிவு செய்திருந்தான். சொரிமுத்து தன்னை ஏற்க மாட்டான் என்று அவனுக்குத் தோன்றியிருக்கிறது. அதனாலேயே அவன் சூரிப் போத்தியினிடத்திலேயே தங்கிப் போனான். முகமது குட்டியைக் கொலை செய்து எரித்துவிட்டு அவன் போத்தியின் வீட்டுக்குப் போய் விவரம் சொன்னபோது சூரிப் போத்தியால் முதலில் அதை நம்பவே முடியவில்லை. 'எப்படி முடிந்தது? அவன் மிகவும் எச்சரிக்கை உணர்வு உள்ளவனாயிற்றே?' என்று கேட்டிருக்கிறான்.

'உறக்கத்தில் யாருக்கும் எச்சரிக்கை உணர்வு வேலை செய்வதில்லை' என்று வினய் சொன்னான்.

'அவன் தூங்கிக்கொண்டா இருந்தான்?'

'ஆம். இளைய பாண்டவர்களை அஸ்வத்தாமன் கொன்றது போலக் கொன்றேன். ஒரு கோடரி. ஒரே போடு. தலை பிளந்துவிட்டது.'

'ஓ. யாராவது பார்த்தார்களா?'

'இல்லை. ஆனால் ரத்தத்தை அந்தக் தோட்டக்காவலன் பார்த்திருப்பான். போலிசில் போய்ச் சொல்லியிருப்பான்.'

'ஐயோ. அவன் உன்னைப் பார்த்தானா?'

'இல்லை.'

'நீ தோப்புக்குள் நுழைந்ததே அவனுக்குத் தெரியாதா?'

'ஆமாம். தெரியாது.'

போத்தி வெகுநேரம் பதற்றத்துடன் யோசித்துக்கொண்டே இருந்தான். மறுநாள் செய்தித் தாளில் ஏதாவது செய்தி வருகிறதா என்று பார்த்தான். முகமது குட்டி இறந்த விவரம் எந்தப் பத்திரிகையிலும் வரவில்லை. ஆனால் அடையாளம் தெரியாத பிணமொன்று காட்டுப் பகுதியில் எரிந்த நிலையில் கிடைத்த விவரம் இரண்டு நாள் கழித்துப் பிரசுரமாகியிருந்தது. 'அது முகமது குட்டிதான்' என்று வினய் சொன்னான். போத்தியால் அப்போதும் நம்பவே முடியவில்லை.

'அத்தனை வெறி உனக்கு இருந்திருக்குமானால் அவனால் நீ இழந்தது மிகப் பெரிதுதான். அது என்னவென்று சொல்' என்று கேட்டான்.

'நான் எதையும் இழக்கவில்லை. என் குரு என்னிடம் கொடுத்தனுப்பிய ஒரு எள்ளுருண்டையை அவன் களவாடிச்

சென்றுவிட்டான். அந்தக் கோபம்தான்' என்று வினய் சொன்னான். அதன் பிறகுதான் போத்தி வினய் யாரென்று விசாரித்துத் தெரிந்துகொண்டிருக்கிறான்.

'உனக்கு நான் ஒரு பரிசு தருவேன் என்று சொன்னேன். அது என்னவென்று நீ கேட்கவில்லையே?'

வினய் புன்னகை செய்தான். 'உங்களால் எனக்கு என்ன தர இயலும்? மிஞ்சினால் எனக்கொரு குட்டிச் சாத்தானை அடிமையாக்க முடியும். அதானே?'

'இல்லை. உனக்கு நான் அதர்வத்தின் மிக முக்கியமான சில பகுதிகளைச் சொல்லித் தருகிறேன். ஒழுங்காகக் கற்றால் நீ என்னைக் காட்டிலும் பெரிய சாதனைகளைச் செய்ய முடியும்.'

'உங்களால் ஏன் அது முடியவில்லை?' என்று வினய் கேட்டான்.

போத்திக்கு அது மிகவும் வருத்தமாகிவிட்டது. என்ன பதில் சொல்வதென்று உடனே தோன்றவில்லை. மிகவும் தயங்கி, யோசித்து, தடுமாறி அதன்பிறகு சொன்னான், 'நான் பயிலத் தொடங்கிய வயது தவறானது. ஓரெல்லைக்கு மேல் என்னால் கிரகிக்க முடியவில்லை.'

'என்னால் மட்டும் எப்படி முடியும்? நான் வாலிபத்தைத் தொட்டுக் கடந்துகொண்டிருப்பவன். என் புத்தி ஒருமையில் நிலைப்பதில்லை என்பதுதான் என் குருவின் ஒரே குற்றச்சாட்டு.'

'அப்படியா? முயற்சி செய்து பார்த்துவிடலாமா?' என்று புன்னகையுடன் போத்தி கேட்டான்.

ஒரு வாரம் கழிந்தபின்பு ஒரு செவ்வாய்க் கிழமை காலை போத்தி அவனை ஒரு பகவதி ஆலயத்துக்கு அழைத்துச் சென்றான். பெரிய கோயிலெல்லாம் இல்லை. காட்டுப் பகுதியில் இருந்த ஒரு சிறு சன்னிதி. மரம் அறுக்கப் போகிற மக்கள் வழியில் பார்த்து வணங்கிவிட்டுப் போவார்கள்.

அந்தக் கோயிலை அடைந்ததும் போத்தி உள்ளே சென்று இரண்டு மாமரப் பலகைகளை எடுத்து வந்தான்.

'இது எதற்கு?' என்று வினய் கேட்டான்.

பலகைகளை எதிரெதிரே போட்டுவிட்டு 'உட்கார்' என்று சொல்லிவிட்டு மீண்டும் உள்ளே போனான். இம்முறை

அவன் ஒரு சிறிய ஹோமகுண்டத்தை எடுத்து வந்து வினய்க்கு எதிரே வைத்தான். குண்டத்தின் மறுபுறப் பலகையில் அவன் உட்கார்ந்துகொண்டான். சமித்துகளோ நெய்யோ ஹோமத்துக்கான பிற பொருள்களோ அங்கு இல்லை என்பது வினய்க்கு நெருடலாக இருந்தது. ஆனால் அதையெல்லாம் ஜென்சி எடுத்து வந்து கொடுப்பாள் என்று போத்தி சொன்னான்.

'இதோ பார். இப்போது உனக்கு நான் சொல்லித் தரப் போவது மிக மிக எளியதொரு வனதுர்கா மந்திரம். தினமும் இதை ஆயிரத்தெட்டு முறை ஜபித்து வரவேண்டும். ஒவ்வொரு செவ்வாய்க் கிழமையும் இந்தக் கோயிலுக்கு வந்து உட்கார்ந்து லட்சத்து எட்டு முறை ஜபிக்க வேண்டும்.'

'எத்தனை நாள்களுக்கு?'

'நாற்பத்து எட்டு தினங்கள்.'

'சரி.'

'இது எதிரிகளை வசப்படுத்தும் மந்திரம். உன் ஜபம் அன்னையைத் தொட்டுவிட்டால் அதன்பின் உனக்கு எதிரி என்று யாரும் இருக்க முடியாது. அப்படி யார் எப்போது தோன்றினாலும் உன்னால் அவனை நிர்மூலமாக்கிவிட முடியும்.'

வினய்க்குச் சட்டென்று சிரிப்பு வந்துவிட்டது. எந்த மந்திரமும் தெரியாமல் ஒரு எதிரியை அப்போதுதான் அவன் சம்ஹாரம் செய்துவிட்டு வந்திருந்தான். குறைந்தபட்சம் ஒரு போலிஸ் கேஸாகக் கூட அது உருப்பெறவில்லை. மாயாஜாலங்கள் புரியக்கூடிய தனது எஜமானன், தனது ரத்தத்தை சாட்சியமாக மண்ணில் கொட்டி வைத்துவிட்டு ஏதோ ரகசியத் திட்டத்துடன் கிளம்பிப் போயிருக்கிறார் என்று அந்தத் தென்னந்தோப்பின் காவலாளி, தெரிந்தவர்களிடம் சொல்லிக்கொண்டிருக்கிறானாம்.

வினய் இதனை போத்தியிடம் சொன்னபோது அவனுக்குச் சட்டென்று கோபம் வந்தது. 'நீ நம்பவில்லை அல்லவா?' என்று கேட்டான்.

'இது அப்படியல்ல. நான் தனியன். எனக்கு எதிரி என்று யாருமில்லை. அதனால் இல்லாத எதிரிக்காக நான் இதனைக் கற்றுத் தேருவதில் என்ன பயன்? எனக்கு உபயோகமாக வேறு ஏதேனும் சொல்லிக் கொடுங்கள்' என்று வினய் கேட்டான்.

போத்தி தீர்மானமாகச் சொன்னான், 'இல்லை. உனக்கு ஒரு எதிரி வருவான். உன் கண்ணில் விரல் விட்டு ஆட்டிவைப்பான். அன்று நீ உருத்தெரியாமல் அழிந்துவிடக் கூடாது. இதைக் கற்றுக்கொள். இது உனக்கு உதவும்'

'சரி, சொல்லிக் கொடுங்கள்' என்று வினய் சொன்னான்.

போத்தி சிறிது நேரம் கண்மூடி தியானத்தில் இருந்தான். பிறகு கண்ணைத் திறந்து ஹோம குண்டத்தைப் பார்த்தான். குப்பென்று அதில் அக்னி பிடித்துக்கொண்டு எரியத் தொடங்கியது. எங்கிருந்து வந்ததென்று தெரியாத சமித்துக் கட்டைகளும் நெய் பாட்டிலும் வினய்க்குப் புன்னகை வரவழைத்தன.

போத்தி அதைக் கவனிக்காமல் அவனைத் தன் அருகே செவியை நீட்டும்படி சைகை செய்தான். ஹோம குண்டத்தைத் தாண்டித் தன் முகம் எதிர்ப்புறம் நீளும்படியாக வினய் வில்லாக வளைந்து போத்திக்குத் தன் வலக்காதைக் கொடுக்க, அவன் 'ஓம் ஹ்ரீம் தும் ஜ்வல தூம்ர லோசனி சண்ட சம்ஹாரி...' என்று தொடங்கி நான்கு வரி வன துர்கா காயத்ரியை அவன் காதில் ஓதினான். அதன் தொடர்ச்சியாக ஒன்பது வரிகள் கொண்ட இன்னொரு மந்திரத்தைச் சொல்லி வரி வரியாக அவனைத் திருப்பிச் சொல்லச் சொன்னான். வினய் எதிர்பாராத ஒரு கணத்தில் தனது இடக்கரத்தால் அவன் உச்சந்தலையில் ஓங்கி ஒரு அடி அடித்தான். அடுத்தக் கணம் வினய் தன் சிந்தை இழுந்து போனான். கண்ணில் தெரிந்த அக்னி ஜுவாலைக்கு நடுவே அவனுக்கு வன துர்கையின் மூக்குத்தி தென்பட்டது. அதனையே உற்றுப் பார்த்தவண்ணம் கட்டுண்டவன் போல போத்தி சொல்லிக்கொண்டிருந்த மந்திரத்தைத் திரும்பச் சொல்லிக்கொண்டே இருந்தான்.

எவ்வளவு நேரம் அவன் அப்படி இருந்தான் என்பது அவனுக்குத் தெரியவில்லை. ஒரு நாள் அல்லது ஒரு வாரம் ஓடியிருக்கும் என்று தோன்றியது. போத்தி ஒரு வழியாக யாகத்தைப் பூர்த்தி செய்து ஔபாசனக் கல்லில் எரிந்து மிஞ்சியிருந்த கரித்தூளை வழித்து இரு கைகளிலும் எடுத்து வினய்யின் தலை முதல் உடம்பெங்கும் பூசித் தடவினான். வினய்க்குப் பேச்சே வரவில்லை. வாழ்வில் முதல் முறையாக சுத்தமாகத் தன் நினைவு என்ற ஒன்றே இல்லாதிருந்தது அப்போதுதான். சொரிமுத்து சொல்லி எவ்வளவோ தினங்கள் அவன் தியானத்தில் அமர்ந்திருக்கிறான். மூச்சடக்கி சில அப்பியாசங்கள் செய்திருக்கிறான். ஆனபோதிலும்

அவன் தன்னை மறந்ததில்லை. இடமும் இருப்பும் எப்போதும் நினைவில் இருந்துகொண்டே இருக்கும். ஆனால் போத்தி அவன் உச்சந்தலையில் அடித்த ஓரடியில் உலகமே இருண்டு சுருங்கி மறைந்துவிட்டாற்போலானது அவனுக்கு.

பேரனுபவம்தான். சந்தேகமில்லை. போத்தியிடம் என்னவோ இருக்கிறது என்று வினய்க்குத் தோன்றியது. சட்டென்று அவன் பாதம் பணிந்து எழுந்தான்.

‘இதுதான். இவ்வளவுதான். இந்த மந்திரத்தை நாற்பத்து எட்டு நாள் இடைவிடாமல் ஜபம் செய்துகொண்டிரு. அடுத்த நாள் நீ இதன் பலனைக் காண்பாய்’ என்று சொல்லிவிட்டு போத்தி கிளம்பிப் போனான்.

80. உதவாத உயிர்கள்

என்றைக்காவது எப்படியாவது சோமன் எனக்கு வரணாவதியைக் காட்டித் தருவான் என்று போத்தி சொன்னான். வரணாவதி என்பது ஒரு மூலிகை என்று வினய்க்குத் தெரியும். அந்தப் பெயரை சொரிமுத்து சில சமயம் சொல்லியிருக்கிறான். அப்போது வினய் அதைப் பெரிதாக எடுத்துக்கொள்ளவில்லை. எல்லா சித்தர்களுக்கும் மூலிகைகளின்மீது இருக்கும் ஈர்ப்பு அவனுக்கும் உள்ளதாக நினைத்தான். ஆனால் போத்தியைச் சந்தித்த பிறகு வினய்க்கு அந்த மூலிகையைப் பற்றிய ஆர்வம் வந்துவிட்டது.

அது மட்டும் எனக்குக் கிடைத்துவிட்டால் இந்த உலகின் ஒரே பெரும் வைத்தியன் நானாக இருப்பேன் என்று போத்தி சொன்னான்.

'இருக்குமிடம் தெரியுமா?'

'அதுதானே சிக்கல்? அது நம் வீட்டிலேயே கூட இருக்கலாம். வேறெங்காவது இருக்கலாம். அதன் தோற்றம் நமக்கு மிகவும் பரிச்சயமானதாக இருக்கலாம். நாம் தினசரி குழம்புக்கும் மற்றதுக்கும் போடும் கருவேப்பிலையாக இருந்துவிடுமோ என்றுகூட எண்ணியிருக்கிறேன். காலத்தின் மறைப்பில் அந்தப் பெயருக்குரிய மூலிகை எதுவென்று தெரியாமல் போய்விட்டது'

'யாருக்குமே தெரியாதா?'

'இல்லை. ஒரு சிலருக்குத் தெரியும். வாரணாசியில் நான் ஒரு யோகியைச் சந்தித்திருக்கிறேன். அவர் பெயர் விஜய். அவரிடம் அந்த மூலிகை உள்ளதாக அவரது சீடன் ஒருவன் சொன்னான்' என்று போத்தி சொன்னபோது வினய் திகைத்துப் போய்விட்டான்.

'நீங்கள் சந்தித்த யோகியின் பெயர் விஜய் என்று உங்களுக்கு எப்படித் தெரியும்? அவரே சொன்னாரா?'

'ஆம். அப்படியொரு பெயரில் ஒரு யோகியைக் கற்பனை செய்ய முடியவில்லை அல்லவா?'

'என் பெயர் வினய். நீங்கள் சந்தித்தது என் அண்ணனை' என்று வினய் சொன்னபோது போத்திக்கு ஒரே வியப்பாகிவிட்டது. உண்மையா உண்மையா என்று திரும்பத் திரும்பக் கேட்டிருக்கிறான்.

'நான் பொய் சொல்லமாட்டேன். அவன் என் அண்ணன் தான். எங்கள் வீட்டில் நாங்கள் நான்கு பிள்ளைகள்.'

அதன்பின் போத்தி நெடுநேரம் ஒன்றுமே பேசவில்லை. மிகவும் தயக்கத்துடன் பிறகு, 'நீ ஏன் இந்த வழிக்கு வந்தாய்?' என்று கேட்டான்.

'தெரியவில்லை. அண்ணா என்னை திருவானைக்காவில் சொரிமுத்து என்ற சித்தரிடம்தான் அனுப்பிவைத்தான். முகமது குட்டியை நான் சந்திக்க நேராமல் இருந்திருந்தால் இப்போதும் நான் சொரிமுத்துவிடம்தான் இருந்திருப்பேன்.'

'யார் அவர்? பெரிய சித்தரா?'

'தெரியாது. ஆனால் சித்தர்தான். நிறைய பார்த்திருக்கிறேன்.'

அன்றெல்லாம் வினய் போத்திக்குத் தன்னுடைய கதையைத்தான் சொல்லிக்கொண்டிருந்தான். அண்ணா வீட்டை விட்டுப் போனது. அவன் போனது. நான் போனது. வினோத் என்னவானான் என்று தனக்குத் தெரியாது என்று சொல்லியிருக்கிறான்.

'இது உண்மையிலேயே ஆச்சரியமானதுதான். ஒரே குடும்பத்தில் இப்படி நடப்பது அபூர்வம்.' என்று போத்தி சொன்னான்.

ஒரு நீண்ட யோசனைக்குப் பிறகு வினய் போத்தியிடம் மனம் விட்டு ஒரு விஷயத்தைச் சொல்லியிருக்கிறான். 'நான் முறைப்படி சன்னியாச தீட்சை பெற விரும்புகிறேன். அதற்கு ஆவன செய்ய உங்களுக்கு யாரையாவது தெரியுமா?'

உடனே இல்லை என்று போத்தி சொன்னான். 'நான் அந்த வழிக்குப் போவதில்லை. உனக்குமே அது அவசியமில்லை என்று நினைக்கிறேன்.'

'இல்லை. எனக்கு அது அவசியம்.'

'ஏன் அப்படி நினைக்கிறாய்?'

'ஒரு தடுப்பு வேலி இல்லாததுதான் என் பிரச்னை என்று நினைக்கிறேன். முகமது குட்டி என்ற மனிதனைக் கொன்றது எனக்குப் பெரிய விஷயமாகத் தோன்றவேயில்லை. ஆனால் ஒரு கொலையில் இருந்த மனத்தீவிரம் எனக்கு தியானத்தில் கூடுவதில்லை. இது ஒரு பிரச்னை அல்லவா?'

'நான் தான் தியானமே அவசியமில்லை என்கிறேனே? இதோ பார். மந்திர ஜபம் ஒன்று மட்டும் போதும். அதைக் கொண்டே நினைத்ததைச் சாதித்துவிடலாம்.'

போத்தியுடன் தங்கியிருந்த நாள்களில் வினய் அதைத்தான் செய்துகொண்டிருந்தான். மந்திர ஜபம். இருபது முப்பது சிறு தேவதைகளுக்கான மந்திரங்கள். போத்தி, சோமன் என்ற வேதகாலக் கடவுளைத் தன் மானசீக தெய்வமாக வைத்திருந்தான். எதையும் சோமன் முகமாகவே செய்வது அவனது வழக்கம்.

'ஒன்றைப் புரிந்துகொள் வினய். தவமும் யோகமும் பெரிய விஷயங்கள்தாம். கடும் பயிற்சி கோருபவை. நம்மைப் போன்ற எளியவர்களுக்கு அது சாத்தியமில்லை. என்னால் என் மகளை விட்டுவிட்டு சன்னியாசம் பெற்றுப் போக முடியாது. நீ சன்னியாசம் வேண்டும் என்று கேட்டாலும் உன்னால் உன் குடும்பத்தின் நினைவைத் துறக்க முடியாது.' என்று போத்தி சொன்னான்.

'ஆம். கஷ்டம்தான்.'

'அதனால்தான் சொல்கிறேன். உன் கவனத்தை ஜபத்தில் திருப்பு. சோமனை வணங்க ஆரம்பி. சடங்குகள் சிலவற்றைச் சாதிக்கும். யாகங்கள் சிலவற்றைச் செய்து கொடுக்கும். உனக்கு நான் ஏவல் சொல்லித் தருகிறேன். வசியம் சொல்லித் தருகிறேன். என் ஜென்சியைப் போல் நீ ஒன்றைத் தேடிப் பிடிப்பது சுலபம். தெய்வ தரிசனம்தான் கஷ்டம். ஆத்மாக்களை எளிதில் வசப்படுத்திவிட முடியும்.'

'ஆனால் இது சிறியதல்லவா?'

'ஆம். நாம் சிறியவர்கள்தாம். அதையும் மறக்கக்கூடாது' என்று போத்தி சொன்னான்.

வாரணாசியில் அவன் அண்ணாவைச் சந்தித்த விவரத்தை வினய்யிடம் விவரித்துச் சொல்லியிருக்கிறான். அது நடந்து பதினைந்து வருடங்கள் ஆகியிருக்கின்றன. போத்தி அப்போதுதான் ஜென்சியை முழுமையாகப் பயன்படுத்தித் தனது பணிகளை நிறைவேற்ற ஆரம்பித்திருந்தான். சும்மா போய் சுற்றிவிட்டு வரலாம் என்று வாரணாசிக்குப் போனவன், மணிகர்ணிகா கட்டத்தில் ஒரு மாலைப் பொழுது போய் அமர்ந்து நீர்ப்பரப்பை வேடிக்கை பார்த்துக்கொண்டிருந்திருக்கிறான். அப்போது அண்ணா அந்தப் பக்கமாகப் போனான்.

தோற்றத்தைக் கொண்டு அவன் ஒரு துறவி என்றோ யோகி என்றோ யாரும் சொல்லிவிட முடியாது. மிகப் பழைய அழுக்கு வேட்டி ஒன்றை அவன் கட்டியிருந்தான். அதில் பல இடங்களில் கிழிந்திருந்தன. மேல் சட்டை அணியாமல் ஒரு மெல்லிய துண்டைப் போர்த்தியிருந்தான். ஏதோ யோசனையோடு படிக்கட்டுகளில் நடந்து போய்க்கொண்டிருந்தவன், போத்தி அமர்ந்திருந்த இடத்தைக் கடந்த போது சட்டென்று நின்றான். திரும்பிப் பார்த்தான். போத்தியும் அவனைப் பார்த்தான். மொழி தெரியாத, இடம் அறியாத முற்றிலும் புதிய இரண்டு பேர். நின்று உற்றுப் பார்க்கும் ஒருவனிடம் என்ன பேசுவது? அல்லது வெறுமனே சிரிக்க வேண்டுமா?

போத்தி ஒரு ஹலோ சொல்லலாம் என்று நினைத்தபோது அண்ணா அவனிடம் மலையாளத்தில் பேசியிருக்கிறான். 'இங்கே உட்கார்ந்து நேரத்தை விரயம் செய்யாதே. இங்கு போகும் எந்த உயிரும் உனக்கு உதவாது.'

சொல்லிவிட்டு பதிலுக்கு நிற்காமல் அவன் போயேவிட்டான். போத்திக்கு பேயடித்த மாதிரி ஆகியிருக்கிறது. அவன் சொல்லிவிட்டுப் போனதன் பொருளே சில நிமிடங்களுக்குப் பிறகுதான் அவனுக்குப் புரிந்திருக்கிறது. ஐயோ என்று அலறியடித்துக்கொண்டு அண்ணாவைத் தேடி ஓட ஆரம்பித்தான். காசிக் கூட்டத்தில் ஒரு நபரை எங்கே போய்த் தேடிக் கண்டுபிடிப்பது? அதுவும் முகம்கூடப் பரிச்சயமில்லாத யாரோ ஒருவன். அவன் தன்னை மொத்தமாகப் பத்து வினாடிகள் பார்த்திருப்பானா? பார்த்த மாத்திரத்தில் தான் யாரென்று தெரிந்துகொண்டு, தொழிலை அறிந்துகொண்டு, நக்கலாக அப்படி ஒரு வரியை வீசிவிட்டுப் போகிறான் என்றால் அவன் எப்பேர்ப்பட்டவனாக இருக்க வேண்டும்!

எப்படியாவது அண்ணாவைச் சந்தித்தே தீருவது என்று முடிவு செய்து போத்தி காசி நகரமெங்கும் அலைந்து திரிந்திருக்கிறான். ஒவ்வொரு தெரு வழியாகவும் சந்து பொந்துகள் வழியாகவும் சுற்றித் தேடியிருக்கிறான். கண்ணில் பட்ட சாதுக்கள் அத்தனை பேரிடமும் அண்ணாவின் தோற்றத்தைத் தான் கவனித்த வரையில் விளக்கி, அவர் எங்கே இருக்கிறார் தெரியுமா என்று கேட்டிருக்கிறான்.

'அவன் எப்படி இருந்தான்? என்ன சொல்லிக் கேட்டீர்கள்?' என்று வினய் போத்தியிடம் கேட்டான்.

'என்ன சொன்னேன்? ஆம். அவரது இரு புருவங்களுக்கும் நடுவே ஒரு மச்சம் இருந்தது. பெண்கள் பொட்டு வைப்பது போலொரு மச்சம்.'

'யாராவது உதவினார்களா?'

'யாருக்குமே அவரைத் தெரிந்திருக்கவில்லை. அதுதான் என்னைத் தூங்கவிடாமல் அடித்தது. எப்படியாவது அந்த யோகியை நான் மீண்டுமொருமுறை தரிசித்துவிட வேண்டும் என்று தீவிரமாக நினைத்தேன். இருபது நாள் காசி நகரெங்கும் சுற்றியலைந்து தேடினேன்.'

'இருபது நாளா?'

'ஆம். நான் எதற்காகக் காசிக்குச் சென்றேன் என்பதே எனக்கு மறந்துவிட்டது. அதுவரை நான் கற்றது, தெரிந்துகொண்ட வித்தைகள், வசியமான பெண்கள், வளைத்துப் போட்ட சாத்தான்கள் அனைத்தையும் இடக்கரத்தால் சுற்றி வளைத்து எடுத்து அந்த மனிதர் தூக்கிப் போட்டுவிட்டாற்போல உணர்ந்தேன்.'

'ஓ. உங்கள் சாத்தான்கள் அப்போது உங்களை விட்டுப் பிரிந்துவிட்டனவா?'

'அப்படி இல்லை. ஆனால் அந்த இருபது தினங்களும் நான் எவ்வளவோ முயற்சி செய்து அவரைத் தேடினேன். என் ஜென்சி எனக்காக நம்ப முடியாத அளவுக்கு முயற்சிகள் எடுத்தாள். என்ன செய்தும் என்னால் அவரைச் சந்திக்கவே முடியவில்லை. இறுதியில் என் அலைச்சலைக் கண்டு மனம் இரங்கி அவரேதான் எனக்குக் காட்சி கொடுக்க முடிவு செய்திருக்கிறார்' என்று போத்தி சொன்னான்.

காட்சி கொடுக்க! வினய்க்கு லேசாகச் சிலிர்த்தது. கூடவே சிரிப்பும் வந்தது.

81. ஒரு சொல்

புருவங்களின் மத்தியில் பொட்டு வைத்தாற்போன்ற மச்சம் கொண்ட யோகியைத் தேடிக் காசி நகரெங்கும் அலைந்து திரிந்த சூரிப் போத்தி களைத்துப் போய் ஒரு அன்ன சத்திரத்தின் வெளித் திண்ணையில் வந்து படுத்தான். அது நடு மதிய நேரம் என்பதால் சத்திரத்துக்கு வந்துகொண்டிருந்த பரதேசிகளின் எண்ணிக்கை அதிகமாகிக்கொண்டிருந்தது. யார் யாரோ எங்கெங்கிருந்தோ அங்கு வந்துகொண்டே இருந்தார்கள். உள்ளே இரண்டு பெரிய கூடங்கள் இருந்தன. கீழ்த்தளத்தில் இருந்ததைப் போலவே மாடியிலும் இரண்டு கூடங்கள் இருக்க வேண்டும் என்று போத்திக்குத் தோன்றியது. எல்லா இடங்களிலும் ஆட்கள் வரிசையில் போய்ப் போய் உட்கார்ந்தார்கள். யார் எழுதி வைத்த நிதியோ, யாருக்குப் போய்ச் சேர்ந்துகொண்டிருந்த புண்ணியமோ. அங்கு வந்த அத்தனைப் பேருக்கும் சப்பாத்திகளும் பருப்புக் கூட்டும் கிடைத்தன. நல்ல தடி தடியான பெரிய அளவிலான சப்பாத்திகள். சத்திரத்துக்கு வந்த யாத்ரீகர்களும் பிச்சைக்காரர்களும் சாதுக்களும் தயாராகத் தட்டு அல்லது இலை எடுத்து வந்ததைப் போத்தி கவனித்தான். தானும் வரிசையில் போய் தட்டேந்தி உட்கார்ந்து சாப்பிட்டுப் பார்த்தால்தான் என்னவென்று தோன்றியது. ஆனால் மிகவும் சோர்வாக இருந்தது. மோதிக்கொண்டிருந்த கூட்டத்தில் இடம் பிடித்துப் போய் உட்கார்ந்து நான்கு சப்பாத்திகளை வாங்குவதற்கே ஒரு மணி நேரம் ஆகிவிடும் என்று தோன்றியது. பசியைக் காட்டிலும் உறக்கம் அப்போது அவனுக்கு அவசியமாகத் தோன்றியதால் வெளித் திண்ணையில் வந்து படுத்தான்.

இரண்டு நாள்களாக ஓயாமல் நடந்து திரிந்ததில் கால் வலி கொன்றெடுத்துக்கொண்டிருந்தது. அவனுக்கு எப்படியாவது அந்த யோகியைச் சந்தித்துவிட வேண்டும் என்ற வெறி ஒன்றைத் தவிர வேறெதுவும் மனத்தில் இல்லை. சந்தித்தால் மட்டும் என்ன அற்புதம் நிகழ்ந்துவிடும் என்று அடிக்கடித் தனக்குள் கேட்டுக்கொண்டான். ஒரு யோகி பொருட்படுத்தக்கூடிய வாழ்க்கை அவனுடையதல்ல. இதில் அவனுக்குச் சந்தேகமில்லை. ஆனால் அவரை மீண்டுமொரு

முறை பார்த்துவிட்டால் சிறிய அளவிலாவது ஏதேனும் மாற்றம் உண்டாக வாய்ப்பிருக்கலாம் என்று நினைத்தான்.

இவ்வாறு எண்ணியபடி அவன் கண்ணை மூடி உறங்க ஆரம்பித்தபோது யாரோ தன்னை எழுப்புவது போலத் தோன்றி, கண்ணைத் திறந்து பார்த்தான். அவன் எதிரே இருபது வயது மதிக்கத்தக்க வாலிபன் ஒருவன் நின்றிருந்தான். அவன் கையில் ஒரு மந்தார இலையில் வைத்த இரண்டு சப்பாத்திகளும் பருப்புக் கூட்டும் இருந்தது.

'என்ன?' என்று போத்தி கேட்டான்.

'இதைச் சாப்பிட்டுவிட்டு உன்னை என்னோடு கிளம்பி வரச் சொல்லி என் குருநாதர் செய்தி அனுப்பினார்.' என்று அவன் சொன்னான்.

'யார் உன் குருநாதர்?'

'அவர் பெயர் விஜய். அவர் ஒரு யோகி. உன்னை இரண்டு நாள் முன்பு மணிகர்ணிகா கட்டத்தில் அவர் பார்த்ததாகச் சொன்னார்.'

'ஐயோ அவரா?' என்று போத்தி அலறி எழுந்து நின்றான்.

'அவர் எங்கே இருக்கிறார்? நான் இப்போதே அவரைப் பார்க்கவேண்டும். இரண்டு நாள்களாக அவரைத்தான் தேடிக்கொண்டிருக்கிறேன்.'

'முதலில் சாப்பிடு' என்று அவன் சப்பாத்திகளை அவனிடத்தில் கொடுத்தான். போத்திக்கு நடப்பது நிஜமா கனவா என்று புரியவில்லை. இரு சப்பாத்திகளையும் நாலே வாயில் அள்ளி அடைத்துக்கொண்டு கையைக் கழுவிவிட்டு ஓடி வந்து, 'நாம் போகலாம்' என்று சொன்னான்.

அந்த வாலிபன் அவனை அழைத்துக்கொண்டு நடக்க ஆரம்பித்தான். வழியெங்கும் போத்தி தனக்கு நிகழ்ந்த அந்த ஒரு சிறு அனுபவத்தைப் பல்வேறு சொற்களில் திரும்பத் திரும்ப அந்த வாலிபனிடம் சொல்லிக்கொண்டே வந்தான். 'நான் அவரை இதற்குமுன் பார்த்ததில்லை. அவரும் என்னைச் சந்தித்ததே இல்லை. ஒரு வழிப்போக்கனாக நான் இந்த ஊருக்கு வந்தேன். அவர் என்னைப் பார்த்தது மிஞ்சிப் போனால் பத்து வினாடிகள் இருக்கும். அதற்குள் நான் யார், என்ன செய்கிறேன் என்றெல்லாம் அவருக்குத் தெரிந்துவிட்டது என்றால்...'

‘அதை அறியப் பத்து வினாடிகள் அவருக்கு அதிகம். ஒரு கணம் போதும். சொல்லிவிடுசொல்லிவிடுவார்’ என்று சொன்னான்.

‘அப்படியா? அவ்வளவு பெரிய ஞானியா!’

‘அவர் எவ்வளவு பெரிய ஞானி என்று எனக்குச் சரியாகத் தெரியாது. நான் சிறுவன். அவரிடம் பயில்பவன்.’

போத்திக்கு அவனிடம் மேற்கொண்டு என்ன பேசுவதென்று தெரியவில்லை. அவனாகப் பேச்சுக் கொடுக்காவிட்டால் அந்த வாலிபன் வாயே திறப்பதில்லை என்பதில் உறுதியாக இருந்தான். காசி நகரம் முழுவதையும் நன்கறிந்தவன் போல அவன் விறுவிறுவென்று நடந்துகொண்டிருந்தான்.

‘தம்பி சற்று மெதுவாக நட. என்னால் உன் வேகத்துக்கு ஈடு கொடுக்க முடியவில்லை’ என்று போத்தி சொன்னான். அவன் நடை வேகத்தைச் சிறிது குறைத்தான். சுமார் ஒன்றரை மணி நேரம் நடந்த பின்பு குடிசைகள் அடர்ந்த குடியிருப்புப் பகுதி ஒன்றை அவன் வந்தடைந்தான். நதிக்கரையில் இருந்து அந்த இடம் குறைந்தது பத்து கிலோ மீட்டர் தொலைவில் இருக்கும் என்று போத்தி நினைத்தான். அத்தனை தூரத்தையும் நடந்தேதான் கடந்திருந்தான்.

போத்திக்கு மிகவும் மூச்சு வாங்கியது. வாழ்வில் என்றுமே அவன் அத்தனை வேகமாக, அத்தனை தூரத்தை நடந்து கடந்ததில்லை. ‘அட இரப்பா! ஒரு பத்து நிமிடம் உட்கார்ந்துவிட்டுப் போகலாம்’ என்று சொல்லிவிட்டு ஓரிடத்தில் உட்கார்ந்தும் விட்டான். அந்த வாலிபன் சிரித்தான். ‘நமக்கு இன்னும் இருபது நிமிடங்கள் மட்டுமே உள்ளன ஐயா. குருநாதர் கிளம்பிவிடுவார்.’

‘எங்கே?’

‘வரணாவதி பறிக்க. போய்விட்டாரென்றால் திரும்பி வர எவ்வளவு நாள்களாகும் என்று தெரியாது.’

போத்தி அசந்து போனான். ‘வரணாவதியா! அது இங்கே கிடைக்கிறதா!’

‘எங்கே கிடைக்கும் என்று எனக்குத் தெரியாது. ஆனால் குருநாதர் வரணாவதி பறிக்கப் போவதாகத்தான் சொன்னார்.’

அதற்குமேல் அவனால் அங்கு உட்கார முடியவில்லை. அவனால் அதிகபட்சம் யோசிக்க முடிந்தது ஒன்றுதான். காசியில் அந்த மூலிகை இருக்கிறது! இது போதும். யோகியைச் சந்திக்கும்போது

அதைக் குறித்து மேலும் கேட்டுத் தெரிந்துகொண்டுவிடலாம். அருமை. இரண்டு நாள்கள் அவரைத் தேடி அலைந்ததற்குச் சரியான பலன்.

மேலும் சிறிது தூரம் நடந்த பின்பு ஒரு குடிசை வாசலுக்கு வந்து சேர்ந்தார்கள்.

‘உள்ளே அழைத்து வா’ என்று யோகி உத்தரவு கொடுத்தார்.

போத்தி அந்த வாலிபனுடன் குடிசைக்குள் சென்றான். அவர் அந்தக் குடிசையின் வடக்குச் சுவர் ஓரம் ஒரு பாய் விரித்து அமர்ந்திருந்தார். குடிசையில் வேறு ஒரு பொருளும் இல்லை. ஒரே ஒரு பாய். அவ்வளவுதான்.

அவரைக் கண்டதும் போத்திக்கு ஏனோ உணர்ச்சி மேலிட்டு அழுகை வந்தது. சட்டென்று விழுந்து கும்பிட்டு எழுந்தான். அவர் உணர்ச்சியற்ற முகத்துடன் அவனை உற்றுப் பார்த்தார். பிறகு, ‘சொல். எதற்கு என்னைத் தேடினாய்?’

‘தெரியவில்லை ஐயா. கணப் பொழுதில் நீங்கள் நான் யார் என்பதைத் தெரிந்துகொண்டுவிட்டீர்கள். அதை நான் எதிர்பார்க்கவேயில்லை.’

‘அதனால் என்ன?’

‘உங்களுக்கு ஒன்றுமில்லை. ஆனால்.. ஆனால்..’

என்ன சொல்வதென்று போத்திக்குத் தெரியவில்லை. சட்டென்று தன்னைப் பற்றி, தன் பிறப்பு, வளர்ப்பு பற்றியெல்லாம் விலாவாரியாக எடுத்துச் சொல்லத் தொடங்கினான். கோட்டயத்தில் ஒரு பண்டிதரிடம் அதர்வம் பயிலச் சென்ற கட்டம் வந்தபோது சற்றுத் தயங்கினான்.

‘அவர் மகளை நீ ஏமாற்றிவிட்டாய். அதானே?’ என்று யோகி சட்டென்று கேட்டதும் அவனுக்கு அச்சமாகிவிட்டது.

‘முட்டாள். அதர்வத்தின் உபநிஷத்துகளுக்கு நிகராக இந்த உலகில் ஓரிலக்கியமும் கிடையாது. ஆயுர்வேதம் என்னும் அற்புதமான மருத்துவ முறை அதில் கிளைத்து வந்ததுதான். அது உன் கண்ணில் படவில்லை. பரிபூரணத்தின் வாசற்கதவைத் திறக்கும் எளிய சாவி அது. நீ அதைக் கொண்டு சாக்கடை நோண்டிக்கொண்டிருக்கிறாய்.’

போத்திக்கு அழுகை வந்தது.

'இதோ பார். உன்னிடம் பேசவும் விவாதிக்கவும் எனக்கு ஒன்றுமில்லை. நீ என்னைத் தேடிக்கொண்டே இருந்ததால்தான் அழைத்து வரச் சொன்னேன். இந்தச் சந்திப்பு உனக்கு நல்லது எதையேனும் செய்ய வேண்டும் என்று விரும்புவாயானால் நீ செய்துகொண்டிருக்கும் அனைத்தையும் விட்டொழித்துவிட்டுப் போய் பாரதப் புழையில் முக்குப் போடு.' என்று சொல்லிவிட்டு அவர் எழுந்துவிட்டார்.

'ஐயா, நீங்கள் என்ன சொன்னாலும் கேட்கிறேன். இன்று முதல் நான் உங்கள் சீடன்' என்று போத்தி சொன்னான்.

அவர் அதைக் கண்டுகொள்ளவில்லை. 'போபோ. எனக்கு வேலையிருக்கிறது' என்று சொல்லிவிட்டுக் கிளம்பிவிட்டார்.

'ஐயா போய்விடாதீர்கள். ஒரு சொல். ஒரே ஒரு சொல்லை எனக்கு அளியுங்கள். காசி நகரத்தில் வரணாவதி எங்கே கிடைக்கிறது?'

அவர் ஒரு கணம் போத்தியை உற்றுப் பார்த்தார். பிறகு, 'காசியில் வரணாவதி இருப்பதாக உனக்கு யார் சொன்னது?' என்று கேட்டார். போத்தி விழித்தான். சீடனைப் பரிதாபமாகத் திரும்பிப் பார்த்தான். யோகி புரிந்துகொண்டார்.

'அட முட்டாளே. நான் வரணாவதி பறிக்கப் போகிறேன் என்று அவன் சொல்லியிருப்பான். அது காசியில் இருப்பதாகச் சொல்லியிருக்க மாட்டானே.'

'அப்படியா? காசியில் கிடையாதா? வேறு எங்கே உள்ளது?'

மீண்டும் அவனை உற்றுப் பார்த்த யோகி, சற்றுச் சிரித்தார். 'ஏன், உன் ஜென்சியிடம் கேளேன். முடிந்தால் அவள் பறித்துவந்து கொடுக்கட்டும்' என்று சொல்லிவிட்டு வெளியேறிவிட்டார். திகைத்துவிட்ட போத்தி, அடுத்த வினாடி அவரைப் பின் தொடர்ந்து வெளியே பாய்ந்தான். ஆனால் யோகி எங்கே போனார் என்று தெரியவில்லை. அந்தச் சிறிய சந்தின் இருபுற எல்லைகளின் விளிம்புவரை அவர் நடந்தோ ஓடியோ சென்றதன் சுவடுகூட இல்லை.

82. மோகினி

வரணாவதி. அதைச் சொல்ல ஆரம்பித்துத்தான் வினய் போத்தியின் வாரணாசி அனுபவத்துக்குப் போய்விட்டான். ஒரு விஷயம் மட்டும் எனக்கு நினைத்து நினைத்துச் சிரிப்பு மூட்டிக்கொண்டிருந்தது. எனக்கு யாரென்றே தெரியாத ஒரு குட்டி மந்திரவாதிகூட அண்ணாவைச் சந்தித்திருக்கிறான். ஒருமுறையல்ல; இருமுறை. ஆனால் இன்றுவரை ஒரு நாள் தவறாமல் அவனை நினைத்துக்கொண்டும், சந்தர்ப்பம் கிடைக்கும்போதெல்லாம் தேடிக்கொண்டும் இருக்கும் என் கண்ணில் மட்டும் அவன் சிக்கவேயில்லை. அதுவும் அந்தப் போத்தியை இரண்டாம் முறை இழுத்து வைத்து அவனே பேசி அனுப்பினான் என்று வினய் சொன்னபோது வாய்விட்டே சிரித்துவிட்டேன்.

'உன்னை அவன் சந்திக்காமல் இருந்திருக்கலாம். ஆனால் நினைக்காமல் இருந்திருக்க மாட்டான்' என்று வினய் சொன்னான்.

என்னை அவன் எதற்கு நினைக்கவேண்டும்? உடையளவில் சன்னியாசியாக இருப்பவன் நான். ஒழுக்கங்களுக்கும் எனக்கும் உள்ள இடைவெளி, எனக்கும் என் வீட்டுக்கும் இருந்த இடைவெளியினும் பெரிது. வெள்ளை அணிந்திருந்தால் நானொரு அரசியல்வாதி. வண்ணமயமாக என்னை அலங்கரித்துக்கொள்ள முடிவு செய்திருந்தால் நானொரு திரைக் கலைஞன். நான் காவியில் என்னைப் பொருத்திக்கொண்டேன். சன்னியாசி என்று சொல்லப்பட்டேன். அண்ணாவுக்கு நிச்சயமாக என்மீது வருத்தம் இருக்கும். எங்கள் மூன்று பேரில் என்ன காரணத்தாலோ அவன் என்னை நம்பியிருக்கிறான். சிறு வயதில் தன்னைப் பற்றிய சில விவரங்களைத் தெரிவிக்க என்னைத்தான் அவன் தேர்ந்தெடுத்தான். அது தவறு என்று பின்னாளில் நினைத்திருப்பான் என்று தோன்றியது.

காலத்தின் இலையுதிர்ப்பில் எனக்கு பெற்றோரைப் போலவே சகோதரர்களின் மீதிருந்த பாசமும் மெல்ல மெல்ல உலரத் தொடங்கியபின் மனச்சங்கடம் என்ற ஒன்றே எனக்கு இல்லாது

போய்விட்டது. ஆனாலும் நான் நினைப்பேன். அவனை மட்டுமல்ல. அத்தனை பேரையுமே. வெறுமனே நினைத்துப் பார்ப்பது. நடந்த சம்பவங்களை மீண்டும் மனத்துக்குள் ஓடவிட்டு கவனிப்பது. உபயோகம் ஒன்றுமில்லை என்றாலும் எனக்கு அது ஒரு பொழுதுபோக்கு. இயல்பில் நான் மிகவும் விரும்பிய பெருங்கூட்டத் தனிமை என்னளவில் பூரணமாக வாய்த்தது ஓர் அதிர்ஷ்டம்தான். அம்மாவின் சாக்கில் அண்ணாவை ஊரில் சந்திக்க நேருமானால் எனக்கு அவனைப் பார்த்து ஒரு புன்னகை செய்வதைத் தவிர, அவனோடு பேசவும் அறியவும் வியக்கவும் ஒன்றும் இருக்காது என்றே தோன்றியது. அவன் வழி வேறு. அவனது தவமும் யோகமும் மற்றதும் என்னைப் பொறுத்தவரை நகைப்புக்குரியவை அல்லவே தவிர, வணங்கக்கூடியதும் அல்ல. இந்த உலகில் வணங்கத்தக்க விதத்தில் ஒரு கடவுள்கூடச் சிக்காத துரதிருஷ்டசாலி நான்.

எனக்கு மிகப்பெரிய வியப்பளித்த விஷயம், சன்னியாசதீட்சைக்காக வினய் நாயாக அலைந்திருக்கிறான் என்பது. சூரிப்போத்தியுடன் இருந்த காலத்தில் அவனால் வரணாவதியைப் பற்றித்தான் அறிய முடியவில்லையே தவிர, ஒன்றிரண்டு சாத்தான்களை வசப்படுத்தி, சில்லறை ஜாலங்கள் செய்யக் கற்றிருக்கிறான்.

'ஒரு குட்டிச்சாத்தானால் கூடவா அந்த மூலிகையைக் கொண்டு வர முடியவில்லை?' என்று நான் சிரித்தபடி கேட்டேன்.

'போத்தியே எவ்வளவோ முயற்சி செய்திருக்கிறான். நானும் என்னாலான விதங்களில் எல்லாம் பாடுபட்டுப் பார்த்துவிட்டேன். அது மட்டும் முடியவில்லை.'

'அப்படி என்ன மூலிகை அது?'

'அது ஒரு விஷ முறிவு மூலிகை. எத்தகைய விஷத்தையும் கொல்லும்.'

'யார் சொன்னது?'

'எல்லா சித்தர்களும் சொல்லியிருக்கிறார்கள். வேதத்தில் இருக்கிறது.'

'எந்த வேதம்?'

'அதர்வ வேதம்.'

'அடேங்கப்பா.'

'இது உண்மை. பசித்த ஒருவன் இனம் காணாமல் விஷத்தை உணவென்று எடுத்து உண்டாலும் வரணாவதியை எள்ளோடு சேர்த்து அரைத்து நீருடன் குடிக்கக் கொடுத்தால் அது ஆலகால விஷமே ஆனாலும் செயலற்றுப் போகும்.'

'விஷத்துக்கெல்லாம்தான் நவீன மருத்துவம் வந்துவிட்டதே. அந்த மூலிகையைத் தேடி எதற்கு அலைய வேண்டும்?'

'விமல்! உன்னோடு நான் வாதம் செய்ய விரும்பவில்லை. ஆனால் அந்த மூலிகையைத் தேடி நான் பத்து வருடங்கள் அலைந்தேன்.'

அவன் அலைந்துகொண்டிருந்த காலங்களில் அவன் வளர்த்த சாத்தான்கள் அவனுக்கு சோறு போட்டிருக்கின்றன. சூனியம் வைப்பது. வைத்ததை எடுப்பது. திருட்டுப் பொருள்களை மீட்பது. பங்காளிச் சண்டைகள். தீ வைப்புச் சம்பவங்கள். ஒரு பொதுத் தேர்தல் சமயம் ராஜஸ்தானில் உள்ள ஒரு குக்கிராமத்தில் ஐந்நூறு குடிசைகளுக்குத் தீ வைக்கும் பொறுப்பை ஏற்று நிறைவேற்றியதாக வினய் சொன்னான். சொல்லிவிட்டு அழவும் செய்தான். 'வெறும் பிழைப்புவாதியாகிப் போனேன் விமல்! வெறும் பிழைப்புவாதியாக!'

'அதிலொன்றும் தவறில்லை விடு. நீ உன் குருநாதரைப் போலக் காதல் பிரச்னைகளைத் தீர்க்க முனையவில்லையா?' என்று கேட்டேன்.

'ஆரம்பத்தில் செய்தேன். பிறகு விட்டுவிட்டேன்.'

'ஏன்?'

'என்னால் எந்தப் பெண்ணையும் வசியம் செய்து என் வழிக்குக் கொண்டு வர முடிந்தது. ஆனால் என்னிடம் அந்தப் பணியை அளித்தவனுக்கு என்னால் நேர்மையாக இருக்க முடியவில்லை' என்று சொல்லிவிட்டு மீண்டும் தலையில் அடித்துக்கொண்டு அழுதான். எனக்கு மிகவும் பரிதாபமாக இருந்தது. காதலைப் போலவே துறவின்மீது நாட்டம் கொண்ட மனமும் சின்னாபின்னப்பட்டு நிற்கவேண்டியதுதான் போலிருக்கிறது. இது சிக்கல். பெரும் சிக்கல். உள்ளக் கட்டமைப்பை பின்னப்படுத்திவிடத்தக்க சிக்கல். என் வாழ்வில் நான் இத்தகைய பலபேரைச் சந்தித்திருக்கிறேன். தத்துவங்களின் சிகரங்களில் உலவிக்கொண்டிருப்பவர்கள். தவத்தின் உக்கிர எல்லைகளைத் தொட்டுப் பார்த்தவர்கள். அனைத்து விதமான லாகிரிகளின்

மீட்டல்களையும் கடந்து மீண்டவர்கள். எந்தக் கல் தடுக்கிப் பெண்ணில் விழுகிறோம் என்பது மட்டும் இறுதி வரை அவர்களுக்குப் புரியாமலேயே போய்விடுகிறது.

'தனுஷ்கோடியில் நீ ஒரு பெண்ணின் பிரேதத்தை அழுகிய நிலையில் கண்டதாகச் சொன்னாயே, அதன் பிறகும்கூடவா உன்னால் முடியவில்லை?' என்று நான் வினய்யிடம் கேட்டேன்.

அவன் சிறிது நேரம் அமைதியாக யோசித்துக்கொண்டிருந்தான். ரயிலின் சீரான தடதடப்பு மட்டுமே எனக்கும் அவனுக்கும் நடுவே நிகழ்ந்துகொண்டிருந்தது. பெட்டியில் அனைவருமே தூங்கிக் கொண்டிருந்தார்கள். எனக்கும் உறக்கம் வந்தது என்றாலும் அவனோடு பேசக் கிடைத்த சந்தர்ப்பத்தை நான் தவற விட விரும்பவில்லை.

வினய் சொன்னான், 'ஆம். அந்தச் சம்பவத்துக்குப் பிறகு பல ஆண்டுகள் வரை நான் பெண்களைப் பொருட்படுத்தவேயில்லை.'

'எந்தப் பெண் வந்து உன் விரதத்தைக் கலைத்தாள்?'

'மோகினி' என்று வினய் சொன்னான்.

மோகினியை அவன் கல்கத்தாவில் சந்தித்திருக்கிறான். அவளது தந்தை ஒரு கல்லூரிப் பேராசிரியராகப் பணியாற்றிக்கொண்டிருந்தார். வரணாவதியைத் தேடி அருணாசல பிரதேசம் வரை சென்று சுற்றிவிட்டுத் திரும்பிக்கொண்டிருந்த வினய், ஒருநாள் ஹௌரா பாலத்துக்கு அருகே அவளைப் பார்த்திருக்கிறான்.

'ஒரு அம்பின் நுனியைப் போன்ற கூர்மை கொண்ட அப்படியொரு கண்ணை நான் அதற்குமுன் கண்டதே இல்லை' என்று சொன்னான்.

மோகினி பெரிய அழகியில்லை. நிறமும் சற்று மட்டுத்தான். அவள் வங்காளிப் பெண்ணாக இருக்கமாட்டாள் என்று ஏனோ அவனுக்குத் தோன்றியது. வங்காளத்தில் யாரும் மோகினி என்று பெயர் வைப்பதில்லை என்று அவனுக்கு யாரோ சொல்லியிருக்கிறார்கள்.

'அதெல்லாம் இல்லை. எனக்கே மோகினி கங்கோபாத்யாய் என்றொரு புள்ளியியல் அதிகாரியைத் தெரியும்' என்று நான் சொன்னேன்.

'ஆம். நான் விசாரித்த நபர் வங்காளி இல்லை. அதனால் அவனுக்குத் தெரிந்திருக்கவில்லை' என்று வினய் சொன்னான்.

அந்தப் பெண்ணின் கண்ணில் இருந்த வசீகரம் அவனை அன்றிரவு முழுதும் தூங்கவிடவில்லை. அன்றே அவன் கல்கத்தாவில் இருந்து கிளம்பி கேங்டாக் போவதற்கு இருந்திருக்கிறான். ஆனால் பயணத்தை ஒத்திப் போட்டுவிட்டு, தன் கட்டுப்பாட்டில் இருந்த ஒரு சாத்தானை அழைத்து மோகினி எங்கே இருக்கிறாள், என்ன செய்கிறாள் என்று அறிந்துவரச் சொல்லியிருக்கிறான்.

மறுநாள் மதியம் திரும்பி வந்த சாத்தான், அவள் ஒரு கல்லூரி மாணவி என்றும் மிகவும் நவநாகரிகமான ஆண்களை மட்டுமே ஏறெடுத்துப் பார்ப்பாள் என்றும் சொன்னது. உடனே வினய் ஒரு சலூனுக்குப் போய் திருத்தமாக முடி வெட்டி முகச் சவரம் செய்துகொண்டான். அவன் கையில் அப்போது இருந்த பணம் அதற்கே சரியாகப் போய்விட்டது. எனவே தனது கொள்கையைச் சற்று விலக்கி வைத்துவிட்டுத் தனது ஏவலாளியின்மூலம் ஒரு பெரிய துணிக்கடையில் இருந்து ஒரு கோட் சூட்டை எடுத்து வரச் செய்து அதனை அணிந்துகொண்டான். எஸ்பிளனேட்டில் இருந்த ஒரு பாட்டா ஷோ ரூமில் இருந்து ஒரு ஜோடி ஷூக்களையும் எடுத்து வந்து அணிந்துகொண்டான். போகிற காரியம் நல்லபடியாக முடிந்தபின்பு சம்பந்தப்பட்ட துணிக்கடை மற்றும் செருப்புக் கடைகளுக்குத் தீர்க்க வேண்டிய தொகையைப் பைசல் செய்துவிட வேண்டும் என்றும் எண்ணிக்கொண்டான்.

அன்று மாலை அவன் மோகினி படித்துக்கொண்டிருந்த கல்லூரி வாசலுக்குப்போய்நின்றபோது மணி நான்காகியிருந்தது. வினய்யின் ஏவல் சாத்தான் அவள் சரியாக நான்கு பத்துக்குக் கல்லூரியில் இருந்து வெளியே வருவாள் என்று சொல்லியிருந்தது. சொன்னது போலவே அவள் சரியான நேரத்துக்கு வந்தாள். அவளோடு இன்னும் இரண்டு தோழிகள் உடன் வந்துகொண்டிருந்தார்கள். வினய்க்கு அந்தக் கணம் அந்த மூன்று பெண்களையுமே மிகவும் பிடித்துப் போனது.

83. காம ரூபிணி

'சித்ரா விஷயத்தில் நான் ஒரு தவறு செய்துவிட்டேன். அவளிடம் என் விருப்பத்தை நான் சொல்லியிருக்க வேண்டும். அது நிகழ்ந்திருந்தால் இத்தனை அவலங்களில் நான் சிக்கியிருக்க வேண்டி இருந்திருக்காது' என்று வினய் சொன்னான். 'எனக்குக் காரணமே புரியவில்லை விமல். உன்னிடம் ஆரம்பித்து உலகில் உள்ள அத்தனை பேரிடமும் நான் ஒரு குறிப்பிட்ட காலக்கட்டம் வரை பெரும் பொய்யனாக மட்டுமே இருந்திருக்கிறேன். மனத்தில் நினைக்கும் எதையும் யாரிடமும் சரியாகச் சொன்னதே இல்லை.'

'இப்போதும் அப்படித்தானா?' என்று கேட்டேன்.

'நிச்சயமாக இல்லை. இப்போது என்னிடம் ரகசியங்கள் என்று ஏதுமில்லை. என் யோகம், என் தவம் எல்லாமே என் பொய்களைப் பொசுக்கியதுதான்.'

'பெரிய விஷயம் வினய். அநேகமாக அது பெரும்பாலானவர்களுக்குக் கைகூடாது.'

'ஆம். சிரமம்தான். ஆனால் நான் அதை ஓர் அப்பியாசமாகச் செய்தேன்' என்று அவன் சொன்னான். செய்திருப்பான் என்றுதான் தோன்றியது. வழியெங்கும் அவன் தன்னைப் பற்றி சொல்லிக்கொண்டு வந்த பல கதைகள் மிகவும் பயங்கரமாக இருந்தன. காமத்தின் பேரழகை எப்படியெல்லாம் சிதைத்துச் சின்னாபின்னப்படுத்த முடியுமோ அப்படியெல்லாம் அவன் முயற்சி செய்திருந்தான். சற்றும் பதற்றமின்றி, யாரைக் குறித்த பயமும் இன்றி, எது பற்றிய அக்கறையும் இன்றிப் பெண்ணுடலைப் பிளந்து கடக்கப் பார்த்திருக்கிறான். ஒரு குரு அமையாமல் போய்விட்டதன் விளைவாக முகிழ்த்த பெரும் பித்தத்தின் உச்ச நிலையில் அவன் தன்னையே குருவாக நியமித்துக்கொள்ளப் பார்த்ததில் ஆரம்பித்திருக்கிறது பிசகு.

வினய் அப்போது யோனி மண்டல வாஸினியின் சன்னிதியில் இருந்தான். கௌஹாத்தியில் அப்போது பெரும் மழைக்காலம்.

நிலாச்சல் மலைக்குன்றை ஏறிக் கடக்கும்போதே காற்றும் மழையும் எண்திசைகளிலிருந்தும் பீறிட்டடித்துத் தாக்கியது. எந்தக் கணமும் தான் சரிந்து விழுந்துவிடுவோம் என்று வினய்க்குத் தோன்றியது. தவறான நேரத்தில் புறப்பட்டுவிட்டது பற்றிச் சிறிது வருத்தம் ஏற்பட்டது. ஆனாலும் அவனுக்குத் திரும்ப மனமில்லை. உயிரே போனாலும் காமரூபிணியின் சன்னிதானத்தில் போகட்டும் என்று முடிவு செய்துகொண்டு மலை ஏறிக்கொண்டிருந்தான். குத்தீட்டி போல உடலெங்கும் குத்திக் கிழித்த மழை வேகம் அலுப்பூட்டியது. சற்று பயமாகவும் இருந்தது. காமாக்யாவில் அப்போது படிக்கட்டு வசதிகள் கிடையாது. போக்குவரத்து அத்தனை எளிதல்ல. சிறிய குன்றுதான் என்றாலும் அபாயங்கள் அதிகம். கால் வைக்கும் இடம் கல்லா, மண்ணா, புதைச் சேறா என்று எளிதில் கண்டறிய முடியாது. சரிந்து விழ நேர்ந்தால் எழுவது சிரமம். புதர்கள் மண்டிய அதன் சரிவுகளில் விஷ நாகங்கள் வசித்தன. ஒன்றிரண்டு, பத்து நூறல்ல. கணக்கற்ற நாகங்கள். நாகத்தின் விஷத்துக்காகவே காமாக்யாவுக்கு வந்து போகும் ஒன்றிரண்டு பேரை அவன் அறிவான். அவர்கள் மூலமாகத்தான் அவன் தேவியின் சக்திகளைக் கேட்டறிந்திருந்தான்.

ஒரு தரிசனம். ஒரு பார்வை. ஒரு சொட்டு அருள். ஒரு சில்லுடையும் கணத்தில் தனக்குள் என்னவாவது நிகழ்ந்துவிடாதா என்று அவன் எதிர்பார்த்தான். அதுநாள் வரை அவன் வனதுர்க்கையைத் தவிர வேறு யாரையும் வணங்கியிருந்ததில்லை. அவள் அருளால்தான் அவனுக்குச் சில சக்திகள் கைகூடியிருந்தன. அவன் எதிரி பயமற்றவன். காயங்கள் உண்டாகாத உடல் அவனுக்கு வாய்த்திருந்தது. தனது மேல்வரிசைப் பற்களில் நான்கை விஷமேற்றி வைத்திருந்தான். இடது கை கட்டை விரல் நகத்துக்குள் அவன் பாதுகாத்து வளர்த்து வந்த இடாகினி, அவன் எண்ணும் காரியங்கள் உடனுக்குடன் நிறைவேற உதவி செய்துகொண்டிருந்தாள். அவள் வனதுர்க்கையின் அருளால் வாய்த்தவள். சிறுமி. சொன்னதைச் செய்பவள்.

போதும் என்று உட்கார்ந்துவிட ஏனோ அவனுக்கு விருப்பமில்லை. எல்லாம் அடைந்துவிட்டாற்போன்ற எண்ணம் வரும்போதெல்லாம் எதுவுமே அடையக்கூடியதாக இல்லை என்னும் எண்ணமும் சேர்ந்து எழுந்தது. எந்தக் கணமும் இடாகினி தன் கட்டை விரலில் இருந்து உதிர்ந்து ஓடிவிடுவாள் என்ற அச்சத்தில் எப்போதும் கட்டை விரலுக்குக் கட்டுப் போட்டு வைத்திருந்தான். அழகான அனைத்தும் அபத்தமானவையாகவும்

ஒருசேரக் காட்சியளிக்கின்றன. அபத்தங்கள் களைந்த ஒரு பெருவாழ்வை உத்தேசிப்பது அத்தனை பெரிய பிழையா? எல்லாம் வேண்டும், எதுவும் வேண்டாம், எல்லாம் இருக்கிறது, எதுவும் இல்லாவிட்டாலும் பாதகமில்லை என்னும் நான்கு முனைகளுக்கிடையே சிக்கி ஊசலாடிக்கொண்டிருந்தது அவன் மனம்.

‘நீ காமரூபிணியை குருவாகக் கொள். உன் பிரச்னையை அவள் சரி செய்து கொடுப்பாள்’ என்று கௌஹாத்தியில் அவன் சந்தித்த தந்திரி ஒருவன் சொன்னான்.

‘அன்னை எப்படி குருவாவாள்? அவளை அடைவதற்கே எனக்கு ஒரு குருமுகம் தேவைப்படுகிறதே?’

‘அது மற்ற ரூபங்களுக்கு. காமரூபிணி வெறும் சக்தி பீடாதிபதியல்ல. குரு பீடமும் அவளே ஆவாள். நீ எத்தனைத் தீவிரத்துடன் அவளை அணுகுகிறாய் என்பதில் இருக்கிறது’ என்று அந்த தந்திரி சொல்லி அனுப்பினான். இத்தனை அலைச்சல்களுக்குப் பிறகும் ஒரு குரு அமையாத வெறுமையில் இருந்த வினய்க்கு அந்தச் சொற்கள் மிகுந்த நிம்மதியளித்தன. அன்று முதல் நாற்பத்து எட்டு தினங்களுக்கு அவன் காமரூபிணியைக் குறி வைத்துத் தவமிருக்க ஆரம்பித்தான். மூன்று தினங்களுக்கு ஒருமுறை உணவு. அரைக் கிலோ கோழிக்கறி அல்லது பத்து முட்டைகள். இரண்டு வாழைப் பழங்கள். இரவு ஒன்பது மணிக்கு உண்டு முடித்துவிட்டு தியானத்தில் அமர்ந்தால் இடைவிடாமல் எழுபது மணி நேரம். தந்திரி அவனிடம் சொல்லியிருந்தான். 'யோனி என்பது ஒரு வாசல். பெண்ணின் உறுப்பு என்று நீ நினைத்தால் அது. பிரபஞ்சத்தின் கர்ப்ப கிரகத்தின் நுழைவாயில் என்று எண்ண முடியுமானால் அதுவாகும். விஸ்வ யோனி என்று விஷ்ணு சகஸ்ரநாமத்தில் வருகிற சொல்லை எண்ணிப் பார்.'

கௌஹாத்தியில் இருந்து தென் கிழக்கே சுமார் முன்னூறு கிலோ மீட்டர் தள்ளி சில்ச்சார் என்ற இடத்தில் அவன் அப்போது இருந்தான். கடும் குளிரும் அடர்ந்த மலைக்கானகமும் திடீர் திடீர் என்று பெய்த பெருமழையும் அவனது தவத்துக்காகவே உருவாக்கப்பட்டவை போல அவனுக்குத் தோன்றியது. உள்ளூர் ஆதிவாசிகளின் உதவியுடன் ஒரு சிறிய குகையைத் தன் வசிப்பிடமாக்கிக்கொண்டு அமர்ந்தான். பாம்புகளைத் தவிர வேறு அபாயமில்லை என்று ஆதிவாசிகள் சொன்னார்கள். பாம்புகள் எனக்குப் பிரச்னை இல்லை

என்று வினய் சொன்னான். தனக்கு உதவி செய்த ஆதிவாசிகளுக்கு அவன் தனது இடாகினியின் உதவியால் சில அன்பளிப்புகளைத் தந்து சகாயம் பிடித்திருந்தான். மூன்று நாள்களுக்கு ஒருமுறை அரைக் கிலோ கோழிக்கறி மட்டும் கிடைத்தால் போதும் என்று சொல்லியிருந்தான். கறி கிடைக்காவிட்டால் பத்து முட்டைகள். அதற்குமேல் தனக்கு எந்தத் தேவையும் இல்லை என்று அவன் சொன்னது ஆதிவாசிகளுக்கு வியப்பாக இருந்தது. யாரோ யோகி வந்திருக்கிறார் என்று எண்ணிக்கொண்டு கும்பிட்டுவிட்டுப் போனார்கள்.

வினய் அந்த நாற்பத்து எட்டு தினங்களும் அந்தக் குகையைவிட்டு வெளியே வரவேயில்லை. ஒரு யோனியின் தோற்றத்தைத் தனது தவப் பொருளாகப் புருவ மத்தியில் கொண்டு நிறுத்தினான். காமாக்யா தேவியை அதில் ஆவாஹனம் செய்து மானசீக பூஜை நிகழ்த்தினான். ஒரு புள்ளியாகத் தோன்றிய அந்த யோனி மெல்ல மெல்ல விரிவடைந்து ஒரு வளையல் அளவு வட்டமானது. தேவியின் சன்னிதியைத் தன் மானசீகத்தில் அவன் நெருங்கப் பார்த்தான். இருளும் புகையும் ஈரமும் குங்கிலிய மணமுமாக அந்தக் குகை நீண்டுகொண்டே சென்றது. வினய் அந்த இருளுக்குள் தன் பயணத்தை ஆரம்பித்தான். எங்குமே வெளிச்சத்தின் சிறு புள்ளியும் இல்லாத அடர் இருள். 'அப்படித்தான் இருக்கும்; பயந்துவிடாதே. நடப்பதை நிறுத்தியும் விடாதே' என்று தந்திரி சொல்லியிருந்தான். 'எங்கே உனக்கு வெளிச்சத்தின் முதல் சொட்டு தரிசனமாகிறதோ அதுதான் தேவி. அது தெரிந்ததும் எழுந்து காமாக்யாவுக்குச் செல்.'

நாற்பத்து எட்டு தினங்கள். விரதம் முடிவுறும் கணத்துக்குச் சில மணி நேரங்கள் முன்னதாகவே அவன் வெளிச்சத்தைப் பார்த்துவிட்டான். பரவசத்தில் அவன் கண்களில் இருந்து தாரை தாரையாக நீர் வழிந்துகொண்டே இருந்தது. இதுதான், இதுதான் என்று உள்ளுக்குள் ஆனந்தக் கூத்தாடினான். ஒரு புள்ளி. ஒரே ஒரு புள்ளி வெளிச்சம். அது தெரிந்துவிட்டது. ஆனால் தொலை தூரமாக இருந்தது. வினய் அந்தப் புள்ளியை நோக்கி ஓடத் தொடங்கினான். எவ்வளவு நேரம் ஓடியிருப்பான் என்று அவனுக்குத் தெரியாது. ஆனால் ஓடிக்கொண்டே இருந்தான். மிகச் சிறிய புள்ளியாகத் தெரிந்த அந்த தரிசன வெளிச்சம் சற்றே பெரிதாகத் தோற்றம் கொள்ளத் தொடங்கியபோது அவன் அம்மா என்று அலறினான். அடுத்தக் கணம் கண்ணை விழித்துத் துள்ளி எழுந்தான். தனது

இடாகினியின் கட்டை அவிழ்த்து வெளியே இறக்கிவிட்டு உடனே தன்னைக் காமாக்யாவுக்குத் தூக்கிச் செல்லும்படிச் சொன்னான்.

அவன் அங்கு வந்து சேர்ந்தபோது பலத்த மழை பெய்து கொண்டிருந்தது.

84. இறக்கி வைத்தல்

வினய் கேரளத்தில் திரிந்துகொண்டிருந்த காலத்தில் நிறைய மழைகளைக் கண்டிருக்கிறான். நின்று அடிக்கும் மழை. ஒரே வீச்சாகக் கொட்டிக் கவிழ்த்துவிட்டு ஓடிவிடுகிற மழை. நசநசவென்று நடக்க விடாத தூறலால் படுத்தியெடுக்கும் மழை. பருவ காலங்களின் ஒழுக்கம் காத்து அடிக்கிற சாரல் மழை. ஆனால் கேரளத்து மழைக்கும் காமாக்யாவில் அவன் பார்த்த மழைக்கும் சம்பந்தமே இல்லை என்று தோன்றியது. இந்த மழையில் ஓர் உக்கிரம் இருந்தது. ஆவேசம் இருந்தது. எதையோ உருட்டிப் புரட்டிக்கொண்டு ஓடிவிடும் வேகம் தெரிந்தது. எப்போதும் இப்படித்தானோ என்று வினய் நினைத்தான். ஏனென்றால் மக்கள் அந்த மழை வேகத்தைப் பெரிதாகப் பொருட்படுத்தியதாகத் தெரியவில்லை. மழை அடிக்க ஆரம்பித்ததும் அவர்கள் ஆங்காங்கே கடைகளில் ஒதுங்கிக்கொண்டார்கள். குடை கொண்டு வந்தவர்கள் குடையை விரித்துக்கொண்டு நடக்க ஆரம்பித்தார்கள். கோயிலுக்குப் போய்க்கொண்டிருந்தவர்கள்கூட பெரிதாக மழைக்குக் கவலைப்பட்டதாகத் தெரியவில்லை. முகத்தை மட்டும் அவ்வப்போது துடைத்துக்கொண்டு மலை ஏறியபடியேதான் இருந்தார்கள். அவனுக்குத்தான் காற்றும் மழையும் கலந்தடித்த அந்த வேகம் பயங்கரமாக இருந்தது. இந்த மழையும் தனக்காகவே அனுப்பப்பட்டதாக நினைத்தான். ஒரு குறியீட்டைப் போல மழை தன்னை விடாமல் துரத்தி வருகிறதென்று அவனுக்குத் தோன்றியது. அதன் பொருளை யோசித்தபடி அவன் மெல்ல மெல்ல மலையேறிக்கொண்டிருந்தான்.

பாதி வழி கடந்திருந்த நேரம் மலைப் பாதையில் மழைக்குத் தன்னைத் தின்னக் கொடுத்தபடி யாரோ ஒருவன் சிவனேயென்று அமர்ந்திருந்ததை வினய் பார்த்தான். பரதேசிக் கோலம் இல்லை. மழுங்கச் சிரைத்த முகம். திருத்தமாகச் சீவப்பட்ட தலைமுடி. ஒரு ஜிப்பாவும் தொளதொளவென்று பைஜாமாவும் அணிந்திருந்தான். மழைக்கும் தனக்கும் தொடர்பே இல்லாதது போல மலைப்பாதையில் அமர்ந்து எங்கோ வெறித்துப்

பார்த்துக்கொண்டிருந்தான். ஆனால் அவன் கையில் ஒரு ஜபமாலை இருந்தது. அதுதான் வினய்யை அவன்பால் ஈர்த்தது. அவனுக்கு எப்படியும் நாற்பதில் இருந்து நாற்பத்து ஐந்து வயதிருக்கும் என்று நினைத்தான். வெள்ளை என்றோ மாநிறம் என்றோ சட்டென்று சொல்லிவிட முடியாத அசாமிய முகம். மூக்கை அழுத்தி முன் நெற்றி சற்று மேடிட்டிருந்தது. புருவங்களுக்கு அடியில் வெகு தூரத்தில் கண்கள் இருப்பது போலத் தெரிந்தது.

கோயிலுக்கு வந்த யாரோ ஒருவன் மழையை அனுபவிக்க அப்படி வழியில் அமர்ந்திருக்கிறான் என்று வினய் நினைத்தான். நெருங்கியபோதுதான் அது இல்லை என்பது புரிந்தது. நான்கடி தூரத்தில் வினய் அவனை நெருங்கி வந்தபோது அவன் 'நில்' என்று சொன்னான்.

'என்ன?'

'கையில் என்ன கட்டு?'

வினய் தன் இடக்கை கட்டை விரலைப் பார்த்தான். அவன் சுற்றியிருந்த துணி ஈரமாகியிருந்தது. அவன் சட்டென்று விரல்களை மடக்கி ஈரத்தைப் பிழிந்தான்.

'எதற்குக் கோயிலுக்குப் போகிறாய்?'

'தேவியை தரிசிக்க.'

'என்ன கேட்கப் போகிறாய்?'

'உனக்கு எதற்கு அது?'

'இடாகினிகளை அவள் அனுமதிப்பதில்லை' என்று அவன் சொன்னான். வினய்க்கு திடுக்கிட்டுப் போனது. 'உனக்கெப்படித் தெரியும்?' என்று திரும்பக் கேட்டான்.

'உன் பற்கள் நான்கில் கருநாக விஷம் உள்ளது. அதையும் அவள் விரும்ப மாட்டாள்.'

'ஐயோ.'

'உன் நாற்பத்து எட்டு நாள் விரதம் உனக்குப் பலனளிக்க வேண்டாமா?'

'இல்லை. நிச்சயமாகப் பலன் வேண்டும். எனக்கு தேவியின் அருள் வேண்டும்.'

'அப்படியானால் போ. பிரம்மபுத்திராவில் போய் முக்குப் போடு. உன் கட்டை விரலில் வைத்திருப்பதோடுகூட அந்த நான்கு பற்களை உடைத்துச் சேர்த்து ஒரு மூட்டையாகக் கட்டு. பின்புறமாகத் திரும்பி நின்று நதியில் போட்டுவிட்டு மீண்டும் தலை முழுகிவிட்டு எழுந்து வா.'

வினய் திகைத்துப் போய் அப்படியே நெடுநேரம் நின்றிருந்தான். அவனாகப் பேசட்டும் என்று அந்த அசாமியன் காத்திருந்தான். மழை நிற்கவேயில்லை. அடித்து வெளுத்துக்கொண்டிருந்தது. கோயிலை நோக்கிப் போய்க்கொண்டிருந்தவர்களும் கோயிலில் இருந்து திரும்பிக்கொண்டிருந்தவர்களும் மறைந்துவிட்டார்கள். பிராந்தியத்தில் உயிருடன் இருந்ததே அவர்கள் இருவர் மட்டும்தான் என்பது போலிருந்தது. நெடு நேரம் யோசனைக்குப் பிறகு வினய் சொன்னான், 'இந்த ஒரு இடாகினிக்காக நான் எட்டு வருடங்கள் செலவிட்டிருக்கிறேன்.'

'சரி.'

'விஷ ஜந்துக்கள் என்னை நெருங்க இயலாதபடிக்கு என் உடலையே ஒரு விஷப் பாத்திரமாக்கி வைத்திருக்கிறேன்'

'தெரியும். அதனால்தான் சொல்கிறேன். தேவியின் முன்னால் காலிப் பாத்திரங்களை மட்டுமே வைக்க வேண்டும். அவள் நிரப்பித்தர இடமில்லாத பொருள்களுக்கு சன்னிதானத்தில் இடமில்லை.'

வினய்க்கு அழுகை வந்தது. சிறிது நேரம் கதறிக் கதறி அழுதான். அவன் அழுது முடிக்கும்வரை காத்திருந்த அசாமியன், 'எதற்கு அழுதாய்?' என்று பிறகு கேட்டான்.

'தெரியவில்லை. நான் மிகுந்த எதிர்பார்ப்புகளுடன் இங்கு வந்திருக்கிறேன்.'

'தெரியும்.'

'நீங்கள் சித்தரா?'

'என்னவாயிருந்தால் உனக்கென்ன? உனக்குச் சொன்னது உனக்குப் புரிந்ததா இல்லையா? இங்கிருந்து நதிப் படுகையை பதினொரு மணி நேரத்தில் நீ அடையலாம். உன் இடாகினியைப் பயன்படுத்தாதே. நடந்து செல். அல்லது பஸ்ஸில் ஏறிப் போ. மூன்று மணி நேரத்தில் போகலாம்.'

'என்னிடம் பணமில்லை.'

'பிச்சை எடு.'

வினய்க்கு என்ன சொல்வதென்று தெரியவில்லை. அவன் நிச்சயமாக ஒரு சாதாரண மனிதன் இல்லை என்று தெரிந்தது. ஒரு சித்தனாகவோ யோகியாகவோ இருக்கலாம். தனக்காக அவன் தனது தோற்றத்தை மாற்றிக்கொண்டும் வந்து அமர்ந்திருக்கலாம் என்று தோன்றியது. அது ஒருவேளை அண்ணாவாகவே இருக்குமோ என்றும் அவனுக்கு ஒரு சந்தேகம் வந்தது. கேட்கத் தயக்கமாக இருந்தது.

'என்ன யோசிக்கிறாய்?'

'நீங்கள் சொல்வதெல்லாம் சரி. காமரூபிணியின் சன்னிதியில் நான் இந்த இடாகினியுடன் போய் நிற்பது அபசாரம்தான். ஆனால் இவளும் என்னை விட்டுப் போய்விட்டால் நான் ஒன்றுமில்லாதவன் ஆகிவிடுவேன்.'

'இப்போது மட்டும் உன்னிடம் என்ன இருக்கிறது?'

'அதுவும் சரிதான். ஒன்றுமில்லாதவன்தான். ஆனால் உயிருடனாவது இருக்கிறேன்.'

'கேவலம் ஒரு பேயைப் பிரிந்தால் இறந்துவிடுவாயா? அத்தனை பலவீனமானவனா நீ?'

'தெரியவில்லை. அப்படித்தான் நினைக்கிறேன். நான் நிறைய அடிபட்டவன். எனக்கு குருவருள் கூடவில்லை. அத்தனை பெரிய பாவி.'

அவன் நெடுநேரம் வினய்யை உற்றுப் பார்த்துக்கொண்டே இருந்தான். மழை சற்று விட்டிருந்தது. தூறல் மட்டுமே அப்போது இருந்தது. குளிர்க்காற்று ஒரு குத்தீட்டியைப் போல உடலெங்கும் குத்திக் கிழித்துக்கொண்டிருந்தது.

'நீ தவமிருந்து வெளிச்சம் கண்டிருக்கிறாய். என்றால் அவள் சன்னிதானத்துக்குள் நுழைய உனக்கு அனுமதி கிடைத்திருக்கிறது என்று பொருள். முழுக்க நம்பி அவளைச் சரணடைந்தால் நீ நினைத்தது நடக்கும். இதற்குமேல் நான் சொல்ல ஒன்றுமில்லை' என்று சொல்லிவிட்டு அவன் எழுந்துகொண்டான். வினய் ஏதோ சொல்ல வாயெடுக்குமுன் அவன் விறுவிறுவென்று நடந்து

காணாமல் போனான். வினய்க்கு மிகவும் சங்கடமாக இருந்தது. என்ன செய்வதென்று புரியவில்லை. இத்தனை பேசிய மனிதன், நீ சன்னிதிக்குள் நுழைந்த கணம் எல்லாம் நடந்துவிடும் என்று ஒரு வார்த்தை சொல்லிவிட்டுப் போயிருக்கலாம் என்று நினைத்தான். பிறகு தன் நினைப்பின் அபத்தம் புரிந்து சற்று வெட்கப்பட்டான். என்ன செய்யலாம் என்று புரியாத குழப்பத்துடன் மீண்டும் குன்றை ஏறிக் கடந்து கோயிலை நெருங்கினான்.

தயக்கமாக இருந்தது. கைக்கட்டுடன் உள்ளே போகாதே என்று அந்த அசாமியன் சொல்லியிருந்தான். போனால் என்ன ஆகும் என்று சொல்லவில்லை. போய்ப் பார்த்தால்தான் என்ன என்று சபலமாக இருந்தது. போன காரியம் நடக்காமல் போய்விட்டால் என்ன செய்வது என்று பயமாகவும் இருந்தது. அன்று முழுவதும் அவன் மன ஊசலாட்டத்துடன் அங்கேயே நின்று கோயிலைப் பார்த்தபடியே கழித்தான். பிறகு ஒரு முடிவுக்கு வந்து சன்னிதிக்குள் நுழையாமல் விறுவிறுவென்று கீழே இறங்கினான். நெருக்கத்தில் உள்ள நதிக்கரை எங்கே என்று கேட்டறிந்து அந்தத் திசை நோக்கி நடக்க ஆரம்பித்தான்.

இரண்டு நாள் இடைவிடாமல், மறு சிந்தனை இல்லாமல் நடந்து அவன் நதிப் படுகையை அடைந்தான். ஒரு பெருங்கடலை நிகர்த்த தோற்றத்துடன் பிரம்மபுத்திரா அங்கே ஆரவாரமுடன் அலையடித்துப் பொங்கிப் பொங்கித் தணிந்துகொண்டிருந்தது. வினய் அதன் கரையில் வந்து நின்றான். தனது இடது கை கட்டைவிரலைப் பார்த்தான். அதன் கட்டை அவிழ்த்தான். தன் வேட்டியைக் களைந்து இடாகினியை அதில் இறக்கி வைத்தான். ஒரு கூழாங்கல்லை எடுத்துத் தனது நான்கு விஷப் பற்களைத் தட்டி உடைத்து அதில் போட்டான். ரத்தம் வந்தது. வலித்தது. பொறுத்துக்கொண்டு வேட்டியை இறுக்கிக் கட்டி முடிச்சுப் போட்டு ஒரு மூட்டையாக்கினான். தலைக்குமேலே அதை ஏந்தி எடுத்துக்கொண்டு நதிக்குள் இறங்கினான். அந்த அசாமியன் சொன்னதைப் போல நதிக்கு எதிர்முகமாகத் திரும்பி நின்றுகொண்டு கண்ணை மூடிக் காமரூபிணியை நினைத்தான்.

நெடு நேரம் நினைத்தும் அவள் வரவில்லை.

85. கருவி

நான் வினய்யின் கரங்களை கெட்டியாகப் பிடித்துக்கொண்டேன். உணர்ச்சி வேகத்தில் எங்கே அவன் ஓடும் ரயிலில் இருந்து விழுந்துவிடுவானோ என்ற சந்தேகம் வந்ததே காரணம். தனது அனுபவங்களை வெட்கம் பாராமல் வெளிப்படையாகச் சொல்லிக்கொண்டு வந்தவன் இடையிடையே கண் கலங்கி நின்றதுதான் என்னால் சகிக்க முடியாததாக இருந்தது.

'இதோ பார் வினய்! கண்ணீர் என்பது ரத்தத்தினும் விலை மதிப்பற்றது. நீ அதை அதிகம் விரயம் செய்கிறாய்' என்று சொன்னேன்.

'ஆம். கையாலாகாதவன் அதைத்தான் செய்வான்.'

'ஏன் அப்படி நினைக்கிறாய்? உனக்கு இன்னும் வயது இருக்கிறது. உடல் ஆரோக்கியம்கூடப் பரவாயில்லை என்றுதான் தோன்றுகிறது.'

'இல்லை. நான் சர்க்கரை நோயாளி.'

'அதைவிடு. என்னால் அதை மூன்று மாதங்களில் முற்றிலுமாகக் குணப்படுத்த முடியும். என் அண்ணனுக்காக நான் அதைச் செய்யமாட்டேனா? நீ ஏன் உன் மனத்தை விட்டுவிட நினைக்கிறாய்? எல்லாம் போய்விட்டது என்று ஒரு நிலை யாருக்கும் இல்லை. ஏதோ ஒன்று மிச்சம் இருப்பதால்தான் உலகம் இன்னும் அழியாதிருக்கிறது.'

'அப்படியா நினைக்கிறாய்?'

'நிச்சயமாக' என்று சொன்னேன். அவனது உணர்ச்சி ஆவேசத்தைச் சற்று மட்டுப்படுத்த நினைத்து சித்ராவை வினோத்துக்குத் திருமணம் செய்துவைக்க வீட்டில் எடுத்த முயற்சிகளைப் பற்றிச் சொன்னேன். வினய்யால் அதை நம்பவே முடியவில்லை. 'வினோத்தா அப்படிச் செய்தான்?' என்று கேட்டான்.

'மிச்சம் இருந்தவன் அவன் மட்டும்தானே? அவன்தான் செய்ய முடியும்.'

'ஆனால் அவன் திருமணம் வரை சென்றிருக்க வேண்டாம்.'

'இதை யார் சொல்வது? அவன் விதி அந்த ஜானவாசஊர்வலத்துக்குப் பிறகு உறக்கம் கலைந்து எழுந்திருக்கிறது.'

'சித்ரா பாவம்.'

'பாவம்தான். ஆனால் அந்தப் பாவத்தில் உன் பங்கு சொற்பம் என்று நினைத்து சந்தோஷப்படு.'

'அதுவும் சரிதான்.' என்று வினய் சொன்னான். சற்று சிரித்த மாதிரி இருந்தது. அது எனக்கு நிம்மதியளித்தது. உண்மையில் அவன் தனது காமாக்யா அனுபவங்களைப் பற்றி பேச ஆரம்பித்திருக்கவே வேண்டாம் என்றுதான் நினைத்தேன். சராசரிகளால் நுழையவே முடியாத ஒரு பேருலகின் வாசல் கதவு வரை சென்று தட்டாமல் திரும்பிவிட்ட பரிதாபம் அவனது ஒவ்வொரு சொல்லிலும் தொனித்தது.

'ஆனாலும் நீ செய்தது அக்கிரமம் வினய். மூட்டை கட்டித் தலையில் ஏற்றிய பின்பு போட வேண்டாம் என்று எப்படித் தோன்றியது?'

'அந்நேரம் என் மனத்தில் காமரூபிணி உதித்திருந்தால் நான் போட்டிருப்பேன்.'

'முட்டாள். அவள் கர்ப்பகிரகத்தின் கதவு திறக்கவே உனக்கு நாற்பத்து எட்டு தினங்கள் தேவைப்பட்டிருக்கின்றன. அதெப்படி ஒரு கணத்தில் அவள் உனக்குத் தோன்றுவாள்?'

'எனக்கு அச்சமாக இருந்தது விமல். நான் அந்தக் கணம் எடுத்த முடிவு மிகப் பெரிது. அது என் வாழ்நாள் சேமிப்பு. மொத்தமாக மூட்டை கட்டி பிரம்மபுத்திராவில் போட்டுவிட்டுக் காமாக்யாவுக்குப் போய் நிற்கத் தயாராக இருந்தேன். ஆனால் ஒன்றும் கிடைக்காது போயிருந்தால்?'

'இதற்கு நீ நாத்திகனாக இருந்திருக்கலாம்' என்று சொன்னேன். அவன் தனது இடாகினியுடன்தான் கல்கத்தாவுக்குத் திரும்பிப் போயிருக்கிறான். என்ன பெரிய குருமுகம்? இடைவிடாத ஜபத்தின்மூலம் எத்தகைய பேய்களையும் வசப்படுத்த முடியும் என்பதை அவன் அறிந்திருந்தான். எளிய வனதுர்க்கை

மந்திரங்கள். சூரிப்போத்தி சொல்லிக் கொடுத்தவை. எதற்குப் பயன்படுத்துகிறோம் என்பதில் இருக்கிறது புனிதமும் அவலமும். தந்திரங்களின் பெருங்கதவைத் திறக்கக் காமரூபிணி தேவையில்லை. சில பெண்கள் போதும். சில பெண் கருவிகள் போதும்.

தனது தகுதியின்மை பற்றிய அச்சமே அவனை காமாக்யாவுக்குத் திரும்பச்செல்லவிடாமல் தடுத்தது என்பதைப் புரிந்துகொண்டேன்.

'நீ போயிருக்க வேண்டும் வினய். அப்படி ஒரு இடாகினியை நீ இழந்திருந்தாலும் பாதகமில்லை. காமரூபிணி உனக்கு வைத்த பரீட்சையை நீ எழுதாமல் விட்டது தவறு. குறைந்த பட்சம் நீ அவளையாவது அறிந்துகொண்டிருக்கலாம். அவள் உண்மையா பொய்யா என்பதையாவது.'

'பொய் என்கிறாயா?'

'நான் சொல்லவில்லையே? உனக்கொரு தரிசனம் கிட்டியிருக்கும் என்றுதான் சொன்னேன்.'

என்ன காரணத்தாலோ அவனுக்கு கல்கத்தாவுக்கு வந்தபின்பு உடனடியாகத் துறவறம் மேற்கொள்ள வேண்டும் என்ற எண்ணம் வலுப்பெறத் தொடங்கியிருக்கிறது. ஒரு காவித் துணியை எடுத்து மேலே போட ஒரு நபர் தேவை என்பதற்கு அப்பால் ஒரு குருவின் இருப்பும் அத்தியாவசியமும் தனக்கு அத்தனை வேண்டியிருக்காது என்று அப்போது நினைத்தான். சிவனைப் போலொரு சுயம்பு சன்னியாசியாகத் தன்னால் முகிழ்த்தெழ முடியும் என்று எண்ணிக்கொண்டான். சக்தியின் ஊற்றுக்கண்ணை உடலில் பாதியாகவும் சிரசில் மீதியாகவும் கொண்டவன் அவன். பொங்கிப் பெருகும் கங்கையென்பது விந்துப் பெருங்கடலன்றி வேறென்னவாக இருந்துவிட முடியும்?

வினய் ஒரு முடிவுக்கு வந்திருந்தான். இனி குருவைத் தேடி அலைவதில்லை. தவங்களில் நேரம் கடத்தப் போவதில்லை. தெய்வங்கள் சௌக்கியமாக இருக்கட்டும். தேவதைகளும் சாத்தான்களும் எனக்குப் போதும். ஒன்றல்ல; இனி பத்து விரல்களிலும் கட்டுகள் இருக்கும். இடாகினிகளும் இட்சிணிகளும் சாத்தான்களும் நம்பத்தகுந்தவை. கிட்டாத பேரின்பத்துக்கு வாழ்வை ஆகுதியாக்கும் அவலத்தை இனியும் செய்வதில் அர்த்தமில்லை. எத்தனை ஆண்டுகள் வீணடித்திருக்கிறேன்!

எத்தனை இரவுகளை உறங்காது கழித்திருக்கிறேன்! எத்தனை பசி. எத்தனைக் கண்ணீர். என் இருப்பின் நியாயத்தை, என் அலைதலின் அர்த்தத்தை உலகம் முழுதும் விளங்கச் செய்வது தவிர இனி வேறு பணியில்லை.

அன்றைக்குத்தான் அவன் மோகினியைப் பார்த்தான். அதற்கு மறுநாள்தான் அவள் தனதிரு தோழிகளுடன் கல்லூரியில் இருந்து வெளியே வருவதைக் கண்டான். தன் இடக்கை கட்டை விரலைச் சுற்றியிருந்த துணியை அவிழ்த்து இடாகினியை வெளியே விட்டான்.

எஸ்பிளனேடில் வினய் ஒரு விடுதி அறையை வாடகைக்கு எடுத்துத் தங்கியிருந்தான். மோகினி அந்த இடத்துக்கு வந்தபோது அவன் முழு நீளக் காவி அங்கி அணிந்து தியானத்தில் அமர்ந்திருந்தான். அவன் கண் விழிக்கும் வரை காத்திருந்த மோகினி, விழித்ததும் விழுந்து வணங்கிவிட்டு, 'உங்களைப் பற்றி ஒரு பெண் மிகவும் உயர்வாகச் சொன்னாள். நீங்கள் தமிழ்நாட்டில் இருந்து வந்திருக்கிறீர்களாமே?' என்று கேட்டாள்.

வினய் பதில் சொல்லவில்லை. தனது இடக்கையை ஒருமுறை மூடித் திறந்து ஒரு எலுமிச்சம்பழத்தை எடுத்து அவளிடம் கொடுத்தான். மோகினிக்கு அதுவே பரவசமளிக்கப் போதுமானதாக இருந்தது. மீண்டும் ஒருமுறை பயபக்தியுடன் அவன் காலில் விழுந்து வணங்கி எழுந்தாள்.

'உட்கார் பெண்ணே. உன் சைனஸ் இப்போது பொறுத்துக்கொள்ளும்படியாக இருக்கிறதா?'

'உங்களுக்கு எப்படித் தெரியும்? மாத்திரை எடுத்துக்கொள்கிறேன் சுவாமிஜி.'

'நல்லது. அந்த எலுமிச்சம்பழத்தை உன்னால் அப்படியே கடித்து உண்ண முடிகிறதா பார். விதைகளோடு சேர்த்து.'

அவள் சற்றுத் தயங்கினாள். 'ஒன்றும் ஆகாது. சாப்பிடு.'

'எனக்குப் புளிப்பு அவ்வளவாகப் பிடிக்காது'

'சரி. அது புளிக்காது. சாப்பிடு.'

அவள் அந்தப் பழத்தை அவன் எதிரிலேயே வாயில் போட்டு மென்று தின்று முடித்தாள்.

'புளித்ததா?'

'இல்லை.'

'நல்லது. இனி உனக்கு சைனஸ் இருக்காது.'

'உண்மையாகவா!'

'அப்படித்தான் நினைக்கிறேன்.'

ஒரு வாரம் வினய் அந்த விடுதி அறையிலேயேதான் தங்கியிருந்தான். மோகினி மீண்டும் அங்கு வரும்போது தனது தோழிகளையும் அழைத்து வந்தாள்.

'சுவாமி, எனக்கு மிகவும் வியப்பாக இருக்கிறது. ஒரு வாரமாக என் நோய் இருக்கும் இடமே தெரியவில்லை'

'ஓ. அது அன்றே போய்விட்டதே!' என்று வினய் சொன்னான்.

'நீங்கள் யார்? உங்கள் பெயரை நாங்கள் கேள்விப்பட்டதில்லை' என்று மோகினியின் தோழி ஒருத்தி சொன்னாள்.

'பெயரில் என்ன இருக்கிறது? நான் இந்த ஊருக்குப் புதியவன். உங்களுக்கு முற்றிலும் புதியவன். ஆனாலும் யாரோ என்னைப் பற்றி உங்களிடம் சொல்லியிருக்கிறார்கள்.'

'ஆம் சுவாமிஜி. ஒரு பெண்மணி. அவரை எனக்கு இதற்கு முன்னால் அறிமுகமில்லை. காளி கோயிலுக்குப் போயிருந்தபோது சந்தித்தேன். இப்படி ஒரு சுவாமிஜி தமிழகத்தில் இருந்து வந்திருக்கிறார் என்று அவர்தான் சொன்னார்.'

வினய் சிறிது யோசித்தான். 'நீ யாரைச் சந்தித்தாய் என்று எனக்குத் தெரியவில்லையம்மா. நான் கல்கத்தா வந்ததில் இருந்து யாரையுமே சந்திக்கவில்லை. என்னை வந்து சந்தித்த முதல் பெண் நீதான்.'

'அப்படியா? அப்படியென்றால் கோயிலில் எனக்கு உங்களைப் பற்றிச் சொன்னது யாராக இருக்கும்?' என்று மோகினி கேட்டாள்.

வினய் அதற்கு பதில் சொல்லவில்லை. கண்ணை மூடி தியானத்தில் ஆழ்ந்தான். பிறகு கண் விழித்துப் புன்னகை செய்தான்.

'சரி விடு. உனக்கு உதவ வேண்டும் என்பது எனக்கு இயற்கை இட்ட கட்டளை. அதைச் செய்துவிட்டேன். உனக்கு சந்தோஷம் என்றால் சரி.'

அந்தப் பெண்கள் வியப்பின் உச்சிக்கே சென்றுவிட்டார்கள். மிக நிச்சயமாகக் காளியேதான் ஒரு சராசரி வங்காளப் பெண்ணின் தோற்றத்தில் வந்து தங்களை அவனிடம் செலுத்தியதாக நினைத்தார்கள். மோகினியின் ஒரு தோழிக்குச் சிறிது கடன் தொல்லை இருந்தது. குடும்பச் சிக்கல்கள். அப்பா சரியில்லாத வீடு. அவள் அதைச் சொல்லி வருத்தப்பட்டபோது வினய் அவளுக்கு ஒரு தாயத்தைக் கொடுத்தான். 'இதைக் கொண்டு உன் அப்பாவுக்குக் கட்டிவிடு. இரண்டொரு தினங்களில் சரியாகிவிடும்'

'சுவாமி, அவருக்கு ஏழு லட்சம் கடன் இருக்கிறது'

'அப்படியா? பரவாயில்லை. கொண்டு போய்க் கட்டு.' என்று வினய் சொன்னான்.

அந்த இன்னொரு பெண்தான் சற்று வினோதமான பிரச்னையைச் சொன்னாள். அவளுக்கு மூன்று காதலர்கள் இருந்தார்கள். மூவரையுமே அவளுக்குப் பிடிக்கும். மூவரில் யாரை வாழ்க்கைத் துணையாகத் தேர்ந்தெடுப்பது என்ற குழப்பத்தில் அவள் இருந்தாள். 'சுவாமி இது தவறா? என் வாழ்க்கை சகிக்க முடியாதபடி ஆகிவிடுமா?'

'உன் பெயர் என்ன?' என்று வினய் கேட்டான்.

மஞ்சுளா என்று அவள் பதில் சொன்னாள். சில வினாடிகள் அமைதியாக யோசித்த வினய், 'நீ நாளை இரவு இங்கே வா' என்று அவளிடம் சொன்னான்.

86. கையேந்தல்

'ஒரு கொலை செய்ததைக் கூட நான் பாவமாக நினைக்கவில்லை விமல். எனக்குக் கருவியாக இருக்கச் சம்மதித்த இரண்டு பெண்களை என் இச்சைக்குப் பயன்படுத்தினேன் பார், அங்கே நான் அழிந்துவிட்டேன்' என்று வினய் சொன்னான்.

என்னால் அவனைப் புரிந்துகொள்ள முடிந்தது. நினைவின் இண்டு இடுக்குகள் அனைத்திலும் குற்ற உணர்வின் பூரணத்தை அவன் தெளித்து வைத்திருந்தான். அது உலராத ரத்தச் சேறு. கால் வைக்கும் போதெல்லாம் பாதங்களின் வழியே மேலே ஏறி உச்சந்தலையில் சென்று மோதும். மூளையின் ஒவ்வொரு அணுவையும் துளைத்துத் தாக்கும். ஒரு சர்ப்பமாக, ஒரு புழுவாக, ஒரு கிருமியாகக் குத்திக் கிழிக்கும். எத்தனை ஆண்டுகள்! என்னைத் தவிர அவன் இதை வேறு யாரிடமும் சொல்லியிருக்க வாய்ப்பில்லை என்று தோன்றியது. அவன் தனது கதவுகளை இழுத்து மூடி வெகுகாலம் ஆகியிருக்க வேண்டும். சுய வெறுப்பிலும் அவமான உணர்ச்சியிலும் தன்னைத் துளித்துளியாகச் சிதைத்துக்கொண்டிருந்தவனை எப்படி மீட்பது என்று யோசிக்க ஆரம்பித்தேன். ரயில் தடதடவென்று ஓடிக்கொண்டே இருந்தது. உலகெங்கும் ரயிலின் பேரிரைச்சலைத் தவிர வேறொரு சத்தமில்லை என்று தோன்றியது. நான் மெல்ல ஒரு முடிவுக்கு வந்து அவன் கையைப் பிடித்தேன். புன்னகை செய்தேன்.

'என்ன?'

'நீ பாவி என்றால் அப்போது நான் யார்?' என்று கேட்டேன்.

'உனக்கென்ன? நீ ராஜரிஷி. உன் உலகின் நியாயங்கள் வேறு. உனது தருமங்களுக்கு நிறம் கிடையாது. வாசனை கிடையாது.'

'யார் சொன்னது?'

'நீ அப்படித்தானே வாழ்கிறாய்?'

'இல்லை வினய். மனித குலத்துக்கு தருமம் என்பது பொதுவானது.

நாம் அதை எதிர்கொள்ள அச்சப்பட்டு சில சட்டங்களின் சட்டகங்களைக் குறுக்கே கொண்டு மறைத்துவிடுகிறோம். தருமத்தைக் காட்டிலும் சட்டங்கள் எளியவை. சமாளிக்கக் கூடியவை.'

'நான் சட்டத்தையும் மதித்ததில்லை.'

'ஆனால் யோசித்துப் பார். எக்காலத்திலும் உன் காமத்துக்கு நீ விசுவாசமாக இருந்திருக்கிறாய். சன்னிதிக்குச் செல்லாவிட்டாலும் நீதான் உண்மையான காமரூபிணியின் பக்தன்' என்று சொல்லிவிட்டுச் சிரித்தேன். அவனுக்குச் சிரிப்பு வரவில்லை.

'என்ன மடத்தனம் இது! நான் செய்துகொண்டிருந்த காரியங்கள் யாவற்றுக்கும் மூலாதாரம் அவள்தான். அதர்வம் அவள் கூந்தலின் ஒரு முடி. ஆயிரமாயிரம் பேய்களும் பிசாசுகளும் சாத்தான்களும் இட்சிணிகளும் இடாகினிகளும் அவளது சுண்டுவிரல் நகத்துக்குள் சுருண்டு கிடக்கின்றன. உலகெங்கும் நிகழும் அத்தனைக்கருஞ்சித்து ஆட்டங்களும் அவளது விரலசைப்புக்குக் கட்டுப்பட்டவை. என்னால் அவளைக் கூட முழுதாக நம்பித் தாள் பணிய முடியவில்லை. என் சந்தேகங்களே என் விலங்குகளாகிவிட்டன. என் சந்தேகங்களே என் அவமானம். என் சந்தேகங்களே என்னைச் சாகடிக்கப் போகின்றன.' பேசிக்கொண்டிருந்தபோதே அவன் உணர்ச்சி வயப்பட்டுக் கண்ணீர் சிந்தினான்.

நான் புன்னகை செய்தேன். 'அப்படியா நினைக்கிறாய்? எனக்கென்னவோ உன்னுடைய இந்தச் சந்தேகங்கள்தாம் உன் தரிசனம் என்று தோன்றுகிறது.'

அவன் திடுக்கிட்டுப் போனான். 'என்ன சொல்கிறாய்?'

'இதோ பார் வினய். பக்தி என்பது கண்மூடித்தனமான நம்பிக்கை. நாத்திகம் என்பது இன்னொரு கண்மூடித்தனமான நம்பிக்கை. நீ நாத்திகனாக இல்லாமல், நம்பிக்கைகளுக்கான எல்லைக் கோட்டை வரையறுப்பவனாக இருக்கிறாய். ஒரு விதத்தில் நீ ஒரு உப தெய்வம். ஆனால் எதிர்க்கட்சிக்காரன்.'

'புரியவில்லை.'

'நான் என் குருவைக் கண்டடைந்த விதத்தைச் சொல்லுகிறேன். அதிலிருந்து உனக்குத் தேவையானதை உன்னால் எடுத்துக்கொள்ள முடிகிறதா பார்' என்று சொல்லிவிட்டு ஆரம்பித்தேன்.

அன்றைக்கு நான் மிகுந்த பசியுடன் இருந்தேன். பெங்களூரில் இருந்து திருட்டு ரயில் ஏறி மைசூரைச் சென்றடைந்து, அங்கிருந்து மீண்டும் டிக்கெட் எடுக்காமல் ஒரு பேருந்துப் பயணம் மேற்கொண்டு மடிகேரிக்குப் போய்ச் சேர்ந்தேன். பயணத்தைப் பொருத்தவரை எனக்கு நோக்கமெல்லாம் இல்லை. கண்ணில் பட்ட பேருந்தில் ஏறினேன். அவ்வளவுதான். அது எங்கே போய் நிற்கிறதோ, அங்கே இறங்கிக்கொள்ளலாம் என்பது மட்டும்தான் திட்டம். வழியில் யாராவது பரிசோதகர் டிக்கெட் கேட்டு வந்துவிட்டால், அந்த இடத்தில் இறங்கி அடுத்த வண்டி பிடித்துவிடலாம் என்று எண்ணிக்கொண்டேன். ஆனால் அப்படி ஒரு சம்பவம் நிகழவில்லை. பேருந்து மடிகேரிக்குச் சென்று சேர்ந்தபோதுதான் மடிகேரி என்றொரு இடம் இருப்பதையே அறிந்தேன்.

கால் வைத்த மாத்திரத்தில் எனக்கு அந்த ஊரைப் பிடித்துப் போனது. இன்றுள்ள அளவுக்கு அன்றைக்கு அது ஒரு பெரிய சுற்றுலாத் தலமெல்லாம் இல்லை. காவிரியின் பிறப்பிடத்தைக் காண மக்கள் வருவார்கள் என்றாலும் பெரிய கூட்டமெல்லாம் இருந்ததில்லை. நாலாபுறமும் மலை புடைத்த மண்வெளி. சரிவுகளில் காப்பித் தோட்டங்கள். விதவிதமான பழங்கள் பழுத்துத் தொங்கும் கானக வெளி. பசுமையற்ற ஒரு சதுர அடியைக் கூட நான் அங்கு காணவில்லை.

எனக்குப் பசித்தது. கையில் ஒரு ரூபாய்கூட இல்லை. உடுத்தியிருந்த ஆடை மிகவும் அழுக்கேறி, நாற்றமடித்தது. கழட்டிப் போட்டுவிட்டுக் குளிக்க வேண்டும் என்று தோன்றியது. ஆனால் நான் பிராமணன். குளித்த மறுவினாடி எனக்குப் பசிக்க ஆரம்பித்துவிடும். வேறு எதிலும் பிராமணனாக இல்லாவிட்டாலும் இந்த விஷயத்தில் நான் ஒரு பூரண பிராமணன். என் ஆராதனையெல்லாமே வயிற்றை நிரப்புவதாக மட்டுமே அன்று இருந்தது.

என்ன செய்யலாம் என்று யோசித்தேன். பேருந்து நிலையத்தில் ஒரு கழிப்பிடமும் குளியலறையும் இருந்தது. ஆனால் அதற்கும் பணம் கொடுக்க வேண்டும். உள்ளே போய் வேலையை முடித்துக்கொண்டு வெளியே வந்ததும் பணமில்லை என்று சொன்னால் என்ன செய்வார்கள் என்று தெரியவில்லை. திட்டலாம். சத்தம் போடலாம். அடிக்கலாம். அதை வாங்கிக்கொள்வதில் எனக்குப் பிரச்னை இல்லை. ஆனால் தண்டனையாகக் கழிப்பறையைச் சுத்தம்

செய்யச் சொல்லிவிட்டால் என்ன செய்வதென்று யோசித்தேன். அதைவிட இன்னொரு பிரச்னை, குளித்துவிட்டு எதை அணிவது என்பது. நான் அணிந்திருந்த சட்டையையும் வேட்டியையும் மிக நிச்சயமாக என்னால் மீண்டும் அணிய முடியாது. என் வியர்வையின் கோர நாற்றம் என்னாலேயே சகிக்க முடியாததாக இருந்தது. ஏனென்றால், ஒன்பது தினங்களாக நான் அந்த உடைகளை மாற்றாமல் அப்படியே அணிந்துகொண்டிருந்தேன். இதில் ஆறு நாள் குளிக்கவும் இல்லை. குற்றாலத்தில் இருந்து கிளம்பி திருச்சிக்குப் போய் அங்கிருந்து சென்னை செல்லும் பேருந்தில் ஏறி வழியில் இறங்கி வழி மாறியதில் இருந்து பயணம் ஒன்றைத் தவிர வாழ்வில் வேறெதுவுமே இல்லை என்றாகிப் போனது எனக்கு. பசி, தூக்கம், பயம், கவலை, வீட்டு நினைப்பு அனைத்தில் இருந்தும் விடுபட்டு வெளியேற அந்த வேகம் வேண்டியிருந்தது. பேருந்தின் வேகம். ரயில் வேகம். சாலை சரியில்லாத இடங்களில் பேருந்து விழுந்து குலுங்கி ஆடி ஆடிச் சென்றதைக் கூட விரும்பினேன். ரசிக்கவும் செய்தேன். எனக்குள்ளே தேங்கியிருந்த அனைத்தையும் அந்தக் குலுக்கல்களில் உதிர்த்துவிட மிகவும் விரும்பினேன். ஒரு விஷயம்தான் எனக்குத் திரும்பத் திரும்ப அப்போது தோன்றிக்கொண்டிருந்தது. உறவுகளே இல்லாத ஒரு பெரும் வாழ்வு மட்டும் அமைந்துவிடுமானால் மனித வாழ்வில் துயரம் என்ற ஒன்று இருக்காது என்பதே அது. நான் புத்தரை அந்த இடத்தில் நிராகரித்துக்கொண்டேன். ஆசையற்று இருப்பது சாத்தியமில்லை. சாத்தியமற்ற ஒன்றை தரிசனமாகப் பெற்ற அவர்மீது எனக்குப் பரிதாபம்தான் வந்தது. ஆனால் உறவுகள் அற்று இருப்பது சாத்தியமானதுதான் என்று தோன்றியது. துயரங்களின் ஊற்றுக்கண்ணாக உறவுகளே எனக்குத் தோன்றியது. உட்கார்ந்து அலசிப் பார்க்க வேண்டும் என்று எண்ணிக்கொண்டேன்.

ஆனால் அதற்குமுன் நான் குளிக்க வேண்டும். உடை மாற்ற வேண்டும். எதையாவது சாப்பிட வேண்டும். அதற்கு ஒரு வழி கண்டுபிடித்தாக வேண்டும் என்று எண்ணிக்கொண்டே மடிகேரி பேருந்து நிலையத்தில் இருந்து வெளியே வந்தேன். வானம் இருளத் தொடங்கியிருந்தது. மதியம் மூன்று மணிக்கே ஆறு மணித் தோற்றம் காட்டியது. நினைக்காத ஒரு கணத்தில் சட்டென்று மழை பெய்யத் தொடங்கியது. என்னையறியாமல் ஓடிப் போய் ஒரு கடைக்கு முன்னால் இருந்த கூரைச் சரிவின்கீழ் நின்றுகொண்டேன். மழையில் இலவசமாகக் குளித்துவிடலாம்தான். ஆனால் ஈரத்

துணியுடன் சுற்றிக்கொண்டிருக்க முடியாது. மலைக் காற்று ஏற்கெனவே பனி போர்த்தி வருடிக்கொண்டிருந்தது.

மழை நிற்கும் வரை காத்திருக்க முடிவு செய்தேன். ஆனால் அது நின்றபாடில்லை. அரை மணி நேரம் கடந்த பின்பும் விடாமல் அடித்துக்கொண்டிருந்தது. எனக்குக் கால் வலித்தது. மழைக்கு அந்தக் கடையோரம் ஒதுங்கிய எல்லோருமே குறைந்தது ஒரு தேநீராவது வாங்கி அருந்தினார்கள். அதற்கும் வக்கற்றுப் போய்த்தான் நான் நின்றுகொண்டிருந்தேன். என்ன செய்வதென்று புரியவில்லை. நெடு நேரம் யோசித்துவிட்டு, சட்டென்று ஒரு முடிவுக்கு வந்தேன். அந்தக் கடைக்காரனிடம் திரும்பி, 'எனக்கு ஐந்து ரூபாய் பிச்சையாகத் தர முடியுமா?' என்று கேட்டேன்.

87. சேரிடம்

அவன் அதை எதிர்பார்த்திருக்கவில்லை. சற்று திடுக்கிட்டாற் போலத் தான் தெரிந்தது. அதனால் என்ன? எனக்குள் ஒரு பாறையை உடைத்துவிட்டாற்போலத் தோன்றியது. மகிழ்ச்சியாக இருந்தது. ஐந்து ரூபாய் எதற்கு? டீ வேண்டுமானால் குடித்துக்கொள் என்று அவன் சொன்னான்.

'இல்லை. நான் கழிப்பிடம் செல்ல வேண்டும். குளிக்க வேண்டும். அதன் பிறகுதான் உணவைப் பற்றியோ பானத்தைப் பற்றியோ நினைக்க முடியும்' என்று சொன்னேன்.

'வெளியூரா?'

'ஆம். தமிழ்நாட்டில் இருந்து வருகிறேன்.'

'பையை - பணத்தைத் தவறவிட்டுவிட்டாயா?'

'அப்படி எதுவும் இல்லை. நான் பணமில்லாமல்தான் கிளம்பி வந்தேன், அல்லது இருந்த பணம் தீர்ந்துவிட்டது.'

'இங்கே யாரைத் தேடி வந்தாய்?'

'தெரியவில்லை' என்று சொன்னேன். அதற்குமேல் அவன் என்னுடன் பேசவில்லை. கடையின் உட்பக்கம் கை காட்டி, உள்ளே இருக்கும் கழிப்பறை, குளியலறையை உபயோகித்துக்கொள்ளச் சொன்னான். அவனுடைய வேட்டி சட்டை ஒன்றை எனக்குத் தந்தான். நான் அவனுக்கு நன்றி சொல்லிவிட்டு உள்ளே போனேன். இருபது நிமிடங்களில் புத்துணர்ச்சி பெற்று வெளியே வந்தேன். அவன் எனக்கு ஒரு டீ போட்டுக் கொடுத்தான். அதைக் குடித்தேன். பன் வேண்டுமா என்று கேட்டான். ஏனோ சட்டென்று வேண்டாம் என்று சொல்லிவிட்டேன். உண்மையில் எனக்கு மிகுந்த பசி இருந்தது. எதையாவது உண்ண வேண்டும் போலத்தான் உணர்ந்தேன். ஆனாலும் என்னை மீறி வேண்டாம் என்று வாயில் வந்துவிட்டது. சிறிது வருத்தப்பட்டேன்.

'பரீட்சையில் பெயில் ஆகிவிட்டாயா?' என்று அவன் என்னைக் கேட்டான்.

'இல்லை.'

'வீட்டில் கோபித்துக்கொண்டு ஓடி வந்துவிட்டாயா?'

'நிச்சயமாக இல்லை. என் வீட்டில் யாரையும் என்னால் கோபித்துக்கொள்ளவே முடியாது.'

'அப்புறம் என்ன? காதல் பிரச்னையா?'

நான் அதுவும் இல்லை என்று சொன்னேன். உண்மையில் ஒருவன் வீட்டை விட்டு ஓடிப் போக நியாயமான ஒரே காரணம் அவனுக்கு வீட்டில் எந்தப் பிரச்னையும் இல்லை என்பதுதான். இதை எப்படிச் சொல்லி என்னால் புரியவைக்க முடியும்?

அந்தக் கடைக்காரனுக்கு என்ன காரணத்தாலோ என்னைப் பிடித்திருக்க வேண்டும். கடைக்கு ஒரு பையன் இருந்தால் நன்றாக இருக்கும் என்று எண்ணியிருக்கலாம். ஒருவேளை நான் பிழைப்புத் தேடி ஓடி வந்திருந்தால் அவனுக்கு மிகவும் வசதியாக இருந்திருக்குமோ?

'ஐயா, நான் வேலை பார்க்க வரவில்லை. எதற்காக வந்தேன் என்பதையே இனிதான் கண்டுபிடிக்க வேண்டும். என்னை அதிகம் நம்பாதீர்கள்' என்று மட்டும் சொன்னேன். அதோடு, சரி கிளம்பு என்று சொல்லிவிடுவான் என்று எதிர்பார்த்தேன். நான் முற்றிலும் எதிர்பாராத விதமாக, நான் முன்னர் கேட்ட ஐந்து ரூபாயை அப்போது என் கையில் கொடுத்து, 'போய் வா' என்று சொன்னான்.

'இது எதற்கு? நீங்கள்தான் உங்கள் கழிவறையை உபயோகித்துக்கொள்ள அனுமதித்துவிட்டீர்களே.'

'பரவாயில்லை. வைத்துக்கொள்' என்று சொன்னான். எனக்கு நெகிழ்ச்சியாக இருந்தது. மரியாதையாக அந்தப் பணத்தை அவனிடமே திருப்பிக் கொடுத்துவிட்டு, 'தேவை இல்லாத போது பணம் ஒரு சுமை' என்று சொன்னேன்.

'ஆனால் அடுத்த வேளை உனக்குப் பசிக்குமே?'

'அதை அப்போது பார்த்துக்கொள்கிறேன். நீங்கள் எனக்கு இவ்வளவு செய்ததே அதிகம். உங்களை நான் மறக்கமாட்டேன்' என்று சொல்லிவிட்டு அவனிடம் விடைபெற்றேன். அன்று

மாலை இருட்டும் வரை கால் போன திசைகளில் நடந்து கொண்டிருந்துவிட்டு, இருட்டியதும் ஒரு சிறிய கோயிலின் முன் மண்டபத்தில் சென்று படுத்துக்கொண்டேன். அது ஒரு அம்மன் கோயில். இங்கெல்லாம் யாரும் படுக்கக்கூடாது என்று சொல்லி யாராவது விரட்டி விடுவார்களா என்று யோசனையாக இருந்தது. அப்படி யாரும் வரவில்லை. ஆனால் குளிர் பயங்கரமாக இருந்தது. நினைத்து நினைத்து மழை வேறு பெய்துகொண்டே இருந்தது. ஓர் இரவு முழுவதும் இந்தக் குளிரில் எப்படிப் படுத்துக் கிடப்பது என்று கவலையாகிவிட்டது. நெடு நேரம் உறக்கம் வராமல் புரண்டு புரண்டு படுத்துக்கொண்டிருந்தேன். உடலை ஒடுக்கி ஒடுக்கிப் பார்த்தும் குளிர் அதிகரிக்கத்தான் செய்ததே தவிர சற்றும் குறையவில்லை. விரைவில் எனக்கு உடலே ஒரு பெரிய ஐஸ் கட்டி போல் விரைத்துவிடும் என்று தோன்றியது. மூச்சு விடுவதுகூட சிரமமாக இருந்தது. என்ன செய்யலாம் என்று யோசித்தேன். படுத்துக்கொண்டும் உட்கார்ந்துகொண்டும் இருப்பதைவிட நடப்பது பலனளிக்கும் என்று தோன்றியது.

சட்டென்று எழுந்து நடக்க ஆரம்பித்தேன். கோயிலை விட்டு வெளியே வந்து கால் போன வழியில் போய்க்கொண்டே இருந்தேன். காற்றின் ஈரப்பதம் காதுகள் வழியே அடி வயிறு வரை சென்று தாக்கியது. குளிரில் என் விரல்கள் நடுங்கின. உதடு துடித்தது. ஊரடங்கிய இருளில் நான் ஒருவன் மட்டும் ஒதுங்க இடமின்றித் திரிந்துகொண்டிருந்தேன்.

ஒரு வகையில் அந்தக் கொடும் தனிமையை நான் ரசித்தேன் என்று நினைக்கிறேன். எனக்கு அது வேண்டியிருந்தது. வெறும் வினாக்களால் நிரம்பிய மூளையை அந்தக் குளிரும் தனிமையும் கொத்திக் கொத்தி குப்பையள்ளிப் போட்டுக்கொண்டிருந்தன. என் கேள்விகள் அனைத்தும் உதிர்ந்துவிட்டால் குளிர் என்னை விட்டுப் போய்விடும் என்று தோன்றியது. குளிரை என் அச்சங்களின் ஸ்தூலமாகக் கண்டேன். இந்த அனுபவம் எனக்கு நிச்சயம் தேவை என்று தோன்றியது.

நெடு நேரம் நடந்துகொண்டே இருந்ததில் ஒரு கட்டத்தில் குளிர் எனக்குப் பழகிவிட்டிருந்தது. ஒரு சிறந்த குளிரால் ஒருவனைச் சித்திரவதை செய்ய முடியுமே தவிரக் கொல்ல முடியாது என்று நினைத்தேன். ஒருவேளை கொல்லும் குளிர் வேறாக இருக்கலாம். இது இல்லை. இந்த ஊர்க் குளிர் கொல்லாது என்பது புரிந்துவிட்டது. மகிழ்ச்சியாக இருந்தது. அன்று இரவு முழுதும் நேர்த்திக்கடன்

போல மடிகேரியைச் சுற்றிக்கொண்டே இருந்தேன். ஓரிடத்தில்கூட நான் அமரவில்லை. ஓய்வெடுக்க நினைக்கவில்லை. ஒரே இரவில் ஒரு ஊரின் புவியியல் முழுவதையும் கண்டறிந்துகொண்டுவிடும் வேட்கை வந்துவிட்டதா என்ன? அதற்குமுன் மடிகேரி என்ற ஊரின் பெயரைக்கூட நான் கேள்விப்பட்டதில்லை. குடகில் காவிரி பிறக்கிறது என்று எனக்குத் தெரியும். நான் வந்து சேர்ந்த இடம் குடகுதான் என்பதே வந்த பின்புதான் எனக்குத் தெரியும். இடங்களோ, மனிதர்களோ இனி எந்நாளும் எனக்கு முக்கியமாக இராது என்று எண்ணிக்கொண்டேன். எது முக்கியம் என்பதைக் கண்டறிந்துகொள்ள முழு வாழ்நாளும் மிச்சம் இருக்கிறது. பிறகு பார்த்துக்கொள்ளலாம்.

மறுநாள் அதிகாலை நான் அந்த ஆசிரமத்தின் வாசலைச் சென்றடைந்திருந்தேன். அந்த இடத்துக்குப் பெயரெல்லாம் இல்லை. உள்ளே ஒரு சாது இருக்கிறார்; அவருக்கு நான்கு சீடர்கள் இருக்கிறார்கள் என்பதெல்லாம் எனக்குத் தெரியாது. முதலில் அது ஒரு ஆசிரமம் என்பதேகூட எனக்குத் தெரியாது. இடைவெளிவிட்டு நான்கைந்து குடில்கள் இருந்தன. ஒரே ஒரு சிறிய கட்டடம். சுற்றிலும் கம்பி வேலி போடப்பட்டு வேலியெங்கும் மலர்க்கொடிகள் படர விட்டிருந்தார்கள். அது ஒரு தொடக்கப்பள்ளிக்கூடமாக இருக்கும் என்றுதான் முதலில் நினைத்தேன். சிறிது நேரம் உள்ளே சென்று ஓய்வெடுக்கலாம் என்று எண்ணி வேலிப் படலைத் தள்ளித் திறந்துகொண்டு உள்ளே போனேன். கதவற்ற குடிசைக்குள் ஓர் இளைஞன் உறங்கிக்கொண்டிருந்தான். அடுத்தக் குடிலுக்குப் போனபோதும் அங்கொரு இளைஞன் உறங்கிக்கொண்டிருக்கக் கண்டேன். அந்தக் குடிலுக்கும் கதவில்லை. அங்கிருந்த நான்கு குடில்களிலும் தலா ஓர் இளைஞன் உறங்கிக்கொண்டிருக்கக் கண்டேன். நான்கு பேருமே சட்டை அணியாதிருந்தார்கள். வேட்டியும் மேல் துண்டும் மட்டுமே அணிந்திருந்தார்கள். மேல் துண்டை கழுத்தைச் சுற்றிப் போர்த்திக்கொண்டு உறங்கிக்கொண்டிருந்தார்கள். இந்தக் குளிரில் இவர்களுக்கு மட்டும் எப்படி உறக்கம் வருகிறது என்று எனக்கு வியப்பாக இருந்தது. போர்வை, தலையணை, படுக்கை இருந்துவிடுமானால் இதே குளிர் சுகமானதாக மாறிவிடும் என்பதில் சந்தேகமில்லை.

நான் அங்கிருந்து நகர்ந்து நான்கு குடில்களுக்கும் எதிரே இருந்த அந்தச் சிறிய கட்டடத்தை நெருங்கினேன். அது ஒரு வீடு

போலவோ, அரங்கம் போலவோ இல்லை. கோயில், மடம் என்று என்னவாகவும் என்னால் அதை வரையறுக்க இயலவில்லை. மிகச் சிறிய கட்டடம்தான். மிஞ்சினால் பதினைந்தடிக்கு இருபதடி இருக்கும். எந்த அலங்காரமும் இல்லாமல் சுவர்களுக்குச் சுண்ணாம்புகூடப் பூசாமல் வெறும் செங்கல் கட்டடமாக இருந்தது. பாதி கட்டப்பட்ட கட்டடமாக இருக்கும் என்று நினைத்தேன். அல்லது அதற்குமேல் கட்டுவதற்குப் பண வசதி இல்லாதிருந்திருக்கலாம். பார்க்கப் புதிய கட்டடமாகவும் தெரியவில்லை. நான் அந்தக் கட்டடத்தைச் சுற்றிக்கொண்டு முன் பக்கம் வந்தேன். ஒரு கதவு இருந்தது. ஆனால் லேசாக மூடப்பட்டிருந்ததே தவிர, மூடித் தாழிடப்பட்டிருக்கவில்லை. கதவுகளை நம்பாமல் வாழும் அவர்கள் ஏதோ ஒரு விதத்தில் என்னை வசீகரித்தார்கள். நான் அந்தக் கட்டடத்தின் உள்ளே நுழைந்ததுமே 'யாரது?' என்றொரு குரல் கேட்டது. இருட்டில் எனக்கு உருவம் சரியாகத் தெரியவில்லை. யாரோ ஒரு நபர் எழுந்து சென்று விளக்கப் போடுவதைப் பார்த்தேன்.

இப்போது எனக்கு அவரும் அவருக்கு நானும் முழுதாகத் தெரிந்தோம்.

'யார்?' என்று அவர் கேட்டார்.

'நான் ஒரு வழிப்போக்கன். இந்த இரவு தங்க இடமின்றித் திரிந்துகொண்டிருந்தேன். கதவற்ற இந்த இடத்தில் சிறிது நேரம் இளைப்பாறிச் செல்லலாம் என்று நினைத்தேன்' என்று சொன்னேன்.

'அப்படியா? சரி உட்கார்' என்று அவர் சொன்னார். முற்றிலும் நனைந்திருந்த என் தோற்றம் அவரை வருத்தியிருக்க வேண்டும். என்னை அமரச் சொல்லிவிட்டு உள்ளே சென்று ஒரு துண்டும் வேறு வேட்டி ஒன்றும் கொண்டு வந்து கொடுத்தார். நான் நன்றி சொல்லி அதை வாங்கி ஈரத்தைத் துடைத்தேன்.

'தலைமுடியை நன்றாகத் துடை. இல்லாவிட்டால் ஜலதோஷம் பிடிக்கும்' என்று சொன்னார்.

நான் அப்படியே செய்தேன். நான் அணிந்திருந்த அந்தக் கடைக்காரனின் வேட்டியைக் கழட்டிவிட்டு அவர் அளித்த புதிய வேட்டியை அணிந்துகொண்டேன். மேல் சட்டையை அவிழ்த்ததும், 'அடடா. உனக்குத் தர இங்கே மாற்றுச் சட்டை

இல்லையே' என்று அவர் சொன்னார். அவர் காவி நிறத்தில் ஒரு ஜிப்பா அணிந்திருந்தார்.

'எனக்கு அம்மாதிரி ஒரு ஜிப்பா தர முடிந்தால்கூடப் போதும்' என்று சொன்னேன்.

'சரி இரு' என்று சொல்லிவிட்டு மீண்டும் உள்ளே சென்று ஒரு ஜிப்பாவை எடுத்து வந்து கொடுத்தார். அது எனக்கு மிகவுமே பொருந்தாமல் தொளதொளவென்று இருந்தது. இருந்தாலும் ஈர உடையை அவிழ்த்துவிட்டு, காய்ந்த உடைகளை அணிந்தது சற்று இதமாக இருந்தது. நான் அவருக்கு மீண்டும் நன்றி சொல்லிவிட்டு, 'நீங்கள் ஏன் தூங்காமல் இருக்கிறீர்கள்?' என்று கேட்டேன்.

அவர் சிறிது நேரம் என்னை வெறுமனே பார்த்துக் கொண்டிருந்து விட்டுப் பிறகு சொன்னார், 'நீ வருவாய் என்றுதான்.'

88. உயர் ஜாதி மிருகம்

முதல் முதலில் அவரை நான் பார்த்தபோது இந்த மனிதர் இன்னும் சற்று அழகாக இருந்திருக்கலாம் என்று தோன்றியது. ஓர் அழகனாக உருப்பெறத் தொடங்கி, என்ன காரணத்தாலோ பாதியில் கைவிடப்பட்ட படைப்பாகத் தெரிந்தார். அவர் உயரமாகவும் இல்லை. குள்ளமும் இல்லை. ஒல்லியாகவோ, இரட்டை நாடி சரீரம் கொண்டவராகவோ இல்லை. விழிகள் கூர்மையாக இருந்தன. ஆனால் கண்ணின் கீழ்ப்புறம் படிந்திருந்த நிழலில் விழுந்து ஒளி மங்குவது போலத் தோன்றியது. தாடி வைத்திருந்தார். அது இல்லாதிருந்தால் இன்னும் சற்று அழகாகத் தெரிவாரோ என்று நினைக்கும்படியாகவே அதுவும் இருந்தது. அவர் அணிந்திருந்த காவி ஜிப்பா அவருக்கு நன்றாக இல்லை. கச்சம் வைத்துக் காவி வேட்டி உடுத்தி இருந்தார். அது அவருக்கு அவ்வளவாகப் பொருந்தவில்லை என்று நினைத்தேன். அவரது தோற்றத்துக்கும் குரலுக்கும்கூடப் பொருத்தமில்லை. கிட்டத்தட்ட பெண் குரல் அவருக்கு. பேசும்போது நெஞ்சில் உருண்டையாக ஏதோ ஏறி ஏறி இறங்கியது தெரிந்தது. இவை அனைத்தையும் மீறி அவர் ஓர் ஆளுமைதான் என்று பார்த்த கணத்தில் தோன்றியது.

நீங்கள் யார் என்று கேட்டேன். தன்னை அவர் ஒரு சன்னியாசி என்று அறிமுகப்படுத்திக்கொண்டார். தோற்றத்திலேயே அது தெரிந்தது என்றபோதும் அவர் வாயால் அதைக் கேட்க விரும்பினேன். அவர் இருந்த அந்த அறையில் தெய்வீகமான எந்தப் பொருளோ, புகைப்படங்களோ இல்லை. சுவரில் ஆணி அடித்து இரண்டு காவி ஜிப்பாக்கள்மட்டும் தொங்கிக்கொண்டிருந்தன. ஒரு சிறிய கணக்குப் பிள்ளை மேசை இருந்தது. அதன்மீது அவரது மூக்குக் கண்ணாடி மடக்கப்படாமல் அப்படியே வைக்கப்பட்டிருந்தது. அருகே ஒரு தண்ணீர் பாட்டில் இருந்தது. சற்றுத் தள்ளிப் போடப்பட்டிருந்த பிளாஸ்டிக் நாடா கட்டிலில் ஒரு தலையணையும் போர்வையும் இருந்தன.

மிஞ்சினால் அவருக்கு அப்போது அறுபது வயதுதான் இருக்கும். அந்த வயதுக்கு அவர் இன்னமும் திடகாத்திரமாக இருந்திருக்கலாம்

என்று பட்டது. எழுபது வயதுக்காரரைப் போலத்தான் நடந்தார். வார்த்தைக்கு வார்த்தை நிறைய இடைவெளி விட்டே பேசினார். என்னிடம், 'நீ எங்கிருந்து வருகிறாய்?' என்று கேட்டார். நான் என்னைக் குறித்து சுருக்கமான ஓர் அறிமுகத்தைச் சொல்லி, சிறிது நேரம் அங்கே படுத்துத் தூங்க அனுமதி கிடைக்குமா என்று கேட்டேன்.

இரு என்று சொல்லிவிட்டு எழுந்து உள்ளே சென்றார். இரண்டு வாழைப்பழங்களை எடுத்து வந்து கொடுத்து, 'நீ பசியோடு இருக்கிறாய். இப்படிப் படுத்தால் தூங்க முடியாது. இதைச் சாப்பிட்டுவிட்டுப் படு' என்று சொன்னார். நான் பதில் சொல்லாமல் அதை வாங்கி உண்டேன். அவரே தனது தண்ணீர் பாட்டிலை எடுத்து வந்து கொடுத்துக் குடிக்கச் சொன்னார். அதையும் வாங்கிக் குடித்தேன். 'சிறுநீர் கழிக்க வேண்டுமா?' என்று கேட்டார். பிறகு உள் அறையோடு ஒட்டியிருந்த பாத்ரூம் வரை அழைத்துச் சென்று விளக்கைப் போட்டார். நான் முடித்துவிட்டு வந்ததும் தன் கட்டிலைக் காட்டி படுத்துக்கொள்ளச் சொன்னார்.

எனக்குத் தயக்கமாக இருந்தது. 'பரவாயில்லை படு' என்று சொன்னார்.

'நீங்கள் எங்கே படுப்பீர்கள்?'

'நீ உறங்கி எழுந்ததும் நான் தூங்கிக்கொள்கிறேன். நீ படு' என்றார். எனக்கு அது வினோதமாகப் பட்டது. முந்தைய நாள் மாலை முதல் நான் இடைவிடாமல் நடந்துகொண்டே இருந்திருக்கிறேன். உண்மையிலேயே ஒதுங்க இடமின்றித்தான் திரிந்தேன். ஓரிடத்தில் அமர்வதைக் காட்டிலும் நடந்துகொண்டிருந்தால் குளிரின் வீரியம் சற்றுக் குறைவதாகத் தோன்றியதால்தான் அப்படிச் செய்தேன். ஆனால் அந்த அதிகாலைப் பொழுதில் எனக்கு அந்தத் துறவியின் இருப்பிடத்தில் அப்படியொரு வரவேற்பும் வசதியும் வாய்க்கும் என்று அனுபவிக்க நேர்ந்தபோதுகூட நம்ப முடியவில்லை. ஏனோ எனக்குப் படுக்க வேண்டாம் என்று தோன்றியது. நான் அந்தக் கட்டிலில் அமர்ந்துகொண்டு அவரையும் இழுத்து உட்காரவைத்தேன். 'எனக்குத் தூக்கம் வரவில்லை' என்று சொன்னேன்.

'நீ மிகவும் களைப்பாக இருக்கிறாய். தூக்கம் வரும்' என்று அவர் சொன்னார்.

'ஆனால் வயதில் மூத்தவரான உங்கள் உறக்கத்தைக் கெடுத்துவிட்டு என்னால் உறங்க முடியாது.'

'அப்படி நினைக்காதே. பொதுவாக எனக்கு இரவில் உறக்கம் வருவதில்லை. நான் பகலில்தான் தூங்குவேன். நீ வரும்போது நான் விழித்திருந்தேனா இல்லையா?'

'எனக்காகக் காத்திருப்பதாகச் சொன்னீர்கள். ஆனால் உண்மையைச் சொல்லுங்கள். யாரோ திருடன் நுழைந்துவிட்டதாகத்தானே நினைத்தீர்கள்?'

அவர் சிரித்தார். 'மடிகேரியில் உள்ள திருடர்களுக்கு இந்த ஆசிரமத்தை நன்றாகத் தெரியும். மாலை ஏழு மணிக்கு வந்தால் சப்பாத்தியும் சப்ஜியும் இங்கே கிடைக்கும் என்று தெரிந்து வருவார்கள். இங்குள்ளவர்களை வெட்டிப் போட்டாலும் அவர்களுக்கு வேறு எதுவும் கிடைக்காது.'

அவருக்குச் சிறிது தமிழ் தெரிந்திருந்தது. இளம் வயதில் வேலூரில் ஒரு பள்ளிக்கூடத்தில் சில வருடங்கள் ஆசிரியப் பணி செய்திருப்பதாகச் சொன்னார்.

'இப்போது என்ன செய்கிறீர்கள்?' என்று கேட்டேன்.

'சும்மாதான் இருக்கிறேன்' என்று பதில் சொன்னார். அந்த பதில் எனக்குப் பிடித்திருந்தது. அதை அவர் சிரித்துக்கொண்டே சொன்னது இன்னமும் பிடித்தது. அந்த டீக்கடைக்காரன் கேட்டதைப் போலவே அவரும் நான் வீட்டில் கோபித்துக்கொண்டு ஓடி வந்தவனா என்று கேட்டார்.

'இல்லை. எனக்கு என் வீட்டை மிகவும் பிடிக்கும். அப்பா, அம்மா, சகோதரர்கள், என் தாய்மாமா இவர்கள் அனைவரும் எனக்கு உயிருக்கு நிகர். அதனால்தான் விட்டு விலகிவிட்டேன்.'

'கடவுளைப் பார்க்க வேண்டுமா உனக்கு?'

'ஐயோ வேண்டாம்' என்று அலறினேன்.

'பிறகு?'

'நான் ஓடி வந்ததன் காரணம் கேட்கிறீர்களா? உண்மையிலேயே அதற்கொரு காரணம் கிடையாது. ஓடிப் போன என் அண்ணனைத் தேடிப் போனேன். ஏனோ திரும்ப வீட்டுக்குப் போக வேண்டாம் என்று தோன்றிவிட்டது.'

'உன் படிப்பு, எதிர்காலம் பற்றி யோசித்தாயா?'

'ஏன்? படித்தால் போகிறது. அதற்கென்ன?'

'இல்லை. உன்னைப் பற்றி உன் பெற்றோருக்குச் சில கனவுகள் இருக்கும்.'

'ஆம். இருக்கும். இருக்கிறது.'

'நீ இப்படி விட்டுவிட்டு வந்தது அவர்களுக்குப் பெரிய துயரத்தைக் கொடுக்கும்.'

'சந்தேகமில்லை ஐயா.'

'உனக்கு அந்த வருத்தம் இருக்கிறதா?'

நான் சற்றும் யோசிக்கவில்லை. 'நிச்சயமாக இருக்கிறது' என்று சொன்னேன். 'அதை நினைவூட்டாதீர்கள். கதறி அழுதுவிடுவேன்.'

'பிறகு ஏன் ஓடி வந்தாய்?'

'அப்படியொரு கதறல் வாழ்நாளில் இனி எப்போதும் என்னிடம் இருந்து எழக்கூடாது என்பதால்தான். நான் கண்ணீரை வெறுக்கிறேன். துயரங்களில் இருந்து விலகிவிட விரும்புகிறேன். துயரங்களின் பிறப்பிடம் உறவுகள்தான் என்று எனக்குத் தோன்றுகிறது. அதனால்தான் உறவுகளை விட்டு வந்தேன்.' என்று சொன்னேன்.

'அப்பா! என்ன சுயநலம்!'

அந்தச் சொல் என்னை உறுத்தியது. அது சுயநலம்தானா என்று யோசிக்க ஆரம்பித்தேன். இல்லை என்று தோன்றியது. ஒரு விதத்தில் அது என் வீட்டார் நலன் கருதி நான் எடுத்த முடிவு என்றுகூடத் தோன்றியது. அண்ணா விலகிச் சென்றபோது அப்பாவும் அம்மாவும் அழுத அழுகை எனக்கு நினைவிருக்கிறது. வினய் விட்டுச் சென்றபோது அந்தத் துயரம் இன்னும் பல மடங்கு வீட்டில் அதிகரித்ததைக் கண்டேன். அப்போது கண்ணீர் அவ்வளவு இல்லை. ஆனால் துயரம் இருந்தது. மிக நிச்சயமாக இருந்தது. மௌனத்தின் விஷச் சாறில் ஊறப் போட்ட துயரம். அப்பா, அம்மா, மாமா, வினோத் அனைவருமே அவரவர் கதவுகளை இழுத்துப் பூட்டிக்கொண்டு உள்ளுக்குள் எதையோ உருட்டிக்கொண்டிருந்தார்கள். கடமை போல வீட்டில் இருப்பார்கள். கடமை போலச் சாப்பிடுவார்கள். கடமை போலவே உறங்கி எழுந்து வேலையைப் பார்ப்பார்கள். அம்மாவின் சமையல் ருசி அக்காலங்களில் வரலாறு காணாத வீழ்ச்சியைச் சந்தித்தது. உணவில் உப்பு, காரம் சரியாக இருக்குமே தவிர ருசி என்ற

ஒன்று படிப்படியாகக் குறைந்து ஒரு கட்டத்தில் இல்லாமலேயே போனது. ஆனால் வீட்டில் யாரும் அது குறித்துப் பேசியதில்லை. 'டேஸ்டாவே இல்லம்மா' என்று நான் சொன்னபோதெல்லாம் அம்மா பதில் சொல்லாமல் எழுந்து போய்விடுவாள்.

துயரம்தான். தாங்க முடியாத இழப்புத்தான். யார் இல்லை என்றது? ஆனால் ஒரு துயரம் கொண்டாடப்படத்தக்கதா என்று எனக்குச் சந்தேகமாக இருந்தது. சந்தோஷங்களைப் போலவே துக்கத்தையும் கொண்டாடும் மனோபாவம் மனித குலத்துக்கு எப்படியோ ஒட்டிக்கொண்டுவிட்டது. எந்த மிருகமும் மரணத்துக்காகவோ, சக மிருகம் விட்டுப் பிரிவதற்கோ இப்படி துக்கம் கொண்டாடிக்கொண்டிருப்பதில்லை. மனிதன் எந்த விதத்தில் மிருகத்தினும் மேம்பட்டுவிட்டான்?

இதை நான் அவரிடம் கேட்டபோது, 'மிருகம் துக்கம் அனுஷ்டிப்பதில்லை என்று உனக்கு யார் சொன்னது? மிருகங்களில் உயர்ஜாதி மிருகம் மனிதன்தான்.' என்று சொன்னார்.

'அப்படியா? நான் ஒரு மிருகமாக இருக்க விரும்பவில்லை.'

'சரி இரு. நாற்பத்தொன்பதைக் கேட்டுச் சொல்கிறேன். ஒன்று நீ செத்துப் போய்விட வேண்டும். அல்லது தேவதையாகிவிட வேண்டும்' என்று அவர் சொன்னார்.

89. பெண் வாசனை

அவருக்குப் பெயர் கிடையாது. அதாவது அவர் தனது பெயரை யாரிடமும் சொன்னதில்லை. பெயரற்ற ஒருவராகத் தனது அடையாளத்தை நிறுவிக்கொள்வதில் அவருக்கு இளம் வயதில் ஓர் ஆர்வம் இருந்திருக்க வேண்டும். பழகிவிட்ட பின்பு அதையே பின்பற்ற வேண்டியது ஒரு கட்டாயமாகியிருக்கும்.

ஆரம்பத்தில் அவர் பெயர் தெரியாது என்று மற்ற சீடர்கள் சொன்னபோது எனக்கு மிகவும் வியப்பாக இருந்தது. உங்கள் பெயர் என்ன என்று நான் கேட்டபோது அவர் வெறுமனே சிரித்தார். 'அது அத்தனை முக்கியமா?' என்று கேட்டார்.

முக்கியமில்லைதான். ஆனாலும் குறிப்பிடுவதற்கு ஒரு பெயர் அவசியமல்லவா?

'யாரிடம் என் பெயரை நீ குறிப்பிட நினைக்கிறாய்?'

'அப்படி இல்லை. யாராவது கேட்டால்?'

'யார் கேட்பார்கள் என்று நினைக்கிறாய்?'

யோசித்துப் பார்த்தேன். அவர் சொல்வது நியாயம்தான். யார் அவர் பெயரைக் கேட்கப் போகிறார்கள்? ஆசிரமத்துக்கோ, அவர் பெயருக்கோ கடிதங்கள்கூட வருவது கிடையாது. அங்கே அப்படி ஒரு ஆசிரமம் இருப்பதுகூடப் பெரும்பாலும் தெரிந்திருக்காது. அவர் மடாதிபதி அல்ல. யோகா ஆசிரியரும் அல்ல. மக்களைக் கூப்பிட்டு உட்கார வைத்துக்கொண்டு நீதிபோதனை வகுப்பெடுக்கும் வழக்கம் அவருக்கு இல்லை. பிரசங்கம் செய்ய மாட்டார். அற்புதங்கள் புரியும் நபரும் அல்ல. ஆனால் அவர் ஒரு சன்னியாசி. அக்கம்பக்கத்தில் இருக்கும் ஒரு சிலருக்குத்தான் அவரைத் தெரியும். பார்த்தால் புன்னகை செய்யும் அளவுக்குப் பழக்கம் உள்ளவர்கள். மற்றபடி அவர் மக்களுக்கான சன்னியாசி அல்ல. கடவுளுக்கான சன்னியாசியா என்றால் அதுவும் இல்லை. பூஜை புனஸ்காரங்கள் கிடையாது. தியானம், தவம் கிடையாது.

மந்திர உச்சாடனங்கள் இல்லை. வேள்விகள் இல்லை. அவர் ஒரு நபர். ஞானம் அடைந்தவர். அவ்வளவுதான்.

இந்த அம்சம்தான் முதலில் என்னை அவர்பால் ஈர்த்தது.

'நீங்கள் தவம் புரியாமல் எப்படி ஞானம் அடைந்தீர்கள்?' என்று கேட்டேன்.

'ஞானம் என்ன பலசரக்கா, கடையில் போய் வாங்கி வர? அது உள்ளே இருப்பது. தேடி எடுப்பது மட்டுமே நம் வேலை.'

எனக்கு அது சரியாகப் பட்டது. நிற்காமல் ஊர் சுற்றிக்கொண்டே இருந்ததுதான் தனது தவம் என்று அவர் சொன்னார். 'யாருடனும் அப்போது நான் பேசவில்லை. கூடியவரை மிகவும் குறைவாக உணவு உட்கொண்டேன். ஒரு நாளில் இரண்டு மணி நேரம் மட்டுமே உறங்கும் வழக்கத்தைக் கடைப்பிடித்தேன். மூன்று நாள்களுக்கு ஒருமுறைதான் குளியல். அதுவும் நீர்நிலை ஏதேனும் கண்ணில் பட்டால் மட்டும். மற்றபடி நடந்துகொண்டே இருப்பேன். யோசித்துக்கொண்டே இருப்பேன்' என்று அவர் சொன்னார்.

'எதைக் குறித்து யோசித்தீர்கள்?'

'வேறென்ன? மரணம்தான்.'

'என்ன தெரிந்தது?'

'உள்ளுக்குள் அழகான அனைத்தும் வெளித்தோற்றத்தில் கொடூரமானவை. வெளியே கொடூரமாகத் தெரியும் அனைத்தும் உள்ளழகு கொண்டவை.'

'இதுதான் ஞானமா?'

'இதைக் காட்டிலும் ஒரு பெரிய உண்மையை உன்னால் முடிந்தால் நீ கண்டுபிடி' என்று சொன்னார்.

நான் யோசிக்க ஆரம்பித்தேன். மரணத்தைப் பொறுத்தவரை அவர் சொன்னது சரிதான் என்று தோன்றியது. மரணம் அழகானது. சட்டென்று இல்லாமல் போவதைக் காட்டிலும் ஒரு பேரழகு வேறென்ன இருந்துவிட முடியும்? ஆனால் மரணம் தரும் வலியும் துக்கமும் சகிக்க முடியாதது. இறப்புக்குப் பின் ஒரு உயிர் அதை உணருமா என்று தெரியவில்லை. ஆனால் இருப்பவர்களுக்கு வலி நிச்சயம். யாருக்கு வலித்தால் என்ன? வலி உண்டு. வலி உண்மையானது. அதுதான் கொடூரமானது.

'விமல், உனக்கு நான் சொல்லித்தரக்கூடிய ஆகப்பெரிய பாடம் ஒன்றுதான். உடல், உயிர், ஆன்மா என்று ஒருபோதும் யோசிக்காதே. உடல், காற்று, கரி என்று யோசித்துப் பழகு' என்று அவர் சொன்னார். நான் பார்த்த வரையில் அவர் நாளெல்லாம் உபநிடதங்களையே படித்துக்கொண்டிருந்தார். சுக்ல யஜுர்வேதமும் சாமவேதமும் அவருக்கு முழுதாகத் தெரியும். வரி வரியாக அர்த்தம் சொல்லி விளக்கக்கூடியவர். ஆனாலும் இறப்புக்குப் பிந்தைய நிலை பற்றி உபநிடதங்கள் சொல்லுகிற அனைத்தையும் அவர் நிராகரிப்பவராக இருந்தார்.

'நம் அறிவுக்கு எட்டாத ஒன்று நம்மைப் பொறுத்தவரை இல்லாததுதான். அதைப் பற்றிப் பெரிதாக அலட்டிக்கொள்ளாதே' என்று ஒருநாள் சொன்னார்.

'பிறகு எதற்கு நாளெல்லாம் இதைப் படிக்கிறீர்கள்?'

'எழுதி வைத்துவிட்டார்களே.'

'அதனால் படித்துத்தான் தீரவேண்டுமா?'

'படிப்பு என் பலவீனம்' என்று அவர் சொன்னார். எனக்கு அது பிடித்திருந்தது. அவரிடம் இருந்துதான் எனக்கும் படிக்கும் பழக்கம் பிடித்துக்கொண்டது. குருநாதரிடம் ஒரு பெரிய புத்தகச் சேகரம் இருந்தது. அவர் இன்னதுதான் படிப்பார் என்று சொல்ல முடியாது. வேத உபநிடதங்களில் இருந்து அம்பேத்கர் வரை படிப்பார். மேலை தத்துவம், கீழைத்தத்துவம், ஜென் பவுத்தம், தாவோயிசம் எதையும் விடமாட்டார். அவருக்குக் கவிதைகள் பிடிக்கும். காதல் கவிதைகள் என்றால் கொள்ளைப் பிரியம். திடீர் திடீரென்று ஏதாவது ஒரு காதல் கவிதையைப் படித்துவிட்டு புத்தகத்தோடு வந்துவிடுவார். 'இதைக் கேள். எப்படி எழுதியிருக்கிறான் பார்' என்று வரி வரியாக எடுத்துச் சொல்லிப் புளகாங்கிதமடைவார்.

'எதற்கு இதெல்லாம் உங்களுக்கு?' என்று கேட்டால், 'என்ன தப்பு? உயிரை உருக்கி எழுதியிருக்கிறான் பாவம். நான் படிப்பதால் அவன் கதிமோட்சம் உறுதியாகிறதல்லவா?'

'குருஜி, நீங்கள் காதலித்திருக்கிறீர்களா?'

'இல்லை' என்று சற்றும் யோசிக்காமல் சொன்னார்.

'அமையவில்லையா? விருப்பமில்லையா?'

'நேரமில்லை' என்று சொன்னார்.

ஆசிரமத்துக்கு அப்போதுதான் சிறிது சிறிதாக மக்கள் வந்து போக ஆரம்பித்திருந்தார்கள். அந்தக் குற்றத்துக்கு நானே காரணம் என்று ஒருநாள் அவர் என்னைக் கோபித்துக்கொண்டார். காலை நடை, மாலை நடையின்போது வழியில் சந்திக்கும் நபர்கள் சிலர் அப்போது எனக்கு சிநேகமாகியிருந்தார்கள். என்னைக் குறித்துப் பேச நேர்ந்தபோதெல்லாம் நான் குருநாதரைப் பற்றியும் சிறிது சொல்ல ஆரம்பித்தேன். சரி வந்து பார்க்கலாம் என்று ஒருவர் இருவராக வர ஆரம்பித்து, விரைவில் பத்திருபது பேர் தொடர்ச்சியாக தினமும் ஆசிரமத்துக்கு வரக்கூடியவர்களாக மாறியிருந்தார்கள். வேறு வழியில்லாமல் குருநாதர் அவர்களுடன் உட்கார்ந்து பேசும்படியானது.

'விமல் எனக்குக் கற்றுத்தரத் தெரியாது. ஆனால் எடுத்துக்கொள்ள அனுமதிப்பதில் ஆட்சேபணை இல்லை. இதை நீ அவர்களிடம் சொல்லிவிடு' என்று சொன்னார். நான் அதைப் பொருட்படுத்தவில்லை. தினமும் மாலை ஒரு மணிநேரம் குருநாதர் பேசுவார். அந்தப் பேச்சைக் கேட்பதற்கு நானே போய் ஆட்களைத் திரட்டிக்கொண்டு வருவேன்.

அப்படித்தான் தற்செயலாக ஒருநாள் மஞ்சு ஆசிரமத்துக்கு வந்தாள். கல்லூரியில் படித்துக்கொண்டிருந்த பெண். எங்கள் ஆசிரமத்தில் இருந்து ஒரு கிலோ மீட்டர் தொலைவில் அவளது வீடு இருந்தது. அவளது தாய்மாமன் மூலம் குருஜியைப் பற்றிக் கேள்விப்பட்டு ஒரு மாலைக் கூட்டத்துக்கு வந்தவள், தொடர்ச்சியாக தினமும் ஆசிரமத்துக்கு வர ஆரம்பித்தாள்.

மஞ்சு, எங்கள் ஆசிரமத்துக்கு வந்த முதல் பெண். அதனாலேயே என்னால் அவளை மறக்க முடியாது. அவள் அழகாக இருந்தாள். சிறிய முகம். சிறிய உடல். ஒரு தாளைச் சுருட்டுவது போலச் சுருட்டி சொருகிக்கொண்டு போய்விடலாம் போலிருப்பாள். குருஜி பேசும்போது கண்ணிமைக்காமல் உட்கார்ந்து கவனிப்பாள். இப்படி அப்படி அசைய மாட்டாள். சொற்பொழிவு முடிந்தபின் எழுந்து அவர் எதிரே வந்து விழுந்து வணங்கிவிட்டு ஒன்றும் பேசாமல் போய்விடுவாள். மீண்டும் மறுநாள் வருவாள்.

ஆசிரமத்தில் குருஜியைத் தவிர நாங்கள் நான்கு பேர் இருந்தோம். மற்ற மூவரும் எனக்கு முன்னால் அவரோடு வந்து சேர்ந்தவர்கள். ஒருவன் மைசூர்க்காரன். எலக்ட்ரானிக்ஸ் படித்துவிட்டு வந்து சன்னியாசி ஆனவன். இன்னொருவன் மடிகேரியிலேயே

பிறந்து வளர்ந்தவன். பெற்றோர் கிடையாது. சிறு வயதில் பிச்சை எடுத்துக்கொண்டிருந்துவிட்டு அதன்பின் எப்படியோ குருஜியிடம் வந்து சேர்ந்தவன். அவனுக்கு குருஜி இன்னமும் தீட்சை தராதிருந்தார். காரணம் சொல்லவில்லை. மூன்றாமவன் மகாராஷ்டிரத்தில் இருந்து வந்தவன். ஆசிரமத்துக்கு வந்து சேருவதற்கு முன்பே அவனுக்கு யோகக் கலையின் சில பகுதிகள் தெரிந்திருந்தது. அவன்தான் எங்களிடம் அதைப் பயில வற்புறுத்தி வகுப்பாக ஆரம்பித்தவன். 'தப்பில்லை. கற்றுக்கொள்' என்று குருஜி சொன்னார்.

'ஆனால் இந்த உடல் வருத்திக்கொள்வதற்கானதில்லை. எந்த ஒரு சிறந்த கலையும் எளிமையானதாகத்தான் இருக்க முடியும். எளிமையாக இல்லாத எதுவும் சிறந்ததாக இருக்காது' என்று சொல்லுவார்.

நாங்கள் நான்கு பேரும் இரவு நேரங்களில் உறங்கப் போகும் முன்னர் மஞ்சுவைக் குறித்துப் பேசுவதை வழக்கமாக்கிக்கொண்டோம். ஏனோ எங்களுக்கு அது பிடித்திருந்தது. ஒவ்வொரு நாளும் அவள் அணிந்து வரும் ஆடையைப் பற்றிப் பேசுவோம். குருஜி பேசிக்கொண்டிருக்கும்போது அவள் வேறு எந்தப் பக்கமும் பாராமல் அவரையே உற்று நோக்குவது குறித்துப் பேசுவோம். அவள் வயதுக்கு குருஜி பேசுகிற சங்கதிகள் மிகவும் கடினமானவை என்று நாங்கள் நினைத்தோம். அவளுக்கு அதெல்லாம் புரியுமா என்று விவாதிப்போம். ஆனால் மிகவும் கவனமாக அவள் அழகைக் குறித்துப் பேசுவதை நாங்கள் தவிர்த்து வந்தோம். இது எங்கள் நான்கு பேருக்குமே தெளிவாகத் தெரிந்தது. ஆனாலும் தவிர்த்தோம். தவிர்க்கிறோம் என்பதை உணர்ந்தே தவிர்த்தோம். என்றோ ஒருநாள் தற்செயலாக நாந்தான் முதல் முதலில் அந்தத் தடுப்பை உடைத்தேன்.

'மஞ்சு எவ்வளவு அழகான பெண்!' என்று சொன்னேன்.

அவர்கள் மூன்று பேரும் மிகுந்த அதிர்ச்சியடைந்தார்கள். 'நாம் சன்னியாசிகள். பெண்களின் அழகு நாம் பொருட்படுத்தத்தக்கதல்ல' என்று சொன்னார்கள்.

'அப்படியா? குருநாதரைக் கேட்டுவிடுகிறேன்' என்று சொல்லிவிட்டு நான் எழுந்து அவரிடம் போனேன்.

'என்ன?'

'குருஜி, மஞ்சு மிகவும் அழகான பெண் என்று நான் சொன்னேன். அப்படிச் சொல்வது தவறு என்று அவர்கள் நினைக்கிறார்கள். அழகை அழகென்று சொல்வது குற்றமா?' என்று கேட்டேன்.

அவர் என்னைப் பார்த்துப் புன்னகை செய்தார். பிறகு, 'அழகு என்று பொதுவாகச் சொல்லாதே. அங்கம் அங்கமாக உன்னால் முடிந்தால் வருணித்துக் காட்டு. அழகா இல்லையா என்று பிறகு முடிவு செய்வோம்' என்று சொன்னார்.

90. மழை

மாநிலம் முழுதும் மழை அடித்துப் புரட்டிக்கொண்டிருந்தது. காவிரியில் வெள்ளப்பெருக்கு ஏற்பட்டிருப்பதாகச் சொன்னார்கள். மடிகேரியிலேயே ஏழெட்டு இடங்களில் நிலச்சரிவு உண்டாகி, போக்குவரத்து பாதிக்கப்பட்டிருந்தது. வெளியூர் வாகனங்கள் ஊருக்குள் வர முடியாமல் எங்கெங்கோ பாதி வழியில் நின்றுகொண்டிருந்தன. காலை ஆறு மணிக்குப் பெய்யத் தொடங்கும் மழை, இடைவிடாமல் மதியம் வரை பெய்துகொண்டே இருந்தது. ஒரு நாள் இருநாளல்ல. ஒரு வாரமாகவே அப்படித்தான் இருந்தது. இரண்டு மணிக்குப் பிறகு சிறிது நேரம் இடைவெளி விட்டு மீண்டும் நான்கு மணிக்கு மழை பிடித்துக்கொண்டுவிடும். இரவெல்லாம் மழை. ஓயாத மழை. வெளியே கால் வைக்கவே முடியாது போலிருந்தது. அந்நாள்களில் நான் ஆசிரமத்தை விட்டு வெளியே போகவேயில்லை. பெரும்பாலும் குருஜியின் அறையிலேயேதான் இருந்தேன். அவர் படிக்க விரும்பிய புத்தகங்களை அவருக்காகப் படித்துக் காட்டிக்கொண்டிருந்தேன். இதில் ஒரு வசதி என்னவென்றால் குருவோடு ஒரு பணியில் இருக்கும்போது மற்ற வேலைகளுக்கு யாரும் அழைக்க மாட்டார்கள். முக்கியமாக சமைக்கும் பணி.

இந்த உலகில் நான் மனமார வெறுத்த ஒரு வேலை உண்டென்றால் அது சமையல்தான். சமையலைக்கூட சமாளித்துவிடலாம். உண்டபின் பாத்திரங்களைக் கழுவிக் கவிழ்ப்பது எனக்குச் சற்றும் பிடிக்காத வேலை. ஆசிரமத்தில் நாங்கள் ஐந்து பேர் மட்டும்தான் அப்போது இருந்தோம். சமைப்பது என்றால் எங்கள் ஐந்து பேருக்கு மட்டும்தான். அது ஒரு பெரிய காரியமல்ல என்றாலும் எப்படியாவது அதை நான் தவிர்க்கவே விரும்பினேன். சமைக்க வேண்டிய நேரம் நெருங்கும்போது சட்டென்று குருஜியின் அறைக்குள் சென்று அமர்ந்துவிடுவேன். அவர் கேட்காவிட்டாலும் நானாக ஒரு புத்தகத்தை எடுத்து வைத்துக்கொண்டு அவருக்குப் படித்துக் காட்ட ஆரம்பித்துவிடுவேன். சரியாக ஒரு மணி நேரம்.

சமையல் முடித்துவிட்டு மற்ற மூவரும் வந்து சாப்பாடு தயார் என்று சொல்லும்போது மூடி வைத்துவிட்டு எழுந்துவிடுவேன்.

எனது நண்பர்களுக்கு என்னுடைய இந்த உத்தி புரியவில்லை. அவர்கள் வேலைகளைப் பங்குபோட்டுக்கொண்டு தாங்களே தினமும் சமைத்தார்கள். ஒருநாள் குரு கேட்டார், 'விமல் உனக்கு சமைக்கப் பிடிக்காதா?'

நான் யோசிக்கவேயில்லை. 'ஆம் குருஜி' என்று சொன்னேன்.

'நினைத்தேன். ஆனால் சாப்பிடப் பிடிக்குமல்லவா?'

'மிகவும்.'

'நல்லது. நீயே ரசித்துச் செய்யும்படியாக உனக்கு நான் சில எளிய சாப்பாட்டு வகைகளைச் சமைக்கக் கற்றுத்தரலாம் என்று பார்க்கிறேன்.'

'எதற்கு குருஜி? வேண்டாமே.'

'இல்லை. என்றாவது உதவும்.' என்று சொல்லிவிட்டு அவர் எனக்கு காய்கறி சாலட் செய்யக் கற்றுத் தந்தார். ஒரு கேரட். ஒரு வெங்காயம். ஒரு பெரிய வெள்ளரிக்காய். முட்டைக் கோஸ் இலைகள் கொஞ்சம். ஒரு தக்காளி. வெங்காயத் தாள் சிறிது. காய்களை அவர் நறுக்கிய விதம் மிகவும் அழகாக இருந்தது. ஒரு குழந்தைக்குத் தலை வாருவது போல அவர் கறிகாய்களை நறுக்கினார். மிகவும் மென்மையாக. அவற்றுக்கு வலிக்கும் என்பது போல. நறுக்கிய காய்களைக் கழுவி ஒரு பாத்திரத்தில் போட்டு சிறிது உப்புப் போட்டுக் கிளறினார். அதன்பின் அரை மூடி எலுமிச்சை சாறை அதன்மீது பிழிந்து மீண்டும் கிளறினார். மேலாகச் சில புதினா இலைகளைத் தூவி ஒரு பிளேட்டில் கொட்டி ஒரு ஸ்பூனையும் வைத்து என்னிடம் தந்தார்.

'சமைக்க சிரமமாக இருந்தால் இப்படிச் செய்து சாப்பிடலாம். இது நன்கு பசி தாங்கும்' என்று சொன்னார்.

இன்னொரு நாள் பனீர் வாங்கி வரச் சொல்லி உதிர்த்து அதில் அரை தம்ளர் பால் சேர்த்து வேகவைத்து எடுத்தார். வாணலியில் சிறிது நெய் விட்டு தாளித்து அதில் பனீரைக் கொட்டிக் கிளறிக் கொடுத்து, 'இது பனீர் பொங்கல். இதைச் சாப்பிட்டால் ஒன்பது மணி நேரம் பசிக்காது' என்று சொன்னார். உண்மையிலேயே அன்று முழுதும் எனக்கு வேறெதுவும் சாப்பிடத் தோன்றவில்லை. அந்தப் பொங்கல் அவ்வளவு ருசியாக இருந்தது. வயிறும் அடங்கியிருந்தது.

நெய்யை உருக்கி, கொதி வரும் நேரம் ஒரு பிடி துளசி இலைகளைப் போட்டு இறக்கிவிடுவார். அது ஆறியதும் அப்படியே எடுத்துக் குடிக்கச் சொல்வார். 'இருபத்து நான்கு மணி நேரம் பசி தாங்க இதுதான் சரியான உணவு' என்று சொன்னார்.

குழம்பு, ரசம், கூட்டு, பொரியல் எல்லைகளைத் தாண்டாதிருந்த எனக்கு அவரது மாறுபட்ட உணவு ஆலோசனைகள் ஆர்வத்தைத் தூண்டின. மெல்ல மெல்ல யாருமில்லாத சமயங்களில் சமையலறையில் குருஜி சொல்லிக் கொடுத்தவற்றைப் பரிசோதனை செய்ய ஆரம்பித்தேன். ஒரு கட்டத்தில் என் சகாக்கள் மூவரும்கூட அம்மாதிரியான உணவு முறையின்மீது ஆர்வம் காட்ட ஆரம்பித்தார்கள். வெகு விரைவில் நாங்கள் ஒரு நாளில் ஒருவேளை மட்டுமே உணவு உட்கொள்ளும் வழக்கத்தைக் கடைப்பிடிக்க ஆரம்பித்துவிட்டோம். என்னால் சாப்பிடாமல் இருக்க முடிகிறது என்பது எனக்கு மிகுந்த அதிசயமாக இருந்தது. ஒரு வேளை தவறினாலும் துடித்துப் போய்விடுபவன் நான். ஆனால் மிக எளிய சில மாற்றங்களின்மூலம் நாளெல்லாம் உண்ணாதிருக்கும் சக்தியைப் பெற குருஜி உதவினார்.

அன்றைக்குக் காலை எழுந்ததுமே குருஜி மழை பார்க்கப் போகலாம் என்று அறிவித்தார். உடனே நான் வரவில்லை என்று சொன்னேன்.

'ஏன்?'

'எனக்குக் கொஞ்சம் படிக்க வேண்டும். நீங்கள் போய்வாருங்கள். மாலை நான் சமைத்து வைக்கிறேன்' என்று சொன்னேன்.

அவர்கள் நான்கு பேரும் மழை பார்க்கப் புறப்பட்டுப் போனார்கள். குருஜிக்கு அது மிகவும் பிடித்தமான பொழுதுபோக்கு. காவிரி தோன்றும் மலை உச்சிக்குப் போய் நின்றுகொள்வார். பெருமழைக் காலங்களில் அங்கு சுற்றுலாப் பயணிகள் யாரும் வரமாட்டார்கள். தனிமையின் பிரம்மாண்டம் ஒரு தரிசனமாக மேகங்களின் வழியே கீழிறங்கி வந்து மேனி தொட்டு நகர்ந்து போகும். மழையை ரசிப்பதற்கு மலை உச்சிதான் சரியான இடம் என்று குரு சொல்லுவார்.

ஒருமுறை என்னையும் அவர் காவிரியின் பிறப்பிடத்துக்கு அழைத்துச் சென்றிருக்கிறார். அன்றும் மழை நாள்தான். ஆனால் இந்தளவு பெருமழை இல்லை. சிகரத்தின் உச்சியில் நாங்கள்

ஐந்து பேர் மட்டும் தனியே நின்றிருந்தோம். நாலாபுறங்களில் இருந்தும் மழைச் சாரல் அடித்து எங்களை நனைத்தது. நனைவது ஒரு தவம் என்று அவர் சொன்னார். ‘ஈரத்தை தியானம் செய்’ என்று சொல்லி என்னை அங்கேயே அமர வைத்தார். அரை மணி நேரம் நான் குளிர்ச்சியைக் குறித்தே சிந்தித்துக்கொண்டிருந்தேன். ஒரு கட்டத்தில் என் நினைவெங்கும் சில்லிட்டுப் போய் மூச்சுக்காற்று சூடாக வரத் தொடங்கியது போல உணர்ந்தேன். குருவிடம் இதனைச் சொன்னபோது, ‘சரியாக இருக்கிறது. அப்படியே வலது நாசியில் காற்றை உறிஞ்சி உள்ளே தேக்கி வை. முப்பது வினாடிகள்.’

நான் அவர் சொன்னது போலச் செய்தேன். முப்பது வரை எண்ணிவிட்டு அவரைப் பார்த்தேன்.

‘இடது நாசி வழியே தேக்கிய காற்றில் பாதியை வெளியே அனுப்பு. சரிபாதி.’

அப்படியே செய்தேன்.

‘மீதமுள்ள காற்றை மீண்டும் வலது நாசி வழியே வெளியே அனுப்பு.’ என்றவர் அதன்பின் முப்பது வினாடிகள் மீண்டும் காற்றை உள்ளே இழுக்காமல் சும்மா விடச் சொன்னார்.

என்னால் இருபது வினாடிகள் மட்டுமே அவ்வாறு இருக்க முடிந்தது. அதற்குள் மூச்சு முட்டிவிட்டது.

‘முயற்சி செய்து பார் விமல். இதே போலத் தொண்ணூறு நிமிடங்கள் இடைவிடாமல் உன்னால் செய்ய முடியுமானால் உன்னால் எத்தகைய குளிரையும் வென்றுவிட முடியும்.’

அவர் சொன்னது உண்மை. அன்றைக்குச் செய்ய முடியவில்லை என்றாலும் ஆசிரமத்துக்கு வந்தபின்பு தினமுமே காலை எழுந்ததும் அவர் சொன்ன அந்த மூச்சுப் பயிற்சியை நான் செய்து பார்க்க ஆரம்பித்தேன். சில மாதங்களில் குளிர் எனக்கு மிகவும் பழகிவிட்ட ஒன்றாக இருந்தது. எத்தனை சில்லிட்ட நீரில் இறங்கினாலும் கண நேரத் தவிப்பும் இல்லாதிருந்தது. குளிர்ச்சியில் உடல் புல்லரிப்பதில்லை. என்னால் சட்டையில்லாமல், போர்வையில்லாமல் வெறுந்தரையில் படுத்துத் தூங்க முடிந்தது. கம்பளியும் ஸ்வெட்டரும் மப்ளரும் சுற்றிக்கொண்டு திரியும் மடிகேரிவாசிகள், வெற்றுடம்புடன் அலைந்து திரிந்த என்னை

வினோதமாகப் பார்த்தார்கள். அவர்கள் பார்ப்பதற்காகவே நான் எனது அதிகாலை நடையின்போது மேல் சட்டை அணிந்து செல்வதைத் தவிர்க்கத் தொடங்கினேன்.

அன்றைக்கு மழை பார்க்க குருநாதரும் என் மூன்று தோழர்களும் புறப்பட்டுப் போனபின்னர் நான் மதியம் இரண்டு மணி வரை படித்துக்கொண்டே இருந்தேன். அதன்பின் சமைக்கலாம் என்று முடிவு செய்து சமையலறையில் என்னென்ன இருக்கிறது என்று பார்த்தேன். முட்டைக் கோஸ் இருந்தது. கேரட் இருந்தது. கொஞ்சம் அரிசி இருந்தது. ஐந்து பேருக்குப் போதுமா என்று சந்தேகமாக இருந்தது. என்ன செய்யலாம் என்று யோசித்துக்கொண்டிருந்தபோதுதான் மஞ்சு ஆசிரமத்துக்கு வந்தாள். கொட்டும் மழையில் இவள் ஏன் இப்போது வருகிறாள் என்று எனக்கு வியப்பாக இருந்தது. அவள் மழை கோட் அணிந்திருந்தாள். கையில் ஒரு பெரிய தூக்குச் சட்டி கொண்டுவந்திருந்தாள்.

'என்ன இது?'

'பிசிபேளாபாத்.'

'என்ன?'

'உங்கள் சாம்பார் சாதத்தின் எங்கள் ஊர் வடிவம்.'

நான் ஆர்வமுடன் அதை வாங்கித் திறந்தேன். குப்பென்று நெய்யின் மணம் நாசியில் ஏறி நிறைந்தது. நன்றாக இருக்கும்போலத் தோன்றியது.

'இந்த மழைக்கு இதைச் சாப்பிட நன்றாக இருக்கும். குருஜிக்குக் கொடுக்கலாம் என்று கொண்டு வந்தேன்.'

'மிக்க நன்றி மஞ்சு. என்ன சமைக்கலாம் என்று யோசித்துக்கொண்டிருந்தேன். நீ என் வேலையைப் பாதியாக்கிவிட்டாய். பத்து நிமிடங்கள் உட்கார்' என்று சொல்லிவிட்டு இருந்த காய்களை நறுக்கி அவசரமாக ஒரு பொரியல் மட்டும் செய்தேன்.

'பிசிபேளாபாத்தை சூடாகத்தான் சாப்பிட வேண்டும். குருஜி எப்போது வருவார்?' என்று மஞ்சு கேட்டாள்.

'தெரியவில்லை. அவர்கள் மழை பார்ப்பதற்காக மலை உச்சிக்குச் சென்றிருக்கிறார்கள். திரும்பி வரும் நேரத்தைச் சரியாகச் சொல்ல முடியாதே.'

‘அடக்கடவுளே. அப்படியானால் நீங்களாவது இப்போதே சாப்பிட்டுவிடுங்கள்’ என்று சொன்னாள்.

அழகான பெண் அன்போடு எடுத்து வந்து சாப்பிடச் சொல்லும்போது எப்படி எனக்கு மறுக்கத் தோன்றும்? நான் அந்த பிசிபேளாபாத்தைச் சாப்பிட்டேன்.

‘பிரமாதமாக இருந்தது. நீயே சமைத்தாயா?’

‘இல்லை. என் அம்மா.’

‘உன் அம்மாவுக்கு என் நன்றியைச் சொல்லிவிடு. மறந்துவிடாதே.’

‘சரி’ என்று சொன்னாள். நாங்கள் நெடு நேரம் அமர்ந்து பேசிக்கொண்டிருந்தோம். மஞ்சுவுக்கு நிறைய சந்தேகங்கள் இருந்தன. அவற்றுள் முக்கியமானது கடவுளை நம்புவதா வேண்டாமா என்பது.

‘குருஜியின் சொற்பொழிவுகளைக் கேட்கிறாயே, உனக்கு என்ன தோன்றுகிறது?’

‘நானே கேட்க நினைத்தேன். அவர் பேச்சில் எப்போதும் கடவுளே வருவதில்லை. இது ஏன்?’ என்று அவள் கேட்டாள்.

‘ஏனென்றால் அவருக்கு மொத்தம் நூற்று எண்பத்து ஒன்பது கடவுள்கள் உண்டு. யாரைச் சொல்லி, யாரை விட முடியும்? அதனால்தான் யார் பெயரையும் அவர் சொல்வதில்லை.’

‘நூற்று எண்பத்து ஒன்பது கடவுள்களா!’

‘ஆமாம். அவரோடு பழகிப் பழகி எனக்கே இப்போது எழுபது எண்பதுபேர் சேர்ந்துவிட்டார்கள்.’

அவள் சிரித்தாள்.

‘நீ நம்பவில்லை அல்லவா? என்னோடு வா’ என்று அவளை எனது குடிலுக்கு அழைத்துச் சென்றேன். உட்கார் என்று சொன்னேன். அவள் தரையில் அமர்ந்தாள். ‘மிகவும் சில்லென்று இருக்கிறது. நீங்கள் ஒரு பாயாவது போட்டுக்கொண்டு அமரலாம்’ என்று சொன்னாள்.

‘அவசியமே இல்லை. என் அறுபதாவது கடவுள் குளிரைத் துரத்திவிடுவான்’

‘அப்படியா? எங்கே எனக்குத் துரத்திக் காட்டுங்கள் பார்க்கலாம்?’

நான் குருஜி எனக்குக் கற்றுத் தந்த மூச்சுப் பயிற்சியை அவளுக்குச் சொல்லி, செய்ய வைத்தேன். இரண்டு மூன்று முறை தடுமாறினாள். பிறகு சரியாக வந்துவிட்டது. இடைவிடாமல் பத்து நிமிடங்கள் செய்துகொண்டே இருக்கச் சொன்னேன். சட்டென்று ஒரு கணத்தில், 'ஆம், இப்போது குளிர் போய்விட்டது!' என்று ஆச்சரியப்பட்டாள்.

'குளிர்தானே போனது? அறையையே ஹீட்டர் போட்டது போலவும் மாற்ற முடியும். அதை முயற்சி செய்யலாமா?' என்று கேட்டேன்.

'ஓ! உடனே.'

நான் அவள் உச்சந்தலையில் கை வைத்தேன். ஒன்பது வினாடிகள் அப்படியே வைத்திருந்தேன். பிறகு மெலிதாக மூன்று முறை கபாலத்தில் தட்டினேன். கண்ணை மூடிக்கொள்ளச் சொன்னேன். தலையில் இருந்து முகவாய் வரை ஒற்றை விரலால் நீளமாக ஒரு கோடு இழுத்தபடி வந்தேன். அவள் உதட்டை என் விரல் தொட்டுக் கீழிறங்கியபோது அவள் கண் திறந்து பார்த்தாள். சிரித்தாள்.

வெளியே மழை மேலும் வலுப்பெற்று சீறிப் பொழியத் தொடங்கியது.

91. தியானம்

குருநாதரும் என் சகாக்களும் மழை பார்த்துவிட்டுத் திரும்பி வருவதற்கு மாலை ஆறு மணிக்குமேல் ஆகிவிட்டது. நான்கு பேரும் ஈரத்தில் விரைத்துப் போய் வந்து சேர்ந்தார்கள். குரு ஒரு குழந்தையைப் போலச் சிரித்தார். அவரது விரல்கள் நடுங்கிக்கொண்டிருந்தன. நான் அவர்கள் வருகையை எதிர்பார்த்து நான்கு கனமான காய்ந்த டர்க்கி டவல்களை எடுத்து வைத்திருந்தேன். உள்ளே நுழைந்ததும் அதைக் கொடுத்தேன். அவர்கள் துடைத்துக்கொண்டு ஆ, ஊ என்று குளிரைக் கொல்ல முயற்சி செய்துகொண்டிருந்தார்கள். ஈரத் துணிகளைக் களைந்து உடம்பெங்கும் துடைத்துவிட்டு, புதிய ஆடைகளை அணிந்துகொண்டு, 'சூடாக என்ன இருக்கிறது?' என்று கேட்டார்கள்.

நான் 'பிசிபேளாபாத்' என்று சொன்னேன். அவர்கள் அதை முழுதாகக் காதில் வாங்கியதாகவே தெரியவில்லை. பாய்ந்து ஓடி அவரவர் தட்டுகளை எடுத்து வைத்துக்கொண்டு உட்கார்ந்தார்கள். குருஜியும் அவர்களோடு அமர்ந்துகொண்டார். மஞ்சு கொண்டு வந்திருந்த பிசிபேளாபாத்தை நான் சற்று சூடு படுத்தி வைத்திருந்தேன். அதனோடு நான் சமைத்திருந்த பொரியலையும் சேர்த்துப் பரிமாறினேன். அவர்கள் ஒரு வார்த்தைகூடப் பேசாமல் அள்ளி அள்ளி எடுத்துச் சாப்பிட்டார்கள். ஐந்து நிமிடங்களில் சாப்பிட்டு முடித்துவிட்டுத்தான் என்னை நிமிர்ந்து பார்த்தார்கள். சிரித்தார்கள்.

'நீ சாப்பிட்டாயா?' என்று குருஜி கேட்டார்.

'சாப்பிட்டுவிட்டேன் குருஜி.'

'நல்லது. என் அறைக்கு வா' என்று சொல்லிவிட்டு அவர் எழுந்து சென்று கை கழுவிக்கொண்டு தட்டையும் கழுவிக் கொண்டு போய்க் கவிழ்த்துவிட்டுத் தன் அறைக்குப் போனார். நான் சமையலறையைத் துடைத்து சுத்தம் செய்துவிட்டு அவர் அறைக்குள் நுழைந்தேன்.

'உட்கார்' என்று சொன்னார்.

அமர்ந்தேன்.

'உன் முகம் ஏன் என்னவோ போல இருக்கிறது?'

'இல்லையே. அநேகமாக சமைத்த களைப்பாக இருக்கும்.'

'இது நீ சமைத்தது போல இல்லையே?'

'ஆம் குருஜி. மஞ்சு கொண்டுவந்திருந்தாள். ஆனால் பொரியல் நான் செய்ததுதான்.'

'அது தெரிந்தது. சரி சொல். வேறென்ன நடந்தது?'

எனக்குச் சட்டென்று உடலெங்கும் அச்சத்தின் புகை மூட்டம் எழுந்து சுழலத் தொடங்கியது. இந்த மனிதர் யார்? இவருக்கு என்னவெல்லாம் தெரியும்? மந்திர தந்திரங்கள் அறிந்தவரல்லர் என்றுதான் நான் கருதினேன். அதற்கும் அப்பால் அவருக்கு வேறு எதுவோ தெரிந்திருக்க வேண்டும் என்று தோன்றியது. எப்படியானாலும் அவர் எதையோ மோப்பம் பிடித்திருக்கிறார். இற்குமேல் நடந்ததை மறைப்பது என்பது வெறும் அபத்தம். சொல்லிவிடலாம் என்று நினைத்தேன். ஆனாலும் சற்றுத் தள்ளிப் போடலாம் என்று தோன்றியது. ஒரு சின்ன ஆட்டம். பிள்ளைக் களி. செய்து பார்த்தால்தான் என்ன?

குருஜி கேட்டார், 'என்ன நடந்தது என்று கேட்டேன்.'

'ஒன்றும் நடக்கவில்லையே குருஜி? மஞ்சு வீட்டில் இன்று பிசிபேளாபாத் செய்திருக்கிறார்கள். மழையில் நாம் என்ன சமைத்திருப்போம், என்ன சாப்பிட்டிருப்போம் என்று அவளுக்குக் கவலை வந்துவிட்டது. அவள் அம்மாவிடம் கேட்டு சமைத்ததில் ஒரு பகுதியை நமக்காக எடுத்து வந்துவிட்டாள். மிகவும் நல்ல பெண்' என்று சொன்னேன்.

'ஆம். அவள் நல்ல பெண்தான். ஆனால் நீ என்ன செய்தாய்?' என்று குரு கேட்டார்.

'அவள் குளிர்கிறது என்று சொன்னாள். நீங்கள் எனக்குக் கற்றுத் தந்த மூச்சுப் பயிற்சியை அவளுக்குச் சொல்லிக்கொடுத்துக் குளிரைச் சற்று மறக்க வைத்தேன்.'

'பிறகு?'

அதற்குமேல் அதை நீட்டிக்கொண்டு போவது எப்படி என்று எனக்குத் தெரியவில்லை. எனவே புன்னகை செய்தேன். 'மன்னியுங்கள். நான் அவளை முத்தமிட்டேன்' என்று சொன்னேன்.

'வேறு?'

'அவ்வளவுதான். வெறும் முத்தம். அவளுக்கும் அதில் சம்மதம் இருந்ததால் முத்தத்தின் கால அளவைச் சற்று நீட்டித்துக்கொண்டேன்.'

அதன்பின் அவர் பேசவில்லை. கண்ணை மூடிக்கொண்டு படுத்துவிட்டார். அவர் மீண்டும் அழைப்பார் என்று நினைத்து நான் சிறிது நேரம் அருகிலேயே நின்றிருந்தேன். ஆனால் அவர் உறங்கத் தொடங்கிவிட்டாற்போல இருந்தது. எனவே சத்தமில்லாமல் அந்த அறையை விட்டு வெளியேறி என் குடிலுக்குச் சென்றேன். சிறிது நேரம் முண்டகோபநிஷதத்தை எடுத்து வைத்துக்கொண்டு படித்தேன். மனம் அதில் நிற்க மறுத்தது. எனக்குப் பெரிய கவலையெல்லாம் இல்லை. ஆசிரமத்தில் இனி நான் இருக்கக்கூடாது என்று குருஜி சொல்லுவாரேயானால், சரி என்று கிளம்பிவிடும் முடிவில்தான் இருந்தேன். ஆனால் ஏனோ அவர் அப்படிச் சொல்லக்கூடியவராக எனக்குத் தோன்றவில்லை. அதனால்தான் சற்றும் கலவரமடையாமல் நடந்ததை அவரிடம் அப்படியே தெரிவித்தேன்.

உண்மையில் மஞ்சுவுக்கும் அந்த அனுபவம் புதிது. அதற்குமுன் தன்னை யாரும் முத்தமிட்டதில்லை என்று அவள் சொன்னாள்.

'உனக்குப் பிடித்திருக்கிறதா?' என்று கேட்டேன்.

அவள் மௌனமாக இருந்தாள்.

'பிடித்திருந்தால் நாம் இதனை நீட்டிக்கலாம். முத்தம் ஒரு யோகம்' என்று சொன்னேன்.

அவள் அதற்கும் பதில் சொல்லவில்லை. ஆனால் நான் மீண்டும் முத்தமிட முயற்சி செய்தபோது அவள் தடுக்கவில்லை. அம்முறை நான்கைந்து நிமிடங்களுக்கு அந்த முத்தம் நீடித்தது. அவள் அப்படியே கிடந்தாள். ஒரு பொருளைப் போல. உணர்ச்சிகளை வெளிக்காட்டிக்கொள்ளாமல். நானும்கூட அசையவில்லை. ஒரு முத்தத்தைத் தாண்டி வேறெதுவும் நிகழ்ந்துவிடகூடாது என்று மட்டும் எண்ணிக்கொண்டேன். சற்று படபடப்பாக இருந்தது. அது

தவறா, சரியா என்று நான் கவலைப்படவில்லை. ஆனால், என்னால் அப்போது அதைத் தவிர்த்திருக்கவும் முடியாது என்று தோன்றியது. ஒருவேளை அவள் ஒப்புக்கொள்ள மறுத்திருந்தால் என்ன செய்திருப்பேன் என்று சிறிது யோசித்துப் பார்த்தேன். சற்று அசடு தட்டியிருக்கும். அதில் சந்தேகமில்லை. ஆனால் எத்தருணத்திலும் வன்முறையின் பிடியில் நான் விழுந்திருக்க மாட்டேன் என்று உறுதியாக நினைத்தேன்.

முத்தமிட்டு முடிந்து அவள் விலகியதும் சட்டென்று சொன்னேன், 'இந்த நிமிடங்களில் உன் மனத்தில் வேறெந்த எண்ணமும் இருந்திருக்கக்கூடாது. அல்லது முத்தத்தைத் தாண்டி வேறொன்றை நினைத்தாயா?'

அவள் இல்லை என்று தலையசைத்தாள்.

'சரி. அப்படியானால் நீ ஐந்து நிமிடங்கள் சரியாக தியானத்தில் இருந்திருக்கிறாய். கவனம் குவிந்த தியானம்.'

'முத்தம் தியானமா?'

'சந்தேகமென்ன? எதில் முற்றுமுழுதாக உன் மனம் குவிகிறதோ, அதுவே தியானம். எதில் இன்னொன்றின் நினைப்பு இல்லாது போகிறதோ, அது மட்டுமே தியானம்.'

அவள் சிரித்துவிட்டாள். 'அப்புறம் கடவுள் எதற்கு? மோட்சத்துக்கு முத்தம் போதுமே?' என்று சொன்னாள்.

'ஆம். முத்தமும் மோட்சத்துக்கான வழிதான்' என்று சொன்னேன்.

அன்று இரவெல்லாம் மழை கொட்டித் தீர்த்துவிட்டது. இனி பொழிய ஒரு சொட்டும் மிச்சமிருக்காது என்பதைப் போல. காலை சற்று வெளிச்சம் வந்ததும் எழுந்து வெளியே வந்து பார்த்தேன். ஏராளமான மரங்கள் வீதியெங்கும் முறிந்து விழுந்திருந்தன. கண்ணில் பட்ட மலைப்பரப்பெங்கும் சிற்றருவிகள் கொட்டிக்கொண்டிருந்தன. சமதளம் வாய்த்த சாலையெல்லாம் ஆறு போல நீர் ஓடிக் கொட்டிக்கொண்டிருந்தது. ஆசிரமத்துக்குள் நாங்கள் வளர்த்த பல மரங்கள் முறிந்து விழுந்திருந்தன. பூச்செடிகள் நனைந்து சுருங்கிச் சரிந்திருந்தன. பூந்தொட்டிகளெல்லாம் நீர் நிரம்பியிருந்தது. ஆசிரம வளாகத்துக்குள் நாங்கள் தங்கியிருந்த ஓலைச் சரிவிட்ட குடில்கள் நான்குமே பகுதியளவில் பழுதாகிவிட்டிருந்தன. இன்னொரு முழு நாள் மழையும் காற்றும்

தொடருமானால் நாங்கள் குடில்களை காலி செய்துவிட்டு, குருநாதர் வசிக்கும் கான்கிரீட் கட்டடத்துக்கே இடம் பெயர்ந்துவிட வேண்டியிருக்கும் என்று தோன்றியது. என்ன காரணத்தாலோ அவர் எங்களைத் தனித்தைக் குடில்களில்தான் வசிக்க வேண்டும் என்று சொல்லியிருந்தார். ஆசிரமவாசிகளுள் ஒருவனாக என்னையும் ஏற்றுக்கொண்ட தினத்தன்றே யாரையோ கூப்பிட்டு எனக்கொரு குடில் அமைத்துத் தரச் சொல்லிவிட்டார். அன்று மாலையே என் குடில் தயாராகிவிட்டது. மூன்றடி உயரத்துக்குச் செங்கல் வைத்துப் பூசிய சுவர்கள். மேலே கூரைச் சரிவு. அவ்வளவுதான். கதவு கிடையாது. எங்கிருந்தோ கான்கிரீட் பாளங்களை எடுத்து வந்து தரைக்குப் போட்டு பூசி மெழுகிவிட்டுப் போய்விட்டார்கள்.

எனக்கு அது மிகப்பெரிய வியப்பாகவும் மகிழ்ச்சி தரத்தக்கதாகவும் அன்று இருந்தது. ஆசிரமத்துக்கு வந்து சேர்ந்த நாளில் நான் சிறுவன். வீட்டிலேயே எங்கள் நான்கு பேருக்கும் சேர்த்து ஒரே ஒரு அறையைத்தான் ஒதுக்கியிருந்தது நினைவுக்கு வந்தது. அதை 'என் அறை' என்று நான் என்றுமே உணர்ந்ததில்லை. ஆனால், 'என் பிள்ளைகளுக்கு நான் முதலில் தர விரும்புவது பூரண சுதந்தரம். ஒரு தனிக்குடில் அதன் தொடக்கம்' என்று குருஜி சொன்னார். ஆனால் குடிலுக்குள் அமர்ந்து தியானத்தில் ஈடுபடக்கூடாது என்பது அவரது கண்டிப்பான உத்தரவாக இருந்தது.

'தியானத்தை வெட்ட வெளியில் செய். இங்கு மலை முகடுகளுக்குப் பஞ்சமில்லை. நதிக்கோ அருவிக்கோ ஓடைகளுக்கோ பஞ்சமில்லை. இறைத்தன்மையின் முழு நிர்வாணம் வெளியெங்கும் நிறைந்திருக்கிறது விமல். அதை வீணடிக்கக்கூடாது' என்று குருஜி சொன்னார்.

ஆசிரமத்தில் சேர்ந்த நாளில் இருந்து நான் என்றுமே அவர் பேச்சை மீறியதில்லை. தியானத்தை மலைச்சாரலில்தான் வைத்துக்கொள்வேன். தியானம் மட்டுமல்ல. பல மூச்சுப் பயிற்சிகளை, பின்னாள்களில் பயின்ற யோகப் பாடங்களையும்கூட வெட்ட வெளியில்தான் அப்பியாசம் செய்வது வழக்கம். முதல் முறையாகக் குடிலுக்குள் நான் மஞ்சுவை நெருங்கி முத்தமிட்டிருக்கிறேன். அதை ஒரு தியானம் என்று அவளிடம் குறிப்பிடவும் செய்திருக்கிறேன். எப்படிப் பார்த்தாலும் ஒரு சன்னியாசி செய்கிற காரியமல்ல அது. குருஜி என்ன சொல்லப் போகிறார் என்று காத்திருந்தேன்.

நான் உறங்கி விழித்ததற்கு அரை மணி நேரம் கழித்துத்தான் அவர் எழுந்து வெளியே வந்தார். என்னைக் கண்டதும் புன்னகை செய்தார். 'மழை விட்டிருக்கிறது போலிருக்கிறதே? வாயேன், சிறிது தூரம் நடந்துவிட்டு வரலாம்' என்று சொல்லிவிட்டு எனக்கு முன்னால் வெளியே இறங்கி நடக்க ஆரம்பித்தார்.

92. மிருக நடமாட்டம்

மடிகேரியில் குருநாதரின் ஆசிரமம் இருந்த இடம் ஒரு வினோதமான பிராந்தியம். அந்தக் குன்றின் சரிவுகளில் எல்லாமலை வாசஸ்தலங்களிலும் இருப்பது போன்ற குட்டை வீடுகள், சரிவு வீடுகள் உண்டு. ஆனால் ஆசிரமம் அனைத்துக்கும் மேல் வரிசையில் ஒரு மொட்டைப் பாறையின் பின்புறம் தனியே அமைந்திருக்கும். ஆசிரமம் இருக்கும் இடத்துக்கு முந்தைய கொண்டை வளைவு வரை வண்டிகள் வரும். ஆனால் ஆசிரமத்துக்கு ஒரு சைக்கிள்கூட வர முடியாது. குன்றின் அடிப்பகுதியில் இருந்து குடைந்து குடைந்து சாலைகளைப் போட்டுக்கொண்டே வந்தவர்களுக்கு அந்த இடம் வந்தபோது அலுத்திருக்கும் என்று நினைத்தேன். அல்லது அதற்கு மேலே யாரும் போய் வீடு கட்டி வசிக்க மாட்டார்கள் என்று நினைத்துத் திரும்பிப் போயிருப்பார்கள். பல காலம் உண்மையிலேயே யாரும் போகாத இடமாகவே இருந்து கானகம் மண்டிய இடமாகிவிட்டது. பிறகொரு சந்தர்ப்பத்தில் யாரோ ஒருவர் கண்ணில் அந்த இடம் பட்டிருக்கிறது. கொக்கோ பயிரிடலாம் என்று நினைத்து மொத்தமாக அங்கிருந்த நாற்பது ஏக்கரா நிலத்தை உரிமையாக்கிக்கொண்டு பயிரிட ஆரம்பித்தார். தோட்டத் தொழிலாளிகள் போய்வருவதற்காக அவர் செலவிலேயே ஒரு பாதையும் அமைத்தார். இதையெல்லாம் சரியாகச் செய்தவரால் வனத்துறை அதிகாரிகளை ஏனோ சமாளிக்க முடியாமல் போய்விட்டது. அவர் ஒன்றிரண்டு போகம் பயிரிட்டிருந்தால் அதிகம் என்று குருஜி ஒரு சமயம் சொன்னார். பிறகு அந்த இடத்தை அப்படியே விட்டுவிட்டு எங்கோ போய்விட்டார். அக்காலங்களில் அந்தத் தோட்டத்தொழில் அதிபரின் இரண்டு மகன்களுக்கு குருஜி பாடம் சொல்லிக் கொடுப்பதற்காக அங்கே போய்வந்துகொண்டிருந்திருக்கிறார். அந்தப் பழக்கத்தில் அவருக்குக் கொஞ்சம் இடம் ஒதுக்கிக் கொடுத்து ஒரு கட்டடமும் கட்டிக்கொடுத்திருக்கிறார். குருஜி அங்கேயே தங்கி, தமது மகன்களைப் பெரிய மேதைகளாக்கிவிடுவார் என்று எண்ணியிருப்பார். குருஜி அங்கேயேதான் தங்கினார். ஆனால்

அந்தத் தொழிலதிபர்தான் இடம் மாற்றிக்கொண்டு போய்விட்டார்.

நாங்கள் நடக்கத் தொடங்கியபோது குருஜி அந்தக் கானகத்தின் பூர்வகதையை எனக்குச் சொல்லிக்கொண்டே வந்தார். கொக்கோ பயிரிட்ட காலத்தின் கதை. கர்நாடகத்தில் அப்போது நிஜலிங்கப்பா முதல்வராகி இருந்தார். மாநிலத்தின் முதல் சட்டப்பேரவையின் நான்காவது முதல்வர். அவர் காலத்தில்தான் முதல் முதலில் மலைப்பகுதிகளில் தோட்டத் தொழில்களுக்கான நடைமுறைகள் ஒழுங்கு செய்யப்பட்டதாக அவர் சொன்னார். நடைமுறைகளை ஒழுங்கு செய்துவிடலாம். மனிதர்களை என்ன செய்ய முடியும்?

'இந்த இடத்தின் முதலாளி உண்மையில் மிகவும் தன்மையான மனிதர். பெரிய தொழிலதிபராவார் என்று எதிர்பார்த்திருந்தேன். ஏனோ அவரால் வனத்துறை அதிகாரிகளுடன் ஒத்துப் போக முடியாமல் போய்விட்டது' என்று குருஜி சொன்னார்.

'அவர் என்ன ஆனார்?' என்று கேட்டேன்.

'தெரியவில்லை. இந்தத் தொழிலே வேண்டாம் என்று சொல்லிவிட்டு மங்களூருக்குப் போய் தங்கிவிட்டார். ஓரிரண்டு வருடங்கள் அதன்பின் தொடர்பில் இருந்தார். அதன்பின் அதுவும் இல்லாமல் போய்விட்டது.'

'இடத்தை வேறு யாருக்காவது விற்றுவிட்டாரா?'

'அதுவும் தெரியவில்லை. இன்றுவரை இந்த இடத்துக்கு உரிமை சொல்லிக்கொண்டு யாரும் வரவில்லையே? அப்படி வருகிறவரை இந்தத் தோட்டம் முழுவதும் நம்முடையதுதான்' என்று சொல்லிவிட்டுச் சிரித்தார்.

அப்போது அது தோட்டமாக இல்லை. பராமரித்தால்தானே தோட்டம்? புற்களும் புதர்களும் நெடிதுயர்ந்த செம்மரங்களும் வளர்ந்து மண்டியிருந்த காடு அது. எந்தக் காலத்திலோ போட்ட கம்பி வேலியின் மிச்சம் ஆங்காங்கே சிறிது தெரியும். குருஜி தனது இருப்பிடத்தை ஓர் ஆசிரமமாக மாற்றி அமைத்துக்கொண்ட பிற்பாடு கீழிருந்து ஒரு சிலர் வந்து போக ஆரம்பித்தார்கள். நான் ஆசிரமத்துக்குச் சென்று சேர்ந்த பிறகு அப்படி வருகிறவர்களின் எண்ணிக்கை அதிகரிக்க ஆரம்பித்தது. அரசாங்கம் கைவிட்டுவிட்ட அந்தப் பிராந்தியத்துக்கு சுமாரான மண் சாலையொன்று போடப்பட்டதே ஆசிரமத்துக்கு வந்து போகிறவர்களின் முயற்சியால் நடந்ததுதான்.

'விமல், நிலம் ஒரு குறியீடு. அது ஸ்தூலமல்ல. வெறும் குறியீடு. முகத்தைப் பார்ப்பதற்குக் கண்ணாடி இருப்பது போல மனத்தைக் காண நிலம்' என்று குருஜி சொன்னார்.

'அப்படியா?'

'ஆம். அதனால்தான் நான் அதனை எனது மூன்றாம் நம்பர் கடவுளாக்கி வைத்திருக்கிறேன்.'

'மனமும் நிலமும் ஒன்றா?'

'சந்தேகமில்லாமல் ஒன்றுதான். கொள்ளளவு காரணத்தால் மட்டுமல்ல. கொந்தளிக்க முடிவு செய்துவிட்டால் அவனை அடக்கவே முடியாது. அவன் ஒரு பிசாசாகிவிடுவான்' என்று அவர் சொன்னார். எனக்குச் சட்டென்று அவர் எங்கே வருகிறார் என்பது புரிந்துவிட்டது. நான் புன்னகை செய்தேன்.

'ஏன் சிரிக்கிறாய்? ஒரு காலத்தில் இங்கே கொக்கோ பயிர் எப்படிச் செழித்து வளர்ந்தது தெரியுமா? முதலாளி இங்கே பக்கத்திலேயே ஒரு சாக்லேட் தொழிற்சாலையை அமைக்க நினைத்திருந்தார். அது நடந்திருந்தால் கர்நாடகத்தின் தலைசிறந்த சாக்லேட் உற்பத்தி மையமாக இது ஆகியிருக்கும். ஆனால் என்ன நடந்தது? இந்த மரங்களைப் பார். அந்த புதர்களைக் கவனி. நம்மால் இப்போது உள்ளே நுழையக்கூட முடியாது. கரடிகளும் பாம்புகளும் காட்டுப் பன்றிகளும் மேய்ந்துகொண்டிருக்கின்றன. இரவுகளில் காட்டெருமைகள் சிலவற்றைச் சில நாள்களாக இங்கே பார்க்கிறேன். சிங்கம், புலிதான் மிச்சம்.'

'கானகம் நல்லதல்லவா?'

'ஆம். ஆனால் கொக்கோவின் ருசி அதில் இருக்காது' என்று குருஜி சொன்னார்.

நான் சட்டென்று அவர் கரங்களைப் பற்றி நிறுத்தினேன். 'நான் தவறுதான் செய்தேன் குருஜி. ஆனால் அதனை அப்போது விரும்பினேன். விருப்பத்தை ஒதுக்கிவிட்டு எதையும் சாதிக்க இயலாது என்று எனக்கு எப்போதும் தோன்றுகிறது' என்று சொன்னேன்.

'ஆனால் நீ தேர்ந்தெடுத்து விரும்பப் பழகவேண்டும். ஏனென்றால் உன் வயது இப்போது உனக்கு ஓர் இடைஞ்சல்.'

வாழ்வில் நான் தேர்ந்தெடுத்த பாதை எத்தனைக் கரடுமுரடானது என்பதை நான் அப்போது அறிந்திருந்தேன். கணப் பொழுது தீர்மானத்தில் என் வீட்டை உதறிவிட்டு நான் கிளம்பியிருந்தேன். ஒரு சொட்டுக் கண்ணீர் இல்லை. சிறு துளித் துயரம் இல்லை. உறவுகளின் ஆக்டோபஸ் பிடியில் இருந்து முற்றிலுமாக விடுபட்டு விலகி நிற்பதே யோகம் என்று எனக்குத் தோன்றியது. ஒளிந்து வாழ்வதென்றால் பெருங்கூட்டத்துக்கு நடுவே கரைந்துவிட வேண்டும். வெளிப்பட்டு நிற்க வேண்டுமென்றால் தரையில் இருந்து ஓரடி உயரத்தில் கால்களைப் பொருத்திக்கொள்ள வேண்டும் என்று நினைத்தேன். எதையும், யாரையும் சாராதிருப்பது. அல்லது அனைத்தின்மீதும் கவிந்து கிடப்பது. எனக்கு மிக நிச்சயமாகக் கடவுள் வேண்டியிருக்கவில்லை. நான் அது குறித்து அப்போது நிறையவே யோசித்துவிட்டிருந்தேன். நான் வெறுப்பதற்குக் கடவுளிடம் ஒன்றுமில்லை. அதே போலவே விரும்பவும் அவன் ஒன்றுமில்லாதவனாக இருந்தான்.

உண்மையில் குருநாதரிடம் நான் மண்டியிட்டதன் ஒரே காரணம் அதுதான். தனது தொண்ணூறு கடவுள்களை அவர் எனக்கு அறிமுகப்படுத்தியபோது அதில் ஒன்றுகூட நான்கு கரங்களோ, கரத்துக்கொரு ஆயுதமோ கொண்டிருக்கவில்லை. உச்சந்தலையில் நதியைத் தேக்கி வைத்திருக்கவில்லை. சிலுவை சுமந்து சென்று அதிலேயே அறைபட்டுச் சாகவில்லை. அனுபவங்களைக் கடவுளாக்குவதன்மூலம் ஞானத்தின் வாயிலைத் திறப்பதை எளிதாக்க முடியும் என்று அவர் கருதினார்.

'விமல், கடவுள் ஒரு சுமை. மதம் அதைக் காட்டிலும் பெரும் சுமை. வாழ்நாள் முழுதும் மூட்டை சுமந்து கூன் போட்டுவிடாதே' என்று அவர் என்னிடம் சொன்னார். எனக்கு அது பிடித்தது. சரியாக இருப்பது போலப் பட்டது. உறவுகளை உதறியதைப் போலக் கடவுளையும் மதங்களையும் உதறுவது எனக்கு எளிதாக இருந்தது. 'ஆனால் பெண்ணை நினைக்காதிருக்க முடியவில்லை குருஜி' என்று சொன்னேன்.

'ஏன் நினைக்காதிருக்க வேண்டும்? நான் உதறிய கடவுளைத்தான் நான் இன்றுவரை நினைத்துக்கொண்டிருக்கிறேன். நினைத்துக் கொண்டிருப்பதன் மூலம்தான் அவன் நெருங்கிவிடாமல் பார்த்துக் கொள்ள முடியும்.' என்று அவர் அப்போது சொன்னார்.

அதை நினைவுபடுத்தி, மஞ்சுவை நான் முத்தமிட்டது அதன் தொடர்ச்சிதான் என்று அவரிடம் கூறினேன்.

'முத்தம் ஒரு தியானம் என்று நீ நினைத்தது வரை சரி. ஆனால் நினைத்த மாத்திரத்தில் தியானம் கைகூடாது. முயற்சி செய்துவிட்டுத் தோற்றுவிட்டதாகச் சொல்லிக்கொண்டு மீண்டும் அதையேதான் தேடிப் போவாய்.'

'மீண்டும் மீண்டும் தியானம் நல்லதலல்வா?' என்று சிரித்துக்கொண்டே கேட்டேன்.

'தியானம் ஒரு கருவி. நீ கருவிக்குப் பொட்டு வைத்து ஆயுத பூஜை செய்பவனாகிவிட விரும்பினால் தொடரலாம். ஆனால் உன்னை என் பதினேழாம் நம்பர் மன்னிக்க மாட்டான்' என்று அவரும் சிரித்துக்கொண்டேதான் பதில் சொன்னார்.

அன்று பிற்பகல் வரை நாங்கள் ஆசிரமத்துக்குத் திரும்பவேயில்லை. நடந்துகொண்டேதான் இருந்தோம். முந்தைய நாள் அளவுக்கு அன்று மழை இல்லை. சற்று வடியத் தொடங்கியிருந்தது போலப் பட்டது. ஆனாலும் தூறல் இருந்தது. திடீர் திடீரென்று சில நிமிடங்களுக்கு ஓங்கியடித்துவிட்டுப் போனது. நாங்கள் அதைப் பொருட்படுத்தவில்லை. ஆசிரமத்தில் இருந்து வெளியே வந்த கணம் முதல் எந்த மழைக்கும் நிற்காமல், எங்கும் ஒதுங்காமல் நடந்துகொண்டே இருந்தோம். போக்குவரத்தே இல்லாமல் போயிருந்த சாலையில் நடப்பது மிகவும் இதமாக இருந்தது. நாங்கள் போன இடமெல்லாம் மழை எங்கள் உடன் வந்தது. மூன்று மணிக்கு எனக்குப் பசித்தது. குருநாதரிடம் அதனைச் சொன்னேன். 'சரி வா சாப்பிடலாம்' என்று சொல்லிவிட்டு என்னை ஓர் உணவகத்துக்கு அழைத்துச் சென்றார். பெரும்பாலான கடைகள் மூடப்பட்டு இருந்த சூழ்நிலையில் அந்த ஒரு உணவகம் மட்டும் திறந்திருந்தது எங்களுக்கு ஆறுதலாக இருந்தது. குருஜி எனக்கு தோசையும் காப்பியும் வாங்கிக் கொடுத்தார். அவர் ஒரு கிச்சடி சாப்பிட்டார். பில்லுக்குப் பணம் கொடுக்க அவரிடம் காசில்லை. முதலாளியிடம் மறுநாள் கொடுத்தனுப்புவதாகச் சொல்லிவிட்டு வந்தார். பல்லாண்டுகளாக ஒரே இடத்தில் வசிப்பதில் இது ஒரு சௌகரியம். ஒரு சாதுவாக இருப்பது கூடுதல் சௌகரியம்.

மேலும் சிறிது நேரம் நடந்துவிட்டு மாலை நாங்கள் ஆசிரமத்தை நெருங்கியபோது குருஜி சொன்னார், 'நடந்ததை மறந்துவிடு விமல். மற்றவர்களிடம் அதைப் பேசிக்கொண்டிருக்காதே. பெண்ணோ,

காமமோ தவறென்று நான் சொல்லமாட்டேன். ஆனால் உன் தவத்தில் நீ அடையவேண்டியவை அதிகம். முதல் படிக்கட்டுப் பிச்சைக்காரனாக இருந்துவிட வேண்டாம் என்பதுதான் என் வேண்டுகோள்' என்று சொன்னார்.

எவ்வளவு உயர்ந்த மனிதர் என்று நினைத்தேன். அவருக்கு ஒரு வாக்குறுதி அளித்தேன். 'குருஜி, இனி நான் பெண்களை நினைக்கவே மாட்டேன், நெருங்கவே மாட்டேன் என்று பொய் வாக்கு அளிக்க நான் விரும்பவில்லை. ஆனால் எந்தப் பெண்ணும் என்னைச் சலனப்படுத்த அனுமதிக்க மாட்டேன்' என்று சொன்னேன்.

'அதுசரி. நாளை மஞ்சு மீண்டும் வந்தால் என்ன செய்வாய்?'

ஒரு கணம் யோசித்தேன். பிறகு சொன்னேன், 'உச்சந்தலையில் முத்தமிட்டு ஆசிகூறி அனுப்பிவைப்பேன்.'

93. சிலுவை

நாம் ஹரித்வாருக்குப் போகலாம் என்று குரு சொன்னார். அந்த வருடம் மகா கும்பமேளா நடக்க இருந்தது. ஆறு மாதங்களுக்கு முன்பிருந்தே குரு அநேகமாக தினம் ஒருமுறையாவது அதைப் பற்றிப் பேசிக்கொண்டிருந்தார். அவரது மனக்கட்டமைப்புக்கு கும்பமேளாவைப் போன்ற விழாக்கள் எவ்வாறு கவனம் ஈர்க்கின்றன என்று எனக்குப் புரியவில்லை. ஆனால் அவர் போகவேண்டும், போகவேண்டும் என்று சொல்லிக்கொண்டே இருந்தார். ஆசிரமத்துக்கு அவ்வப்போது வந்து போகும் ஒரு சலூன் கடைக்காரரிடம் சொல்லி எங்கள் ஐந்து பேருக்கும் ரயில் டிக்கெட்டுக்கு ஏற்பாடு செய்திருந்தார். கிளம்புவதற்கு ஒரு வாரம் முன்பிருந்து எங்கள் உணவு முறையில் அவர் சில மாற்றங்கள் செய்தார். காலையில் ஏதேனும் ஒரு கீரை மட்டும் சாப்பிட வேண்டும். இரவு வால்நட் ஒரு பிடி. எதற்கு இப்படி என்று கேட்டேன். 'ஹரித்வாரில் தங்கியிருக்கும் நாள்களில் நமக்கு உணவின் நினைவே வரக்கூடாது' என்று சொன்னார்.

'கருடன் எடுத்துச் சென்றபோது சிந்திய அமுதத் துளியைக் கூட நினைக்கக்கூடாதா?'

'ஆம். அதையும்தான்.'

'அப்படியானால் நம் பயணம் சுவாரசியமாகத்தான் இருக்கும்' என்று சொன்னேன்.

நாங்கள் ஹரித்வாருக்குச் சென்று சேர்ந்தபோது புவியெங்கும் தலைகளும் உடல்களும் கால்களுமாக இருந்தன. எங்கும் கூட்டம் கூட்டமாக மக்கள் அலைந்து திரிந்துகொண்டே இருந்தார்கள். பத்துப் பேருக்கு ஒருவர் சன்னியாசியாக இருந்தார். நீண்ட தாடியும் சடாமுடியும் காவி உடுப்பும் அணிந்து யார் யாரோ எங்கெங்கோ போனபடியும் வந்தபடியும் இருந்தார்கள்.

'குருஜி, நாம் எங்கு தங்கப் போகிறோம்?' என்று என் நண்பர்களுள் ஒருவன் கேட்டான்.

'எங்கு வேண்டுமானாலும் தங்கலாம். இந்நகரமே ஒரு விடுதிதான்' என்று குரு சொன்னார். பத்து நிமிடங்கள் நடந்தபோது அது உண்மைதான் என்பது புரிந்துவிட்டது. பார்த்த இடங்களில் எல்லாம் மனிதக் கூட்டம் முண்டியடித்தது. நடந்து போகிறவர்களைப் பொருட்படுத்தாமல் நடுச் சாலையிலேயே பலபேர் அமர்ந்து அடுப்பு மூட்டிக்கொண்டிருந்தார்கள். அதனை ஓர் இடைஞ்சல் என்று வாகன ஓட்டிகள்கூடக் கருதவில்லை. சுற்றிக்கொண்டு வண்டி ஓட்டிச் சென்றார்கள். ஒவ்வொரு மரத்தடியிலும் நூறு பேர் இருந்தார்கள். பேசிக்கொண்டும் சிரித்துக்கொண்டும் சாப்பிட்டுக்கொண்டும் படுத்து உறங்கிக்கொண்டும் சிவநாமம் உச்சரித்துக்கொண்டும் இருந்தவர்களைப் பார்த்துக்கொண்டே நாங்கள் நடந்தோம்.

'விமல், உனக்கு ஒன்று தெரியுமா? யோகிகள் இந்தக் கும்பமேளாவைத் தவற விடுவதேயில்லை. இந்நாள்களில் ஒவ்வொரு இரவும் அவர்கள் எங்கெங்கிருந்தோ இங்கு வந்து சேர்ந்துவிடுவார்கள். ஆண்டுக்கணக்கில் பேசாமல் சேர்த்து வைத்திருப்பதையெல்லாம் பேசி விவாதித்துவிட்டு விடியும் நேரம் மாயமாகிவிடுவார்கள்.'

'அப்படியா?'

'ஆம். இருபத்து நான்கு வருடங்களுக்கு முன்பு அப்படி ஒரு கும்பமேளாவில் நான் இயேசுவைப் பார்த்தேன்.'

நான் திடுக்கிட்டுப் போனேன். 'யாரைப் பார்த்தீர்கள்?' என்று மீண்டும் கேட்டேன்.

'சொன்னேனே. இயேசுவைப் பார்த்தேன்.'

இதை நம்புவதா, வேண்டாமா என்று எனக்கு ஐயமாக இருந்தது. இயேசு இந்தியாவுக்கு வந்திருக்கிறார் என்று நம்பிச் சொல்லும் ஒரு சிலரை நான் சந்தித்திருக்கிறேன். ஆனால் இயேசுவை இங்கே கும்பமேளாவில் பார்த்தேன் என்று சொல்லும் ஒரு மனிதரை எப்படி வரையறுப்பது?

'நீ நம்ப வேண்டும் என்பது எனக்கு முக்கியமில்லை. ஆனால் பார்க்காத ஒன்றை நான் பார்த்ததாகச் சொல்லுவதில்லை' என்று குருஜி சொன்னார்.

'தவறாக நினைக்காதீர்கள். சட்டென்று ஒரு தேவதைக் கதையுலகத்துக்குள் நுழைவது போலிருக்கிறது.'

'ஆம் அப்படித்தான் இருக்கும். ஆனால் இது நடந்தது' என்று குரு சொன்னார்.

அந்தக் கும்ப மேளாவுக்கு அவர் தனியாகத்தான் சென்றிருக்கிறார். இப்போதாவது ரயிலில் சென்று வர டிக்கெட் எடுத்துத் தர ஆள் இருந்தது. அந்நாள்களில் அவருக்கு அம்மாதிரியான உதவிகள் செய்யவும் யாருமில்லை. கும்பமேளா தொடங்குவதற்கு நான்கு மாதங்களுக்கு முன்னர் அவர் மடிகேரியில் இருந்து கால் நடையாகவே புறப்பட்டுப் போயிருக்கிறார். தேவக்கோட்டையைச் சேர்ந்த யாரோ நடத்தி வந்த தரும சத்திரம் ஒன்றில் தங்கியிருக்கிறார். தமிழர்கள் நடத்தி வந்த சத்திரம் என்பதால் சப்பாத்தியுடன் அவருக்குச் சிறிது சாதமும் கிடைத்திருக்கிறது. சத்திரத்தில் சாப்பிட்டுவிட்டு அவர் கும்பமேளா பார்ப்பதற்காகக் கிளம்பிப் போனார்.

நாளெல்லாம் கங்கைக் கரையில் சுற்றித் திரிந்துவிட்டு, இருட்டிய பின்பு சத்திரத்துக்குத் திரும்ப நினைத்தவரால் முடியாமல் போனது. தாங்க முடியாத அளவுக்குக் கால்வலி. மாதக் கணக்கில் நடந்தே ஹரித்வாருக்கு வர முடிந்தவரால் அன்றைய ஒரே ஒருநாள் அலைந்த களைப்பைத் தாங்க முடியாமல் போய்விட்டது. கங்கைக் கரையிலேயே படுத்துவிட்டார். படுத்தபோது அவர் நேரம் பார்க்கவில்லை. விழிப்புத் தட்டியபோதும் மணி என்னவென்று தெரியவில்லை. ஆனால் கண் விழித்தபோது அவர் அருகே யாருமில்லை. லட்சக்கணக்கில் கூடி நின்ற மக்கள் எல்லோரும் எங்கே போய்விட்டார்கள்? இந்த ஹரித்வாரில் அப்படிச் சட்டென்று ஓடி ஒளிந்துகொள்ளவும் இடம் இருக்கிறதா என்ன?

அவருக்கு வினோதமாக இருந்தது. உண்மையிலேயே அவர் இருந்த ஆற்றங்கரையில் அப்போது ஒரு மனித முகம்கூட இல்லை என்று குருநாதர் சொன்னார். குளிர் ஒரு திருடனைப் போல உடலுக்குள் ஊடுருவி சிலிர்ப்புறச் செய்துகொண்டிருந்தது. அதன் வீரியத்தைச் சற்று மட்டுப்படுத்தும் நோக்கில் அவர் ஒரு மூச்சுப் பயிற்சியைச் செய்ய ஆரம்பித்தார். ஐந்து நிமிடங்கள் ஓடியிருக்கும். சட்டென்று மூடிய கண்ணுக்குள் மின்னலைப் போன்ற ஓர் ஒளிப்படலம் உதித்தது. குருநாதர் கண்ணைத் திறந்துவிட்டார். எதிரே சுழன்று ஓடிக்கொண்டிருந்த நதியின் வெகு தொலைவில் அந்த ஒளி உற்பத்தியாகிக்கொண்டிருந்தது. சூரிய உதயத்தைப் போன்ற ஒளியாக அது இல்லை. கண்ணை உறுத்தக்கூடிய மஞ்சள் நிற ஒளி.

வடிவம் தீர்மானிக்கப்பட்ட ஒரு தீயின் நாக்கைப் போல எழுந்து நின்ற ஒளி. அந்த ஒளிப் பாளம் மெல்ல மெல்ல அங்கிருந்து நகர்ந்து கரையை நோக்கி வரத் தொடங்கியதை குரு பார்த்தார். அவருக்கு முதலில் எதுவும் புரியவில்லை. அது தன் பிரமையாக இருக்கும் என்று நினைத்தார். ஒருவேளை தான் இன்னமும் உறக்கத்துக்குள்ளேதான் இருக்கிறோமோ என்ற ஐயம் வந்ததும் தன் உச்சந்தலையில் ஓங்கி ஒரு குட்டு வைத்துப் பார்த்தார். வலித்தது. எனவே தான் உறங்கவில்லை என்பது தெரிந்தது. அப்படியானால் கண்ணில் தென்படும் ஒளிப்பாளம் உண்மைதானா? அது என்ன? எங்கிருந்து, எதற்கு வருகிறது?

ஆர்வம் அதிகரிக்க, குருஜி எழுந்து நின்றுகொண்டார். ஒரு பாதாங்கொட்டை வடிவத்தில் இருந்தது அந்த ஒளி. இன்னொரு பார்வையில் ஏதோ பாய்மரக் கப்பல் போவது போலவும் தோன்றியது. ஆனால் அது கரையை நோக்கித்தான் வருகிறது என்பதில் சந்தேகமில்லை. என்னவாயிருக்கும் என்று அறியும் ஆவலில் அவர் குளிரையும் உறக்கத்தையும் மறந்தார். கரையோரம் இருந்த ஒரு மரத்தின் பின்னால் சென்று நின்றுகொண்டு கவனிக்க ஆரம்பித்தார்.

புறப்பட்ட நேரத்துக்குப் பத்து நிமிடங்களுக்குப் பிறகு அந்த ஒளிப்பாளம் கரையை வந்தடைந்தது. நீர்ப் பரப்பின் எல்லை வரை ஒளியாகவே தெரிந்தது, கரையைத் தொட்டதும் புகை மண்டலமாகிவிட்டது. குருநாதர் பயந்து போனார். என்ன, என்ன என்று கண்ணைக் கசக்கிக்கொண்டு உற்றுப் பார்க்கத் தொடங்கினார். இருளில் அந்தப் புகை மண்டலம் மெல்ல மெல்லக் கலைந்து நகரத் தொடங்கவும் அங்கே மூன்று யோகிகள் நிற்பதை அவர் கண்டார். இயேசுவைத் தவிர அவருக்கு மற்ற இரண்டு பேரையும் அடையாளம் தெரியவில்லை. தன்னால் அடையாளம் காண முடிந்த அந்த ஒருவர் இயேசுதானா என்று திரும்பத் திரும்ப உற்றுப் பார்த்தார். தனக்கு ஏன் அவர் இயேசுவாகத் தோன்றுகிறார் என்றும் எண்ணிப் பார்த்தார். இயேசுவுக்குப் புகைப்படமெல்லாம் இல்லை. யாரோ வரைந்த படங்கள். யாரோ செதுக்கிய சிலைகள். திருவள்ளுவரைப் போல மனத்தில் நிலைத்துவிட்ட கற்பனை உருவம். அந்த உருவம் தெரிவதனாலேயே அது இயேசுவாகத்தான் இருக்க வேண்டும் என்பது என்ன கட்டாயம்?

குருநாதர்தான் கண்ட காட்சியை நம்பவே முடியாமல் இமைக்கவும் மறந்து பார்த்துக்கொண்டே இருந்தார். அந்த மூன்று யோகிகளும்

கரையில் நின்று சிறிது நேரம் ஏதோ பேசிக்கொண்டிருந்துவிட்டு மீண்டும் புகை மண்டலமாகிவிட்டார்கள். புகை தண்ணீருக்குள் திரும்பவும் இறங்கியபோது ஒளிப் பாளமாகி நகர ஆரம்பித்தது. சிறிது நேரத்தில் அது மறைந்தும் போனது. ஒரு சம்பவத்தின் சாட்சியாகத் தன்னை நிறுத்திய இயற்கையை அவர் எண்ணிப் பார்த்தார். சந்தேகமின்றி அது ஒரு சிலிர்ப்பூட்டும் அனுபவம்தான். வாழ்வில் என்றுமே மறக்க முடியாததும்கூட.

நெடுநேரம் தான் கண்ட காட்சியை எண்ணி எண்ணி வியந்துகொண்டிருந்த குருநாதர், மெல்ல தான் மறைந்து நின்றிருந்த மரத்தடியில் இருந்து வெளிப்பட்டார். அவர்கள் நின்று பேசிவிட்டுச் சென்ற இடத்துக்கு வந்தார். ஒரு வாசனை. அல்லது ஏதேனும் ஒரு அடையாளம். ஒரு கால் தடம். என்னவாவது தனக்குக் கிடைக்கும் என்று அவருக்குத் தோன்றியது. ஆனால் அப்படி எதுவும் இல்லை. நதிக்கரை எப்போதும் போலிருந்தது. நதியின் ஓட்டமும் இயல்பாகவே இருந்தது. குளிர்க்காற்று இப்போது உறைக்க ஆரம்பித்திருந்தது. பரவச நிலையில் குருநாதர் குனிந்து அவர்கள் நின்றிருந்த இடத்தில் இருந்து ஒரு பிடி மண்ணை அள்ளினார்.

அள்ளி எடுத்த மண்ணில் சிறியதொரு சிலுவை இருந்தது என்று சொன்னார்.

94. ஒன்பது முகம்

அன்றிரவு எனக்கு உறக்கமில்லாமல் போனது. இத்தனைக்கும் குருஜி யாரோ ஒரு சேட்டு பக்தர் மூலம் நாங்கள் வயிறு நிறைய உண்பதற்கும் போர்த்திக்கொண்டு படுப்பதற்கும் ஏற்பாடு செய்திருந்தார். குளிர் சற்று அதிகம்தான் என்றாலும் படுத்தால் உறங்கிவிட முடியும் என்றுதான் என் நண்பர்கள் சொன்னார்கள். நாங்கள் தங்கியிருந்த தரும சத்திரத்தின் மாடியில் ஓட்டை உடைசல்களைப் போட்டு வைக்கும் அறை ஒன்று இருந்தது. ஜன்னல்கள் இல்லாத அந்த அறையில் சிதறிக் கிடந்த பொருள்களை ஓரமாக நகர்த்திவிட்டு நாங்கள் பாய் விரித்துப் படுத்திருந்தோம். ஐந்து பேருக்குமாகச் சேர்த்து மூன்று கம்பளிகள் கிடைத்திருந்தன. பெரிய பிரச்னை இல்லைதான். இருந்தாலும் ஏனோ எனக்கு உறங்கத் தோன்றவில்லை. சத்தமில்லாமல் எழுந்து வெளியே போய்விட்டேன்.

ஓடும் நதியின் மிதமான சத்தமே அந்நகரத்தின் ஆதார சுருதியாக இருந்தது. ஹரித்வாரின் எந்தப் பகுதியிலும் அந்தச் சத்தம் கேட்டுக்கொண்டே இருக்கும். நதி கண்ணில் படாத பகுதிகளிலும் அந்தச் சத்தம் இருந்துகொண்டே இருப்பதான பிரமை எனக்கு இரண்டு மூன்று சந்தர்ப்பங்களில் உண்டானது. நாங்கள் ஹரித்வாருக்கு வந்து மூன்று நாள்கள் கழிந்திருந்தன. கும்பமேளா கொண்டாட்டங்கள் அதன் உச்சத்தை எட்டியிருந்தன. பக்தர்களும் சன்னியாசிகளும் எங்கெங்கும் ஆடிக்கொண்டும் பாடிக்கொண்டும் சிவநாமம் ஜபித்துக்கொண்டும் ஆசி வாங்கிக்கொண்டும் ஆசி வழங்கிக்கொண்டும் இருந்தார்கள். நகரெங்கும் போலிஸ் பாதுகாப்பு போடப்பட்டிருந்தது. அரசாங்க மருத்துவர்கள் நாளெல்லாம் வாகனங்களில் சுற்றி அலைந்துகொண்டே இருந்ததைக் கண்டேன். யாருக்கு என்ன உபாதை ஏற்பட்டாலும் உடனே வண்டியை நிறுத்தி விசாரித்து சிகிச்சை அளித்துவிட்டுப் போனார்கள். சாலையோர பூரி கடைகளில் மிகவும் வயதானவர்களுக்குக் காசு கேட்காமல் சிற்றுண்டி தரப்பட்டதைப் பார்த்தேன். தள்ளுவண்டியில் வெல்லம் விற்றுச் சென்றவர்கள்

கண்ணில் பட்ட சிறுவர்களுக்கெல்லாம் அள்ளி அள்ளி சும்மாவே கொடுத்துக்கொண்டு போனார்கள்.

பொதுவில் உலகம் இப்படியானது இல்லை. மறு பிறப்பின் குறைந்தபட்ச சௌகரியங்களை உத்தேசித்தோ, பிறப்பற்றுப் போவதை உத்தேசித்தோ அவரவர் தமக்குத் தெரிந்த வழிகளில் புண்ணியம் சேமிக்க நினைப்பார்கள் என்பதில் சந்தேகமில்லை. ஆனால் மரணத்தையும் அதற்குப் பிந்தைய நிலையையும் ஓயாது நினைக்கக்கூடியவர்கள் வெல்லமும் பூரியும் விற்றுக்கொண்டிருக்க மாட்டார்கள். முதல் நாள் ஒரு சம்பவம் நடந்தது. குருநாதர் இயேசுவைச் சந்தித்த கதையைச் சொல்லியான பிறகு நாங்கள் கடைவீதிப் பக்கம் நடந்துகொண்டிருந்தோம். ஒரு கடையில் கூடை கூடையாக ருத்திராட்ச மாலைகளைக் கொட்டிக் குவித்து வைத்திருந்தார்கள். பதினான்கு முகங்கள் வரை இருந்த ருத்திராட்சங்கள் ரகவாரியாகப் பிரித்து வைக்கப்பட்டிருந்தன. குரு என்ன நினைத்தாரோ, சட்டென்று என்னைப் பார்த்து, ‘நீ ஒரு ருத்திராட்சம் வாங்கி அணிந்துகொள் விமல்’ என்று சொன்னார்.

‘ஐயோ எனக்கு எதற்கு?’

‘பரவாயில்லை. அணிந்துகொள். ஒன்பது முகங்கள் உள்ள ருத்திராட்சம் இருக்கிறதா என்று கேள்’ என்று சொன்னார்.

‘அதில் என்ன சிறப்பு?’

‘அதெல்லாம் பிறகு. முதலில் இருக்கிறதா கேள்’ என்று சொன்னார். வேறு வழியின்றி நான் கடைக்காரனிடம் ஒன்பது முகங்கள் உள்ள ருத்திராட்சம் இருக்கிறதா என்று கேட்டேன். அவன் உடனே ஒன்றை எடுத்துக் காட்டினான். நல்லதொரு எலுமிச்சம் பழத்தின் அளவில் ஐம்பத்து நான்கு ருத்திராட்சக் கொட்டைகளைச் சேர்த்துக் கட்டப்பட்ட மாலை.

‘எனக்கு இப்படி வேண்டாம். ஒரே ஒரு ருத்திராட்சம் இருந்தால் போதும்’ என்று சொன்னேன். ‘ஆனால் அது ஒன்பது முகங்கள் கொண்டதாக இருக்க வேண்டும்.’

கடைக்காரன் அங்கிருந்த பல ஒற்றை ருத்திராட்ச மாலைகளை எடுத்து ஆராய்ந்தான். என் நேரம், ஒன்பது முகங்கள் கொண்ட ருத்திராட்சம் எதுவும் தனியொரு மாலையாக அங்கே இல்லை. நான் வேறு கடை பார்க்கலாம் என்று சொன்னேன். குருநாதர் முடியவே முடியாது என்று சொல்லிவிட்டார். கட்டாயப்படுத்தி

என்னை அந்தப் பெரிய ருத்திராட்ச மாலையை வாங்கி அணியவைத்தார். அவரே அதற்குப் பணமும் கொடுத்தார். என் நண்பர்களுக்கு ஆச்சரியம். உங்களுக்கு வேண்டுமா என்று குருஜி அவர்கள் மூவரிடமும் கேட்கவேயில்லை. இத்தனைக்கும் நான்கு பேரில் நான் ஒருவன் மட்டும்தான் எதன்மீதும் பிடிப்போ, நம்பிக்கையோ சற்றும் இல்லாதவன். அவர்கள் தெய்வத்தை நம்புகிறவர்களாக இருந்தார்கள். தெய்வமென்றால் உருவமுள்ளதல்ல. அவர்களுடையது ஓங்கார நம்பிக்கை. இருந்தாலும் ஒரு சம்பிரதாயத்துக்காகவேனும் அவர்களையும் அவர் கேட்டிருக்கலாம் என்று எனக்குத் தோன்றியது. அதை நேரடியாகக் கேட்காமல், 'நீங்களும் ஒன்று அணியலாமே குருஜி? ஒரு பத்து முகம் அல்லது பதினொரு முகம்?'

'எனக்கோ எங்களுக்கோ அவசியமில்லை. உனக்குத்தான் இன்றைக்கு இது வேண்டும்' என்று அவர் சொன்னார்.

இந்த உரையாடலை கவனித்துக்கொண்டிருந்த கடைக்காரனுக்கு அவரது பேச்சு சற்று வியப்பளித்திருக்க வேண்டும். 'எதனால் அவருக்கு மட்டும் அவசியம் என்கிறீர்கள்? அதுவும் இன்று ஒரு நாளைக்கு மட்டும் அவசியம் என்றால் என்ன அர்த்தம்?' என்று கேட்டான்.

குரு சற்றும் யோசிக்கவில்லை. 'இன்றிரவு அவன் மரணத்தைத் தொட்டுவிட்டு மீள்வான் என்று நினைக்கிறேன். மீள்வதற்கு இது தேவை' என்று சொன்னார். எனக்குத் தூக்கிவாரிப் போட்டுவிட்டது. என் நண்பர்களும் அதிர்ச்சியடைந்திருந்தார்கள். குரு அப்படியெல்லாம் சொல்லக்கூடியவர் அல்லர். மரணத்தை முன்கூட்டி அறியக்கூடிய சக்தி மிக்கவராக அவர் இருப்பார் என்று நான் எதிர்பார்க்கவில்லை. அவர் ஒரு அறிவாளி. நிறையப் படித்தவர். படிப்பின் மூலமும் சிந்தனையின் மூலமும் ஞானமடைந்தவர். மற்றபடி சித்தரோ, யோகியோ, வேறு எதுவுமோ அல்ல. மிக நிச்சயமாக அவர் ஒரு ஆன்மிகவாதியல்ல. இதை நான் நன்கறிவேன். அவரது ஆன்மிகம் என்பது அறிவின் பூரணத்துவத்தை தரிசித்துவிட்டு அதனை உதிர்த்துவிடுவது. அதனால்தான் அவர் சொன்னபோது என்னால் அதை நம்ப முடியவில்லை.

ஆனால் அந்தக் கடைக்காரன் ஒரு காரியம் செய்தான். குருநாதர் அவனிடம் கொடுத்த பணத்தை அப்படியே திருப்பிக் கொடுத்துவிட்டான். ஏன் என்று கேட்டதற்கு, 'பரவாயில்லை.

உங்கள் சீடன் நலமாயிருக்க நானும் பிரார்த்தனை செய்வேன்' என்று சொன்னான்.

அந்தச் சம்பவம் என்னை மிகவும் பாதித்தது. நான் இறந்தாலும் சரி. இறப்பில் இருந்து அன்று தப்பினாலும் சரி. பகுதியளவு புண்ணியம் அவனைப் போய்ச் சேரும் என்று ஏனோ தோன்றியது. பாவ புண்ணியங்களை நான் நம்பத்தொடங்கிவிட்டேனா? அல்லது மரணத்தைக் குறித்த எண்ணம் எழும்போது இயல்பாக அவையெல்லாம் வந்து ஒட்டிக்கொண்டுவிடுமா? நெடுநேரம் நான் அது குறித்தே யோசித்துக்கொண்டிருந்தேன். ஆனால் குருநாதர் அதன்பின் அந்தப் பேச்சையே எடுக்கவில்லை. அவர் ஏதாவது சொன்னால், தொடர்ச்சியாகச் சிறிது உரையாடலாம் என்று நாங்கள் நான்கு பேருமே நினைத்தோம். ஆனால் அவர் மிகவும் கவனமாக அந்தப் பேச்சைத் தவிர்ப்பதாகப் பட்டது. வழியெங்கும் கண்ணில் தென்பட்ட சாதுக்களை உற்றுக் கவனிக்கச் சொன்னார். 'இவர்கள் எல்லோருமே உங்களைப் போலத்தான். எதையோ கண்டு பயந்துபோய் ஓடி வந்தவர்கள்' என்று சொல்லிவிட்டுச் சிரித்தார்.

'அப்படியா? நீங்களும் எதையோ கண்டு பயந்துதானே ஓடி வந்தீர்கள்?' என்று கேட்டேன்.

'இல்லை விமல். என்னைப் பார்த்து யாரும் பயந்துவிடக்கூடாது என்ற பெருந்தன்மையால் விலகி வந்தவன் நான்' என்று சொன்னார் அன்று மாலை வரை அலைந்து திரிந்துவிட்டு இரவு அந்தச் சத்திரத்தில் படுப்பதற்காகப் போனோம். வழக்கத்துக்கு விரோதமாக அன்றைக்கு நான் சீக்கிரமே உறங்கிவிட்டேன். குருநாதரும் என் நண்பர்களும் உறங்காமல் என் பக்கத்திலேயே இரவெல்லாம் கண் விழித்து உட்கார்ந்திருக்கிறார்கள் என்பது அதிகாலை நான் கண் விழித்தபோதுதான் தெரிந்தது.

'ஏன் நீங்கள் தூங்கவில்லை?' என்று கேட்டேன்.

'கண்ணெதிரே ஒரு மரணம் நிகழ்ந்துவிடுமோ என்ற அச்சத்தில் இவர்கள் தூங்கவில்லை. அது எப்படி நிகழாது போகிறது என்று பார்ப்பதற்காக நானும் உறங்கவில்லை' என்று குரு சொன்னார். நான் சிரித்தேன். அணிந்திருந்த அந்த ருத்திராட்சத்தை கழட்டி குருவின் கரங்களில் போட்டேன். 'ரொம்ப கனம்' என்று சொன்னேன். அவர் ஒன்றும் சொல்லவில்லை. 'சீக்கிரம் கிளம்புங்கள். நாம் கும்பமேளா பூஜைகளைப் பார்க்கப் போகலாம்' என்று சொன்னார்.

நான் சிறிது யோசித்துவிட்டு, 'குருஜி, நீங்கள் என்னையும் தூங்க விடாமல் உட்கார வைத்திருக்கலாம். வந்த மரணத்தைப் பார்த்துவிட்டாவது அனுப்பியிருப்பேன்'

'நீ என்னை நம்பவில்லை' அவர் குரலில் லேசான வருத்தம் இருந்தது.

'மன்னியுங்கள். நம்ப முடியவில்லை. ஏனென்றால் ஒரு விபத்துக்கான சாத்தியம் ஏதும் நிகழவில்லை. அதிர்ச்சிதரத்தக்க சம்பவம் ஒன்றும் நடக்கவில்லை. திடீர் உடல் நலக் குறைவுகூட ஏற்படவில்லை. ஒரு விஷப்பாம்போ, பூரானோ, தேளோகூட என்னை நெருங்கவில்லை. எப்போதும்போல் படுத்தேன். எப்போதும்போல் எழுந்தேன். இதில் மரணம் எங்கே வந்து சென்றது என்று புரியவேயில்லை.'

'நாந்தான் சொன்னேனே, அதை இந்த ருத்திராட்சம் தடுக்கும் என்று?'

'நல்ல கதையாக இருக்கிறதே. இத்தனை வருடங்களாகவும் நான் இரவுகளைக் கடந்துதான் எழுந்திருக்கிறேன்.' என்று சொல்லிவிட்டு பல் துலக்கப் போனேன். நான் என் குருவைச் சிறிதாவது நம்பியிருக்கலாம். அவர் விளையாடக்கூடியவரோ, பொய் சொல்லக்கூடியவரோ அல்ல என்பதை நான் அறிவேன். இருந்தாலும் எதை வைத்து அவர் அன்று நான் இறப்பின் வாசலைத் திறந்து மூடுவேன் என்று சொல்லியிருப்பார் என்பதை என்னால் அறிய முடியவில்லை.

அந்த மூன்றாம் நாள் இரவு நான் உறக்கமின்றி வெளியே அலையப் போனபோது எனக்கு அதற்கான காரணத்தை அறிய நேர்ந்தது. அது நான் சற்றும் எதிர்பாராதது. உண்மையில் நான் என் குருவை விட்டு விலகிவிட வேண்டும் என்று அப்போதே முடிவு செய்துவிட்டேன். செயல்படுத்தத்தான் மேலும் சில ஆண்டுகள் காத்திருக்கும்படியாகிவிட்டது.

95. உள்ளங்கைத் தொலைக்காட்சி

படித்துறை ஓரமாகவே நான் நடந்துகொண்டிருந்தேன். நடக்க ஆரம்பித்த சிறிது நேரத்துக்கு படித்துறையிலும் சாலைகளிலும் ஆள் நடமாட்டம் இருந்தது. பிறகு அது மெல்ல மெல்லக் குறையலானது. சாலையெங்கும் அழுக்கும் சேறுமாக இருந்தது. படித்துறையின் அத்தனைக் கற்களிலும் சேறு படிந்திருந்தது. ஈரத்தின் வாசனையும் அடுப்புப் புகையின் வாசனையும் காற்றில் கலந்து வீசியது. ஒரு சீரான வேகத்தில் ஓடிக்கொண்டிருந்த கங்கையின் மென்மையான அலையடிப்பைப் பார்த்தபடியே நான் நடந்துகொண்டிருந்தேன். நீர்ப்பரப்பின் நடுவே நிறுவப்பட்டிருந்த கங்கைத்தாயின் சிலையைக் கடந்து இடதுபுறம் திரும்பி நடக்க ஆரம்பித்தபோது ஆள் நடமாட்டம் அங்கே அறவே இல்லை. கடைகளையும் மூடிவிட்டிருந்தார்கள். எங்கோ நாய் குரைக்கும் சத்தம் மட்டும் இடைவிடாமல் கேட்டுக்கொண்டே இருந்தது. ஏனோ எனக்கு ஹரித்வார் அத்தனை ஈர்ப்பாயில்லை. கங்கையின் மிக அழகான தோற்றத்தை நான் கற்பனையில் நெய்து வைத்திருந்தேன். அகன்று விரிந்த பெரும் நதி. கடலைப் போன்ற அலையடிப்பும் கடலுக்கு இல்லாத நளினமும் ஒருங்கே சேர்ந்த இயற்கையின் அதியற்புதப் படைப்பாக எனக்குள் திரண்டிருந்த கங்கையின் வடிவத்தை என்னால் ஹரித்வாரில் காண இயலவில்லை. ஒரு கால்வாயைப் போல அங்கே அந்நதி பெருகிச் சென்றுகொண்டிருந்தது. கட்டாயப்படுத்தி அணை கட்டிவைத்தாற்போல நதியின் இரு புறமும் சாலை போட்டு படித்துறை அமைத்து, குறுக்குப் பாலங்கள் நிறுவி, என்னென்னவோ செய்துவிட்டிருந்தார்கள். ஒருவேளை ஊருக்கு வெளியே இப்படியெல்லாம் இருக்காதோ என்னவோ. முதல் பார்வையில் நதி என்னை அங்கே கவரவில்லை. குருவிடம் இதனைச் சொன்னபோது, 'கும்பமேளா முடியட்டும். நாம் கங்கோத்ரி வரை ஒரு பயணம் சென்று வருவோம்' என்று சொன்னார். ஆம். அது அவசியம் என்று தோன்றியது. ஒரு பிரம்மாண்டமான பனிப்பாறை எப்படி உருகுகிறது என்பதைப் பார்க்க வேண்டும். யுகயுகமாக அது உருகிக்கொண்டே

இருக்கிறது. இன்னும் பல யுகங்களுக்கு உருகுவதற்கு மிச்சம் வைத்துக்கொண்டே உருகுகிறது. பிரபஞ்ச சக்தியின் மூலாதாரம் எனக்கென்னவோ அந்தப் பனிப்பாறைக்குள் ஒளிந்திருக்கும் என்று தோன்றியது. எத்தனை பெரிய நதி! அப்படியானால் அதைக் காட்டிலும் எத்தனைப் பெரிய பனிப்பாறை! எவ்வளவு பெருஞ்சக்தியைத் தன்னுள் தேக்கிவைத்திருக்கும்! 'கங்கோத்ரியில் கங்கை பொங்கிப் பெருகத் தொடங்கும் இடத்தின் ஆதார சுருதி, மேல் பிரதி மத்யமம்' என்று குருஜி சொன்னார். அவருக்கு சங்கீதம் தெரியும். எப்போதாவது அடிக்குரலில் மென்மையாகப் பாடிக் கேட்டிருக்கிறேன். ஆனால் அது ஹிந்துஸ்தானியாகவோ கர்நாடக சங்கீதமாகவோ இருக்க முடியாது என்று நினைத்தேன். வேறு ஏதோ ஒரு சங்கீதம். சுமாராக இருக்கும்போலத்தான் தோன்றும். குறைந்தபட்சம் ஹரித்வார் நகரத்துக்குள் பாயும் கங்கையின் தோற்றத்தை நிகர்த்தாவது. அவருக்குத் தனது மாணவர்களில் யாராவது ஒருவரேனும் சங்கீதம் பயிலவேண்டும் என்ற எண்ணம் உண்டு. துரதிருஷ்டவசமாக நாங்கள் நான்கு பேருமே அந்த விருப்பம் அற்றவர்களாக இருந்தோம். குருநாதர் இன்னமும் சன்னியாச தீட்சை அளித்திராத பிரதீப் என்ற என் நண்பன் உள்ளதிலேயே மிக மோசம். புகழ்பெற்ற திரைப்படப் பாடல்களைக் கேட்க நேர்ந்தால்கூட அந்த இடத்தைவிட்டு உடனே அகன்றுவிடுவான். 'இசையாக எது என் செவிக்குள் நுழைந்தாலும் என் இதயத் துடிப்பு அதிகரித்துவிடுகிறது. உயிர் போய்விடும் அச்சம் உண்டாகிவிடுகிறது' என்பான்.

என் அப்பா என் குருநாதரைப் போலவே அடிக்குரலில் பாடக்கூடிய மனிதர். தூங்கி எழும்போது ஏதாவது பாடலை முணுமுணுத்துக்கொண்டேதான் எழுந்திருப்பார். கடும் கோபத்திலோ, வெறுப்புற்றோ இருக்கும் நேரங்களிலும் அவரால் அப்படிப் பாட முடியும். ஒரு விதத்தில் தனது கட்டுக்கடங்காத உணர்ச்சிகளை அவர் அந்தக் கீழ்க்குரல் சங்கீதத்தின் மூலம்தான் தணித்துக்கொள்கிறாரோ என்று தோன்றும். நாங்கள் நான்கு பேரும் வீட்டைத் துறந்து வெளியேறிய பின்பு அவர் அம்மாதிரிப் பாடுகிறாரா என்று அறிய மிகவும் விரும்பினேன். கேசவன் மாமாவைச் சந்தித்தபோது எப்படியோ அதைக் கேட்க மறந்து போனேன்.

கங்கையைப் பார்த்தபடியே நான் நடந்துகொண்டிருந்தேன். நெடு நேரம் நடந்திருப்பேன் என்று தோன்றியது. சிறிது அமரலாம் என்று

நினைத்தபோது, 'அங்கே வேண்டாம், இப்படி வா' என்று ஒரு குரல் கேட்டது. அது ஒரு பெண்ணின் குரல். நான் சுற்றுமுற்றும் பார்த்தேன். இருளில் யார் என்னை அழைத்தது என்று எனக்குப் புலப்படவில்லை. ஒருவேளை அது என் பிரமையாக இருக்கும் என்று தோன்றியது. மேலும் நடக்க முடிவு செய்தபோது மீண்டும் அக்குரல் வந்தது. 'உன்னை இங்கே வரச் சொன்னேன்.'

குரல் வந்த திசையில் உற்றுப் பார்த்தேன். நான் நடந்துகொண்டிருந்த இடத்துக்குப் பத்தடி தொலைவில் ஒரு மூடிய கடையின் வாசலில் தலையோடு காலாகக் கம்பளியைப் போர்த்திக்கொண்டு அமர்ந்திருந்த உருவத்தைக் கண்டேன். போவதா வேண்டாமா என்று குழப்பமாக இருந்தது. எப்படியோ என்னையறியாமல் நான் அந்த உருவத்தை நெருங்கிச் சென்றேன்.

'உட்காரேன். அதையும் சொல்ல வேண்டுமா?'

நான் அமர்ந்தேன். 'நீங்கள் யார்?' என்று கேட்டேன்.

அந்தப் பெண் முக்காட்டை விலக்குவது போலப் போர்த்தியிருந்த கம்பளியை விலக்கினாள். சுமார் நாற்பது வயதிருக்கும் என்று தோன்றியது. சரியான வட இந்திய முகம். முன் தலையில் முடி நிறையக் கொட்டியிருந்தது. புருவங்கள் இல்லை. நெற்றியில் பொட்டில்லை. புடைவையோ, சல்வாரோ அணியாமல் ஒரு சட்டையை அணிந்திருந்தாள். அவளது அளவுக்குச் சற்றும் பொருந்தாமல் தொளதொளவென்று இருந்த சட்டை. நான் உடனே அவள் கீழே என்ன அணிந்திருக்கிறாள் என்று பார்க்க விரும்பினேன். ஆனால் கம்பளி மடியில் இருந்தது. கீழ் ஆடை தெரியவில்லை.

'என்ன விஷயம்? எதற்கு அழைத்தீர்கள்?' என்று கேட்டேன்.

அவள் உடனே பதில் சொல்லவில்லை. சிறிது நேரம் என்னை உற்றுப் பார்த்துக்கொண்டிருந்துவிட்டு, பின்புறம் திரும்பி வாயில் இருந்து எதையோ துப்பினாள். அநேகமாக அது புகையிலைக் கட்டையாக இருக்கும் என்று நினைத்தேன்.

'நேற்று முன் தினம் நீ இறந்திருக்கத்தான் வேண்டும். உன் மரணத்தை ஒத்திவைக்கச் சொல்லி உன் அண்ணன் என்னிடம் கேட்டுக்கொண்டதால் உன் குருவின் மூலம் நான் அதனைத் தடுக்கும்படி ஆனது' என்று சொன்னாள்.

நான் எழுந்துவிட்டேன். என்னையறியாமல் என் உடல் நடுங்க ஆரம்பித்தது. அங்கிருந்து ஓடிவிடலாம் என்று தோன்றியது. அவள்

சிரித்துக்கொண்டே, 'உட்கார். ஏன் எழுந்துவிட்டாய்? பயப்படாமல் உட்கார்' என்று சொன்னாள். நான் உட்காரவில்லை. எனவே வேறு வழியின்றி அவளும் எழுந்து நின்றாள். இப்போது அவள் சட்டைக்குக் கீழே பைஜாமா அணிந்திருப்பது தெரிந்தது.

‘நீங்கள் யார்?’ என்று மீண்டும் கேட்டேன்.

‘அது அத்தனை முக்கியமா? அதைவிட முக்கியமான ஒரு செய்தி உனக்கு என்னிடம் உண்டு. அதைச் சொல்லவா?’

‘சரி.’

‘நீ கங்கோத்ரிக்குப் போகவேண்டாம் என்று உன் அண்ணன் நினைக்கிறான்.’

‘ஏன்?’

‘அது எனக்குத் தெரியவில்லை. ஆனால் அதைச் சொல்லச் சொன்னான்.’

‘இதை அவனே என்னிடம் சொல்லித் தொலைக்க வேண்டியது தானே? எங்கிருக்கிறான் அந்த ராஸ்கல்?’

அவள் சிறிது நேரம் ஒன்றும் பேசவில்லை. எனக்குக் கட்டுக்கடங்காத கோபம் வந்தது. விஜய் மீதிருந்த அந்தக் கோபத்தை எங்கே அந்தப் பெண்ணிடம் காட்டிவிடுவேனோ என்று அச்சமாக இருந்தது. அவளை எனக்கு முன்பின் தெரியாது. அவள் யாரோ ஒரு யோகினி. அல்லது சித்தர். வேறு யாராக இருந்துவிட முடியும்? முன்னறிமுகம் இல்லாத ஊரில் இதற்குமுன் என்றுமே பார்த்திராத யாரோ ஒருத்தியைப் பிடித்து எனக்குத் தகவல் அனுப்பத் தெரிந்த அயோக்கியன், அதை நேரில் வந்து அவனே சொன்னால்தான் என்ன?

அவன் என் உயிரைக் காப்பாற்ற நினைத்ததை அந்தப் பெண் சொல்லியிருந்தாள். நல்ல விஷயம்தான். என் அண்ணன் எங்கிருந்தாலும் என்னைக் கவனிக்கிறான். யார் யார் மூலமாகவோ எனக்குச் செய்தி அனுப்புகிறான். யார் கண்டது? ஒருவேளை எங்கள் மூவரையுமே அவன் தான் தாங்குகிறானோ என்னமோ. இல்லை என்று சொல்லிவிட முடியாதல்லவா? அவன் யோகி. பெரிய மகான். இருந்துவிட்டுப் போகட்டுமே. என் கண்ணில் தட்டுப்படாத எதுவும் என்னைப் பொறுத்தவரை உண்மையல்ல. கடவுளுக்கே அதுதான் நிலைமை என்னும்போது இவன் யார் சுண்டைக்காய்?

நான் மனத்தில் நினைப்பதை அந்தப் பெண் படித்திருப்பாள் என்று தோன்றியது. அதனால் பரவாயில்லை என்றும் சேர்த்து நினைத்துக் கொண்டேன். ஆனால் அவள் அதைப் பற்றியெல்லாம் எதுவும் பேசவில்லை. 'நீ மிகவும் களைப்பாக இருக்கிறாய். சிறிது நேரம் இங்கே உட்கார்ந்துவிட்டுப் போ' என்று சொன்னாள்.

'எதற்கு?' என்று கேட்டேன்.

'உன் அண்ணன் என் நண்பன். நாங்கள் இருவரும் ஒரே குருவிடம் பாடம் பயின்றவர்கள்.'

'சரி.'

'நீ சன்னியாசம் ஏற்ற தினத்தில் அந்தக் காட்சியை அவன் எனக்குக் காட்டித் தந்தான்.'

'எந்தத் தொலைக்காட்சியில் அது ஒளிபரப்பானது?'

'அவன் உள்ளங்கையை விரித்துக் காட்டினான். நீ அருவிக்கரையில் சன்னியாசம் பெற்றதை நான் கண்டேன்.'

'ஓ. அது அவ்வளவு முக்கியமா? உங்களுக்குத் தெரியுமா? நான் ஒரு நாத்திகன். எனக்குக் கடவுளோ மதமோ இல்லை. சித்து, யோகம், ஆன்மிகம் எவற்றின் பக்கமும் ஒதுங்கும் எண்ணம் இல்லாதவன். என் சன்னியாசத்தின் ஒரே நோக்கம், என் சுதந்தரம் மட்டுமே.'

'உன் அண்ணன் சொல்லியிருக்கிறான். ஆனால் அவனுக்கு அதில் சிறிது வருத்தம்தான்.'

'என்ன வருத்தம்?'

'உண்மையை வலுக்கட்டாயமாக நீ தரிசிக்காமல் தவிர்ப்பது பற்றிய வருத்தம்'

'அவன் வருத்தத்துக்கு நான் ஒன்றும் செய்ய முடியாதம்மா. எனக்கு ஒன்று மட்டும் சொல்லுங்கள். நான் எவ்வாறு சாக இருந்தேன்? என் குரு என்னை எப்படிக் காப்பாற்றினார்?'

'உனக்கு நெஞ்சு வலி வந்தது.'

'அப்படியா? நான் அதை அறியவில்லை.'

'அறிந்திருக்க முடியாது. ஏனென்றால் அந்த வலியை உன் குருநாதர் அப்போது எடுத்துக்கொண்டார்.'

இது எனக்கு அதிர்ச்சியளித்தது. என் குரு இவ்வாறான செயல்களைப் புரியக்கூடியவர் அல்லர்.

'ஆம். அவர் அதையெல்லாம் செய்யக்கூடியவர் இல்லைதான். எனக்கு வேறு வழியில்லாததால் அந்தக் கணம் அவர் மூலம் அதைச் செய்தேன்.'

'ஏன், என் வலியை நீங்களே எடுத்துக்கொண்டிருக்கலாமே?'

'இல்லை. அது சாத்தியமில்லை.'

'ஏன்?'

'ஏற்கெனவே நான் வேறொருவரின் வலியை ஏற்றிருக்கிறேன். கும்பமேளாவுக்குப் பிறகுதான் அதனை நான் இறக்கிவைக்க வேண்டும்.'

'ஓஹோ. உங்களுக்கெல்லாம் வேறு வேலையே இல்லையா? இதை ஒரு பொதுச்சேவையாக நீங்கள் எல்லோருக்குமே செய்யலாமே? ஏன் நபர்களைத் தேர்ந்தெடுக்கிறீர்கள்?'

'விமல், நாங்கள் வெறும் கருவி. உனக்கு இது புரிய இன்னும் சிறிது காலம் ஆகலாம்.'

'நான் புரிந்துகொள்ளவே விரும்பவில்லை. ஆனால் என் அண்ணனைப் பார்த்தீர்களானால் ஒரு விஷயம் நிச்சயமாக அவனிடம் தெரிவியுங்கள். இந்த உலகின் ஒரே பெரிய அற்புதம் சுதந்தரமாக இருப்பது மட்டும்தான். என் சுதந்தரமே என் கடவுள். என் மகிழ்ச்சியே என் தரிசனம்.'

'அப்படியா? நீ அவ்வளவு சுதந்தரமாகவா இருக்கிறாய்?'

'சந்தேகமே இல்லை அம்மா. எனக்குத் தளைகளே இல்லை. சிந்தனைக்கும் சரி, செயல்பாட்டுக்கும் சரி. நான் இப்படித்தான் இருப்பேன், இறுதிவரை வரையிலுமேகூட.'

'நல்லது மகனே. நீ எங்கே போனாய் என்று தெரியாமல் உன் குரு கவலைப்பட்டுக்கொண்டிருக்கிறார். விடுதிக்குச் செல்' என்று சொன்னாள்.

சட்டென்று அப்போதுதான் தோன்றியது. பள்ளியில் இருந்து நான் திரும்ப நேரமானால் அம்மா இப்படித்தான் கவலைப்படுவாள். வாசலுக்கு வந்து நிற்பாள். தொலைவில் என் முகத்தைப் பார்த்ததும் திருப்தியாகி உள்ளே போய்விடுவாள். அம்மாவின் இடத்தில் குரு தன்னைப் பொருத்திக்கொண்டுவிட்டாரா என்ன?

அவரை விட்டும் விலகிவிட வேண்டும் என்று அன்றுதான் நினைத்தேன்.

96. தீட்சை

கங்கோத்ரியில் சூர்ய குண்டத்தின் அருகே நாங்கள் சென்று சேர்ந்தபோது நல்ல வெயில் அடித்தது. ஆனால் வெயில் வெளிச்சமாக மட்டுமே இருந்தது. வெப்பம் இல்லை. வெளியெங்கும் நிரம்பிப் பரவியிருந்த குளிர் அவ்வப்போது அசைந்து நகர்ந்து சிலிர்ப்பூட்டிக்கொண்டிருந்தது. கண்ணுக்கெட்டிய தொலைவெங்கும் பெரிய பெரிய வெண்பாறைகள் சூழ்ந்திருக்க, பொங்கி ஓடி வந்த நதி சிறு சிறு அருவிகளாக விழுந்துகொண்டிருந்தது. எத்தனை உன்னதமான பரிசுத்தம்! நீரின் நிஜத் தோற்றம் அதுதான் என்று தோன்றியது. கண்ணாடியைக் காட்டிலும் துல்லியம். அருவி விழும் இடத்திலும் நிலமும் அதில் நிறைந்த கூழாங்கற்களும் இடைவெளிகளை நிரப்பியிருந்த மணல் துகள்களும் தெரிந்தன.

'நாம் இறங்கலாம்' என்று குருநாதர் சொன்னார். நாங்கள் மேலாடைகளைக் கழட்டிவிட்டு நீரில் இறங்கினோம். உருகியோடும் பனியின் குளிர்ச்சி பாதங்களில் சுரீரெனத் தாக்கி, மறுகணமே உச்சந்தலைக்குச் சென்று சேர்ந்து நிலைத்து நின்றது. குருநாதர் தலைக்குமேலே கரம் குவித்து வணங்கினார். சாஷ்டாங்கமாக நதியை விழுந்து சேவித்தார். நீர்ப்பரப்பில் அப்படியே படுத்துக் கிடந்தார். இயற்கையினும் பெரிய அதிசயம் இல்லை என்று சொல்லிக்கொண்டேன். அன்றெல்லாம் நாங்கள் சூரிய குண்டத்தைவிட்டு நகரக்கூட இல்லை. நெடுநேரம் நீரில் குளித்துத் திளைத்துவிட்டுப் பிறகு கரைக்கு வந்து ஈரம் காய்ந்தோம். வேறு உடை அணிந்துகொண்டு அங்கேயே பாறைகளின்மீது அமர்ந்து ஓடும் நதியைப் பார்த்துக்கொண்டே இருந்தோம். யாரும் யாருடனும் பேசவில்லை. யாருக்கும் பேசுவதற்கு ஒன்றும் இருக்கவில்லை. நதியைத் தவிர அங்கு வேறொன்றும் இல்லை என்பதால் எங்களைத் தொந்தரவு செய்யவும் யாருமில்லை. மாலை வரை நாங்கள் உணவை நினைக்கவில்லை. முதலில் நெஞ்சடைக்கச் செய்த குளிர்ச்சி பழகப் பழக ஒன்றுமில்லாமலாகிப் போனதால் உடலைக் குறித்த நினைவும் இல்லாமலானது. எங்கள் விழிகளில்

நதியைத் தவிர வேறெதுவுமே படவில்லை. ஒரு சீரான சத்தமுடன் பொங்கி ஓடிய நதி. பனிப்பாறையின் இண்டு இடுக்குகளில் இருந்துதான் அது பெருகியது. பரந்த பரப்பில் ஆங்காங்கே நிலம் பிளந்த சிறு சிறு நீரூற்றுகளைப் போலத்தான் கிளம்பியது. ஆனால் பெருகத் தொடங்கும் கணத்தில் எப்படியோ அது உரு பெருத்துவிடுகிறது. உருகிய பனியும் உருகாத பனிக்கட்டிகளுமாகச் சுழன்று சுழன்று வந்து விழ்ந்துகொண்டிருந்தது. எத்தனை யுகங்களாக!

குருநாதர் மாலை வரையிலுமே நதியில் அமிழ்ந்து நதியைச் சேவித்துக்கொண்டேதான் இருந்தார். அவருக்கு ஏதாவது ஆகிவிடுமோ என்று எங்களுக்குக் கவலையாக இருந்தது. உடல் விரைத்து அவர் இறந்தே போயிருந்தால்கூட வியக்க ஒன்றுமில்லை. எனக்குத்தான் அவரது அந்தக் கோலம் மிகவும் தொந்தரவு செய்தது. நான் நதிக்குள் இறங்கிச் சென்று அவரைத் தொட்டு எழுப்பினேன். 'என்ன?' என்று கேட்டார்.

'போதும். கரையேறிவிடுங்கள்' என்று சொன்னேன்.

அவர் பதில் சொல்லவில்லை. ஆனால் எழுந்து வந்தார். நாங்கள் நால்வருமே உடனே அவரைத் துடைத்துவிட்டு வேறு உடைகளைக் கொடுத்து அணிந்துகொள்ளச் சொன்னோம். பிரதீப் எங்கிருந்தோ சுள்ளிகளைப் பொறுக்கி வந்து நெருப்பு மூட்டினான். சிறிது நேரம் நாங்கள் அதில் குளிர் காய்ந்தோம். ஹரித்வாரில் இருந்து கிளம்பும்போதே சத்திரத்தில் இருந்து கொஞ்சம் ரொட்டிகளையும் மிளகாய் ஊறுகாயையும் எடுத்து வந்திருந்தோம். அதைப் பிரித்து வைத்துக்கொண்டு சாப்பிட்டோம். ஏனோ குருநாதர் அடிக்கடி என்னைத் தொட்டுத் தொட்டுப் பார்த்துக்கொண்டார். என் கையைப் பிடித்துக்கொண்டார்.

'எனக்கு ஒன்றுமில்லை குருஜி. நான் நன்றாகத்தான் இருக்கிறேன். கவலைப்படாதீர்கள்' என்று சொன்னேன். இருந்தாலும் அவருக்குச் சமாதானமாகவில்லை.

'வாழ்வில் என்றுமே எனக்கு அப்படித் தோன்றியதில்லை விமல். நீ இறந்துவிடுவாய் என்று மனத்தில் பட்டது. நீ இறக்காதது மகிழ்ச்சிதான். ஆனால் எனக்கு ஏன் அவ்வாறு தோன்றவேண்டும் என்றுதான் புரியவேயில்லை' என்று சொன்னார். இதை அவர் ஏழெட்டு முறை என்னிடம் சொல்லிவிட்டிருந்தார். நான் சிறிது நேரம் யோசித்தேன். அந்த யோகினி என்னிடம் சொன்னவற்றை

அவரிடம் சொல்வதா வேண்டாமா என்று அதுவரை நான் முடிவு செய்திருக்கவில்லை. சொன்னால் அந்த மனிதர் என்ன ஆவார் என்று யூகிக்கவும் இயலவில்லை. எனக்குத் தெரிந்த குருநாதர் அற்புதங்களை ஏற்காதவர். அவை உண்டென்று அவருக்குத் தெரியும். அதன் அறிவியலையும் அவர் ஓரளவுக்கு அறிவார். இருப்பினும் அது நமக்குத் தேவையில்லை என்று சொல்வதே அவர் வழக்கம்.

'என்னைப் பொறுத்தவரை எளிய உடல் உபாதைகளில் இருந்து தப்பிக்க சிறிதளவு யோகப் பயிற்சி உதவும். அதே போலத்தான் மூச்சுப் பயிற்சிகளும். நாமெல்லாம் சன்னியாசிகள். பிட்சை எடுத்து உண்கிறவர்கள். நம்மிடம் நினைத்த மாத்திரத்தில் பணம் புழங்காது. ஒரு தலைவலி, ஜுரம் வந்தால் மருந்தில்லாமல் சரிப்படுத்திக்கொள்ளத் தெரிந்திருந்தால் போதும்' என்று சொல்வார்.

தலைவலித்தால் அதில் இருந்து விடுபடுவதற்கு குருநாதர் ஒரு சமயம் எங்களுக்கு ஒரு மூச்சுப் பயிற்சியைச் சொல்லிக் கொடுத்தார். நேராக நிமிர்ந்து நின்றுகொண்டு அப்படியே குனிந்து கால் கட்டை விரல்களைத் தொடவேண்டும். அதாவது உடல் சரி பாதி வளைந்து குனிந்து நிற்கவேண்டும். அந்த நிலையில் இடது நாசியை மூடிக்கொண்டு வலது நாசியால் முப்பது வினாடிகளுக்குக் காற்றை உள்ளே இழுத்து, பிறகு வலது நாசியை மூடிக்கொண்டு இடப்புறத்தால் வெளியேற்ற வேண்டும். ஆறு முறை இதனைச் செய்தால் போதும். எப்பேர்ப்பட்ட தலைவலியும் உடனே விட்டுவிடும் என்று குரு சொன்னார்.

'குருஜி, குனிந்த நிலையில் காற்றை உள்ளே இழுப்பது தவறல்லவா?'

'ஆம் தவறுதான். ஆனால் காற்று உடனடியாக மூளைக்குச் சென்று சேர வேறு உபாயமில்லை. சற்று எச்சரிக்கையுடன் இழுக்க வேண்டும்' என்று சொன்னார்.

வேறொரு நாள் அகிலேஷுக்கு இடுப்புப் பிடித்துக்கொண்டது. வாயுப் பிடிப்பு. இரண்டு நாள்கள் அவன் மிகவும் கஷ்டப்பட்டான். என்னென்னவோ செய்து பார்த்தும் வலி நீங்கவில்லை. குருஜி அவனை இரண்டு செங்கல்களின் மீது கால் வைத்து ஏறி நிற்கச் சொன்னார். அவனது இரு கரங்களிலும் இரண்டு செங்கற்களைக் கொடுத்து கைவிளக்குப் போல ஏந்திக்கொள்ளச் செய்தார்.

அப்படியே இரண்டு கரங்களையும் உயரே தூக்கிக்கொண்டு பத்து நிமிடங்கள் அசையாமல் நிற்கச் சொன்னார். அந்தப் பத்து நிமிடங்களும் எவ்வளவு குறைவான முறை சுவாசிக்க முடியுமோ அவ்வளவு குறைவாக சுவாசிக்கும்படி அவனிடம் சொன்னார்.

அகிலேஷ் அவர் சொன்னபடியே செய்தான். சரியாகப் பத்து நிமிடங்கள் ஆனதும் குருநாதர் அவன் கைகளில் இருந்த செங்கற்களை வாங்கிக்கொண்டு அவனை இறங்கிவிடச் சொன்னார். இப்போது அவனுக்கு அந்த வாயுப் பிடிப்பு முற்றிலும் இல்லாமலாகியிருந்தது. அவனால் நம்பவே முடியவில்லை. ஒரு குழந்தையைப் போலக் குதூகலமடைந்து அவருக்குத் திரும்பத் திரும்ப நன்றி சொல்லிக் கொண்டிருந்தான்.

'இவ்வளவுதான் விமல்! ஒரு டாக்டரைத் தவிர்ப்பதற்கு மட்டுமே இவற்றை நாம் பயன்படுத்தலாம். இதுவே வாழ்க்கையல்ல. இது மட்டுமே வாழ்க்கையல்ல. நாம் செய்ய நிறைய இருக்கிறது' என்று என்னிடம் சொன்னார். மத்தியக் கிழக்கு நாடுகளில் இஸ்லாம் தோன்றுவதற்கு முன்பு இருந்த பல்வேறு சிறு மதங்களையும் நூற்றுக்கணக்கான சிறு தெய்வ வழிபாட்டு முறைகளைக் குறித்தும் நான் ஆராய்ச்சி செய்ய வேண்டும் என்பது அவரது விருப்பம். 'நீ தயாராகிவிட்டுச் சொல். யாரையாவது பிடித்து ஸ்பான்சர் வாங்கி எப்படியாவது உன்னை இராக்குக்கு அனுப்பிவிடுகிறேன்' என்று ஒரு சமயம் சொன்னார்.

'குருஜி, மதங்களைப் பற்றி ஆராய்ச்சி செய்து என்ன ஆகப் போகிறது? நான் பெண்களைப் பற்றி ஆராயலாம் என்று நினைக்கிறேன்.'

'அப்படியா? அது உன்னை போதையடிமை போல் ஆக்கிவிடும்.'

'இரண்டும் ஒன்றுதானே? ஆனால் நான் உங்களுக்கு வாக்களிக்கிறேன். நான் எதன் அடிமையாகவும் ஆகமாட்டேன்.'

ஏனோ அவர் அதன்பின் அந்தப் பேச்சைத் தவிர்த்துவிட்டார்.

அன்றிரவு நாங்கள் கங்கோத்ரியில் இருந்து ஆறு கிலோ மீட்டர் தள்ளி இருந்த ஒரு கிராமத்தில் தங்க முடிவு செய்தோம். வரும் வழியிலேயே அந்த இடத்தில் இரவு தங்கலாம் என்று தீர்மானம் செய்துகொண்டு வந்திருந்தபடியால் மாலை ஆனதும் நேரே அந்த ஊருக்குப் போய்ச் சேர்ந்தோம். வரும்போது அங்கே ஒரு கோயிலைக் கண்டோம். மிகச் சிறிய, அழகான கோயில். ஒரு சிவலிங்கமும் விஷ்ணுவின் சிலையும் காளிதேவி சிலையும்

இன்னும் இரண்டு மூன்று சிலைகளும் வரிசையாக அடுத்தடுத்து அங்கே பிரதிஷ்டை செய்யப்பட்டிருந்தன. தனித்தனி சன்னிதிகள் அல்ல. ஒரே கூடத்தில் அடுத்தடுத்து அனைத்துக் கடவுள்களும். அந்தக் கோயிலை அடுத்து பாதி கட்டப்பட்டு, கைவிடப்பட்ட கட்டடம் ஒன்று இருந்ததைக் கண்டோம். அங்கே இரவு தங்கலாம் என்று முடிவு செய்திருந்தோம்.

இரவு நாங்கள் அங்கே சென்று சேர்ந்தபோது பிராந்தியத்தில் மனித நடமாட்டமே இருக்கவில்லை. நாளெல்லாம் நீரில் கிடந்த களைப்பில் படுத்ததும் உறங்கிவிட்டோம். நள்ளிரவுக்கு மேல் எனக்கு விழிப்பு வந்தது. கண் விழித்து எழுந்தபோது பிரதீப்பைக் காணவில்லை. சிறுநீர் கழிக்கச் சென்றிருப்பான் என்று நினைத்தேன். ஆனால் நெடு நேரம் அவன் திரும்பி வராததால் எழுந்து வெளியே சென்று பார்த்தேன். சுற்று வட்டாரத்தில் எங்கும் எந்தச் சத்தமும் இல்லை. நதியின் ஓட்டம் மட்டும் மெலிதாகக் கேட்டுக்கொண்டிருந்தது. இருட்டில் நான் பிரதீப்பைத் தேடி மெல்ல நடக்க ஆரம்பித்தேன்.

எங்கெங்கோ சுற்றிவிட்டு அந்தக் கோயில் வாசலுக்கு வந்தேன். நெருங்கியபோதே அவனைப் பார்த்துவிட்டேன். அவன் கோயிலுக்கு உள்ளேதான் இருந்தான். அங்கிருந்த சிவலிங்கத்தின் எதிரே நிமிர்ந்து உட்கார்ந்து கண்மூடி தியானம் செய்துகொண்டிருந்தான். எனக்கு அந்தக் காட்சி மிகவும் விநோதமாகப் பட்டது. பிரதீப்புக்குக் கடவுள் நம்பிக்கை உண்டு என்பதே எனக்கு அப்போதுதான் தெரிந்தது. அது நம்ப முடியாததாக இருந்தது. அதை ஏன் அவன் மறைக்க வேண்டும் என்ற வினா அதனைக் காட்டிலும் பூதாகாரமாக எழுந்து நின்றது. நான் அவனையே பார்த்துக்கொண்டிருந்தேன். அவன் கண் விழிக்கும்போது நிச்சயமாக என்னைத் தான் முதலில் பார்க்க வேண்டும் என்று முடிவு செய்தேன். அவனுக்கு அது அதிர்ச்சியாக இருக்கும். தன் குட்டு வெளிப்பட்டுவிட்டதாக அவனுக்குத் தோன்றலாம். என்னவானாலும் விடுவதில்லை என்று தீர்மானம் செய்துகொண்டேன். குருநாதர் அவனுக்கு மட்டும் இன்னமும் சன்னியாச தீட்சை அளிக்காதிருந்ததை எண்ணிப் பார்த்தேன். அவருக்கும் ஏதோ தோன்றியிருக்கும். ஊசலாட்டத்தில் உள்ளவனுக்கு தீட்சை உபயோகமில்லை என்று கருதியிருக்கலாம். என்னவானாலும் இன்று அவனிடம் விசாரித்துவிடுவது என்று முடிவு செய்துகொண்டு காத்திருந்தேன்.

முக்கால் மணி நேரம் நான் அங்கு நின்றிருப்பேன். அத்தனை நேரமும் அவனையேதான் பார்த்துக்கொண்டிருந்தேன். சற்றும் அசையக்கூட இல்லை. திடீரென்று அவனது மூடிய கண்களுக்குள் சிறு அசைவு ஏற்பட்டது. அவனது வலக்கரம் ஒருமுறை எழுந்து அடங்கியது. அவன் முகம் கோணிக்கொண்டு விகாரமாகியது. சட்டென்று அவன் கண்களில் இருந்து கரகரவென நீர் வழியத் தொடங்கியது. எனக்கு மிகுந்த சுவாரசியமாகிவிட்டது. எத்தனை சிறந்த பக்திமான் இவன்! இதை எதற்கு இவ்வளவு காலமாக மறைத்து வைத்திருக்கிறான்? அவசியமே இல்லையே. குருநாதரிடம் சொல்லியிருந்தால் ஆசிரம வளாகத்தில் அவனுக்கென்று ஒரு கோயிலேகூடக் கட்டிக் கொடுத்திருப்பார். போய் பிடித்து உலுக்கி எழுப்பிவிடலாமா என்று நினைத்தேன்.

அந்தக் கணம் அது நிகழ்ந்தது. சிவலிங்கத்தின் எதிரே இருந்த அகல் விளக்கொன்று யாரும் பற்ற வைக்காமல் தானே தீப்பற்றிக்கொண்டு சுடர்விட ஆரம்பித்தது. அந்தக் காட்சியை என்னால் நம்ப முடியவில்லை. நான் பார்த்துக்கொண்டிருந்தபோதே அந்த அகலில் இருந்த சுடர் மெல்லக் காற்றில் எழுந்து நகரத் தொடங்கியது. நேராக அது பிரதீப்பின் நெற்றியை நோக்கி நகர்ந்தது. அவனது இரு புருவங்களுக்கு மத்தியில் சென்று சிறிது நேரம் அசைந்தது. அப்படியே உள்ளே போய் ஒடுங்கிவிட்டது. அந்த இடம் மீண்டும் இருண்டு போனது.

சில நிமிடங்களில் பிரதீப் கண் விழித்தான். என்னைப் பார்த்து சிரித்தான். எனக்கு அப்போது பேச்சே எழவில்லை. கண்டதன் அதிர்ச்சியும் வியப்பும் புத்தியெங்கும் நீக்கமற நிறைந்திருந்தது. என்னைத் திரட்டிக்கொண்டு பேச முற்பட்டேன். என்னைச் சாட்சியாக வைத்து இங்கே என்ன நிகழ்ந்தது என்று அவனிடம் கேட்டேன்.

‘தெரியவில்லை விமல். ஆனால் இது நான் விடைபெறும் நேரம். எனக்கு தீட்சை கிடைத்துவிட்டது. நான் கிளம்புகிறேன் என்று குருவிடம் சொல்லிவிடு’ என்று சொல்லிவிட்டு திரும்பிக் கூடப் பார்க்காமல் இருளில் இறங்கி விரைந்து எங்கோ காணாமல் போய்விட்டான்.

எனக்கு அந்த யோகினி சொன்னது நினைவுக்கு வந்தது. நியாயம்தான். நான் கங்கோத்ரிக்கு வந்திருக்கக்கூடாது.

97. எட்டணா

நதியைப் பார்த்தபடி நெடுநேரம் நாங்கள் பேசாது அமர்ந்திருந்தோம். பேச என்ன இருக்கிறது? பிரதீப் விட்டுவிட்டுப் போனான். அவ்வளவுதானே? சன்னியாசிகளுக்கு வருத்தமில்லை என்று நாங்கள் மூவரும் சொல்லிக்கொண்டோம். ஆனால் அகல் விளக்கில் இருந்து ஒளி கிளம்பிச் சென்று அவன் நெற்றிப் பொட்டில் படர்ந்து மறைந்ததாக நான் சொன்னது அவர்கள் அனைவருக்குமே மிகுந்த அதிர்ச்சியளித்தது. குருநாதர்கூட 'உண்மையாகவா?' என்று கேட்டார்.

'ஆம் குருஜி. நான் பார்த்தேன். ஆனால் துரதிருஷ்டவசமாக அவன் அதைப் பார்க்கவில்லை. அவன் கண்ணை மூடி தியானத்தில் இருந்தான். ஆனால் கண்ணை விழித்ததும் தனக்கு தீட்சை கிடைத்துவிட்டதாகச் சொன்னான்.'

'அதைப் பார்த்தபோது உனக்கு என்ன தோன்றியது?'

'நெருப்பு ஒரு பறவை என்று நினைத்தேன்.'

'நீ அந்த சிவனை நினைக்கவில்லையா?'

'மன்னிக்க வேண்டும் குருஜி. நான் ஆத்திகனாகவே இருந்தாலும் சிவனை நினைத்திருக்க மாட்டேன். நித்யகல்யாணப் பெருமாளை வேண்டுமானால் நினைத்திருப்பேன்.' என்று சொன்னேன்.

அவர் சிரித்தார். 'விமல், அவனுக்கு ஞானம் கிட்டியதா, தீட்சை கிட்டியதா என்பதைக் காட்டிலும் நீ எனக்கு வியப்பளிக்கிறாய். கண் முன்னால் ஒளி நகர்ந்து சென்றதைப் பார்த்தபின் இந்நேரம் நீ அனைத்தையும் விட்டு ஓடியிருக்க வேண்டும். நீ அப்படிச் செய்யாததே எனக்கு நீ சொல்வது உண்மையாக இருக்காதோ என்று நினைக்க வைக்கிறது.'

நான் ஒன்றும் சொல்லவில்லை. ஒரு சம்பவம் நினைவுக்கு வந்தது. எனக்கு அப்போது நான்கு அல்லது ஐந்து வயது இருக்கலாம். எங்கள் வீதிக்கு அன்று ஒருவன் வந்தான். அவனை நாங்கள்

அதற்குமுன் பார்த்ததில்லை. அவனது ஒரு கையில் பெரியதொரு மயிலிறகு விசிறி இருந்தது. மறு கையில் உடுக்கையோ அல்லது அதைப் போன்ற வேறெதோ ஒரு வாத்தியம் வைத்திருந்தான். அவன் தோளில் ஒரு பை தொங்கிக்கொண்டிருந்த நினைவு. தாடி மீசை நினைவிருக்கிறது. ஒரு தலைப்பாகை கட்டியிருந்தான். அது நினைவிருக்கிறது. அந்தத் தலைப்பாகைத் துணி நீல நிறத்தில் இருந்ததுகூட மனத்தில் அப்படியே பதிந்திருக்கிறது.

எங்கள் வீட்டு வாசலுக்கு வந்து நின்று அவன் உடுக்கையை அடிக்க ஆரம்பித்தான். 'விஜய், யாரோ பிச்சைக்காரன் போலருக்கு. நான் இங்க வேலையா இருக்கேன். வந்து ஒரு பிடி அரிசி எடுத்துண்டு போ' என்று அம்மா சமையல் அறையில் இருந்து குரல் கொடுத்தாள். அண்ணா இரு கைகளிலும் அரிசி அள்ளிக்கொண்டு வாசலுக்கு வந்தான். அந்த மனிதன் உடுக்கை அடிப்பதை நிறுத்திவிட்டு, 'அரிசி வேண்டாம்; காசு கொடு' என்று கேட்டான்.

அண்ணா மீண்டும் சமையலறைக்குச் சென்று அம்மாவிடம் அவன் சொன்னதைச் சொல்லி, காசு கேட்டான். அம்மா அவனிடம் நாலணாவைக் கொடுத்து அனுப்பினாள். வெளியே வந்த விஜய், அந்த மனிதனின் கையில் நாலணாவை வைத்தான். 'எட்டணா கொண்டா' என்று அவன் சொன்னான்.

இம்முறை அம்மாவே வெளியே வந்துவிட்டாள். 'என்னப்பா பிரச்னை?' என்று கேட்டாள்.

'எட்டணா வேணுமாம்' என்று அண்ணா சொன்னான். அம்மா அவனைச் சற்று வினோதமாகப் பார்த்தாள். என்ன நினைத்தாளோ. தானே உள்ளே சென்று எட்டணாவைத் தேடினாள். ஏனோ அவளுக்கு அப்போது எட்டணாக் காசு கிடைக்கவில்லை. ஒரு பழைய ஐந்து ரூபாய் நோட்டு இருந்தது. அதை எடுத்து வந்து அவனிடமே, 'எட்டணா சில்றை இல்லே. நீ பாக்கி குடு' என்று சொல்லிவிட்டு ஐந்து ரூபாய்த் தாளை நீட்டினாள். நோட்டை வாங்கியவன் இப்படியும் அப்படியுமாக அதைத் திருப்பிப் பார்த்தான். அம்மாவைப் பார்த்து சிரித்தான். பிறகு பணத்தை உள்ளங்கையிய்விட்ட்ல் வைத்து மூடினான்.

அவன் மீண்டும் கையைத் திறந்தபோது அதில் ஒரு எட்டணாக் காசு இருந்தது. ஐந்து ரூபாய்த் தாள் எங்கே போனதென்றே தெரியவில்லை. எனக்கு ஒரே ஆச்சரியமாகப் போய்விட்டது. இது எப்படி எப்படி என்று. அவன் அந்த எட்டணாவை அம்மாவிடம் நீட்டினான்.

‘என்ன?’ என்று அம்மா கேட்டாள்.

‘எட்டணா இல்லேன்னு சொன்னிங்களே. இந்தாங்க.’

‘உன்னைத்தான் எட்டணா எடுத்துக்க சொன்னேன். பாக்கி நாலரை ரூபாவைக் கொடு’ என்று அம்மா கேட்டாள்.

அவன் மீண்டும் சிரித்தான். ‘பணம் வேணுமா?’ என்று கேட்டான்.

‘இதென்ன வம்பா போச்சு? எனக்கு வேலை இருக்குப்பா. எட்டணா எடுத்துண்டு மிச்சத்தக் குடு’ என்று அம்மா சொன்னாள்.

‘குடுத்துத்தான் தீரணுமா?’ என்று அவன் மீண்டும் கேட்டான். இப்போது அவனது விரித்த உள்ளங்கையின் நடுவே இருந்த எட்டணா மெல்ல நகர்ந்து அவனது மணிக்கட்டு அருகே வந்தது. எனக்கு ஒரே பயமாகிவிட்டது. ‘அம்மா, காசு நகர்றது’ என்று கத்தினேன். அவன் சிரித்தபடியே நின்றிருந்தான். அந்த எட்டணா மேலும் நகர்ந்து அவனது முழங்கை மடிப்பு வரை போனது. அம்மாவும் அண்ணாவும் அதையே பார்த்துக்கொண்டிருக்க, ‘சொல்லும்மா! காச குடுத்துத்தான் தீரணுமா?’ என்று அவன் மீண்டும் கேட்டான்.

அம்மா சில வினாடிகள் அவனை எரிச்சலுடன் பார்த்தாள். ‘சரி நீயே வெச்சிக்கோ’ என்று சொல்லிவிட்டுச் சட்டென்று உள்ளே போய்விட்டாள். அவன் அப்போதும் சிரித்தான். முழங்கை மடிப்பு வரை போன அந்த எட்டணாக்காசு அப்படியே அவன் சட்டை மடிப்புக்குள் ஏறி மறைந்துகொண்டது. அவன் போய்விட்டான்.

எனக்குத்தான் அதிர்ச்சி தாங்கவேயில்லை. ‘எப்படிடா விஜய்? காசு என்னமா நகர்ந்தது பாத்தியா?’ என்று கேட்டேன். விஜய் ஒன்றும் சொல்லவில்லை. இரண்டொரு நாள் கழித்து தற்செயலாக அந்தச் சம்பவம் பற்றி நான் மீண்டும் பேச்செடுத்தபோது, ‘விட்டுத்தொலை. பணம் பிடுங்க இதெல்லாம் ஒரு வழி’ என்று அம்மா சொன்னாள். சில வருடங்கள் கழித்து என்றோ ஒரு சமயம் நான் விஜயிடம் பேசிக்கொண்டிருந்தபோது அந்தச் சம்பவத்தை நினைவுகூர நேர்ந்தது. அப்போது அவன், ‘பெரிய விஷயமில்லை விமல். இதெல்லாம் சின்ன மேஜிக்தான்’ என்று சொன்னான்.

‘நீ செய்வியா?’

‘முயற்சி பண்ணா முடியும்னுதான் நினைக்கறேன்.’

‘அதெல்லாம் சும்மா. எங்கே பண்ணிக் காட்டு பாப்போம்?’ என்று விடாப்பிடியாகச் சொன்னேன்.

அவன் காசை நகர்த்திக் காட்டவில்லை. நாங்கள் அப்போது கோயிலின் முன் மண்டபத்தில் அமர்ந்திருந்தோம். தூண் ஓரம் ஒரு கட்டெறும்பு போய்க்கொண்டிருந்தது. அதைச் சுட்டிக்காட்டி, அதை இப்போ என்கிட்டே வரவெச்சிக் காட்டட்டுமா?' என்று கேட்டான்.

நான் அந்த எறும்பைப் பார்த்தேன். அது விஜய் இருந்த இடத்துக்கு நேரெதிர்ப் பக்கம் போய்க்கொண்டிருந்தது. அவனிடம் வரவேண்டுமானால் நின்று திரும்பி வரவேண்டும். 'சரி, பண்ணு. பண்ணிக்காட்டு' என்று சொன்னேன்.

விஜய் அந்த எறும்பைச் சில வினாடிகள் உற்றுப் பார்த்துக்கொண்டே இருந்தான். எங்கோ விரைந்து சென்றுகொண்டிருந்த எறும்பு ஏதோ ஒரு கணத்தில் நின்றது. ஒரு வட்டமடிப்பது போலத் திரும்பி வர ஆரம்பித்தது. நான் பார்த்துக்கொண்டிருந்தபோதே அது விஜய்யின் காலருகே வந்தது.

நான் சட்டென்று சொன்னேன், 'நான் நம்பமாட்டேன். அது தன்னிஷ்டத்துக்குத்தான் போயிருக்கு. உன்கிட்டே வந்தது ஃப்ளூக்கு.'

'அப்படியா? சரி இப்போ அது எம்மேல ஏறும் பார்' என்று சொன்னான். மீண்டும் எறும்பை உற்றுப் பார்த்தான்.

எறும்பு இங்குமங்கும் அலைந்து எங்கு போவதென்று புரியாமல் சிறிது தவித்தது. பிறகு அவனது இடது காலின்மீது ஏறி, சரசரவென்று கழுத்தருகே வந்து நின்றது.

'போதுமா?' என்று விஜய் கேட்டான். இது உண்மையில் அன்றெனக்கு மிகுந்த அதிர்ச்சியும் வியப்பும் அளித்த சம்பவம். அண்ணாவைக் குறித்த என் அபிப்பிராயங்கள் ஒன்று திரளத் தொடங்கியிருந்த நேரத்தில் நடந்த சம்பவம் என்பதால் அவன் விட்டுச் சென்றபோது இதையும் சேர்த்தேதான் எண்ணிக்கொண்டேன்.

குருஜியிடம் இந்தச் சம்பவத்தைச் சொல்லி, 'ஒரு எட்டணாக் காசும் எறும்பும் எப்படி நகர்ந்ததோ அப்படித்தான் அந்தச் சுடரும் நகர்ந்திருக்க வேண்டும்' என்று சொன்னேன்.

'அதுசரி. ஆனால் பிரதீப்புக்கு எந்த மேஜிக்கும் தெரியாதே.'

'அதனாலென்ன? சிவலிங்கத்துக்குத் தெரிந்திருக்கும்' என்று சொல்லிவிட்டு நான் எழுந்து சென்றேன். குருஜி என்னை

விடவில்லை. ஊர் திரும்பும் வழியெல்லாம் திரும்பத் திரும்ப அதையேதான் கேட்டுக்கொண்டிருந்தார்.

‘ஒருவேளை கடவுள் உண்மையிலேயே இருக்கத்தான் செய்கிறாரோ?’

எனக்கு எரிச்சலாக இருந்தது. ‘விடுங்கள் குருஜி. அவர் சௌக்கியமாக இருக்கட்டும். எனக்கு அவர் தேவையில்லை. தேவைப்பட்டால் கூப்பிட்டுக்கொள்கிறேன்’ என்று சொல்லிவிட்டேன். ஆசிரமத்துக்குத் திரும்பி வழக்கமான வாழ்க்கையை ஆரம்பித்து ஒன்றிரண்டு நாள்களான பின்பு ஒரு நாள் குருவிடம் கேட்டேன். ‘குருஜி, அவனுக்கு ஏன் நீங்கள் இத்தனைக் காலமாக தீட்சை அளிக்காமல் இருந்தீர்கள்?’

அவர் சிறிதும் யோசிக்காமல் உடனே பதில் சொன்னார், ‘அவனுக்கு சன்னியாச மனம் இல்லை. அவன் எந்நாளும் ஒரு சன்னியாசியாக முடியாது.’

‘உண்மையாகவா?’

‘இல்லாவிட்டால் எப்படி அவன் ஒரு பக்தனாகியிருக்க முடியும்? பக்தனான கூட்டில் சிவனே வந்து அருள் பாலித்திருக்கிறான் என்றால் இனி அவன் சிவனுக்கு ஆயுள் சந்தா விசுவாசியல்லவா? சிவனையும் துறந்தால் அல்லவா சன்னியாசி?’

நான் புன்னகை செய்தேன். ‘ஐ லவ் யு குருஜி’ என்று சொன்னேன்.

98. சாட்சி

ஆசிரமம் அப்போது விரிவடைந்துகொண்டிருந்தது. குருநாதருக்கு அது சங்கடமாகவும் இருந்தது; அதே சமயம் நிறையப்பேர் தேடி வருவது பற்றிய எளிய மகிழ்ச்சியும் இருந்தது. சீடர்களாக மட்டுமே அப்போது ஒன்பது பேர் இருந்தோம். அது தவிரத் தன்னார்வலர்களாகப் பதினைந்து பேர் தினமும் ஆசிரமப் பணிகளை எடுத்துப் போட்டுக்கொண்டு செய்பவர்கள் இருந்தார்கள். ஒவ்வொரு நாளும் மாலை வேளைகளில் குருநாதர் அரை மணிநேரம் சொற்பொழிவாற்றும்படி ஆனது. தொடக்கத்தில் அவருக்கு இது பிடிக்கவில்லை. வற்புறுத்தித்தான் அவரை நாங்கள் உட்காரவைத்தோம். ஒரு கட்டத்தில் அவருக்கு அது பிடித்துவிட்டதா, பழகிவிட்டதா என்று தெரியாமல், அவரே எங்களுக்கு முன்னால் சொற்பொழிவுக்கு வந்து உட்கார ஆரம்பித்தார்.

புதிய பக்தர்களுக்கு முதலில் எங்களைப் புரியவில்லை. கடவுளைக் குறித்து ஒரு வார்த்தைகூடப் பேசாத சன்னியாசிக் கூட்டம் என்பது அவர்களுக்கு விநோதமாக இருந்திருக்க வேண்டும். ஆனால் குருநாதரின் பேச்சில் உபநிடதங்கள் வரும். பிரம்ம சூத்திரம் வரும். எப்போதாவது வேதங்களைத் தொட்டுக்காட்டுவார். ஆனால் உடலுக்கும் உயிருக்கும் அப்பால் ஆத்மா என்று என்றுமே அவர் ஆரம்பித்ததில்லை. ஒருநாள் ஆசிரமத்துக்கு வந்திருந்த ஒரு பெண் அதைக் குறித்து அவரிடம் கேட்கவே செய்தாள். 'குருஜி, நீங்கள் ஆத்மாவை ஏன் தொட்டுக்காட்ட மறுக்கிறீர்கள்?'

அவர் சற்றும் யோசிக்காமல் பதில் சொன்னார், 'மனத்தை முதலில் அகழ்ந்து முடிப்போமே? ஆத்மாவுக்கு என்ன அவசரம்?'

'அதில்லை குருஜி. ஆத்மா என்ற ஒன்று இருக்கிறதா இல்லையா?'

'தேடிக்கொண்டிருக்கிறேன் பெண்ணே. கண்டெடுத்தால் சொல்கிறேன்' என்று அவர் சொன்னார்.

அவரிடம் என்னைக் கவர்ந்தது அதுதான். தன் அறிவுக்கு எட்டாதவற்றை அவர் நம்பத் தயாராக இல்லை. அதே சமயம் அறிதலின் எல்லைகளை விஸ்தரித்துக்கொண்டே போவதிலும் அவர் சுணக்கம் காட்டியதில்லை.

ஒரு சம்பவம். அதனை எப்படி விவரிப்பது என்று எனக்கு சரியாகத் தெரியவில்லை. உண்மையில் பிற்காலத்தில் அச்சம்பவம் ஒரு பெரும் சரித்திரமாகிப் போனது. தேசம் முழுதும் செய்தித் தாள்களில், வாராந்தரிகளில், வானொலியில் மாற்றி மாற்றி அதைப் பற்றியே பேசிக்கொண்டிருந்தார்கள். எனக்கு என்ன வியப்பென்றால் அந்தச் சம்பவத்துக்கு சாட்சியாக இருந்தவர் என் குருநாதர். அவரோடு இருந்ததால் நானும் என் தோழர்கள் சிலரும் நடந்ததை முழுவதுமாக அறிந்திருந்தோம். ஆனால் ஊடகங்கள் பேசிய சரித்திரம் நடந்தவற்றுக்குச் சற்றும் சம்பந்தமற்றதாயிருந்தது.

அன்றைக்கு விடிந்ததில் இருந்தே மேகமூட்டம் அதிகமாயிருந்தது. வெளியே வந்து வானத்தைப் பார்த்த குருநாதர், 'மழை மேகமாகத் தெரியவில்லை. நாம் வெளியே போய்விட்டு வரலாம்' என்று சொன்னார். நான் உடனே சரி என்றேன். காரணம் அதற்கு முந்தைய வாரம் முழுவதும் நான் காய்ச்சலில் படுத்துக் கிடந்தேன். என் குடிலை விட்டு வெளியே வரவேயில்லை. சாப்பாட்டைக் கூட நண்பர்கள் என் குடிலுக்கே எடுத்து வந்துதான் கொடுத்தார்கள். கண்டிப்பாகக் காய்ச்சலுக்கென்று எந்த மருந்தும் எடுத்துக்கொள்ள வேண்டாம் என்று குருநாதர் சொல்லியிருந்தார். 'அது எத்தனை நாள் இருக்கிறதோ இருந்துவிட்டுப் போகட்டும். முற்றிலுமாக அதுவாக வெளியேறிச் செல்லும்வரை சும்மா இரு. அப்போதுதான் திரும்பி வராது' என்று சொன்னார்.

இதனால் எளிய காய்ச்சல் கஷாயங்களைக் கூட நான் தவிர்த்தேன். இரண்டு வேளை ரசத்தில் கரைத்த நொய்க்கஞ்சி மட்டும் அருந்தும்படி அவர் சொல்லியிருந்தார். காய்ச்சல் காலத்தில் வயிற்றை காலியாக வைத்திருப்பதே சிறந்தது என்பது அவர் கருத்து. எனக்கு நாக்கு கசந்துவிட்டிருந்தது. அந்தக் கஞ்சியைக் கூட என்னால் முழுக்க அருந்த முடியவில்லை. கடமைக்குச் சாப்பிட்டுவிட்டு வெறுமனே படுத்துக் கிடந்தேன். இரண்டு மணி நேரம் விடாமல் காய்ச்சல் அடிக்கும். பிறகு படிப்படியாகக் குறையும். தூங்கிவிடுவேன். மீண்டும் அது எப்போது வரும் என்று தெரியாது. இன்னொரு இரண்டு மணி நேரம் சுட்டுப் பொசுக்கிவிட்டு அது பாட்டுக்குப் போகும். இப்படியே ஆறு

நாள்கள் கழிந்தன. டைபாய்டு, மலேரியா ரகங்களைச் சேர்ந்த காய்ச்சலாக இருக்குமோ என்று என் நண்பர்கள் பயந்தார்கள். ஆனால் என் நாடி பிடித்துப் பார்த்த குருநாதர், அதெல்லாம் இல்லை; சாதாரண வைரஸ் காய்ச்சல்தான் என்று சொல்லிவிட்டார். எளிய ஆண்ட்டிபயாடிக் மாத்திரைகளைக்கூடப் போடவேண்டாம் என்று சொன்னார்.

'நீங்கள் சொன்னதை நான் கேட்பேன் குருஜி. ஆனால் உண்மையிலேயே மருந்து எடுக்காமல் காய்ச்சலைத் தானாகப் போகவிட்டால் அது திரும்பி வரவே வராதா?' என்று கேட்டேன்.

சற்று யோசித்துவிட்டு அவர் சொன்னார், 'ஆம். குறைந்தது இரண்டு வருடங்களுக்காவது.'

அதைப் பரீட்சித்துப் பார்த்துவிடுவது என்று முடிவு செய்து நான் எந்த மருந்தும் உட்கொள்ளாதிருந்தேன். அந்நாள்களில் அவர் என்னை மூச்சுப் பயிற்சியும் செய்ய வேண்டாம் என்று சொல்லியிருந்தார். தினமும் பதினைந்து நிமிடங்கள் ஆசிரம வளாகத்துக்குள்ளேயே மெதுவாக நடக்கலாம் என்றார். ஆனால் கட்டாயமாகப் பச்சைத் தண்ணீரில்தான் குளிக்க வேண்டும் என்று உத்தரவிட்டிருந்தார்.

எங்கள் அனைவருக்குமே அவரது இந்த நிபந்தனைகள் வினோதமாக இருந்தன. கடும் காய்ச்சலில் தவிக்கும் ஒருவன் பச்சைத் தண்ணீரில் எப்படிக் குளிக்க முடியும்?

'முடியும். குளி. ஒருநாளும் தவறாமல் குளி' என்று அவர் சொன்னார்.

நான் அதையும் கேட்டேன். எப்போதும்போல அதிகாலை குளிக்காமல் சற்று வெயில் வர ஆரம்பித்த நேரத்தில் குளித்தேன். அது ஒரு பிரமைதான். எங்கள் ஆசிரமத்துக் கிணற்று நீர் என்ன வெயில் அடித்தாலும் பதினைந்து டிகிரி வெப்பத்துக்கு மேல் பிரதிபலிக்காது. காய்ச்சல் தினங்களில் குளியலின் முதல் சொம்பு நீர் உடலில் படும்போதெல்லாம் உயிரே போய்விடப் போகிறது என்று தோன்றும். ஆனால் அப்படியெல்லாம் ஒன்றும் ஆகவில்லை. ஏழு நாள் இடைவிடாமல் அடித்த காய்ச்சல் ஒருவழியாக என்னை விட்டு நீங்கியது.

அந்நாள்களில் நான் நான்கு கிலோ எடை குறைந்திருந்தேன். உடல் லேசாகிவிட்டது போலிருந்தது. உற்சாகமாக இருந்தது. அன்றைக்குத்தான் சூரிய உதயத்துக்கு முன்னால் எழுந்து குளித்துவிட்டுப் பிராணாயாமப் பயிற்சியை மேற்கொண்டேன்.

அதை முடித்துவிட்டு எளிதான சில யோக அப்பியாசங்களையும் செய்தேன். உறங்கி எழுந்து வந்த குருநாதர் நான் யோகப் பயிற்சி செய்வதைப் பார்த்துப் புன்னகை செய்தார்.

'உனக்குக் காய்ச்சல் விட்டுவிட்டது' என்று சொன்னார்.

'ஆம் குருஜி. இப்போது நான் நன்றாக இருக்கிறேன்.'

'அப்படியானால் இன்றைக்கு நீ இனிப்பு சாப்பிடு' என்று சொன்னார். அவரே சமையலறைக்குச் சென்று எனக்காகப் பருப்புப் பாயசம் வைத்து எடுத்து வந்து கொடுத்தார். நான் அதை வாங்கிக் குடித்தபோதுதான் அவர் சொன்னார், 'இன்றைக்கு நாம் வெளியே போகலாம்.'

நாங்கள் ஆறு பேர் ஒன்றாகக் கிளம்பினோம். இன்ன இடத்துக்குப் போகலாம் என்று குறிப்பாகச் சொல்லாமல் வெளியே போகலாம் என்று குருநாதர் சொன்னால் அதன் பொருள், எப்போது திரும்புவோம் என்று தெரியாது என்பது. சில சமயம் அப்படிக் காலை வேளையில் கிளம்பி இரவு ஆசிரமத்துக்குத் திரும்பிவிடுவோம். சில சமயம் அந்தப் பயணம் ஒன்றிரண்டு தினங்கள் வரை நீளும். ஒரு சமயம் இரண்டு நாள் சுற்றிவிட்டு வருவோம் என்று சொல்லிவிட்டு குருநாதர் பத்து நாள் பயணமாக அதனை மாற்றிவிட்டார். இம்மாதிரிப் பயணங்களில் நாங்கள் எந்த வாகனத்திலும் ஏறுவதில்லை. எங்கு போனாலும், எவ்வளவு தூரம் பயணம் செய்தாலும் நடந்தேதான் போவோம். உணவைக் குறித்த கவலை பொதுவாக எங்கள் யாருக்கும் எழாத வண்ணம் குருநாதர் பழக்கியிருந்தார். அதிகபட்சம் நான்கு நாள்கள் வரையிலும்கூட எங்களால் உண்ணாதிருக்க முடிந்தது. அச்சமயங்களில் யாராவது அழைத்து சாப்பிடச் சொன்னால், 'உணவு வேண்டாம். தலா ஒரு கோப்பை எங்களுக்கு நெய் தர முடியுமா?' என்று குருஜி கேட்பார். எங்களுக்கு உணவிட்டுப் புண்ணியம் தேடிக்கொள்ள நினைத்த தர்மவானுக்கு அது விநோதமாகப் படும். இருந்தாலும் சாது வாய் திறந்து கேட்டுவிட்டதால் அவரால் அதைத் தட்ட முடியாமல் போய்விடும். விருந்து ஏற்பாடுகளைத் தவிர்த்துவிட்டு உடனே யாரையாவது கடைக்கு அனுப்பி ஒரு லிட்டர், இரண்டு லிட்டர் நெய் வாங்கி வரச் சொல்லுவார். நாங்கள் அதைக் கோப்பையில் வாங்கிக் குடித்துவிட்டு மேற்கொண்டு நடக்க ஆரம்பித்துவிடுவோம். ஒரு கோப்பை நெய்யை அருந்திவிட்டு ஆறு நாள் வெறும் நீர் மட்டும்

குடித்து சோர்வின்றி வாழமுடியும் என்று குருநாதர் சொல்லித் தந்தார்.

அன்றைக்கு நாங்கள் கிளம்பியபோது ஆசிரமத் தன்னார்வலர் ஒருவர் ஒரு பை நிறைய வறுத்த வேர்க்கடலை, கமர்க்கட்டு, அதிரசம், சப்பாத்திகள் எடுத்து வந்து கொடுத்திருந்தார். குருநாதர் யோசித்தார். 'இதைத் தூக்கிச் செல்லவேண்டுமே?' என்று கவலைப்பட்டார்.

'பரவாயில்லை குருஜி. நான் எடுத்து வருகிறேன். வழியில் உபயோகப்படும்' என்று சொல்லி அந்தப் பையை நான் வாங்கிக்கொண்டேன்.

நாங்கள் நடக்க ஆரம்பித்தோம். முதலில் சாலை இருந்த வழியிலேயே சிறிது நேரம் நடந்துவிட்டு, குருநாதர் சட்டென்று மலைச் சரிவில் இறங்கி நடக்க ஆரம்பித்தார். அவர் வயதுக்குக் கையில் ஒரு கழி இல்லாமல் மலைச்சரிவில் அத்தனை அநாயாசமாக அவர் இறங்கியதைப் பார்க்க எனக்கு வியப்பாக இருந்தது.

'சரிவுகளில் இறங்கும்போது உடல் தன்னியல்பாகச் சற்றுப் பின்பக்கம் சாயும். அதுதான் நடக்க வசதி என்று தோன்றும். ஆனால் அது தவறான முறை. விரைவில் கால் உதற ஆரம்பித்துவிடும். உடலை முன்புறம் தள்ளி, நடை வேகத்தில் கவனம் செலுத்தி மட்டுப்படுத்த வேண்டும். அப்போதுதான் நீண்டதூரம் இவ்வாறு நடக்க முடியும்' என்று சொன்னார்.

அவர் சொன்னபடியே நாங்கள் நடந்தோம். அந்தக் காடு குருநாதருக்குப் பழக்கப்பட்ட இடம் போலிருந்தது. எத்தனை முறை அந்தப் பக்கம் அவர் சென்றிருப்பாரோ தெரியவில்லை. ஆனால் ஆசிரமத்துக்குள் நடப்பது போலவே அவர் வெகு இயல்பாக அங்கே நடந்து போனார். பல இடங்களில் புதர்களை விலக்கி, பாதை மாறி நடந்தார். அன்று மாலை வரை நாங்கள் நடந்துகொண்டே இருந்தோம். எங்கெங்கோ அலைந்து திரிந்து இறுதியில் காவிரியின் கண்ணுக்குப் புலப்படாத ஒரு துண்டுக்கால்வாய் ஓடி மறைந்த ஒரு பிராந்தியத்துக்கு வந்து சேர்ந்தோம். நதியின் எந்த இடத்தில் அது கிளை பிரிகிறது என்று தெரியவில்லை. ஆனால் அந்தக் கானகத்துக்குள் அந்தக் கால்வாய் தனக்கென ஒரு வழியமைத்துக்கொண்டு நெடுந்தூரம் எங்கள் உடனேயே ஓடி வந்தது. அது மீண்டும் நதியோடு சென்று சேருவதில்லை என்று குருஜி சொன்னார்.

'வேறு எங்கே போகிறது?'

'எங்குமில்லை. இந்தக் காட்டுக்குள்ளேயே சுற்றி வந்து காணாமலாகிவிடும்'

'புரியவில்லை குருஜி.'

'சரி வா. அது இல்லாமல் போகும் இடத்துக்கு உன்னை அழைத்துச் செல்கிறேன்' என்று சொல்லிவிட்டு அந்தக் கால்வாயின் தடம் பற்றி எங்களை அழைத்துக்கொண்டு போனார். சுமார் ஐந்து கிலோ மீட்டர் தொலைவுக்கு நாங்கள் அந்தக் கால்வாய்க் கரையோரமாகவே நடந்திருப்போம். எனக்கு மிகவும் களைப்பாகிவிட்டது. சிறிது நேரம் உட்கார வேண்டும் என்று தோன்றியது. குருஜியிடம் அதைச் சொல்ல வாயெடுத்தபோதுதான் அவர்களைப் பார்த்தேன். அதே கால்வாய்க் கரையோரம் நாங்கள் நடந்துகொண்டிருந்த இடத்துக்கு நூறடித் தொலைவில் நான்கைந்து பேர் அமர்ந்திருந்தார்கள். அதில் ஒருவர் சன்னியாசிக் கோலத்தில் இருந்தார். அவரைப் பார்த்ததுமே எனக்கு அடையாளம் தெரிந்துவிட்டது. ஆனால் உறங்கும்போதுகூட அவர் உடன் வைத்திருக்கும் தண்டத்தை அப்போது வைத்திருக்கவில்லை.

99. கற்பின் கதை

காவிரியின் அந்த ரகசியச் சிறு கிளையைக் கால்வாய் என்பதா, ஓடை என்பதா என்று எனக்குச் சந்தேகமாக இருந்தது. அந்த இடத்தில் அந்த நீர்ப்பரப்பைக் கண்டபோது உண்மையிலேயே எனக்கு மிகுந்த பரவசமாக இருந்தது. நாங்கள் நடந்துகொண்டிருந்த மலைச் சரிவில் ஐந்து பெரிய பாறைகள் ஒன்றையொன்று முட்டிக்கொண்டு அடர்ந்து நிறைந்திருக்க, அவற்றின் அடியில்தான் முதல் முதலில் நீர் வரத்தின் சத்தத்தைக் கேட்டேன். 'குருஜி, நதியோட்டம் இம்மலைக்கு மறுபுறமல்லவா?' என்றேன். 'ஆம். இது சிறு கால்வாய். உன்னைப் போல உற்பத்தியாகும்போதே ஓடுகாலியான பிறப்பு' என்று சொன்னார். நான் சிரித்தேன். அந்தப் பாறைகளின் அடியில் இருந்த இடைவெளிகளில் இருந்து சரசரவென ஏழெட்டு நாகங்கள் சீறி வருவது போலத் தண்ணீர் வந்துகொண்டிருந்தது.

அதன் கரையைப் பற்றிக்கொண்டு நாங்கள் நடந்தபோதுதான் கால்வாய் கிட்டத்தட்ட ஓடி மறையும் இடத்துக்கு அருகே அவரைக் கண்டோம். 'குருஜி, இது சாதுர்மாஸ்ய விரத காலமா?' என்று கேட்டேன்.

'இல்லை' என்று அவர் சொன்னார். இருந்திருந்தால் நாங்கள் மடிகேரியில் இருந்திருக்க மாட்டோம். வேறு ஏதேனும் ஓரிடம், வேறு ஏதாவது நீர்நிலை இருக்கும் இடமாகத் தேடி குரு எங்களை அழைத்துப் போயிருப்பார். முன்னறிவிப்பு இல்லாமல் குடகுக்கு இவர் வந்திருப்பதன் காரணம் என்னவாயிருக்கும் என்று எங்களுக்குப் புரியவில்லை.

நாங்கள் மேலும் சிறிது தூரம் நடந்து அவர் இருக்குமிடத்தை நெருங்கியபோது அவரும் எங்களைப் பார்த்தார். பார்வையில் சிறு சங்கடம் இருந்தது போலத் தோன்றியது ஒருவேளை என்பிரமையாக இருக்கலாம். என்ன இருந்தாலும் எங்கள் பிராந்தியத்துக்கு வருகை தந்திருக்கும் சக சன்னியாசியை நாங்கள் வரவேற்பதுதான் முறை என்று முடிவு செய்தோம். மேலும் நெருங்கியபோது அவர் உட்கார்ந்திருந்த இடத்தில் இருந்து சட்டென்று எழுந்தார்.

அவரோடு இருந்தவர்களும் எழுந்துவிட்டார்கள். குருநாதர், 'நீங்கள் சிறிது நேரம் இங்கேயே இருங்கள்' என்று எங்களிடம் சொன்னார்.

'ஏன் குருஜி?'

'அவர் தனிமை தேடி வந்திருக்கலாம். நாம் அநாவசியமாக அவரைத் தொந்தரவு செய்வது தவறு'

'நாலு பேரோடு என்ன தனிமை?' என்று நான் கேட்டேன். குரு அதற்கு பதில் சொல்லவில்லை. 'இங்கேயே இரு' என்று மீண்டும் சொல்லிவிட்டு அவர் மட்டும் நெருங்கிச் சென்றார். நாங்கள் நின்ற இடத்திலேயே காத்திருக்க ஆரம்பித்தோம்.

குருநாதர் நெருங்கிச் சென்றதும் அவர் வணக்கம் சொன்னார். குருவும் அவரை வணங்கினார். அதைப் பார்த்தோம். அதன்பின் அவர்கள் பேச ஆரம்பித்தார்கள். அவரோடு உடனிருந்தவர்கள் மரியாதை கருதி நாலடி நகர்ந்து போய் நின்றுகொண்டார்கள். குரு அவருடன் ஐந்து நிமிடங்கள் பேசியிருப்பார் என்று நினைக்கிறேன். பிறகு என்ன நினைத்தாரோ, என்னிடம் திரும்பி, 'அந்தப் பலகாரப் பையைக் கொண்டு வா' என்று சொன்னார். ஆசிரமத் தன்னார்வலர் ஆசையாக எங்களுக்காகக் கொடுத்தனுப்பிய பலகாரங்கள். மதியம் சிறிது சாப்பிட்டுவிட்டு மிச்சத்தைப் பையிலேயேதான் வைத்திருந்தேன். இன்னொரு வேளைக்கு உதவும் என்று நண்பர்கள் சொன்னார்கள். ஆனால் இந்த மனிதர் ஏன் அதில் கைவைக்க நினைக்கிறார்?

வேறு வழியின்றி அவரிடம் அந்தப் பையைக் கொண்டு கொடுத்தேன். அப்போதுதான் அவரை நெருக்கத்தில் பார்த்தேன். ஒரு மாம்பழத்தின் வடிவத்தில் இருந்தது அவரது முகம். கன்னங்களில் குறைவாகவும் முகவாயில் சற்று அதிகமாகவும் தாடி முளைத்திருந்தது. மீசை விளைச்சலிலும் ஓர் ஒழுங்கு இருக்கவில்லை. ஒரு புறம் சற்று அடர்த்தியாகவும் மறுபுறம் இடைவெளி விட்டும் இருந்தது. இம்மாதிரியான இயற்கை கொண்டவர்கள் சோம்பேறித்தனம் பாராமல் தினமும் சவரம் செய்துவிடுவதே நல்லது என்று தோன்றியது. சன்னியாசியாக இருந்தாலுமேகூட. அவர் அணிந்திருந்த காவி முக்காடை நொடிக்கொருதரம் இழுத்து இழுத்து விட்டுக்கொண்டே இருந்தார். பொதுவாகப் பெண்கள் அம்மாதிரிதான் முந்தானையைச் சரிசெய்துகொண்டே இருப்பார்கள். சமயத்தில் சரியாக இருக்கும் முந்தானையைச் சரியாக இல்லாமலும் ஆக்கிவிடுவார்கள்.

கையைக் காலை வைத்துக்கொண்டு யாரால் சும்மா இருக்க முடிகிறது?

‘சரி, நீ போய் அங்கே நில்’ என்று குருஜி சொன்னார். நான் பையைக் கொடுத்துவிட்டு நண்பர்கள் இருந்த இடத்துக்கு வந்து சேர்ந்துகொண்டேன். குருஜி அந்தப் பலகாரப் பையை அவரது தொண்டர் ஒருவரிடம் கொடுத்து ஏதோ சொன்னார். மீண்டும் சில நிமிடங்கள் அவரோடு பேசிக்கொண்டிருந்துவிட்டு, வணக்கம் சொல்லி விடைபெற்று எங்களிடம் வந்தார். ‘நேரமாகிவிட்டது போலிருக்கிறதே. நாம் ஆசிரமத்துக்குத் திரும்பிச் செல்லலாம்’ என்று சொன்னார்.

எனக்கு பகீரென்று ஆகிவிட்டது. மணி அப்போதே மாலை நாலரை, ஐந்தாகியிருக்கும் என்று தோன்றியது. இதற்குமேல் புறப்பட்டு எப்போது ஆசிரமத்துக்குப் போய்ச் சேர்வது?

‘அதெல்லாம் போய்விடலாம்’ என்று சொல்லிவிட்டு அவர் முன்னால் நடக்க ஆரம்பித்தார். வேறு வழியின்றி நாங்கள் பின்தொடர்ந்து செல்ல ஆரம்பித்தோம். ஏனோ குருஜி எங்களுடன் பேசவில்லை. இருட்டுவதற்கு முன்னால் இறங்கிய தொலைவை ஏறிக் கடந்துவிட வேண்டும் என்று முடிவு செய்திருப்பார் போல. ஆனால் கால்வாய்க்கரை ஓரம் நாங்கள் பார்த்த பிரபல சன்னியாசி கிளம்பும் உத்தேசத்தில் இருந்ததாகத் தெரியவில்லை. இரவு அங்கேயே கூடாரம் அடித்துவிடும் முடிவில் இருந்திருப்பார்கள் என்று நினைத்தேன். ஆனால் அந்தப் பிராந்தியத்தில் கரடிகள் நடமாட்டம் அதிகம் என்று குருஜி சொல்லியிருந்தார். கண்டிப்பாக அதை அவரிடம் தெரிவித்திருப்பார் என்று நினைத்தேன்.

‘அவர் என்ன விஷயமாக இங்கே வந்திருக்கிறார் குருஜி?’ என்று கேட்டேன். குரு அதற்கு பதில் சொல்லவில்லை. அமைதியாக நடந்துகொண்டே இருந்தார். ஆனால் அவர் மிகத் தீவிரமாக ஏதோ யோசித்துக்கொண்டிருந்தாற்போல் தோன்றியது. சரி என்ன அவசரம்? அவரே தோன்றும்போது பேசட்டும் என்று எண்ணி அமைதியாகிவிட்டேன்.

எண்ணியதற்கு மாறாக நாங்கள் மலை ஏறி சாலையை எட்டிப் பிடிக்க இரவு ஏழு மணிக்குமேல் ஆகிவிட்டது. அனைவருமே மிகவும் சோர்ந்திருந்தோம். ‘குருஜி, ஆசிரமத்துக்குக் காலை போகலாம். இப்போது எங்காவது சென்று கால் நீட்டிப் படுக்க வேண்டும்’ என்று ஆகாஷ் சொன்னான்.

'இல்லை. நாம் போய்விடலாம். நடக்கத்தானே முடியாது? நான் ஏதாவது வண்டிக்கு ஏற்பாடு செய்கிறேன்' என்றார். எனக்குப் புரியவேயில்லை. அந்த இடத்தில் தொலைபேசி வசதி கிடையாது. வண்டி போக்குவரத்தும் மிகவும் குறைந்துவிட்டிருந்தது. ஆள் நடமாட்டமேகூட அதிகம் இல்லை. இவர் எங்கிருந்து வண்டி பிடிப்பார்? ஆனால் குருநாதர், 'அதெல்லாம் பிடித்துவிடலாம்' என்று சொல்லிவிட்டு மலைப்பாதையின் ஓரமாக ஒரு கல்லின்மீது அமர்ந்தார். இதென்ன இந்த மனிதர் இன்று வினோதமாக நடந்துகொள்கிறாரே என்று நாங்கள் பேசிக்கொண்டோம். பதினைந்து நிமிடங்கள் அவர் யாருடனும் பேசாமல் அந்தப் பாறையில் அமர்ந்து ஏதோ யோசித்தபடியே இருந்தார். பிறகு, 'இப்போது ஒரு கார் வரும் பார். அதைக் கைநீட்டி நிறுத்து' என்று சொன்னார்.

நாங்கள் அனைவருமே சாலையை மறிப்பது போலக் குறுக்கே போய் நின்றுகொண்டோம். ஒரு கார் வந்தது.

'குருஜி, உங்களுக்கு என்னவோ ஆகிவிட்டது. மடாதிபதிகளோடு சிநேகம் வைத்துக்கொள்ள ஆரம்பித்து மந்திர தந்திரமெல்லாம் செய்யத் தொடங்கிவிட்டீர்கள்' என்று சொன்னேன்.

அவர் சிரித்தார். 'அந்த வண்டியை முதலில் நிறுத்து' என்று சொன்னார். நாங்கள் நிறுத்தினோம். குருஜியைப் பார்த்ததும் வண்டியை ஓட்டி வந்த நபர் சட்டென்று இறங்கி முன்னால் ஓடி வந்தான். எனக்கு அவனைப் பார்த்ததுமே அடையாளம் தெரிந்துவிட்டது. கால்வாய்க்கரை ஓரம் அந்த சன்னியாசியுடன் நின்றிருந்த நான்கைந்து பேரில் ஒருவன்.

'ஐயா உங்களை எங்காவது இறக்கிவிட வேண்டுமா?' என்று கேட்டான்.

'ஆம். மிகவும் இருட்டிவிட்டது. ஆசிரமத்துக்கு இனி நடந்து போக முடியாது போல் இருக்கிறது.'

'வண்டியில் ஏறிக்கொள்ளுங்கள். இட நெருக்கடி இருக்கும். ஆனாலும் சிறிது நேரப் பயணம்தானே?'

'அதனால் பரவாயில்லை' என்று குருஜி சொன்னார். எங்களை ஏறிக்கொள்ளச் சொல்லிவிட்டு, 'அவர் கிளம்பிவிட்டாரா?' என்று கேட்டார்.

'ஆம் சுவாமி. இரவே தலைக்காவேரிக்குச் சென்றுவிட வேண்டும்

என்று சொன்னார். வேறொரு வண்டியில் அவரை ஏற்றி அனுப்பிவிட்டுத்தான் வருகிறேன்.'

'நல்லது' என்று சொல்லிவிட்டு குருஜியும் வண்டியில் ஏறிக்கொண்டார். ஆசிரமம் வந்து சேரும் வரை நாங்கள் யாரும் எதுவும் பேசவில்லை. இறங்கும்போது, குரு மட்டும் அவனிடம் சில வார்த்தைகள் தனியே பேசினார். அவர் என்ன பேசினார் என்று எங்களுக்குக் கேட்கவில்லை. அவன் கைகூப்பி விடைபெற்றுக்கொண்டு கிளம்பிச் சென்றான்.

எனக்கு அதற்குமேல் பொறுக்கவில்லை. 'குருஜி, ஏதேனும் பிரச்னையா?' என்று கேட்டேன். எதற்கும் இருக்கட்டும் என்று, 'அவருக்கு' என்று ஒரு சொல்லைச் சேர்த்தேன்.

சிறிது அமைதியாக இருந்துவிட்டு அவர் சொன்னார் 'ஆம். ஆனால் அதெல்லாம் அவருக்கு ஒரு பொருட்டே இல்லை. சுலபமாக வெளியே வந்துவிடுவார். ஆனால் அவர்மூலம் எனக்கொரு புதிய தரிசனம் சாத்தியமாகும் என்று என்னால் எண்ணிப் பார்க்கவே முடியவில்லை!'

'தரிசனமா!'

'நிச்சயமாக.'

'அப்படி என்ன அவர் கொடுத்தார்?'

'அவர் கொடுக்கவில்லை. நான் எடுத்துக்கொண்டேன் விமல்.'

'இதற்குமேல் சோதிக்காதீர்கள் குருஜி. தயவுசெய்து சொல்லிவிடுங்கள். இல்லாவிட்டால் எனக்குத் தலை வெடித்துவிடும்.'

அவர் சிரித்தார். 'ஒரு நாத்திக சன்னியாசியின் கற்புக்கு எந்நாளும் பங்கம் வராது என்பதுதான் என் தரிசனம்' என்று சொன்னார்.

100. அருந்தூய்மை

என்னால் மறக்கவே முடியாத ஒரு தினம் உண்டென்றால் அது அன்றைய தினம்தான். வாழ்வில் முதல் முறையாகவும், ஒரே முறையாகவும் நான் சில தீர்மானங்கள் செய்துகொண்டேன். அவை அனைத்துமே என் குருநாதர் எனக்குப் பிட்சையாக அளித்த யோசனைகள்.

'விமல்! ஒரு சன்னியாசியிடம் இருக்கவே கூடாதவை மூன்று. முதலாவது பணம். இரண்டாவது அசையாச் சொத்து. மூன்றாவது நேரடி அதிகாரம்' என்று அவர் சொன்னார்.

நான் உடனே, *'பெண்?'* என்று கேட்டேன்.

குரு சிரித்தார். 'இல்லாதிருந்தால் நல்லது. இருந்தே தீருமானால் அதனால் வரக்கூடிய சிறு இடையூறுகளை அனுபவிக்க வேண்டியிருக்கும். ஆனால் நான் சொன்ன மூன்றும் பெண்ணைக் காட்டிலும் அபாயகரமானவை.'

'அப்படியா?'

'நிச்சயமாக.'

'ஆனால் பணம் இல்லாமல் ஒரு மனிதன் எப்படி வாழ முடியும்? சன்னியாசிக்கும் பசி உண்டே குருஜி?'

'அதற்குத்தான் உங்களுக்கெல்லாம் பிட்சை எடுக்கப் பயிற்சியளிக்கிறேன். வாரத்தில் மூன்று நாள்கள் கண்டிப்பாகச் சமையல் கிடையாது என்று ஏன் சொல்கிறேன்? பிட்சை எடுத்து உண்பது அகங்கார நாசம் என்பது பொதுவாகச் சொல்லப்படுவது. யோசித்துப் பார். அது அகங்காரத்தை நாசம் செய்வதில்லை. சமைக்கும் பணி அல்லது சம்பாதிக்கும் கடமையில் இருந்து உன்னை நகர்த்தி வைக்கிறது. உனக்கு சிந்திக்க நிறைய நேரம் கிடைக்கிறது.'

ஒரு விதத்தில் அது உண்மைதான் என்று தோன்றியது. ஆரம்பத்தில் பிட்சைக்குப் போகும்போது எனக்குச் சிறிது சங்கடம் இருந்தது. சில வீட்டு வாசல்களில் நின்று எத்தனை அழைத்தாலும் யாரும் வரமாட்டார்கள். குருநாதர் தெளிவாக எங்களுக்கு ஒரு கட்டளை இட்டிருந்தார். ஒரு வீட்டில் பிட்சை கேட்க முடிவு செய்து வாசலில் நின்றால், அந்த வீட்டில் மட்டும்தான் பிட்சை கேட்க வேண்டும். அங்கே கிடைக்காவிட்டால் திரும்பிவிட வேண்டுமே தவிர, அடுத்த வீடு நோக்கிப் போகக்கூடாது.

'இது பயங்கரமான நிபந்தனையாக இருக்கிறது குருஜி. எந்த சன்னியாசியும் இப்படியொரு வழக்கம் வைத்திருந்ததாக எனக்குத் தெரியவில்லை.' என்று சொன்னேன்.

'அதனாலென்ன? இந்த வழக்கத்தை நீ ஆரம்பித்து வைத்ததாக இருக்கட்டுமே?'

'எதற்கு? என்னால் பசி பொறுக்க முடியாது.'

'அப்படிச் சொல்லாதே. பசியைப் பழகிக்கொள். அது உனக்குப் பிற்காலத்தில் மிகவும் உதவும்' என்று சொன்னார்.

அது வெகு விரைவில் உண்மையானது. எனக்குப் பசி பழகிவிட்டது. பசியைக் கட்டுப்படுத்தவும் நான் பழகியிருந்தேன். ஒருவேளை உணவில் இரண்டு மூன்று தினங்கள் தாக்குப்பிடிக்க என்னால் முடிந்தது. உண்மையில் அது எனக்கு மிகுந்த மகிழ்ச்சியளித்தது. அதை நினைவுகூர்ந்துதான் அன்றைக்கு குருநாதர் சொன்ன மூன்று விஷயங்களையும் வாழ்வில் கடைப்பிடித்தே தீருவது என்று முடிவு செய்தேன். அதை அவருக்கு சத்தியமாகவும் செய்து கொடுத்தேன். எனக்கென்று என்றுமே ஒரு வங்கிக் கணக்கு இருக்காது. என் பெயரில் எந்தச் சொத்தும் எந்நாளும் சேராது. அதிகார நந்தியாக ஒருபோதும் நான் இருக்கப் போவதில்லை.

'ஆனால் குருஜி, நான் இந்த தேசத்தின் தலையெழுத்தாவேன். அதை உங்களால் மாற்ற முடியாது.' என்று சொன்னேன்.

அவர் சிரித்தார். 'விமல், நீ ஒரு ஆக்ரோஷமான அறிவுக் குழந்தை. உனது பலம் என்பது உன் மொழி. அதன் கூர்மை மங்காமல் பார்த்துக்கொள். உன் லட்சியத்தில் நீ நிச்சயமாக வெல்வாய்' என்று சொன்னார்.

அன்றைக்கு நாங்கள் சந்தித்த அந்த சன்னியாசி அவர் சார்ந்திருந்த மடத்தின் பீடாதிபதியிடம் கூடச் சொல்லிக்கொள்ளாமல் கிளம்பி வந்திருந்ததாக குரு சொன்னார். அது எனக்கு மிகுந்த அதிர்ச்சியளித்தது.

'என்ன காரணமாயிருக்கும்?' என்று கேட்டேன்.

'சொன்னேனே. அதிகாரம். பணம். நிர்வாகம். விதிமுறைகள். யாருக்கு யார் கட்டுப்படுவது என்ற வினா. அனைத்துக்கும் மேலாகத் தனியொரு பீடம் நிறுவ எண்ணம் வந்துவிட்டால் தீர்ந்தது கதை.'

'இதையெல்லாம் அவர் உங்களிடம் சொன்னாரா குருஜி?'

'எப்படிச் சொல்வார்? நான் என்ன அவருக்கு நண்பனா? முன்பின் தெரிந்தவனா? ஒன்றுமேயில்லை. அவர் அணிந்திருந்த காவியை நானும் அணிந்திருந்ததுதான் ஒரே பொருத்தம்.'

'பிறகெப்படி இவ்வளவு தீர்மானமாக இதுதான் நடந்திருக்கும் என்கிறீர்கள்?'

அவர் சிரித்தார். 'அவருடன் இருந்தவர்களை கவனித்தாயா? ஒருவர் கணக்காளர். ஒருவர் அரசியல்வாதி. இன்னொருவர் அவரது உதவியாளர். நான்காவது நபர் யாரென்று எனக்குத் தெரியவில்லை. ஐந்தாவது நபர் இந்த ஊர்க்காரன். அவருக்கு இங்கே வேண்டிய சகாயம் செய்து தரச் சித்தமாக இருப்பவன். அவன்தான் நம்மை காரில் அழைத்து வந்து விட்டது.'

'சரி. அதனாலென்ன?'

'ஒரு சன்னியாசிக்கு இத்தனை வல்லுநர்கள் நண்பர்களாக இருக்க வேண்டிய அவசியமில்லை விமல். இது ஒரு ராஜனின் தேவைகள். ஒரு ராஜசபைக்கான தேவைகள்.'

'இருந்துவிட்டுப் போகட்டுமே? அவர் ஒரு ராஜரிஷியாக இருப்பதில் உங்களுக்கு என்ன பிரச்னை?'

'எனக்கென்ன பிரச்னை? அவருக்குத்தான் பிரச்னை. எந்த ராஜரிஷியும் ஞானமடைந்ததில்லை' என்று அவர் சொன்னார். 'அது ஒரு பதவி. அது ஒரு அந்தஸ்து. அவ்வளவுதான்.'

எனக்கு வெகுநேரம் பேச்சற்றுப் போய்விட்டது. அந்த சன்னியாசியையே நினைத்துக்கொண்டிருந்தேன். எத்தனை புகழ், எவ்வளவு செல்வம், எப்பேர்ப்பட்ட செல்வாக்கு!

'ஆனால் விமல், எனக்கென்னவோ அவர் உதறிவிட்டு வந்திருப்பது போலத் தோன்றவில்லை. நான்கடி முன்னால் தாண்டுவதற்கு ஆறடி பின்னால் வந்துதானே ஓடிப் பாய முடியும்?'

'ஓ. சரிதான்.'

'அவர் நினைப்பது நடந்துவிடும். ஆனால் அவரது துறவின் அருந்தூய்மை அர்த்தமிழப்பது உறுதி.'

குருநாதர் கற்பு என்னும் கருத்துருவாக்கத்தைத் தொட்டுக்காட்டினார். அதன் புனிதம். அதன் மகத்துவம். அதன் முக்கியத்துவம். அதன் தீவிரம். காலம் காலமாகச் சொற்களால் அலங்கரிக்கப்பட்டு சிறை வைக்கப்பட்டிருக்கும் கருத்துருவாக்கம்.

'ஆம் குருஜி. கடவுளைப் போலவே மிகக் கவனமாக அலங்கரிக்கப்பட்டது அது.' என்று சொன்னேன்.

'சிலவற்றை அலங்கரித்து அந்த அந்தஸ்துக்குக் கொண்டு வரலாம். சிலவற்றைத் தன்னியல்புடனேயே அந்தப் பீடத்தில் வைத்துவிட முடியும். துறவு அதிலொன்று.'

'அவர் என்ன ஆவார் என்று நினைக்கிறீர்கள்?'

குருநாதர் சிறிது நேரம் யோசித்துவிட்டு, 'ஒன்று தற்கொலை செய்துகொள்வார். அல்லது என்றேனும் ஒரு கொலை வழக்கில் சிக்குவார்' என்று சொன்னார்.

அன்றிரவு நான் முடிவு செய்தேன். என் சன்னியாசத்தின் நோக்கம், என் சுதந்தரம் மட்டுமே. சௌகரியங்கள் அல்ல. சந்தோஷங்கள் அல்ல. லாபங்களோ இன்னபிறவோ அல்ல. வெறும் சுதந்தரம். அனைத்தையும் உள்ளடக்கிய, அனைத்தினின்றும் விலகி நிற்கிற பூரண சுதந்தரம். அதனால்தான் என்னால் ஒரு நிறுவனமாகாமல் நகர்ந்து நிற்க முடிந்தது. மகாராஷ்டிரத்தின் முன்னணி துணி வர்த்தகர் ஒருவர், ஒரு டிரஸ்ட் அமைத்து அதன் வழியாக இயங்கக்கூடிய அமைப்பாக ஒன்றை ஆரம்பித்துத் தருவதாகச் சொன்னார். புனேவுக்கு அருகில் இருபது ஏக்கர் நிலம் அவருக்குச் சொந்தமாக இருந்தது. அதை எனக்குத் தந்துவிடத் தயாராக இருந்தார். அழகிய, பெரியதொரு ஆசிரமம். தியான மண்டபம். பிரசங்கக் கூடம். உணவு விடுதி. வந்து போகிறவர்கள் தங்குவதற்கான ஏற்பாடுகள்.

'நீங்கள் ஒன்றுமே செய்ய வேண்டாம் குருஜி. அனைத்தையும் நான் பார்த்துக்கொள்கிறேன். உங்கள் சேவையை நீங்கள் இங்கே இருந்து தொடர்ந்தால் போதும்' என்று சொன்னார்.

நான் அன்போடு அதை மறுத்தேன். 'எனக்கு நான் இருக்கும் சிறிய இடம் போதும். அந்த இடம் இப்போதும் அதன் உரிமையாளர் பெயரில்தான் இருக்கிறது. அவர் காலி பண்ணச் சொன்னால் நான் வேறிடம் பார்த்துக்கொண்டு போகவேண்டியதுதான். ஆனால் எனக்கு அதுதான் பிடித்திருக்கிறது' என்று சொன்னேன்.

இன்னொரு சமயம் ஒரு வெளிநாட்டு பக்தர் என்னுடைய ஆசிரமத்துக்குப் பத்தாயிரம் டாலர் நிதி கொடுக்க வந்தார். அடக்கடவுளே! அதை நான் எந்த வங்கிக்கணக்கில் போடுவேன்? அதெல்லாம் வேண்டாமப்பா என்று சொல்லிவிட்டேன்.

பக்தருக்குத் தீராத ஆச்சரியம். வங்கிக்கணக்கு இல்லையா? அதெப்படி முடியும் என்று திரும்பத் திரும்பக் கேட்டார். அவர் ஊருக்குத் திரும்பிப் போவதற்கு முன்னால் ஆசிரமக் கட்டடத்தில் செய்யவேண்டியிருந்த சில மராமத்துப் பணிகளைச் செய்து கொடுத்து, வெள்ளையடித்துக் கொடுத்துவிட்டுப் போகச் சொன்னேன். வெளேரென்ற எனது பிரசங்க அரங்கமும் அதன் பளிங்குத் தரையும் பரிசுத்தமும் அவரால் உருவானவைதான்.

ஆறு வருடங்களுக்கு முன்னால் உஜ்ஜயினியில் ஒரு சன்னியாசிகள் சம்மேளனம் ஏற்பாடு செய்யப்பட்டிருந்தது. நாடு முழுவதிலும் இருந்து நூற்றுக்கணக்கான சன்னியாசிகள் கலந்துகொண்ட அந்தக் கூட்டத்துக்குத் தலைமை வகிக்க என்னைக் கூப்பிட்டார்கள். நான் மறுத்தேன். 'ஒரு பார்வையாளனாக வந்து போகிறேன். தலைமையெல்லாம் எனக்குச் சரிப்படாது.' என்று சொன்னேன்.

நான் அந்தக் கூட்டத்தில் பேசக்கூட வேண்டாம் என்று முடிவு செய்திருந்தேன். வெறும் பார்வையாளன். போதுமே? ஆனால் பார்வையாளர்களாக வந்திருந்த பக்தர்கள் கூட்டம் பெரும்பாலும் என்னைச் சுற்றியே குவிந்திருந்தது. நான் அதை உள்ளூர மிகவும் ரசித்தேன். என்ன பெரிய மேடை? என்ன பெரிய கூட்டம்? அப்போது வெளியாகியிருந்த ஒரு அமிதாப் பச்சன் திரைப்படத்தை முன்வைத்து நான் அவர்களுக்கு நிரந்தரமில்லாத வாழ்வில் சந்தோஷமாக இருப்பது எப்படி என்று சொல்லிக்கொடுத்துக்கொண்டிருந்தேன்.

எத்தனை அரசியல்வாதிகள், எவ்வளவு பெரிய மனிதர்கள், எப்பேர்ப்பட்ட அரிய வாய்ப்புகள்! எனது அமைப்பை ஒரு மாபெரும் நிறுவனமாக்க எனக்குக் கிடைத்தது போன்ற வாய்ப்புகளும் சந்தர்ப்பங்களும் வேறெந்த சன்னியாசிக்கும் கிடைத்திருக்காது. ஆனால் இன்றுவரை என் அமைப்புக்கு நான் ஒரு பெயரைக்கூடத் தந்ததில்லை. அமைப்பு என்ற ஒன்றே இல்லாத ஏற்பாட்டைத்தான் கவனமாக அமைத்து வைத்திருந்தேன்.

குருநாதரைத்தான் அப்போது நினைத்துக்கொண்டேன். இயற்பெயரே இல்லாமல் ஒரு மனிதன் வாழ்ந்து முடித்துவிட்டுப் போக முடியுமென்றால் இதெல்லாம் என்ன பெரிய விஷயம்!

101. சிந்திக்கும் மிருகம்

குருநாதர் இறப்பதற்கு ஒரு நாள் முன்னர் நான் ஆசிரமத்தை விட்டு விலகியதைப் பற்றி முன்பே ஒரு முறை சொன்னேன் என்று நினைக்கிறேன். அந்தச் சம்பவம் அப்போது என்னோடு ஆசிரமத்தில் இருந்த சஹிருதயர்கள் அனைவரையும் மிகவும் பாதித்திருந்தது. நான் அங்கிருந்த நாள்களில் ஒருவராலும் என்னைப் புரிந்துக்கொள்ள முடியாமல் போனதைக் குறித்துப் பலகாலம் அவர்கள் பேசிக்கொண்டிருந்தார்கள் என்று பிறகு அறிந்தேன். அதைவிட அவர்களுக்குப் பெரிய வியப்பு, குரு எப்படி என்னை எனது அனைத்துப் பிழைகளோடும் ஏற்று ஆதரித்தார் என்பது. சில சமயம் எனக்கே கூட அந்த வினா எழுந்ததுண்டு.

ஒருநாள் எனக்கு கஞ்சா குடித்துப் பார்க்கவேண்டும் என்ற எண்ணம் எழுந்தது. மடிகேரியில் கஞ்சா எங்கெல்லாம் கிடைக்கும் என்று நானறிவேன். ஆனால் எனக்குச் சிறு பொட்டலங்களை வாங்கிப் பயன்படுத்திப் பார்க்க விருப்பமில்லை. தோட்டத்தில் இறங்கி, நானே என் கையால் பறித்து எடுக்க விரும்பினேன். இதனை எனது தோழர்களிடம் சொன்னபோது அவர்கள் அதிர்ச்சியடைந்தார்கள். வேண்டாம், மிகவும் தவறு என்று சொன்னார்கள்.

‘அப்படியா? தவறான ஒன்று எனக்குத் தோன்ற வாய்ப்பில்லையே?’ என்று சொல்லிவிட்டு நான் நேரே குருவிடம் சென்றேன்.

‘என்ன?’

‘குருஜி, நான் சிவ மூலிகையைப் பயன்படுத்திப் பார்க்க விரும்புகிறேன். சித்தர்களுக்கெல்லாம் அது மிகவும் உதவியிருப்பதாகப் படித்தேன்.’

‘அதற்கென்ன? பயன்படுத்தி, அதன்மூலம் என்ன செய்யவிருக்கிறாய் என்று சொல். நான் ஏற்பாடு செய்கிறேன்’ என்று அவர் சொன்னார். இது அச்சம்பவத்துக்கு சாட்சியாக இருந்த அனைத்து நண்பர்களுக்கும் கடும் அதிர்ச்சி ஏற்படுத்தியது. ஏனெனில் நான் தியானம் செய்து அவர்கள் பார்த்ததில்லை.

தவத்தில் ஈடுபட்டுக் கண்டதில்லை. ஓரிடத்தில் நான் பொருந்தி அமர்ந்ததே இல்லை. சிறிது காலம் மூச்சுப் பயிற்சிகளில் தீவிரமாக ஈடுபட்டிருந்தேன் என்றாலும், போதிய தேர்ச்சி அதில் கிடைத்துவிட்ட பின்பு நான் அதனைத் தொடரவில்லை. தேவைப்படும்போது எந்தப் பயிற்சியையும் மீண்டும் நினைவில் கொண்டு வந்து செயல்படுத்திப் பார்க்க முடியும் என்று தோன்றியதால் விட்டுவிட்டேன். எந்தப் பயிற்சியும் தேவைக்காக மட்டுமே என்பதில் எனக்கு இயல்பாகவே ஒரு தெளிவு இருந்தது.

அக்காலங்களில் ஆசிரமத்தில் எனது ஒரே பணி, வாசித்துக் கொண்டிருப்பதுதான். அதிகாலை ஐந்தரை, ஐந்தே முக்காலுக்கு எழுந்து இரண்டு மணி நேரம் நடந்துவிட்டு வருவேன். வந்த வேகத்தில் ஆசிரம வளாகத்தில் விழுந்துகிடக்கும் இலைக்குப்பைகளை அள்ளி அப்புறப்படுத்திவிட்டுக் குளிக்கச் செல்வேன். குளித்ததும் ஒரு கறுப்புத் தேநீர் அருந்திவிட்டு குருவின் நூலகத்துக்குள் சென்றுவிடுவேன். அது ஒரு பெரிய நூலகமல்ல. ஆனால் அவரிடம் பல அபூர்வமான நூல்களின் சேகரம் இருந்தது. அங்கேதான் ஒரு சமயம் நான் ‘தால்மூத் பாவ்லி’ என்ற புத்தகத்தைக் கண்டெடுத்தேன். ஹீப்ரு மொழியில் எழுதப்பட்ட யூதர்களின் தத்துவம் மற்றும் மதச் சட்டங்களின் பிரதியின் ஆங்கில மொழிபெயர்ப்பு. மிகப் பழமையான பதிப்பு. ஒரு ஆர்வத்தில் நான் அந்த நூலைப் புரட்ட ஆரம்பித்தபோது குரு என் அருகே வந்தார். ‘படி. ஆனால் நடுவே எழுந்துவிடாதே. முழுக்க முடிப்பதற்கு எட்டில் இருந்து ஒன்பது நாள்கள் தேவைப்படும்’ என்று சொன்னார்.

‘ஒரு சட்டப் புத்தகத்தை எப்படி மொத்தமாக உட்கார்ந்து படிப்பது?’

‘முடியும். சட்ட திட்டங்கள் இல்லாமல் மனிதர்களைச் சமாளிக்க முடியாது என்று உலகம் முழுவதும் ஒரே மாதிரிதான் யோசித்திருக்கிறார்கள். இடம் வேறு, மொழி வேறு, சம்பவங்கள் வேறு. ஆனால் அடிப்படை அனைத்துக்கும் ஒன்றுதான்.’

‘ஆம் குருஜி. மனிதனைத் தவிர உலகில் வேறெந்த உயிரினமும் சட்டங்களின் சட்டையை அணிவதில்லை.’

‘இதில் இருந்து உனக்கு என்ன புரிகிறது?’

‘சிந்தனை மிகவும் ஆபத்தானது. சிந்திப்பதற்குத்தான் இத்தனைச் சட்டங்களும்.’

'இந்தச் சட்டங்களும் சிந்தித்து உதித்தவைதான்.'

'ஆனால் ஒரு சிந்திக்கும் மிருகமாக இருப்பது கிளுகிளுப்பாக இருக்கிறது குருஜி. இதற்கு பதில் சொல்லுங்கள். மனிதனின் மரணம் என்பது சிந்தனையின் மரணம் என்றால் மற்ற உயிரினங்களின் மரணம் எதனுடையது?'

'நியாயமான வினா. எனக்கென்னவோ மனிதனைத் தவிர மற்ற எந்த உயிரும் மரணமடைவதில்லை என்று தோன்றுகிறது.'

'பிறகு?'

'அவை சிறிய ஓய்வில் செல்கின்றன.'

'மீண்டும் வருமா? அப்படியானால் மறு பிறப்பை நீங்கள் ஏற்கிறீர்களா?'

'மறு பிறப்பா! அப்படியில்லை. இது கதாநாயகிகள் ஒரு காலக்கட்டத்துக்குப் பிறகு அம்மா வேடத்தில் திரும்ப வருவது போல.'

நான் சிரித்தேன். அன்றைக்கு அறிவற்றிருப்பதற்கும் அறிவை நகர்த்தி வைத்திருப்பதற்குமான வேறுபாடுகளைக் குறித்து குரு நெடுநேரம் பேசிக்கொண்டிருந்தார். சம்பாஷணை எங்கெங்கோ விரிந்து இறுதியில் உச்சக்கட்ட ஆன்மிகம் என்பது சிவனைத் துறப்பதில் சென்று முடியும் என்று சொன்னார். 'ஆனால் கவனம்! இது நாத்திகமல்ல. அரசியல் நாத்திகத்துக்கும் சித்தாந்த நாத்திகத்துக்கும் அப்பால் தர்க்கபூர்வமாக அணுக முடிந்தால் மட்டுமே இதனைப் புரிந்துகொள்ள முடியும்.'

பலமுறை அவர் சொல்லியிருக்கிறார். 'நாம் கடவுளை ஏற்காதவர்கள். ஆனால் கடவுளை நினைக்காதிருப்பதில்லை.'

ஏற்பதும் மறுப்பதும் அல்ல. நினைப்பதும் நினைக்காதிருப்பதும்தான் இங்கு விஷயம். நான் அந்தப் புத்தகத்தைப் படிக்க ஆரம்பித்தேன். மதங்கள் வரையறுக்கும் சட்டதிட்டங்கள். அல்லது மதத்தின் பெயரால் குருமார்கள் தீர்மானிக்கும் சட்டதிட்டங்கள். எல்லோரையும் அச்சுறுத்த எல்லோருக்கும் யாராவது ஒரு சில நாலு கண்ணன்கள் வேண்டித்தான் இருக்கிறார்கள்.

'நமக்கு, கண்ணனினும் பெரிய நாலு கண்ணன் இல்லை'

என்று குரு சொன்னார். அவரது கீதை வகுப்புகள் பிரமாதமாக இருக்கும். வருடம் இருமுறை எங்களுக்கு அவர் தலா பதினெட்டு தினங்கள் கீதை வகுப்புகள் எடுப்பார். அந்நாள்களில் எங்கள் ஆசிரமத்தில் கண்ணனுக்குப் பிடித்த நாவல் பழங்கள், அவல் பொரி, வெண்ணெய் போன்ற பிரசாதங்கள் தாராளமாகக் கிடைக்கும். குருநாதரின் சொற்பொழிவுகளின்மூலம் கண்ணனை அறிபவர்களுக்கு அது ஒரு சிலிர்ப்பூட்டும் அனுபவமாக இருக்கும். ஒரு தெய்வமாகவோ, ஞானியாகவோ, ராஜதந்திரியாகவோ அவர் எப்போதும் கண்ணனைச் சுட்டிக்காட்டியதே இல்லை. உலகின் ஆகப்பெரிய அரசியல்வாதி அவந்தான் என்று அவர் சொல்லுவார்.

எதையோ சொல்ல வந்து நகர்ந்துவிட்டேன். சிவ மூலிகை. ஆம். குருநாதர் எனக்கு அது எதற்கு என்று கேட்டார்.

'நான் போதைப் பொருள்களைக் குறித்துச் சிறிது யோசிக்க விரும்புகிறேன்' என்று சொன்னேன். அவர் சிரித்துவிட்டார். 'இல்லை. உண்மையாகவே குருஜி. பக்தி எப்படிப்பட்ட போதையாக இருக்கும் என்பதை அறியாமல் அதைக் குறை கூறிக்கொண்டிருப்பதில் அர்த்தமில்லை. நாலு இழுப்பு கஞ்சா எனக்கு பக்தியைப் புரியவைக்கும் என்று நினைக்கிறேன்.'

அவர் எனது அந்த யோசனையை விமரிசனம் செய்வார் என்று நண்பர்கள் எதிர்பார்த்தார்கள். ஆனால், 'முட்டாள். கஞ்சாவைக் கொளுத்திப் புகைப்பது அநாகரிகம். அது போதையல்ல. மயக்கம். போதை என்பது போதத்துக்கு நெருங்கிச் செல்வது.'

'புரியவில்லை குருஜி.'

அன்று மாலை ஆசிரமத்துக்கு ஒரு குடியானவன் வந்தான். குருஜியைச் சந்தித்துத் தனது இடுப்பு முடிப்பில் இருந்து கொத்தாகக் கொஞ்சம் கஞ்சா இலைகளை அள்ளிப் போட்டான். எனக்கு மிகுந்த வியப்பாகிவிட்டது.

'குருஜி, எனக்காகவா?' என்று கேட்டேன்.

'ஆம். நீதானே ஆசைப்பட்டாய்? ஆனால் இதைப் பயன்படுத்தும் விதம் வேறு. நான் சொல்லித்தருகிறேன்' என்று சொல்லிவிட்டு, விக்னேஷை அழைத்து ஒரு லிட்டர் பாலைக் காய்ச்சச் சொன்னார். பிறகு, என்னைக் கடைக்கு அனுப்பி ஒரு தேன் பாட்டில் வாங்கி வரச் சொன்னார். நான் கடைக்குப் போய் வருவதற்குள் காயத் தொடங்கியிருந்த பாலில் கஞ்சா இலைகளைக் கசக்கிப் போட்டுக்

கிளறிக்கொண்டே இருக்கச் சொல்லியிருக்கிறார். சீடர்களுக்கு குரு ஏன் இப்படியொரு விஷப் பரீட்சையில் இறங்குகிறார் என்பது புரியவேயில்லை.

நான் தேன் பாட்டில் வாங்கி வந்தபோது அந்த ஒரு லிட்டர் பால் அரை லிட்டராகச் சுண்டிவிட்டிருந்தது. பொடித்துப் போட்ட கஞ்சா இலைகள் அதில் எங்கு போயின என்று தெரியவில்லை. குருநாதர், நான் வாங்கி வந்த தேனை அந்தப் பாலில் ஊற்றி அடுப்பைவிட்டு இறக்கி வைத்தார்.

'குருவே, என்ன செய்கிறீர்கள்?'

'என் பிரியத்துக்குரிய சீடனுக்கு நான் சோமபானம் தயார் செய்கிறேன்.' என்று சொல்லிவிட்டு ஒரு தண்ணீர்த் தொட்டிக்குள் அந்த மூடிய பால் பாத்திரத்தைக் கொண்டு போய் வைத்தார். 'அது இருக்கட்டும். மூன்று மணி நேரம் சும்மா விட்டுவிடு' என்று சொன்னார்.

'இதுவா சோமபானம்?'

'ஆம்.'

'இல்லை. ஏதோ ஒரு நிலவுத் தாவரத்தின் இலையில் இருந்து எடுக்கப்படுவதாகக் கேள்விப்பட்டிருக்கிறேன்.'

'எல்லாம் இந்தத் தாவரம்தான் விமல். பஸ் ஸ்டாண்டுக்குப் போ. அங்கே ஒரு திபெத்தியன் ஸ்வெட்டர் விற்றுக்கொண்டிருப்பான். அவனிடம் போய் கஞ்சாவுக்கு திபெத்திய மொழியில் என்ன பெயர் என்று கேள். சோமராஜா என்று சொல்லுவான்.'

'அப்படியா?'

அன்றிரவு ஆசிரமத்தில் என் நண்பர்கள் அனைவரும் வினோதமாகப் பார்த்துக்கொண்டிருக்க, குருநாதர் அந்தத் தண்ணீர்த் தொட்டிக்குள் இருந்த பால் பாத்திரத்தை எடுத்து அப்படியே என் கையில் கொடுத்து, 'அருந்து' என்று சொன்னார்.

'உங்களுக்கு?'

'விருப்பமில்லை. நீ குடி. நீதானே ஆசைப்பட்டாய்?'

நான் அந்த போதைப் பாலை ருசித்து அருந்த ஆரம்பித்தேன். தேன் கலந்த பால். இனிப்புக்குக் கேட்கவா வேண்டும்? 'பிரமாதமாக

இருக்கிறது. உங்களில் யாருக்காவது வேண்டுமா?' என்று என் நண்பர்களைக் கேட்டேன். சொல்லி வைத்த மாதிரி அனைவருமே வேண்டாம் என்று மறுத்துவிட்டார்கள். எனக்கென்ன போயிற்று? திருப்தியாக அந்த அரை லிட்டர் பாலையும் குடித்துவிட்டுப் பாத்திரத்தைக் கீழே வைத்தேன்.

'உட்கார்' என்று குரு சொன்னார்.

நான் ஒரு பாயை விரித்து அமர்ந்தேன்.

'சுவரோரம் சாய்ந்து அமர்ந்துகொள்.'

அப்படியே செய்தேன்.

'கண்ணை மூடிக்கொள்' என்று சொல்லிவிட்டு என் காதருகே வந்து குரு ஓம் என்று சொன்னார். அந்தச் சொல் ஒரு மெல்லிய தாமிரக் கம்பியைப் போல் என் செவிக்குள் நுழைய ஆரம்பித்தது. நான் அதனைப் பற்றிக்கொண்டேன். ஒற்றைச் சொல். வெறும் ஓம். நான் திருப்பிச் சொல்லவில்லை. வெறுமனே அந்த ஒலியைப் பிடித்துக்கொண்டேன். அதனோடு கூட மெல்ல நடக்க ஆரம்பித்தேன். ஓம். காற்றின் அசைவில் அது சற்று வேகமெடுக்கத் தொடங்கியது. நானும் என் நடைவேகத்தை அதிகரித்தேன். ஓம். சட்டென்று அது ஓடத் தொடங்கியபோது நானும் பிடியை நழுவ விடாமல் உடன் ஓடினேன். ஓம். அதன்பின் அது என்னை எங்கு இழுத்துச் சென்றது என்று நினைவில்லை.

நான் போய்ச் சேர்ந்த இடத்தில் அண்ணாவைப் பார்த்தேன். ஒரு மொட்டைப் பாறையின் மீது அவன் அமர்ந்திருந்தான். ஒரு சார்மினார் சிகரெட்டுக்குள் கஞ்சாவைத் திணித்து இழுத்துக்கொண்டிருந்தான்.

102. ஒரு பெரும் பாறை

குருநாதர் இறப்பதற்கு ஒரு நாள் முன்னதாக நான் ஆசிரமத்தை விட்டு வெளியேறிச் சென்றேன். அவர் இறந்து ஆறு மாத காலத்துக்கு நான் மடிகேரி இருக்கும் திசைப்பக்கம் கூடத் திரும்பிப் பார்க்கவில்லை. கர்நாடக மாநிலம் முழுதும் அலைந்து திரிந்துவிட்டு சிறிது காலம் ஆந்திர பிரதேசத்துக்குப் போய் இருந்தேன். அக்காலத்தில்தான் நான் சொற்பொழிவுகள் ஆற்ற ஆரம்பித்தது. உலகில் உள்ள ஒவ்வொரு நபரையும் என்னை அறிந்தவராக மாற்றும் முயற்சியையும் அப்போதுதான் மேற்கொள்ளத் தொடங்கினேன். ஒரு சன்னியாசி பிரபலமாவதற்கு இரண்டு வழிகள் உண்டு. தடாலடியாக எதையாவது சொல்லி அல்லது செய்து, கவன ஈர்ப்பில் ஈடுபடுவது முதலாவது. யாரும் எண்ணிப் பார்த்திருக்க முடியாத சிநேகபாவத்தை இருபத்து நான்கு மணி நேரமும் சுமந்திருப்பது இரண்டாவது.

இதில் முதலாவது வழி எனக்குரியதல்ல என்று முதலிலேயே முடிவு செய்திருந்தேன். ஒரு சில சில்லறைச் சித்து ஆட்டங்களைப் பயின்றிருந்தால்கூட இது பலனளிக்கும். கூட்டத்தை இழுப்பதற்கு மூடித் திறக்கும் உள்ளங்கையில் இருந்து ஒரு சாக்லேட் எடுத்துக் கொடுத்தால் போதும். இழுத்த கூட்டத்தை உட்காரச் செய்யத்தான் அதிரடி நடவடிக்கைகள் வேண்டும். உதாரணமாக ராமன் ஒரு கிரிமினல் என்று சொற்பொழிவைத் தொடங்க வேண்டியிருக்கும். அல்லது இயேசுநாதரின் காதலிகளைக் குறித்துச் சில புனைகதைகளை மீள் உருவாக்கம் செய்ய வேண்டியிருக்கும். மதங்களையும் தேசிய அரசியலையும் சரி விகிதத்தில் கலந்து ஒருசில சாராரின் உணர்வுகளைப் புண்படுத்தி அலங்கரிக்கத் தெரிந்திருக்க வேண்டும்.

இதெல்லாம் எத்தனை மலினமான உத்திகள்! இறப்பதற்குச் சில தினங்களுக்கு முன்னர் குருநாதர் என்னிடம் சொன்னார், 'விமல்! வாழ்நாளில் மதத்தையோ கடவுளையோ மருந்துக்கும் தொட்டுப் பாராமல் உன்னால் மக்களுக்கு நாலு நல்ல விஷயங்களைச் சொல்ல முடியுமானால் உன்னைக்காட்டிலும் உயர்ந்த ஜீவன் வேறில்லை.'

என்னை மிகவும் பாதித்த போதனை அது. ஒட்டுமொத்தமாக நான் அவரிடம் பயின்றவற்றின் சாரமே அந்த ஒருவரிதான் என்று நினைத்தேன். ஆனால் என்னால் மட்டுமல்ல; யாராலுமே அது முடியாது என்றுதான் தோன்றியது. நான் வளர்ந்துகொண்டிருந்த அந்தக் காலக்கட்டத்தில்தான் வட இந்தியாவில் ரஜனீஷும் வளர்ந்துகொண்டிருந்தார். அவர் ஒரு நிறுவனம். அதாவது பிறக்கும்போதே நிறுவனமாகப் பிறந்த மனிதர். தோன்றும்போது மிகப் பல நிறுவனங்களாக அவர் பல்கிப் பெருகியே தோன்றினார். முதல் முதலில் நான் அவரைக் குறித்து சிந்திக்கத் தொடங்கியபோது அவர் ஓர் உலக சுற்றுப்பயணம் மேற்கொண்டிருந்தார். அமெரிக்காவில் இருந்து துரத்தியடிக்கப்பட்டு, பல ஐரோப்பிய தேசங்கள் அவரைத் தரையில் கால் வைக்க விடாமல் தொடர்ந்து பறக்கவைத்துக்கொண்டே இருந்தன. ஸ்பெயின், பிரேசில், உருகுவே என்று எங்கெங்கோ போய்ப் பார்த்தும் ஒன்றும் நடக்கவில்லை. மீண்டும் இந்தியாவுக்குத் திரும்பி, இங்கிருந்து நேபாளத்துக்குப் போய், அங்கிருந்து மீண்டும் இந்தியாவுக்கு வந்து சேர்ந்திருந்தார்.

என்ன சொல்ல? ரஜனீஷ் தான் பிறக்கவும் இல்லை, இறக்கவும் இல்லை; இந்த பூமிக்கு வந்து போன ஒரு பிரஜை என்று அறிவித்துக்கொண்டவர். சந்தேகமின்றி அவர் ஒரு பயணிதான். அலையும் துறவி. விசாகப்பட்டினத்தில் நான் சந்தித்த கல்லூரிப் பேராசிரியர் ஒருவர் அவரைப் பற்றி மணிக்கணக்காக என்னுடன் பேசிக்கொண்டிருந்தார். ரஜனீஷின் ஒரு புத்தகத்தைக் கொடுத்து என்னைப் படித்துப் பார்க்கச் சொன்னார்.

அன்றிரவே நான் அந்தப் புத்தகத்தைப் படித்தேன். மனத்தை இல்லாமல் ஆக்கும் கலையை விவரிக்கும் கேள்வி பதில் வடிவிலான புத்தகம் அது. அதைப் படித்தபோது அந்தக் கணமே அவருடன் பேச வேண்டும் போலிருந்தது. ஏனென்றால் அந்தப் புத்தகத்தில் அவர் விவரித்திருந்த பல விஷயங்கள் என் குருநாதர் மூலமாக நான் ஏற்கெனவே அறிந்தவை. எந்த மத நூலும் தத்துவ நூலும் சாஸ்திரங்களும் சொல்லித்தராத, அவற்றுக்குத் தெரிந்தே இராத சூட்சுமம் அது. 'சராசரி மனிதர்களிடம் ஆத்மாவைக் குறித்துப் பேசுவது வீண்' என்று குருநாதர் சொல்வார். ரஜனீஷ் தனது புத்தகத்தில் ஆத்மாவின் பக்கம் மழைக்குக் கூட ஒதுங்காதது எனக்கு ஆறுதலாக இருந்தது.

ஆனால் தனது பிரபலத்தை அவர் அந்தப் பிராந்தியத்தில் இருந்து பெற உத்தேசித்திருக்கவில்லை என்று எனக்குத் தோன்றியது. மதங்கள் மீதும் கடவுள்கள் மீதும் அவர் முன்வைத்த விமரிசனங்கள் பல சமயம் எனக்குக் குழந்தைத்தனமாகத் தோன்றியிருக்கின்றன. ஞானமடைந்த ஒருவன் மதத்தைப் பொருட்படுத்த மாட்டான் என்பதே என் கருத்தாக இருந்தது. ஞானத்தின் மிகக் கனிந்த நிலையில் அவனுக்குக் கடவுளும் வேண்டியிருக்காது. ஆனால் பிரபலத்துக்கு அது தேவை. அதில் சந்தேகமில்லை.எனக்குப் புத்தகத்தைக் கொடுத்துப் படிக்கச் சொன்ன பேராசிரியர் ஒரு வார இடைவெளியில், 'ரஜனீஷ் மணாலிக்குப் போயிருக்கிறார். நான் அங்கு சென்று அவரைச் சந்திக்க முடிவு செய்திருக்கிறேன்' என்று சொன்னார்.

'நீங்களும் வருகிறீர்களா?'

'எதற்கு?' என்று நான் கேட்டபின்புதான் அவருக்குத் தான் கேட்டதன் அபத்தம் புரிந்தது.

நான் சிரித்தேன். 'சினிமா பாட்டு கேட்பது போலச் சொற்பொழிவு கேட்பது ஒரு வழக்கம் என்றால் அதை நான் தவறு என்று சொல்லமாட்டேன். ஆனால் வாழ்வில் ஒரு வெளிச்சம் பெற வேண்டுமென்றால் ஓரிடமாக அடங்கி உட்கார்வதுதான் வழி' என்று சொன்னேன்.

என்னிடம் அக்காலத்தில் இன்னொரு உத்தியும் இருந்தது. குறிப்பிட்ட நபரை நான் நிரந்தரமாக என்னிடத்தில் தக்கவைத்துக்கொள்ள விரும்பினால், முதலில் அவர்களைப் பேசவிட்டு வேடிக்கை பார்ப்பேன். என்னிடம் வருகிற ஒரு நபர் ரஜனீஷைக் குறித்தோ, தயானந்த சரஸ்வதியைக் குறித்தோ, சின்மயானந்தரைக் குறித்தோ சற்று அதிகமாகச் சிலாகித்தாரென்றால் அவரோடு சேர்ந்து நானும் அவர்களை வானளாவப் புகழ ஆரம்பிப்பேன். 'நீங்கள் உடனடியாக ஓடிப் போய் சரணடைய வேண்டிய பாதங்கள் அவருடையவைதான்' என்று அடித்துச் சொல்லி அனுப்பிவைப்பேன்.

போகிற இடத்தில் சம்பந்தப்பட்ட நபர் மறக்காமல் என்னைப் பற்றிப் பேசுவார். 'விமல்ஜி எத்தனை உயர்ந்த சன்னியாசி தெரியுமா? உங்களைப் பற்றி அவ்வளவு தெரிந்துவைத்திருக்கிறார். வார்த்தைக்கு வார்த்தை உங்களைப் பற்றித்தான் பேசுகிறார். அவரளவு படித்த, ஞானம் பெற்ற ஒரு மகான், இன்னொரு துறவியைப் பற்றி இப்படிப் பேசிக் கண்டதேயில்லை.'

அது ரஜனீஷோ, தயானந்தரோ எனக்கு அது குறித்து அக்கறையில்லை. நான் ஒரு மூலாதாரம் என்றால் அவர்கள் வேறு வேறு மூலாதாரங்கள். எனக்கு மிக நன்றாகத் தெரியும், என்னைக் குறித்து அவர்கள் அவ்வளவு தூரம் அறிந்து வைத்திருக்கவோ, எடுத்துப் பேசவோ ஒன்றுமற்று இருப்பார்கள். எனவே வெறுமனே தலையசைத்துக் கேட்டுக் கொள்வார்கள். இங்கிருந்து கிளம்பிப் போன நபருக்கு அது சற்று வேறு விதமான அனுபவமாக இருக்கும். என்ன இவர் இப்படி இருக்கிறாரே. அவரளவுக்குப் பரந்த மனம் ஏன் இவருக்கு இல்லை என்று ஏதோ ஒரு கட்டத்தில் அவசியம் தோன்றும்.

திரும்பி வந்த பின்பு மீண்டும் என்னை அந்த நபர் சந்திக்க வருவார். நான் மிகுந்த அக்கறையுடன் அவரது பயணத்தைக் குறித்து விசாரித்துவிட்டு, அவர் யாரைச் சந்திக்கச் சென்றாரோ, அவரது நலனைக் குறித்து நிச்சயமாக விசாரிப்பேன். ‘நீங்கள் பாக்யவான். ஒரு பெரும் ஞானியைச் சந்தித்துவிட்டு வந்திருக்கிறீர்கள். நமது நண்பர்களுடன் உங்கள் அனுபவங்களைப் பகிர்ந்துகொள்ளுங்கள்’ என்று என் சதஸில் அவரை வலுக்கட்டாயமாகப் பேச வைப்பேன்.

எனக்கு மிக நிச்சயமாகத் தெரியும். அவரது அந்த உரையின் இறுதி வரிகளில் அவர் சந்தித்த ஞானியின் நிழலினும் எனது நிழல் நீண்டு வளர்ந்து நிறைந்திருக்கும்.

நான் அந்தப் பேராசிரியருடன்தான் ரஜனீஷைச் சந்திக்கப் போகவில்லையே தவிர, இயல்பாகவே எனக்கு அதற்கொரு சந்தர்ப்பம் வந்தது. அப்போது நான் மடிகேரியிலேயே எனது ஆசிரமத்தை நிறுவுவது என்று முடிவு செய்துகொண்டு ஆந்திரத்தில் இருந்து கர்நாடகத்துக்குப் புறப்பட ஆயத்தமாகிக் கொண்டிருந்தேன். விசாகப்பட்டினத்தில் என்னைச் சந்திக்க வந்துகொண்டிருந்த இளைஞன் ஒருவனுக்கு அப்போது புனேவில் வேலை கிடைத்துப் போயிருந்தான். என்னைப் புனேவுக்கு வரும்படியும், மடிகேரியில் நான் ஆசிரமம் அமைத்துத் தங்குவதற்கு அங்குள்ள சில நண்பர்கள் மூலம் உதவி பெற முடியும் என்றும் அவன் எனக்குக் கடிதம் எழுதியிருந்தான். அதனால் நான் புனேவுக்கு முதலில் சென்றேன்.

அவன் பெயர் கணேஷ் ராம். விசாகப்பட்டினத்தில் அவனது தந்தையார் ஒரு சுருட்டுத் தொழிற்சாலை வைத்து நடத்திக்கொண்டிருந்தார். பையன் தனது தொழிலில் தனக்குப்

பக்க பலமாக வருவான் என்று எதிர்பார்த்துக்கொண்டிருந்தார். அவனோ, தத்துவம் படித்துப் பேராசிரியராக விருப்பம் கொண்டவனாயிருந்தான். தனது விருப்பத்தில் அரையங்குலமாவது முன்னேற வேண்டுமென்றால் முதலில் விசாகப்பட்டினத்தைவிட்டு நகர்ந்துவிட வேண்டும் என்று முடிவு செய்து சிறிய வேலை ஒன்றை ஒப்புக்கொண்டு அவன் புனேவுக்குப் போயிருந்தான். உண்மையில் மாதச் சம்பளம் அவசியம் என்று கருதக்கூடிய பின்னணி அவனுக்கு இருக்கவில்லை.

நான் ஒரு வார இடைவெளியில் புனேவுக்குப் போய்ச் சேர்ந்த அதே தினத்தில்தான் ரஜனீஷ் மும்பையில் இருந்து புனேவுக்கு இடம் பெயர்ந்திருந்தார். நூற்றுக்கணக்கான ஏக்கர் நிலத்தை அவருக்காக அங்கே அவரது பக்தர்கள் ஏற்பாடு செய்திருந்தார்கள் என்று கேள்விப்பட்டேன். ஆசிரமம் என்றால் ஒரு பெரிய நகரத்தை உள்ளடக்கியது என்பதே அவரது சித்தாந்தமாக இருந்தது. அமெரிக்காவிலும் அவர் அதைத்தான் செய்தார். பிரச்னை வந்ததே அதனால்தான். எனக்குச் சிரிப்பு வந்தது. மடிகேரியில் நான் உருவாக்க நினைத்த ஆசிரமத்துக்கு எனக்கு இரண்டாயிரத்தில் இருந்து மூவாயிரம் சதுர அடிகள் நிலம் போதும். சுற்றிலும் முள் வேலி. மிகச் சிறிய அளவில் இரண்டு மூன்று குடில்கள். சாத்தியமுள்ள அனைத்து மலர்ச் செடிகளையும் நட்டு, ஏழெட்டு மரங்கள் வைத்தால் போதும் என்று திட்டமிட்டிருந்தேன். எனது வகுப்புகளை நான் வானத்தின் அடியில் நடத்தவே விரும்பினேன். மூடிய கதவுகளுக்கு பின்னால் மறைந்துகொண்டு பேசுவதில் என்ன இருக்கிறது? இயேசுநாதர் ஒருநாளும் அறையில் அமர்ந்து பிரசங்கம் நிகழ்த்தியதில்லை. நபி முகம்மது வீட்டு வாசலில் உட்கார்ந்துதான் ஆயிரக்கணக்கான பக்கங்கள் பேசியிருக்கிறார். அதில் மிஞ்சியவற்றைப் போர்க்களத்திலும் போர்க்களத்துக்குப் போகும் வழியிலும் பேசியிருக்கிறார். ஜரதுஷ்டிராவின் பாறை என்று என் குருநாதர் ஒரு பாறையைக் குறித்துச் சொல்வார். போகிற இடங்களுக்கெல்லாம் அந்தப் பாறையைத் தூக்கிச் சென்று, தோன்றிய இடத்தில் கீழே போட்டு, அதன்மீது அமர்ந்து பிரசங்கம் நிகழ்த்துவாராம்.

எனக்கு ஒரு பாறை போதும். விலை மதிப்பற்ற அதன் எளிமையின்மீது நான் என் கோட்டையைக் கட்டிக்கொள்வேன்.

நான் புனேவுக்குப் போய்ச் சேர்ந்தபோது சரியான குளிர்காலம் ஆரம்பித்திருந்தது. மடிகேரியின் குளிருக்கும் புனேவின்

குளிருக்கும் சம்மந்தமே இல்லை என்று தோன்றியது. மடிகேரிக் குளிரில் ஒரு கவர்ச்சி உண்டு. அதை ரசிக்க முடியும். அனுபவிக்கத் தோன்றும். நள்ளிரவுப் பொழுதுகளில் எவ்வளவோ தினங்கள் ஆடைகளைக் களைந்துவிட்டு நான் நிர்வாணமாக அமர்ந்து குளிரை தியானம் செய்திருக்கிறேன். பன்னிரண்டு, பதிமூன்று டிகிரி வெப்பநிலையில்கூட சுவாசப் பிரச்னை எழாது. ஆனால் புனேவில் எனக்கு மூச்சு வாங்கியது. இத்தனைக்கும் அங்கு பதினெட்டு டிகிரி குளிர்தான் இருந்தது. அந்த நகரத்தில் என்னால் வெகுநாள் தங்க முடியாது என்று தோன்றியது. கணேஷ் ராமிடம் அதிகபட்சம் மூன்று நாள் இருப்பேன் என்று சொல்லியிருந்தேன்.

அதில் இரண்டாம் நாள் ரஜனீஷைப் பார்த்து வரலாம் என்று தோன்றிக் கிளம்பினேன். கவனமாக எனது காவி ஆடைகளைக் களைந்துவிட்டு எளிய குர்த்தா மட்டும் அணிந்து புறப்பட்டேன்.

103. ஆல் பாஸ் டுடோரியல்

என் கண்ணில் பட்ட மனிதர்கள் பெரும்பாலும் வெள்ளைக்காரர்களாக இருந்தார்கள். இந்தியாவுக்குச் சுற்றுலா வரும் வெள்ளையர்கள் மொத்தமாக இங்கே வந்துவிடுகிறார்களா என்ன? இத்தனைக்கும் ரஜனீஷ் புனேவுக்கு வந்து இரண்டு நாள்கள்தான் ஆகியிருந்தன. அவரைப் பார்க்கவும் அவரது சொற்பொழிவைக் கேட்கவும் இவ்வளவு பேர் ஆர்வமாக இருக்கிறார்கள் என்பது நம்பமுடியாத அதிசயமாக இருந்தது. குறைந்தது முன்னூறு வெள்ளையர்களையாவது நான் அங்கே பார்த்தேன். ஆண்களும் பெண்களுமாக அவர்கள் மூலைக்கு மூலை நின்று பேசிச் சிரித்துக்கொண்டிருந்தார்கள். திடீர் திடீரென்று யாராவது ஒருவர் இருந்த இடத்தில் நடனமாடத் தொடங்கிவிடுவார். உடனே அவரோடு நாலைந்து பேர் சேர்ந்து கொள்வார்கள். அதற்கும் தனக்கும் சம்பந்தமே இல்லை என்பது போல வேறு சிலர் ஆங்காங்கே தனியே அமர்ந்து தியானம் செய்துகொண்டிருந்தார்கள். சிலர் உலகை மறந்து முத்தமிட்டுக்கொண்டிருந்தார்கள். பெண்ணொருத்தி, ஒரு முத்த ஜோடி தங்கள் பணியை முடித்து விலகும் வரை அருகே அமைதியாக நின்றுகொண்டிருந்துவிட்டு, அவர்கள் விலகியதும் அவர்களிடம் ஏதோ பேசினாள். மூவருமாக உடனே கிளம்பி மைய மண்டபத்துக்குள் சென்றார்கள். வேறு எதற்காக இல்லாவிடினும் முத்தம் ஒரு இயல்பான காரியம் என்று ஒரு பெரும் சமூகத்துக்குப் புரியவைத்ததற்காகவேனும் ரஜனீஷைப் பாராட்டத்தான் வேண்டும் என்று நினைத்துக்கொண்டேன். எனக்குக் கூட அங்கே நடமாடிக்கொண்டிருந்த அழகிய பெண்களுள் நாலைந்து பேரைக் கூப்பிட்டு சிறிது நேரம் முத்தம் கொடுத்துக்கொண்டிருக்க வேண்டும் என்று தோன்றியது. சிரித்துக்கொண்டேன்.

இதில் ஒரு பிரச்னை இருக்கிறது. தியானத்துக்குக் காதலோ காமமோ தடையாக இருக்கக்கூடாது என்ற நல்ல எண்ணத்தில் ஆரம்பிக்கப்பட்ட வழக்கம், ஏதோ ஒரு கட்டத்தில் தியானத்தின் ஆகப்பெரிய நோக்கமே முத்தம் என்றாகிவிடும் என்று நினைத்தேன்.

எனக்கு அம்மனிதரின் மன அமைப்பைப் புரிந்துகொள்வதில் மிகுந்த ஆர்வம் இருந்தது. எதையும் மறுப்பது, எதையும் எதிர்ப்பது என்பது ஒரு பாவனை. கவன ஈர்ப்புக்கு அது உதவும் என்றாலும் அதைத் தாண்டி அவரிடம் ஏதோ இருக்கத்தான் வேண்டும் என்று நினைத்தேன். ஏனெனில் தத்துவங்களுக்கும் வேதாந்த விளக்கங்களுக்கும் உலகில் எங்குமே இத்தனைக் கூட்டம் சேராது. காதலையும் காமத்தையும் ஒரு சன்னியாசியிடம் வந்து பாடம் கேட்டாக வேண்டிய அவசியமில்லை. இதைத்தாண்டி வேறு எதற்கு வருகிறார்கள்? நான் அதை அறிந்துகொண்டே தீரவேண்டும் என்று நினைத்தேன்.

அன்று மாலை ஐந்து மணிக்கு ரஜனீஷ் மைய மண்டபத்துக்கு வருவார் என்றார்கள். மூன்றரை முதலே மண்டபத்தில் கூட்டம் கூட ஆரம்பித்துவிட்டது. சௌகரியமாக ஒரு சுவரோரம் சென்று நான் அமர்ந்துகொண்டேன். என் அருகில் ஒரு பெண் அமர்ந்திருந்தாள். மிகவும் வாசனையாக இருந்தாள். பெரிய அழகி என்று சொல்ல முடியாதெனினும் அங்கு இருந்த அத்தனைப் பெண்களுமே சராசரிக்கு மேற்பட்ட அழகிகளாகத்தான் தெரிந்தார்கள். தவிர அனைவருமே பணக்கார வீட்டுப் பெண்களாகத் தெரிந்தார்கள். சுமார் ஆயிரத்தைந்நூறு பேர் அன்றைக்கு அந்த அரங்கில் கூடியிருப்பார்கள் என்று நினைக்கிறேன். அதில் யாருமே நடுத்தர வர்க்கத்தைச் சேர்ந்தவராகவோ, அல்லது அதற்கும் கீழ்த்தட்டுவாசியாகவோ இருக்க வாய்ப்பில்லை என்று தோன்றியது. சட்டென்று எனக்கு மடிகேரிக்கு வந்த ஒரு வங்காளத்து சன்னியாசியின் நினைவு வந்தது.

குருநாதர் அவரை பிருத்வி பாபா என்று அழைத்தார். எக்காலத்திலோ குருநாதர் வங்காளத்தில் ஒரு சுற்றுப்பயணம் செய்து கொண்டிருந்தபோது அவரை அங்கே சந்தித்திருக்கிறார். நாளெல்லாம் பொழுதெல்லாம் சேரி மக்களுடன் மட்டும்தான் அவர் உரையாடுவார். குப்பங்களைத் தாண்டி நகர்ப்புறப் பகுதிகளுக்கு அவர் வரவே மாட்டார் என்று குரு சொன்னார். படிப்பறிவில்லாத, பொருளாதார சௌகரியங்கள் இல்லாத, நாகரிகம் சார்ந்த ஆர்வமோ அக்கறைகளோ இல்லாத மக்களுடன் மட்டுமே உரையாடுவது அவரது வழக்கம். குப்பத்துக் குழந்தைகளுக்கு சளி பிடித்தாலோ, காய்ச்சல் கண்டாலோ பிருத்வி பாபாவிடம்தான் தூக்கிக்கொண்டு போவார்கள். பாபா அந்தக் குழந்தையைத் தூக்கிக் கொஞ்சுவார். அதனோடு சிறிது நேரம் விளையாடுவார். அதுதான் அவரது

வைத்தியம். என்ன வியாதியாக இருந்தாலும் அது உடனே குணமாகிவிடுவதை நான் பார்த்தேன் என்று குரு சொன்னார்.

பிருத்வி பாபா மடிகேரிக்கு வந்த தகவல் கிடைத்ததும் குருநாதர் எங்களையெல்லாம் அழைத்துக்கொண்டு அவரைச் சந்திக்கக் கிளம்பினார்.

'குருஜி, அவரை ஏன் நமது ஆசிரமத்துக்கு அழைத்து வரக்கூடாது?' என்று கேட்டேன்.

'முயற்சி செய்து பாரேன்? வந்தால் சந்தோஷம்தான் எனக்கும்' என்று சொன்னார்.

மடிகேரியில் இருந்து மூன்று கிலோ மீட்டர் உயரத்தில் ஒரு ஆதிவாசிக் குடியிருப்பில் அவர் தங்கியிருந்தார். பார்ப்பதற்கு மிகவும் அழுக்காக இருந்தார். நிறைய புகையிலை மெல்லுவார் போலிருக்கிறது. தாடியில் வழிந்து வழிந்து திட்டுத் திட்டாகப் புகையிலைக் கறை படிந்திருந்தது. அவரது கண்கள் ஏதோ புதருக்குள் ஒளித்து வைக்கப்பட்ட கண்களைப் போல உள்ளடங்கி, ஒடுங்கியிருந்தன. இரு கரங்களிலும் நரம்புகள் புடைத்துக்கொண்டு வெளித் தெரிந்தன. பேசும்போது காரிக் காரித் துப்பிக்கொண்டே இருந்தார். அதுவும் உட்கார்ந்த இடத்திலேயே. தன் மேலேயே துப்பிக்கொண்டபோதும் அவர் துடைக்கவில்லை என்பதைக் கவனித்தேன். ஏனோ அவரை ஆசிரமத்துக்கு அழைத்துச் செல்ல வேண்டாம் என்று அப்போது தோன்றியது.

குருநாதர் அவரிடம் மிகவும் மரியாதையுடன் பேசினார். அவருக்காக எடுத்துச் சென்ற பழங்களைக் கொடுத்து வணங்கினார். எங்களை அறிமுகப்படுத்தி ஒவ்வொருவரைக் குறித்தும் உயர்வாக எடுத்துச் சொன்னார். பிருத்வி பாபா எங்களை முன்னால் வரச் சொல்லி, ஒவ்வொருவரையும் தலை தொட்டு ஆசீர்வாதம் செய்தார்.

'மடிகேரியில் எவ்வளவு நாள் இருப்பீர்கள்?' என்று குருநாதர் கேட்டார்.

'எனக்கு இந்த ஊர் பிடிக்கவில்லை. எல்லோரிடமும் இங்கு பணம் இருக்கிறது' என்று அவர் சொன்னார். குருநாதர் சிரித்தார். 'என் ஆசிரமத்தில் இப்போது நூற்று நாற்பது ரூபாய் இருக்கிறது. உங்களுக்குப் பிரச்னை இல்லையென்றால் அங்கு வந்து தங்கலாம்' என்று சொன்னார்.

'அப்படியா? ஆனால் நான் துப்புவது உன் சீடனுக்குப் பிடிக்கவில்லை' என்று என்னைச் சுட்டிக்காட்டி அவர் சொன்னபோது எனக்குச் சங்கடமாகிவிட்டது. அப்படியெல்லாம் இல்லை என்று என்னவோ சொல்லிச் சமாளித்தேன். இந்த சித்தர்களின் தொல்லைக்கு ஒரு அளவே இல்லாமல் போய்க்கொண்டிருக்கிறது என்று நினைத்துக்கொண்டேன்.

'என்னால் மூன்று மணி நேரம் நெருப்பின்மீது அமர்ந்து தியானம் செய்ய முடியும். ஆனால் பணம் இருக்கும் இடத்தில் மூன்று வினாடிகள்கூட இருக்க முடிவதில்லை. மூச்சு முட்டிவிடுகிறது' என்று அவர் சொன்னார்.

ரஜனீஷ் தனது ஆசனத்துக்கு வந்து அமர்ந்தபோது அதைத்தான் எண்ணிக்கொண்டேன். அவரது வெல்வெட் தொப்பியும் வெள்ளிக் கம்பிகள் போல் நீண்டிருந்த தாடியும் கருநீல நிறத்தில் அவர் அணிந்திருந்த பட்டு அங்கியும் வைரம் பதித்த பாத ரட்சைகளும் விலை உயர்ந்த கைக்கடிகாரமும் யாரையும் எளிதில் வசீகரிக்கக்கூடியவை. இயல்பிலேயே அவருக்கு ஒரு வசீகரம் இருந்தது. அழகன் தான். சந்தேகமில்லை. அவர் என்ன அருந்தியிருந்தார் என்று எனக்குத் தெரியாது. ஆனால் அந்தக் கண்கள் சொருகிய விதமே வினோதமாக இருந்தது. பொதுவாக போதையில் சொருகும் கண்கள் மேற்புறமாகச் சென்று சொருகும். இதுவே ஆழ்ந்த தியானத்தில் கண் சொருகுமானால் அது கீழ்ப்பக்கம் வந்து அடங்கும். அவருக்கு இரண்டுமாக இல்லாமல் இடது கண் வலப்பக்கத்திலும் வலது கண் இடப்பக்கத்திலுமாகச் சென்று சொருகி நின்றதைக் கண்டேன்.

அன்றைக்கு அவர் பேசவில்லை. அவரை உட்கார வைத்துவிட்டு ஒரு டேப் ரெக்கார்டரை ஆன் செய்துவிட்டுப் போனாள் ஒரு பெண். எப்போதோ எங்கோ அவர் பேசிய உரையின் பதிவு. ஒலி பெருக்கிகளின் மூலம் அது ஒலிக்கத் தொடங்கியது. என்ன ஆனாலும் நான் திருமணம் செய்துகொள்ள மாட்டேன் என்று தனது பெற்றோரிடம் அவர் தீர்மானமாகத் தெரிவித்த தினத்தைப் பற்றி அதில் பேசியிருந்தார்.

'நான் ஒரு துறவியாகிவிடுகிறேன் என்று சொல்லியிருந்தால்கூட அவர்கள் சந்தோஷப்பட்டிருப்பார்கள். மகன் ஒரு பிரபல துறவியானாலும் அவர்களுக்குப் பெருமையே. ஆனால் நான்

அதுவுமில்லை, என்னை என் இயல்புப்படி அப்படியே விடுங்கள்' என்று சொன்னதை அவர்களால் ஜீரணிக்கவே முடியவில்லை'

எனக்குப் போதும் என்று தோன்றிவிட்டது. சட்டென்று எழுந்து வெளியே போய்விட்டேன். அந்தக் கணம் எனக்கு அவர் ஒரு நல்ல டுடோரியல் காலேஜ் ஆசிரியராகத் தெரிந்தார். எனக்கு அத்தகைய நிறுவனம் ஒன்றை நடத்தும் எண்ணம் அறவே இல்லை என்று சொல்லிக்கொண்டேன். ஒரு 'ஆல் பாஸ் டுடோரியல்' நடத்துவதற்கு நான் ஆளல்ல. நான் செய்ய விரும்புவது வேறு.

மறுநாள் கணேஷ் ராம் எனக்கு மடிகேரியில் ஒரு ஏலக்காய் வியாபாரியின் முகவரியைக் கொடுத்து அவரைச் சென்று பார்க்கும்படிச் சொன்னான். ஆசிரமம் அமைப்பதற்கு அவர் உதவுவார் என்று தெரிவித்தான். நான் அவனுக்கு நன்றி சொல்லிவிட்டு அன்று இரவே மைசூருக்கு ரயிலேறிவிட்டேன்.

104. சதுரங்கம்

உன்னை எப்படி ஒரு சன்னியாசியாகக் கருதுவது என்று எனக்கு விளங்கவில்லை என்று வினய் சொன்னான். ரேணிகுண்டாவில் இருந்து கிளம்பிய ரயில் அரக்கோணத்தை நெருங்கிக்கொண்டிருந்தது. மிஞ்சினால் இன்னும் ஒன்றரை மணி நேரத்தில் சென்னையைத் தொட்டுவிடும். அங்கிருந்து ஒரு மணி நேரத்தில் திருவிடந்தை. கோயில். அம்மா. கேசவன் மாமா. தெரிந்தவர்கள். தெரியாதவர்கள். வெறும் முகங்கள். எனக்கு மிகவும் களைப்பாக இருந்தது. வினய்யின் சுய துயரத்தின் தீவிரத்தை மட்டுப்படுத்த என் கதையை அவனுக்குச் சொல்லத் தொடங்கி ஒரு மணி நேரத்துக்கு மேல் ஆகிவிட்டது. எப்படிப் பார்த்தாலும் அவனது குழப்பத்தையும் சந்தேகங்களையும் அதிகப்படுத்தும்படியாகத்தான் நான் பேசியிருக்கிறேன் என்று புரிந்தது. தான் ஒரு பூரண சன்னியாசியாக இல்லை என்று வருந்திக்கொண்டிருந்தவன், நானும் அப்படித்தான் இருந்திருக்கிறேன் என்பதை அறிந்தபோது உண்மையிலேயே மிகுந்த அதிர்ச்சியடைந்தான்.

'இல்லை. இதுவல்ல சன்னியாசம். நாம் தவறு செய்துவிட்டோம் விமல்' என்று சொன்னான்.

'அப்படியா? எனக்கு அப்படித் தோன்றவில்லையே? நான் சரியாகத்தான் இருக்கிறேன். திருப்தியாகவும் இருக்கிறேன். எனது சன்னியாசம் தன் இலக்கை நோக்கி மிகச் சரியாக நகர்ந்துகொண்டிருப்பதாகவே நினைக்கிறேன்.'

'முட்டாள். சன்னியாசமே இலக்கு. சன்னியாசத்துக்கு ஏது இலக்கு?'

'அது உன் பார்வை வினய். எனக்கு என் சுதந்தரமே இலக்கு. அதை எட்டிப் பிடிப்பதற்கு சன்னியாசம் ஒரு கருவி. அவ்வளவுதான்.'

'சுதந்தரம் சுதந்தரம் என்று எதைச் சொல்கிறாய்? அப்படி ஒன்று யாருக்கும் முழுமையாகக் கிடையாது.'

'எனக்கு இருக்கிறது. நான் அதை அனுபவிக்கிறேன்.'

'என்ன பெரிதாக அனுபவித்துக் கிழித்துவிட்டாய்?'

'அதை எப்படிச் சொல்ல முடியும்? ஒரு பூரண ஆனந்தமயமான நிலையை உன்னால் கற்பனை செய்ய இயலுமா? தளைகளற்றது. கவலையில்லாதது. விடிந்து எழும்போது இன்று செய்ய வேண்டியவை என்றொரு பட்டியல் மனத்தில் உதிக்காத நிலை. யாருக்கும் பதில் சொல்லிக்கொண்டிருக்கத் தேவையற்ற நிலை. ஒன்று தெரியுமா? நான் செய்கிற ஒவ்வொரு செயலையும் எனக்குப் பிடிக்கிறதா என்று பார்த்துத்தான் செய்கிறேன். ஒரு சிறு சுளிப்பு என் மனத்துக்குள் உருவானாலும் தவிர்த்துவிடுகிறேன்.'

அவனுக்கு நான் ஒரு சம்பவத்தை நினைவுகூர்ந்து விவரித்தேன். அப்போது நான் டெல்லியில் இருந்தேன். தலைவர் ஒருவர் வருமான வரிப் பிரச்னையில் மாட்டிக்கொண்டு மிகுந்த சிரமத்துக்கு உள்ளாகியிருந்தார். ஆளுங்கட்சியில் இருந்து எதிர்க்கட்சிக்குப் போனவர் அவர். அடுத்து வரும் பொதுத் தேர்தல் சமயம் அவர் சிறையில் இருக்க வேண்டும் என்று ஆட்சியாளர்கள் முடிவு செய்திருந்தார்கள். திட்டமிட்டு மிகவும் கவனமாகக் காய் நகர்த்தி அவரைச் சிக்கச் செய்திருந்தார்கள். உலகெங்கிலும் பரவியிருந்த அவரது பணத்தை கவனமாக எண்ணிப் பட்டியலிட்டு, அனைத்துக்கும் கணக்குக் கேட்டு நோட்டீஸ் அனுப்பப்பட்டிருந்தது.

நோட்டீஸ்தான். விஷயம் அப்போது ஊடகங்களுக்குத் தெரியப்படுத்தப்படவில்லை. அதைச் சற்றுத் தள்ளிப் போடலாம் என்று எதிர்த்தரப்பு முடிவு செய்திருந்தது. எந்தக் கணமும் செய்தி வெளியே வந்துவிடும் என்ற அச்சத்திலேயே அவரைச் சிறிது காலம் தவிக்க விட்டு வேடிக்கை பார்க்கிற எண்ணம். ரெய்டுக்குப் போகவில்லை. வங்கிக் கணக்கை முடக்கவில்லை. விசாரணை இல்லை. எதுவுமே இல்லை. வெறும் ஒரு நோட்டீஸ்.

அவர் பயந்துபோனார். உடனடியாகச் செய்யக்கூடியது என்ன என்று முடிவு செய்வதற்காகத் தனது நெருங்கிய சகாக்களுடன் கோவாவுக்கு ஒரு சுற்றுப்பயணம் சென்றார். ஏனெனில், அந்த நோட்டீஸ், வழக்கமான வருமான வரித்துறை நோட்டீஸைப் போல நான்கு வரிகளில் எழுதப்பட்டிருக்கவில்லை. மிகவும் விலாவாரியாக ஏழு பக்கங்களில் அவரது சொத்து மதிப்பு பட்டியலிடப்பட்டிருந்தது. உள் நாட்டிலும் வெளி நாடுகளிலும் அவர் செய்திருந்த அனைத்துத்

தொழில் முதலீடுகளைக் குறித்தும் அதில் விவரிக்கப்பட்டிருந்தது. கணக்கில் காட்டப்படாத சுமார் நூற்றைம்பது கோடி ரூபாய்க்கான கணக்கு அதில் கேட்கப்பட்டிருந்தது. நூற்றைம்பது கோடி என்பது அந்நாளில் மிகப்பெரிய தொகை. எந்த உச்சபட்ச ஊழல் வழக்கும் அன்றைக்கு அந்த எண்ணிக்கையைத் தொட்டிருக்கவில்லை. அந்த மனிதரின் விவகாரம் மட்டும் வெளியே வருமானால் தேசம் முழுவதும் அதிர்ச்சி அலை வீசும். இவரா, இவரா என்று உலகமே வாய் பிளக்கும். அவமானத்தின் உச்சத்தில் அவர் தற்கொலை செய்துகொள்வதைத் தவிர வேறு வழியற்றுப் போகும்.

என்ன செய்யலாம்? தனக்கு நெருங்கியவர்களுடன் விவாதித்து, இறுதியில் அவர் என்னைக் கூப்பிட்டு அனுப்பினார்.

'சுவாமிஜி. பிரச்னை இதுதான். நான் மாட்டிக்கொண்டேன். இதில் இருந்து சேதாரம் இல்லாமல் வெளியே வர நான் என்ன செய்ய வேண்டும்?' என்று கேட்டார்.

சேதாரத்தைத் தவிர்க்க முடியாது என்று எனக்குத் தோன்றியது. ஆனால் அதன் சதவீதத்தைச் சற்றுக் குறைக்க முயற்சி செய்யலாம் என்று சொன்னேன்.

'என்ன செய்ய வேண்டும்?'

'அதை அவர்களிடம்தான் கேட்க வேண்டும்.'

'எனக்காக அந்தப் பொறுப்பை நீங்கள் ஏற்றுக்கொள்வீர்களா?'

'முயற்சி செய்கிறேன்' என்று சொன்னேன்.

அந்த வாரம் முழுவதும் நான் டெல்லியில் இருந்தேன். எனக்குப் பரிச்சயமான அமைச்சர் ஒருவர் மூலம் பிரதம மந்திரியைச் சந்திக்க நேரம் கேட்டிருந்தேன். இரண்டு நாள் கழித்து 'என்ன விஷயமாகச் சந்திக்க விரும்புகிறீர்கள்?' என்று அவரது செயலகத்தில் இருந்து ஒரு வினா வந்தது. நான் மறைக்க விரும்பவில்லை. எனவே உண்மைக்காரணத்தைச் சொல்லி, அந்த நோட்டீஸ் தொடர்பாகச் சிறிது பேச வேண்டும் என்று கேட்டேன். இன்னொரு நாள் கழித்து பதில் வந்தது. 'பிரதமருக்கு இப்போது நேரம் இல்லை.'

அதற்கும் அடுத்த நாள் என் நண்பரான அமைச்சர் நான் தங்கியிருந்த ஓட்டல் அறைக்கு நேரில் வந்து என்னைச் சந்தித்தார்.

'நீங்கள் அவருக்கு உதவ நினைக்க வேண்டாமே?' என்று சொன்னார்.

'ஏன்? அவர் அந்தளவு மகாபாவி என்று ஆளும் கட்சி முடிவு செய்துவிட்டதா? அடிப்படையில் நல்ல மனிதர். என்ன ஒன்று, அவசரப்பட்டு கட்சி மாறிவிட்டார்.'

'சுவாமிஜி! நாம் இதைப் பற்றி இனி பேச வேண்டாம் என்று நினைக்கிறேன். நீங்கள் அவரது தொடர்பைத் துண்டித்துக்கொள்வது நல்லது. அது சிக்கல்களில் இருந்து உங்களைக் காக்கும். பிரதமருக்கு உங்கள் சொற்பொழிவுகள் பிடிக்கும். அவர் உங்களைச் சந்திக்க மிகவும் ஆவலாக இருக்கிறார். ஆனால் இப்போதல்ல.'

எனக்குப் புரிந்தது. அன்றிரவு வருமான வரித்துறை அதிகாரிகள் இரண்டு பேரைத் தனியே சந்தித்தேன். என்ன செய்யவிருக்கிறார்கள் என்று விசாரித்தேன். மிகவும் அதிர்ச்சியாக இருந்தது. அந்தத் தலைவர் மட்டுமல்லாமல் அவருடன் நெருங்கிய தொடர்பில் உள்ள இருபத்து ஏழு பேரை அவர்கள் இலக்காக நிர்ணயித்து வைத்திருந்தார்கள். ஒரு வழக்கு என்று வந்தால் அவருக்கு உதவி செய்யக்கூட யாரும் வெளியே இல்லாதபடி மொத்தமாகச் சிறைப்பிடிக்கும் திட்டம் ஒன்று தயாராகி இருந்ததை அறிந்தேன்.

எனக்கு இது மிகுந்த வருத்தமளித்தது. யாரும் யோக்கியர்கள் இல்லை. யாரும் உத்தமர்கள் இல்லை. யாரும் தவறிழைக்காதவர்கள் இல்லை. எல்லோருக்கும் ஏதோ ஒரு தப்பிக்கும் வழி அமையத்தான் செய்கிறது. அவற்றை முதலில் தேடி அடைத்துவிட்டுப் பிறகு பழி வாங்க ஆரம்பிப்பது என்பது மன்னிக்க முடியாத வன்முறை என்று தோன்றியது. என்னசெய்யலாம் என்று யோசித்தேன். இத்தனைக்கும் அந்தத் தலைவர் எனக்கு மிகவும் நெருங்கியவரெல்லாம் கிடையாது. ஓரிரு முறை சந்தித்திருக்கிறேன். அவ்வளவுதான். அரசியல்வாதிகளுக்குப் பெயர் மட்டும்தான் ஆளுக்கு ஆள் மாறுபடும். மற்றபடி அனைவரும் ஒரே ஆத்மாதான் என்பதில் எனக்குச் சந்தேகமில்லை.

நல்லது. அவருக்கு உதவ வேண்டும். ஆனால் எனக்கு ஏன் அவருக்கு உதவ வேண்டும் என்று தோன்றுகிறது? என்னால் பிரதமரை மீறி என்ன செய்துவிட முடியும்? அதுதான் புரியவில்லை. நாள்கள் ஓடிக்கொண்டே இருக்க, அந்தத் தலைவர் என்னைத் தொலைபேசியில் அழைத்துக் கேட்டார், 'ஏதாவது செய்ய முடிந்ததா?'

'இதுவரை இல்லை. இன்னும் இரண்டு நாள் அவகாசம் வேண்டும்' என்று சொன்னேன்.

'நீங்கள் பிரதமரைத் தொடர்புகொள்ள முயற்சி செய்ததாகக் கேள்விப்பட்டேன். அவர் பேசினாரா?'

'ஆம். உங்களுக்கு நான் உதவ நினைப்பது அவருக்குப் பிடிக்கவில்லை.'

'ஐயோ. அப்படியானால் வேறு வழி?'

நான் ஒரு வழியை யோசித்திருந்தேன். அதைச் செய்வதா வேண்டாமா என்று முடிவெடுத்திருக்கவில்லை. அது அவசியமா என்று சிந்தித்துக்கொண்டிருந்தேன். என்னால் அந்த முயற்சியில் நிச்சயமாக வெற்றி பெற முடியும் என்று தோன்றியது. அந்தத் தலைவரை நான் காப்பாற்றிவிடுவேன். அதில் சந்தேகமில்லை. ஆனால் பிரதம மந்திரி முதல் அத்தனை பேரின் வெறுப்புக்கும் ஆளாக நேரிடும். அதைத் தவிர்க்க ஒரு வழி கிடைத்துவிட்டால், நான் யோசித்த வழியைச் செயல்படுத்துவதில் எனக்குப் பிரச்னையே இல்லை.

செய்வதா? வேண்டாமா? அதற்குத்தான் அவரிடம் இன்னும் இரண்டு நாள் அவகாசம் கேட்டேன்.

105. வன்மத்தின் வண்ணம்

சூழ்ச்சியின்றி அரசியல் இல்லை. சூழ்ச்சியின்றி சுழற்சியில்லை. சூழ்ச்சியின்றி எதுவுமில்லை. அரசியல்வாதிகளுடன் பழகத் தொடங்கிய பின்பு நான் பயின்ற முதல் பெரும் பாடம் இதுதான். ஒரு சன்னியாசியாக இருப்பதன் ஆகப்பெரிய சௌகரியம் இத்தகு சூழ்ச்சிகளின் வலைப்பின்னல்களுக்குள் சென்று சிக்க வேண்டாம் என்பதுதான். உறவுகளும் பகையும் அற்று இருத்தல். அது அத்தனை எளிதல்ல. ஆனால் அதன் சொகுசு அபாரமானது. விவரிப்புக்கு அப்பாற்பட்டது. காற்றில் பறக்கும் ஒரு இறகைப் போல இலக்கின்றி அலைந்து திரிந்து விரும்பினால் அடங்கி இருக்கலாம். அல்லது மேலும் அலைந்து திரிந்துகொண்டே போகலாம். எனக்குப் பிரதம மந்திரி எப்படியோ அப்படித்தான் அந்த எதிர்த் தரப்புத் தலைவரும். வேண்டுதல் வேண்டாமை எனக்குத் தனிப்பட்ட முறையில் இருவரிடமும் இல்லை. ஆனால் அவருக்கு உதவ வேண்டும் என்று எனக்குத் தோன்றியதன் காரணம் மிக எளிது. அவரைப் பழிவாங்க நினைத்த ஆளும் தரப்பின் காரணங்கள் அற்பமானவை. கட்சி மாறாத அரசியல்வாதி யார்? காலை வாரிவிடாத நபர்கள் யார்? மனித குலத்தின் ஆதார இயல்புகள் அனைத்தும் வன்மம் சார்ந்தவை. வக்கிரம் பூசியவை. குரூரத்தின் தடம் பிடித்து ஓடித் திரியும் வேட்கை மிகக் கொண்டவை. அன்பும் அரவணைப்பும் பெருந்தன்மை உள்ளிட்ட வேறெந்த நற்குணமும் மேலான பாவனையே. இதில் எனக்கு சந்தேகமே இல்லை.

என் குருநாதர் நான் இதைக் குறித்துப் பேச்செடுக்கும்போதெல்லாம் புத்தர், ராமலிங்க அடிகள், காந்தியின் பெயரை எடுப்பார்.

'மன்னித்துவிடுங்கள் குருஜி. அவர்கள் மூவருமே அருங்காட்சியக மனிதர்கள்' என்று ஒரு சமயம் அவரிடம் சொன்னேன்.

'அன்பு இயல்பானதல்ல என்கிறாயா?'

'இருக்க வாய்ப்பே இல்லை என்கிறேன். காதலைச் சொல்லுங்கள். ஒப்புக்கொள்கிறேன். காமத்தைச் சொல்லுங்கள். கேள்வியே

கேட்காமல் சரி என்பேன். அன்பு ஒரு மாயை. குளிருக்குப் போர்வை போல மனத்தின் பலவீனமான கணங்களுக்கு அது ஒரு கணப்புச் சட்டி. யாராவது செலுத்தும் அன்புக்காக ஏங்குவது சரி, செலுத்தப்படும் அன்பை ஏந்திக் கொள்வதும் சரி; ஒரு மாய யதார்த்தம். உண்மையில் அன்பற்ற உலகில் நாம் இன்னும் பிழைகளற்று வாழ்வோம் என்றே நினைக்கிறேன்'

அவர் என்னை மறுத்துப் பேசியதில்லை. ஆனால் 'அங்கேயே தேங்கிவிடாதே. தொடர்ந்து சிந்தித்துக்கொண்டிரு' என்று சொல்வார். அரசியல்வாதிகளின் பரிச்சயம் ஏற்பட ஆரம்பித்த பின்பு நான் அதைக் குறித்து சிந்திக்க வேண்டிய அவசியமே எனக்கு இருக்கவில்லை. அன்பு ஒரு மாய யதார்த்தம் மட்டுமே. வன்மம் ஒன்றே அடிப்படை மனிதப் பண்பு. இதில் ஆண் பெண் பேதமில்லை. பெரியவர், சிறியவர் பேதமில்லை. படித்தவர், படிக்காதோர் பேதமில்லை. ஜாதி மத இன பேதமும் அறவே இல்லை.

வன்மத்தை எப்படி அன்பால் வெல்ல முடியும்? வெல்லலாம். இறுதியில் குண்டடி பட்டு செத்துப் போகத் தயாராயிருக்க வேண்டும். தரையில் கால் ஊன்றி நிற்பதே நிலத்தின் மீது நிகழ்த்தப்படும் ஒரு வன்முறையல்லவா? பறவையின் சிறகடிப்பு, காற்றின் மீதான வன்முறை. ஒரு புன்னகையைக் காட்டிலும் பெரிய வன்முறை வேறென்ன இருந்துவிட முடியும்?

அந்தத் தலைவரை நான் பத்து நாள் இடைவெளியில் மீண்டும் சந்தித்தேன். அவரிடம் ஒரு தகவலைச் சொன்னேன். அது நிதித்துறை அமைச்சகத்தில் மிக மேல் மட்டத்தில் உள்ள ஒரு தவிர்க்க முடியாத நபரின் மகளும் அவளது கணவரும் சேர்ந்து செய்யும் ஒரு ரகசிய வியாபாரம் குறித்த தகவல். என்னிடம் இருந்த தகவலுக்கு ஒரு ஆதாரமும் இருந்தது. அதையும் சேர்த்தேதான் அவரிடம் அளித்தேன்.

'ஐயா, இதற்குமேல் இந்த விஷயத்தில் செய்யக்கூடியது ஒன்றுமில்லை. இந்த ஆதாரத்தைச் சொல்லி அந்த நபரிடம் பேசுங்கள். பிரதமரை அவர் சமாளித்துக்கொள்வார். வருமான வரித்துறை தாற்காலிகமாக உங்களை மறக்கும்' என்று சொன்னேன்.

நான் சொன்னவாறு அவர் செயல்பட்டிருந்தால் நிச்சயமாக வழக்கில் இருந்து தப்பித்திருப்பார். அவர் அரசியல்வாதியல்லவா? நான் அளித்த ஆதாரத்துடன் நேரடியாகப் பிரதம மந்திரிக்கே

மிரட்டல் விடுத்தார். என்னை மடக்கப் பார்த்தால் உமது பெயரைக் கெடுக்க நான் தயாராகிவிட்டேன் என்று மறைமுகமாகத் தெரிவித்திருக்கிறார். பிரதமருக்கு என்ன போயிற்று? சம்பந்தப்பட்ட நபரை இரவோடு இரவாக யாரோ இல்லாமல் செய்துவிட்டார்கள். ஒரு எளிய விபத்தில் அனைத்தையும் சரி செய்துவிட முடிவது எப்பேர்ப்பட்ட வசதி?

அந்தத் தலைவர் இதை எதிர்பார்க்கவில்லை. என்ன செய்யலாம் என்று என்னிடமே வந்து கேட்டார். நான் யோசிக்கவேயில்லை. வருமான வரித்துறை கவனத்துக்கு வராத அவரது வேறு இரு வருமானக் கால்வாய்களின் வழித்தடத்தை நானே பிரதமருக்கு எடுத்துச் சொல்லிவிட்டு ஊருக்குப் போய்ச் சேர்ந்தேன். அந்தச் சம்பவத்துக்குப் பிறகு பிரதம மந்திரி கர்நாடகத்துக்கு வரும்போதெல்லாம் என்னைச் சந்திக்கத் தவறியதே இல்லை. பல இடங்களுக்கு என்னை நல்லெண்ணத் தூதுவராக அவர் அனுப்பிவைத்திருக்கிறார்.

இந்தச் சம்பவத்தை நான் வினய்யிடம் விவரித்தபோது அவன் பயந்துவிட்டான். 'நிச்சயமாக நீ சன்னியாசி இல்லை. நீ ஒரு கிரிமினல்' என்று சொன்னான்.

‘இல்லை வினய். நீ தவறாகப் புரிந்துகொண்டிருக்கிறாய். முட்டாள்கள் நிறைந்த உலகத்தில் நான் வாழ விதிக்கப்பட்டிருப்பது என் துரதிருஷ்டம். அதற்காக நான் முட்டாளாகிவிட முடியாது. என் சுதந்தரம் என்பது முட்டாள்த்தனத்தை அனுமதிக்காதது. அபத்தங்களுக்கு அங்கு இடமில்லை. அற்பத்தனங்களுக்கு இடமில்லை. நான் அரசியல்வாதிகளுக்கு உதவி செய்பவனல்ல. என்னிடம் உதவி கேட்கும் யாருக்கு வேண்டுமானாலும் என் அறிவின் துளியைக் கிள்ளித்தருவதே என் தருமம். ஆனால் அதை ஏந்தும் பாத்திரம் சரியாக இருக்க வேண்டும். சிந்துவது என் பிழையல்ல.’

‘நீ ஒரு வியாபாரி.’ என்று வினய் சொன்னான்.

‘யார் சொன்னது? யாரிடமும் ஒரு பைசா நான் வாங்குவதில்லை. சேவைகளைச் சேவைகளாக மட்டுமே செய்கிறேன். கையேந்துவதில்லை.’

‘உண்மையாகவா?’

‘என் பலம் அதுதான். பணத்தை நான் தொட்டதே இல்லை என்றால் நம்புவாயா? இந்த உலகில் என்னைக் காட்டிலும் எளியவன் யாருமில்லை வினய். இந்தப் பயணத்தில் நான் உண்ணும் வாழைப்பழங்கள்கூட என் சீடர்கள் வாங்கித் தந்தவை. இந்தக் கணம் என்னை அடித்துப் போட்டால் உன்னால் எட்டணா கூட என்னிடமிருந்து எடுக்க முடியாது.’

அவனுக்குப் புரியவில்லை. 'நீ என்னிடம் மறைக்கிறாய்' என்று சொன்னான்.

‘நான் எதையுமே மறைப்பதில்லை. ஏனென்றால் மறைக்க என்னிடம் ஒன்றுமில்லை. யோசித்துப் பார்த்தால் வாழ்வில் நான் மறைத்த ஒரே விஷயம் அண்ணா வீட்டைவிட்டுப் போன சம்பவம் மட்டும்தான். அவனை ஓரளவு அப்போது அறிந்தவன் என்ற முறையில் அம்மாவிடம் நான் அதைச் சொல்லியிருக்கலாம். அன்றைய பக்குவம் அதற்கு இடம் தரவில்லை.’ என்று சொன்னேன்.

அவன் நெடு நேரம் அமைதியாக இருந்தான். யோசித்துக்கொண்டிருப்பான் என்று தோன்றியது. இருபது வருடங்கள் ஒரு குருவுக்காகத் தேடியலைந்து இறுதியில் சுய தீட்சை அளித்துக்கொண்டு சன்னியாசியானவன் அவன். தேவர்களையும் கந்தர்வர்களையும் தெய்வங்களையும் உத்தேசித்து, பேய்களிடமும் குட்டிச்சாத்தான்களிடமும் சரணாகதியடைந்தவன். அவன் வளர்த்து வந்த இடாகினிப் பேய் ஒன்று ஒருநாள் அவனிடம் சொன்னதாம், 'உனக்கு என்னைப் பயன்படுத்தத் தெரியவில்லை.'

அந்த அவமானத்தில் அதை அவிழ்த்துவிட்டு ஓடிப் போகச் சொல்லிவிட்டு கோதாவரி நதியில் விழுந்து தற்கொலை செய்துகொள்ளப் போயிருக்கிறான். ஒரு கட்டுமரக்காரன் காப்பாற்றிக் கரை சேர்த்து, தனது குடிசையிலேயே அவனைப் பத்து நாள்களுக்குத் தங்க வைத்து சோறு போட்டிருக்கிறான்.

‘புறப்படும்போது அவனுக்கு ஒரு தங்கக் காப்பை அன்பளிப்பாகத் தந்துவிட்டுப் போக நினைத்தேன் விமல். ஆனால் என் சக்திகள் என்னைக் கைவிட்டுப் போயிருந்தன. என்னால் ஒரு துரும்பைக் கூட என் வசப்படுத்த முடியாமல் போனது’ என்று சொன்னான்.

என்னால் அவனைப் புரிந்துகொள்ள முடிந்தது. வாழ்வில் சரி பாதியை அவன் வீணடித்திருக்கிறான். சொரிமுத்துச் சித்தனை விட்டு அவன் போயிருக்கவே கூடாது. அல்லது அவனிடமே

திரும்பிச் சென்றிருக்க வேண்டும். அதை ஏன் அவன் செய்யாமல் போனான்?

'தெரியவில்லை. ஏனோ எனக்கு மீண்டும் அவனிடம் போகத் தோன்றவேயில்லை. இந்நேரம் அவன் இறந்திருப்பான் அல்லவா? அப்போதே அவன் கிழவன்' என்று சொன்னான்.

இறந்திருக்கலாம். அல்லது உயிரோடும் இருக்கலாம். சித்தர்கள் தமது மரணத்தைக் காரண காரியங்களுடன் மட்டுமே தீர்மானிக்கிறார்கள். இருந்தது போதும் என்பதல்ல; இல்லாமல் இருப்பதன் அவசியம் உணரப்படும்போது மட்டுமே அவர்கள் மறைகிறார்கள்.

நான் வினய்யிடம் சொன்னேன், 'வருத்தப்படாதே. இன்றுவரை நீ தோற்றிருந்தாலும் இன்றுவரை நீ முயற்சி செய்யாமல் இல்லை. உனக்குத் தெரியுமா? சன்னியாசம் என்பது இறுதிவரை முயற்சியும் பயிற்சியும் மட்டுமே.'

'என்றால் தேர்ச்சி?'

இதே வினாவை நான் ஒரு சமயம் என் குருநாதரிடம் கேட்டபோது மரணத்தை எதிர்கொள்ளும் விதத்தில்தான் ஒரு சன்னியாசி மற்றவர்களிடம் இருந்து வேறுபடுவான் என்று சொன்னார். எப்படி என்று நான் அவரிடம் கேட்டேன். ஆனால் துரதிருஷ்டவசமாக அவர் சொன்ன பதிலை என்னால் வினய்யிடம் சொல்ல முடியவில்லை.

சொன்னால் அவன் அந்தக் கணமே இறந்துவிடுவான் என்று தோன்றியதுதான் காரணம்.

106. கண்ணீரின் பனிக்குடம்

'ஒருநாள் நான் அண்ணாவைக் குறித்துத் தவமிருந்தேன்' என்று வினய் சொன்னான். எனக்குத் தூக்கிவாரிப் போட்டுவிட்டது.

'என்ன?' என்று மீண்டும் கேட்டேன்.

'என்ன செய்து மீளலாம் என்று தெரியாத சூழ்நிலையில் உணர்ச்சி மேலிட்டு ஒருநாள் அவனை நினைத்துத் தவம் இருந்தேன். அவன் நேரில் வந்து உதவி செய்வான் என்று நினைத்தேன்.'

நான் சிரித்துவிட்டேன். 'அவன் என்ன செய்ய முடியும்? வேண்டுமானால் உன் காதில் ஓங்காரம் ஓதி உட்கார வைத்துவிட்டுப் போவான். அதற்கு அவன் எதற்கு? சுயமாக தீட்சை வழங்கிக்கொள்ள முடிந்தவனுக்கு சுய மந்திரோபதேசமா சிரமம்?' என்று கேட்டேன்.

'இல்லை. அவன் என்னைச் சரி செய்ய முடியும் என்று அப்போது நான் தீவிரமாக நம்பினேன்.'

'சரி. உன் தவத்துக்குப் பலனாக அவன் வந்தானா?'

'வரவில்லை. ஆனால் பேசினான்.'

'ஓ. என்ன சொன்னான்?'

'என்னை இமயமலைக்குப் போகச் சொன்னான். சிரமப்பட்டாவது மானசரோவரத்தின் கரையைச் சென்றடைந்துவிடச் சொன்னான்.'

'பிறகு?'

'ஒரு பரிக்ரமாவை முடித்துவிட்டு மானசரோவரத்திலேயே அமர்ந்து எட்டு நாள் தவம் செய்யச் சொன்னான்.'

'செய்தாயா?'

'இல்லை.'

'ஏன்?'

'என்னால் நேபாளத்துக்கு மேலே போக முடியவில்லை. நடப்பது சிரமமாக இருந்தது. மூச்சு விட முடியவில்லை.'

'அங்கேயே உட்கார்ந்து அவனைத் திரும்பக் கூப்பிட்டுப் பிரச்னையைச் சொல்ல வேண்டியதுதானே? ஆஞ்சநேயர் மாதிரி யாரையாவது அனுப்பி, தூக்கிக்கொண்டு போய் இறக்கிவிடச் சொல்லியிருப்பானே.'

'நீ கிண்டல் செய்கிறாய்.'

'வினய், வேறென்ன செய்ய முடியும் சொல். நீ இவ்வளவு அப்பாவியாக இருக்கக்கூடாது. உனக்கு உன் பிரச்னை என்ன என்பதிலேயே நிறையக் குழப்பங்கள் இருக்கின்றன.'

'எனக்கு ஒரே ஒரு பிரச்னைதான். நான் ஏன் இப்படி இருக்கிறேன் என்பதுதான் அது.'

'காரணம், நீ உன் இயல்பில் பயணம் செய்யவேயில்லை. அப்பா சந்தோஷத்துக்காகக் காஞ்சீபுரம் மடத்துக்குப் போய்ச் சேர்ந்தாய். வழியில் அண்ணாவைப் பார்த்துப் பரவசமாகி, அவன் காட்டிய பாதையில் போனாய். சொரிமுத்து செய்து காட்டிய சித்து வேலைகளில் லயித்து அவனுக்குச் சீடனானாய். யாரோ ஒரு துலுக்கனைக் கொன்றாயே, அதுகூட அவனால் செய்ய முடிவதை நம்மால் செய்ய முடியவில்லையே என்ற சுய ஏக்கத்தின் விளைவுதான்.'

அவன் நெடுநேரம் கண்ணிமைக்காமல் என்னையே உற்றுப் பார்த்துக்கொண்டிருந்தான்.

'வினய், நான் சொன்னேனே சுதந்தரம், அதன் முதல் விதியே அடுத்தவனை நினைக்காதிருப்பதும் அவன் சொற்படி வாழாதிருப்பதும்தான்.'

'நீ அப்படித்தான் இருக்கிறாயா?'

'சந்தேகமில்லாமல். நான் என் குருவோடு இருந்த காலத்தில்கூட ஒருநாளும் அவர் சொன்னதைக் கேட்டதில்லை.'

'இது ஒரு அகங்கார நிலையல்லவா?'

'சன்னியாசம் என்பதே அகங்கார வெளிப்பாடல்லவா?'

'ஐயோ' என்றான்.

'என்ன ஐயோ? நம் நான்கு பேரில் உச்சபட்ச அகங்காரி

அண்ணாதான். அவனுக்கு அவன் தான் முக்கியமாக இருந்தான். அவன் அடைய வேண்டிய இலக்கு முக்கியமாக இருந்தது. அவனது சாதகங்கள், அவனது தவம், அவனது மீட்சி. வீட்டைத் தூக்கியெறிந்துவிட்டுப் போனவன் சும்மா போய்ச் சேராமல் உன்னையும் உருப்படாமல் ஆக்கிவிட்டுப் போனான். சுயநலம் என்பது அகங்காரத்தின் வெளிப்பாடுதான்.'

'இல்லை. நீ முற்றிலும் பிழையாகப் புரிந்துகொண்டிருக்கிறாய். துறவில் அகங்காரம் கிடையாது. இன்னும் புரியும்படிச் சொல்கிறேன். எனக்கு அகங்காரம் கிடையாது. ஆனால் நான் சன்னியாசியா என்கிற சந்தேகம் அவ்வப்போது வந்துவிடுகிறது.'

'அதுதான். நான் சொல்ல வருவதும் அதுதான். அகங்காரம் இருந்திருந்தால் நீ சன்னியாசியாகியிருப்பாய். அல்லது அதை உணர்ந்திருப்பாய்.'

'மன்னித்துக்கொள் விமல். நான் அடைய விரும்பும் தெளிவு வேறு. நீ அடைந்ததாக எண்ணியிருக்கும் தெளிவு வேறு. இது என்றுமே சேராது' என்று அவன் சொன்னான்.

உண்மைதான். இதை முதல் முதலில் நான் ஸ்ரீரங்கப்பட்டணத்து முக்கூடல் சங்கமத்தில் அவனைச் சந்தித்த அன்றே உணர்ந்தேன். சொன்னால் வருத்தப்படுவான் என்பதால் சொல்லாமல் இருந்துவிட்டேன். எந்த விதத்திலாவது அவனுக்கு உதவ முடிந்தால் நன்றாக இருக்கும் என்று தோன்றியது. ஆனால் எனக்கு ஒரு சிறு அச்சம் இருந்தது. நாங்கள் வீடு போய்ச் சேரும் நேரம் அம்மா பிராணனை விட்டுவிட்டால் அதோடு வினய் தனது துறவை விட்டுவிடும் அபாயம் இருப்பதாக ஏனோ எனக்குத் தோன்றிக்கொண்டே இருந்தது. துறவியானால் என்ன, யாரானால் என்ன? மனிதப் பிறப்பின் ஆதார விருப்பங்களுள் ஒன்று பழி வாங்குவது. அவன் தன்னைப் பழிவாங்கிக்கொள்ளத் தன் துறவைக் களைந்துவிடுவான் என்று நினைத்தேன். ஒன்றுக்கு இரண்டு திருமணங்கள் செய்துகொண்டாலும் ஆச்சரியப்படுவதற்கில்லை. என்னைக் கேட்டால் அவன் அப்படிப் போவதே நல்லது என்பேன். ஆனால் அதைச் சொல்ல இதுவல்ல தருணம். முதலில் ஊர் போய்ச் சேர வேண்டும்.

பயணம் மிக நீண்டதாகவும் களைப்பூட்டக்கூடியதாகவும் இருந்தது. பேசிக்கொண்டு வந்ததால் ஓரளவு களைப்பு மறந்திருக்க முடிந்தது. அண்ணா தன்னோடு பேசினான் என்று அவன் சொன்ன

பின்பு அந்தக் களைப்பு பூதாகாரமாகப் பெருகத் தொடங்கிவிட்டது. அவன் என்னதான் நினைத்துக்கொண்டிருக்கிறான் தன் மனத்தில்? என்னைத் தவிர எல்லோருடனும் எப்போதும் பேசிக்கொண்டுதான் இருந்திருக்கிறான். வினோத் என்னவானான் என்று அதுவரை எனக்குத் தெரிந்திருக்கவில்லை. நிச்சயமாக அவனோடும் அண்ணா தொடர்பில் இருந்திருப்பான். வழி நடத்தியிருப்பான். பேசியிருப்பான். சந்தித்திருந்தால்கூட வியப்பதற்கில்லை.

நான் வினய்யிடம் கேட்டேன். 'வினோத்தைப் பற்றி உனக்கும் ஒன்றுமே தெரியாதா?'

'தெரியவில்லை. எனக்கு அவன் முகமே மறந்துவிட்டது' என்று அவன் சொன்னான். அதெப்படி மறக்கும்? எனக்குச் சிறு வயது முகங்கள் அனைத்தும் அப்படி அப்படியே நினைவில் இருக்கின்றன. என் உடன் பிறந்தவர்களின் முகங்கள் மட்டுமல்ல. திருவிடந்தையில் நான் பார்த்த அத்தனை பேரின் முகங்களும் நினைவில் உள்ளன. தற்கொலை செய்துகொண்டு இறந்த சித்ராவின் முகம் பார்க்க விகாரமாக இருந்தது என்று கேசவன் மாமா என்னிடம் சொல்லியிருந்தார். என் மனத்தில் இருந்த சித்ராவின் முகம் ஓர் அகல் விளக்கை நிகர்த்த அழகு கொண்டது. வினய்யிடம் நான் அதை நினைவுகூர்ந்தபோது, 'ஆம். அவள் அழகிதான். வினோத் அவளைத் திருமணம் செய்துகொண்டிருக்கலாம்' என்று சொன்னான்.

'எதற்கு? முகமது குட்டியைத் தேடிச் சென்று கொலை செய்தது போல அவனையும் உன் கையால் மோட்சத்துக்கு அனுப்புவதற்கா?'

'சேச்சே. எனக்கு அப்படியொரு பொறாமை எழ வாய்ப்பில்லை விமல்.'

'அது அந்தத் திருமணம் நின்று போனதால் ஏற்பட்ட உணர்வு. அவள் தற்கொலை செய்துகொண்டதாலும் வினோத் ஓடிப் போய்விட்டதனாலும் நீ சொல்லும் சொற்கள்.'

'அப்படியா நினைக்கிறாய்? தெரியவில்லை. ஆனால் விடிந்தால் திருமணம் என்ற நிலையில் ஒருவன் அனைத்தையும் துறந்துவிட்டுப் போவது என்பது பயங்கரம்.'

'துறவு மனப்பான்மை திட்டமிட்டு வராது அல்லவா? அது ஒரு தற்செயல்.'

'ஆம். தற்செயல்தான். ஆனாலும் எதுவோ ஒன்று தூண்டிவிட்டுக் கொண்டிருக்கும்.'

'என்னை எதுவும் தூண்டவில்லை.'

'இல்லை. நீ அண்ணாவைத் தேடி அலைந்துகொண்டிருந்தாய். அலைதலின் சுகமே உன் சன்னியாசத்தின் தூண்டுதல்.' என்று அவன் சொன்னான்.

யோசித்துப் பார்த்தேன். பகுதியளவில் அவன் சொல்வது உண்மை என்றே தோன்றியது. ஆனால் நான் அப்படியொன்றும் அலைதலில் விருப்பம் கொண்டவனல்ல. என் அலைச்சலுக்கோ, அசையாதிருக்கும் நிலைக்கோ யாருக்கும் விளக்கம் தர விரும்பாத மனமே அடிப்படைக் காரணம்.

'வினய், இந்த உலகில் நான் அச்சப்படும் ஒரே விஷயம் கண்ணீர். உண்மையில் நான் கண்ணீருக்கு பயந்துதான் ஓடினேன். என் சன்னியாசம் ஒரு பயத்தில் இருந்து பிறந்ததுதான்' என்று சொன்னேன்.

'உண்மையாகவா?'

'ஆம். என்னால் அம்மாவின் கண்ணீரைத் தாங்கவே முடியவில்லை. அவள் அழாதிருந்த போதும் அவள் கண்ணீரின் பாரம் என் தலையில் ஒரு பனிப்பாறையாகத் திரும்பத் திரும்ப விழுந்துகொண்டே இருந்தது. நான் விட்டுச் சென்றதற்கு அந்த வலிதான் முக்கியமான காரணம்.'

சிறிது நேரம் இடைவெளிவிட்டு அவன் கேட்டான், 'அந்தக் கண்ணீரைத் துடைக்க உனக்குத் தோன்றவில்லை அல்லவா?'

நான் சிரித்துவிட்டேன். அப்படித் துடைக்க நினைத்தவன்தான் இன்னொரு குடும்பத்தையும் சேர்த்து அழ வைத்துவிட்டுப் போனான்.

'வினய், நாம் இருந்த பனிக்குடத்தில் கண்ணீரே நிறைந்திருந்திருக்கிறது. துடைப்பதற்கு நம்மில் யார் கையை நீட்டினாலும் மேலும் கண்ணீரையே பூசிவிட நேரும். என் நோக்கம் வெளியேறிய கண்ணீரைக் காய விடுவதுதானே தவிர காய்ந்த ஊற்றைப் பீறிட வைப்பதல்ல.'

அவன் புன்னகை செய்தான். என்னை அப்படியே கட்டித் தழுவிக்கொண்டான். 'நான் சொன்னதைத் திரும்பப் பெறுகிறேன். நீ சன்னியாசிதான்' என்று சொன்னான்.

மீண்டும் அவன் தவறாகத்தான் புரிந்துகொண்டான் என்பதை நான் சொல்லவில்லை.

107. வழியனுப்பல்

அண்ணாவைக் குறித்துத் தவம் இருந்ததாக வினய் சொன்னது திரும்பத் திரும்ப என்னைத் தொந்தரவு செய்துகொண்டே இருந்தது. அவனை நினைத்தேன்; அவன் என்னோடு பேசினான் என்று சொல்லியிருந்தால் எனக்கு அத்தனை பாதிப்பு இருந்திருக்காது. தவம் என்ற சொல் தடுக்கிச் சற்று எரிச்சலானேன். என் குருநாதர் மூலம் எனக்கு அறிமுகமான பிருத்வி பாபாவைப் பற்றிச் சொன்னேன் அல்லவா? அவர் மடிகேரியில் தங்கியிருந்த நாள்களில் ஒரு சம்பவம் நடந்தது. அதைத்தான் நினைத்துக்கொண்டேன்.

மடிகேரியில் அப்போது ருத்ரம்மா என்றொரு மூதாட்டி வசித்து வந்தாள். அவளுக்குக் குடும்பம் குழந்தை குட்டியெல்லாம் கிடையாது. புனித மார்க் தேவாலயத்துக்கு அருகே ஒரு இடிந்து போனகட்டடத்தின் பின்புறம் மிச்சமிருந்த மூடிய பகுதியைத் தனது வசிப்பிடமாகவைத்திருந்தாள். அந்த இடத்தில் எப்போதும் இரண்டு கோணிப் பைகளைத் திரைச் சீலையாகத் தொங்கவிட்டிருப்பாள். இன்னொரு கோணிப்பையைத் தரையில் விரித்துப் படுத்திருப்பாள். அவளுக்கு என்னவோ ஒரு வியாதி இருந்தது. அது என்ன என்று யாருக்கும் தெரியாது. பொதுவாக ருத்ரம்மா யாருடனும் பேசுவதில்லை என்பதால் அவளை நினைப்பதற்கு யாருக்கும் அங்கே நியாயம் இருந்ததில்லை. பசிக்கும்போது தேவாலயத்தின் வாசலுக்குப் போய் நிற்பாள். யாராவது பாதிரி அவளுக்கு இரண்டு ரொட்டிகளைக் கொடுத்துவிட்டுப் போவார்கள். அவளுக்கு அது போதும். எப்போதாவது நினைத்துக்கொண்டு ஊரைச் சுற்றி வருவாள். வழியில் விழுந்து கிடக்கும் பேரிக்காய், ப்ளம் போன்ற பழங்களைப் பொறுக்கி மடியில் கட்டிக்கொண்டு போவாள். உணவுத்தேவை என்ற ஒன்று இல்லாவிட்டால் நடமாட்டமே அவசியமில்லை என்று நினைப்பவளாக இருந்தாள்.

எங்கள் ஆசிரமம் இருந்த பகுதிக்கு ஒருநாள் அவள் வந்தபோது, குருநாதர் அவளை உள்ளே வந்து சாப்பிட்டுவிட்டுப் போகச் சொன்னார். அவளுக்கு அது புரியவில்லையா அல்லது

விருப்பமில்லையா என்று தெரியவில்லை. ஆசிரமத்துக்கு வெளியிலேயே உட்கார்ந்து விட்டாள். திரும்பத் திரும்ப உள்ளே வரச் சொல்லிக் கூப்பிட்டும் அவள் அதைக் கண்டுகொள்ளவேயில்லை. 'சரி அவளுக்கு அங்கேயே சாப்பிட ஏதாவது கொடுங்கள்' என்று குருநாதர் சொன்னார். நாங்கள் அவளுக்கு அன்று ஒரு தட்டு நிறைய எலுமிச்சை சாதமும் சுட்ட அப்பளமும் வைத்துக் கொடுத்தோம். அவள் அந்த சாதத்தையும் அப்படியே இடுப்புத் துணியில் கொட்டி முடிந்துகொண்டு கிளம்பிவிட்டாள்.

வேறொரு சமயம் குருநாதரோடு காலை நடைக்குச் சென்றபோதும் வழியில் அவளைச் சந்தித்தேன். அம்முறை அவள் ஒரு மூங்கிலில் துளை போடும் முயற்சியில் இருந்தாள். ஆணி போல் எதையோ ஒன்றை வைத்து ஒரு மூங்கில் கழியைத் துருவிக்கொண்டிருந்தவளிடம் நெருங்கி, 'உனக்கு என்ன பிரச்னை?' என்று குருநாதர் கேட்டார். அவள் நிமிர்ந்து பார்த்தாள். சட்டென்று சிரித்தாள். மரியாதை கருதி எழுந்து நிற்கவும் செய்தாள். அவள் பைத்தியமில்லை என்று அப்போதுதான் எனக்குத் தெரிந்தது.

'சொல்லம்மா. உனக்கு என்ன பிரச்னை?' என்று குரு மீண்டும் கேட்டார்.

'உடம்பு சரியில்லை' என்று அவள் சொன்னாள்.

'என்ன உடம்புக்கு?'

'தெரியவில்லை. ஆனால் சாகவிடாமல் எதுவோ தடுத்துக்கொண்டிருக்கிறது' என்று சொன்னாள். அந்தப் பதில் எனக்கு அதிர்ச்சியாக இருந்தது. சாவை எதிர்நோக்கி இருக்கிறோம் என்பதைத்தான் அவள் அப்படிச் சொல்கிறாளோ என்று நினைத்தேன். மேற்கொண்டு நாங்கள் எதுவும் பேசவில்லை. குருநாதர் அவளுக்கு ஆசி கூறிவிட்டு மேற்கொண்டு நடக்க ஆரம்பித்துவிட்டபடியால் நானும் அவரோடு போய்விட்டேன்.

பிருத்வி பாபா மடிகேரிக்கு வந்தபோது குருநாதர் சரியாக ஞாபகம் வைத்திருந்து, ருத்ரம்மாவை அழைத்து வரச் சொல்லி என்னை அனுப்பினார்.

அவள் தங்கியிருந்த இடத்துக்குச் சென்று நான் குரு சொன்னதைத் தெரிவித்தபோது அவள் மறுப்பு சொல்லவில்லை. என்ன விஷயம் என்று கேட்கவில்லை. குருநாதர் அழைத்து வரச் சொன்னார் என்றதுமே எழுந்து, 'வா போகலாம்' என்று சொன்னாள்.

பிருத்வி பாபா தங்கியிருந்த ஆதிவாசிக் குடியிருப்புக்கு நாங்கள் சென்று சேர்ந்தபோது அபூர்வமாக வெயில் அடிக்க ஆரம்பித்திருந்தது. அது நல்ல குளிர்காலம். அநேகமாக நாங்கள் வெயிலைப் பார்த்தே பல நாள்களாகியிருந்தன. எனவே பாபா தங்கியிருந்த குடிசைக்கு வெளியிலேயே நாங்கள் தரையில் ஒரு கோரைப் பாய் விரித்து அமர்ந்துகொண்டோம். குருநாதர் மட்டும் ருத்ரம்மாவை அழைத்துக்கொண்டு பாபாவைப் பார்க்க வீட்டுக்குள் சென்றார்.

இருபது நிமிடங்கள் அவர்கள் உள்ளே இருந்தார்கள். அதன்பின் ருத்ரம்மா மட்டும் வெளியே வந்தாள். என்னைப் பார்த்ததும் சிரித்தாள்.

'என்ன சொன்னார்?' என்று கேட்டேன்.

'பத்து நாளில் அனுப்பிவைத்துவிடுவதாகச் சொன்னார்' என்று சொல்லிவிட்டு அவள் மகிழ்ச்சியுடன் போய்விட்டாள்.

எனக்கு அது மிகவும் அதிர்ச்சியாக இருந்தது. உடனே எழுந்து குடிசைக்குள் சென்றேன். 'அவளைப் பத்து நாளில் அனுப்பிவைப்பதாகச் சொன்னீர்களாமே?' என்று கேட்டேன்.

'ஆம்' என்று பாபா தலையசைத்தார்.

'அவளுக்கு என்ன வியாதி? அதைக் குணப்படுத்த உங்களால் முடியாதா?'

'அவள் அதைக் கேட்கவில்லையே. போகவேண்டும் என்றுதான் சொன்னாள்.'

'இதென்ன மடத்தனம்? நோயின் தீவிரத்தில் வருடக்கணக்காக அவதிப்படுபவர்கள் அப்படித்தான் சொல்வார்கள். அதைத் தீர்த்து வைக்க முடிந்தால் அதைச் செய்வதை விடுத்து, அனுப்பிவைக்கிறேன் என்று சொல்வது எப்படிச் சரி?'

'அட என்னப்பா நீ. அவளது நோயே உயிரோடு இருப்பதுதான். அதுவும் காலம் முடிந்த பின்பும் இருப்பது எத்தனைக் கொடுமை தெரியுமா? நியாயமாக அவள் ஏழு வருடங்களுக்கு முன்பே இறந்திருக்க வேண்டும்.'

எனக்கு அவர் பேசியது புரியவேயில்லை. ஆனால் அவர் செய்வது தவறு என்று நிச்சயமாகத் தோன்றியது. எனது அதிருப்தியை பகிரங்கமாக அவரிடம் தெரிவித்தேன். 'நீங்கள் ஒன்றும் செய்யாமல்

இருந்தாலே போதும். விதித்தபடி அவள் இருந்துவிட்டுப் போகட்டும்' என்று சொன்னேன்.

'ஏன் இத்தனை உணர்ச்சிவசப்படுகிறாய்? பாபாவுக்குத் தெரியும் விமல்' என்று குருநாதர் சொன்னார்.

'என்ன தெரியும்? பார்சல் செய்து அனுப்பத் தெரிவதெல்லாம் ஒரு மகானின் சிறப்பியல்பு ஆகுமா? முடிந்தால் அவளைச் சிறிது காலமாவது மகிழ்ச்சியுடன் வாழ வைக்கச் சொல்லுங்கள்.'

'ஆம். நீ சொல்வது சரி. இந்தப் பத்து நாளும் அவள் மகிழ்ச்சியுடன் இருப்பாள்' என்று பிருத்வி பாபா சொன்னார். அந்தப் பத்து நாளும் குருநாதரை மட்டும் தன்னோடு தங்கியிருக்கச் சொல்லிவிட்டு எங்களை ஆசிரமத்துக்குத் திருப்பி அனுப்பிவிட்டார்.

அதன்பின் நடந்ததுதான் வியப்புக்குரியது. மடிகேரிக்குச் சுற்றுலா வந்திருந்த யாரோ ஒரு வங்காளத் தம்பதி தற்செயலாக ருத்ரம்மாவைச் சந்தித்திருக்கிறார்கள். என்ன காரணத்தாலோ அவர்களுக்கு அவளைப் பிடித்துப் போக, ருத்ரம்மாவைத் தாங்கள் தங்கியிருந்த நட்சத்திர விடுதிக்கு அழைத்துச் சென்று அங்கேயே தங்க வைத்தார்கள். மூன்று வேளையும் ராஜ போஜனம். வெந்நீர்க் குளியல். கணப்புச் சட்டிக் கதகதப்புடன் கூடிய படுக்கை வசதி. தவிர அவர்கள் கார் வைத்துக்கொண்டு ஊர் சுற்றியபோதெல்லாம் ருத்ரம்மாவை உடன் அழைத்துச் சென்றிருக்கிறார்கள். அவளுக்குப் பிடித்தமான புடைவைகளை வாங்கிக் கொடுத்திருக்கிறார்கள். அவள் விரும்பிய கழுத்தணிகள், செருப்பு, ஒரு கைக்கடிகாரம் என்று அவள் ஆசைப்பட்டுக் கேட்ட அனைத்தையும் சற்றும் யோசிக்காமல் செய்து தந்திருக்கிறார்கள். ஒருநாள் ருத்ரம்மா, மைசூருக்குப் போய் அரண்மனையைச் சுற்றிப் பார்க்க விரும்புவதாகச் சொல்லப் போக, ஏற்கெனவே மைசூர் அரண்மனையைப் பார்த்துவிட்டு மடிகேரிக்கு வந்திருந்தாலும் அவர்கள் சற்றும் முகம் சுளிக்காமல் அவளுக்காக கார் வைத்துக்கொண்டு இன்னொரு முறை மைசூருக்குப் போய்விட்டு வந்திருக்கிறார்கள்.

சரியாகப் பத்து நாள். வாழ்வில் அதற்குமுன் எதற்கெல்லாம் அவள் ஆசைப்பட்டிருக்கிறாளோ, அவை அனைத்துமே அவளுக்குக் கிடைத்துவிட்டன. அந்த வங்காளத் தம்பதி யார், அவர்களுக்கு ஏன் ருத்ரம்மாவை அவ்வளவு பிடித்துப் போனது என்றெல்லாம் எனக்குத் தெரியாது. அந்தப் பத்தாம் நாள் காலை

நான் ருத்ரம்மாவைச் சந்தித்தபோது, எதிர்பாராவிதமாக அவளே என்னுடன் பேசினாள். 'இவ்வளவு திருப்தியாக நான் என்றுமே இருந்ததில்லை தம்பி. என்னை அவர்கள் சொந்தத் தாயைப் போலப் பார்த்துக்கொண்டார்கள். யாரோ என்னமோ. எங்கிருந்தாலும் அவர்கள் நன்றாக இருக்கட்டும்' என்று சொன்னாள்.

மறுநாள் காலை விடிந்தபோதே செய்தி தெரிந்துவிட்டது. இரவு மாரடைப்பால் அவள் மரணமடைந்திருந்தாள். புனித மார்க் தேவாலயத்துப் பாதிரிகள் ஏற்பாட்டின் பேரில் அவளது உடல் அடக்கம் செய்யப்பட்டது.

அன்று மாலை குருநாதர் ஆசிரமத்துக்குத் திரும்பி வந்தார். ருத்ரம்மா காலமாகிவிட்ட விவரத்தை நாங்கள் தெரிவித்தபோது, 'எதிர்பார்த்தேன்' என்று மட்டும் சொன்னார்.

'குரூரமான பாபா பத்து நாள் அவளுக்கு சந்தோஷத்தைக் காட்டிவிட்டு சாகடித்துவிட்டார்' என்று நான் குற்றம் சாட்டினேன். குருநாதர் சிரித்தார்.

'ஏன் சிரிக்கிறீர்கள்?'

'இந்தப் பத்து தினங்களும் பாபா உண்ணவில்லை. தண்ணீர் அருந்தவில்லை. உறங்கவில்லை. பேசவில்லை. இருநூற்று நாற்பது மணி நேரங்கள் முள் பலகையின்மீது நின்று தவம் புரிந்துகொண்டிருந்தார். அவளை அனுப்பிவைப்பதற்காக மட்டும்' என்று சொன்னார்.

'என்ன?'

'ஆம் விமல். ஒரு பலகையின்மீது முட்களைப் பரப்பி அதன்மீது நின்று அவர் தவம் புரிந்தார். வாழ்ந்தது போதும் என்று அவள் திருப்தியடையும் வரை அவரது தவம் நீடித்தது. திருப்தியை அவள் மனம் உணர்ந்த மறுகணமே அவளை அனுப்பிவைத்துவிட்டார்' என்று சொன்னார்.

எனக்குப் பேச்சே இல்லாமல் போனது. நெடு நேரம் தனியே போய் அமைதியாக அமர்ந்திருந்தேன். எப்படி யோசித்தாலும் அந்தச் செயல்பாட்டின் நியாயம் எனக்குப் புரியாதிருந்தது. குருநாதரிடமே கேட்டேன். 'அப்படியென்ன அவள் முக்கியம்?'

'அவள் முக்கியம் என்று யார் சொன்னது? அவர் முன்னால் அவள் வந்து நின்றுவிட்டாள் அல்லவா? தன் பிரச்னையைத்

தெரியப்படுத்திவிட்டாள் அல்லவா? கேட்டதைச் செய்து கொடுப்பது அவரது தருமம். நீ கேட்டாலும் அவர் இதைத்தான் செய்வார்.' என்று சொன்னார்.

அதற்குமேல் என்னால் அங்கு இருக்க முடியவில்லை. பிருத்வி பாபா தங்கியிருந்த இடத்துக்கு ஓட்டமாய் ஓடினேன். பாபா அப்போது குடிசைக்கு வெளியே ஒரு கயிற்றுக் கட்டிலில் படுத்திருந்தார். அவரது கால்களில் முள் குத்தி ரத்தம் வழிந்துகொண்டிருந்தது. அவர் அதைப் பொருட்படுத்தாமல் வானத்தில் நகர்ந்துகொண்டிருந்த மேகங்களையே பார்த்தவாறு மல்லாக்கக் கிடந்தார்.

அருகே சென்று நான் அவரை வணங்கினேன்.

'என்ன?' என்று கேட்டார்.

'எனக்கும் ஒரு பிரார்த்தனை உண்டு. நிறைவேற்றி வைப்பீர்களா?'

அவர் சிரித்தார்.

'நீங்கள் இன்றே மடிகேரியை விட்டுப் போய்விட வேண்டும். இம்மாதிரி அற்புதங்கள் நிகழாதிருப்பதே உலகுக்கு நல்லது' என்று சொல்லிவிட்டு திரும்பிப் பாராமல் போய்விட்டேன்.

இதைப் பற்றி குருநாதரிடமோ என் நண்பர்களிடமோ நான் சொல்லவில்லை. அது அவசியம் என்று எனக்குத் தோன்றவில்லை. ஆனால் மறுநாள் பிருத்வி பாபா அந்த ஆதிவாசிக் குடியிருப்பில் இல்லை என்று தெரிந்தது. நிம்மதியாக இருந்தது.

108. பசித்தவன்

பேசின் பிரிட்ஜ் ரயில் நிலையத்துக்குச் சற்று முன்னதாக வண்டி நின்றுகொண்டிருந்தது. சிக்னல் கிடைக்கவில்லை அல்லது சிக்னலில் ஏதோ கோளாறு. முக்கால் மணி நேரமாக ரயில் ஒரே இடத்தில் நின்றது எரிச்சலாக இருந்தது. 'நாம் இறங்கி நடந்து சென்றுவிடலாமா?' என்று வினய்யிடம் கேட்டேன். அவன் உடனே சரி என்று சொன்னான்.

இருவரும் வண்டியை விட்டு இறங்கி நடக்க ஆரம்பித்தோம். நான் சென்னையைப் பார்த்துப் பல வருடங்கள் ஆகிவிட்டன. இடையில் வாய்ப்பு வந்த போதெல்லாம் கூட கவனமாகத் தவிர்த்து வந்தேன். இது ஏன் என்று எனக்குப் புரியவேயில்லை. நான் யாரிடமும் அச்சம் கொண்டிருக்கவில்லை. யாருக்கும் கடன் பட்டிருக்கவும் இல்லை. யாரைக் கண்டும் ஓடி ஒளிய அவசியமற்றவன். இருந்தபோதிலும் அந்தத் தயக்கம் எனக்கு இருந்தது. இத்தனைக்கும் சென்னையில் இருந்து திருவிடந்தை நாற்பத்து ஐந்து கிலோமீட்டர் தள்ளி இருக்கும் இடம். ஊர்க்காரர்களுக்கு டவுன் என்றால் திருப்போரூர். இன்னும் பெரிய டவுன் வேண்டுமென்றால் செங்கல்பட்டுக்குத்தான் போவார்கள். அவர்களுடைய சென்னை அதிகபட்சம் அடையாறில் முடிந்துவிடும். ஆனாலும் எனக்கு சென்னைக்கு வர தயக்கமாகவே இருந்தது.

வினய்யிடம் இதனைச் சொன்னபோது, 'நீ நகரத்தை அம்மாவாக உருவகித்துக்கொள்கிறாய் என்று நினைக்கிறேன். அதனால்தான் நெருங்க அச்சப்படுகிறாய்' என்று சொன்னான்.

இருக்கலாம் என்று தோன்றியது. அப்பா இறந்த செய்தி கிடைத்தபோது ஊருக்குப் போகலாம் என்று ஒரு நாள் முழுதும் தோன்றிக்கொண்டே இருந்தது. மறுநாள் காலை வேண்டாம் என்று தோன்றிவிட்டது. மரணங்களில் இருந்து முற்றிலுமாக நகர்ந்து நிற்கவே நான் விரும்பினேன். மனிதர்களிடம் இருந்தும்கூட.

'ஆனால் நீ கூட்டங்களின் நாயகன் அல்லவா?'

நான் சிரித்தேன். 'உண்மை. என் குரலை, என் சிந்தனையைக் கூட்டங்களில் உலவவிட்டுவிட்டு நான் நகர்ந்து சென்று வெளியே அமர்ந்துவிடுவேன்'

'அது எப்படி முடியும்? உன்னைச் சுற்றி எப்போதும் கூட்டம் இருக்கும் அல்லவா?'

'அதைத்தான் சொல்கிறேன். என் சொற்கள் அவர்களுக்குப் போதும். நான் தேவையில்லை.'

'நீயும் உன் சொற்களும் வேறா?'

'இதில் என்ன சந்தேகம்? நூறு சதம் ஒன்றாக இருக்க வாய்ப்பே இல்லை.'

'மறுபடியும் நீ ஒரு சன்னியாசி இல்லை என்று சொல்லத் தோன்றுகிறது.'

மீண்டும் சிரித்தேன். 'வினய், என் சன்னியாசம் முற்றிலும் சுயநலம் சார்ந்தது. என் சுதந்தரமே என் விழைவு. என் மகிழ்ச்சியே என் தியானப் பொருள். என் தேவைகளைத் தீர்த்து வைக்க மட்டுமே எனக்கு மனிதர்கள் வேண்டியிருக்கிறார்கள். என் தேவைகள் விரிந்து பரந்தவை என்பதால் உலகெங்கும் நான் அவர்களை விதைத்து வைக்கிறேன்.'

'இதை உன் குரு அறிவாரா?'

'நிச்சயமாக. நான் அவரிடம் எதையுமே மறைத்ததில்லை.'

'அவர் உன்னை ஏற்றுக்கொண்டாரா?'

சிறிது யோசித்தேன். 'அநேகமாக இல்லை என்றே நினைக்கிறேன். எனக்கும் அவருக்கும் பொருந்திப் போன விஷயங்கள் பல உண்டு. ஆனால் சில குறைந்தபட்ச சன்னியாச ஒழுக்கங்களைக்கூட நான் கடைப்பிடிப்பதில்லை என்பதில் அவருக்கு மிகுந்த வருத்தம் உண்டு.'

'அதில் உனக்கு என்ன கஷ்டம்?'

'அதுவும் ஒரு நிபந்தனையாகி விடுகிறதல்லவா? சுதந்தரம் என்பது எந்தத் தளையும் இல்லாதது. சன்னியாசத்தின் தளை உள்பட.'

அவன் அமைதியாக யோசித்தபடி நடந்துகொண்டிருந்தான். ரயில் பாதையில் நடக்கச் சற்று சிரமமாக இருந்தது. இருவருமே

செருப்பு அணிந்திருந்தோம் என்றாலும் சரளைக் கற்களின் மீது நடக்கக் கஷ்டமாக இருந்தது. பேசின் பிரிட்ஜ் ரயில் நிலையத்தை அடைந்துவிட்டால் அங்கிருந்து மின்சார ரயில் பிடித்து செண்ட்ரலுக்குப் போய்விடலாம் என்று நினைத்துத்தான் நடக்க ஆரம்பித்தோம். ஆனால் நாங்கள் ரயில் நிலையத்தை அடைவதற்கு முன்னால் சிக்னல் கிடைத்து வண்டியே கிளம்பிவிடுமோ என்று இப்போது தோன்றியது.

'ஒரு விதத்தில் நாம் இருவருமே கடவுளைத் தொந்தரவு செய்ய விரும்பாதவர்களாக இருந்திருக்கிறோம்' என்று வினய் சொன்னான்.

'ஆமாம். ஆனால் என்னைவிட இந்த விஷயத்தில் நீதான் சிறந்தவன்.'

'எப்படிச் சொல்கிறாய்?'

'நான் நம்பாதவன். நான் தொந்தரவு செய்யாதது இயல்பானது. ஆனால் நீ கடவுள் நம்பிக்கை உள்ளவன். அப்படி இருந்தும் போய்க் காலில் விழாதிருப்பது பெரிய விஷயம்.'

'உண்மைதான். என்னவோ ஒரு வெறுப்பு. ஒரு கோபம்.'

'கடவுள் மீதா?'

'ஆம். என்னைச் சக்கையாகப் பழிவாங்கிவிட்டான் பரதேசி.'

நான் சிரித்தேன். 'அவனைத் தப்பு சொல்லாதே. நீ அவன் பழிவாங்க இடம் கொடுத்திருக்கிறாய். அது உன் தவறு.'

'உண்மைதான். அண்ணா எனக்கு இன்னொரு வழியும் சொன்னான். மத்திய பிரதேசத்தில் ஏதோ ஒரு மலைக்குகை. இப்போது அதன் பெயர் மறந்துவிட்டது. அங்கே சென்று ஒரு வாரம் தங்கியிருக்கச் சொன்னான்.'

'எதற்கு?'

'எனக்கு ஒரு பாதை புலப்பட்டுவிடும் என்று சொன்னான்.'

'அங்கே யாராவது சித்தர் இருந்தாரா?'

'அதெல்லாம் இல்லை. ஆனால் பல சித்தர்களுக்கு அந்தக் குகை ஒரு அடைக்கல ஸ்தலம் என்று அவன் சொன்னான். அங்கே போனால் வெளிச்சம் பிறக்குமாம்.'

'போக வேண்டியதுதானே?'

'இதைத்தான் சொன்னேன், தக்க சமயத்தில் கடவுள் என்னைப் பழிவாங்கி விடுவான் என்று.'

'ஏன்? என்ன ஆயிற்று?'

'அப்போது நான் அஸ்ஸாமில் இருந்தேன். அங்கிருந்து மத்திய பிரதேசம் போய்ச் சேரக் கையில் பணம் இல்லை.'

'ஆனால் உன் இடாகினி உதவியிருக்க முடியுமே?'

'அந்தப் பேச்சை எடுக்காதே. யாரும் உதவவில்லை என்பதுதான் இறுதி லாபம்.'

'சரி. டிக்கெட் இல்லாமல் பயணம் செய்திருக்கலாமே?'

'அதற்கு விருப்பமில்லாமல் நடந்தே போக முடிவு செய்து கிளம்பினேன்.'

'அதுவும் நல்ல வழிதான்.'

'அதுதான் முடியாமல் போய்விட்டது. வழியில் எனக்குக் காய்ச்சல் வந்தது. ஒரு மாதம் எழுந்திருக்கவே முடியாதபடி அடித்துப் போட்டுவிட்டது. உடல் எடை முப்பத்து ஒன்பது கிலோவுக்கு இறங்கிவிட்டது.'

'அடப்பாவமே.'

'ஒருவேளை மருந்தும் உட்கொள்ளவில்லை. ஒரு மாத காலமும் தண்ணீர் மட்டுமே குடித்துக்கொண்டிருந்தேன். எப்போதாவது ஒன்றிரண்டு வாழைப்பழம். வேறு உணவும் இல்லை.'

'ஐயோ.'

'கையில் ஒரு காசுகூட இல்லை. பிச்சை எடுக்கப் பிடிக்கவில்லை. திருட மனம் வரவில்லை. வேறு என்னதான் செய்வேன்?'

'என்னதான் செய்தாய்?'

'பயணத் திட்டத்தை ரத்து செய்துவிட்டு காசிக்குப் போய் தங்கிவிட்டேன். ஏதாவது ஒரு தரும சத்திரத்தில் உணவு கிடைத்துவிடும். நதிக்கரையில் கட்டையைச் சாய்த்தால் கேட்பாரில்லை.'

நான் சிரித்தேன். 'நினைவிருக்கிறதா வினய்? அண்ணா உணவை

உத்தேசித்து திருப்பதிக்கு ஓடிப் போயிருப்பான் என்று நீதான் சொன்னாய்!'

'ஆம். நான் உணவை உத்தேசித்துத்தான் காசிக்குப் போனேன். மூன்று வேளையும் அங்கே திருப்தியாகச் சாப்பிட்டேன். ஒரு கட்டத்தில் உணவுதான் பரம்பொருள் என்று நினைத்துவிட்டேன் என்றால் பார்த்துக்கொள்.'

எனக்கு அவன்மீது மிகவும் பரிவு உண்டானது. என் உடன் பிறந்தவனாகத்தான் இருக்க வேண்டும் என்பதில்லை. இந்த உலகில் யார் ஒருவனுக்கு இப்படிப்பட்ட தோல்வி ஏற்பட்டிருந்தாலும் நான் இப்படித்தான் வருந்துவேன் என்று தோன்றியது. இந்தக் காரணத்தாலேயே எனக்கு அண்ணாவின் மீது கட்டுக்கடங்காத கோபம் உண்டானது. எத்தனை பெரிய மடத்தனம் செய்திருக்கிறான்! வினய்யை அவன் வீட்டை விட்டு நகர்த்தியதில் இருந்து ஒரு கோடி பிழைகள். தன்னுடனாவது அவனை வைத்துக்கொண்டிருக்கலாம். அருகே இருந்து சொல்லிக் கொடுத்து ஏதாவது ஒரு வழியில் திருப்பி விட்டிருக்கலாம். இப்படிப் பாதி வாழ்க்கை முடிந்த வயதில் புறப்பட்ட இடத்தில் இருந்து ஓரடி கூட முன்னேறாதிருப்பதன் அவலம் எத்தனை பெரிது!

'அவன் வரவேண்டும் வினய். நான் அவனைச் சந்தித்தே தீரவேண்டும். நாக்கைப் பிடுங்கிக்கொள்கிறாற்போலக் கேட்கப் போகிறேன்' என்று சொன்னேன்.

வினய் சிரித்தான்.

'ஏன் சிரிக்கிறாய்?'

'பிழை என்னுடையது. தவறுகளும் குற்றங்களும் என்னுடையவை. இதில் அவன் என்ன செய்ய முடியும்?'

'பிழைபட்ட ஒரு வழியில் நீ போகத் தொடங்கியதுமே தடுத்திருக்க வேண்டும். அந்தக் கடமை தனக்கு இல்லை என்று நினைத்திருந்தால் உன் பக்கமே முதலில் இருந்து அவன் திரும்பியிருக்கக்கூடாது.'

'அதெப்படி? உன்னைக்கூட அந்தத் திருவானைக்கா சித்தன் பக்கம் அவன் தானே திருப்பினான்?'

'யார் சொன்னது? என்னைப் பற்றி அவன் சொரிமுத்துவிடம் சொல்லியிருக்கிறான். அவ்வளவுதான். கோயிலில் சொரிமுத்து என்னைக் கண்டது தற்செயல். கண்ட மாத்திரத்தில் அவன் என்னை அழைத்துக்கொண்டு போய்விட்டான்'

‘எனக்கென்னவோ வினோத்தும் சொரிமுத்துவைப் பார்த்திருப்பான் என்றுதான் தோன்றுகிறது’

இதற்கு நான் வாய்விட்டுச் சிரித்தேன். 'இருக்கலாம். நம் குடும்பத்தின் நம்பகமான டிராவல் ஏஜெண்ட்.’

வினய்யும் சிரித்தான்.

‘அவன் மட்டும் சாகாதிருப்பானேயானால் நிச்சயமாக நான் திருச்சிக்குச் சென்று அவனைச் சந்தித்துவிட்டுத்தான் ஊர் திரும்புவேன்.’ என்று சொன்னேன்.

‘சந்தித்தால் என்ன கேட்பாய்?’

‘கேட்க என்ன இருக்கிறது? அவனுக்கு ஆசி வழங்கிவிட்டுப் போவேன். அடுத்த பிறப்பிலாவது அவன் திருந்தி வாழப் பிரார்த்தனை செய்வேன். அவ்வளவுதான்.’

வினய் அதிர்ச்சியோடு என்னைப் பார்த்தான்.

‘ஏன் அப்படிப் பார்க்கிறாய்? சன்னியாசம் என்பது ஒரு மனநிலை. ஒரு ஏடு சொல்லிவிட்டது என்பதற்காக நான்கு பேர் மீது அதனைத் திணிப்பது நியாயமான செயலே அல்ல.’ என்று சொன்னேன்.

‘திணிக்கப்பட்டதாகவா நீ உணர்கிறாய்?’

‘என்னை விடு. என் வழி வேறு. இது நான் விரும்பி அடைந்தது. ஆனால் நீ அப்படியல்ல. நிச்சயமாக அல்ல.’

‘அண்ணாவும் விரும்பித்தானே போனான்?’

‘யார் கண்டது? சிறு வயதிலேயே அவனை யாராவது மூளைச் சலவை செய்திருக்கலாம்.’

‘அப்படிச் சொல்லாதே. அவன் ஒரு யோகி.’

‘வரட்டும் பேசிக்கொள்கிறேன்.’

நாங்கள் பேசின் பிரிட்ஜ் ரயில் நிலையத்தை அடைந்து களைப்புத் தீர சிறிது நேரம் அங்கிருந்த சிமெண்டு பெஞ்சில் அமர்ந்தோம். அங்கிருந்த குழாயில் தண்ணீர் பிடித்துக் குடித்தோம். முகம் கழுவிக்கொண்டு ஒருவரையொருவர் பார்த்து சிரித்துக்கொண்டோம்.

‘எனக்கு வியப்பாக இருக்கிறது. இங்கே உன்னை அடையாளம் கண்டுகொண்டு இதுவரை யாருமே அருகே வரவில்லை’ என்று வினய் சொன்னான்.

‘சொன்னேனே. தமிழ்நாட்டில் நான் பிரபலம் இல்லை.’

'இருந்தாலும் முகம் கூடவா தெரிந்திருக்காது?'

'தெரியாத வரை சந்தோஷம். வா போகலாம்' என்று கிளம்பினேன். அரக்கோணத்தில் இருந்து செண்ட்ரல் வரை செல்லும் ரயில் ஒன்று வந்து நின்றது. நாங்கள் அதில் ஏறப் போன சமயம் அந்த ரயிலில் இருந்து வினோத் இறங்கினான்.

அது வினோத் தானா என்று எனக்குச் சிறிது சந்தேகம் உண்டானது. வினய் பார்த்ததுமே 'வினோத்' என்று கத்திவிட்டான். அவனால் நம்பவே முடியவில்லை. வினோத்தும் எங்களைப் பார்த்தான். எத்தனை வயதானால் என்ன, வருடங்கள் ஆனால் என்ன? ஒரு புன்னகையில் உதிர்ந்த காலங்களை எழுப்பிக் கட்டிவிட முடிகிறது.

வினோத் எங்களை நெருங்கி வந்தான். புன்னகை செய்தான். ஹரே கிருஷ்ணா என்று சொன்னான்.

109. மூவர்

சிறு வயதில் வினோத் சற்று நிறமாக இருப்பான். அதாவது அண்ணா, வினய், என்னைக் காட்டிலும் சற்று வெளிறிய தோல். இப்போது அவனுக்கு நாற்பத்தொன்பது வயது. என்னைவிட ஒரு வயது மூத்தவன் என்பதால் யோசிக்காமல் அதைச் சொல்லிவிடுவேன். அவனது நிறம் மங்கி என்னைக் காட்டிலும் கறுத்திருந்தான். ஆனால் தலைமுடியும் தாடியும் முற்றிலும் வெளுத்திருந்தது. மாதம் ஒருமுறை மொத்தமாகச் சவரம் செய்துவிடுவான் போலிருக்கிறது. தலையிலும் முகத்திலும் முள் முள்ளாக முடி குத்தி நின்றது. பின்னந்தலையில் சிகை விட்டிருந்தான். கண்ணாடி அணிந்திருந்தான். அரைக்கை வைத்த ஜிப்பாவும் கச்சம் வைத்த வேட்டியும் அணிந்திருந்தான். கழுத்தை ஒட்டி ஒரு துளசி மாலை. நெற்றியில் கோபி சந்தனத் திருமண்.

'உனக்கு ஏதோ சிவலிங்கம் கிடைத்தது என்று விமல் சொன்னான்' வினய்தான் ஆரம்பித்தது.

வினோத் சிரித்தான். 'ஆம். ஆனால் அது இப்போது என்னுடன் இல்லை.'

'தூக்கிப் போட்டுவிட்டாயா?' என்று கேட்டேன்.

'இல்லை. அது தேவைப்பட்ட ஒருவருக்குத் தந்துவிட்டேன்.'

'எனக்கு இது வியப்பாக இருக்கிறது வினோத். நீ ஒரு பயங்கரமான சிவபக்த சிரோமணியாக வருவாய் என்று எதிர்பார்த்திருந்தேன். எப்போது ஹரே கிருஷ்ணாவுக்கு மாறினாய்?'

அவன் நெடுநேரம் அமைதியாக இருந்தான். என்ன சொல்லலாம் என்பதைவிட எதையெல்லாம் தவிர்க்கலாம் என்று அவன் யோசிப்பது போல எனக்குத் தோன்றியது. எதையுமே சொல்லாவிட்டாலும் பிரச்னை இல்லை என்று சொல்லிவிடலாமா என்று நினைத்தேன்.

அவன் சட்டென்று, 'அம்மாவோடு பேச முடியும் அல்லவா?' என்று கேட்டான்.

'அப்படித்தான் நினைக்கிறோம். ஆனால் அதிக நாள் இருக்கமாட்டாள் என்று கேசவன் மாமா தந்தி கொடுத்திருந்தார்.'

'அதனால்தான் வந்தேன்.'

'நீ மாமாவோடு பேசினாயா?'

'ஆம். போன் செய்து பேசினேன்.'

'அட, பரவாயில்லையே? எத்தனை வருடங்களுக்குப் பிறகு?'

'விட்டுச் சென்று இருபத்து ஏழு வருடங்கள் ஆகிவிட்டன.'

'எப்படிப் பிடித்தாய்?'

'டெலிபோன் டைரக்டரியில் கோயில் நம்பரைக் கண்டுபிடித்துப் பேசினேன்.'

'அதைவிடு. உனக்கு எப்படித் தகவல் கிடைத்தது?' என்று வினய் கேட்டான்.

'அண்ணா சொன்னான்' என்று அவன் உடனே பதில் சொன்னதும் சிரித்துவிட்டேன்.

'வேண்டாம். அவனைப் பற்றிப் பேச்செடுக்காதே. விமல் உன்னைக் கடித்துக் குதறிவிடுவான்.'

'ஏன்?'

'இவன் வந்திருப்பது அம்மாவின் இறுதிச் சடங்குக்கல்ல. அண்ணாவைக் கொலை செய்துவிட்டுப் போவதற்காக. அத்தனைக் கோபத்தில் இருக்கிறான்.'

வினோத் என்னை வியப்புடன் பார்த்தான். 'அவன் ஒரு யோகி. அனைத்தும் அறிந்தவன். காலம் கடந்தவன். மரணமற்றவன். அவன்மீது உனக்கென்ன கோபம்?' என்று கேட்டான்.

'அதெல்லாம் இல்லை வினோத். வினய் சற்று மிகையாகச் சொல்கிறான். ஒரு சில கெட்ட வார்த்தைகளைப் பிரயோகித்துவிட்டால் போதும். என் கோபம் தணிந்துவிடும்' என்று சிரித்துக்கொண்டே சொன்னேன். அவன் கண்ணை மூடிக்கொண்டு ஹரே கிருஷ்ணா என்று சொன்னான்.

'சரி வினய் கேட்டதற்கு பதில் சொல். எப்போது நீ மதம் மாறினாய்?'

அவன் எங்கள் இருவரையும் புன்னகையுடன் ஒரு பார்வை

பார்த்தான். பிறகு தொலைவில் எங்கோ வெறித்துப் பார்த்தபடி சொன்னான், 'திருமணத்துக்கு ஒருநாள் முன்பு.'

'அப்படியா? உன் ஜானவாசத்தன்று உனக்கு சிவன் காட்சி கொடுத்து கடத்திக்கொண்டு போய்விட்டான் என்று நினைத்தேனே?'

'காட்சி கிடைத்தது உண்மை. ஆனால் சிவனல்ல. கிருஷ்ணன்' என்று சொன்னான்.

எனக்கு அது ஆச்சரியமாக இருந்தது. காவிரியில் அவனுக்கு லிங்கம் கிடைத்ததற்கு சாட்சியாக இருந்தவன் நான். அன்றிரவே அவன் விட்டுச் சென்றுவிடுவான் என்று நினைத்திருந்தேன். அது நடக்கவில்லை. வினய் சென்று, நானும் சென்று, பல ஆண்டுகள் வீட்டுப் பிள்ளையாக இருந்து, அம்மாவின் சந்தோஷத்துக்குத் திருமணம் செய்துகொள்ளச் சம்மதித்து, அந்த நாளைத் தவிர்த்துவிட்டு ஓடிப் போயிருக்கிறான். அந்தக் கொலை பாதகத்துக்கு சிவன் தான் காரணம் என்று நினைத்திருந்தேன். கள்ளப் பயல் கண்ணன் ஏன் முந்திக்கொண்டான்?

'அது ஒரு அதிசயம். நான் எண்ணிப் பார்த்திராத அதிசயம்' என்று அவன் சொன்னான்.

நாங்கள் செண்ட்ரல் ரயில் நிலையத்துக்கு வந்து சேர்ந்ததும் வினய் பல் துலக்க வேண்டும் என்று சொன்னான். ஒரு கடையில் பிரஷ்ஷும் பேஸ்ட்டும் வாங்கினோம். 'எங்கள் இருவரிடமும் பணம் இல்லை. உன்னிடம் இருக்கிறதா?' என்று வினோத்தைக் கேட்டேன். அவன் சிரித்தபடி பணம் எடுத்துக் கொடுத்தான்.

'பார்த்தாயா வினய்? இதைத்தான் சொன்னேன். இதைத்தான் நான் செய்கிறேன். இன்று மட்டுமல்ல. என்றும். எப்போதும்.'

வினய் ஒரு குழந்தையைப் போலச் சிரித்தான். உண்மையில் நெடுங்காலம் கழித்து அவன் மிகவும் மகிழ்ச்சியாக இருப்பது போல எனக்குத் தோன்றியது. ஆனால் அதை எப்படி வெளிப்படையாகச் சொல்ல முடியும்? ஒரு மரணத்தை தரிசிக்க நுழைவுச் சீட்டுடன் வந்திருப்பவர்கள் நாங்கள். உயிரோடு இருந்து, கண் திறந்து பார்த்து, ஓரிரு சொற்கள் பேசவும் கூடிய நிலையில் அம்மா இருப்பாளேயானால் உண்மையில் அவளும் மகிழ்ச்சியே அடைவாள்.

'எனக்கென்னவோ இது பேராசை என்று தோன்றுகிறது' என்று வினய் சொன்னான்.

‘ஆசையெல்லாம் இல்லை. இப்படியே என்னைத் திரும்பிப் போகச் சொன்னால்கூடப் போய்விடுவேன்’ என்று சொன்னேன்.

‘அது நம் அனைவருக்குமே முடியும். இப்போது தோன்றுகிறது. என் துறவின் ஆகப்பெரிய லாபம், என்னால் உறவுச் சிடுக்குகளில் இருந்து முற்றிலுமாக விடுபட முடிந்திருப்பதுதான். அம்மா சாகக் கிடக்கிறாள் என்ற செய்தி எனக்கு எந்தச் சலனத்தையும் தரவில்லை’ என்று வினய் சொன்னான்.

நான் வினோத்தைப் பார்த்தேன். ‘இல்லை. எனக்குச் சற்று வருத்தமாகத்தான் இருந்தது. ஆனால் நாம் செய்யக்கூடியது ஒன்றுமில்லை. கிருஷ்ணனின் பாதாரவிந்தங்களில் அவள் சென்று சேரப் பிரார்த்தனை செய்வது தவிர. நான் வந்ததே அதற்குத்தான். ஒரு சிறிய பிரார்த்தனை. அதை மட்டும் செய்துவிட்டுப் போய்விடுவேன்.’ என்று சொன்னான்.

‘அந்தப் பிரார்த்தனையை நீ இருந்த இடத்தில் இருந்தபடியே நிகழ்த்த முடியாதா?’

‘முடியும். ஆனாலும் அம்மா அல்லவா?’

நான் சிரித்தேன். அவன் தோளைத் தட்டி, ‘சும்மா கேட்டேன்.’ என்று சொன்னேன்.

நாங்கள் பல் துலக்கி முகம் கழுவினோம். ரயில் நிலையத்திலேயே இருந்த ஒரு உணவகத்துக்குள் சென்று அமர்ந்தோம்.

‘மூன்று பேர் ஏதாவது சாப்பிடும் அளவுக்கு நீ பணம் வைத்திருக்கிறாயா?’ என்று வினய், வினோத்திடம் கேட்டான். வினோத் தன் ஜிப்பா பாக்கெட்டில் கைவிட்டு இருந்ததை எடுத்து எண்ணிப் பார்த்துக்கொண்டு, ‘இருக்கிறது’ என்று சொன்னான்.

‘உன் இடாகினியை நீ போகவிட்டிருக்கக்கூடாது வினய். அது இருந்திருந்தால் இப்போது மிகவும் உதவியிருக்கும்’ என்றேன். அவன் என்னை முறைத்தான். நாங்கள் ஆளுக்கு இரண்டு இட்லி சாப்பிட்டுவிட்டு காப்பி குடித்தோம்.

‘நீ ஏன் இப்படி இருக்கிறாய்? ஏன் இந்தக் கோலம்?’ என்று வினோத், வினய்யைப் பார்த்துக் கேட்டான். அவன் சிரித்தான். தார்ப்பாய்ச்சிக் கட்டிய நான்கு முழ அழுக்கு வேட்டி மட்டுமே அவன் அணிந்திருந்தான். வெற்று மார்பில் பாதிக்குமேல் முடியெல்லாம் நரைத்திருந்தது. முகம் மண்டிய தாடியும் சிடுக்கு விழுந்த

தலைமுடியும் அழுக்கேறிய நகங்களும் அவனை உறுத்தியிருக்க வேண்டும்.

'எனக்கு இதுவே அதிகம்' என்று வினய் சொன்னான். 'அதைவிடு. அண்ணாவை நீ நடுவில் பார்த்தாயா?'

'ஓ. இருமுறை பார்த்திருக்கிறேன்.'

'எங்கே?'

'நான் மாயாபூரில் இருந்தபோது அவன் அங்கே ஒருமுறை வந்தான். அன்றைக்கு ஜென்மாஷ்டமி. எங்கள் கோயிலில் ஆயிரக் கணக்கான பக்தர்கள் திரண்டு இருந்தார்கள். பாட்டும் நடனமும் பஜனையும் பாராயணமுமாக அன்று முழுவதும் நாங்கள் கொண்டாடித் தீர்த்துக்கொண்டிருந்தோம். எல்லாம் முடிந்து நள்ளிரவுக்குப் பிறகுதான் நான் சாப்பிட்டுவிட்டுக் கைகழுவப் போனேன். அண்ணா அங்கே நின்றுகொண்டிருந்தான்.'

'எங்கே?'

'எங்கள் கோயிலுக்குப் பின்புறம் இருந்த குழாயடியில்.'

'எதற்கு வந்தான்?'

'என்னைப் பார்க்கத்தான்.'

'என்ன சொன்னான்?'

'அப்பா இறந்துவிட்டார் என்று சொன்னான்.'

எனக்கு நினைவுக்கு வந்தது. அப்பா ஒரு கிருஷ்ண ஜெயந்தி அன்றுதான் இறந்ததாக கேசவன் மாமா சொன்னார். எனக்கு அவர் சொன்னதை நான் வினய்க்குச் சொல்லியிருந்தேன். இவனுக்கு மட்டும் அண்ணாவே நேரில் போய் எதற்குச் சொல்ல வேண்டும்?

'நான் கிருஷ்ணனால் தேர்ந்தெடுக்கப்பட்டேன். என் மூலமாக அப்பாவுக்கு நற்கதி கிடைக்கச் செய்ய அவன் நினைத்திருப்பான்.' என்று வினோத் சொன்னதும் நான் உரக்கச் சிரித்தேன்.

'வினய், சொரிமுத்துவைக் காட்டிலும் இவன் பெரிய டிராவல் ஏஜெண்டாக இருப்பான் போலிருக்கிறதே?' என்றேன். வினய்யும் சிரித்தான். சட்டென்று வினோத்திடம், 'நீ திருவானைக்கா சொரிமுத்துவிடம் போனாயா?' என்று கேட்டான்.

'யார் அது?'

'சரி. இவன் மட்டும் தப்பித்தான்.'

நாங்கள் சாப்பிட்டு முடித்து ஸ்டேஷனை விட்டு வெளியே வந்தோம். வினோத் ஒரு பிளாட்பாரத் துணிக்கடையில் ஒரே ஒரு காவி வேட்டியும் துண்டும் வாங்கி வினய்யிடம் கொடுத்தான். அது டிசம்பர் மாதம் என்பதால் எங்கெங்கும் ஐயப்ப பக்தர்கள் நிறைந்திருந்தார்கள். எல்லா கடைகளிலும் காவி வேட்டி எளிதாகக் கிடைத்தது. வினய், நடுச் சாலையிலேயே அதை விரித்து உதறிக் கட்டிக்கொண்டு, தனது பழைய அழுக்கு வேட்டியை உருவி சுருட்டி எறிந்தான். நாங்கள் பேசியபடியே செண்ட்ரலில் இருந்து பிராட்வேக்கு நடக்க ஆரம்பித்தோம்.

'பரவாயில்லை வினோத். நீ ஒரு பணமுள்ள சன்னியாசியாக இருக்கிறாய். உன் கிருஷ்ணன் உன்னை சௌக்கியமாக வைத்திருக்கிறான் என்று நினைக்கிறேன்' என்று வினய் சொன்னான்.

'சௌக்கியத்துக்கு என்ன குறை? ஆனால் நான் ஒரு அமைப்பில் சிக்கிக்கொண்டதில் அண்ணாவுக்குச் சற்று வருத்தம்தான்'

'வெளியேறச் சொல்கிறானா? செய்துவிடாதே. அவன் ஒரு சர்வ அயோக்கியன். அவன் பேச்சைக் கேட்டால் நீ இவனைப் போலாகிவிடுவாய்' என்று சொன்னேன்.

வினய் விழுந்து விழுந்து சிரிக்க ஆரம்பித்தான். வினோத்துக்கு அது புரியவில்லை.

110. உறவறுக்கும் நேரம்

'தயவுசெய்து அண்ணாவை கேலி செய்து பேசாதே' என்று வினோத் என்னிடம் சொன்னான். உண்மையில் என் நோக்கம் அதுவல்ல என்றாலும் வினோத்துக்கு அவன் மீதிருந்த லயிப்பும் சிலிர்ப்பும் நிச்சயமாக எனக்கு இல்லை என்பதை அவனுக்குத் தெரியப்படுத்திவிட விரும்பினேன். ஆனால் ஒவ்வொரு முறை நான் அதைச் சொல்ல ஆரம்பிக்கும்போதும் அவன் அண்ணாவைப் பற்றி என்னவாவது ஒரு கதையை எடுத்து விரித்துவிடத் தயாராக இருந்தான்.

ஒரு சமயம் அவன் தங்கியிருந்த மாயாபூர் கோயிலையும் அதனை ஒட்டிய இஸ்கான் கட்டடங்களையும் விஸ்தரிக்கும் பணி நடைபெற்றுக்கொண்டிருந்தது. ஆரம்பத்தில் எல்லாம் முன்புற ஓலைச் சரிவு போடப்பட்ட எளிய கட்டடங்களாகத்தான் இருந்தன என்று வினோத் சொன்னான். பிறகு பக்தர்கள் பெருகத் தொடங்கினார்கள். வெளி நாட்டு பக்தர்களின் எண்ணிக்கை அதிகரிக்க ஆரம்பித்தது. அதனை ஒட்டிப் பண வரவும் அதிகரித்தது. கிருஷ்ணரையும் பலராமரையும் ராதையையும் இன்னும் சற்று வசதியாக வாழவைக்கலாமே. கட்டுமான வேலைகள் தீவிரமாக நடைபெற்றுக் கொண்டிருந்தபோது ஓர் இளம் சன்னியாசியாக வினோத் தனது சக கிருஷ்ண பக்த சன்னியாசிகளோடு சேர்ந்து அதனை மேற்பார்வை பார்த்துக்கொண்டிருந்திருக்கிறான். பகல் முழுதும் வெயிலில் நின்றுவிட்டு களைத்துப் போய் மதியம் மூன்று மணி சுமாருக்கு ஒரு மரத்தடியில் வந்து அமர்ந்தான். அது ஒரு அரச மரம். ஆனால் அவன் அம்மரத்தடியில் அமர்ந்தவுடன் மரத்தின் மீதிருந்து ஒரு மாம்பழம் விழுந்ததாக வினோத் சொன்னான்.

திடுக்கிட்டு அவன் மேலே பார்த்தபோது அங்கு யாரும் இல்லை. அரச மரத்தில் மாம்பழம் பழுக்கவும் வாய்ப்பில்லை. என்றால் பழம் எங்கிருந்து வந்திருக்கும்? அதிக நேரம் யோசித்துக்கொண்டிருக்கப் பசி இடம் தராததால் அவன் பழத்தை எடுத்துச் சாப்பிட ஆரம்பித்தான். சாப்பிட்டு முடிக்கும்வரை அவனுக்கு அந்த

வியப்புத் தீரவில்லை. அது கிருஷ்ணரே அளித்த உணவு என்றுதான் நினைத்தான். ஆனால் உண்டு முடித்தபின் அவனை நோக்கி ஒரு காகித அம்பு பறந்து வந்து விழுந்திருக்கிறது. எடுத்துப் பார்த்தால் அது ஒரு ஒற்றை வரிக் கடிதம்.

'நீ பசித்திருக்கிறாய். ஆனால் ஆசிரமத்தில் உணவு தீர்ந்துவிட்டது. அதனால்தான் பழத்தை அனுப்பிவைத்தேன். இரவு உனக்குரிய சப்பாத்திகள் கிடைக்கும்போது மறக்காமல் அதில் இரண்டை வீதியில் காத்திருக்கும் பிச்சைக்காரனுக்குப் போட்டுவிடு.' என்று எழுதியிருக்கிறது.

'அந்தக் கணம் அந்தக் கடிதத்தை எழுதியது அண்ணாதான் என்று என் மனத்துக்குள் தீர்மானமாகத் தெரிந்துவிட்டது' என்று வினோத் சொன்னான்.

'இது என்ன அநியாயம்? அது ஏன் கிருஷ்ண பரமாத்வாவாகவே இருக்கக்கூடாது?'

'இல்லை. என் மனத்தில் எப்போதாவது இப்படி ஒன்று தோன்றும். அது சரியாக இருக்கும். திருமணத்துக்கு முதல் நாள் உறக்கத்தில் கிருஷ்ணனைப் பார்த்தேன் என்றேனே, அதுவும் இப்படித்தான்.'

'எப்படி?'

'உறக்கத்தில் ஒரு பெரிய ஒளிக்கோளம் எனக்குத் தென்பட்டது' என்று அவன் ஆரம்பித்ததுமே, 'அது ஏன் சிவனாக இருக்கக்கூடாது?' என்று வினய் கேட்டான்.

'இல்லை. அதைத்தான் சொல்ல வருகிறேன். அந்த ஒளிக்கோளம் என் கண்ணில் தென்பட்டதுமே அது கிருஷ்ணன் என்று என் மனத்தில் ஒரு குறிப்பு உண்டாகிவிட்டது. எனவே அதை நான் கிருஷ்ணனாக மட்டுமே பார்த்தேன்.'

'அவன் கையில் குழல் இருந்ததா? தலையில் மயிலிறகு சொருகியிருந்தானா? உண்மையிலேயே அவன் நீலமாகத்தான் இருந்தானா?'

'எதுவுமே இல்லை. வெறும் ஒளி. ஒளிப்பந்து. அவ்வளவுதான். இறைவனுக்கு நாம் எப்படி உருவம் தர இயலும்? நாம் தரும் உருவத்தை மனிதப் பிறவியல்லாத இன்னொரு உயிரினம் எப்படிக் கொடுக்கும்?'

'நியாயம். அதனால்தான் அவன் பன்றிகளுக்கு வராகமாகவும் நாய்களுக்கு பைரவராகவும் காட்டு மிருகங்களுக்கு

நரசிம்மமாகவும் கடல்வாழ் உயிரினங்களுக்கு மச்சமாகவும் ரெடிமேட் அவதாரங்கள் எடுத்து வைத்திருக்கிறான்.'

'கிண்டல் வேண்டாம்' என்று வினோத் மீண்டும் சொன்னான்.

'ஆனால் உங்கள் இயக்கத்தில் உருவ வழிபாடுதானே நடக்கிறது? எனக்கென்னவோ வடக்கத்தி உருவச் சிலைகளைக் கண்டால் பக்தியே வருவதில்லை' என்று வினய் சொன்னான்.

'உணர்ந்தவனுக்கு உருவம் அநாவசியம். உணரும் வரை எல்லாமே அவசியம்' என்று வினோத் சொன்னான்.

வேறொரு சமயம் அவன் கல்கத்தாவில் ஹூப்ளி நதிக்கரை ஓரம் நடந்துகொண்டிருந்தபோது இளம் துறவி ஒருவரைச் சந்தித்திருக்கிறான். மிஞ்சினால் பத்தொன்பது அல்லது இருபது வயதுக்குமேல் அவருக்கு இராது. கரையோரம் அமர்ந்துகொண்டிருந்த அந்த இளம் துறவி சட்டென்று எழுந்து நதிப்பரப்பின்மீது நடந்து செல்ல ஆரம்பித்ததும் வினோத் திகைத்துவிட்டான். அதற்குமேல் அவனால் நடக்க முடியவில்லை. நீரின்மீது நடந்து செல்லும் துறவியையே வைத்த கண் வாங்காமல் பார்த்துக்கொண்டு நின்றிருக்கிறான். அவரும் நடைப்பயிற்சிக்காகத்தான் வந்திருக்க வேண்டும். ஒரு மாறுதலுக்குத் தண்ணீரின் மீது நடந்துவிட்டு அரை மணியில் கரை திரும்பிவிட்டார்.

ஆர்வம் தாங்கமாட்டாமல் வினோத் அவரிடம் ஓடிச் சென்று, 'சுவாமி..' என்று அழைத்தான்.

திரும்பிப் பார்த்துப் புன்னகை செய்த அந்த இளம் துறவி, 'நீங்கள் யதுநந்தன தாஸ் அல்லவா? வாருங்கள். உங்களுக்காகத்தான் காத்திருக்கிறேன்' என்று சொன்னார். வினோத்தால் நம்பவே முடியவில்லை. 'எனக்காகவா? என்னை எப்படி நீங்கள் அறிவீர்கள்?'

'உங்கள் அண்ணா சொல்லியிருக்கிறார்' என்று அவர் சொன்னார்.

'அண்ணாவை உங்களுக்குத் தெரியுமா?'

'நான் அவரது மாணவன்.'

'அப்படியா? நீங்கள் நீரின்மீது நடப்பதைக் கண்டேன்.'

அவர் புன்னகை செய்தார். 'இது சில மூச்சுப் பயிற்சிகளின் மூலம் சாத்தியமாவது. நிலம், நீர், நெருப்பு, காற்று, ஆகாயம்

அனைத்தையும் மூச்சுக் காற்றின்மூலம் கட்டி ஆளலாம். ஆனால் யோகம் என்பது அதைத் தாண்டி நெடுந்தூரம் செல்ல வேண்டியது. நான் வெறும் பாலகன்.'

'அண்ணா எப்படி இருக்கிறான்? அவன் எங்கே இருக்கிறான் என்று தெரியுமா? என்னை அழைத்துச் செல்வீர்களா?'

'மன்னியுங்கள். எனக்கு அதற்கு அனுமதியில்லை. ஆனால் உங்கள் அண்ணா உங்களை ஒருவாரம் திட உணவு எதையும் உட்கொள்ள வேண்டாம் என்று சொல்லச் சொன்னார்.'

வினோத்துக்கு வியப்பாகிவிட்டது. 'ஏன்?' என்று கேட்டான்.

'உங்களுக்கு ஒரு விஷக்காய்ச்சல் வரவிருக்கிறது. மருந்து சாப்பிட்டு, ஓய்வெடுத்து குணப்படுத்தப் பார்த்தால் ஒரு மாத காலத்துக்கு அது இருந்துவிட்டுப் போகும். மாற்று வழியாக நாளை முதல் ஒரு வார காலத்துக்கு துளசி தீர்த்தம் மட்டும் குடித்து வந்தால் எட்டாம் நாள் அது சரியாகிவிடும் என்று அவர் சொல்லச் சொன்னார்.'

'அப்படியா? வெறும் நிர் அருந்தி என்னால் பிழைத்திருக்க முடியுமா? அதுவும் ஒருவாரம்.'

'முடியும். உங்களுக்கு மட்டுமல்ல. உங்களுடைய இன்னொரு சகோதரருக்கும் நாளை முதல் அதே காய்ச்சல் தாக்கும்' என்று அந்த இளம் துறவி சொன்னதாக வினோத் சொன்னபோது, வினய், 'டேய் அது நாந்தான்' என்று கத்தினான்.

நான் சிரித்துவிட்டேன்.

'வினய், என்ன ஒரு ஓரவஞ்சனை பார். அவனுக்கு வைத்தியம் சொன்னவன் உன்னை அம்போவென்று விட்டுவிட்டான்.'

'உண்மையாகவா? உனக்கும் விஷக்காய்ச்சல் வந்ததா?' என்று வினோத் கேட்டான்.

'ஆம். ஒரு மாதம். சரியாக ஒரு மாதம். கிட்டத்தட்ட இறந்து மீண்டேன்' என்று வினய் சொன்னான்.

'ஆனால் நான் அண்ணா சொன்ன துளசி தீர்த்தத்தை மட்டுமே ஒரு வாரம் அருந்தி வந்தேன். எட்டாம் நாள் காய்ச்சல் போய்விட்டது' என்று சொன்னான்.

'அந்த இளம் துறவியை நீ மீண்டும் சந்தித்தாயா? அண்ணாவிடம் உன்னைக் கூட்டிச் சென்றானா?' என்று கேட்டேன்.

'இல்லை. அப்போது அது நடக்கவில்லை. ஆனால் நான் அண்ணாவை வேறொரு சந்தர்ப்பத்தில் சந்தித்தேன்.'

'எங்கே? எப்போது?'

'கயாவில் அவன் அப்பாவுக்கு சிராத்தம் செய்ய வந்திருந்தான்.'

எனக்கு அதிர்ச்சியாக இருந்தது. அப்பாவுக்கு சிராத்தம் செய்திருக்கிறான். தம்பிகளை எந்நேரமும் கண்காணித்துக் கொண்டிருந்திருக்கிறான். என்னை மட்டும் கண்டுகொள்ளவில்லை என்றாலும் மற்ற அனைவரையும் அவன் பொருட்படுத்தாமல் இல்லை. யார் கண்டது? கேசவன் மாமாவுக்குக் கூட அவன் ஏதேனும் செய்திருக்கலாம். அம்மாவுக்கும்கூட.

'வினோத், இப்போதும் சொல்கிறேன். எனக்கென்னவோ அவன் யோகியாகித்தவம் செய்யப் போனவனாகத் தோன்றுவதே இல்லை. அரபு தேசத்தில் வேலை கிடைத்துப் போய் அங்கிருந்து பணம் அனுப்பும் ஒரு நல்ல மூத்த மகனாகத்தான் தோற்றமளிக்கிறான். கல்யாணம் மட்டும்தான் பண்ணிக்கொள்ளவில்லை. மற்றபடி நம் அப்பா அம்மாவைவிட அவன் பெரிய குடும்பி என்றுதான் தோன்றுகிறது.'

'இல்லை விமல். நீ நினைப்பது தவறு. அவன் பெரிய யோகி. மிகப்பெரிய மகான். முக்காலமும் அறிந்தவன். ஒன்று தெரியுமா? அம்மாவின் மரணத்தை அவன் எனக்குப் பத்து வருடங்களுக்கு முன்னதாகத் தெரிவித்திருக்கிறான். தேதி, நாள், கிழமை, நேரம் உள்பட.'

'அப்படியா? அம்மா எப்போது இறப்பாள்?'

'இன்று செவ்வாய் அல்லவா? வியாழன் இரவு பதினொன்று இருபத்தெட்டுக்கு அவள் காலமாவாள். வெள்ளி காலை ஏழு மணிக்குத் தகனம் நடக்கும்.'

நானும் வினய்யும் பேச்சற்றுப் போனோம். வினய்தான் முதலில் சுதாரித்து, மெல்லக் கேட்டான், 'அவன் வருவானல்லவா?'

'நிச்சயமாக வருவான். அவளுக்குக் கொள்ளி வைப்பதோடு குடும்ப உறுப்பினர்களுடனான தொடர்பு முடிந்துவிடும் என்று சொல்லியிருக்கிறான்.'

111. தரிசனம்

கயாவில் அண்ணாவைச் சந்தித்த கதையை வினோத் முக்கால் மணி நேரம் எங்களுக்குச் சொன்னான். பிராட்வே பேருந்து நிறுத்த ஜன நெரிசலோ, துர்நாற்றமோ, ஓயாத பெரும் சத்தமோ எங்களுக்கு ஒரு பொருட்டாக இல்லை. ஒரு பெஞ்சில் நாங்கள் மூவரும் சென்று அமர்ந்துகொண்டோம். சிறிது நேரம் வினோத் என்னைப் பற்றியும் வினய்யைப் பற்றியும் விசாரித்துவிட்டு அவன் அண்ணாவைச் சந்தித்த கதையைச் சொல்ல ஆரம்பித்தான்.

அவனுக்கு அப்போது அப்பா காலமான விவரம் தெரியாது. அவனது சக கிருஷ்ண பக்தி இயக்கத் தோழமை சன்னியாசிகள் இருவரோடு கயாவுக்கு சுற்றுலாவாகச் சென்றிருக்கிறான். அங்கே ஒரு ஸ்டால் அமைப்பதற்கு அவர்கள் முயற்சி செய்துகொண்டிருந்தார்கள். சொந்தமாக ஓரிடம். பின்னால் விரிவாக்கம் செய்துகொள்ளலாம். அது பிரச்னையில்லை. முதலில் சிறிய அளவில் ஒரு கடை. புத்தகங்கள், போட்டோக்கள், ஜப மாலைகள், கோபி சந்தனம், ஊதுபத்தி விற்பனை. இந்த உலகில் தன்னார்வலர்களுக்குப் பஞ்சமே இல்லாத ஒரே இயக்கம் கிருஷ்ண பக்தி இயக்கம்தான் என்பதில் எனக்குச் சந்தேகமே இல்லை. ஒரு பொட்டு நெருப்பை எடுத்து ஓரிடத்தில் வைத்துவிட்டால் போதும். ஊர் முழுக்க அதைப் பரவச் செய்துவிடத் தெரிந்த வல்லவர்கள். பக்தியைக் கேளிக்கையாகவும் கொண்டாட்டமாகவும் ஆக்கிவிடும்போது சராசரி மனங்கள் அதை எளிதில் விரும்ப ஆரம்பித்துவிடும். கேளிக்கையின் உச்சத்தில் பக்தியை நகர்த்திவைத்து விட்டாலும் கூடிய கூட்டம் நகராமல் நிற்கும். ரஜனீஷ் அதனைத்தான் செய்தார்.

'ஆனால் நாங்கள் கேளிக்கையை நிராகரிக்கிறோம் விமல். கொண்டாட்டம் என்பது மட்டும் சரி. பக்தி, கொண்டாடப்பட வேண்டியதுதான்' என்று வினோத் சொன்னான்.

கயாவில் அவர்கள் ஓரிடத்தைப் பார்த்து விலை பேசி முடித்துவிட்டு, கடை அமைக்க ஏற்பாடு செய்துகொண்டிருந்தபோது ஒருநாள்

வினோத் கங்கைக் கரையில் தன் தோழர்களோடு காலை நடை சென்றுகொண்டிருந்தான். அப்போதுதான் அண்ணாவை அவன் பார்த்தான்.

முதலில் அவனுக்கு அது அண்ணாதானா என்று சந்தேகமாக இருந்தது. தடதடவென்று அருகே ஓடிச் சென்று உற்றுப் பார்த்திருக்கிறான். அண்ணாதான். நீருக்குள் நின்றுகொண்டு தர்ப்பணம் செய்துகொண்டிருந்தான். 'விஜய், விஜய்' என்று அவன் இரண்டு முறை உரக்க அழைத்தும் அவன் திரும்பவில்லை.

'அவர் யார்? உங்களுக்குத் தெரிந்தவரா?' என்று வினோத்தின் நண்பர்கள் கேட்டார்கள்.

'ஆம். அவன் என் அண்ணா.'

அவர்களால் நம்பவே முடியவில்லை. விஜய் அப்போது இடுப்பு வரைநீண்ட சடாமுடியும் மழித்த முகமுமாக இருந்தான். இடையில் ஒரு கோவணம் மட்டும் கட்டி, இரு தோள்பட்டைகளிலும் ஏதோ மணிக்கயிறு அணிந்திருந்தான். கழுத்தில் ஒன்றுமில்லை. பூணூல் அணிந்திருக்கவில்லை. நதியில் நீரோட்டம் அதிகம் இருந்தது. நின்றால் நகர்த்திவிடும் அளவுக்குத் தண்ணீர் ஓடிக்கொண்டிருந்தது. அவன் தனது வலுவான கால்களால் புவியை அழுத்திக்கொண்டு நின்று நீர்க்கடமை ஆற்றிக்கொண்டிருந்தான். பத்து நிமிடங்கள் அவன் அசையவில்லை, திரும்பவில்லை. முடித்துவிட்டு ஒரு முக்குப் போட்டு எழுந்தான். சூரியனைப் பார்த்துக் கும்பிட்டான். பிறகு கரைக்குத் திரும்பி வந்தான்.

தாங்க முடியாத வியப்புடன் வினோத் அவனை நோக்கி ஓடி, 'விஜய், நீயா!' என்றான்.

அண்ணா புன்னகை செய்தான்.

'எப்படி இருக்கிறாய்? இங்கேதான் இருக்கிறாயா?'

'இல்லை. நேற்றிரவு அப்பா காலமாகிவிட்டார். அவருக்குச் செய்ய வேண்டியதைச் செய்து முடிப்பதற்காக இங்கே வந்தேன்' என்று சாதாரணமாகச் சொன்னான்.

வினோத்துக்கு அது அதிர்ச்சியாக இருந்தது. சில வினாடிகள் பேச்சற்று நின்றுவிட்டான். பிறகு சட்டென்று அங்கேயே அமர்ந்து அப்பாவுக்காகச் சில நிமிடங்கள் தியானம் செய்தான். அவன் கண் விழித்து எழும்வரை அண்ணா அமைதியாக

நின்றுகொண்டிருந்தான். எழுந்தபின், 'எப்படி இருக்கிறாய்?' என்று கேட்டான்.

'நீ?'

அவன் பதில் சொல்லவில்லை. சிரித்தான்.

'நான் உன்னை இப்படிக் கற்பனை செய்திருக்கவில்லை.' என்று வினோத் சொன்னான்.

'ஆனால் நான் நினைத்த மாதிரிதான் நீ உருப்பெற்றிருக்கிறாய்.'

'நீ என்ன நினைத்தாய்?'

'நீ ஒரு சிறந்த கிருஷ்ண பக்தனாவாய் என்று நினைத்தேன்.'

'எப்போது?'

'சிறு வயதிலேயே. உனக்கு சிவலிங்கம் கிடைத்ததே. அப்போதே.'

வினய்க்கு அது ஆச்சரியமாக இருந்தது. 'எனக்கு லிங்கம் கிடைத்தது உனக்கு எப்படித் தெரியும்?' என்று கேட்டான்.

'இது ஒரு பெரிய விஷயமா? திருவானைக்காவில் என் நண்பர் ஒருவர் இருக்கிறார். அவர் சொன்னார்.'

'எனக்கு லிங்கம் கிடைத்தது அவருக்கு எப்படித் தெரியும்?'

'அதெல்லாம் அவ்வளவு முக்கியமா? உன் கிருஷ்ணனை நீ பார்த்துவிட்டாயா? அதைச் சொல்'

வினோத் தனது நண்பர்களைத் திரும்பிப் பார்த்தான். அவர்களை அழைத்து அண்ணாவுக்கு அறிமுகம் செய்துவைத்தான். அண்ணா அவர்களுக்கு வணக்கம் சொன்னான்.

சிறு வயதிலேயே அண்ணா வீட்டை விட்டு வெளியேறிச் சென்ற கதையை வினோத் சுருக்கமாக அவர்களுக்கு எடுத்துச் சொன்னதும் அவர்களுக்கு அண்ணாவின்மீது பெருமதிப்பு உருவானது. 'இப்போது எங்கே இருக்கிறீர்கள்?' என்று கேட்டார்கள்.

'எங்கும் இருப்பதில்லை. சுற்றிக்கொண்டே இருப்பேன். பெரும்பாலும் இமயச் சாரல்களில். எப்போதாவது காசியில்.'

வினோத் கேட்டான், 'விஜய், எனக்காவது சொல். உன் குரு யார்? எந்த சக்தி உன்னை வீட்டை விட்டு அழைத்துச் சென்றது?'

'நான் கபிலரின் மாணவன்' என்றுதான் அண்ணா அவனிடமும் சொல்லியிருக்கிறான்.

'கபிலரா?'

'ஆம். திருவிடந்தை அல்லிக் குளத்தின் அடியில் அப்போது அவர் தவம் புரிந்துகொண்டிருந்தார். நான் அவரை தினமும் சந்தித்தேன். அவரிடம்தான் யோகாப்பியாசங்கள் கற்றேன்.'

நம்புவதற்கு சிரமம் தரக்கூடிய அந்தத் தகவல்களை வினோத்தின் நண்பர்கள் உணர்ச்சியற்ற பாவத்துடன் கேட்டுக்கொண்டிருந்தார்கள். வினோத்துக்கு அந்த விதமான உரையாடலைத் தொடருவதா வேண்டாமா என்ற குழப்பம் ஏற்பட்டது. எனவே சட்டென்று பேச்சை மாற்றி, 'நீ எங்கே தங்கியிருக்கிறாய்? வா போகலாம்' என்று சொன்னான். அண்ணா புன்னகை செய்து வினோத்தின் நண்பர்களைப் பார்த்து இடக்கையை உயர்த்தி ஆசி சொன்னான். அது அவர்களுக்குச் சற்று அதிர்ச்சியளித்தது. பொதுவாக சன்னியாசிகளுக்கு யாரும் ஆசி சொல்வதில்லை. குரு ஸ்தானத்தில் உள்ளவர்களும் மிக மூத்த துறவிகளும் மட்டுமே அதைச் செய்வார்கள். அண்ணாவுக்கு மிஞ்சினால் என்ன வயது இருக்கும்? அந்த கிருஷ்ண பக்தத் துறவிகளுக்கும் கிட்டத்தட்ட அதே வயதுதான். எனவே அவன் கையை உயர்த்தி ஆசி சொன்னதும் அவர்கள் சற்றுத் திகைத்துவிட்டார்கள்.

அண்ணா புன்னகை செய்தான், 'நீங்கள் வைணவத் துறவிகள் அல்லவா? நான் வணங்கியதும் நீங்களும் என்னை வணங்கினீர்கள். அதேபோல் நான் ஆசி சொன்னதும் நீங்கள் சொல்ல வேண்டாமா?' என்று கேட்டான்.

'ஏன் நீங்கள் வைணவர் இல்லையா?' என்று வினோத்தின் நண்பர் ஒருவர் கேட்டதும் அண்ணா மீண்டும் சிரித்தான். இல்லை என்று சொன்னான்.

'பிறகு? உங்கள் குரு கபிலரே ஒரு வைணவர்தானே?'

அண்ணா இப்போது வாய்விட்டுச் சிரித்துவிட்டான். வெகு நேரம் சிரித்தான். மூச்சு விடாமல், கண்ணில் நீர் வரும் அளவுக்குச் சிரித்தான். பிறகு, 'உங்களுக்கு ஒரு ரகசியம் சொல்கிறேன். கபிலர் ஒரு நாத்திகர்'

என்ன, என்ன என்று அவர்கள் அதிர்ச்சியடைந்து பரபரப்பானார்கள். அண்ணா சிரித்துக்கொண்டே சொன்னான், 'பிறகெப்படி அவர் சாங்கியத் தத்துவத்தை முன்வைப்பார்? பௌதிகப் பிரபஞ்சத்தின் தன்மையையும் அடிப்படைகளையும் பேசுவதல்லவா சாங்கியம்? பகுத்தறியாமல் மெட்டாஃபிசிக்ஸ் ஏது?'

அவர்கள் மிகவும் அதிர்ச்சியடைந்தார்கள். 'இல்லை. நீங்கள் சொல்வது தவறு. கபிலர் மகாவிஷ்ணுவின் அம்சம். அவதாரம் என்றே சொல்வார்கள்.'

'இருந்துவிட்டுப் போகட்டும். எனக்குக் கபிலரைவிட ஜடத்துக்கும் சேதனத்துக்கும் உள்ள வேறுபாட்டை விளக்கும் அவரது தத்துவம்தான் முக்கியம்' என்று சொன்னான்.

'அதுதான் அதுதான்! ஜடத்துக்கும் சேதனத்துக்கும் உள்ள வேறுபாட்டின் புரிதலே பக்தியில்தானே நிகழ்கிறது?'

'இல்லை. ஞானத்தில்.' என்று சொல்லிவிட்டு அண்ணா வினோத்தின் கையைப் பிடித்துக்கொண்டு நடக்க ஆரம்பித்தான். 'நீங்கள் நமது இருப்பிடத்துக்குச் செல்லுங்கள். நான் சிறிது நேரத்தில் வருகிறேன்' என்று வினோத் தனது நண்பர்களிடம் சொல்லிக்கொண்டு அண்ணாவோடு நடக்க ஆரம்பித்தான்.

நகருக்கு வெளியே ஒரு கானகத்துக்குள் அண்ணா அவனை அழைத்துச் சென்றான்.

'நீ இங்கேயா இருக்கிறாய்?'

'கயாவுக்கு வந்தால் இங்கே தங்குவேன்' என்று சொல்லிவிட்டு ஒரு சிறிய குகைக்குள் அவன் வினோத்தை அழைத்துச் சென்றான். மிகச் சிறிய குகை. இயற்கையான குகை போல அது இல்லை. சாதுக்கள் யாரோ தமது சௌகரியத்துக்கு ஆள் வைத்து உருவாக்கிய குகை போலிருந்தது. நான்கு புறமும் பாறைகள் அடைத்து, இடைவெளிகளை சிமெண்டால் பூசியிருந்தார்கள். தரை மிகவும் குளிர்ச்சியாக இருந்தது. அண்ணா ஒரு நீண்ட மரப்பலகையை எடுத்துப் போட்டு, உட்கார் என்று சொன்னான்.

வினோத் உட்கார்ந்தான். 'ஏதாவது சாப்பிடுகிறாயா?' என்று கேட்டான்.

'என்ன இருக்கிறது?'

'பழங்கள் இருக்கின்றன. மாமிசம் இருக்கிறது. ஆனால் அதை நீ சாப்பிட மாட்டாய்!'

'நீ மாமிசம் உண்பாயா?'

அண்ணா புன்னகை செய்தான். 'பதினெட்டு நாள்களுக்கு ஒருமுறை நான் உணவு உட்கொள்வேன். அப்போது என்ன கிடைக்கிறதோ அதுதான் உணவு.'

'என்னால் நம்பவே முடியவில்லை. மாமிசம் தவ நெறிக்கு முரணானதல்லவா?'

'உடலுக்குத்தானே உணவு. உடலே தவத்துக்கு ஒரு ஊறுதான்.'

'மடக்கிவிடும்படி பதில் சொல்லித் தப்பிக்க நினைக்காதே. உயிர்க்கொலை பாவம்.'

'ஆம். ஆனால் நான் கொல்வதில்லை.'

'பிறகு?'

'இறந்தவற்றைத்தான் உட்கொள்வேன்.'

வினோத் அதிர்ச்சியடைந்தான். 'எதுவானாலுமா?'

'ஆம். பிணத்தில் என்ன பேதம்? ஆடு, கோழி, மாடு, பன்றி, மான், மனிதன், மயில், குயில், காகம் எல்லாம் ஒன்றுதான்.'

'ஹரே கிருஷ்ணா. நீ நர மாமிசம் உண்பாயா?'

'இல்லை என்று பொய் சொல்ல மாட்டேன். அது ஒரு சுத்திகரிப்பு. உனக்குப் புரியாது. புரியவும் வேண்டாம். நீ எப்படி இருக்கிறாய்? அதைச் சொல்.'

'மிகவும் அதிர்ச்சியடைந்திருக்கிறேன்.'

'வினோத், உறவை அறுத்தது போல உணவை அறுப்பது யோகிகளுக்கு முக்கியம். ஆனால் அப்பா இறந்ததை அறிந்ததும் தர்ப்பணம் செய்தேன் பார், அந்த மாதிரி பசிக்கும் நேரம் எதையாவது தின்ன வேண்டியிருக்கிறது. ஒரு யோகிக்கு உணவில் தேர்வு சாத்தியங்கள் இல்லை.'

'அப்பா இறந்துவிட்டதாக நீ சொன்னபோது எனக்கு மிகவும் வருத்தமாக இருந்தது.'

'ஒரு தெருநாய் அடிபட்டு இறக்கும்போதும் அந்த வருத்தம் வருமானால் நீ சரியாக இருக்கிறாய் என்று அர்த்தம்'

'ஆம். அப்படித்தான் வருந்துகிறேன்.'

'நல்லது. பழம் சாப்பிடு' என்று சொல்லிவிட்டு ஒரு ஓரமாக துணி சுற்றி வைத்திருந்த நான்கு வாழைப்பழங்களை எடுத்து வந்து கொடுத்தான். வினோத் அதைச் சாப்பிட்டதும் 'குடிக்க நீர் வேண்டுமா?' என்று கேட்டான். பிறகு அவனே வெளியே சென்று ஒரு மண் குடுவையில் தண்ணீர் எடுத்து வந்து கொடுத்தான்.

'உன்னை இன்று சந்திக்க வேண்டும் என்பது எனக்கு இடப்பட்ட கட்டளை' என்று சொன்னான்.

'யார் இட்ட கட்டளை?'

'அது சொன்னால் உனக்குப் புரியாது. ஆனால் உன் மனத்துக்குள் நான் ஒரு செய்தியை விதைக்க வேண்டும். அது உனக்குள் இறங்க வேண்டுமானால் நீ பசியற்று இருக்க வேண்டும். அதனால்தான் முதலில் சாப்பிடச் சொன்னேன்.'

'புரியவில்லை.'

'புரியவேண்டாம். சற்று நேரம் கண்ணை மூடிக்கொண்டு அமைதியாக இரு. கிருஷ்ணனை நினைத்துக்கொண்டிரு' என்று சொன்னான்.

வினோத் அதற்குக் கட்டுப்பட்டு பத்மாசனமிட்டு அமர்ந்தான். கண்ணை மூடிக்கொண்டான். அண்ணா அவன் எதிரே அமர்ந்துகொண்டு அவனையே சிறிது நேரம் உற்றுப் பார்த்துக்கொண்டிருந்தான். எவ்வளவு நேரம் ஆகியிருக்கும் என்று தெரியவில்லை. வினோத் கண்ணைத் திறந்தபோது அண்ணாவின் நடு நெற்றியில் சிறியதாக ஓர் உருவம் தெரிந்தது. ஒரு யோகியின் உருவம். அது கபிலர்தான் என்று வினோத்துக்குத் தோன்றியது.

112. கிருஷ்ணனாவது

வினோத்தால் அந்த நாளை மறக்கவே முடியாது. பூரண ஞானமடைந்த ஒரு யோகியின் எதிரே அமர்ந்திருக்கும் பரவசத்தில் நெடுநேரம் அவன் பேச்சற்று இருந்தான். அவனையறியாமல் அவன் கண்களில் இருந்து நீர் வழிந்துகொண்டே இருந்தது. அவன் சம நிலைக்கு வரும்வரை அண்ணா அமைதி காத்தான். பிறகு, 'எனக்கு இடப்பட்ட கடமையை நிறைவேற்றிவிட்டேன்' என்று சொன்னான்.

'என்ன செய்தாய்?'

'சொன்னேனே. உன் மனத்துக்குள் ஒரு செய்தியைப் புதைத்திருக்கிறேன்.'

'இல்லை. என்னால் எதையும் உணர முடியவில்லை. உன்னிடம் இருந்து எந்தத் தகவலும் வரவில்லை.'

'இப்போது வராது. தேவைப்படும்போது அது உன் சிந்தையில் உதிக்கும்.'

'புரியவில்லை.'

'வினோத், உனக்கு அந்தத் தகவல் இப்போது தேவையில்லை. ஆனால் ஒருநாள் அது தேவைப்படும். அன்று என் குரல் உன் மனத்தில் அதை ஒலிபரப்பும்.'

'இதெல்லாம் மாயாஜாலம் போல இருக்கிறது.'

'ஒன்றுமே இல்லை. வெறும் அறிவியல்' என்று அண்ணா சொன்னான்.

'அறிவியலா?'

'ஆம். அறிவியல்தான். ஒரு கேசட்டில் பதிவு செய்து வைப்பதைப் போல உன் மனத்துக்குள் பதிந்து வைத்திருக்கிறேன். அவ்வளவு தான். உரிய நேரத்தில் அது ஒலிபரப்பாகும்.'

வினோத் அவனை பிரமித்துப் போய்ப் பார்த்துக்கொண்டிருந்தான். 'விஜய், நான் எளியவன். எனக்கு யோகம் தெரியாது. சித்து தெரியாது. ஞானமடைந்தவனா என்றால் அதையும் யோசித்துத்தான் சொல்லவேண்டியிருக்கும். ஆனால் நான் பக்தியை என் வழியாகக் கொண்டவன். பக்தி ஒன்றே முக்திக்கு வழி என்று நினைப்பவன்.'

'தவறில்லை.'

'எனக்கு கிருஷ்ண மந்திரம் தவிர வேறெதுவும் தெரியாது.'

'தெரிந்தது போதுமே?'

'நாம ஜெபம் ஒன்றுதான் நான் செய்வது. நாள் முழுவதும் அதைத்தான் உச்சரித்துக்கொண்டிருக்கிறேன். எனக்கு இடப்பட்ட கட்டளைகளை நிறைவேற்றிக்கொண்டிருக்கிறேன்.'

'கடை திறப்பது போன்ற கட்டளைகளையா?'

'ஆம். அதுவும் உண்டு. எங்கள் இயக்கம் செய்யும் பணிகளுள் முதன்மையானது அன்னதானம். தேசம் முழுதும் மிகப்பெரிய அளவில் நடக்கிற காரியம். அதற்கு நிதி வசூல் செய்வதுதான் எனக்கு அனைத்தினும் தலையாய பணி.'

அண்ணா சிரித்தான். 'பரவாயில்லை. ஆனால் உன் துறவின் நோக்கம் இதுவா என்று அவ்வப்போது கேட்டுக்கொள்.'

'கேட்காமல் இல்லை. என் துறவின் நோக்கம் அன்றைக்கு ஒளிக் கோளமாகத் தென்பட்டவனின் உருவத்தைத் தெளிவாகப் பார்ப்பது. என்றைக்காவது அது நடந்துவிடும்.'

'பார்ப்பதா? அது அத்தனை அவசியமா?'

'இல்லையா?'

'வினோத்! இறையை உணர்வதுதான் முதன்மையானது. இறைத்தன்மையை நெருங்குவது முக்கியமானது. இரண்டறக் கலத்தல் இறுதியில் வருவது.'

'அப்படியா சொல்கிறாய்? ஆனால் என் நண்பர்களுடன் நீ பேசியதை வைத்து உன்னை நான் வேறு விதமாக எண்ணிவிட்டேன்.'

'அது சும்மா தமாஷுக்குப் பேசியது. ஒன்றைப் புரிந்துகொள். அறிவியல் என்பது ஆன்மிகத்தின் புரிந்த பகுதி. புரிந்ததில் தெளிவு இருந்தால்தான் புரியாதவற்றை நோக்கி நகர முடியும்.'

'எனக்கு உன்னைக் காண ஒரே பிரமிப்பாக இருக்கிறது. உன்னைப் பார்ப்பேன் என்று நினைக்கவேயில்லை.'

அண்ணா சிரித்தான்.

'இது நம் குடும்பத்தின் விதி வினோத். நாம் நால்வரும் இப்படியாகப் பிரிந்து போக வேண்டியவர்கள் என்பது என்றோ முடிவான விஷயம்.'

'அவ்வப்போது அம்மாவை எண்ணிக்கொள்வேன். சற்று வருத்தமாக இருக்கும்.'

'என்ன வருத்தம்?'

'நான்கைப் பெற்று நான்கையும் இழப்பதன் வலியைச் சொன்னேன்.'

அண்ணா இதற்கு பதில் சொல்லவில்லை. நெடுநேரம் பேசாதிருந்து விட்டு, 'அவள் சமாளித்துக்கொண்டுவிட்டாள்' என்று சொன்னான்.

'அவர்கள் இருவரும் என்ன ஆனார்கள், எங்கே இருக்கிறார்கள் என்று உனக்குத் தெரியுமா? நீ அவர்களைச் சந்தித்தாயா?'

'சந்திக்கவில்லை. ஆனால் கவனிக்கிறேன்.'

'வினய் என்ன செய்கிறான்?'

அண்ணா சிரித்தான். 'அவன் விதியை வெல்லப் பார்க்கிறான். ஆனால் அவனால் அது முடியாது.'

'ஐயோ.'

'அவன் ஒரு மாயவலைக்குள் சிக்கிக்கொண்டான். மீள முடியாமல் அவதிப்படுகிறான்.'

'உன்னால் உதவ முடியாதா?'

'முடியாது' என்று உடனே சொன்னான்.

'ஏன்?'

'எனக்கு அதற்கு அனுமதி இல்லை.'

வினோத்துக்கு மிகவும் வருத்தமாகிவிட்டது. சிறிது நேரம் கண்மூடி ஜபம் செய்தான். பிறகு, 'விமல்?' என்று கேட்டான்.

அண்ணா சிரித்துவிட்டான்.

'ஏன் சிரிக்கிறாய்?'

'அவனும் சன்னியாச ஆசிரமத்தைத்தான் ஏற்றான். ஆனால் ராஜரிஷி ஆகிவிட்டான். வாழ்நாளில் ஒருபோதும் அவன் உண்மை உணரமாட்டான்.'

'என்ன சொல்கிறாய்?'

'அவன் ஒரு அரசியல் புரோக்கர். விடு. அவனை மறந்துவிடு.'

வினோத்துக்கு நெடுநேரம் வியப்பு தீரவேயில்லை. இது எப்படி, இது எப்படி என்று திரும்பத்திரும்பத் தனக்குள் கேட்டுக்கொண்டே இருந்தான். அண்ணா அவனுக்குத் தன் வலக்கரத்தில் அணிந்திருந்த மணிக்கயிறை அவிழ்த்துக் கொடுத்தான்.

'இதை வைத்துக்கொள். இது ஒரு காப்பு. இதை அணிந்துகொள்ள உங்கள் இயக்கம் அனுமதிக்குமா?'

'தெரியவில்லை. நாங்கள் துளசி மாலை மட்டுமே அணிவோம்' என்று கழுத்தைத் தொட்டுக் காட்டினான்.

'பரவாயில்லை. உன் பையில் வைத்துக்கொள்.' என்று சொன்னான்.

வினோத் அதைத் தன் கழுத்தில் தொங்கிய பையில் போட்டுக்கொண்டான். அதில் ஏற்கெனவே ஒரு ஜபமாலை இருந்தது.

அண்ணா அவனிடம் மேலும் சிறிது நேரம் பேசிக்கொண்டிருந்தான். சிறு வயதில் அவனுக்குக் கிடைத்த சுவடியைக் குறித்துச் சொன்னான். 'அந்தச் சுவடி திருப்போரூர் சாமியிடம் உள்ளதை எனக்குச் சொன்னதே கபிலர்தான்.'

வினோத் சட்டெனக் கேட்டான், 'கபிலர் ஏன் உன்னைத் தேர்ந்தெடுத்தார்?'

அண்ணா சிறிது யோசித்தான். பிறகு 'தெரியவில்லை. எனக்கு அந்தக் கொடுப்பினை இருந்திருக்கிறது' என்று சொன்னான்.

கிளம்பும்போது, 'உனக்கு உபயோகப்படும்' என்று சொல்லி இரண்டு மூச்சுப் பயிற்சிகளை அவனுக்குச் சொல்லிக் கொடுத்து அனுப்பிவைத்தான்.

'மறுபடி உன்னை எப்போது பார்ப்பேன்?' என்று வினோத் கேட்டான். சிரித்துவிட்டு அண்ணா அங்கிருந்து கிளம்பிவிட்டான்.

வினோத் இந்தச் சம்பவத்தை எங்களுக்குச் சொன்னபோது என்னால் வெறுமனே சிரிக்கத்தான் முடிந்தது. வினய்க்குத்தான் ஆற்றாமை பொங்கிவிட்டது. 'நான் உருப்படமாட்டேன் என்று அவன் சொன்னானா? உண்மையிலேயே அப்படித்தான் சொன்னானா?' என்று திரும்பத் திரும்பக் கேட்டான். வினோத் அவனை சமாதானப்படுத்த முடிவு செய்தான்.

'இதோ பார் வினய், பிழைப்பது அல்லது வாழ்வது என்பது வேறு. வாழ்வுக்கு அப்பால் உள்ளவற்றின் அடிப்படைகளை அறிவது வேறு. சன்னியாசம் அதற்கான அடிப்படை சௌகரியம். அதை மற்ற காரியங்களுக்குப் பயன்படுத்த நினைப்பதுதான் எல்லா பிரச்னைகளுக்கும் தொடக்கப்புள்ளி' என்று சொன்னான்.

'ஆம். புரிகிறது. ஆனால் பாதி வாழ்க்கை விரயமாகிவிட்டது.'

'வருந்தாதே. வாழ்வின் நீளம் நீ அறியமாட்டாய். அது நூறாண்டுகளாக இருக்கலாம். நாளையே முடியக்கூடியதாகவும் இருக்கலாம். வாழும் கணத்தில் என்ன செய்கிறோம் என்பதே முக்கியம்.'

'இனி என்ன செய்வது?'

'கிருஷ்ணனை நினை. அவனை மட்டும். பக்தி கூட வேண்டாம். வெறும் ஜபம் போதும். வெறுமனே உச்சரித்துக்கொண்டிருப்பதே உன்னை உய்யச் செய்யும்' என்று வினோத் சொன்னபோது நான் பாய்ந்து அவன் வாயைப் பொத்தினேன்.

'டேய் நிறுத்து. நீ எனக்கு ஒரு பாதிரி போலத் தெரிகிறாய்' என்று சொன்னேன்.

'இல்லை விமல். அவனைத் தடுக்காதே. அவன் எனக்கு நல்லது செய்ய நினைக்கிறான்.'

'முட்டாள். உனக்கு ஒருவராலும் நல்லது செய்ய முடியாது. உன் வாழ்க்கையை அவன் வாழமாட்டான். உன்னால் ஒருபோதும் அவன் வழியில் போக முடியாது'

'ஏன் அப்படிச் சொல்கிறாய்?'

'நாம் இடறுகிறோம் என்று நீ நினைத்திருந்தால் என்றோ சொரிமுத்துவிடம் திரும்பிச் சென்றிருப்பாய்' என்று சொன்னேன்.

வினய் அமைதியாகிவிட்டான். நீண்ட இடைவெளிக்குப் பிறகு, 'ஆம். நீ சொல்வது சரி. நான் யுத்த களத்தில் இருக்கிறேன். எனது தருமம் வேறு.' என்று சொன்னான்.

நான் வினோத்திடம் வினய்யின் பிரச்னையைப் பற்றி விளக்கிச் சொன்னேன். 'அவன் உன்னை, என்னை, அண்ணாவைவிட வல்லவன். துரதிருஷ்டவசமாக அவன் தெய்வங்களுடன் யுத்தம் புரியத் தொடங்கிவிட்டான். சரணடைந்தால் வாரியத் தலைவர் பதவி நிச்சயம். அதைக் காட்டிலும் அவன் எதிர்க்கட்சிக்காரனாக இருப்பதே நல்லது' என்று நான் சொன்னதை வினோத் விரும்பவில்லை.

'நீ மிகவும் மலினப்படுத்துகிறாய்' என்று சொன்னான்.

'இல்லை. அதுதான் உண்மை. அவனது கட்டை விரலைப் பார்' என்று அவன் கையை எடுத்துக் காட்டினேன்.

பல்லாண்டுக்காலம் கட்டுப்போட்டு ஓர் இடாகினியை அடைத்து வைத்திருந்த அந்த விரலின் நிறமே கருநீலமாகியிருந்தது. ரத்த ஓட்டம் முற்றிலும் இல்லாமல் போய், அது ஒரு காய்ந்த கரித்துண்டு போலிருந்தது. வினோத்துக்கு அது புரியவில்லை. நான் விளக்கிச் சொன்னதையும் விளங்கிக்கொள்ள முடியவில்லை. இந்த உலகின் அனைத்துச் சிக்கல்களுக்கும் கிருஷ்ணன் தீர்வு தந்துவிடுவான் என்று அவன் சொன்னான்.

'மடையா, வினய் ஒரு கிருஷ்ணனாகியிருக்க வேண்டியவன். இது உன் கிருஷ்ணனுக்கே தெரியும், கேட்டுப் பார்' என்று கத்தினேன்.

வினோத் பயந்துவிட்டான். 'சரி. நான் உனக்காக ஜபம் செய்கிறேன்' என்று வினய்யிடம் சொன்னான்.

நான் தலையில் கைவைத்து அப்படியே அமர்ந்துவிட்டேன்.

113. வா!

ஒரு நெருக்கடிக்கு ஆட்பட்டாற்போல உணர்ந்தேன். இதற்குமுன் இப்படி இல்லை. என்றுமே இருந்ததில்லை. என் சன்னியாசத்தின் சாரமான சுதந்தரத்தை அதன் பூரண வடிவில் நான் அனுபவித்துக்கொண்டிருந்தேன். சட்டென்று ஒரே நாளில் அனைத்தையும் யாரோ கலைத்துப் போட்டுவிட்டாற்போல் இருந்தது. நான் ஊருக்கே வந்திருக்கக்கூடாதோ என்று ஒரு கணம் தோன்றியது. உடனே அது சரியல்ல என்றும் தோன்றியது. என்னைப் போன்ற இரண்டு வேறு வேறு சன்னியாசிகளை நான் சந்தித்திருக்கிறேன். தற்செயலாக அவர்கள் என் உடன் பிறந்தவர்களாகவும் இருக்கிறார்கள் என்று நினைத்துக்கொண்டேன். அப்படி நினைத்துக்கொள்வது சற்று வசதியாக இருந்தது. ஆனால் அந்த நினைவை மீறியும் அவர்களின் சொந்த அனுபவங்களின் மீது என் கரிசனம் சற்று அதிகம் விழுவது போலத் தோன்றியது. எந்தக் கணத்தில் மனம் இளகத் தொடங்குகிறதோ அப்போது ஓடிவிட வேண்டும் என்று நினைத்துக்கொண்டேன்.

வினோத் தனது கதையை விவரித்துக்கொண்டிருந்தபோது பல சமயம் எனக்கு மிகுந்த மன நெகிழ்ச்சி உண்டானதை கவனித்தேன். வினய் மீதான அவனது அக்கறையையும் கரிசனத்தையும் மேலுக்குக் கிண்டல் செய்தாலும் அதே உணர்வுதான் எனக்கும் உள்ளதென்பதை எண்ணிப் பார்த்தேன். இது ஒரு சன்னியாசிக்குரிய லட்சணமல்ல என்று தோன்றியது. என் குருநாதர் ஒரு சமயம் சொன்னார், 'விமல்! என்றைக்காவது உன் பெற்றோர், உடன் பிறந்தோர் மீது பிரத்தியேகமாக ஒரு பாசமோ பரிவோ உண்டானால் உடனே சென்று ஒரு சாக்கடைக்குள் படுத்துவிடு. அந்தக் கொசுக்கள் பயந்து அலறி எழுந்து உன்னை மொய்க்கும். ஈக்கள் உன் மூக்கின்மீது வந்து உட்காரும். துர்நாற்றமும் அந்த நாற்றம் எங்கிருந்து வந்திருக்கும் என்ற எண்ணமும் சேர்ந்து உன் வயிற்றைப் புரட்டும். எண்ணிலடங்காத நோய்களின் தொற்று உன்னைத் தாக்கும் என்று அறிவு அச்சுறுத்தும். பத்து நிமிடங்கள்

அப்படிப் படுத்திருந்துவிட்டு எழுந்து போய் நன்றாக சோப்புப் போட்டுக் குளித்துவிடு.'

நான் சட்டென்று எழுந்தேன். 'என்ன?' என்று வினோத் கேட்டான்.

'ஒரு நிமிடம் இரு. வந்துவிடுகிறேன்' என்று சொல்லிவிட்டு விறுவிறுவென்று நடக்கத் தொடங்கினேன். பூக்கடை பேருந்து நிலையத்தின் பின்புறம் அந்நாள்களில் ஒரு பெரிய சாக்கடை ஆறு இருந்தது. பன்றிகள் சகஜமாகப் புரண்டு விளையாடும் சாக்கடை. நான் நடக்கத் தொடங்கியபோது அதுதான் முதலில் என் கண்ணில் பட்டது. சற்றும் யோசிக்காமல் அந்தச் சாக்கடைக்குள் இறங்கிப் படுத்துவிட்டேன்.

அந்தப் பக்கம் போய்க்கொண்டிருந்தவர்கள் முதலில் இதைக் கவனிக்கவில்லை. நான் தவறி விழுந்திருப்பேன் என்று எண்ணி ஒரு சிலர் நெருங்கி வந்து 'எழுந்திருங்கள், எழுந்திருங்கள்' என்று கூக்குரலிட்டார்கள். எனக்குப் புன்னகை செய்யத் தோன்றியது. ஆனால் அமைதி காத்தேன். நன்றாக ஒருமுறை அதில் புரண்டு சாக்கடை நீரில் மூக்கை அழுத்தி தரையில் அழுந்தத் தேய்த்து அதன்பின்புதான் எழுந்தேன். அந்தக் கோலத்தில் என்னைக் கண்டவர்கள் சட்டென்று விலகிச் செல்லத் தொடங்கினார்கள். எனக்கே அது ஒரு புதிய அனுபவம்தான். குடலைப் புரட்டும் துர்நாற்றத்தை அதற்குமுன் நான் அனுபவித்ததில்லை. சில வினாடிகள் சிரமமாக இருந்தது. ஆனால் கண்டிப்பாக உயிர் போய்விடாது என்று நினைத்தேன்.

சாக்கடையை விட்டு வெளியே வந்து சுற்றுமுற்றும் பார்த்தேன். பேருந்து நிலையத்துக்குள் ஒரு குடிநீர்க் குழாய் இருந்தது நினைவுக்கு வந்தது. நேரே அதை நோக்கிச் சென்றேன். வழியில் என்னைக் கண்ட அத்தனை பேரும் விலகி ஓடினார்கள். குருநாதர் சொன்னது சரிதான் என்று தோன்றியது. அதனைக் காட்டிலும் ஓர் உன்னதமான மருந்து அந்தச் சமயத்தில் எனக்கு வேறு இருந்திருக்க முடியாது என்று பட்டது. நான் அந்தக் குடிநீர்க் குழாயில் தண்ணீர் பிடித்து முகத்தைக் கழுவி, ஆடைகளையும் சுத்தம் செய்யத் தொடங்கியபோது வினோத் பார்த்துவிட்டான்.

'டேய் அங்கே பார்!' என்று வினய்க்கும் என்னைக் காட்டினான். இருவரும் இருந்த இடத்தில் இருந்து எழுந்து என்னை நோக்கி ஓடி வந்தார்கள்.

என்ன என்ன என்று வினய் பதட்டப்பட்டான்.

'ஒன்றுமில்லை வினய். சற்று உதவி செய். தண்ணீர் பிடித்து என் மீது ஊற்று' என்று சொன்னேன்.

அதற்குள் வினோத் ஒரு கடைக்கு ஓடிச் சென்று ஒரு தகர டப்பாவை வாங்கி வந்திருந்தான். அதில் தண்ணீரைப் பிடித்து என் மீது கொட்டினான். அவன் தண்ணீரைக் கொட்டக் கொட்ட, வினய் என் மீது படிந்திருந்த சாக்கடைக் கழிவுகளைக் கையால் தேய்த்து சுத்தம் செய்தான்.

அது முடிய ஐந்து நிமிடங்கள் ஆயின. வினோத் தன் தோள் பையில் இருந்து ஒரு சோப்பை எடுத்துக் கொடுத்தான். அதையும் தேய்த்துக் குளித்தேன். அவன் தனக்கென எடுத்து வந்திருந்த ஒரு மாற்று உடை அவனிடம் இருந்தது. அதைக்கொடுத்து என்னை அணிந்துகொள்ளச் சொன்னான். ஆயிரம் பேர் நடமாடிக்கொண்டிருந்த பேருந்து நிலையத்தில் சற்றும் வெட்கம் கொள்ளாமல் என் ஜிப்பாவையும் குர்த்தாவையும் அவிழ்த்து எறிந்துவிட்டு வினோத்தின் ஜிப்பாவையும் வேட்டியையும் அணிந்துகொண்டேன். இப்போது அவர்கள் இருவரையும் பார்த்துச் சிரித்தேன்.

'என்ன ஆயிற்று?' என்று வினய் கேட்டான்.

'ஒன்றுமே இல்லை. வா' என்று அழைத்துக்கொண்டு மீண்டும் நாங்கள் அமர்ந்திருந்த இருக்கைக்கே வந்தேன்.

'நீ எங்கே கிளம்பிப் போனாய்? ஏன் சாக்கடையில் விழுந்தாய்?' என்று வினோத் கேட்டான்.

'மீண்டும் விழுந்துவிடக் கூடாது என்பதற்காகத்தான்' என்று பதில் சொன்னேன். அது அவனுக்குப் புரிந்திருக்காது என்று தோன்றியது.

யோசித்துப் பார்த்தால் நான் அவ்வளவு பதட்டமடைந்ததற்குக் காரணம் வினோத் விவரித்த அவனது அனுபவங்கள்தாம். ஐயோ என்று ஒரு கணம் மனத்துக்குள் கதறிவிட்டபோதுதான் சுதாரித்துக்கொண்டேன். நான் சன்னியாசி ஆனது போல அத்தனை சுலபமாக இன்னொருவர் ஆகியிருக்க முடியாது என்பதே உண்மை. கடைசி வரை போராடி, தனக்குத்தானே தீட்சை அளித்துக்கொண்ட வினய், இன்றுவரை அது பற்றிய குற்ற உணர்வில் தவிப்பதுகூட எனக்குப் பெரிதாகப் படவில்லை. கிருஷ்ணனால் அலைக்கழிக்கப்பட்ட கதையை வினோத் சொன்னபோதுதான்

நான் மனம் நெகிழ்ந்து போனேன். வினய்யை அவன் கடைத்தேற்றுவதற்கு முன்னால் அவனுக்கு நான் என்னவாவது செய்ய வேண்டும் என்று தோன்றியது. அதிர்ஷ்டவசமாக குருநாதர் சொன்ன வைத்தியம் நினைவுக்கு வந்து அதைச் செயல்படுத்தியதால் சற்று நிதானமடைந்தேன். என் நாசிக்குள் இன்னமும் அந்தச் சாக்கடையின் நெடி அடித்துக்கொண்டே இருந்தது. அது இருக்க வேண்டியதுதான் என்று தோன்றியது. அது இருக்கும்வரை நான் மீண்டும் ஒருமுறை சலனமடைய மாட்டேன் என்று சொல்லிக்கொண்டேன்.

நாங்கள் அந்தப் பேருந்து நிலைய இருக்கையிலேயே அமர்ந்திருந்தோம். இரண்டு மணி நேர இடைவெளியில் திருப்போரூர் செல்லும் பேருந்துகள் நான்கும், கோவளம் செல்லும் பேருந்துகள் இரண்டும் கிளம்பிச் சென்றதைப் பார்த்தோம். ஆனால் ஏறத் தோன்றவில்லை. அன்றைக்குச் செவ்வாய்க் கிழமை. வியாழக்கிழமை இரவுதான் அம்மா காலமாவாள் என்று அண்ணா சொல்லியிருந்ததாக வினோத் சொன்னது ஒரு காரணமாயிருக்கலாம். எப்படி யோசித்துப் பார்த்தாலும் ஐயோ என்று பதறித் துடித்துக்கொண்டு வீட்டுக்கு ஓடும் நிலையில் நாங்கள் மூவருமே இல்லை என்பது புரிந்தது. இதை வினய்யிடம் குறிப்பிட்டு, 'சந்தேகப்படாதே. நீ ஒரு சன்னியாசிதான் என்பதை நிரூபிக்க இந்த ஒரு காரணமே போதும்' என்று சொன்னேன். அவன் சிரித்தான்.

சட்டென்று பேச்சை மாற்றி, 'உன் கிருஷ்ணன் அத்தனைக் கொடூரமானவனா? எப்படி அவனைச்சகித்துக்கொண்டு இன்னமும் சுமந்துகொண்டிருக்கிறாய்?' என்று வினோத்திடம் கேட்டான். அவன் புன்னகை செய்தான். ஆனால் பதில் சொல்லவில்லை.

எனக்கே அது வியப்புத்தான். திருமணத்துக்கு முதல் நாள் இரவு அவனது வாழ்வின் புதிய அத்தியாயம் ஆரம்பமாகியிருக்கிறது. அன்றைக்கு ஜானவாச ஊர்வலமெல்லாம் முடிந்து வீட்டுக்கு வந்து படுத்தபோது வினோத் உண்மையில் மிகுந்த மகிழ்ச்சியும் கிளுகிளுப்பும் கொண்டிருந்தான். விடிந்தால் திருமணம். புதிய மனைவி. புதிய வாழ்க்கை. தானும் மகிழ்ந்து, அம்மா அப்பாவையும் மகிழ்ச்சியில் ஆழ்த்த அவன் தேர்ந்தெடுத்திருந்த சிறந்த உபாயம். எப்படியாவது சிரமப்பட்டு ஒரு எம்.ஏ., எம்.எட் முடித்துவிட்டு அரசுப் பள்ளியில் ஆசிரியராகிவிட வேண்டும் என்று அவன் அப்போது நினைத்தான். அது அவனுக்கு முடியாத

காரியமும் அல்ல. சித்ரா நிச்சயமாக அதற்கு ஒத்துழைப்பதாகச் சொல்லியிருந்ததும் அவனுக்கு மானசீக பலத்தைத் தந்திருந்தது.

அதையெல்லாம் எண்ணிக்கொண்டுதான் அவன் உறங்கச் சென்றான். அதிகாலை மூன்று மணிக்கெல்லாம் எழுப்பிவிடுவேன் என்று அம்மா சொல்லியிருந்தாள். அதற்குள் சிறிது தூங்கிவிடுவது நல்லது என்றே அவனுக்குத் தோன்றியது. படுத்த சில நிமிடங்களில் தூங்கியும் விட்டான். நள்ளிரவு தாண்டி அரை மணி நேரம் ஆகியிருக்கும். சட்டென்று அவனை யாரோ தொட்டு எழுப்புவது போலிருந்தது. வினோத் கண் விழித்துப் பார்த்தபோது அறைக்குள் யாருமில்லை. விளக்கைப் போட்டுப் பார்த்தான். ஒன்றுமேயில்லை. மீண்டும் விளக்கை அணைத்துவிட்டுப் படுத்தான்.

இப்போது மீண்டும் யாரோ தொட்டு எழுப்புவது போன்ற உணர்வு ஏற்பட, திடுக்கிட்டுக் கண் விழித்துப் பார்த்தான். யாருமில்லை. வினோத்துக்குச் சிறிது அச்சமாகிவிட்டது. 'யார்? யாரது?' என்று குரல் கொடுத்துப் பார்த்தான். பதில் இல்லை. எழுந்து சென்று கதவைத் திறந்து மாமாவின் பக்கத்தில் படுத்துக்கொண்டுவிடலாமா என்று அவன் நினைத்த கணத்தில் அறைக்குள் யாரோ வத்திக் குச்சி கிழிப்பது போன்றதொரு சத்தம் வந்தது. ஒரு ஒளிப்புள்ளி. புள்ளிதான் அது. ஆனால் தோன்றிய கணத்தில் ஒரு பூதாகாரப் பந்தாக உருப்பெற்று சுவரின் மீது படர்ந்து உத்தரத்தில் ஏறித் தொங்கியது. வினோத்துக்கு மிகுந்த அதிர்ச்சியாகிவிட்டது. ஐயோ என்று கத்த நினைத்த கணத்தில் ஒரு ஓங்கார சத்தம் எழுந்து அறையெங்கும் நிறைந்தது. அவன் தன் மனத்துக்குள் சிவ சிவ சிவ என்று ஜபிக்கத் தொடங்கினான். சில வினாடிகள்கூட ஆகியிருக்காது. அவனையறியாமல் சிவநாமம் மாறி கிருஷ்ண கிருஷ்ண கிருஷ்ண என்று உச்சரிப்பு வேறு விதமானது.

அதுவரைதான் அவனுக்கு நினைவிருந்தது. அதன்பின் அந்த ஒளிக்கோளம் மெல்லக் கீழிறங்கி வந்து அவனைத் தொட்டது. 'ஹே கிருஷ்ணா...' என்று அலறிக்கொண்டு வினோத் விழுந்து சேவித்தான். அந்த ஒளி தரையில் படர்ந்து அவன் மார்பு வரை ஊர்ந்து அப்படியே அவனை மெல்லத் தூக்கியது. தரையைவிட்டு ஓரடி உயரத்தில் தான் மிதந்துகொண்டிருப்பதை வினோத் கண்டான். பரவசத்தில் அவன் கண்கள் தாரை தாரையாக நீர் சொரிந்துகொண்டே இருக்க, கிருஷ்ண கிருஷ்ண கிருஷ்ண என்று ஓயாமல் உதடுகள் உச்சரித்துக்கொண்டே இருந்தன.

சட்டென்று அந்த ஒளிப் பாளம் ஒரு குச்சியைப் போல ஒல்லியாகி நின்றது. அந்தரத்தில் இங்குமங்கும் ஆடி மிதந்தபடி அவனைச் சுற்றிச் சுற்றி வந்தது. வினோத்துக்குத் தன்னிலை மறந்து போனது. கிருஷ்ண ஜபத்தை விடாமல் செய்தபடி அவனும் அந்த ஒளிக் குச்சியைச் சுற்றி வர ஆரம்பித்தான். எவ்வளவு நேரம் அப்படி செய்திருப்பான் என்று தெரியாது. இறுதியில் 'வா' என்ற ஒற்றைச் சொல் ஒன்று எங்கிருந்தோ ஒலித்தது. யாரும் கைவைத்துத் திறக்காமல் அறைக்கதவு தானே திறந்துகொள்ள அந்த ஒளிக் குச்சி வெளியேறிச் சென்றது. வினோத் அதைப் பின்பற்றிச் செல்லத் தொடங்கினான்.

114. ஒளியின் வழி

மூன்று பகல்கள், நான்கு இரவுகள். வினோத் நடந்துகொண்டே இருந்தான். அவனுக்கு முன்னால் சென்றுகொண்டிருந்த அந்த ஒளிக் கோடு ஒரு கட்டத்தில் அவன் கண்ணைவிட்டு மறைந்துவிட்டது. ஆனாலும் தனக்கு வழி தெரியும் என்று அவனுக்குத் தோன்றியது. ஒரு தீர்மானத்துடன் செலுத்தும் சக்தியைப் போல அவன் மனமே அவனை வழிநடத்திப் போய்க்கொண்டிருந்தது. இடையில் அவன் எங்கும் நிற்கவில்லை. உணவு உட்கொள்ளத் தோன்றவில்லை. நீர் அருந்தவும் அவசியம் இருக்கவில்லை. தன் உணர்வு முற்றிலும் இல்லாமல் போய் அவன் மனமும் மூளையும் முற்றிலும் பாதங்களுக்கு இறங்கி அவற்றைச் செலுத்திக்கொண்டிருந்தன. விடிந்தால் தனக்குத் திருமணம் என்பதோ, தன்னைக் காணாமல் வீட்டில் தேடுவார்கள் என்பதோ அவன் நினைவில் அறவே இல்லை. கனவுகளுடன் காத்திருந்த சித்ராவைக் குறித்த எந்த எண்ணமும் எழவில்லை. ஊரே கூடித் தன் வீட்டின்முன் நின்று சபிக்கும் என்று எண்ணிப் பார்க்க முடியவில்லை. அவன் சிந்தை முழுதும் கிருஷ்ணன் நிறைந்திருந்தான். கிருஷ்ணன் அவன் பாதங்களில் அமர்ந்துகொண்டு அவனைச் செலுத்திக்கொண்டிருந்தான்.

நாள்களும் நேரமும் பகலிரவும் முற்றிலும் மறந்து நடந்துகொண்டே இருந்தவன் ஏதோ ஓரிடத்தில் மயங்கி விழுந்தான். எவ்வளவு நேரம் அவன் மயக்கத்தில் இருந்தான் என்று அவனுக்குத் தெரியாது. கண் விழித்தபோது மிகவும் பசித்தது. சுற்றுமுற்றும் பார்த்தான். அது ஒரு நெடுஞ்சாலை. கண்ணுக்கெட்டிய தொலைவில் கடைகள் ஏதும் இல்லை. மனித நடமாட்டமும் தென்படவில்லை. தான் எங்கே வந்திருக்கிறோம் என்று அறிந்துகொள்ள விரும்பினான். இன்னும் சிறிது தூரம் நடக்கலாம் என்று முடிவு செய்தபோது எந்தப் பக்கம் இருந்து வந்தோம் என்ற குழப்பம் ஏற்பட்டது. சட்டென்று அங்கேயே அமர்ந்து கண்களை மூடி கிருஷ்ண ஜபம் செய்யத் தொடங்கினான். நூற்றெட்டு முறை ஜபித்துவிட்டு எழுந்ததும் அவனது பாதங்கள் மீண்டும் அவனைச் செலுத்திக்கொண்டு போயின. ஆனால் இப்போது அவனுக்குக் கால் வலித்தது.

களைப்புத் தெரிந்தது. பசி குதறிப் போட்டுக்கொண்டிருந்தது. ஒரு நெடுஞ்சாலை உணவகம் கண்ணில் பட்டது. உணவகத்தின் வெளியே நான்கைந்து பேருந்துகள் நின்றுகொண்டிருந்தன.

வேறெதையும் சிந்திக்காமல் அவன் நேரே உணவகத்தினுள் நுழைந்து அமர்ந்தான். காணாதது கண்டாற்போல எட்டு இட்லிகள் சாப்பிட்டான். நிறையத் தண்ணீர் குடித்தான். நேரே கல்லாவுக்கு வந்து, தன்னிடம் உண்டதற்குப் பணமில்லை என்று சொன்னான். அங்கிருந்த நான்கைந்து பேர் அவனை இழுத்துப் போட்டு அடி அடி என்று அடித்தார்கள். வினோத் பொறுமையாக அடிகளை வாங்கிக் கொண்டான். அவன் சுருண்டு விழுந்துவிடுவான் என்று தெரிந்தபோது உணவக முதலாளி, 'சனியனை விட்டுவிடுங்கள்' என்று சொன்னார். அவன் அந்த நபருக்கு நன்றி சொல்லிவிட்டு வெளியே வந்தான். மீண்டும் நடக்க ஆரம்பித்தான்.

மேலும் இரண்டு நாள்கள் நடந்தபின்பு அவன் கோயமுத்தூரை அடைந்தான். கண்ணில் தென்பட்ட திருமண மண்டபத்தில் இருந்து நாகஸ்வர ஓசையும் மேளச் சத்தமும் கேட்டது. வினோத் அந்த மண்டபத்துக்குள் நுழைந்து நேரே உணவு அரங்கத்துக்குச் சென்றான். திருப்தியாக அமர்ந்து சாப்பிட்டான். வெளியே வரும்போது வெற்றிலை பாக்கு கவர் ஒன்று கொடுத்தார்கள். அதில் ஒரு தேங்காயும் இருந்தது. அதை அடுத்த வேளைக்கு வைத்துக்கொண்டான். ஒரு லாரி டிரைவரிடம் தன்னிடம் பணம் இல்லாததைச் சொல்லி, எப்படியாவது தன்னை குருவாயூருக்குக் கொண்டு சேர்த்துவிட முடியுமா என்று கேட்டான். இரக்க சுபாவம் கொண்ட அந்த டிரைவர் அவனை குருவாயூர் வரை செல்லும் தனது சக டிரைவர் நண்பனின் லாரியில் ஏற்றி அனுப்பிவைத்தார்.

வினோத் குருவாயூரைச் சென்றடைந்தபோது நேரம் நள்ளிரவைத் தாண்டியிருந்தது. தன்னை ஏற்றி வந்து இறக்கிவிட்ட லாரி டிரைவருக்கு நன்றி சொல்லிவிட்டு அவன் கோயிலை நோக்கி நடந்தான். இதுதான், இதுதான் என்று அவன் மனத்துக்குள் ஒரு குரல் ஓயாமல் ஒலித்துக்கொண்டே இருந்தது. அந்தக் கணமே பாய்ந்து சென்று கிருஷ்ணனின் பாதாரவிந்தங்களைப் பற்றிக்கொண்டு அவனோடே கரைந்து காணாமலாகிவிட வேண்டும் என்ற வெறி உண்டானது. தன் சக்தியெல்லாம் திரட்டிக்கொண்டு அவன் கோயிலை நோக்கி ஓடத் தொடங்கினான். பத்து நிமிடங்கள் ஓடியபின்பு கோயில் கண்ணுக்குத் தென்பட்டது. வழியெங்கும் இருந்த கடைகளை மூடியிருந்தார்கள். பக்தர்கள் வெகு

சாதாரணமாகச் சாலை ஓரங்களிலேயே குடும்பம் குடும்பமாகப் படுத்துக் கிடந்தார்கள். கோயிலை நெருங்கியபின்புதான் அவனுக்கு இந்நேரம் கோயில் நடை சாத்தியிருக்கும் என்பதே நினைவுக்கு வந்தது. வேறு வழியின்றி அவனும் ஒரு கடை வாசலில் படுத்தான். நன்றாக உறங்கிவிட்டான்.

மறுநாள் காலை விடிந்து எழுந்தபோது அவனுக்குள் இருந்த வெறி சற்று மட்டுப்பட்டு கனிந்த பக்தி ஒன்றே மேலோங்கியிருந்தது. யாரோ ஒரு பக்தரை நிறுத்தி, தனக்கு ஒரு வேட்டி மட்டும் வாங்கித் தர முடியுமா என்று கேட்டான். அவர் சம்மதித்து, அவனை ஒரு கடைக்கு அழைத்துச் சென்று ஒரு வேட்டி வாங்கிக் கொடுத்தார். வினோத் அவருக்கு நன்றிசொல்லிவிட்டு, ருத்ர தீர்த்தத்தை நோக்கிச் சென்றான். நிம்மதியாக நீரில் இறங்கிக் குளித்து எழுந்தான். படிக்கட்டில் கிடந்த ஒரு கோபி சந்தனத் துண்டை எடுத்துக் குழைத்து நெற்றியில் இட்டுக்கொண்டான். புதிய வேட்டியை அணிந்துகொண்டு பழைய உடைகளைத் தூக்கிப் போட்டான். கோயிலுக்குள் செல்ல வரிசையில் நிற்கும் கூட்டத்தோடு சென்று தானும் நின்றுகொண்டான்.

அன்று காலை எட்டு முப்பதுக்கு அவனுக்கு குருவாயூரப்பன் தரிசனம் கிடைத்தது. சன்னிதியில் அவன் தன்னிலை மறந்து கிருஷ்ணா கிருஷ்ணா என்று கதறியதை சுற்றி இருந்தவர்கள் வினோதமாகப் பார்த்தார்கள். தன்னை அதுவரை செலுத்தி வந்த ஒளி இப்போது மீண்டும் தோன்றி அப்படியே தன்னை ஏந்தி எடுத்துச் சென்று கிருஷ்ணனுடன் சேர்த்துவிடாதா என்று மிகவும் ஏங்கினான். ஆனால் அவ்வாறு ஏதும் நிகழவில்லை. ஆள்கள் பிடித்து இழுத்து அவனை மற்றவர்களோடு வெளியே தள்ளிவிட்டார்கள்.

அன்று முழுதும் அவன் கோயிலுக்குள்ளேயே சுற்றிச் சுற்றி வந்தான். பிரசாத வரிசையில் நின்று பிரசாதம் வாங்கி உணவாக உட்கொண்டான். இந்த உலகத்திலேயே தனக்கு மிகுந்த பாதுகாப்பான இடம் அந்தக் கோயில்தான் என்று அவன் மனத்துக்குள் ஓர் எண்ணம் எழுந்தது. காலம் முழுதும் அங்கேயே இருந்து தீர்த்துவிட முடிவு செய்துகொண்டு மாலை மீண்டும் ருத்ர தீர்த்தக் கரைக்குச் சென்றான். அங்கே அவன் க்ஷேத்ரக்ஞ தாஸ் கோஸ்வாமி என்ற சன்னியாசியைச் சந்தித்தான்.

சுவாமிஜி பாலக்காட்டைச் சேர்ந்தவர். ஆலத்தூரில் பிறந்து வளர்ந்து அங்கேயே படிப்பை முடித்துவிட்டு கிருஷ்ண பக்தி

இயக்கத்தோடு தன்னை இணைத்துக்கொண்டவர். குளக்கரையில் வினோத் அவரைப் பார்த்தபோது அவனையறியாமல் அவர்மீது ஒரு ஈர்ப்பு ஏற்பட்டது. சற்றும் தயங்காமல் அவர் அருகே சென்று நெடுஞ்சாண்கிடையாக அவர் காலில் விழுந்தான். ஆசி சொல்லி எழுப்பிய சுவாமி அவனைப் பற்றி விசாரித்தார்.

'என்னைப் பற்றிச் சொல்ல ஒன்றுமில்லை சுவாமி. எனக்கு கிருஷ்ணனைக் காட்டித் தருவீர்களா?' என்று வினோத் கேட்டான்.

அன்றைக்கு நெடுநேரம் அவனோடு பேசிக்கொண்டிருந்த சுவாமிஜி, தான் கிளம்பும்போது அவனைத் தன்னோடு அழைத்துச் சென்றார். வினோத் சில மாதங்கள் பெங்களூரில் தங்கியிருந்தான். அதற்கு முன்புவரை ஒரு வாடகைக் கட்டடத்தில் இயங்கி வந்த கிருஷ்ண பக்தர்கள் அந்த ஆண்டுதான் பெங்களூர் வளர்ச்சிக் கழக அதிகாரிகளைச் சந்தித்து கிருஷ்ணருக்குக் கோயில் கட்ட ஓர் இடம் ஒதுக்கித் தரும்படிக் கேட்டார்கள். அந்த ஆண்டு ஆகஸ்டு மாதத் தொடக்கத்தில் கிருஷ்ணருக்கு அங்கே ஓர் இடம் கிடைத்துவிட்டது. பெங்களூர் நகரத்தின் வடக்குப் பகுதியில் அமைந்திருந்த ஒரு சிறு குன்றை அதிகாரிகள் கிருஷ்ணருக்காக விட்டுக் கொடுக்க முன் வந்தார்கள். ஏழு ஏக்கர் பரப்பளவுள்ள வெறும் பாறைக் குன்று. மருந்துக்கும் அங்கே பசுமை கிடையாது. 'முடிந்தது இந்த இடம்தான். என்ன செய்ய முடியுமோ செய்துகொள்ளுங்கள்' என்று அதிகாரிகள் சொன்னார்கள்.

அந்தக் குன்றை கிருஷ்ணனின் பேராலயமாக மாற்றும் முயற்சியில் பெங்களூர் பக்தர்கள் ஈடுபட ஆரம்பித்தபோது வினோத் தன்னை அந்தப் பணியில் முற்றுமுழுதாக ஈடுபடுத்திக் கொண்டான். ஒரு தன்னார்வலனாக அவனது ஈடுபாடும் அர்ப்பணிப்பும் க்ஷேத்ரக்ஞ தாஸ் கோஸ்வாமிக்கு மிகவும் பிடித்துப் போனது. அடுத்த வருடம் இலங்கைக்கு ஒரு நீண்ட சுற்றுப்பயணம் புறப்பட்ட சன்னியாசிகள் குழுவோடு பிரம்மச்சாரி உதவியாளர்களுள் ஒருவனாக வினோத் தேர்ந்தெடுக்கப்பட்டான். வெள்ளை உடுப்பும் சிறு சிகையும் துளசி மாலையும் கோபி சந்தனமும் அணிந்து அவன் டோலக் அடித்துக்கொண்டும் கிருஷ்ண பஜன் பாடிக்கொண்டும் சன்னியாசிகளோடு சேர்ந்து சென்னை வந்தான். வீட்டைக் குறித்த நினைவு அவனுக்கு அப்போது அறவே இல்லை. ஓரிரவு மட்டும் பிராட்வே ஆர்மீனியன் தெருவில் ஒரு இல்லத்தில் தங்கியிருந்துவிட்டு மறுநாள் புறப்பட்ட கப்பலில் அவர்கள் குழு இலங்கைக்குக் கிளம்பியது.

அந்தக் கப்பல் கொழும்பு சென்றடைந்தபோது அவனுக்கு மீண்டும் அந்தப் பேரொளியின் தரிசனம் கிடைத்தது.

115. இருவர்

தன் வாழ்நாளில் மீண்டும் ஒருமுறை அந்தப் பேரொளியின் தரிசனம் கிட்டுமா என்று வினோத் அந்த முதல் தரிசனம் நிகழ்ந்த கணத்தில் இருந்து ஏங்கிக்கொண்டிருந்தான். இன்னொரு முறை அப்படியொரு தரிசனம் கிடைக்குமானால் கண்டிப்பாக ஒளியின் ஊடே கிருஷ்ணனைத் தரிசித்துவிட முடியும் என்று அவன் மனத்தில் உறுதியாகத் தோன்றியது. விழித்திருந்த நேரமெல்லாம் அதைக் குறித்து மட்டுமே அவன் யோசித்துக்கொண்டிருந்தான். ஆனால் என்ன யோசித்தும் அந்த முதல் தரிசன அனுபவத்தை மீளக் கொண்டு வர முடியவில்லை. இடைவிடாது பக்தி செய்வதன் மூலம் மட்டுமே இறைவனை அறிய முடியும் என்று திரும்பத் திரும்ப அவனுக்குச் சொல்லித் தரப்பட்டிருந்தது. அவன் அதைத்தான் செய்துகொண்டிருந்தான். எப்போதும் கிருஷ்ண ஜபம். செய்கிற ஒவ்வொரு செயலையும் கிருஷ்ணார்ப்பணம் என்று எண்ணியே செய்தான். உண்ணும் உணவு, பருகும் நீர், சுவாசிக்கும் காற்றுவரை கிருஷ்ணனைத் தவிர வேறில்லை என்பதில் அவனுக்குச் சற்றும் சந்தேகமில்லை. யாருமற்ற பொழுதுகளில் கிருஷ்ண ஸ்மரணை அதிகரித்து, சமயத்தில் அழவும் ஆரம்பித்துவிடுவான். எப்படியாவது உன்னைப் பார்த்துவிட வேண்டும் கிருஷ்ணா என்று தனக்குள் கதறுவான். திருமணத்துக்கு முதல் நாள் தனக்குக் காட்சி கொடுப்பதற்காக வந்துவிட்டு என்ன காரணத்தாலோ கிருஷ்ணன் வேண்டாம் என்று மனத்தை மாற்றிக்கொண்டு போய்விட்டதாக அவன் நினைத்தான். இன்னொரு முறை ஒளிக்கோளம் தென்பட்டால் பாய்ந்து அதன் உள்ளே புகுந்துவிட வேண்டும் என்று அப்போதே நிச்சயம் செய்துகொண்டான்.

கொழும்பு துறைமுகத்தில் அவர்கள் சென்ற கப்பல் நின்றதும் பயணிகள் அனைவரும் முதலில் இறங்கியபின்பு சன்னியாசிகள் தனியே மொத்தமாக இறங்கினார்கள். மொத்தம் எட்டு சன்னியாசிகள். அவர்களோடு பன்னிரண்டு பிரம்மச்சாரிகள். இலங்கையில் உள்நாட்டு யுத்தம் மிகவும் தீவிரமாக நடந்துகொண்டிருந்த சமயம். பாதுகாப்பு கெடுபிடிகளும்

பரிசோதனைகளும் அதிகம் இருந்தன. மலையகத்தைச் சேர்ந்த நாடாளுமன்ற உறுப்பினர் ஒருவரின் உதவியால்தான் அவர்களால் கொழும்புவுக்கு வர முடிந்திருந்தது. இலங்கையில் ஒரு கிருஷ்ணர் ஆலயத்தை எழுப்புவதற்கான சாத்தியங்களை ஆராய்வது திட்டம்.

வினோத் அன்றிரவு சக பிரம்மச்சாரிகளுடன் ஒரு பள்ளிக்கூடக் கட்டடத்தில்தங்கினான். என்றோ அது பள்ளிக்கூடமாக இருந்திருக்க வேண்டும். அப்போது அது செயல்பாட்டில் இல்லை. உடைந்த ஒரு சில மேசை நாற்காலிகள் மட்டுமே அங்கு எஞ்சியிருந்தன. அந்தப் பள்ளிக்கூடத்தை நடத்திக்கொண்டிருந்தவர், இழுத்து மூடிவிட்டு லண்டனுக்குப் போய்விட்டதாகச் சொன்னார்கள். கிருஷ்ணரின் சேவையில் இருப்பவர்களுக்கு சுக சௌகரியங்கள் ஒரு பொருட்டல்ல. அவர்கள் அன்றிரவு பிரெட்டும் வாழைப்பழமும் மட்டும் சாப்பிட்டுவிட்டு அங்கேயே தரையில் துணி விரித்துப் படுத்தார்கள்.

அதிகாலை மூன்று மணிக்கு வினோத்துக்கு யாரோ எழுப்புவது போன்ற உணர்வு ஏற்பட்டது. திடுக்கிட்டுக் கண் விழித்துப் பார்த்தபோது அந்த ஒளிக்கோளம் அவன் படுத்திருந்த அறைக்கு வெளியே அந்தரத்தில் மிதந்துகொண்டிருந்தது. வினோத் பரவசமாகிப் போனான். உடனே எழுந்து 'கிருஷ்ணா..' என்று கத்திக்கொண்டு அதனை நோக்கிப் பாய்ந்தான். முதல் முறை நிகழ்ந்தது போலவே இப்போதும் அந்த ஒளிக்கோளம் மெல்ல நகர்ந்து போக ஆரம்பித்தது. வினோத் அதன் பின்னாலேயே நடக்கத் தொடங்கினான். அவன் எவ்வளவு வேகமாக ஓடியும் அந்தக் கோளத்தை அவனால் நெருங்க முடியவில்லை. அவன் கிட்டே போகும்போதெல்லாம் அது பத்தடி தள்ளிப் போய் இருந்தது. 'கிருஷ்ணா, இந்த முறை என்னைக் கைவிடாதே. என்னை ஏற்றுக்கொண்டுவிடு. உன்னோடு சேர்த்துக்கொண்டுவிடு' என்று கதறியபடியே வினோத் அதைத் தொடர்ந்துகொண்டிருந்தான்.

நெடுந்தூரம் அவன் நடந்து போய்க்கொண்டே இருந்தான். ஒளியும் நிற்காமல் மிதந்து சென்றுகொண்டே இருந்தது. முற்றிலும் சுய நினைவு அழிந்து அந்த ஒளிக் கோளம் சென்ற திக்கில் அவன் போனான். தோட்டமா, காடா என்று சரியாகத் தெரியாத ஒரு பகுதிக்குள் அது சென்றது. வினோத்தும் விடாமல் அங்கே சென்று சேர, இறுதியில் ஒரு சிறு கோயிலின் பின்புறமாகச் சென்று அந்த ஒளி மறைந்துவிட்டது. வினோத் அதிர்ச்சியானான். கிருஷ்ணா கிருஷ்ணா என்று கதறியபடியே கோயிலைச் சுற்றி வந்து முன்புறம் வந்தான்.

சன்னிதி மூடியிருந்தது. ஆனால் உள்ளே பார்க்கும்படியாகக் கம்பிக் கதவுதான் போடப்பட்டிருந்தது. சிறியதொரு விளக்கு மட்டும் அங்கே எரிந்துகொண்டிருக்க, வினோத் உள்ளே பார்த்தபோது ஒரு சிவ லிங்கம் தெரிந்தது.

அந்தக் கணத்தில் அவனுக்கு சுய நினைவு மீண்டது. இது என்ன? கிருஷ்ணன் எதற்காக என்னை ஒரு சிவன் கோயிலுக்கு அழைத்து வந்து விட்டிருக்கிறான்? அவனுக்கு ஒன்றும் புரியவில்லை. சட்டென்று காவிரி வெள்ளத்தில் தனக்குக் கிடைத்த சிவலிங்கத்தை நினைத்துக்கொண்டான். அந்த லிங்கம் கிடைத்த நாளாக அவன் சிவ நாமத்தை மட்டுமே உச்சரித்துக்கொண்டிருந்தான். திருமணத்துக்கு முதல் நாள் கண்ட ஒளி, கிருஷ்ணன் தான் என்று அவன் மனத்தில் குறிப்பாக ஒன்று விழுந்ததில் இருந்துதான் அவன் கிருஷ்ணனை நினைக்க ஆரம்பித்திருந்தான். சற்றும் எதிர்பாராத விதமாக கிருஷ்ணன் ஏன் தன்னை சிவன் சன்னிதியில் கொண்டு நிறுத்தியிருக்கிறான்?

வினோத்துக்கு ஒன்றுமே புரியவில்லை. மிகவும் குழப்பமாக, தலை சுற்றுவது போல் இருந்தது. மனத்துக்குள் ஒரு மெல்லிய குற்ற உணர்வு எழ ஆரம்பித்தது. சிவனை மறந்தது தவறோ? கிருஷ்ணன் அதைச் சுட்டிக்காட்டுகிறானோ? ஒருவேளை சிவனேதான் ஒளியாக முதலில் வந்தானோ? இப்போது வந்தவனும் அவனேதானா? அப்படியானால் அன்றைக்கு ஒளியைக் கண்ட கணத்தில் இது கிருஷ்ணன் என்று ஏன் மனத்தில் தோன்றவேண்டும்?

மெல்ல மெல்ல அவனது பதற்றம் அதிகரிக்க ஆரம்பித்தது. இப்போது நான் என்ன செய்ய வேண்டும்? சிவனுக்கு ஒரு கும்பிடு போட்டுவிட்டுத் திரும்பிப் போய் அந்தப் பழைய பள்ளிக்கூடக் கட்டடத்தில் நண்பர்களோடு படுத்துவிடலாம். அல்லது இந்தச் சம்பவத்தின் குறியீடு என்னவாக இருக்கும் என்று உட்கார்ந்து சிந்திக்கத் தொடங்கலாம்.

இரண்டாவதைச் செய்யலாம் என்று நினைத்து அங்கேயே அவன் அமர்ந்துவிட்டான். தெய்வம் ஒன்று என்பதில் அவனுக்குச் சந்தேகம் இல்லை. ஆனால் அது கிருஷ்ணன் தான் என்று அன்றுவரை நினைத்துக்கொண்டிருந்தான். கிருஷ்ண அனுபவம் ஏற்படுவதற்கு முன்பு அது சிவமாக மட்டுமே இருந்ததையும் நினைவு கூர்ந்தான். லிங்கம் கிடைத்தபோது உண்டான பரவசமும் சிவ பக்தியும் இந்தக் கோயிலுக்கு வந்து சேர்ந்தபோது ஏன் தனக்கு

உருவாகவில்லை என்று நினைத்துப் பார்த்தான். மனமெங்கும் கிருஷ்ணன் வியாபித்திருக்கும்போது சிவனைப் பெரிதாகக் கருதத் தோன்றாதது பற்றிய அச்சமும் தவிப்பும் அவனுக்கு ஏற்பட்டது. இது கிருஷ்ணன் தனக்கு வைக்கும் பரீட்சையாக இருக்குமோ என்று நினைத்தான். என்ன செய்து இதிலிருந்து விடுபட முடியும் என்று தெரியவில்லை.

திரும்பிச் சென்று நண்பர்களிடமும் மூத்த சன்னியாசிகளிடமும் தனது அனுபவத்தைச் சொல்லிக் கருத்துக் கேட்கலாமா என்று நினைத்தான். ஆனால் அவன் சொன்ன அந்த ஒளிப் பந்தின் கதையையே அவனோடு இருந்தவர்களுள் பலர் நம்பவில்லை. 'இதோ பார் வினோத்! கிருஷ்ணன் என்பது ஒரு தத்துவம். தத்துவம் மட்டுமே. உருவமல்ல. நபரல்ல. உணரத் தொடங்கும்வரை மட்டுமே உருவத்துக்கு வேலை. உணர்ந்துவிட்டால் உருவம் பொருட்டல்ல. சைக்கிள் பழகும்போது யாராவது பிடித்துக்கொள்ள வேண்டியிருப்பது போலத்தான் அது' என்று ஒரு சுவாமிஜி சொன்னார்.

'ஆனால் நான் கண்ட ஒளிக்கோளம் உண்மை சுவாமிஜி.'

'அது உன் பிரமையாக இருக்கலாம். அடி மனத்தில் இருந்த கிருஷ்ண தாகம் அதை எழுப்பி வெளியே கொண்டு வந்து நிறுத்தியிருக்கும்' என்று அவர் சொன்னார்.

அவனுக்கு அப்போது அது புரியவில்லை. அவரோடு விவாதம் செய்யவும் விருப்பமில்லாமல் இருந்தான். அது ஒரு அனுபவம். அவனுக்கு நேர்ந்தது. அவனுக்கு மட்டும் நேர்ந்த அனுபவம். அதை எப்படி அடுத்தவருக்குப் புரியவைப்பது? புரிய வைக்கத்தான் முடியுமா?

அதை நினைத்துப் பார்த்தவன், இந்தச் சம்பவத்தை இப்போது போய்ச் சொன்னால் மீண்டும் அதே போன்ற கருத்துகள்தாம் வரும் என்று நினைத்தான். பிரச்னை, அது கிருஷ்ணனா சிவனா என்பதுதானே தவிர, ஒரு ஒளி தன்னைத் திரும்பத் திரும்பத் தொட்டுத் திருப்புவதை இல்லை என்று சொல்லவே முடியாது.

நெடுநேரம் அவன் அந்த சிவன் சன்னிதியிலேயே அமர்ந்திருந்தான். ஏதாவது குறிப்பால் உணர்த்தப்படும் என்று எதிர்பார்த்தான். ஆனால் அப்படி எதுவும் நிகழவில்லை. பொழுது விடிய ஆரம்பித்திருந்தது. விடியும்போதே மழையும் பெய்யத்

தொடங்கியது. திரும்பிவிடலாம் என்று நினைத்தான். ஆனால் இந்தக் குழப்பம் தன்னைச் சாகும்வரை நிம்மதியாக இருக்க விடாது என்று தோன்றியது. என்னவானாலும் கிருஷ்ணன் செயல் என்று எண்ணிக்கொண்டு எழுந்தான்.

அவன் சற்றும் எதிர்பாராவிதமாகப் பின்னங்கழுத்தில் பொளேர் என்று யாரோ அறைந்தார்கள். கிருஷ்ணா என்று அலறிக்கொண்டு அவன் கீழே விழுந்தான். நெற்றி தரையில் மோதி ரத்தம் வந்தது.

116. கப்பல்

இருளில் ஒரு பூனையின் கண்களைப் போல அந்தக் கிழவியின் கண்கள் மின்னிக்கொண்டிருந்தன. ஆனால் அவள் பார்வையில் உணர்ச்சிகள் இல்லை. வெறியோ, கோபமோ இல்லை. அனைத்தையும் அந்த ஒரு அடியில் இறக்கிவைத்துவிட்டவள் போல அமைதியாக வினோத்தையே பார்த்துக்கொண்டிருந்தாள். தடுமாறிக் கீழே விழுந்த வினோத், ஒன்றும் புரியாமல் மீண்டும் எழுந்து நின்றபோது அவள் சட்டென்று நடந்து போக ஆரம்பித்தாள். இப்போது தான் என்ன செய்ய வேண்டும் என்று அவனுக்குத் தெரியவில்லை. அவளை அழைப்பதா, எதற்கு அடித்தாள் என்று கேட்பதா, அல்லது போகிறவளை அவள் வழியில் போகவிட்டுவிட்டுத் தன் இருப்பிடத்துக்குத் திரும்பிவிடுவதா என்று குழப்பமாக இருந்தது. அவள் சித்தம் கலங்கியவளாக இருக்கக்கூடும் என்று நினைத்தான். பத்தடி தூரம் நடந்து சென்றவள் ஒரு கணம் நின்று அவனைத் திரும்பிப் பார்த்தாள். இது வினோத் எதிர்பாராதது. 'வா' என்று அழைப்பது போலத் தலையை அசைத்தாள். போவதா, வேண்டாமா என்று தெரியாமல் மேலும் சில கணங்கள் யோசித்துவிட்டு, தன்னையறியாமல் அவள் பின்னால் நடக்கத் தொடங்கினான்.

விடியும்வரை அவள் நடந்துகொண்டே இருந்தாள். வினோத்தும் ஒன்றும் பேசாமல் அவள் பின்னால் போய்க்கொண்டிருந்தான். அவ்வப்போது அவன் பின்னால் வருகிறானா என்று அவள் திரும்பிப் பார்த்ததுடன் சரி. ஒரு வார்த்தைகூடப் பேசவில்லை. தான் ஏன் பைத்தியம்போல அவள் பின்னால் போய்க்கொண்டிருக்கிறோம் என்று அவனுக்குக் குழப்பமாக இருந்தது. ஒரு கிழவி. வயதானவள். சித்தம் கலங்கியவளாக இருக்கலாம். அவள் தன்னை அடித்ததன் காரணத்தைக் கேட்டிருக்கலாம். அல்லது திருப்பித் தாக்கிவிட்டுப் போயிருக்கலாம். அதையும் செய்யாமலே கூடப் போயிருக்க முடியும். இந்த மூன்றையும் செய்யாமல் அவள் பின்னால் தான் ஏன் போய்க்கொண்டிருக்கிறோம் என்று அவனுக்குப் புரியவில்லை.

இருப்பினும் அவளைப் பின் தொடர்ந்து போவதைத் தன்னால் தவிர்க்க முடியாது என்று நினைத்தான்.

நடந்துகொண்டே இருந்தவள் சூரிய உதய சமயத்தில் துறைமுகத்தை வந்து சேர்ந்தாள். திரும்பி வினோத்தைப் பார்த்தாள். இம்முறை அவன் நெருங்கும்வரை அசையாமல் நின்றிருந்தாள். அவன் அருகே வந்ததும் சிங்களத்தில் உரக்க ஏதோ சொன்னாள். அவனுக்கு அது புரியவில்லை. என்ன என்று கேட்டான். அவள் மீண்டும் சிங்களத்தில் ஏதோ சொன்னாள். முதல் முறை பயன்படுத்திய சொற்களைக் காட்டிலும் இம்முறை அதிக சொற்களை அவள் பேசினாள். வினோத்துக்கு அவள் பைத்தியம் இல்லை என்று தெரிந்தது. ஆனால் அவள் சொல்வதை விளங்கிக்கொள்ள முடியவில்லை. கையை ஆட்டி ஜாடை காட்டியபடி பேசினால்கூடப் புரிந்துகொள்ளச் சற்று வசதியாக இருக்கும். ஆனால் அவள் அப்படிச் செய்யவில்லை. கைகளை அசைக்காமல், முகத்தில் எந்த உணர்ச்சி பாவத்தையும் காட்டாமல் குரலில் மட்டும் ஏற்றத் தாழ்வுகளை வைத்து ஒலிபரப்பிக்கொண்டிருந்தாள்.

'அம்மா, எனக்கு நீங்கள் பேசும் மொழி தெரியாது. தமிழ் தெரிந்தவன் நான். சிறிது ஆங்கிலமும் அறிவேன். இந்த இரு மொழிகளில் ஏதேனும் ஒன்றில் நீங்கள் பேசினால் என்னால் புரிந்துகொள்ள முடியும். அல்லது வேறு யாருடைய உதவியையாவது பெற்று நீங்கள் சொல்ல விரும்புவதை எனக்குத் தெரிவிக்கலாம்' என்று அமைதியாகச் சொன்னான்.

இதற்கும் அவள் சிங்களத்திலேயே வேக வேகமாக ஏதோ பதில் சொன்னாள். வினோத் சுற்றுமுற்றும் பார்த்தான். உதவிக்கு யாராவது வருவார்களா என்பதே அவனது எதிர்பார்ப்பாக இருந்தது. ஆனால் ஒவ்வொருவரிடமும் சென்று 'உங்களுக்குத் தமிழ் தெரியுமா?' என்று கேட்கத் தயக்கமாக இருந்தது. யுத்த காலத்தில் அது சற்றுப் பொருத்தமற்ற வினாவாக இருக்கும் என்றும் தோன்றியது.

மேலும் சில நிமிடங்கள் அவனுக்கு இந்த அவஸ்தை நீடித்தது. ஒரு கட்டத்தில் அவள் மீண்டும் அவன் கன்னத்தில் பளாரென்று அறைந்து, மீண்டும் சிங்களத்தில் ஏதோ சொன்னாள். உண்மையிலேயே வினோத்துக்கு மிகவும் பரிதாபமாகப் போய்விட்டது. அவள் அடித்தது இம்முறை அவனுக்கு அதிர்ச்சியளிக்கவில்லை. ஒரு மூதாட்டியைத் தான் ஏதோ ஒரு விதத்தில் அசௌகரியப்படுத்திக்கொண்டிருக்கிறோம் என்று

கருதினான். என்ன செய்யலாம் என்று அவனுக்குப் புரியவில்லை. சட்டென்று நெடுஞ்சாண்கிடையாக அவள் காலில் விழுந்து கும்பிட்டு எழுந்து நின்றான்.

'என்னால் உங்களையும் உங்கள் மொழியையும் புரிந்துகொள்ள முடியவில்லை அம்மா. நான் இந்தியாவில் இருந்து வந்திருக்கிறேன். ஒரு கிருஷ்ண பக்தன். சன்னியாசி இல்லை. ஆனால் விரைவில் அப்படி ஆகிவிடுவேன். இரு மொழிகள் தெரிந்த யாரேனும் உதவினால் என்னை உங்களுக்கு விளங்கவைக்க முடியும். அதே போல நீங்கள் சொல்வதையும் நான் விளங்கிக்கொள்ளப் பார்ப்பேன். அது நடக்காமல் நம் உரையாடலுக்கு ஒரு முடிவே இருக்காது' என்று சொன்னான்.

இம்முறை அவள் பதில் சொல்லவில்லை. சிறிது நேரம் அமைதியாக இருந்தாள். பிறகு வா என்று தலையசைத்துவிட்டு மீண்டும் நடக்க ஆரம்பித்தாள். துறைமுகத்தில் அவளுக்கு யாரையோ தெரிந்திருந்தது. அவரிடம் சென்று ஏதோ பேசினாள். அந்தக் காலை வேளையில் அவளைப் பொருட்படுத்திக் கேட்கவும், அவள் சொன்னதற்குத் தலையசைத்துவிட்டு உள்ளே போகவும் அங்கே ஒருவர் இருந்தார்.

பத்து நிமிடங்களில் திரும்பி வந்தவர், மீண்டும் அவளிடம் ஏதோ சொன்னார். வினோத்தைப் பார்த்து வா என்று சைகை செய்தார். வினோத்துக்கு ஒன்றும் புரியவில்லை. அவள் போ போ என்று அவனை அவசரப்படுத்தினாள். வேறு வழியின்றி வினோத் அவரோடு துறைமுகத்துக்குள் நுழைந்தான். அந்தப் பெண்மணி அவன் போவதையே பார்த்துக்கொண்டிருந்துவிட்டு வெளியேறிப் போனாள்.

வினோத்தை உள்ளே அழைத்துச் சென்ற நபர், அவன் கையில் ஒரு டிக்கெட்டைக் கொடுத்தார்.

'என்ன?' என்று வினோத் கேட்டான்.

'நீங்கள் இந்தியாவுக்குப் போய்விடுங்கள். இங்கே இருக்க வேண்டாம்.' என்று அவர் ஆங்கிலத்தில் சொன்னார்.

'ஏன்?'

'அது எனக்குத் தெரியாது. ஆனால் இதை உங்களிடம் சொல்லச் சொல்லி அந்தப் பெண்மணி சொன்னார்.'

'அவர் யார்?'

'அவர் ஒரு சன்னியாசினி. பார்த்தால் அப்படித் தெரியாது. எனக்கு அவரை வெகு காலமாகத் தெரியும்.'

'ஐயா நான் கிருஷ்ண பக்த இயக்க நண்பர்களுடன் இங்கே வந்திருக்கிறேன். எனது நண்பர்கள் கொழும்பு நகரில்தான் தங்கியிருக்கிறார்கள். நேற்றுத்தான் நாங்கள் இங்கே வந்து இறங்கினோம். இப்போது என்னைக் காணாமல் அவர்கள் தேடிக்கொண்டிருப்பார்கள். நான் திரும்பிச் செல்ல ஒரு காரணம் தேவையல்லவா?'

'அது எனக்குத் தெரியாது. ஆனால் நீங்கள் போய்விட வேண்டும் என்று அவர் சொன்னார்.'

வினோத்துக்கு மிகவும் குழப்பமாக இருந்தது. 'வேறு ஏதேனும் சொன்னாரா?' என்று கேட்டான்.

சிறிது யோசித்துவிட்டு, 'போக மறுத்தாலும் விடாதீர்கள். எப்படியாவது கப்பல் ஏற்றிவிடுங்கள் என்று சொன்னார்'

அவனுக்கு உண்மையில் மிகுந்த குழப்பமாகிவிட்டது. என்ன காரணமாயிருக்கும் என்று திரும்பத் திரும்ப யோசித்துப் பார்த்தான். ஒன்றும் விளங்கவில்லை. அவளைச் சந்திக்கும் முன்னர், ஒளிக் கோளம் தன்னை ஏன் ஒரு சிவன் கோயிலுக்கு அழைத்துச் சென்றது என்ற குழப்பம் மட்டுமே அவனுக்கு இருந்தது. இப்போது அந்தப் பெண் சன்னியாசி எதற்காகத் தன்னை இந்தியாவுக்குத் திரும்பச் சொல்கிறாள் என்ற குழப்பம் சேர்ந்துகொண்டது.

ஆனால் நெடுநேரம் அவனால் நின்று யோசித்துக்கொண்டிருக்க முடியவில்லை. அந்தத் துறைமுக ஊழியர் அவனை அவசரப்படுத்தி அழைத்துச் சென்று புறப்படத் தயாராக இருந்த ஒரு சரக்குக் கப்பலில் ஏற்றிவிட்டு, 'ஊர் போய்ச் சேருங்கள். உங்களைச் சேரவேண்டிய தகவலை அவர் எப்படியாவது உங்களுக்குத் தெரியப்படுத்துவார்' என்று சொன்னார். இதுவும் அவனுக்கு ஆச்சரியமாக இருந்தது. அதற்குமேல் என்ன பேசுவது என்று அவனுக்குத் தெரியவில்லை. பத்திருபது பயணிகளும் நிறைய சரக்கு மூட்டைகளும் பெரிய பெரிய சரக்குப் பெட்டிகளும் மட்டும் இருந்த அந்தக் கப்பலில் அவன் ஓர் இடத்தைத் தேர்ந்தெடுத்துச் சென்று அமர்ந்துகொண்டான்.

அவனது நண்பர்களும் சன்னியாசிகளும் இந்நேரம் கண் விழித்து எழுந்திருப்பார்கள். அவனைக் காணாமல் கவலைப்படுவார்கள்.

முடிந்தவரை தேடுவார்கள். உடனே பெங்களூருக்குத் தகவல் தர முயற்சி செய்வார்கள். அவர்களுக்கு எப்படி இந்த விவரத்தைத் தெரிவிப்பது என்று அவனுக்குப் புரியவில்லை. யாரோ ஒரு பெண் சொன்னதைக் கேட்டுத் தான் எதற்காகக் கப்பல் ஏறினோம் என்று ஒரு கணம் நினைத்தான். ஆனால் தன்னால் அதைச் செய்யாமல் இருந்திருக்க முடியாது என்றும் தோன்றியது. தனக்கு மட்டும் ஏன் இம்மாதிரியான அனுபவங்கள் நிகழ்கின்றன என்று அவனுக்குப் புரியவில்லை. சிறிது கவலையாக இருந்தது. கண்ணை மூடிக்கொண்டு கிருஷ்ணனை நினைக்க முயற்சி செய்தான்.

மூடிய விழிகளுக்குள் ஒரு புள்ளியைப் போல சிறிதாக ஒரு சிவலிங்கம் தோன்றியது. அதை அவன் எதிர்பார்க்கவில்லை. கணப் பொழுதில் அந்தப் புள்ளி ஒரு பலூனைப் போல விரிவடைந்துகொண்டே சென்று பிரம்மாண்டமாக விண்ணையும் மண்ணையும் அடைத்து நின்ற ஒரு பேருருவமாக உருக்கொண்டது. அத்தனை பெரிய லிங்க ரூபத்தை அவன் அதற்குமுன் தரிசித்ததில்லை. சிலிர்த்தது. மறுகணம் கண்ணைத் திறந்தான்.

கப்பல் புறப்பட்டுப் போய்க்கொண்டிருந்தது.

117. குழலோசை

சென்னை வந்து இறங்கியதும் வினோத்துக்கு அடுத்து என்ன செய்வது என்று புரியவில்லை. மிகவும் குழப்பமாக இருந்தது. எங்கோ தடுமாறுகிறோம் என்று மட்டும் புரிந்தது. ஆனால் அதைக் குறிப்பாக எடுத்து நோக்க முடியவில்லை. தன்னையறியாமல் சிவனை நெஞ்சத்தில் இருந்து நகர்த்தி வைத்தது பிழையோ என்று தோன்றியது. இதைக் குறித்து யாரிடமும் பேசவும் முடியாத அவலம் அவனை வதைத்தது. கழிந்த வருடங்களில் அவன் ஒரு சிறந்த கிருஷ்ண பக்தனாக சக பிரம்மச்சாரிகளாலும் சன்னியாசிகளாலும் கருதப்பட்டு வந்திருந்தான். கணப் பொழுதும் ஓய்வின்றி கிருஷ்ண கைங்கர்யங்களில் தன்னை ஈடுபடுத்திக்கொண்டிருந்தான். இரவு படுப்பதற்கு எந்நேரம் ஆனாலும் ஆயிரத்தெட்டு முறை ஹரே கிருஷ்ண ஜபம் செய்யாமல் படுக்க மாட்டான். 'நாளெல்லாம் அதைத்தானே சொல்லிக்கொண்டிருக்கிறாய்? இரவு தனியே எதற்கு?' என்று அவனது நண்பர்கள் சிலர் கேட்டபோதெல்லாம், 'உறங்கும் நேரம் ஜபம் இருக்காது. அதை ஈடுகட்ட உறங்கும் முன் அதைச் செய்துவிடுகிறேன்' என்று சொல்வான்.

எதற்காக கிருஷ்ணன் தன்னை இலங்கை வரை அழைத்துச் சென்றான் என்று எப்படி யோசித்துப் பார்த்தும் அவனுக்கு விளங்கவில்லை. மீண்டும் பெங்களூருக்குச் சென்றால் தான் காணாமல் போனதற்கு விளக்கம் சொல்ல வேண்டும். உள்ளதை அப்படியே சொல்வதில் ஏதாவது சிக்கல் வரக்கூடும் என்று அவனுக்குத் தோன்றியது. தன்னெஞ்சறிய மாற்றிச் சொல்லவும் மனச்சாட்சி இடம் தராது என்று உறுதியாகத் தெரிந்தது. இது என்ன அவஸ்தை? இன்னொருவருக்கு நிரூபித்து விளக்குவதல்ல; தனக்கே இத்தடுமாற்றம் ஓர் அவமானமல்லவா? தெய்வம் ஒன்றுதான். அதில் சந்தேகமில்லை. அதைச் சிவமென்று எண்ணுவதையும் யாரும் தடைபோட இயலாதுதான். ஆனால் ஒரு பப்பாளிப் பழத்தைப் போல மனத்தை இரண்டாக வகிர்ந்து வைத்துக்கொண்டு வாழ்வது சிரமம். லயிப்பது சிரமம்.

உறுத்தலுடனே அவன் நடந்துகொண்டிருந்தான். பூக்கடை

பேருந்து நிலையத்தை நெருங்கிக்கொண்டிருந்தபோது எதிரே அவன் கேசவன் மாமா வருவதைப் பார்த்தான். அவர்தான் அது. சந்தேகமில்லை. காலம் விதைத்த புதிய அடையாளங்களை மீறி அது மாமாதான் என்று தெளிவாகத் தெரிந்துவிட்டது. முழங்கை வரை நீண்ட சட்டையும் எக்கணமும் அவிழ்ந்துவிடலாம் என்று தோன்றும்படிக்கு இடுப்பில் கட்டிய வேட்டியும் நெற்றியில் இட்ட ஒற்றை ஸ்ரீசூர்ணமுமாக அவரைக் கண்டதுமே அவனுக்கு பகீரென்று ஆகிவிட்டது. அவர் பார்ப்பதற்குள் எங்காவது மறைந்துவிட வேண்டும் என்று நினைத்தான். அந்தக் கணம் அவன் கிருஷ்ணனை மறந்தான். சிவனை மறந்தான். அப்படியே தரையில் படுத்து உருண்டு எங்காவது ஓடிவிட்டால் தேவலாம் போலிருந்தது. மாமாவின் இரு கரங்களிலும் இரண்டு கட்டைப் பைகள் இருந்தன. லிங்கிச் செட்டித் தெருவில் வாங்கினால் சீப், என்.எஸ்.சி. போஸ் சாலையில் சல்லிசாகக் கிடைக்கும் என்று யாரோ எதைக் குறித்தோ அவருக்குச் சொல்லியிருக்க வேண்டும். திருவிடந்தையில் இருந்து பஸ் பிடித்து இவ்வளவு தூரம் இத்தனைக் காலை நேரத்தில் வந்திருக்கிறார் என்றால் எப்பேர்ப்பட்ட மனிதர்.

வினோத் சுற்றுமுற்றும் பார்த்தான். சட்டென்று இடது புறம் வரிசையாகக் கடை வைத்திருந்த காய்கறிக்காரப் பெண்களைத் தாண்டிக் குதித்து மார்க்கெட்டுக்குள் நுழைந்தான். அவன் திரும்பிப் பார்த்தபோது மாமா அவனைப் பார்த்துவிட்டாற்போலத் தோன்றியது. அவனுக்கு அச்சமாகிவிட்டது. உடனே காய்கறி மார்க்கெட்டுக்குள் ஓடத் தொடங்கினான். இன்னொரு முறை திரும்பக் கூடாது என்ற உறுதியுடன் அவன் கால் போன போக்கில் ஓடிக்கொண்டே இருந்தான். எங்கெங்கோ சுற்றி, பூக்கடை பேருந்து நிலையத்தின் பின்புறமாக உள்ளே புகுந்து, முன் வழியாக வெளியே வந்து நின்று மூச்சுவிட்டான்.

இப்போது மாமா தென்படவில்லை. அந்த வரை நல்லது என்று நினைத்துக்கொண்டான். அந்த இடத்தைவிட்டே போய்விட்டால் இன்னமும் நல்லது. ஒரு கணம்தான். உடனே அவனுக்கு மிகவும் வருத்தமாகிவிட்டது. கொழும்புவுக்குக் கப்பலில் போய்க்கொண்டிருந்தபோது அவன் மாமாவுக்கு ஒரு கடிதம் எழுதியிருந்தான். அந்தக் கடிதத்தில் தான் இலங்கையில் இருப்பதாகவும் அம்மா இறந்துவிட்டால் அத்தகவலை வீர கேசரியில் விளம்பரமாக வெளியிட வேண்டும் என்றும் அவன் கேட்டிருந்தான். ஏனென்றால் அவனோடு சென்ற குழுவில்

பாதிப்பேர் கொழும்புவிலேயே தங்கும் எண்ணத்தில்தான் கப்பல் ஏறியிருந்தார்கள். கிருஷ்ணனுக்குக் கொழும்பு நகரில் ஒரு ஆலயம் அமைக்கும் திட்டத்தை எப்படியாவது வெற்றிகரமாக்கி வரும் பொறுப்பு அவர்களிடம் தரப்பட்டிருந்தது. அரசாங்க ஒத்துழைப்பைக் கோரிப் பெறுவது முதல் பணி. இடம் தேடுவது அடுத்தது. அதன்பின் சிறிதாக ஒரு குடிசை வீடு கட்டிக்கொள்ள முடிந்துவிட்டால் போதும். அங்கிருந்தபடியே கிருஷ்ண பக்தியைப் பரவச் செய்துவிட முடியும். பரவும் பக்தி பணம் பொருள்களைக் கொண்டு வந்து சேர்க்கும். பிறகு கோயிலைக் கிருஷ்ணன் கட்டிக்கொள்வான்.

எப்படியானாலும் அடுத்த ஐந்தாண்டுகளேனும் தான் இலங்கையில்தான் இருப்போம் என்று எண்ணிக்கொண்டுதான் வினோத் கப்பல் ஏறியிருந்தான். ஆனால் கொழும்புவில் இறங்கிய மறுநாளே கப்பலேறி இந்தியா திரும்ப வேண்டி வரும் என்று அவன் நினைத்திருக்கவில்லை. அந்தக் கடிதத்தை எழுதியிருக்க வேண்டாம் என்று இப்போது அவனுக்குத் தோன்றியது. எழுதியதுகூடப் பிழையில்லை. படித்துப் பார்த்துவிட்டுக் கிழித்துக் கடலில் போட்டிருக்கலாம். கர்ம சிரத்தையாகக் கொழும்பு துறைமுகத்தைவிட்டு வெளியேறும் முன்னரே கண்ணில் பட்ட தபால் நிலையப் பெட்டியில் அதனைச் சேர்த்துவிட்டுத்தான் அவன் பட்டணப் பிரவேசம் செய்தான்.

மாமா கண்ணில் மட்டும் பட்டால் அவர் கேட்கும் முதல் கேள்வி அந்தக் கடிதத்தைப் பற்றியதாகத்தான் இருக்கும் என்று அவனுக்குத் தோன்றியது. அடுத்த வினா சித்ராவுக்குச் செய்த துரோகத்தைப் பற்றி. அதனால் குடும்பத்துக்கு நேர்ந்திருக்கக்கூடிய அவமானத்தைப் பற்றி. இவை அனைத்தையுமே அவனால் தகுந்த பதில் சொல்லிச் சமாளிக்க முடியும்தான். அவன் கிருஷ்ண பக்தனாக மட்டுமோ, சிவ பக்தனாக மட்டுமோ இருந்திருந்தால் அது சாத்தியம். சன்னியாசம் என்னும் உயர் நோக்கத்துடன் பயணம் செய்துகொண்டிருக்கும் ஒருவனுக்கு இரட்டைக் கடவுள்கள் அளிக்கும் இம்சை தாங்க முடியாததாக இருந்தது. இரண்டில் ஒன்றைத் தீர்மானம் செய்யாமல் தன்னால் யாரையுமே சந்திக்கவோ, எதிர்கொள்ளவோ முடியாது என்று தோன்றியது. அதனால்தான் கேசவன் மாமாவை ஐம்பதடி தொலைவில் கண்டதும் அவன் தலை தெரிக்க ஓடினான். இத்தனைக்கும் மத்தியில் தனக்கு அவரைக் கண்டதும் பாசமோ, அதை நிகர்த்த வேறெதுவோ உருவாகவில்லை என்பதையும்

அவன் கவனித்தான். அது சற்று நிம்மதியளித்தது. ஒரு தெளிவு உண்டாகும்வரை இனி சுற்றிக்கொண்டே இருப்பது என்று முடிவு செய்தான். சட்டென்று அவனைக் கடந்து நகர்ந்த ஒரு பேருந்தில் ஏறி அமர்ந்துகொண்டான்.

ஏறும்போது அவன் அந்த வண்டி எங்கே போகிறது என்று பார்க்கவில்லை. ஏறி அமர்ந்து, நடத்துநர் அருகே வந்ததும் அதைக் கேட்டான். அவர் வினோத்தை ஒரு மாதிரி பார்த்தார். 'நீங்க எங்க போகணும்?' என்று பதிலுக்குக் கேட்டார். வினோத்துக்கு என்ன சொல்வதென்று தெரியவில்லை. சில வினாடி யோசித்தான். அதற்குள் அவனுக்கு அருகே இருந்த மனிதர், 'திருவண்ணாமலை' என்று சொல்லி ஒரு டிக்கெட் வாங்கினார். வினோத்தும் உடனே திருவண்ணாமலை என்று சொன்னான். அவனிடம் சிறிது பணம் இருந்தது. திருவண்ணாமலை வரை டிக்கெட் வாங்குவதற்கு அது போதுமானதாக இருந்ததில் அவன் சற்று நிம்மதியானான். டிக்கெட் வாங்கிக்கொண்டு சாய்ந்து அமர்ந்தபோதுதான் திக்கென்றானது.

திருவண்ணாமலை!

சட்டென்று அருகே இருந்தவரிடம், 'இந்த வண்டி திருவண்ணாமலை வரைதான் போகிறதா?' என்று கேட்டான்.

'ஆம். ஏன் கேட்கிறீர்கள்?'

'ஒன்றுமில்லை' என்று சொல்லிவிட்டான். ஆனால் அந்தக் கணம் முதல் அவனுக்கு உடலெல்லாம் நடுங்கத் தொடங்கியது. இதென்ன சொல்லி வைத்த மாதிரி இப்படி நடக்கிறது? சென்னை போய்ச் சேர்ந்த பின்பு என்ன செய்ய வேண்டும் என்று அந்தப் பெண்மணி வழிகாட்டுவார் என்று கிளம்பும்போது அந்தத் துறைமுக அதிகாரி சொன்னது அவனுக்கு நினைவுக்கு வந்தது. பூக்கடைப் பேருந்து நிலையத்தில் அந்தக் காலை வேளையில் எத்தனையோ பேருந்துகள் எங்கெங்கோ கிளம்பிக்கொண்டிருந்தன. மிகச் சரியாக எப்படித் தான் திருவண்ணாமலை செல்லும் பேருந்தில் ஏறினோம்? புரியவில்லை.

இதற்குமேல் இதனைப் பற்றிச் சிந்திக்கக்கூடாது என்று அவனுக்குத் தோன்றியது. சற்றும் உணர்ச்சிவசப்படாமல் நடப்பதை அதன் போக்கில் கவனித்துக்கொண்டே போவதுதான் சரி என்று நினைத்தான். கூடவே அவன் மனத்தில் இன்னொன்றும் தோன்றியது. இன்னொரு முறை அந்த ஒளிக்கோளத்தின் தரிசனம்

கிடைத்தால் அதன் பின்னால் நிச்சயமாக எழுந்து போகக்கூடாது என்பதுதான் அது.

தான் சரியாக இருக்கிறோம், சம நிலையில் இருக்கிறோம் என்று எண்ணிக்கொண்டு கண்ணை மூடிக்கொண்டு உறங்க ஆரம்பித்தான். திருவண்ணாமலை சென்று சேரும்வரை அவன் உறங்கிக்கொண்டேதான் இருந்தான். பேருந்து நின்று அனைவரும் இறங்கிச் சென்றபின் நடத்துநர் வந்து அவனை எழுப்பினார்.

'திருவண்ணாமலை வந்துவிட்டதா?' என்று வினோத் பரபரப்பாக எழுந்தான். மண்ணில் கால் வைத்தபோது எங்கிருந்தோ புல்லாங்குழல் சத்தம் கேட்டது.

118. கிருஷ்ண லீலா

முதலில் வினோத்துக்கு சிரிப்பு வந்தது. பேருந்தை விட்டு இறங்கிய சில நிமிடங்கள் அங்கேயே சாலை ஓரமாகச் சென்று அமர்ந்து அந்தக் குழலோசையைக் கேட்டுக்கொண்டிருந்தான். சிரிக்க வேண்டும் போலத் தோன்றியதால் அனுபவித்துச் சிரிக்கவும் செய்தான். பிறகுதான் அந்த ஓசை எங்கிருந்து வருகிறது என்று சுற்றுமுற்றும் பார்த்தான். ஓசைதான் அது. இசையல்ல. வாசிக்கத் தெரியாத யாரிடமோ ஒரு புல்லாங்குழல் சிக்கிக்கொண்டிருக்கிறது என்று நினைத்தான். அவன் ஏன் திருவண்ணாமலையில் இருந்துகொண்டு தான் வந்து இறங்கும் நேரத்துக்குச் சரியாக அதை ஊதவேண்டும்? ஆளை நேரில் பார்த்து விசாரித்துவிடுவது என்று முடிவு செய்துகொண்டு எழுந்தான்.

அவன் அதற்குமுன் திருவண்ணாமலைக்கு வந்ததில்லை. சிவபக்தி மேலோங்கி சிவ ஸ்மரணையிலேயே கிடந்த நாள்களில் என்றாவது அங்கே போய்வர வேண்டும் என்று எண்ணிக்கொள்வான். ஆனால் முடிந்ததில்லை. விதியே போல இம்முறை திருவண்ணாமலை தன்னை இழுத்துத் தன் பக்கம் வரவழைத்துக்கொண்டிருக்கிறது என்று எண்ணிக்கொண்டு இறங்கிய கணத்தில் கேட்ட குழலோசை அந்நகரின் மீது அவனுக்கு இருந்த பழைய பரவசமூட்டும் ஞாபகங்களைச் சற்று மட்டுப்படுத்தியது. தனக்கு ஏற்பட்டிருக்கும் ஊசலாட்டம் அவனுக்கு மிகவும் வெட்கமளித்தது. கிருஷ்ணா கிருஷ்ணா என்று சொல்லிக்கொண்டே இருந்தென்ன. மனத்தின் பக்குவம் அரைக்கும் கீழான வேக்காட்டில்தான் உள்ளது. நல்லது. தான் எத்தனைக் கீழானவன் என்பதைப் புரிந்துகொள்ள இது ஒரு சந்தர்ப்பம் என்று நினைத்துக்கொண்டான்.

குழலோசை கேட்ட திக்கில் அவன் நடந்துகொண்டிருந்தான். பேருந்து நிலையத்துக்குத் தெற்குப் புறமாக அந்த ஓசை வந்துகொண்டிருந்தது. அவன் வேறெதையும் கவனிக்காமல் ஓசையை மட்டுமே இலக்காக வைத்து நடந்தான். இரண்டு நிமிடங்களில் அவனுக்கு அந்த ஓசையின் பிறப்பிடம்

தெரிந்துவிட்டது. கதவு பூட்டப்பட்டிருந்த ஒரு சிறு அடகுக் கடையின் வெளித் திண்ணையில் அமர்ந்திருந்த பெண்தான் ஒரு புல்லாங்குழலை வைத்து ஊதிக்கொண்டிருந்தாள். அது கச்சேரி வாசிக்கும் புல்லாங்குழல் அல்ல. திருவிழாக்களில் கிடைக்கும் சிறுவர்களுக்கான ஊதுகுழல். கணக்கு வழக்கின்றி ஒன்பது துவாரங்கள் அதில் இருந்தன. அந்தப் பெண்ணோ, முதல் மூன்று துவாரங்களை மட்டுமே பயன்படுத்தி ஊதிக்கொண்டிருந்தாள். மனத்துக்குள் அவள் ஏதோ ஒரு பாடலை அல்லது ஆலாபனையை உத்தேசித்திருக்கக்கூடும். ஆனால் வெளிப்பட்ட ஓசை கொடூரமாக இருந்தது.

அவளைக் கண்டதும் வினோத் நின்றுவிட்டான். சிறிதுநேரம் அவளையே உற்றுப் பார்த்துக்கொண்டிருந்தான். மிஞ்சினால் அவளுக்கு நாற்பது வயது இருக்கும் என்று தோன்றியது. தலைமுடியின் முன்புறம் முழுதும் நரைத்திருந்தது. பின்னால் அத்தனை வெளுப்பில்லை. வேர்க்கடலைத் தோலின் நிறத்தில் இருந்தாள். ஒழுங்காகத் தேய்த்துக் குளித்தால் இன்னமும் சற்றுப் பளிச்சென்று இருப்பாள் என்று தோன்றியது. ஆனால் அவள் குளித்துப் பல நாள்கள் ஆகியிருக்க வேண்டும். முகமெல்லாம் எண்ணெய் வழிந்துகொண்டிருந்தது. வாராத தலைமுடி காற்றில் அலைந்து ஆடிக்கொண்டிருந்தது. ஏராளமான சுருக்கங்களும் கிழிசல்களும் கொண்ட புடைவை ஒன்றை அணிந்துகொண்டிருந்தாள். ரவிக்கை கிழியாதிருந்தது. அவளுக்குப் பக்கத்தில் ஒரு அழுக்கு மூட்டை இருந்தது. கொஞ்சம் துணிகளும் ஒரு தட்டும் வெளியே தென்பட்டன.

ஒரு பிச்சைக்காரியாகவோ, பைத்தியக்காரியாகவோ அவள் இருக்கலாம் என்று வினோத்துக்குத் தோன்றியது. போகலாம் என்று நினைத்த கணத்தில் அவள் ஊதுவதை நிறுத்திவிட்டு அவனைப் பார்த்துச் சிரித்தாள். அருகே வரும்படிச் சைகை செய்தாள். வினோத்துக்குப் போவதா வேண்டாமா என்று யோசனையாக இருந்தது. தன் மேலாடையின் பாக்கெட்டைத் தொட்டுப் பார்த்துக்கொண்டான். அதில் சில சில்லறைகள் இருந்தன. அழைத்த மரியாதைக்கு நெருங்கிச் சென்று காசைப் போட்டுவிட்டுப் போய்விடலாம் என்று நினைத்து அவளை நெருங்கினான். அவன் நெருங்கி அருகே வரும்வரை சிரித்தபடியே இருந்தவள், கிட்டே வந்ததும், 'சிவனிடமும் ஒரு குழல் உண்டு' என்று சொன்னாள்.

அவனுக்குத் தூக்கிவாரிப் போட்டுவிட்டது. அடுத்தக் கணம் அப்படியே அவள் முன்னால் சாஷ்டாங்கமாக விழுந்து வணங்கினான். எழவேயில்லை. வெகுநேரம் அப்படியே கிடந்தான். அவனை மீறி அழுகை வெடித்துச் சிதறியது. நெடு நேரம் அழுதுகொண்டே இருந்தான். பிறகு அவனே தன்னைத் தேற்றிக்கொண்டு எழுந்து அவள் எதிரே அமர்ந்து கைகூப்பினான். அந்தப் பெண் ஒன்றும் பேசவில்லை. கண்ணை இமைக்காமல் அவனையே பார்த்துக்கொண்டிருந்தாள். பிறகு, 'நீ பாவம். உன்னை அவன் மிகவும் படுத்துகிறான்' என்று சொன்னாள்.

‘ஆம்தாயே. சிறு வயது முதல் நான் ஒரு சிவ பக்தனாகவே இருந்தேன். ஒரு நாளில் நடைபெற்ற ஒரு சம்பவத்துக்குப் பின் என் கவனம் முழுதும் கிருஷ்ணனின்பால் சென்றுவிட்டது. பல வருடங்களாக கிருஷ்ணனைத் தவிர வேறு எதையும் நான் நினைக்கவேயில்லை. திடீரென்று இப்போது சில நாள்களாக எனக்கு வினோதமான சம்பவங்களும் அனுபவங்களும் நேர்கின்றன.’

‘என்ன தோன்றுகிறது? சிவன் தான் உனக்கு உரியவன் என்றா?’

‘இல்லை. எனக்கு எதுவும் தோன்றவில்லை. குழப்பமும் அச்சமும்தான் மனமெங்கும் நிறைந்திருக்கிறது.’

‘சரிதான். குழப்பமும் அச்சமும் இருந்தால் கிருஷ்ணன் எப்படி இருப்பான் அல்லது சிவன் தான் எப்படி வந்து உட்காருவான்?’

‘தெரியவில்லை தாயே. இதற்கு விடைதேடித்தான் நான் இங்கே வந்திருக்கிறேன்.’

‘இங்கே என்றால்?’

வினோத் ஒரு கணம் யோசித்தான். 'ஆம். நான் திட்டமிட்டுத் திருவண்ணாமலைக்கு வரவில்லை. ஏறி உட்கார்ந்த பேருந்து என்னை இங்கே கொண்டு வந்து இறக்கிவிட்டது. இதுவும் சிவன் செயலாக இருக்குமோ என்ற ஐயம் இருக்கிறது.'

அவள் சிரித்தாள். 'என்னோடு வா' என்று அழைத்துக்கொண்டு நடக்க ஆரம்பித்தாள்.

அது கிட்டத்தட்ட கிரிவலம்தான். மலையைச்சுற்றி வரும் பாதையில் அவள் போய்க்கொண்டே இருந்தாள். வினோத்தும் அவள் பின்னால் நடந்துகொண்டே இருந்தான். இடையே இரண்டு முறை நின்று, 'உனக்குப் பசிக்கிறதா? தாகம் எடுக்கிறதா?' என்று அவள்

கேட்டாள். வினோத் இல்லை என்று சொன்னான். அதற்குமேல் அவள் எதுவும் பேசாமல் நடந்துகொண்டே இருந்தாள். ஓரிடத்துக்கு வந்து சேர்ந்ததும், 'சிறிது நேரம் ஓய்வெடுத்துக்கொள். நாம் சிறிது தூரம் மலையில் ஏறவேண்டியிருக்கும்' என்று சொன்னாள். வினோத் அங்கேயே அமர்ந்தான். அவள் தனது புல்லாங்குழலை அந்த அழுக்கு மூட்டைக்குள் சொருகியிருந்தது அவன் கண்ணை உறுத்திக்கொண்டே இருந்தது. சட்டென்று அதை எடுத்துப் பார்த்தான். அவள் சிரித்தாள். 'ஊது' என்று சொன்னாள். வினோத் அதைத் தன் வாயில் வைத்து ஊதினான். அவள் ஊதியபோது வந்தது போன்ற ஓசையே வந்தது.

அவள் மீண்டும் சிரித்தபடி, 'காற்றில் ஒன்றுமில்லை. குழலிலும் ஒன்றுமில்லை. துவாரங்களை மூடித் திறப்பதில்தான் உள்ளது' என்று சொன்னாள்.

'ஆம் தாயே. சரியாக மூடவும் சரியாகத் திறக்கவும் தெரிந்தவன் கலைஞன் ஆகிறான்.'

'ஆனால் சரியாக மூடிக்கொள்ளத் தெரிந்தால் மட்டுமே நீ சன்னியாசி ஆவாய்.' என்று அவள் சொன்னாள். வினோத்துக்கு அவள் சொன்னதன் பொருள் உடனே புரியவில்லை. ஆனால் அவள் தன்னைக் குறிவைத்து அனுப்பப்பட்டவள் என்பது மட்டும் புரிந்துவிட்டது.

சிறிது நேரம் கழித்து அவள், 'புறப்படலாம்' என்று சொன்னாள். அவன் எழுந்துகொண்டான். பாதையற்ற வழியில் அவள் முன்னால் உள்ள பாறைகளைப் பிடித்துக்கொண்டு மெல்ல மெல்ல ஏறிக்கொண்டிருந்தாள். வினோத்தும் அவளைப் பின்பற்றி மலையின்மீது ஏறிக்கொண்டிருந்தான். பத்து நிமிடங்களில் அவனுக்கு மூச்சு வாங்க ஆரம்பித்துவிட்டது. வியர்த்துக் கொட்டியது. அவள் திரும்பிப் பார்த்து, 'முடியவில்லையா?' என்று கேட்டாள். அவன் ஆம் என்று தலையசைத்ததும், 'சரி அப்படியே உட்கார்' என்று அவளும் ஒரு பாறையின்மீது அமர்ந்தாள். வினோத் உட்கார்ந்ததும் தனது மூட்டையைப் பிரித்து உள்ளிருந்து ஒரு சிறிய காகிதப் பொட்டலத்தை எடுத்தாள்.

'என்ன அது?'

'சிவ மூலிகை' என்று அவள் சொன்னாள். அதை நன்றாகக் கசக்கி ஒரு சிறிய குழலுக்குள் திணித்தாள். மீண்டும் மூட்டைக்குள்

கைவிட்டுத் தேடி ஒரு தீப்பெட்டியை எடுத்தாள். குழலை வாயில் வைத்து அதைப் பற்ற வைத்தாள். அடி வயிறு வரை காற்றை இழுத்து புகையை உண்டாக்கினாள். பிறகு அந்தக் குழலை அவனிடம் கொடுத்து, ‘சாப்பிடு’ என்று சொன்னாள்.

வினோத்துக்குத் தயக்கமாக இருந்தது. 'பழக்கமில்லை' என்று சொன்னான்.

‘ஒன்றும் செய்யாது. சாப்பிடு.’

‘சாப்பிடுவதா?’

‘ஆம். இழுப்பதல்ல இது. இது ஒரு வித உணவு. சாப்பிடு’ என்று மீண்டும் சொன்னாள். மிகுந்த தயக்கமும் அச்சமும் பதற்றமும் மேலோங்க, வினோத் அந்தக் குழலைக் கையில் வாங்கினான். விரல்கள் நடுங்கின.

‘ஏன் இவ்வளவு அச்சப்படுகிறாய்? ஒன்றும் செய்யாது. சாப்பிடு.’

அவன் வாயில் வைத்துப் புகையை இழுத்தான்.

‘உடனே விடாதே. உள்ளே தேக்கிவை’ என்று அவள் சொன்னதும் அவன் கண்ணை மூடிக்கொண்டு மனத்துக்குள் ஓம் பூஹு ஓம் புவஹ என்று சொல்ல ஆரம்பித்தான்.

அவள் வாய்விட்டு உரக்கச் சிரித்தாள். அந்தச் சிரிப்பில் அவனது ஜபம் கலைந்து கண்ணைத் திறந்து பார்த்தான். வாய் வழியாகவும் மூக்கு வழியாகவும் புகை வெளியேறியது.

‘மீண்டும் சாப்பிடு’ என்று சொன்னாள். அவன் மீண்டும் இழுத்தான். நான்கைந்து முறை இழுத்துவிட்டு அவளிடம் கொடுத்துவிட்டான். அவள் அதை வாங்கி, தானும் இரண்டு முறை இழுத்தாள். பிறகு எரிந்த பகுதியைக் கீழே கொட்டிவிட்டு, மிச்சமிருந்த இலைத் தூளை மீண்டும் காகிதத்துக்குள் போட்டு மடித்து மூட்டைக்குள் வைத்துக்கொண்டு, ‘இப்போது நாம் போகலாம். களைப்புத் தெரியாது’ என்று சொன்னாள்.

வினோத்துக்குத் தன்னால் நடக்க முடியுமா என்று ஐயமாக இருந்தது. கால் பாதங்களுக்குள் யாரோ ஒரு மூட்டை பஞ்சை அடைத்துவைத்துவிட்டாற்போல் இருந்தது. காதுகளுக்குள் சூடாக ஒரு திரவம் வழிவது போலிருந்தது. மூக்கு எரிந்தது. பசுமையற்ற மலைப்பரப்பின் வெளியெங்கும் பழுப்பு நிறத்துக்கு மாறித் தெரிந்தது. அவன் அந்தப் பெண்ணின் கையைப் பிடித்துக்கொண்டு

நடக்க ஆரம்பித்தான். சிறிது தூரம் போனதும் அவன் நின்றான். அவள், 'என்ன' என்று கேட்டாள். வினோத் படபடப்பாகத் தொலை தூரத்தில் எதையோ சுட்டிக்காட்டினான். அவள் பார்த்துவிட்டு மீண்டும் 'என்ன' என்று கேட்டாள்.

'அதோ.. அதோ.. என் கிருஷ்ணன் தெரிகிறான்.. அவன் என்னைக் கூப்பிடுகிறான்...'

'முட்டாள். இங்கு யாருமில்லை.'

'இல்லை. ஒளி தெரிகிறது பாருங்கள் தாயே. அதுதான். அது அவன் தான். கிருஷ்ணா....' என்று கதறிக்கொண்டு ஓட ஆரம்பித்தான். பத்தடி ஓடுவதற்குள் அவனுக்குக் கால் தடுக்கியது. தடாலென்று கீழே விழுந்தவன் பிடிமானமின்றி அப்படியே உருள ஆரம்பித்தான்.

119. நிதி சால சுகமா?

கண் விழித்தபோது அவன் ஒரு குடிசைக்குள் படுத்திருந்தான். அந்தப் பெண் அவன் அருகே அமர்ந்திருந்தாள். வினோத்துக்கு உடலெங்கும் நிறைய சிராய்ப்புகள் ஏற்பட்டிருந்தன. முழங்கால் எரிந்தது. மூக்கு எரிந்தது. இடது கன்னத்தில் எரிந்தது. அனைத்தையும்விடத் தன்னால் எழுந்திருக்கவே முடியாதோ என்று எண்ணும்படியாக இடுப்பில் உக்கிரமாக வலித்தது. 'எழுந்திருக்காதே. அப்படியே படுத்திரு' என்று அந்தப் பெண் சொன்னாள். அந்தக் கணம் அவனுக்குத் தோன்றியதெல்லாம் ஒன்றுதான். இவள் தனியாக எப்படித் தன்னைத் தூக்கி வந்து இங்கே கிடத்தியிருப்பாள்? சிறிது வெட்கமாக இருந்தது. அவனையறியாமல் சிரிப்பு வந்தது. அவள் அதைக் கவனித்தாள். ஆனால் ஒன்றும் சொல்லவில்லை.

'என்னை மன்னியுங்கள். உங்களை சிரமப்படுத்தியிருக்கிறேன்' என்று வினோத் சொன்னான்.

'அதனால் பரவாயில்லை. உனக்கு கிருஷ்ண தரிசனம் நேர்ந்ததா?'

'இல்லை. அவன் ஒவ்வொரு முறையும் என்னை இப்படித்தான் ஏமாற்றுகிறான்.'

'எப்படி?'

'ஒரு ஒளியாக அவன் எனக்கு வெளிப்படுகிறான். ஆனால் நான் முழுதும் பார்ப்பதற்குள்ளாக மறைந்துவிடுகிறான்.'

'நின்று நிதானமாகப் பார்க்க வேண்டியதுதானே? எதற்கு அப்படி பேயைப் பார்த்தாற்போல ஓடினாய்?'

இதற்கு என்ன பதில் சொல்வதென்று யோசித்தான். உண்மையில் அந்தப் பதற்றமும் பரிதவிப்பும் எங்கிருந்து வருகிறது என்று அவனுக்குப் புரிவதேயில்லை. ஒவ்வொரு முறையும் ஒளி தோன்றி மறைந்த பின்பு அதை நினைவில் கொண்டு வரப் பார்த்தால், அது வருவதில்லை. அடுத்த பல தினங்களுக்கு உடம்பு

அடித்துப் போட்டாற்போலாகிவிடுகிறது. எழுந்து நடமாடக்கூட சிரமமாகிவிடுகிறது. இதை அவன் அந்தப் பெண்ணிடம் சொன்னபோது, 'சிலருக்கு அப்படித்தான் நேரும்.' என்று சொன்னாள்.

'அம்மா, நீங்கள் அவனைப் பார்த்திருக்கிறீர்களா?' என்று வினோத் கேட்டான்.

'யாரை?'

'கிருஷ்ணனை.'

'இல்லை. எனக்கு அவன் அத்தனை நெருக்கமில்லை.'

'ஆம். நீங்கள் ஒரு சிவனடியார் என்று புரிந்துகொண்டேன்.'

அவள் சிரித்தாள். 'உனக்கு என்ன பிரச்னை? தெய்வத்துக்கு எதற்குப் பெயர் வேண்டுமென்று நினைக்கிறாய்? உன் கிருஷ்ணனும் சிவனும் இதனால்தான் உன்னை வைத்து விளையாடுகிறார்கள்.'

'புரிகிறது தாயே. ஆனாலும் என் அறியாமை இங்கேயேதான் நின்று சுழல்கிறது. கொழும்புவில் அந்த ஒளிப்புள்ளி என்னை ஒரு சிவன் கோயிலுக்கு ஏன் அழைத்துச் சென்று விட்டது என்று இப்போதுவரை எனக்குப் புரியவில்லை.'

'இதில் புரிய என்ன இருக்கிறது? உன் ஒளியை நீ கிருஷ்ணன் என்று நினைத்துக்கொண்டால், கிருஷ்ணன் உன்னை சிவனுக்கு சிநேகமாக்கிவிடப் பார்த்தான் என்று எண்ணிக்கொள். வந்த ஒளி சிவமென்றால் தன் சன்னிதியில் உனக்கு கிருஷ்ணனைக் காட்ட விரும்பியதாக நினைத்துக்கொள். அவ்வளவுதானே?'

அவ்வளவுதானா! மனத்துக்குள் இரண்டாகப் பிளவு பட்டு நிற்கும் அவஸ்தையை எப்படிப் புரியவைக்க முடியும்?

'தாயே, என்னிடம் என்றோ கிடைத்த சிவலிங்கத்தை நான் புறக்கணித்த குற்ற உணர்ச்சி எனக்கு இன்னும் மிச்சம் இருக்கிறது. கிருஷ்ணனை வணங்கும்போதெல்லாம் அதனாலேயே நான் ஓரத்தில் சிவனை நினைத்துக்கொள்கிறேன்.'

'என்ன பிழை? ஒன்றுக்கு இரண்டு தெய்வங்கள் உனக்கு உதவி செய்ய இருந்தால் சௌகரியம்தானே?'

'எங்கே உதவுகிறார்கள்? இரண்டு பேரும் சேர்ந்து அலைக்கழித்துக் கொண்டிருக்கிறார்கள்.' என்று வினோத் சொன்னதும் அவள் சிரித்தாள்.

'மகனே, நீ நல்லவன். அப்பாவி. உன் அறியாமை அழகானது. உன் அண்ணன் உன்னைப் பற்றிச் சொன்னபோது நான் முதலில் நம்பவில்லை. ஆனால் இப்போது புரிந்துகொண்டேன்' என்று அவள் சொன்னதும் வினோத்துக்குத் தூக்கிவாரிப் போட்டது.

'அண்ணாவா? என்ன சொன்னான்?' என்று கேட்டான்.

'அது உனக்கு வேண்டாம். ஆனால் நான் உனக்கு ஒரு உதவி செய்ய முடிவு செய்திருக்கிறேன்.'

'சொல்லுங்கள் தாயே.'

அவள் சிறிது நேரம் அமைதியாக இருந்தாள். அவனையே பார்த்துக்கொண்டிருந்துவிட்டு, 'சரி கண்ணை மூடு' என்று சொன்னாள். அவன் கண்ணை மூடிக்கொண்டான்.

'இப்போது சொல்வதைக் கவனமாகக் கேள். கிருஷ்ணனா சிவனா என்று பார்க்காதே. உன் மனத்தில் இப்போது முதலில் தோன்றுவது எதுவாக இருந்தாலும் அதை மட்டும் நினை. அதையே தியானப் பொருளாக்கு. நான் குரல் கொடுக்கும்வரை அதைத் தவிர வேறு எதையும் நினைக்காதே' என்று சொன்னாள்.

வினோத் சரி என்று சொல்லிவிட்டு அப்படியே கண்களை மூடிக்கொண்டான். பளிச்சென்று சித்ராவின் முகம் அவன் கண்களுக்குள் திரண்டு எழுந்து வந்து நின்றது. அவனுக்கு மிகுந்த அதிர்ச்சியாக இருந்தது. இதென்ன விபரீதம்? இவள் முகம் ஏன் இப்போது நினைவுக்கு வருகிறது? ஆட்டத்தைக் கலைத்துவிட்டு முதலில் இருந்து தொடங்கலாமா என்று யோசித்தான். அது கூடாது என்று தோன்றியது. அந்தப் பெண் விதித்த ஒரே நிபந்தனையைக்கூடச் சரியாகப் பின்பற்ற முடியவில்லை என்பது மிகவும் துக்ககரமானதல்லவா.

இருந்துவிட்டுப் போகட்டும் என்று சித்ராவையே நினைக்க ஆரம்பித்தான். சிறு வயதுகளில் வினய், சித்ராவை மிகவும் விரும்பியது அவனுக்கும் தெரியும். ஆனால் அது குறித்து அவன் வினய்யிடம் கேட்டதில்லை. வேறு யாருடனும் விவாதித்ததும் இல்லை. வினய் வீட்டைவிட்டு வெளியேறியபின் வெகு காலத்துக்கு வினோத் சித்ராவைக் குறித்து எண்ணிப் பார்த்ததேயில்லை. எப்போதாவது வீதியில் பார்க்க நேரும்போது சற்றுப் புன்னகை செய்துவிட்டுக் கடந்துவிடுவதே வழக்கம். அவனுக்குப் பள்ளி ஆசிரியர் வேலை கிடைத்த அன்றைக்குத்தான்

முதல் முதலில் சித்ரா அழகாகத்தான் இருக்கிறாள் என்று நினைத்தான். என்ன காரணத்தாலோ அப்போது அவனுக்கு வினய்யின் நினைவு வரவில்லை.

சிறு வயது முதல் பார்த்து வரும் பெண். ஒரே ஊர். அடுத்தடுத்த வீதிகளில் வசிப்பவர்கள். இரு குடும்பங்களுக்கும் நல்ல பரிச்சயம் உண்டு. இரு குடும்பங்களுமே ஐயங்கார் குடும்பங்கள். சௌகரியமாக வேறு வேறு கோத்திரம். சித்ராவைத் திருமணம் செய்துகொண்டால் என்ன என்று அன்றைக்குத்தான் அவன் முதலில் நினைத்தான். ஆனால் நினைத்துக்கொண்டதுதான். தவறியும் யாரிடமும் அதைப் பற்றி அவன் பேசவில்லை. ஆசிரியப் பணியை முடித்துவிட்டு ஒவ்வொரு நாளும் ஓய்வு நேரத்தில் அவன் சித்ராவை அதன்பின் நினைத்துக்கொள்ள ஆரம்பித்தான். அது சுகமாக இருந்தது. அவளைக் காதலிக்கலாம் என்றும் நினைத்தான். தனது நள்ளிரவு ரகசிய சிவபூஜைக்குப் பின்பு சிவனின் அனுமதியோடுதான் அவன் சித்ராவை நினைத்துக்கொள்ள ஆரம்பிப்பான். நினைவில் அவளைத் தொடுவான். கன்னங்களை வருடுவான். நெருங்கி முத்தமிடுவான். அவள் கையைப் பிடித்துக்கொண்டு திருவிடந்தையில் இருந்து நீலாங்கரை வரை கடற்கரையில் நடப்பான்.

மறுநாள் காலை தற்செயலாகச் சித்ராவை வீதியில் பார்க்க நேர்ந்துவிட்டால் மிகவும் சந்தோஷமாகிவிடுவான். சிவனே தங்களைச் சேர்த்துவைப்பான் என்று அவன் மனத்துக்குள் தோன்றும். என்றைக்காவது மெல்ல அவளிடம் பேச்சுக் கொடுக்க வேண்டும் என்று எண்ணிக்கொள்வான். அது அபத்தமாக ஆரம்பித்துவிடக்கூடாது என்றும் உடனே நினைத்துக்கொள்வான். அவளுடன் பேசுவதற்குப் பொருத்தமாக ஏதாவது ஒரு விஷயத்தைத் தேர்ந்தெடுக்க வேண்டும் என்று நினைத்து, அதற்காகப் பலநாள் யோசித்தான். அவளது பிரத்தியேக விருப்பங்கள், ஆர்வங்கள் குறித்துக் கொஞ்சமாவது தெரிந்துகொண்டால்தான் அது முடியும் என்று தோன்றியது. யாரைப் போய்க் கேட்பது?

இந்தக் கவலையில் இருந்தபோதுதான் ஒருநாள் கேசவன் மாமா, சித்ரா நன்றாகப் பாடுவாள் என்ற தகவலைத் தற்செயலாக அம்மாவிடம் சொல்லிக்கொண்டிருந்ததைக் கேட்டான்.

‘அப்படியா? எனக்குத் தெரியாதே. மாமி சொன்னதே இல்லியே?’ என்று அம்மா சொன்னாள்.

‘இத்தன வருஷமா பாத்துண்டிருக்கோம். இன்னிக்குத்தான் எனக்கே தெரிஞ்சிதுக்கா. பிரமாதமா பாடறா. இன்னிக்குக் கோயில்ல பெருமாள் சேவிக்க வந்தா. பிராகாரம் சுத்திட்டு தாயார் சன்னிதி வாசல்ல உக்காந்துண்டிருந்தப்ப தனக்குத்தானே மெல்லிசா பாடிண்டிருந்தா.. அந்தப் பக்கமா போனேனா... எனக்குத் தூக்கி வாரிப் போட்டுடுத்துக்கா. சுருதி சுத்தம்னா அப்படி ஒரு சுருதி சுத்தம். குரலும் நன்னா ஒத்துழைக்கறது அவளுக்கு. ஏண்டிம்மா, இப்படி ரகசியமா பாடிண்டிருக்கே, நன்னா வாய் விட்டுப் பாடப்படாதான்னு கேட்டேன். போங்கோ மாமான்னு வெக்கப்பட்டுண்டு எழுந்து போயிட்டா’ என்று கேசவன் மாமா சொன்னார்.

வினோத்துக்கு இந்தத் தகவல் போதுமானதாக இருந்தது. மறுநாள் பள்ளிக்கூடம் விட்டதும் அவன் திருப்போரூருக்கு சைக்கிளில் போனான். சன்னிதித் தெருவில் ஒரு கேசட் கடை இருந்தது. ஓரிரு முறை அந்தப் பக்கம் போகும்போது அதைப் பார்த்திருக்கிறான். எனவே நேரே அந்தக் கடைக்குச் சென்று எம்.எல். வசந்தகுமாரி, டிகே ஜெயராமன் கேசட்டுகள் சிலவற்றை வாங்கிக்கொண்டான். அன்றைய தேதியில் யார் பிரபலமான கர்நாடக சங்கீதக் கலைஞர்கள் என்று அவனுக்குத் தெரிந்திருக்கவில்லை. கடைக்காரனிடம் கேட்கச் சற்று வெட்கமாக இருந்தது. எப்பேர்ப்பட்ட சங்கீத ஞானஸ்தராக இருந்தாலும் எம்.எல். வசந்தகுமாரியையும் டிகே ஜெயராமனையும் நிராகரிக்க மாட்டார்கள் என்று அவனுக்கு உறுதியாகத் தோன்றியதால் அவற்றை வாங்கினான். கேசட்டின் மேலே இருந்த பிளாஸ்டிக் உறையைக் கிழித்தெறிந்துவிட்டு அதைப் பையில் போட்டுக்கொண்டு கிளம்பினான்.

மாலை ஆறு மணிக்கு அவன் திருவிடந்தை கோயிலுக்குப் போனான். மாமா அப்போதுதான் கோயிலில் இருந்து கிளம்பிக்கொண்டிருந்தார். ‘என்னடா விசேஷம் இன்னிக்கு?’ என்று கேட்டார்.

‘சும்மாத்தான் மாமா’ என்று சொல்லிவிட்டு நேரே சன்னிதிக்குப் போனான். தீர்த்தம் சடாரி வாங்கிக்கொண்டு தாயார் சன்னிதிக்கு வந்து உட்கார்ந்தான்.

ஆறரைக்கு சித்ரா கோயிலுக்கு வந்தாள். அவள் உள்ளே நுழையும்போதே வினோத் அவளைப் பார்த்துவிட்டான். பதற்றமாக இருந்தது. யாராவது பார்த்தால் என்னவாவது

நினைத்துக்கொள்வார்களே என்று கவலையாக இருந்தது. ஆனால் அவன் ஒரு பள்ளி ஆசிரியர். கௌரவமான வேலையில் இருப்பவன். சட்டென்று அப்படி யாரும் உடனே தவறாக நினைத்துவிட மாட்டார்கள் என்றும் தோன்றியது. அவள் பெருமாள் சேவித்துவிட்டுத் தாயார் சன்னிதிக்கு வரும்வரை அவனுக்கு நிலைகொள்ளவில்லை. உடம்பெல்லாம் வியர்த்துவிட்டது. நெஞ்சு வறண்டு தாகம் எடுத்தது. சகித்துக்கொண்டு பொறுமையாகக் காத்திருந்தான்.

சித்ரா சன்னிதிக்கு வந்தபோது மிக மிக இயல்பாக எப்போதும் புன்னகை செய்வது போலவே செய்தான். அவளும் பதிலுக்குச் சிரித்தாள்.

‘நீ நன்னா பாடறியாமே? மாமா சொன்னார்’ என்று ஆரம்பித்தான்.

அவள் சற்று வெட்கப்பட்டாற்போல் இருந்தது.

‘இந்தா.’ என்று கேசட்டுகளை நீட்டினான்.

‘என்னது?’

‘எனக்குப் பிடிச்சிருந்தது. உனக்குப் பிடிக்கறதான்னு கேட்டுப் பாரு’ என்று சொன்னான்.

அவள் மறுக்கவில்லை. ‘தேங்ஸ்’ என்று சொல்லிவிட்டு வாங்கிக்கொண்டாள்.

‘பாட்டு கத்துண்டியான்ன?’

‘எப்பவோ கத்துண்டது. ரொம்ப சின்ன வயசுல.’

‘ஏன் விட்டுட்டே?’

‘இங்க யார் இருக்கா சொல்லித்தர?’

‘அப்போ மட்டும் யார் இருந்தா?’

‘என் பாட்டி இருந்தாளே. அவ நன்னா பாடுவா.’

‘ஓ.’

அதற்குமேல் பேசினால் சரியாக வராது என்று அவனுக்குத் தோன்றியது. ‘சரி, கேட்டுட்டு சொல்லு.’ என்று மட்டும் சொல்லிவிட்டுக் கிளம்பிவிட்டான். யாரும் பார்க்கவில்லை என்பது நிம்மதியாக இருந்தது.

இரண்டு நாள் கழித்து சித்ரா வீட்டுக்கு வந்து கேசட்டுகளைத் திருப்பிக் கொடுத்தாள். அம்மாவுக்கு அது மிகுந்த ஆச்சரியம். 'நீ எப்படா இதெல்லாம் கேக்க ஆரம்பிச்சே?' என்று வினோத்தைக் கேட்டாள்.

'எப்பவோ' என்று மட்டும் சொல்லிவிட்டு, 'சரி உனக்குப் பிடிச்சிதா?' என்று சித்ராவிடம் கேட்டான்.

அவள், 'ம்' என்று மட்டும் சொன்னாள். மேற்கொண்டு இசை சார்ந்து பேசுவதற்குத் தன்னிடம் ஒன்றுமில்லை என்பதை நினைவுகூர்ந்த வினோத், 'உக்காரேன். ஒரு பாட்டு பாடு. அம்மா கேப்பா' என்று சொன்னான்.

அம்மாவுக்கு அதுவே பூரித்துவிட்டது. 'அதானே? நீ நன்னா பாடுவேன்னு கேசவன் சொன்னான். ஒரு பாட்டு பாடேன்?' என்று கேட்டாள்.

அன்றைக்கு சித்ரா நிதி சால சுகமா என்ற கீர்த்தனையைப் பாடிக்காட்டினாள். அது மிகவும் நன்றாக இருப்பதாக அம்மா சொன்னாள். வினோத்துக்கு ராகமோ மற்றதோ தெரியவில்லை. சித்ரா சகஜமாகத் தன் வீட்டுக்கு வந்து சொன்ன வார்த்தையைத் தட்டாமல் பாடிக் காட்டியதே மிகவும் மகிழ்ச்சியாக இருந்தது. அம்மா அவளுக்குக் காப்பி கொடுத்தாள். குடித்துவிட்டு, 'போயிட்டு வரேன் மாமி' என்று சொல்லிவிட்டு அவள் கிளம்பியபோது வினோத் வாசல்வரை வந்து அனுப்பிவைத்தான்.

அம்மாவுக்கு ஏதாவது புரிந்திருக்கும் என்று அவனுக்குத் தோன்றியது. புரியவேயில்லை என்றாலும் அது ஒரு சரியான தொடக்கமாக இருக்கும் என்று நினைத்தான். இரவு சீக்கிரமே சாப்பிட்டுவிட்டுப் படுத்து, சித்ராவை நினைத்துக்கொள்ள ஆரம்பித்தான்.

120. வாசனை

அன்றைக்கு நெடு நேரம் அவன் சித்ராவை நினைத்துக் கொண்டிருக்கும்படி ஆகிவிட்டது. நான் குரல் கொடுக்கும்வரை கண்ணைத் திறக்காதே, நினைப்பதை மாற்றாதே என்று சொன்ன அந்தப் பெண், சொன்னதையே மறந்துவிட்டாளோ என்று வினோத்துக்குத் தோன்றியது. ஆனாலும் கண் விழித்துப் பார்க்கவும் பேசவும் தயக்கமாக இருந்தது. எனவே திரும்பவும் சித்ராவையே நினைக்க ஆரம்பித்தான்.

அவளைக் காதலிப்பதை அவளுக்கு எப்படித் தெரியப்படுத்துவது என்று அவனுக்கு அந்நாள்களில் தெரிந்திருக்கவில்லை. கடிதம் எழுதலாம் என்று முதலில் நினைத்தான். பிறகு அந்த எண்ணத்தை மாற்றிக்கொண்டான். தற்செயலாகப் பார்க்கும்போது பேசும் ஓரிரு சொற்களில் தன் மனத்தைத் தெரியப்படுத்திவிடுவதே நல்லது என்று தோன்றியது. அவன் அதற்கு முயற்சி செய்யவும் ஆரம்பித்தான்.

ஒருநாள் அவன் பள்ளிக்கூடம் விட்டு வீடு திரும்பிக்கொண்டிருந்த போது தென்பட்டில் யாரோ ஒரு தோழியின் திருமணத்துக்குப் போய்க்கொண்டிருந்த சித்ராவை வழியில் பார்த்தான். உடனே சைக்கிளை விட்டு இறங்கி அவளோடு பேசியபடி நடக்கத் தொடங்கினான். அந்தத் தோழி யார், என்ன வயது, அப்பா யார், அம்மா யார் என்றெல்லாம் அக்கறையாக விசாரித்துத் தெரிந்துகொண்டான். 'உனக்கு உங்காத்துல வரன் பாக்க ஆரம்பிச்சுட்டாளா?' என்று மிகவும் இயல்பாகக் கேட்பது போலக் கேட்டான். அவள் வெட்கப்பட்டாள். ம் என்று மட்டும் சொன்னாள். பிறகு என்ன நினைத்தாளோ, வெகு நாள்களாகப் பார்த்துக்கொண்டிருந்தாலும் ஒன்றும் தகையவில்லை என்று சொன்னாள். அவனுக்கு அது திருப்தியான பதிலாக இருந்தது. இந்த இடத்தில் பொருத்தமான ஒரு சொல் அகப்பட்டுவிட்டால் தன் மனத்தில் இருப்பதைத் தெரிவித்துவிடலாம் என்று நினைத்தான். அந்த ஒரு சொல்லுக்காக யோசிக்க ஆரம்பித்தான். 'உனக்கு

ஆட்சேபணை இல்லேன்னா நானே உன்னைக் கல்யாணம் பண்ணிக்கறேன்' என்று சொல்லலாமா என்று நினைத்தான். பிறகு அது சரியாக வராது என்று எண்ணி, 'எங்கம்மாட்ட சொல்லி உங்காத்துல பேச சொல்லட்டுமா?' என்று கேட்கலாமா என்று யோசித்தான். அனைத்தையும்விட, 'எனக்கு உன்னைப் பிடிச்சிருக்கு' என்பது பொருத்தமாக இருக்கும் என்று தோன்றியது.

யோசித்து ஒரு முடிவுக்கு வருவதற்கு முன்னதாகவே அவளது இன்னொரு சினேகிதி குறுக்கே வந்துவிட்டாள். 'நான் அவளோட போறேன்' என்று சொல்லிவிட்டு சித்ரா போய்விட்டாள். வினோத்துக்குச் சற்று ஏமாற்றமாக இருந்தாலும் அவ்வளவு நேரம் அவளோடு நடந்து வந்ததும் பேசியதும் திருப்தியாகவே இருந்தது.

வீட்டுக்கு வந்தபோது டியூஷனுக்கு வந்திருந்த பையன்கள் காத்திருந்தார்கள். அவசரமாக முகம் கழுவி, காப்பி குடித்துவிட்டு அவர்களோடு உட்கார்ந்தான். பாடங்களில் மனம் ஒன்றவேயில்லை. ஏனோதானோ என்று எதையோ சொல்லிக் கொடுத்துவிட்டு சீக்கிரமே அவர்களை அனுப்பிவிட்டு எழுந்து கோயிலுக்குப் போனான். கேசவன் மாமா அங்கே பட்டாச்சாரியாரோடு அமர்ந்து பேசிக்கொண்டிருந்தார். அவனைக் கண்டதும், 'என்னடா?' என்று கேட்டார்.

'சும்மாத்தான் வந்தேன். வாங்களேன், கொஞ்ச தூரம் நடந்துட்டு வருவோம்?'

'டியூஷனெல்லாம் முடிஞ்சிடுத்தா?'

'ஆயிடுத்து மாமா.'

'நான் வரேன்' என்று பட்டாச்சாரியாரிடம் சொல்லிவிட்டு மாமா எழுந்து வந்தார்.

'சொல்லு. என்ன சமாசாரம்?'

அன்றைக்கு வினோத் ஒரு தீர்மானத்துடன் இருந்தான். என்ன ஆனாலும் மாமாவுக்குத் தெரியப்படுத்திவிடுவது. சமயம் பார்த்து, அம்மாவிடமும் அப்பாவிடமும் விஷயத்தைச் சொல்லி, நடத்தி வைக்க அவரால்தான் முடியும்.

'மாமா, நீங்க தப்பா நினைச்சிக்கப்படாது. அம்மா எனக்குப் பொண்ணு பாக்கணுங்கறா.. அடிக்கடி அதைப் பத்திப் பேச ஆரம்பிச்சிருக்கா.'

'ஆமா. அதுல என்ன தப்பு? மிச்சம் இருக்கறவன் நீ ஒருத்தன். நீயாவது அவ திருப்திக்கு இருந்துட்டுப் போயேண்டா.'

'சரி மாமா. ஆனா பொண்ண எனக்குப் பிடிக்கணும் இல்லியா?'

'உனக்குப் பிடிக்காத ஒருத்திய உங்கம்மா பண்ணி வெக்கமாட்டா வினோத். கவலைப்படாதே.'

'எனக்குப் பிடிச்ச ஒருத்தி இருக்கா. அதை நானே சொல்ல சங்கடமா இருக்கு. நீங்க உதவி பண்ணேள்னா நன்னாருக்கும்.'

மாமாவுக்கு ஒரே ஆச்சரியமாகப் போய்விட்டது. அப்படியே அவனை நிறுத்தி நடுச்சாலை என்றும் பாராமல் இறுக்கி அணைத்து விடுவித்தார். 'போடு சக்கைன்னானாம். யாருடா?'

அவன் வெட்கப்பட்டுக்கொண்டு சித்ராவைப் பற்றிச் சொன்னான். சிறிது நேரம் யோசித்த கேசவன் மாமா, 'பரவால்லேடா வினோத். நல்ல இடமாத்தான் சொல்றே. எனக்கு சம்மதமாத்தான் படறது.'

'தேங்ஸ் மாமா. ஆனா லவ்வு கிவ்வுனு ஆத்துல சொல்லி அப்பாவ கலவரப்படுத்த வேண்டாம்னு நினைக்கறேன். இன்னொண்ணு இது லவ்வுமில்லே. அவளுக்கு அப்படி ஒரு அபிப்பிராயம் இருக்கா இல்லியான்னு எனக்குத் தெரியாது. அதனால...'

'விட்டுடு வினோத். நான் பாத்துக்கறேன்' என்று மாமா சொன்னார்.

அதன்பின் அவர் அம்மாவிடம் என்ன பேசினார், அப்பாவிடம் என்ன பேசினார் என்றெல்லாம் வினோத்துக்குத் தெரியாது. திடீரென்று ஒரு நாள் அம்மா பத்மா மாமியின் வீட்டுக்குப் போய் சித்ராவின் ஜாதகத்தைக் கேட்ட விவரமே அவனுக்கு இரண்டு நாள் கழித்துத் தான் தெரியவந்தது. 'மாமியே பிரமாதமா ஜோசியம் பாப்பா வினோத். ரெண்டு பேரோடதும் நன்னா பொருந்தியிருக்குன்னு சொல்லிட்டா. க்ராஸ் செக்கெல்லாம் அநாவசியம்' என்று மாமா சொன்னார்.

எண்ணி ஒரே வாரத்தில் நிச்சயதார்த்தம் நடந்து, அடுத்த மாதமே கல்யாணம் என்று உறுதியானது. வினோத்துக்குத் தாங்க முடியாத வியப்பும் சந்தோஷமும் ஏற்பட்டு மாமாவைத் தனியே கூப்பிட்டுக் கேட்டான், 'அப்பாட்ட எப்படி சொன்னேள்?'

'ஒன்ன பத்திப் பேச்சே எடுக்கலடா. சித்ரா ஒருத்தி இருக்கான்னு லேசா அக்காட்ட கோடி காட்டிட்டு விட்டுட்டேன். மிச்சத்த அவளே முடிச்சிட்டா' என்று சொன்னார்.

துறவு சார்ந்த ஒரு சிறு எண்ணமும் அதுவரை தன் மனத்தில் உதித்ததேயில்லை என்பதை வினோத் எண்ணிப் பார்த்தான். காவிரியில் கிடைத்த சிவலிங்கம் அவனை ஒரு சிவ பக்தனாக மாற்றியிருந்ததே தவிர, எதையும் விட்டுச் செல்லும் சிந்தனை அவனுக்குத் தோன்றியதேயில்லை. தான் ஒரு சிவ பக்தன் என்பதை வீட்டுக்குத் தெரியப்படுத்தக்கூட அவன் நினைத்ததில்லை. அதை அவசியமாகவும் கருதியதில்லை. சிவம் அவனது மனத்துக்குகந்த தெய்வமாகியிருந்தது. நள்ளிரவில் மட்டும் அந்த லிங்கத்தை எடுத்து வைத்து சிறிது நேரம் பூஜிப்பான். தியானம் செய்வான். ஆனால் மனம் ஒன்றாது. மீண்டும் எடுத்துப் பெட்டியில் வைத்துவிட்டுப் படுத்துவிடுவான். அது போதும் என்று நினைத்தான். சிவ லிங்கம் கிடைத்த பின்பு அவன் கோயிலுக்குப் போவது படிப்படியாகக் குறைந்துவிட்டிருந்தது. படிப்பு முடித்து வேலை, வேலை விட்டால் டியூஷன் என்று வாழ்க்கையை ஒரு நேர்க்கோட்டில் அவன் அமைத்துக்கொண்டுவிட்டபடியால் வீட்டில் யாரும் அவன் மாறிவிட்டதாக நினைக்க வாய்ப்பே உண்டாகவில்லை. எல்லாம் அதனதன் இயல்பில் இயங்கிக்கொண்டிருப்பது போலவே தான் இருந்தது.

அம்மாவும் அதனால்தான் நம்பிக்கையும் மகிழ்ச்சியுமாகத் திருமணத்துக்கு ஏற்பாடு செய்ய ஆரம்பித்தாள்.

ஒரு சம்பவத்தை வினோத் நினைத்துப் பார்த்தான். அது நிச்சயமாகி விட்ட தருணம். ஓரிரு முறை அவன் சித்ராவுடன் வெளியே போய்விட்டு வந்திருந்தான். அந்த விஷயம் இரு வீட்டாருக்கும் தெரிந்தே நடந்ததுதான். எதுவும் தவறல்ல. எதுவும் தகாததும் அல்ல. எல்லோரும் எல்லாவற்றையும் எளிதாக ஏற்கும் பக்குவத்தைப் பெற்றிருந்தார்கள். சட்டென்று ஒருநாள் அவனுக்கு சித்ராவை முத்தமிட வேண்டும் என்று தோன்றியது. வெறுமனே அல்ல. கட்டியணைத்து முத்தமிட வேண்டும். திசைகள் சாட்சியாக, பெருங்கடல் சாட்சியாக மணல் வெளியில், யாருமற்ற தனிமையில் அது நிகழ வேண்டும் என்று விரும்பினான். ஆனால் இதனை வீட்டில் சொல்லி அனுமதி பெற்றுச் செய்ய முடியாது. வேண்டியது சித்ராவின் அனுமதி மட்டும்தான். தனக்கு ஏன் இப்படி சினிமாத்தனமான ஆசைகள் உதிக்கின்றன என்று அவனுக்கே வியப்பாக இருந்தது. ஆனாலும் அது தேவை, அது நிகழ்ந்தால் நன்றாக இருக்கும் என்று திரும்பத் திரும்பத் தோன்றியது.

அன்று மாலையே அவன் சித்ராவைத் தனியே கூப்பிட்டு, கடற்கரை வரை சென்று வரலாம் என்று சொன்னான். அவள் கோயிலுக்குப் போகும்போது அப்படியே வருகிறேன் என்று சொன்னாள். வினோத் நெடுஞ்சாலை ஓரத்தில் அவளுக்காகக் காத்திருக்க ஆரம்பித்தான். சரியாக ஆறரைக்கு சித்ரா அங்கு வந்தாள். பார்த்ததும் புன்னகை செய்தாள். 'வா' என்று அழைத்துக்கொண்டு சாலையைக் கடந்து சவுக்குத் தோப்புக்குள் இறங்கி, ஐந்து நிமிடங்களில் கடற்கரையை அடைந்தான்.

பொதுவாக அந்நேரத்தில் அங்கு யாரும் இருக்கமாட்டார்கள். அபூர்வமாக சில சமயம் ஓரிரு மீனவர்கள் அங்கு வந்து போவதுடன் சரி. மீன் பிடிக்கக் கடலுக்குள் போகிறவர்கள்கூட கோவளத்துக்குப் போய் இறங்குவார்களே தவிர, திருவிடந்தைப் பகுதிக்கு வரமாட்டார்கள். ஆரவாரமற்ற அலைகளும் ஒரே சீரான வேகத்தில் வீசும் சவுக்குத் தோப்புக் காற்றும் இதமான இருளும் பிரமாதமாகக் கூடி அமைந்திருப்பதாக அவனுக்குத் தோன்றியது. காதலுடன் சித்ராவின் கையைப் பிடித்தான். அவள் மறுக்கவில்லை. சிறிது வெட்கப்பட்டாள்.

'உட்கார்' என்று சொன்னான்.

இருவரும் மணலில் உட்கார்ந்தார்கள். 'எதுக்குக் கூப்ட்டேள்?' என்று சித்ரா கேட்டாள்.

'உனக்கு ஒரு முத்தம் குடுக்கணும்னு தோணித்து.'

'ஐயோ!' என்றாள்.

'தப்பா?'

அவள் பதில் சொல்லவில்லை.

'தப்பு, வேணான்னு நினைச்சேன்னா சொல்லு. பண்ணலை. பரவால்லேன்னு நினைச்சேன்னா குடுப்பேன். ஒண்ணே ஒண்ணு.'

என்ன சொல்வதென்று தெரியாமல் அவள் தடுமாறிக் கொண்டிருந்தபோது அவன் சட்டென்று நெருங்கி அவள் உதட்டில் முத்தமிட்டான். அவள் முகபாவம் அப்போது என்னவாக இருந்தது என்று அவனால் சரியாகப் பார்க்க முடியவில்லை. நன்கு இருட்டிவிட்டிருந்ததே காரணம். ஆனால் மறுப்பாகவோ, வெறுப்பாகவோ அவள் ஒன்றும் சொல்லவில்லை. அது அவனுக்குப் போதுமானதாக இருந்தது.

வாழ்வில் முதல் முறையாக ஒரு பெண்ணை நெருங்கித் தொட்டிருக்கிறோம் என்பது அவனுக்குப் பூரிப்பாக இருந்தது. ஒரு பெண்ணின் சருமம் எப்படி இருக்கும் என்று அவனுக்கு அதற்குமுன் தெரியாது. அதன் மென்மை குறித்த கற்பனைகள் இருந்ததே தவிர, வாசனை தெரிந்ததில்லை. இப்போது முதல் முதலில் சித்ராவை நெருங்கி முத்தமிட்டபோது ஒரு பெண்ணின் வாசனை என்பது சிகைக்காய்ப் பொடி டப்பாவில் போட்டு வைத்து எடுத்த ஒரு ரோஜாப்பூவின் வாசனைக்கு நிகரானதாக இருக்கும் என்று தோன்றியது. உடனேதான் தவறாக யோசிக்கிறோமோ என்ற சந்தேகம் வந்துவிட்டது. சித்ரா அன்றைக்கு சிகைக்காய்ப் பொடி போட்டுக் குளித்திருக்கலாம். அது அவளது சொந்த வாசனையாக இருக்க முடியாது என்று தோன்றியது. இன்னொரு முறை அவள் முத்தமிட அனுமதித்தால் சரியாகக் கணித்துவிடலாம் என்று நினைத்தான். அதைச் சொல்லாமலே செய்யலாம் என்று முடிவு செய்து மீண்டும் நெருங்கியபோது, 'வேண்டாமே?' என்று அவள் சொன்னாள்.

அவன் சட்டென்று விலகிக்கொண்டு, 'சரி' என்று உடனே சொல்லி விட்டான். சிரித்தான். 'நன்னா இருந்துது இல்லே?'

அவள் தலை குனிந்திருந்தாள். வெட்கம்தான் என்று தோன்றியது. இருந்தாலும் ஏதாவது மேற்கொண்டு கேட்க நினைத்து, 'அந்த நிமிஷத்துல என்ன நினைச்சிண்டே?' என்று கேட்டான்.

'எப்போ?'

'கிஸ் பண்ணேனே, அப்போ.'

'ஒண்ணுமில்லே.'

'பரவால்ல சொல்லு.'

'ஒண்ணுமே நினைக்க முடியலே.'

அதுதான் தியானமாக இருக்கும் என்று வினோத்துக்குத் தோன்றியது. அன்றிரவு அவன் சிவ லிங்கத்தை வைத்து பூஜித்து, தியானத்தில் அமர்ந்தபோது தன்னையறியாமல் அதை எடுத்து முத்தம் கொடுத்தான். லிங்கத்தின் மீது ஈர மணலின் வாசனை அடித்தது.

121. பனிப்புயல்

அவளது கால்கள் மிகவும் சொரசொரப்பாக இருந்தன. வினோத் அவளது இரண்டு கால்களையும் அழுத்திப் பிடித்துக்கொண்டு அழுதுகொண்டிருந்தபோதும் அந்தக் கால்களின் சொரசொரப்பு அவன் மூளையின் ஒரு பகுதியில் நிறைந்து குவிந்திருந்தது. அவள் குளிப்பதேயில்லை; அல்லது அவளுக்கு ஏதோ சரும வியாதி இருக்க வேண்டும் என்று தோன்றியது. அந்த நினைவில் இருந்து விடுபட சிரமமாக இருந்தது. கூடவே தனது மனத்தின் அற்ப ஞாபகங்களை எண்ணி துக்கம் பொங்கவும் செய்தது. சுய துக்கத்தின்மீதுகூட கவிய மறுக்கும் மனத்தின் பலவீனம் அவனை அவமானம் கொள்ளச் செய்தது. அதை எண்ணியும் சிறிது நேரம் குமுறிக் குமுறி அழுதான். அவன் அழுது முடிக்கும்வரை அந்தப் பெண் நகரவில்லை. அவனாக அவளது பாதங்களை விடுத்து எழும்வரை அவனை எழுப்பவும் இல்லை.

வினோத் சற்று சமாதானமாவதற்கு நெடுநேரம் பிடித்தது. அவள் மடியில் தலைவைத்துப் படுக்கலாமா என்று நினைத்தான். அப்படியே அவள் தட்டினால் தூங்கிவிடுவோம் என்று தோன்றியது. அவனுக்கே இதெல்லாம் வியப்பாகவும் இருந்தது. தனக்கு என்ன ஆகிக்கொண்டிருக்கிறது? எல்லாமே சரியாகத்தான் இருந்தது. இலங்கைக்குப் போகாதிருந்திருந்தால் இவ்வளவு அவஸ்தைகள் வந்திருக்காது. ஒரு மனிதனின் ஆகப்பெரிய அவமானம் சுய இரக்கம்தான் என்று அவனுக்குத் தோன்றியது. உறவு பந்த பாசங்களில் இருந்து விடுபடுவது சுலபம். சுய இரக்கத்தில் இருந்து உதறிக்கொண்டு சிறகடிப்பதுதான் தவத்தின் உச்சமாக இருக்கும் என்று அவன் நினைத்தான். ஆனால் தன்னால் ஏன் அது முடியவில்லை?

அந்தப் பெண்ணிடம் அவன் இதனைக் கேட்டான்.

'உனக்கு சுயத்தின் மீதான பிரக்ஞை விலகாதிருக்கிறது. அதனால்தான் அதன்மீது இரக்கம் வருகிறது. நாளை அன்பு வரும். நேசம் பிறக்கும். பாசம் உதிக்கும். உன் மனம் எண்ணும்

எண்ணங்களே சரியென்று அதே மனம் தீர்ப்புச் சொல்லும். மனம் வழங்கும் தீர்ப்பைப் பொதுவாக மூளை ஏற்பதில்லை' என்று அவள் சொன்னாள்.

யோசித்துப் பார்த்தால் அவள் சொல்வது சரிதான் என்று தோன்றியது. 'அம்மா, நீங்கள் என்னை இரண்டு கடவுள்களில் ஒருவரை நினைத்துக்கொள்ளச் சொன்னீர்கள். என்னால் ஏன் அது முடியாமல் போனது? நான் ஏன் சித்ராவை நினைத்தேன்?' என்று அவன் கேட்டான்.

'கிருஷ்ணனைவிட நீ அவளை அதிகம் விரும்பியிருக்கிறாய்.'

'இது தவறல்லவா?'

'யார் சொன்னது? ஒரு பெண்ணின்மீது செலுத்தும் நேசத்துக்கு நிகரான ஆன்மிகம் உலகில் வேறில்லை.'

'அது ஆன்மிகமா?'

'அதிலென்ன சந்தேகம்? உனக்கு நான் ஒரு கதை சொல்லவா?' என்று அவள் கேட்டாள்.

அவன் அவளை நெருங்கி பத்மாசனமிட்டு சரியாக உட்கார்ந்துகொண்டான். அவள் புன்னகை செய்தாள். பிறகு சொல்ல ஆரம்பித்தாள்.

அவள் இமயத்தில் சஞ்சரித்துக்கொண்டிருந்த நாள்களில் ஓர் இளம் துறவியை அடிக்கடி சந்திக்கும்படி இருந்தது. அந்தத் துறவிக்கு மிஞ்சிப் போனால் முப்பது முப்பத்து இரண்டு வயதுதான் இருக்கும். ஆனால் தோற்றத்தில் அவர் பதினெட்டில் இருந்து இருபது வயதுக்குள்தான் தென்படுவார். தீவிரமான யோக சாதனைகளைச் செய்து தன் உடலை முற்றிலும் தன்வயப்படுத்தியிருந்தார். முழங்கால் வரை புதையவைக்கும் நொறுங்கு பனியில் சளைக்காமல் பத்து மைல்கள் வெறுங்காலோடு நடந்து போவார். 'கால் வலிக்கிறது' என்று சொல்லி, அதே பனியில் அப்படியே சாய்ந்து படுத்துக்கொள்வார். பொதுவாக அவர் மேலாடை ஏதும் அணிவதில்லை. இடுப்பில் இருக்கும் ஒரு சிறிய துண்டுதான் அவரது உடை. அந்தத் துண்டை அவர் மாற்றுவதும் கிடையாது. வழியில் தென்படும் ஆற்றிலோ ஓடையிலோ அப்படியே அவிழ்த்து அலசிக் காயவைப்பார். அது உலரும்வரை நிர்வாணமாகவே நிற்பார். தனது நிர்வாணத்தை அவர் ஒரு பொருட்டாகக் கருதவே மாட்டார்.

அப்படி ஒருநாள் அவர் அரைத் துண்டைக் காயவைத்துக்கொண்டு நிர்வாணமாக நின்றிருந்தபோதுதான் அந்தப் பெண் துறவி அந்த வழியாகக்கடந்து போக நேர்ந்தது. பார்த்த மாத்திரத்தில் தன்னெதிரே நிற்பவர் ஒரு யோகி என்பதை அவளால் புரிந்துகொள்ள முடிந்தது. அவள் அவருக்கு வணக்கம் சொன்னாள். பதிலுக்கு அந்த இளம் யோகியும் அவளுக்கு வணக்கம் சொன்னார். 'உடுப்பின் ஈரம் உலரும்வரை நீங்கள் இதனைக் கட்டிக்கொள்ளுங்கள்' என்று சொல்லி அவள் தன்னிடம் இருந்த ஒரு துண்டை எடுத்து அவரிடம் நீட்டினாள். அவர் மறுக்கவில்லை. அந்தத் துண்டை வாங்கிக்கொண்டு போய் ஆற்றில் முக்கி ஈரமாக்கி எடுத்து வந்து கட்டிக்கொண்டார். அந்தப் பெண்ணுக்கு இது பெரும் வியப்பாக இருந்தது. இருப்பினும் அதைக் காட்டிக்கொள்ளாமல், 'என்னிடம் சிறிது உலர்ந்த பழங்கள் இருக்கின்றன. வேண்டுமா?' என்று கேட்டாள். அவர் பதில் சொல்லாமல் சிரித்தார். அந்தப் பெண் மீண்டும் தனது பையில் கைவிட்டு அள்ளி உலர்ந்த திராட்சைகள் ஒருபிடியை எடுத்து அவரிடம் அளித்தாள். அவர் நன்றி சொல்லி அதை வாங்கி ஒரே வாயில் போட்டு மென்று விழுங்கினார்.

'நான் ஆந்திரத்தில் இருந்து வருகிறேன்' என்று அந்தப் பெண் சொன்னாள்.

'அப்படியா?' என்று அவர் கேட்டார்.

'வாரணாசியில் யோகி ஒருவர் இருக்கிறார். அவர் என் குரு. என்னை ஆறு மாதங்கள் இமயத்தில் திரிந்துவிட்டு வரச் சொல்லி அனுப்பினார்'

'திரியுங்கள்' என்று அவர் சிரித்துக்கொண்டே சொன்னார்.

'ஒரு வாரமாக இந்தப் பகுதியில் திரிந்துகொண்டிருக்கிறேன். நீங்கள்தான் முதல் முதலில் என் கண்ணில் பட்ட நபர். மனிதர்களையே பார்க்காதிருந்துவிட்டுப் பார்க்கும்போது ஏதாவது பேசவேண்டும் என்று தோன்றியது.'

அவர் மீண்டும் சிரித்தார். 'என் குகைக்கு வரலாம்' என்று சொல்லிவிட்டு, காய்ந்திருந்த தனது துண்டை எடுத்துத் தோளில் போட்டுக்கொண்டு நடக்க ஆரம்பித்தார். அந்தப் பெண் அவர் பின்னால் போகத் தொடங்கினாள்.

அவர்கள் வெகுதூரம் நடந்து போனார்கள். மனித நடமாட்டம் அறவே இல்லாத வழித்தடங்கள் பல அந்த இளம் யோகிக்கு

அங்கே தெரிந்திருந்தது. கால் புதைந்த பனியோ, வீசிய கொடூரமான பனிப்புயல் காற்றோ அவரைச் சற்றும் சலனம் கொள்ளச் செய்யவில்லை. திடீர் திடீரென்று பனிப் பாளங்கள் வழியில் பெரும் சத்தமுடன் உருண்டு வந்தபோது அவர் ஹோவென்று சிரித்தபடி சட்டென்று படுத்துக்கொள்வார். அவர் மீது மோதித் துள்ளி விழுந்து அந்தப் பாறைகள் மேலும் உருண்டு செல்லும். அவர் உடனே எழுந்து நின்று கைகொட்டிச் சிரிப்பார்.

அந்தப் பெண்ணுக்கு இதெல்லாம் வியப்பாக இருந்தது. 'சுவாமி தங்களது குருநாதர் யார்?' என்று அவள் கேட்டாள். இளம் துறவி இதற்கும் சிரித்துவிட்டு, 'கபிலர்' என்று சொன்னார். வழி முழுதும் அந்தப் பெண் தான் கேள்விகள் கேட்டுக்கொண்டே இருந்தாள். அவர் முகம் சுளிக்காமல் அனைத்துக் கேள்விகளுக்கும் பதில் சொல்லிக்கொண்டு வந்தார். நெடு நேரம் நடந்தபின் அவர்கள் ஒரு குகையின் வாசலுக்கு வந்து சேர்ந்தார்கள். உள்ளே நுழையும் முன் அவர், 'சாஜிதா..' என்று யாரையோ அழைத்தார்.

குகைக்குள் இருந்து ஒரு பெண் வெளியே வந்தாள். புராதனமான காஷ்மீரத்து முஸ்லிம் பெண்களைப் போலவே அவள் பர்தா அணிந்து அதன்மீது ஒரு சால்வை போர்த்தியிருந்தாள்.

‘இவர் நமது விருந்தினர். உள்ளே வரலாம் அல்லவா?’ என்று அந்த இளம் துறவி கேட்டார்.

சாஜிதா அந்தப் பெண்ணுக்கு சலாம் இட்டு உள்ளே அழைத்துச் சென்றாள்.

அந்த குகை மிகவும் சுத்தமாக இருந்தது. தரையில் ஓரிடத்தில் கம்பளி விரிக்கப்பட்டு கவனமாக சுருக்கங்கள் நீக்கப்பட்டிருந்தன. இரண்டு மண் கலயங்களும் ஒரு மரப்பலகையும் ஒரு ஓரமாக வைக்கப்பட்டிருந்தன.

‘உட்காருங்கள்’ என்று அந்த இளம் துறவி சொன்னார்.

அந்தப் பெண் கம்பளியில் உட்கார்ந்ததும் சாஜிதா அந்த மரப்பலகையை எடுத்து வந்து அவளுக்கு எதிரே வைத்தாள். இளம் துறவி அதன்மீது அமர்ந்தார்.

‘தேநீர் அருந்துகிறீர்களா?’ என்று சாஜிதா கேட்டாள்.

'ஆம் பெண்ணே. எனக்கு இப்போது சூடாக ஏதாவது தேவை. வெந்நீர் இருந்தால்கூடப் போதும்.' என்று அந்தப் பெண் சொன்னாள்.

சாஜிதா ஒரு சிறு குமுட்டி அடுப்பை எடுத்து வைத்துப் பற்ற வைத்து ஒரு பாத்திரத்தை அதன்மீது வைத்துத் தண்ணீரை ஊற்றினாள். ஒரு சிறிய டப்பாவில் இருந்து தேயிலைத் தூளை எடுத்து அதில் போட்டுக் கொதிக்கவிட ஆரம்பித்தாள்.

'இந்த சாஜிதா யார்?' என்று அந்தப் பெண் கேட்டாள்.

'எனக்குத் தெரியாது. அவள் ஒரு பாகிஸ்தானி. எப்படியோ இந்தப் பகுதிக்கு வந்து சேர்ந்துவிட்டாள்.' என்று இளம் துறவி சொன்னார்.

'உங்கள் மாணவியா?'

இல்லை என்று அவர் உடனே சொன்னார்.

'அடைக்கலம் தந்திருக்கிறீர்களா?'

'அடைக்கலமா! எவ்வளவு பெரிய சொல்! எனக்கென்ன தகுதி இருக்கிறது அதற்கு?'

'பிறகு?'

'அவளை கோட்லிக்கு அழைத்துச் சென்று விடமுடியுமா என்று என்னிடம் கேட்டாள். மூன்று மாதங்கள் பொறுத்தால் செய்யலாம் என்று சொன்னேன்.'

'அதென்ன மூன்று மாதம்?'

'எழுபத்து இரண்டு நாள் அப்பியாசம் ஒன்றைச் செய்துகொண்டிருக்கிறேன். அதை முடித்துவிட்டு அழைத்துச் செல்லலாம் என்று எண்ணியிருக்கிறேன்' என்று அந்தத் துறவி சொன்னார்.

'எனக்குப் புரியவில்லை. வழி தப்பி வந்தவள் மூன்று மாதங்கள் காத்திருந்துவிட்டு ஊர் திரும்பச் சம்மதித்தாளா? ஆச்சரியமாக இருக்கிறது.'

'அது ஒன்றுமில்லை. அவளுக்கு எனது யோகப் பயிற்சிகளைப் பார்க்கப் பிடித்திருக்கிறது. பக்கத்தில் இருந்து கவனிப்பதை மிகவும் விரும்புகிறாள். எனக்கு அதைத் தடுக்க எந்தக் காரணமும் இல்லாததால் நானும் சும்மா இருந்துவிட்டேன்.'

அந்தப் பெண் வியப்பில் பேச்சற்றுப் போனாள். 'தவறாக எண்ணாதீர்கள். யோகப் பயிற்சிகளுக்கு யாருடைய இடையூறும் வேண்டாம் என்றுதானே இத்தனைத் தொலைவு தேடி வந்தீர்கள்?'

'ஆம். சந்தேகமில்லை.'

'முன்பின் தெரியாத ஒரு பெண்ணை உங்களால் இடையூறாகக் கருத முடியவில்லையா?'

'இல்லையே. அவள் என்னைத் தொந்தரவு செய்வதே இல்லை. மாறாக எனக்குத் தேநீர் தயாரித்துத் தருகிறாள். இரவுகளில் உணவு சமைத்துத் தருகிறாள். மிகவும் உதவியாக இருக்கிறாள்.

'இது ஒரு சொகுசு அல்லவா?'

'ஆம். ஆனால் இது இல்லாவிட்டாலும் எனக்குப் பிரச்னை இல்லையே' என்று சொல்லிவிட்டு அவர் சிரித்தார்.

அன்றிரவு அந்த இளம் யோகி தன் கையாலேயே அந்தப் பெண்ணுக்கு சமைத்தார். சுடச்சுட ரொட்டிகளும் மிளகாய் ஊறுகாயும் கொடுத்து சாப்பிடச் சொன்னார். சாப்பிட்டுவிட்டுக் கிளம்புவதாக அந்தப் பெண் சொல்லியிருந்தாள். ஆனால் சற்றும் எதிர்பாராதவிதமாக அன்றிரவு அங்கே பனிப்புயல் தாக்கத் தொடங்கியது. ஒரு பிரளயம் போலப் பனி பொங்கி எழுந்து சுழன்று அடித்தது. பாறைகள் உருண்டு சிதறின. வெளியே பலத்த சத்தமுடன் பனிப்பாறைகள் பிளந்து நீர் கொப்பளித்துப் பொங்கும் ஓசை கேட்டது. மரங்கள் பேயாட்டம் ஆடத் தொடங்கின. பல மரங்கள் உடைந்து விழும் ஓசை கேட்டது. இளம் யோகி அவளை அன்றிரவு அங்கேயே தங்கிவிடச் சொன்னார். சாஜிதா அவளுக்குப் படுக்கை ஏற்பாடு செய்தாள். கம்பளியின்மீது இரண்டு சாக்குப் பைகளைப் போட்டு அவளைப் படுக்கவைத்து, அவள்மீது வேறொரு சாக்குப் பையைப் போர்த்திவிட்டாள். 'மிகவும் குளிரினால் சாக்குப் பைக்குள் படுத்துக்கொண்டு இழுத்துப் போர்த்திக்கொண்டுவிடுங்கள்' என்று சொன்னாள்.

'ஏனம்மா, உனக்குக் குளிராதா?'

'பழகிவிட்டது' என்று அவள் சொன்னாள்.

'எத்தனைக் காலமாகப் பழகியது இது?'

'இப்போதுதான். இவள் வந்து சேர்ந்து இருபது நாள்கள்தான் ஆகின்றன' என்று இளம் யோகி சொன்னார்.

இரவு அந்தப் பெண்ணுக்கு உறக்கம் வரவில்லை. கண்காணாத பனிமலையின் சிகரங்களுள் ஒன்றில் யாரோ ஒரு யோகியின் குகைக்குள் அன்று தங்குவோம் என்று அவள் எண்ணியிருக்கவில்லை. அந்த யோகியின் குகையில் ஒரு பெண்ணைச் சந்திப்போம் என்று மிக நிச்சயமாக அவளால் நினைக்க முடியவில்லை. அதுவும் ஒரு முஸ்லிம் பெண்.

இதனை அவள் படுத்தபடி நினைத்துக்கொண்டிருந்தபோதே சற்றுத் தள்ளிப் படுத்திருந்த இளம் யோகி சொன்னார், 'அவள் மிகவும் அன்பானவள். அவளது அன்பின் பரிசுத்தத்துக்கு நிகராகச் சொல்ல ஒன்றுதான் உள்ளது. அது சிவம்.'

122. மூன்று மாதங்கள்

அந்தப் பெண் துறவி மறு நாள் காலை குகையை விட்டுப் புறப்பட்டாள். முந்தைய இரவு அடித்த பனிப்புயலும் பேய்க்காற்றும் எங்கு போயின என்றே தெரியாத அளவுக்கு பர்வதம் தியானத்தில் ஆழ்ந்திருந்தாற்போல இருந்தது. கிளம்பும்போது சாஜிதா அவளுக்குப் பத்து ரொட்டிகள் சுட்டுக் கொடுத்து அன்போடு அனுப்பிவைத்தாள்.

'இது வேண்டாமே. நான் ஒரு துறவி. அடுத்த வேளைக்கு உணவைச் சுமந்து செல்லக்கூடாது.'

'வழியில் யாராவது பசிக்கிறது என்றால் அவர்களுக்குக் கொடுங்கள்' என்று அந்தப் பெண் சொன்னாள். இதைப் பார்த்துக்கொண்டிருந்த இளம் யோகி வெறுமனே சிரித்துக்கொண்டே நின்றார்.

அந்தப் பெண் துறவி விடைபெற்றுச் சென்ற ஒரு வார காலத்தில் மீண்டும் அந்த யோகியைச் சந்திக்கும்படி நேர்ந்தது. அதே இமயம். அதே காஷ்மீரப் பகுதி. ஆனால் இது வேறு இடம். வேறு குகை. இம்முறை பெண் துறவியை சாஜிதாதான் முதலில் பார்த்தாள். பார்த்ததும் புன்னகை செய்து, 'எப்படி இருக்கிறீர்கள்?' என்று கேட்டாள். பெண் துறவி புன்னகை செய்தாள். 'உன் குருநாதர் எப்படி இருக்கிறார்?'

'குருநாதரா? அப்படி என்றால்?'

பெண் துறவி அதற்கு பதில் சொல்லவில்லை. சட்டென்று தன் பையில் கைவிட்டு ஒரு பொட்டலத்தை எடுத்தாள். சாஜிதா ஒரு வாரம் முன்னர் கட்டிக் கொடுத்து அனுப்பிய ரொட்டிகளில் சில மிச்சம் இருந்தது. அதை அவளிடமே கொடுத்து, 'எனக்கு இது செலவாகவில்லை. நீயே வைத்துக்கொள்' என்று சொன்னாள்.

சாஜிதா மறுக்கவில்லை. அதை வாங்கி வைத்துக்கொண்டு, 'நீங்கள் இங்கே என்ன செய்கிறீர்கள்?' என்று கேட்டாள்.

'எனக்கெல்லாம் செய்வதற்கு என்ன இருக்கிறது? வெறுமனே சுற்றிக்கொண்டிருக்கிறேன்.'

'நீங்கள் அவரைப் போல ஒரு யோகியா?'

'அவரளவு முன்னேறியவள் இல்லை. ஆனாலும் அந்த வழியில் செல்பவள்தான்.'

'உங்களை ஒன்று கேட்டால் தவறாக நினைக்காமல் இருப்பீர்களா?'

'கேள் சாஜிதா.'

'ஒரு பெண் யோகியை நான் சந்திப்பது இது முதல்முறை. உங்கள் வீட்டார் உங்களை எப்படி வெளியே அனுப்பினார்கள்? சொல்லாமல் ஓடி வந்துவிட்டீர்களா?'

பெண் துறவிக்குச் சிரிப்பு வந்தது. 'அது அவ்வளவு முக்கியமா?'

'எனக்கு முக்கியம்.' என்று அந்தப் பெண் சொன்னாள். 'ஹிந்து மதத்தில் நிறையப் பெண் சன்னியாசிகள் உண்டு என்று கேள்விப்பட்டிருக்கிறேன். ஆனால் பார்த்ததில்லை.'

'இஸ்லாத்திலும் உண்டே? அஜ்மீரில் நானே ஒரு பெண் சூஃபி சன்னியாசியைச் சந்தித்திருக்கிறேன்.'

அந்தப் பெண் உடனே, 'சூஃபிகளில் உண்டு. இஸ்லாத்தில் இல்லை' என்றாள். அந்தப் பெண் துறவி அடக்கமாட்டாமல் விழுந்து விழுந்து சிரித்தாள். இவளை வைத்துக்கொண்டு அந்த இளம் யோகி எப்படி சமாளித்துக்கொண்டிருக்கிறார் என்று அவளுக்கு வியப்பாக இருந்தது. இதை அவளிடம் வேறு விதமாக வெளிப்படுத்தியபோது, 'அவர் அன்பே வடிவானவர். என்னை என் ஊருக்கு அழைத்துச் சென்று சேர்க்கும் பொறுப்பை ஏற்றதில் இருந்து என்னைக் கவனித்துக்கொள்வதை ஒரு கடமையாகக் கொண்டிருக்கிறார். ஒன்று தெரியுமா? என் பெற்றோர் கூட என்னிடம் அவ்வளவு அன்பு செலுத்தியதில்லை.'

'அப்படியா? மிகவும் நல்லது. அவர் இங்கேதான் இப்போது இருக்கிறாரா?'

'ஆம். நான்கு நாள்களாக இந்தக் குகையில்தான் வசிக்கிறோம். இது அவரது நண்பர் ஒருவரின் இருப்பிடம் என்று சொன்னார்.'

'ஓ. அந்த நண்பரும் இங்கே இருக்கிறாரா?'

'இல்லை. அவர் இவரிடம் குகையை ஒப்படைத்துவிட்டு

சுற்றுப்பயணம் கிளம்பிச் சென்றுவிட்டார்.'

'நல்லது சாஜிதா. அவர் உள்ளே இருந்தால் நான் வந்திருக்கிறேன் என்று சொல். வணங்கிவிட்டுச் செல்கிறேன்.'

'அவர் சாதகத்துக்குச் சென்றிருக்கிறார். திரும்பி வர இன்னும் சிறிது நேரமாகும். நீங்கள் உள்ளே வந்து தங்கலாமே?'

பெண் துறவி யோசித்தாள். அது அத்தனை அவசியமா என்று அவளுக்குச் சந்தேகமாக இருந்தது. இருப்பினும் சாஜிதா மிகவும் வற்புறுத்தியதால் அந்தக் குகைக்குள் சென்றாள். முதலில் பார்த்த குகையைக் காட்டிலும் இது சிறியது. தவிர பாறை இடுக்குகளில் ஓட்டைகள் அதிகம் தென்பட்டன. இரவுப் பொழுதுகளில் குளிர் இங்கு அதிகம் இருக்கும் என்று தோன்றியது. அந்தப் பெண் ஓடிச் சென்று ஒரு பாயை எடுத்து வந்து விரித்து, உட்காரச் சொன்னாள். பிறகு ஒரு துணி மூட்டையை எடுத்து வந்து அவிழ்த்து, 'இதெல்லாம் எனக்கு அவர் வாங்கி வந்து கொடுத்தார்' என்று காட்டினாள். உள்ளே நான்கு சல்வார் கம்மீஸ்களும் ஒரு பர்தாவும் இருந்தன. எல்லாமே புதிய துணிகள்.

'அவர் வாங்கி வந்து கொடுத்தாரா? எங்கே போய் வாங்கி வந்தார்?'

'அது தெரியவில்லை. அவர் சொல்லவில்லை. ஆனால் நான் மாற்று உடை இல்லாமல் கஷ்டப்படுவதைக் கண்டு நேற்றுத்தான் இந்தப் புதிய துணிகளை வாங்கி வந்தார். நன்றாக இருக்கிறதா?'

அந்தப் பெண் துறவிக்கு வியப்பாக இருந்தது. எழுபத்து இரண்டு தினங்கள் யோக சாதனைக்காக காஷ்மீரத்துக்கு வந்ததாக அந்த இளம் யோகி சொல்லியிருந்தார். சாதனை தினங்களில் இதெல்லாம் சாத்தியமா? அவளுக்குப் புரியவில்லை. இதைக் கேட்டறிந்துகொள்வதற்காகவேனும் அவர் வரும்வரை காத்திருக்கலாம் என்று முடிவு செய்தாள்.

யோகி குகைக்குத் திரும்ப வெகுநேரமானது. வந்ததும் அந்தப் பெண் துறவியைக் கண்டு புன்னகை செய்தார். 'வாருங்கள்' என்று சொன்னார்.

பெண் துறவி அவருக்கு வணக்கம் சொல்லி சம்பிரதாயமாகச் சில வார்த்தைகள் பேசிக்கொண்டிருந்துவிட்டு அதைக் கேட்டாள். 'இந்தப் பொறுப்பு உங்களை அலைக்கழிப்பதில்லையா?'

அவர் சிரித்தார். 'யோகினி! நான் ஒரு யோக சாதனையைக் குறிக்கோளாக வைத்துத்தான் இங்கே வந்தேன். இந்த இடமும் சூழலும் அதற்குப் பொருத்தமாகவே இருக்கின்றன. ஆனாலும் இந்தப் பெண் பாவம் அல்லவா? இவளுக்கு இங்கு யாருமில்லை. சமவெளிப் பகுதிக்குள் செல்லவே முடியவில்லை. விடாமல் யுத்தம் நடந்துகொண்டிருக்கிறது. எங்கு பார்த்தாலும் குண்டு வெடிப்புகள். இந்தச் சூழ்நிலையில் இவளைப் பராமரிக்க வேண்டியது எனக்குக் கட்டாயமாகிவிட்டது.'

'பெரிய இழப்பு உங்களுக்கு.'

அவர் சிறிது நேரம் யோசித்தார். பிறகு சொன்னார், 'ஆம். இழப்புத்தான். என் சக்தியில் கால்வாசியை நான் இழந்துவிட்டேன். திரும்பப் பெற ஓராண்டு வரைகூட ஆகலாம்.'

'ஐயோ!' என்றாள் அந்தப் பெண் துறவி.

'ஆனால் பிறகு யோசித்தேன். ஆதரவற்ற இவளுக்கு உதவி செய்வதே எனது இந்தத் தவத்தின் நோக்கமாக ஏன் இருக்கக்கூடாது? எங்கள் ஊர்க் கவிஞர் ஒருவர் பாடியிருக்கிறார். அன்பிற் சிறந்த தவமில்லை.'

அந்தப் பெண் துறவி, வினோத்துக்கு இந்தக் கதையைச் சொல்லி முடித்தபோது, 'மன்னித்துவிடுங்கள் அம்மா. நீங்கள் சொன்ன கதையின் தன்மை வேறு. என் பிரச்னையின் பரிமாணம் வேறு. நான் காதலில் சிக்கியவன். அன்பல்ல அதன் ஆதாரப் புள்ளி. காதல். காமத்தில் தோய்த்தது.'

பெண் துறவி சிரித்துக்கொண்டே சொன்னாள், 'உனக்குத் தெரியுமா? அந்தப் பெண் சாஜிதாவுக்கு ஒருநாள் குளிர்க்காய்ச்சல் வந்துவிட்டது. உடம்பெல்லாம் தூக்கித் தூக்கிப் போட ஆரம்பித்துவிட்டது. வேறு வழியின்றி அந்த யோகி அவள் உதட்டோடு உதடு வைத்து முத்தமிட்டுத்தான் அதை அடக்க வேண்டியிருந்தது.'

'ஐயோ!'

'மருத்துவமாகச் செய்ததுதான். ஆனால் அன்று அத்தவறு அங்கே நிகழ்ந்தேவிட்டது என்று அவரே என்னிடம் சொன்னார்.'

அண்ணாவா, அண்ணாவா என்று வினோத் மனத்துக்குள் கூக்குரலிட்டான். அவனால் அதை நம்பவே முடியவில்லை. இது எப்படி சாத்தியம் என்று திரும்பத் திரும்பக் கேட்டுக்கொண்டான்.

‘நடந்ததை விடு மகனே. நடந்ததை எண்ணி அவர் சிறிதும் குற்ற உணர்ச்சி கொள்ளவில்லை என்பதுதான் நான் சொல்ல வந்தது.’

‘அது எப்படி முடியும்?’

‘அதைத்தான் அவர் சொன்னார். ஒரு பெண்ணின்மீது காட்டும் நேசத்துக்கு நிகரான ஆன்மிகம் வேறில்லை.’

வினோத் பேச்சற்றுப் போனான். அதன்பின் மூன்று மாத காலம் அந்த இளம் யோகியும் அந்த முஸ்லிம் பெண் சாஜிதாவும் காதல் ஜோடிகளைப் போல இமயத்தின் சரிவுகளில் சுற்றித் திரிந்திருக்கிறார்கள். ஒருநாள் அந்தப் பெண்ணுக்கே ஏதோ தோன்றி, ‘போதும், என்னைக் கொண்டுபோய் விட்டுவிடுங்கள்’ என்று கேட்டிருக்கிறாள். யோகி மறு சிந்தனையே இல்லாமல் அவளை முசஃபராபாத் வரை அழைத்துச் சென்று விட்டுவிட்டு அங்கிருந்து புறப்பட்டு நேரே காசிக்குப் போனார். கங்கையில் குளித்துவிட்டு அங்கிருந்து கிளம்பிக் கால் போன போக்கில் எங்கெங்கோ சுற்றித் திரிந்தார். இறுதியில் அருணாசல பிரதேசத்தில் பிரம்மபுத்திராவின் கரையில் ஒரு வனத்தைத் தேர்ந்தெடுத்து அமர்ந்து தவம் புரிய ஆரம்பித்தார். மூன்று மாதங்களில் இழந்ததைப் பதினொரு வருடங்களில் திரும்பப் பெற்றார் என்று அந்தப் பெண் சன்னியாசி சொன்னாள்.

வினோத் வாயடைத்துப் போயிருந்தான். நெடுநேரம் அவன் தன்னுணர்வு எய்தவேயில்லை. அவன் மீளும்வரை அந்தப் பெண் காத்திருந்தாள். பிறகு, ‘சிவன் உனக்கு ஏற்றவன் இல்லை மகனே. இறையின் அந்த வடிவத்தை அணுகுவதும் ஆராதிப்பதும் தியானிப்பதும் அதன்மூலம் பலன் பெறுவதும் பெரும் சாதனை. கஷ்டங்கள் நிறைந்த பாதை அது. எளிய மனங்களுக்கு ஏற்றவன் கிருஷ்ணன்தான். இதை உன் அண்ணன் உன்னிடம் சொல்லச் சொன்னான்’ என்று சொன்னாள்.

வினோத் கேவிக்கேவி அழுதுகொண்டிருந்தான். வெகு நேரம் கழித்து, கண்ணைத் துடைத்துக்கொண்டு எழுந்தான். ‘ஒரு வினாவுக்கு மட்டும் பதில் சொல்லுங்கள். நான் கண்ட ஒளி சத்தியம். அது என்னை சிவன் கோயிலுக்கு இட்டுச் சென்றது சத்தியம். அங்கிருந்து நான் திருவண்ணாமலைக்கு வந்தது சற்றும் எதிர்பாராமல் நிகழ்ந்தது. இதெல்லாம் எதனால் நடந்தது?’

அவள் புன்னகை செய்தாள். ‘என்ன சொன்னால் நீ

திருப்தியடைவாய்? நீ படிக்காத உன் மனத்தின் மறுபக்கம்தான் காரணம் என்று சொன்னால் உனக்குப் புரியுமா?'

'என் மனமா?'

'ஆம். அதுதான். அதன் ஊசலாட்டம்தான் ஒளியின் வடிவில் உன்னை அலைக்கழித்தது.'

'அப்படியானால் நான் கண்ட ஒளி என் கிருஷ்ணன் இல்லையா?'

அவள் அன்போடு நெருங்கி அவன் கன்னத்தை வருடினாள். 'வளர்ந்துவிட்டாலும் நீ குழந்தை. ஒன்று புரிந்துகொள். கிருஷ்ணன் என்பது ஓர் உருவமல்ல. நபரல்ல. தெய்வமும் அல்ல. அது ஒரு தத்துவம். சாமானியர்களின் தத்துவம்.'

'அந்த விதத்தில் சிவமும் அதுதானே?'

'ஆனால் சிடுக்குகளை விரும்பாத மனத்துக்குக் கிருஷ்ணனே சரி. சிவனை அண்டுவதற்கு சவமாவது தவிர வேறு வழியில்லை. நான் மரணத்தைச் சொல்லவில்லை என்பது உனக்குப் புரியும் என்று நினைக்கிறேன்.'

வினோத் அந்த யோகினியின் பாதம் பணிந்து எழுந்தான். கண்ணைத் துடைத்துக்கொண்டான்.

'கிளம்பிவிட்டாயா?'

'ஆம் தாயே.'

'நல்லது. எங்கே போக நினைக்கிறாய்?'

'எங்கே போனால் எனக்குச் சரி?'

'மாயாபூருக்குப் போ' என்று அவள் சொன்னாள்.

123. விருந்தும் விசேடமும்

நாங்கள் பூக்கடை பேருந்து நிலையத்துக்குள்ளேயேதான் இருந்தோம். வீட்டுக்குக் கிளம்ப மனமே வரவில்லை. வீட்டுக்குப் போவதைப் பற்றியும் அங்கே யார் யாரைச் சந்திக்க வேண்டும் என்பதைக் குறித்தும் என்ன பேசலாம் அல்லது எதையெல்லாம் பேச வேண்டாம் என்பதைப் பற்றியும் எங்களுக்குள் பேசி முடிவு செய்துகொண்டு கிளம்பலாம் என்று வினய் சொல்லியிருந்தான். எனக்கு அதில் ஆட்சேபம் ஏதுமில்லை என்பதால் அமைதியாக இருந்தேன். ஆனால் சென்னை வரை வந்த பின்பும் வினோத்தான் வீட்டுக்குப் போவது பற்றி சஞ்சலம் கொண்டிருந்தான். 'அவசியம் நான் வரத்தான் வேண்டுமா?' என்று கேட்டான்.

'இதென்ன முட்டாள்தனமான கேள்வி? நம் நால்வர் மனத்திலும் ஓர் எண்ணம் விழுந்திருக்கிறது. என்னவானாலும் அம்மாவின் இறுதிச் சடங்கில் நாம் கலந்துகொள்வது என்று தீர்மானம் செய்திருக்கிறோம். அதுவும் ஒன்றாக அல்ல. ஒரே காலக்கட்டத்தில் அல்ல. வேறு வேறு தருணங்களில் நம் நான்கு பேர் மனத்திலும் விழுந்த எண்ணம் அது. அதை எப்படி நிராகரிக்க முடியும்?' என்று நான் கேட்டேன்.

'அது மட்டுமல்ல வினோத். அம்மாவின் மரணம் குறித்த சூசகத்தை அண்ணா உன்னிடம்தான் தெரிவித்திருக்கிறான். என்ன பொருள் அதற்கு? நீ அங்கு இருந்தே தீரவேண்டும் என்று அவன் விரும்பியிருக்கிறான்.' என்று வினய் சொன்னான்.

'வினய், திரும்பத் திரும்ப அவனைப் பெரிய ஆளாக முன்னிறுத்தப் பார்க்காதே. எனக்கு அவன் பேச்சை எடுத்தாலே எரிச்சல் வருகிறது' என்று சொன்னேன்.

'ஏன்?'

'பரதேசி காஷ்மீரத்து மலை உச்சியில் போய் உட்கார்ந்துகொண்டு ஒரு பாகிஸ்தானி பெண்ணைப் புணர்ந்திருக்கிறான். என்ன பெரிய யோகி அவன்? வெறும் அயோக்கியன்.' என்று நான் சொன்னதும்

வினோத் சட்டென்று என் கைகளை அழுத்திப் பிடித்தான். ‘வேண்டாம் விமல். அப்படிச் சொல்லாதே.’

‘ஏன்? என்ன தவறு?’

‘உனக்குச் சில அல்லது பல நம்பிக்கைகள் இல்லை. நம்பிக்கைகள் இல்லாமல் சிலவற்றினுள் நுழைந்து பார்க்க இயலாது.’

‘ஒரு பெண்ணுக்குள் நுழைவதற்கு நம்பிக்கைகள் தேவையில்லை. குறி போதும்.’

‘ஐயோ! எத்தனை வக்கிரமாகப் பேசுகிறாய்!’

‘இதோ பார், உலகில் படைக்கப்பட்ட அனைத்து உயிர்களுக்கும் காமம் பொதுவானது. அதைத் தவிர வேறெதுவும் பொதுவானதில்லை. பொதுவான ஒன்றை நிராகரிப்பது, அல்லது தவறாகக் கருதுவதை நான் எதிர்க்கிறேன்.’

‘டேய் நீ ஒரு துறவி அல்லவா!’

‘ஆம். அபத்தங்களை முற்றிலுமாகத் துறந்தவன் அல்லது துறக்க விரும்புகிறவன்.’

‘அவனை விட்டுவிடு வினோத். அவன் இந்த வழிக்குப் பொருந்தாதவன்.’ என்று வினய் சொன்னான். ‘இதோ பார் விமல். மூலாதார சக்தி என்பது ஒன்றுதான். காமத்தில் அதைச் செலவழிக்கலாம். யோகத்தில் அதைச் சேமிக்கவும் செய்யலாம்.’

‘நீ என்ன செய்தாய்?’ என்று உடனே கேட்டேன்.

‘இடாகினியைப் புணர்ந்து இருளில் விழுந்தேன்’ என்று வினய் சொன்னான். சொல்லிவிட்டு சிறிது நேரம் அழுதான். வினோத் வாயடைத்துப் போனான். வினய்யின் அனுபவங்கள் ஒவ்வொன்றும் அவனுக்கு மிகுந்த அதிர்ச்சியளித்தன. இத்தனைக்கும் என்னிடம் சொன்னவற்றுள் பலவற்றை அவன் வினோத்துக்குச் சொல்லவில்லை. அம்மாவைக் கடைத்தேற்றிவிட்டு திபெத் அல்லது நேபாளத்துக்குப் போய்விடப் போவதாகவும் உயிர் இருக்கும்வரை அங்கே தவத்தில் அமரப் போவதாகவும் வினய் அவனிடம் சொன்னான். ‘என் தவப் பொருளாக நான் இறையைக் கொள்ளப் போவதில்லை. என்னையேதான் என் இலக்காக வைக்கப் போகிறேன். உயிர் போவதற்கு முன்னால் என்னைக் கண்டுகொள்ள முடிந்துவிட்டால் போதும்’ என்று அவன் சொன்னான்.

நான் சிரித்தேன். 'உன்னைக் கண்டுகொள்வது மிகவும் எளிது

வினய். நீ ஒரு குழந்தை. பொருந்தாத அப்பாவின் சட்டையை அணிந்துகொண்டு அப்பாவாகிவிட்டதாகக் கற்பனை செய்துகொள்பவன். உனக்கு வேண்டியதெல்லாம் ஒழுங்கான அளவில் தைக்கப்பட்ட ஒரு சட்டை மட்டுமே.'

'அப்படியா நினைக்கிறாய்?'

'ஆம். இப்போதும் சொல்கிறேன். நீ ஒரு பெண்ணைப் பார்த்துத் திருமணம் செய்துகொண்டுவிடலாம். அல்லது ஒரு பெண்ணைத் தேர்ந்தெடுத்து சிறிது காலம் அவளோடு வாழ்ந்துவிட்டு வா. உன் ஆயுட்காலத் தவம் தராதவற்றை அந்தச் சில ஆண்டுகள் உனக்குத் தந்துவிடும்.'

'இல்லை. அது என்னால் முடியாது. எனக்குப் பெண் வேண்டாம்' என்று உடனே சொன்னான்.

'பேய்தான் வேண்டுமா?' என்று கேட்டேன். சிரித்தான்.

வினோத் சொன்னான், 'வினய், உன்னை நினைத்தால் எனக்கு மிகவும் சங்கடமாக இருக்கிறது. எனக்கென்னவோ நீ மீண்டும் அந்த திருவானைக்காவல் சித்தனைத் தேடிச் செல்வது நல்லது என்று தோன்றுகிறது.'

'என்ன விளையாடுகிறாய்? இவனுக்கே ஐம்பத்து மூன்று வயதாகிறது இப்போது. அந்தச் சித்தனை எங்கே போய்த் தேடுவான்?'

வினோத் சிறிது நேரம் கண்மூடி அமர்ந்திருந்தான். பிறகு, 'இல்லை. அந்தச் சித்தன் உயிருடன் தான் இருக்கிறான் என்று என் மனத்தில் படுகிறது' என்று சொன்னான். எனக்கு அதை மறுக்கத் தோன்றவில்லை. மறுத்து மட்டும் என்ன ஆகிவிடப் போகிறது? ஆனால் என் அன்புள்ள சகோதரா, உனக்கு நேரக்கூடிய எந்த ஒரு நல்விளைவும் உன்னைத் தவிர இன்னொருவரால் நிகழ்வதல்ல என்பதை உனக்கு எப்படிப் புரியவைப்பேன்? திருவானைக்காவல் சித்தனுக்குக் கோவளத்துச் சித்தனுடன் தொடர்பு இருந்திருக்கிறது. அண்ணாவுக்கு அந்த இரண்டு பேருடனும் தொடர்பு இருந்திருக்கிறது. அவன் கங்கோத்ரியில் ஆள் வைத்திருக்கிறான். வாரணாசியில் ஆள் வைத்திருக்கிறான். திருவண்ணாமலையில் ஆள் வைத்திருக்கிறான். அத்தனை பேரும் ஒரே மாதிரி பேசுபவர்கள். அத்தனை பேரும் யோகிகள். அல்லது சித்தர்கள். ஒரு வலைப்பின்னலில் யார் இருந்தால் என்ன? இல்லாவிட்டால்

என்ன? அதுதான் வழி என்றால் வழியில் தென்படும் யாரிடமும் போய்க் கையேந்தி நிற்கலாமே? ஆனால் கையேந்தியபோது ஆசீர்வதித்த யாரும் கடைத்தேற்றவில்லை. யாரால் முடிந்தது? எல்லோரும் கையை விரிக்கத்தான் செய்தார்கள்.

'என்னைக் கேட்டால் இந்தக் கூட்டத்தைவிட உன் இடாகினி உத்தமி. அவள் உனக்கு நிறைய செய்திருக்கிறாள்' என்று சொன்னேன்.

ரயிலில் வரும்போது வினய் எனக்கு இன்னொரு சம்பவத்தைச் சொன்னான். ஒரு சமயம் திடீரென்று அவனுக்கு ஒரு பெரிய மாடமாளிகையில் விருந்து சாப்பிட வேண்டும் என்ற ஆசை எழுந்தது. அவனது இடாகினிப் பேயால் கணப் பொழுதில் ஒரு மாளிகையை எழுப்பி, விருந்து சமைத்துப் பரிமாற முடியும்தான். ஆனாலும் நிஜமானதொரு விருந்தில் தான் மதிப்புக்குரிய விருந்தாளியாகக் கலந்துகொள்ள வேண்டும் என்று அவன் நினைத்தான். தன் விருப்பத்தை அவன் இடாகினியிடம் சொன்னபோது, 'அதற்கென்ன? செய்யலாமே? நாம் டெல்லிக்குப் போகலாம்' என்று அது சொன்னது.

'டெல்லிக்கு எதற்கு?'

'குடியரசு தினம் நெருங்குகிறது. ஜனாதிபதி ஒரு தேநீர் விருந்து தருவது இங்கே மரபு அல்லவா? உன்னை நான் அந்த விருந்தில் உட்காரவைக்கிறேன்' என்று அது சொன்னது.

வினோத்துக்கு மிகுந்த வியப்பாகிவிட்டது. 'உண்மையாகவா? உன்னால் அது முடியுமா?'

'ஏன் முடியாது? நீ முதலில் டெல்லிக்குக் கிளம்பு'

வினய் அப்போது போபால் நகரத்தில் தங்கியிருந்தான். ஒரு பெரிய நகைக்கடைக்காரரின் கடையில் திருடு போயிருந்தது. பல கோடி மதிப்பிலான நகைகள் களவாடப்பட்டிருந்த நிலையில் திருடியவனைப் பற்றிய எந்த ஆதாரமும் கிடைக்கவில்லை என்று காவல் துறையினர் கைவிரித்துவிட்டார்கள். யாரோ சொல்லி, யார் மூலமாகவோ கேள்விப்பட்டு அந்த நகைக்கடைக்காரர் வினய்யை போபாலுக்கு வரவழைத்திருந்தார்.

நகரத்தில் இருந்து நான்கு கிலோ மீட்டர் தள்ளி இருந்த அவரது பங்களாவில் வினய் தங்கினான். வேளைக்கு நல்ல சாப்பாடு. நிம்மதியான உறக்கம். கூப்பிட்ட குரலுக்கு உதவிக்கு ஓடிவர

ஒரு வேலையாள் என்று அவனை அந்த நகைக்கடை அதிபர் பலமாகத்தான் கவனித்துக்கொண்டிருந்தார். வினய் அவர் வீட்டில் தங்கி ஒன்பது நாள் ஒரு யாகம் வளர்த்தான். யாகத்தின் இறுதியில் அவனுக்கு அவரது கடையில் கொள்ளையடித்தவனைப் பற்றிய விவரம் கிடைத்தது. அவன் ஒரு செவிட்டுத் திருடன். மத்திய பிரதேசம் முழுவதும் பல இடங்களில் இம்மாதிரி கொள்ளையடித்துவிட்டு புவனேஸ்வருக்கு ஓடிப் போய்விடுவான். சம்பாதித்த அனைத்தையும் செலவிட்டுவிட்டு மீண்டும் திருட வருவது அவனது வழக்கம். பல ஆண்டுகளாகக் காவல் துறையால் நெருங்கவே முடியாமல் சாமர்த்தியமாக அவன் திருடிப் பிழைத்துக்கொண்டிருந்தான்.

வினய், யாகம் முடிவுறும் தருவாயில் யாக குண்டத்தில் இருந்து கொதிக்கக் கொதிக்க ஒரு பிடி சாம்பலை அப்படியே கையால் அள்ளினான். 'சூட்டைப் பொறுத்துக்கொள்ளுங்கள்' என்று சொல்லிவிட்டு அந்தச் சாம்பலை அப்படியே அந்த நகைக்கடை முதலாளியின் இரு கண்களிலும் வைத்து அழுத்தினான். அந்த மனிதரும், அந்தக் காட்சியைப் பார்த்துக்கொண்டிருந்த அவரது மனைவி மக்களும் ஐயோ என்று அலற, வினய் அவர்களை சமாதானப்படுத்தி அமைதியாக இருக்கச் சொன்னான். எரிச்சல் மெல்ல மெல்ல மறைந்து ஒருவாறாக அந்த மனிதர் சமநிலைக்கு வந்து கண்ணைத் திறந்தபோது அவருக்கு அந்தத் திருடன் தென்பட்டான்.

'அதோ.. அதோ.. நான் அவனைப் பார்க்கிறேன். அவன் என் கண்களுக்குத் தெரிகிறான். அவன் சாலையில் நடந்து போய்க்கொண்டிருக்கிறான்!' என்று அவர் அலறினார்.

'அமைதியாக கவனியுங்கள். அவன் முகத்தை உங்கள் மனத்தில் பதித்துக்கொள்ளுங்கள். ஏனென்றால் இன்னொருவருக்கு அவன் தென்படமாட்டான். அவனை நீங்களேதான் பிடிக்க வேண்டும். அவன் எங்கே இருக்கிறான் என்று பாருங்கள். இடத்தை கவனியுங்கள்.'

அந்த மனிதர் மேலும் உற்றுக் கவனித்தார். 'அவன் இங்கேதான் இருக்கிறான். போபாலிலேயேதான் இருக்கிறான். இந்த இடம்கூட எனக்குப் பரிச்சயமான இடம்தான். நான் போயிருக்கிறேன். எனக்குத் தெரியும்' என்று பரவசக் கூத்தாடி, துள்ளிக் குதித்து எழுந்தார். உடனே தனது ஆட்களை அள்ளி வண்டியில் போட்டுக்கொண்டு கிளம்பிப் போனார்.

அவர் திரும்பி வரும்வரை வினய் யாகத்தைத் தொடர்ந்து நடத்திக்கொண்டிருந்தான். இறுதியில் தன் கட்டைவிரல் கட்டை அவிழ்த்து இடாகினியை வெளியே எடுத்தான்.

'சொல்லுங்கள். என்ன செய்ய வேண்டும்?'

'அவர் கையில் அவன் சிக்க வேண்டும்.'

அடுத்த அரை மணியில் எல்லாம் முடிந்துவிட்டது. திருடனைத் துரத்திச் சென்ற நகைக்கடை அதிபரும் அவரது ஆட்களும் அவனை சட்ட மன்ற வளாகத்துக்கு எதிரே இருந்த ஒரு தேநீர் விடுதியின் வாசலில் மடக்கிப் பிடித்தார்கள். அப்படியே தூக்கி வண்டியில் போட்டுக்கொண்டு வீடு வந்து சேர்ந்தார்கள்.

அதன்பின் அவனை அடித்து உதைத்து விசாரித்து ஒரு வழியாக அவன் செலவழித்தது போக மீதமிருந்த நகைகள் அனைத்தையும் மீட்டுவிட முடிந்ததில் அந்த மனிதர் மிகுந்த மகிழ்ச்சியடைந்தார்.

வினய்யின் கரங்களைப் பிடித்துக்கொண்டு, 'நீங்கள் பெரிய ஆள். உங்களுக்கு நான் ஒரு விருந்து தர விரும்புகிறேன்' என்று சொன்னார்.

அன்றிரவு அவர் வீட்டில் வினய்க்கு ராஜ உபசாரம் நடந்தது. அவன் வாழ்வில் அதுவரை உண்ணாத எத்தனையோ விதமான பலகாரங்களையும் பானங்களையும் அன்று ருசி பார்த்தான். ஆடல், பாடல் கேளிக்கை என்று விடிய விடிய அவர் வீடு அமர்க்களப்பட்டது. கிளம்பும்போது அவர் வினய்க்கு இரண்டு லட்ச ரூபாய்களை சன்மானமாகக் கொடுத்தார். அது அவன் எதிர்பாராத தொகை. அவன் மிகவும் மகிழ்ச்சியானான். அவருக்கு நன்றி சொல்லிவிட்டுப் புறப்பட்டான்.

அந்த இரண்டு லட்ச ரூபாயை அடுத்த இரு மாதங்களில் அவன் செலவழித்துவிட்டான். குடியும் குதூகலமுமாக நாள்கள் கழிந்த வேகம் நம்ப முடியாததாக இருந்தது. பணம் முற்றிலும் தீர்ந்துவிட்ட போதுதான் அவன் இடாகினியிடம் இன்னொரு விருந்துக்குச் செல்லும் ஆசையை வெளியிட்டான். அது ஜனாதிபதி மாளிகையில் நடக்கவிருக்கும் விருந்தாக இருக்கும் என்று அவன் எண்ணியிருக்கவில்லை.

124. இரண்டு இட்லிகள்

அந்தக் குடியரசு தின தேநீர் விருந்தை வினய்யால் மறக்கவே முடியாது. அவனது இடாகினி அவனை ஜனாதிபதி மாளிகையில் வேலை பார்க்கும் ஓர் அதிகாரியின் தோற்றத்துக்கு மாற்றியிருந்தது. கோட் சூட் அணிந்து, பளபளக்கும் ஷூக்கள் அணிந்து ஒரு விலை உயர்ந்த காரில் அவன் முன்னதாக மூன்று மணிக்கே ஜனாதிபதி மாளிகைக்குள் சென்றுவிட்டிருந்தான். இடாகினி தெளிவான உத்தரவுகள் கொடுத்திருந்தது. அவன் பேசக்கூடாது. அவனுக்கு பதிலாக அது பேசும். அதன் குரல் ஒலிக்கும்போதெல்லாம் பொருத்தமாக அவன் வாயசைத்தால் போதும். யாரைக் கண்டாலும் சிறிதாக ஒரு புன்னகை. எதிராளி வணங்கினால் பதிலுக்கு வணக்கம் சொல்ல வேண்டும். அவர் கறாராகப் பேசினால் அதற்கேற்ற முகபாவத்தைக் கொண்டு வரவேண்டும். ஆனால் பேச வேண்டிய பொறுப்பு அதனுடையது.

'உன்னை நான் ஓர் அறைக்குள் அழைத்துச் சென்று அமர வைத்துவிடுவேன். போன் அடித்தால் எடுத்துக் காதில் வைத்துக்கொள். பேசவேண்டியதை நான் பார்த்துக்கொள்கிறேன். யாராவது வந்தால் அவர் கண்ணை மட்டும் நேராக உற்றுப் பார்த்தால் போதும். என் குரலுக்கு வாயசைத்துவிட்டு அமைதியாக இருந்துவிடு' என்று சொன்னது.

'நான் என்ன உத்தியோகமா பார்க்கப் போகிறேன்?'

'விருந்து நேரம் தொடங்கும்வரை அங்கே இருந்தாக வேண்டுமே.'

'ஐயோ பாவம் யாரந்த அதிகாரி? அவரை என்ன செய்தாய்?'

'ஒன்றுமில்லை. விருந்து முடிந்ததும் அவர் வீட்டுக்குப் போய்விடுவார். கவலைப்படாதே' என்று இடாகினி சொன்னது.

மாலை ஐந்தரை மணி முதல் ஜனாதிபதியின் விருந்தினர்கள் மாளிகைக்கு வரத் தொடங்கினார்கள். பெரிய பெரிய கார்கள் வந்து நின்று சென்றுகொண்டே இருந்தன. ஊழியர்கள் சலாமிட்டு

அவர்களை சிவப்புக் கம்பளத்தில் நடத்தி அழைத்துக்கொண்டு போனார்கள். வினய்க்கு அந்தக் காட்சியே பிரமிப்பாக இருந்தது. அவனால் அன்று மாளிகை முழுவதும் சுதந்தரமாக சுற்றித் திரிய முடிந்தது. யாரும் எதுவும் கேட்கவில்லை. யாருக்கும் எந்தச் சந்தேகமும் எழவில்லை. அவனை அணுகிப் பேசிய ஒவ்வொருவருக்கும் இடாகினி அவன் சார்பில் பதில் சொல்லிக்கொண்டிருந்தது. அவன் வெறுமனே வாயசைத்தும் புன்னகை செய்தும் சமாளித்தான். உயர்ந்த சுவர்களும் பாறைகளைப் போல உருண்டு திரண்டு தொங்கிக்கொண்டிருந்த மேநாட்டு விளக்கு அலங்காரங்களும் அழகிய வேலைப்பாடுகள் கொண்ட திரைச் சீலைகளும் மேசை விரிப்புகளும் கம்பளங்களும் கலையழகோடு வடிவமைக்கப்பட்ட பாத்திரங்களும் சீசாக்களும் பார்க்கப் பார்க்கப் பார்த்துக்கொண்டே இருக்கலாம் போலிருந்தது.

உண்மையில் அவன் சாப்பிட ஆசைப்பட்டுத்தான் அங்கு சென்றான். ஆனால் சாப்பிடவே தோன்றவில்லை. விருந்து தொடங்கி, ஜனாதிபதி சிறிதாக ஓர் உரையாற்றியபின் ஆங்காங்கே கூட்டம் கூட்டமாகப் பிரமுகர்கள் கூடி நின்று தமக்குள் பேசிக்கொள்ளத் தொடங்கினார்கள். ஜனாதிபதியும் அவரது மனைவியும் மரியாதை நிமித்தம் ஒவ்வொருவரையும் அணுகி சில வார்த்தைகள் பேசிவிட்டு அடுத்தவரை நோக்கி நகர்ந்துகொண்டிருந்தார்கள். செய்தித் தாள்களில் மட்டுமே பார்த்திருந்த பல முகங்களை வினய் அன்று நேரில் கண்டான். கால் வலிக்குமளவுக்கு அங்கே சுற்றிச் சுற்றி வந்தான். விருந்து இரவு பத்து மணி வரை நீடித்தது. விருந்தினர்கள் ஒவ்வொருவராகக் கலைந்து போகத் தொடங்கியபோது, வினய்க்கு சாப்பிடலாம் என்று தோன்றியது. இஷ்டப்பட்ட பலகாரங்களை எடுத்து ஒரு தட்டில் வைத்துக்கொண்டு திருப்தியாக உண்டான். ஜனாதிபதி மாளிகை ஊழியர்கள் மிகவும் மரியாதையுடன் அவனை உட்காரச் சொல்லி, அவர்களே எடுத்து வந்து பரிமாறினார்கள். உண்டு முடித்ததும் விருந்தின் ஞாபகார்த்தமாக அனைவருக்கும் ஒரு நினைவுப் பரிசு வழங்கப்பட்டது. வினய்க்கும் அந்தப் பரிசு கிடைத்தது. அழகான பரிசுப் பொதியாகக் கட்டப்பட்ட ஏதோ ஒன்று. அவனுக்கு அதெல்லாம் முக்கியமாகவே படவில்லை. திரும்பத் திரும்ப ஒன்றைத்தான் அவன் சிந்தித்துக்கொண்டிருந்தான்.

இந்த மனிதர் இந்த மாளிகைக்குள் நுழைய எத்தனை ஆண்டுக் காலம் அரசியல் ஊறி உழைத்திருப்பார்! வந்திருந்த ஒவ்வொரு விருந்தினருமே அப்படித்தான். அன்றைய விருந்துக்கு

இரண்டு மூன்று வெளிநாட்டு அதிபர்களும் வந்திருந்தார்கள். இருபதாண்டுகள், முப்பதாண்டுகள் அரசியலில் போராடி மேலே வந்திருக்கக்கூடியவர்களால் மட்டுமே நுழைய முடியக்கூடிய இடம். எத்தனை சுலபத்தில் என்னால் இந்த விருந்தில் கலந்துகொள்ள முடிந்துவிட்டது!

ஒரு கட்டத்தில் அவன் வந்திருந்த விருந்தினர் யாரோ ஒருவரின் கேள்விக்கு பதில் சொல்லிக்கொண்டிருந்தபோது ஜனாதிபதி அவன் அருகே வந்துவிட்டார். 'திவாரி! நீங்கள் வெகுநேரமாக வேலை செய்துகொண்டே இருக்கிறீர்கள். சிறிது ஓய்வெடுத்துக்கொள்ளுங்கள்' என்று மிகுந்த வாஞ்சையுடன் அவர் சொன்னபோது வினய் புன்னகை செய்து, மரியாதையுடன் அவரது அன்பை ஏற்றான்.

அந்த திவாரி யார் என்றுகூட அவன் கண்டதில்லை. அந்தப் பெயரையே அப்போதுதான் முதல் முதலில் கேள்விப்படுகிறான். ஒரு நிலைக்கண்ணாடி இருக்குமானால் திவாரி எப்படி இருப்பார் என்று எதிரே நின்று பார்த்துக்கொள்ளலாம். மாளிகையில் அவன் சுற்றி வந்த இடங்களில் எங்கும் ஒரு நிலைக்கண்ணாடி தென்படவில்லை. அறைகளுக்குள் இருக்கும். அவனுக்கு அங்கேயெல்லாம் செல்ல விருப்பமில்லை. யாருடைய அந்தரங்கத்துக்கும் இடையூறாக இருந்துவிடக் கூடாது என்று நினைத்தான்.

அவன் சாப்பிட்டு ஆனதும், கிளம்பலாமா என்று இடாகினி கேட்டது. 'இரவு இங்கேயே படுத்து உறங்க முடிந்தால் நன்றாக இருக்கும்' என்று வினய் சொன்னான்.

சில வினாடிகள் யோசித்துவிட்டு, 'உறங்குவதில் சிக்கல் இல்லை. ஆனால் விடிந்ததும் அந்த திவாரி இங்கேதான் ஓடி வருவான். அப்போது நீ இங்கே இருக்கக்கூடாதே' என்று இடாகினி சொன்னது.

'அதுவும் சரிதான். பாவம் அந்த மனிதர். ஒரு நல்ல விருந்தை இழந்துவிட்டார்.'

'உனக்குத் திருப்திதானே?'

'மிகவும்.'

'எனக்கு அது போதும்' என்று சொன்னது. சில வினாடிகளில் அவன் புறப்படவேண்டிய காரை அதுவே ஓட்டிக்கொண்டு வந்து

நிறுத்தியது. வினய் ஏறிக்கொண்டதும் கார் புறப்பட்டது. கரோல் பாக் வரை ஓடிய கார், யுஎன்ஐ செய்தி நிறுவன வாசலில் சென்று நின்றது.

'இங்கே ஏன் நிறுத்தினாய்?'

'இதுதான் நாம் இறங்க வேண்டிய இடம்.'

'அப்படியா?'

'ஆம். திவாரி தனது காரை இங்கேதான் நிறுத்திவிட்டு உள்ளே போனார். நான் எடுத்துக்கொண்டு வந்துவிட்டேன்.'

வினய் சிரித்துக்கொண்டே காரை விட்டு இறங்கினான். இடாகினியை எடுத்து மீண்டும் கட்டை விரலுக்குள் பொருத்தி, துணியை வைத்து இறுக்கிக் கட்டினான். தனது கோட் சூட்களைக் கழட்டி காரிலேயே போட்டுவிட்டு பழைய நான்கு முழம் வேட்டிக்கு மாறினான். காரின் கண்ணாடியில் அவன் முகம் பார்த்தபோது, அவன் வினய்யாகவே இருந்ததைக் கண்டான். திருப்தியாக இருந்தது. போதும் போ என்று நடக்க ஆரம்பித்தான்.

மறுநாள் செய்தித் தாள்களில் ஒரு ஐஏஎஸ் அதிகாரியின் கார் திருடு போனது பற்றிய செய்தி சிறிதாக வந்திருந்தது. ஆனால் திருடுபோன கார் திரும்ப வந்து அதே இடத்தில் நின்ற செய்தி அதற்கு அடுத்த நாள் வந்ததா என்று வினய்க்குத் தெரியவில்லை. அவன் அன்று டெல்லியில் இருந்து புறப்பட்டு குருக்ஷேத்திரத்துக்குப் போய்விட்டிருந்தான்.

வினய் எனக்குச் சொன்ன இந்த சம்பவத்தை நான் வினோத்திடம் சொன்னபோது அவன் சட்டென்று கேட்டான், 'இதில் என்ன சாதித்தாய்?'

'உனக்குப் புரியாது வினோத். எனக்கு ஜனாதிபதி மாளிகையின் அமைப்பும் வழிகளும் இப்போது மனப்பாடம். ஆயிரம் மைல்கள் தள்ளி அமர்ந்துகொண்டு என்னால் அங்கே சில காரியங்களைச் செய்ய முடியும்.'

'இதற்கும் ஆன்மிகத்துக்கும் என்ன சம்மந்தம்?' என்று வினோத் கேட்டபோது நான் சிரித்தேன். 'பிரச்னையே அதுதான் வினோத். ஆன்மிகம் என்று அவன் நம்பிச் சென்று விழுந்த இடம் இது.' என்று சொன்னேன்.

'இல்லை. இது அதர்வத்தில் ஒரு பகுதியாக வருகிற கலை. என்

மனோசக்தியைத் தூர உள்ள பிரபஞ்சப் பொருள்களின்மீது செலுத்தி அவற்றை என் கட்டுப்பாட்டுக்குள் கொண்டு வர என்னால் முடியும்.'

'பொருள்களை மட்டும்தானே.'

வினய் சிறிது யோசித்தான். 'ஆம். பொருள்களைத்தான். சிறிது முயற்சி செய்தால் மனிதர்களையும் செய்யலாம்.'

'என்ன லாபம் அதில்?'

'நீ பசி பார்த்திருக்க மாட்டாய் வினோத். அதான் இப்படிக் கேட்கிறாய். நான் மாதக் கணக்கில் பட்டினி கிடந்தவன். இரண்டு இட்லிக்காக ஒரு பெரிய தெருச்சண்டை போட்டிருக்கிறேன். ஒரு சமயம் ஒரு டீக்கடை பாய்லரைத் தூக்கிப் போட்டு உடைத்திருக்கிறேன்.' என்று வினய் சொன்னான்.

எனக்கு அது மிகவும் பரிதாபமாக இருந்தது. 'தவறு செய்துவிட்டாய் வினய். ஜனாதிபதி மாளிகையில் உள்ள பூச்செண்டை உன்னால் உன்னிடத்துக்கு வரவழைக்க முடியும் என்றால் இரண்டு இட்லிகளை வரவழைத்துத் தின்ன முடியாதா?'

'முடியும். ஆனால் அது தவறு. அதை நான் செய்தால் என் சக்திகள் என்னைவிட்டுப் போய்விடும்.'

'அப்படியா?'

'ஆம்' என்று சொல்லிவிட்டுச் சிறிது நேரம் அமைதியாக இருந்தான். பிறகு, 'நான் அனைத்தையும் இழந்ததே அப்படி ஒரு தருணத்தில்தான்' என்று சொன்னான்.

125. லட்சத்து எட்டு

வினோத் என்ன நினைத்து அதைச் செய்தான் என்று உண்மையிலேயே எனக்குத் தெரியாது. ஆனால் வினய் தனது ஜனாதிபதி மாளிகை அனுபவத்தைச் சொல்லி முடித்தபோது வினோத்துக்குக் கண் கலங்கிவிட்டிருந்தது. மிகவும் பரிவுடனும் துயரத்துடனும் அவன் வினய்யை நோக்கினான். சட்டென்று தனது தோள் பைக்குள் கையைவிட்டு எதையோ தேடினான். அவன் தேடிய பொருள் அவன் கைக்கு அகப்பட்டுவிட்டதை அவன் முகபாவத்தில் தெரிந்துகொண்டேன். ஆனால் கையை வெளியே எடுக்காமல் அவன் வினய்யிடம் சொன்னான், 'வினய், நீ என்ன நினைத்துக்கொள்வாய் என்பது பற்றி எனக்குக் கவலையில்லை. நீ சிரிக்கலாம். என்னுடைய இந்தச் செய்கையைக் கேலி பேசலாம். அல்லது இதைத் தூக்கிப் போடலாம். அது உன் விருப்பம். ஆனால் உன்னிடம் சொல்ல எனக்கு ஒன்று உள்ளது.'

'என்ன?' என்று வினய் கேட்டான்.

'இந்தா' என்று அவன் ஒரு ஜப மாலையை எடுத்து வினய்யிடம் கொடுத்தான்.

'எனக்கு எதற்கு இது?'

'உன் இலக்குகள் என்னவாக வேண்டுமானாலும் இருக்கட்டும். உன் தெய்வம் எதுவாக வேண்டுமானாலும் இருக்கட்டும். உன் பாதை என்னுடைய பாதைக்கு முற்றிலும் எதிரானதாகவே இருந்துவிட்டுப் போகட்டும். ஆனால் எனக்காக ஒன்று செய். நீ செய்து முடித்த மறுவினாடி நீ நினைப்பது நடக்கும்.'

'என்ன செய்ய வேண்டும்?'

'தனியே போ. யாருமில்லாத ஓரிடத்தைத் தேர்ந்தெடுத்து லட்சத்து எட்டு முறை கிருஷ்ண மந்திரத்தைச் சொல். உனக்கு கிருஷ்ண பக்தி வேண்டாம். நான் கேட்பது மந்திர உச்சாடனம் மட்டும்.'

'சரி. சொன்னால்?'

'சொல்லிவிட்டுப் பிறகு கேள். இந்த உலகில் கிருஷ்ண ஜபத்தைக் காட்டிலும் உயர்ந்த வலி நிவாரணி வேறில்லை' என்று வினோத் சொன்னான்.

'அப்படியா?'

'சந்தேகப்படாதே. என் ஊசலாட்டம் குறித்து உனக்குச் சொன்னேன் அல்லவா? அப்போது அந்தப் பெண் துறவி எனக்குச் சொல்லித்தந்த வழி அது.'

'ஏன், நீதான் ஏற்கெனவே ஹரேகிருஷ்ணாவில் இருந்தவனாயிற்றே? அவள் என்ன புதிதாகச் சொல்லிக் கொடுத்துவிட்டாள்?' என்று நான் கேட்டேன்.

'ஆம். நான் ஏற்கெனவே கிருஷ்ண ஜபம் செய்துகொண்டிருந்தவன் தான். ஆனால் அந்தப் பெண் கிருஷ்ணனை எனக்கு வேறொரு கோணத்தில் அறிமுகப்படுத்தினாள்'

'எப்படி?'

'குறிப்பிட்ட நோக்கம் வேண்டும். அதைத் தெளிவாக அவனிடம் சொல்லிவிட்டு ஜபத்தில் அமரவேண்டும். லட்சத்து எட்டு உருப்படி முடியும்வரை என்ன ஆனாலும் அசையக்கூடாது.'

'சரி. பிறகு?'

'நான் கேட்டதை நீ செய்து கொடுத்தால் உனக்கு நான் இன்னது செய்கிறேன்' என்று ஒரு வாக்குறுதி அளிக்க வேண்டும்.'

நான் சிரித்துவிட்டேன். 'டேய், இதன் பெயர் பேரம்.'

'ஆம். பேரம்தான். வியாபாரம் என்றும் சொல்லலாம். தவறில்லை. ஆனால் கிருஷ்ணன் நம்பகமானவன். நாம் சொன்னதைச் செய்தால், அவன் நாம் கேட்டதைத் தந்துவிடுவான்.'

'உண்மையாகவா?' என்று வினய் கேட்டான்.

'எனக்கு நடந்திருக்கிறது.'

'என்ன?'

'இனி நான் சிவனை நினைக்கவே கூடாது என்று வேண்டுதல் வைத்து கிருஷ்ணனை நோக்கித் தவமிருந்தேன். லட்சமல்ல. ஒரு

கோடி முறை கிருஷ்ண நாமத்தை ஜபித்தேன். ஒருவார காலம் இடத்தை விட்டு அசையாமல் அதைச் செய்தேன்.'

'உண்மையாகவா?'

'ஆம். அதன்பின் சிவன் நேரில் வந்து என்னிடம் விடைபெற்றுப் போய்விட்டார். திரும்ப வரவேயில்லை.'

அவன் சொன்ன விஷயமல்ல; அதைச் சொன்னபோது அவன் முகத்தில் தெரிந்த தீவிரத்தை நான் மிகவும் ரசித்தேன். இடைவிடாமல் ஒரு கோடி முறை ஒரு பெயரை உச்சரித்துக்கொண்டே இருந்தால் அது நினைவின் ஆதார சுருதியாகிவிடாதா? அதன் பின் சிவனென்ன, எவனும் உள்ளே நுழைய முடியாதே?

ஆனால் நான் அதை அவனிடம் சொல்லவில்லை. வெறுமனே கேட்டுக்கொண்டிருந்தேன். ஆனால் வினய் மிகவும் கவனமுடன் அவன் பேசியதைக் கேட்டான். நெடு நேரம் யோசித்துக்கொண்டே இருந்தான்.

'நம்பிக்கை வை வினய். பாதி வாழ்க்கை வீண் என்று நீ அழுதது என்னைக் கலங்கச் செய்துவிட்டது. உன் மீதி வாழ்க்கை உன் விருப்பப்படி அமைவதற்கு கிருஷ்ணன் உதவுவான்.'

'சரி. ஆனால் நான் என்றுமே ஒரு கிருஷ்ண பக்தன் ஆக முடியாது. அதை முதலில் சொல்லிவிடுகிறேன்.'

'அவசியமில்லை. அவன் அதை எதிர்பார்க்கவும் மாட்டான்.'

'லட்சத்து எட்டு முறை ஜபித்தபின் கிருஷ்ணன் எனக்கு தரிசனமானால் அவனிடம் நான் காமரூபிணியைக் காட்டித்தரச் சொல்லித்தான் கேட்பேன். எனக்கு வேண்டியது அவளது அனுக்கிரகம்தான். கிருஷ்ணனுடையது அல்ல.'

'சரி. பரவாயில்லை.'

'அவன் செய்ய முடியாது என்று சொல்லிவிட்டால்?'

'அவன் அப்படிச் சொல்ல மாட்டான்.'

'அவன் உதவாமல் போய்விட்டால்?'

'அதற்கு வாய்ப்பே இல்லை.'

'வெறும் லட்சத்து எட்டு போதுமா?'

'கண்டிப்பாகப் போதும். என்னை நம்பு. நீ நினைப்பது நடக்கும்.'

அந்தக் கணம் வினய் கண்ணை மூடிக்கொண்டு அதர்வத்தில் இருந்து ஒரு சூக்தத்தைச் சொல்லத் தொடங்கினான். ஆயிரமாயிரம் பேர் நடமாடிக்கொண்டிருந்த பேருந்து நிறுத்தத்தில் அவனது குரல் கம்பீரமாகக் காற்றில் நிறைந்து விரிந்தது. அத்தனை பேரும் அவனைப் பார்த்துக்கொண்டே போனார்கள். அங்கே உலவிக்கொண்டிருந்த ஒரு நாய் சட்டென்று ஓடி வந்து அவன் காலருகே அமர்ந்துகொண்டு அவனையே உற்றுப் பார்க்க ஆரம்பித்தது. புறப்பட்டுச் சென்ற பேருந்துகளில் இருந்தவர்களெல்லாம் ஜன்னல் வழியே எட்டிப் பார்த்தபடி போனார்கள். மூன்று நிமிடங்கள் நீடித்த அவனது உச்சாடனம், அதன்பின் மெல்ல ஓய்ந்து அடங்கியது. வினய் கண்ணைத் திறந்தான்.

வினோத் அவனைப் பார்த்துப் புன்னகை செய்தான். 'என்ன இது?'

'அதர்வத்தில் ஒரு மந்திரம். எங்கள் மரபுக்கு மாறானதொன்றைச் செய்ய நேர்ந்தால் இதனைச் சொல்லிவிட்டே ஆரம்பிப்போம்.'

'இதைச் சொன்னால் என்ன ஆகும்?' என்று நான் கேட்டேன்.

'ஒன்றுமில்லை. உக்கிரதேவதைகள் கோபம் கொள்ளாதிருக்க இது வழி செய்யும்.'

'ஓ. கிருஷ்ண ஜபம் செய்தால் அவர்கள் கோபித்துக்கொண்டு விடுவார்களா?'

அவன் அதற்கு பதில் சொல்லவில்லை. நெடு நேரம் அமைதியாக யோசித்துக்கொண்டிருந்துவிட்டு, பிறகு வாய் திறந்தான். 'விமல்! நான் பெற்றதைவிட இழந்தவை அதிகம். ஒரு எள்ளுருண்டையில் திசை மாறிய என் வாழ்க்கை என்னை எங்கெங்கோ கொண்டு போய்ச் சேர்த்துவிட்டது. நான் அதில் இருந்து விடுபட விரும்பவில்லை. அதே சமயம் என் பாதையின் எல்லையைப் பார்த்துவிட ஆசைப்படுகிறேன்.'

'பேராசை' என்று சொன்னேன்.

'ஆம். பேராசைதான். இந்த உலகின் அசைக்க முடியாத சக்தி படைத்த பிரகிருதியாக நான் ஆகியே தீரவேண்டும். அதைச் செய்யாமல் நான் சாக மாட்டேன்.'

'நல்லது. கிருஷ்ணன் உனக்கு உதவட்டும்' என்று சொன்னேன்.

'கிண்டல் செய்யாதே. கிருஷ்ணன் நிச்சயம் உதவுவான்' என்று வினோத் சொன்னான்.

இப்போது வினய்க்கு வீட்டுக்குப் போவதா வேண்டாமா என்ற குழப்பம் வந்துவிட்டது. 'நான் இப்படியே திரும்பிப் போய்விடவா?' என்று கேட்டான்.

'முட்டாள். நாம் எதற்காக வந்திருக்கிறோம்?'

'ஆம். தவறுதான்.'

இரண்டு நாள் கழித்து ஜபித்தால் கிருஷ்ணன் ஒன்றும் வேண்டாம் என்றுசொல்லப்போவதில்லை. அம்மாவைக்கடைத்தேற்றிவிட்டுக் கிளம்பிப் போய் ஆரம்பி' என்று சொன்னேன்.

அவன் என்னை உற்று நோக்கினான். 'நீ பேசுகிற அனைத்துமே எனக்குக் கிண்டலாகத் தோன்றுகின்றன.'

'அப்படியானால் நான் சரியாகப் பேசுகிறேன் என்று பொருள். ஆம். நான் கிண்டல்தான் செய்கிறேன்' என்று சொன்னேன்.

'என்றுமே உனக்கு என் வலிகள் புரியாது விமல்' என்றான். அவன் கண்கள் கலங்கியிருந்தன.

நான் அன்போடு அவன் கரங்களைப் பிடித்துக்கொண்டேன். 'நீ என் சகோதரன். வாழ்வில் முட்டி மோதி தோற்றுவிட்டதாகச் சொன்னவன். ஒரு சிறந்த வெற்றி உன்னைச் சேரவேண்டும் என்று எனக்கும் தோன்றத்தான் செய்கிறது. ஆனால் அதை உனக்கு நீயேதான் அளித்துக்கொள்ள வேண்டுமே தவிர கிருஷ்ணனைப் போன்ற ஒருவன் தருவான் என்று நம்புவதை என்னால் ஏற்க இயலவில்லை. என்னை மன்னித்துக்கொள்.'

'பரவாயில்லை. உன்னளவில் நீ தெளிவாக இருக்கிறாய். உன் சித்தாந்தத்தின் நுனியில் உன்னால் நின்று விளையாட முடிகிறது. என்னைப் பார். காமரூபிணியின் கடாட்சத்துக்குக்கூட ஒரு புரோக்கர் தேடவேண்டியிருக்கிறது.'

வினோத் துடித்துப் போய்விட்டான். 'ஹரே கிருஷ்ணா! வேண்டாம் வினய். அப்படியெல்லாம் சொல்லாதே. அவன் பரம்பொருள். உன் காமரூபிணியெல்லாம் அவனுக்குள் ஒடுங்கியிருப்பவள்தான்.'

'மன்னித்துக்கொள். உன் நம்பிக்கை உனக்கு. என்னுடையது எனக்கு. ஆனால் பேரம் பேரம்தான். அதில் மாற்றமில்லை. நான்

கிருஷ்ண மந்திரம் ஜபிக்கப் போகிறேன். அது பலன் தராவிட்டால் உன்னை உதைப்பேன்.'

வினோத் சிரித்தான். 'தந்தே தீரும்.'

நான் உடனே கேட்டேன். 'பதிலுக்கு கிருஷ்ணனுக்கு நீ என்ன தருவதாக உத்தேசம்? அது முக்கியம் என்று இவன் சொன்னானே?'

'அவன் என்ன கேட்டாலும் தருவேன்.'

'அவன் கேட்கமாட்டான். உன்னால் முடிந்ததை நீயேதான் முன்வந்து சொல்ல வேண்டும்' என்று வினோத் சொன்னான். 'ஆனால் சொன்னதைச் செய்தே தீரவேண்டும்.'

'சரி. இழப்பதற்கு என்னிடம் ஒன்றுமில்லை. பெற வேண்டியவைதான் ஏராளமாக உள்ளன. அவன் என்னையே வேண்டுமானாலும் எடுத்துக்கொள்ளட்டும். அதற்குமுன் நான் நினைத்ததை சாதித்துவிட்டால் போதும்' என்று சொன்னான்.

வெகுநேரம் ஒரே இடத்தில் அமர்ந்திருந்ததில் எங்களுக்குக் கால்கள் மரத்துப் போயின. கழுத்து, தோள்பட்டையெல்லாம் வலிக்கத் தொடங்கியது. 'நாம் கிளம்பலாமா?' என்று வினோத் கேட்டான். உடனே நான் எழுந்துகொண்டேன்.

'போகத்தான் வேண்டும் அல்லவா?' என்றான் வினய்.

'வா.' என்று அவன் கையைப் பிடித்து வினோத் எழுப்பினான். அடுத்து வந்த மகாபலிபுரம் செல்லும் பேருந்தில் நாங்கள் ஏறிக்கொண்டோம். மூன்று பேர் அமரும் ஒரு நீண்ட இருக்கையில் நாங்கள் ஒன்றாக அமர்ந்தோம். நடத்துநர் அருகே வந்தபோது வினோத், 'மூணு திருவிடந்தை' என்று சொல்லிப் பணம் கொடுத்து டிக்கெட் வாங்கினான். அந்தப் பேருந்து அதற்குமுன் மூன்று சன்னியாசிகளை மொத்தமாகக் கண்டிருக்காது.

வண்டி புறப்பட்டதுமே வினய் சொன்னான், 'அம்மா நாளை மறுநாள்தானே மரணமடைவாள் என்று சொன்னாய்? நான் அந்த லட்சத்து எட்டு கிருஷ்ண ஜபத்தை நாளையே செய்து முடித்துவிடுகிறேன்.'

126. களையும் கலை

பேருந்து எல்.ஐ.சியைத் தாண்டும்வரை யாரும் எதுவும் பேசவில்லை. எனக்கு லேசாகத் தூக்கம் வந்து கண்ணை மூடத் தொடங்கியபோது, 'விமல், உனக்கு என்றைக்காவது குற்ற உணர்வு போல ஏதேனும் தோன்றியிருக்கிறதா?' என்று வினோத் கேட்டான். எனக்கு எதற்குக் குற்ற உணர்வு ஏற்பட வேண்டும்? இந்த உலகில் பாவமே செய்யாத ஒரு பிறப்பு உண்டென்றால் அது நான்தான். என் சுதந்தரத்தின் பூரணத்துவத்தில் திளைப்பது எப்படி ஒரு குற்றமாகும்?

'இல்லை. நீ சன்னியாசம் என்னும் புனிதமான தருமத்தை உன் வாயிற்கதவுத் தாழ்ப்பாளாக வைத்துக்கொண்டு உள்ளுக்குள் ஒரு சராசரியாகவே வாழ்ந்துகொண்டிருக்கிறாய் என்று தோன்றுகிறது.'

நான் புன்னகை செய்தேன். 'நான் எதையும் துறந்ததாக என்றுமே சொன்னதில்லையே?'

'பிறகு எதற்கு உனக்கு தீட்சையும் காவியும்?'

'நல்ல கதையாக இருக்கிறதே. தீட்சை, நான் பயின்று எழுதிய தேர்வுக்கான சான்றிதழ். காவி எனக்குப் பிடித்த நிறம். ஒரு கோட் சூட் உடையைக் காட்டிலும் இது தருகிற சௌகரியங்களும் மரியாதையும் அதிகம்.'

'எனக்கு இது சரியாகப் படவில்லை.'

'அதனால் என்ன? நீ என் சகோதரன். நீ சொல்வதற்கெல்லாம் நான் வருத்தப்பட மாட்டேன்'

அதன்பின் வினோத் நெடுநேரம் அமைதியாகவே இருந்தான். மீண்டும் திடீரென்று, 'காமம் துறப்பதை நீ முக்கியமென்று நினைத்ததே இல்லையா?'

'ஐயோ, இயற்கையை நான் எவ்வாறு நிராகரிப்பேன்? என்னால் என் சிறுநீரைத் துறக்க முடியும்போது காமத்தையும் துறப்பேன் என்று நினைக்கிறேன்.'

'ஹரே கிருஷ்ணா. நீ ஒரு தவறான மனிதரிடம் பயின்றிருக்கிறாய்.'

நான் சிரித்துவிட்டேன். 'வினோத் என் குருநாதர் எதையும் சொல்லிக் கொடுத்ததில்லை. நானும் அவரிடம் இருந்து எதையும் கற்கவில்லை. மாறாக நாங்கள் எங்கள் மனங்களின் இண்டு இடுக்குகள் வரை திறந்து வைத்து அடுத்தவர் நுழைந்து மீள அனுமதித்துக்கொண்டோம். அதுதான் என் படிப்பு. அதில் பெற்றதுதான் என் ஞானம்.'

'தெய்வமும் ஒழுக்கமும் அற்ற ஒரு துறவை என்னால் எண்ணிப் பார்க்கவே முடியவில்லை' என்று வினோத் சொன்னான்.

'ஒழுக்கம் என்பதே அடுத்தவர் அபிப்பிராயம்தானே? அதற்கொரு பெயர் கொடுத்தால் தெய்வமாகிவிடுகிறது. எனக்கு அடுத்தவர் அபிப்பிராயம் முக்கியமாக இல்லை என்பதால் தெய்வமும் என்னிடத்தில் முக்கியத்துவம் இழந்துவிடுகிறது.'

'நீ உன்னிடம் வரும் பெண்களைத் தவறாகப் பயன்படுத்துகிறாய் அல்லவா?'

'யார் சொன்னது?'

'எங்களுடைய பெங்களூர் கிளையில் அப்படியொரு பேச்சு ஒரு சமயம் எழுந்தது.'

'கிருஷ்ண பக்தர்கள் பேசுவதற்கு வேறு சங்கதியே இல்லையா?'

'இல்லை. நீ அம்மாநிலத்தில் இருப்பவன். உனது புகழ் அம்மாநிலம் முழுதும் பரவியிருப்பது. உன்னைப் பற்றிய உரையாடல்கள் இயல்பானவை.'

இதற்கு என்ன பதில் சொல்வதென்று யோசித்தேன். உண்மையில் நான் எந்தப் பெண்ணையும் என்னிடத்தில் அழைத்ததில்லை. விரும்பி வருகிற யாரையும் நிராகரித்ததும் இல்லை. ஒரு சமயம் எனது கூட்டத்துக்கு வந்திருந்த பெண்களுள் வெண் குஷ்டம் பாதித்த பெண்ணொருத்தி வந்திருந்தாள். அவளை நான் அதற்குமுன் சந்தித்ததில்லை. ஊருக்குப் புதியவள் என்று நினைத்தேன். பிறகு ஏற்கெனவே எனக்கு அறிமுகமான இன்னொரு பெண்தான் அவளை அழைத்து வந்திருக்கிறாள் என்று தெரிந்தது.

'குருஜி, இவள் என் தோழி. மூன்று வருடங்களாக வீட்டை விட்டு வெளியே வராமலே இருந்தவளை வலுக்கட்டாயமாக உங்களிடம் இழுத்து வந்தேன்' என்று சொன்னாள்.

'மூன்று வருடங்கள்! எத்தனைக் கொடிய சிறைத்தண்டனை! ஏன் அப்படி இருந்தாய்?' என்று அவளிடம் கேட்டேன்.

'என் நோய் என்னை வெளியே போகவிடாமல் செய்துவிட்டது' என்று அவள் சொன்னாள்.

எனக்கு மிகவும் பரிதாபமாக இருந்தது. அன்றைய சொற்பொழிவு முடிந்ததும் நான் அந்தப் பெண்ணை என் அறைக்கு வரச்சொன்னேன். அவள் பேரழகி இல்லை. ஆனால் எளிதில் பிடிபடாததொரு லட்சணம் அவள் முகத்தில் இருந்தது. துரதிருஷ்டவசமாக அவளது நடு மூக்கு மட்டும் வெளுத்து, கன்னங்கள், நெற்றியெல்லாம் இயல்பான நிறத்தில் இருந்தன. காது மடல்கள் வெளுத்திருந்தன. கழுத்து, கைகள் வெளுத்திருந்தன. பின் கழுத்து வெளுத்திருந்தது. வெண் திட்டுகளின் இடையே பழுப்பு நிறத்தில் புள்ளிகள் நிறைய உண்டாகியிருந்தன.

அவள் என்னைக் கண்டதும் விம்மி விம்மி அழுதாள். ஏனோ அழத் தோன்றுகிறது என்று இடையிடையே சொல்லிக்கொண்டே அழுதாள். அதனால் பரவாயில்லை; அழு என்று நானும் அமைதியாக இருந்தேன். அவள் அழுது முடித்துவிட்டு, 'என் வீட்டில் எனக்குத் திருமணத்துக்குப் பார்க்கத் தொடங்கிய நேரம் எனக்கு இப்படியாகிவிட்டது. இதன்பின்பு எனக்குத் திருமணம் நடக்க வாய்ப்பே இல்லை என்று என் பெற்றோர் முயற்சியைக் கைவிட்டுவிட்டார்கள்' என்று சொன்னாள்.

'தொல்லை விட்டது என்று எண்ணிக்கொள். திருமணம் ஒரு மகிழ்ச்சியல்ல.'

'ஆனால் குருஜி, நானும் ஓர் உயிரினம் அல்லவா? இயல்பான உணர்ச்சிகள் எனக்கும் உண்டல்லவா? என்னை நெருங்கி முத்தமிடும் ஒரு ஆண் மகனுக்காக என் வாழ்நாள் முழுதையும் நான் அர்ப்பணிக்கத் தயாராக இருக்கிறேன்.'

'வாழ்நாள் முழுதும்?'

'ஆம். வாழ்நாள் முழுதும்.'

பிறகு அவள் என் ஆசிரமத்தின் நிர்வாகப் பணிகளைப் பார்த்துக்கொள்ளும் பொறுப்பைத் தானே எடுத்துக் கொண்டுவிட்டாள்.

'நீ அவளை முத்தமிட்டாயா?' என்று வினய் கேட்டான்.

'ஆம். ஓரிரவு முழுவதும் அவளது தேகத்தின் ஒவ்வொரு அணுத்துகளிலும் படுவது போல முத்தமிட்டுக்கொண்டே இருந்தேன். விடியும்வரை முத்தமிட்டேன். விடிந்தபின் நாங்கள் கலவி கொண்டோம். அன்று பகல் முழுதும் அவள் நிம்மதியாகத் தூங்கினாள். நான் அவளுக்குக் கால் அமுக்கிவிட்டுக் கொண்டிருந்தேன்.'

இதைச் சொன்னதும் வினோத் சற்று நகர்ந்து அமர்ந்துகொண்டான். எனக்குச் சிரிப்பு வந்தது.

'நீ ஒரு காமாந்தகன்' என்று வினய் சொன்னான்.

'இல்லை வினய். அந்தகம் என்பது தவறான சொல். காமம் அழிவல்ல. காமத்தால் ஆக்கத்தான் முடியுமே தவிர அழிக்க இயலாது. தவிர காமம் மட்டுமே என் நோக்கமும் அல்ல. உனக்குத் தெரியுமா? பதினேழு வருடங்கள் நான் காமம் துறந்து வாழ்ந்திருக்கிறேன்.'

'மனத்தாலும் எண்ணாமல்?'

'ஆம். நான் துறந்திருக்கிறேன் என்ற நினைவையே அழித்துவிட்டு வாழ்ந்தேன். எனக்கு எதுவுமே வேண்டுமென்றால் வேண்டும். வேண்டாமெனில் வேண்டாம்.'

'வினய், நீ அவனோடு சேராதே. அவன் சொல்கிற எதையும் கேட்காதே. அவன் வழி நமக்குச் சரிப்படாது' என்று வினோத் சொன்னான்.

'டேய், இவன் வழியே உனக்குச் சரிப்படாதே?' என்று நான் சிரித்துக்கொண்டே கேட்டேன்.

'ஆம். ஆனால் வினய்யை சரி செய்துவிட முடியும். அவனது சிக்கல்கள் எளியவை. பேரானந்தக் கடலின் ஒரு துளி அவன் உச்சந்தலையில் விழுந்தால் போதும்.'

'உனக்கு விழுந்திருக்கிறதா?' என்று கேட்டேன்.

வினோத் அதிர்ச்சியடைந்துவிட்டான். சில வினாடிகள் யோசித்துவிட்டு, 'கிருஷ்ண ஜபம் ஒன்றே என் ஆனந்தம்' என்று சொன்னான்.

எத்தனை எளிய வாழ்க்கை! ஜபங்கள். நாம சங்கீர்த்தனங்கள். பண்டிகைகள், திருவிழாக்கள், தேரோட்டம். ஆனால் சகோதரா,

என் கேள்வி இதுவல்ல. இவை எதுவுமல்ல. உன் கிருஷ்ணனை நீ பார்த்தாயா? ஏனெனில் என் கடவுளான என் சுதந்தரத்தை நான் ஒவ்வொரு கணமும் தரிசித்துக்கொண்டிருக்கிறேன். அனுபவித்துக்கொண்டிருக்கிறேன். இதைத்தான் என் துறவு எனக்கு சாத்தியமாக்கியது. அந்த வகையில் உன் துறவு உனக்கு மூன்று வேளை சாதம்தான் இப்போதுவரை போட்டுக்கொண்டிருக்கிறது என்பதை ஒப்புக்கொள்வாயா?

நான் கேட்கவில்லை. சிரித்துவிட்டு அமைதியாக இருந்துவிட்டேன். அவன் வினய்க்கு எப்படியாவது மீட்சி கொடுத்துவிட வேண்டும் என்று தீவிரமாக எண்ணிக்கொண்டிருந்தான். ஒரு லட்சத்து எட்டு கிருஷ்ண ஜபத்தின் இறுதியில் வினய்யும் ஒரு கிருஷ்ண பக்தனாகிவிடுவான் என்று தீவிரமாக நம்பிக்கொண்டிருந்தான். வாழ்வில் எவ்வளவோ முயற்சிகளைச் செய்து பார்த்துவிட்டுத் தோற்றதாக முடிவுக்கு வந்திருந்த வினய், இன்னொரு முயற்சியாகக் கிருஷ்ணனைக் கூப்பிட்டுப் பார்க்க முடிவு செய்திருந்ததையும் என்னால் புரிந்துகொள்ள முடிந்தது. இவர்கள் இருவரும் சந்தித்திருக்கவே கூடாது என்று சொல்ல நினைத்தேன். குறைந்தபட்சம் வினய் தனது கதையையாவது அவனுக்குச் சொல்லாதிருந்திருக்கலாம்.

'ஏன்?' என்று வினய் கேட்டான்.

'ஐம்பது வயது தாண்டிய அண்ணன் தம்பிகள் அடித்துக்கொண்டு செத்தால் நன்றாக இராதல்லவா? அதனால் சொன்னேன். தவிர இரண்டு சன்னியாசிகள் வெட்டிக்கொண்டு இறந்தால் இந்த உலகம் அதைத் தாங்காது.'

'நீ பேசாதே' என்று வினோத் சொன்னான். சிரித்தேன். பிறகு அவனே என்ன நினைத்தானோ, 'காமம் களைவது ஒரு கலை' என்று சொன்னான்.

'ஆம். சந்தேகமில்லை. ஆனால் காமத்தினும் உயர்ந்ததாக அதைச் சொல்ல முடியாது.'

'அப்படியா நினைக்கிறாய்?'

'உன்னை ஒன்று கேட்கிறேன். ராதை உடனில்லாத ஒரு கிருஷ்ணனை உன்னால் எண்ணிப் பார்க்க இயலுமா?'

'சேச்சே. அது வெறும் தத்துவம்.'

'தத்துவத்துக்கே ஒரு பெண் வடிவம் வேண்டியிருக்கிறது வினோத். வாழ்க்கைக்கு இல்லாமல் எப்படி? ஒன்று கேட்கிறேன். இத்தனை ஆண்டுகள் நீ ஒரு பெண்ணைத் தொடாதிருந்திருக்கலாம். ஆனால் நினைக்காதிருந்திருப்பாயா?'

அவன் என்னை உற்றுப் பார்த்தான். பிறகு தலை குனிந்து, 'ஆம். அது முடிந்ததில்லை. என் கட்டுப்பாட்டை மீறி எப்போதாவது நினைத்துவிடுகிறேன்.'

'அதைத்தான் சொல்கிறேன். முகத்தை மட்டும் நினைத்தால் நீ பரமஹம்சராகிவிட முடியும். ஆனால் முலையைத்தான் உன்னால் நினைக்க முடியும்.'

'இல்லை. இல்லை. நிச்சயமாக இல்லை' என்று அவன் அலறினான்.

'என்ன இல்லை? நீ முலையை நினைத்ததே இல்லையா?'

'அப்படிச் சொல்ல மாட்டேன். ஆனால் அது மட்டுமே அல்ல. பல வருடங்களுக்கு முன்னர், நான் பக்குவமடையாமல் இருந்த காலத்தில் அதெல்லாம் உண்டு. இப்போது இல்லை.'

நான் அவன் கரங்களை அன்போடு பற்றிக்கொண்டேன். 'வினோத்! கிருஷ்ணன் சந்தோஷங்களின் கடவுள். எளிய இச்சைகளின்மீது நிகழ்வதே அவனது காளிங்க நடனம். இச்சைகளை ஒழிக்க நினைப்பது கிருஷ்ண விரோதம். இச்சைகளைக் கடப்பதே அவனது தரிசனத்துக்கு வழி செய்யும்.'

'புரியவில்லை.'

'ஒழித்துவிட்ட ஒன்றை எப்படிக் கடக்க முடியும்? இருந்தால்தான் நுழைந்து வெளியேற முடியும்' என்று நான் சொன்னதும் வினய் பாய்ந்து என்னைக் கட்டியணைத்துக்கொண்டு, 'இதுதான். இதுதான் நான் முயற்சி செய்தது. இதில்தான் நான் தோற்றேன். இங்கேதான் நான் இறந்தேன்' என்று சொன்னான். அவன் கண்கள் கலங்கிவிட்டிருந்தன.

127. கடத்தல்

அந்தப் பெண் அவன் எதிரே அமர்ந்திருந்தாள். அவளது தோழி அவனுக்குப் பக்கத்தில் இருந்தாள். வினய் தன்னெதிரே அமர்ந்திருந்தவளின் கண்களையே உற்றுப் பார்த்துக் கொண்டிருந்தான். நான்கு வினாடிகளுக்கு ஒரு முறை அவள் இமைப்பது அவனுக்கு இடைஞ்சலாக இருந்தது. 'சிறிது நேரம் இமைக்காதிருக்க முயற்சி செய்' என்று சொல்லவும் செய்தான். ஆனால் அது அவளால் முடியவில்லை. சிரமப்பட்டாள். அவளது தோழி, 'நான் முயற்சி செய்கிறேன் சுவாமிஜி' என்று சொன்னாள். எனவே இமைக்கும் பெண்ணைத் தன்னருகே அமர்த்திக்கொண்டு, இரண்டாமவளை எதிரே வந்து அமரச் சொன்னான். அவளால் ஏழெட்டு வினாடிகள் இமைக்காதிருக்க முடிந்தது. அதற்கு மேல் முடியவில்லை.

வினய் யோசித்தான். பிறகு இருவரையுமே அருகருகே அமர்த்தி, கண்களை மூடிக்கொள்ளும்படி சொன்னான். அவர்களும் அப்படியே செய்தார்கள். வினய் தனது தீட்சண்யம் பொருந்திய பார்வையை அவர்கள் இருவரது புருவ மத்தியிலும் கொண்டு நிறுத்தினான். இதற்காகத் தனது கண்ணை ஒண்ணரைக் கண்ணாகச் செய்துகொண்டான். பிறகு மெல்ல மந்திரங்களை முணுமுணுக்க ஆரம்பித்தான்.

நெடுநேரம் அவன் தனது பார்வையைப் பிளந்து இரு புருவ மத்தியிலும் வைத்திருந்தபடியால் அவனுக்குத் தலை வலிக்க ஆரம்பித்தது. அடக்கிக்கொண்டு தொடர்ந்து மந்திர உச்சாடனம் செய்துகொண்டிருந்தான். இரவு ஒன்பது மணிக்கு ஆரம்பித்தது நள்ளிரவு ஒரு மணி வரை இடைவெளியின்றி நீண்டுகொண்டே சென்றது. வினய் முதலில் அந்தப் பெண்களின் முகங்களை தியானம் செய்தான். பிறகு அங்கங்களைத் தனித்தனியே உற்று நோக்கி தியானம் செய்யத் தொடங்கினான். கழுத்தைக் கடந்து மார்பங்களின்மீது அவனது பார்வை படிய வந்தபோது அவனே கைகளை நீட்டி அவர்கள் அணிந்திருந்த துப்பட்டாவை

விலக்கிவிட்டான். கிட்டத்தட்ட ஆழ்மன உறக்கத்தின் நெருக்கத்தில் சென்றிருந்த அந்தப் பெண்கள் அதைப் பெரிதாக எடுத்துக்கொள்ளவில்லை.

இயற்கையின் மிக வினோதமான படைப்புகளில் ஒன்று பெண்களின் மார்பகங்கள் என்று அவனுக்குத் தோன்றியது. ஆப்பிள் பயிரைத் தவிர வேறெதையும் அதற்கு உதாரணமாகச் சொல்லிவிட முடியாது. ஐந்தடி, ஆறடி உயரம் வளர்ந்த ஆப்பிள் மரங்களின் கிளைகள் மிகவும் மெலிதாக இருப்பதை அவன் உதகமண்டலத்தில் கண்டிருக்கிறான். ஒரு குருவி அதன்மீது அமர்ந்தாலும் லேசாக அசைந்துகொடுக்கக்கூடிய அளவுக்கு மெலிதாக அவை இருக்கும். ஆனால் அதில்தான் கொத்துக் கொத்தாக எத்தனை கனிகள் உருவாகின்றன. காற்றில் அசைந்தாலும் விழுவதில்லை. அசையும்போதெல்லாம் ஒவ்வொரு ஆப்பிளும் ஒரு பெண்ணைப் போல அவனுக்குத் தோன்றியிருக்கிறது. படைப்பின் உச்சம் என்று பெண்ணின் மார்பகங்களை மட்டுமே சொல்ல முடியும். அதன் மென்மையும் மிருதுத் தன்மையும் சுண்டி ஈர்க்கும் சுபாவமும். சட்டென்று கூடு விட்டுக் கூடு பாய்வது போல ஒரு பெண்ணின் கண்ணுக்குள் நுழைந்து நெஞ்சம் வரை இறங்கி உட்புறம் பார்த்துவிட முடிந்தால் அது எப்பேர்ப்பட்ட அனுபவமாயிருக்கும். நரம்புகள் ஊடோடும் சதைக் கோளம். கொதகொதவென்று முழுதும் பாய்ந்து நிரம்பிய உதிரம். எதுவும் வெளித்தெரியாதபடி போர்த்தப்பட்ட ஆயிரமாயிரம் அணுத்துகள்களால் நெய்த சதைப் பரப்பு. கோலத்தின் நடுவே பூவை வைத்தாற்போல அதன் நட்டநடுவில் சொருகப்பட்ட முலைக்காம்பு. உதிரம் பாலாகும் அவசியமில்லாது போயிருந்தால் காம்புக்கு அவசியமிருந்திருக்காது. அப்போது முலை ஒரு மொண்ணைத்தன்மை எய்தியிருக்கும். காம்பற்ற முலைகள் கவனம் தொடுமா? தெரியவில்லை.

வினய் மேலும் அதை தியானித்தான். இதே பெண்கள் இன்னும் நாற்பது வருடங்களுக்குப் பிறகு எப்படி இருப்பார்கள்? வளர்ந்து செழித்து, பூரித்து நிற்கும் இந்த முலைகள் அப்போது எப்படி இருக்கும்? வாடி உதிர்ந்த ஆப்பிள்களுக்கு வடிவ சேதாரம் பெரிதாக இராது. ஆனால் முலைகள் அப்படியா? ஒரு சுருக்குப் பையில் அடைத்த பொருள்களை ஒவ்வொன்றாக உருவி வெளியே எடுக்கும்போது எய்தும் தோற்றத்தையல்லவா அது பெறவிருக்கிறது? சுருங்கிய சதைகள். முனை மழுங்கிய காம்புகள்.

கூர்மையற்ற வெளித்தோற்றத்தைக் கடந்து அப்போது உள்ளே போக முடியுமானால் அதே ரத்தம், அதே நரம்புகள். ஆனால் அதே வீரியம் இராது. பிராணன் விலகியோடிக்கொண்டிருக்கும் தருணத்தில் அவயவங்களின் அலங்கார பூஷித சேதாரம் தவிர்க்க இயலாதது.

ஆக சுண்டியிழுக்கச் செய்வது முலைகளா, பிராணனா? உதிரம் கெட்டு நரம்புகள் வலுவிழந்து கிருமிகளின் வாசஸ்தலமாக உடலம் மாறக்கூடுமானால் இந்தக் கவர்ந்திழுக்கும் முலைகளின் உட்புற வாயிலைத் திறக்கத் தோன்றுமா? சட்டென்று அவன் தன்னெதிரே இருந்த இரு பெண்களின் ஒருத்தியின் விழிகளுக்குள் நுழைந்து அவள் நெஞ்சத்தை நெருங்கி அதை அழுகிய நிலையில் காண முற்பட்டான். நெளியும் புழுக்களும் குடலைப் புரட்டும் நெடியும். உதிரம் முழுவதும் கரேலென்று சாக்கடைத் திரவமாக மாறிப் பாய்ந்துகொண்டிருந்த நிலையில் வினய் அதில் மெல்ல மெல்ல இடுப்பளவு ஆழத்தில் நடந்து அவளது முலைகளின் மையத்தைத் தொடச்சென்றான். புழுக்கள் அவன்மீது ஏறி நெளிந்தன. சாக்கடைத் திரவம் அவனது நாசித் துவாரங்கள் வழியே உட்புகுந்து மூளை முழுவதையும் சுற்றி வரத் தொடங்கியது. அதன் நெடி அவன் நினைவெங்கும் படர்ந்து குமட்ட ஆரம்பித்தது. சகித்துக்கொண்டு அவன் மையத்தை நோக்கி முன்னேறிக்கொண்டிருந்தான். தலை சுற்றியது. கண்கள் இருண்டு போயின. கால்கள் படர்ந்து புதைந்த இடமெங்கும் மலக்கிடங்கே போலத் தோன்றின. இன்னும் சில கணங்களில் தொட்டுவிடுவோம் என்று அவனுக்குத் தெரிந்த நேரத்தில் அவனது கரங்கள் அவளது முலைகளை வருடிக்கொண்டிருந்தன.

'சுவாமிஜி...' என்று அவள் மெல்ல அழைத்தாள்.

அவன் அப்படியே அவளை இழுத்துத் தன் மடியின்மீது கிடத்திக் கொண்டான். குனிந்து அவள் பின்கழுத்தில் முத்தமிட்டான். இப்போது துர்நாற்றங்கள் மறைந்தன. அவளது கூந்தல் மிகவும் வாசனையாகத் தெரிந்தது. வியர்வை கலந்த அவளது சருமத்தின் நெடியும் கூந்தல் தைலத்தின் நெடியும் இணைந்து புதுவித போதையளித்தன. அவன் நெடு நேரம் அவளை முகர்ந்துகொண்டே இருந்தான். அப்படியே இருவரும் சுருண்டு தரையில் விழுந்து புரளத் தொடங்கினார்கள். இப்போது அவன் அவளது மார்பகங்களை வருடியபோது ரத்தமோ சதையோ நரம்புகளோ நெளியும் புழுக்களோ அவனுக்குத் தெரியவில்லை. மேகத்தின்

பொதியில் இருந்து பிய்த்தெடுத்த ஒரு துண்டின் உலகில் அவன் தன்னை மறந்து திளைக்கத் தொடங்கியிருந்தான்.

எவ்வளவு நேரம் அவன் அப்படியே இருந்தானோ தெரியாது. சுய உணர்வடைந்து மீண்டபோது அவன் அந்தப் பெண்ணின் மீதும் அவன் மீது அவளது தோழியும் படுத்துக் கிடப்பதை உணர்ந்தான்.

வினய் இந்தச் சம்பவத்தைச் சொல்லிவிட்டுக் குமுறிக் குமுறி அழுதான். 'நான் கல்கத்தாவில் இருந்த காலத்தில் எப்படியாவது பெண்ணுடலைக் கடந்து சென்றுவிட மிகவும் ஏங்கினேன். ஆனால் ஒவ்வொரு முறை நான் முயற்சி செய்தபோதும் சறுக்கினேன். அது என் சுய தீட்சைக்கான தண்டனை என்று எண்ணிக்கொண்டேன்' என்று சொன்னான்.

'அழாதே' என்று சொல்லிவிட்டு வினோத் அவன் கழுத்தின் பின்புறமாகத் தனது வலக்கரத்தை நீட்டி அவன் நெற்றிப் பொட்டைத் தொட்டான். அந்தக் காட்சி திருமணங்களில் மணமகன், பெண்ணுக்குத் திலகமிடும் காட்சியைப் போல எனக்குத் தோன்றியது. பிறகு கண்ணை மூடிக்கொண்டு ஏதோ ஜபித்தான். சில வினாடிகள்தாம். பிறகு கையை எடுத்துவிட்டு, 'வினய், எனக்குத் திரும்பத் திரும்பத் தோன்றுவதெல்லாம் ஒன்றுதான். கிருஷ்ணனைத் தவிர உனக்கு மீட்சியளிக்கக்கூடியவன் வேறு யாருமில்லை' என்று சொன்னான்.

'இனி நான் மீள முடியும் என்று எனக்கே நம்பிக்கையில்லையே?'

'அப்படி இல்லை. கணம் தோறும் நாம் பிறக்கிறோம். உன் பிறப்புக்கான நேரத்தை நீயே குறி. கிருஷ்ணனைப் பக்கத்தில் வைத்துக்கொள். மிச்சத்தை அவன் பார்த்துக்கொள்வான்.'

மெட்ராஸில் அப்போது டிஜிஎஸ் தினகரன் என்றொரு கிறிஸ்தவப் பிரசங்கி பிரபலமாகிக்கொண்டிருந்தார். எனது சீடர்களுள் ஒருவன் அவரது பிரசங்க கேசட் ஒன்றை எனக்கு அனுப்பி, இதைக் குறித்து என்ன நினைக்கிறீர்கள் என்று கேட்டிருந்தான். நான் அந்த கேசட்டைப் பொறுமையாகக் கேட்டேன். எனக்கு தினகரனின் பிரசங்கம் மிகவும் பிடித்திருந்தது. இயேசு வருகிறார் என்று எல்லோரும் சொல்லிக்கொண்டிருந்தபோது, அவர் வந்தே விட்டது போன்ற தோற்ற மயக்கத்தை அவரது பிரசங்கம் செய்வதை உணர்ந்தேன். அது சட்டென்று நினைவுக்கு வந்து, 'வினோத், நீ ஒரு நல்ல தினகரன்' என்று சொன்னேன்.

அவனுக்கு அது புரியவில்லை.

128. விட்டகுறை

பேருந்து கேளம்பாக்கத்தை நெருங்கியபோது இரவு மணி ஒன்பதுக்கு மேல் ஆகிவிட்டது. இதற்குமேல் இன்னொரு வண்டிக்காகக் காத்திருக்க வேண்டாம் என்று வினோத் சொன்னான். திருவிடந்தைவரை நடந்தே போய்விடலாம் என்று முடிவு செய்து நாங்கள் மன்னார் ஓட்டல் வழியாக இரட்டைக் குளத்தைத் தாண்டிக் கோவளம் சாலையில் நடக்க ஆரம்பித்தோம். குளமெல்லாம் ஒரு காலத்தில் இருந்ததுதான். இப்போது அந்த இடமெல்லாம் கட்டடங்களாகிவிட்டன.

உப்பளங்கள் வெகுவாகக் குறைந்து நிறைய அடுக்குமாடி வீடுகள் வரத் தொடங்கியிருந்தன. அழகான சாலையும் சாலை விளக்குகளும் சாலையோர நடைபாதை வசதியும் நடைபாதைச் செடிகளும் பிரமிப்பளித்தன. நாங்கள் அறிந்த கிராமச் சூழல் அங்கு முற்றிலும் இல்லாது போயிருந்தது.

எங்கள் சிறு வயதுகளில் கேளம்பாக்கத்தில் இருந்து திருவிடந்தை வருவதற்குச் சாலை கிடையாது. உப்பளங்களுக்கு இடையே பாத்தி கட்டியது போலப் போடப்பட்டிருக்கும் மண் மேட்டின்மீதுதான் நடந்து செல்ல வேண்டும். உப்பள முதலாளிகளும் அந்த ஒற்றையடிப் பாதையில்தான் குடை பிடித்துக்கொண்டு நடந்து சென்று மேற்பார்வை பார்ப்பார்கள். சில சமயம் அபூர்வமாக யாராவது வெளிநாட்டு சுற்றுலாப் பயணிகள் அங்கே வந்துவிடுவார்கள். உடனே ராஜமாணிக்க முதலியார் உப்பு கொடோனின் பின்புறம் கவிழ்த்துப் போடப்பட்டிருக்கும் கட்டுமரத்தை எடுத்துத் தண்ணீரில் விட்டு, அதில் சுற்றுலாப் பயணிகளை ஏற்றிக்கொண்டு கடலோரம் வரை ஓர் உலா போய்விட்டு வருவார்கள். தலையில் வட்டவடிவமாகப் பெரிய குல்லாய் போட்டுக்கொண்டு சுருட்டு பிடித்துக்கொண்டு கட்டுமரத்தில் போகும் வெள்ளைக்காரர்களின் தோற்றம் அந்நாள்களில் எங்களுக்குப் பெரும் ஏக்கம் தரும். எத்தனை இன்பமான வாழ்வு இந்த வெள்ளைக்காரர்களுக்கு! விடிந்ததும் வீட்டுப்பாடம் செய்யும் நிர்ப்பந்தமில்லை.

அடித்துப் பிடித்துக்கொண்டு பள்ளிக்கும் வேலைக்கும் ஓடும் அவசரமில்லை. ரேஷன் கடையில் கருங்கல் வைத்து இடம் பிடித்து நிற்கும் அவசியமில்லை. முடிவற்ற நீர்ப்பரப்பில் கட்டுமரம் ஏறி எங்கு வேண்டுமானாலும் சுற்றிக்கொண்டே இருக்கலாம். அடுத்த ஜென்மத்தில் நான் ஒரு வெள்ளைக்காரனாகப் பிறக்க வேண்டும் என்று எத்தனையோ முறை எண்ணியிருக்கிறேன்.

இதனை நினைவுகூர்ந்து நான் சொன்னபோது வினய் சிரித்தான். அப்படியொரு வெள்ளைக்காரத் துரை சுருட்டு பிடிப்பதைப் பார்த்தபின்புதான் முதல் முதலில் அவனுக்கும் புகைப்பிடித்துப் பார்க்கும் ஆசை உண்டானது என்று சொன்னான். தையூரில் சுருட்டு கிடைக்காததால்தான் அன்றைக்கு பீடி வாங்கிக் குடித்ததாகவும் சொன்னான்.

'இப்போது உண்டா அந்தப் பழக்கம்?' என்று வினோத் கேட்டான்.

'கஞ்சாவுக்காக மட்டும் பயன்படுத்துகிறேன்' என்று வினய் சொன்னான்.

'கஞ்சாவா!'

'ஆம். தியானத்தின்போது அது அவசியம் எனக்கு.'

வினோத் அதன்பின் அந்த விஷயத்தைப் பற்றிப் பேசவில்லை.

கோவளம் சாலையில் நாங்கள் நடந்துகொண்டிருந்தபோது சிறிது தூரத்தில் இருந்து லவுட் ஸ்பீக்கரில் அம்மன் பாடல் ஒலிக்கும் சத்தம் கேட்டது.

'விமல், உனக்கு நினைவிருக்கிறதா? சிறு வயதில் நாம் செல்லியம்மன் கோயிலுக்கு வருடம் ஒருமுறை போய்வருவோம்.' என்று வினோத் சொன்னான்.

எப்படி மறப்பேன்? அன்றைக்குச் செல்லியம்மன் கோயில்தான் பிராந்தியத்திலேயே மிக அழகான இடம். சுற்றிலும் வேப்ப மரங்கள் அடர்ந்த நிலப்பரப்பின் நடுவே நிறைய வெட்டவெளி இடம் விட்டுக் கோயிலைக் கட்டியிருந்தார்கள். சிறிய கோயில்தான். ஆனால் வருடா வருடம் அங்கு நடைபெறும் ஆடித் திருவிழா, படூர் மயான கொள்ளைத் திருவிழாவைக் காட்டிலும் விசேடமானது. தெற்கே செங்கல்பட்டு முதல் வடக்கே திருவான்மியூர் வரை உள்ள எல்லா கிராமங்களில் இருந்தும் சனம் வந்துகொண்டே இருக்கும். மாட்டு வண்டிகளிலும் சைக்கிள்களிலும் ஜட்கா வண்டிகளிலும்

வந்து சேரும் கூட்டம் கோயிலைச் சுற்றியுள்ள வெட்ட வெளியிலேயே இரண்டு மூன்று நாள்களுக்குத் தங்கிவிடும். பொங்கல் வைப்பார்கள். ஆடு, கோழி பலி கொடுப்பார்கள். சாமி வந்து ஆடுவார்கள். கரகம் நடக்கும். ஒயிலாட்டம் நடக்கும். பத்து நாள் திருவிழா அமர்க்களப்படும். அம்மாவிடம் தலா ஒரு ரூபாய் வாங்கிக்கொண்டு நாங்கள் நான்கு பேரும் திருவிழாவுக்கு மாலை வேளைகளில் போவோம். கோயில் பூசாரி ஆறுமுகப் படையாச்சியின் மகன் கங்காதரன் அண்ணாவின் வகுப்புத் தோழன் என்பதால் எங்களுக்குப் பிரசாதமெல்லாம் தனியே பார்சலாக வரும். அண்ணாவுக்குக் கேசவன் மாமாவைச் சீண்டுவதற்கு அந்த ஒரு விஷயம் போதும். 'மாமா, ஆயிரம் சொல்லுங்கோ. செல்லியம்மன் கோயில் பொங்கலாட்டம் உங்களோடது இல்லே.'

'சீ போடா' என்பார் கேசவன் மாமா.

அண்ணா வீட்டை விட்டுப் போனபிறகு நாங்கள் வீதியை விட்டு வெளியேறுவதே குறைந்து போனது. வினய் வெளியேறியதும் அம்மா என்னையும் வினோத்தையும் பெரும்பாலும் வீட்டுக்குள்ளேயே தான் வைத்திருந்தாள். கடைக்குப் போகவேண்டுமென்றால்கூட அவளேதான் போவாள். அல்லது மாமாவைப் போகச் சொல்லுவாள். ஆபீஸ் போய்வருவது தவிர வேறெந்த வேலையும் தனக்குரியதல்ல என்று எண்ணிய அப்பாவே பல சமயம் சைக்கிள் எடுத்துக்கொண்டு மார்க்கெட்டுக்குப் போய்வருவாரே தவிர என்னையோ வினோத்தையோ வெளியே போகச் சொன்னதில்லை. நான் போனபின்பு அம்மாதிரியான நெருக்கடி ஏதும் தனக்கு வீட்டில் இருக்கவில்லை என்று வினோத் சொன்னான். அம்மாவும் அப்பாவும் சோர்ந்து போயிருப்பார்கள். இழுத்துப் பிடிப்பதன்மீதான நம்பிக்கை விட்டுப் போயிருக்கும். அதனால்தான் வினோத் திருமணக் காலம் வரை வீட்டிலேயே இருந்தானோ என்னவோ?

வினய்தான் சொன்னான், 'எத்தனை வருடங்கள் ஆனால் என்ன? இதெல்லாம் நமக்கு மறப்பதே இல்லை அல்லவா?'

எப்படி மறக்கும்?

'நாம் செல்லியம்மன் கோயிலுக்குப் போய்விட்டுப் போகலாமா?' என்று கேட்டான். நான் உடனே சரி என்று சொன்னேன்.

கோயிலுக்குச் செல்வதற்கு நாங்கள் அறிந்த பாதை அப்போது இல்லை. வழித்தடங்கள் வெகுவாக மாறிவிட்டிருந்தன. வேப்பமரம் ஒன்றுகூடக் கண்ணில் தென்படவில்லை என்பது

எனக்கு மிகவும் அதிர்ச்சியாக இருந்தது. அந்தப் பகுதி முழுவதும் வீடுகள் நிறைந்திருந்தன. செல்லியம்மனே ஒரு வீடு வாடகைக்கு எடுத்துத் தங்கத் தொடங்கிவிட்டாளோ என்ற சந்தேகம் வந்தது. ஆனால் திருவிழா நடக்கிறது. அதில் சந்தேகமில்லை. வேட்டுச் சத்தம் இடைவிடாமல் கேட்டது. லவுட் ஸ்பீக்கர் அம்மன் பாடல்கள் அவள் அங்கேதான் இருக்கிறாள் என்பதைத் தெரியப்படுத்தின.

நாங்கள் கோயிலை நெருங்கியபோது ஒரே ஒரு வேப்பமரம் மட்டும் மிச்சம் இருந்ததைக் கண்டோம். அது சற்று ஆறுதலாக இருந்தது. அம்மனை அங்கே கொண்டு வந்து அமர்த்தியிருந்தார்கள். சுற்றிலும் மக்கள் கூட்டம். சொல் புரியாத மொத்த சத்தம். இலக்கின்றி அலைந்துகொண்டிருந்த கூட்டத்துக்குள் நுழைந்து நாங்கள் வேப்பமரத்தடியை நோக்கி முன்னேறிக்கொண்டிருந்தோம். நல்ல இருட்டு, குறைவான வெளிச்சம் என்பதால் எங்களை யாரும் சரியாகப் பார்த்திருக்க முடியாது என்று தோன்றியது.

'பார்த்தால் மட்டும் உடனே அடையாளம் தெரிந்துவிடுமா என்ன?' என்று வினோத் கேட்டான்.

அதுவும் நியாயம்தான். ஆனால் மூன்று பேர் காவி உடையில் நடமாடினால் கண்டிப்பாக அது கவனம் ஈர்க்கும். அதன்பொருட்டாவது திரும்பிப் பார்ப்பார்கள். அப்படிப் பார்ப்பவர்களுள் எத்தனை பேருக்கு எங்களைத் தெரிந்திருக்கும்?

யாரும் கவனிக்காதிருந்தால் மகிழ்ச்சி என்று நான் சொன்னேன். நாங்கள் வேப்பமரத்தடியில் அம்மன் வீற்றிருந்த இடத்துக்குப் பத்தடி தூரத்தில் இருந்த தண்ணீர்த் தொட்டியின் அடியில் சென்று நின்றுகொண்டு கவனிக்க ஆரம்பித்தோம்.

அன்றைய திருவிழா நிகழ்ச்சிகள் முடிவுக்கு வந்துகொண்டிருந்தன. பூசாரி மணியடித்து, கற்பூரம் காட்டிக்கொண்டிருந்தது தெரிந்தது. மக்கள் கலைய ஆரம்பித்திருந்தார்கள். நாங்கள் பார்த்துக்கொண்டே இருந்தபோது வினய்க்கு இடது புறம் இருந்து ஒருவன் எங்களை நோக்கி நடந்து வந்தான். அவன் அருகே வந்தபோது நாங்கள் உற்றுப் பார்த்தோம். அவனும் நின்று எங்களைக் கவனித்தான்.

'டேய், நீ கங்காதரன் தானே?' என்று வினய் கேட்டான்.

'ஆமா நீங்க...' என்று அவன் சந்தேகத்தோடு எங்கள் மூவரையும் மீண்டும் உற்றுப் பார்த்தான். பிறகு அவனே அடையாளம் தெரிந்து கொண்டு, 'நீங்க விஜய் தம்பி வினய் இல்லே?' என்றான்.

வினய் புன்னகை செய்தான்.

'அப்ப இவன்?'

'வினோத். நான் விமல்' என்று சொன்னேன்.

அவனால் நம்பவே முடியவில்லை. வயதும் தோற்றமும் வாழ்வும் வேறு வேறாகிவிட்டிருந்தாலும் நினைவில் பெயர்களும் உருவங்களும் ஒருவாறு உட்கார்ந்துவிடத்தான் செய்கின்றன. கங்காதரன் மகிழ்ச்சியோடு வினய்யை நெருங்கிக் கட்டியணைக்க வந்தான். என்ன நினைத்தானோ. சட்டென்று நிறுத்திக்கொண்டு, 'சாமி ஆயிட்டியா?' என்று கேட்டான்.

வினய் சிரித்தான்.

'ஊருக்கே தெரியும்டா உங்க கதையெல்லாம். பாவம் உங்கம்மாதான் உசிரும் போகாம, கெடக்கவும் முடியாம இளுத்துகிட்டுக் கெடக்குறா. போய் பாத்திங்களா?' என்று கேட்டான்.

'இல்லை. இப்போதுதான் வருகிறோம்.'

'விஜய் வந்திருக்கானா?' என்று கேட்டான்.

'தெரியவில்லை. வருவான்' என்று வினோத் சொன்னான்.

'எப்பிடி மாறிப் போயிட்டிங்கடா எல்லாரும்! நல்லாருக்கிங்கல்ல?' என்று அன்போடு விசாரித்தான். நாங்கள் புன்னகை செய்தோம். அவனைக் குறித்தும் அவனது அப்பா அம்மா குறித்தும் விசாரித்தோம்.

'அவங்கல்லாம் இல்லே. போய்ச் சேந்தாச்சு' என்று சொன்னான். அவனுக்குத் திருமணமாகி ஒரு பெண் பிறந்து அவளுக்கும் திருமணமாகி ஒரு பெண் குழந்தை பிறந்து நாவலூரில் இருப்பதாகச் சொன்னான்.

'நீதான் இப்பவும் இங்க பூசாரியா?' என்று வினய் கேட்டான்.

'அப்பா காலத்தோட முடிஞ்சிது அதெல்லாம். நமக்கு தையூர்ல பலசரக்கு வியாபாரம் இருக்கில்ல?' என்று சொன்னான். எங்களை அவசியம் வீட்டுக்கு வரச் சொல்லி அவன் கேட்டுக்கொண்டிருந்தபோது யாரோ அவன் பேரைச் சொல்லி உரக்க அழைத்தபடி வருவது தெரிந்தது.

'தோ வர்றேன் ஆச்சாரி' என்று பதிலுக்குக் குரல் கொடுத்துவிட்டு, 'அடையாளம் தெரியுதா பாரு. ரங்கநாத ஆச்சாரி' என்று சொல்லிச்

சிரித்தான். ஒரு எழுபது வயதுக் கிழவர் நெருங்கி வந்தார். எங்கள் மூவருக்குமே அவரை அடையாளம் தெரியவில்லை.

'தெரியலியா? நம்ம நீலாங்கர வைத்தியர்ட்ட அசிஸ்டெண்டா இருந்தவருடா. ஆயிரம் பேரக் கொன்னு இவரும் அர வைத்தியராயிட்டாரு.' என்று சொல்லிவிட்டுச் சிரித்தான்.

'யாரு?' என்றார் அந்தக் கிழவர்.

'ஆச்சாரி, இவுக திருவிடந்தப் பசங்க. அண்ணந்தம்பிங்க நாலு பேரு வீட்ட விட்டு ஓடிப் போனாங்களே.. இப்பம்பாருங்க, சாமியாருங்களா திரும்பி வந்திருக்கானுக'

'ஓ...' என்று சொல்லிவிட்டு, 'மூணுல ஆருடா விஜய்?' என்று கேட்டார்.

மூன்று பேருமே அவனில்லை என்று சொன்னோம். அண்ணாவை இவர்கள் யாரும் இன்றுவரை மறக்கவில்லை என்பது வியப்பாக இருந்தது. இத்தனைக்கும் அவன் ஊரில் இருந்த காலத்தில் யாருடனும் அதிகம் பேசிப் பழகி நாங்கள் அறிந்ததில்லை. எப்படியோ ஒரு நினைவுச் சின்னமாகிவிடுவதும் ஒரு கலைதான் என்று தோன்றியது.

'செரி. உங்களாண்ட அப்பறமா பேசிக்குறேன். இங்கதானே இருப்பிங்க?'

ஆம் என்று சொன்னோம்.

'செரி. டேய் கங்காதரா, இந்தா. சாமி உன்னாண்ட இந்த லெட்ர குடுக்க சொல்லிச்சி.' என்று சொல்லி அவன் கையில் ஒரு துண்டுச் சீட்டை வைத்துவிட்டுக் கிழவர் நகர்ந்து போனார்.

'எந்த சாமி?' என்று வினய் உடனே கேட்டான்.

'நீலாங்கர வைத்தியருதான்' என்று கங்காதரன் சொன்னான்.

'அவர் எப்போது சாமி ஆனார்?'

'சும்மா சொல்றதுதான். சாமியாரெல்லாம் இல்லே' என்று சொல்லிவிட்டு கெக்கெக்கே என்று சிரித்தான். விளக்கு வெளிச்சத்தில் அந்தக் கடிதத்தைத் தூக்கிப் பிடித்துப் படித்தான்.

பிறகு என்ன நினைத்தானோ, 'டேய், நாளைக்குப் பாப்பம்டா. இப்பம் ஒரு அவசர சோலி' என்று சொல்லிவிட்டு சட்டென்று கிளம்பிப் போனான்.

அவன் போனபின்பு வினய் சொன்னான். அந்தக் கடிதத்தில் ஒரு வரிதான் எழுதியிருந்தது.

ஒரு பெரிய காரியம் ஆக வேண்டியிருக்கிறது, உடனே வரவும்.

'நீ எப்படிப் படித்தாய்?'

'முடியும். விட்ட குறை' என்று சொன்னான்.

129. மருந்து

நள்ளிரவு வரை நாங்கள் செல்லியம்மன் கோயில் வாசலிலேயேதான் கிடந்தோம். எழுந்து வீட்டுக்குப் போகவே தோன்றவில்லை. கோயில் வாசலில் கால் நீட்டி உட்கார்ந்து கதை பேசிக்கொண்டிருக்கும் மூன்று பரதேசிகள் யார் என்று விசாரிக்க அந்தப் பக்கம் யாரும் வரவும் இல்லை. பூசாரி கோயில் கதவைப் பூட்டிவிட்டுக் கிளம்பும்போது எங்களைப் பார்த்துவிட்டு சிறிது தயங்கினார். என்ன நினைத்தாரோ, அருகே வந்து ஒரு கும்பிடு போட்டுவிட்டுப்போய்விட்டார். வினய் நெடுநேரம் அண்ணாவைப் பற்றித்தான் பேசிக்கொண்டிருந்தான். அவன் தன்னை உடன் அழைத்துச் சென்றிருக்கலாம் என்று நினைக்கிறானோ என்று எனக்குச் சந்தேகமாக இருந்தது. ஆனால் திரும்பத் திரும்ப எனக்குத் தோன்றியது இதுதான். வினய் ஒரு விதத்தில் அண்ணாவைக் காட்டிலும் பெரிய சன்னியாசி. தெரிந்தும் தெரியாமலும் அவன் செய்த தவறுகள் நிறைய இருக்கலாம். ஆனால் அனைத்திலிருந்தும் அவனால் மிக எளிதாக வெளியேறிவிட முடிந்திருக்கிறது. இதை ஏன் அவனால் உணரமுடியவில்லை?

'இல்லை. என்னால் பெண்ணிலிருந்து வெளியேற முடியவில்லையே?' என்று அவன் சொன்னான்.

'தினமும் இன்பம் துய்ப்பவன் போலல்லவா பேசுகிறாய்?'

'இதுவரை முப்பது முறை நான் புணர்ந்திருக்கிறேன். ஆனால் அந்த நினைவு இப்போதுவரை தொடர்ந்துகொண்டே இருக்கிறது.'

'அது பரவாயில்லை. இப்போது ஒரு பெண் அகப்பட்டால்?'

'நிச்சயமாக ஏறிட்டுப் பார்க்கமாட்டேன்.'

'அதைத்தான் சொல்கிறேன். நீ முப்பது முறை பார்த்துவிட்டதால் தான் இது உனக்கு சாத்தியமாகிறது. ஒரு பேச்சுக்குச் சொல்கிறேன். தப்பித்தவறி வினோத் ஒரு பெண்ணிடம் அகப்பட்டுக்கொண்டால் கிழவனாகும்வரை விடமாட்டான்.'

வினோத்துக்கு இந்தப் பேச்சு பிடிக்கவில்லை. என்ன சொல்லி என் வாயை அடைக்கலாம் என்று யோசித்து, 'நீ சன்னியாசியோ இல்லையோ, நீ ஒரு சரியான வைஷ்ணவன்' என்று சொன்னான்.

நான் சிரித்துவிட்டேன். 'சேச்சே. நாடி நரம்பெல்லாம் தளர்ந்து போகும்வரை சுகபோகம் அனுபவித்துவிட்டு சன்னியாச ஆசிரமத்தை ஏற்பது எனக்கு உடன்பாடல்ல. நடு வயதுக்குள் அனைத்தையும் ருசித்து முடித்துவிட வேண்டும்' என்று சொன்னேன்.

'ஒன்று கவனித்தாயா? நாம் நான்கு பேருமே வைணவக் குடும்பத்தில் பிறந்து வைணவத்தை விட்டு வெகுவாக விலகி வந்துவிட்டோம்!'

'ஆம் வினோத். எனக்கு உட்காரும்போதுகூட சாய்ந்து உட்காரப் பிடிக்காது. முதுகு வலிக்கும்வரை நேராக உட்கார்ந்துவிட்டு, வலிக்க ஆரம்பிக்கும்போது படுத்துவிடுவேன்' என்று சொன்னேன்.

'சரி நாம் எப்போது வீட்டுக்குப் போவது?' என்று வினய் கேட்டான்.

'என்ன அவசரம்? விடியட்டுமே?' என்று வினோத் சொன்னான். ஒரு முழு நாள் கழிந்து அடுத்த நாள் இரவுதான் அம்மா காலமாவாள் என்று அவன் சொல்லியிருந்ததை நானும் எண்ணிக்கொண்டேன். இரு நாள் முன்னதாக வீட்டுக்குப் போவதற்கு என்னவோ போல இருந்தது. பாசம் அல்லது அதைப் போன்ற எந்த ஒரு உணர்வும் மனத்தில் எட்டிப் பார்க்கவில்லை என்பது நிம்மதியாக இருந்தது. வினய், வினோத் இருவருமே அப்படித்தான் சொன்னார்கள். என் கவலையெல்லாம் ஒன்றுதான். ஒரு மரணத்தை அருகே இருந்து வெறுமனே பார்த்துக்கொண்டிருப்பதை இந்த உலகம் ஒருபோதும் விரும்பாது. ஒரு துளி கண்ணீரையாவது அது கேட்கும். நான் கண்ணீருக்கு எங்கே போவேன்?

'நமக்குச் சேர்த்து கேசவன் மாமா அழுவார் கவலைப்படாதே' என்று வினய் சொன்னான்.

'ஆம். அவர் நம்மை நினைத்தும் அழுவார்' என்றான் வினோத்.

'நல்ல மனிதர். சுத்த ஆத்மா. அழுதுவிட்டுப் போகட்டும். நாம் ஏன் இங்கே உட்கார்ந்திருக்க வேண்டும்? சிறிது தூரம் நடந்து கடற்கரைக்குப் போய்விடலாமே?' என்று கேட்டேன். இருவரும் எழுந்துகொண்டார்கள். ஆளரவமற்ற சாலையில் நாங்கள் மூவரும் கோவளம் கடற்கரையை நோக்கி நடக்க

ஆரம்பித்தோம். வழி முழுதும் என்னென்னவோ பேசிக்கொண்டே போனோம். நாங்கள் பேசுவதற்கு இவ்வளவு இருக்கிறது என்பதே எங்களுக்கு அப்போதுதான் தெரிந்தது. வினோத், மாயாப்பூரில் இருந்த அனுபவங்களைச் சொன்னான். அங்கிருந்து அவனை பெங்களூருக்கு அனுப்பியபோது, கொழும்பில் இருந்து அவன் சொல்லாமல் கொள்ளாமல் ஓடிவிட்டதற்குத் தண்டனையாக ஒருவாரம் அங்கே யாருமே அவனுடன் பேசவில்லை. பிறகு தலைமை சன்னியாசியின் காலில் விழுந்து மன்னிப்புக் கேட்டுக்கொண்டு சகஜ நிலைக்கு மீட்டிருக்கிறான்.

‘எங்களுக்கு கிருஷ்ணன் வேறு ஒழுக்கம் வேறல்ல’ என்று வினோத் சொன்னான். பேசியபடி நாங்கள் நடந்துகொண்டிருந்தபோது எதிரே கங்காதரன் வந்தான். ‘நீங்க இன்னும் வீட்டுக்குப் போகலியா?’ என்று கேட்டான்.

நான் வெறுமனே சிரித்தேன். 'நீ எங்கே போய்விட்டு வருகிறாய்?' என்று வினோத் கேட்டான்.

‘சாமி வரச் சொல்லியிருந்திச்சி. போயிட்டு வர நேரமாயிருச்சி. பஸ்ஸு கிடைக்காம ஒரு லாரி புடிச்சி வந்தேன்.’ என்று சொன்னான்.

‘இவ்வளவு தாமதமாக வீட்டுக்குப் போனால் உன் மனைவி திட்டமாட்டாளா?’

‘சேச்சே. சாமிய பாத்துட்டு வரேன்னு சொன்னா ஒண்ணியும் சொல்லமாட்டா.’

எனக்கு அந்தச் சாமியைப் பார்க்கவேண்டும் என்று ஆவலாக இருந்தது. சிறு வயதில் பார்த்திருக்கிறேன். ஒரு நாட்டு வைத்தியராக ஸ்கவுட் ஆசிரியர் மூலம் அறிமுகப்படுத்தப்பட்டவர். காலம்தான் எப்படி மனிதர்களை சாமியாக்கிவிடுகிறது!

‘அவர் லேசுப்பட்ட ஆளில்ல பாத்துக்கோ. அவருகிட்டே நூறு கோடியோ, நூத்தம்பது கோடியோ சொத்து இருக்குன்னு ஊருக்குள்ள பேச்சு இருக்குது’ என்று கங்காதரன் சொன்னான்.

சித்த வைத்தியரிடம் நூறு கோடி சொத்தா?

இதைக் கேட்டதும் கங்காதரன் சுவாரசியமாகிவிட்டான். சாமியைப் பற்றிப் பேச ஆரம்பித்தான்.

அவர் நம்ப முடியாத அளவுக்கு நல்ல மனம் படைத்தவர். ஆயிரம் இரண்டாயிரம் என்றாலும் அவன் கேட்கும்போதெல்லாம்

பணம் தர மறுக்காத சாமி. அவரது வைத்தியசாலையின் பின்புறக் கூரைச் சரிவில் கிளிக்கூண்டுக்குப் பக்கத்தில் சொருகியிருக்கும் பச்சை நிற சுருக்குப் பையை என்றாவது ஒருநாள் எடுத்துப் பார்த்துவிடவேண்டும் என்று கங்காதரனுக்கு அங்கே போகும்போதெல்லாம் தோன்றும். சாமி அதிலிருந்துதான் பணத்தை எடுக்கும். எப்போது அதில் பணம் வைக்கப்படும் என்று யாருக்கும் தெரியாது. ஆனால் கேட்கும்போதெல்லாம் அதிலிருந்தே எடுக்கும். காது குடையும் பேப்பர்ச் சுருள் மாதிரி சுருட்டி வைக்கப்படும் ஐம்பதுகளும் நூறுகளும்.

சாமிக்குப் பிரம்புக்கூடையில் பணம் வருகிறது என்று ஊருக்குள் ஒரு பேச்சு இருக்கிறது. யார் கொண்டுவருகிறார்கள் என்று யாருக்கும் தெரிந்ததில்லை. யாரிடமிருந்து வருகிறது என்றும் தெரிந்ததில்லை. வைத்தியசாலையில் அவன் பிரம்புக் கூடைகளையும் பார்த்ததில்லை. அகன்ற விசாலமான காரை பூசிய வீடு. முன்பக்கத்துத் தாழ்வாரத்தில்தான் சாமி இருக்கும். செப்பும் தாமிரமும் பூசிக்கொண்டு அதனைச் சுற்றியிருக்கும் கிண்ணங்களெல்லாம் உண்மையில் தங்கக்கிண்ணங்கள் என்றும் ஒரு பேச்சு இருக்கிறது. அதுவும் ஊர்ஜிதமாகாத வதந்திதான். சாமி அவற்றில் கலர் கலராக மருந்துகளைக் குழைத்து வைத்துக்கொண்டு வருகிறவர்களுக்கெல்லாம் கண்ணை மூடி மந்திரம் சொல்லி ஆ, திறக்கச் சொல்லி வாயில் ஒரு ஸ்பூன் விடும். சிஷ்யர்கள் இருக்கிறார்கள். வீட்டின் இரண்டாம் கட்டு இருட்டில், பிறவி எடுத்ததே மருந்து இடிக்கத்தான் என்பதுபோல் எப்போதும் இடித்துக்கொண்டிருக்கிற பையன்கள். சாமி அவர்களுடன் அதிகம் பேசி கங்காதரன் பார்த்ததில்லை. அவர் மூலிகை பறிக்க ஏதாவது மலைப் பகுதிக்குக் கிளம்பிப் போகும்போது சிஷ்யர்கள் உலகைப் பார்க்க வருவார்கள். அகப்படும் சந்துகளில் ஒதுங்கி நின்று அவசரமாக சொக்கலால் ராம்சேட் பீடி குடிப்பார்கள். நாலு இழுப்பு இழுத்துவிட்டு கற்பூரவல்லி இலைகள் நாலை மென்றபடி திரும்பி வருவார்கள்.

பறிக்கும் மூலிகைகளை சாமி ஈரத் துணியில்தான் முடிந்து எடுத்து வரும். வைத்தியசாலையின் கம்பியடித்த முற்றத்தில் அவற்றை மொத்தமாகக் கொட்டி, இனம் பிரித்துக் காயவைக்கும். மருந்து இடிப்பது ஒரு வேள்வி என்று அடிக்கடி சொல்லும். ஒருவேளை சாமி ரகசியமாக கஞ்சா பயிரிட்டு விற்கிறதோ என்று கங்காதரனுக்கு அடிக்கடி தோன்றும். வைத்தியசாலைக்குப் போகும்போதெல்லாம்

மூலிகைகளை உற்று உற்றுப்பார்ப்பான். எடுத்துக் கசக்கி முகர்ந்து பார்ப்பான். ஓரிரு சமயங்களில் கையில் கொஞ்சம் அள்ளி வந்து தனியே பிரித்தும் ஆராய்ந்திருக்கிறான்.

இன்றுவரை எந்த யூகமும் சாமி விஷயத்தில் மெய்யென்று நிரூபணமானதில்லை.

கங்காதரன் தன்னிஷ்டத்துக்குப் பேசிக்கொண்டே எங்களோடு நடந்து வந்தான். இன்றிரவு நிச்சயம் அவனும் வீடு போய்ச் சேரப்போவதில்லை என்று தெரிந்துவிட்டது. விடிந்ததும் தனக்கு நிச்சயமாக சாமியை அறிமுகப்படுத்தி வைக்க வேண்டும் என்று வினய் அவனிடம் கேட்டுக்கொண்டான்.

'அதுக்கென்ன, போலாம். ஆனா எதுக்கு?'

'எனக்கு கஞ்சா வேண்டும்' என்று வினய் சொன்னபோது கங்காதரன் மிரட்சியுடன் அவனைப் பார்த்தான்.

'பயப்படாதே. கொஞ்சம் போதும்.'

'அவரு அதெல்லாம் வெச்சிருக்கறதில்லைன்னுதான் நினைக்கறேன்.'

'அது பரவாயில்லை. ஆளைப் பார்த்தால் அவரிடம் உண்டா இல்லையா என்று நான் கண்டுபிடித்துவிடுவேன்' என்று வினய் சொன்னான்.

'அதெப்படி கண்டுபிடிப்பே? எத்தினியோ வருசமா நான் சாமிகூட இருக்கேன். அவருக்குப் பணம் எங்கேருந்து வருதுன்னே என்னாலயே கண்டுபிடிக்க முடிஞ்சதில்ல தெரியுமா?'

'அப்படியா?'

'இதக் கேளு. ஒருக்கா செல்லியம்மன் கோயில் பூசாரி சாமியோட கணக்குப்பிள்ளைய மடக்கி இந்த சமாசாரத்த கேட்டாப்டி.'

'எந்த சமாசாரம்?'

'அட பணம் வர்ற சமாசாரம்தான். முழுக்கக் கேளு.' என்றான். அதற்குமேல் நாங்கள் அவன் பேச்சில் குறுக்கிட விரும்பவில்லை.

சாமிக்கு மருந்து பிசினஸ் தவிர வேறெந்தத் தொழிலும் இல்லை என்று அவரது கணக்குப் பிள்ளை சூடம் அணைத்து சத்தியம் செய்திருக்கிறார்.

‘யோவ், பயப்படாதய்யா. நான் யாராண்டயும் சொல்லமாட்டேன். சும்மா ஒரு இதுக்குதான் கேக்குறது. நாட்ல எந்த மருந்து விக்கிற வைத்தியனத் தேடி காருலயும் தேருலயும் பணக்காரங்க வருதாங்க? சிட்டுக்குருவி லேகியம் வாங்க வாரவன்னாக்கூட திருட்டு முழி காட்டிக்குடுத்துரும். அப்பிடி அதுதான் தேவைன்னு நினைக்கறவன் வேலக்காரன அனுப்பாம அவனேவா காரு ஏறி வரப்போறான்? சாமி என்ன தம்பிய இளுத்தி வெச்சி சர்ஜரி பண்ணி பெரிசாக்கியா விடுதாரு? தபாரு.. நாலாநாள் நைட்டு ரெண்டு மணிக்கு குவாலிஸ்ல ஆறு பேர் வந்தாங்கல்ல? அவுங்க யாரு? அத்த மட்டுமானா சொல்லிடு.’

‘நீ ரெண்டு மணிக்கு அங்க எதுக்கு வந்த?’ என்று கேட்டார் கணக்கப்பிள்ளை.

‘மோகினி புடிச்சி இட்டாந்துச்சி. அதா முக்கியம்? ஆறு பேர் வந்தாங்கல்ல? கையில பெருசா சூட்கேசு இருந்திச்சில்ல? அதுக்குள்ளார பணம்தான?’

அவர்கள் பபுவா நியூகினியாவிலிருந்து வந்த கப்பலில் இருந்து மூலிகை எடுத்து வந்தவர்கள்தான் என்று அடித்துச் சொல்லிவிட்டுக் கணக்கப்பிள்ளை திரும்பிப் பாராமல் போய்விட்டார்.

மறுநாள் கங்காதரனைத் தற்செயலாகப் தையூர் சந்தையில் பார்த்தபோது இதைச் சொல்லிப் புலம்பினார்.

‘நாட்ல நல்லவனா ஒருத்தன நடமாட விடமாட்டேங்குறானுக கங்காதரா. சாமி சொக்கத் தங்கம். முப்பது வருசமா அதுங்கூட இருக்கேன். ஒரு தப்புதண்டா கிடையாது. அதிர்ந்து ஒருவார்த்த பேசாது. தா உண்டு, மருந்துக உண்டு, சூரணம் உண்டு, வெளக்கு வெச்சா திருவருட்பா உண்டுன்னு கெடக்குது. பெரிய எடத்து மனுசங்கள்ளாம் பாக்க வாராகன்னா, அது சாமியோட வித்தைக்கு இருக்கற மகிமை. ஒண்ணு சொல்லுறேன் கேட்டுக்க. சோறு போடறவனையும் சொஸ்தமாக்குறவனையும் சுத்திவர எப்பமும் ஒரு கூட்டம் இருக்கத்தாஞ்செய்யும். இந்த ரெண்டுதாண்டா எல்லாத்துக்கும் அடிப்படெ. இது புரியல நம்மூரு சோம்பேறிகளுக்கு.’

கங்காதரன் வேறுபுறம் திரும்பிச் சிரித்துக்கொண்டான். முப்பது வருடங்களாகக் கூட இருக்கும் கணக்குப் பிள்ளைக்கு மட்டுமல்ல. சாமிக்கு இரண்டு வருஷம் தள்ளிப் பிறந்த அதன் தம்பிக்குக் கூட

சாமியைப் பற்றி ஏதும் தெரியாது. தனக்கு மட்டும் தெரியுமா என்ன? கொஞ்சம் தெரியும். தன்னைப் போல் சிலருக்குக் கொஞ்சம் கொஞ்சம் தெரிந்திருக்கும். அந்தச் சிலர் யார் என்று அவர்கள் ஒருவருக்கொருவர் தெரியாது. தனக்கு, தன்னைத் தவிர வேறு யார் யார் என்று இன்றுவரை தெரியாதது போல. யாருக்கும் முழுக்கத் தெரியாது. பெரும்பாலானவர்களுக்கு சுத்தமாகத் தெரியாது. ரங்கநாத ஆச்சாரிக்குக் கொஞ்சம் கூடுதலாகத் தெரிந்திருக்கலாம். ஆனால் கண்டுபிடிக்க முடியாது. செவிட்டு முண்டம். கேட்கிற எதுவும் காதில் விழாது. சாமியின் உத்தரவுகளை மட்டும் கொண்டுவந்து கொட்டிவிட்டுப் போய்விடும். சாமி பெரிய ஆள்தான். ரங்கநாத ஆச்சாரி மாதிரி ஒரு ஆளைத் தனது பர்சனல் அசிஸ்டெண்டாக வைத்துக்கொள்ள வேறு யாருக்குத் தோன்றும்?

கங்காதரன் இன்னும் என்னென்னமோ சொல்லிக்கொண்டே இருந்தான். பிறகு திடீரென்று வீட்டு ஞாபகம் வந்து, 'நாளைக்கிப் பாப்பம்டா' என்று சொல்லிவிட்டுப் போனான்.

'விமல், நீங்கள் இருவரும் விடிந்ததும் வீட்டுக்குப் போய்விடுங்கள். நான் நீலாங்கரை சென்று அந்த சாமியைப் பார்த்துவிட்டு வருகிறேன்' என்று வினய் சொன்னான்.

130. நாயர்

கங்காதரன் கிளம்பிப் போனபின் நாங்கள் நெடுநேரம் கடற்கரை மணலில் படுத்துக் கிடந்தோம். பகல் முழுதும் நல்ல வெயில் அடித்திருக்க வேண்டும். கடல் காற்றின் குளுமையை ஊடுருவி மணல் பரப்பின் வெதுவெதுப்பை உணர முடிந்தது. எனக்கு தர்கா வரை போய் வரலாம் என்று தோன்றியது. கோவளத்தில் கால் வைத்தது முதல் எனக்கு அந்தப் பக்கிரியின் நினைவுதான் திரும்பத் திரும்ப வந்துகொண்டிருந்தது. நான் ஓடிப் போவேன் என்று சொன்ன மனிதர். திருவானைக்கா சித்தனுடன் அவருக்குத் தொடர்பு இருந்திருக்கிறது. அண்ணாவுடன் தொடர்பு இருந்திருக்கிறது. எல்லோரும் ஏதோ ஒரு கண்ணில் ஒருங்கிணைந்திருக்கிறார்கள். என்னை, வினய்யை, வினோத்தை நெருக்கமாகக் கவனித்திருக்கிறார்கள். தற்செயலாகவோ, திட்டமிட்டோ பறவை உதிர்த்த எச்சம் போல எங்களை மறந்து போய்விட்டார்கள். ஒருவேளை அவர்கள் விரும்பிய வழியில் நாங்கள் போயிருந்தால் தொடர்பு நிலைத்திருக்குமோ என்னவோ. ஆனால் நாளை என்ன ஆவோம் என்று அறிந்த மனிதர்களுக்கு நாங்கள் இப்படித்தான் ஆவோம் என்பது தெரியாமலா இருந்திருக்கும்?

படுத்திருந்த என் சகோதரர்களை நான் திரும்பிப் பார்த்தேன். இருவருமே நன்றாக உறங்கிக்கொண்டிருந்தார்கள். வினய் தார்ப்பாய்ச்சிக் கட்டிய அரை வேட்டியுடன் அப்படியே மல்லாக்கக் கிடந்தான். மேல் சட்டை இல்லை. கீழே போட்டுக்கொள்ளச் சொல்லி வினோத் கொடுத்த துண்டைக்கூட மறுத்துவிட்டான். பசியும் அலைச்சலும் தவமும் கஞ்சாவுமாகச் சேர்ந்து அவனது தேகத்தை ஒரு துணி மூடிய எலும்புக்கூடாக்கியிருந்ததைக் கண்டேன். எந்த இடத்திலும் பிடித்துக் கிள்ள முடியாத உடல். கடல் காற்றின் குளுமை எனக்குக் கணம் தோறும் சிலிர்ப்பை ஏற்படுத்திக்கொண்டிருந்தது. ஆனால் அவன் சிறிதும் அசையாமல் ஒரு பொருளைப் போலக் கிடந்தான். மாறாக வினோத், ஒரு குழந்தையைப்போலச்சுருண்டு படுத்துத்தூங்கிக்கொண்டிருந்தான். ஒரு காவித் துண்டை மப்ளர் போலக் கழுத்து முதல் தலைவரை

காது மறைத்துச் சுற்றிச் சொருகிக்கொண்டு, கைகளை இறுக்கி மூடிக்கொண்டு அவன் உறங்குவதைப் பார்க்கவே சிரிப்பாக இருந்தது. மெல்லிய குறட்டைச் சத்தமும் கேட்டது. உறக்கத்தில் யாரும் துறவியாக இருப்பதில்லை. எப்படி உறங்கும்போது யாரும் ராஜனாகவும் இருப்பதில்லையோ அப்படி. ஆனால் கட்டறுத்துப் பொங்கும் மனம், உறங்கும்போது துறவிகளை எப்படித் துன்புறுத்தும் என்று எளிதில் விளக்கிவிட முடியாது. உலக சரித்திரத்தில் எந்த ஒரு துறவியும் தன் உறக்கத்தில் வரும் கனவுகளை உண்மையாக எடுத்துச் சொன்னதாக நான் அறிந்ததில்லை. நானும்கூடச் சொன்னதில்லை.

உறங்கத் தொடங்குவதற்கு முன்னால் இதை நான் குறிப்பிட்டபோது, 'அதனால்தான் நான் உறங்குவதற்கு முன் ஆயிரத்தெட்டு முறை கிருஷ்ண ஜபம் செய்துவிட்டுப் படுப்பேன். கனவு வராது' என்று வினோத் சொன்னான். நான் சிரித்துக்கொண்டேன். கனவில் கண்ட ஓர் ஒளிதான் அவனை இத்தனை தூரத்துக்கு இழுத்துச் சென்றிருக்கிறது என்பதை எண்ணிப் பார்த்துவிடாதிருக்க எத்தனை மெனக்கெட்டிருப்பான்! அது கனவாக இருந்துவிடக்கூடாது என்று எவ்வளவு நாள் வேண்டிக்கொண்டிருந்திருப்பான்! எனக்கென்னவோ வினோத் கிருஷ்ண பக்தர்களோடு போய்ச் சேர்ந்ததைக் காட்டிலும் ராமலிங்க அடிகளாரிடம் சரணடைந்திருந்தால் இன்னமும் உருப்பட்டிருப்பான் என்று தோன்றியது.

இனி எண்ணி என்ன? அவரவர் ரேகைகளின் அழியாத வழித்தடங்கள் இட்டுச் செல்லும் எல்லைகளின் விளிம்பை நோக்கி ஓடத்தொடங்கி எத்தனையோ காலமாகிவிட்டது. திரும்பிப் பார்க்கவும் நின்று மூச்சு விட்டுக்கொள்ளவும் அவகாசம் இருப்பதில்லை, பெரும்பாலும். பாதையைப் பரிசீலிப்பதற்கு விருப்பம் என்ற ஒன்று யாருக்கும் இல்லை. கிருஷ்ணனிடம் பேரம் பேசி, காம ரூபிணியைச் சரிக்கட்ட விரும்புவதாகச் சொன்ன வினய்யின் நேர்மையை நான் மிகவும் ரசித்தேன். அவன் வேறு என்னவாக இருந்தாலும் அவன் வினய்யாக இருக்க முடியாது என்று தோன்றியது. அவன் ஏன் வினய்யாக இருக்கிறான் என்பது வேண்டுமானால் விடையற்ற பெருவினாவாக இருக்கலாம்.

நான் எழுந்துகொண்டேன். உறங்குபவர்களைக் கலைக்க விருப்பமின்றி தர்காவை நோக்கி நடக்க ஆரம்பித்தேன். எத்தனை வருடங்கள் ஓடியே போய்விட்டன! திருவானைக்காவில் இருந்து நான் அண்ணாவைத் தேடிக்கொண்டு தென்காசிக்குக்

கிளம்பும்போதுதான் கடைசியாகக் கோவளம் பக்கிரியை நினைத்தேன். வாழ்வில் அவரைத் திரும்ப நினைவுகூர எனக்கு அவசியமே இல்லாமல் போய்விட்டது. வினய்யைச் சந்தித்தபின், அவனது கதையைக் கேட்டபோதுதான் மீண்டும் அவரது நினைவு வந்தது. மனிதர் நிச்சயம் காலமாகியிருப்பார் என்றுதான் தோன்றியது. என் சிறு வயதில் நான் அவரைச் சந்தித்தபோதே அவருக்கு சொரிமுத்துச் சித்தன் வயதுதான் இருக்கும். அவர் பெயர் சம்சுதீன் என்பதே சொரிமுத்து சொல்லித்தான் எனக்குத் தெரியும். இடைப்பட்ட காலத்தில் அவர் அம்மாவைத் திரும்பச் சந்தித்திருப்பாரா? எங்களைப் பற்றிப் பேசியிருப்பாரா? இதுதான் எங்கள் விதி என்று அவளுக்குத் தெரிவித்திருப்பாரா? அம்மா அதை எப்படி உள்வாங்கியிருப்பாள்?

சராசரிகளின் இயல்பான எழிலைக் கொண்ட குணம்தான் அம்மாவுக்கு. எந்த வகையிலும் இன்னொரு பெண்ணில் இருந்து அவளை வேறுபடுத்திப் பார்க்க இயலாது. மனைவி ஆனதால் கடமைகள். அம்மா ஆனதால் பாசம். ரேஷன் கார்டில் குடும்பத் தலைவி ஆனதால் பொறுப்புகள், சுமைகள். சுமந்து முடித்து இறக்கி வைத்துவிட்டுப் படுத்துவிட்டாள். இன்றைய தினம் விடிந்து, இருண்டு மீண்டும் ஒருநாள் விடிந்து இருளும்போது போய்ச் சேர்ந்துவிடுவாள். வழியனுப்பி வைப்பதற்கு எத்தனை வழிகள் கடந்து வரவேண்டியிருக்கிறது.

தர்கா அருகே நான் போய்ச் சேர்ந்தபோது காற்றின் வேகம் கூடியிருந்தது. யாருமற்ற மணல் பரப்பில் இருளில் கரைந்து நடப்பது சுகமாக இருந்தது. ஒன்றிரண்டு நாய்கள் இருக்கும் என்று நினைத்தேன். ஏனோ இல்லை. எனக்கு ஓர் அதிர்ஷ்டம் உண்டு. எத்தனையோ இடங்களில் எவ்வளவோ முறை இம்மாதிரி இருளில் தனியே நடந்திருக்கிறேன். எங்கும் வாழும் நாய்கள், எப்போதும் இரவில் நடமாட்டம் கண்டால் குரைக்கும் நாய்கள் ஏனோ என்னைக் கண்டு குரைப்பதில்லை. இது ஒருமுறை இருமுறையல்ல. லட்சம் முறை எனக்கு நடந்திருக்கிறது. எனது சீடர்களே இதை அடிக்கடிச் சொல்லி வியப்பார்கள். எந்த நாயும் குரைக்காது. யாரையும் எச்சரிக்க நினைக்காது. என்னை மிரட்டப் பார்க்காது. இத்தனைக்கும் நான் நாய்களுடன் சிநேகமானவனெல்லாம் இல்லை. யாருக்குமே நான் சிநேகிதனில்லை. என்னைத் தவிர. ஒரு ஆபத்தற்ற உயிரினம் என்று நாய்கள் உணரும் விதத்தில் என் தோற்றத்தில் ஏதோ ஒன்று இருக்கவேண்டும் என்று நினைத்துக்கொள்வேன். ஒரு சமயம்

மடிகேரியில் இருட்டில் தெரியாமல் ஒரு நாயை மிதித்தே விட்டேன். அப்போதுகூட அது லேசாக முனகிக்கொண்டு நகர்ந்து ஓடியதே தவிர, பதிலுக்குத் தனது எதிர்ப்பைக் காட்டவில்லை. என் சிறு வயதுகளில் கோவளம் தர்காவுக்கு வரும்போதெல்லாம் அங்கு ஏழெட்டு நாய்கள் சுற்றிக்கொண்டிருப்பதைக் கண்டிருக்கிறேன். தர்காவுக்கு வந்துவிட்டுப் போகும் பக்தர்கள், பொறை பிஸ்கட் வாங்கிப் போடுவார்கள். அது இல்லாவிட்டாலும் கடலோரக் கருவாட்டுத் துண்டுகளுக்காக அவை அந்த இடத்தை விட்டு நகரவே நகராது.

எங்கே போய்விட்டன அந்த நாய்களும் அவற்றின் வம்சமும்? நான் தர்காவைச் சுற்றிக்கொண்டு முன்பக்கம் வந்தேன். யாருமில்லை. வெறும் அமைதியும் அதை மூடிய இருளும் மட்டுமே நிறைந்திருந்தது. நான் அங்கே சிறிது நேரம் அமரலாம் என்று நினைத்தேன். ஏனோ சம்சுதீனின் நினைவு திரும்பத் திரும்ப வந்துகொண்டிருந்தது. அவர் ஒரு சித்தர் என்பது இறுதிவரை அந்தப் பிராந்தியத்தில் வசித்த யாருக்கும் தெரியாது என்பது வியப்பாக இருந்தது. ஒரு தர்கா வாசல் பிச்சைக்காரனாகவே இருந்துவிட்டுப் போயிருக்கிறார். ஒருவேளை நான் ஊரைவிட்டுப் போன பிற்பாடு தெரிய வந்திருக்கலாம். அநேகமாக அது நடந்திருக்க வாய்ப்பில்லை என்றே தோன்றியது. அம்மாவே அவரை வயிற்று வலிக்கு மந்திரிக்கும் பக்கிரியாக மட்டும்தான் எண்ணியிருந்தாள். வீட்டுக்குப் போகும்போது அம்மாவிடம் சம்சுதீனைப் பற்றி விசாரிக்க வேண்டும் என்று நினைத்துக்கொண்டேன். ஒருவேளை அம்மா பேசும் நிலையில் இருந்தால் நிச்சயம் அவரைப் பற்றிச் சொல்வதற்கு அவளிடம் கொஞ்சமாவது இருக்கும் என்று தோன்றியது.

ஒரு பத்து நிமிடங்கள் அங்கு அமர்ந்திருந்துவிட்டு எழுந்து நடக்க ஆரம்பித்தேன். இப்போது என்னெதிரே ஒரு நாய் வந்தது. நான் புன்னகை செய்தேன். அப்படியே அசையாது நின்றேன். அதுவும் என் எதிரே வந்து நின்றது. என்னை உற்றுப் பார்த்தது. இருளில் அந்த நாயின் கண்கள் கருநீலத்தில் பளபளத்தன. 'நான் போகவேண்டும், வழியை விடு' என்று சொல்லிவிட்டு நான் நடக்க ஆரம்பித்தபோது, 'உன் அண்ணன் வந்துட்டானா' என்று அது கேட்டது.

131. பூர்ணாஹூதி

அற்புதங்கள் அதனதன் இயல்பில், தோற்றத்தில், விதிப்பில், வார்ப்பில் நிகழ்ந்துகொண்டேதான் இருக்கின்றன. ஒரு சூரியன் உதிப்பதைக் காட்டிலும், ஒரு பெருமழையைக் காட்டிலும் அற்புதமென்று இன்னொன்று இருந்துவிட இயலாது. ஆனால் மனித மனத்தின் விசித்திர மூலைகளை இந்த அற்புதங்களின் பக்கம் நாம் திருப்பி வைப்பதேயில்லை. ஒரு விடியலை நின்று அனுபவிப்பவர்கள் எத்தனை பேர் இருப்பார்கள்? நான் ஒரு சமயம் இரவெல்லாம் ஒரு பூச்செடியின் அருகே நாற்காலி போட்டு அமர்ந்து ஒரு மொட்டு மலரும் கணத்துக்காகக் காத்திருந்தேன். அது மலரத்தான் செய்தது. ஆனால் மலர்ந்ததைத்தான் கண்டேனே தவிர, மலரும் செயலை அவதானிக்க இயலவில்லை. என் கண்ணெதிரேயேதான் அது மெல்ல மெல்ல விரிந்து முழு மலராகியிருக்க வேண்டும். ஆனாலும் எனக்கு அது தட்டுப்படவில்லை. குவிந்த வடிவத்தைக் கண்டேன். முழுதும் விரிந்த இதழ்களைப் பார்த்தேன். இடையில் நிகழ்ந்த அற்புதம் எனக்கானதல்ல என்று இயற்கை சொல்லாமல் சொல்லிவிட்டுப் போனது. நான் அதைத் தலை வணங்கி ஏற்றுக்கொண்டேன். காம்புக்கும் காற்றுக்குமான கலவியின் குழந்தையென அந்தப் பூவைத் தொட்டு முத்தமிட்டு எழுந்து சென்றேன்.

சட்டென்று அந்தச் சம்பவம் எனக்கு நினைவுக்கு வந்துவிட்டது. என்னை மீறிப் புன்னகை செய்தேன். பதிலுக்கு அந்த நாய் சிரித்ததா என்று எனக்குத் தெரியவில்லை. அது மீண்டும் கேட்டது, 'அவன் வந்துவிட்டானா?'

நான் சற்றும் பதறாமல், சிறிதளவு அதிசய உணர்வையும் வெளிக்காட்டாமல் பதில் சொன்னேன், 'அதை நீங்கள் என்னைக் கேட்டுத்தான் தெரிந்துகொள்ள வேண்டுமா?'

'ஆம். இந்த வடிவில் எனது சில சக்திகள் வரையறுக்கப் பட்டிருக்கின்றன.'

'அப்படியானால் சரி. அண்ணா இதுவரை எங்கள் கண்ணில் படவில்லை. எப்படியும் வருவான் என்று நினைக்கிறேன்.'

'நல்லது. நீ சுகமாக இருக்கிறாயா?'

'நிச்சயமாக ஐயா. எனது சுதந்தரமே என் சுகம். அது குறைபட நான் அனுமதிப்பதில்லை.'

'சரி நீ போகலாம்' என்று அது விடைகொடுத்தது.

சிறிது தூரம் சென்றதும் நான் அந்த நாயைத் திரும்பிப் பார்த்தேன். அது அங்கேயேதான் நின்றுகொண்டிருந்தது. ஆனால் வேறெங்கோ பார்த்துக்கொண்டிருந்தது. சட்டென்று அந்தக் கணத்தில் எனக்கு ஒரு சந்தேகம் வந்தது. அது சம்சுதீன் பக்கிரியாகத்தான் இருக்கும் என்று ஏன் நினைத்தேன்? அது ஏன் சொரிமுத்துவாகவோ வேறு யாராவதாகவோ இருக்கக்கூடாது? தர்காவின் அருகே கண்டதால் அது சம்சுதீனாகத்தான் இருக்க வேண்டும் என்று இயல்பாகவே தோன்றிவிட்டது. கேட்டுத் தெளிவு படுத்திக்கொண்டுவிடலாம் என்று எண்ணினேன். என் சகோதரர்களிடம் இந்தச் சம்பவத்தைச் சொல்லும்போது இன்னும் சரியான தகவலுடன் சொல்ல முடியும்.

நான் மீண்டும் அந்த நாயை நெருங்கினேன். அது என்னைத் திரும்பிப் பார்த்தது.

'ஐயா, நீங்கள் இந்த தர்கா வாசலில் இருந்த சம்சுதீன்தானே?' என்று கேட்டேன். நாய் பதில் சொல்லவில்லை. மீண்டும் வேறெங்கோ பார்த்தது.

'நீங்கள் பேசியதில் நான் வியப்படையவில்லை. வாழ்வில் நிறைய சித்தர்களைப் பார்க்க நேரிட்டுவிட்டதால் எனக்கு இத்தகைய அதிசயங்கள் வியப்பளிப்பதில்லை. இவை அதிசயம் என்றும் தோன்றுவதில்லை. ஒரு சிறு சந்தேக நிவர்த்திக்காகவே கேட்கிறேன். ஒருவேளை நீங்கள் சொரிமுத்துவாக இருந்தால் உங்களைக் கட்டித் தழுவி ஒரு முத்தமிட்டுவிட்டுப் போய்விடுவேன்.' என்று சொன்னேன்.

காதிலேயே விழாதது போல அந்த நாய் நகர்ந்து போனது. சட்டென எனக்கு வேறொரு சந்தேகம் வந்துவிட்டது. ஒருவேளை என்னுடன் பேசிய நாய் எங்கோ சென்று, வேறொரு நாய் வந்திருக்கிறதோ? இருளில் அதன் நிறத்தை நான் சரியாகக் கவனித்திருக்கவில்லை. கண்களை மட்டும்தான் பார்த்தேன். இருளில் சுடரும் எல்லா

நாய்களின் கண்களைப் போலத்தான் அவையும் இருந்தன. சற்றும் எதிர்பாராத விதமாக முன்னொரு காலத்தில் அண்ணாவைத் தேடி நான் தென்காசிக்குச் சென்றபோது எனக்கு முன்னால் வழி காட்டிக்கொண்டு போன நாயின் நினைவு வந்தது. நாய் நடந்தது. நானும் நடந்தேன். ஆனால் அண்ணாவைப் பார்க்க முடியவில்லை. இத்தனை வருடங்களுக்குப் பிறகு மீண்டும் ஒரு நாய். மீண்டும் நான். மீண்டும் அண்ணா. ஒரே வித்தியாசம், நான் கேட்டிருக்க வேண்டியதை அந்த நாய் என்னிடம் முந்திக்கொண்டு கேட்டுவிட்டது.

சரி பரவாயில்லை. 'நான் போய் வருகிறேன் ஐயா' என்று சொல்லிவிட்டு நடக்க ஆரம்பித்தேன். இன்னொரு அற்புதம் நிகழும் சாத்தியம் ஏதும் இருப்பதாக எனக்குத் தோன்றவில்லை. அம்மாவைக் கடைத்தேற்றிவிட்டுப் போய்க்கொண்டே இருக்க வேண்டியதுதான்.

என் சகோதரர்கள் படுத்திருந்த இடத்துக்கு நான் வந்து சேர்ந்தபோது வினோத் எழுந்து அமர்ந்திருந்ததைக் கண்டேன். வினய் மட்டும் நன்றாகத் தூங்கிக்கொண்டிருந்தான். என்னைக் கண்டதும் வினோத் சிரித்தான். 'எங்கே போனாய்?' என்று கேட்டான்.

'சும்மா தர்கா வரை போயிருந்தேன். தூக்கம் வரவில்லை.'

'என்னாலும் சரியாக உறங்க முடியவில்லை விமல்.'

'ஆனால் நான் கிளம்பிச் சென்றபோது நீங்கள் இருவருமே அடித்துப் போட்டாற்போலத்தான் கிடந்தீர்கள்.'

'ஆம். கால் வலி எனக்கு. சிறிது தூங்கினேன். ஆனால் விழிப்பு வந்துவிட்டது.'

'அது பரவாயில்லை விடு. ஒரு நல்ல கதை சொல்கிறேன், கேட்கிறாயா?' என்று சிரித்தபடி கேட்டுவிட்டு, தர்காவின் அருகில் நிகழ்ந்த சம்பவத்தைச் சொன்னேன். வினோத் அதிர்ச்சியில் பேச்சற்றுப் போய்விட்டான். உண்மையாகவா உண்மையாகவா என்று திரும்பத் திரும்பக் கேட்டான்.

'நான் பொய் சொல்வதில்லை வினோத். அது ஒரு முதலையைப் புணர்வது போன்றது. நினைவில் மிகவும் வலித்துக்கொண்டே இருக்கும்.'

'இல்லை. நீ இதை மிகவும் சாதாரண தொனியில் சொல்கிறாய். உண்மையில் உனக்கு நடந்தது மிகவும் அசாதாரணமானது.'

'இதில் என்ன அசாதாரணம்? சம்சுதீனோ, சொரிமுத்துவோ நாயாகவும் நரியாகவும், ஏன் நாமாகவும்கூட மாறக் கூடியவர்களே அல்லவா? அல்லது ஒரு நாயின் உடலுக்குள் போய் சிறிது நேரம் உட்கார்ந்துவிட்டு வருவதும் ஒன்றும் அவர்களுக்குப் பெரிய விஷயமல்ல.'

'இருந்தாலும்...'

'மன்னித்துவிடு வினோத். என்னால் வியக்க முடியவில்லை.'

'இல்லை. நான் அவரைப் பார்க்க வேண்டும்' என்று சொல்லிவிட்டுச் சட்டென்று எழுந்தான்.

நான் சிரித்தேன்.

'ஏன் சிரிக்கிறாய்?'

'அவர் உன்னைச் சந்திக்க விரும்பவேண்டுமல்லவா? இல்லாவிட்டால் நீ போய் வீணாகத் திரும்ப வேண்டியிருக்கும்.'

'ஆம்.' என்று மீண்டும் அமர்ந்தான்.

'நானே இரண்டாம் முறை பேச்சுக் கொடுத்தபோது அவர் பதில் சொல்லவில்லை அல்லது அவர் அந்த நாயில் இருந்து வெளியேறிவிட்டார்.'

வினோத் சிறிது நேரம் அமைதியாக அமர்ந்து யோசித்துக் கொண்டிருந்தான். திடீரென்று, 'அவனது வருகை அனைவராலும் எதிர்பார்க்கப்படுகிறது அல்லவா?' என்று கேட்டான்.

'இதிலென்ன சந்தேகம். மூத்தவன். கொள்ளி வைக்க வேண்டியவன். வரத்தான் வேண்டுமல்லவா?'

'வேறு எதுவும் காரணம் இருக்காது என்கிறாயா?'

'என்னவாக இருந்தாலும் எனக்குக் கவலையில்லை. நாம் நமது அனுமதியின்றி பிராமண குலத்தில் பிறந்தவர்கள். எனவே குல வழக்கப்படி கடைசிப் பையனாக நான் சில சடங்குகள் செய்ய வேண்டியிருக்கும் என்று நினைக்கிறேன். அதுவும் அம்மா என்பதால்.'

'எனக்கு அதுவும் இல்லை.'

'ஆம். நீ கொடுத்து வைத்தவன். வெறும் பார்வையாளன். தொந்தரவின்றி ஒரு மரணத்தை நெருக்கமாக அமர்ந்து நீ கவனிக்கலாம். யாரும் உன்னைத் தொந்தரவு செய்யமாட்டார்கள்.'

அவன் சட்டென்று கேட்டான், 'ஒருவேளை நான் அழுவேனோ?'

'ஒரு தவறும் இல்லை. அழுகை வரும்போது உன் கிருஷ்ணனை நினைத்துக்கொண்டுவிடு. அதற்குக் கூட உதவாமல் அவன் எதற்கு தண்டத்துக்கு?'

'நீ மிகவும் வறண்டுவிட்டாய் என்று நினைக்கிறேன்.'

'அப்படியா தோன்றுகிறது? மரணம் தவிர்க்க முடியாதது வினோத். மரணத்துக்கான கண்ணீர் என்பது உறவுக்கான ரசீது மட்டுமே. அறுத்துக்கொண்டு போனவனிடம் ரசீது எப்படி இருக்கும்?'

வினோத் வெடித்து அழத் தொடங்கினான், 'நான் தோற்றுவிட்டேன் விமல். என்னால் எதையுமே அறுக்க முடியவில்லை. மனத்துக்குள் நான் இன்னும் வீட்டுக்குள்ளேயேதான் இருக்கிறேன். என்னை அங்கிருந்து வெளியேற்றச் சொல்லி இன்றுவரை கிருஷ்ணனிடம் மன்றாடிக்கொண்டிருக்கிறேன். அவன் அதைச் செய்வதில்லை.'

நான் அவனை அன்புடன் அரவணைத்துக்கொண்டேன். சிறிது நேரம் அவன் கரங்களை இறுக்கிப் பிடித்துக்கொண்டிருந்துவிட்டுப் பிறகு சொன்னேன், 'பக்தி மனத்தின் பிரச்னையே இதுதான். ஒன்றைப் பற்றிக்கொண்டால் விடவே விடாது.'

'நான் போயிருக்கவே கூடாதோ?'

'அதை நீ எப்படி தீர்மானிப்பாய்? உன் விதி உன்னை வீட்டை விட்டு வெளியேற்றியது. நீ அதற்கு அடிபணிந்துதான் தீரவேண்டும்.'

'நாத்திகனான நீ விதியைக் குறித்துப் பேசுவது வினோதமாக இருக்கிறது.'

'நான் நாத்திகன் என்று யார் சொன்னது?'

'நீதானே சொன்னாய்?'

'இல்லை. நீ தவறாகப் புரிந்துகொண்டிருக்கிறாய். எனக்குக் கடவுள்தான் கிடையாதே தவிர, நான் ஒரு நல்ல ஆன்மிகவாதி.'

அவனுக்குப் புரியவில்லை. சிறிது நேரம் அமைதியாக இருந்தான். 'உன் விதி உன்னை சன்னியாசியாக்கியது. உன் குற்ற உணர்வு உன்

பார்வையில் இருந்து கிருஷ்ணனை மறைத்து வைத்தது. வினய்யின் கஞ்சாவுக்கும் உனது கிருஷ்ண ஜபத்துக்கும் வித்தியாசமில்லை. இரண்டுமே கடந்த காலம் மறப்பதற்கு உதவும் வெறும் கருவிகள்.' என்று சொன்னேன்.

அவனால் அதைத் தாங்கிக்கொள்ளவோ, ஏற்கவோ இயலவில்லை. மறுக்க நினைத்தாலும் அது முடியாமல் மேலும் குமுறி அழுதான். அவன் அழுது ஓயும்வரை காத்திருந்தேன். பிறகு சொன்னேன், 'அம்மாவின் மரணம் உனக்கொரு வெறுமையின் உலகை தரிசனமாகத் தரும். அந்த வெறுமைக்குள் நீ கிருஷ்ணனைக் காண்பாய். கிருஷ்ணனே உனக்கு வெறுமையின் ரூபமாக நிற்பான். கிருஷ்ணனும் வெறுமைதான் என்பது புரியும்போது நீ ஒரு பூரண சன்னியாசி ஆகிவிடுவாய்!'

132. கலவரம்

அதிகாலை ஐந்து மணிக்கு வினய் எங்களை எழுப்பினான். 'விடிவதற்குமுன் நான் அந்த நீலாங்கரை சாமியைப் போய்ப் பார்த்துவிட விரும்புகிறேன்' என்று சொன்னான். எங்களுக்கு அதில் பெரிய சுவாரசியம் இல்லை என்பதால் சரி, போய்வா என்று அவனை மட்டும் அனுப்பிவிட்டு நாங்கள் கடற்கரையிலேயே இருந்தோம். கிளம்பும்போது வினோத் அவனிடம், 'உண்மையிலேயே உனக்கு கஞ்சா அவ்வளவு அவசியமா?' என்று கேட்டான்.

'சொன்னேனே, தவத்தில் இருக்க அது அவசியம். புத்தியை நேர்க்கோட்டில் நிறுத்துவதற்கு.'

அவன் போனபின் வினோத் என்னைப் பார்த்து, 'அப்புறம் அது எப்படித் தவமாகும்?' என்று கேட்டான்.

'என்ன பிரச்னை உனக்கு? மன ஒருமை என்பதுதான் மூலாதாரம். மன ஒருமைக்கு கஞ்சாவைப் பயன்படுத்துவது காலகாலமாக இருந்து வரும் வழக்கம்தானே?'

'எனக்கு இது புரியவில்லை. இம்மாதிரியான தவங்களை நான் அறிந்ததில்லை. எங்களுக்கு இது கற்றுத்தரப்படவில்லை' என்று சொன்னான்.

'பிரச்னையே அதுதான். நீ சொல்லிக் கொடுத்து வளர்ந்த குழந்தை. அவன் காட்டுச் செடியைப் போலத் தானே முளைத்து வேர்விட்டு வளர்ந்தவன். அவனைப் புரிந்துகொள்வது சிறிது சிரமமாகத்தான் இருக்கும்.'

'எனக்குச் சற்று பயமாகவே இருக்கிறது' என்று வினோத் சொன்னான்.'

'பயப்படாதே. அவன் போதைக்காகக் கஞ்சா குடிப்பதில்லை. போதத்தில் திளைக்க அதை ஒரு தொடக்கக் கருவியாகப் பயன்படுத்துகிறான். அவனால் எந்தத் தீங்கும் நேராது.'

சிறிது நேரம் அமைதியாக இருந்துவிட்டு, 'தகன நேரத்தில் அவன் போதை மயக்கத்தில் விழுந்து கிடப்பது போன்றதொரு சித்திரம் என் மனத்தில் எழுகிறது. இது மிகவும் கலவரம் அளிக்கிறது' என்றான்.

'அப்படியே இருந்தால்தான் என்ன? அம்மா ஒன்றும் எழுந்து வந்து திட்டப் போவதில்லை.'

'ஆனால் மாமாவால் அதைத் தாங்க முடியாது.'

'நம்மிடத்தில் இனி அவரால் எதையும் தாங்க முடியும். கவலையை விடு. நாம் எப்போது வீட்டுக்குப் போகலாம்?' என்று கேட்டேன்.

'ஆம். போக வேண்டியதுதான். ஐந்து நிமிடம் இருக்கிறாயா? நான் குளித்துவிட்டு காலை ஜபத்தை முடித்துவிட்டு வருகிறேன்?' என்று கேட்டான். நான் சரி என்று சொன்னதும் அவன் தனது மேல் அங்கியைக் கழட்டி வைத்துவிட்டுக் கடலுக்குள் இறங்கினான். சூரியன் உதிக்கத் தொடங்கியிராத வானம் கருநீலமும் சிவப்பும் கலந்து ஓர் இரவு விளக்கைப் போலச் சுடர்ந்தது. வினோத் அலைகளிடம் தன்னைக் கொடுத்து இங்குமங்குமாகச் சிறிது நேரம் மிதந்துவிட்டுக் கரைக்கு வந்து, 'நீயும் குளிக்கலாமே?' என்று கேட்டான்.

'பழக்கமில்லை' என்று சொன்னேன்.

'எது, குளிப்பதா?'

'கடலில் குளிப்பது. மீண்டும் வீட்டுக்குப் போயும் இரண்டாம் முறை குளிக்க வேண்டுமல்லவா?'

'ஆனால் இது ஓர் அனுபவமல்லவா?'

'நீ குளிப்பதைத்தான் பார்த்தேனே. அது போதும்' என்று சொன்னேன். அவன் சிறிது நேரம் வெறும் உடம்புடன் காற்றில் நின்றான். காய்ந்தபின் ஒரு துண்டால் துடைத்துக்கொண்டு மீண்டும் வேறு உடை அணிந்துகொண்டான். மறக்காமல் கிழக்குப் பார்த்து அமர்ந்து தன் பைக்குள் இருந்து கோபி சந்தனக் கட்டியை எடுத்து, கண்ணாடி பார்க்காமல் சரியாக நடு நெற்றியில் வரைந்து கொண்டான். 'இன்னும் ஐந்து நிமிடங்கள்' என்று சொல்லிவிட்டு, கடலைப் பார்த்து பத்மாசனமிட்டு அமர்ந்து கண்மூடி ஜபிக்கத் தொடங்கினான்.

நான் அமைதியாக அவனையே பார்த்துக்கொண்டிருந்தேன். இம்மாதிரியான எந்த நியமங்களும் எனக்கு எக்காலத்திலும்

இருந்ததில்லை என்பது மிகுந்த ஆசுவாசமாக இருந்தது. அவனது கண்டத்தில் இருந்த துளசி மணிகூட எனக்கு உறுத்தும். விரல்களில் நான் மோதிரம் அணிவதில்லை. மணி மாலைகளைத் தொடுவதில்லை. என் அங்கியின் பாக்கெட்டில் பணமோ, துண்டுக் காகிதமோ, வேறெதுவோ எப்போதும் வைப்பதில்லை. உடலின் சுமையை மீறி இன்னும் எதற்குச் சேர்ப்பது?

ஒரு சமயம் - அந்த நாளை என்னால் மறக்க முடியாது. கர்நாடகத்து அரசியல் பிரமுகர் ஒருவர் எனக்கு ஒரு சிறு கைத்துப்பாக்கியை அன்பளிப்பாகக் கொடுத்தார்.

'இது எதற்கு?' என்று கேட்டேன்.

'வைத்துக்கொள்ளுங்கள். என்றாவது உங்கள் பாதுகாப்புக்கு உதவுமல்லவா? தவிர இது உள்ளங்கை அளவே உள்ள துப்பாக்கி என்பதால் பாக்கெட்டில் போட்டு எடுத்துச் சென்று விடலாம்' என்று சொன்னார். நான் எவ்வளவோ மறுத்துப் பார்த்தும் அவர் கேட்கவில்லை. மிகவும் வற்புறுத்தி அந்தத் துப்பாக்கியை என்னிடம் திணித்துவிட்டார்.

கர்நாடகத்தில் அப்போது ஒரு போராட்டம் நடந்துகொண்டிருந்தது. அங்கிருந்த தமிழர்களின் குடியிருப்புகளைக் கன்னடர்கள் தேடித் தேடிச் சூறையாடிக்கொண்டிருந்தார்கள். சில கன்னட அரசியல்வாதிகளின் அனுக்கிரகத்துடன் ரவுடிகள் நிகழ்த்திக்கொண்டிருந்த அந்தப் போராட்டத்தின் நிழல் கலவரமாக உருப்பெற்று மடிகேரியில் விழத் தொடங்கியபோது, நான் ஊர் வந்து இறங்கியிருந்தேன். எனது ஆசிரமத்துக்குச் செல்லும் பாதையை அடைத்துவிட்டிருப்பதாகச் சொன்னார்கள். சுற்றுப் பாதையில் போகவேண்டும் அல்லது போலிசார் அமைதியை நிலைநாட்டும்வரை அமைதி காக்க வேண்டும் என்று தெரிந்தது. எனக்கு இரண்டிலுமே விருப்பமில்லாதபடியால் காரை விட்டு இறங்கி நடக்க ஆரம்பித்தேன். என்னுடன் என் ஆசிரமத் தோழர்கள் இரண்டு பேர் வந்தார்கள்.

பாதி வழி கடக்கும்வரை எந்தப் பிரச்னையும் எங்களுக்கு ஏற்படவில்லை. திடீரென்று எங்கிருந்தோ ஆக்ரோஷமாகக் கத்திக்கொண்டு ஒரு கூட்டம் முண்டியடித்து ஓடி வந்தது. அவர்களிடம் கனத்த தடிகள் இருந்தன. ஒரு சிலர் அரிவாள் வைத்திருந்தார்கள். அவர்களது கோபாவேசத்தைக் கண்டது என்னுடன் வந்த நண்பர்கள் நிலைகுலைந்துவிட்டார்கள். அவர்கள்

கன்னடர்கள்தாம் என்றாலும் நான் தமிழன் அல்லவா? சட்டென்று யாராவது ஏதாவது கேட்டால் எனக்கு உடனே கன்னடத்தில் பதில் சொல்ல வராது. தமிழில்தான் ஆரம்பிப்பேன். இரண்டாவது வரியில் என்னால் கன்னடத்துக்குப் போய்விட முடியும் என்றாலும் என் கன்னட உச்சரிப்பே என்னை ஒரு தமிழனாகக் காட்டிக்கொடுக்கக்கூடியது.

'குருஜி நீங்கள் வாயைத் திறக்காதீர்கள்' என்றார் ஒரு நண்பர்.

'மௌன விரதம் என்று சொல்லிவிடுகிறோம்' என்று இன்னொருவர் சொன்னார்.

'இதெல்லாம் எதற்கு? நடப்பது நடக்கட்டும்' என்று சொல்லிவிட்டு நான் அமைதியாக அவர்களை எதிர்கொள்பவன் போல அவர்களை நோக்கியே நடக்க ஆரம்பித்தேன்.

கூட்டத்தில் சிலர் என்னை அறிந்திருந்தார்கள். எத்தனையோ வருடங்களாக மடிகேரியிலேயே வசிப்பவனை உள்ளூர்க்காரர்களுக்கா தெரியாது? அந்தக் கணத்தில் நான் உள்ளூர்க்காரனாக அவர்களுக்குத் தெரிகிறேனா, ஒரு தமிழனாகத் தெரிகிறேனா என்பதுதான் விஷயம். என் நண்பர்கள் மிகவும் அச்சம் கொண்டிருந்தார்கள். ஏதாவது இசைகேடாக நடந்தால் என்ன செய்வது என்று தீவிரமாக யோசித்துக்கொண்டிருந்தார்கள்.

நெருங்கிவிட்ட கூட்டம் என் முன்னால் நின்றது. அவர்கள் தமிழகத்துக்கு எதிராகச் சில கோஷங்களை எழுப்பினார்கள். கர்நாடகத் தமிழர்கள் அத்தனை பேரும் உடனே காலி செய்ய வேண்டும் என்று சொன்னார்கள். நான் அமைதியாகக் கேட்டுக்கொண்டிருந்தேன். என்னைத் தாக்குவதா வேண்டாமா என்பதில் அவர்களுக்குச் சிறு தயக்கம் இருந்தது. அந்தத் தயக்கத்தை முற்றிலும் நீக்கிவிட என்ன செய்யலாம் என்று யோசித்தேன்.

சட்டென்று என் அங்கியின் பாக்கெட்டில் கையைவிட்டு அந்த அரசியல் பிரமுகர் எனக்குக் கொடுத்த துப்பாக்கியை வெளியே எடுத்தேன். அவர்கள் கண்ணுக்குத் தென்படும்படியாக அதை இப்படியும் அப்படியும் திருப்பிப் பார்த்தேன். பிறகு அதை மலைச் சரிவில் விட்டெறிந்துவிட்டு, அவர்களைப் பார்த்துச் சிரித்தேன். இதன் பின் நிகழ்ந்ததுதான் வினோதம். அந்த ரவுடிக் கும்பல் எனக்கு வணக்கம் சொல்லிவிட்டு மீண்டும் கோஷம் எழுப்பியபடி என்னைக் கடந்து போக ஆரம்பித்தது.

என் நண்பர்களுக்கு இது பெரிய ஆச்சரியமாக இருந்தது. 'குருஜி, அந்தத் துப்பாக்கியை நீங்கள் அவர்கள் முன் நீட்டியிருந்தால் தலை தெரிக்க ஓடியிருப்பார்கள். ஏன் தூக்கியெறிந்தீர்கள்?' என்று கேட்டார்கள்.

'எதற்கு அவர்கள் ஓடவேண்டும். நடந்தே போனால் போதாதா?' என்று பதிலுக்குக் கேட்டேன்.

'ஆனாலும் ஒரு நல்ல ஆயுதத்தை இழந்துவிட்டீர்கள்.'

'இல்லையே. அது தன் கடமையைச் செய்துவிட்டல்லவா போனது?'

'மீண்டும் ஒருமுறை அவர்கள் நம்மை நோக்கி வந்தால்?'

நான் சிரித்தேன். 'இம்முறை மேலங்கியைக் கழட்டி எறிவேன்' என்று சொன்னேன். 'ஒரு துப்பாக்கி இருந்தால் மட்டும்தான் வாழமுடியும் என்றிருந்தால் இயற்கை நம்மைப் படைக்கும்போதே ஒரு துப்பாக்கியுடன் படைத்திருக்கும். இடையில் வந்து சேரும் எதுவும் நிரந்தரமல்ல' என்று சொன்னேன்.

அன்றிரவு மெக்சிகோ ஆயுத வியாபாரி என்னைத் தொலைபேசியில் அழைத்தான். அவனது ஆயுத உற்பத்தித் தொழிலில் என் மூலமாக நிகழ்ந்த முதலீட்டின் முதல் விளைச்சலாக இந்திய மதிப்புக்கு ஐந்நூறு கோடி ரூபாய் தயாராக உள்ளதாகத் தெரிவித்தான். அதை எவ்வாறு அனுப்பிவைக்க வேண்டுமென்று கேட்டான். அனுப்பவேண்டாம், அப்படியே மீண்டும் முதலீடாக்கிக்கொள் என்று சொல்லிவிட்டு சம்பந்தப்பட்ட பிரமுகருக்கும் கையோடு போன் செய்து தகவல் தெரிவித்தேன். அவருக்குத் தேர்தலின்போது பணம் வந்தால் போதும். தேர்தல் வர அப்போது நெடுங்காலம் இருந்தது.

133. உருண்டு போனவை

கிழக்கு கடற்கரைச் சாலை என்பது எங்களுக்கு ஒரு வியப்புக்குரிய பாதையாகவும் நம்ப முடியாத அளவுக்கு நேர்த்தியாகப் போடப்பட்ட ஒன்றாகவும் தெரிந்தது. கடல் மட்டும் இல்லாது போயிருந்தால் சாலையின் அந்தப் புறத்திலும் அடுக்கு மாடிக் கட்டடங்கள் நிறைந்திருக்கும் என்று தோன்றியது. என் சிறு வயதில் அம்மாதிரி தார் போடப்பட்டு நேர்த்தியாக வடிவமைக்கப்பட்ட சாலைகளை நான் கண்டதில்லை. திருப்போரூரில் இருந்து அடையாறு போகும் பேருந்துப் பாதைகூட, என்றோ தெளிக்கப்பட்ட தாரின் மிச்சங்களை மட்டுமே கொண்டிருக்கும். பெரும்பாலும் குண்டும் குழியுமான சாலைதான். இந்தக் கிழக்கு கடற்கரைச் சாலை இருக்கும் இடம் அப்போது ஒரு பெரிய மண் மேடு. இரு புறமும் சவுக்குத் தோப்புகள் அடர்ந்து நிறைந்திருக்கும். சவுக்கு மரங்களின் இடுக்குகள் வழியே கோலத்துக்கு வைத்த புள்ளிகளைப் போலக் கடல் தெரியும். இது ஒரு பெரிய பிராந்தியமாகும் என்று அன்றைக்கு யாராவது சொன்னால்கூட நம்பியிருக்க மாட்டேன்.

சவுக்குக் காடுகள் பெரும்பாலும் அழிந்துவிட்டன என்று வினோத் வருத்தப்பட்டான். கடலை ஒட்டிய நிலப்பரப்பெங்கும் ஏராளமான தனியார் விடுதிகளும் கேளிக்கை அரங்குகளும் ஆக்கிரமித்திருந்தன. மகாபலிபுரத்தை நெருங்க நெருங்க இது இன்னும் அதிகரிக்கும் என்று தோன்றியது. நாங்கள் திருவிடந்தையை நெருங்கியபோது ஊர் முகப்பில் ஒரு பெரிய அலங்கார வளைவு இருப்பது தெரிந்தது. 'நான் ஊரை விட்டுப் போனபோதுகூட இது இல்லை' என்று வினோத் சொன்னான். நித்ய கல்யாணப் பெருமாள் கோயிலுக்குச் செல்லும் வழி என்றொரு போர்டு வைக்கப்பட்டிருந்தது. வழியெங்கும் ஏராளமான கடைகள் நிறைந்திருந்தன. வெளியூர் பக்தர்களின் வாகனங்களை நிறுத்துமிடத்தில் டோக்கன் கொடுத்துக்கொண்டிருந்தார்கள். 'பெருமாள் பாப்புலர் ஆகிவிட்டார்' என்று சொன்னேன்.

‘ஆனால் இந்தக் கோயிலுக்கு ஒரு கோபுரம் கட்டலாம் என்று இன்னும் யாருக்கும் தோன்றவில்லை பார்’ என்றான் வினோத். கரி படிந்த மதில் சுவர் அப்படியே இருந்தது. கோயில் வாசலில் தொல்லியல் துறையின் கல்வெட்டு ஒன்று புதிதாக வைக்கப்பட்டிருந்தது. கிட்டே நெருங்கும்போதே நாலைந்து பெண்கள் மாலைகளையும் அர்ச்சனைத் தட்டுகளையும் தூக்கிக் கொண்டு ஓடி வந்தார்கள். நாங்கள் திரும்பிப் பார்த்தபோதுதான் எங்களுக்குத் திருமணம் சார்ந்த பிரார்த்தனை ஏதும் இருக்க வாய்ப்பில்லை என்பதை உணர்ந்தார்கள். நான் அவர்கள் ஒவ்வொருவரையும் உற்றுப் பார்த்தேன். சிறு வயதில் நான் பார்த்த முகங்களில் நினைவில் இருக்கும் எது ஒன்றாவது யாருடனாவது பொருந்துகிறதா என்று தேடினேன். அவ்வளவு எளிதில் எதுவும் கண்டுபிடிக்கக்கூடியதாக இல்லை. வினோத் புன்னகை செய்தான். அவனுக்கு அது புரிந்தது. 'மறக்க முடியவில்லை அல்லவா?' என்று கேட்டான்.

‘நான் எதையும் மறக்க விரும்புவதில்லை வினோத்’ என்று பதில் சொன்னேன்.

வினய் மிகத் தீவிரமாகச் சித்ராவை ஒருதலையாகக் காதலித்துக் கொண்டிருந்த நாள்களில் கோயிலுக்கு வெளியே உள்ள இந்த மண்டபத்துக்குத்தான் அடிக்கடி வந்து உட்கார்வான். சித்ராவின் தோழிகள், அவளது பக்கத்து வீட்டுக்காரர்கள் யார் அந்தப் பக்கம் கடந்து போனாலும் இழுத்து வைத்து ஓரிரு வார்த்தைகளாவது பேசுவான். அப்போது மட்டும் அவன் முகம் புன்னகை பூத்திருக்கும். எனக்கு அது நெடுநாள் சந்தேகம். சித்ராவைக் கூப்பிட்டு வைத்துப் பேசினால்கூடப் பரவாயில்லை. அவளது அம்மாவைத் தேடிப் போய்ப் பேசினான் என்றால் அறிவாளி என்றே சொல்லிவிடலாம். எதற்கு அவளது தோழிகளையும் அடுத்த வீட்டுக்காரர்களையும் குறிவைக்கிறான்?

எனக்கு அது நெடுநாள் புரியவேயில்லை. ஒரு சமயம் வினய்யிடமே இதைக் கேட்டுவிட்டேன்.

அவன் உடனே, 'நீ எப்ப பாத்தே?' என்று பதிலுக்குக் கேட்டான்.

எத்தனையோ முறை பார்த்தேன். அதுவா முக்கியம்? கேட்ட கேள்விக்கு பதில் சொல் என்று விடாப்பிடியாக நின்றேன்.

அன்று வினய் சொன்ன பதில் எனக்கு அதிர்ச்சியாக இருந்தது. அவன் சித்ராவின் தோழிகளிடம் சித்ராவைப் பற்றி ஒருபோதும் பேசியதில்லை. ஊர் நிலவரம், படிப்பு நிலவரம், கோயில் உற்சவ விவரங்கள், கேளம்பாக்கம் ராஜலட்சுமி திரையரங்கத்தில் வெளியாகியிருக்கும் திரைப்படம் குறித்த தகவல், தையூரில் யாரோ ஒரு மாமி பாட்டு கிளாஸ் ஆரம்பித்திருக்கும் விவரம், அன்று காலை தினத்தந்தியில் படித்த ராசிபலன், கன்னித்தீவு இம்மாதிரியான விஷயங்களைப் பற்றி மட்டுமே பேசுவேன் என்று அவன் சொன்னான்.

'இதெல்லாம் எதற்கு?'

'குறிப்பிட்ட காரணம் கிடையாது விமல். அவர்கள் சித்ராவுடன் பேசும்போது நான் சொன்ன தகவல்களில் ஏதேனும் ஒன்று வெளிப்பட்டுவிடும். யார் சொன்னது என்று சித்ரா கேட்டால் என் பெயரைச் சொல்லுவார்கள். இப்படி ஒவ்வொருவராக தினமும் குறிப்பிட்ட இடைவெளியில் சித்ராவுக்குள் என் பெயரைச் சொருகிக்கொண்டே இருப்பார்கள் அல்லவா? அதற்குத்தான்.'

எனக்கு அது மிகவும் ஆச்சரியமாக இருந்தது. அவன் தனது காதலில் அன்று மிகவும் தீவிரமாக இருந்தான். சித்ராவிடமே நேரில் பேசலாமே என்று நான் ஓரிரு முறை சொல்லிப் பார்த்தேன். அவன் அதற்கு மிகவும் தயங்கினான். பிறகுதான் எனக்குப் புரிந்தது. அது தயக்கம்கூட இல்லை. மனத்துக்குள் மட்டுமே அவன் சித்ராவுடன் வாழ விரும்பியிருக்கிறான். அவளை விரும்பியதன் எளிய அடையாளங்களை ஆங்காங்கே தூவிவிட்டு, அதனோடே திருப்தியடைந்திருக்கிறான்.

ஒருநாள், நான் திடுக்கிடும்படியாக ஒன்றைச் சொன்னான். 'விமல்! நேற்றிரவு நான் சித்ராவின் தாவணியை உருவி எறிந்துவிட்டு அவளை இறுக்கி அணைத்துக்கொண்டு கடற்கரையில் நெடுந்தொலைவு உருண்டு சென்றேன். என் நெஞ்சைத் தொட்டுப் பார். அரை மணி நேரம் அவளது மார்பகங்கள் இங்கேதான் புதைந்திருந்தன' என்று சொல்லித் தன் சட்டையை அவிழ்த்துக் காட்டினான்.

'உருண்டது தவிர வேறொன்றும் நடக்கவில்லையா?' என்று நான் கேட்க விரும்பினேன். ஆனால் சட்டென்று 'சின்னப்பையன் அப்படியெல்லாம் பேசக்கூடாது' என்று சொல்லிவிடும் அபாயம் இருந்தது. நான் சின்னப் பையனாக இல்லை என்பதை அவன்

அறிந்தே இருந்தான். அதனால்தான் சித்ராவைப் பற்றிப் பலமுறை என்னிடம் பேசினான். இருந்தாலும் சில சமயங்களில் நான் அவனது தம்பி என்பதும் வயதில் மிகவும் இளையவன் என்பதும் அவனுக்கு நினைவுக்கு வந்துவிடும்.

இன்னொரு நாள் கோயிலில் தாயார் சன்னிதியின் பின்புறம், சித்ரா அடிப்பிரதட்சிணம் செய்துகொண்டிருந்தபோது அவளை இழுத்து உதட்டோடு உதடு வைத்து முத்தமிட்டதாகச் சொன்னான். 'பத்மா மாமி பெரிசா ஆசாரம் பேசுவாளே.. கிஸ் பண்ணும்போது அவ வாய்ல வெங்காய ஊத்தப்பம் வாசனை அடிச்சிது' என்று அப்போது சொன்னான்.

ஒரு முத்தத்துக்கு அப்பால் அடித்த வெங்காய ஊத்தப்ப வாசனை வரை அவனால் ஒரு கற்பனை வாழ்வை சிருஷ்டித்து அதற்குள் வாழ்ந்துகொள்ள முடிந்தது.

அப்போதெல்லாம் எனக்கு அண்ணா சொல்லும் கபிலர் கதைகளும் வினய் சொல்லும் சித்ரா கதைகளும் ஒரே ரகமானவையாகவே தோன்றும். இரண்டுமே புனைவுகள். இரண்டுமே சுவாரசியமானவை. இரண்டுமே இருவர் வாழ விரும்பிய வாழ்வு. ஆனால் அது நடக்காது என்று அப்போது நினைத்தேன். அண்ணா எப்படியோ தன் வழியில் அதைக் கண்டெடுத்துச் சென்றுவிட்டான். வினய்தான் வீணாய்ப் போனான்.

எண்ணிப் பார்த்தபோது பெருமூச்சு வந்தது. 'என்ன?' என்று வினோத் கேட்டான். ஒன்றுமில்லை என்று சொன்னேன். அவனிடம் இந்தத் தகவல்களைச் சொல்ல வேண்டாம் என்று எனக்குத் தோன்றியது. சித்ராவே செத்துப் போய்விட்டாள். வினோத் சன்னியாசியாகவே ஆகிவிட்டான். இன்னொரு சன்னியாசி, சித்ராவை முப்பத்தைந்து வருடங்களுக்கு முன்னர் மனத்துக்குள் கட்டி உருண்டிருக்கிறான் என்று சொல்வதில் என்ன இருக்கிறது? இதை வினய்யே அவனிடம் சொன்னால் பிரச்னை இல்லை என்று தோன்றியது. ஆனால் சொல்லி என்ன ஆகப் போகிறது?

'சரி, வீட்டுக்குப் போகலாம்' என்று வினோத் சொன்னான்.

'போகலாம். தெற்கு வீதியைச் சுற்றிக்கொண்டு போகலாமா?' என்று கேட்டேன். என்னை மீறிச் சிரித்திருக்கிறேன் போலும். வினோத்தும் புன்னகை செய்தான்.

'அதற்கென்ன? போகலாம்' என்று சொன்னான். தெற்கு வீதியில்தான் சித்ராவின் வீடு. இப்போது அங்கே யார்

இருப்பார்கள்? சித்ராவின் அம்மா இருந்தால் என் அம்மாவின் வயதுதான் அவளுக்கும். சித்ராவின் மரணத்துக்குப் பின் அந்தக் குடும்பம் என்னவாகியிருக்கும் என்று யூகிக்க முடியவில்லை. ஊரைவிட்டே அவர்கள் போயிருக்கலாம். அந்த வீட்டுக்கு வேறு யாரேனும் குடி வந்திருக்கலாம். அவர்களுக்கு நடந்த சம்பவமெல்லாம் தெரியாமலே இருக்கலாம். இருப்பினும் நான் வினோத்திடம், 'ஒருவேளை அவளது அம்மா உயிருடன் இருந்து, உன்னை அடையாளம் கண்டுகொண்டு சட்டையைப் பிடித்தால் என்ன செய்வாய்?' என்று கேட்டேன்.

அவன் சற்றும் யோசிக்காமல் பதில் சொன்னான், 'காலில் விழுந்து மன்னிப்புக் கேட்பேன். என்னைக் கல்லால் அடித்துக் கொல்ல நினைத்தாலும் செய்யலாம் என்று சொல்லுவேன்.'

நான் அவனைக் கட்டியணைத்துக் கன்னத்தில் முத்தமிட்டேன். 'நீ ஒரு நல்ல சன்னியாசி' என்று சொன்னேன்.

நாங்கள் தெற்கு வீதி வழியே நடக்க ஆரம்பித்தோம்.

134. கட்டங்களின் துரோகம்

‘**எ**ன்னால் நம்ப முடியவில்லை விமல். ஊர் உலகமெல்லாம் எவ்வளவோ மாறியிருக்கிறது. ஆனால் திருவிடந்தை மட்டும் அப்படியே இருக்கிறது. கோயில் வாசலில் கண்ட சில கடைகளைத் தவிர வேறு எந்த முன்னேற்றமும் இல்லை’ என்று வினோத் சொன்னான். எங்கள் சிறு வயதில் நாங்கள் பார்த்த தெற்கு வீதி எந்த மாற்றமும் இன்றி அப்படியே இருந்தது. கரி வழியும் பழைய ஓட்டு வீடுகள். சாலையற்ற சாலை. வழியெங்கும் எருமைச் சாணம். பாதி எரிந்த சைக்கிள் டயர் ஒன்று ஒரு வீட்டு வாசலில் கிடந்தது. அதைச் சுற்றி யாரோ சிறுவன் ஒன்றுக்கு அடித்துவிட்டு ஓடியிருக்கிறான். சம்பவம் நடந்து வெகு நேரம் ஆகியிருக்க முடியாது. நான் வினோத்தைப் பார்த்தேன். அவன் புன்னகை செய்தான்.

சிறு வயதில் நாங்கள் சிறுநீரில் இந்திய வரைபடத்தை வரைந்து பார்ப்பது எங்களுக்குப் பிடித்தமான விளையாட்டு. பள்ளிக்கூடத்தில் ஒருநாள் வினோத் அதனைச் செய்தபோது மகாலிங்கம் வாத்தியார் பார்த்துவிட்டார். அன்றைக்கு நான்கு பிரம்புகள் உடைகிற அளவுக்கு அவனுக்கு முழங்காலுக்குக் கீழே அடி விழுந்தது. குறைந்தது நூறு பேர் பார்க்க, அப்படி அடி வாங்கியது அவனுக்கு மிகுந்த துக்கம் அளித்தது. அதில் பலபேர் பெண்கள் என்பது மேலும் அவமானமாக இருந்தது. அன்று மாலை பள்ளி விட்டதும் வீடு திரும்பும் வழியில் ராஜமாணிக்க முதலியார் உப்பு குடோனின் பின்புறம் வினோத் சிறுநீர் கழிக்க ஒதுங்கினான். போனவனைக் காணோமே என்று சில நிமிட இடைவெளியில் நான் அங்கே போனபோது வினோத் சிறுநீரில் ஓர் உருவம் வரைந்திருந்தான். மீசைதான் சரியாக வரவில்லை. ஆனால் அதைப் பார்த்ததுமே எனக்குப் புரிந்துவிட்டது. ‘பழி வாங்கிட்டேன்!’ என்று அவன் மகிழ்ச்சியுடன் சொன்னான்.

‘பாவம், நல்ல மனிதர். அவரிடம் கற்ற அடிப்படை ஆங்கிலம்தான் இன்றுவரை உதவுகிறது!’

பேசியபடி நடந்துகொண்டிருந்ததால் நாங்கள் சித்ரா வீட்டை தாண்டிச் சென்றுவிட்டதைக் கவனிக்கவில்லை. வினோத்தான் நினைவுபடுத்தினான். 'அது அந்த வீடல்லவா? வாசலில் இன்னும் அந்தத் திருமண் சங்கு சக்கரப் படம் இருக்கிறது பார்.'

நாங்கள் மீண்டும் அந்த வீட்டை நோக்கித் திரும்பி நடந்தோம். புராதனமான அந்த வீட்டின் ஓட்டுச் சரிவின் கீழே வாசல் கதவின் இரு புறமும் திண்ணைகள் இருக்கும். திண்ணை தொடங்கும் இடத்தில் கையெட்டும் உயரத்தில் விளக்கு மாடங்கள் இருக்கும். பத்மா மாமி எங்கேனும் வெளியே செல்லும்போது வீட்டுச் சாவியை அங்கேதான் வைத்துவிட்டுப் போவாள். மாமாவோ, சித்ராவோ வீட்டுக்கு வந்தால் அங்கிருந்து சாவியை எடுத்துக் கதவைத் திறந்துகொண்டு உள்ளே போவார்கள். யார் கண்ணிலும் எளிதில் படுகிறபடி சாவியை மாடத்தில் வைத்துவிட்டுப் போவதற்கு பதில் கதவைப் பூட்டாமலேயே போய்விடலாமே என்று அம்மா ஒரு சமயம் பத்மா மாமியிடம் கேட்டாள்.

'வெளில கிளம்பினா கதவ பூட்டணுங்கறது பழக்கமாயிடுத்து. மாத்திக்க முடியலே. அப்படியே கள்ளன் பூந்தான்னா, கொள்ளையடிச்சிண்டு போக உள்ள என்ன இருக்கு? ரெண்டு அழுக்குப் புடவை, அஞ்சாறு பாத்திரம், ஒரு படி அரிசி. பாத்தான்னா அவன் பாக்கெட்லேருந்து பத்து ரூபா எடுத்து வெச்சிட்டுப் போவான்.' என்று சொல்லிச் சிரித்தாள்.

'உள்ளே போகலாமா?' என்று கேட்டேன். வினோத் சிறிது தயங்கினான். வற்புறுத்த வேண்டாம் என்று முடிவு செய்துகொண்டேன். அவன் பேச வாயெடுக்கும் முன் வீட்டுக்குள் இருந்து பத்மா மாமி கழி ஊன்றி மெல்ல நடந்து வெளியே வந்தாள். நாங்கள் இருவரும் ஒதுங்கி நின்றுகொண்டோம். மாமி மெதுவாகத் தலையை உயர்த்தி, புருவங்களுக்குமேலே ஒரு கையைக் குவித்து வைத்து எங்களைப் பார்த்தாள். 'ஆரு?' என்று கேட்டாள். வினோத் உடனே, 'ஹரே கிருஷ்ணா' என்று சொல்லிக் கைகூப்பினான். நடுங்கும் கரங்களைக் குவித்து பத்மா மாமி அவனை வணங்கினாள்.

'ஆருன்னு தெரியல்லியே. வயசாயித்தோன்னோ? கண்ணும் தெரியல்லே, ஞாபகமும் இருக்கறதில்லே' என்று சொன்னாள்.

நான் சட்டென்று, 'அது இரக்கப்பட்டு இயற்கை அளிக்கும் வரம்' என்று சொன்னேன். சிறிது புன்னகை செய்தேன்.

‘உள்ளே வரேளா?’ என்று மாமி கேட்டாள். நான் வினோத்தைப் பார்த்தேன். அவன் அதை மிகவும் விரும்பினான் என்று தோன்றியது. நாங்கள் பத்மா மாமியின் வீட்டுக்குள் சென்றோம்.

‘தூர தேசத்துலேருந்து வரேளா? யாத்ரீகாளா?’ என்று மாமி கேட்டாள்.

‘நான் விமலானந்த. இவர் குருஜி யது நந்தன தாஸ்.’ என்று அறிமுகம் செய்துகொண்டேன்.

‘நான் குருவல்ல’ என்று வினோத் உடனே சொன்னான்.

‘அதனால் பரவாயில்லை. நீ இப்போது யது நந்தன தாஸாகவே இல்லாவிட்டாலும் பிரச்னை இல்லை.’

எங்களை உட்காரச் சொல்லிவிட்டு பத்மா மாமி உள்ளே சென்று ஒரு சொம்பில் தண்ணீர் எடுத்து வந்து கொடுத்தாள். நான் குடித்தேன். வினோத் வேண்டாம் என்று சொல்லிவிட்டான்.

‘கோயிலுக்கு வந்தேளோ?’ என்று மாமி மீண்டும் கேட்டாள். அவளுக்கு என் அம்மாவின் வயதுதான். ஆனால் எப்படியோ இன்றும் நடமாடிக்கொண்டிருக்கிறாள். சுருங்கிக் கசங்கிவிட்டிருந்த முகமும் மொத்தமாக உதிர்ந்துவிட்டிருந்த புருவங்களும் நரம்புகள் ஓடுவது தெரிந்த தேகமும் அதில் இருந்த நடுக்கமும் காலம் விளையாடிய ஆட்டத்தின் மிச்சங்களாக இருந்தன. வீட்டில் அவளைத் தவிர யாரும் இருப்பதாகத் தெரியவில்லை. எப்படி இந்தத் தள்ளாத வயதில் சமைத்து சாப்பிட்டுக்கொண்டிருப்பாள் என்று எனக்கு ஆச்சரியமாக இருந்தது.

சட்டென்று வினோத் கேட்டான், ‘மாமா இல்லியோ?’

‘நீங்க அவருக்குத் தெரிஞ்சவரா? அவர் போயே ரொம்ப வருஷம் ஆயிடுத்தே.’

‘தனியாத்தான் இருக்கேளா?’

‘எப்பவும் தனிதான். அதுக்கென்ன?’ என்று மாமி சொன்னாள்.

‘இல்லே. சமைக்க கொள்ள...’

‘கோவுல்ல கேசவன்னு ஒருத்தர் இருக்கேர். மடப்பள்ளி பார்த்துக்கறவர். தெனம் ரெண்டு வேளை பிரசாதம் கொண்டு வந்து குடுத்துட்டுப் போவார். அத சாப்ட்டுண்டு, காப்பி மட்டும் போட்டுண்டு என்னமோ போயிண்டிருக்கு. இன்னும் காலம் வரல்லியே’ என்று சொன்னாள்.

வினோத் ஏதோ தீவிரமாக யோசித்துக்கொண்டிருப்பது போலத் தெரிந்தது. அவனுக்குச் சிறிது அவகாசம் தருவதற்காக நான் மாமியிடம் பேச்சு கொடுத்துக்கொண்டிருந்தேன். மாமி எங்களைப் பற்றித் திரும்பத் திரும்பக் கேட்டாள். நான் மடிகேரியில் இருப்பதைச் சொன்னேன். வினோத் மேற்கு வங்காளத்தில் இருந்து வந்திருப்பதைச் சொன்னேன். சிறிது உற்று கவனித்துவிட்டு, அவன் இஸ்கான் சாமியாரா என்று மாமி கேட்டுவிட்டாள். நான் ஆம் என்று தலையசைத்தேன்.

'ஆனா உங்கள பாத்தா அப்படித் தெரியல்லியே?' என்று சொன்னாள். நான் சிரித்துக்கொண்டே, 'நான் இஸ்கான் இல்லை' என்று சொன்னேன்.

'பின்னே? ரெண்டு பேரும் சிநேகிதாளா?'

இதற்கு என்ன பதில் சொல்வதென்று சிறிது யோசித்தேன். ஆம் என்றோ இல்லை என்றோ சொல்வது முறையாக இருக்காது என்று தோன்றியது. இதற்குள் வினோத் ஒரு முடிவுக்கு வந்திருக்க வேண்டும். அவன் என்னைக் கைநீட்டித் தடுத்துவிட்டு, 'மாமி, நான் இந்த ஊருக்கு இப்பொ வந்ததுக்கு ரெண்டு காரணம். அதுல ஒண்ணு உங்களைப் பார்த்து மன்னிப்புக் கேக்கறது' என்று சொன்னான். அவள் சற்றும் எதிர்பாராத விதமாக நெடுஞ்சண் கிடையாக அவள் காலில் விழுந்தான். அவளது பாதங்களைத் தனதிரு கரங்களால் மூடிக் கொள்வது போலப் பற்றியபடியே பல வினாடிகள் அப்படியே கிடந்தான்.

மாமிக்கு ஒன்றும் புரியவில்லை. குனிந்து அவனை எழுப்பக்கூடத் தோன்றாமல் அதிர்ச்சியுடன் அவனையே பார்த்துக்கொண்டிருந்தாள்.

இருபது வினாடிகளாவது வினோத் அவளது பாதங்களைப் பற்றிக்கொண்டு இருந்திருப்பான். பிறகு அவனே மெல்ல எழுந்து கையைக் கூப்பிக்கொண்டு அவள் எதிரே நின்றான். அவன் முகத்தில் அதுவரை நான் காணாத தெளிவும் தீர்க்கமும் அப்போது தென்பட்டன.

'உக்காருங்கோ' என்று மாமி சொன்னாள்.

'இல்லே. நான்...' என்று அவன் ஏதோ சொல்லத் தொடங்கும்போது, 'காப்பி சாப்பிடுவேளா? சன்னியாசிகளுக்கு காப்பி அனுமதி உண்டா?' என்று கேட்டாள்.

‘பரவால்லே மாமி. காப்பியெல்லாம் வேண்டாம். நான் ஒரு பாவம் செய்தவன். சன்யாசிகள் பொதுவா மத்தவா கால்ல விழறது வழக்கமில்லே. ஆனா, இந்த ஜென்மத்துல நான் செய்து தீர்த்தாக வேண்டிய ரெண்டு மிச்சத்துலே இது ஒண்ணு.’ என்று வினோத் சொன்னான்.

மாமி சிறிது நேரம் அமைதியாக இருந்தாள். பிறகு, ‘நீங்க வினோத்தா?’ என்று கேட்டாள்.

‘ஆமாம் மாமி.’

‘உக்காந்துண்டேள்னா எனக்கு சௌகரியம். நானும் உக்காருவேன். ரொம்ப நேரம் நிக்க முடியறதில்லே’ என்று சொன்னாள்.

நாங்கள் அங்கிருந்த பெஞ்சு ஒன்றை இழுத்து வந்து போட்டு அமர்ந்துகொண்டோம். ‘சந்தோஷம்’ என்று சொல்லிவிட்டு மாமி எங்கள் எதிரே உட்கார்ந்துகொண்டாள்.

‘உங்கம்மாவ பார்க்கத்தான் கிளம்பிண்டிருந்தேன். ரொம்ப முடியாம இருக்கான்னு கேசவன் சொன்னார். இன்னிக்கு ராத்தாண்டறது கஷ்டம்னார்.’

நாங்கள் அமைதியாக இருந்தோம்.

‘அம்மாவ பாத்தேளா?’

‘இன்னும் இல்லை மாமி. இனிமேத்தான் போகணும்’ என்று சொன்னேன்.

‘நீங்க ரெண்டாமவரா, நாலாமவரா?’

‘நான் தான் சின்னவன். விமல்’ என்று சொன்னேன்.

‘அவர்.. உங்கண்ணா?’

‘வினய் வருவான். மூத்தவன் வரணும். எப்ப வருவான்னு தெரியலே.’

‘என்னமோ. சன்யாசியானாலும் பெத்தவளுக்குக் கொள்ளி போட வரணும்னு நினைச்சேளே, சந்தோஷம். இல்லேன்னா பாவம் கேசவன் தான் அதையும் செய்வார்.’ என்று சொல்லிவிட்டு, சட்டென்று என்ன நினைத்தாளோ, ‘கொள்ளி போடுவேள் இல்லியோ? அது ஒண்ணும் சாஸ்திர விரோதம் இல்லியே?’

'அண்ணா செய்வான் மாமி' என்று வினோத் சொன்னான்.

'அப்பப்போ கேசவன்தான் வந்து பார்த்துண்டு, பேசிண்டு இருந்துட்டுப் போவேர். நீங்க நாலு பேரும் சன்னியாசி ஆயிட்டத ஊர்க்காராளால அந்தக் காலத்துல நம்பவே முடியலே. கேசவன் பொய் சொல்றார்னுதான் எல்லாரும் நினைச்சா. ஆனா எனக்குத் தெரியும். உங்க நாலு பேரோடதும் அந்த மாதிரி ஜாதகம்தான்.'

எனக்குத் தாங்க முடியவில்லை. சட்டென்று கேட்டுவிட்டேன், 'தப்பா நினைச்சிக்காதிங்கோ. அந்த மாதிரி ஜாதகம்னு தெரிஞ்சப்பறம் ஏன் உங்க பொண்ணுக்கு இவனை நிச்சயம் பண்ணேள்?'

மாமி சிறிது நேரம் அமைதியாக இருந்தாள். பிறகு பேசத் தொடங்கியபோது தொண்டை அடைத்தது. அழுகை வந்தது. வினோத் அவளுக்குத் தண்ணீர் சொம்பை எடுத்துக் கொடுத்தான். வாங்கிக் குடித்துவிட்டு புடைவைத் தலைப்பில் வாயைத் துடைத்துக்கொண்டாள்.

'உங்களுக்கு சொன்னா புரியுமோ புரியாதோ? ஒரு வைத்தியன்னா அவனுக்குத் தனக்குத் தானே நாடி பிடிச்சி வைத்தியம் பாத்துக்கத் தெரியாது. இன்னொரு வைத்தியன்கிட்டேதான் போவான். ஒரு அம்பட்டன் தனக்குத்தானே முடி வெட்டிண்டான்னா நன்னாவா இருக்கும்? இன்னொருத்தன்கிட்டேதான் தலைய குடுத்தாகணும். மீறி தானே பண்ணிப்பேன்னு பண்ணிண்டா இப்படித்தான் ஆகும்.'

'நீங்க அதைச் செய்திருக்க வேண்டியதுதானே?'

'செஞ்சேனே! அவளுக்கு நூறு இடத்துல வரன் பாத்தேன். ஒவ்வொரு தடவையும் ஜாதகத்த தூக்கிண்டு நாவலூர் வரதராஜ ஜோசியர் கிட்டேதான் ஓடுவேன். இது பொருந்தறது, இது வேண்டாம், இது அமைஞ்சிடும், இது முடிஞ்சிடும்னு அவரும் சொல்லிண்டேதான் இருந்தார். எங்க நடந்தது? ஒண்ணுமே நடக்கலே.'

'அவர் சரியா பார்க்கலியா?'

'அப்படியெல்லாம் சொல்றது தப்பு. ப்ராப்தம்னு ஒண்ணு உண்டு. ப்ராரப்த கர்மான்னு ஒண்ணு உண்டு. இந்த ரெண்டுக்கும் நடுவுல உள்ளதுதான் வாழ்க்கை.'

மாமி என்னை மிகவும் வியப்பூட்டிக்கொண்டிருந்தாள்.

'சரி, அவர் பார்த்து சரியா அமையலை. வேற யார்ட்டயாவது போயிருக்கலாமே?' என்று கேட்டேன்.

‘போயிருப்பேன். அந்த நேரத்துலதான் உங்கம்மா இவாளோட ஜாதகத்த கொண்டு வந்து குடுத்தா.’

‘இவன் சன்னியாசி ஆகப் போறவன்னு உங்களுக்கு முன்னாடியே தெரிஞ்சிருக்குமே? எங்க எல்லாரோட ஜாதகத்தையும் நீங்க ஏற்கெனவே பார்த்திருக்கறதா மாமா சொல்லியிருக்கார்.’

‘அது நான் பண்ணின பாவம். நாலு பேரும் இப்படித்தான் போவேள்னு தெரிஞ்சும் உங்கம்மாட்ட நான் அதைச் சொன்னதில்லே. அவ மனச எதுக்குக் கஷ்டப்படுத்தணும்னு சொல்லாம இருந்துட்டேன். ஆனா எப்ப இவாளோட ஜாதகத்த எம்பொண்ணுக்குப் பாக்கச் சொல்லிக் கொண்டு வந்தாளோ அப்ப எனக்கு புத்தி மழுங்கிடுத்து.’

‘அப்படின்னா?’

‘நடந்துடும் நடந்துடும்னு வரதராஜன் சொன்ன எந்த வரனும் எம்பொண்ணுக்கு அமையலை. நடந்துடும்னு நானே நினைச்சதெல்லாம்கூட என்னென்னமோ காரணத்தால தட்டிப் போச்சு. ஜோசியமெல்லாம் பொய்யோன்னு அப்ப நினைக்க ஆரம்பிச்சுட்டேன். அதே மாதிரி இவாளும் சன்னியாசி ஆவார்னு ஜாதகம் சொன்னது ஏன் பொய்யாயிடப்படாது? அப்படி நினைச்சுண்டுட்டேன். இன்னொண்ணு, எப்படியாவது அவளுக்கு ஒரு கல்யாணத்த பண்ணி வெச்சிடணும்னு ஒரு வெறி. கல்யாணமாயிட்டா அப்பறம் எங்கேருந்து சன்னியாசி ஆறது? வேணுமானா எழுவது வயசுக்கப்பறம் ஜீயராகிப்பார்னு நினைச்சுண்டேன். அப்படி ஆனா சந்தோஷம்தானே? பெருமைதானே? விடுங்கோ. இதெல்லாம் பொண்ண பெத்தவாளுக்கு அனுபவிச்சே தீரவேண்டியது.’

அதற்குமேல் அவளிடம் என்ன பேசுவதென்று எனக்குத் தெரியவில்லை. மிகவும் பாவமாக, பரிதாபமாக இருந்தது. இத்தனை ஆண்டுகளுக்குப் பிறகு இதையெல்லாம் நினைவுகூர வைத்து அவதிப்படுத்தியிருக்க வேண்டாம் என்று தோன்றியது. என் மானசீகத்தில் பத்மா மாமியிடம் நான் மன்னிப்புக் கேட்டுக்கொண்டேன்.

சற்றும் எதிர்பாராவிதமாக வினோத் ஒன்றை அப்போது கேட்டான். ‘இதெல்லாம் விடுங்கோ. உங்க பொண்ணு அல்ப்பாயுசுல போவான்னு கூடவா உங்களுக்கு அவ ஜாதகம் சுட்டிக்காட்டலே?’

மாமி அவனை உற்றுப் பார்த்தாள். புன்னகை செய்தாள். சிரமப்பட்டு எழுந்து அவனருகே வந்தாள். வினோத் சட்டென்று எழுந்துகொண்டான்.

‘நீங்க உக்காருங்கோ.’ என்று அவனை அமர வைத்துவிட்டு ‘நான் உங்களைத் தொடலாமா?’ என்று கேட்டாள். வினோத் ஒன்றும் சொல்லாதிருந்தான். மாமி அவனது தலையை வருடினாள். கன்னங்களை வருடினாள். ஒரு தேவதையின் கனிவு அவள் கண்களில் புலப்பட்டது. எனக்கே அவளைக் கட்டியணைத்து ஆறுதல் சொல்லத் தோன்றியது. எப்பேர்ப்பட்ட பெண்மணி! ஒரு மாபெரும் துரோகி இருபது வருடங்கள் தலைமறைவாக இருந்துவிட்டுத் திரும்பி வந்திருக்கிறான். அவனிடம்கூட இப்படியொரு வாஞ்சையை வெளிப்படுத்த முடியுமா!

‘கேட்டது தப்புன்னா மன்னிச்சுடுங்கோ’ என்று வினோத் சொன்னான்.

‘நீங்க கேட்டதுல ஒரு தப்பும் இல்லே. தப்பெல்லாம் ஜாதகத்துல தான்.’

‘அப்படின்னா?’

‘என்னத்தைச் சொல்ல? ஜாதகப்படி அவளுக்கு ஆயுசு எழுபது வயசுக்கு மேலே. அவ போவான்னு நான் நினைச்சே பார்த்ததில்லே’ என்று சொன்னாள்.

135. ஊழித் தாண்டவம்

பத்மா மாமி சிறிது நேரம் அழவாவது செய்வாள் என்று எதிர்பார்த்தேன். ஆன வயதுக்குக் கோபம் உறைந்து போயிருக்குமென்றாலும் துக்கத்தின் ஈரத் தேக்கங்கள் இன்னும் மிச்சம் இருக்கும் என்று நினைத்திருந்தேன். ஒருவேளை அவள் கவனமாகத் தன்னை மறைத்துக்கொண்டு எங்களுடன் பேசிக் கொண்டிருக்கிறாளோ என்றும் தோன்றியது. ஆனால் அடையாளம் தெரிந்துகொண்ட கணம் தொடங்கி சிறிதும் அதிர்ச்சியோ பதற்றமோ அடையாமல் அவள் பேசிக்கொண்டிருந்தது வியப்பாக இருந்தது. எதிரியாகவே இருந்தாலும் உட்கார்ந்து பேச இரண்டு பேர் கிடைத்ததே பெரிது என்று நினைத்துவிட்டாளா? என்னால் தாங்கவே முடியவில்லை. வாயைத் திறந்து கேட்டுவிட்டேன்.

'மாமி, உங்களுக்கு இவனைப் பார்த்தால் கோபமே வரவில்லையா?'

'கோச்சுண்டு என்ன ஆகப் போறது? அவ போய் இருபத்தஞ்சு வருஷத்துக்கு மேலே ஆயாச்சு. இத்தனை வருஷம் கழிச்சி என்னைத் தேடி வந்து கால்ல விழுந்தாரே, இந்த மனசுதான் எனக்கு முக்கியமாப் படறது' என்று சொன்னாள்.

நான் உடனே, 'வினோத், இதை உன் சூழ்ச்சி என்று எடுத்துக்கொள்கிறேன்' என்று சொன்னேன். அவன் பதறிவிட்டான். 'இல்லை இல்லை. நிச்சயமாக அப்படி இல்லை. இந்தக் கணம் மாமி என்னைத் தற்கொலை செய்துகொள்ளச் சொன்னாலும் நான் தயாராக இருக்கிறேன்.'

'அது உன் துறவுக்கு அவமானமல்லவா?'

'ஆம். சந்தேகமில்லை. ஆனால் நான் தருமம் கொன்றவன். அதனால்தான் கிருஷ்ணன் எனக்கு இன்றுவரை தென்படவில்லை.'

'புத்தர், வர்த்தமானரெல்லாம்கூட இந்த விதத்தில் தருமம் கொன்றவர்கள்தாம்' என்று சொன்னேன்.

'தமிழ்ல பேசறேளா? நேக்குப் புரியலே' என்று பத்மா மாமி கேட்டாள். நான் அவளுக்கு விளக்கினேன். அமைதியாகக் கேட்டுக்கொண்டிருந்துவிட்டு, 'ஆமாமா. அதென்னமோ ஒரு பொண்ண பலி குடுத்தாத்தான் சன்யாசம் கூடும் போலருக்கு. இவருக்கு எம்பொண்ணு ஒரு கருவியா இருந்திருக்கா. புண்ணியவதி போய் சேந்துட்டா' என்று சொன்னாள்.

வினோத் சட்டென்று எழுந்தான். 'சரி மாமி. நாங்க கிளம்பறோம். இன்னும் ஆத்துக்குப் போகலை' என்று சொன்னான்.

'கிழவிக்கு ஒரு ஆசை. சொல்லட்டுமா?'

'சொல்லுங்கோ.'

'எங்காத்துக்கு வந்துட்டு ஒண்ணும் சாப்டாம போறேங்கறேளே. மனசுக்குக் கஷ்டமா இருக்கு.'

'பரவால்ல மாமி. பொதுவா நான் கார்த்தாலைகள்ள சாப்பிடறதில்லே' என்று வினோத் சொன்னான்.

'நீங்க?' என்று மாமி என்னைப் பார்த்தாள்.

'எனக்கு அந்த மாதிரி நியமமெல்லாம் இல்லை. பசி இருந்தா மட்டும் சாப்பிடுவேன்.' என்று சொன்னேன்.

'ஆனா எனக்காக இன்னிக்கு சாப்பிடலாம்' என்று மாமி மீண்டும் சொன்னாள். நான் வினோத்தைப் பார்த்தேன்.

'ஒரு தம்ளர் மோர் குடுங்கோ' என்று அவன் கேட்டான். மாமிக்கு அதுவே மகிழ்ச்சியளிக்கப் போதுமானதாக இருந்தது. அவள் அடுக்களைக்குப் போனாள்.

'இது என்னால் மறக்க முடியாத தினம்' என்று நான் சொன்னேன்.

'ஆம். மிகவும் நல்ல பெண்மணி.'

'யோசித்துப் பார்த்தால் இந்த உலகில் நம் நான்கு பேரைத் தவிர அநேகமாக மீதி அனைவருமே நல்லவர்களாக இருப்பார்கள் போலிருக்கிறது.'

'ஏன் அப்படிச் சொல்கிறாய்?'

'பார், நீ செய்த அக்கிரமத்துக்குப் பிராயச்சித்தமாகக் கேசவன் மாமா இன்றுவரை பத்மா மாமிக்குக் கோயில் பிரசாதம் சப்ளை

செய்து சம்ரட்சித்துக்கொண்டிருக்கிறார்.' என்று நான் சொன்னதும் வினோத் அடக்கமாட்டாமல் விழுந்து விழுந்து சிரித்தான்.

மாமி இரண்டு தம்ளர்களில் மோர் எடுத்து வந்தாள். நாங்கள் நன்றி சொல்லி வாங்கி அருந்தினோம்.

'நன்னாருந்ததா? பெருங்காயமெல்லாம் போட்டிருந்தேன்.'

'பிரமாதமாக இருந்தது' என்று சொன்னேன்.

வினோத் சொன்னான், 'மாமி, நான் கிருஷ்ணனுக்கு என்னை ஒப்புக் கொடுத்தவன். திருமணத்துக்கு முதல் நாள் நான் ஊரை விட்டுப் போனதற்குக் காரணம் நானல்ல; அவந்தான்.'

நான் அவளுக்கு சுருக்கமாக வினோத்தின் அன்றைய சூழ்நிலையை விளக்கிப் புரிய வைக்க முயற்சி செய்தேன். அவசியமில்லைதான். ஆனாலும் சொல்லத் தோன்றியது. மாமி சட்டென்று பக்தி மிகுந்து வினோத்தைப் பார்த்துக் கரம் குவித்தாள்.

'இதெல்லாம் நாம தீர்மானிக்கறது இல்லே. நான் உங்களை ஒண்ணும் சொல்லப் போறதுமில்லே' என்று சொன்னாள்.

'சொன்னால் சந்தோஷப்படுவேன்.'

'என்ன சொல்லணும்?'

நான் சட்டென்று குறுக்கே புகுந்து, 'நாசமாப் போன்னாவது சொல்லுங்கோ' என்று சொன்னேன். மாமி உடனே, 'எம்பெருமானே!' என்று சொன்னாள். இது என்ன மனம் என்று வினோத் என்னைப் பார்த்துச் சொன்னான்.

எனக்குத் திரும்பவும் தோன்றியது. எங்களைத் தவிர மீதமுள்ள அனைவருமே நல்லவர்களாகத்தான் இருக்கிறார்கள்.

'உங்கம்மாதான் பாவம், ரொம்ப மனசுடைஞ்சி போயிட்டா. நாலுமே இப்படிப் போயிட்டா யாருக்குத்தான் தாங்கும்?' என்று பத்மா மாமி சொன்னாள். நாங்கள் அமைதியாக இருந்தோம்.

'இவர் போனப்பறம் ஒரு மூணு நாலு மாசம் அவள வெளில பாக்கவே முடியலே. மூணாங்கட்டைத் தாண்டி வரவேயில்லேன்னு கேசவன் சொன்னார்.'

'நீங்க எப்படி சாமாளிச்சிண்டேள்?' என்று கேட்டேன்.

'தெரியலே. பிராணன் போயிடும்னு அப்ப தோணித்து. ஆனா போகலே. அவர் இருந்த வரைக்கும் ஆறுதலா எதாவது சொல்லி

பேசிண்டிருப்பார். அவர் போனதும் அதுக்கும் ஆளில்லாம போச்சு.'

'மாமா எப்ப போனார்?'

'ஆயிடுத்து, பன்னெண்டு வருஷம். சர்க்கரை ஜாஸ்தியாயிடுத்து. நிக்க முடியலே. நடக்க முடியலே. நாலு வார்த்த சேந்தமாதிரி பேசக்கூட முடியாம சிரமப்பட்டார். ஒரு வழியா போயிட்டார்.'

'உங்களுக்கு ஷுகரெல்லாம் இல்லியே?'

'ஒண்ணுமே இல்லே. பாக்கறேளே எப்படி இருக்கேன்?'

நான் சிரித்தேன்.

'தள்ளாமை மட்டும்தான். உங்கம்மா வயசுதான் எனக்கும். அவ சீக்கிரம் படுத்துண்டுட்டா. நான் இன்னும் நடமாடிண்டிருக்கேன். படுக்கற நேரம் நெருங்கிடுத்துன்னு தெரிஞ்சுட்டா, ஆத்த பூட்டி மாடத்துல சாவிய வெச்சுட்டு கோயில் வாசலுக்குப் போய் படுத்துண்டுடுவேன்.' என்று சொன்னாள்.

'எதுக்கு?'

'பின்னே? இத்தன வருஷமா கஷ்டத்த சுமந்துண்டு இருந்ததுக்கு எனக்கு ஒரு ஆசுவாசம் வேண்டாமா?'

எனக்குப் புரியவில்லை. கோயில் வாசலில் போய் ஏன் படுக்க வேண்டும் என்று மீண்டும் கேட்டேன்.

'அந்த நாசமத்துப் போறவன நான் வேற எப்படிப் பழிவாங்குவேன்?' என்று மாமி சொன்னாள்.

வினோத் அதிர்ச்சியுடன் என்னைப் பார்த்தான்.

'மாமி, நீங்க சொல்றது புரியலே.'

'புரியும்படியாவே சொல்றேனே. என்ன இப்போ? ஊருக்குள்ள வர்றப்போ கோயில் வாசல்ல பாத்தேளா? எத்தன கார் நிக்கறது! எவ்ளோ பேர் வரா! எங்கெங்கேருந்தோ வரா.'

'ஆமா.'

'நித்ய கல்யாணப் பெருமாள்னு பேர வெச்சுண்டு, தேடி வர்ற அத்தனை பொண்ணுகளுக்கும் கல்யாணப் பிராப்தம் பண்ணிக் குடுத்துண்டிருக்கானா இல்லியா?'

'சரி.'

'கட்டைல போறவன் எம்பொண்ணுக்கு ஒரு வழிய காட்டினானா சொல்லுங்கோ? அப்படி என்ன பாவம் பண்ணிட்டேன் நான்?

எம்பத்து மூணு வயசாச்சு எனக்கு. இந்த எம்பத்து மூணு வருஷமாவும் இதே மண்ணுலயேதான் புரண்டுண்டிருக்கேன். இன்னொரு கோயிலுக்குப் போயிருப்பேனா, இன்னொரு பெருமாள சேவிச்சிருப்பேனா, இவன் தீர்த்தம் வாங்கிக்காம ஒருவேள சாதம் சாப்ட்டிருப்பேனா?'

மாமி உணர்ச்சி மயமாகப் பொழிந்துகொண்டிருந்தாள். எங்களுக்குப் பேச்சே வரவில்லை. பிரமித்துப் போய் அவளையே பார்த்துக்கொண்டிருந்தோம்.

'என்னை விடுங்கோ. மாமா நடமாடிண்டு இருந்த வரைக்கும் தெனம் கோயிலுக்குப் போய் பெருக்கித் தள்ளி, குப்பையள்ளிப் போட்டுட்டு வருவேர். என்னன்னு நினைச்சேள்? அவர் அந்தக் காலத்து எம்.ஏ. படிச்சவர். எத்தன பெரிய பெரிய அதிகாரிகளெல்லாம் அவரண்ட வந்து கைகட்டி நிப்பா தெரியுமா? அப்பேர்ப்பட்ட மனுஷன், இந்தக் கழிச்சல்ல போறவன் கோயில்ல குப்பை அள்ளிப் போடறதுதான் புண்ணியம்னு கிடந்தார்.'

மாமி தீவிரமாக எதையோ சொல்ல வருவது புலப்பட்டது. ஆனால் சரியாகப் புரியவில்லை. குறுக்கே ஏதேனும் கேட்டால் கண்ணி அறுந்துவிடுமோ என்று அஞ்சி அமைதியாக இருந்தோம். அவள் நிறுத்தாமல் பேசிக்கொண்டே போனாள்.

'ஒரு உற்சவம் தவற விட்டிருப்போமா, ஒரு திருநட்சத்திரத்துக்கு சேவாகாலம் சாதிக்காம இருந்திருப்பாரா, அவன அனுமதி கேக்காம ஒரு முடிவு எடுத்திருப்போமா! ஒண்ணுமே இல்லியே. சித்ராக்கு கல்யாணம்னு முடிவானதும் பத்திரிகைய தூக்கிண்டு ஓடினாரே மனுஷன்! சன்னிதில கொண்டு போய் வெச்சுட்டு நிலைப்படில முட்டிண்டு முட்டிண்டு அழுதேர்! கடேசில கருணை காட்டிட்டியேடா ஆதிவராகான்னு அவர் கதறின கதறல் இன்னும் என் காதுல நிக்கறது...'

மாமிக்குத் தொண்டை அடைத்தது. 'உக்காருங்கோ. கொஞ்சம் அமைதியா இருங்கோ' என்று வினோத் சொன்னான்.

'என்னத்த வாரிக் குடுத்துட்டான் எங்களுக்கு? எங்கெங்கேருந்தோ ஏரோப்ளேன் ஏறியெல்லாம் பொண்ணுகள கூட்டிண்டு இங்க வரா. ஒரு மாலைய வாங்கி சாத்திட்டு, ஒரு அடிப்பிரதட்சிணம் பண்ணிட்டு நாப்பது நாள்ள கல்யாணம் நடக்கும்னு தீர்மானம் பண்ணிண்டு போயிடறா. நடந்துடறதே? அத்தன பேருக்கும்

நடத்தி வெச்சுடறானே படவா ராஸ்கல்! எம்பொண்ண மட்டும்தானே சீரழிச்சான்! அவளத்தானே கதற வெச்சி சாகடிச்சான். அவனையாவது சும்மா விடறதாவது?'

'மாமி...!' என்றேன் அதிர்ச்சியுடன்.

'நான் தீர்மானம் பண்ணிட்டேன். அவ செத்ததுக்கு இவரில்லே காரணம். அவ ஜாதகம்கூட இல்லே. அவளுக்கு தீர்க்காயுசு ஜாதகம். அதுல எனக்கு சந்தேகமே இல்லே. அதையும் மீறி என்கிட்டேருந்து அவள பறிச்சிண்டான் பாரு, அந்தப் பாவிய ஒரு நாள் நான் கதறவிடுவேன்.'

'ஐயோ!'

'என்ன ஐயோ? கோவுல் வாசல்ல போய் படுத்துண்டுதான் பிராணன விடுவேன். அன்னிக்குப் பூரா அவனுக்குப் பட்டினி. என் பொணத்த எடுத்துண்டு போய் எரிச்சுட்டு, புண்ணியாவசனம் பண்ணி, சாந்தி பண்ணி, எல்லாம் பண்ணி முடிச்சப்பறம்தான் கோவுல் கதவு திறப்பா. கோவுலானா என்ன, வீடானா என்ன? பொணம் விழுந்த இடத்துக்குத் தீட்டில்லாம போகுமா?'

நான் பேச்சற்றுப் போனேன். கோபமற்றவள், துக்கமற்றவள் என்று எண்ணியதெல்லாம் எப்பேர்ப்பட்ட பிழை! இது ஊழித் தாண்டவமல்லவா? நித்ய கல்யாணப் பெருமாளால் நிச்சயமாக இந்த உக்கிரத்தைத் தாங்க முடியாது. நெடுநேரம் நாங்கள் உறைந்து போய் அங்கேயே, அப்படியே நின்றிருந்தோம். பத்மா மாமியின் உடலெல்லாம் நடுங்கிக்கொண்டிருந்தது. நான் அவளைக் கைப்பிடித்து அழைத்துச் சென்று நார்க் கட்டிலில் படுக்க வைத்தேன். 'தூங்குங்கோ செத்த நேரம்' என்று சொன்னேன்.

'என்னமோ சொல்ல வந்தேன். என்னென்னமோ சொல்லிண்டிருந்துட்டேன் இல்லே?' மாமி சிரித்தாள்.

'நாலு பேரும் ரிஷிகளாயிட்டேள். நல்லபடியா உங்கம்மாவ மோட்ச லோகத்துக்கு அனுப்பி வைங்கோ' என்று சொன்னாள். நாங்கள் விடைபெற்று வெளியே வந்தபோது கேசவன் மாமா வேகவேகமாக அந்தப் பக்கம் வந்துகொண்டிருந்ததைக் கண்டோம்.

136. நடை திறப்பு

கேசவன் மாமாவைப் பார்த்தபோது எனக்கு மிகவும் ஆச்சரியமாகப் போய்விட்டது. என்னைத் தேடி அவர் மடிகேரிக்கு வந்தபோது நான் சிறு வயதில் அவரிடம் கண்ட அதே வேகம், சுறுசுறுப்பு, படபடவென பேசுகிற குணம், சட்டென்று கண்கலங்கிவிடுகிற இயல்பு எல்லாம் அப்படியே இருந்தது. இருபது வருடங்களில் மனிதர் மிகவும் தளர்ந்துவிட்டிருந்தார். தலை முடியும் புருவங்களும் முழுதாக நரைத்திருந்தன. கண்கள் ஒடுங்கிப் போய், நாடி தளர்ந்து நடக்கவே முடியாமல் நடந்து வந்தார். சட்டை அணியாத மார்பில் ஒரு துண்டு மட்டும் போட்டிருந்தார். அதன் மறுமுனையை இடுப்பு வேட்டியில் சொருகியிருந்தார். கால்களில் செருப்பு இல்லை. பாதங்களின் மேற்புறம் முழுவதும் உப்பு பூத்தாற்போலிருந்தது. ஒரு மாட்டு வண்டி மெல்ல நகர்ந்து வருவது போல அவர் எங்களை நோக்கி வந்துகொண்டிருந்தார். இன்னும் பார்த்திருக்கவில்லை. குனிந்த தலை நிமிராமல் நிலம் பார்த்தேதான் வந்தார்.

'வினோத், இங்கே இந்த மனிதர் நம்மைக் கண்டதும் என்ன செய்வார் என்று நினைக்கிறாய்?' என்று கேட்டேன்.

'கண் கலங்கிவிடுவார்'

'பிறகு?'

'கட்டியணைத்து அழுவார். நடுச்சாலையில் இது தேவையா என்று யோசிக்கிறேன். நாம் திரும்பி வீட்டுக்குப் போய்விடுவோமா? அங்கே போய் பேசிக்கொள்வோமே?'

'இல்லை. அவர் அப்படியெல்லாம் செய்ய மாட்டார்.' என்று சொன்னேன்.

'எப்படிச் சொல்கிறாய்?'

'பொறுத்திருந்து பார்.'

மாமா எங்களை நெருங்கியபோது நான் அவர் எதிரே போய் நின்றேன். புன்னகை செய்தேன். புருவங்களுக்கு மேல் விரல் குவித்து அவர் என்னை நிமிர்ந்து பார்த்தார். 'விமலா!' என்றார்.

நான் சிரித்தேன். வினோத்தைப் பார்த்தேன். அவனும் அருகே வந்து, 'சௌக்கியமா?' என்று கேட்டான்.

'டேய், வந்துட்டியா? நல்லதா போச்சு போ. ஒருத்தனும் வரக்காணமே, கொள்ளிய போட்டுட்டு நாமளும் கூட ஏறிப் படுத்துண்டுடலாமான்னு நினைச்சிண்டிருந்தேன்.' என்று மாமா சொன்னார்.

'எப்படி இருக்கேள்?' என்று கேட்டேன்.

'இருக்கேன், பூமிக்கு பாரமா. என்னைப்பத்தி என்ன? உங்கம்மாதான் இழுத்துண்டிருக்கா.'

'சரி, வாங்கோ' என்று சொல்லிவிட்டு வினோத் நடக்க ஆரம்பித்தான்.

சிறிது தூரம் உடன் வந்தவர் சற்று நின்றார்.

'என்ன மாமா?'

'மூச்சு வாங்கறதுடா. வயசாயிடுத்தோல்யோ? உங்க வேகத்துக்கு வர முடியலே.'

நாங்கள் காத்திருந்தோம்.

'ரெண்டு பேரும் ஒண்ணாத்தான் இருக்கேளா?' என்று கேட்டார்.

'அதெப்படி மாமா? அவன் கல்கத்தாவிலே இருக்கான். நான் கர்நாடகா.'

'நான் போன் பண்ணப்போ உன் சிஷ்யாள் யாரோ நீ போபால்ல இருக்கேன்னு சொன்னாளே.'

'அப்போ அங்கேதான் இருந்தேன்.'

மாமா வினோத்தை முகம் தொட்டுத் திருப்பிப் பார்த்தார். புன்னகை செய்தார். அவனும் சிரித்தான். 'ஏண்டா இன்ன இடத்துல இருக்கேன்னாவது ஒரு போன் பண்ணக்கூடாதா? அது சன்னியாச தருமத்துக்கு விரோதமாயிடுமா?'

'அப்படியெல்லாம் இல்லை மாமா. பண்ணணும்னு தோணலை. அதனால பண்ணலை.'

'பட்டுனு நூல் அறுந்த மாதிரி அறுந்துடுமோ?'

'அப்படித்தான்னு நினைக்கறேன்.'

'விமலை மட்டும்தான் நடுல ரெண்டு வாட்டி போய்ப் பாத்தேன். உங்க மூணு பேரையும் கண்டுபிடிக்கவே முடியலே.'

'வினய் வந்திருக்கான் மாமா. இன்னிக்குப் பார்க்கலாம்' என்று சொன்னேன்.

'அவனும் வந்துட்டானா? சந்தோஷம்டா. உங்கம்மா திருப்தியா போய்ச் சேருவா' என்று சொன்னார்.

'விஜயும் வந்துடுவான் மாமா' என்று வினோத் சொன்னான்.

'உன்கிட்டே சொன்னானா?'

வினோத் சிறிது யோசித்தான். என்னைப் பார்த்தான். 'வராம இருக்கமாட்டான் மாமா' என்று நான் சொன்னேன்.

'நீதான் இவனுக்கு சொன்னியா?'

'இல்லை. இவனேதான் கிளம்பி வந்திருக்கான். வினய்யும் அவனேதான் வந்தான்.'

'அவன் எங்கே?'

'நீலாங்கரை வரைக்கும் போயிருக்கான். வந்துடுவான்'

'எப்படிடா? மனசுல தோணிடுத்தா அம்மா போயிடுவான்னு?'

வினோத் புன்னகை செய்தான்.

'சீக்கிரம் வாங்கோ. ஒரு நிமிஷம் விட்டுட்டு வெளில வந்தாலும் போய்ப் பாக்கறப்ப பிராணன் இருக்குமோ இருக்காதோன்னு பயம்மா இருக்கு.' என்று சொல்லிவிட்டுத் தன் சக்திக்கு மீறிய வேகத்தில் நடக்க ஆரம்பித்தார்.

'மெதுவாவே போகலாம் மாமா. அவ இன்னிக்குப் போகமாட்டா' என்று சொன்னேன். கேசவன் மாமா என்னை அதிர்ச்சியுடன் பார்த்தார். 'பின்னே?'

'நாளைக்கு ராத்திரி போயிடுவா.'

'எப்படிச் சொல்றே?'

'நான் சொல்லலை. அண்ணா இவனுக்கு அப்படி சொல்லியிருக்கான்.'

மாமாவால் நம்பவே முடியவில்லை. சட்டென்று வினோத்தை இறுக்கமாகப் பிடித்துக்கொண்டார். 'இவன் சொல்றது நிசமாடா வினோத்? நீ விஜய்யைப் பார்த்தியா? அவன் எங்கடா இருக்கான்? எப்படி இருக்கான்? என்னவா இருக்கான்?'

'நான் பார்க்கலை மாமா. ரொம்ப வருஷம் முன்ன ஒரே ஒரு தடவை வாரணாசில பார்த்தேன். அவன் பெரிய யோகி தெரியுமோ?'

'அப்படித்தான் இருப்பான்னு மனசுல தோணித்து.' என்று மாமா சொன்னார். உடனே என்னைப் பார்த்து, 'நீ பாத்தியா?' என்று கேட்டார்.

'இல்லை மாமா. பார்த்ததில்லை. எனக்கு அவன் முகமே மறந்து போயிடுத்து.'

'எம்பெருமானே!'

'ஆனா பார்க்கறதுக்கு நிறைய முயற்சி பண்ணேன். முடியலை. அப்பறம் விட்டுட்டேன்.'

'ஏண்டா, யோகின்னா சித்தெல்லாம் பண்றானா?'

'தெரியலை' என்று வினோத் சொன்னான்.

'தெரியலைன்னா?'

'சித்து தெரியாம இருக்காது மாமா. ஆனா பிராக்டிஸா பண்ண மாட்டான்னுதான் நினைக்கறேன்.'

'நீ அதெல்லாம் கத்துக்கலியா?'

நாங்கள் இருவருமே சிரித்தோம். வினோத் இல்லை என்று சொன்னான். 'பக்தி யோகம் ஒண்ணுதான் எனக்குத் தெரிஞ்சது. மோட்சத்துக்கு கிருஷ்ண ஜபம் ஒண்ணுதான் வழி.'

'அடக் கட்டைல போறவனே? இத கல்யாணம் பண்ணிண்டு ஆத்துல உக்காந்துண்டே பண்ணியிருக்கலாமேடா!'

வினோத் பதில் சொல்லவில்லை. சிரித்தான்.

பேசியபடியே நாங்கள் வீட்டைச் சென்றடைந்தோம். படிக்கட்டு சிறிது உடைந்திருந்தது. இரவு நாங்கள் உறங்கச் சென்ற பின்பு அப்பாவும் அம்மாவும் தினந்தோறும் சிறிது நேரம் அங்கே உட்கார்ந்து பேசிக்கொண்டிருப்பார்கள். அவர்கள் என்ன பேசுகிறார்கள் என்று தெரிந்துகொள்வதற்காக சத்தமில்லாமல் நான் பலநாள் முற்றத்தைக் கடந்து தாழ்வாரத்தில் வந்து நின்றுகொண்டு பார்ப்பேன். என்றுமே அவர்கள் பேசியது எனக்குக் காதில் விழுந்ததில்லை. சிறகை அசைக்காமல் நடு வானில் மிதக்கும் ஒரு கழுகினைப் போல அவர்கள் பேசும் சொற்களின் ஒலி

இங்குமங்கும் நகராமல் இருவர் உதடுகளுக்கு இடையிலேயே மிதந்துகொண்டிருக்கும் என்று எண்ணிக்கொள்வேன்.

'வாங்கோடா' என்று மாமா உள்ளே போனார். நாங்கள் அவர் பின்னால் சென்றோம். பத்மா மாமியின் வீட்டைப் போலவே எங்கள் வீடும் மிகவும் பாழடைந்து போயிருந்தது.

'கடைசியாக என் திருமண ஏற்பாட்டை ஒட்டி சிறிது செப்பனிட்டு சுண்ணாம்பு அடித்தது' என்று வினோத் சொன்னான். ஆனால் சுவரில் சுண்ணாம்பு இல்லை. பல இடங்கள் காறை பெயர்ந்திருந்தது. உத்தரத்து மரக் கட்டைகளெல்லாம் உளுத்திருந்தன. எல்லா அறைக் கதவுகளும் இழுத்து மூடித் தாழிடப்பட்டிருந்தது. 'வேறென்ன பண்றது? புழங்கற ஒரே ஆள் நாந்தான். எல்லாத்தையும் திறந்து வெச்சிண்டிருந்தா குப்பை சேரும். தினம் பெருக்கணும். யாரால முடியறது?' என்று மாமா சொன்னார்.

நாங்கள் முற்றத்தில் நின்றிருந்தோம். இடப்பக்க அறையில் அம்மா இருப்பதாக மாமா சொன்னார். 'ஆறுமாசம் முன்னாடிதான் ஒரு கட்டில் வாங்கிப் போட்டேன். அவ தரைல படுத்தான்னா எழுப்பி உக்கார வெக்க முடியறதில்லே. மூச்சு வாங்கிடறது' என்று சொன்னார். அம்மா இருந்த அறைக்கதவும் மூடியே இருந்தது.

'வாங்கோ' என்று மாமா சொன்னார்.

'ஒரு நிமிஷம் மாமா' என்று சொல்லிவிட்டு வினோத் வீட்டின் பின்புறம் சென்றான். கால்களைக் கழுவிக்கொண்டு வந்து முற்றத்தில் அம்மா இருக்கும் அறையை நோக்கிக் கண்மூடி அமர்ந்தான். மாமாவுக்கு இப்போது அழுகை வந்துவிட்டது.

'நாலு பெத்தா. நாலும் ரிஷிகளாயிடுத்து. மகராசி என்ன புண்ணியம் பண்ணாளோ!' என்று சொன்னார்.

நான் அடுக்களைக்குள் சென்று பார்த்தேன். சில பாத்திரங்கள் இருந்தன. ஒரு பழைய கேஸ் அடுப்பு இருந்தது. ஆனால் சிலிண்டர் இல்லை. ஒரு பம்ப் ஸ்டவ் இருந்தது. அதைத்தான் மாமா பயன்படுத்துவார் என்று நினைத்துக்கொண்டேன்.

'தளிகையெல்லாம் நின்னு பலகாலம் ஆயிடுத்து.'

'அப்பறம்?'

'கோயில் பிரசாதம்தான்.'

'காப்பி?'

'உங்கப்பா போனதோட அக்கா அத நிறுத்திட்டா. நான் போட்டு சாப்டப் பிடிக்காம விட்டுட்டேன். வென்னீர் வெக்கறது மட்டும்தான் தளிகை.'

நான் அமைதியாக வெளியே வந்தேன்.

'ஆனா ஆறலேடா விமல். நன்னா படிச்சிட்டு நீங்க நாலு பேரும் ஃபாரின்ல போய் செட்டில் ஆயிருந்தேள்னாக்கூட இவ்ளோ துக்கம் இருந்திருக்காது.'

'சன்யாசம் அவ்ளோ பெரிய தப்புன்னு நினைக்கறேளா?'

'பெருமாளே! தப்புன்னு சொல்லுவேனா! தாங்கமுடியலேன்னுதான் சொன்னேன்.'

'அது ஏற்கெனவே தீர்மானம் பண்ணது மாமா.'

'யாரோட தீர்மானம்?'

'அது தெரியலே. கடவுளா இருக்கலாம். இயற்கையா இருக்கலாம். விதியா இருக்கலாம். அண்ணா ஒரு சுவடி வெச்சிருந்தானே, அதுலயே அது எழுதியிருக்கு.'

மாமா சிறிது கண்ணை இடுக்கி யோசித்தார். 'எது, அந்த வைத்தியச் சுவடியா?'

நான் சிரித்தேன். 'ஆமா. அதுதான்.'

'அதுல என்ன எழுதியிருக்கு?'

'அது இருக்கா இப்போ?' என்று கேட்டேன்.

'இருக்கும். பெருமாள் அலமாரியிலே குருவாயூரப்பன் படத்துக்குப் பின்னாடி உங்கம்மா போட்டு வெச்சா. அப்பறம் யாரு அத எடுத்தா?'

'சரி நான் இப்போ எடுக்கறேன்' என்று சொல்லிவிட்டு அலமாரியை நோக்கிச் சென்றேன். முற்றிலும் அழுக்கு படிந்து எண்ணெய்ப் பிசுக்கு பரவி, கரி படர்ந்து, உலர்ந்து உதிர்ந்த சில பூக்களோடு தெய்வங்கள் அங்கு வீற்றிருந்தார்கள்.

'நான் பெருமாளுக்குப் பண்றதெல்லாம் நிறுத்தியாச்சு' என்று மாமா சொன்னார். தெரிந்தது. நான் பதில் சொல்லாமல் குருவாயூரப்பன் படத்தை நகர்த்தி, பின்பக்கம் கைவிட்டுத் துழாவினேன்.

அது அங்குதான் இருந்தது. இன்னும் பழையதாகியிருந்தது தவிர வேறு மாற்றமில்லை. அதை முற்றத்துக்கு எடுத்து வந்து வெளிச்சத்தில் பார்த்தேன்.

‘இதைத்தான் வைத்திய வரி என்னமோன்னு அந்த வைத்தீஸ்வரன் கோயில்காரர் சொல்லிட்டாரே?’

‘ஆமா. வைத்திய வரிகள்தான். ஒருவேளை அண்ணா வந்தா வைத்தீஸ்வரன் கோயில்காரருக்குத் தட்டுப்படாத சங்கதி இதுல என்ன இருக்குன்னு எடுத்துக் காட்டுவான்.’

‘என்னமோ சொல்றே. எனக்கு ஒண்ணும் புரியலே.’

‘சிரமப்படாதிங்கோ மாமா. இனிமே இதெல்லாம் தெரிஞ்சிண்டுதான் என்ன ஆகப் போறது?’

‘ஒண்ணுமில்ல, இல்லே?’ மாமா சட்டென்று சிரித்தார். நான் அவர் கைகளைப் பற்றிக்கொண்டேன்.

‘ஒண்ணே ஒண்ணு கேக்கட்டுமாடா விமல்?’

‘தாராளமா.’

‘அக்கா போயிட்டான்னா நான் அதிக நாள் தங்கமாட்டேன். ஒரு நப்பாசை. எனக்குக் கொள்ளிபோடறதுக்கும் வருவேளான்னு...’

நான் அமைதியாக நின்றிருந்தேன். அவரே பிறகு சொன்னார், 'எப்படி வருவேள்? உங்கப்பா போனதுக்கே வரலியே?'

‘சன்யாசிக்கு அம்மா மட்டும்தான் மாமா உறவு.’ என்று சொன்னேன்.

வினோத் தனது பிரார்த்தனையை முடித்துவிட்டுக் கண்ணைத் திறந்தான். எழுந்துகொண்டான்.

‘முடிஞ்சிடுத்தா?’ என்று மாமா கேட்டார்.

‘கதவைத் திறங்கோ. அம்மாவைப் பார்க்கலாம்’ என்று சொன்னான்.

மாமா அந்த அறைக்கதவைத் திறந்தார். அம்மா ஒரு ரோமம் போல உதிர்ந்து கிடந்தாள்.

137. விதியும் ஸ்மிருதியும்

‘அக்கா, யாரு வந்திருக்கா பார்’ என்று கேசவன் மாமா சொன்னார்.

அம்மா கண்ணைத் திறக்கவில்லை. நானும் வினோத்தும் அவள் அருகே சென்று அமர்ந்துகொண்டோம். ‘தொடுங்கோடா. அப்ப கண்ண முழிப்பா’ என்று மாமா சொன்னார். நான் சிறிது தயங்கினேன். வினோத் யோசிக்கவேயில்லை. ‘தொந்தரவு பண்ண வேண்டாம் மாமா’ என்று சொன்னான்.

‘ஓ! தொடப்படாதோ?’ என்று மாமா கேட்டார்.

‘சேச்சே. அப்படியெல்லாம் இல்லை’ என்று சொல்லிவிட்டு நான் அம்மாவின் தலையை மெல்ல வருடிக் கொடுத்தேன். அவளிடம் சுவாசம் தவிர வேறெந்த அசைவும் இல்லை. அவளது கண்கள் இரண்டும் இரண்டு சிப்பிகளுக்குள் வைத்து மூடினாற்போலக் குழிந்து கிடந்தன. உதடுகளும் கன்னமும் ஒரே நிறமாயிருந்தன. முகத்தின் சுருக்கங்களை நீவி விரித்தால் முழு உடலுக்கும் போர்த்திவிடலாம் போலிருந்தது. ஒரு கொடிக் கயிறு போல இளைத்துவிட்டிருந்தாள்.

‘சாப்பிடறதே கிடையாது. நாலு வாய் தயிருஞ்சாம். அவ்ளோதான். போதும்னுடுவா. இன்னிக்கி நேத்தில்லே. அஞ்சாறு வருஷமாவே அவ்ளோதான்.’

‘நினைவிருக்கா?’ என்று வினோத் கேட்டான்.

‘சமயத்துல முழிச்சிண்டு பாப்பா. ஒரு வார்த்த, ரெண்டு வார்த்த பேசுவா. அடையாளம் தெரிஞ்சிண்டு பேசறாளா, தெரியாம பேசறாளான்னு கண்டுபிடிக்க முடியாது.’

‘ஃபேன் போட்டுக்கறதில்லியா?’ என்று கேட்டேன்.

‘இருக்கே. ஆனா போடறதில்லே. குளுர் தாங்காது அவளுக்கு’ என்று மாமா சொன்னார். நான் அம்மாவின் நாடி பிடித்துப் பார்த்தேன். உடனே, ‘என்ன தெரியறது?’ என்று மாமா கேட்டார். நான் பதில்

சொல்லவில்லை. அறையை விட்டு எழுந்து வெளியே வந்தேன். வினோத் என்னிடம் வந்து 'என்ன' என்று கேட்டான்.

'நீ சொன்னதுதான். மிஞ்சினால் இன்னும் ஒருநாள் தாங்குவாள். நாடி கிட்டத்தட்ட விழுந்துவிட்டது' என்று சொன்னேன். அவன் நெடுநேரம் அமைதியாக உட்கார்ந்திருந்தான். மாமா அவன் பக்கத்தில் சென்று அமர்ந்துகொண்டு, 'எத்தன வருஷம் கழிச்சி ரெண்டு பேரும் வந்திருக்கேள்? சந்தோஷமா உக்கார்த்தி வெச்சி தளிகை பண்ணிப் போடமாட்டமான்னு இருக்குடா. ஆனா முடியலியே!' என்று கண்ணைத் துடைத்துக்கொண்டார்.

'சிரமப்படாதிங்கோ. சாப்பிடறது எனக்கு ஒரு விஷயமே இல்லே' என்று வினோத் சொன்னான். மாமா என்னைப் பார்த்தார். 'ஒம்போது நாள் சாப்டாம இருப்பேன் மாமா. பசிக்காது' என்று சொன்னேன்.

'உடம்பு போயிடப் போறது பாத்துக்கோங்கோடா.'

'உடம்பு போகத்தான் செய்யும்.' என்று வினோத் சொன்னான்.

மாமா சட்டென்று அவன் கையைப் பிடித்துக்கொண்டு, 'எத்தனையோ வருஷம் எங்கெங்கோ சுத்தி, என்னென்னமோ கத்துண்டு வந்திருக்கே. பார்த்தாலே கையெடுத்துக் கும்பிடணும்னு தோணற மாதிரி முகத்துல தேஜஸ் தெரியறது. இந்தக் கேள்விக்கு மட்டும் பதில் சொல்லு. அது ஏண்டா நம்மாத்துக்கு மட்டும் இப்படி ஒரு விதி? உலகத்துல எந்தக் குடும்பத்துலயும் இப்படி மொத்தமா வாரிக் குடுத்ததில்லியேடா!'

'தெரியல மாமா' என்று வினோத் சொன்னான்.

'எதாவது சாபம் இருக்கும். இல்லேன்னா எந்தத் தலைமுறையிலயோ, யாரோ கேட்டு வாங்கின வரமா இருக்கும்' என்று நான் சொன்னேன்.

'வரமா! பெத்துப் போடறதையெல்லாம் சன்னியாசி ஆக்கறேன்னு எந்தத் தாய் சொல்லியிருப்பா? அதெல்லாம் சும்மா.'

'ஆனா அந்த சுவடியிலே தெளிவா எழுதியிருக்கு மாமா.'

'என்னன்னு?'

'இந்தக் குடும்பத்துல பொறக்கற அத்தன பிள்ளைகளும் சன்னியாசியாத்தான் போவான்னு.'

'நிஜமாவா?'

'அப்படித்தான் அண்ணா சொன்னான். இந்த வம்சம் இதோட முடியறதுதான் விதி.'

'அப்போ பகவான்னு ஒருத்தன் விதின்னு ஒண்ணை எழுதிண்டுதான் இருக்காங்கறியா?'

மாமா இப்படிக் கேட்டதும் நான் வெடித்துச் சிரித்துவிட்டேன்.

'எதுக்கு சிரிக்கறே?'

'கோயில்லயேதான் இருக்கேள். கைங்கர்யம்தான் பண்ணிண்டிருக்கேள். இத்தன வயசுக்கப்பறம் இப்படி ஒரு சந்தேகம் உங்களுக்கு வரலாமா?'

மாமா சட்டென்று சுருங்கிப் போனார். 'தப்புதான். ஆனா நாளாக நாளாக, விரக்திதாண்டா ஏறிண்டே போறது. என்ன பெரிய கோயில், என்ன பெரிய பெருமாள்னு சமயத்துல தோணிப் போயிடறது.'

நாங்கள் இதற்கு பதில் சொல்லவில்லை. அமைதியாகவே இருந்தோம். சட்டென்று மாமா கேட்டார், 'இந்த மாதிரி சன்யாசத்துல விரக்தி உண்டோ? எதுக்கு இது தண்டத்துக்குன்னு தோணுமோ?'

'திணிச்சிருந்தா தோணும். சன்யாச மனசு தானா உண்டாகியிருந்தா தோணாது' என்று சொன்னேன்.

'இதைப் போய் யார் திணிப்பா?'

'உண்டே. வினய் எப்படி சன்யாசியானான்னு நினைக்கறேள்?'

'என்னடா சொல்றே?'

'அண்ணா திணிச்சது அது. அவன் பாட்டுக்கு காஞ்சீபுரத்துல வேதபாடசாலைல படிச்சுட்டு எதாவது சேவாகால கோஷ்டில சேந்துண்டு, கல்யாணம் பண்ணிண்டு போயிருப்பான். வம்படியா அவனை வாலாஜாபாத் பஸ் ஸ்டாண்ட்ல பஸ்ஸை விட்டுக் கீழே இறக்கி நடுத்தெருவுக்கு இழுத்துண்டு போய் விட்டுட்டுப் போயிட்டான் ராஸ்கல்' என்று சொன்னேன்.

'அடக்கடவுளே. நிஜமாவா சொல்றே?'

'அவனே சொன்னதுதான்.'

'இல்லே மாமா. அவன் விதி மாறிடாம அண்ணா காபந்து பண்ணியிருக்கான். இவன் அதை வேற விதமா சொல்றான்' என்று வினோத் சொன்னான்.

'மாறித்துன்னா அது விதியா? ஸ்மிருதி.'

வினோத் இதற்கு பதில் சொல்லவில்லை. மாறாக மாமாவைப் பார்த்து, 'எதுவும் தப்பாகலே மாமா. எங்க போனாலும் என்னவா ஆனாலும் அனுப்பி வெக்கறதுக்கு சரியா வந்துட்டோமா இல்லியா?' என்று கேட்டான்.

'சந்தோஷமா வாழ வெச்சிருக்கலாமேடா. அதவிடவா இது பெரிசு?' என்று மாமா சொன்னார்.

நாங்கள் இருவருமே சிறிது யோசித்தோம். எதிர்பாராத விதமாக ஒரே சமயத்தில் பதில் சொன்னோம். 'ஆமா. அதுல சந்தேகமே வேண்டாம்.'

மாமா ஒன்றும் சொல்லவில்லை. சிறிது நேரம் அழுதார். பிறகு எழுந்து சென்று ஸ்டவ்வை மூட்டி, வென்னீர் வைத்து டிக்காஷன் போட ஆரம்பித்தார்.

'காப்பியெல்லாம் வேண்டாம் மாமா' என்று நான் சொன்னேன்.

'எனக்கு வேணும்டா' என்று சொல்லிவிட்டு மூவருக்கும் காப்பி எடுத்து வந்து வைத்துவிட்டு மீண்டும் அமர்ந்துகொண்டார். 'எடுத்துக்கோங்கோ.'

நாங்கள் அருந்தி முடிக்கும்வரை அவர் ஒன்று பேசவில்லை. 'காப்பி நன்னாருக்கா?' என்று கேட்டார்.

'ருசி பாக்கறதில்லே' என்று வினோத் சொன்னான்.

'பிரமாதமா இருக்கு மாமா' என்று நான் சொன்னேன்.

'அதுசரி, வந்ததும் வராததுமா நேரா பத்மா மாமியாத்துக்குப் போயிட்டேளே, என்ன சமாசாரம்?'

நான் சிரித்தேன். 'இவனுக்காகத்தான்' என்று சொன்னேன்.

'அவளே பாவம் தள்ளாம கெடக்கறா. நீ போய் நின்னதுல செத்துகித்துப் போயிட்டான்னா என்னடா பண்றது?'

'கொள்ளி போட்டுட்டுப் போவேன் மாமா' என்று வினோத் சொன்னான்.

'ஐயோ. என்னடா இது?'

'சொன்னேனே? வாழ வெக்கறதுன்னு நீங்க சொன்னதைவிட அதுதான் பெரிசு. இந்த உலகத்துல உள்ள அத்தன பொம்மனாட்டிகளும் எனக்கு தாயார் ஸ்தானம்.' என்று அவன்

சொன்னதும் நான் வினோத்தை இறுக்கி அணைத்து நெற்றியில் முத்தமிட்டேன். அரை மணி நேரம் இப்படியே பேசிக்கொண்டிருந்த பின்பு மாமா சற்று சகஜமானார். வினோத்தைத் தேடி அவர் இலங்கைக்குப் போன கதையைச் சொன்னார். என்னைப் பார்க்க மடிகேரிக்கு வந்ததைச் சொன்னார். திருப்பதியில் அண்ணாவைப் பார்த்தது, வினய்யைத் தேடிக்கொண்டு ராமேஸ்வரத்துக்குப் போனது, ரேணிகுண்டாவுக்குப் போனது, திருவானைக்காவுக்குப் போனது என்று என்னென்னவோ சொன்னார்.

'அடடே, நீங்க திருவானைக்கா போனேளா? எப்போ?' என்று கேட்டேன்.

'அதை ஏன் கேக்கறே? உங்கப்பா ஒரு நாள் யாரோ ஒரு ஜோசியரைப் போய்ப் பார்த்துட்டு வந்தார். எண்ணி எட்டு நாள்ள உம்ம நாலு பிள்ளைகள்ள ஒருத்தன் இருக்கற இடத்த பத்தி தகவல் தெரியும்னு அவர் சொல்லியிருக்கார். சொல்லி வெச்ச மாதிரி கோடாங்கி ஒருத்தன் ஆத்து வாசல்ல வந்து நின்னுண்டு திருவானைக்காவுக்குப் போய் ரெண்டாவது பிள்ளைய பாத்துட்டு வான்னு சொல்லிட்டுப் போயிருக்கான்.'

எனக்கு மிகவும் ஆர்வமாகிவிட்டது. *'நிஜமாவா!'* என்று கேட்டேன்.

'நான் ஏண்டா பொய் சொல்லப் போறேன்? இந்த மனுஷன் கௌம்புடா திருவானைக்காவுக்குன்னு என்னையும் அழைச்சுண்டு அன்னிக்கு ராத்திரியே வண்டி ஏறிட்டார்.'

'அப்பறம்?'

'அங்க போய் நாயா அலைஞ்சதுதான் மிச்சம். பர்ஸ் தொலைஞ்சி போயி கையில தம்பிடி காசு இல்லாம ரயில்வே லைன்ல நடந்தே திருச்சினாப்பள்ளி வரைக்கும் போனோம்.'

'தப்பு பண்ணிட்டேள் மாமா.'

'ஏண்டா?'

'திருவானைக்கா ரயில்வே கேட் பக்கத்துலயேதான் அப்போ வினய் இருந்தான். தண்டவாளத்துல நின்னு பாத்தாலே அவன் இருந்த வீடு தெரியும்.'

'எம்பெருமானே! என்னடா சொல்றே?'

'நானும் ரெண்டு நாளோ மூணு நாளோ அந்த வீட்ல இருந்திருக்கேன்.'

'யார் வீடு அது?'

'சொரிமுத்துன்னு ஒரு சித்தர். அப்பவே ரொம்ப வயசானவர். அநேகமா போய்ச் சேர்ந்திருப்பார்.'

'அப்படியா?'

'அண்ணாவோட ஃப்ரெண்ட். அண்ணாதான் வினய்யை அங்க அனுப்பினது. என்னைப் பத்தி அவர்கிட்டே சொல்லி என்னை வந்து கூட்டிண்டு போகச் சொன்னதும் அவன் தான்.'

'அடக்கடவுளே.'

'ஞாபகம் இருக்கா உங்களுக்கு? ரங்கநாதர் கோயில்ல, சேவிக்கப் போன வரிசைல நின்னுண்டிருந்தேன். திடீர்னு காணாம போயிருப்பேன்.'

'ஆமா, ஆமா!'

'சொரிமுத்துதான் பொங்கல்ல அபின் கலந்து குடுத்து என்னைக் கூட்டிண்டு போனது.'

மாமாவால் இதையெல்லாம் நம்பவே முடியவில்லை. நெடுநேரம் பிரமை பிடித்தாற்போல இருந்தார். பிறகு சட்டென்று, 'வினய் வருவானாடா?' என்று கேட்டார்.

'அவன் வந்துட்டான் மாமா. நேத்து ராத்திரி நாங்க மூணு பேரும் செல்லியம்மன் கோயில் திருவிழாவிலேதான் இருந்தோம்.'

'அப்படியா? சொல்லியிருந்தா நானும் வந்திருப்பேனேடா.'

'கவலைப்படாதிங்கோ. இன்னும் கொஞ்ச நேரத்துல வந்துடுவான்' என்று வினோத் சொன்னான்.

ஆனால் மதியம் வரை வினய் வரவில்லை. எங்கே போயிருப்பான் என்று மாமா கவலைப்படத் தொடங்கினார். நான் வினோத்திடம் மட்டும் சொல்லிவிட்டு, வினய்யைப் போய் அழைத்து வரப் புறப்பட்டேன்.

138. ஒரு மரணமும் ஒரு கொலையும்

எனக்கு எல்லாமே வியப்பாக இருந்தது. எல்லாமே புதிதாக இருந்தது. ஊரும் அதன் தோற்றமும். உறவும் அதன் இடைவெளியும். கண்ணுக்குத் தெரியாமல் காலம் உருட்டி விளையாடும் கூழாங்கற்களாக எல்லோருமே ஆகிப் போய்விட்டோமென்று தோன்றியது. ஒருவிதத்தில் அந்த அனுபவம் எனக்குப் பிடித்திருந்தது. இன்னொரு பக்கம் எதற்கு இந்தப் பயணம் என்று தோன்றவும் செய்தது. வினய்யைச் சந்தித்தது, வினோத்தைச் சந்தித்தது, மாமாவைப் பார்த்தது, அம்மாவைப் பார்த்தது, பத்மா மாமி வீட்டில் பெருங்காய மோர் குடித்தது இதெல்லாம் நினைவில் சேர்த்து வைத்துக்கொள்ளக் கிட்டிய சம்பவங்களே அன்றி வேறெதற்காக நிகழ்ந்திருக்கும்? எனக்குப் புரியவில்லை. பாசம் அல்லது பரவசத்தின் சிறு தீண்டல் கூட மனத்துக்குள் நிகழவில்லை என்பதை விழிப்புடன் கவனித்துக்கொண்டிருந்தேன். நான் யாரையும் வெறுக்கவில்லை. யாரும் வேண்டாம் என்று எப்போதுமே எண்ணியதில்லை. ஆனால் எதுவும் இன்றியமையாததென்று எந்நாளும் உணர்ந்ததில்லை. குறிப்பாக உறவுகள். இது என்ன மனநிலை? ஏன் இது எல்லோருக்கும் வாய்ப்பதில்லை? அதுவும் புரியவில்லை. யோசித்துப் பார்க்கும்போது வினோத்தும் என்னைப் போலத்தான் இருந்தான் என்று தோன்றியது. அம்மாவைக் கண்டபோது அவனிடம் ஏதேனும் சலனம் தென்படுகிறதா என்று உற்றுக் கவனித்தேன். இல்லை. அமைதியாகத்தான் பார்த்தான். அமைதியாகவே அறையை விட்டு வெளியேறினான். மனத்தளவில் அனைத்தையும் உதறிவிட்டுத்தான் வாழ்ந்திருக்கிறோம் என்று தோன்றியது. சிறிது திருப்தியாகவும் இருந்தது. அது ஒரு குரூரமான திருப்தி என்றும் தோன்றியது. உலகம் புறங்கையால் தள்ளிவிடக்கூடிய பிரஜைகள்தாம். சந்தேகமில்லை. ஆனாலும் விலகியிருப்பதன் சொகுசு, வலியற்றுப் போவதில் உள்ளது. அது உலகுக்குப் புரியாது. புரியவும் வேண்டாமே?

நான் கிழக்கு கடற்கரைச் சாலையைக் கடந்து சவுக்குத் தோப்புக்குள் நுழைந்து கடற்கரை மணல் வெளியில் நீலாங்கரை நோக்கி நடக்க

ஆரம்பித்தேன். மெயின் ரோடில் நின்றால் பஸ் வரும் என்று கேசவன் மாமா சொல்லியிருந்தார். எனக்கு பஸ்ஸில் போகவேண்டாம் என்று தோன்றியது. தவிர சீக்கிரம் போய், சீக்கிரம் திரும்பி என்ன ஆகப் போகிறது? அம்மா கண்மூடிப் படுத்திருப்பாள். முற்றத்தில் உட்கார்ந்து மாமா பழங்கதைகள் பேசுவார். அடிக்கடி கண்ணீர் வடிப்பார்.

ஒரு கண்ணீரின் எதிர்பார்ப்பை நான் அறிவேன். அது மிருதுவானது. புனிதம் நிரம்பியது. ஒற்றை விரலால் தொட்டு நகர்த்தும் நெருக்கம் எதிர்பார்ப்பது. எனக்குக் கண்ணீரைத் துடைக்கத் தெரியும். மற்ற யாரையும்விட அதைச்சிறப்பாகவே செய்வேன். ஆனால் யாரிடமும் அதில் பிரத்தியேகத்தன்மையை என்னால் வெளிப்படுத்த முடியாது. பாசத்தின் சாறில் என் விரல்கள் தோய மறுக்கின்றன. இந்த உலகில் பாசத்தை நிகர்த்த மாய யதார்த்தம் வேறில்லை என்று எனக்கு எப்போதும் தோன்றும். மனித குலத்துக்குத் தேவையே இல்லாத லாகிரிகளுள் ஒன்று அது. லாகிரியாகப் பயன்படுத்தலாம். எப்போதாவது. ஆனால் விழுந்துவிட்டால் எழுவது கடினம். உள்ளவற்றிலேயே ஆக போதையானது. கிறகத்தில் இருந்து மரணத்தை நோக்கி இட்டுச் செல்லக்கூடியது.

மாமாவுக்காக நான் ஏன் மரணமுற வேண்டும்? அவரோடு இருக்கும் நேரத்தைக் கூடியவரை குறைத்துக்கொள்ள வேண்டும் என்று நினைத்தேன். அதனால்தான் வினய்யை அழைத்து வருவதாகச் சொல்லிவிட்டு நடந்தே புறப்பட்டேன். வினய் கிடைக்காவிட்டாலும்கூட மகிழ்ச்சியுடன் மீண்டும் நடந்தே வீடு திரும்புவேன் என்று நினைத்துக்கொண்டேன்.

திருவிடந்தை எல்லை கடந்து சுமார் ஒரு கிலோ மீட்டர் நடந்திருப்பேன். கடற்கரை மணலில் தனியே யாரோ அமர்ந்திருப்பது தொலைவில் தெரிந்தது. அது வினய்தான் என்று நினைத்தேன். அவனைத் தவிர இந்த ஊரில் உச்சி வெயிலில் சுடு மணலில் அசையாது அமரக்கூடியவர் வேறு யார்? அவன் அப்போது மேல் சட்டையின்றி இருந்தான். இதென்ன உக்கிரமான மத்தியான வேளை தியானம்? எனக்குச் சிரிப்பு வந்தது. நூறடி தூரத்தில் நெருங்கும்போதே அவனைப் பெயர் சொல்லி அழைத்தேன். அது அவன் காதில் விழவில்லை. எனவே மீண்டும் இன்னும் உரக்க அழைத்தேன்.

இப்போது திரும்பிப் பார்த்தான். நான் கையை உயர்த்தி ஆட்டினேன். வேகமாக அவனை நெருங்கினேன். என்னைக் கண்டதும் அவன் சிரித்தான்.

'என்ன செய்கிறாய்?'

'ஒன்றுமில்லை. சும்மா' என்று சொன்னான்.

'தியானமா?'

'சேச்சே. அதெல்லாம் இல்லை.'

'பிறகு?'

'சொன்னேனே? சும்மாதான்.'

'அதை நிழலில் போய் அமரக்கூடாதா? எதற்கு இப்படி வெயிலில் காய்கிறாய்?'

'அதுவும் சும்மாதான்.'

நான் ஒரு கணம் அவனை உற்றுப் பார்த்தேன். அவனருகே அமர்ந்துகொண்டேன். மணல் மிகவும் சுட்டது. எனக்கு அந்தச் சூடெல்லாம் பழக்கமே இல்லை. என்னால் இயல்பாக அமர முடியவில்லை. அவன் அதைக் கவனித்தான். 'நீ கஷ்டப்படுகிறாய். உனக்காக வேண்டுமானால் நான் எழுந்து வருகிறேன்' என்று சொன்னான்.

'எழுந்து எங்கே வருவாய்?'

'நீ எங்கு சொல்கிறாயோ அங்கு. ஆனால் வீட்டுக்கு இப்போது வேண்டாம்.'

'நீ நீலாங்கரை வைத்தியர் வீட்டுக்குப் போயிருப்பாய் என்று நினைத்து வந்தேன்.'

'ஆம். வைத்தியரைக் காலையே பார்த்துவிட்டேன்.'

'கஞ்சா கிடைத்ததா?'

'ஓ!' என்று தன் இடுப்பு மடிப்பில் சுருட்டி வைத்திருந்த ஒரு காகிதப் பொட்டலத்தை எடுத்து பிரித்துக் காட்டினான். வேண்டுமா என்று கேட்டான்.

'எனக்கு வேண்டாம். உனக்கு வைத்துக்கொள். வைத்தியர் என்ன சொன்னார்?'

'அவர் சொன்னதை அப்படியே உன்னிடம் சொன்னால் உன்னால் அதைத் தாங்க முடியுமா என்று தெரியவில்லையே?'

'பரவாயில்லை சொல். நான் நிறைய அதிர்ச்சிகள் பார்த்தவன்.'

'இது அதிர்ச்சியளிக்கும் என்று நான் சொல்லவில்லை. ஆனால் உன் சமநிலையை நிச்சயமாக பாதிக்கும்.'

'அப்படியா?'

'சரி. சொல்கிறேன். இத்தனை வருடங்களுக்குப் பிறகு நாம் ஊர் திரும்பியது எதற்காக?'

'அம்மாவின் மரணத்தை எதிர்நோக்கி.'

'ஆம். ஆனால் ஒரு மரணம் மட்டுமல்ல. ஒரு கொலையையும் நாம் தரிசித்தாக வேண்டும் என்று சொன்னார்.'

இது நான் எதிர்பாராத பதிலாக இருந்தது. 'யார் யாரைக் கொல்லப் போகிறார்கள்?' என்று கேட்டேன்.

'அதை அவர் சொல்லவில்லை. ஆனால் உங்கள் குடும்பத்தில் ஒரு மரணம் நிகழும்போது ஒரு கொலையும் நிகழும் என்று சொன்னார்.'

'ஓ. என்னவாம் காரணம்?'

'தெரியவில்லை. ஏதோ ஒரு திட்டம் நடக்கிறது. அதில் அவர் ஏதோ ஒரு மூலையில் ஒரு கண்ணியாகப் பிணைந்திருக்கிறார். அதைப் புரிந்துகொள்ள முடிந்தது. ஒன்று சொன்னால் நம்புவாயா? நம் நான்கு பேரில் யாரோ ஒருவர் இன்று அவரைச் சந்திக்க வருவோம் என்று அவர் எதிர்பார்த்துக்கொண்டிருந்தார்.'

'இரு. அவர் வைத்தியர்தானே? வேறொன்றும் இல்லையே?'

வினய் புன்னகை செய்தான். 'சரியாகப் பிடித்துவிட்டாய். அவர் வெறும் வைத்தியரல்ல.'

'சித்தரா?'

'அப்படித் தெரியவில்லை. ஆனால் அத்தகையவர்களுடன் தொடர்பில் உள்ளவர் போலத் தெரிந்தது. நேற்றிரவு நீ சொரிமுத்துவைச் சந்தித்தாயாமே? அவர்தான் சொன்னார். உண்மையா?'

இது எனக்கு அதிர்ச்சியளித்தது. கோவளம் தர்கா அருகே நான் சந்தித்தது சம்சுதீன் இல்லை. சொரிமுத்து. கிழவனுக்கு இது மறுபிறப்பா அல்லது மறு உருவமா? தெரியவில்லை.

‘எனக்குச் சொல்லியிருக்கலாம் நீ. நானும் வந்து பார்த்திருப்பேன்.’

‘அதைவிடு. நான் பார்த்தது இரண்டு நிமிடங்கள். அவர் பேசியது இரண்டு வரி. நான் திரும்ப வந்து படுத்துவிட்டேன். நீ நன்றாக உறங்கிக்கொண்டிருந்ததால் உன்னிடம் சொல்லவில்லை. வினோத்துக்குத் தெரியும்’ என்று சொன்னேன்.

‘தவறு செய்துவிட்டாய் விமல். அவரிடம் நீ இன்னும் சிறிது பேச முயற்சி செய்திருக்க வேண்டும். இந்த வைத்தியர் சொல்லாமல் ஆட்டம் காட்டும் சங்கதியை அவனிடம் பெற்றிருக்க முடியும்.’

‘இரு. எனக்கு இந்த வைத்தியரைப் பற்றி ஒன்றும் தெரியாது. நீ ஏதோ பதற்றத்தில் இருப்பது போலத் தோன்றுகிறது. சற்று நிதானமாக நடந்ததைச் சொல்’ என்று சொன்னேன்.

அவன் சிறிது நேரம் அமைதியாக யோசித்தபடி இருந்தான். பிறகு என்னைப் பார்த்து சிரித்தான். ‘நான் வந்திருக்கவே வேண்டாம்’ என்று சொன்னான்.

‘ஏன்?’

‘தெரியவில்லை. ஆனால் அப்படித்தான் தோன்றுகிறது.’

‘இதோ பார் வினய். அம்மாவின் மரணத்தில் நாம் கலந்துகொள்ள வேண்டும் என்பது நமக்கு விதிக்கப்பட்டது. இதை நீ அறிவாய் அல்லவா?’

‘ஆம்.’

‘பிறகு அதை எப்படித் தவிர்க்க முடியும்?’

‘இல்லை. நான் அதைச் சொல்லவில்லை. எரியூட்டப்படும்போது வந்து நின்றுவிட்டு ஓடியிருக்க வேண்டும் என்று சொன்னேன்.’

‘உன்னை யாராவது கொன்றுவிடுவார்கள் என்று பயப்படுகிறாயா?’

‘இல்லை. நான் ஒரு கொலை செய்துவிடுவேனோ என்று அச்சப்படுகிறேன்.’

‘நீயா? நீ யாரைக் கொல்வாய்?’

‘தெரியவில்லை. ஒருவேளை வினோத்தாக இருக்கலாம்’ என்று வினய் சொன்னான்.

நான் அதிர்ந்து எழுந்து நின்றுவிட்டேன். அவன் என்னை உட்காரச் சொன்னான். அதிகாலை கோவளம் கடற்கரையில் இருந்து அவன் நீலாங்கரை நோக்கிப் புறப்பட்டது முதல் நடந்தவற்றை வரிசையாகச் சொல்ல ஆரம்பித்தான்.

139. பத்து கிராம்

கோவளம் கடற்கரையில் இருந்து திருவிடந்தை எல்லையைத் தொட்டு கடலோரமாகவே வினய் நடந்துகொண்டிருந்தான். என்னவோ திடீரென்று ஓர் எண்ணம் எழுந்து கடற்கரையை அடுத்த சவுக்குத் தோப்புக்குள் நுழைந்து அதன் வழியே நடக்க ஆரம்பித்தான். முதல் நாள் வினோத் பேசியதில் இருந்து அவனால் விடுபடவே முடியவில்லை. எத்தனை நம்பிக்கை அவனுக்கு! எவ்வளவு திட சித்தமுடன் தனது நம்பிக்கையை என்னுள் விதைக்கப் பார்க்கிறான்! நீ ஒன்றும் செய்ய வேண்டாம். பக்தி கூட அவசியமில்லை. கிருஷ்ணனின் நாம ஜபம் போதும்.

இந்தச் சொற்கள் திரும்பத் திரும்ப அவனை நிலைகொள்ளாமல் செய்துகொண்டிருந்தன. வாழ்வில் அவனளவு முட்டி மோதியவர்கள் இருக்க முடியாது. அவனளவு அடிபட்டவர்களும் இருக்க முடியாது. தோல்வியும் பசியும் அர்த்தநாரி. அவன் அப்படித்தான் பல்லாண்டுக்காலங்களைக் கழித்திருக்கிறான். ஒரு கல் தடுக்கி ஞானம் சித்திக்கும் என்று எண்ணிக்கொண்டிருந்த காலம் புரண்டோடியபின்பு, வசியத்தின் மோகனப் புன்னகையில் வாழ்வை முடிந்து வைத்துக்கொள்ளப் பார்த்தான். அதுவும் நடக்கவில்லை. தெய்வங்களும் தேவதைகளும் சாத்தான்களும் பிரம்ம ராட்சதர்களும் இடாகினிப் பேய்களும் குட்டிச் சாத்தான்களும் ஒன்று சேர்ந்து கைவிட்ட பின்பு அவன் தற்கொலைக்கு முயற்சி செய்தான். அதிலும் தோற்ற பின்பு பிச்சை எடுத்துப் பிழைக்க ஆரம்பித்தான். பசியை மறக்க கஞ்சா குடிக்கத் தொடங்கி, துக்கம் தவிர்க்க அதையே உணவாக்கிக்கொண்டான்.

வாழ்வில் செய்து பார்க்க மிச்சம் ஒன்றுமில்லை என்ற முடிவுக்கு வந்தபோது அவனது கொதிப்புகள் அடங்கத் தொடங்கின. தன்னை மறைத்துக்கொண்டு தண்டகாரண்ய வனத்தில் அவன் சில காலம் வேட்டையாடி உண்டு வாழ்ந்துகொண்டிருந்தான். பிறகு அங்கிருந்து புறப்பட்டு, காளஹஸ்திக்குப் போய்ச் சேர்ந்தான். கோயில் வாசலில் தனது இருப்பிடத்தை அமைத்துக்கொண்டு தினமும் சிவனை

வழிபட்டு வரலானான். கிடைக்கும் பிரசாதங்களை மட்டும் உண்டு, எந்த வேண்டுகோளுமின்றி சிவனைக் கும்பிட்டுக்கொண்டிருந்தது சற்றுத் திருப்தியாக இருந்தது. ஒரு கட்டத்தில் அது அலுத்து, அடுத்த இடம் தேடத் தொடங்கியபோதுதான் அம்மாவின் மரணம் நெருங்கிக்கொண்டிருக்கும் குறிப்பு சூட்சுமமாக அவனுக்குக் கிடைத்தது. காளஹஸ்தியில் இருந்து ரேணிகுண்டா வரை நடந்து வந்து டிக்கெட் இல்லாமல் ரயில் ஏறினான்.

வினோத்தை சந்திக்கும்வரை மீண்டும் ஒரு முயற்சி செய்து பார்க்கலாம் என்ற எண்ணமே அவனுக்கு இல்லை. அம்மாவைக் கடைத்தேற்றி விட்டு நேபாளத்துக்குப் போய்விடலாம் என்று எண்ணியிருந்தான். அங்கு சென்றும் செய்ய ஒன்றும் உத்தேசமில்லை. சும்மா தோன்றிய எண்ணம்தான். நேபாளத்தில் சிறிது காலம் இருந்துவிட்டு எங்காவது மலை உச்சியில் இருந்து விழுந்து உயிரை விட்டுவிடலாம் என்று எண்ணியிருந்தான். ஆனால் கிருஷ்ணஜபம் மட்டுமே அவன் எண்ணியவற்றைக் கொண்டு வந்து தரும் என்று வினோத் சொன்னதை ஒரு பரீட்சார்த்தமாகவேனும் செய்து பார்த்துவிட மிகவும் விரும்பினான்.

காலை விடியும் முன்னரே அவன் உறக்கம் கலைந்து எழுந்துவிட்டான். நேரே கடலுக்குள் இறங்கி முங்கிக் குளித்தான். ஈரம் சொட்டச் சொட்ட நீலாங்கரை நோக்கி நடக்க ஆரம்பித்தான். பத்து கிராம் கஞ்சா அவனுக்குப் போதும். ஒரு நாள் முழுதும் பசி தாகமின்றி ஜபத்தில் உட்கார்ந்துவிடலாம். ஏழு மணிக்குள் வைத்தியரிடம் பேசி வேண்டியதை வாங்கிக்கொண்டு திரும்பிவிட வேண்டும் என்று எண்ணித்தான் கிளம்பினான். திருவிடந்தை சவுக்குத் தோப்பிலேயே அமரவும் அவன் எண்ணியிருந்தான். ஆனால் வைத்தியர் வீட்டுக்கு அவன் போய்ச் சேர்ந்தபோது மணி ஏழரை ஆகிவிட்டது. மிகவும் மெதுவாக நடந்திருக்கிறோம் என்று எண்ணிக்கொண்டான்.

வைத்தியர் வீட்டு வாசலில் அவரது மாணவர்கள் இரண்டு பேர் சில மூலிகைகளை முறங்களில் பரப்பி வெயிலில் உலர்த்திக் கொண்டிருந்தார்கள். வினய்யைக் கண்டதும் என்ன என்று கேட்டார்கள். சாமியைப் பார்க்க வேண்டும் என்று வினய் சொன்னான். 'ஒரு நிமிடம் இருங்கள்' என்று சொல்லிவிட்டு அவர்கள் உள்ளே போனார்கள்.

வினய் அந்த வீட்டின் வாசலில் நின்றிருந்தான். சிறிது நேரத்தில் சாமி தடியூன்றி வெளியே வந்தார்.

'யாரு?' என்று கேட்டார்.

வினய் தன் பெயரையோ அடையாளத்தையோ தெரிவிக்கவில்லை. மாறாக, மிகவும் நேரடியாக, 'எனக்குச் சிறிது கஞ்சா வேண்டும். ஆனால் நான் போதை அடிமை அல்ல' என்று சொன்னான்.

சாமி அவனை உற்றுப் பார்த்தார். என்ன நினைத்தாரோ, 'போ, போ' என்று சைகை செய்துவிட்டு உள்ளே போய்விட்டார். வினய் கிளம்பவில்லை. அவர் வீட்டு வாசலிலேயே சிறிது நேரம் அமர்ந்திருந்தான். தன் மனத்தைக் குவித்து அவர் வீட்டுக்குள் கஞ்சா எங்கே வைக்கப்பட்டிருக்கிறது என்று பார்த்தான். அது அந்த வீட்டின் மாடியில் இருந்த ஓர் அறைக்குள் பல்வேறு விதமான மூலிகைப் பொடிகள் அடங்கிய டப்பாக்களுக்கு நடுவே ஒரு துணியில் பந்து போல முடிந்து வைக்கப்பட்டிருந்தது.

இப்போது உள்ளிருந்து சாமியின் சீடன் ஒருவன் மீண்டும் வெளியே வந்தான். வினய் அங்கேயே அமர்ந்திருப்பதைக் கண்டு, 'அவர் உங்களைப் போகச் சொல்லிவிட்டார்' என்று சொன்னான்.

'இங்கே வா' என்று அழைத்து, 'இந்த வீட்டின் மாடியறையில் சிவப்பு நிறத் துண்டில் சுற்றி கால் கிலோ கஞ்சா இருக்கிறது. நீயே அதில் இருந்து சிறிது கிள்ளிக் கொண்டு வந்து கொடுத்தால் நான் போய்விடுவேன். இல்லாவிட்டால் கால் கிலோவும் நஷ்டமாகும்.' என்று சொன்னான்.

அந்தப் பையன் பயந்துவிட்டான். வேகமாக மீண்டும் வீட்டுக்குள் சென்றான்.

சில வினாடிகளில் வெளியே வந்தவன், 'சாமி உங்களை உள்ளே கூப்பிட்டார்' என்று சொன்னான்.

வினய் எழுந்து வீட்டினுள் சென்றான்.

வீடு மிகவும் இருட்டாக இருந்தது. சுவர்கள் அனைத்தும் மிகப் புராதனமாகப் பாழடைந்து போய்க் கிடந்தன. உத்தரத்து மரக் கட்டைகள் எப்போதும் உடைந்து விழுந்துவிடும் போலிருந்தன. திருவிடந்தை வீட்டைப் போலவே முன்கட்டு, தாழ்வாரம், முற்றம், முற்றத்தின் இரு புறமும் தலா ஒரு அறை, பின்புறம் சமையல் கட்டு, அதனையடுத்த தோட்டம் என்ற அமைப்பு. ஒரே

வித்தியாசம், சாமியின் வீட்டில் மாடி அறை ஒன்று இருந்தது. அது சிறியதாகத்தான் இருக்க வேண்டும். ஆனால் அந்த அறையினைச் சுற்றி ஓடு வேய்ந்த தாழ்வாரம் இருந்தது. நல்ல காற்று வரும் என்று வினய் எண்ணிக்கொண்டான்.

அவன் உள்ளே போனபோது சாமி முற்றத்தை அடுத்த நடையோடியின் ஓரமாக ஒரு பலகையை முதுகுக்குச் சாய்மானமாகக் கொடுத்து அமர்ந்திருந்தார். செல்லியம்மன் கோயிலில் அவன் பார்த்த ரங்கநாத ஆச்சாரியோ, தெரிந்த வேறு யாருமோ அப்போது அங்கே இருக்கவில்லை. அவனைக் கண்டதும் சாமி, 'உட்கார்' என்று சொன்னார்.

வினய் அவர் எதிரே அமர்ந்தான்.

'என்னா வோணும்?'

'கஞ்சா.'

'எதுக்கு?'

'பத்து கிராம் போதும் எனக்கு. இன்னிக்கு ஒருநாள் சோறில்லாம உக்காரணும். அதுக்குத்தான்.'

'யாரு நீ?'

என்ன சொல்லலாம் என்று அவன் சிறிது யோசித்தான். பிறகு, 'ரேணிகுண்டாலேருந்து வரேன். அதுக்கு முன்ன காளஹஸ்தில இருந்தேன்' என்று சொன்னான்.

'பார்த்தா சன்னியாசியா தெரியலியே?'

'அதெல்லாம் தெரியாது.'

'சித்து தெரியுமோ?'

'அது உங்களுக்குத் தேவையில்லாத சங்கதி. உங்ககிட்டே சிவ மூலிகை இருக்கு. எனக்கு அதோட தேவை இருக்கு. கொஞ்சம் குடுத்தா போதும். போயிடுவேன்' என்று சொன்னான்.

சாமி சிறிது நேரம் எதுவும் பேசவில்லை. பிறகு தனது சீடனை அழைத்து கண்ணால் ஜாடை காட்டினார்.

சீடன் உள்ளே சென்று ஒரு தட்டில் நான்கு இட்லிகளும் தொட்டுக்கொள்ள மிளகாய்ப் பொடியும் வைத்து எடுத்து வந்து அவன் எதிரே வைத்தான்.

'சாப்பிடு' என்று சாமி சொன்னார்.

அவன் மறுக்காமல் அந்த இட்லிகளைச் சாப்பிட்டான். தண்ணீர் குடித்தான். தட்டிலேயே கை கழுவிவிட்டு தட்டை எடுத்துச் சென்று பின்புறம் தொட்டி நீரில் கழுவிக் கொண்டு வந்து சீடனிடம் கொடுத்தான். மீண்டும் சாமி எதிரே வந்து அமர்ந்து, 'கொண்டுவர சொல்றிங்களா?' என்று கேட்டான்.

ஆனால் அவன் வருவதற்குள் கஞ்சா மூட்டை இறங்கி வந்திருந்தது.

சாமி அதை அப்படியே பிரித்து அவன் எதிரே வைத்தார். 'எவ்வளவு வேண்டும்?' என்று கேட்டார்.

'பத்து கிராம் போதும்' என்றவன் தனது வலக்கரத்தின் மூன்று விரல்களைப் பயன்படுத்தி சிறிது எடுத்தான். கண்ணுக்கு நேரே வைத்துப் பார்த்து, 'சரியா இருக்கும்.' என்று சொன்னான்.

'இது இங்கே இருக்குன்னு உனக்கு எப்படித் தெரிஞ்சது?' என்று சாமி கேட்டார்.

'தரிசனம்' என்று வினய் சொன்னான்.

'வேறே என்னல்லாம் தெரியும்?'

'ஒண்ணுமில்லே. நான் போகலாமா?'

சாமி மீண்டும் அவனை உற்றுப் பார்த்தார். பிறகு, 'போதையோடு மாத்ரு கர்மா செய்யக் கூடாது' என்று சொன்னார்.

140. தவப் பயன்

வினய்க்கு அந்த வைத்தியர் சாமியுடன் உரையாட விருப்பமில்லாமல் இருந்தது. அவருடன் என்றில்லை. அவனது மனநிலை அப்போது கிருஷ்ண ஜபம் தொடங்குவதைத் தவிர வேறெதையும் விரும்பாததாகவே இருந்தது. ஒரு லட்சம் என்பது எளிய எண்ணிக்கை. ஒரு விளையாட்டுப் போலவே செய்து முடித்துவிட முடியும். ஒருவேளை வினோத் சொன்னது பலித்துவிட்டால் நல்லதுதானே. ஆனால் சாமி அவனைக் கிளம்ப விடமாட்டார் போலத் தெரிந்தது. ஒரு குத்து மதிப்பாகத்தான் அவர் தன்னை யாரென்று தெரிந்துகொண்டிருக்க வேண்டும் என்று அவன் நினைத்தான். உன்னைப் பார்த்தால் சன்னியாசியாகத் தெரியவில்லை என்று அவர் சொன்னது சீண்டிப் பார்ப்பதற்காக இருக்கலாம் என்று தோன்றியது. என்னவானாலும் தன் கட்டுப்பாட்டை விட்டுவிடக்கூடாது என்று வினய் முடிவு செய்துகொண்டான். சிறிதளவு எரிச்சலுற்றாலும் அது தன் நோக்கத்தில் இருந்து நகரச் செய்துவிடும் என்று பட்டது. எனவே வைத்தியரே கிளம்பச் சொல்லும்படியாக அவரது கேள்விகளுக்கு பதில் சொல்வது என்று முடிவு செய்துகொண்டான்.

'எனக்கு உங்கம்மாவ தெரியாது. உங்கப்பாவையும் தெரியாது. உங்க நாலு பேரையுங்கூடத் தெரியாதுதான். ஆனா உங்கள பத்தி ஒருத்தன் அடிக்கடி பேசுவான். நெறைய சொல்லுவான்' என்றார் சாமி.

யார் அது என்று இப்போது கேட்க வேண்டும். வினய் அந்தக் கேள்வியைத் தவிர்க்க விரும்பி, 'ஓஹோ, அப்படியா?' என்று சொன்னான்.

'உங்கண்ணன் எங்க இருக்கான்னு உனக்குத் தெரியுமா?' என்று சாமி கேட்டார்.

தெரியும் அல்லது தெரியாது என்ற பதில் போதும் என்றாலும், வினய் 'எனக்கு அண்ணன் தம்பிகளெல்லாம் இல்லை' என்று சொன்னான்.

'அம்மா மட்டும் இருக்காளாக்கும்.'

'ஆமா.'

'அந்த வரைக்கும் சந்தோசம். விடு, உன்னாண்ட ஒரு விசயம் சொல்லணும்.' என்று சாமி சொன்னார்.

தன்னிடம் பேச அவருக்கு என்ன இருக்க முடியும் என்று வினய்க்கு ஆச்சரியமாக இருந்தது. முன்பின் அறிமுகமில்லாத மனிதர். காவிதான் உடுத்தியிருக்கிறார். ஆனால் வீட்டில் ஒரு புராதனமான குடும்ப போட்டோ இருக்கிறது. அதில் அவர் நாற்காலியில் அமர்ந்திருக்க, அவரது மனைவி பண்டைய நாகரிகத்தை ஒட்டி அருகே நின்று போஸ் கொடுத்துக்கொண்டிருக்கிறார். முழங்கால் உயரத்துக்கு ஒரு சிறுவனும் படத்தில் இருக்கிறான்.

பிரச்னை இல்லை. பிறகு சன்னியாசி ஆகியிருக்கலாம். அல்லது செய்யும் தொழிலுக்கு இது வசதி என்று நினைத்திருக்கலாம்.

'என்ன, சொல்லுங்கள்' என்று வினய் கேட்டான்.

'இது ஒரு சூட்சுமம். ஆனா இத உனக்கு சொல்லணுன்னு எனக்கு விதி. உங்கம்மா உசிரு போன கொஞ்ச நேரத்துல உன் குடும்பத்துல இன்னொரு உசிரு போகும். ஆனா இயற்கையா இல்லே. ஒரு கொல விழப் போகுது' என்று அவர் சொன்னார்.

வினய்க்கு ஒன்றும் புரியவில்லை. சிறிது நேரம் ஏதும் பேசாமல் அவரையே பார்த்துக்கொண்டிருந்தான். பிறகு, 'எனக்குக் குடும்பமெல்லாம் இல்லை. சாவு பத்தி நான் யோசிக்கறதில்லை' என்று சொன்னான்.

'நீதான் சாவேன்னு நான் சொல்லல. உங்க குடும்பத்துல ஒருத்தர்.'

'எனக்குக் குடும்பமெல்லாம் இல்லை' என்று மீண்டும் சொன்னான்.

அவர் அதைக் கண்டுகொள்ளாமல், 'உனக்கு இதைச் சொல்லணுன்னு எனக்கு உத்தரவு. சொல்லிட்டேன்.'

'யாரோட உத்தரவு?'

'சொன்னா தெரியுமா. அவர் ஒரு சித்தர்.'

வினய் சிரித்தான். 'பரவால்ல சொல்லுங்க தெரிஞ்சிக்கறேன்'

'தெரியாது ஒனக்கு. ஏன்னா எனக்கே தெரியாது அவரை. தேவைப்பட்டா இந்த மாதிரி உத்தரவு மட்டும் அனுப்புவாரு.'

'ஓ. எங்கேருந்து?'

'திருவானைக்கா. ஆனா இப்பம் அவரு இங்க வந்திருக்காரு.'

வினய் சட்டென்று எழுந்துவிட்டான். 'சொரிமுத்துவா?' என்று கேட்டான். சாமிக்கு இது அதிர்ச்சியாக இருந்தது. 'தெரியுமா ஒனக்கு?' என்று கேட்டார்.

'இங்க வந்திருக்காரா? எங்க இருக்காரு?'

அவன் கேட்டதை அவர் காதில் வாங்கியதாகத் தெரியவில்லை. 'ஒரு நிமிசம் இரு' என்று சொல்லிவிட்டு எங்கோ ஒலிக்கும் ஏதோ ஒரு சத்தத்துக்குக் காது கொடுப்பவர் போலக் காதில் கைவைத்து எதன்மீதோ தனது கவனத்தை நிறுத்தினார். சட்டென்று கையை எடுத்துவிட்டு, 'ஒண்ணுந்தெரியாத மாதிரி கேக்குற? நேத்து ராத்திரியே ஒன்ன பாத்துட்டாராமே?' என்று சொன்னார்.

வினய் சிறிது நேரம் அமைதியாக யோசித்தான். ஏதோ நிகழ்கிறது என்று புரிந்தது. தொடர்பற்ற சம்பவங்களைத் தொகுத்துப் பார்த்தால் ஏதாவது புரியும். முந்தைய நாள் இரவு அவன் கடற்கரை மணலில் படுத்து உறங்கினான். சொரிமுத்துவை அவன் காணவில்லை. ஆனால் நடுவே உறக்கம் கலைந்து அவன் கண் விழித்துப் பார்த்தபோது அருகே படுத்திருந்த நான் அங்கே இல்லை. எனவே சொரிமுத்து என்னைத் தான் சந்தித்திருக்க வேண்டும் என்று வினய்க்குத் தோன்றியது.

இந்த வைத்தியர் சாமி சொரிமுத்துவுக்கு ஒரு வேலையாளாக இருக்கலாம். ஆனால் இவர் சித்தரல்ல. நிச்சயமாக அல்ல என்று வினய் நினைத்தான். சொரிமுத்து கருவிகள் உதவியின்றித் தான் தெரிவிக்க நினைப்பதை இவர் செவிகளுக்குக் கடத்திவிடுகிறார் என்பது புரிந்தது. அது எப்படி நிகழ்கிறது என்பது இவருக்குத் தெரிந்திருக்க நியாயமில்லை என்றும் அவனுக்குத் தோன்றியது.

நான்கு பேரில் ஒருவனைச் சந்தித்தேன் என்று சொரிமுத்து சொல்லியிருக்கலாம். அல்லது விமல் என்று பெயர் சொல்லியே கூடத் தெரிவித்திருக்கலாம். வைத்தியர் சாமிக்கு எங்கள் நால்வரையுமே பரிச்சயம் கிடையாது என்பதால் வினய்யைத்தான் சொரிமுத்து சந்தித்திருக்கிறார் என்று நினைத்துவிட்டார்.

வினய்க்கு உடனே சொரிமுத்துவைப் பார்க்க வேண்டும் என்று தோன்றியது. எத்தனை உன்னதமான மனிதர்! உடன் இருந்த நாள்களில் அவரது அருமையைத் தான் சரியாக உணரவில்லை என்று இப்போது நினைத்தான். எந்த சக்தி தன்னைத் திரும்ப சொரிமுத்துவிடம் போய்ச் சேராமல் தடுத்திருக்கும் என்று அவன்

பல்லாண்டுக்காலம் யோசித்திருக்கிறான். விடை தெரியவில்லை. முடிந்தால் சொரிமுத்துவிடமே அதைக் கேட்க வேண்டும் என்று நினைத்துக்கொண்டான். அவனுக்குச் சொரிமுத்து இன்னமும் உயிரோடு இருப்பதே அதிசயமாக இருந்தது.

'கேட்டனே. உனக்கு அவர தெரியுமா?' என்று சாமி கேட்டார்.

'யாரை?'

'நீ சொன்னவரைத்தான்.'

தெரியும் என்று சொல்வதா, தெரியாது என்று சொல்வதா என்று வினய்க்குக் குழப்பமாக இருந்தது. எதற்கும் இருக்கட்டும் என்று 'கேள்விப்பட்டிருக்கேன்' என்று சொன்னான்.

'செரி. சொல்லச் சொன்னாரு. சொல்லிட்டேன். பாத்துக்க.' என்று சொன்னார்.

உரையாடலை அங்கே முடித்துக்கொள்ளலாம் என்று வினய் தீர்மானித்தான். சட்டென்று கைகூப்பி, 'நான் கௌம்புறேன்' என்று சொல்லிவிட்டு பதிலுக்கு நிற்காமல் வேகமாக வெளியேறிச் சென்றான். நிகழவிருக்கும் கொலையில் சிக்கப் போவது யார் என யோசிக்க வேண்டாம் என்று வீட்டு வாசலை விட்டு இறங்கும்போதே அவன் முடிவு செய்தான். யாராக இருந்தால் என்ன? விதியின் செயல்பாடுகளை மாற்ற இயலாது. காரணம் வேண்டுமானால் தேடலாம். ஆனால் அதனால் மட்டும் என்ன பயன்? வாழ்வைக் குறித்தும் மரணத்தைக் குறித்தும் அவன் யோசிப்பதை நிறுத்தி வெகுகாலம் ஆகிவிட்டிருந்தது. இடையிடையே பசியைக் குறித்து யோசிக்க வேண்டியிருந்தது. பசியற்று அலைந்து திரிவதற்கான நிரந்தர வழி ஏதும் இருக்குமா என்று சிறிது காலம் ஆராய்ச்சி செய்திருக்கிறான். உணவைத் துறந்தாலும் அந்நினைவைத் துறக்க முடியாமல் போயிருக்கிறது. உண்மையில் பசியென்பது வயிற்றில் அல்ல; நினைவில் பிறப்பது என்று அவனுக்கு எப்போதும் தோன்றும். நினைவைத் துறக்கத் தவத்தினும் சிறந்த உபாயமில்லை. தவம் நடைபெறுவதற்குப் பசி மறக்க வேண்டியது அவசியம்.

என்ன அழகான மாய வளையம்! யோசித்தபடியே அவன் திருவிடந்தை சவுக்குக் காட்டை நோக்கி நடக்க ஆரம்பித்தான். வழியில் ஒரு பெட்டிக் கடையில் நின்று ஒரு காஜா பீடி மட்டும் வாங்கிக்கொண்டான். கடையில் இருந்த தீப்பெட்டியில் இருந்து

இரண்டு குச்சிகளையும் ஒரு காலிப் பெட்டியையும் கேட்டு எடுத்துக்கொண்டு நடக்கத் தொடங்கினான். சவுக்குக் காட்டை அவன் சென்றடைந்தபோது வெயில் நன்றாக ஏறிவிட்டிருந்தது. கடலில் இருந்து வீசிய காற்று மிதமாகச் சுட்டது. அவன் காட்டை மெல்லச் சுற்றி வந்தான். பொருத்தமான இடத்தைத் தேர்வு செய்வதே அவனது அப்போதைய கவலையாக இருந்தது. பொதுவாக யாரும் வரமாட்டார்கள்தான். தப்பித்தவறி யாராவது வந்து தவத்தைக் கெடுத்துவிட்டால்தான் சிக்கல். ஆனால் வேறு வழியில்லை. இந்தப் பிராந்தியத்தில் இதனைக் காட்டிலும் வேறு சிறந்த இடம் இருக்கப் போவதில்லை என்று நினைத்தான்.

ஓரிடத்தைத் தேர்ந்தெடுத்து அமர்ந்தான். சட்டென்று ஒரு யோசனை வந்தது. உட்கார்ந்து கண்ணை மூடிக்கொண்டு ஜபிக்கத் தொடங்கினால் யாராவது வந்து குரல் கொடுக்கும் அபாயம் இருக்கிறது. இதுவே படுத்துக்கொண்டு ஆரம்பித்தால்? யாரோ பரதேசி தூங்குகிறான் என்று எண்ணிக்கொண்டு அப்பால் சென்றுவிட வாய்ப்புள்ளது அல்லவா? எனவே படுத்தபடி ஜபத்தை நிகழ்த்த அவன் முடிவு செய்தான். வாங்கி வந்திருந்த பீடியைப் பிரித்து புகையிலைத் தூளைக் கீழே கொட்டினான். சாமியிடம் இருந்து வாங்கி வந்த கஞ்சா இலைகளைக் கசக்கி அதனுள் திணித்தான். பற்ற வைத்து ஆழமாக இழுத்துப் புகைத்தான். மனத்தை ஓங்காரத்தில் நிறுத்த முயற்சி ஆரம்பித்தான். அது நெடுநாளாகிவிட்டது. ஒரு காலத்தில் ஏழெட்டு வினாடிகளுக்குள் அவனால் தன் மனத்தை ஒரு கட்டுக்குள் கொண்டுவந்துவிட முடியும். நாளெல்லாம் தன்னை மறந்து தவப்பொருளைச் சிந்தித்தபடி இருப்பான். வெறுப்பும் விரக்தியும் மேலோங்கத் தொடங்கியபின்பு அவன் தவம் புரிவதை நிறுத்திவிட்டான்.

பல்லாண்டுகளுக்குப் பிறகு இன்று மீண்டும் ஒரு முயற்சியை ஆரம்பித்திருக்கிறோம் என்பதே அவனுக்கு மிகுந்த மகிழ்ச்சியளித்தது. இதுவரை எண்ணிக்கூடப் பார்த்திராத கிருஷ்ணனின் வடிவத்தை மனத்துக்குள் கொண்டு வந்து நிறுத்தப் பார்த்தான். ஓங்கார வடிவத்துக்குள் கிருஷ்ணனைப் பொருத்தி அப்படியே தூக்கித் தன் புருவ மத்தியில் வைத்தான். இரு விழிகளையும் மனத்துக்குள் குவித்து அதை தரிசிக்க ஆரம்பித்தான். கஞ்சாவின் போதை சிரசைத் தொட்ட கணத்தில் சட்டென்று ஜபத்தைத் தொடங்கினான். கிருஷ்ண கிருஷ்ண கிருஷ்ண கிருஷ்ண கிருஷ்ண.

சிறிது நேரத்தில் அவனுக்கு இடம் காலம் அனைத்தும் மறந்து போனது. வெளிச்சமும் இருளுமற்றுப் போய் சிந்தை வெளியெங்கும் நீலமானது. ஒரு புள்ளியாகத் தோன்றிய நீலம் மெல்ல மெல்ல விரிந்து வானும் கடலுமாக வியாபித்தது. பிறகு அதுவே புவியானது. புவியில் இருந்து மெல்ல மெல்ல அவன் நகர்ந்து பிரபஞ்ச வெளியில் விழுந்தபோது அதுவும் நீலமாகவே காட்சியளித்தது. நட்சத்திரங்கள் நீலமாயின. கிரகங்கள் நீலநிறத் தோற்றம் கொண்டன. நிலவு நீலமானது. நீலம் ஒரு நாகமாக உருப்பெற்று கதிரவனைத் தீண்டுவதற்காக ஊர்ந்து ஊர்ந்து நகர்ந்து போனது. நீண்டு நெளிந்த அதன் நாவும் நீலமாகவே இருந்தது. சூரியனை அது தொட்டு நீலம் அதனுள்ளும் பரவும்போது தனக்குக் கிருஷ்ண தரிசனம் கிட்டிவிடும் என்று அவன் நினைத்தான். அதனையே இலக்காக வைத்து அவன் நகர்ந்து நகர்ந்து போய்க்கொண்டே இருந்தான்.

'போதும், கண்ணைத் திற' என்றொரு குரல் கேட்டது. கிருஷ்ணா என்று அலறிக்கொண்டு வினய் கண்ணைத் திறந்து பார்த்தான்.

சித்ரா நின்றுகொண்டிருந்தாள்.

141. அடைப்பு

முதலில் அது ஒரு தோற்றப்பிழை என்று வினய்க்குத் தோன்றியது. உடனே அவமானமாகவும் குற்ற உணர்வு கூடியும் சட்டென்று ஒரு துக்கம் திரண்டெழுந்து நெஞ்சை மிதித்தது. அவன் கிருஷ்ணனை நினைத்துத் தவமிருந்தான். கிருஷ்ணனைத் தவிர வேறெதையுமே அந்நேரம் அவன் நினைக்கவில்லை. தன்னியல்பான பக்தி கூடாத மனத்தை ஒருமுகப்படுத்தவும் தன்னை அற்பமாக்கிக் கிடத்தவும் நாமஜபம் உதவும் என்று வினோத் சொல்லியிருந்தது சரிதான் என்று அவன் தனது முயற்சியைத் தொடங்கிய சில நிமிடங்களிலேயே உணர்ந்திருந்தான். திரும்பத் திரும்ப உச்சரித்துக்கொண்டே இருந்தபோது கிருஷ்ணன் இனிக்கத் தொடங்கியிருந்தான். அவனது குழலின் ஓசையே நீல நிறமாகிப் பரவி வெளியெங்கும் நிறைந்திருந்ததாக அவனுக்குத் தோன்றியது. அதில் நீந்தித் திளைக்க சுகமாக இருந்தது. நோக்கத்தைக்கூடக் களைந்துவிட்டுக் கிருஷ்ணனில் கரைந்துவிடலாம் என்று அவனுக்கு ஒரு கட்டத்தில் தோன்றியது. ஒரு பிணத்தைப் போல அவன் மணல் வெளியில் விழுந்து கிடந்தான். சிந்தை ஒன்றைத் தவிர வேறெதுவும் இயங்கா நிலையை எய்திவிட்டிருந்தான். உடலெங்கும் ஏறிக் கடித்த சிற்றெறும்புகளும் அவனது சடையை ஒரு வலையென எண்ணி உள்நுழைந்து வெளியேறிய சிலந்திகளும் காற்றில் திரண்டெழுந்து முகமெங்கும் பரவிய மணல் துகள்களும் அவனுக்கு ஒரு பொருட்டாக இல்லை. அந்தக் குரல் வராதிருந்தால் அவன் நாளெல்லாம் ஜபத்தைத் தொடர்ந்திருப்பான். போதை கலைந்து நிதானம் ஏறும்வரை அது நீண்டு நிறைந்திருக்கும். லட்சம் என்பதெல்லாம் என்ன? தொடங்குவதற்கு ஓர் இலக்கு. அவ்வளவுதான். உள்ளே மூழ்கிய பின்பு எண்ணிக்கைகளுக்கு அர்த்தமில்லை. ராய்ப்பூரில் அவனது நண்பன் ஒருவன், ஒரு சமயம் நாற்பது நாள் தவம் என்று அறிவித்துவிட்டு உட்கார்ந்தான். எண்ணி இருபது நிமிடங்களில் அவனது தவம் முடிந்துவிட்டது. பெரும் பரவசக் கூச்சலோடு எழுந்து நின்று கூத்தாட ஆரம்பித்தான். என்ன விஷயம் என்று வினய் கேட்டதற்கு, 'என் தவத்துக்குப் பலன்

கிட்டிவிட்டது. எனக்கு இந்திர தரிசனம் சித்தித்துவிட்டது' என்று சொன்னான்.

தனக்கு அம்மாதிரியான அதிர்ஷ்டங்களுக்கு வாய்ப்பில்லை என்று வினய்க்கு எப்போதும் தோன்றும். முட்டி மோதி உதிரம் உலர்ந்து நாடி நரம்புகள் தளரும் நேரத்தில்தான் பிழைத்துப் போ என்று சில பத்து காசுப் பிட்சைகள் விழும். ஆவிகளை அடையாளம் காணவும் அவற்றை இழுத்து நிறுத்திப் பேசவும் வசியப்படுத்தி வைத்துக்கொள்ளவும் அவன் பயின்றதும் தேர்ச்சியடைந்ததும் அவ்வாறு நிகழ்ந்ததுதான்.

வினய் அப்போது கேரளத்தில் இருந்தான். முகம்மது குட்டியையெல்லாம் மறந்து பன்னெடுங்காலமாகியிருந்தது அப்போது. எங்கெங்கோ அலைந்து திரிந்துவிட்டு இறுதியில் ஒரு மலையாள நண்பனின் ஆலோசனையின் பேரில் எர்ணாகுளத்துக்கு வந்து தங்கியிருந்தான். தாந்திரிக விற்பன்னரான நம்பூதிரி ஒருவரிடம் சில காலம் தங்கிப் பயில அவனுக்கு அனுமதி கிடைத்திருந்தது. அது அந்த நண்பன் ஏற்பாடு செய்தது. குறிப்பிட்ட சில ஆவிகளை அடக்கியாள அவனுக்கு ஏற்கெனவே தெரிந்திருந்தது. ஆனால் அவன் விரும்பியது வேறு. உலகெங்கும் சுற்றித் திரிந்துகொண்டிருக்கும் எந்த ஒரு ஆவியையும் நினைத்த கணத்தில் தன் புறம் ஈர்க்கவும் தனது பணியில் ஈடுபடுத்தவும் முடியுமா என்று அவன் ஆராய்ச்சி செய்துகொண்டிருந்தான். அது முடியக்கூடிய ஒன்றுதான் என்று கல்கத்தாவில் அவனுக்கு அறிமுகமான வயது முதிர்ந்த ஆவியுலக ஆய்வாளர் ஒருவர் சொன்னார். எப்படி முடியும், என்ன செய்ய வேண்டும் என்று வினய் கேட்டபோது அவர்தான் அந்தக் கேரள இளைஞனை அவனுக்கு அறிமுகப்படுத்தியது.

'இவன் பெயர் குட்டப்பன். எர்ணாகுளத்தைச் சேர்ந்தவன். இவனது சித்தப்பாவால் உனக்கு அந்தக் கலையை போதிக்க முடியும்.' என்று அவர் சொன்னார்.

வினய் குட்டப்பனுக்கு வணக்கம் சொன்னான். தன் பெயரைச் சொல்லி அறிமுகப்படுத்திக்கொண்டான். தன்னைப் போன்ற தேடலில் உள்ள இன்னொருவனைக் கண்டதும் குட்டப்பனுக்கும் மகிழ்ச்சி உண்டானது. அவன் சில வசிய மருந்துகளைச் செய்யும் விதத்தைக் கற்பதற்காகக் கல்கத்தாவுக்கு அப்போது வந்திருந்தான். அவன்தான் வினய்க்குத் தன் சித்தப்பா என்ன செய்கிறார் என்பதைப் பற்றிச் சொன்னான்.

'இருபத்தி ஏழு நட்சத்திரங்களுள் பதிமூன்று நட்சத்திரங்கள் சிறிது சிக்கல் வாய்ந்தவை. அவை தனிஷ்டா பஞ்சமி நட்சத்திரங்கள் என்று அழைக்கப்படும். அந்தப் பதிமூன்று நட்சத்திரங்களில் இறந்தவர்களை மட்டும்தான் நாம் நமது காரியங்களுக்குப் பயன்படுத்த முடியும்' என்று அவன் சொன்னான்.

'அப்படியா?'

'ஆம். உதாரணமாக அவிட்டம், சதயம், பூரட்டாதி, உத்திரட்டாதியில் இறந்தவர்கள் என்ன முட்டி மோதினாலும் ஆறு மாதங்களுக்கு எமனுலகம் போக முடியாது. அந்த ஆறு மாத அடைப்பு அவர்களுக்கு இருந்தே தீரும்.'

'ஓ!'

'ரோகிணியில் இறந்தால் நான்கு மாத அடைப்பு. உத்திரத்தில் உயிர் போனால் மூன்று மாத அடைப்பு. மிருகசீரிஷம், புனர்பூசம், உத்திராடம் இதிலெல்லாம் இறந்தால் இரண்டு மாத அடைப்பு நிச்சயம். என் சித்தப்பா இன்னும்கூட நிறைய சொல்லுவார். பிரச்னை என்னவென்றால் ஒருவர் இறந்தால் உடனே நாம் திதியைத்தான் கவனிப்போம். நட்சத்திரத்தைப் பார்க்க மாட்டோம். ஆனால் நட்சத்திரத்தை கவனித்தால்தான் நமக்கு லாபம்' என்று குட்டப்பன் சொன்னான்.

'ஆனால் குறுகிய காலம்தான் அந்த ஆத்மாக்களைப் பயன்படுத்த முடியும் அல்லவா?'

'அதில் சந்தேகமில்லை. ஆனால் ஆயிரம் பல்லாயிரம் ஆவிகளைக் கட்டிவைக்க முடியும் என்று என் சித்தப்பா சொல்லுவார். குறிப்பாகப் பூரட்டாதி, உத்திரட்டாதியில் இறந்தவர்கள் சுமார் இருபதாயிரம் பேர் என் சித்தப்பாவுக்கு சேவகம் செய்கிறார்கள்.'

இருபதாயிரம் பேர் வேலை செய்யும் ஒரு தொழிற்சாலையை வினய் கற்பனையில் விரித்துப் பார்த்தான். சிரிப்பு வந்தது. இது ஒரு சாகசம் அல்லவா! எத்தனை பேருக்கு சாத்தியமாகும்! 'உன் சித்தப்பாவை நான் சந்திக்க வேண்டும்' என்று வினய் சொன்னான்.

குட்டப்பன் வந்த காரியத்தை முடித்துக்கொண்டு ஊர் திரும்பும்போது வினய்யை உடன் அழைத்துச் சென்றான். ஆனால் அவனது சித்தப்பா வினய்யை ஏற்றுக்கொள்ள மிகவும் தயக்கம் காட்டினார். அவனுக்கு ஏற்கெனவே தெரிந்திருந்தவற்றைக் குறித்து மிகவும் கவனமாக விசாரித்து அறிந்தார். அவன் கட்டை விரலுக்குள்

அடைத்து வைத்திருந்த இடாகினியை வெளியே விடச் சொல்லி சிறிது நேரம் அதனோடு பேசிப் பார்த்தார். 'இது ஒன்றுதானா?' என்று கேட்டார்.

'இல்லை. எனக்கு வேறு இரண்டு ஆவிகளின் சகாயம் உண்டு.'

'என்ன செய்யும் அவை?'

'தரிசன லாபங்கள் ஒன்றன்மூலம் கிட்டும். இன்னொன்றைக் கொண்டு காணாமல் போன பொருள்களை மீட்டெடுப்பேன்.'

'அவ்வளவுதானா?'

அவன் சிறிது யோசித்துவிட்டு, 'ஆமாம். அவ்வளவுதான்' என்று சொன்னான்.

குட்டப்பனின் சித்தப்பாதான் முதல் முறையாக வினய்க்கு ஒரு விஷயத்தைச் சொன்னது. ஆறு மாத காலத்துக்கு மேல் ஆவியாக அலைந்துகொண்டிருப்பவற்றோடு சிநேகிதம் கூடாது. அந்தப் பழக்கம் வாழ்வை நசியச் செய்துவிடும். தனிஷ்டா பஞ்சமி காலம் முடிந்து எமனுலகம் கிளம்பும்போதே விடை கொடுத்துவிட வேண்டும். இன்னொரு முறை அதைத் திரும்பிக்கூடப்பார்க்கக் கூடாது.

'அப்படியா?'

நீ உன்னுடைய இரண்டு சினேகிதங்களையும் தொலைத்துவிட்டு வந்து சேர்ந்தால் உனக்குக் கற்றுத் தருவதைக் குறித்து யோசிக்கலாம்' என்று அவர் சொன்னார்.

வினய்க்கு இது மிகுந்த குழப்பம் அளித்தது. ஆனால் இடாகினியைப் பற்றி அவர் ஒன்றும் சொல்லவில்லை என்பது சற்று நிம்மதியாக இருந்தது. மறுநாள் ஒரு சிறிய சடங்குக்குப் பிறகு அவன் தன்னோடு தொடர்பில் இருந்த இரண்டு ஆவிகளையும் விடுவித்து அனுப்பிவைத்தான். குளித்துவிட்டு வழியில் தென்பட்ட ஒரு பகவதி கோயிலுக்குச் சென்று கும்பிட்ட பின்பு குட்டப்பனின் சித்தப்பாவைச் சென்று சந்தித்தான்.

'உட்கார்' என்று சொன்னார்.

அவன் உட்கார்ந்தான்.

'உன் கட்டை விரலின் மீதுள்ள கட்டை அகற்று.'

'எதற்கு?' என்று வினய் கேட்டான்.

'நீ எனக்குத் தரப்போகிற குரு தட்சிணை அதுதான்' என்று அவர் சொன்னார்.

வினய் எழுந்துவிட்டான்.

'ஏன் எழுந்துவிட்டாய்?' என்று அவர் கேட்டார்.

'இல்லை. நான் வாழ்வெங்கும் நிறைய இழந்தவன். மிச்சம் இருப்பது இது ஒன்றுதான். இதையும் குரு தட்சணையாகத் தர நான் விரும்பவில்லை. என்னை மன்னித்துவிடுங்கள்' என்று சொல்லிவிட்டு அவன் கிளம்பும்போது அவர் என்ன நினைத்தாரோ. 'சரி வந்து உட்கார்' என்று சொன்னார். வினய்க்கு நம்பிக்கை வரவில்லை.

'உன் இடாகினி எனக்கு வேண்டாம். ஒருவாரம் உனக்கு நான் சில பாடங்கள் சொல்லித் தருவேன். கற்று முடித்த பின்பு உன் இடாகினியைக் கொண்டு எனக்கு நீ ஒரு சகாயம் செய்து தரவேண்டும்.' என்று அவர் சொன்னார்.

அந்த ஒரு வாரத்தில் அவனுக்கு இரண்டு பாடங்கள் கிடைத்தன. எல்லா ஆவிகளையும் அவை உடலை விட்டுப் பிரியும்போதே கண்டறியும் ஆற்றல் சித்தித்தது. இரண்டாவது தனிஷ்டா பஞ்சமி ஆவிகளைப் பிரித்தறியக் கற்றுக்கொண்டான்.

'இன்னும் ஒன்று சொல்லித்தருவேன். எந்த ஆவியையும் உன் பணிக்குப் பயன்படுத்தும் வித்தை. ஆனால் அதற்குமுன் நீ எனக்கு ஒன்று செய்ய வேண்டும்' என்று அவர் சொன்னார்.

'சொல்லுங்கள்.'

அவர் சொன்னார். அவன் தனது இடாகினியின் உதவியுடன் அதைச் செய்து கொடுத்தான். குற்ற உணர்வில் அடுத்த நாற்பது தினங்கள் உண்ணாமல் விரதம் இருந்து உடல் நலிந்து படுத்தான். மீண்டு எழ மேலும் மூன்று மாதங்களாயின.

142. சித்ரான்னம்

அவள் தன்னை அறிமுகப்படுத்திக்கொள்வதற்கு முன்பே வினய், 'நீ சித்ராதானே?' என்று கேட்டது சித்ராவுக்குச் சிறிது வியப்பாக இருந்தது. கால் நூற்றாண்டுக் காலத்துக்கு மேலாக ஒருத்தி பேயாக அலைந்துகொண்டிருக்கிறாள் என்றால் அதற்கு ஒரே ஒரு காரணம்தான் இருக்க முடியும் என்று வினய்க்குத் தோன்றியது. அதை அவன் எண்ணிப் பார்க்க விரும்பவில்லை. அகால மரணம்தான் என்றாலும் சித்ராவின் தகப்பனார் அவளுக்குச் செய்ய வேண்டிய சடங்குகளைச் செய்யாமல் இருந்திருக்க மாட்டார். ஒன்றுமே இல்லாது போனாலும் கயாவில் ஒரு நீர்க்கடன். அனுஷ்டானங்களில் நம்பிக்கை கொண்ட மனிதர். நம்பிக்கைகளின்பால் பற்று கொண்ட மனிதர். சடங்குகளைச் சடங்காகவேனும் செய்து முடித்துவிட அவசியம் நினைத்திருப்பார். ஆயினும் அவள் இப்படியாக இருந்தது அவனுக்கு வருத்தமாக இருந்தது.

'நான் உனக்குத் தெரிகிறேனா?' என்று சித்ரா கேட்டாள்.

'ஆம்.'

'என்னால் உன் அருகே வர முடியவில்லை. நீ ஏதோ செய்கிறாய் என்று நினைக்கிறேன்.' என்று சித்ரா சொன்னாள்.

'ஆம். பழக்கமில்லாத ஆவிகளை நான் பத்தடி தொலைவில் நிறுத்திவிடுவேன். அவை என்னை நெருங்க இயலாது.'

'நீ சன்னியாசியாகப் போய்விட்டாய் என்று சொன்னார்கள்.'

'அதில் சந்தேகமில்லை. நான் சன்னியாசிதான். நீ ஏன் இப்படி இருக்கிறாய்? அதைச் சொல்' என்று வினய் கேட்டான்.

'வேறெப்படி இருக்க முடியும்?'

'நீ வைதரணியைக் கடந்து எமனுலகம் போகவில்லையா?'

'இல்லை.'

'ஏன் போகவில்லை?'

'போக விரும்பவில்லை.'

'உன் விருப்பத்துக்கெல்லாம் முக்கியத்துவம் இருக்காதே?'

'இல்லை. நான் தவம் புரிந்து பேயாகவே உலவும் வரம் பெற்றவள்.'

'யாரைக் குறித்துத் தவம் இருந்தாய்?'

'தருமதேவன் எனக்கு இந்த வரத்தை அளித்தான்.'

'நம்ப முடியவில்லை.'

'ஆனால் அதுதான் உண்மை. எனக்கு மோட்சம் கிடையாது. நரகம் நிச்சயம். அதன்பின் நான் ஒரு பன்றியாகப் பிறப்பேன்.'

'நல்லது. இங்கு எதற்கு வந்தாய்?'

'நான் வரவில்லை. இங்கேயேதான் இருக்கிறேன்.'

'அப்படியா?'

'நீ சொன்ன கால் நூற்றாண்டுக் காலமாக.'

'எதற்கு?'

'சொன்னேனே. நான் தவத்தில் இருப்பவள்.'

'வரம் கிட்டிவிட்டதாகச் சொன்னதாக ஞாபகம்.'

'ஆம். அது என்றோ கிடைத்துவிட்டது. ஆனால் அந்த வரமே என் தவம் இடையூறின்றி நடந்து முடிவதற்காகத்தான்.'

வினய்க்கு அவள் மிகவும் வினோதமாகப் பட்டாள். இருபத்தைந்து ஆண்டுக் காலம் ஒரு ஆத்மா ஓரிடத்தில் நிலைகொண்டு தவம் புரியும் என்று அவன் கேள்விப்பட்டதில்லை. ஆனால் அவள் பொய் சொல்லக்கூடியவளாகவும் தெரியவில்லை. இறந்த பின்பு மேற்கொள்ளும் தவம் நிச்சயம் வாழ்வு சார்ந்ததாக இருக்க முடியாது என்று அவனுக்குத் தோன்றியது. ஒருவேளை, தனது தயாரின் இறுதிக் காலம் வரை இங்கேயே உலவிக்கொண்டிருந்துவிட்டுப் போக நினைத்திருப்பாளோ?

இருக்கலாம் என்று அவனுக்குத் தோன்றியது. பத்மா மாமி தனி ஆள். உதவிக்கு யாருமற்றவள். ஒற்றைப் பெண் குழந்தையாகப் பிறந்த சித்ரா பாதியில் தன் வாழ்வை முடித்துக்கொண்டுவிட்டாள்.

ஆனால் பாசம் இல்லாது போகுமா? அவனறிந்த ஒரு பெண்ணின் ஆவி, தனது அடைப்புக் காலம் முடியும்வரை தனது குடும்பத்தில் உள்ள அத்தனை பேருக்கும் நினைத்ததையெல்லாம் செய்து கொடுத்ததை அவன் அறிவான். பொருளாதார ரீதியில் மிகவும் பின் தங்கிய குடும்பத்தைச் சேர்ந்த பெண் அவள். அவளது தம்பிக்கு ஒருநாள் அதிகாலை பென்ஸ் காரில் போவது போல ஒரு கனவு வந்திருக்கிறது. அதை அவன் காப்பி குடிக்கும்போது வீட்டாரிடம் சொல்லிக்கொண்டிருந்ததை அந்தப் பெண்ணின் ஆவி கேட்டது. ஒரு மணி நேரத்தில் அந்தக் குடிசைப் பகுதிக்குள் ஒரு பென்ஸ் கார் வந்து நின்றது. ஓட்டுநர் ஒருவர் இருந்தார். சரியாக அந்த வீட்டுக்கு வந்து அவனை வெளியே அழைத்து, காரில் ஏற்றிக்கொண்டு போனார். நாள் முழுவதும் எங்கெங்கோ அலைந்து திரிந்துவிட்டு மாலை வீட்டுக்குக் கொண்டு வந்து இறக்கிவிட்டுப் போய்விட்டார்.

'நீங்கள் யார்? எனக்கு எதற்காக இதைச் செய்கிறீர்கள்?' என்று அந்தப் பையன் முழு நாளும் திரும்பத் திரும்பக் கேட்டுக்கொண்டே இருந்தான். போகிறபோதுதான் அவர் பதில் சொல்லியிருக்கிறார், 'தம்பி, உன் அக்கா ஒரு பெரிய அதிகாரி. உனக்கு இன்றொரு நாள் இந்த சந்தோஷத்தைக் காட்டச் சொல்லி என்னை அனுப்பிவைத்தார்.'

'இந்த கார் அக்காவுடையதா?'

'இல்லை. அரசாங்கத்துடையது' என்று அந்த ஓட்டுநர் சொல்லியிருக்கிறார். மறுநாள் செய்தித் தாளில் முதலமைச்சரின் கார் காணாமல் போய், திரும்பக் கிடைத்த செய்தி வெளியாகியிருந்தது.

வினய்க்கே கூட அப்படியொரு வாகன யோகம் அமைந்திருக்கிறது. எளிய மனிதர்களின் அற்ப சந்தோஷங்கள். ஆவிகளால் இந்த விளையாட்டுகளை எளிதாக ஆடிக்கொடுக்க முடியும். ஆனால் இந்த அற்ப சந்தோஷங்களில் லயித்துப் போய் நோக்கம் திசைமாறிவிடுவது தான் பெரிய சிக்கல். அவனுக்கு அப்படித்தான் ஆனது.

அவனுக்கு வாய்விட்டுச் சிரிக்க வேண்டும் போலிருந்தது. சட்டென்று சித்ராவின்மீது பரிதாப உணர்வு ஏற்பட்டது. 'எனக்கு எதிரே பன்னிரண்டடி தூரத்தில் உட்கார்' என்று சொன்னான். அவள் பதில் பேசாமல் அதற்குக் கட்டுப்பட்டாள்.

'நான் இங்கே எதற்கு வந்திருக்கிறேன் என்று தெரியுமா?' என்று வினய் கேட்டான்.

'தெரியும். உன் அம்மா மரணப் படுக்கையில் இருக்கிறாள்.'

'ஆம். அவள் நாளை இரவு இறந்துவிடுவாள்.'

'அது உனக்குத் தெரியுமா?'

'தெரியும். அவளை எரித்ததும் நான் கிளம்பிவிடுவேன். அவளை கடைத்தேற்றி அனுப்புவதுதான் என் வருகையின் நோக்கம் என்று எண்ணியிருந்தேன். இப்போது புதிதாக ஒன்று தோன்றுகிறது. சொல்லவா?'

'சொல்.'

'நான் ஒரு துறவி. ஆனால் என் சிறு வயதுகளில் மனத்துக்குள் நான் நிறைய பிழைகள் புரிந்திருக்கிறேன். அதற்கெல்லாம் உன்னைத் தான் கருவியாகப் பயன்படுத்தினேன். இதை உன்னிடம் சொல்லி மன்னிப்புக் கேட்கலாம் என்று இப்போது தோன்றுகிறது.'

அவள் அமைதியாக இருந்தாள்.

'நீ ஒரு பெண்ணாகவே இருந்திருந்தாலும் இந்தச் சந்திப்பில் நான் இந்தப் பாவ மன்னிப்பைக் கேட்டிருப்பேன். என் இப்போதைய மனநிலைக்குப் பெண்ணும் பேயும் நாயும் பூனையும் அனைத்தும் ஒன்றுதான்.'

அவள் இப்போதும் அமைதியாக இருந்தாள்.

'அந்நாள்களில் திருவிடந்தையின் ஒரே அழகி நீதான் என்பது என் எண்ணம். உன்னை நான் மிகவும் ரசித்திருக்கிறேன். உன் கன்னம், உதடுகள், சிறிய மார்பகங்கள், தாவணிக்கு இடையே தெரியும் இடுப்பின் சிறு பகுதி என்று அங்கம் அங்கமாகக் கண்டு உறிஞ்சியிருக்கிறேன்.'

அவள் சற்று சங்கடப்பட்டாள். 'இதையெல்லாம் ஏன் சொல்கிறாய்?' என்று கேட்டாள்.

'உனக்குப் புரியுமா என்று தெரியவில்லை. நான் ஒரு தோல்வியுற்ற சன்னியாசி. என் தோல்வியின் ஊற்றுக்கண் உன் நினைவுகள் சார்ந்த குற்ற உணர்வில் உள்ளது.'

'ஓ. தோல்வியுற்ற சன்னியாசி என்று எதை வைத்துச் சொல்கிறாய்? உனக்கு உறவுகள் உண்டா? ரகசியமாக?'

'இல்லை. நான் உறவற்றவன். அந்த அர்த்தத்தில் சொல்லவில்லை.

சன்யாசம் என்பது ஒரு மனநிலை. தோற்றமல்ல. அதற்கு மிகவும் தொலைவில் அமைந்திருக்கும் ஒரு மனநிலை.'

'அதில் நீ இல்லையா?'

'அதில்தான் உள்ளேன். ஆனால் இந்தக் குற்ற உணர்வு என்னை வாழ்வில் திரும்பத் திரும்பப் பலமுறை குற்றம் புரியவைத்துவிட்டது.'

'புரியவில்லை.'

'எனக்குச் சில பெண்களைப் பார்க்கும்போது அவர்கள் முகத்தில் உன் முகத்தைப் பொருத்திப் பார்க்கத் தோன்றும்.'

'சரி.'

'அப்படி எந்தப்பெண்ணின்மீதுஉன்முகத்தைஒட்டவைக்கிறேனோ, அந்தப் பெண்ணை உடனே தொட்டுப் பார்க்கத் தோன்றும்.'

'சரி.'

'இது ஒரு மனநோய். இது ஒரு மனநோய்தான் என்பதை நான் மிகத் தெளிவாக அறிந்தும் இதில் இருந்து வெளிவர முயற்சி செய்ததில்லை.'

'ஏன்? உன் சன்னியாசம் கூடவா உனக்குப் பெரிதாகப் படவில்லை?'

'இல்லை. என் சன்னியாசத்தின் காரணமே நீதான் என்று நினைத்தேன். உன்னைத்தான் நான் காமாக்யா கோயிலில் கண்ட தேவியாக உணர்ந்தேன். மனத்துக்குள் உன்னைப் புணர்ந்த போதெல்லாம் நான் தேவியின் திருப்பாதங்களில் மணல் துகளாகி மிதிபடுவது போல உணர்ந்தேன்.'

'ஐயோ. நீ மிகவும் பாவம்.'

'இல்லை. நான் ஒரு பாவி. பல பெண்களிடத்தில் உன்னைத் தேடத் தெரிந்தவனுக்கு உன்னிடம் அன்றைக்கு என் விருப்பத்தைச் சொல்லி மணம் முடித்து வாழத் துப்பில்லாமல் போய்விட்டது.'

'எனக்கு நெருங்கி வந்து உன்னைத் தொடவேண்டும் என்று தோன்றுகிறது.'

'வேண்டாம். தயவுசெய்து அதற்கு முயற்சி செய்யாதே. பத்தடி தூர இடைவெளி அவசியம்.'

'என்ன காரணம்?'

'நான் பெண்களை நினைப்பதை நிறுத்திப் பத்தாண்டுகள் ஆகின்றன. என்னிடம் ஒரு இடாகினி இருந்தாள். நான் என்ன சொன்னாலும் செய்யக்கூடிய அடிமை. அவளுக்கும் விடுதலை அளித்து அனுப்பிவைத்துவிட்டேன். விசுவாசமான ஆவிகள் பெண்களின் ஆவிகள்தான் என்று எனக்குச் சொல்லிக்கொடுத்தவர்கள் குறிப்பிட்டிருக்கிறார்கள். அதனால் வாழ்நாள் முழுதும் பெண் ஆவிகளை மட்டுமே நான் என் பணிகளுக்குப் பயன்படுத்தினேன். ஆனால் எனது இந்த முடிவின் பிறகு, எனக்கு ஊழியம் செய்யத் தயாராக இருந்த அனைத்துப் பெண்களின் ஆவிகளையும் விடுவித்துவிட்டேன். இப்போது நான் நிராயுதபாணி. அநாதரவானவன். பணமற்றவன். பசியற்றவன். உறக்கமற்றவன். உறவற்றவன். உணர்வும் அற்றுப் போனவன். ஆவியாகவே இருந்தாலும் நீ ஒரு பெண் என்பதால் என்னை நெருங்க வேண்டாம் என்பது எனது எளிய வேண்டுகோள்.'

அவள் சிறிது நேரம் அவனை உற்றுப் பார்த்துக்கொண்டிருந்தாள். பிறகு, 'சரி. உன் வேண்டுகோளை நான் மீறமாட்டேன். ஆனால் நீ இவ்வளவு வெளிப்படையாகப் பேசியதால் நானும் ஒன்றைச் சொல்லிவிடுகிறேன். அந்த வயதில் எனக்கு உன் மீது விருப்பமெல்லாம் இருந்ததில்லை. இப்போது ஒருமுறை கட்டித் தழுவ விரும்பித்தான் கேட்டேன்.'

'வேண்டாம்' என்று அவன் மீண்டும் சொன்னான்.

'இங்கே என்ன செய்துகொண்டிருந்தாய்?'

'கிருஷ்ண ஜபம்.'

'கிருஷ்ண ஜபமா? நீயா! படுத்துக்கொண்டல்லவா இருந்தாய்?'

'ஆம். படுத்தபடி அதைத்தான் செய்தேன்.'

'ஐயோ நான் கலைத்துவிட்டேனா?'

அப்போதுதான் வினய் அதை எண்ணிப் பார்த்தான். எப்படியும் ஒரு லட்சத்தை நெருங்கியிருப்போம் என்று தோன்றியது. கெட்டுவிட்டது. அதனால் என்ன? ஒரு லட்சம் சுலபம். இன்னொரு முறை தொடங்கலாம். அது பிரச்னை இல்லை. ஆனால் சித்ராவை இப்படி எதிர்பாராத விதமாகச் சந்திக்க நேர்ந்தது பெரிது.

'ஒரு சந்தேகம் கேட்கலாமா?' என்று சித்ரா கேட்டாள்.

'கேள்'

'நீ ஆவிகளுடன் பரிச்சயமுள்ளவன் என்கிறாய். அதையே தொழிலாகக் கொண்டும் வாழ்ந்திருக்கிறாய். அப்படி இருக்க, கிருஷ்ணனிடம் உனக்கென்ன வேலை?'

இதையும் சொல்லிவிடலாம் என்று அவன் நினைத்தான். ஆனால் என்னவென்று சொல்வது? காமரூபிணியின் காற்சலங்கை என் சிரசின்மீது படுவதற்குக் கண்ணனின் உதவியை நாடுகிறேன் என்றால் இவளுக்குப் புரியுமா? சிரித்துவிட மாட்டாளா! இதென்ன அற்பத்தனம், இதென்ன சிறுபிள்ளைத்தனம் என்று தோன்றிவிடுமோ? சந்தேகமென்ன. சிறுபிள்ளைத்தனம்தான். ஆனாலும் இதில் ஒரு லலிதம் இருக்கிறது. ஒரு லயம் இருக்கிறது. புத்திக்குத் தென்படாத ஒரு சூட்சுமத்தின் மையப்புள்ளி நிலைகொண்ட தருணம்.

சரி போ, சிரித்தால்தான் என்ன என்று ஒரு கணம் தோன்றியது. அவனே ஒரு புன்னகையுடன் ஆரம்பித்தான்.

143. செம்பவழக் கல்

உச்சிப் பொழுது நெருங்கிக்கொண்டிருந்தது. மணல் சுட்டது. ஆனாலும் கடல் காற்றின் ஓதம் சவுக்கு மரங்களின் வழியே பெருகி ஒழுகிக்கொண்டிருந்தது. வினய்க்கு அந்த அனுபவம் மிகவும் வினோதமாகப் பட்டது. பிடித்திருந்தது. சித்ரா இன்னமும் திருவிடந்தையில் ஒரு பேயாக உலவிக்கொண்டிருப்பாள் என்று அவன் எண்ணியிருக்கவில்லை. அவளை உணர்ந்த கணத்தில் இருந்து அவன் கிருஷ்ணனை முற்றிலுமாக மறந்துவிட்டிருந்தான். அவளிடம் என்னென்னவோ பேச வேண்டும் போலத் தோன்றியது. அவள் ஒரு பெண்ணாகவே இருந்திருந்தால் இவ்வளவு பேசத் தோன்றுமா என்றும் சந்தேகம் இருந்தது. ஐம்பது வயதில் ஒரு மனிதன் தனது சிறு வயதுப் பாலியல் கிளர்ச்சிகளை நினைவுகூர்ந்து சொல்ல நேர்வது அரிது. அதுவும் ஒரு பெண்ணிடம். இன்றைக்கெல்லாம் சித்ரா உயிருடன் இருந்திருந்தால் அவளுக்கு நாற்பத்து ஆறு வயதாகியிருக்குமா? அவளிடமே கேட்டான். அவள் ஆமாம் என்று சொன்னாள்.

'ஒருநாள். அன்று உனக்குப் பிறந்த தினம். அன்றைக்குக் காலையே கேசவன் மாமா இந்தத் தகவலை வீட்டில் சொன்னார். கோயிலில் சொஜ்ஜி தளிகை விடச் சொல்லி உன் அப்பா பணம் கட்டியிருந்தார்.'

'ஓ!'

'எட்டு மணிக்கு நீ கோயிலுக்கு வருவாய் என்றும் மாமா சொன்னார். அன்றைக்கு நான் ஏழரைக்கே குளித்துவிட்டுக் கோயிலுக்கு ஓடி உனக்காகக் காத்துக்கொண்டிருந்தேன்.'

அவள் சிரித்தாள்.

'நீ வந்தாய். உன் அம்மா, அப்பாவுக்கு நடுவே நடந்து வந்தாய். அன்றைக்கு நீ கருநீல நிறத்தில் தாவணியும் வெளிர் நீலத்தில் பூப்போட்ட பாவாடையும் அணிந்திருந்தாய். அந்த வெளிர் நீலத்திலேயே ரவிக்கையும் அணிந்திருந்தாய். அந்நாள்களில் தாவணி நிறத்திலேயேதான் பெண்கள் ரவிக்கை அணிவார்கள்.

நீ ஒரு மாறுதலாகப் பாவாடையின் நிறத்தில் ரவிக்கையைத் தேர்ந்தெடுத்திருந்தாய். எனக்கு அது பிடித்திருந்தது.'

அவள் வாய்விட்டுச் சிரித்தாள். 'தைக்கக் கொடுத்த ரவிக்கை கைக்கு வராததால் கிடைத்ததை அணிந்து வந்தேன்.'

'நீ சன்னிதியில் நின்றிருந்தபோது நான் உன்னையே பார்த்துக் கொண்டிருந்தேன். யாராவது பார்த்தால் வெறுமனே கண்ணை மூடிக்கொண்டால் போதும் என்ற முடிவுடன் எதற்கும் தயாராகப் பெருமாளை நோக்கிக் கை கூப்பிக்கொண்டிருந்தேன்.'

'அப்படியா?'

'ஆனால் பட்டாச்சாரியார் என்னை கவனித்துவிட்டார். எனது திருட்டுத்தனம் அவருக்குப் புரிந்துவிட்டது.'

'என்ன சொன்னார்?'

'நீ என்னைக் கடந்து திரும்பிப் போகும்போது உன் தலையில் இருந்த ஒரு பூவை நான் எடுத்துக்கொண்டேன். அதையும் அவர் பார்த்தார்.'

'ஐயோடா! நான் அதைக் கவனிக்கவேயில்லை.'

'அன்றைக்கு நீ மருதாணி இட்டிருந்தாய். அது இடக்கரத்தில் சரியாகப் பற்றவில்லை, நான் அதைக் கவனித்தேன்.'

அவள் புன்னகை செய்தாள். 'பட்டர் பிறகு என்ன சொன்னார் என்று கேட்டேனே?'

இப்போது வினய் புன்னகை செய்தான். 'வேறென்ன சொல்வார்? உன் அப்பா கஷ்டப்பட்டு உங்களையெல்லாம் படிக்க வைக்கிறார். உன் அம்மா உன்னை மிகவும் நம்பியிருக்கிறாள். இந்த வயதில் இப்படியெல்லாம் நடந்துகொள்ளக்கூடாது...'

'நீ என்ன சொன்னாய் பதிலுக்கு?'

'நான் சொல்ல என்ன இருக்கிறது? ஆனால் அன்று நீ அணிந்திருந்த கருநீலத் தாவணியை உருவி திரைச் சீலையாகத் தொங்கவிட்டு, தாயார் சன்னிதிக்குள் உன்னை அழைத்துச் சென்று என் மானசீகத்தில் நூறு முறை புணர்ந்தேன்.'

சித்ரா திகைத்துவிட்டாள். சிறிது நேரம் என்னைப் பார்ப்பதைத் தவிர்த்து வேறு புறம் பார்த்துக்கொண்டிருந்தாள்.

'கோபித்துக்கொண்டு விட்டாயா?'

'இல்லை என்று எப்படிச் சொல்வேன்? உனக்கு வேறு இடமா கிடைக்கவில்லை?'

இப்போது வினய் குபீரென்று சிரித்துவிட்டான்.

'சிரிக்காதே. எனக்குக் கோபம் அதிகரிக்கிறது.'

'சரி சிரிக்கவில்லை. உண்மையைச் சொல்கிறேன். உன்னைத் தொடவேண்டும் என்ற எண்ணம் வரும்போதெல்லாம் ஒரு கருவறையையே நான் மனத்துக்குகந்த இடமாகக் கருதிக்கொள்வேன். காமத்தின் தெய்வீகத்தை வேறெங்கும் நான் விரித்து நுகர்ந்ததில்லை.'

'எல்லாம் நினைவில்!'

'ஆம். எல்லாம் நினைவில். அதனால்தான் நிஜத்தில் மூடிய வெறும் அறைகளுக்குள் நான் புணர்ந்த பெண்கள் யாரும் என்னை தேவியின் பாதங்களுக்கு இட்டுச் செல்லவில்லை.'

'நீ பேசுவதெல்லாம் எனக்கு பயங்கரமாக இருக்கிறது. ஆனால் பிடித்திருக்கிறது. என்னை ஒருவன் இவ்வளவு விரும்பியிருக்கிறான் என்றே எனக்கு இப்போதுதான் தெரிகிறது.'

'இன்னொன்று சொன்னால் பயந்துவிடுவாய். உன்னை நான் மட்டுமல்ல. விமலும் விரும்பியிருக்கிறான்.'

'அப்படியா?'

'காலம் தோறும் எங்கள் குடும்பத்தில் பிறந்த ஒவ்வொருவராலும் நீ விரும்பப்பட்டிருக்கிறாய். மனத்துக்குள் புணரப்பட்டிருக்கிறாய்.'

'ஆனால் உன் அண்ணா அப்படி இல்லை என்று நினைக்கிறேன்.'

'தெரியவில்லை. அவன் அதைக் குறித்துச் சொன்னதில்லை. ஒருவேளை அவனும் உன்னை நினைத்திருப்பான் என்றே தோன்றுகிறது. ஏனென்றால் அந்நாளில் நீ ஒருத்திதான் இந்த ஊரின் ஒரே அழகி.'

'நன்றி.' என்று சொல்லிவிட்டு அவள் சிறிது நேரம் அமைதியாக இருந்தாள். பிறகு, 'ஆனால் நீ உன் இலக்கில் தோற்றுவிட்டதாகச் சொன்னது எனக்கு வருத்தமாக இருக்கிறது' என்று சொன்னாள்.

'ஆம் சித்ரா. நான் தோற்றுத்தான் போனேன்.'

'சரி. தெளிவாகச் சொல். நீ எதை எதிர்பார்த்தாய்?'

'இப்போது எதற்கு அது? தோல்வியின் பூரணத்தை தரிசித்து விட்டேன். அது பற்றிய வருத்தங்களும் விலகிவிட்டன. இப்போது நான் கவலைகள் அற்றவன். துக்கம் அற்றவன். சொல்லப் போனால் இப்போதுதான் நான் முழுத் துறவி. பார். ஒரு பெண்ணிடம் பேசக்கூடிய பேச்சா நான் பேசுகிறேன்? என் மனத்தின் மலத்தை இரு கரங்களாலும் அள்ளி உன் முன்னால் பரப்பி வைக்கின்றேன். இதன் துர்நாற்றத்தை எத்தனை எளிதாக என்னால் கடக்க முடிகிறது! எனக்கு இது போதும்.'

அவள் புன்னகை செய்தாள். 'இது போதும் என்றால் உனக்கு எதற்கு கிருஷ்ணன்? அவனைக் குறித்து ஏன் தவம் இருக்கப் பார்த்தாய்?'

'நியாயமான கேள்வி. துறவியானாலும் நான் மனிதன். துறவிகளுக்கும் நப்பாசை உண்டு.'

'அப்படியா?'

'ஆம். என் தம்பி ஒரு வார்த்தை சொன்னான். கிருஷ்ண ஜபம் நான் அடைய நினைத்ததை இழுத்து வந்து சேர்க்கும் என்றான்.'

'சரிதான். அப்படியானால் உன் கிருஷ்ணன்தான் என்னை உன்னிடம் அனுப்பியிருக்கிறான் போலிருக்கிறது!'

'ஒரு நிமிடம். அவன் என் கிருஷ்ணன் இல்லை. என் தம்பியின் கிருஷ்ணன். நான் நேற்றுவரை கிருஷ்ணனை நினைத்ததுகூட இல்லை.'

'திடீரென்று ஒருநாள் கூப்பிட்டால் அவன் வந்துவிடுவானாமா?'

'அப்படித்தான் அவன் சொன்னான்.'

'இவ்வளவு அப்பாவியா நீ?'

'அவ்வளவு முட்டாளாகவும் இருக்கலாம். என்னைப்பொறுத்தவரை ஒரு லட்ச நாமஜபம் என்பது ஒரு பெரிய விஷயமல்ல. சும்மா கிடப்பதை முயற்சி செய்யலாமே என்று நினைத்தேன்.'

'முடித்தாயா?'

'இல்லை. அதற்குள் நீ வந்து எழுப்பிவிட்டாய்.'

'மன்னித்துக்கொள்.'

'பரவாயில்லை.'

அவள் வினய்யை வெகுநேரம் வெறுமனே உற்றுப் பார்த்துக்கொண்டிருந்தாள். பிறகு, 'உனக்கு நான் ஏதாவது உதவி செய்ய விரும்புகிறேன்' என்று சொன்னாள்.

'வேண்டாம் சித்ரா. ஆவிகளிடம் நான் உதவி கோரி வெகுகாலம் ஆகிறது. இப்போது எனக்கு அதில் விருப்பம் இல்லை.'

'உன் இலக்கு என்னவென்று கேட்டேன். நீ அதை இன்னும் சொல்லவில்லை. ஒருவேளை நீ அதை அடைய நான் உதவ முடியும்!'

'நீயா!' அவனுக்குச் சிரிப்பு வந்துவிட்டது.

'ஒரு பேயால் முடியாது என்று சொல்லிவிடாதே. என்னிடம் இருபத்தைந்து வருடத் தவப்பலன் இருக்கிறது. அதை நான் பயன்படுத்துவேன்.'

'உன் நோக்கத்துக்காக நீ சேர்த்து வைத்திருப்பது!'

'ஆம். அதைத்தான் உனக்குத் தருகிறேன் என்கிறேன்.'

வினய்யால் அதை நம்ப முடியவில்லை. இவள் என்ன சொல்கிறாள்! எனக்கு எதற்கு இவள் உதவ வேண்டும்! அதனால் இவளுக்கு என்ன லாபம் இருந்துவிட முடியும்!

'அது பிறகு. நீ வெளிப்படையாக என்னிடம் பேசியது எனக்குப் பிடித்தது. பதிலுக்கு உனக்கு உதவி செய்யலாம் என்று தோன்றுகிறது. விருப்பமிருந்தால் சொல்.'

வினய் வியப்புத் தீராமல் அவளையே பார்த்துக்கொண்டிருந்தான். பிறகு, 'சரி சொல்கிறேன். எனக்குக் காமரூபிணியின் தரிசனம் வேண்டும். ஒன்று அவளது அனுக்கிரகத்தால் நான் உலகாள வேண்டும். அல்லது அவளுக்குள் ஒடுங்கி இல்லாது போய்விட வேண்டும்.'

'இவ்வளவுதானா?'

'இவ்வளவுதான்.'

'இது என்னால் முடியும் என்று தோன்றுகிறது.'

அவனால் நம்ப முடியவில்லை. சிரித்தான்.

'சிரிக்காதே. நான் பொய் சொல்லமாட்டேன்.'

'ஆனால் ஆயிரமாயிரம் ஆண்டுகள் எத்தனையோ பேர் கொடுந்தவம் புரிந்து முயற்சி செய்து தோற்ற இடம் அது.'

'தெரியும். நான் வென்ற இடமும் அதுதான்.'

அவன் அதிர்ந்தான். 'என்ன சொல்கிறாய்?'

'யுக யுகமாக மாதமொரு முறை பெருக்கெடுக்கும் தேவியின் உதிரத்தின் ஒரு சொட்டை என் உச்சந்தலையில் ஏந்தியிருக்கிறேன். இன்னமும் யமலோகம் போகாமல் இங்கிருந்து தவம் புரியும் வலிமையை அதுவே எனக்களித்தது. உலராமல், வழியாமல், உருண்டு விழுந்துவிடாமல் ஒரு செம்பவழக் கல்லாக என் சிரசில் நான் ஏந்திக் காத்துவரும் அதை உன் சிரத்துக்கு என்னால் மாற்ற முடியும்.'

அவன் நடுங்கியபடி எழுந்து நின்று கரம் குவித்தான். 'தேவீ!' என்று தன்னை மறந்து குரல் கொடுத்தான்.

'நான் தேவியல்ல. வெறும் ஆவி. ஆனால் நீயறிந்த ஆவிகளுள் நான் ஒருத்தியல்ல. நான் வேறு. என் தவத்தின் உக்கிரமும் அதில் நான் அடைந்த வெற்றியும் உனக்குப் புரியாது.'

வினய் சட்டென்று நெடுஞ்சாண் கிடையாக அவள் முன்னால் விழுந்து சேவித்தான். நெடுநேரம் அவன் எழுந்திருக்கவேயில்லை. மண்ணில் முகம் புதைத்துக் குமுறிக் குமுறி அழுதான். 'என்னை மன்னித்துவிடு, என்னை மன்னித்துவிடு' என்று திரும்பத் திரும்பச் சொன்னான்.

144. ரிஷி

'உனக்குப் பசிக்கிறதா?' என்று சித்ரா கேட்டாள். இல்லை என்று வினய் சொன்னான். 'காலை நீலாங்கரை வைத்தியர் வீட்டுக்குப் போயிருந்தேன். அங்கே நான்கு இட்லி சாப்பிட்டேன். பொதுவாக நான் காலை வேளைகளில் எதுவும் உண்பதில்லை. இன்று சாப்பிடும்படியாகிவிட்டது. இதோடு நாளை மதியம் உண்டால் எனக்குப் போதும்' என்று சொன்னான்.

'சரி, இரண்டு நிமிடம் இங்கேயே இரு. வந்துவிடுகிறேன்' என்று சொல்லிவிட்டு சித்ரா எழுந்து போனாள். அவள் அருகே இருக்கும்வரை எங்குமே போகத் தோன்றாது என்றுதான் வினய்க்குத் தோன்றியது. தனக்கு ஏன் அவளோடு பேசப் பிடிக்கிறது, எதனால் எல்லாவற்றையும் அவள்முன் இறக்கி வைக்கிறோம் என்று திரும்பத் திரும்ப எண்ணிப் பார்த்தான். ஒரு பாவ மன்னிப்புக் கோருவதில் உள்ள சொகுசு அவனுக்கு அப்போதுதான் புரிந்தது. தொப்பை சுமப்பவனுக்கு அந்தச் சுமை பழகி ஆண்டுக்கணக்கில் வலி மரத்துப் போய் நடந்துகொண்டிருப்பான். என்றாவது ஞானம் வந்து உடல் இளைக்கும்போது இத்தனைக் காலம் இப்படியா அவதிப்பட்டுக்கொண்டிருந்தோம் என்று தோன்றும். சிறு வயதில் வினய் சற்று குண்டாகவே இருப்பான். இரண்டு ஆள் உணவு உட்கொள்வான். உணவைத் தாண்டி நொறுக்குத் தீனிகளில் அவனுக்கு அதிக விருப்பம் இருந்தது. எதைப் பார்த்தாலும் எடுத்து உண்டுவிடுவான். எவ்வளவு இருக்கிறதோ, அவ்வளவும். அவன் வீட்டை விடுத்துச் சென்றபோது அவனுக்குப் பத்தொன்பது வயது. அப்போது அவன் எழுபத்து ஆறு கிலோ எடை இருந்தான். மெல்லிய தொப்பையும் இருந்தது. ஆனால் வாழ்க்கை புரட்டிப் போட்டு அடித்துப் பசியில் மெலியத் தொடங்கியபின்பு, ஒரு கட்டத்தில் பசி பழகிய பின்பு வயிறு லேசாக இருப்பதன் அருமை அவனுக்குப் புரிய ஆரம்பித்தது. அதன்பின் பசியை வெல்லும் முயற்சியில் அவன் ஈடுபடத் தொடங்கினான். தினமும் காலை எழுந்ததும் இருபது கருவேப்பிலை இலைகளை மென்று தின்னுவான். ஒரு சொம்பு தண்ணீர் குடிப்பான். அதுதான் காலை உணவு. மதியம் சரியாக ஒரு

பிடி சோறும், ஒரு பச்சைத் தக்காளிப் பழமும் சாப்பிடுவான். சில நாள் சொரிமுத்து அவனுக்கு ஒரு வெள்ளரிக்காய் வரவழைத்துக் கொடுப்பான். அதையும் சேர்த்து உண்பான். இரவு ஒரு வாழைப்பழம் அல்லது ஒரு சாத்துக்குடிப் பழம். இவ்வளவுதான் அவனது உணவாக இருந்தது. மூன்றாண்டுக் காலம் இப்படியே சாப்பிட்டு வந்ததில் அவன் தலை குனிந்து பார்த்தால் அவனது ஆண்குறி முழுதாகத் தெரியும்படி ஆனது. அதன்பின் சொரிமுத்து அவனுக்குச் சில ஆசனங்கள் சொல்லிக்கொடுத்தான். சில சுவாசப் பயிற்சிகளையும் கற்பித்தான். காற்றை உணவாக உட்கொண்டு பசியை நகர்த்தி வைக்க வினய் பழகத் தொடங்கினான். எப்போது உணவு ஒரு பொருட்டே இல்லை என்று தெரிந்ததோ, அன்று அவன் கவலையற்றுப் போனான். சாதகங்களில் தீவிரமாக இருந்த நாள்களில் முப்பது முப்பத்தைந்து தினங்கள் வரைகூட அவன் ஒரு பருக்கை சோறும் உண்ணாதிருந்திருக்கிறான். வெறும் நீர் அருந்தி, வெறும் காற்றை உட்கொண்டு நாள்களைக் கடத்தியிருக்கிறான். உணவு நுழையாத உடலுக்குள் நோய்களும் நுழையாது என்று சொரிமுத்து எப்போதும் சொல்வான். ஒரு தலைவலி, காய்ச்சல், ஜலதோஷம் என்று எதனாலும் பாதிக்கப்படாமல் எத்தனையோ வருடங்கள் அவன் உற்சாகமாக அலைந்து திரிந்திருக்கிறான்.

அதைத்தான் அவனுக்கு அப்போது நினைத்துப் பார்க்கத் தோன்றியது. தோல்வியின் ருசி முதல் முதலில் தட்டுப்பட்டபோது புத்தி உடனே உணவில்தான் சென்று ஒளிந்துகொள்ளச் சொன்னது. பகாசுரப் பசி எடுக்கத் தொடங்கியதும் அப்போதுதான். அந்தக் காலக்கட்டங்களில் அவன் நிறைய உண்டான். கிடைத்ததையெல்லாம் உண்டான். ஆடு, கோழி, காட்டுப்பன்றி, எருமை என்று அகப்பட்டதையெல்லாம் அடித்துக் கொன்று தோலைக் கிழித்துப் போட்டுவிட்டுப் பச்சையாகவே உண்பான். தோல்வியைத் தீனியில் புதைப்பதைக் காட்டிலும் போதையில் புதைப்பது சௌகரியமானது என்று விந்திய மலைச் சாரல்களில் அவன் திரிந்துகொண்டிருந்த காலத்தில் எவனோ ஒரு போதையடிமை சொல்லிக்கொடுத்துவிட்டு ஒரு பிடி கஞ்சாவையும் கொடுத்துச் சென்றான். அதன்பின் கஞ்சா இல்லாமல் தவமில்லை என்றானது. பசியைத் தவத்தில் வெல்ல நினைத்து, போதையில் தவத்தைத் தொலைத்துத் தூங்கிப் போனான்.

நினைத்துப் பார்த்தபோது வினய்க்கு சிரிப்பு வந்தது. திரும்பவும் அதுதான் தோன்றியது. சொரிமுத்துவை விட்டுப் போயிருக்க வேண்டாம்.

இரண்டு நிமிடங்களில் வருவதாகச் சொல்லிவிட்டுப் போன சித்ரா, ஒரே நிமிடத்தில் திரும்பி வந்து சேர்ந்தாள். எதிரே உட்கார்ந்து புன்னகை செய்தாள்.

'எங்கே போனாய்?'

'ஒன்றுமில்லை. யாரோ இந்தப் பக்கம் வந்துகொண்டிருந்தார்கள். அவர்களை திசை மாற்றி அனுப்பிவிட்டு வந்தேன்.'

'ஏன்?'

'உனக்கு இடைஞ்சலாக இருக்குமே என்றுதான்.'

'நன்றி. நான் உன்னைப் பற்றித் தெரிந்துகொள்ள விரும்புகிறேன் பெண்ணே. ஆனால் நீ என்னைத்தான் திரும்பத் திரும்பப் பேச வைத்துக்கொண்டிருக்கிறாய்!' என்று வினய் சொன்னான்.

'என்னைப் பற்றி என்ன சொல்ல? உன்னைப் போலவே நானும் வாழ்வில் தோற்றவள். ஆனால் ஆவியாக அலையும் இக்காலத்தில் நான் வென்றுவிடுவேன் என்ற நம்பிக்கை உள்ளது.'

அவனுக்கு அதுதான் பெரும் வியப்பாக இருந்தது. இறந்தபின் எமலோகம் போகக் கிளம்பும் எந்த ஆவியும் அவனறிந்து பாதி வழியில் திரும்பி வந்ததில்லை. அல்லது போகாதிருந்ததில்லை. ஆவிகளின் நோக்கம் வாழ்வில் அடையாது விட்ட ஏதேனுமொன்றை எண்ணி மறுகி அதற்காக அலைவதாக இருக்கக்கூடும். ஆனால் எந்த ஆவியும் அதற்காகத் தவமிருந்து வரம் பெற முயற்சி செய்வதில்லை. வாழும்போது செய்யாத எந்தத் தவமும் மரணத்தின்பின் சாத்தியமானதும் அல்ல.

'யார் சொன்னது உனக்கு? எந்த நிலையிலும் தவம் சாத்தியம். உனக்கொன்று தெரியுமா? உயிருடன் இருந்த காலத்தில் எனக்குப் பெரிய பக்தி கிடையாது. நான் ஒரு சராசரிப் பெண். இறந்த பின்பே நான் ரிஷி ஆனேன்.'

'ரிஷியா!' என்றான் வினய்.

'ஆம். சந்தேகப்படாதே. நான் ஒரு ரிஷி. என் தவத்தின் அருமை எனக்குத் தேடித்தந்த அந்தஸ்து அது.'

'நான் ஒன்றும் சொல்ல விரும்பவில்லை. ஆனால் நூற்றுக்கணக்கான ஆவிகளுடன் பழகியவன் நான். எது ஒன்றும் இப்படி ஒன்றைச் சொன்னதில்லை.'

'ஏன் என்றால் யாருக்கும் என்னை நிகர்த்த லட்சியம் இருந்திருக்காது.'

'லட்சியமா?'

'ஆம். அதுதான். என் மரணம் எப்படி நிகழ்ந்தது என்று உனக்குத் தெரியுமா?'

'நீ தற்கொலை செய்துகொண்டதாக விமல் சொன்னான்.'

'ஆம். நான் சற்றும் எதிர்பாராத துரோகத்தை உன் தம்பி எனக்குச் செய்தான். இத்தனைக்கும் நான் அவனைக் காதலித்திருக்கவில்லை. அவனை எண்ணி நாள்களைக் கழித்திருக்கவில்லை. அவனைத் தவிர இன்னொருவனை மணப்பதில்லை என்று சபதம் செய்திருக்கவில்லை. முறைப்படி பெண் பார்த்து, நிச்சயம் செய்துதான் எங்கள் திருமணத்துக்கு நாள் குறித்தார்கள்.'

'கேள்விப்பட்டேன்.'

'நிச்சயம் ஆனதில் இருந்து அவன் என்னிடம் மிகவும் அன்போடு நடந்துகொண்டான். நாங்கள் பலமுறை ஒன்றாக வெளியே சுற்றியிருக்கிறோம்.'

'இதையும் விமல் எனக்குச் சொன்னான். அந்நாளில் இதெல்லாம் நம்ப முடியாத அதிசயமாக இருந்திருக்கும் அல்லவா?'

'ஆனால் நான் அவனை நம்பினேன். உங்கள் வீட்டில் நீங்கள் மூன்று பேர் ஓடிப் போய் சன்னியாசி ஆனீர்கள். அவன் தனி ஒருவனாக இருந்து உன் அப்பா அம்மாவின் சிறு இச்சைகளைத் தீர்த்துக்கொண்டிருந்தான். அவன் படித்தான். அவன் உத்தியோகம் செய்தான். அவன் சம்பாதித்தான். அவன் ஒரு நல்ல சராசரியாகத் தன்னைத் திறமையாக வெளிக்காட்டிக்கொண்டான்.'

'ஆம். அதுவும் தெரியும்.'

'அவன் உன் பெற்றோருக்கு அளித்த அதே நம்பிக்கையை எனக்கும் அளித்தான்.' என்று அவள் சொன்னபோது வினய்க்கு மிகவும் பரிதாபமாக இருந்தது. வினோத் அவளுக்கு முதல் முதலாக முத்தமிட்ட சம்பவத்தை சித்ரா அவனிடம் விரிவாக எடுத்துச் சொன்னாள்.

'வினய், ஒரு முத்தம் ஆணுக்கு அளிக்கும் கிளர்ச்சியும் பெண்ணுக்குத் தரும் பாதுகாப்புணர்வும் சற்றும் சம்பந்தமே இல்லாதது என்பது உனக்குத் தெரியுமா?'

'பாதுகாப்புணர்வா?'

'ஆம். யோனியில் குறியை வைத்துச் சொருகச் சம்மதிப்பது என்பது ஒரு பெண் தனது புருஷனுக்கு அளிக்கும் கௌரவம். அதற்குமுன் உதட்டோடு உதடு சேர்க்க அனுமதிப்பது அவன்மீது அவள் கொள்ளும் நம்பிக்கைக்கு அச்சாரம்.'

'இல்லை. நீ மிகைப்படுத்துகிறாய் சித்ரா. பாலுறவு இரு தரப்புக்கும் பொதுவானது. உடல் வேட்கை அனைத்து உயிர்களுக்கும் பொது.'

'வேட்கை வேறு. அது பரஸ்பர நம்பிக்கைக்குப் பிறகு உண்டாவது. நான் அந்த நம்பிக்கையின் பிறப்பிடத்தைச் சுட்டிக்காட்டுகிறேன்.'

'சரி சொல்.'

'அவன் என்னிடம் முறைப்படி அனுமதி கேட்டான். ஒரு முத்தமிடலாமா என்று கேட்டபின், அனுமதி பெற்று முத்தமிட முன்வரும் ஆணை எந்தப் பெண்ணும் எளிதில் நம்புவாள்.'

'சரி.'

'அவன் என்னை அனுமதி கேட்டு முத்தமிட்டான். அப்படி நெருங்கி முத்தமிடும்போது என் மார்பைத் தொட்டான். அது இயல்பாக நிகழ்ந்திருக்கலாம். திட்டமிட்டும் அவன் தொட்டிருக்கலாம்.'

'சரி.'

'நான் ஒன்றும் சொல்லவில்லை. இன்னொரு முத்தத்துக்கு அவன் ஆசைப்பட்டபோது வெட்கத்தின் போர்வையில் அதைத் தவிர்த்தேன்.'

'சரி.'

'இப்போது சொல். குறியைக் கொடுத்தால்தான் ஒரு பெண் தன்னைக் கொடுத்ததாகுமா?'

'நிச்சயமாக இல்லை. மனம் போதும்.'

'நான் கொடுத்தேனே? அதை மதிக்க அவனுக்குத் தெரியவில்லையே.'

'தவறுதான். ஆனால் அவன் தரப்பும் உனக்குப் புரியவேண்டும்.'

'என்ன புரியவேண்டும்?'

'அவன் திட்டமிட்டு உன்னை விட்டுச் செல்லவில்லை. அவனை ஒரு சக்தி செலுத்திக்கொண்டு போய்விட்டது.'

‘முட்டாள். அது அவன் சொல்லும் பொய். நீ அதை நம்புகிறாயா?’

‘பொய் என்று உனக்கு எப்படித் தெரியும்?’

‘ஞானமடைந்தவனின் முதல் அடையாளம் அவன் வெளிப்படையாக இருப்பான் என்பது. நீ ஞானமடைந்ததை நீ இப்போதுவரை உணரவில்லை. ஆனால் எனக்கு அது தெரிகிறது. இல்லாவிட்டால் என்னிடம் நீ உன் மனத்தைப் பிளந்து காட்டியிருக்க மாட்டாய்.’

‘நன்றி. ஆனால் வினோத் ஞானமடைந்து வீட்டை விட்டு வெளியேறவில்லை. அவன் பைத்தியம் முற்றி வெளியேறியவன்.’

‘எதைச் சொல்கிறாய்? கிருஷ்ணன் தன்னை அழைத்ததாக அவன் ஒரு கதை சொல்கிறானே, அதையா?’

வினய் அவளையே உற்றுப் பார்த்துக்கொண்டிருந்தான்.

‘இதோ பார் வினய், கிருஷ்ணன் ஒரு நித்யக் காதலன். ஒரு காதலைக் கொன்று தன் பக்தனைத் தன்னிடம் அழைக்க அவன் ஒருபோதும் விரும்பமாட்டான். அது அந்த அவதாரத்தின் தத்துவத்துக்கே விரோதமானது.’

‘ஆனால் அவன் உன்னைக் காதலித்திருந்தால்தானே?’

‘ஒழியட்டும். காதல் இல்லை. காமம் இருந்திருக்கிறதல்லவா? அதுதானே அந்த முத்தத்தில் வெளிப்பட்டிருக்க வேண்டும்? ஒரு வேசியிடம் போயிருந்தால்கூட மணிக்கு இவ்வளவு என்று கூலி கொடுத்திருக்க மாட்டானா? இவன் வாழ்க்கை தரச் சம்மதித்தவன் அல்லவா? அப்படி நடந்துகொண்டது தவறே அல்லவா?’

வினய் புன்னகை செய்தான். சிறிது நேரம் எங்கோ பார்த்துக்கொண்டிருந்துவிட்டு, 'அவன் இப்போது என்னவாக இருக்கிறான் என்பது வரை நீ அறிந்திருப்பாய்!' என்று சொன்னான்.

‘தெரியும். அவன் ஒரு சிறந்த கிருஷ்ண பக்தனாகியிருக்கிறான். அவன் மனத்தில் இப்போது எந்தக் களங்கமும் இல்லை. உனக்குத் தெரியுமா? இன்று காலை அவன் ஊருக்குள் நுழைந்ததும் என் அம்மாவைப் போய்ப் பார்த்து மன்னிப்புக் கேட்டான்.’

‘அப்படியா?’

‘அவன் ஊருக்குள் நுழையும்போதே நான் பார்த்துவிட்டேன். பக்தியில் கனிந்த அவனது முகம் கிட்டத்தட்ட கிருஷ்ணனின் முகத்தைப் போலவே தெரிந்தது.’

வினய் புன்னகை செய்தான்.

'ஆனால் முகத்தில் என்ன இருக்கிறது? கிருஷ்ணன் ஒரு அயோக்கியன். அவனது பக்தன் மட்டும் எப்படி யோக்கியவானாக இருப்பான்?' என்று சித்ரா கேட்டாள்.

145. சம்ஹார தேவி

'எனக்கு மிகவும் தாகமாக இருக்கிறது' என்று வினய் சொன்னான்.

'இரு' என்று சொல்லிவிட்டு சித்ரா எழுந்து கடலருகே சென்றாள். மணலை அள்ளி ஒரு பானை செய்து, அதில் கடல் நீரை ஏந்தி எடுத்து வந்தாள். இந்தா என்று அவனிடம் நீட்டினாள். வினய் புன்னகையுடன் வாங்கிக்கொண்டான்.

'உப்பெல்லாம் கரிக்காது. குடி' என்று சொன்னாள்.

'நானே பல பேருக்கு இந்த மேஜிக்கை செய்து காட்டியிருக்கிறேன், எனக்குத் தெரியும்' என்று சொல்லிவிட்டு அவன் நீரைக் குடித்தான்.

'உனக்கே முடியுமென்றால் என்னை ஏன் கேட்டாய்?'

'நான் எந்தத் தந்திரங்களையும் பிரயோகிப்பதில்லை என்ற முடிவில் இருக்கிறேன்.'

'ஏன்?'

'சித்ரா, நான் ஒரு உச்சத்தைக் குறி வைத்தேன். அதை எப்படி விளக்கிச் சொன்னாலும் உனக்குப் புரியாது. முழுக்க முழுக்க மனித குலத்துக்காக நான் என்னை ஆகுதியாக்க நினைத்தேன். ஆனால் என் வயிற்றுப்பாட்டைத் தீர்ப்பது ஒன்றே பணி என்று ஆகிப் போனது.' என்று அவன் சொன்னான்.

ஐயோ என்று பரிதவித்துப் போனாள் சித்ரா.

'நான் தெய்வங்களால் கைவிடப்பட்டவன். தேவதைகளால் உதாசீனம் செய்யப்பட்டவன். நான் வசியம் செய்து வைத்திருந்த சாத்தான்களும் ஆவிகளும் ஒரு கட்டத்தில் எனக்குப் பிடிக்காமல் போயின. மிஞ்சிப் போனால் அவர்களால் இப்படி ஒரு சொம்பு உப்பு நீரை நல்ல நீராக்கித் தர முடியும். ஆனால் நான் மகா சமுத்திரத்தையே நன்னீராக்க நினைப்பவன்.' என்று வினய் சொன்னான்.

'அது எப்படி முடியும்?'

'முடியும். அதற்கான முனைப்பு என்னிடம் இருந்தது. மிகவும் கஷ்டப்பட்டு உழைத்தேன். என் தவங்களை உனக்குச் சொல்லி விளக்க முடியாது. நெருப்பிலும் நீரிலும் முள்ளிலும் நின்று தவம் புரிந்த சித்தர்களை நீ அறிந்திருக்கலாம். நான் ஒரு ஈர்க்குச்சியின் நுனியில் நின்று தவம் புரிய முயற்சி செய்தவன். தெரியுமா?'

சித்ரா புன்னகை செய்தாள். 'நான் உன்னை நம்புகிறேன்' என்று சொன்னாள்.

'விளையாட்டே இல்லை சித்ரா. ஒரு ஈர்க்குச்சியின் கனத்தைக் காட்டிலும் எனது தேகத்தின் கனத்தைக் குறைப்பதற்கு ஆறு ஆண்டுகள் கடும் முயற்சி செய்தேன். முற்றிலும் சதையற்றுப் போய் எலும்பின் கனத்தையும் குறைக்க ஆரம்பித்தேன். வெறும் காற்று. எனக்கு வேறு உணவே தேவையில்லை என்றானபோது காற்றின் அளவையும் கணிசமாகக் குறைத்தேன்.'

'ஐயோ! பயங்கரம்.'

'ஆம். என்னால் மண்ணில் புதைத்த ஒரு ஈர்க்குச்சியின்மீது ஏறி நிற்க முடிந்தது. ஒற்றைக்காலில் மணிக்கணக்கில் நிற்க முடிந்தது. ஆனால் என் சிந்தை கூடவில்லை. எல்லாம் அமையும் தருணம் எதுவோ ஒன்று என்னைப் பிடித்துக் கீழே தள்ளிவிடும்.'

'பரிதாபமாக இருக்கிறது.'

'உண்மையிலேயே பரிதாபப்பட வேண்டியவன்தான் நான். உனக்கு கோரக்கர் தெரியுமா?'

'சித்தர்.'

'ஆம். பெரிய சித்தர். அவரது சித்த சித்தாந்த பத்ததியைப் பயில்வதற்காக நேபாளம் சென்றேன். ஹட யோகத்தின் அடிப்படையே அந்தப் பிரதிதான். அதைக் கற்றுத்தரக் கூடிய நாத சைவ முனி ஒருவரை அங்கே நான் கண்டேன். ஒரு வருடம் அவருக்குக் கோவணம் துவைத்துப் போட்டு, சமைத்துக் கொடுத்து, கால் பிடித்துவிட்டு குருகுல வாசம் செய்தேன். ஒருநாள் அவர் எனக்கு மனமிறங்கி நாளை முதல் ஆரம்பிக்கலாம் என்று சொன்னார். அன்றிரவு அவர் காலமாகிவிட்டார்.'

இதைச் சொல்லும்போது வினய் கண் கலங்கியிருந்தான். 'எனக்கு உன்னை நெருங்கி உன் கண்ணீரைத் துடைக்க வேண்டும் என்று தோன்றுகிறது' என்று சித்ரா சொன்னாள்.

'வேண்டாம் பெண்ணே. நான் எந்த அரவணைப்புக்கும் தகுதியற்றவன். அடிப்படையில் ஒரு கலைஞனின் மனத்துடன் கடவுள் என்னை சிருஷ்டி செய்யத் தொடங்கி, இறுதியில் ஒரு கொலைகாரனின் வாள் முனையால் என் விதியை எழுதிவிட்டான்.'

'நீ என்னைப் பெண்ணே என்று அழைப்பது எனக்குப் பிடித்திருக்கிறது.'

'ஏன், நீ பெண்தானே?'

அவள் சிரித்தாள். 'உனக்கு நான் பேயாகத் தோன்றவேயில்லையா?'

'உணராமலா உன்னை உட்கார வைத்துப் பேசிக்கொண்டிருப்பேன். பேயானாலும் பெண் என்பதுதான் எனக்கு முக்கியம். ஒன்றைப் புரிந்துகொள். பெண் என்பது சக்தி ரூபம். சக்தி அழிவற்றது. முடிவற்றது. அதன் ஆற்றல்கள் நிகரற்றவை. ஆவியாக அலையும்போதும் தவம் புரிந்ததாகச் சொன்னாயே, இது ஒரு ஆணால் முடியாது.'

'அப்படியா?'

'என்ன அப்படியா? என்னைப் பார். நான் உயிருடன் இருப்பவன். ஆனாலும் தோற்றேன். நீ செத்தபின் ஜெயித்ததாக நீயேதான் சொன்னாய்.'

அவள் அமைதியாகிப் போனாள். ஏதோ யோசித்துக் கொண்டிருப்பதாக விஜய் நினைத்தான். தொந்தரவு செய்ய வேண்டாம் என்று அவனும் ஒரு மரத்தின் மீது சாய்ந்து கால் நீட்டி அமர்ந்துகொண்டான். அவள் எடுத்து வந்த நீரில் மிச்சம் இருந்ததைக் குடித்துவிட்டுப் பாண்டத்தைத் தூக்கி எறிந்தான். அது மணலாகி உதிர்ந்து இல்லாமல் போனது.

சித்ரா இப்போது பேசத் தொடங்கினாள். 'நான் கேட்டதற்கு நீ பதில் சொல்லவில்லை.'

'என்ன கேட்டாய்?'

'உனக்கு என்னால் உதவ முடியும் என்றேன்.'

வினய் சிரித்தான்.

'ஏன் சிரிக்கிறாய்? நான் பொய் சொல்லவில்லை.'

'நீ பொய் சொல்வாய் என்று நான் நினைக்கவில்லை. ஆனால் என் விதி எப்படியாக எழுதப்பட்டது என்பதை இவ்வளவு நேரம் உனக்கு விளக்கிய பின்புமா இப்படிக் கேட்கிறாய்?'

'ஆம். உனக்கு நேர்ந்தவற்றை நீ சொன்னபின்பு எனக்கு அதில் இன்னமும் வெறி ஏறுகிறது. உன்னை வெல்ல வைத்துப் பார்க்க நான் மிகவும் ஆசைப்படுகிறேன்.'

அவன் புன்னகையுடன் அவளைப் பார்த்தான். 'நீ பெண்ணாக இருந்தால் இப்போது உன்னை அருகே அழைத்து முத்தமிட்டிருப்பேன்.' என்று சொன்னான். 'சித்ரா, அன்பைக் காட்டிலும்பரிவின்பலத்தைநீஎனக்குக்காட்டிக்கொண்டிருக்கிறாய். உயிரற்ற ஒன்று உயிருள்ள ஒன்றின்மீது கவியும் இந்தத் தருணத்தை நான் நினைவில் சேமிக்கிறேன். உன்னை நான் மறக்கவே மாட்டேன்.'

'இப்போதும் நீ பதில் சொல்லவில்லை.'

'எப்படிச் சொல்வேன் என்று எதிர்பார்க்கிறாய்? நான் ஒரு துறவி. நான் யாருக்கும் கடமைப்பட முடியாது.'

'கடமையாக எண்ணித்தானே உன் தாயின் இறுதிச் சடங்குக்கு வந்தாய்?'

'ஆம். அது பிறவி எடுத்தபோது என்மீது ஏற்றி வைக்கப்பட்டது. அதை நான் ஒன்றும் செய்ய முடியாது.'

'அப்படியானால் என்னை உன் தாயாக எண்ணிக்கொள்.'

'அது என்னால் முடியாது.'

'ஏன்?'

'என் தாயின் முலைகளை நான் என்றுமே ரசித்ததில்லை. அவளைக் கட்டித்தழுவி முத்தமிட்டதில்லை. அவளது குறியை நான் சிந்தித்ததில்லை. ஆண், பெண், நபும்சகம் என்பது போலத் தாய் என்பவள் ஒரு பிறப்பு. அவள் ஆணோ பெண்ணோ நபும்சகியோ அல்ல. அது ஒரு தனிப் பிறப்பு. அவள் தாய். அவ்வளவுதான். அவள் ஒருத்தியாக மட்டும்தான் இருக்க முடியும்.'

சித்ரா மீண்டும் சிறிது நேரம் அமைதியாக இருந்தாள். பிறகு, 'நான் கேட்ட விதம் தவறோ என்று இப்போது நினைக்கிறேன்.' என்று சொன்னாள்.

வினய் புன்னகை செய்தான்.

'நீ எனக்கு ஒரு உதவி செய்ய வேண்டும் என்று நேரடியாகக் கேட்டிருந்தால் செய்திருப்பாய் அல்லவா?'

'முடிந்தால் செய்திருப்பேன்.'

'நான் என் நோக்கத்தை மறைத்துக்கொண்டு உன் ஆசைகளைத் தூண்டுவது போலப் பேசியது பிழை. என்னை மன்னித்து விடு.' என்று சொன்னாள்.

'தூண்டினாயா? உன்னால் தூண்ட முடிந்ததா?'

'இல்லை. நீ அசையவேயில்லை. அதுதான் எனக்கு வியப்பாக உள்ளது. ஆனால் இப்போதும் சொல்கிறேன். உன் லட்சியம் எத்தனை பெரிதாக இருந்தாலும் என்னால் அதை நிறைவேற்றி வைக்க முடியும். நீ உருகும் சக்தி ரூபம் உன் சிந்தையில் வந்து அமரும். உனக்கு அது கட்டுப்படும். நீ விரும்பியதைச் செய்து தரும். என் மொத்தத் தவத்தின் பலனை நான் உனக்காகத் தாரை வார்ப்பேன்.'

'அப்படியா? சரி, சொல். முடிகிறதா பார்க்கிறேன்.' என்று வினய் சொன்னான்.

அவள் சட்டென்று எழுந்துகொண்டாள். தரை மட்டத்தில் இருந்து ஒன்பதடி உயரத்தில் சென்று நின்றுகொண்டு கண்ணை மூடி ஏதோ மந்திரம் சொன்னாள். பிறகு தனது இடக்கையைத் தரையைப் பார்த்து நீட்டினாள். அதிலிருந்து பீறிட்ட ஓர் ஒளிச்சரடு மணலைத் துளைத்துக்கொண்டு உள்ளே பாய்ந்தது. உடனே அவள் சுட்டிய இடத்தில் இருந்து ஒரு சுனை பீறிட்டது. பீறிட்டெழுந்த நீர், ஒளிச்சரடு பாய்ந்த அதே வேகத்தில் மேலெழுந்து சென்று அவள் கரத்தில் சென்று தேங்கி நிறைந்தது.

சித்ரா அந்த நீரைத் தாரையாக வார்த்து சத்தியம் செய்தாள். 'இருபத்தைந்தாண்டுக் காலமாக நான் புரிந்த உக்கிரத் தவத்தின் இறுதியில் தேவி எனக்கு வரமளித்தாள். ஒன்று நான் மோட்சத்துக்குச் செல்லலாம். இனி பிறக்காதிருக்கலாம். அல்லது நான் சுட்டிக்காட்டும் யாரோ ஒருவருக்கு அந்த வரத்தை நானே அளிக்கலாம். என் அன்பான வினய்! உனக்கு நான் அந்த வரத்தைத் தாரை வார்த்துத் தருகிறேன். தெய்வங்களால் கைவிடப்பட்டவன் என்று நீ சொன்னாய். உன்னை நான் அந்தத் தெய்வங்களுள் ஒன்றென நியமிக்கிறேன். உன்னைப் பிறப்பற்றவன் ஆக்குகிறேன். அழிவற்றவன் ஆக்குகிறேன். பிரபஞ்சம் முழுதும் ஆளும் தகுதியை உனக்கு நான் உருவாக்கித் தருகிறேன். நீ ஒரு சக்தி. நீ ஒரு விசை. நீ ஒரு பிரகிருதி. அழிவற்ற பேரானந்தப் பெருந்திருவின் உதிரத்தின்

ஒரு சொட்டை என் சிரசில் நான் ஏந்தியிருக்கிறேன். அதை உனக்கு நான் மாற்றித் தருகிறேன். எனக்காக நீ செய்ய வேண்டியதெல்லாம் ஒன்றுதான். என் பெண்மையை மலினப்படுத்திவிட்டுப் போன உன் தம்பியை நீ கொன்றுவிடு.'

146. திரிபுவனச் சக்கரவர்த்தி

என் வியப்பின் அடி ஆழக் கசண்டு வரை சுரண்டி எடுத்து என் விழிகள் வெளியே கொட்டிக்கொண்டிருந்திருக்க வேண்டும். வினய் மிகவும் அமைதியாக என்னைப் பார்த்துப் புன்னகை செய்தான். 'மணல் இப்போது சுடவில்லையா?' என்று கேட்டான்.

'இல்லை. எனக்கு சூடு பழகிவிட்டது அல்லது மரத்துவிட்டது.'

'அநேகமாக மறந்திருக்கும்' என்று அவன் சொன்னான்.

'இருக்கலாம். நீ சொன்னதையெல்லாம் கேட்ட பின்பு நீ நினைவில் இருப்பதே வியப்புக்குரிய விஷயம்தான்.'

'என்னால் அவளைப் புரிந்துகொள்ள முடிகிறது விமல். ஆனால் அவளுக்கு எந்த நியாயமும் உவப்பானதில்லை.'

'இதில் நியாயம் என்ன இருக்கிறது? அவள் இடத்தில் நீ இருந்தாலும் அதைத்தான் விரும்புவாய். அதுசரி, உன்னை ஒன்று கேட்கிறேன். ஒரு பேயால் கேவலம் ஒரு கொலை செய்ய முடியாதா? அதற்கு எதற்கு அவள் ஒரு அடியாள் தேடுகிறாள்?'

வினய் புன்னகை செய்தான்.

'அவள் வினோத்தை விரும்பியிருக்கிறாள். நெடுநாள் அல்ல என்றாலும் பழகிய சில தினங்களில் அவன்மீது காதல் வயப்பட்டிருக்கிறாள்.'

'அதனால் என்ன?'

'அவனை மீண்டும் சந்தித்தால் பழைய காதல் மீண்டும் துளிக்குமென்று அஞ்சுகிறாள்.'

'கஷ்டம். ஆவியின் காதல். சனியன், இருந்துவிட்டுப் போகட்டுமே. கொலையும் காமத்துக்கு நிகரான வீரியம் கொண்டதுதானே? செய்துவிட்டுப் போய்விடலாமே?'

'உனக்குப் புரியவில்லை. அவள் தனது காதலைப் பரிசுத்தமானதென்று கருதுகிறாள். அதன் புனிதத்தை அவன்

கொச்சைப் படுத்திவிட்டதாக நினைக்கிறாள். அது உண்டாக்கிய கோபத்தின் மையப்புள்ளிதான் அவளது தவத்தின் தொடக்கம். தவத்தின் உச்சம் என்பது சம்ஹாரம். அது நிகழ்ந்துவிட்டால் அவள் அடங்கிவிடுவாள்.'

'எங்கிருந்து அடங்குவது? அவளுக்காக நீ கொலை செய்தால் அவளது தவப்பலன் முழுதும் உன்னைச் சேர்ந்துவிடுமல்லவா?'

'ஆம். அப்படித்தான் சொன்னாள்.'

'ஒருவேளை நீ செய்ய மறுத்தால்?'

'அவள் எமனுலகம் போய்விடுவாள். அதன்பின் விதிப்படி அவளுக்கு என்ன உள்ளதோ அதை அனுபவிப்பாள்.'

எனக்கு ஒரு மாயாஜாலக் கதை கேட்பது போலிருந்தது. பிடித்திருந்தது. எவ்வித உணர்ச்சியும் இல்லாமல் வினய் தனக்கு நடந்ததை என்னிடம் விவரித்துக்கொண்டிருந்தான். அவனளவு மனக்கட்டுப்பாடும் பரவசம் தவிர்த்த சிந்தையும் எனக்கு ஏன் இல்லாமல் போய்விட்டது என்று வருத்தமாக இருந்தது. உன் தம்பியை எனக்காக நீ கொலை செய்வாயா என்று ஒரு ஆவி என்னிடம் கேட்டிருந்தால் நான் என்ன செய்திருப்பேன் என்று யோசித்துப் பார்த்தேன். குறைந்தது அசிங்கமாகச் சில சொற்களைப் பேசியிருப்பேன். சொற்களால் அதன் சீற்றத்தைக் கிளறிவிடும் மகிழ்ச்சியையாவது அடையப் பார்த்திருப்பேன். அல்லது அமைதியாக நேரம் எடுத்து யோசிக்க ஆரம்பித்திருப்பேன். அரை நூற்றாண்டுக்கால வாழ்வுக்குப் பிறகு கிடைக்கக்கூடிய ஆத்மிக லாபத்தைக் கருத்தில் கொண்டு யோசித்துப் பார்த்தாலும் தவறில்லை. ஒன்றை அழிக்காமல் இன்னொன்றில்லை என்பது இயற்கை நியதி. அழிக்கும் சக்தியாக அல்லாமல், சக்தியின் கருவியாக மட்டுமே இருப்பதில் பிழையில்லை என்ற முடிவுக்குக் கூட வந்திருப்பேன். சந்தேகமின்றி நான் ஒரு சராசரி. எனது பலங்கள் அனைத்தும் என் பலவீனங்களால் வடிவமைக்கப்பட்டவை. சந்தர்ப்பங்களின் சாதகங்களைப் பற்றிக்கொண்டே எனது காலம் காலடியே உருண்டு சென்றிருக்கிறது. பெரிய இழப்புகள் இதுவரை இல்லை. எதையும் பெரிதாக அடைந்துவிடவும் இல்லை. ஆயினும் நான் ஒரு வெற்றிகரமான சன்னியாசி. ஆயிரக்கணக்கானவர்களுக்கு நம்பிக்கையான குரு. என்னை அண்டியிருப்பதன் சௌகரியத்தை வாழ்வின் ஒவ்வொரு கட்டத்திலும் உணர்வதாக எப்போதும் என் சீடர்கள் சொல்லுவார்கள்.

'என்ன யோசிக்கிறாய்?' என்று வினய் கேட்டான்.

'இல்லை. என்னை சித்ராவிடம் அழைத்துச் செல்கிறாயா?'

'எதற்கு?'

'பேசிப் பார்க்க வேண்டும் என்று ஆசையாக இருக்கிறது.'

'அநேகமாக அது சாத்தியமில்லை என்று நினைக்கிறேன்.'

'ஏன்?'

'நீ அதற்குத் தகுந்தவன் அல்ல.'

'அப்படியா?'

'அப்படித்தான் நினைக்கிறேன். அவள் உயிரற்றவள். ஆனாலும் அவள் ஒரு ரிஷி. தவம் இருந்து வரம் பெற்றிருப்பவள். யாருடன் பேசுவது என்பது அவளது தேர்வு. அவளது தீர்மானம். நீதான் இதற்குச் சரியானவன் என்று அவள் நினைத்திருந்தால் அவள் என்னைத் தேர்ந்தெடுத்திருக்க அவசியமில்லை. நேரடியாக உன்னிடம் வந்திருப்பாள்.'

'நாய் அவதாரம் எடுத்த சொரிமுத்து என்னைத் தேர்ந்தெடுத்த மாதிரியா?'

வினய் சிரித்துவிட்டான். 'அது எனக்கே வியப்புத்தான். கிழவன் என்மீது மிகவும் கோபத்தில் இருக்கிறான் என்று நினைக்கிறேன்.'

'விடு. அப்படியொன்றும் அவன் என்னிடம் தேவ ரகசியம் பேசிவிடவில்லை. அண்ணா வந்துவிட்டானா என்று கேட்டதுடன் சரி. அதன்பின் ஒரு சொல்கூடப் பேசவில்லை.'

வினய் சிறிது நேரம் மணல் பரப்பில் அப்படியே கால் நீட்டிப் படுத்தான். சுட்டெரிக்கும் வெயிலைக் கண் இமைக்காமல் பார்த்துக்கொண்டு கிடந்தான். பிறகு மீண்டும் எழுந்து உட்கார்ந்து, 'வினய், எனக்கு நீ உண்மையாக பதில் சொல்வாயா?' என்று கேட்டான்.

'நான் பொய் சொல்வதில்லை. தைரியமாகக் கேள்.'

'என் இடத்தில் நீ இருந்திருந்தால் அவளுக்கு என்ன பதில் சொல்வாய்?'

நான் ஏற்கெனவே எண்ணியதுதான். திரும்பக் கேட்கிறான். ஆனால் இருவிதமான எனது மனநிலை அவனுக்கு உகந்த பதிலாக இருக்காது என்று தோன்றியது. எனவே யோசித்தேன்.

'அவசரமில்லை. நிதானமாக யோசித்துப் பதில் சொன்னால் போதும்.'

'என் பதில் உனக்கு அவ்வளவு முக்கியமா? நீ ஒரு சன்யாசி. பற்றற்றவன். நீ யோசிக்க வேண்டியது ஒன்றுதான். ஒரு கொலை செய்யலாமா, வேண்டாமா. அவ்வளவுதானே? இதை நீ ஒரு கோழி பலி கொடுப்பது போலக்கூடக் கருத இடம் இருக்கிறது.'

'பலி தத்துவம் வேறு. அதைக் கொச்சைப் படுத்தாதே' என்று வினய் சொன்னான்.

'மன்னித்துக்கொள். எனக்கு சடங்குகள்மீது நம்பிக்கை கிடையாது.'

'என் கேள்வியெல்லாம் ஒன்றுதான். சில தனிப்பட்ட லாபங்களுக்காக ஒரு கொலை செய்வது சன்னியாசத்துக்கல்ல; மனிதப் பிறப்புக்கே இழுக்காகி விடுமல்லவா?'

'ஆனால் பெரிய லாபம். அதையும் நீ யோசிக்க வேண்டும்.'

'ஆம். பெரிதுதான். அவள் சொன்னது நடக்குமானால் நான் திரிபுவனச் சக்கரவர்த்தி.'

திரிபுவனச் சக்கரவர்த்தி! எத்தனை வண்ணமயமான பீடம்! என் சகோதரன் அப்படியொரு பீடத்தில் ஏறி அமருவானேயானால் நான் அவனது சபையில் ஒரு ராஜகுருவாக இருப்பேன். எல்லா வேளையும் அறுசுவை உணவு உண்டு, சப்ர மஞ்ச கட்டிலில் படுத்துறங்கி, தோன்றினால் நீதி போதனை சொல்லிக்கொண்டு, ஒன்றும் தோன்றாதபோது பல்லக்கில் ஏறி உலகைச் சுற்றி வரலாம். ஆனால் இதெல்லாம் நடக்க வேண்டுமானால் அவன் வினோத்தைக் கொலை செய்ய வேண்டும்.

'அவன் பாவம் விமல். என்னால் அவனைப் புரிந்துகொள்ள முடிகிறது. பக்தி என்பதே ஒருவித உணர்வுநிலை உச்சம்தான். மூளையை மழுங்கடித்துத்தான் மனம் எழுச்சி பெறுகிறது. அவன் அப்படியொரு தருணத்தில் சித்ராவை விட்டுச் சென்றான். உண்மையில் அந்தக் கணத்தில் அவனுக்கு சித்ரா உள்பட யார் நினைவும் வந்திருக்க வாய்ப்பில்லை. குறைந்தபட்சம் அம்மாவைக்கூட அவன் நினைத்துப் பார்த்திருக்க மாட்டான்' என்று வினய் சொன்னான்.

'உண்மை. நானும் அதைப் புரிந்துகொள்கிறேன். ஆனால் உனக்கு ஒன்று சொன்னால் நம்புவாயா? நான் முற்று முழுதான விழிப்பு நிலையில்தான் என் துறவு நிலையை எட்டிப் பிடித்தேன். இனி இது

எதுவும் வேண்டாம் என்று முடிவு செய்தபோது நான் அம்மாவை நினைத்தேன். அப்பாவை நினைத்தேன். அண்ணாவை, உன்னை, வினோத்தை, மாமாவை, கோயிலை, நித்ய கல்யாணப் பெருமாளை, பட்டாச்சாரியாரின் வியர்வை துர்நாற்றத்தை, கோவளம் சம்சுதீனை - ஒருத்தர் மிச்சமில்லை. அனைவரையும் நினைவுகூர்ந்து என்னிடம் இருந்து விலக்கி வைத்தேன்.'

'அப்போதே நீ நாத்திகனாக இருந்தாயா?'

'இல்லை என்றுதான் நினைக்கிறேன். கோயிலுக்குப் போகும்போது நான் கும்பிட்டுக்கொண்டுதான் இருந்தேன்.'

'நான் அதைக் கேட்கவில்லை. உன் மனத்தில் கடவுள் இருந்தாரா?'

'ஆம். இருந்தார்.'

'பிறகு எப்படி இல்லாமல் போனார்?'

'வேண்டாம் என்று தோன்றியது. தள்ளி வைத்தேன்.'

'ஏன் அப்படித் தோன்றியது?'

'தெரியவில்லை வினய். எனக்கு நானே போதும் என்று நினைத்துவிட்டேன்.'

'அப்படித் தோன்றியது உனக்குத் தன்னம்பிக்கை அளித்ததா?'

நான் சற்று யோசித்தேன். அப்படியொன்றும் தன்னம்பிக்கை பொங்கி வழிந்த நினைவெல்லாம் இல்லை. என்னால் மானசீகத்தில் எதையும் நெருங்க முடியாததே காரணம் என்று தோன்றியது. அம்மாவைக் கூட நெருங்கித் தொட்ட கணத்தில்தான் அம்மாவாக உணர்ந்திருக்கிறேன். இரண்டடி விலகி நிற்கும்போது பாசம் நிகர்த்த எதுவும் எனக்குள் உதித்ததில்லை.

இதைச் சொன்னபோது, 'அப்படி இருக்க வாய்ப்பில்லை' என்று வினய் சொன்னான்.

'ஆனால் நான் அதையெல்லாம் பெரிதாக எண்ணவேயில்லை.

குறிப்பிட்ட காலம் வரை அண்ணாவைத் தேடிக்கொண்டிருந்தேன். பிறகு அதுவும் எதற்கு விட்டுவிட்ட்என்று தோன்றியது. விட்டுவிட்டேன்.'

'அப்படியா?'

'ஆம். அம்மா சாகக்கிடக்கிறாள் என்று மாமாவிடம் இருந்து தகவல் வந்தபோது மீண்டும் சில நாள் அண்ணாவைத் தேடினேன். வழக்கம்போல் அவன் எனக்கு அகப்படவில்லை. சரி ஒழிகிறான் என்று விட்டுவிட்டு ரயிலேறிவிட்டேன்.'

வினய் என்னை நெருங்கித் தொட்டான். என் கன்னத்தை மெல்ல வருடினான். 'நீ இப்படியே இரு. அதுதான் உனக்கு நல்லது' என்று சொன்னான்.

147. கொலைக் குறிப்பு

கோயிலைக் கடந்து வீதிக்குள் நுழையும்போது நான் வினய்யின் கையைப் பிடித்து நிறுத்தினேன். என்ன என்று கேட்டான்.

'தெரியவில்லை. ஆனால் என்னவோ சரியாக இல்லை.'

'என்ன சரியாக இல்லை?'

'இல்லை. நான் சரியாக இல்லை என்று சொன்னேன். சற்றுப் பதற்றமாக உணர்கிறேன்.'

அவன் நின்றான். என்னைப் புன்னகையுடன் நோக்கினான். 'எது குறித்து?' என்று கேட்டான். யோசித்தேன். குறிப்பிட்ட காரணம் எனக்குத் தோன்றவில்லை. ஆனால் பதற்றமாகத்தான் இருந்தது. வீட்டுக்குப் போகாமல் மண்டபத்திலேயே உட்கார்ந்து விடலாமா என்று தோன்றியது. வினோத்தைப் பார்க்கும்போது அவனிடம் நடந்ததைச் சொல்ல வேண்டும். சொல்லாமல் தவிர்ப்பது நியாயமல்ல. சொல்லுவது உவப்பானதல்ல. துறவிதான் என்றாலும் மரணம் சார்ந்த அவனது சிந்தனை ஓட்டம் எப்படி இருக்கும் என்று தெரியாது. அவன் அச்சமோ, தயக்கமோ கொள்ள வாய்ப்பில்லை என்பதில் எனக்கு சந்தேகமில்லை. ஆனால் குற்ற உணர்வும் அவமான உணர்வும் மேலோங்க, அவன் கணப் பொழுதேனும் கிருஷ்ணனை மறந்து சித்ராவைக் குறித்து நினைத்துக் கண் கலங்கிவிடக் கூடும். எனக்கு சந்தேகமில்லாமல் தெரியும். பத்மா மாமியின் காலில் விழுந்தபோதுகூட அவன் மாமியைக் கிருஷ்ணனாகத்தான் நினைத்தான். அம்மாவை வழியனுப்பி வைக்கும்போதுகூடக் கிருஷ்ணனின் மரணமாகத்தான் அவன் அதைக் கருதுவான். வேறு எதுவாகவும் அவன் நினைக்கப் பழகவில்லை என்பதை நான் அறிந்திருந்தேன். அப்படியொரு உன்மத்த நிலையில், சித்ரா தன்னைக் கொல்லச் சொல்லித் தன் அண்ணனிடமே கேட்டிருப்பது தெரியுமானால் அவனுக்கு என்ன தோன்றும்? அது கிருஷ்ணன் அளிக்க விரும்பும் தண்டனையாக அல்லவா நினைத்துக்கொள்வான்? வாழ்வின் தீராப் பக்கங்களில்

தனது மௌனத்தாலும் மோனத்தாலும் கவிதையெழுதிச் செல்கிற கிருஷ்ணன். ஒரு கொலைக் குறிப்பை அவன் எழுதி வைப்பதை வினோத் நிச்சயம் விரும்ப மாட்டான். கிருஷ்ணனை எப்படி ஒரு கொலைகாரனாகக் கருத இயலும்? அவனது அசுர வதங்கள் எல்லாமேகூட மோட்ச சன்னியாசப் பிட்சை அல்லவா?

எனக்கு இன்னும் என்னென்னவோ தோன்றியது. மிகவும் சங்கடமாக உணர்ந்தேன். 'வினய், நீ வீட்டுக்குப் போ. நான் சிறிது நேரம் கழித்து வருகிறேன்' என்று சொல்லிவிட்டு, அவன் பதில் சொல்வதற்குள் திரும்பி நடக்க ஆரம்பித்தேன். அவன் சிறிது நேரம் அங்கேயே நின்று நான் போவதைப் பார்த்துக்கொண்டிருந்தான். நானும் திரும்பித் திரும்பிப் பார்த்துக்கொண்டேதான் கோயில் முன் மண்டபத்தை நோக்கிச் சென்றேன். நான் மண்டபத்தை அடையும்வரை வினய் நகரவில்லை. நான் மண்டபத்தை நெருங்கி, ஒரு தூணோரம் சாய்ந்து அமர்ந்தபின் அவன் நின்ற இடத்தில் இருந்து கையாட்டிவிட்டு வீட்டை நோக்கிப் போகத் தொடங்கினான்.

வினய் வீட்டுக்குப் போகும் நேரம் அம்மா கண்ணைத் திறந்து பார்த்தால் சிறிது பயந்துவிடுவாள் என்று தோன்றியது. அவனது தோற்றம் அத்தனை பயங்கரமாக இருந்தது. அவன் மேல் சட்டை அணிய விரும்புவதே இல்லை. வினோத் கொடுத்ததைக் கூட உதாசீனப்படுத்திவிட்டான். புடைத்துக்கொண்டு வெளியே தெரிந்த அவனது மார்பு எலும்புகளை விரல் வைத்து எண்ண முடிந்தது. கழுத்தில் ஆறேழு நரம்புகள் இற்றுப் போன கயிறுகளைப் போலத் தொங்கிக்கொண்டிருந்தன. முகமெங்கும் மண்டிய தாடியும் சடாமுடியும் உருண்டுகொண்டே இருந்த விழிகளும் அம்மா ரசிக்கக்கூடியவையாக இருக்க முடியாது என்று நினைத்தேன். விரல் நகங்களை அவன் நறுக்குவதில்லை. அதில் படியும் அழுக்கையும் அவன் பொருட்படுத்துவதில்லை. நான் அவனிடம், 'தினமும் குளிக்கிறாயா?' என்று கேட்டேன். 'தோன்றும்போது குளிப்பேன். குளிக்கத் தோன்றும்போது அருகே நீர்நிலை இருக்க வேண்டும். அதுதான் சிக்கல்' என்று சொன்னான். தனக்கென ஒதுங்க ஓர் இடமின்றியே இருபதாண்டுக் காலத்துக்கும் மேலாக அவன் கழித்திருக்கிறான் என்பது வியப்பாக இருந்தது.

'ஆனால் எனக்கு அது ஒரு பிரச்னையாகத் தெரிந்ததே இல்லை. உறக்கம் வரும்போதுதான் எங்கே படுப்பது என்ற கேள்வி வரும். உறங்காதிருக்கும்போது உலகம் முழுவதும் என்னுடையதுதான்' என்று சொன்னான். அண்ணாவைப் போன்றவர்களுக்கு

மலைகளெங்கும் குகைகள் உண்டு. மர வீடுகள் கட்டிக்கொண்டு எந்தக் காட்டிலும் இருந்துவிடுவார்கள். ஆனால் வினய் போன்ற சமவெளிச் சன்னியாசிகளின் பாடுதான் சிரமம். ஒரு சமயம் வினய் ஆறு நாள் தவமிருக்க உத்தேசித்து, அதற்காக இடம் தேடிக்கொண்டிருந்தான். அப்போது அவன் ஆந்திர மாநிலத்தில் சுற்றிக்கொண்டிருந்தான். பலப்பல இடங்கள் அலைந்து திரிந்தும் அவன் விரும்பிய தனிமை எங்கும் அமையவில்லை. இறுதியில் கூடூர் ரயில் நிலையத்துக்கு அவன் வந்து சேர்ந்தபோது ஒரு சரக்கு ரயில் அங்கிருந்து கிளம்பிக்கொண்டிருந்தது. அதில் மூன்று பெட்டிகள் நிறைய நிலக்கரி இருப்பதை அவன் கண்டான். ஒரு பெட்டியைத் திறந்து ஏறிக்கொண்டு கதவை மூடிக்கொண்டான். கௌஹாத்தி வரை சென்ற அந்த சரக்கு ரயிலிலேயே அவன் தனது தவத்தைச் செய்து முடித்தான்.

வினோத் இந்தக் கதையை என்னிடம் சொன்னபோது, 'அந்தத் தவத்தின் இறுதியில் உனக்கு என்ன கிடைத்தது?' என்று கேட்டேன்.

'நிறைய புழுதி. நிறைய அழுக்கு. ஒரு மாதிரி அலர்ஜி உண்டாகி இரண்டு மாதங்கள் என் மூக்கு எரிந்துகொண்டே இருந்தது' என்று சொன்னான்.

மண்டபத்தில் நான் தனியேதான் இருந்தேன். கோயில் நடை சாத்திவிட்டிருந்தபடியால் வெளியூர் பக்தர்கள் யாரும் இல்லை. சுற்றுப்புற கடைக்காரர்களும் பழைய புடைவைகளைத் திரைச் சீலைகளாகத் தொங்கவிட்டு, உள்ளே அமர்ந்து சாப்பிட்டுக்கொண்டிருந்தார்கள். மீண்டும் நடை திறக்க இன்னும் இரண்டு மணி நேரத்துக்கு மேல் ஆகும். அதன்பின் மீண்டும் பக்தர்கள் வரத் தொடங்குவார்கள். புராண காலம் தொட்டுப் புகழோடு இருக்கிற ஊர். ஆனால் கால மாற்றத்தின் சுவடுகள் எது ஒன்றும் படியவேயில்லை. ஒரு விதத்தில் அது நல்லதே என்றும், இன்னொரு பார்வையில் வருத்தத்துக்குரியதாகவும் தோன்றியது.

மண்டபத்தின் கட்டாந்தரையில் அப்படியே மல்லாக்கப் படுத்தேன். சிறிது நேரம் தூங்கலாம் என்று நினைத்தேன். சீடர்கள் யாரும் உடன் வராமல் நான் வெளியூர்ப் பயணம் மேற்கொண்டிருப்பது இதுவே முதல் முறை. என் சீடர் யாராவது என்னை இப்படிக் கட்டாந்தரையில் படுக்கக் கண்டால் துடித்துவிடுவார்கள். குறைந்தபட்சம் இடுப்பு வேட்டியை அவிழ்த்து விரித்தேனும் என்னைப் படுக்கச் சொல்லுவார்கள். வாழ்வின் ஆக சொகுசான

விசிறி மடிப்புகளிலேயே வாழ்ந்து பழகிவிட்டேன் என்பதை எண்ணிப் பார்த்தேன். என் துறவின் நோக்கமே அதுதானோ என்று சந்தேகம் வந்தது. இல்லை, சுதந்தரமே என் தெய்வம் என்று வலுக்கட்டாயமாக இழுத்து நினைத்துக்கொண்டு தூங்கப் பார்த்தேன்.

யாரோ மண்டபத்துக்கு வருவது போலிருந்தது. திரும்பிப் பார்த்தேன். வினோத் வந்துகொண்டிருந்தான்.

சட்டென்று எழுந்து உட்கார்ந்தேன். அவன் என்னைப் பார்த்ததும் புன்னகை செய்தான்.

'வினய் வந்துவிட்டான். வீட்டுக்குப் போனால் பார்க்கலாம்' என்று சொன்னேன். 'நீ எங்கே போய்விட்டு வருகிறாய்?'

'அவனை அழைத்து வரச் சென்ற உன்னையும் காணவில்லை என்பதால் மாமா மிகவும் கவலைப்படத் தொடங்கிவிட்டார். அவரிடம் இருந்து தப்பிப்பதற்காக வசந்த மண்டபம் போய் உட்கார்ந்திருந்தேன். போரடித்ததால் எழுந்து வந்தேன்.'

நான் புன்னகை செய்தேன். 'உட்கார்' என்று சொன்னேன். அவன் என் அருகே அமர்ந்துகொண்டான்.

'வினய் வீட்டுக்குப் போயிருக்கிறான்' என்று மீண்டும் சொன்னேன்.

'அம்மா சிறிது நேரம் சுய நினைவுடன் இருந்தாள். என்னிடம் பேசினாள். பிறகு நினைவு போய்விட்டது' என்று வினோத் சொன்னான்.

'ஓ. மாமா அருகே இருந்தாரா?'

'இல்லை. பத்மா மாமிக்குப் பிரசாதம் கொடுத்துவிட்டு வர வேண்டும் என்று சொல்லிவிட்டு வெளியே போனார்.'

'ஓ. நல்லது. அம்மா என்ன சொன்னாள்?'

'நிறையச் சொன்னாள்.'

'உன்னை அவளுக்கு அடையாளம் தெரிந்ததா?'

'முதலில் சிறிது யோசித்தாள். வினய்யா என்று கேட்டாள்.'

'பிறகு?'

'விஜய் வந்தானா என்றாள்.'

‘உம்.’

‘என் கழுத்தில் உள்ள துளசி மாலையைப் பார்த்ததுமே அவளுக்கு என்னைப் பற்றிய தகவல்கள் தெரிந்துவிட்டன என்று நினைக்கிறேன்.’

நான் புன்னகை செய்தேன்.

‘எனக்கு மிகவும் வியப்பாக உள்ளது விமல். அவள் சற்றும் பரவசமடையவில்லை. கண்ணீர் விடவில்லை. அவள் முகத்தில் தவிப்பின் சிறு சுவடுகூடத் தெரியவில்லை.’

‘விடு. நினைவு மீண்டதே பெரிது.’

‘இல்லை. கேசவன் மாமா எப்படி அழுதார் தெரியுமா? நீ இல்லாமல் போய்விட்டாய். தூணில் முட்டிக்கொண்டு முட்டிக்கொண்டு அழுதார்.’

‘பாவம், நல்ல மனிதர். தனது சக்தி முழுவதையும் பாசமாகச் செலவழித்துவிடப் பார்க்கிறார். காமுகர்கள் இப்படித்தான் சக்தியை விந்துவாக விரயம் செய்வார்கள்.’

வினோத் திகைத்துவிட்டான். ‘நீ என்ன சொல்கிறாய்? நமக்குப் பாசமற்றுப் போனது நாம் தேடிக்கொண்ட வாழ்க்கை. அம்மா ஒரு குடும்பப் பெண் அல்லவா? நான்கு பெற்றவள் அல்லவா? நான்கையும் பறிகொடுத்தவள் அல்லவா?’

‘சரி, அதனால் என்ன? அவள் நாளை இறக்கப் போகிறவள். நினைவு மீண்டதே பெரிது. பேசினாள் என்றுவேறு சொல்கிறாய்.’

‘சும்மா பேசியதல்ல. அவளுக்கு அந்தச் சுவடியின் ரகசியம் தெரிந்திருக்கிறது’ என்று வினோத் சொன்னான்.

இது எனக்கு அதிர்ச்சியளித்தது. ‘உண்மையாகவா?’ என்று கேட்டேன்.

‘ஆம். நாம் நால்வரும் வீடு தங்க மாட்டோம் என்பதை அவள் அறிந்தே இருந்திருக்கிறாள்.’

‘அம்மாவே சொன்னாளா?’

‘ஆம்.’

‘வேறென்ன சொன்னாள்?’

‘என் மரணம் வினய்யால் நேரும் என்று சொன்னாள்.’

148. மரண வாக்குமூலம்

வெயில் உக்கிரமாக இருந்தது. இருநூறடி தூரத்தில் கடல் இருந்தும், இடையே ஒரு சவுக்குக் காடு இருந்தும் கோயில் மண்டபத்தில் காற்றே இல்லை. புழுக்கம், உறவுகளைப் போலக் கசகசத்தது. வேறெங்காவது போய் உட்காரலாமா என்று வினோத்திடம் கேட்டேன். எங்கு போனாலும் இப்படித்தான் இருக்கும் என்று சொன்னான். 'வேண்டுமானால் வீட்டுக்குப் போய் ஃபேன் போட்டுக்கொண்டு உட்காரலாம்' என்றான். ஆனால் கேசவன் மாமா இருப்பார். அறையில் அம்மா இருப்பாள். திரும்பத் திரும்பப் பேசியவற்றையே பேச வேண்டியிருக்கும்.

'அதுகூடப் பிரச்னை இல்லை. நாம் வந்திருக்கும் விஷயம் இப்போது வீதியில் அனைவருக்கும் தெரியும். வந்து பார்க்க வரிசையாக வர ஆரம்பித்துவிடுவார்கள்.'

'ஐயோ. அது இன்னும் கஷ்டம்.'

'நீ கிளம்பிப் போனதும் எதிர் வீட்டில் இருந்து ஒரு கிழவி வந்தாள். எனக்கு அவளை மறந்தேவிட்டது. என்னைக் கண்டதும் விசிறி எடுத்து வரச்சொல்லி, அதால் என்னை அடிக்க ஆரம்பித்துவிட்டாள்.'

'அடடே. நான் இல்லாமல் போய்விட்டேனே.'

'உன் சன்னியாசம், விபசாரத்துக்கு சமம் என்று சொன்னாள்.'

'விடு. அம்மாமீது அவ்வளவு அன்பு.'

'பிறகு என்ன நினைத்தாளோ, என்னைக் கட்டிக்கொண்டு சிறிது நேரம் அழுதாள். கடைசிவரை எனக்குத்தான் அவள் பெயர் நினைவுக்கு வரவேயில்லை.'

'எனக்கு நினைவிருக்கிறது. அவள் ஐயர் மாமி. வரலட்சுமி என்று பெயர். அவளுக்கு ஒரு பெண்ணும் ஒரு பிள்ளையும் இருந்தார்கள். அவள் புருஷன் நாவலூர் பள்ளிக்கூடத்தில் கிளார்க்காக இருந்தார்.'

‘நீ எதையுமே மறக்கவில்லை!’ என்று வினோத் சொன்னான்.

‘ஆம். நான் எதையும் மறக்க விரும்புவதில்லை. உனக்குக் கிருஷ்ணன். வினய்க்கு கஞ்சா. எனக்கு மனிதர்களும் நினைவுகளும். அந்நாள்களில் வரலட்சுமி மாமி பஃப் கை வைத்த ரவிக்கை அணிவாள். அக்ரஹாரத்திலேயே அவள் நடந்து போவது மட்டும் தனியாகத் தெரியும்’ என்று சொன்னேன். வினோத் சிரித்தான். சட்டென்று சம்பந்தமேயில்லாமல் இன்னோர் இடத்தில் இருந்து உரையாடலைத் தொடங்கினான்.

‘நாம் வீட்டை விட்டுப் போவதற்கு முன்னால் அம்மாவிடம் சிறிது பேசியிருக்கலாம்.’

‘போவதைப் பற்றியா?’

‘இல்லை. பொதுவாகச் சொன்னேன். அவளுக்கு நம்மிடம் சொல்வதற்கு நிறைய இருக்கின்றன என்று நினைக்கிறேன். பிறகு சொல்லிக்கொள்ளலாம் என்று நினைத்திருப்பாள். துரதிருஷ்டவசமாக அது நடக்காமலே போய்விட்டது.’

‘உன்னிடம் என்ன சொன்னாள்?’

‘யோசித்துப் பார்க்கிறேன் விமல். என்னால் ஒரு நேர்க்கோட்டில் அவள் பேசியவற்றைக் கொண்டு வர இயலவில்லை. அவளால் தொடர்ச்சியாகப் பேசவும் முடியவில்லை. ஐந்து நிமிடம் பேசிவிட்டுக் கண்ணை மூடிக்கொண்டு விடுகிறாள் பிறகு சிறிது நேரம் கழித்து மீண்டும் ஏதேதோ பேசுகிறாள். மீண்டும் உறங்கிவிடுகிறாள்.’

எனக்குப் புரிந்தது. அவள் சில சொற்களைச் சேமித்து வைத்திருக்கிறாள். அதை இறக்கி வைத்துவிடப் போக முடிவு செய்திருக்கிறாள். இழுத்துக்கொண்டிருப்பதே அதற்காகத்தான். ஆனால் அந்த ஓலைச்சுவடி விவகாரம் அவளுக்குத் தெரிந்திருக்கிறது என்பது எனக்கு வியப்பாக இருந்தது. வைத்தீஸ்வரன் கோயிலுக்குப் போவதற்கு முன்பே தெரியுமா என்று நான் வினோத்திடம் கேட்டேன். அப்படித்தான் அவள் பேசியதில் இருந்து புரிந்துகொண்டேன் என்றான். அப்படியானால் எதற்காக அந்தப் பயணம்?

‘ஒருவேளை அப்பாவின் திருப்திக்காக இருக்கலாம்.’

அப்பாவுக்கும் தெரியாமல் அவள் ரகசியங்களை வைத்திருந்தாள் என்பதை நம்ப எனக்குச் சிரமமாக இருந்தது. அப்படி

இருக்குமானால் அண்ணா போனபோது அவள் அப்படிக் கதறியிருக்க வாய்ப்பில்லை. வினய் விலகிச் சென்றபோது பத்து நாள்களுக்கு மேல் அவள் அடுக்களையை விட்டு வெளியே வரவேயில்லை. குமுட்டி அடுப்பின் தணலோடு சேர்ந்து வெந்துகொண்டிருந்தாள். நானே நேரில் கண்டிருக்கிறேன். ஸ்ரீரங்கம் கோயிலில் நான் காணாமல் போன பிறகு பல மாதங்கள் அவள் யாருடனும் பேசக்கூட இல்லை என்று கேசவன் மாமா என்னிடம் சொன்னார். கோயிலுக்குப் போவதையே அவள் அறவே நிறுத்தியிருக்கிறாள். அந்த வருட பிரம்மோற்சவ சமயத்தில் அவள் வீட்டை விட்டு வெளியே வரவேயில்லை என்றும் தினசரி காலையில் போடும் வாசல் கோலத்தைக் கூடப் போடவில்லை என்றும் அவர் சொன்னார். முன்னறிவிக்கப்பட்ட துக்கத்துக்கு இவ்வாறெல்லாம் எதிர்வினை புரிய இயலுமா? எனக்குச் சந்தேகமாக இருந்தது.

'இதைக்கேள். நான் வீட்டை விட்டு ஓடிப் போன மறுநாள் திருமணம் நின்று போய் சித்ரா தற்கொலை செய்துகொண்டிருக்கிறாள். பத்மா மாமி மூன்று மாதங்கள் மனநல மருத்துவமனையில் சிகிச்சை பெற்றிருக்கிறாள். அவள் வீட்டுக்கு வந்தபின் அம்மா ஒரு வருட காலம் தினசரி பத்மா மாமி வீட்டுக்குப் போய் சமைத்து வைத்து, துணி துவைத்துக் கொடுத்து, வீடு பெருக்கித் துடைத்து, பாத்திரம் தேய்த்துக் கவிழ்த்துவிட்டு வந்திருக்கிறாள்.'

'எதற்கு?'

'என்னால் அதைச் செய்யாதிருக்க முடியவில்லை என்று என்னிடம் சொன்னாள்.'

'குற்ற உணர்வு.'

'பிராயச்சித்தம் என்று கருதியிருக்கலாம்.'

பத்மா மாமியின் கணவருக்கு அப்போது வலது பக்கம் பக்கவாதம் கண்டு படுத்த படுக்கையாகியிருக்கிறார். அதன் காரணம் பற்றித்தான் அம்மா அவர்கள் வீட்டுக்குப் போய் உதவி செய்ய ஆரம்பித்திருக்கிறாள். அது பொறுக்காமல்தான் கேசவன் மாமா அவர்களுடைய உணவுத் தேவைக்குத் தானே பொறுப்பேற்றுக்கொள்வதாக அறிவித்திருக்கிறார்.

'இன்னொன்றையும் கேள். நான் போனபின்பு அப்பா அம்மாவை வீட்டில் சமைக்கவே விடவில்லை. அவரேதான் பல மாதங்கள் அடுக்களையைக் கவனித்துக்கொண்டிருக்கிறார்.'

'அப்படியா?'

'ஆம். நெருப்பைக் கண்டு எங்கே கொளுத்திக்கொள்ளும் எண்ணம் அம்மாவுக்கு வந்துவிடப் போகிறதோ என்று அப்பா பயந்தாராம். அம்மாவைத் தளிகை பண்ண அவர் அனுமதிக்கவேயில்லை என்று கேசவன் மாமா சொன்னார்.'

'அம்மா வேறென்ன சொன்னாள்?'

'சித்ரா இந்த ஊரிலேயே ஆவியாக அலைந்துகொண்டிருக்கிறாள் என்று சொன்னாள்.'

நான் புன்னகை செய்தேன்.

'ஏன் சிரிக்கிறாய்?'

'உன்னிடம் சொல்ல வேண்டாம் என்று நினைத்தேன். இனி அதற்கு அவசியமில்லை என்று தோன்றுகிறது. நீ காட்டிக்கொடுத்த கிருஷ்ணன் வினய்க்கு சித்ராவைக் காட்டிக்கொடுத்திருக்கிறான்.'

'அப்படியென்றால்?'

'நீலாங்கரை வைத்தியர் வீட்டுக்குப் போய்வரும் வழியில் அவன் சித்ராவைச் சந்தித்துவிட்டான்.'

'உண்மையாகவா?'

'ஆம். அம்மா சொன்னது சரி. உன்னைக் கொல்லச் சொல்லி அவள் வினய்யிடம் வேண்டுகோள் விடுத்திருக்கிறாள்.'

வினோத் சிறிது நேரம் அமைதியாக யோசித்துக்கொண்டிருந்தான். பிறகு அவனிடம் இருந்து மிக நீண்டதொரு பெருமூச்சு வெளிப்பட்டது. என்னைப் பார்த்துப் புன்னகை செய்தான். 'எனக்குச் சிறிதும் பதற்றமாக இல்லை' என்று சொன்னான்.

'இதில் பதற என்ன இருக்கிறது? மரணத்துக்குப் பதறினால் நீ துறவியே அல்ல. நாமெல்லாம் வாழ்வதற்குத்தான் பதற வேண்டும்.'

'வினய் அதைச் செய்வதைக் காட்டிலும் சித்ராவே செய்தால் நான் சந்தோஷப்படுவேன்' என்று வினோத் சொன்னான்.

'அவள் செய்ய மாட்டாள்.'

'ஏன்?'

'அது எனக்குத் தெரியாது. ஆனால் பல்லாண்டுகளாக அவள் இத்தருணத்துக்காகக் காத்திருப்பதாக அவனிடம்

சொல்லியிருக்கிறாள். இன்னொரு விஷயம், உன் கிருஷ்ணனால் முடியவே முடியாத ஒரு பெரும் வரத்தை அவள் வினய்க்குக் கொலைச் சம்பளமாகத் தரச் சம்மதித்திருக்கிறாள்.'

'அப்படியா?'

'ஆம். அவன் கனவு நனவாக அவள் தனது தவப்பயன் முழுவதையும் தரத் தயார் என்று சொல்லியிருக்கிறாள். பேயானபின் தவமிருந்து என்னென்னவோ வரமெல்லாம் வாங்கியிருக்கிறாள் போலிருக்கிறது. பேய்களுக்கு அது அத்தனை எளிது என்பது முன்னமே தெரிந்திருந்தால் நாமும் தற்கொலை செய்துகொண்டு இறந்திருக்கலாம்.'

'என்னால் நம்ப முடியவில்லை விமல். இந்த விஷயம் அம்மாவுக்கு எப்படித் தெரிந்திருக்கும்? அதை அவள் என்னிடம் சொல்லவில்லை.'

'யார் கண்டது? சித்ராவே சொல்லியிருக்கலாம்.'

'ஆவியாக வந்தா?'

'ஏன், கூடாதா? ஆவியாகத்தான் அவள் வினய்யைச் சந்தித்திருக்கிறாள்.'

'நான் அவளைச் சந்திக்க வேண்டும்.'

நான் சிரித்துவிட்டேன். ஏன் சிரிக்கிறாய் என்று வினோத் கேட்டான். நாயாக வந்த சொரிமுத்துவைப் பற்றி அவனிடம் சொன்னேன். 'நான் அவனைச் சந்திக்க வேண்டும்' என்று வினய் சொன்னதையும் சொன்னேன்.

'எனக்கு அது இப்போதும் புதிராகத்தான் உள்ளது. சொரிமுத்து உன்னை அறிவார். வினய் அவரிடம் சில காலம் தங்கிப் பயின்றும் இருக்கிறான். உன்னிடம் அவர் அதிகம் பேசாததுகூடப் பெரிதல்ல. வினய்யை ஏன் அவர் சந்திக்க விரும்பவில்லை?'

'விருப்பமில்லை என்று ஏன் நாமே எண்ணிக்கொள்ள வேண்டும்? அவசியம் இல்லை என்று அவர் நினைத்திருக்கலாம். ஓலைச்சுவடியைப் பற்றி, நம்மைப் பற்றி அறிந்திருந்த அம்மா, அப்பாவிடம் அது குறித்துக் கடைசி வரை சொல்லாததை எண்ணிப் பார். என்ன காரணம் இருக்க முடியும் அதற்கு?'

'புரிகிறது. மாமாவுக்குத் தெரியுமா என்று கேட்டேன். தெரியாது என்று சொல்லிவிட்டாள்.'

'கேசவன் மாமா உண்மையில் பாவப்பட்ட மனிதர். அவர் நமது குடும்பத்தைச் சேர்ந்தவரே இல்லை. இது தெரிந்தால் நொறுங்கிப் போய்விடுவார்.'

'அறிவேன். அண்ணா இதை என்னிடம் சொல்லியிருக்கிறான். ஆனால் எதற்கு அவருக்குத் தெரிய வேண்டும்? அப்படியே இருந்துவிட்டுப் போகட்டும்.'

'நானும் அதைத்தான் நினைத்தேன். வினய் ஒன்றும் உளறி வைக்காதிருக்க வேண்டும்.'

'அவனிடம் அம்மா பேசாமலேயே இருந்துவிட்டால்கூட நல்லது என்று தோன்றுகிறது.'

நாங்கள் சிறிது நேரம் அமைதியாகக் கோயிலையே பார்த்துக்கொண்டு அமர்ந்திருந்தோம். சாப்பிடப் போயிருந்த கடைக்காரர்கள் ஒவ்வொருவராகக் கடையைத் திறக்க ஆரம்பித்திருந்தார்கள். 'சாமி, இளநி சாப்புடறிகளா?' என்று ஒரு கிழவன் எங்களை நெருங்கி வந்து கேட்டான். நான் வேண்டாம் என்று சொன்னேன். வினோத் ஒன்றும் சொல்லாமல் இருந்தான். வினய் வீட்டுக்குச் சென்று ஒரு மணி நேரத்துக்கு மேல் ஆகியிருந்தது. அங்கே என்ன நடக்கிறது எனப் போய்ப் பார்க்கலாமா என்று தோன்றியது. வினோத்திடம் சொன்ன போது, அவன் அதில் ஆர்வம் காட்டவில்லை. 'இன்றொரு நாளைக் கடத்திவிட்டால் போதும்' என்று சொன்னான்.

'நாளை பகலையும் கடத்தியாக வேண்டும்' என்று நான் சொன்னேன்.

'அண்ணா வருவேன் என்று சொன்னான். ஆனால் எப்போது வரப் போகிறான் என்று தெரியவில்லை.'

'வரட்டுமே, என்ன அவசரம்? நம்மைப் போல் அவனும் முன்னால் வந்து உட்கார்ந்துகொண்டு பொழுதைக் கொல்லக் கஷ்டப்படவா? நிதானமாக வரட்டும். நாளை இரவு வந்தால்கூடப் போதும்' என்று சொன்னேன். வினோத் என்னை உற்றுப் பார்த்தான்.

'சரி. இப்போது நாம் பொழுதைக் கடத்துவோம். அம்மா சொன்னவற்றை வரிசை மாற்றாமல் நான் உனக்கு அப்படியே சொல்கிறேன். உனக்கு ஏதாவது புரிகிறதா என்று சொல்' என்று சொன்னான். நான் ஆர்வமுடன் கேட்க ஆரம்பித்தேன்.

149. பொம்மைகள்

பிரபவ வருடம் புரட்டாசி பதினேழாம் நாள், குருவாரம் சரித்திரங்காணாத மழையில் திருவண்ணாமலை திக்கித் திணறிக் கொண்டிருந்தபோது நாரையூர் கீழத்தெரு அக்ரஹாரத்து துபாஷி நாராயண ஐயங்கார், செண்பகவல்லி தம்பதியின் கனிஷ்ட புத்திரியாக அம்மா பிறந்தாள். அவள் பிறந்த செய்தியை அக்கம்பக்கத்து வீட்டாருக்குக் கூடப் போய்ச் சொல்ல முடியாதபடிக்கு வெளியே வெள்ளம் பாய்ந்துகொண்டிருந்தது. ஊரில் அப்போது மின்சாரமெல்லாம் வரவில்லை. லாந்தர் விளக்கைப் பிடித்துக்கொண்டு நாராயண ஐயங்கார் கண்ணை மூடி காயத்ரி சொல்லிக்கொண்டிருந்தபோது, பிரமாதமாக அலட்டிக்கொண்டுபதறாமல்அவரதுதாயாரேசெண்பகவல்லிக்குப் பிரசவம் பார்த்து முடித்தாள். 'ஆயிடுத்துடி. பொண்குழந்தைதான் பொறந்திருக்கு. அடுத்த வருஷம் இன்னொண்ணு பெத்துக்கோ. அது ஆம்பள பிள்ளையா இருக்கும்.' என்று அரை மயக்கத்தில் இருந்தவளைத் தட்டியெழுப்பிக் காதோரம் சொல்லிவிட்டு, எழுந்து உள்ளே போய் வெந்நீர் வைத்து எடுத்து வந்தாள்.

அம்மா நாரையூரிலேயே சிறிது காலம் படித்தாள். ஐரோப்பாவில் இரண்டாவது உலக யுத்தம் ஆரம்பித்து இருந்த சமயம் துபாஷி நாராயண ஐயங்காருக்கு மதராச பட்டணத்தில் உத்தியோகம் அமைந்து குடும்பத்தோடு புறப்பட வேண்டியதாயிற்று. அம்மாவுக்கு அப்போது பதினாறு வயது. அந்த வருடம்தான் அவளது அக்காவுக்குக் கலியாணம் நடந்து அவள் செய்யாறில் புக்ககம் போயிருந்தாள். யுத்த காலத்தில் பட்டணத்துக்குப் போவது அத்தனை உசிதமல்ல என்று ஊரில் அத்தனை பேரும் நாராயண ஐயங்காருக்குச் சொன்னார்கள். ஆனால் தமது பிள்ளைகளின் எதிர்கால நலன் கருதி அவர் மதராச பட்டணத்துக்குப் போயே தீருவது என்று முடிவு செய்து கிளம்பிவிட்டார்.

பட்டணத்தில் கோவிந்தப்ப நாயக்கன் தெருவில் இருந்த ஒரு மிளகாய் வற்றல் மண்டியின் மாடியில் இருந்த

நான்கு போர்ஷன்களுள் ஒன்றில் அவர் தமது ஜாகையை அமைத்துக்கொண்டார். சிறிய வீடுதான். பதினைந்தடிக்குப் பத்தடி அளவில் ஒரு கூடம். பத்தடிக்குப் பத்தடியில் ஓர் அறை. அதில் பாதியளவுக்கு சமையலறை.பின்புறம் தட்டுமுட்டு சாமான்கள் போட்டு வைத்துக்கொள்ள ஓர் இடம் இருந்தது. அது கூடத்தைக் காட்டிலும் சிறிது பெரிதாகவே இருந்தது. வீட்டைப் பார்த்த நாராயண ஐயங்காரின் அம்மா ஒரு வாரத்துக்குப் புலம்பி அனத்திக்கொண்டே இருந்தாள். 'இதென்ன வீடு? இதென்ன ஊர்? மனுஷன் இருக்க முடியுமா இங்கே? என்னத்துக்காக இப்படி ஜெயில்லே கொண்டு வந்து தள்ளியிருக்கே?'

'கொஞ்சம் பொறுத்துக்கோம்மா. ஒரு மாசத்துலே வீடு பாத்துடலாம். இது இப்போதைக்குத்தான்' என்று ஐயங்கார் சொல்லிப் பார்த்தார். அவரது அம்மா கேட்கவில்லை. 'எனக்கு ஆகாதுப்பா இந்த பொந்துவாசமெல்லாம். நான் போறேன் உன் தம்பியாத்துக்கு' என்று சொல்லிவிட்டு மறுநாளே தனது பெட்டி படுக்கையை எடுத்துக்கொண்டு மயிலம் கிளம்பிப் போய்ச் சேர்ந்தாள். நாராயண ஐயங்கார் அம்மா படித்தது போதும் என்று சொல்லிவிட்டு மூன்றாவதாகப் பிறந்த புத்திரன் கேசவனை சிந்தாதிரிப் பேட்டையில் ஒரு குருகுலத்தில் கொண்டு போய்ச் சேர்த்தார். இந்தச் சமயத்தில் அம்மாவின் அக்காவுக்குப் பிரசவத்துக்கு நாள் நெருங்கியிருந்தது. அப்போது அவர்களது குடும்பம் செய்யாறில் இருந்து திருவண்ணாமலைக்கு இடம் பெயர்ந்திருந்தபடியாலும் பிரசவத்துக்காகவென்று அவளைச் சென்னைக்கு அனுப்ப இயலாதென்று அம்மாவின் அக்கா புருஷன் சொல்லிவிட்டபடியாலும் நாராயண ஐயங்காரின் மனைவி செண்பகவல்லி தனது மூத்த மகள் பிள்ளை பெறுகிறவரை திருவண்ணாமலைக்குப் போய் இருக்க வேண்டியதானது. தனியே போவானேன் என்று அவள் அம்மாவையும் அழைத்துக்கொண்டு திருவண்ணாமலைக்குக் கிளம்பினாள்.

அம்மாவுக்கு அந்த வயதில் தான் நிறையப் படிக்க வேண்டும் என்ற ஆசை இருந்தது. ஆனால் நாராயண ஐயங்காருக்கு மகளை நல்ல இடம் பார்த்துக் கலியாணம் செய்து கொடுத்துவிடும் விருப்பம் மட்டுமே இருந்தது. இன்னும் இரண்டு வருடம் போகட்டும் என்று செண்பகவல்லி அடம் பிடித்துத் தடுத்து வைத்திருந்ததால் மட்டுமே அவர் பொறுமையாக இருந்தார். இல்லாவிட்டால் அம்மாவின் அக்காவுக்குச் செய்தது போலப் பதினேழு வயதிலேயே மணமுடித்துக் கணக்குத் தீர்த்திருப்பார்.

அம்மா தன் அம்மாவோடு அக்காவின் இரண்டாவது பிரசவத்துக்காகத் திருவண்ணாமலைக்கு மீண்டும் சென்றபோது துபாஷியான நாராயண ஐயங்காருக்கு மதராச பட்டணத்தில் அப்பாவின் தகப்பனாருடன் மூர் மார்க்கெட் அருகே ஒரு குதிரை லாயத்தில் அறிமுகம் உண்டானது. 'எம்பொண்ணு ஜாதகம் அனுப்பி வெக்கறேன். உம்ம பிள்ளை ஜாதகத்த நீங்களும் குடுத்தனுப்புங்கோ. பிராப்தம் இருந்தா நடக்கட்டும்' என்று சொல்லிவைத்தார்.

அதே சமயம் திருவண்ணாமலையில் அம்மா கிரிவலம் செய்து கொண்டிருந்தாள். 'நம்மளவாள்ளாம் அதெல்லாம் பண்றதில்லே' என்று அம்மாவின் அம்மாவும் அம்மாவின் அக்காவுடைய புருஷனும் கிளம்பும்போது சிறிது தடுத்துப் பார்த்தாலும் ஊருக்கு வந்திருக்கும் பெண்ணுக்குப் பொழுது போக வேண்டுமல்லவா? அக்கம்பக்கத்து வீடுகளில் அறிமுகமான தோழிகளுடன் அம்மா கிரிவலத்துக்குக் கிளம்பினாள். அன்றைக்கு பவுர்ணமி. அக்காலத்தில் மலை சுற்றப் பாதையெல்லாம் கிடையாது. கல்லும் மண்ணும் முள்ளும் பாறைகளும் மண்டிய வழிதான். வீதி விளக்குகள் கிடையாது. வழியில் கடைகள் கிடையாது. கிரிவலம் செல்வோர் எண்ணிக்கையே மிகவும் சொற்பமாகத்தான் இருக்கும். அதிலும் பெண்கள் வலம் போவது அரிது. இருந்தாலும் அம்மாவின் தீராத ஆர்வத்தால் உந்தப்பட்ட சம வயதுப் பெண்கள் அவரவர் வீடுகளில் அனுமதி பெற்றுக்கொண்டு அன்று மாலை கிரிவலத்துக்குப் புறப்பட்டார்கள். இருட்டுவதற்குள் வீடு திரும்பிவிடுவதாக வாக்களித்துவிட்டே அவர்கள் கிளம்பினார்கள்.

நாரையூரில் பிறந்து வளர்ந்திருந்தாலும் அம்மா திருவண்ணாமலைக்குச் சென்றதில்லை. அம்மாவின் அப்பாவான நாராயண ஐயங்கார் அப்படியொன்றும் வீர வைஷ்ணவர் இல்லை என்றபோதும் சிவன் கோயிலுக்குப் போவதைப் பெரிதாக விரும்புகிறவரில்லை. தனது குழந்தைகளை அவர் திருவண்ணாமலைக்கு அழைத்துச் சென்றதும் இல்லை. அதனால் முதல் அனுபவமான அந்த கிரிவலம் அம்மாவுக்கு மிகவும் பிடித்திருந்தது. அவள் அதுவரை நினைத்திராத அருணாசலேசுவரரை அன்று மாலை முழுதும் நினைத்துக்கொண்டும் தலத்தின் பெருமைகளைத் தோழிகளிடம் கேட்டறிந்தபடியும் நடந்துகொண்டிருந்தாள். நடந்து போகிற வழியில் ரமணாசிரமம் எதிர்ப்பட்டது. அம்மாவுக்கு ஏற்கெனவே

ரமணரின் பெயர் தெரிந்திருந்தது. திருவண்ணாமலையில் வசிக்கும் ஒரு துறவி என்ற அளவில் அவள் அறிந்திருந்த ரமணரைக் குறித்து அவளோடு சென்ற தோழிகள் மேலும் பலப்பல கதைகள் சொல்லி ஆர்வத்தைத் தூண்டினார்கள். போய் சேவித்துவிட்டுப் போகலாம் என்று ஒரு பெண் சொன்னாள். அம்மாவும் சம்மதித்தாள்.

அவர்கள் ரமணரைக் காணச் சென்றபோது ஆசிரம வளாகத்தில் பக்தர்கள் கூட்டம் அதிகம் இருந்தது. நெருங்கிச் செல்ல நேரமாகும் என்று தோன்றியது. 'இரு வருகிறேன்' என்று சொல்லிவிட்டு ஒரு பெண் மட்டும் உள்ளே சென்றாள். அவளுக்குத் தெரிந்த யாரோ ஆசிரமத்தில் இருப்பதாக இன்னொரு பெண் அம்மாவிடம் சொன்னாள். அம்மா ரமணாசிரமத்தின் வெளியே நின்றிருந்தாள். அந்த ஆசிரம வளாகத்தின் அருகிலேயே ஒரு அதிஷ்டானம் இருப்பதாகவும் அது சேஷாத்ரி சுவாமிகளுடையது என்றும் உடனிருந்த பெண் அம்மாவிடம் சொன்னாள்.

'அவர் யார்?' என்று அம்மா அந்தப் பெண்ணிடம் கேட்டாள்.

'சேஷாத்ரி சுவாமிகள் பெரிய மகான். சிறு வயதில் ரமணருக்கு நிறைய உதவிகள் செய்தவர். நாளை என் வீட்டுக்கு வா. என் பாட்டி உனக்கு அவரைக் குறித்து நிறைய சொல்லுவாள்' என்று அந்தப் பெண் சொன்னாள்.

சும்மா நிற்கும் நேரத்தில் அந்தப் பக்கம் போய்ப் பார்க்கலாம் என்று அம்மாவுக்குத் தோன்றியது. அவள் சேஷாத்ரி சுவாமிகளின் சமாதி இருந்த இடத்தை நோக்கி நடந்தாள். எந்த வித அலங்கார வினோதங்களும் இன்றி ஒரு சமாதி. சேஷாத்ரி சுவாமிகள் என்னும் சித்தர் அந்த இடத்தில் புதைக்கப்பட்டிருக்கும் விவரம் கூட அப்போது எழுதி வைக்கப்பட்டிருக்கவில்லை. ஒரு மடமாகவோ, ஆசிரமமாகவோ உருப்பெறாமல் வெறும் சமாதியாக இருந்த அந்த இடத்துக்கு அம்மா வந்தபோது அங்கு யாரும் இல்லை. அவள் சமாதியை நெருங்கியபோது தன்னியல்பாக அவளது கரங்கள் குவிந்து வணங்கின. சமாதியை ஒருமுறை சுற்றி வந்தாள். என்ன தோன்றியதோ, பிறகு சமாதிக்கு எதிரே சிறிது இடைவெளி விட்டு அமர்ந்துகொண்டாள்.

அவள் பிறந்த இரண்டு ஆண்டுகளில் அந்தச் சித்தர் காலமாகியிருந்தார். திருவண்ணாமலையில் மூலைக்கு மூலை சித்தர்களும் யோகிகளும் ரிஷிகளும் மகான்களும் காலம்தோறும் உதித்த வண்ணம் இருப்பதை அவள் அறிவாள். ஆனால் ஏன்

யாரும் அந்த மண்ணிலேயே பிறந்து மகானாவதில்லை என்று அவளுக்குச் சந்தேகம் வந்தது. சேஷாத்ரி சுவாமிகள் கூட எங்கிருந்தோ வந்தவர்தான். ரமணரும் வெளியூர்க்காரர். அம்மா கேள்விப்பட்டிருந்த அத்தனை திருவண்ணாமலைத் துறவிகளும் வெளியூர் ஆசாமிகளாகவே இருந்தார்கள். அவளுக்கு வியப்பாக இருந்தது. சன்னியாசிகளை ஈர்க்கும் ஊருக்கு அத்தகையோரைப் பிறப்பிக்கும் வல்லமை ஏன் இல்லை?

இதைக் குறித்து அவள் யோசித்துக்கொண்டிருந்தபோது அவள் எதிரே இருந்த சமாதியில் ஒரு சிறு அசைவு ஏற்படுவது போல இருந்தது. அது தன் பிரமை என்று அவள் நினைத்தாள். உற்றுப் பார்த்தபோது மீண்டும் ஒரு அசைவு உண்டானது. நில நடுக்கத்தில் தம்ளர் அசைவது போல அந்தச் சமாதியே சற்று அசைந்து கொடுத்ததை அவள் கண்டாள். சட்டென்று பயந்துவிட்டாள். எழுந்து சென்றுவிடலாம் என்று அவள் நினைத்தபோது ஒரு குரல் கேட்டது.

'உட்கார்.'

அவள் அக்குரலுக்குக் கட்டுப்பட்டு அங்கேயே அமர்ந்தாள். சிறிது பயமாக இருந்தது. தன்னுடன் வந்த தோழிகள் இப்போது அருகே இருந்தால் நன்றாக இருக்குமே என்று நினைத்தாள். சரி போ, ஒரு சித்தர் தன்னை என்ன செய்துவிடுவார் என்றும் நினைத்தாள். செய்த புண்ணியம் ஏதேனும் இருந்தால் அருளாசியோடு போய்ச் சேரலாம் என்று எண்ணிக்கொண்டாள். மீண்டும் ஒருமுறை எழுந்து சமாதியை வணங்கிவிட்டு அமர்ந்தாள்.

அப்போது அவள் முன்னால் நான்கு மரப்பாச்சி பொம்மைகள் தோன்றின. இரண்டு விரற்கடை நீளம் மட்டுமே இருந்த மர பொம்மைகள். நான்கும் ஒன்றே போல இருந்தன. அவள் அவற்றை வியப்புடன் தொட்டுப் பார்த்தாள். ஒன்றும் ஆகவில்லை. நடுக்கத்துடன் மீண்டும் ஒன்றைக் கையில் எடுத்துத் தடவிப் பார்த்தாள். வெறும் பொம்மைதான். அது அந்தச் சித்தரின் ஆசியாகத் தனக்குக் கிடைத்திருக்கிறது என்று அவளுக்குத் தோன்றியது. நான்கையும் எடுத்துக் கண்ணில் ஒற்றிக்கொண்டாள். இரு உள்ளங்கைகளிலும் தலா இரண்டு பொம்மைகளை இறுக்கிப் பிடித்துக்கொண்டு எழுந்து நின்றாள். மீண்டும் ஒருமுறை சமாதியை வலம் வந்து வணங்கிவிட்டு விறுவிறுவென்று நடக்க ஆரம்பித்தாள்.

150. மைதிலி

அம்மாவுக்கு நாராயண ஐயங்கார் இருபதாவது வயதில் திருமணம் செய்துவைத்தார். அப்பா அப்போது செகந்திராபாத்தில் ஒரு சேட்டுக் கடையில் கணக்காளராக உத்தியோகம் பார்த்துக்கொண்டிருந்தார். பெரிய முத்து வியாபாரி. அந்நாளில் ஆந்திரத்தில் மட்டுமல்லாமல் இந்தியா முழுவதிலும் அந்த சேட்டுக்கு வியாபாரம் இருந்தது. அப்பா மாதத்தில் பாதி நாள் சரக்கு எடுத்துக்கொண்டு வட இந்தியாவுக்குப் போகும்படி இருக்கும். பஞ்சாப், ஹரியானா, மகாராஷ்டிரம் என்று சுற்றிக்கொண்டே இருப்பார். சரக்குகளைச் சேர்த்துவிட்டுப் பணத்தை வாங்கிக்கொண்டு வந்து சேட்டிடம் கணக்கு ஒப்பித்துவிட்டால் ஒரு வார விடுமுறை தருவார் சேட்டு. அப்படிக் கிடைத்த ஒரு விடுமுறையில்தான் அப்பா மதராசுக்கு வந்து அம்மாவைப் பெண் பார்த்துத் திருமணம் செய்துகொண்டார்.

'நாம செகந்திராபாத்திலேதான் இருக்கப் போறோமா?' என்று அம்மா அப்பாவிடம் முதலிரவின்போது கேட்டாள்.

'கொஞ்சநாளைக்கு நீ எங்காத்துல இரு. ஊர் சுத்தற வேலையைக் குறைச்சிண்டு வந்து உன்னைக் கூட்டிண்டு போறேன்' என்று சொல்லிவிட்டுப் பத்து நாளில் அப்பா புறப்பட்டுப் போனார். அப்பா அடுத்த முறை மதராசுக்கு வருவதற்கு ஆறு மாதங்கள் ஆயின. அதற்குள் அம்மாவுக்குப் புகுந்த வீட்டு மனிதர்கள் பழகிவிட்டிருந்தார்கள். அன்பான மாமியார், மாமனார். அப்பாவுக்கு ஒரு தங்கை இருந்தாள். அவளுக்குத் திருமணமாகி பெரம்பூரில் வசித்துக்கொண்டிருந்தாள். வாரம் ஒரு முறையாவது அவள் அம்மாவைப் பார்க்க வந்துவிடுவாள். அம்மா அவளுடனும் சிநேகமானாள். அத்தனை வீட்டு வேலைகளையும் இழுத்துப் போட்டுக்கொண்டு செய்ய ஆரம்பித்தாள். மிக விரைவில் அந்த வீட்டில் அவள் இல்லாமல் எதுவும் நடக்காது என்றாகிப் போனது.

'உங்க பிள்ளைக்கு ஒரு கடுதாசி போடுங்கோ. அவன் சேட்டுக்கு சேவகம் பண்ணதெல்லாம் போதும். கடைய கட்டிண்டு

மெட்ராசுக்கே வந்துடச் சொல்லுங்கோ' என்று அம்மாவின் மாமியார் தனது கணவரிடம் சொன்னாள். அவருக்கும் அது சரி என்று பட்டதால் மகனுக்கு ஒரு கடிதம் எழுதித் தபாலில் சேர்த்துவிட்டு, ஒன்றிரண்டு தினங்களில் அவன் வந்துவிடுவான் என்று காத்திருக்க ஆரம்பித்தார். ஆனால் அப்பா வரவில்லை. மேலும் மூன்று மாதங்களுக்குப் பிறகு அவரிடம் இருந்து ஒரு தபால் வந்தது. ஒரு கடிதத்துடன் அம்மா செகந்திராபாத்துக்கு வந்து சேர ஒரு டிக்கெட்டும் எடுத்து அனுப்பியிருந்தார் அப்பா. வேறு வழியில்லாமல் அம்மாவின் புக்கக மனிதர்கள் அவளை ரயில்வே ஸ்டேஷனுக்கு அழைத்துச் சென்று வண்டி ஏற்றி அனுப்பிவைத்தார்கள்.

'குடும்பம் நடத்தறதுக்கு எல்லா ஏற்பாடும் பண்ணியிருக்கானா ஒண்ணும் தெரியலியே. பாத்திரம் பண்டமெல்லாம் கூட இருக்காது அவனண்ட. என்ன பண்ணப் போறியோ' என்று அம்மாவின் மாமியார் கவலைப்பட்டாள்.

'நான் பாத்துக்கறேம்மா. நீங்க கவலைப்படாதேங்கோ' என்று அம்மா நம்பிக்கை சொன்னாள்.

மறுநாள் அவள் செகந்திராபாத் சென்று இறங்கியபோது ஸ்டேஷனுக்கு அப்பா வந்திருந்தார். 'வா' என்று புன்னகையுடன் அவளை அழைத்துச் சென்று ஒரு ஜட்கா வண்டியில் ஏற்றி, தானும் ஏறிக்கொண்டார். 'சேட்டு வேலைய விட்டு அனுப்ப மாட்டேன்னுட்டாரா?' என்று அம்மா கேட்டாள்.

'எதுக்கு விடணும்?'

'இல்லே.. உங்கப்பா உங்களுக்கு ஒரு கடுதாசி போட்டிருந்தாரே..?'

'அப்பாக்கு என்ன தெரியும்? ஒரு உத்தியோகம் கிடைக்கறதே குதிரைக் கொம்பு. இதுல கிடைச்சதை யாராவது விடுவாளோ?'

'அதுவும் சரிதான். ஆனா பெரியவாளுக்கு நீங்க கூட இருக்கணும்னு ஆசை.'

இதற்கு அப்பா ஒன்றும் சொல்லவில்லை. ஜட்கா வண்டி ஒரு வீட்டின்முன் போய் நின்றது.

'இதான், இறங்கு' என்று அப்பா சொன்னார்.

வீடு மிகவும் சிறியதுதான். ஆனால் வெளிச்சமும் காற்றோட்டமுமாக இருந்தது. இரண்டு பேர் வசிக்கப் போதுமான

வீடுதான் என்று அம்மாவுக்குத் தோன்றியது. அப்பா தயாராக சமைப்பதற்குப் பாத்திரங்கள் வாங்கி வைத்திருந்தார். ஒரு கட்டில் வாங்கிப் போட்டிருந்தார். அம்மாவை அன்று மாலையே கடைத்தெருவுக்கு அழைத்துச் சென்று நான்கு புடைவைகள், ரவிக்கைகள், உள்பாவாடைகள் வாங்கிக் கொடுத்தார்.

'என்ன வேணுன்னாலும் சொல்லு. ஊர்ல இருந்தேன்னா உடனே கடைக்குப் போய் வாங்கிண்டு வந்துடலாம். வெளியூர் போயிருந்தேன்னா, வந்ததும் பண்ணிடுறேன்' என்று அப்பா சொன்னார்.

'எப்ப வெளியூர் போவேள்?'

'அது எப்ப வேணா இருக்கும். நாளைக்கே கூட கிளம்புவேன்' என்று அப்பா சொன்னார்.

இரண்டு நாளில் ஜலந்தருக்குப் போகவேண்டியிருப்பதாகச் சொல்லிவிட்டுப் புறப்பட்டுப் போனார்.

செகந்திராபாத்தில் அம்மாவுக்கு முதல் சில வாரங்கள் மிகவும் சிரமமாக இருந்தன. இங்குமங்குமாகப் பல தமிழர்கள் இருந்தார்கள் என்றாலும் அவர்கள் குடியிருந்த பகுதியில் தெலுங்கு பேசுவோர் மட்டுமே இருந்தார்கள். அம்மாவுக்கு அந்த மொழி சரியாகப் பிடிபடவில்லை. அவசியத் தேவைகளுக்கான சில சொற்களை மட்டும் கற்றுக்கொண்டு ஒருவாறு சமாளித்துக்கொண்டிருந்தாள். ஆனால் தனக்காக மட்டும் பொங்கிச் சாப்பிடுவது அவளுக்கு மொழிப் பிரச்னையைவிடப் பெரும் பிரச்னையாக இருந்தது. சில நாள் அவள் சமைக்கவே மாட்டாள். பழங்கள் உண்டு தண்ணீர் குடித்துவிடுவாள். நாளெல்லாம் பொழுது போகாமல், வெளியே எங்கு போவதென்றும் தெரியாமல் மிகவும் தடுமாறிக்கொண்டிருந்தாள்.

சற்று அறிமுகமாகியிருந்த பக்கத்து வீட்டுப் பெண்ணிடம், அருகே என்ன கோயில் இருக்கிறது என்று ஒருநாள் கேட்டுத் தெரிந்துகொண்டு அங்கிருந்த ஆஞ்சநேயர் கோயிலுக்குப் போய்வர ஆரம்பித்தாள். மாலைப் பொழுதுகளில் கோயிலுக்குப் போய் ஓரிரு மணிநேரம் அங்கு உட்கார்ந்திருந்துவிட்டு வந்தது சற்று ஆசுவாசமாக இருந்தது. கோயிலுக்குப் போகிற வழியில் தபால் ஆபீஸ் இருப்பதைத் தெரிந்துகொண்டு ஒருகட்டு போஸ்ட்கார்டுகள் வாங்கி வந்து வைத்துக்கொண்டு கடிதங்கள் எழுத ஆரம்பித்தாள்.

அப்பாவுக்குத் தனியாக, அம்மாவுக்குத் தனியாக, மாமியாருக்குத் தனியாக, மாமனாருக்குத் தனியாக, பெரம்பூர் நாத்தனாருக்குத் தனியாக. சலிக்காமல் எழுதி எழுதி அஞ்சலில் சேர்த்துக்கொண்டே இருந்தாள். ஆனால் ஜலந்தருக்குப் போன அப்பா அங்கே தான் எங்கே தங்கியிருக்கிறோமென்ற விவரத்தை அம்மாவுக்குச் சொல்ல மறந்திருந்தார். அதனால் அப்பாவுக்கு அவளால் அப்போது கடிதம் எழுத முடியாமல் போனது. இருந்தாலும் திரும்பி வந்ததும் காட்டலாம் என்று எண்ணி அவருக்கும் நான்கைந்து கடிதங்கள் எழுதி வைத்திருந்தாள்.

இந்நாள்களில் அவளுக்கு ஆஞ்சநேயர் கோயிலில் மைதிலி என்ற தமிழ்ப் பெண் ஒருத்தி அறிமுகமாகியிருந்தாள். அவள் மிகவும் அழகாக இருப்பதாக அம்மாவுக்குத் தோன்றியது. அதை அவளிடமும் சொன்னாள். அம்மாவைவிட வயதில் மூத்தவளான மைதிலிக்கு ஐந்து வருடங்களுக்கு முன்பே திருமணமாகிக் குழந்தைகள் இருந்தன. பட்டுக்கோட்டையைப் பூர்வீகமாகக் கொண்ட மைதிலி சிறு வயதிலேயே செகந்திராபாத்துக்கு வந்து சேர்ந்துவிட்டதாகச் சொன்னாள். அவளது தந்தை சமஸ்தானத்தில் உத்தியோகஸ்தராக இருந்தார். கணவரும் சமஸ்தானத்திலேயே காரியஸ்தராக இருப்பதாகவும் அவருக்கு அப்பா அம்மா உடன் பிறந்தவர்கள் யாரும் இல்லாத காரணத்தால் தங்கள் வீட்டிலேயே அவரும் வசிப்பதாகவும் சொன்னாள்.

'உங்களுக்கு அதிர்ஷ்டம்' என்று அம்மா மைதிலியிடம் சொன்னாள்.

அவள் சிரித்தாள். 'ஆம். அதிர்ஷ்டம்தான். என் கணவர் என்மீது மிகுந்த அன்பு கொண்டவர். சமஸ்தானக் காரியாலயத்தில் தினமும் மதியம் ராஜ போஜனம் இருக்கும். என் அப்பா அங்கேதான் சாப்பிடுவார். ஆனால் என்னோடு சிறிது நேரம் பேசிக்கொண்டிருக்கலாம் என்பதற்காகவே என் கணவர் தினமும் மதிய சாப்பாட்டுக்கு வீட்டுக்கு வந்து விடுவார்' என்று சொன்னாள்.

ஒருநாள் தங்கள் வீட்டுக்கு வரச் சொல்லி மைதிலி அம்மாவுக்குத் தனது முகவரியை எழுதிக் கொடுத்தாள். அது அம்மாவுக்காக அப்பா பார்த்து வைத்த வீட்டில் இருந்து நான்கு மைல் தள்ளி இருந்த முகவரி.

'அவ்வளவு தூரத்தில் இருந்தா தினமும் நீங்கள் இந்தக் கோயிலுக்கு வருகிறீர்கள்?' என்று அம்மா ஆச்சரியப்பட்டாள்.

'என்ன கஷ்டம்? வீட்டில் ஒன்றுக்கு இரண்டு ப்ளெஷர் இருக்கிறது. என் உபயோகத்துக்காகவே என் கணவர் ஒன்றை எனக்குத் தந்திருக்கிறார்.'

'நீங்கள் புண்ணியம் செய்தவர்.'

'ஆம். சந்தேகமில்லை. நீங்கள் அவசியம் என் வீட்டுக்கு வரவேண்டும். அம்மா மிகவும் சந்தோஷப்படுவாள்' என்று அவள் சொல்லிவிட்டுப் போனாள்.

அப்பா ஜலந்தரில் இருந்து வந்ததும் அவரை அழைத்துக்கொண்டு போகவேண்டும் என்று அம்மா முடிவு செய்துகொண்டாள். ஆனால் அம்முறை அப்பாவுக்குப் போன காரியம் அத்தனை எளிதில் முடியவில்லை. தான் ஊர் திரும்ப மேலும் இருபது நாள்கள் ஆகலாம் என்று அம்மாவுக்கு அவர் ஒரு கடிதம் எழுதியிருந்தார். அந்தக் கடிதத்திலும் ஜலந்தர் என்று ஊர் பெயரை மட்டும் எழுதி, தேதி குறிப்பிட்டிருந்தாரே தவிர முகவரியைத் தரவில்லை. இதனால் அம்முறையும் அம்மாவால் அப்பாவுக்கு பதில் கடிதம் எழுத முடியாமல் போய்விட்டது.

ஊரில் இருந்து அப்பா ஒரு கடிதம் எழுதியிருந்தார். நவராத்திரி வருகிறது. நீ ஒரு நடை மதராசுக்கு வந்து போக முடியுமானால் நன்றாக இருக்கும் என்று அதில் சொல்லியிருந்தார். இருபது நாள் தனியேதானே இருக்க வேண்டும் என்று யோசித்த அம்மா, ஊருக்குப் போய்விடலாம் என்று முடிவு செய்தாள். மறுநாள் கோயிலில் மைதிலியைப் பார்த்தபோது இந்த விஷயத்தைச் சொல்லி, தனக்கு ரயில் டிக்கெட் எடுத்துத் தர யாரையாவது அனுப்பி உதவ முடியுமா என்று கேட்டாள்.

'இதென்ன பிரமாதம்? நான்கூட நாளை மறுநாள் என் கணவரோடு விசாகப்பட்டினத்துக்குப் போகப் போகிறேன். உங்களுக்கு மதராசுக்கு ஒரு டிக்கெட் சேர்த்து எடுத்துவிடும்படி அவரிடமே சொல்லிவிடுகிறேன்' என்று சொன்னாள். சொன்னபடி மறுநாள் மாலை கோயிலில் சந்தித்தபோது டிக்கெட்டைக் கொடுத்தாள். அம்மா டிக்கெட்டுக்குப் பணம் கொடுத்தபோது வேண்டவே வேண்டாம் என்று அன்போடு மறுத்துவிட்டாள். இந்தக் காலத்தில் இப்படியும் நல்லவர்கள் இருப்பார்களா என்று அம்மாவுக்கு ஒரே ஆச்சரியம்.

'நான் ஊருக்குப் போய்விட்டு வந்ததும் நிச்சயமாக ஒருநாள் உங்கள் வீட்டுக்கு வருகிறேன்' என்று சொல்லி விடைபெற்றுக் கிளம்பினாள்.

மறுநாள் அம்மா ஹைதராபாத் ரயில் நிலையத்துக்குப் போனபோது அங்கே மைதிலியைப் பார்த்தாள். அவள் தனது கணவருடனும் நான்கு சிறு குழந்தைகளுடனும் ஒரு பெஞ்சில் அமர்ந்திருக்கக் கண்டாள். மதராஸ் போகிற ரயில் கிளம்பத் தயாராக இருந்தபடியால் அவள் அருகே போய்ப் பேசவோ விடைபெறவோ அப்போது அம்மாவுக்கு அவகாசமில்லாமல் இருந்தது. தவிர அவள் ஏற வேண்டிய பெட்டியும் பிளாட்பாரத்தின் மறுமுனையில் இருந்தது. உரக்கக் குரல் கொடுத்துக் கத்திப் பாத்தாள். மைதிலிக்கு அது காதில் விழவில்லை. சரி போ என்று அம்மா தான் ஏற வேண்டிய பெட்டியை நோக்கி ஓட்டமும் நடையுமாக விரைந்தாள். மூச்சிறைக்க அவள் ஏறி, இருக்கை தேடி அமர்ந்த மறுகணமே வண்டி கிளம்பிவிட்டது. ஜன்னல் வழியே திரும்பிப் பார்த்தபோது இப்போது மைதிலியின் கணவர் கடையில் எதோ தின்பண்டம் வாங்கிக்கொண்டு இருக்கைக்குத் திரும்புவது தெரிந்தது. ரயிலும் அவர்கள் இருக்கும் திசை நோக்கித்தான் மெல்ல ஊர்ந்து நகர்ந்துகொண்டிருந்தது. இப்போது அம்மாவால் மைதிலியையும் அவளது கணவரையும் நன்றாகவே பார்க்க முடிந்தது.

‘மைதிலி, நான் போயிட்டு வரேன்’ என்று ஜன்னல் வழியே கைநீட்டி அம்மா உரக்கச் சொன்னாள். அவள் திரும்புவதற்குள் அவளது கணவர் திரும்பிப் பார்த்தார். அம்மாவுக்கு மிகவும் அதிர்ச்சியாக இருந்தது. ரயிலில் இருந்து குதித்துவிடலாமா என்று நினைத்தாள். ஆனால் வண்டி வேகமெடுத்து பிளாட்பாரத்தைத் தாண்டிவிட்டது.

151. நிழல் வெளி

மதராசபட்டணத்துக்கு வந்து சேர்ந்த பின்பு அம்மா மீண்டும் செகந்திராபாத்துக்குப் போக விரும்பவில்லை. போக முடியாத சூழ்நிலைகள் உருவானதும் ஒரு முக்கியக் காரணமே. அம்மா ஊருக்கு வந்த இரண்டாம் நாளில் நாராயண ஐயங்காரைக் காலரா தாக்கியது. அம்மாதிரியானதொரு கொடூரமான நோய்த் தாக்குதல் யாருக்குமே வரக்கூடாது என்று பின்னாள்களில் அம்மா பலமுறை சொல்லியிருக்கிறாள். நாராயண ஐயங்கார் பதினெட்டு தினங்கள் காலராவுடன் போராடிவிட்டு இறந்து போனார். செகந்திராபாத்தில் உள்ள அத்திம்பேருக்குத் தந்தி அடித்துவிட்டு கேசவன் மாமா தனது தந்தையாரின் இறுதிச் சடங்குகளைச் செய்து முடித்தார். அப்பா காரியத்துக்கு வரவில்லை. அங்கே ஒரே கலவரமாயிருக்கிறது என்றும் பத்தாம் நாள் காரியத்துக்கு எப்படியும் வந்துவிடுவார் என்றும் அப்பாவின் அப்பாவும் அம்மாவும் திரும்பத் திரும்ப சமாதானம் சொல்லிக்கொண்டிருந்தார்கள். அம்மாவுக்குத் தனது மாமனார் மாமியாரிடம் என்ன பேசுவது என்று தெரியவில்லை. செகந்திராபாத் ஆஞ்சநேயர் கோயிலைப் பற்றிப் பேசினாள். ஆனால் மைதிலியைப் பற்றிச் சொல்லவில்லை.

காரியங்கள் அனைத்தும் முடிந்து சுபஸ்வீகாரம் ஆனதும் அம்மாவை செகந்திராபாத்துக்கு அனுப்பிவைப்பது குறித்து அம்மாவின் அம்மாவும் கேசவன் மாமாவும் பேசிக்கொண்டிருந்தார்கள். 'இல்லை, அவரே இங்க வந்துடுவார்' என்று அம்மா அப்போதைக்குச் சொல்லி அதைத் தடுத்து நிறுத்தினாள். இரண்டு மாதங்களுக்குப் பிறகு அப்பா மதராசுக்கு வந்தார். வந்தவர் நேரே தன் வீட்டுக்குப் போய்த் தங்கிக்கொண்டு அம்மாவை அங்கே வரும்படிச் சொல்லி அனுப்பினார். அம்மா போகவில்லை. அதன்பின்புதான் அப்பாவின் வீட்டாருக்கு லேசாக சந்தேகம் தட்டியிருக்கிறது. மகனிடம் அவர்கள் விசாரிக்க ஆரம்பித்ததும் அப்பா கோபித்துக்கொண்டு மீண்டும் செகந்திராபாத்துக்குப் போய்விட்டார்.

அன்றைக்கு மறுநாள் அம்மாவின் மாமனார் டிராம் பிடித்து மூர் மார்க்கெட் வரை வந்து இறங்கி, அங்கிருந்து தனது வேலையாளை அம்மா வீட்டுக்கு அனுப்பி அம்மாவைக் கையோடு அழைத்து வரச் சொன்னார். மாட்டேன் என்று சொன்னால் 'நான் காலில் விழுந்து அழைக்கிறேன் என்று சொல்லு' என்றும் சொல்லி அனுப்பியிருக்கிறார்.

வேறு வழியின்றி அம்மா தனது மாமனார் வீட்டு வேலையாளுடன் மூர் மார்க்கெட்டுக்குச் சென்றாள். உடன் வருவதாகச் சொன்ன கேசவன் மாமாவை வேண்டாம் என்று சொல்லித் தடுத்து நிறுத்திவிட்டாள். மூர் மார்க்கெட்டில் வைத்து அம்மாவின் மாமனார் என்ன நடந்தது என்று அம்மாவிடம் விசாரித்தார். அம்மா எதைச் சொல்வாள்? 'என் திருமணத்துக்குப் பின்பு என்ன நடந்தது என்று எனக்குத் தெரியாது' என்று மட்டும் சொல்லியிருக்கிறாள். அந்த மனிதர் மனம் உடைந்து போய் வீடு திரும்பினார். அதன்பின் நடந்தவை எதுவும் அம்மாவுக்குத் தெரியாது.

ஒரு நாள் நள்ளிரவு அம்மாவின் வீட்டுக் கதவு தடதடவென தட்டப்படும் சத்தம் கேட்டது. கேசவன் மாமா எழுந்து போய்க் கதவைத் திறந்தார். அப்பா வெளியே நின்றுகொண்டிருந்தார். சட்டை கிழிந்து, தலைமுடியெல்லாம் கலைந்து முகமெல்லாம் ரத்தக் களேபரமாகியிருக்க, ஒரு கொலை முயற்சியில் இருந்து தப்பித்து ஓடி வந்த கோலத்தில் அவர் இருந்தார். கதவு திறக்கப்பட்டதுமே பாய்ந்து உள்ளே வந்து அவரே கதவை மூடித் தாழிட்டார்.

'என்ன விஷயம்?' என்று கேசவன் மாமா கேட்டார்.

'உன் அக்கா எங்கே?' என்று அப்பா கேட்டார்.

உறக்கம் கலைந்து அம்மாவும் அம்மாவின் அம்மாவும் எழுந்து வந்தார்கள். அப்பா அவர்களைப் பார்த்தார். என்ன நினைத்தாரோ, எதுவும் பேசாமல் நேரே அம்மாவின் முன்னால் போய் நின்று சாஷ்டாங்கமாக விழுந்து சேவித்தார்.

'எதற்கு இது?' என்று அம்மாவின் அம்மா கேட்டாள். அவளுக்கு மிகவும் பதற்றமாகிவிட்டது. ஆனால் அம்மா ஒன்றும் பேசவில்லை.

'நான் செய்த பாவத்துக்கு' என்று அப்பா சொன்னார். 'உங்க பொண்ணுக்குப் புரியும்' என்றும் சொன்னார். அம்மா அதுவரையிலுமேகூட தன் வீட்டாரிடம் நடந்த எதையும்

சொல்லியிருக்கவில்லை என்பது அப்போதுதான் அப்பாவுக்குத் தெரியும். அம்மா அதன்பின்பும் எதையும் சொன்னதாகத் தெரியவில்லை. அன்றிரவு அப்பாவும் அம்மாவும் பத்து நிமிடங்கள் வீட்டின் பின்புறம் இருந்த அரிசிக் களஞ்சியத்தின் மீது சாய்ந்து அமர்ந்து பேசிக்கொண்டிருந்தார்கள். அவர்கள் பேசி முடிக்கும்வரை காத்திருந்துவிட்டு அம்மாவின் அம்மா அந்த நள்ளிரவு நேரத்திலும் அப்பாவுக்கு சூடாகக் காப்பி போட்டுக் கொடுத்தாள். அப்பா அதை வாங்கிக் குடித்துவிட்டு, 'நாங்கள் நாளைக் காலை செகந்திராபாத் கிளம்புகிறோம்' என்று சொன்னார்.

'இப்போதாவது உண்மையைச் சொல். என்ன நடந்தது?' என்று கேசவன் மாமா அம்மாவிடம் கேட்டார். அம்மா ஒன்றுமில்லை என்று சொன்னாள்.

மறுநாள் அதிகாலை அப்பாவும் அம்மாவும் சொல்லிக்கொண்டு கிளம்பினார்கள். ஆனால் அவர்கள் செகந்திராபாத்துக்குப் போகவில்லை. அப்பாவுக்கு அப்போது அகோபிலத்தில் உள்ள ஸ்ரீமத் ஆண்டவன் ஆசிரமத்தில் கணக்கெழுதும் உத்தியோகம் கிடைத்திருந்தது. அந்நாள்களில் அகோபிலத்துக்குப் போகிறவர்கள் மிகவும் குறைவு. சரியான வழி கிடையாது. பேருந்து வசதிகள் கிடையாது. மிகவும் ஆபத்தான பிராந்தியம் என்று சொல்லுவார்கள். ஆனால் அம்மா துணிந்து அப்பாவுடன் அங்கே போய்ச் சேர்ந்தாள். அப்பாவின் நடவடிக்கைகள் முற்றிலும் மாறிவிட்டிருந்தன. அவர் ஆசிரம உத்தியோகம் பார்க்கும் நேரம் போக மீதி நேரம் முழுவதையும் அம்மாவுடனேயே செலவழிக்க ஆரம்பித்தார். வீட்டைப் பெருக்குவது, பாத்திரங்கள் துலக்கி வைப்பது, துணி துவைப்பது, ஒட்டடை அடிப்பது, தலையணைகளுக்கு உறை போடுவது, கடைக்குப் போய் வருவது, அம்மாவின் வீட்டு விலக்கு தினங்களில் சமைப்பது என்று ஒரு சிறந்த குடும்பத் தலைவனானார். வீட்டிலும் செய்வதற்கு வேலைகள் இல்லாத சமயத்தில் அவர் பிரபந்தம் படிக்கத் தொடங்கிவிடுவார்.

அம்மாவின் அம்மா காலமான சேதி வந்தபோது விஜய், வினய் இருவரையும் ஆளுக்கொருவர் தூக்கிக்கொண்டு மதராசுக்குப் போனார்கள். காரியம் முடியும்வரை அப்பாதான் கேசவன் மாமாவுக்குத் துணையாக இருந்தது. நான்காம் நாளே அம்மா குழந்தைகளுடன் ஊருக்குத் திரும்பிவிட்டாள்.

ஆறாண்டுக் காலம் இப்படியே ஓடிய பிறப்பாடுதான் அம்மா கேசவன் மாமாவுக்கு ஒரு கடிதம் எழுதினாள். இன்னும் ஒரு

மாதத்தில் நாங்கள் மதராசுக்கே குடிமாறி வந்துவிடப் போகிறோம். அம்மாவும் இல்லாத நிலையில் நீ கோவிந்தப்பன் நாயக்கன் தெரு வீட்டில் இன்னும் எதற்குத் தனியே இருக்க வேண்டும்? எங்களோடு திருவிடந்தைக்கு வந்துவிடு.

அது அப்பாவின் அப்பா எந்தக் காலத்திலோ யாரிடமோ சொல்லிவைத்து நூற்று எண்பத்தேழு ரூபாய்க்கு வாங்கிய கோயில் வீடு. அந்த மனிதர் இறக்கும்வரை அவருக்கு அப்படியொரு வீடு இருக்கிறது என்கிற விவரமே யாருக்கும் தெரியாது. இறந்தபின்பு அவரது உயிலில் பார்த்துத்தான் அப்பாவுக்கு அந்த வீட்டைக் குறித்துத் தெரிய வந்தது. ஒரு நல்ல நாள் பார்த்து அவர்கள் திருவிடந்தைக்குக் குடி வந்தார்கள். அம்மாவும் அப்பாவும் திருவிடந்தைக்கு வரும்போது எனக்கு இரண்டு வயது பூர்த்தியாகியிருக்கவில்லை. என்னுடைய இரண்டாவது வயது பிறந்த நாளுக்கு முதல் நாள் வீட்டில் ஒரு வாத்தியார் வந்து ஏதோ ஒரு ஹோமம் செய்து வைத்துவிட்டுப் போனார். அம்மாவும் அப்பாவும் கோயிலில் வெண் பொங்கலும் புளியோதரையும் தளிகை விட்டு ஊர் முழுவதற்கும் அன்னதானம் செய்தார்கள். ‘என்ன விசேஷம்?’ என்று விஜய் அம்மாவிடம் கேட்டதற்கு, ‘என் அக்கா நினைவு நாள்’ என்று அவள் பதில் சொன்னாள்.

முன்னுக்குப் பின் தொடர்பு இருப்பது போலவும் இல்லாதது போலவும் ஒரே சமயத்தில் தோற்றமளித்த இத்தகவல்களை அம்மா தன்னிடம் சொன்னதாக வினோத் சொல்லி முடித்தபோது எனக்கு பதில் பேசவே தோன்றவில்லை. எனக்கென்னவோ திட்டமிட்டே அம்மா ஆங்காங்கே இடைவெளி வைத்து அவனிடம் பேசியிருப்பதாகத் தோன்றியது. அவள் சுய நினைவின்றிக் கிடப்பதாகவும் பேச்சற்றுப் போய்விட்டதாகவும் கேசவன் மாமா சொன்னதை எண்ணிப் பார்த்தேன். அவரிடம் அம்மா அப்படித்தான் தோற்றம் கொண்டிருக்கிறாள். அவருக்கு அதுவே சரி என்று எண்ணியிருப்பாள் என்று தோன்றியது. வினய்யிடம் ஒருவேளை அவள் மீதமுள்ள தகவல்களை வேறு வடிவத்தில் தரலாம். அல்லது என்னிடமே சொல்லலாம். அண்ணாவுக்காகக் காத்திருக்கலாம். எல்லாவற்றையும் சொல்லிவிட்டுத்தான் போகவேண்டும் என்பதுகூட இல்லை. எப்படிப் பார்த்தாலும் கற்பனைக்கு எட்டாத ஒரு மகத்தான வாழ்வைத்தான் அவள் வாழ்ந்திருக்க வேண்டும் என்ரு நினைத்தேன். இப்போதுகூட எனக்கு அவளோடு பேசவேண்டும் என்றெல்லாம் தோன்றவில்லை. அவள் கையைப்

பிடித்துக்கொண்டு சிறிது நேரம் சும்மா அமர்ந்திருக்கலாம் போலிருந்தது.

வினோத்திடம் இதனைச் சொன்னபோது அவன் கண்கள் கலங்கிவிட்டன.

'அழுகிறாயா?' என்று கேட்டேன்.

'என்னால் கட்டுப்படுத்தவே முடியவில்லை' என்று அவன் சொன்னான்.

'ஏன்?'

'தெரியவில்லை. ஆனால் நான் சமநிலையில் இல்லை. என்னால் இருக்க முடியவில்லை' என்று சொன்னான்.

'வினோத், நீ தத்துவங்களில் நம்பிக்கை உள்ளவன். பல உடல்களுக்குள் புகுந்து வெளி வந்தாலும் உயிர் ஒன்றே என்பதை நீ ஏற்பாய் என்று நம்புகிறேன்.'

'ஆம்.'

'அப்படியே இதையும் சேர்த்து நம்பு. பல வடிவங்களில் காணக் கிடைத்தாலும் உடலும் ஒன்றேதான்.'

'அதெப்படி ஒன்றாகும்?'

'உடலற்ற உயிருக்கோ, உயிரற்ற உடலுக்கோ பொருளில்லை என்பது உண்மை என்றால் இரண்டும் சம அந்தஸ்து வாய்ந்தவை. பொருள் உண்டு என்றாலும் பதில் அதுவே.'

அவன் வெகு நேரம் பிரமை பிடித்தாற்போல எங்கோ வெறித்துப் பார்த்துக்கொண்டே இருந்தான். பிறகு சட்டென்று சொன்னான், 'இப்போது நான் அண்ணாவுக்காக மிகவும் ஏங்குகிறேன். அவன் வரவேண்டும். அவன் வந்தால்தான் நிறையக் குழப்பங்கள் தீரும்.'

அந்தக் கணத்தில் எனக்கு மனத்தில் பட்டது. அவன் வரமாட்டான்.

152. கோடிட்ட இடங்கள்

நாங்கள் வீட்டுக்குப் போனபோது கூடத்தில் கேசவன் மாமா ஒரு ஓரமாகத் துண்டு விரித்துப் படுத்திருந்தார். அம்மாவின் அறைக்கதவு சாத்தியே இருந்தது. வினோத் கதவை லேசாகத் திறந்து பார்த்தான். உள்ளே வினய் இல்லை. அம்மா மட்டும் எப்போதும்போல் கண்மூடிக் கிடந்தாள். 'அவன் இங்கே இல்லை' என்று வினோத் என்னிடம் சொன்னான். நான் பின்கட்டுக்குப் போனேன். கொல்லைக் கதவைத் திறந்தபோது வினய் துணி துவைக்கும் கல்லில் சாய்ந்து அமர்ந்து கஞ்சா குடித்துக்கொண்டிருப்பதைக் கண்டேன். சட்டென்று எனக்கு அண்ணாவின் ஞாபகம் வந்தது. மிகச் சரியாக அதே இடத்தில் அமர்ந்துதான் அண்ணா எனக்கு ஒரு சாளக்கிராமத்தை உடைத்துக் காட்டினான்.

வினய் என்னைப் பார்த்தான். வா என்று சொன்னான்.

'நீ உள்ளே வாயேன்?'

'மாமா தூங்குகிறார்.'

'ஆம். பார்த்தேன். நீ அம்மாவுடன் பேசினாயா?'

'பார்த்தேன். அவள் கண்ணைத் திறக்கவில்லை.' என்று வினய் சொன்னான்.

'அப்படியா? ஆனால் அவள் வினோத்திடம் பேசியிருக்கிறாள்.'

'அப்படியா?'

'எழுந்து உள்ளே வா' என்று சொல்லிவிட்டு நான் உள்ளே போனேன். கேசவன் மாமா உறக்கம் கலைந்து எழுந்து உட்கார்ந்திருந்தார். 'எங்கேடா போயிட்டேள் எல்லாரும்? இத்தன வருஷம் கழிச்சி ஆத்துக்கு வந்திருக்கேள். அவள அனுப்பி வெக்கற வரைக்குமாவது இங்கேயே இருக்கக்கூடாதா?' என்று கேட்டார்.

'இருக்க கஷ்டமா இருக்கு. மன்னிச்சிடுங்கோ' என்று வினோத் சொன்னான். நான் புன்னகை செய்தேன். மாமாவுக்கு இது மிகவும்

அதிர்ச்சியாக இருந்தது. சட்டென்று அவர் கண் கலங்கிவிட்டார். 'அவளும் போயிடுவா. நீங்களும் கௌம்பிடுவேள். ஒண்டிக்கட்டையா நான் இருக்கணுமேடா' என்றார்.

கஷ்டம்தான். என்னால் அவரது துக்கத்தைப் புரிந்துகொள்ள முடிந்தது. ஆனால் என்ன சொல்லி சமாதானப்படுத்த முடியும்? சட்டென்று வினய், 'நீங்களும் கிளம்பிடுங்கோ' என்றான். மாமா அதிர்ச்சியாகிவிட்டார். சிறிது இடைவெளி விட்டு, 'எங்கே?' என்று கேட்டார்.

நான் அந்தப் பேச்சை மாற்ற விரும்பினேன். வினய்க்கு கண்ணைக் காட்டிவிட்டு, 'அம்மா வினோத்கிட்டே கொஞ்ச நேரம் பேசியிருக்கா மாமா' என்று சொன்னேன்.

'அப்படியா?' என்று அவர் வியந்து போனார். வினோத் சட்டென்று, 'அம்மா அஹோபிலத்துல இருந்தாளாமே? நீங்க அவ அங்க இருக்கறப்ப போனேளா?' என்று கேட்டான்.

'அவ அங்க இருந்ததே, அங்கேருந்து கிளம்பறப்ப அவ எழுதின கடுதாசிலதான் தெரிஞ்சிது. எல்லாம் ஒரே பூடகம்' என்று மாமா சொன்னார்.

'என்ன பூடகம்?'

'என்னன்னு எனக்கு சரியா சொல்லத் தெரியலடா. ஆனா உங்கப்பாவுக்கும் அம்மாவுக்கும் எதோ பிணக்கு இருந்திருக்கு. அப்பறம் அது சரியாப் போச்சு. என்ன பிணக்கு, எப்படி சரியாச்சுன்னு தெரியலே. அந்த காலத்துலதான் அவ அஞ்ஞாத வாசம் மாதிரி எங்கயோ போயிட்டா.'

'ஓ!'

'அதையா உன்கிட்டே சொன்னா?'

'என்னமோ சொன்னா. பாதி புரிஞ்சிது. சிலது சரியா கேக்கலை.' என்று வினோத் சொன்னான். அவன் சற்று ஜாக்கிரதையாக இருக்க விரும்புவதை நாங்கள் புரிந்துகொண்டோம்.

'ஏன் மாமா, உங்களுக்கும் அம்மாக்கும் எவ்ளோ வயசு வித்தியாசம்?' என்று வினய் கேட்டான்.

'அவளுக்கு இப்ப எண்பத்தி ரெண்டு. எனக்கு எழுவத்தி ஒம்போது. கணக்குப் போட்டுக்கோ.'

‘உங்களுக்கு இன்னொரு அக்கா இருந்திருக்கா இல்லே?’

‘அதையும் சொன்னாளா?’ என்று ஆர்வமாகக் கேட்டார்.

‘ஆமா. அவா இப்ப இருக்காளா?’

‘அவ போய்ப் பலகாலமாச்சு. நீங்கள்ளாம் இந்த ஊருக்கு வந்து சேந்தப்பவே அவ போய் சேந்துட்டா.’

‘அவாளுக்குக் குழந்தைகள் உண்டா?’

‘இருக்கானே. ஒரே ஒரு பிள்ளை. அமெரிக்கால எங்கயோ இருக்கான். அதெல்லாம் தொடர்பே இல்லாம போயிடுத்து.’

‘கல்யாணம் ஆயிடுத்தா?’ என்று நான் கேட்டேன்.

‘யாரோ இங்கிலீஷ்காரிய பண்ணிண்டான்னு நினைக்கறேன். சரியா தெரியலே. ஆனா ஆயிடுத்து. அது நிச்சயம்.’

‘ஏன் அப்படி தொடர்பே இல்லாம போச்சு?’ என்று வினோத் கேட்டான்.

‘யாரு? மூத்தவளோடயா? அவ ஆம்படையான் அப்படி. யாரையும் நெருங்கவே விட்டதில்லே பாத்துக்கோ.’

‘ஓ. சண்டையா?’

‘அப்படின்னு இல்லே. என்னமோ முதல்லேருந்தே அவ வாழ்க்கை அப்படி ஆயிடுத்து. அவளுக்குப் பிரசவம் பாக்க எங்கம்மா போனாளாம். ஆனா பேர் வெக்கக்கூட யாரையும் கூப்பிடலே.’

‘கஷ்டம்தான்.’

‘எத்தனையோ பாத்துட்டேண்டா. போதும்னுதான் தோணறது. என்னிக்கு பெருமாள் என் கணக்கை முடிச்சனுப்புவானோ தெரியலே.’

‘அதிருக்கட்டும் மாமா. உங்க சின்ன வயசு ஞாபகத்த எல்லாம் சொல்லுங்களேன்? மூத்த அக்காவோட தொடர்பில்லேன்னாலும் அம்மாவோட இருந்திருப்பேளே.’

‘எனக்கு அக்காவும் அவதான். அம்மாவும் அவதான். என்னன்னு சொல்றது? எம்மேல அவளுக்கு அவ்ளோ பிரியம்’ என்று மாமா சொன்னார். கண்ணைத் துடைத்துக்கொண்டார்.

‘எந்த வயசுலேருந்து?’ என்று வினய் கேட்டான்.

'நினைவு தெரிஞ்சதுலேருந்தே அப்படித்தாண்டா. மூணு மூணர வயசுல அவ கைய பிடிச்சிண்டு லிங்கிச் செட்டித் தெரு, ஆர்மீனியன் தெரு, தம்புச் செட்டித் தெருவெல்லாம் சுத்தியிருக்கேன்.'

'அதெல்லாம் ஞாபகம் இருக்கா?'

'அதுலேருந்துதான் ஞாபகமே ஆரம்பிக்கறது. எங்கப்பா எப்பவாவது அக்காக்கு ஓரணா குடுப்பார். அக்கா அந்த ஓரணாவை அப்படியே சேத்து வெச்சு எனக்குத்தான் கேக்கறதையெல்லாம் வாங்கித் தருவா. கேசவா கேசவான்னு என் கன்னத்த தடவிண்டே இருப்பா. எங்கம்மா பண்ணாதத எல்லாம் அவதான் பண்ணா. பாரு, அந்தப் பாசம்தான் இன்னிக்கு அவ இழுத்துண்டு கெடக்கறப்ப நான் துடிச்சிண்டிருக்கேன்.' என்றவர் சில வினாடிகள் கேவிக் கேவி அழுதார். பிறகு, 'திரும்பத் திரும்பக் கேக்கறேன்னு நினைச்சிக்காதிங்கோ. நீங்கள்ளாம் ரிஷிகளாயிட்டேள். இருந்தாலும் எனக்கு இந்த சந்தேகம் இருக்கு. அது எப்படிடா பாசம் மொத்தமா வெட்டிண்டு போகும்?'

'தெரியல மாமா. அம்மாவைத்தான் கேக்கணும்' என்று வினோத் சொன்னான்.

'நிஜமாவே அவ பேசினாளா? நானும் எவ்ளவோ நாளா பேச்சு குடுத்துண்டிருக்கேன். ஒரு வார்த்தை வரலியேடா அவ வாய்லேருந்து. உனக்குத்தான் குடுப்பினை போல' என்று சொன்னார்.

'ஆனா நான் போனப்போ கண்ணே திறக்கலை' என்று வினய் சொன்னான்.

'பேசக்கூடாதுன்னெல்லாம் நினைச்சிருக்க மாட்டா. நீ அப்படி எடுத்துண்டுடாதே. முடியாம போயிருக்கும்' என்று மாமா அவனுக்கு உடனே சமாதானம் சொன்னார்.

வினய் புன்னகையுடன் அவர் கையைப் பிடித்துக்கொண்டு, 'இந்த உலகத்துல தப்பா நினைக்க ஒண்ணுமே இல்லை மாமா. சரியா சொல்லணும்னா தப்புன்னே ஒண்ணு இல்லை.'

'அப்படியா நினைக்கறே நீ?'

'கண்டிப்பா. ஒவ்வொருத்தர் மனசு ஒவ்வொரு மாதிரி நினைக்கும். அது அவாவா பிறப்பு, வளர்ப்பு, படிப்பு, யோசிக்கற சக்தியைப் பொறுத்தது. வளர்ற சூழ்நிலைய பொறுத்தது. தப்பு எது? சரி எது?

இந்தாத்துல மீன் சாப்ட்டா தப்பு. கறி சாப்ட்டா தப்பு. உலகத்துல கோடிக்கணக்கான பேருக்கு அதுதான் பிடிச்ச உணவு. அவாளை நாம தப்பு சொல்வோமா?'

'படவா நீ சாப்ட்டிருக்கியா?' என்று மாமா செல்லமாக அவன் வயிற்றில் குத்தினார்.

'அவனைப் பார்த்தா சாப்பிடறவனாட்டமா தெரியறது? அவன் காத்தைத்தான் பெரும்பாலும் திங்கறான்' என்று நான் சொன்னேன்.

'நான் எல்லாமே சாப்பிடுவேன் மாமா' என்று வினய் சொன்னான்.

'நெனச்சேன். ஏதோ கெட்ட நாத்தம் வீசறது உம்மேல.'

'அது கஞ்சா' என்று வினோத் சிரித்தபடி சொன்னான்.

'உடம்ப பாத்துக்கோங்கோடா. உங்களுக்கெல்லாம் நான் என்ன போதனை பண்ண முடியும் வேற? எல்லாருமே சன்னியாசிகள். எல்லாருமே பகவான பாத்தவா. குறைஞ்சது புரிஞ்சுண்டவா. சரியா சொல்றேனா?'

நான் சிரித்தேன்.

'முயற்சி பண்றவான்னு சொன்னேள்னா சரியா இருக்கும்' என்று வினோத் சொன்னான்.

'அதெல்லாம் இருக்கட்டும். இந்த ஞானம் அடையறதுன்றாளே. அதெல்லாம் நடந்துடுத்தா உங்களுக்கு?' என்று மாமா கேட்டார்.

இதற்கு என்ன பதில் சொல்வதென்று எங்கள் மூவருக்குமே புரியவில்லை. சிறிது நேரம் ஒருவரையொருவர் பார்த்துக்கொண்டு அமைதியாக இருந்தோம். வினய் தான் மௌனத்தைக் கலைத்தான். 'ஞானமும் மரணமும் ஒண்ணு மாமா. அடைஞ்சிட்டா அதை விளக்க முடியாது' என்று சொன்னான்.

'அடப் போடா! ரொம்ப தெரியுமா உனக்கு? எனக்கு மரணமே ஒரு ரெண்டுங்கெட்டான் நிலைன்னுதான் தோணறது.'

'அப்படியா?'

'ஆமா. உங்கம்மா ஒரு நாள் சித்ரா ஆவியா வந்து தன்னோட பேசினதா சொன்னா. ரூபமா தெரியலேன்னு சொன்னா. ஆனா பேசினது நிச்சயம்.'

'அப்படியா?' என்று வினய் ஆச்சரியப்பட்டான். வினோத் புன்னகையுடன் அவனைப் பார்த்தான். 'நீ சொன்னாயா?' என்பது

போல வினய் என்னைப் பார்க்க, நான் ஆம் என்று தலையசைத்தேன். உடனே அவன் அமைதியாகிவிட்டான். அதுவரை இல்லாத ஒரு தீவிரபாவம் அவன் முகத்தில் தெரிந்தது.

'என்ன சொன்னா அவ?' என்று நான் மாமாவிடம் கேட்டேன்.

'அதெல்லாம் அக்கா சொல்லலே. ஆனா சித்ரா பேசினதா சொன்னா. ஒருவேளை அவ பிரமையா இருக்கும்னு முதல்ல நினைச்சேன். அவ இல்லைன்னா. சரி என்னதான் பேசினான்னு சொல்லேன்னு விடாப்பிடியா கேட்டேன். சொல்லவேயில்லை கடங்காரி.'

'நீங்க பத்மா மாமிட்ட கேட்டிருக்கலாமே மாமா? மெனக்கெட்டு இங்க வந்து அம்மாட்ட பேசிட்டுப் போனவ, அவம்மாட்ட பேசாமலா இருந்திருப்பா?'

'கேட்டேனே. கேக்காமலா இருப்பேன்? அவளுக்கு அப்படியெல்லாம் ஒண்ணும் நடக்கலியாம். சித்ரா செத்துப் போனதுமே மாமியோட ஆத்துக்காரர் கயாவுக்குப் போய் மொத்தமா ஒரு சிராத்தம் பண்ணிட்டு வந்துட்டார். அவ போய் பெருமாள் திருவடில சேந்துட்டான்னு மாமி சொல்லிட்டா.'

வினய் சிரித்ததை நான் பார்த்தேன். சட்டென்று மாமாவின் பக்கம் திரும்பி, 'அம்மா உங்ககிட்ட வேற என்னென்ன சொல்லியிருக்கா?' என்று கேட்டேன்.

ஒருவேளை அவருக்குப் புரியாமல் போய்விடுமோ என்று நினைத்து, 'எங்களைப் பத்தி என்ன சொல்லியிருக்கா?' என்று வினோத் கேட்டான்.

'ஒண்ணுமே சொன்னதில்லே. நாலு பேரும் அவளுக்கு உசிருக்கு சமானம். சரியா சொல்லணும்னா உங்களுக்கு அப்பறம்தான் உங்கப்பாவே அவளுக்கு.' என்றவர், 'சரி இருங்கோ. ஒரு காப்பிய போட்டு எடுத்துண்டு வரேன்' என்று சொல்லிவிட்டு எழுந்தார். அவர் சமையல் கட்டுக்குப் போனதும் வினய் வினோத்தைப் பார்த்து, 'அம்மா என்ன சொன்னாள்?' என்று கேட்டான். வினோத் அதை எப்படிச் சொல்வதென்று புரியாமல் சிறிது தவித்தான். நான் சட்டென்று சொன்னேன், 'பதற ஒன்றுமில்லை வினய். மாமா எப்படி அவளுக்குத் தம்பி இல்லையோ, அதேபோல நாமும் அவளுக்கு மகன்கள் இல்லை' என்று சொன்னேன்.

வினய் வியப்பானான். 'அடடே' என்று சொன்னான்.

‘உனக்கு இது அதிர்ச்சியாக இல்லையா?’ என்று வினோத் கேட்டான்.

‘எதற்கு அதிர்ச்சியடைய வேண்டும்? ஏதோ ஒரு பெண் வடிவில் இருந்துதான் எல்லோரும் தோன்றுகிறோம். ஏதோ ஒரு பெண் வடிவை அம்மா என்கிறோம். என்னைப் பொறுத்தவரை எல்லாப் பெண்களுமே ஒன்றுதான். எந்தப் பெண் செத்தாலும் நான் கர்மா செய்யத் தயாராக இருக்கிறேன். அது நான் புணர்ந்த பெண்ணாகவே இருந்தாலும் சரி. அம்மாவாக எண்ணிக்கொண்டு செய்ய எனக்கு மனத்தடை ஒன்றுமில்லை.’

வினய்யின் பேச்சு வினோத்துக்கு மிகுந்த அதிர்ச்சியளித்ததை அவனது முகபாவம் சொன்னது. அவன் எதையோ சொல்ல வந்து தவிர்த்ததைக் கவனித்தேன். அது அநேகமாக வினய் மூலம் அவனது மரணம் தீர்மானிக்கப்படும் என்று அம்மா சொன்னதாக இருக்கலாம். அதில் எனக்கு ஒரு சுவாரசியம் இருந்தது. அந்த விஷயத்தை வினோத் முதலில் எடுக்கிறானா அல்லது வினய் சொல்லப் போகிறானா என்று ஆவலுடன் காத்திருந்தேன். இருவருமே வேறு என்னென்னவோ பேசினார்களே தவிர, கவனமாக அதைத் தவிர்த்துக்கொண்டிருந்தது போலப் பட்டது. அம்மாவின் மூலம் வினோத் அறிந்த எங்களது பிறப்பின் ரகசியத்தைக் காட்டிலும் அது ஒன்றும் அத்தனை அதிர்ச்சியளிக்கக்கூடிய சங்கதியல்ல என்பதை அவர்கள் இருவருமே அறிவார்கள். இருந்தாலும் ஏன் தயங்குகிறார்கள் என்று எனக்குப் புரியவில்லை.

ஒரு கட்டத்தில் நானே பொறுமை இழந்து வினய்யைக் கேட்டுவிட்டேன், ‘டேய் என்னிடம் சொன்னதை நீயே இவனிடம் சொல்கிறாயா? அல்லது அவனே பேசட்டும் என்று காத்திருக்கிறாயா?’

வினய் என்னை உற்றுப் பார்த்தான். ‘அதைத்தான் நீ கொல்லைப்புறம் வந்தபோது யோசித்துக்கொண்டிருந்தேன்’ என்று சொன்னான்.

‘சரி இப்போது சொல். என்னை எப்போது கொலை செய்யப் போகிறாய்?’ என்று வினோத் சிரித்துக்கொண்டே கேட்டான். வினய்யும் சிரித்தான்.

‘சிரிக்காதே. பதில் சொல்.’

‘அம்மா காரியம் முடியட்டுமே? இதை அப்புறம் பேசிக்கொள்ளலாம்’ என்று அவன் சொன்னான். எனக்கு அது

நியாயமாகப் பட்டது. மாமா எங்கள் மூவருக்கும் காப்பி போட்டு எடுத்து வந்து கொடுத்தார். நாங்கள் நன்றி சொல்லிவிட்டு வாங்கிக் குடித்தோம்.

'நன்னாருக்கா?' என்று மாமா கேட்டார்.

'பிரமாதம்' என்று சொன்னேன். பிறகு, 'உங்கப்பா சாகறப்போ உங்ககிட்டே எதாவது சொன்னாரா மாமா?' என்று கேட்டேன்.

'ஒண்ணுமில்லியே' என்றார் கேசவன் மாமா.

'உங்கம்மா?'

'அவளும் ஒண்ணும் சொன்னதில்லே. ஏன் கேக்கறே?'

'ஒண்ணுமில்லை' என்றுதான் நானும் பதில் சொன்னேன். வினய்தான் பிறகு என்னிடம் சொன்னான், 'அண்ணா வரட்டும். அவன் சொல்லுவான் மிச்சத்தை.'

எனக்கு இப்போதும் அதுதான் தோன்றியது. அவன் வரப் போவதில்லை.

153. புன்னகைக் காலம்

நான் கண்மூடியிருந்தேன். மூடிய என் விழிகளுக்குள் ஒரு சருகினைப் போல அம்மாவின் தோற்றம் அடர்ந்திருந்தது. அவள் என்னிடம் கண்ணைத் திறக்கவேயில்லை. வினோத்திடம் பேசியதைப் போலப் பேசவில்லை. அவள் கிடந்தாள். நான் அருகே இருந்தேன். அவ்வளவுதான். கூப்பிட்டுப் பார்க்கலாமா என்று சில முறை யோசித்தேன். ஏனோ வேண்டாம் என்று தோன்றியது. ஒரே ஒருமுறை அவள் தலையைத் தொட்டேன். பிறகு அவளது இடது கை சுண்டு விரலைத் தொட்டேன். நான் வந்திருப்பதை உணர்த்த அது போதுமென்று தோன்றியது. அவள் சுய நினைவில் இருந்தால் நிச்சயமாக அது தெரிந்திருக்கும். பார்க்க வேண்டும் அல்லது பேச வேண்டும் என்று நினைத்திருந்தால் செய்திருப்பாள். ஆனால் அசைவற்று இருந்தாள். எனவே நானும் அமைதியாக அருகே அமர்ந்தேன். சுமார் ஒரு மணி நேரம் நான் அப்படியே இருந்தேன். அசையவில்லை. எழுந்து போகவில்லை. நானறிந்த அம்மாவின் வாசனை அப்போது அவளிடம் இல்லை. பல நாள்களாக மாற்றாத புடைவையின் நெடியும் மூத்திரப் பை நெடியும் கலந்த ஒரு நெடி அந்த அறையெங்கும் வீசியது. மாமா அந்த அறையில் பினாயில் தெளித்துத் துடைப்பார் போலிருக்கிறது. இந்த உலகில் சகிக்கவே முடியாத ஒரு வாசனையென்றால் அது பினாயிலின் வாசனைதான். மூத்திர வாடையைக் கூடச் சமாளித்துவிட முடியும். மூத்திர வாடையை மறைக்கத் தெளிக்கப்படும் பினாயிலின் வாடை குடல் வரை சென்று தாக்கும்.

அம்மாவுக்கு அதெல்லாம் இந்நாள்களில் பழகியிருக்கும். வீட்டில் இருந்த நாள்களில் அவள் படுத்தே நான் அதிகம் பார்த்ததில்லை. நாங்களெல்லாம் படுத்துறங்கும்வரை அவள் சமையல் கட்டிலேயேதான் வேலையாயிருப்பாள். பிறகு எப்போது முடித்துவிட்டு வந்து படுப்பாள் என்று தெரியாது. காலை கண் விழிக்கும்போதும் அவள் சமையல் கட்டில்தான் இருப்பாள். அப்போது காப்பி போட்டுக்கொண்டிருப்பாள். பகல் பொழுதுகளில் சிறிது கால் நீட்டி அமர்வது, கண்ணயர்ந்து போவது

எல்லாம் என்றுமே அவளிடம் கிடையாது. எழுந்து குளித்து, புடைவை கட்டிக்கொண்டு பொட்டு வைத்துக்கொள்ளும்போது ஒரு புன்னகையைச் சேர்த்தெடுத்து முகத்தில் பொருத்திக்கொண்டு விடுவாள். இரவு வரை அது அங்கே அப்படியே நிலைத்து நிற்கும். அம்மா என்றால் அந்தப் புன்னகையும் அன்பும் மட்டும்தான்.

அன்புதானா அது? இப்போது எனக்கு அந்த சந்தேகம் வரத் தொடங்கியது. அன்பை ஒரு கடமையாக்கிக்கொள்ள முடியுமா. தவிர, எங்கள் விஷயத்தில் அது கடமையாகவும் அவசியமில்லை என்றே தோன்றியது. என்னவோ நிகழ்ந்திருக்கிறது. ஏதோ ஒரு ஞானம் அல்லது அஞ்ஞானத்தின் உச்சக்கட்டத் தலைவிரிகோல ஆட்டம். அப்பாவை அவள் பழிவாங்க நினைத்திருப்பாள் என்று எனக்குத் தோன்றவில்லை. எனக்கு நினைவு தெரிந்து ஒருநாளும் அவள் அப்பாவின் சொல் மீறியதில்லை. சுள்ளென்று முகம் காட்டியதில்லை. அதெல்லாம்கூட பாவனையாக இருக்கலாம். ஆனால் அப்பாவை நோக்கும்போதெல்லாம் அவள் பார்வையில் புலப்படும் மரியாதை கலந்த பரிசுத்தமான அன்பின் ஈரம் இன்னமும் என் நினைவில் உள்ளது. ஒரு துரோகம் அல்லது அதனை நிகர்த்த வேறெந்த விதமான தாக்குதலுக்குப் பிறகு அப்படியொரு பார்வை யாருக்கும் சாத்தியமில்லை.

ஒருநாள். அன்றைக்கு அம்மாவின் திருமண நாள். அண்ணா அப்போது வீட்டை விட்டுப் போயிருக்கவில்லை. அதற்கு அவன் ஆயத்தமாக ஆரம்பித்திருக்கிறான் என்பதுகூட வெளிப்பட்டிராத காலம். அன்று நான் அதிகாலை சீக்கிரமே உறக்கம் கலைந்து எழுந்துவிட்டேன். மணி பார்த்தபோது ஐந்தரை தான் ஆகியிருந்தது. இன்னும் சிறிது நேரம் தூங்கலாம் என்று எண்ணியபோது வாசலில் பேச்சு சத்தம் கேட்டது. இந்நேரத்தில் வாசலில் யார் அமர்ந்து பேசிக்கொண்டிருப்பார்கள் என்று எண்ணியபடியே எழுந்து சென்றேன். மாமாதான் அங்கே இருந்தார். எருமை ஓட்டி வந்து பால் கறந்து கொடுத்துவிட்டுப் போகிற தயாளனுடனும் அந்நேரத்தில் பேசுவதற்கு அவரிடம் விஷயம் இருந்தது. என்னைப் பார்த்ததும் 'என்னடா எழுந்துட்டே?' என்று கேட்டார்.

'தூக்கம் போயிடுத்து' என்று சொன்னேன்.

'உங்கம்மா டிக்காஷன் போட்டு வெச்சுட்டுத்தான் போயிருக்கா. இரு வந்து காப்பி போட்டுத்தரேன்' என்றார்.

'அம்மா எங்க?'

'அம்மாவும் அப்பாவும் கோயிலுக்குப் போயிருக்காடா. வந்துடுவா' என்று சொன்னார்.

'இவ்ளோ சீக்கிரமா?'

'பின்னே? இன்னிக்கு அவாளுக்கு கல்யாண நாள் இல்லியா?'

திருமண நாள் என்பது ஒரு கொண்டாட்டத்துக்குரிய தினம் என்பதை அன்றுதான் நான் அறிந்தேன். அம்மாவும் அப்பாவும் கோயிலில் இருந்து வந்தபோது எனக்கு மிகவும் வியப்பாகிவிட்டது. அம்மா அன்றுவரை நான் கண்டிராத அழகைப் போர்த்திக்கொண்டிருந்தாள். புதிய புடைவையும் பளிச்சென்ற புன்னகையும் கை நிறைய வளையல்களும் கழுத்தில் ஒரு புதிய தங்கச் சங்கிலியும் அணிந்திருந்தாள். சட்டென்று அதுதான் என் கவனத்தைக் கவர்ந்தது.

'ஏதும்மா?' என்றேன்.

அம்மாவுக்கு ஒரே வெட்கமாகிவிட்டது. என்ன பதில் சொல்வதென்று தெரியாமல் தவித்துத் திண்டாடிப் போனாள்.

'போனஸ் வந்ததுடா. அதுல வாங்கினது' என்று அப்பா சொன்னார். அப்பாவுக்கு எப்போது போனஸ் வந்தது, அவர் எப்போது கடைக்குப் போனார், வாங்கி வந்ததை ஏன் யாரிடமும் அதுவரை காட்டவில்லை என்று அடுத்தடுத்து எனக்கு நிறையக் கேள்விகள் எழுந்தன. எல்லாவற்றை விடவும் பெரிய வினா, அப்பா எங்கள் நால்வருக்கும் எதுவும் வாங்காமல் அம்மாவுக்கு மட்டும் என்று எதுவும் அதுவரை வாங்கி வந்ததில்லை. அம்மாவுக்கு ஒரு புடைவை வாங்கப் போனால்கூட எங்களுக்கு ஒரு கடலை மிட்டாய் பாக்கெட் உடன் வந்து சேரும். வெளியே எங்காவது போகும்போது அவளுக்கு ஒரு முழம் பூ வாங்கிக் கொடுத்தால் உடனே எங்களுக்கு ஆளுக்கொரு பன்னீர் சோடா வாங்கித் தருவார். புதிய ஆடைகள் என்பது பெரும்பாலும் தீபாவளிக்கு மட்டும்தான். துணிக்கடைக்குப் போனால் எங்கள் நான்கு பேருக்கும் டிராயர், சட்டைத் துணி எடுத்துவிட்டு அதன்பிறகுதான் அம்மாவுக்குப் புடைவை என்று ஆரம்பிப்பார்.

அது எப்போதுமில்லாத வழக்கமாக எனக்குத் தோன்றியது. வினய் உறங்கி எழுந்ததும் அவனிடம் முதலில் சொன்னேன். 'போய் அம்மா புடைவையப் பாரு. புதுசு.'

அவன் போய் பார்த்துவிட்டு வந்து வினோத்திடம் சொன்னான். பிறகு வினோத் அண்ணாவிடம் சொன்னான். 'என்ன அதுனால?' என்று அண்ணா கேட்டான்.

'அப்பா அம்மாக்கு மட்டும்தான் புதுசு வாங்கியிருக்கா.'

'கல்யாண நாள்னா அப்படித்தான்.'

'இன்னிக்குத்தானா கல்யாணமாச்சு?'

'அப்படி இல்லேடா வினோத். இதே மாசம், இதே தேதில கல்யாணம் ஆயிருக்கு அவாளுக்கு.'

'பர்த் டேன்னா புதுசு வாங்குவா. இதுக்கெல்லாமா?'

'அப்படித்தான் போலருக்கு.'

'நமக்கு வாங்கலியே.'

'நமக்கா கல்யாணமாச்சு?'

இருந்தாலும் எங்களுக்கு அது சமாதானமாகவில்லை. இதைப் போய் அப்பாவிடமோ, அம்மாவிடமோ கேட்கவும் தோன்றவில்லை. அன்றைக்கு சமையலில் அம்மா கூடுதலாக வடையும் கேசரியும் செய்திருந்தாள். சாப்பிடும்போதே வினோத், 'என்னம்மா இன்னிக்கு விசேஷம்?' என்று கேட்டான். மீண்டும் ஒருமுறை மாமா அவர்களது திருமண நாளை அறிவித்தார். எங்களுக்கு அது புதிய அனுபவமாக இருந்தது. அதற்கு முந்தைய வருடங்களிலும் அதே போலத்தான் அந்நாள் கொண்டாடப்பட்டிருக்க வேண்டும். ஆனால் நினைவில் அது இல்லாதிருந்தது. இதே யோசனையுடன் பள்ளிக்குக் கிளம்பிச் சென்றோம்.

மாலை நாங்கள் வீடு திரும்பியபோது வீட்டில் அப்பாவும் அம்மாவும் இல்லை. எங்கே என்று கேட்டதற்கு, 'வந்துடுவா. நீங்க காப்பிய சாப்ட்டுட்டு விளையாடப் போகலாம்' என்று கேசவன் மாமா சொன்னார். நாங்கள் விளையாடி முடித்துவிட்டு வீடு வந்த பின்பும் அவர்கள் வரவில்லை. அண்ணாதான் மாமாவிடம் மீண்டும் கேட்டான். 'எங்கே போயிருக்கா?'

'திருப்போரூருக்கு' என்று மாமா சொன்னார்.

அண்ணாவுக்கு அது ஒரே ஆச்சரியமாகப் போய்விட்டது. அப்பாவோ அம்மாவோ முருகர் கோயிலுக்குப் போகும் வழக்கமே இருந்ததில்லை. திடீரென்று என்ன இன்று முருகர் பக்தி?

பிறகு அவர்கள் வீடு திரும்பி, சாப்பிடும்போது பேசிக்கொண்டதில் தான் விஷயம் தெரிய வந்தது. அவர்கள் கோயிலுக்குப் போகவில்லை. திருப்போரூர் தியேட்டருக்குப் படம் பார்க்கப் போயிருக்கிறார்கள்.

'நன்னாத்தான் எடுத்திருக்கான்' என்று அம்மா சொன்னாள்.

'எனக்கு அவ்வளவா பிடிக்கலை' என்று அப்பா சொன்னார். 'ஆனா பாட்டெல்லாம் நன்னாருக்கு.'

அது நிறம் மாறாத பூக்கள். பாரதிராஜா எடுத்திருந்த திரைப்படம். கேளம்பாக்கம் ராஜலட்சுமியில் திரையிடாமல் திருப்போரூரில் வெளியிட்டிருந்தார்கள். திருவிடந்தையில் இருந்து பஸ் பிடித்துத் திருப்போரூருக்குப் போய் நிறம் மாறாத பூக்கள் பார்த்துவிட்டுத் திரும்பிய அப்பாவும் அம்மாவும் அன்றைக்கு எனக்கு மிகவும் வினோதமாகத் தென்பட்டார்கள். இரவு படுக்கப் போகும்போது நான் வினோத்திடம், 'டேய், அம்மா சரியில்லே. ரொம்ப கெட்டுப் போயிட்டா. அப்பாவ அவ லவ் பண்றா' என்று சொன்னேன்.

'சீ, படுத்துண்டு தூங்கு' என்று அவன் என்னை அதட்டினான். ஆனால் சிறிது நேரம் கழித்து அவனும் வினய்யிடம் அதையேதான் வேறு சொற்களில் தெரியப்படுத்தினான். அதை நான் கேட்டுக்கொண்டுதான் இருந்தேன்.

என்னையறியாமல் எனக்குச் சிரிப்பு வந்தது. மரணப் படுக்கையில் கிடக்கும் அம்மாவின் எதிரே உட்கார்ந்திருக்கும்போது இதெல்லாம் எப்படி நினைவுக்கு வருகிறது என்று வியப்பாக இருந்தது. ஒரு பெரிய சரித்திர நாவலின் முதல் ஐந்நூறு பக்கங்களை அவள் கிழித்து வைத்துக்கொண்டு மிச்சத்தைத் தைத்து எங்களுக்குப் படிக்கக் கொடுத்தாற்போலத் தோன்றியது. எப்படியானாலும் அம்மாவிடம் பேசிவிட வேண்டும்; அவளைப் பேச வைத்துவிட வேண்டும் என்று நினைத்தேன். இன்னதுதான் என்றில்லை. ஏதாவது. எது குறித்தாவது.

நான் மீண்டும் அவளை மெல்லத் தொட்டேன். அம்மா என்று கூப்பிட்டேன். அவள் கண்ணைத் திறக்கவில்லை. சிறிது தாமதித்து, 'விமல் வந்திருக்கேம்மா' என்று சொன்னேன். அப்போதும் அவள் கண்ணைத் திறக்கவில்லை.

'சரி, நீ கண்ணைத் திறக்க வேண்டாம். அப்படியே பதில் சொல்லு. நாங்க மைதிலிக்குப் பொறந்தோமா, இல்லே உங்கக்காவுக்குப் பொறந்தோமா?' என்று கேட்டேன்.

நான் கேட்டது வெளியே இருந்தவர்கள் காதில் விழுந்திருக்க வேண்டும். சட்டென்று வினய்யும் வினோத்தும் உள்ளே வந்தார்கள். என்ன என்பது போல என்னைப் பார்த்தார்கள். நான் அவர்களிடம் அமைதியாக இருக்கும்படி சைகை செய்துவிட்டு, ‘அதுக்காகல்லாம் நாங்க வருத்தப்படப் போறதில்லே. உனக்குக் கர்மா பண்ணாம திரும்பிப் போகவும் போறதில்லே. ஆனா இதை மட்டும் சொல்லிடு. நாலு பேரும் ஒருத்தருக்குத்தான் பொறந்தோமா, இல்லே இங்க ரெண்டு அங்க ரெண்டுன்ற மாதிரி எடுத்துண்டு வந்தியா?’

அம்மா அப்படியேதான் கிடந்தாள். அசைவே இல்லை. நான் மூக்கருகே கையைக் கொண்டு சென்று வைத்துப் பார்த்தேன். சுவாசம் இருந்தது. இடது கையில் நாடி பிடித்துப் பார்த்தேன். ஓடிக் களைத்து நிற்கப் போகிற வேகத்தில்தான் அது இயங்கிக்கொண்டிருந்தது. சில வினாடிகள் யோசித்தேன். பிறகு வினய்யிடம் திரும்பி, ‘தவறாக எண்ணாதே. உன்னிடம் கஞ்சா மிச்சம் உள்ளதா?’ என்று கேட்டேன்.

‘எதற்கு?’ என்றான்.

‘இருந்தால் சிறிது கொடு.’

அவன் சிறிது தயங்கினான். பிறகு இடுப்பு மடிப்பில் சொருகி வைத்திருந்த பொட்டலத்தை எடுத்து அதில் இருந்து ஒரு சிட்டிகை எடுத்து என் உள்ளங்கையில் வைத்தான்.

‘அந்தத் தண்ணீர் சொம்பை எடு’ என்று வினோத்திடம் சொன்னேன். அவன் தண்ணீர் சொம்பை எடுத்தான்.

‘ஒரு சொட்டு எடுத்து இதில் விடு.’

என் உள்ளங்கையில் இருந்த கஞ்சாவின்மீது அவன் இரண்டொரு சொட்டுகள் நீர் விட்டான். நான் அதை அழுத்தித் தேய்த்தேன். இப்போது கேசவன் மாமா அறைக்குள் வந்தார்.

‘என்னடா பண்றே?’ என்று கேட்டார்.

நான் பதில் சொல்லவில்லை. அந்தச் சிட்டிகை கஞ்சாவைத் துவையல் மாதிரி விரலால் நசுக்கி அரைத்து ஓர் உருண்டை ஆக்கினேன். இன்னும் சில சொட்டுகள் தண்ணீர் விடச் சொல்லி விரலுக்கு இடும் மருதாணி பதத்துக்குக் கொண்டு வந்தேன்.

'என்ன பண்றேன்னு கேட்டேனே?' என்று மாமா மீண்டும் சொன்னார்.

நான் அவரிடம் அமைதியாக இருக்கும்படி சைகை காட்டிவிட்டு அந்தத் துவையலை அம்மாவின் நாசியருகே எடுத்துச் சென்று வைத்தேன்.

வினோத்தும் மாமாவும் புரியாமல் குழம்பி நிற்க, வினய் மட்டும் புன்னகை செய்தான்.

154. துடைப்பக் கட்டை

நான் குருகுல வாசத்தில் இருந்த நாள்களில் ஒரு சம்பவம் நடந்தது. யாரோ ஒரு மனிதன் - எனக்கோ எங்கள் ஆசிரமத்தில் இருந்த பிறருக்கோ அவனை யாரென்றே தெரியாது. எங்கள் ஆசிரமத்துக்கு வருகிற வழியில் அவன் சாலையோரம் விழுந்து கிடந்தான். குடித்து விட்டு விழுந்திருக்கலாம் என்று எண்ணி நாங்கள் உள்பட அந்தப் பக்கம் போன எல்லோருமே அவனைத் திரும்பத் திரும்பக் கடந்து சென்றோம். ஒரு நாள் முழுதும் அவன் அங்கேயே கிடந்தான். மறுநாளும் அவனை அதே இடத்தில் அதே கோலத்தில் கண்டபோதுதான் சந்தேகம் எழுந்தது. குருவிடம் நான் தான் அவனைக் குறித்துச் சொன்னேன். 'எங்கே காட்டு?' என்று அவர் என்னுடன் கிளம்பி வந்தார். அவனது நாடி பிடித்துப் பார்த்தார். பிறகு சுவாசம் இருக்கிறதா என்று பார்த்தார். அதன்பின் நெஞ்சில் காது வைத்து ஏதோ கேட்டார்.

'இறக்கவில்லை. நன்றாகத்தான் இருக்கிறான்' என்று சொன்னார்.

'ஆனால் இப்படி அசையாமல் கிடக்கிறானே குருஜி?'

'சரி அசைய வைப்போம்' என்றவர், அந்தக் காட்டுப் பகுதியில் மரம் வெட்டும் தொழிலாளியாகப் பணியாற்றும் பசவய்யாவை அழைத்து வரச் சொன்னார். அவன் வந்ததும் அவனிடம் இருந்து சிறிது கஞ்சாவை வாங்கி ஒரு தாளில் கொட்டிக் கொளுத்திப் புகையச் செய்தார். அந்தப் புகையை அம்மனிதனின் நாசியை நோக்கிச் செலுத்தும் விதமாகக் கையால் கோதிக் கொடுத்தார். என்னால் அதை நம்பவே முடியவில்லை. ஓரிரு நிமிடங்களில் அவனிடம் அசைவுகள் தென்பட்டன. அவன் புரண்டு படுத்தான். பிறகு எழுந்து உட்கார்ந்துவிட்டான். சில தும்மல்கள் போட்டான். எங்களுக்கு நன்றி சொல்லிவிட்டு அவன் வழியில் புறப்பட்டுச் சென்றான்.

'இதற்கு இப்படியொரு சக்தி உண்டா?' என்று நான் குருவிடம் கேட்டேன்.

'கசக்கி, சாறெடுத்து நாசியில் விட்டால் இன்னும் விரைவாக வேலை செய்யும்' என்று அவர் சொன்னார். அதன் அறிவியலுக்குள் நான் அப்போது செல்லவில்லை. ஒரு வைத்தியம் தெரிந்துகொண்ட மகிழ்ச்சி மட்டும் எனக்கு இருந்தது.

ஆனால் அம்மாவிடம் நான் அந்த வைத்தியத்தைப் பிரயோகித்தபோது நான் எதிர்பார்த்த பலன் எனக்குக் கிட்டவில்லை. அவளது நாசியில் நான் விட்ட கஞ்சா சாறு விட்ட இடத்திலேயேதான் இருந்தது. சுவாசத்தில் நகர்ந்து வெளியேகூட வரவில்லை. அப்படி அது உருண்டு நகருமானால் அந்த மெல்லிய உறுத்தலில்கூட சிறு அசைவு உண்டாகலாம். அதுகூட நிகழாதது எனக்கு வியப்பாக இருந்தது.

'என்ன?' என்று கேசவன் மாமா கேட்டார்.

'அவள் கண்விழிக்க விரும்பவில்லை' என்று வினய் சொன்னான். எனக்கும் அதுதான் சரி என்று தோன்றியது. அதற்குமேல் அவளைத் தொந்தரவு செய்ய விரும்பாமல் நான் அறையை விட்டு வெளியேறிச் சென்றேன். வினய்யும் வினோத்தும் மேலும் சிறிது நேரம் அங்கே இருந்தார்கள். வினோத் மீண்டும் அவளிடம் பேச்சுக் கொடுத்துப் பார்த்தான்.

'அம்மா, வினய் வந்திருக்கிறான். அவனுடன் பேசு.'

பதில் இல்லை.

'உனக்குக் கடைசி ஆசை என்று ஏதாவது இருந்தால் சொல். நிறைவேற்றி வைக்கிறோம்.'

பதில் இல்லை.

'நாங்கள் மன்னிப்புக் கேட்டால் நீ மகிழ்ச்சி அடைவாய் என்றால் அதையாவது சொல்' என்று வினய் சொன்னான். எனக்குச் சிரிப்பு வந்தது. 'டேய், என்னையும் சேர்த்துக்கொள்' என்று வெளியில் இருந்து குரல் கொடுத்தேன். மாமாவுக்கு நாங்கள் பேசிய விதமும் தொனியும் அவ்வளவாகப் பிடிக்கவில்லை என்று தெரிந்தது. எதேனும் ஒரு விதத்திலாவது நாங்கள் விடைபெறும்போது அவருக்கு ஒரு சிறு கசப்பை மிச்சம் விட்டுச் செல்ல ரகசியமாக மூவருமே விரும்புகிறோம் என்று தோன்றியது. யோசித்துப் பார்த்தால் அது அவசியமும் கூட. போதையைக் காட்டிலும் மிக எளிதில் பாசம் வசப்படுத்திவிடும். உறவு அல்லது உறவின்மை

பொருட்டல்ல. பாசம். தனது பல்லாயிரம் கூர்நகக் கரங்களுடன் எப்போதும் கட்டியணைத்து நொறுக்கிக் கிழிக்கக் காத்திருக்கும் அகண்ட பெருமிருகம்.

அம்மா மிகத் தொடக்கத்திலேயே இதை உணர்ந்திருக்க வேண்டும் என்று தோன்றியது. அவள் அப்பாவின்மீது காட்டிய பாசம்கூட எங்களுடனான நெருக்கத்துக்கு நடுவே அவள் கிழிக்க நினைத்த கோடாக இருக்கலாம். ஆனால் அந்த வயதில் அதெல்லாம் யோசித்ததில்லை. ஒரு புன்னகையைத் தனது நிரந்தரக் கையெழுத்தாக எங்கள் நினைவில் அவள் பதித்திருந்தாள். ஆனால் அண்ணாவும் வினய்யும் விட்டுச் சென்றபோது அவள் கதறிய கதறல் எனக்கு மறக்கவில்லை. அதை ஒரு நடிப்பாக என்னால் இந்தக் கணம் வரை நினைத்துப் பார்க்க முடியவில்லை. பாசம் இல்லாமல் அப்படியொரு அழுகை வராது. அப்படியொரு துக்கம் முட்டாது. வெடித்துக் கிளம்பாது. உண்மையில் இவள் யார்? என்னவாக இருந்திருக்கிறாள்? அல்லது ஏன் இவ்வாறு இருந்திருக்கிறாள்?

நான் கண்ணை மூடி அமர்ந்து அம்மாவைக் குறித்து தியானம் செய்யத் தொடங்கினேன். திருமணத்துக்கு முன்னால் அப்பாவுக்கு யாரோ ஒரு பெண்ணுடன் தொடர்பு இருந்திருக்கிறது. அது ஏற்கெனவே நடந்து முடிந்த திருமணத் தொடர்பாகவும் இருக்கலாம். அதன் பொருட்டு அம்மாவுக்கு அவரோடு பிணக்கு உண்டாகியிருக்கலாம். அந்தப் பெண் இறந்திருக்கலாம். அவளது பிள்ளைகளை வளர்க்கச் சொல்லி அப்பா அம்மாவிடம் மன்றாடியிருக்கலாம். அம்மா சகித்துக்கொண்டு ஏற்றிருக்கலாம். ஆனால் அவள் ஒருநாளும் சகித்துக்கொண்டு வளர்த்த மாதிரி எனக்குத் தோன்றியதில்லை. இப்போது எண்ணிப் பார்க்கும்போதுகூட அப்படியொரு பாவனையை என்றுமே அவளிடம் கண்டதில்லை என்றுதான் தோன்றுகிறது. உலகிலுள்ள அனைத்து அம்மாக்களையும் போலத்தான் அவள் எங்களை வளர்த்தாள். பாசம். பரிவு. அன்பு. அக்கறை. கவனிப்பு. கண்டிப்பு.

ஆனால் என்னவோ ஒன்று இல்லாமல் இருந்ததோ? அதைத் திறமையாக எங்கள் கவனத்தின் கரங்களில் இருந்து அவள் மறைத்து வைத்திருந்தாளோ?

'பிரத்தியேகத்தன்மை' என்று ஒரு குரல் கேட்டது. நான் திகைத்துக் கண் விழித்தபோது வினய் என் அருகே அமர்ந்திருந்தான்.

'என்ன?' என்று கேட்டேன்.

'நீ யோசிப்பதை ஊடறுத்தேன். ஒரே காடாத் துணியில் நான்கு மீட்டர் கிழித்து அப்பா நமக்குச் சட்டை தைத்தார். அதையேதான் அம்மா தனது நடவடிக்கைகளில் பிரதிபலித்தாள். இறந்தால் அழவேண்டும். இழந்தாலும் அழ வேண்டும். அவள் அண்ணாவுக்காக, எனக்காக, வினோத்துக்காக, உனக்காக மிச்சம் வைக்காமல் பகிர்ந்து அழுதாள்.'

'ஐயோ!' என்றேன்.

'ஏற்க முடியவில்லையா?'

'கேட்க முடியவில்லை. ஆனால் அப்பாவை அவள் மன்னித்ததன் நியாயம் பிடிபட மறுக்கிறது.'

'மன்னிக்கவே இல்லையோ என்னவோ?'

'மாமாவைக் கூப்பிடு' என்று சொன்னேன். வினய் எழுந்து உள்ளே சென்று மாமாவை அழைத்து வந்து என் எதிரே உட்கார வைத்தான். அவனும் அமர்ந்துகொண்டான். வினோத் அறைக்குள் இருந்து எட்டிப் பார்த்தான். என்ன நினைத்தானோ, கதவை மூடிக்கொண்டு அவன் உள்ளேயே இருந்தான். இன்னொரு முறை அம்மா அவனிடம் பேசினால் எங்களை அப்போது அழைக்கலாம் என்று நினைத்திருக்கலாம்.

'என்னடா?' என்று கேசவன் மாமா கேட்டார்.

'மாமா, சிறிது மறைக்காமல் பேசலாம் என்று நினைக்கிறேன். அவசியமில்லை என்று நீங்கள் நினைத்தால் இப்போதே சொல்லிவிடலாம்.'

'எதப் பத்தி?'

'அப்பாவைப் பற்றி.'

'என்ன தெரியணும் உங்களுக்கு?'

'அப்பாவுக்கு இன்னொரு மனைவி இருந்தாளா?'

'ஐயோ பகவானே' என்று அவர் பதறி எழுந்துவிட்டார். 'சன்னியாசியாடா நீ? வெளிய போடா!' என்று கத்தினார்.

நான் அவரை அமைதிப் படுத்தினேன். 'சரி விடுங்கள். உங்கள் அப்பாவைப் பற்றிச் சொல்லுங்கள்.'

'அவரைப் பத்தி என்ன?'

'அவருக்கு எத்தனை மனைவி?'

மாமா உண்மையிலேயே அதிர்ந்துவிட்டார். 'இதோ பாருங்கோடா, நீங்க பேசறதெல்லாம் நன்னால்ல. எனக்குப் பிடிக்கலே. உங்கம்மா சாகக் கெடக்கறா. ஒண்ணு, அவ சாகற வரைக்கும் இருந்துட்டு, காரியத்த முடிச்சிட்டுப் போங்கோ. இல்லன்னா இப்ப என்னமோ ஒண்ண மூக்குல கொண்டு போய் வெச்சேளே, அதை மொத்தமா அவ தொண்டைல அடைச்சி சாகடிச்சிட்டுப் போயிடுங்கோ. பெத்த பாவத்துக்கு அதுதான் அவளுக்கு லபிச்சதுன்னா இருந்துட்டுப் போகட்டும்' என்று சொன்னார்.

வினோத் அவரை நெருங்கினான். அவர் கரங்களை எடுத்துத் தன் கைகளுக்குள் வைத்துக்கொண்டு சிறிது நேரம் அவரை அன்போடு பார்த்துக்கொண்டிருந்தான். பிறகு, 'பண்ணாத பாவத்துக்கெல்லாம் தண்டனை இல்லை மாமா' என்று சொன்னான்.

அவருக்கு அது புரியவில்லை. புரியாததே நல்லது என்று நான் நினைத்தேன். சில நிமிடங்களில் வாசலில் யாரோ வந்திருப்பது தெரிந்தது.

'யாரு?' என்று மாமா குரல் கொடுத்தார்.

'நாந்தான் கேசவா' என்று சொன்னபடியே பத்மா மாமி உள்ளே வந்தாள். நாங்கள் சட்டென்று எழுந்துகொண்டோம். மாமி எங்கள் மூவரையும் பார்த்தாள். 'எப்படி இருக்கா?' என்று கேட்டாள்.

'இருக்கா. வாங்கோ' என்று சொல்லிவிட்டு மாமா அவளை அம்மா இருக்கும் அறைக்குள் அழைத்துச் சென்றார். வினோத் சட்டென்று வினய்யை அழைத்துக்கொண்டு வாசலுக்குப் போனான்.

'என்ன?' என்று வினய் கேட்டான்.

'எனக்காக நீ ஒன்று செய்ய வேண்டும்.'

'கொன்றுவிடச் சொல்கிறாயா?'

'அது பிறகு. ரிஷியாகிவிட்டாள் என்று நீ நினைக்கும் சித்ராவிடம் உன்னால் மீண்டும் ஒருமுறை சென்று பேச முடியுமா?'

'எதற்கு? அவளுக்கு இதெல்லாம் தெரிந்திருக்க வாய்ப்பில்லை.'

'ஒருவேளை தெரிந்திருந்தால்?'

'என்னிடம் சொல்லியிருப்பாள்.'

'நான் அப்படி நினைக்கவில்லை. அவள் அம்மாவிடம் பேசியிருக்கிறாள். என் மரணம் உன்னால் சம்பவிக்கும் என்று சொல்லியிருக்கிறாள். இத்தனை தூரம் நம்மை உன்னிப்பாகக் கவனித்துக்கொண்டிருந்தவளுக்கு நிச்சயமாக இதெல்லாமும் தெரிந்திருக்கும்.'

'எதெல்லாம்?'

'நாம் யாருக்குப் பிறந்தோம் என்பது. மாமா எங்கிருந்து வந்தார் என்பது.'

'நமக்கு அது அவசியமா?' என்று நான் கேட்டேன்.

அவன் ஒரு கணம் அமைதியாக யோசித்தான். 'இல்லைதான். ஆனால் புத்தியில் இது நிறைந்திருக்கும்போது என்னால் கிருஷ்ணனை நினைக்க முடியவில்லை.'

'ஆக, கிருஷ்ணனைவிடக் குடும்பம் பெரிதாகிவிடுகிறது.'

'அப்படி இல்லை. கிருஷ்ணனைவிடக் குப்பை அடர்த்தியானது.'

'பெருக்கித் தள்ளு' என்று வினய் சொன்னான்.

'துடைப்பக்கட்டை இன்னும் வந்து சேரவில்லையே' என்று வினோத் சொன்னான். நான் சிரித்தேன்.

'அது ஒருவேளை நாளை வரலாம்' என்று சொன்னேன்.

155. கோழைப் பேய்

கிருஷ்ணனைக் குறித்துத் தவம் செய்யப் போனபோதுதான் வினய்க்கு சித்ரா அகப்பட்டாள் என்று நான் சொன்னபோது வினோத் உண்மையில் மிகவும் வருத்தப்பட்டான். 'நீ அதை நினைத்து வருத்தப்படாதே. மீண்டும் ஒருமுறை முயற்சி செய். அவன் நிச்சயமாக உனக்கு நல்லது செய்வான்' என்று சொன்னான். வினய் சிரித்தான்.

'அவன் என்ன நல்லது செய்வது? அதை சித்ராவே செய்வதாகச் சொல்கிறாள். பதிலுக்கு உன்னைக் கொன்று விட வேண்டும். இது ஒன்றுதான் நிபந்தனை.'

அவன் சிரித்துக்கொண்டே சொன்னாலும் வினோத்தால் இயல்பாக இருக்க முடியவில்லை. அவன் நகர்ந்து சென்று கொல்லைப்புறத்தில் அதே துணிக்கல் அருகே அமர்ந்துகொண்டான்.

'ஏன் அப்படி நேரடியாகச் சொன்னாய்?' என்று நான் வினய்யிடம் கேட்டேன்.

'அவனுக்கேதான் அம்மா சொன்னதாகச் சொன்னாயே?'

'அது வேறு. நீ சொல்லும்போது அவனுக்குச் சங்கடமாக இருக்காதா?'

'அதனால் என்ன? நான் நடக்காத ஒன்றைச் சொல்லவில்லையே?'

'ஆனால் நடக்கக்கூடாத ஒன்றல்லவா?'

வினய் என் தோளைப் பற்றிக்கொண்டு சிறிது நேரம் என்னையே உற்றுப் பார்த்தான். பிறகு தனது தாடிக்குள் விரல்களை விட்டு நீவிவிட்டுக்கொண்டான். அடர்ந்து சடை படிந்து இடுப்புவரை தொங்கிக்கொண்டிருந்த தலைமுடியை ஒருமுறை படீரென அடித்து சிக்கெடுப்பது போலச் செய்துகொண்டு, 'விமல், என் ஓட்டம் ஒரு கொலையில்தான் தொடங்கியது. அதைத் தெரிந்துகொண்டதனால்தான் இன்னொரு கொலையோடு

அவ்வோட்டத்தை முடித்து வைக்கத் தன்னால் முடியும் என்று அவள் சொல்கிறாள். ஆனால் ஒன்றைப் புரிந்துகொள். வாழ்வு தராத எந்த ஒரு லாபத்தையும் மரணம் தராது. அது இயற்கையானதாக இருந்தாலும் சரி, வலிந்து திணிக்கப்பட்டதானாலும் சரி.'

'மரணம் விடுதலையைக் கூடத் தராது என்று எண்ணுகிறாயா?'

'நிச்சயமாக. அப்படியொரு விடுதலை வாய்த்திருந்தால் அந்தப் பைத்தியக்காரி ஏன் இன்னும் பேயாக அலைந்துகொண்டிருக்க வேண்டும்? அதுவும் தன் எதிரி என்று நினைப்பவனை அடித்துக் கொல்லக்கூட வக்கற்ற கோழைப் பேய்.'

'அதுதான் எனக்கும் புரியவில்லை. பேய்கள் கொலை செய்யாதா?'

அவன் சிரித்தான். ஆனால் பதில் சொல்லவில்லை. பத்மா மாமி அம்மாவைப் பார்த்துவிட்டு அறையை விட்டு வெளியே வந்தாள். கேசவன் மாமா அவளை வாசல்வரை கொண்டு விட்டுவிட்டுத் திரும்ப உள்ளே வந்தார். 'இன்னொரு காப்பி சாப்பிடறேளாடா?' என்று கேட்டார்.

'வேண்டாம் மாமா. வெளியூர்ல யாருக்காவது சொல்லணும்னா சொல்லி அனுப்பிடுங்கோ. நாளைக்கு ராத்திரி அம்மா போயிடுவா' என்று வினய் சொன்னான். மாமா மிரட்சியுடன் அவனைப் பார்த்தார்.

'என்ன?'

'செய்தியாட்டமா சொல்றியேடா!'

'உள்ளதுதானே?'

'அவ்ளோ தெரியுமா உனக்கு? சாவு தெரிஞ்சுட்டா மனுஷனுக்கும் கடவுளுக்கும் வித்தியாசம் இல்லேம்பாளேடா!'

'அப்படியெல்லாம் ஒண்ணுமில்லை மாமா. பதட்டப்படாதிங்கோ. இது எனக்குத் தெரிஞ்சதில்லை. அண்ணா சொன்னதா அவந்தான் சொன்னான்' என்று கொல்லைப்புறம் கைகாட்டினான். வினோத் எழுந்து உள்ளே வந்தான். மாமா மீண்டும் ஒருமுறை அவனிடம் அதைக் கேட்டார். உண்மையிலேயே அவள் நாளை மாலை இறந்துவிடுவாளா?

'அப்படித்தான் அண்ணா சொன்னான். ஆனா சாயங்காலமில்லே. ராத்திரி ஆயிடும்.'

‘இதைப் போய் நான் யார்ட்ட சொல்லுவேன்?’ என்று மாமா கவலைப்படத் தொடங்கினார்.

‘எதுக்கு சொல்லணும்? நடந்தப்பறம் சொல்லிக்கலாம்’ என்று நான் சொன்னேன். ஆனால், வினய் ஏன் வேண்டியவர்களுக்கு அறிவிக்கலாம் என்று சொன்னான் என்பது எனக்குப் புரிந்தது. அப்பாவின் தங்கை ஒருத்தி இருந்தாள். அவள் இப்போது எங்கே இருக்கிறாள், எப்படி இருக்கிறாள் என்று எங்களுக்குத் தெரியாது. உறவு என்று சொல்லிக்கொள்ள அவள் மட்டும்தான் தனக்கு மிச்சம் என்று அப்பா சிறு வயதுகளில் சொல்லக் கேட்டிருக்கிறேன். அப்பாவைப் பற்றிய தகவல் ஏதேனும் ஒருவேளை அவளுக்குத் தெரிந்திருக்கலாம் என்று அவனுக்குத் தோன்றியிருக்கும்.

ஆனால் மாமா கோயிலுக்குச் சொல்லிவிட்டு அக்கம்பக்கத்து வீட்டாருக்கு மட்டும் தெரியப்படுத்தினால் போதும் என்றுதான் சொன்னார். ‘பழைய மனுஷா யாரும் இப்ப மிச்சமில்லே. நான் ஒருத்தன்தான் பாக்கி’ என்றார்.

‘உங்கக்கா பையன் யாரோ அமெரிக்காவிலே இருக்கான்னு சொன்னேளே.’

‘இருக்கான். ஆனா எங்க இருக்கான்னு யாருக்குத் தெரியும்? அவனுக்கு உங்க எல்லாரவிட வயசு ஜாஸ்தி. அவனும் இருக்கானோ இல்லியோ?’

‘அவர் பெயர் என்ன?’ என்று வினய் கேட்டான்.

மாமா ஒரு கணம் யோசித்துவிட்டு, ‘சாரங்கபாணி’ என்று சொன்னார்.

‘எல்லாம் சரி மாமா. எங்க நாலு பேருக்கு மட்டும் அம்மா ஏன் இப்படி ஒரே மாதிரியா பேர் வெச்சா?’ என்று வினோத் கேட்டான்.

‘அதுல ஒண்ணுமே நம்மளவா பேர் இல்லே. அதை கவனிச்சியா?’

நம்மளவாளா! எனக்குச் சிரிப்பு வந்துவிட்டது.

‘ஏண்டா சிரிக்கறே?’

‘ஒண்ணுமில்லே. சொல்லுங்கோ.’

‘ஜாதி இல்லேம்பே. நான் எல்லாத்தையும் அறுத்துட்டேன்; பிராமணனே இல்லேம்பே. அதானே?’

‘அவனை விடுங்கோ. அவன் மனுஷனே இல்லே. நீங்க சொல்லுங்கோ.’ என்று வினய் சொன்னான்.

‘எது இல்லேன்னு நீ சொன்னாலும் உம்பேச்சு அப்படியேதான் இருக்கு பார்.’ ஒரு வெற்றியடைந்த விஞ்ஞானியின் மகிழ்ச்சியுடன் மாமா குதூகலித்தார். நாங்கள் மூவருமே புன்னகை செய்தோம். எழுபத்தொன்பது வயதில் குழந்தையாக இருப்பது ஒரு கொடுப்பினை. மாமாவுக்கு அது வாய்த்திருக்கிறது. அதை ஏன் கெடுக்க வேண்டும்? ஆனால் மாமா, நான் மொழியின் குழந்தை. என்னால் எல்லா மொழிகளிலும் பேச முடியும். தமிழிலேயே ஒன்பது விதமான உச்சரிப்புகளும் பிரயோகங்களும் எனக்குப் பழக்கம்.

அம்மா அந்நாள்களில் நடிகர் விஜயகுமாரின் ரசிகை என்று மாமா சொன்னார். இதனை நாங்கள் ஏற்கெனவே அறிவோம். அண்ணாவுக்கு விஜய் என்று பெயர் வைத்ததால்தான் அடுத்தடுத்துப் பிறந்தவர்களுக்கு அதே முதலெழுத்தில் தொடங்கும் பெயர்களாகத் தேடி வைத்ததாக அம்மா அவரிடம் சொல்லியிருக்கிறாள்.

‘அதெப்படி மாமா முடியும்? பெரியவா யாரும் ஒத்துண்டிருக்க மாட்டாளே? முக்கியமா அப்பாவே ஒத்துண்டிருக்க மாட்டாரே.’

மாமா சில வினாடிகள் அமைதியாக இருந்தார். அவரிடம் இருந்து ஒரு பெருமூச்சு எழுந்தது. கண்ணைத் துடைத்துக்கொண்டார். பிறகு தன்னருகே இருந்த வினோத்தின் கரங்களைப் பிடித்துக்கொண்டு, ‘ஒரு பிரசவத்துக்குக் கூட அவ எங்காத்துக்கு வரவேயில்லே’ என்று சொன்னார்.

‘குழந்தை பிறக்கும். பொறந்ததும் ஒரு கடுதாசி வரும். இன்ன பேர் வெச்சிருக்கோம்னு அதுல எழுதியிருப்பா. அவ்ளோதான்.’

‘நீங்க போய்ப் பார்த்ததில்லியா?’

‘இருக்கற இடம் தெரிஞ்சாத்தானே? கடுதாசி எங்கெங்கேருந்தோ வரும். விஜய் பொறந்தப்போ கர்நூல்லேருந்து கடுதாசி வந்தது. வினய் பொறந்தத பம்பாய்லேருந்து எழுதியிருந்தா. நீ பொறந்த சேதிய ஆறு மாசம் கழிச்சித்தான் சொன்னா. இவனும் பொறந்திருக்கான்னு அவ இந்த ஊருக்கு வந்தபோதுதான் தெரியும்.’

எங்களால் அதை நம்பவே முடியவில்லை. அம்மா மிகவும் திட்டமிட்டுச் சில வேலைகள் செய்திருப்பதாகத் தோன்றியது.

அத்தனை நுண்ணுணர்வும் பாதுகாப்புணர்வும் அவளுக்கு இருந்திருக்கிறதா என்று வியப்பாக இருந்தது.

'சொன்னா சிரிப்பேள். அந்த காலத்துல உங்கப்பா எதோ கள்ளக்கடத்தல் பிசினஸ் பண்றார்னு நான் நினைச்சுப்பேன். என்னன்னு சொல்ல முடியாம உங்கம்மா தவிச்சிண்டிருக்காளோன்னு நினைப்பேன். ஐயோ தப்பான ஒருத்தர்ட்ட மாட்டிண்டுட்டாளேன்னு எவ்ளோ நாள் அழுதிருக்கேன் தெரியுமா?'

வினய் அவரை அப்படியே கட்டியணைத்துத் தட்டிக் கொடுத்தான்.

'ஆனா அதெல்லாம் இல்லே. உங்கப்பா உத்தமர். அவர் ஆண்டவன் ஆசிரமத்துல உத்தியோகம் பார்த்திருக்கார். பகவான் அனுக்கிரகத்தவிட ஆசார்ய அனுக்ரஹம் பெரிசு. அது அவருக்கு நிறையவே கிடைச்சிருக்கு.'

'ஆனா இங்க வந்தப்பறம் நீங்க கேட்டிருக்கலாமே மாமா? ஏன் அப்படி ஊர் ஊரா போய் பிள்ளை பெத்துக்கணும்?'

'கேக்காம இருப்பேனா?'

'என்ன சொன்னா?'

'உங்கப்பாக்கு அப்ப நிரந்தர உத்தியோகம் இல்லேடா. என்னிக்கு அது இருந்திருக்கு? எப்பவும் எதோ ஒரு இடத்துல ஓட்டிண்டுதான் காலத்த ஓட்டியிருக்கார். தேசம் பூரா எங்கெங்கயோ அலைஞ்சி, என்னென்னமோ பண்ணியிருக்கார். கொஞ்சநாள் கயாவுல சிராத்தம் பண்ணி வெக்கற பிராமணனாக்கூட இருந்திருக்கார். தெரியுமா உங்களுக்கு?' என்று மாமா கேட்டார்.

எனக்கு அம்மாவின் கற்பனை வளம் பற்றிய பிரமிப்பு அதிகரித்துக்கொண்டே போனது. தனது மானசீகத்தில் அவள் பிரம்மாண்டமானதொரு கோட்டைச் சுவரை எழுப்பியிருக்கிறாள். வாழ்நாள் முழுதும் அதன் கட்டுமானப் பணியை அவளே நிகழ்த்தியிருக்கிறாள். அப்பா ஒரு உத்தமர். அப்பாவுக்கு உத்தியோகம் சரியாக அமையவில்லை. அப்பா அஹோபிலத்தில் இருந்திருக்கிறார். அப்பா பம்பாயில் இருந்திருக்கிறார். அப்பா ஒரு சவுண்டி பிராமணனாக இருந்திருக்கிறார். கர்நூலில் கணக்குப் பிள்ளை வேலை பார்த்திருக்கிறார். எத்தனை எத்தனை கதைகள்! வாழ்ந்த காலம் முழுவதும் எது ஒன்றைக் குறித்தும் ஒரு

சொல்லைக்கூட அப்பா பேசியதில்லை; வெளிப்படுத்தியதில்லை. எங்கள் நால்வருக்கு முன்னதாக ஒரு பெரும் பொய்யைப் பிள்ளையாகப் பெற்று சீராட்டி வளர்த்திருக்கிறார்கள்! எத்தனை பேரால் இது முடியும்? யாருக்கு சாத்தியம்? அந்தப் பொய்க்கு அவசியமற்றுப் போன காலத்தில் எங்களை அனுப்பிவிட்டு அழுது தீர்த்து ஓய்ந்து உட்கார்ந்தாற் போலவே, அதையும் விட்டொழித்துவிட்டுத் திருவிடந்தைக்கு வந்து தங்கிவிட்டார்கள். பெரும் சாதனைதான். சந்தேகமில்லை.

'அப்படியாவது அவரோடு அவள் வாழ நினைத்ததன் காரணம்தான் விளங்கவேயில்லை' என்று வினோத் சொன்னான்.

அன்போ காதலோ அவற்றை நிகர்த்த வேறெதுவுமோ இருந்திருக்க வாய்ப்பில்லை என்று நான் நினைத்தேன்.

சட்டென்று வினய் சொன்னான், 'பழி வாங்க நினைத்திருக்கலாம் அல்லவா? இவனைக் கொன்று பழி தீர்க்க இன்றுவரை பேயாகத் திரியும் சித்ராவைப் போல, அப்பாவை அவள் வாழ்ந்து பழி தீர்த்திருக்கலாம் அல்லவா?'

நாங்கள் பேச்சற்றுப் போனோம்.

மீண்டும் ஒருமுறை அம்மாவின் அறைக்கதவைத் திறந்துகொண்டு உள்ளே சென்றோம். இப்போது அவள் கண்ணைத் திறந்திருந்தாள். சிரித்தாள்.

156. கட்டவிழ்ப்பு

வாசலில் நாய் குரைக்கும் சத்தம் கேட்டது. எட்டிப் பார்த்த கேசவன் மாமா பதற்றமானார். 'சனியனே, உள்ளயே வந்துடுத்து பாரேன்' என்று பாய்ந்து அதைத் துரத்த ஓடினார். வாசல் படி ஏறி தாழ்வாரத்துக்கு வந்துவிட்டிருந்த நாய் தொடர்ந்து குரைத்துக்கொண்டிருந்ததே தவிர, மாமாவின் மிரட்டலுக்கு மசியவில்லை. 'ஏய், போ.. போ...' என்று மாமா வெறுங்கையை ஓங்கி அதனிடம் சத்தம் போட்டுக்கொண்டிருந்தார். அது மிரளவில்லை. போகவும் இல்லை. சற்று இடைவெளி விட்டுவிட்டு மீண்டும் குரைத்தது.

'டேய் யாராவது இங்க வாங்கடா. இதைத் துரத்துங்கோ' என்று மாமா அங்கிருந்து அழைப்பு விடுத்தார். வினோத் எழுந்து வெளியே சென்றான். அவனைக் கண்டதும் அது குரைப்பதை நிறுத்தியது. ஆனால் வெளியேறவில்லை. மாமா தன் முயற்சியை விட்டுவிடாமல் குனிந்து கல்லை எடுப்பது போல பாவனை செய்து பார்த்தார். அது வினோத்தின் காலருகே வந்து நின்றுகொண்டது. மீண்டும் குரைத்தது.

'என்ன பிரச்னை?' என்று வினய் கேட்டான்.

'நாய் உள்ளே வந்துவிட்டது போலிருக்கிறது. மாமா தவிக்கிறார்.'

இப்போது அவன் எழுந்து வாசலுக்குப் போக, நானும் அவன் பின்னால் போனேன். எங்கள் மூவரையும் கண்டதும் நாய் குரைப்பதை நிறுத்திவிட்டு அங்கேயே உட்கார்ந்துகொண்டது.

'ஒரு கட்டை எடுத்துண்டு வாங்கோடா' என்று மாமா சொன்னார். நான் அந்நாயை உற்றுப் பார்த்தேன். ஒரு சிறு சந்தேகம் இருந்தது. அது முதல் நாள் நான் கோவளம் தர்கா அருகே கண்ட நாய் இல்லை. வேறொரு நாய்தான். ஆனால் பெண் நாய். அதன் வயிறெங்கும் குஷ்டம் வந்தாற்போல வெள்ளைத் திட்டுகள் இருந்தன. கால்களிலும் பின்புறமும் சேறு அப்பியிருந்தது. எங்கே புரண்டுவிட்டு வந்ததோ. நான் பின்புறம் சென்று ஒரு வாளியில் தண்ணீர் எடுத்து வந்தேன்.

'என்ன பண்ணப் போறே?' என்று மாமா கேட்டார். நான் பதில் பேசாமல் வாளியைக் கீழே வைத்துவிட்டு அமர்ந்தேன். அதனிடம் வா என்று சொன்னேன். வினோத் அதைத் தொட்டு என் பக்கமாக நகர்த்தினான்.

'கருமம் கருமம். இதை வெளிய கொண்டு போய்க் குளிப்பாட்டேன்?' என்று மாமா மீண்டும் அலறினார். அவரால் அதற்குமேல் அங்கே நிற்க முடியவில்லை. 'என்னமோ பண்ணித் தொலை' என்று சொல்லிவிட்டு உள்ளே போனார்.

நான் சேறு படிந்த அந்த நாயின் கால்களையும் பின்புறத்தையும் கையால் நீர் அள்ளிக் கொட்டிக் கழுவினேன். மீதமிருந்த தண்ணீரை அதன் முதுகிலேயே கொட்டினேன். வினய் சட்டென்று தன் இடுப்பில் கட்டியிருந்த காவித் துண்டை உருவிக் கொடுத்தான். அதனைக் கொண்டு நான் துடைத்தேன். வினோத் உள்ளே சென்று ஒரு பெரிய கோணிச் சாக்கை எடுத்து வந்தான். ஈரமாகிவிட்டிருந்த தரையில் அதைப் போட்டுத் துடைத்தான். பிறகு அந்தச் சாக்குப் பையையே மடித்து ஒரு ஓரமாகப் போட்டான். நாய் அதன்மீது சென்று அமர்ந்துகொண்டது.

வினய் அதன் அருகே சென்று சாஷ்டாங்கமாக விழுந்து வணங்கினான். உடனே வினோத், 'யார்?' என்று கேட்டான்.

'சொரிமுத்து என்று நினைக்கிறேன்' என்று நான் சொன்னேன்.

'நினைக்காதே. நாந்தான்' என்று அவன் சொன்னான்.

'அன்று வேறு வாகனத்தில் வந்தீர்கள். அதனால் சிறு குழப்பம்.'

'வண்டியும் முக்கியமில்லே, வர்றவனும் முக்கியமில்லே. வந்த காரணம்தான் முக்கியம்.' என்று சொன்னான்.

'அண்ணா இன்னும் வரவில்லை' என்று சொன்னேன்.

'தெரிஞ்சிது.' என்று சொல்லிவிட்டு வினய்யை உற்றுப் பார்த்தான். வினய்க்கு அது சங்கடமாக இருந்திருக்க வேண்டும். அமைதியாக நின்றிருந்தான். என்ன பேசுவது? அல்லது எதற்குப் பேச வேண்டும்? எதுவும் அவன் அறியாததாக இருக்க முடியாது. ஒருவேளை அறியாமல் இருந்திருந்தால் அப்படியே விட்டுவிடுவதுதான் நல்லது. எனக்கும் சொரிமுத்துவுக்குமான ஓரிரு நாள் உறவை வினய் அவனோடு வாழ்ந்த வாழ்வோடு ஒப்பிடவே முடியாது. அவன் சொரிமுத்துவை நிறைய அறிவான். ஒரு விதத்தில் சொரிமுத்து

அவனது முதல் குரு. கடைசிக் குருவும் அவனேதான். வகுப்புக்கு வந்துவிட்டுப் பாடமெடுக்காமல் திரும்பிவிட்ட ஆசிரியர்.

நான் இவ்வாறு நினைத்துக்கொண்டிருந்தபோது நாய் என்னைத் திரும்பிப் பார்த்தது. 'பிரம்ம லிபி' என்று சொரிமுத்து சொன்னான். தன் முன்னங்காலால் தனது சிறிய நெற்றியில் கோடிழுத்துக் காட்டியது.

'ஆனால் எனக்கு யாரும் அப்படியொரு லிபியை எழுதியதாகத் தெரியவில்லை ஐயா' என்று வினய் சொன்னான்.

'எழுதாமலா இந்த அலைச்சல் அலைந்தாய்?'

'பயனற்ற அலைச்சல். இலக்கற்ற அலைச்சல்.'

'அது உன் எண்ணம். ஒவ்வொரு நதிக்கும் அதன் பாதை வகுக்கப்படுகிறது.'

'சாக்கடைக்குமா?'

'நகரும் எதுவும் நதியே. துர்நாற்றம் நீரின் பிழையல்ல.'

வினய் சிறிது நேரம் அமைதியாக இருந்தான். பிறகு என்ன நினைத்தானோ, சட்டென்று வினோத்தை இழுத்து முன்னால் நிறுத்தி வணங்கச் சொன்னான். வினோத் உடனே சொரிமுத்துவின் எதிரே நெடுஞ்சாண்கிடையாக விழுந்து வணங்கி எழுந்தான். வினய் என்னிடம் ஏன் அப்படிச் சொல்லவில்லை என்று யோசித்தேன். சிரிப்பு வந்துவிட்டது. நாய் என்னை ஒருதரம் நிமிர்ந்து பார்த்தது. ஆனால் சொரிமுத்து ஒன்றும் சொல்லவில்லை. சில வினாடிகள் யாரும் பேசாத அமைதி தாழ்வாரத்தை நிறைத்துத் ததும்பிக்கொண்டிருந்தது. கேசவன் மாமா மீண்டும் வெளியே வந்துவிட்டால் சிக்கல் என்று எனக்குத் தோன்றியது. அதை வினய்யிடம் சொன்னபோது, 'ஒன்றும் பிரச்னை இல்லை. அவர் வரும்போது இவர் பேசமாட்டார்' என்று சொன்னான்.

'நீ சித்ராவிடம் என்ன சொல்லிவிட்டு வந்தாய்?' என்று சொரிமுத்து வினய்யிடம் கேட்டான். திடீரென்று இந்தக் கேள்வி வருமென்று வினய் எதிர்பார்க்கவில்லை போலத் தெரிந்தது. அவன் சிறிது தடுமாறினான்.

'என்ன சொல்லியிருக்க வேண்டும் என்று நீங்கள் நினைக்கிறீர்கள்?' என்று அவனைப் பார்த்துக் கேட்டான்.

'நான் கேட்டதற்கு பதில் சொல்.'

'குறிப்பாக நான் ஒன்றும் சொல்லவில்லை. அவள் வினோத்தைக் கொலை செய்யச் சொல்லிக் கேட்டாள். அதை நான் அவளுக்காகச் செய்து தந்தால் நான் விரும்பியதை அடைய முடியும் என்று சொன்னாள்.'

'சரி.'

'காமாக்யா தேவி காட்டாத கருணையை ஒரு பேய் காட்டியது என்ற அளவில் எனக்கு மகிழ்ச்சிதான். ஆனால் நான் என் விருப்பங்களைத் துறந்து நெடுநாள் ஆகிறது.' என்று வினய் சொன்னான். நான் உடனே வினோத்தைப் பார்த்தேன்.

'என் துறவு ஒரு பிழையில் தொடங்கியதும் நீங்கள் சொன்ன பிரம்ம லிபியால்தானா?' என்று அவன் சொரிமுத்துவிடம் கேட்டான்.

'உள்ளே போய் மாமாவைக் கேள். துறவே ஒரு பிழை என்று சொல்வார்' என்று நான் சொன்னேன்.

'ஆனால் உன் அம்மா அப்படிச் சொல்லமாட்டாள்' என்று சொரிமுத்து சொன்னான். அம்மா எதைத்தான் சொன்னாள்? அவள் எங்களைக் கண்டு கண் விழித்தபோது ஏதாவது பேசுவாள் என்று மிகவும் எதிர்பார்த்தேன். வினோத்திடம் அவ்வளவு நீளக் கதை சொன்னவளுக்கு மூன்று பேர் ஒன்றாக இருக்கும்போது பேசுவதற்கு ஒரு சொல் கூட இல்லாமல் போய்விட்டது. திரும்பத் திரும்ப அவளைப் பேசவைக்க நாங்கள் முயற்சி செய்து பார்த்தோம். தனது சுய கட்டுப்பாட்டை நகர்த்தி வைத்துவிட்டு வினோத் ஒரு படி இறங்கிச் சென்று, 'அண்ணாவும் வினய்யும் மட்டும்தான் அந்த மைதிலிக்குப் பிறந்தார்களா? நாங்கள் இருவரும் உனக்குப் பிறந்தவர்களா?' என்று கூடக் கேட்டான். 'அல்லது இவர்கள் இருவரையும் வேறு இடத்தில் இருந்து பறித்து வந்தாயா?' என்று வினய் கேட்டான். அவள் வாய் திறக்கவேயில்லை. ஆனால் அந்தப் புன்னகை மாறவும் இல்லை. வெறுமனே இருந்தாள். வெறுமனே பார்த்துக்கொண்டிருந்தாள். அவ்வளவுதான்.

'பேச வேண்டாம் என்று முடிவு செய்திருந்தால் பாதிக் கதையை நீ வினோத்துக்குச் சொல்லியிருக்க வேண்டாம்' என்று நான் சொன்னேன். அதற்கும் பதில் இல்லை. எனக்குப் பொறுமை போய்விட்டது. 'சரி, நாளை இரவு வரை இப்படியே இரு. பிறகு செத்துப் போகும்போது கூப்பிடு' என்று சொல்லிவிட்டு அறையை விட்டு வெளியே வந்துவிட்டேன்.

'ஏன் கோபித்துக்கொள்கிறாய்?' என்று பின்னாலேயே வந்து வினய் கேட்டான்.

'எனக்கென்ன கோபம்? அவள் பேச முடியாமல் இல்லை. பேச ஒன்றுமில்லாமலும் இல்லை. பேச வேண்டாம் என்று எண்ணியிருந்தால் இவனிடம் உளறியிருக்க வேண்டாம்.' என்று சொன்னேன்.

சொரிமுத்துவிடம் இதனைச் சொல்லி வினய் ஆதங்கப்பட்டான். நாய் அதற்கு ஒன்றும் சொல்லவில்லை. 'நீங்கள் ஒரு உதவி செய்ய முடியுமா?' என்று நான் கேட்டேன்.

'என்ன?' என்று அவன் நிமிர்ந்தான்.

'ஒரு நிமிடம் இருங்கள்' என்று சொல்லிவிட்டு நான் வீட்டுக்குள் போனேன். பெருமாள் படத்துக்குப் பின்னால் இருந்த அந்த ஓலைச் சுவடியை எடுத்துக்கொண்டு திரும்பியபோது மாமா பார்க்கிறாரா என்று கவனித்தேன். நல்லவேளை அவர் அம்மாவின் அறைக்குள் இருந்தார். நான் உள்ளே வந்ததையோ, சுவடியை எடுத்துக்கொண்டு போனதையோ பார்க்கவில்லை. அந்த வரை நல்லது என்று எண்ணிக்கொண்டு வேகமாக வெளியே வந்தேன். சொரிமுத்துவின் முன்னால் அந்தச் சுவடியை வைத்தேன்.

அந்த நாய் அந்தச் சுவடியை ஒருமுறை முகர்ந்து பார்த்தது. பிறகு பின்னங்காலை முன்னால் கொண்டு வந்து அதை நகர்த்தியது.

'இதில் என்ன எழுதியிருக்கிறது?' என்று வினய் கேட்டான்.

'அவன் என்ன சொல்லிவிட்டுப் போனானோ அதுதான்' என்று சொரிமுத்து சொன்னான்.

'அதுதான் என்ன?'

'உங்கள் வம்சத்தின் சரித்திரம்.'

'நாலு வரி சரித்திரமா?'

'ஆம். இதை விரித்தால் நான்கு நாள் நிறுத்தாமல் விளக்கம் சொல்லலாம்.'

'எங்கே சொல்லுங்களேன்?'

'எதற்கு?'

'சும்மா தெரிந்துகொள்ளத்தான்.'

'தெரிந்து என்ன செய்யப் போகிறாய்?'

'ஒன்றுமில்லை.'

'அதற்குத் தெரியாமலும் இருக்கலாமே?'

இதென்ன விளையாட்டு என்று வினோத் கேட்டான்.

'ஒரு விளையாட்டுமில்லை. எனக்கு அதிகாரமுள்ளவற்றை என்னால் செய்ய முடியும். இல்லாததைப் பற்றி நான் சொல்ல ஒன்றுமில்லை.'

'அப்படியானால் யார் இதைப் படித்துச் சொல்ல முடியும்?'

'எதற்கு என்று கேட்டேன்.'

அதற்குமேல் அந்த நாயோடு வாதம் புரிவது வீண் என்று தோன்றிவிட்டது. நான் சுவடியை எடுத்துக்கொண்டேன். சட்டென்று வினய்தான் கேட்டான், 'சரி, நீங்கள் வந்த காரணம்?'

நாய் இப்போது எழுந்து நின்றது. 'இதைத்தான் நீ முதலில் கேட்டிருக்க வேண்டும்' என்று சொரிமுத்து சொன்னான்.

'தவறுதான். இப்போது சொல்லுங்கள்.'

'இரு மரணங்கள் விதிக்கப்பட்டிருக்கின்றன. அதில் ஒன்று கொலையாகிவிடக் கூடாது என்று சொல்லத்தான் வந்தேன். அதற்கு அவசியமில்லாமல் போய்விட்டது.' என்று சொரிமுத்து சொன்னான்.

வினய் சட்டென்று சொரிமுத்துவைத் தன் கைகளில் ஏந்தித் தூக்கினான். முகத்துக்கு நேரே வைத்துக்கொண்டு உற்றுப் பார்த்தான். அவன் கண்கள் கலங்கியிருந்தன. உடல் லேசாக நடுங்கிக்கொண்டிருந்தது. 'என்ன?' என்று நாய் கேட்டது.

'எனக்கு உறவில்லை. பாசம் இல்லை. பந்தங்கள் கிடையாது. கடமை என்று ஒன்றுமில்லை. இலக்கு என்று நான் நினைத்துக்கொண்டிருந்ததும் இப்போது இல்லை. பிறப்பைக் குறித்தோ மரணத்தைக் குறித்தோ நான் சிந்திப்பதுமில்லை. இரண்டும் ஒன்றுதான். வலி தரக்கூடியது. எனக்கு இன்றுவரை வேறாகத் தெரிவதெல்லாம் ஒன்றுதான். என்றோ நீங்கள் என்னிடம் கொடுத்தனுப்பிய அந்த எள்ளுருண்டை. அதை மீட்க முடிந்துவிட்டால் எனக்குப் போதும்.' என்று சொன்னான்.

சொரிமுத்து இரு வினாடிகள் அவனை உற்றுப் பார்த்தான். பிறகு சட்டென்று துள்ளிக் குதித்துக் கீழே இறங்கியது. 'உன் இடது கைக்கட்டை விரலில் இருந்து நீ இறக்கிவிட்ட இடாகினி வேறு யாருமல்ல. சித்ராவேதான்' என்று சொல்லிவிட்டு வெளியே ஓடிப் போனான்.

157. வடக்கிருத்தல்

வினோத் நெடுநேரம் வாசல் படியில் அமர்ந்திருந்தான். சொரிமுத்து இறங்கிச் சென்ற வழியிலேயே அவனது பார்வை நிலைத்திருந்தது. வெயில் இறங்க ஆரம்பித்து வீதியில் நடமாட்டம் ஏற்பட்டிருந்தது. அக்கம்பக்கத்து வீட்டார்கள் காரணமே இல்லாமல் வெளியே வந்து வந்து அவனைப் பார்த்துவிட்டு உள்ளே போனார்கள். நான் வினய்யிடம் 'நீ போய் அவன் பக்கத்தில் உட்கார்' என்று சொன்னேன்.

'எதற்கு?'

'ஒரு காண்ட்ராஸ்டுக்குத்தான்.' என்று நான் சொன்னதற்கு அவன் சிரித்தான். ஆனால் மறுக்கவில்லை. வினோத்தின் அருகே சென்று அமர்ந்துகொண்டான். அப்போதுதான் வினோத் கண் கலங்கியிருப்பதைக் கண்டான்.

'என்ன ஆயிற்று உனக்கு?' என்று வினய் கேட்டான்.

'ஒன்றுமில்லை வினய். சொரிமுத்துவிடம் நீ பேசியதைக் கேட்டதில் இருந்து எனக்கு மிகுந்த குற்ற உணர்வாக உள்ளது.'

'அப்படி என்ன சொல்லிவிட்டேன்?'

'உனக்குப் புரியாது. நீ வெளிப்படையாக இருக்கிறாய். அடுத்தவர் அபிப்பிராயங்களை நீ பொருட்படுத்துவதில்லை. உனது சிறுமைகள் உனக்கு அவமானகரமானவையாக இல்லை. உனக்குத் தேவைகள் இல்லை. கனவுகள் இல்லை. லாட்டரிச் சீட்டுகள் உன்னை மயக்குவதில்லை. உன்னை வடிவமைத்தது அந்த சொரிமுத்துதான் என்றால் உண்மையிலேயே அவர் மிகப் பெரியவர்.'

வினய் சிரித்தான். 'என்னை வடிவமைத்தது அவரல்ல. அவராக இருந்திருந்தால் இந்நேரம் நான் இறைவனைக் கண்டிருப்பேன்.'

'பிறகு?'

'விடு. இனி அவையெல்லாம் உபயோகமற்றவை.'

'நீ அவனைக் கொல்லப் போவதில்லை என்பதை அவனால் நம்ப முடியவில்லை. அதுதான் அவனது கண்ணீருக்குக் காரணம்' என்று நான் சொன்னேன்.

'தவறா?' என்று வினோத் கேட்டான். 'அதுதான் விதி என்று தெரிந்த பின்பு அதை நிராகரிக்கும் பக்குவம் எத்தனை பேருக்கு வரும்?'

'இரண்டு மரணங்கள் என்பதுதான் விதி. இரண்டாவது நபர் நீ தான் என்று நீ ஏன் நினைக்க வேண்டும்?'

'அம்மா சொன்னாளே.'

'சொரிமுத்துவும் அதைத்தான் சொன்னான். அதனால் என்ன? கொல்ல நியமிக்கப்பட்டவன் சொல்லவில்லை அல்லவா? அதோடு விடு.'

சிறிது நேரம் அமைதியாக இருந்துவிட்டு வினோத் சொன்னான், 'அம்மா இன்னும் சற்றுப் பேசியிருக்கலாம்.'

வினய் அவனது பின் தலையில் ஓங்கி அடித்து, 'நீ வராமல் இருந்திருக்கலாம்' என்று சொன்னான்.

நான் அவனை சமாதானப்படுத்தினேன். 'கோபப்படாதே. அவனுக்குப் பழைய குற்ற உணர்வு இன்னமும் மிச்சம் உள்ளது.' என்று சொன்னேன்.

'இல்லை' என்று வினோத் உடனே மறுத்தான். 'நான் அப்படிப்பட்டவன் அல்ல. கிருஷ்ணனைத் தவிர எனக்கு வேறு நினைப்பு கிடையாது. அவனது திருவடித் தாமரைகளைத் தவிர என் புத்தியில் இன்னொன்றில்லை. எப்போதும் ஒரு காளிங்கனாக என் சிரசில் நான் அவன் பாதங்களை ஏந்திக்கொண்டிருப்பவன். நான் குற்ற உணர்வுக்கு அப்பாற்பட்டவன்.'

'அப்படியானால் நீ ஊருக்குள் நுழைந்ததும் பத்மா மாமியைப் போய்ப் பார்த்திருக்க வேண்டிய அவசியமில்லை' என்று வினய் சொன்னான்.

அவன் சில வினாடிகள் வினய்யை உற்றுப் பார்த்துவிட்டு, 'ஆம். அவசியமில்லைதான். ஒரு நப்பாசை. அவள் கரங்களால் எனக்கு மோட்சம் சித்திக்குமோ என்று.'

வினய் சிரித்தான். 'ஒரு சன்னியாசி, மோட்சம் உள்பட எதற்கும் ஆசைப்படுதல் தகாது என்று சொரிமுத்து சொல்வார்.'

'ஆம். பலனைக் கிருஷ்ணனிடம் விட்டு விடுதல். அது முடிந்துவிட்டால் நான் கிருஷ்ணன் ஆகிவிடுவேனே?'

'கிருஷ்ணன் ஆவது அத்தனை சுலபமில்லை வினோத். அவன் ஒரு பூரண யோகி. ஆனால் தனது யோகம் முழுவதையும் அயோக்கியத்தனங்களால் மூடி மறைத்தவன். அவனைப் பக்கம் பக்கமாக விமரிசிக்க முடியும். விமரிசகர்களுக்கு இடம் கொடுத்துத் தோற்கடிக்கும் கலையே அவனது யோகத்தின் உச்சம்.' என்று வினய் சொன்னான்.

நான் சட்டென்று கேட்டேன், 'இவ்வளவு தெரிந்து நீ ஏன் கிருஷ்ணனை தியானம் செய்யச் சென்றாய்?'

வினய் புன்னகை செய்தான். 'நான் யோகியல்ல. சித்தனல்ல. ஞானமடைந்தவனா என்றால் அதுவுமல்ல. என்னால் பிரம்மச்சரிய விரதத்தைக்கூடக் காக்க முடிந்ததில்லை. திருமணமாகாதவன் என்று வேண்டுமானால் சொல்லலாம். அது ஒரு தகுதியுமல்ல. வாழ்நாளில் பெரும் பகுதியைச் சிறு தெய்வங்களைத் தொழுது கழித்தவன் நான். அவை எனக்கு உதவவில்லை என்று நான் சொல்ல மாட்டேன். எனக்கு அது போதவில்லை. நான் கிருஷ்ணனைப் பரிசோதிக்க விரும்பினேன். என் பிரார்த்தனைக்கு அவன் வந்திருந்தால் அவன் தோற்றிருப்பான். சித்ராவை அனுப்பிக் கெடுத்தான் பார், அதைத்தான் சொன்னேன் அவன் ஒரு அயோக்கியன் என்று. என் தவத்தின் தோல்வியில் அவனது நிரந்தர வெற்றியின் நிழலை நான் கண்டேன். சரியாகச் சொல்லுவதென்றால், இத்தனை ஆண்டுக் காலமாக இவன் அறிய விரும்பிய கிருஷ்ணனை ஒரே நாளில் நான் அறிந்துகொண்டேன்.'

வினோத் சட்டென்று அவனைக் கட்டியணைத்து முத்தம் கொடுத்தான்.

'சரி நாம் உள்ளே போய்விடலாம்' என்று நான் சொன்னேன். வீதியில் ஏழெட்டுப் பேர் எங்களையே வேடிக்கை பார்த்துக்கொண்டிருந்தார்கள். நான் எழுந்ததும் சட்டென்று யாரோ ஒரு மாமா எங்களை நோக்கி விரைந்து வந்தார். அவர் விசாரிக்கத் தொடங்குவார் என்று என் உள்ளுணர்வு சொன்னது. உடனே நான் அவர்கள் இருவரின் முதுகிலும் தட்டி அவசரப்படுத்திவிட்டு

உள்ளே போனேன். அவர்கள் எழுந்து உள்ளே வந்து கதவை மூடினார்கள்.

'இது மிகவும் சிரமம். இவர்களிடம் மாட்டிக்கொண்டால் நம்மால் தப்பிக்கவே முடியாது' என்று வினோத் சொன்னான்.

'ஒன்றும் பிரச்னை இல்லை. என்ன கேட்டாலும் சிரித்துவிட்டு அமைதியாக இருந்துவிடு. சில நிமிடங்களில் எரிச்சலாகிப் போய்விடுவார்கள்' என்று நான் சொன்னேன்.

'அதையே நான் தவிர்க்க விரும்புகிறேன். எனது பழைய அடையாளங்களின் எச்சங்களை இந்தப் பயணத்துடன் நான் முற்றிலுமாகக் கழுவிக் கரைத்துவிட விரும்புகிறேன். உள்ளவை தாண்டி எந்தக் கூடுதல் சொற்களையும் சேகரித்து வைக்க என்னிடம் காலி இடம் இல்லை.'

'நல்லது. ஆனால் இது தவிர்க்க முடியாதது என்பதை நினைவில் கொள். இன்று தப்பிக்கலாம். நாளை நிறையப் பேர் இங்கே வரத்தான் செய்வார்கள்.'

இருட்டிய பின்பு நாங்கள் கோயிலுக்குப் போகலாம் என்று முடிவு செய்தோம். மாமாவிடம் சொன்னபோது 'நானும் வரேனே?' என்றார்.

'தாராளமாக வாருங்கள். ஆனால் யாரையும் நிறுத்தி அறிமுகப்படுத்தாதீர்கள்.'

'அடப்போடா. உங்க வேஷத்த பாத்தாலே எல்லாருக்கும் தெரிஞ்சிடும்.' என்று மாமா சொன்னார்.

'ஒன்றும் பிரச்னை இல்லை மாமா. உங்கள் வேட்டி சட்டைகள் இருந்தால் கொடுங்கள். நாங்கள் அதை அணிந்துகொள்கிறோம்' என்று நான் சொன்னேன்.

மாமா சிறிது வியப்புற்றார். 'முடியுமா? பண்ணுவேளா?' என்று கேட்டார். வினோத் சிறிது தயங்கி, 'எனக்கு வேண்டாம்' என்று சொன்னான். அவர் என்னைப் பார்த்தார்.

'நான் பேண்ட் சூட் கூடப் போடுவேன்' என்று சொன்னேன்.

'சரி நீ பேண்ட் சூட்டில் வா. இவன் காவியிலேயே இருக்கட்டும். நான் வெறும் கோவணாண்டியாக வருகிறேன்.' என்று வினய் சொன்னான்.

‘கொன்னுடுவேன். நீங்க ஒருத்தரும் கோயில் பக்கம் வரப்படாது’ என்று மாமா சொன்னார். நான் சிரித்தபடி அவரை சமாதானப்படுத்தினேன்.

‘நித்ய கல்யாணப் பெருமாளைப் பார்த்து வெகுநாள் ஆகிறது. பத்மா மாமி கேட்ட ஒரே ஒரு கேள்விக்கு அவனிடம் பதில் இருக்கிறதா என்று விசாரிக்க வேண்டும். அதற்காகத்தான் கோயிலுக்குப் போகலாம் என்றேன்’ என்று சொன்னேன்.

‘என்ன கேட்டா மாமி?’

‘உலகம் முழுவதிலும் இருந்து இங்கே வந்து வேண்டிக்கொள்ளும் பெண்களுக்கு அவன் திருமணம் செய்து வைக்கிறான். இந்த மண்ணில் பிறந்த சித்ராவுக்கு மட்டும் ஏன் துரோகம் செய்தான் என்று கேட்டாள்.’

மாமா சிறிது யோசித்தார். பிறகு பெருமூச்சு விட்டார். ‘பாவம்தான்’ என்று சொன்னார்.

அரை மணியில் நாங்கள் மூவரும் குளித்து வேறு உடை அணிந்து தயாராகிவிட்டோம். மாமாவும் பளிச்சென்று திருமண் ஸ்ரீசூர்ணம் அணிந்து எங்களோடு புறப்பட்டார். ‘நாளைக்கு ஒருநாள். அதுக்கப்பறம் எங்கேருந்து கோயிலுக்குப் போறது? அது ஆயிடுமே பதிமூணு நாள்?’ என்று சொன்னார்.

ஆனால் நாளை அம்மா போய்விடுவாள் என்பதை இப்போதைக்கு யாரிடமும் சொல்ல வேண்டாம் என்று நான் மீண்டும் அவரிடம் ஒருமுறை நினைவு படுத்தினேன். அவர் அதற்கு சம்மதித்தார். வாசல் கதவை வெறுமனே மூடிவிட்டு அவர் படியிறங்கி வந்தார். நாங்கள் கோயிலுக்குப் போனபோது பத்மா மாமி கோயில் வாசலில் அமர்ந்திருந்தாள். அவளைக் கண்டதும், ‘நீங்க சாயந்தரத்துல வரமாட்டேளே?’ என்று மாமா கேட்டார்.

‘என்னமோ தோணித்து, இன்னிக்கி வந்துட்டேன்’ என்று மாமி சொன்னாள்.

நான் வினோத்தைப் பார்த்தேன். அவனுக்குப் புரிந்தது. மாமி அம்மாவை முந்திக்கொள்ள விரும்பிவிட்டாளா என்ன?

‘நீங்கள் உள்ளே போங்கள். நான் வருகிறேன்’ என்று அவன் கேசவன் மாமாவிடம் சொன்னான். நான் வினய்க்குக் கண்ணைக் காட்டினேன். ஏன் என்றெல்லாம் கேளாமல் அவன் மாமாவை

அரவணைத்தபடி கோயிலுக்குள் அழைத்துச் சென்றான். நானும் பின்னால் போனேன். வினோத் மட்டும் பத்மா மாமியின் அருகே அமர்ந்தான். 'எப்போ?' என்று கேட்டான்.

158. பூரணி

நான் தாயார் சன்னிதியில் இருந்தேன். தனியாகத்தான் இருந்தேன். 'நீங்கள் நிதானமாக சேவித்துவிட்டு வாருங்கள், ஒன்றும் அவசரமில்லை' என்று வினய்யிடம் சொல்லி அனுப்பியிருந்தேன்.

'ஏன் நீ பெருமாள் சன்னிதிக்குக் கூட வர மாட்டியா? அவ்ளோ பெரிய நாஸ்திகனா?' என்று கேசவன் மாமா கேட்டார்.

'சேச்சே. அப்படியெல்லாம் இல்லை மாமா. பெருமாளைவிட தாயார் உசத்தி அல்லவா? நான் தாயார் சன்னிதியில் இருக்கிறேன், வாருங்கள்' என்று சொல்லிவிட்டு வந்து தனியே அமர்ந்தேன். உண்மையில் அந்தத் தனிமையை அப்போது மிகவும் விரும்பினேன். நீ வந்திருக்கவே வேண்டாம் என்று வினோத்துக்கு சொன்னது அவனைக் காட்டிலும் எனக்குத்தான் மிகவும் பொருந்தும் என்று தோன்றியது. ஒருவேளை மூவருக்குமே அது பொருத்தம்தானோ என்னவோ?

அண்ணா கில்லாடி என்று நினைத்துக்கொண்டேன். முன் தேதியிட்டு மரண அறிவிப்பு கிடைத்தவன் தனது பயணத்தைத் தெளிவாகத் திட்டமிட முடிகிறது. இப்படிப் புதைந்த புராதன முகங்களுக்கும் உறவுகளுக்கும் இடையே மாட்டிக்கொண்டு படும் அவதி அவனுக்கில்லை. அவனிடம் அம்மாவின் சில கூறுகள் இருக்கின்றன. எத்தனை சிறந்த அழுத்தக்காரன்! 'அமுக்கராங்கிழங்கு' என்று அம்மா சொல்லுவாள். அது அவன் தான். சந்தேகமேயில்லை. அவனுக்கு எல்லாம் தெரியும் என்று வினய்யும் வினோத்தும் மாறி மாறிச் சொன்னபோதெல்லாம் நான் நம்பவில்லை. அவன் ஒரு யோகியாகியிருக்கலாம். காற்றில் பறக்கலாம். நெருப்பில் கிடக்கலாம். சித்துகள் செய்யலாம். அதெல்லாம் எனக்கு ஒரு பொருட்டே இல்லை. விதித்திருந்தால் அதெல்லாம் நிகழத்தான் செய்யும். ஆனால் மனத்தைச் சுமையின்றி வைத்திருப்பான் என்று தோன்றவில்லை. வினய்யையும் வினோத்தையும் நேரில் சந்தித்தது, அப்படிப்பட்ட சந்தர்ப்பங்கள் இருந்தும் என்னைத் தவிர்த்தது, ஆனால் தான் சொல்ல விரும்பிய

தகவல்களை எனக்குத் தெரியப்படுத்தியது எல்லாமே அவனுக்குள் இருக்கும் ஏதோ ஒரு மிச்சத்தின் வாசனையாகத்தான் என்னால் புரிந்துகொள்ள முடிந்தது.

தவறில்லைதான். ஒரு துறவிக்கு இதெல்லாம் பொருந்தாது என்று நான் எப்படிச் சொல்வேன்? எதையுமே துறக்காதிருக்கத் துறவறம் கொண்டவனல்லவா நான்? ஆனால் ஒரு குற்ற உணர்ச்சி ஈயைப் போல உள்ளே பறந்துகொண்டிருப்பது அபாயம். என் குருவிடம் நான் பயின்றது அதுதான். குற்ற உணர்வற்று இருப்பதே துறவு. ஒரு குழந்தையிடம் அதனைக் காணலாம். கடவுளிடமும் அது உண்டு என்று கேள்விப்பட்டிருக்கிறேன். ஆகப்பெரிய மாய யதார்த்தத்திடம் அதுகூடவா இருக்காது?

அண்ணாவுக்கு அப்படியொரு குற்ற உணர்வு தொடர்ந்து உறுத்திக்கொண்டே இருந்திருக்க வேண்டும். இல்லாவிட்டால் அவன் இத்தனை ஒளிந்து வாழ வேண்டிய அவசியமில்லை. வினய்யோ, வினோத்தோ இதைச் சொன்னால் நிச்சயமாக ஒப்புக்கொள்ள மாட்டார்கள். ஒரு யோகி காட்டில் திரியாமல் வேறெங்கே அலைவான் என்று கேட்பார்கள். எனக்கென்னவோ அவன் எந்தளவுக்கு யோகியோ, அதே அளவுக்குத் திருடனும்கூட என்றுதான் திரும்பத் திரும்பத் தோன்றியது. என்னை அவன் தொடர்ந்து தவிர்த்து வந்ததன் காரணமாக இப்படித் தோன்றுகிறதா என்றும் எனக்குள்ளே கேட்டுக்கொண்டு பார்த்தேன். ம்ஹூம். அதுவல்ல காரணம். என்னை யாரும் தவிர்ப்பது அத்தனை சுலபமல்ல. சந்திப்பு ஒரு பொருட்டா? உன் நினைவில் என் நிழலாடினால் முடிந்தது சங்கதி.

என் கேள்வியெல்லாம் விட்டுச் சென்றவனுக்கு எதற்குக் கரிசனம் என்பதுதான். பத்து காசுக்குப் பெறாத கரிசனம். வழி நடத்தத் தெரியாதவன் அல்லது வழி நடத்த விரும்பாதவன் யாரையும் வீதிக்கு அழைக்கக்கூடாது. வினய் விஷயத்தில் அண்ணா நடந்துகொண்டதை என்னால் அப்படித்தான் பார்க்க முடிந்தது. நான்கு பேரில் கடைசியாக சன்னியாசி ஆனவன் வினோத்தான் என்றாலும் அவனது பக்தியில்தான் எத்தனை தீவிரம்! எவ்வளவு உக்கிரமான நம்பிக்கை! ஆனால் இறக்கும்வரை அவன் கிருஷ்ணனைக் காணப் போவதில்லை என்பதை அண்ணா அவனிடம் சொல்லியிருக்க வேண்டும் என்று நினைத்தேன். நான் சொல்லலாம். இப்போதேகூட விறுவிறுவென்று நடந்து சென்று அவனை எழுப்பி நிறுத்திச் சொல்லிவிட்டு வந்துவிடுவேன். அது

ஒரு பிரச்னையே இல்லை. ஆனால் அவனது மதிப்புக்குரிய ஒரு நபரிடம் இருந்து அந்த உண்மை வெளிப்பட்டிருந்தால் இந்நேரம் அவன் வாழ்வு வேறாகியிருந்திருக்கும் அல்லவா?

எனக்குச் சில நிஜமான சித்தர்களைத் தெரியும். அவர்கள்மீது எனக்குப் பெரிய மரியாதை உண்டு. அந்த மரியாதை அவர்களுடைய வெளிப்படைத்தன்மையால் உருவானது. உதகமண்டலத்தில் ரன்னிமேடு என்று ஓர் இடம் உண்டு. உலகின் மிக அழகான ரயில்வே ஸ்டேஷன் அந்த ஊரில் இருப்பதுதான் என்று எனக்குத் தோன்றும். ரன்னிமேடு ரயில்வே ஸ்டேஷன் தரை மட்டத்திலேயே இருக்கும். மலைத் தடத்தில் குறிப்பிட்ட தூரத்துக்கு மட்டும் சிமெண்டு போட்டுப் பூசியது போல. அந்த ஸ்டேஷனைத் தாண்டியதுமே ஒரு சிற்றோடை செல்லும். ரயில் கடக்காத கணங்களில் அந்த ஓடை தண்டவாளத்தைக் கடந்து செல்லும். பளிங்கென்றால் முழுப் பளிங்கு நீர். சந்தன நிறத்தில் கூழாங்கற்கள் ஜொலிக்கும் அதன் அடியாழத்தைக் கைவிட்டுத் தொட்டுப் பார்க்க முடியும். மிகச் சிறிய ஓடைதான். ஆனால் அத்தனை எளிதில் கடந்து சென்றுவிட முடியாது.

முதல் முதலில் ரன்னிமேடு ரயில்வே ஸ்டேஷனைத் தாண்டி ரயில் புறப்பட்டபோது அந்த ஓடை கண்ணில் பட்டு நான் சட்டென்று ரயிலை விட்டுக் குதித்தது நினைவுக்கு வந்தது. ஊட்டியில் என்ன இருக்கிறது? பேரழகு என்பது இந்த இடம்தான் என்று நினைத்தேன். அன்று முழுவதும் அந்த சிற்றோடையின் கரையிலேயேதான் அமர்ந்திருந்தேன். இருட்டும் நேரத்தில் அழுக்கு வேட்டியும் பரட்டைத் தலையும் தாடி மீசையுமாக ஒரு முதியவர் அங்கே வந்தார். ஓடைக்கு மறு பக்கம் எனக்கு நேரே அமர்ந்துகொண்டார். இரு கைகளாலும் தண்ணீரை அள்ளிக் குடித்துவிட்டு என்னைப் பார்த்து, பசிக்கிறதா என்று கேட்டார். நான் நண்பகல் முதல் அங்கேயேதான் அமர்ந்திருந்தேன். எங்கும் எழுந்து செல்லவில்லை. பசிக்காமல் என்ன செய்யும்? புன்னகை செய்தேன். அவர் ஒரு ஆப்பிள் பழத்தைக் கொடுத்து என்னைச் சாப்பிடச் சொன்னார். நன்றி சொல்லிவிட்டு அதை வாங்கித் தின்றேன். நான் உண்டு முடிக்கும்வரை அமைதியாக என்னையே பார்த்துக்கொண்டிருந்தவர், சாப்பிட்டுவிட்டு நான் நீர் அருந்தியதும், 'நான் உனக்குப் பழமும் தரவில்லை, நீ அதை உண்ணவும் இல்லை' என்று சொன்னார்.

சரி இருந்துவிட்டுப் போகட்டுமே, அதனால் என்ன என்று கேட்டேன். அவர் சிறிது நேரம் என்னை உற்றுப் பார்த்தார். பிறகு, 'பசி போய்விட்டதல்லவா?' என்று கேட்டார்.

'ஆம். இப்போது பசி இல்லை.'

'ஏன் இல்லை?'

'ஏனென்றால் நான் பழம் சாப்பிட்டிருக்கிறேன்.'

'நாந்தான் உனக்குப் பழமே தரவில்லையே?'

நான் மீண்டும் சிரித்தேன். 'சரி இப்போது உணர்வாய்' என்று அவர் சொன்னார். மறு கணம் எனக்குப் பழம் தின்ற உணர்வே இல்லாது போனது. பசி தெரிந்தது. சிறிது ஆச்சரியமாக இருந்தது. நான் அவருக்கு வணக்கம் சொன்னேன்.

'இன்று உனக்கு இந்தப் பாடத்தை நடத்த எனக்குக் கட்டளை. அவ்வளவுதான். புரிந்ததா?' என்று கேட்டார்.

'ஓ, புரிந்தது. பசி என்பது மூளை செய்யும் சிறு சண்டித்தனம்.' என்று சொன்னேன்.

அவர் புன்னகை செய்தார். 'வருகிறேன்' என்று சொல்லிவிட்டுப் போய்விட்டார்.

மீண்டும் ஓரிரு முறை நான் அவரை அதே ரன்னிமேடு ரயில்வே ஸ்டேஷனை அடுத்த ஓடைக் கரையில் சந்தித்திருக்கிறேன். அப்போதெல்லாம் என்னை அவர் தெரிந்தது போலவே காட்டிக்கொள்ளவில்லை. நானே நடந்த சம்பவத்தைச் சொல்லி அவருக்கு நினைவூட்டியபோதுகூட, 'அப்படியா?' என்றுதான் கேட்டார். புதிய புதிய மாணவர்களையும் வேறு வேறு பாடங்களையும் அவரது விதி அவருக்கு அளித்துக்கொண்டேதான் இருக்கும். இது எனக்குப் புரிந்தது. இதையும் அவரிடம் சொன்னபோது, 'இருக்கலாம், தெரியவில்லை' என்று சொல்லிவிட்டுப் போய்விட்டார்.

பொள்ளாச்சிக்கு அருகே கோடி சாமியார் என்று ஒருவர் இருந்தார். அவரிடமும் நான் இந்தத் தன்மையை கவனித்திருக்கிறேன். முதல் முறை சந்திக்கச் சென்றபோது, தினமும் சந்திக்கும் நபரைப் போல என் பெயரைச் சொல்லி அருகே அழைத்தார். அப்போது எனக்கு மிகவும் இளம் வயது. திகைப்பில் இருந்து நான் வெளி வருவதற்குள்

அவர் எதற்காக அழைத்தாரோ அதைச் செய்து முடித்துவிட்டிருந்தார் போல. அவரது பார்வை அடுத்த நபரின் பக்கம் திரும்பிவிட்டது. மறுமுறை நான் அவரைக் காணச் சென்றபோது என் பக்கமே அவர் திரும்பவில்லை. பெரிய வருத்தமில்லை என்றாலும் பெயர் சொல்லி அழைக்கத் தெரிந்தவருக்கு அடையாளம் கூடவா தெரியாமல் போயிருக்கும் என்று எண்ணாமல் இருக்க முடியவில்லை.

காரணம் உதிக்கும்போது நினைத்து காரியம் முடிந்ததும் மறந்துவிடுகிற அத்தகைய சித்தர்களை நினைத்துப் பார்த்தேன். அண்ணாவால் ஏன் அப்படி இருக்க முடியாது போயிற்று? ஒரு கழுதையைப் போல எங்கள் நினைவை அவன் காலம் முழுதும் சுமந்து திரிவதாகத் தோன்றியது. அவசியமே இல்லாதது. வங்காளத்தில் அவன் வினோத்தைச் சந்தித்திருக்கவே வேண்டாம். வாரணாசியில், கங்கைக் கரையில் வினய்யைச் சந்தித்ததும் அபத்தம் என்றுதான் தோன்றியது. இதோ, அம்மாவின் மரணம் நெருங்கியிருக்கிறது. ஒரு பூரணமான வாழ்வை நிகழ்த்தி முடித்துவிட்டு நிம்மதியாக உறங்கப் போகிறாள். பூடகங்கள் இருந்தாலும் பூரணம்தான். தன்னளவில் அவள் அந்த பூரணத்தின் நாயகியாகத்தான் வாழ்ந்து முடித்திருக்கிறாள். நேரில் வந்து கொள்ளி வைக்கப் போகிற பிரகஸ்பதி தன்னை ஒப்பிட்டுக்கொள்ளாமலா இருப்பான்? தனது முழுமையின் பின்னம் உணராமலா போவான்? அதைவிட, என்னை எப்படி எதிர்கொள்ளப் போகிறான்? நான் அவனிடம் ஒன்றுமே கேட்கப் போவதில்லை என்று முடிவு செய்துகொண்டேன். யாரவன்? கோடானுகோடி மனிதர்களுள் ஒருவன். அவ்வளவுதானே? பார்த்ததும் புன்னகை செய்வேன். ஹலோ சொல்வேன். எப்படி இருக்கிறாய் என்று கேட்பது அபத்தம். அர்த்தமற்றது. எப்படி இருந்தாலும் அதுதான் அவன். அதைத் தெரிந்துகொண்டு என்ன ஆகப் போகிறது?

எனது நிராகரிப்பின் மூலம் அவனது அகங்காரத்தைச் சற்று சிதைத்துப் பார்க்க மிகவும் விரும்பினேன். ஒரு விதத்தில் அம்மாவின் மரணத்தைக் காரணமாகக் கொண்டு நான் அவ்வளவு தூரம் கிளம்பி வந்ததன் நோக்கமே அதுதானோ என்றும் தோன்றியது.

மிகவும் களைப்பாக உணர்ந்தேன். கிளம்பலாம் என்று எழுந்துகொண்டபோது வினய்யும் மாமாவும் தாயார் சன்னிதியை நோக்கி வந்துகொண்டிருந்தார்கள்.

159. தாயும் ஆனவள்

'**பட்**டாச்சாரியார் பின்னால் வருகிறாரா?' என்று நான் கேசவன் மாமாவைக் கேட்டேன்.

'ஏன்?'

'தாயார் சன்னிதி பூட்டியிருக்கிறதே.'

'வரச் சொன்னால் வருவார்' என்று சொன்னார்.

'நீங்கள் வரச் சொல்லவில்லையா?'

அவர் என்னைச் சற்று சந்தேகத்துடன் பார்த்தார். 'சொல்லட்டுமா?' என்று கேட்டார். 'பரவாயில்லை இருக்கட்டும்' என்று வினய் சொன்னான்.

'இல்லை, வரச் சொல்லுங்கள்' என்று நான் தீர்மானமாகச் சொன்னேன். மாமா என்னை மேலும் கீழும் ஒரு பார்வை பார்த்துவிட்டுத் திரும்பிச் சென்றார்.

'உனக்குத் தாயாரைச் சேவிக்க வேண்டுமா?' என்று வினய் கேட்டான்.

'இல்லை. தாயார் சன்னிதிக்குள்ளேதான் நீ உன் மானசீகத்தில் சித்ராவை இழுத்துச் சென்று முத்தமிட்டதாகச் சொன்னாய். எனக்கு அந்த இடத்தை எட்டியாவது பார்க்க வேண்டும்.'

அவன் சிரித்தான். 'எதற்கு?' என்று கேட்டான்.

'உனக்குத் தாயாரும் சித்ராவும் வேறு வேறல்ல என்பதை நான் அறிவேன். பேயாக நீ பார்த்தவளைத் தாயாகப் பார்க்க முடிகிறதா என்றொரு சிறு இச்சை.'

'என் மானசீகத்தில் நான் அவளைத் தொட்டபோது அவளைத் தாயாகக் கருதியதில்லை. அந்தத் தொடுதல் நிகழ்ந்ததனால்தான் அவள் எனக்குத் தாயும் ஆனாள்.'

கேசவன் மாமா பட்டாச்சாரியாரை அழைத்து வந்து சன்னிதியைத் திறக்கச் சொன்னார். அவர் என்னை ஏற இறங்க ஒரு பார்வை பார்த்தார். 'இவர்தான் கடைசியா?' என்று கேட்டார்.

'ஆமா. விமல். இப்ப விமலானந்தனாம்.'

'சன்னியாசிகள் ஈசியா பேர் செலக்ட் பண்ணிண்டுடறா' என்று பட்டர் சொன்னார்.

'பெயரில் தொடங்கி அனைத்திலும் ஆனந்தம் சேர்ந்தால் அதுதான் சன்னியாசம்' என்று சொன்னேன். 'வாங்கோ' என்று சொல்லிவிட்டு அவர் சன்னிதிக்குள் சென்று எரிந்துகொண்டிருந்த விளக்கைத் தூண்டிவிட்டு, நெய் ஊற்றி, மேலும் சிறிது வெளிச்சம் சேர்த்தார்.

மிகச் சிறு வயதுகளில் நான் பார்த்த கோமளவல்லித் தாயார் அப்படியேதான் இருந்தாள். அவள் சன்னிதியும் அதே கறுப்பும் அழுக்குமாகத்தான் இருந்தது. பட்டர் அர்ச்சனையை ஆரம்பித்தார். நான் தாயாரையே பார்த்துக்கொண்டிருந்தேன். சிறு வயதில் நான் அம்மாவுக்கு இந்தத் தாயாரின் முகஜாடை இருப்பதாக நினைத்திருக்கிறேன். பிறகு பள்ளிக்கூடத்தில் என்னுடன் படித்த டெய்சி ராணி என்ற பெண்ணுக்கு இதே முகம் அமைந்திருப்பதாகத் தோன்றியிருக்கிறது. வெகு காலம் கழித்து மடிகேரியில் சந்தித்த ஒரு பெண்ணிலும் நான் கோமளவல்லியைக் கண்டிருக்கிறேன். சிலைகள் உருப்பெற்று எழும் தருணங்கள் மிகவும் அபூர்வமானவை. அது பிரமைதான். ஆனால் அது அளிக்கும் பரவசம் நிகரற்றது. எங்கோ பார்த்தாற்போலத் தெரிகிறதே என்று உள் மனத்தில் ஒரு புள்ளியாகத் தோன்றும் எண்ணம் பரபரவென்று விரிவடைந்து எங்கே, எங்கே என்று தேடித் திரிந்து இறுதியில் இந்தச் சன்னிதிக்குள் வந்து முட்டிக்கொண்டு நிற்கும்.

'காண்கிற அனைத்து உருவங்களும் இதுவாகத் தோன்றினால் அலைச்சல் நின்றுவிடும்' என்று வினய் சொன்னான். நான் புன்னகை செய்தேன். பட்டர் அர்ச்சனையை முடித்துவிட்டுக் கற்பூரம் காட்டினார். குங்குமம் கொடுத்தார். கிளம்பும்போது, 'இருப்பேளோல்யோ?' என்று கேட்டார். இதற்கும் நான் வெறுமனே புன்னகை மட்டும் செய்தேன். கேசவன் மாமா, பட்டர் கதவைப் பூட்டிக்கொண்டு கிளம்பியபோது அவரோடு ஏதோ பேசிக்கொண்டு நகர்ந்து போனார். அநேகமாக நாளைய தினத்தைக் குறித்த முன்னறிவிப்பாக இருக்கும். நான் வினய்யுடன் கோயிலைச் சுற்றிக்கொண்டு வாசலுக்கு வந்தபோது கங்காதரன்

வேக வேகமாக முன் மண்டபம் தாண்டி வந்து கொண்டிருக்கக் கண்டேன். வினோத் அப்போதும் கோயில் வாசலிலேயே பத்மா மாமியுடன் அமர்ந்து ஏதோ பேசிக்கொண்டிருந்ததையும் பார்த்தேன். மாமியைச் சுற்றி இப்போது நான்கைந்து பெண்கள் சூழ்ந்திருந்தார்கள். மாமி அவர்களிடமெல்லாம் வினோத்தைக் காட்டி அவன் கதையைச் சொல்லிக்கொண்டிருந்தாள். அவன் வைணவத் துறவிதான். ஆனால் அது திருவிடந்தை அறியாத வேறொரு வைணவம். 'ஸ்ரீசூர்ணம் இட்டுக்க மாட்டேளா?' என்று ஒரு மாமி வினோத்திடம் கேட்டுக்கொண்டிருந்தாள். அவன் சிரித்து சமாளித்துக்கொண்டிருந்ததை ரசித்தபடியே நான் அவனைத் தாண்டி வெளியே போனேன்.

வேகமாக நெருங்கிய கங்காதரன், 'உங்கண்ணன் வந்துட்டானா?' என்று என்னிடம் கேட்டான்.

'இல்லை' என்று சொன்னேன்.

'எப்ப வரான்?'

'யாருக்குத் தெரியும்?' என்று வினய் சொன்னான்.

'அவன் வந்ததும் எனக்குத் தகவல் சொல்லு' என்றான் கங்காதரன்.

'அப்படி என்ன அவசரம்?' என்று நான் கேட்டேன்.

'சாமி கேட்டுச்சி. காலைலேருந்து ரெண்டு மூணு தடவ கேட்டுருச்சி.'

'எதற்கு? இவனுக்காவது உன் சாமியிடம் கஞ்சா வாங்கும் காரணம் இருந்தது. அவனுக்கு என்ன இருக்கப் போகிறது?'

'எனக்குத் தெரியல சாமி. சாமி சொன்னதத்தான் சொன்னேன்' என்று என்னையும் சாமியாக்கிச் சொன்னான். நான் சிரித்துவிட்டேன்.

'கங்காதரா, நீ என்னை சாமி என்றெல்லாம் குறிப்பிட வேண்டாம். விமல் என்றே அழைக்கலாம்.'

'வாய் வரமாட்டேங்குதே. டிரெஸ்ஸு படுத்துது' என்று அவன் சொன்னான்.

நான் வினய்யைப் பார்த்தேன். சிரித்தேன். அவனும் சிரித்தான். 'அப்ப என் டிரெஸ்ஸு?' என்று கேட்டான்.

'இது டிரெஸ்ஸா? கோவணத்தவிட கொஞ்சம் பெரிசா இருக்குது. அவ்ளதான்' என்று சொன்னான். ஏதோ நினைத்துக்கொண்டவனாக

மீண்டும் ஒருமுறை அண்ணா வந்ததும் தனக்குத் தகவல் சொல்லும்படிக் கூறிவிட்டு, தன் வீட்டு முகவரியையும் சொல்லிவிட்டுப் போனான்.

எனக்கு வியப்பாக இருந்தது. அண்ணாவின் வருகையை இத்தனை பேர் எதிர்பார்க்கிறார்கள் என்றால் அம்மாவின் மரணம் இவ்வளவு பேருக்கும் முன்னறிவிக்கப்பட்டிருக்குமா? அப்படியென்ன அவளது சாவுக்குச் சிறப்பு?

'சொரிமுத்து இங்கே வந்ததை என்னால் இன்னமும் நம்ப முடியவில்லை' என்று வினய் சொன்னான்.

'யார் கண்டது? சம்சுதீன் பாயும் இங்கேயே எங்காவது சுற்றிக்கொண்டிருக்கலாம்'

'தவறு செய்துவிட்டோம். சொரிமுத்துவிடமே சம்சுதீனைப் பற்றிக் கேட்டிருக்கலாம்.'

'உனக்கு அவரைப் பழக்கம் உண்டா?'

'பெரிய பழக்கமெல்லாம் இல்லை. சொரிமுத்து சொல்லக் கேள்விதான். ஆனா உனக்குப் பழக்கம் உண்டல்லவா?'

'ஆம். நானும் வீடு தங்கமாட்டேன் என்று முதல் முதலில் சொன்ன மனிதர்.'

சட்டென்று வினய் ஏதோ நினைத்துக்கொண்டு, 'டேய், டேய் கங்காதரா' என்று கத்திக்கொண்டே அவன் போன வழியில் ஓடத் தொடங்கினான். சரி போய்விட்டு வரட்டும் என்று நான் வினோத் அமர்ந்திருந்த இடத்துக்கு வந்தேன். இப்போது அங்கே மேலும் ஏழெட்டு மாமிகள் சேர்ந்திருந்தார்கள்.

'உள்ளே போய் உக்காரலாமே மாமி?' என்று யாரோ ஒரு கிழவி பத்மா மாமியிடம் சொன்னாள்.

'பரவால்லே. இங்கேயே இருக்கேன்.'

'இது வாசலை அடைச்சிண்ட மாதிரி இருக்கே.'

'அதனால பரவால்லே. என்ன பெரிய கூட்டம் அம்மறது இங்கே? இருட்டற நாழிக்கு ரெண்டு மூணு பேர் வந்தாலே அதிகம்' என்று பத்மா மாமி சொன்னாள். அவளது தீர்மானத்தின் வலுவை நான் மிகவும் ரசித்தேன். தனது உள்ளுணர்வின் அடிச்சுவட்டில் நடந்துகொண்டிருக்கிற பெண்மணி. இன்று அவள் அம்மாவைப்

பார்க்க வந்தபோதுதான் மனத்தில் பட்டிருக்க வேண்டும். தனது தினங்களும் எண்ணப்படுவதை அவள் ஒரு தரிசனமாக உணர்ந்திருக்கக்கூடும். எனக்கென்னவோ அம்மாவும் அவளும் பேசி வைத்துக்கொண்டு இறுதி தினத்தைத் தீர்மானித்திருக்கக்கூடும் என்று தோன்றியது. பிரச்னை ஒன்றுமில்லை. மாமிக்குக் கொள்ளி போடத் தயார் என்று ஏற்கெனவே வினோத் சொல்லியிருக்கிறான்.

நான் சட்டென்று மாமியிடம், 'நீங்க அம்மாட்ட கடேசியா எப்ப பேசினேள்?' என்று கேட்டேன்.

'ஏன் பேசாம என்ன? இன்னிக்கு உங்காத்துக்கு வந்தப்போ கூட பேசினாளே?'

நான் வினோத்தைப் பார்த்தேன். அவன் அமைதியாக இருந்தான்.

'பேச்சு போயிடுத்துன்னு மொத்தமா சொல்லிட முடியாது பாத்துக்கோங்கோ. அப்பப்ப ரெண்டொரு வார்த்த பேசறா. சட்டுனு கண்ண மூடிண்டுடறா. உள்ளுக்குள்ள என்ன பண்றதோ என்னமோ, யாருக்குத் தெரியும்?'

'சரி. இன்னிக்கு என்ன பேசினா?' என்று மீண்டும் கேட்டேன்.

'பிள்ளைகள்ளாம் வந்திருக்கான்னு சொன்னா. பாத்தேன் மாமின்னேன். எழுந்து போய் ஒருவாய் சாத்துஞ்சாம் பண்ணிப் போட முடியாம இருக்கேனேன்னா. அதுக்கு என்ன பண்ண முடியும் மாமின்னேன். மூத்தவன் வந்தான்னா கண்ண மூடிண்டுடுவேன்னு சொன்னா.'

நான் வினோத்திடம், 'போகலாமா?' என்று கேட்டேன். அவன் பதில் சொல்லவில்லை. மாமியின் முகத்தையே பார்த்துக்கொண்டிருந்தான். பேசிக்கொண்டிருந்த மற்ற பெண்கள் உள்ளே போய்விட்டு வந்துவிடுவதாகச் சொல்லிக்கொண்டு போனார்கள். நான் மாமியின் அருகே அமர்ந்தேன். அவள் கையைத் தொட்டேன். அவள் பாசமுடன் என்னைப் பார்த்துப் புன்னகை செய்தாள்.

'முடிவு பண்ணிட்டேளா?'

'ஆமா? பின்னே? இப்பத்தான் இவர்ட்டே சொல்லிண்டிருந்தேன்' என்று வினோத்தைக் கைகாட்டினாள்.

எனக்கு மிகவும் ஆச்சரியமாக இருந்தது. என் சிறு வயதுகளில் எட்டு முப்பது காண்டீபன் பஸ்ஸுக்காகக் காத்திருக்கும் கூட்டம்

ஒன்று இருந்தது. பெரும்பாலும் காய்கறி வியாபாரிகள். முட்டை வியாபாரிகள். உப்பு லோடு எடுத்துச் செல்கிற சிறு வணிகர்கள். எட்டு முப்பதுக்கு காண்டீபன் பஸ் வந்தே தீரும் என்று நம்பி சரக்கை எடுத்துக்கொண்டு கேளம்பாக்கம் முருகைய நாடார் கடை வாசலுக்கு வந்து நிற்பார்கள். அதற்கு முந்தைய ஏழு நாற்பது வண்டியோ, அதனை அடுத்த ஒன்பது இருபது வண்டியோ சரக்கு ஏற்றாது. எட்டு முப்பது சர்வீஸ் மட்டும்தான் சரக்குகளுக்கானது. எத்தனை எத்தனை வருடங்கள்! மழையோ புயலோ, சாலை சரியாக இருக்கிறதோ இல்லையோ, வழியில் ஏதேனும் கலவரம் என்று யாராவது சொன்னாலுமேகூட எட்டு முப்பது காண்டீபன் வராமல் போகாது. சரக்குகளை ஏற்றாமல் செல்லாது. காண்டீபன் பஸ் சர்வீஸ் செயல்பட்டுக்கொண்டிருந்த வரை பிராந்தியத்தில் சரக்கு வாகனம் என்ற ஒன்று நுழைந்து நான் கண்டதில்லை. அப்படியொரு நம்பிக்கை மக்களுக்கு அந்தப் பேருந்தின்மீது இருந்தது.

அப்படியொரு நம்பிக்கையல்லவா பத்மா மாமிக்குத் தனது மரண வாகனத்தின்மீது உள்ளது?

'சரி சொல்லுங்கோ. எப்போ?' இம்முறை நான் கேட்டேன்.

மாமி பதில் சொல்லும் முன் வினோத் எழுந்து என்னைத் தனியே அழைத்துச் சென்றான்.

'என்ன?' என்று கேட்டேன்.

'விடு. அதைப் பற்றி அவளிடம் பேசாதே.'

'ஏன்?'

'அவளை இன்றிரவு நான் வீட்டுக்கு அழைத்துச் சென்று விடுவேன்.'

'யார் வீட்டுக்கு?'

'அவள் வீட்டுக்குத்தான்.'

நான் மாமியை மீண்டும் ஒருமுறை பார்த்தேன். 'வருவாள் என்று தோன்றவில்லை' என்று சொன்னேன்.

'வருவாள்' என்று வினோத் சொன்னான். நான் புன்னகை செய்தேன். 'சரி முயற்சி செய்து பார்' என்று சொல்லிவிட்டு வினய் வருவதற்காகக் காத்திருக்க ஆரம்பித்தேன்.

160. கொள்ளி எறும்பு

'**நா**ன் சிறிது நேரம் தியானம் செய்துவிட்டு வர விரும்புகிறேன்' என்று வினய் சொன்னான். 'கடற்கரைக்குப் போயேன்' என்று நான் சொன்னதற்கு வேண்டாம் என்று உடனே மறுத்தான்.

'ஏன்?'

'சித்ராவைப் பார்க்க வேண்டி வரலாம்.'

அது ஒரு பிரச்னைதான். கோயிலுக்குள்ளேயே போய் உட்காரச் சொல்லலாம் என்றால் வந்து போகிற மாமிகள் பொருட்காட்சி காண வந்தாற்போல நின்று நின்று முறைத்துவிட்டுப் போவார்கள். எனக்கும் வினோத்துக்குமே அது பிரச்னையாக இருக்கும்போது வினய்யின் தோற்றத்துக்குக் கேட்கவே வேண்டாம். மாமாவுக்கே அவனது தோற்றம் மிகுந்த சங்கடத்தை அளித்ததை உணர முடிந்தது. 'ஏண்டா, உங்கண்ணனும் இப்படித்தான் இருப்பானாடா?' என்று அவர் வினய்யிடம் கேட்டார்.

'தெரியல மாமா' என்று வினய் சொன்னான்.

'நீ பார்த்தப்போ அவன் எப்படி இருந்தான்?'

'அது பல வருஷம் ஆயிடுத்தே?'

'பரவால்ல சொல்லு. அப்ப எப்படி இருந்தான்?'

'இடுப்பு வரைக்கும் முடி தொங்கிண்டிருந்தது. ஆனா இப்படி ஜடை பிடிச்ச மாதிரி இல்லே. பொம்பனாட்டிகளுக்கு இருக்கற மாதிரி. தாடி மீசை இருந்தது. அதுவும் எனக்கு இருக்கற மாதிரி இல்லே. சின்னதாத்தான் இருந்தது. ஜிம்முக்குப் போய் எக்சர்சைஸ் பண்ண மாதிரி உடம்பை கிண்ணுன்னு வெச்சிண்டிருந்தான்.'

'நடந்துண்டே இருந்தா அப்படி ஆயிடுமோ என்னமோ.'

'அப்படித்தான்.'

'நீ ஏன் இப்படி தலைவிரி கோலமா இருக்கே? சன்யாசிகள் லட்சணமா இருக்கப்படாதுன்னு சட்டமா? தோ, இவன்

நன்னாருக்கானே. வினோத்கூட சின்னதா சிகை வெச்சுண்டு பாக்கற மாதிரிதான் இருக்கான்.'

வினய் சிரித்தான். பிறகு, 'யாரும் பார்க்க வேண்டாம்னுதான்' என்று சொன்னான்.

அவன் தியானம் செய்ய இடம் கேட்டபோது நான் வீட்டின் கிணற்றடியே சரியாக இருக்கும் என்று சொன்னேன். ஆனால் உடனடியாகச் செய்தே தீரவேண்டிய அவசியம் என்ன நேர்ந்தது? இதை நான் அவனிடம் கேட்டபோது, 'கங்காதரன் பேச்சு சரியாக இல்லை. எனக்கு ஒரு சிறு சந்தேகம் உள்ளது' என்று சொன்னான்.

'எதற்கு நீ அவன் பின்னால் ஓடினாய்?'

'சம்சுதீனைப் பற்றி ஒருவேளை அவனுக்குத் தெரிந்திருக்குமா என்று கேட்பதற்கு.'

நான் சிரித்தேன். 'நல்ல ஆளைப் பிடித்தாய். அவன் யார் சம்சுதீன் என்று கேட்டிருப்பான்.'

'ஆம். அப்படித்தான் கேட்டான்.'

'வேறென்ன சொன்னான்?'

'குறிப்பாக ஒன்றுமில்லை விமல். ஆனால் அவனிடம் ஏதோ ஒரு பூடகம் உள்ளது. நம்மை செல்லியம்மன் திருவிழாவுக்கு வரவழைத்தது, அவனைச் சந்திக்கச் செய்தது எல்லாமே அந்த நீலாங்கரை சாமியின் வேலைதான் என்பது போலச் சொன்னான்.'

'என்னால் இதை நம்ப முடியவில்லை.'

'என்னாலும்தான். நீலாங்கரை சாமி வெறும் வைத்தியர். நான் கவனித்தவரை அவருக்குத் தனித்திறமைகள் ஏதுமில்லை. ஆனால் சொரிமுத்து தன்னோடு பேசுவதாக அவர் என்னிடம் சொன்னார்.'

'இதை நீ சொரிமுத்துவிடமே கேட்டிருக்கலாமே?'

'ஏனோ கேட்கத் தோன்றவில்லை. ஆனால் சொரிமுத்துவை அறிந்தவன் என்ற முறையில் இம்மாதிரியான அரை வேக்காடுகளோடு அவர் தொடர்பு கொள்ள மாட்டார் என்பது எனக்குத் தெரியும்.'

'பிறகு?'

'ஆனால் சொரிமுத்து வந்திருப்பது அந்த சாமிக்குத் தெரிந்திருக்கிறது. நமது வருகை குறித்து சொரிமுத்துதான் தனக்குத் தெரிவித்ததாகச் சொன்னார்.'

‘ஓ.’

‘எங்கோ ஒரு கண்ணி இடறுகிறது விமல். அதை நான் கண்டறிய வேண்டும். அதற்குத்தான் தனியே உட்கார வேண்டும் என்றேன்.’

நாங்கள் பேசியபடி வீடு போய்ச் சேர்ந்தபோது அம்மா மீண்டும் கண் விழித்திருந்தாள். நாங்களிருவரும் அவள் அருகே சென்று நின்றோம். ஆனால் ஒன்றும் பேசவில்லை. அம்மா எங்களைப் பார்த்துச் சிரித்தாள். ‘சாப்ட்டிங்களா?’ என்று கேட்டாள். ‘கேசவன கூப்டு’ என்றாள். நான் மாமாவை உள்ளே அழைத்தேன்.

‘என்ன?’

‘அம்மா உங்கள கூப்பிடறா.’

‘பேசறாளா! பெருமாளே!’ என்று பரிதவித்து ஓடி வந்து, ‘என்னக்கா?’ என்று கேட்டார்.

‘இவாள்ளாம் சாப்ட்டாளா?’

‘நீ பேசறியேக்கா. இதுவே வயிறு நிறைஞ்சிடுமே. எப்படிக்கா இருக்கே? உடம்புக்கு என்ன பண்றது?’ என்று மாமா கேட்டார். அவரையறியாமல் கண்ணில் நீர் வழிந்துகொண்டிருந்ததைக் கண்டேன். அம்மா புன்னகை செய்தாள். என்னை அருகே அழைத்துத் தடவிக் கொடுத்தாள். வினய்யைக் கூப்பிட்டு அவனது ஜடாமுடியைத் தொட்டுப் பார்த்தாள்.

‘ஒன்னத்தான் அடையாளமே தெரியலே.’ என்று சொன்னாள்.

‘நாலு பேரும் நன்னாருக்காக்கா. பெரிய ரிஷிகளாயிட்டா. வயசும் உறவும் தடுக்கறது. இல்லேன்னா விழுந்து சேவிச்சிடுவேன்’ என்று மாமா சொன்னார். ‘ஆனா பாத்தியா? உனக்கு ஒண்ணுன்னு தெரிஞ்சதும் எங்கெங்கேருந்தோ ஓடி வந்துட்டா. அதெப்படிக்கா பாசம் இல்லாம போயிடும்? திருப்தியா உனக்கு? சந்தோஷமா?’

திருப்தி என்ற ஒற்றைச் சொல்லை அவளிடம் இருந்து உருவிவிட வேண்டும் என்பதில் அவர் முனைப்பாக இருந்ததைப் புரிந்துகொள்ள முடிந்தது.

‘அம்மா, எங்களைப் பெற்றவள் யாராக இருந்தாலும் நீதான் எங்களுக்கு அம்மா. அம்மா என்பவள் பெறுபவள் அல்ல. உருவாக்குபவள். நீ எங்களை இவ்வாறாக உருவாக்கினாய்’ என்று நான் சொன்னேன்.

'நீ எதையும் பேச அவசியமில்லை அம்மா. ரகசியங்கள் எங்களுக்கு முக்கியமில்லை. உறவுகளை உதறிவிட்ட பின்பு எதுவுமேகூட முக்கியமில்லை' என்று வினய் சொன்னான்.

'அம்மா நீ உன் இறுதிக் காலத்தில் இருக்கிறாய். உன்னை நல்லபடியாக நாங்கள் வழியனுப்பி வைத்துவிட்டுத்தான் போவோம். சந்தோஷமா?' என்று நான் கேட்டேன்.

அவள் மீண்டும் புன்னகை செய்தாள். சிறிது நேரம் கண்மூடி இருந்துவிட்டு மீண்டும் கண்ணைத் திறந்து, 'இதை உங்கள் அப்பாவுக்கும் செய்திருக்கலாம்' என்று சொன்னாள்.

'மன்னிக்க வேண்டும் அம்மா. அது கடமை அல்ல.'

'அவர்தான் எங்களைப் பெற்றவர் என்றாலுமே கடமை அல்ல' என்று நான் அழுத்திச் சொன்னேன்.

'வேறு எது கடமை? எனக்குக் கொள்ளி வைப்பதா?'

'சொல்லக் கஷ்டமாக உள்ளது. ஆனால் அதுதான். அது ஒன்றுதான் கடமை.'

'யார் வகுத்த தர்மம் இது?'

'தெரியாது. காலம் காலமாக உள்ளது.'

'அப்படியா?'

'ஆம்.'

'நான் வேண்டாம் என்று நினைத்தால்?'

நாங்கள் அதிர்ந்து போனோம். 'அம்மா..?' என்று வினய் அழைத்தான்.

'இதைத்தான் உங்ககிட்டேல்லாம் சொல்லணும்னு நினைச்சேன். எனக்கு கேசவன் கொள்ளி போடட்டும். நீங்கள்ளாம் பக்கத்துல இருந்தேள்னா போதும்.'

அக்கா என்று அவள் காலைப் பிடித்துக்கொண்டு மாமா கதற ஆரம்பித்தார். எங்களுக்கு என்ன சொல்வதென்று தெரியவில்லை. பேசியது போதும் என்று அவள் முடிவு செய்துவிட்டது புரிந்தது. கண்ணை மூடிக்கொண்டு தூங்க ஆரம்பித்துவிட்டாள். மாமா மட்டும் நெடுநேரம் அழுதுகொண்டே இருந்துவிட்டு, பிறகு எழுந்து வெளியே வந்தார்.

‘தப்பா நினைச்சிக்காதீங்கோடா. அவ எதோ சித்தக் கலக்கத்துல பேசிட்டா. பாத்யப்பட்டவா நீங்க இருக்கேள். நல்லபடியா பண்ணி முடிங்கோ. நான் இருக்கேன் ஒத்தாசைக்கு’ என்று சொன்னார்.

‘இல்லை மாமா. அநேகமாக இது அம்மாவின் இறுதி விருப்பம் என்று தோன்றுகிறது. அதை ஏன் நிராகரிக்க வேண்டும்?’ என்று நான் கேட்டேன்.

‘விட்டுது சனின்னு நினைக்கறியா?’ என்று கேசவன் மாமா சீறினார்.

‘சேச்சே, அப்படியில்லை. அவளுக்காக நாங்கள் ஒன்றும் செய்ததில்லை. இந்த விருப்பத்துக்குக் குறுக்கே நிற்காதிருந்தால் போதாதா?’

‘அதெல்லாம் இல்லே. அதெல்லாம் நடக்காது. அவன் விஜய் வந்துடுவான். நீங்க விடுங்கோ, நான் அவண்ட்ட பேசிக்கறேன்’ என்று மாமா சொன்னார். மிகவும் பதற்றமாகக் காணப்பட்டார். மீண்டும் அம்மாவின் அறைக்குள் ஓடி, ‘ஏன்க்கா இப்படி பேசறே? உனக்கென்ன பைத்தியமா? நீ பெத்த நாலும் உனக்காக வந்து நிக்கறப்போ நான் யார் இதையெல்லாம் செய்யறதுக்கு?’ என்றார். அம்மா கண்ணைத் திறக்கவில்லை. நான் மெல்ல மாமாவின் அருகே சென்று, ‘அந்த நான்காவதாக வரவேண்டிய மூத்தது வரட்டும். அப்போது பேசுவாள்’ என்று சொன்னேன்.

மாமா நெடுநேரம் அழுதார். என்னென்னவோ சொல்லி எங்களை சமாதானப்படுத்தப் பார்த்தார். அதற்கு அவசியமில்லை என்று நாங்கள் சொன்னது அவர் சிந்தைக்குச் செல்லவேயில்லை.

‘எம்மேல அவளுக்கு அவ்ளோ பாசம்டா. கேசவன்னா உசிரையே குடுப்பா. அக்காவா அவ? என் அம்மாடா!’ என்று சொன்னார்.

‘அப்படியானால் அவள் முடிவு சரிதான்.’

‘அதெப்படி? அதெல்லாம் இல்லை.’ என்று சட்டென்று சொல்லிவிட்டு எழுந்து அடுக்களைக்குச் சென்றார். ‘ராத்திரிக்கு என சாப்பிடுவேள்?’ என்று கேட்டார்.

‘சிரமப்படாதிங்கோ. ஒரு தம்ளர் பால் இருந்தா போதும்.’ என்று வினய் சொனான்.

‘எனக்கு அதுவும் அவசியமில்லை’ என்று நான் சொன்னேன்.

‘சும்மா இருங்கோடா. நான் ஒரு உப்மா கௌர்றேன்’ என்று சொல்லிவிட்டு சமையலில் மூழ்கிப் போனார். சிறிது நேரம் கழித்து வினோத் வீட்டுக்கு வந்தான்.

'மாமி தூங்கிவிட்டாளா?' என்று வினய் கேட்டான்.

வினோத் அடுக்களையைப் பார்த்தான். பிறகு அம்மாவின் அறையைப் பார்த்தான். 'பரவாயில்லை சொல்' என்று நான் சொன்னேன்.

'என்ன சொல்ல? நாம் இங்கு வந்திருக்கவே வேண்டாம்' என்று சொன்னான்.

வினய் விழுந்து விழுந்து சிரித்தான். 'போகிற போக்கைப் பார்த்தால் மரணம் நிகழும்போது நாம் யாரும் இங்கே இருக்கமாட்டோம் போலிருக்கிறது.'

'நான் கிளம்புகிறேன் வினய்' என்று வினோத் சொன்னான்.

'டேய், அவசரப்படாதே. பத்மா மாமி என்ன சொன்னாள்? அதைச் சொல் முதலில்.'

'என்னென்னவோ.'

'அப்படியென்றால்?'

'அம்மாவின் அப்பாவுக்கு நமது அப்பாவின் பழைய வாழ்க்கை நன்றாகத் தெரியுமாம்.'

'அம்மாவுக்கு முந்தைய பெண் தொடர்பைச் சொல்கிறாயா?'

'ஆம்.'

'நம்ப முடியவில்லையே?'

'ஆனால் அதுதான் உண்மை என்று அவள் சொன்னாள். அவர் வாழ்விலும் அப்படியொரு ரகசியத் தொடர்பு இருந்ததே அவரை அப்படியொரு முடிவு எடுக்க வைத்திருக்கிறது.'

நான் எனக்குள் ஒடுங்கி அடங்கிப் போனேன். என்னால் இப்போது அனைத்தையும் விளங்கிக்கொள்ள முடிந்தது. மூட்டம் விலகிய வானம் போலாகிவிட்டது மனம். அம்மாவின் அக்கா புருஷன் ஏன் இவர்கள் குடும்பத்தோடு இருந்த உறவை முறித்துக்கொண்டு போயிருப்பான் என்ற வினாவுக்கு பதில் தெரிந்தது. அமெரிக்காவில் இருக்கும் அவளுடைய மகன் யாரென்றே கேசவன் மாமாவுக்குத் தெரியாதிருப்பதன் நியாயமும் புரிந்தது.

'தனது சிரமம் புரிந்த ஒரு மாப்பிள்ளையை அம்மாவின் அப்பா தனது மகளுக்குத் தேடியிருக்கிறார். அவர் ஜாதகம் பார்க்கவில்லை. ஆனால் இதைக் கவனித்திருக்கிறார்.'

'ஆனால் தன் மகள் வாழ்க்கை வீணாகிவிடுமே என்று ஒரு தந்தை நினைக்கமாட்டாரா?'

'அது முடிந்து போன உறவு என்று அப்பா சொல்லியிருக்கிறார்.'

'முடிந்ததன் மிச்சங்களைப் பற்றியுமா?'

வினோத் என்னை உற்றுப் பார்த்தான். 'மாமா நம் குடும்பத்தைச் சேர்ந்தவரல்ல என்று அண்ணா சொன்னது எத்தனை சரி!' என்று வியந்தான்.

'அம்மா இதை அறிவாளா?' என்று வினய் கேட்டான்.

'மூச்சைப் பிடித்துக்கொள். அம்மாதான் பத்மா மாமியிடம் இதைச் சொல்லியிருக்கிறாள்.'

நான் அவன் கரங்களைப் பற்றிக்கொண்டேன். 'நமக்கு இங்கே பெரிய வேலைகள் இல்லை வினோத். சொன்னேனே, ஒரு பார்வையாளனாக நீ நிறுத்தி நிதானமாக ஒரு மரணத்தை தரிசிக்கலாம். அதன் வெறுமைக்குள் தெரியும் கிருஷ்ணனை சேவிக்கலாம். கிருஷ்ணனேதான் பூரண வெறுமை என்பதை அப்போது நீ தரிசனமாக உணர்வாய்.'

'என்ன சொல்கிறாய்?'

'அம்மாவின் இறுதி ஆசை, தனக்குக் கேசவன் கொள்ளி வைக்க வேண்டும் என்பது.'

'அப்படியா? சொன்னாளா?'

'ஆம்.'

வினோத் திகைத்திருந்தான். அவனுக்குப் பேச்சு வரவில்லை. எழுந்து சென்று வாசலில் சிறிது நேரம் அமர்ந்திருந்தான். முற்றிலும் இருட்டி, வீதி கரேலென ஆகிவிட்டிருந்தது. வீதி விளக்குகள் ஏதும் வந்திருக்கவில்லை. ஒரு நாய் குரைத்தது. 'சொரிமுத்துவா பார்' என்று வினய் உள்ளிருந்து சத்தமிட்டான். வினோத் அதைக் கண்டுகொள்ளவில்லை. நான் வெளியே வந்து அவன் அருகே அமர்ந்தேன். 'வேறென்ன சொன்னாள்?' என்று கேட்டேன்.

'தனக்கும் கேசவன் மாமாவே கொள்ளி வைப்பார்' என்று சொன்னாள்.

'நீ என்ன சொன்னாய்?'

'வேண்டாம், உங்களை நான் கயாவுக்கு அழைத்துச் செல்கிறேன் என்று சொல்லியிருக்கிறேன்.'

நான் திகைத்துப் போனேன்.

161. சமாதிகளைக் காத்தல்

இரவு நானும் வினோத்தும் வீட்டின் வெளித் தாழ்வாரத்தில் படுத்துக்கொண்டோம். 'நீங்கள் தூங்குங்கள், நான் பிறகு வந்து படுக்கிறேன்' என்று சொல்லிவிட்டு வினய் கிணற்றடிக்குப் போனான். அவன் கங்காதரனைப் பார்த்துவிட்டு வந்ததில் இருந்து சரியாக இல்லாதது போல எனக்குத் தோன்றியது. வினோத்திடம் இதனைச் சொன்னேன். 'அவன் இத்தனை பதற்றமாக அவசியமே இல்லையே?' என்று கேட்டான். அவன் பதற்றத்தில் இருப்பதாக எனக்குத் தோன்றவில்லை. ஆனால் இயல்பாக இல்லை, அவ்வளவுதான் என்று சொன்னேன். அதற்குமேல் வினோத் ஒன்றும் பேசவில்லை. தூங்க ஆரம்பித்திருந்தான் என்று தோன்றியது.

எனக்கு உறக்கம் வரவில்லை. எல்லாமே நான் எண்ணிய விதமாகத்தான் நடக்கும் என்று தோன்றியது. அண்ணா வரமாட்டான் என்று திரும்பத் திரும்ப நினைத்தேன். அம்மாவும் ஒருவேளை அதை ஊகித்திருப்பாள். அல்லது அண்ணாவே அவளிடம் தெரிவித்திருக்கக்கூடும். ஒரு பாதுகாப்பு கருதியே அவள் கேசவன் மாமா கொள்ளி வைக்கட்டும் என்று எங்களிடம் சொன்னதாகத் தோன்றியது. மாமாவானாலும் சரி; நாங்களானாலும் சரி. ரத்த சொந்தம் இல்லாத பட்சத்தில் இத்தனைக் காலம் உடன் இருந்து பார்த்துக்கொண்டவருக்குத் தன்னால் கொடுக்க முடிந்த ஒரே அங்கீகாரம் என்று அவள் கருதியிருக்கலாம். பதிலுக்குக் கடைசியாக எங்களுக்கென ஒரு சொல்லை அவள் சேமித்து வைத்திருக்கலாம். அதை ஒரு பொக்கிஷம் போலப் பாதுகாக்கச் சொல்லி எங்களிடம் அளிக்கலாம்.

நான் சிரித்துக்கொண்டேன். எனக்கும் கடைசிச் சொற்களுக்கும் அத்தனை நல்ல உறவு இருந்ததில்லை. என் குருநாதரின் கடைசிச் சொல்லை நான் தவிர்த்துவிட்டுத் தப்பிச் சென்றது நினைவுக்கு வந்தது. ஒரு முழு வாழ்வு தராத செய்தியை ஒற்றைச் சொல் தருமா? எனக்கு அதில் நம்பிக்கை இல்லை. குருநாதர் ஒரு நினைவு. அண்ணா ஒரு நினைவு. அம்மா ஒரு நினைவு. நூலகத்தில் அடுக்கிய

புத்தகங்களைப் போல நினைவின் வரிசைப் பலகையில் தன் இடத்தைத் தேர்ந்தெடுத்துப் பொருத்திக்கொள்ளும் நினைவுகள். ஆனால் அவை சுமை ஆவதற்கு இடம் கொடுப்பதில்லை என்பதில் நான் தெளிவாக இருந்தேன். என் சுதந்தரம் என்பதே நான் மூட்டை சுமப்பதில்லை என்பதுதான். என் அகங்காரமே அதில்தான் வாழ்ந்துகொண்டிருந்தது.

ஆனால் இப்போது எண்ணிப் பார்த்தேன். அம்மாவின் கண்ணீர் மட்டுமே என்னை வீட்டை விட்டு வெளியேற வைத்தது. அண்ணா விட்டுச் சென்றபோதும் வினய் விட்டுச் சென்றபோதும் அவள் அழுத அழுகை இப்போதும் என் நினைவில் உள்ளது. அதைப் போலி என்று என்னால் எண்ணவே முடியாது. பாசத்தின் ஸ்தூல வடிவம் கண்ணீர் என்று அன்றைக்குச் சொற்களற்று உணர்ந்தேன். அம்மாவின் மொத்தக் கண்ணீரையும் ஒரு பெரிய பனிப்பாறையாக உருமாற்றித் தூக்கிச் சென்று கடலில் எறிந்துவிட மாட்டோமா என்று ஏங்கினேன். அது சாத்தியமில்லை என்று அறிவு தெளிவு படுத்தியபோதுதான் மிச்சக் கண்ணீரையும் மொத்தமாக இறக்கி வைக்க என்னை நான் வெளியேற்றிக் கொண்டேன்.

இதோ அம்மா இப்போது என்னருகே இருக்கிறாள். அறைக்குள் உறங்குகிறாள். அல்லது உறங்குவது போலக் கிடக்கிறாள். அருகே போய் உட்காரலாம். அம்மா என்று அழைத்து ஏதாவது பேசலாம். அவள் பதில் சொல்வதும் சொல்லாது போவதும் அவள் விருப்பம். ஆனால் எனக்கு இறக்கி வைக்க என்னவாவது இருந்தால் அதனைச் செய்யத் தடையேதுமில்லை. அப்படி ஏதாவது இருக்கிறதா?

யோசித்துப் பார்த்தேன். ஒன்றுமில்லை என்றுதான் தோன்றியது. இந்த அம்மா அல்ல; எந்த அம்மாவுமே விரும்பக் கூடிய ஒரு வாழ்வை நான் வாழவில்லை. ஆனால் என் வாழ்வு என் விருப்பம். என்னிடம் பொய் இல்லை. திருட்டுத்தனமில்லை. நான் பணக்காரன் இல்லை. நான் ஏழையுமில்லை. எனது ஒரே அடையாளம் நான் சுதந்தரமானவன் என்பது. எனது சுதந்தரம், பாரதத்தில் இன்னொரு பிரஜை அனுபவித்தறியாதது. இது நானே விரும்பி உருவாக்கியது. இதற்கு வடிவம் கொடுத்ததுதான் என் வாழ்நாள் பணி. வாழ்நாள் சாதனை. கண்ணீரற்ற ஒரு மனிதனை உங்களால் கற்பனையில்கூடக் கண்டெடுக்க முடியாது. ஆனால் நான் அதுதான். நான் அப்படித்தான். என்னை கார்ப்பரேட் சன்னியாசி என்றும் அரசியல் புரோக்கர் என்றும் பெண் பித்தன் என்றும் சொல்வோர் உண்டு. ஆனால் இவை எதுவுமே நானல்ல. எதையும் என்னால் நினைத்த கணத்தில்

உதற முடியும் என்பதே இத்தனைக் காலமாக நான் மேற்கொண்டு வந்த பயிற்சிகள் எனக்களித்த துணிவு.

ஒரு சமயம் மகாராஷ்டிரத்தைச் சேர்ந்த அரசியல்வாதி ஒருவர் என்னிடம் ஓர் உதவி கேட்டு வந்தார். பெல்லாரி தொழிலதிபர் ஒருவருக்குச் சொந்தமான ஒரு சிறு குன்று தனக்கு வேண்டுமென்று கேட்டு. ஏற்கெனவே வேறு பலர் மூலம் முயற்சி செய்து தோற்ற பின்புதான் அவர் என்னிடம் வந்திருந்தார். அதை என்னிடம் சொல்லவும் செய்தார். 'எப்படியாவது எனக்கு அந்தக் குன்று வேண்டும், உதவுங்கள்' என்று கேட்டார். அங்கே அவர் என்ன செய்யப் போகிறார் என்று நான் கேட்டேன். ஒரு வீடு கட்டிக்கொண்டு வசிக்கப் போகிறேன் என்று சொன்னார். பெரும் பணக்காரர்களுக்கு இம்மாதிரி வினோதமான விருப்பங்கள் வருவது எளிய விஷயம். நிறையப் பார்த்திருக்கிறேன். அதனால் பெரிதாக வியப்பை வெளிப்படுத்தாமல், 'முயற்சி செய்கிறேன்' என்று சொல்லி அனுப்பிவைத்தேன்.

அந்த பெல்லாரி தொழிலதிபரை எனக்கு நேரடியாகத் தெரியாது. எனக்குத் தெரிந்த இன்னொரு கர்நாடக அரசியல் நண்பர் மூலம் அவரைத் தொடர்புகொண்டு விசாரித்தேன். பரம்பரைப் பணக்காரரான அந்த மனிதரின் மிக நெருங்கிய உறவுகள் சிலரின் சமாதி அந்தக் குன்றில் இருந்தது. அவர் அந்தக் குன்று முழுதும் பாத்தி கட்டி காப்பி பயிரிட்டிருந்தார். விளைச்சலைத் தனது தாயின் சமாதி முன் கொண்டு குவித்து ஒரு படையல் போட்டு அதன்பின் காப்பி போர்டுக்கு அனுப்பி வைப்பது தனது வழக்கம் என்று சொன்னார். நான் அவரிடம் ஒன்று மட்டும் கேட்டேன். 'உங்களுக்குக் காப்பி பயிர் முக்கியமா? அல்லது அந்த சமாதி முக்கியமா?'

'நான் தோட்டத்தை விற்கத் தயாராக இருக்கிறேன். அவர் சமாதிகளை அழிக்க மாட்டேன் என்று உத்தரவாதம் தரவேண்டும்' என்று அவர் சொன்னார். அரசியல்வாதிகளுடன் முட்டல் மோதல் இல்லாதிருக்க வேண்டும் என்ற எளிய வியாபாரப் பாடம்கூட அறியாமலா அவரால் அத்தனை பெரிய தொழிலதிபராக விளங்க முடியும்?

எனக்கு அவர் கேட்டது நியாயமாகப் பட்டது. என்னைத் தொடர்புகொண்ட மகாராஷ்டிர அரசியல்வாதியிடம் விஷயத்தைச் சொல்லி, சம்மதமா என்று கேட்டேன்.

‘சமாதியாவது ஒன்றாவது? அவன் அங்கே கஞ்சா பயிரிட்டுக் கொண்டிருக்கிறான். விடுகிறானா இல்லையா கேளுங்கள். இல்லாவிட்டால் தீர்த்துவிடுகிறேன்’ என்று சொன்னார்.

நான் அமைதியாகத் திரும்பிச் சென்றேன். அந்தக் குன்றுக்கு விரைவில் ஒரு சுற்றுப் பயணம் மேற்கொண்டு ஒரு நாளெல்லாம் அங்கே சுற்றி வந்தேன். தொழிலதிபர் சொன்னது உண்மைதான். அங்கே ஆறு சமாதிகள் இருந்தன. ஆறும் அருகருகே இல்லை. வேறு வேறு இடங்களில் இருந்தன. ஒழுங்காகப் பராமரிக்கப்பட்டு வந்த சமாதிகள். அவருடைய தாயார் தந்தையார், பாட்டனார், இன்னும் ஒன்றிரண்டு உறவுகளின் சமாதிகள். அவற்றை நான் பார்த்துக்கொண்டிருந்தபோது ஸ்ரீரங்கப்பட்டணத்தில் எனக்கு அறிமுகமான பழைய கன்னட நடிகரும் அரசியல்வாதியுமான நண்பர் என்னைத் தொலைபேசியில் அழைத்தார். மெக்சிகோ ஆயுதத் தயாரிப்பு முதலீட்டின் மூலம் அந்த வருடம் அவருக்கு வந்திருந்த லாபப் பணம் இரண்டு பொதுத் தேர்தல்களுக்குப் போதுமானது என்று மிகவும் சந்தோஷமாகச் சொன்னார். எனக்கு ஏதாவது செய்ய வேண்டும் என்றும்; என்ன வேண்டும் என்றும் கேட்டார்.

அதே மாதம் அதே தேதி, அதே திதியில் அடுத்த ஆண்டு அந்த மகாராஷ்டிர அரசியல்வாதிக்கு அவரது மகன் தர்ப்பணம் செய்ய வேண்டும் என்று சொல்லிவிட்டு ஊர் போய்ச் சேர்ந்தேன். இது எனக்குத் தேவையா, எந்த விதத்தில் அவரது மரணம் எனக்கு அவசியம், இதன் பாவ புண்ணியம் என்ன, லாப நட்டங்கள் என்னென்ன - எதைப் பற்றியும் நான் சிறிதும் கவலை கொள்ளவில்லை. மீண்டும் அந்த பெல்லாரி தொழிலதிபரைச் சந்திக்கும் அவசியம்கூட எனக்கு ஏற்படவில்லை. இன்றுவரை சந்திக்கவும் இல்லை. ஆனாலும் அன்று நான் அதனைச் செய்தேன். அது அவருக்காகவா வேறு எதற்காக என்றால் என்னால் பதில் சொல்ல இயலாது. சொல்ல விரும்ப மாட்டேன் என்று பொருள். ஆனால் நான் அதுதான். லாப நட்டங்களல்ல. எண்ணியது எண்ணிய விதமாக நடந்தேறுகிறதா என்பதே முக்கியம். என் ரேகையே இல்லாமல் உலகெங்கும் என் கரங்களை நான் பதித்துக்கொண்டிருந்தேன். சிலரது கண்ணீரைத் துடைப்பதற்கும் சிலருக்குக் கண்ணீர் வரவழைக்கவும். என் கண்களில் இல்லாதது அது.

நள்ளிரவு இரண்டு மணிக்கு வினய் பின்புறக் கதவை சாத்திவிட்டு எழுந்து வந்தான். தாழ்வாரத்தில் வினோத் உறங்குவதையும் நான் உட்கார்ந்திருப்பதையும் கண்டவன், என்னருகே வந்து அமர்ந்தான். நான் புன்னகை செய்தேன்.

'இன்னும் ஒரே நாள்' என்று சொன்னேன்.

'ஆம். நாளை இந்நேரம் அம்மாவைக் கிடத்திவிட்டு நாம் அருகே அமர்ந்துகொண்டிருப்போம்.'

'மாமா அழுதுகொண்டிருப்பார்.'

'ஆம். அதை நாம் சகித்துக்கொண்டுதான் தீரவேண்டும்.'

'எனக்கு அழுகை வராது வினய். நீயும் அழமாட்டாய் என்றுதான் நினைக்கிறேன். ஆனால் வினோத் விஷயத்தில் என்னால் அவ்வளவு உறுதியாகச் சொல்ல முடியவில்லை.'

'அழுகை ஒரு வியர்த்தம்.'

'ஆனால் சித்தம் அதை சில சமயங்களில் மறந்துவிடுகிறது. பசியெடுப்பதாக நினைக்கிறதல்லவா? அதைப் போல.'

அவன் சிரித்தான். 'ஒரு விஷயம் உன்னிடம் சொல்ல வேண்டும்.' என்று சொன்னான்.

'சொல்.'

'அந்த வைத்தியர் சாமி நம் நான்கு பேரில் யாரையோ கொலை செய்யத் தீர்மானித்திருக்கிறார் என்று நினைக்கிறேன்.'

'அப்படியா?'

'அப்படித்தான் தோன்றுகிறது.'

'அவர் சொரிமுத்துவுக்குத் தெரிந்தவர் என்றாயே? சொரிமுத்து ஒன்றும் சொல்லவில்லையே.'

'சொரிமுத்துவுக்குத் தெரியாமல் திட்டமிட்டிருக்கலாம். வேறு நோக்கம், வேறு காரணம் இருக்கலாம்.'

'அவருக்கும் இந்த வீட்டுக்கும் என்ன சம்மந்தம்? அல்லது அவருக்கும் நமக்கும் என்ன சம்மந்தம்?'

'நமக்கும் இந்த வீட்டுக்குமே சம்மந்தமில்லை. உனக்கும் எனக்குமே சம்மந்தமில்லை. இதையெல்லாம் யாருக்குச் சொல்வது? ஆனால்

கிழவன் ஏதோ காரணம் வைத்திருக்கிறான் என்று தோன்றுகிறது. நான் சிறிது வெளியே போய்விட்டு வருகிறேன்' என்று வினய் சொன்னான்.

'நீலாங்கரைக்கா?'

'இல்லை. இங்கேயேதான். கடற்கரைக்கு.'

'எதற்கு?'

'இப்போது நான் சித்ராவை சந்திக்க விரும்புகிறேன்' என்று சொல்லிவிட்டு அவன் கிளம்பிச் சென்றான்.

162. கண்ணீரின் குழந்தை

பொழுது விடிவதற்கு முன்பே கேசவன் மாமா எழுந்துவிட்டார். பழக்கம் போலிருக்கிறது. பரபரவென்று பாலைக் காய்ச்சி, காப்பி போட்டு வைத்துவிட்டு எங்களை வந்து எழுப்பினார். வினோத் எழுந்ததுமே, 'வினய் எங்கே?' என்றுதான் கேட்டான்.

'அவன் தன் கேர்ல் ஃப்ரெண்டைப் பார்க்கப் போயிருக்கிறான். வந்துவிடுவான்' என்று சொன்னேன். ஏழு மணிக்கு வினய் வந்தான். ஓடி வந்தவனைப் போல மூச்சு வாங்க நின்றான். சிரித்தான்.

'என்ன?' என்று கேட்டேன்.

'என்னைப் பேய்களுக்கெல்லாம் பிடிக்கிறது. இந்த ஊர் நாய்களுக்குத்தான் பிடிக்கவில்லை. பார்த்தாலே குரைத்தபடி துரத்த ஆரம்பித்துவிடுகின்றன' என்று சொன்னான்.

'ஓடியா வந்தாய்?' என்று வினோத் கேட்டான்.

'ஆமாம். கடற்கரைச் சாலையில் இருந்து கோயிலடி வரை மூன்று நாய்களைச் சமாளித்து வந்திருக்கிறேன்.'

'பெரிய பராக்கிரமம்தான்.'

'நாய் துரத்தினால் ஓடக்கூடாது' என்று வினோத் சொன்னான்.

'பிறகு?'

'திரும்பி நின்று முறைத்தால் அது நகர்ந்துவிடும்.'

வினய் சிரித்தான். 'துரத்த வேண்டும் என்று அது விரும்பும்போது அதை நாம் ஏன் தடுக்க வேண்டும்? காலை நேரத்தில் சிறிது ஓடினால் எனக்கும் நல்லதுதானே?'

மாமா எங்களுக்குக் காப்பி எடுத்து வந்து கொடுத்தார். 'இன்னிக்குத்தானா?' என்று மூவரையும் பொதுவாகப் பார்த்துக் கேட்டார்.

'அப்படித்தான் அண்ணா சொன்னான்.'

சிறிது நேரம் அமைதியாக இருந்துவிட்டு, 'சரி, பகவான் சித்தம்' என்று சொல்லிவிட்டு உள்ளே போனார்.

நான் வினய்யிடம், 'போன காரியம் என்னவாயிற்று?' என்று கேட்டேன்.

'எனக்கென்னவோ சித்ராதான் அந்த வைத்தியர் சாமியை எனக்கு மாற்றாகத் தயாரித்து வைத்திருப்பாளோ என்று சந்தேகமாக இருக்கிறது' என்று சொன்னான்.

'அப்படியென்றால்? நீ அவளைப் பார்த்தாயா? அதைச் சொல் முதலில்.'

'பார்த்தேன்.'

'என்ன சொன்னாள்?'

'என்ன முடிவு செய்திருக்கிறாய் என்று கேட்டாள்.'

'சரி.'

'இதில் நான் முடிவெடுக்க என்ன உள்ளது? கொலை எனது தருமமல்ல என்று சொன்னேன்.'

'அதற்கு என்ன சொன்னாள்?'

'உன்னுடைய எந்த தருமம் உனக்கு நீ கேட்டதைச் செய்து கொடுத்திருக்கிறது; இந்த முறை நான் சொல்வதைச் செய், நீ நினைத்தது நடக்கும் என்றாள். கொஞ்சம் மிரட்டல் தொனி இருந்தது இம்முறை.'

'அடடே? இது நன்றாக உள்ளதே. சரி நீ என்ன சொன்னாய் அதற்கு?'

வினய் பதில் சொல்வதற்குள் வினோத் அவனைத் தடுத்தான். 'நான் அவளைச் சந்திக்க வேண்டும். உன்னால் ஏற்பாடு செய்ய முடியுமா?' என்று கேட்டான். ஒரு கணம் யோசித்துவிட்டு, 'முடியாது என்று நினைக்கிறேன்' என்று வினய் சொன்னான்.

'ஏன்?'

'அவள் உன்னை நேரில் சந்திக்க நினைத்திருந்தால் என்னை அணுகியிருக்க அவசியமில்லை. உன்னைத் தூக்கிப் போய் தோப்புக்குள் வைத்துப் பேசியிருக்கலாம், அல்லது ரத்தத்தை உறிஞ்சி உன்னைக் கடலில் வீசியிருக்கலாம்.'

'பேய் அதெல்லாம் செய்யுமா?'

'அவள் வெறும் பேயா? பெரிய தபஸ்வினி' என்று சொல்லிவிட்டு வினய் சிரித்தான்.

'சிரிக்காதே. எனக்கு அவளைச் சந்திக்க வேண்டும்.'

'வேண்டாம் வினோத். உனது சன்னியாச ஆசிரமம் ஒரு ஒழுங்கான வடிவில் கட்டமைக்கப்பட்டது. நீ புனிதங்களை நம்புகிறவன். கிருஷ்ணனை நம்புகிறவன். கடமைகளைக் கொண்டாட்டமாக்கி, கொண்டாட்டங்களை மோட்சமாக்க நினைப்பவன். அவள் கண்ணீரின் குழந்தையாகப் பிறந்து, உனது கோர மரணத்தைத் தனது தியானப் பொருளாகக் கொண்டவள்.'

'இரு. அவளால் நேரடியாக இவனைத் தீர்த்துக்கட்ட முடியாதா?' என்று கேட்டேன்.

'தெரியவில்லை. சொன்னானே நாமஜெபம். அது ஒரு கவசமாக இவனைச் சுற்றி நின்று அவளை நெருங்க விடாமல் இருக்கலாம்.' என்று வினய் சொன்னான். வினோத் சட்டென்று அவன் கையைப் பிடித்து, 'தயவுசெய்து இன்னொரு முறை நீ அதை முயற்சி செய்ய வேண்டும் வினய்' என்று கேட்டுக்கொண்டான். வினய் புன்னகை செய்தான். ஆனால் பதில் சொல்லவில்லை.

ஒன்பது மணிக்கு மாமா எங்கள் மூவரையும் கூப்பிட்டு உட்கார வைத்து, தனக்கு மிகவும் பதற்றமாக இருப்பதாகச் சொன்னார். இதில் பதற என்ன உள்ளது? அம்மா நிறை வாழ்வு வாழ்ந்தவள். போகத்தானே வேண்டும்? இதை நான் நினைவூட்டியபோது 'புரியறது. ஆனாலும் பதட்டமாத்தான் இருக்கு' என்று சொன்னார். 'வாத்யாருக்கு சொல்லணுமேடா. இந்த ஊர்ல அந்த மாதிரி வாத்யார் யாருமில்லியே? நாவலூர்ல ஒருத்தர் இருக்கார்னு நினைக்கறேன். ஆனா அவர் என்ன வேதம்னு சரியா தெரியலே' என்றார்.

வினய் சிரித்தான். 'விடுங்கோ மாமா. நான் பாத்துக்கறேன்' என்று சொன்னான்.

'உனக்குத் தெரியுமா?'

'தெரியும்.'

'என்ன தெரியும்?'

'அனுப்பி வெக்கற மந்திரம்தானே? அதெல்லாம் சொல்லிடலாம்.'

'சீ. நீ பிள்ளை. நீ அதெல்லாம் பண்ண முடியாது.'

'ஏன்? கொள்ளி வெக்கப் போறவன் வேற. நான் சும்மாத்தானே இருக்கப் போறேன்? நீங்க ஆசைப்படற மந்திரத்தை நானே சொல்லி நடத்தி வெச்சிடறேன்.'

'அதெல்லாம் தப்பு' என்று மாமா சொன்னார்.

'தப்பான ஒன்றை இன்னொருவரை வைத்துச் செய்வது மட்டும் சரியா?' என்று நான் கேட்டேன்.

'டேய் நான் அந்த அர்த்தத்துல சொல்லலேடா. இவன் சொல்லப்படாதுன்னேன்.'

வினோத் வினய்க்குக் கண் காட்டினான். போதும் என்று ஜாடை செய்தான். அதன்பின் வினய் அந்தப் பேச்சை எடுக்கவில்லை.

மாமா டெலிபோன் டைரக்டரியை எடுத்து வந்து வைத்துக்கொண்டு மயானத்தின் எண்ணைத் தேடி எடுத்துக் குறித்துக்கொண்டார். 'என்ன அவசரம்?' என்று கேட்டேன். 'நாளைக்குக் கார்த்தால தேடிண்டிருக்க முடியாதே' என்று சொன்னார். எனக்கு சிரிப்பு வந்தது. 'விடுங்கோ. அண்ணாட்ட சொல்லி வேணும்னா ரெண்டு மூணு நாளைக்குத் தள்ளிப் போடச் சொல்லிடலாம்' என்றேன்.

'அப்படியெல்லாம் முடியுமான்ன?'

'யார் கண்டா? அவன் பெரிய யோகின்னு இவா ரெண்டு பேரும் சொல்றா. பண்ணாலும் பண்ணிடுவான்.'

'இவா ரெண்டு பேரும் சொல்றான்னா என்ன அர்த்தம்? நீ ஒத்துக்கலியோ?'

'எனக்கு அவனைப் பற்றி எதுவும் தெரியாது மாமா' என்று சொன்னேன்.

'எப்போ கடேசியா பாத்தே?'

'அவன் வீட்டை விட்டுக் கிளம்பிய தினத்துக்கு முதல் நாள் இரவு.'

'அவனும் ஒன்னை வந்து பார்க்கவேயில்லியா?'

'அவசியப்பட்டிருக்காது.'

'அதைவிடு. ஒனக்கு அவனைப் பார்க்கணும்னு தோணித்தா இல்லியா?'

'ஓ. ரொம்ப ஆசைப்பட்டேன். அவ்வளவு ஏன்? ரயிலில் வரும்போது வினய்யைப் பார்த்ததும் எப்படிப் பரவசமானேன் என்று அவனையே கேட்டுப் பாருங்கள். இங்கேவ் வந்து இறங்கிய இடத்தில் வினோத்தைக் கண்டதும்கூட அதே பரவசம்தான்.'

'ஆக, பாசம் இருக்கு உனக்கு!' மாமா என்னை வளைத்து விட்டதை நினைத்து சந்தோஷப்பட்டார்.

'அதில் என்ன சந்தேகம்? நான் எதையும் வெறுத்துத் துறவியாகவில்லையே?'

'அப்பறம்?'

அவருக்கு என்ன சொல்லிப் புரிய வைப்பதென்று எனக்குத் தெரியவில்லை. அன்புள்ள மாமா, என் அன்பின் அபரிமிதத்தைத் தாங்கும் சக்தி இந்த உலகில் உள்ள உயிர்களுக்கு இல்லை. அதனால் விலகிச் சென்று நிற்கிறேன். இது உங்களுக்குப் புரியுமா?

மாமா எழுந்து அம்மாவின் அறைக்குப் போனார். வினய் அதற்குக் காத்திருந்தாற்போல வினோத்திடம், 'நாளை அவளை எரித்த கையோடு நீ கிளம்பிவிடு' என்று சொன்னான்.

'அதற்குமேல் நமக்கென்ன வேலை இங்கே? கிளம்பத்தான் வேண்டும்.'

'இல்லை. தாமதம் வேண்டாம் என்று சொன்னேன்.'

எனக்கு அவனது அச்சம் வினோதமாக இருந்தது. உறவற்றவனுக்கு இவ்வளவு அக்கறை இருக்குமா என்று சந்தேகமாக இருந்தது. ஆனால் ரகசியமாக அவன் மனத்துக்குள் பாசத்தின் பிசுபிசுப்பு ஒட்டிக்கொண்டிருக்கும் என்று என்னால் எண்ண முடியவில்லை. 'அவன் உனக்காகச் சொல்லவில்லை என்பதைப் புரிந்துகொள்' என்று வினோத்திடம் சொன்னேன். 'சித்ரா இன்னும் பலகாலம் பேயாகவே சந்தோஷமாக வாழவேண்டும் என்று அவன் விரும்புகிறான்.'

இதைச் சொன்னதும் வினய் வாய் விட்டு உரக்கச் சிரித்தான். சட்டென்று வினோத் என் கரங்களைப் பிடித்துக்கொண்டான். 'நான் ஒரு முடிவெடுத்திருக்கிறேன்' என்று சொன்னான்.

'என்ன முடிவு?'

'அம்மா காரியம் முடிந்ததும் நான் பத்மா மாமியை என்னோடு அழைத்துச் செல்லப் போகிறேன்.'

'எங்கே?'

'வாரணாசிக்கு. அப்படித்தான் அவளிடம் வாக்களித்திருக்கிறேன்.'

'ஐயோ. ஏன்?'

'தெரியவில்லை. அது எம்பெருமான் சித்தம். என்னை அப்படிச் சொல்ல வைத்தான். கோயில் வாசலில் அவள் பிராணனை விட முடிவு செய்து வந்து உட்கார்ந்தாள். அதைக் காட்டிலும் கயாவுக்குச் சென்று இறப்பது உசிதம் என்று ஆசை காட்டி அவளை எழுப்பி வீட்டுக்கு அனுப்பிவிட்டு வந்தேன்.'

'வேண்டாத வேலை' என்று வினய் சொன்னான்.

'இல்லை வினய். எனக்கு அவளைப் பார்க்கப் பாவமாக இருக்கிறது. சித்ராவாவது இறந்த பின் பேயாக அலைகிறாள். இவள் இருக்கும்போதே பேய் அலைச்சல் அலைகிறாள். இரு அலைச்சல்களுக்கும் நான் காரணமாக இருந்தவன். இந்த உறுத்தல் என்னை விட்டு விலகினால்தான் என் கிருஷ்ணனை நான் காண்பேன்.'

'அதனால்?'

'பத்மா மாமி இறக்கும்வரை அவளுடன்கூட நான் இருக்கப் போகிறேன். முடிந்ததை சமைத்துப் போட்டுக்கொண்டு, அவள் புடைவை துணிமணி துவைத்துப் போட்டுக்கொண்டு, தினமும் கீதை படித்துக் காட்டிக்கொண்டு...'

'உனக்கென்ன பைத்தியமா?' வினய்க்குக் கோபம் வந்தது.

'இருக்கலாம் வினய்.'

'இதை நீ வீட்டோடு இருந்து அம்மாவுக்குச் செய்திருக்கலாம்.'

'இப்போது மட்டும் என்ன? ஆள்தான் வேறு. அவளும் அம்மாதானே?'

நான் வினய்யை அமைதிப் படுத்திவிட்டு வினோத்திடம், 'உள்ளே போய் அம்மாவிடம் இதனைச் சொல். ரொம்ப சந்தோஷப்படுவாள்' என்று சொன்னேன். அவன் எழுந்து அம்மாவின் அறைக்குள் சென்றான். அங்கே அம்மாவுக்குப் புடைவை மாற்றி விட்டுக்கொண்டிருந்த மாமாவை வெளியே அனுப்பிவிட்டுக் கதவை மூடிக்கொண்டான். சிறிது நேரம் கழித்து வெளியே வந்தான்.

'என்ன, சொல்லிவிட்டாயா?'

'ஆம். சொன்னேன்.'

'பதில் சொன்னாளா?'

'இல்லை.'

'சரி பரவாயில்லை. எப்படியும் காதில் விழுந்திருக்கும். அது போதும்' என்று சொன்னேன்.

'விமல், நீ இதை ஆதரிக்கிறாயா?' என்று வினய் என்னைக் கேட்டான்.

'சந்தேகமில்லாமல்! இதிலென்ன தவறு?'

'இது ஒரு முட்டாள்த்தனம். அவன் ஒரு சன்யாசி. அவனுக்கு இது தேவையற்ற வேலை.'

'ஆனால் கடமை என்று நினைக்கிறானே. நீதானே சொன்னாய்? அவன் கடமைகளைக் கொண்டாட்டமாக்கிக் கொள்கிறவன் என்று? இதையும் அப்படி நினைத்துக்கொண்டால் போயிற்று.'

அவன் ஏதோ சொல்ல வாயெடுத்தபோது கேசவன் மாமா வேகமாக அருகே வந்தார். 'டேய், உங்கண்ணன இன்னும் காணமேடா?' என்றார்.

'வருவான் மாமா. என்ன அவசரம்?'

'வந்துடுவானோல்யோ?'

'வருவான்' என்று வினோத்தும் சொன்னான்.

'அப்ப சரி.' என்று நகர்ந்து போனார். இன்றைய பொழுது முழுவதையும் அவர் இத்தகைய வினாக்களுடனேயே கழிப்பார் என்று தோன்றியது. அண்ணா வருவானா? வாத்தியார் கிடைப்பாரா? மயானத்தின் தொலைபேசி எண் சரியானதாக இருக்குமா? நான் சிரித்தேன். மாமா மீண்டும் ஒருமுறை அருகே வந்து, 'ஏண்டா, எரிச்சுட்டுப் போயிடுவேளா, இல்லேன்னா சுபம் வரைக்கும் இருப்பேளா?' என்று கேட்டார். விட்டால் வருஷாப்திகம் வரை இருந்துவிட்டுப் போகச் சொல்லுவார் என்று தோன்றியது.

அவருக்கு என்ன பதில் சொல்லலாம் என்று நான் யோசித்தேன். வினோத் ஏதோ சொல்ல வாயெடுத்தபோது வினய் அவனைத் தடுத்தான்.

'மயானத்துலேருந்து நேரா போயிடுவேன் மாமா' என்று சொன்னான்.

அவர் அதிர்ந்துவிட்டார். 'ஏண்டா நீ?'

'நானும்தான் மாமா.'

'விமல் நீயாவது இருக்கமாட்டியாடா?'

'மன்னித்து விடுங்கள்' என்று சொன்னேன். அவருக்குப் பேச்சு வரவில்லை. எங்களை அப்படியே பார்த்தபடி வெகுநேரம் நின்றிருந்தார். அவர் கண்களில் இருந்து கரகரவென நீர் வழிந்துகொண்டிருந்தது.

'அம்மாடா!' என்று சொன்னார்.

அதிலென்ன சந்தேகம்?

163. புன்னகை

இருட்ட ஆரம்பித்துவிட்டது. வினய் வாசலுக்குப் போய் உட்கார்ந்துகொண்டான். நானும் வினோத்தும் ஆளுக்கொரு பக்கம் பிடித்து அம்மாவின் கட்டிலை அம்மாவோடு சேர்த்துத் தூக்கிக் கொண்டு வந்து கூடத்தில் வைத்தோம்.

'ஐயோ ஏண்டா இப்பவே?' என்று கேசவன் மாமா அலறினார்.

'பரவாயில்லை மாமா. சிறிது நேரம் அவளோடு இருக்கலாம்' என்று வினோத் சொன்னான். நாங்கள் மூவரும் அம்மாவின் அருகே அமர்ந்துகொண்டோம். அவள் கண்ணைத் திறக்கவேயில்லை. ஆனால் நினைவோடுதான் இருப்பாள் என்று எனக்குத் தோன்றியது.

'அக்கா, எதாவது பேசேன்க்கா?' என்று மாமா கேட்டார். எனக்கு அவரைப் பார்க்கத்தான் பரிதாபமாக இருந்தது. உண்மையிலேயே அம்மா போய்விட்ட பின்பு அவர் என்ன செய்வார்? அம்மாவை ஒரு சாக்காக வைத்துத்தான் அவர் இத்தனைக் காலம் உலவிக்கொண்டிருக்கிறார் என்று நினைத்தேன். தன் வாழ்வின் சாரமாக வேறெதனைச் சொல்ல முடியும் அவரால்?

நான் மாமாவிடமே இதைக் கேட்டேன். சிறிது யோசித்துவிட்டு, 'ஒரு விதத்துல உண்மைதான். அவளுக்காகத்தான் இருக்கேன். அவ போயிட்டா நானும் சீக்கிரம் போயிடுவேன்' என்று சொன்னார்.

'எங்கள பத்தி நீங்க அம்மாட்ட பேசியிருக்கேளா எப்பவாவது?' என்று வினோத் கேட்டான்.

'பேசாத நாள் ஏதுடா? இன்னிய வரைக்கும் ஆறலியே. எந்தக் கழிச்சல்ல போறவன் உங்க தலைவிதிய எழுதினானோ அவன் நாசமா போவான்னு கோயில் வாசல்ல நின்னு மண்ண வாரி தூத்தியிருக்கேன்.'

'நான் அதைக் கேக்கலே. நீங்க அப்படித்தான் சொல்வேள். அது தெரியும். அம்மா என்ன சொல்லுவா?'

'என் புலம்பல கேட்டுப்பா. விடுடா, எங்க இருந்தாலும் நன்னா இருக்கட்டும்னு சொல்லிடுவா. அவ வேற என்ன சொல்ல முடியும்? ஆனா எனக்கென்ன வருத்தம் தெரியுமா? ஓடிப் போனேளே நாலு பேரும். நாலுல ஒருத்தனாவது குண்டா மேளத்துக்கு உறை போட்ட மாதிரி ஒரு வடக்கத்திக்காரியையோ கிறிஸ்துவச்சியையோ, துலுக்கச்சியையோ இவதான் என் பொண்டாட்டின்னு சொல்லி இழுத்துண்டு வந்து நிப்பேள்னு பைத்தியம் மாதிரி ரொம்ப காலம் நினைச்சு, எதிர்பார்த்துண்டிருந்தேன். பாழாப் போன சன்யாசத்துக்கு பலியாயிட்டேளேடா.'

நான் புன்னகை செய்தேன். அவர் கையைப் பிடித்துக்கொண்டு, 'மாமி செத்துப் போய் எவ்ளோ வருஷமாறது மாமா?' என்று கேட்டேன்.

'எதுக்கு கேக்கறே? அது ஆயிடுத்தே ரொம்ப வருஷம்?'

'என்னோட அஞ்சு வயசுல மாமி போனான்னு நினைக்கறேன்.'

'இருக்கும். ஆமா. அப்போதான்.'

'இத்தன வருஷமா நீங்க எப்படி இருக்கேள்? ஒண்டிக்கட்டையாத் தானே?'

'ஆனா பாசத்த அறுத்துட்டு இல்லியேடா! பொண்டாட்டி குடும்பம் குட்டிங்னுதான் எனக்கு இல்லே. அக்கா இருந்தாளே. அத்திம்பேர் இருந்தாரே. நீங்கள்ளாம் இருந்தேளே.'

'சன்யாசிக்கும் குடும்பஸ்தனுக்கும் அதான் மாமா வித்தியாசம். குடும்பம் இல்லேன்னாலும் உங்களுக்குப் பாசம் இருக்கும். எங்களுக்கு உலகமே குடும்பமா இருக்கும். ஆனா பாசம் இருக்காது. அவ்ளோதான்.'

அவருக்கு ஏதோ புரிந்தாற்போலத் தெரிந்தது. 'தானா அதெல்லாம் இல்லாம போயிடும் போலருக்கு.'

'சில பேருக்கு.'

'எப்படிடா அது நடக்கறது? பொறக்கறப்பவே கூட வர்றது இல்லியா அதெல்லாம்?'

'இல்லே மாமா. வலிய எடுத்து ஒட்டிக்கறது. அழகா இருக்கும்னு நினைச்சிண்டு கண்ணராவியா லிப்ஸ்டிக் போட்டுக்கறாளே சிலபேர், அந்த மாதிரி.'

'ஆனா பாசத்த அக்கா ஒரு யோகமா பண்ணாளேடா! ஒரு தபஸ்வினியாட்டம் இருந்தாளேடா. நீங்க பாட்டுக்கு விட்டுட்டுப் போயிட்டேள். உங்க ஒவ்வொருத்தர் பொறந்த நாளுக்கும் ஒரு வருஷம் தவறாம கோயில்ல தளிகை விட்டா. உங்க பேர் நட்சத்திரம் சொல்லி அர்ச்சனை பண்ணா. கோயில் வாசல்ல இருக்கற பிச்சைக்காரா அத்தன பேருக்கும் வருஷத்துல நாலு நாள் வாழையிலை போட்டு வடை திருக்கண்ணமுதோட சாதம் போட்டா. ஒண்ணும் பண்ணாத பிள்ளைகள் மேல எங்கேருந்துடா அந்தப் பாசம் வரும்? லிப்ஸ்டிக்கா அது? ரத்தம்டா! நெஞ்சுலேருந்து விழற துளி.'

மாமா மிகவும் உணர்ச்சிவசப்பட்டிருந்தார். நான் படுத்திருக்கும் அம்மாவைப் பார்த்தேன். இதற்காவது அவள் கண்ணைத் திறக்கமாட்டாளா என்று எதிர்பார்த்தேன். நடக்கவில்லை. வினோத்துக்கும் அந்த ஏமாற்றம் இருந்ததாகவே தெரிந்தது. ஒரு கணம் யோசித்துவிட்டு நான் மாமாவிடம் கேட்டேன், 'நான் என்ன நட்சத்திரம்?'

அவர் யோசித்துவிட்டு, 'அப்ப அதெல்லாம் யோசிக்கத் துப்பில்லே. இப்ப தோணறது. சொல்லிவெச்ச மாதிரி நீங்க நாலு பேரும் ஒரே நட்சத்திரம். விசாகம்.' என்று சொன்னார்.

'நீங்களும் அதானே?' என்று வினோத் கேட்டான். சிறிது யோசித்தவர், 'தெரியலே. என்னிக்குமே பொறந்த நாள் கொண்டாடினதில்லே.' என்று மாமா சொன்னார்.

'அம்மா கொண்டாடியிருப்பாளே.'

'ம்ஹூம். மறந்தே போயிட்டேன், போனமாசம் உன் பொறந்தாள் வந்துட்டுப் போயிடுத்துடான்னுவா. சரி போ என்ன இப்போன்னு சும்மா இருந்துடுவேன்.'

'ஆச்சரியமா இருக்கே? மாமி இருந்தப்போ கூடவா கொண்டாடினதில்லே?'

'இல்லே' என்று சொன்னார். 'அவ இருந்த வரைக்கும் அவளுக்காக இருந்தேன். அப்பறம் உங்க எல்லாருக்காகவும் இருந்தேன். நீங்கள்ளாம் போனப்பறம் அக்காவுக்காகவும் அத்திம்பேருக்காகவும் கொஞ்ச காலம். அவரும் போனப்பறம் அக்காதான் எல்லாமே.'

கேட்க வேண்டாம் என்று நினைத்தேன். ஆனால் கேட்டுவிடுவதே நல்லது என்று தோன்றியது. மனத்தைக் கல்லாக்கிக்கொண்டு, 'நாளையில் இருந்து?' என்று கேட்டேன்.

மாமா யோசிக்கவேயில்லை. சட்டென்று புன்னகை செய்தார். 'என்னமோ மனசுல ஒரு எண்ணம் தோணித்து. நீங்க மூணு பேரும் ரொம்ப எதிர்பார்த்துண்டு வந்திருக்கேள். உங்கண்ணன் இன்னும் வரலேன்னாலும் அவனும் அம்மா போயிடுவான்னு நினைச்சுண்டுதான் வரப் போறான். ஒனக்கும் பெப்பே, உங்க அத்தன பேருக்கும் பெப்பேன்னு சொல்லிண்டு அக்கா எழுந்து உக்காந்துட்டான்னா?'

நான் அப்படியே அவரைக் கட்டித் தழுவிக்கொண்டேன். இதற்குமேல் இம்மனிதரைத் துன்புறுத்துவது தகாது என்று தோன்றியது. சன்யாசம் ஒரு தருமம் என்றால் பாசம் ஒரு தருமம். உயர்வென்ன தாழ்வென்ன.

வினய் உள்ளே வந்தான். 'என்னடா அவன் இன்னும் வரலியா?' என்று கேசவன் மாமா கேட்டார். அவன் இல்லை என்று தலையசைத்தான்.

'கவலைப்படாதிங்கோ. எப்படியும் வந்துடுவான்' என்று வினோத் சொன்னான்.

'கவலையென்ன? அதான் மூணு பேர் இருக்கேளே. எல்லாம் போதும் போ' என்று சொல்லிவிட்டு எழுந்து உள்ளே போனார். நான் உடனே அவரை, 'மாமா...' என்று கூப்பிட்டேன்.

'என்ன?'

'இது நான்கில் ஒரு பங்கு சன்யாசம்' என்று சொன்னேன்.

ஒன்பது மணிக்கு மாமா எங்களை சாப்பிடக் கூப்பிட்டார். நாங்கள் மறுக்கவில்லை. அவர் ஒரு பெரிய வெண்கலப் பானையில் அரிசி உப்புமா கிளறியிருந்தார். வீட்டுக்குப் பின்னால் உள்ள பாதாம் மரத்தின் இலைகளைப் பறித்து வந்து வைத்து எங்கள் மூன்று பேருக்கும் உப்புமாவைப் பரிமாறினார். 'தொட்டுக்க எலுமிச்சங்கா ஊறுகா இருக்கு. பரவால்லியா?' என்று கேட்டார். நான் வேண்டாம் என்று சொன்னேன். வினய்யும் வினோத்தும் மறுக்காமல் போட்டுக்கொண்டு சாப்பிட்டார்கள். உப்புமா நன்றாக இருக்கிறது என்று சொல்லி வினய் இன்னொரு தரம் கேட்டு

வாங்கிச்சாப்பிட்டான். கைகழுவி, தண்ணீர் குடித்துவிட்டு மீண்டும் அம்மாவின் அருகே வந்து உட்கார்ந்தோம்.

'சரி, ஒரு பதினைந்து நிமிடங்கள் யாரும் எதுவும் பேசவேண்டாம்' என்று வினோத் சொன்னான். அம்மாவின் எதிரே சென்று அமர்ந்து கண்ணை மூடி தியானத்தில் ஆழ்ந்து போனான். வினய் அம்மாவின் இடது கையைப் பிரித்து வைத்துக்கொண்டு ரேகைகளை உற்றுப் பார்த்துக்கொண்டிருந்தான்.

'ஜோசியம் தெரியுமா?' என்று நான் அவனிடம் கேட்டேன்.

'ஏதோ கொஞ்சம் தெரியும்' என்று சொன்னான்.

'ஆனால் உலகிலேயே போகப் போகிறவளுக்கு ரேகை பார்க்கிற முதல் மனிதன் நீதான்!'

அவன் சிரித்தான். மீண்டும் அவள் கையை உற்றுப் பார்க்கத் தொடங்கினான். நான் என்னவாவது செய்யலாம் என்று நினைத்து அவளது வலக்கரத்தை இழுத்து வைத்துக்கொண்டு நாடி பார்த்தேன். கணிப்பு சரிதான். எப்படியும் ஓரிரு மணி நேரங்களுக்குள் அவளது வாழ்வு முடிந்துவிடும் என்று மனத்தில் பட்டது. மாமாவிடம் சொல்லி சிறிது தண்ணீர் எடுத்து வரச் சொன்னேன்.

'பாலா?' என்று அவர் கேட்டார். நான் சிரித்தேன். 'தண்ணீர் போதும்' என்று சொன்னேன். அவர் எழுந்து சென்று ஒரு சொம்பு நீர் எடுத்து வந்து கொடுத்தார்.

'நீங்களே ஒருவாய் முதலில் கொடுங்கள்' என்று சொன்னேன். வினய் அம்மாவின் வாயைப் பிடித்துத் திறக்க, மாமா அதில் சில சொட்டுகள் நீரை விட்டார். பிறகு வினய் அதைச் செய்தான். நானும் செய்து முடித்துவிட்டு வினோத்துக்காகக் காத்திருந்தேன். அவன் தியானத்தில் இருந்து இன்னும் எழுந்திருக்கவில்லை. சரி, கண்ணைத் திறக்கட்டும்; அதன்பின் சொல்லலாம் என்று சொம்பைக் கீழே வைத்துவிட்டு அமர்ந்தேன். அம்மா நாங்கள் விட்ட நீரை அருந்தியிருந்தாள். ஒரு சொட்டுக்கூட கீழே சிந்தாமல் நீர் உள்ளே போயிருந்தது.

நான் மாமாவிடம் சொன்னேன், 'உங்கள் அக்கா உலக மகா அழுத்தக்காரி. இந்தக் கணம் வரை நினைவோடு இருக்கிறாள். ஆனால் கண்ணைத் திறந்து பார்க்க அவளுக்கு விருப்பமில்லை.'

'அவன் வரணும்டா. வந்தா திறந்துடுவா' என்று மாமா சொன்னார்.

கவலையுடன் ஒருதரம் வாசலுக்குப் போய் சிறிது நேரம் நின்றுகொண்டிருந்தார். அப்போது வினோத் கண்ணைத் திறந்து என்னைப் பார்த்தான்.

'முடிந்ததா? வா. வந்து ஒரு வாய் தண்ணீர் கொடு அவளுக்கு.'

அவன் அம்மாவுக்கு ஒருவாய் தண்ணீர் கொடுத்தான். அதையும் அவள் அருந்தினாள். ஆனால் அசையவில்லை. கண்ணைத் திறக்கவில்லை.

'நடந்துவிடும் அல்லவா?' என்று கேட்டேன்.

'ஆம். இன்னும் ஒரு மணி நேரத்தில்.'

'அவன் வந்துவிடுவானா அதற்குள்?'

'வரமாட்டான்' என்று வினோத் சொன்னான்.

'என்ன சொல்கிறாய்?'

'விமல், அன்றொருநாள் அண்ணா என் மனத்துக்குள் ஒரு செய்தியைப் புதைத்து வைத்தான். என்றைக்குத் தேவையோ அன்றைக்கு அது சொற்களாக மாறி என் சிந்தையை எட்டும் என்று சொன்னான்.'

'ஆம். இதை முன்பே சொன்னாய்.'

'இப்போது அது நடந்தது.'

நாங்கள் இருவருமே வியப்படைந்தோம். 'சொல், என்ன அது?'

'அம்மா மரணமடையும் கணத்தில் அவன் இங்கு இருக்கப் போவதில்லை. ஆனால் அவளது இறுதிச் சடங்கை அவன்தான் நடத்தி வைப்பான்.'

கூடத்தில் ஒரு ஈ பறந்துகொண்டிருந்தது. அது எங்களைச் சுற்றிச் சுற்றி வந்தது. ஒரு கட்டத்தில் எங்களைச் சுற்றுவதை நிறுத்திவிட்டு அம்மாவின் நெற்றியின்மீது சென்று அமர்ந்தது. வினய் அதைக் கையசைத்து விரட்டினான். ஹக் என்று அம்மாவின் தொண்டைக்குள் இருந்து ஒரு சிறு ஒலி வெளிப்பட்டது. 'போய் மாமாவைக் கூப்பிடு' என்று நான் சொன்னேன். வினோத் வாசலுக்குச் சென்று மாமாவை அழைத்து வந்தான்.

'என்னடா?' என்று அவர் கேட்டார்.

நாங்கள் ஒன்றும் சொல்லவில்லை. அம்மாவையே உற்றுப் பார்த்துக்கொண்டிருந்தோம். அந்த ஒரு ஒலிக்குப் பின் வேறெந்த சத்தமும் வெளிப்படவில்லை. கிட்டத்தட்ட ஒன்றே கால் மணி நேரம் அவள் அப்படியேதான் இருந்தாள். சுவாசம் இருந்தது. அதைத் தவிர வேறொன்றும் இல்லை. நான் மீண்டும் நாடி பிடித்துப் பார்த்தபோது அது முற்றிலும் நின்றுபோகும் தருவாயை நெருங்கிவிட்டிருந்ததை உணர்ந்தேன். எங்கோ பார்த்துக்கொண்டு, ஏதோ யோசித்தபடி இருந்த வினய் சட்டென்று என் தோளைத் தொட்டான்.

'இன்னும் பத்து வினாடிகள்' என்று சொன்னான்.

'பெருமாளே...' என்று பரிதவித்துப் போய் மாமா அம்மாவின் பாதங்களைப் பிடித்துக்கொண்டு அமர்ந்தார். நாங்கள் அவள் கண்களையே உற்றுப் பார்த்துக்கொண்டிருந்தோம். மிகச் சரியாக எட்டாவது வினாடி அவள் கண்ணைத் திறந்தாள். ஒரு புன்னகை செய்தாள். பிறகு மூடிக்கொண்டாள்.

இப்போது வினய் அவள் நாசியில் கை வைத்துப் பார்த்தான். போய்விட்டாள் என்று சொன்னான்.

'இனி நீங்கள் வாத்யாருக்கு போன் செய்யலாம் மாமா' என்று நான் சொன்னேன்.

164. யாத்திரை

வினய்யும் வினோத்தும் அம்மாவின் தலைமாட்டிலும் கால் மாட்டிலுமாக எதிரெதிரே அமர்ந்திருந்தார்கள். அவள் இறந்துவிட்டாள் என்று தெரிந்த கணத்திலேயே இருவரும் கண்மூடி தியானத்தில் ஆழ்ந்திருந்தார்கள். எனக்கு அவர்களைத் தொந்தரவு செய்ய விருப்பமில்லை. நான் மாமாவைப் பார்த்தேன். அவர் அழுவார், கதறுவார், அவரைச் சமாதானப்படுத்த வேண்டியிருக்கும் என்று நினைத்திருந்தேன். எதிர்பாராத விதமாக அவர் மிகவும் அமைதியாகிப் போனார். ஆனால் அவர் கண்களில் துயரத்தின் நிழல் இருந்தது. அது தனது வயது பற்றிய அச்சமாக இருக்கக்கூடும். யாருமற்றுப் போன வெறுமை உண்டாக்கிய பீதியாக இருக்கலாம். எனக்கென்னவோ வினோத் பத்மா மாமியை கயாவுக்கு அழைத்துச் செல்லும்போது கேசவன் மாமாவையும் சேர்த்து அழைத்துச் சென்றுவிடலாம் என்று தோன்றியது. ஆனால் வினோத்தின் முடிவை வினய் ஏன் துறவுக்கு எதிரான மனநிலையாகப் பார்க்கிறான் என்பதை என்னால் விளங்கிக்கொள்ள முடியவில்லை.

நான் அம்மாவைப் பார்த்தேன். வீட்டுக்கு வந்தபோது பார்க்கையில் எப்படி இருந்தாளோ அதே போலத்தான் இருந்தாள். மூச்சு மட்டும்தான் இல்லை. வலிகள் இல்லாமல், வேதனையில்லாமல் நிதானமாகச் சாப்பிட்டு எழுந்து கைகழுவிவிட்டு வந்து அமர்ந்து வெற்றிலை போட்டு மெல்வது போல வாழ்வை மென்று சுவைத்துத் துப்பிக் கொப்பளித்துவிட்டுப் போயிருக்கிறாள் என்று தோன்றியது. ஆனால் ஒரு வெறி இருந்திருக்கிறது. மூச்சுக் காற்றைப் போல அதுதான் அவளைச் செயல்பட வைத்திருக்கிறது. வினோத்திடம் அவள் சொன்ன தகவல்களை எத்தனை முயன்றும் ஒரு நேர்க்கோட்டில் என்னால் கொண்டு வர இயலவில்லை. தனக்கென அவள் வைத்திருந்த நியாயங்களை இறுதிவரை ரகசியமாகவே வைத்திருந்துவிட்டுத் தான் போகும்போது தன்னோடே எடுத்துச் சென்று விட்டாளோ என்று நினைத்தேன். அதேசமயம், கேசவன் மாமாவைக்குறித்து பத்மா மாமியிடம் அவள் சொல்லியிருக்கிறாள் என்ற தகவல் சிறிது அதிர்ச்சியளித்தாலும்,

ஆங்காங்கே எங்களுக்கோ அல்லது வேறு யாருக்கோ அவள் சங்கேதமாகத் தனது ரகசியங்களின் பகுதிகளைப் பிரித்துப் பிரித்துக் கலைத்துப் போட்டுத் தேட விட்டுவைத்திருக்கிறாளோ என்றும் நினைக்கத் தோன்றியது.

தலை வலித்தது. சரி போ என்று விட்டு விலகி வெளியே வந்து நின்று யோசித்துப் பார்த்தால் இத்தனைப் பூடகங்கள் இருந்திருக்க வாய்ப்பில்லாமல் மிகவும் எளிதாகவே அவள் வாழ்வைக் கடந்திருப்பாள் என்றும் பட்டது. என்னவானாலும் நான் இதில் என்னைப் பொருத்திக்கொள்வதில்லை என்று முடிவு செய்துகொண்டேன். இது ஒரு கடமை. இதை நான் செய்தே தீரவேண்டும். அவள் இருந்த உடலை இல்லாமல் ஆக்கும்வரை இங்கு இருக்கத்தான் வேண்டும். அதன்பின் ஒன்றுமில்லை.

'நீ ஒண்ணும் பண்ணமாட்டியா?' என்று மாமா கேட்டார். யோசனையில் இருந்ததால் அவரது குரல் சட்டென்று கவனத்தைத் தீண்டிக் கலைத்தது. கணப் பொழுது திடுக்கிட்டுப் போய், 'ம்?' என்றேன்.

'இல்லே. அவா ரெண்டு பேரும் எதோ பண்றாளே, நீ ஒண்ணும் பண்ணலியான்னு கேட்டேன்.'

நான் வினய்யைப் பார்த்தேன். பத்மாசனமிட்டுக் கண்மூடி அம்மாவின் தலையருகே அமர்ந்திருந்தான். மூடிய கண்களுக்குள் அவன் உக்கிரமாக எதையோ தரிசித்துக்கொண்டிருப்பது போலப் புருவங்கள் குவிந்து ஒரு மரவட்டையைப் போலச் சுருண்டிருந்தது. வினோத்தும் கண்ணை மூடித்தான் அமர்ந்திருந்தான். ஆனால் அவன் மிகவும் சாதாரணமாக இருப்பவனைப் போலவே காணப்பட்டான்.

'எப்படியோ அவள நல்லபடியா எம்பெருமான் திருவடில கொண்டு சேர்த்துடுங்கோடா' என்று மாமா சொன்னார்.

'அதான் அவளே கௌம்பிப் போயிட்டாளே.'

'நான் கர்மாக்களைச் சொன்னேன்.'

நான் இதற்கு பதில் சொல்லவில்லை. பேச்சை மாற்றும் விதமாகக் காலை விடிந்ததும் யார் யாருக்குத் தகவல் சொல்ல வேண்டும் என்று கேட்டேன்.

'வாசல்ல போய் நின்னுண்டு கொரல ஒசத்தி ஒருவாட்டி சொல்லிட்டு வந்துட்டா போதும். நமக்கு வேற யார் மனுஷா?'

'சரி. அதைப் பண்ணிடுங்கோ.'

‘வாத்யார்தான் கவலையா இருக்கு.’

‘என்ன கவலை?’

‘இந்த ஏரியாவுலே சாம வேத வாத்யார் யாரும் இருக்கறதா தெரியல்லே. பட்டாச்சாரியார்ட்ட சொல்லி வெச்சிருக்கேன். யோசிச்சிப் பாக்கறேன்னு சொன்னார்.’

‘கவலைப்படாதிங்கோ. வினய் பார்த்துப்பான்.’

‘அவன் வேதம் படிச்சிருக்கானாடா?’

‘எனக்குத் தெரியாது மாமா. ஆனா நான் பண்றேன்னு அவந்தானே சொன்னான்?’

‘அது தப்பு. பிள்ளை அதெல்லாம் பண்ணப்படாது’ என்று மாமா சொன்னார்.

‘சன்யாசிக்கு இந்த எந்த விதியும் பொருந்தாது’ என்று நான் சொன்னேன்.

‘அம்மா பொருந்தறாளோல்யோ? அப்பறம் என்ன?’

ஒரு மணி நேரத்தில் வினோத் கண்ணைத் திறந்தான். இறந்து கிடந்தவளை விழுந்து ஒருமுறை சேவித்தான். பிறகு என்னருகே வந்து அமர்ந்துகொண்டான்.

‘டேய், விஜய் இன்னும் காணமேடா?’ என்று மாமா மீண்டும் அந்தக் கவலைப் பட ஆரம்பித்தார்.

‘வருவான் மாமா’ என்று இம்முறை நான் சொன்னேன்.

‘அவன் என்ன செய்கிறான்?’ என்று வினோத் என்னைக் கேட்டான்.

‘நீ என்ன செய்தாய்?’

‘நான் கீதை முழுவதையும் ஒருமுறை சொன்னேன். சரம ஸ்லோகம் சொல்லி நிறைவு செய்தேன்.’

‘அந்த மாதிரி அவன் ஏதாவது வைத்திருப்பான்.’

‘அதைத்தாண்டா கேட்டேன், நீ ஒண்ணும் பண்ணலியா?’ மாமா மீண்டும் கேட்டார். நான் புன்னகை செய்தேன்.

‘என்ன வேண்டுமானாலும் செய்யலாம் மாமா. ஆனால் எதற்குச் செய்ய வேண்டும் என்ற தெளிவு வேண்டும்.’

'இதென்னடா அபத்தக் கேள்வி? உங்கம்மாவுக்குத்தான்.'

'அம்மாதான் போய்விட்டாளே.'

'நீ விழுந்து சேவிக்கக்கூட இல்லே.'

'அம்மாதான் போய்விட்டாளே. எதைச் சேவிப்பது?'

'பெருமாள் புறப்பாடு ஆச்சுன்னா கர்ப்பகிரகத்துக்கு மதிப்பில்லேன்னு சொல்லிடுவியோ?'

நான் சிரித்தேன். அவர் கைகளைப் பிடித்துக்கொண்டு, 'நீங்கள் ஒரு யாத்திரை போய் வாருங்கள் மாமா. சிறிது மனமாற்றம் ஏற்படும். நான் வேண்டுமானால் ஏற்பாடு செய்து தருகிறேன்' என்று சொன்னேன். சில வினாடிகள் என்னையே உற்றுப் பார்த்துக்கொண்டிருந்தவர், அதுவரை அடக்கி வைத்திருந்த கண்ணீரை அப்போது வெளியே விட்டார். நான் அவரை ஆரத் தழுவிக்கொண்டேன். தட்டிக் கொடுத்தேன்.

காலை ஆறு மணிக்கு மாமா வீட்டை விட்டு வெளியே போனார். பத்து நிமிடங்களில் திரும்பி வந்தார். அதன்பின் வரிசையாகப் பலபேர் வர ஆரம்பித்தார்கள். நாங்கள் மூன்று பேரும் அம்மா இருந்த அறையின் ஓரமாக நின்றுகொண்டோம். கூடத்தின் நடுவே துணி விரித்து அம்மாவைக் கிடத்திவிட்டு, மாமாதான் அருகே அமர்ந்திருந்தார். தலைமாட்டில் எரிந்துகொண்டிருந்த விளக்கின் திரியை அடிக்கடித் தூண்டிவிட்டுக்கொண்டே இருந்தார். அது அவரது பதற்றத்தின் வெளிப்பாடு என்று நினைத்தேன். அக்கம்பக்கத்து வீட்டுக்காரர்கள், கோயில் ஊழியர்கள், ஊர்க்காரர்கள் என்று எப்படியும் இருபது இருபத்து ஐந்து பேர் இரண்டு மணி நேரத்துக்குள் வந்து போய்விட்டார்கள்.

'பத்மா மாமி ஏன் வரவில்லை?' என்று நான் மாமாவிடம் கேட்டேன்.

'சொல்லிட்டேன்.' என்று மாமா சொன்னார். வந்த அனைவரும் எங்கள் மூன்று பேரையும் திரும்பித் திரும்பிப் பார்த்துக்கொண்டே இருந்தார்கள். எல்லோருக்குமே எங்களிடம் பேசுவதற்கு விருப்பம் இருந்தது. ஆனால் தயங்கினார்கள். ஒரு சிலர் மட்டும் மாமாவிடம் போய் துக்கம் கேட்டுவிட்டு எங்கள் அருகே வந்து, 'அடையாளமே தெரியலே. இதுல யார் மூத்தவன், யார் அடுத்தவன்?' என்று கேட்டார்கள். நாங்கள் பொதுவாக அவர்களுக்குக் கைகுவித்து வணக்கம் சொல்லிவிட்டு அமைதியாக இருந்தோம்.

'இன்னும் அரை மணி நேரம் இருக்கலாம். அதன்பின் ஆரம்பித்துவிட வேண்டியதுதான்' என்று வினய் சொன்னான்.

மாமா யார் யாரிடமோ சாம வேத வாத்யாருக்காக மெனக்கெட்டுக்கொண்டிருந்தார். நாவலூர் வாத்தியார், 'ரிக் வேதம்னாக்கூட சமாளிச்சுடலாம். சாமம் தெரியாதே' என்று சொல்லிவிட்டாராம்.

'அக்காவ கடைத்தேத்தி அனுப்பியாகணும்டா! யாராவது எதாவது பண்ணுங்கோ' என்று வந்திருந்த சிலரிடம் மாமா வெடித்து அழுதபடி முறையிட்டுக்கொண்டிருந்தார். வினய்க்குப் பொறுக்கவில்லை. சட்டென்று முன்னால் சென்று அவர் தோளைத் தொட்டான். மாமா திரும்பிப் பார்த்தார்.

'வாத்யார் வேண்டாம். நான் சொன்னா சொன்னதுதான். நான் பார்த்துப்பேன்.'

மாமா மிரண்டுவிட்டார். அவன் குரலில் தொனித்த கட்டளைத் தொனி அதுவரை அவர் கேட்டறியாதது. அமைதியாகிப் போனார்.

வினய் என்னிடம் வா என்று சொல்லிவிட்டு வெளியே போனான். நான் அவன் பின்னால் போனேன். வசந்த மண்டபத்துக்குப் போகிற வழியில் இருந்த ஒரு தென்னை மரத்தின்மீது அவனே ஏறினான். ஒரு மட்டையை வெட்டிக் கீழே போட்டான். நான் அதை எடுத்துக்கொண்டேன். நாங்கள் வீடு வந்து சேர்ந்தபோது வினோத் எங்கிருந்தோ மூங்கில் கட்டைகளை ஏற்பாடு செய்து வரவழைத்திருந்தான். வினய், அவனேஅமர்ந்து ஓலையைப் பின்னி, கட்டைகளை முட்டுக் கொடுத்துப் பாடையைத் தயார் செய்தான். பிறகு ஒரு மண் கலயத்தை எடுத்து வந்து செங்கல் வைத்து நெருப்பு மூட்டி, அதன்மீது வைத்தான். வீதியில் அத்தனை பேரும் நின்று அவன் செய்வதை வேடிக்கை பார்த்துக்கொண்டிருந்தார்கள்.

சில நிமிடங்களில் அவன் ஆயத்தப் பணிகளை முடித்துவிட்டு மந்திரங்களைச் சொல்ல ஆரம்பித்தான்.

டேய், கர்த்தா இல்லாம எப்படிடா' என்று மாமா சொன்னார்.

'மூணு பேரும்தான் இருக்கோமே மாமா?'

'அவன் வரலியே இன்னும்?'

'அவன் வரமாட்டான்' என்று இப்போது வினோத் சொன்னான். மாமா திகைத்துப் போனார்.

பதினைந்து நிமிடங்கள் மூச்சு விடாமல் வினய் மந்திரங்களைச் சொல்லி முடித்துவிட்டு மாமாவைப் பார்த்தான். அவருக்கு வேறு வழி இல்லாமல் போனது. மாடவீதிப் பெண்கள் சிலரைக் கூப்பிட்டுப் பேசினார். பத்மா மாமி வந்து சேர்ந்தாள். யாரும் குரலெடுத்து உரக்க அழவில்லை என்பது சற்று நிம்மதியாக இருந்தது. பெண்கள் உள்ளே சென்று கதவை மூடிக்கொண்டார்கள். பிறகு சிறிது நேரம் கழித்து என்னை உள்ளே அழைத்தார்கள். நான் அம்மாவின் உடல் மீது நீர் ஊற்றிக் குளிப்பாட்டினேன். வெளியே வந்து நின்றுகொண்டேன். அவர்கள் மீண்டும் கதவை மூடிக்கொண்டு ஏதோ செய்தார்கள். எல்லாம் முக்கால் மணி நேரத்துக்குள் நடந்தேறியது.

'வரமாட்டானா? நெசமாவே வரமாட்டானா!' என்று மாமாதான் திரும்பத் திரும்பப் புலம்பிக்கொண்டிருந்தார்.

நான் அவர் கையைப் பிடித்து நிறுத்தினேன். 'கொள்ளி நீங்க வெக்கணும்னு அவ சொன்னா. அது அவளோட ஆசை. அப்பறம் உங்க இஷ்டம்.'

யாரோ தீப்பந்தம் ஏந்தினார்கள். நாங்கள் மூவருமாக மாமாவோடு சேர்ந்து அம்மாவைப் பாடையில் ஏற்றி வெளியே கொண்டு வந்தோம். 'இவாதான் பிள்ளைகளா! இவாதான் பிள்ளைகளா!' என்று வழியெங்கும் ஆண்களும் பெண்களும் எங்களையே வேடிக்கை பார்த்தார்கள். நாங்கள் யாருடனும் எதுவும் பேசவில்லை. மயானத்தைச் சென்றடையும்வரை மாமாவின் முகத்தைக் கூடப் பார்க்கவில்லை.

இறக்கி வைத்தபின் வினய் மீண்டும் சில மந்திரங்களைச் சொன்னான். மாமாவுடன் மயானம் வரை மூன்று பேர் ஊர்க்காரர்கள் வந்திருந்தார்கள். அவர்களை விலகியிருக்கச் சொல்லி அவன் முதலில் வாய்க்கரிசி போட்டான். பிறகு எங்களைப் போடச் சொன்னான். இறுதியாக மாமாவையும் உடன் வந்திருந்தவர்களையும் அழைத்து, போடச் சொன்னான். 'இது சாஸ்திரத்துல உண்டா?' என்று மாமா கேட்டார்.

'அவன் சொல்றதுதான் சாஸ்திரம். போடுங்கோ' என்று வினோத் சொன்னான். மாமா அழுதபடியே அரிசியைப் போட்டார்.

குவித்து வைக்கப்பட்டிருந்த விறகுப் படுக்கையின்மீது அம்மாவை நாங்கள் தூக்கி வைத்தோம். உதவிக்கு வந்த வெட்டியானை வினய்

வேண்டாம் என்று சொல்லி நகர்ந்து நிற்கச் சொன்னான். ஒரு வறட்டியின்மீது கற்பூரக் கட்டியை வைத்து அதை அம்மாவின் நெற்றியின்மீது வைத்தான். திரும்பி, மாமாவைப் பார்த்தான்.

165. அடங்கல்

மாமா குமுறிக் குமுறி அழுதுகொண்டிருந்தார். அந்த வயதில் யாராலும் அப்படி நிறுத்தாமல் அழுதுகொண்டே இருக்க முடியாது. குறைந்தபட்சம் தலை சுற்றி மயக்கம் வந்துவிடும். அதிகபட்சம் நெஞ்சு வலி வந்து உயிர் போய்விடும். மாமாவுக்கு இரண்டும் நேரவில்லை. ஒரு வாழ்நாள் முழுவதற்குமான கண்ணீரை மொத்தமாக அவர் சிந்திக்கொண்டிருந்தார். மயானத்துக்கு வந்திருந்த ஊர்க்காரர்கள் அவரை எப்படிச் சமாதானப்படுத்துவது என்று தெரியாமல் அமைதியாக நின்றார்கள். நான் வெட்டியானைப் பார்த்தேன். அவனது நிலைமைதான் மிகவும் கவலைக்குரியதாக இருந்தது. யார் கொள்ளி வைக்கப் போவது என்ற வினாவுக்கு அவனுக்கு இன்னும் விடை கிடைத்தபாடில்லை. ஓரிரு முறை அவன் வினய்யைக் கேட்டுப் பார்த்தான். அவன் பதில் சொல்லாமல் திரும்பி முறைக்கவே, அமைதியாகிவிட்டான்.

நான் மாமாவின் அருகே சென்றேன்.

‘நேரமாகிறது. பாத்தியதை உங்களுடையது என்று அம்மாவே சொல்லிவிட்டபின்பு நீங்கள் யோசிப்பது வீண்’ என்று சொன்னேன்.

‘அவ கெடக்கறா. அவளுக்கு என்ன தெரியும்? எனக்கு இப்போ விஜய் இங்கே வந்தாகணும்!’ என்று சந்நதம் வந்தவர் போலக் கத்தினார். இதற்கு நாங்கள் என்ன சொல்ல முடியும்? மூன்று பேரும் அமைதியாக இருந்தோம்.

எனக்கு ஒன்று மட்டும் புரியவில்லை. பாசத்தில் ரத்த சம்பந்தத்தின் சதவிகிதம் அதிகமாக இருக்கும் என்று எண்ணிக்கொண்டிருந்தேன். துக்கங்களின் மூலாதாரப் புள்ளியான அது பிறப்பின்போது பிறப்பது. பாலுக்கு முலை தேடும் கணத்தில் ஒரு பரிமாற்றம் நிகழ்ந்துவிடுகிறது. பிறகு பாற்கடலெனப் பொங்கி வழிந்துகொண்டே இருக்கும். மூச்சிருக்கும் வரை. முடிவு எட்டும் வரை. மூச்சுக் காற்றினைப் போலவே உடன் இருந்துவிட்டு, அது விட்டு விலகும்போது உடன் சென்று விடும் என்று

எண்ணிக்கொண்டிருந்தேன். மாமா என் நம்பிக்கையை உதிர்த்துப் போட்டுக்கொண்டிருந்தார். அவரது துக்கத்தின் வீரியம் முற்று முழுதாக அவரது நெஞ்சத்திலேயே சுரந்த பாசத்தின் விளைவுதான். அதில் ரத்தக் கலப்பில்லை. பிறப்பின் தொடர்பில்லை. இந்தக் கணம் வரை அவர் அறியாத அப்பேருண்மைக்கு இனி ஒருபோதும் மதிப்பு இருக்கப் போவதில்லை.

அறிந்துகொண்ட நாங்கள் மட்டும் என்ன பெரிதாக மதிப்பளித்தோம்? ஒரு சொட்டுக் கண்ணீருக்கோ, ஒரு சுடுசொல்லுக்கோ கூட வக்கற்ற ரகசியம். அந்தச் சுவடியை அண்ணா எதற்காக அத்தனை பத்திரமாகப் பாதுகாத்தான், ஏன் போகும்போது கொண்டு செல்லாமல் போனான் என்று தெரியவில்லை. இன்றுவரை வீட்டில் அது பத்திரமாக இருக்கிறது. அம்மாவே இறந்துவிட்ட பின்பு அதைப் பொருட்படுத்த இனி அங்கு யாரும் இருக்கப் போவதில்லை. ஒரு அதிசயம் நிகழ்ந்து அம்மாவோடு, அந்தச் சுவடியோடு, எங்கள் வீடு அப்படியே மண்ணுக்குள் இறங்கிப் புதைந்து காணாமல் போய்விட்டிருந்தால் எவ்வளவோ நன்றாயிருந்திருக்கும் என்று தோன்றியது. அவசியமே இல்லாமல் ஒரு குடும்பம் வலுக்கட்டாயமாக உருவாக்கப்பட்டதன் மீதான வெறுப்பும் கோபமும் எனக்குள் சட்டென்று சிலிர்த்தெழுந்தது.

ஒருவேளை ஒவ்வொரு குடும்பமுமே இப்படித்தானா? தொடர்பு என எண்ணிக்கொள்ளும் எது ஒன்றும் தொடர்பல்ல என்று நினைத்தேன். எல்லாமே தனித்தனிக் கண்ணிகள். வந்தது முதல் விடைபெறல் வரை. வருவதற்கு ஏதோ ஒரு வழி. போவதற்கு ஒரே வழி. இடையில் வாழும் கணங்களின் வண்ணமெல்லாம் வெறும் மாயை. வண்ணமல்ல. கறுப்பு வெள்ளைகூட அல்ல. நிறமற்ற ஏதோ ஒன்று. உருவற்றது. குணமும் மணமுமற்றது. ஆனால் மாயை அழகானது. பிரம்மத்தை விடவும் பேரெழில் கொண்டது. எளிதில் பிடித்துப் போகிறது. விரும்பும் வரை சுகமளிப்பது. புரிந்து கொள்ள இயலாத பிரம்மத்தைக் காட்டிலும் புரியக்கூடிய மாயையை நான் மிகவும் விரும்பினேன். குளிரக் குளிர ஒரு போர்வைக்குள் சுருண்டுகொண்டு மெல்லிய கதகதப்புக்குள் கரைத்துக்கொள்கிற பரவசம் பிரம்மத்தில் கிட்டுமா தெரியவில்லை.

வினோத்திடம் இதனைச் சொன்னபோது, ‘ஒரு முறை ருத்ர பிரயாகையில் பனிக்கட்டிகள் நீரோடு சேர்ந்து உருண்டு போய்க்கொண்டிருந்தன. கால் விரல் தரையில் பட முடியாத அளவுக்குக் குளிர் கொட்டிக்கொண்டிருந்தது. சூடான ஒரு தேநீரும்

சுகமான ஒரு கம்பளியும் இருந்தால் நன்றாக இருக்கும் என்று மனம் நினைத்தது. அப்போது ஒரு வயதான துறவி தான் கட்டியிருந்த இடுப்பு வேட்டியை அவிழ்த்து வைத்துவிட்டு வெறும் கோவணத்துடன் நதியில் இறங்கினார். மூன்று முறை முக்குப் போட்டுவிட்டு, ஓடும் நதிக்கு நடுவே இருந்த ஒரு பாறையின்மீது ஏறி அமர்ந்து தியானம் செய்ய ஆரம்பித்தார். அவர் முடித்துவிட்டுக் கரையேறியபோது நதியின் குளிர்ச்சியைப் பற்றிக் கேட்டேன். குளிர் என்பது நீரில் இறங்குவதற்கு முந்தைய உணர்வு என்று சொன்னார்.

நான் மாமாவிடம் திரும்பிச் சொன்னேன், 'கேட்டீர்களா? உங்களுக்கான பிரம்மம் கால் மாட்டில் தலை வைத்துப் படுத்திருக்கிறது. அதை நீங்கள் மாயையாக உணர்கிறீர்கள். நெருப்பின் பனிக் குளிர்ச்சியை உங்கள் அக்காவுக்கு நீங்கள் வழங்குவதே சரி.'

அவருக்குப் புரிந்ததா என்று தெரியவில்லை. 'அது நியாயமில்லேடா விமல். இன்னும் கொஞ்சம் காத்திருப்போமே? அவன் வந்துட்டான்னா?' என்று மீண்டும் சொன்னார்.

'மாமா, அவன் வரப் போவதில்லை. தயவுசெய்து அம்மாவின் இறுதி ஆசையை நீங்கள் நிறைவேற்றுங்கள்' என்று வினோத் மீண்டும் சொன்னான்.

'வருவான்னு நீதானேடா சொன்னே? வினய்யும் ஆமான்னு சொன்னானே.'

இப்போது வினய் மாமாவின் அருகே வந்தான். 'அவன் வந்தாலும் எங்களோட நிக்கட்டும். நீங்க வைங்கோ' என்று சொன்னான்.

'இதுக்காகத்தானேடா இத்தன வருஷம் கழிச்சி நீங்க வந்திருக்கேள்? எனக்கு எப்படி மனசு வரும்?'

'மாமா நாங்கள் இதற்காக வரவில்லை' என்று நான் சொன்னேன்.

'அப்பறம்? வேற எதுக்காக?'

'இது எங்கள் துறவு முழுமையுறும் தருணம். வாழ்நாளெல்லாம் அறுத்தெறிந்த நூற்கண்டின் கடைசிச் சிக்கு இது. இதன்பின் ஒன்றுமில்லை.'

'எழவு அறுத்துட்டுப் போயேன்? வேணான்னா சொல்றேன்?' அவர் உணர்ச்சி வசப்பட்டுக் கத்தினார்.

'கத்தி உங்களிடம் இருக்கிறது மாமா!' என்று வினோத் சொன்னான்.

இதுவும் அவருக்குப் புரியவில்லை. நான் வினய்யைத் தனியே அழைத்துச் சென்று சிறிது நேரம் பேசினேன். அதிக நேரம் அம்மாவை இப்படிச் சிதையின்மீது வைத்திருக்க இயலாது. வெட்டியான் முணுமுணுக்கத் தொடங்கிவிட்டான். உடன் வந்தவர்கள் வீடு திரும்ப விரும்புவார்கள். தவிரவும் இந்த இடத்தில் ஒரு நாடக அரங்கேற்றத்துக்கான அவசியமும் இல்லை. இது நமக்கு ஒரு கடன். செய்து முடித்துவிட்டால் பிறகு அவரவர் பாதை, அவரவர் வழி.

'மாமா?' என்றான் வினய்.

'அவர் தம் நினைவுகளைச் சுமந்துகொண்டு இன்னும் சிறிது காலம் அலைந்து திரிவார். அவர் ஒரு உயிருள்ள சித்ரா. பிறகு அவரும் அடங்கிப் போவார். அவ்வளவுதான்.'

நாங்கள் பேசிக்கொண்டிருந்தபோது கங்காதரன் வேகவேகமாக அங்கே வந்துகொண்டிருந்தான். வினய்தான் முதலில் அவனைப் பார்த்தான். 'ஒரு நிமிடம் இரு' என்று சொல்லிவிட்டு அவன் எதிரே சென்று, 'என்ன?' என்று கேட்டான்.

'இப்பத்தான் சேதி தெரிஞ்சிது. இன்னும் எரிச்சிடலியே?'

'இல்லை.'

பரிதவிப்புடன் அவன் சிதைக்கு அருகே வந்து சில கணங்கள் அமைதியாக நின்றான். பிரார்த்தனை செய்வது போலக் கண்ணை மூடி இருந்துவிட்டு மீண்டும் வினய்யிடம் திரும்பி வந்து, 'விஜய் இன்னும் வரலியா?' என்று கேட்டான்.

'எதற்கு? கொல்லவா? போய்ச் சொல் உன் சாமியிடம். இரண்டாவது பலி அவராக இல்லாதிருக்க அவரைப் பிரார்த்தனை செய்துகொள்ளச் சொல்.'

கங்காதரன் மிரண்டு போனான். 'டேய் என்ன நீ என்னென்னமோ சொல்லுற? எனக்கொண்ணும் தெரியாது அதெல்லாம்'

அரைக் கணம் கூட இருக்காது. வினய் அவனை அப்படியே ஒரு சைக்கிள் டயரைப் போலத் தூக்கி வளைத்தான். பலம் கொண்ட மட்டும் விசிறி எறிந்தான். அலறிக்கொண்டு போய் கங்காதரன் விழுந்தபோது அவன் இடுப்பில் இருந்து ஒரு சிறு கத்தி வெளியே வந்து விழுந்தது. பார்த்துக்கொண்டிருந்த கேசவன் மாமாவுக்கு

அந்த வினாடி துக்கம் மறந்து போய்விட்டது. ஐயோ என்று பதறி இரண்டடி பின்னால் போனார். வினய் ஆவேசம் அடங்காதவனாக கங்காதரனை நோக்கி நடந்தான்.

'வேணாம். என்னை ஒண்ணும் பண்ணிடாத. நான் வந்தது தப்பு. நான் போயிடுறேன்' என்று அவன் பயந்து பின்வாங்கினான்.

வினய் அவன் தலைமுடியைக் கொத்தாகப் பிடித்துத் தூக்கினான். 'சொல்லு. யாரக் கொல்ல வந்தே?'

தப்பிக்க முடியும் என்று அவனுக்குத் தோன்றவில்லை. இங்குமங்கும் பார்த்தான். வேறு வழியில்லை என்று தோன்றியிருக்க வேண்டும். தன் பதற்றத்தை விழுங்கி வினய்க்கு மட்டும் கேட்கும்படியான கீழ்க்குரலில் ஏதோ சொன்னான்.

அதன்பின் வினய் அவனை எச்சரித்து விடுவித்தான். கங்காதரன் திரும்பிப் பாராமல் ஓடிப் போனான்.

இது மொத்தமே இரண்டு நிமிடங்களுக்குள் நடந்து முடிந்துவிட்டது. மாமாவும் அவரோடு வந்திருந்த நண்பர்களும் வினோத்தும் நானும் வெட்டியானும் பேச்சற்றுப் போய் வெறுமனே பார்த்துக்கொண்டு நின்றிருந்தோம். தனது மிச்சமென வினய் சேகரித்து வைத்திருந்தவற்றையும் அந்த ஆக்ரோஷத்தில் கொட்டிக் கரைத்துவிட்டான் என்று எனக்குத் தோன்றியது. ஒரு விதத்தில் அது சந்தோஷமாகவும் இருந்தது.

நான் எதிர்பார்த்தது போலவே வினய் எங்களிடம் திரும்பி வந்தபோது மிகுந்த சாந்தமுடன் காணப்பட்டான். அவன் முகத்தில் அபூர்வமானதொரு புன்னகை பிறந்திருந்தது. சிதைக்கு அருகே வைக்கப்பட்டிருந்த தணல் சட்டியைக் கையில் ஏந்தி எடுத்து வந்து மாமாவிடம் கொடுத்தான். இம்முறை மாமா மறுப்பேதும் சொல்லவில்லை. அவர் முகத்தில் அச்சம் குடிகொண்டிருந்தது.

'போய் வைங்கோ. நீங்கதான் செய்யணும். இதான் விதி' என்று சொன்னான். நடந்துவிடும் என்ற நம்பிக்கையில் இப்போது வெட்டியான் பந்தத்தைப் பரபரவெனத் தயார் செய்தான். மாமா நடுங்கும் கால்களை உறுதியாக நிலத்தில் பதிக்க முடியாமல் தடுமாறி மெல்ல அம்மாவின் சிதை நோக்கி இரண்டடி வைத்தார்.

சட்டென்று மேலே பிரகாசித்துக்கொண்டிருந்த சூரியனை மறைத்து ஒரு பெரும் கருமேகக் கூட்டம் மெல்லக் கடந்து நகர ஆரம்பித்தது.

சூழல் இருண்டு போனது. மயானத்தின் மரக்கிளைகள் அசைவதை நிறுத்தின. எங்கோ கரைந்துகொண்டிருந்த காகம் ஒன்று கிளைவிட்டு எழுந்து பறந்து போனதைப் பார்த்தேன். மாமா அடுத்த அடியை எடுத்து வைப்பதற்கு முன்பே அவர் கையில் இருந்த தணல் நிறைந்த மண் கலயம் கீழே விழுந்தது. அத்தனை பேரும் திடுக்கிட்டு அதைப் பார்த்த கணத்தில் ஒளியைப் போலொரு நீண்ட ஈர்க்குச்சி சரேலென எங்கிருந்தோ பாய்ந்து வந்து சிதையைத் தொட்டு, அதன்மீது விழுந்தது. யாரும் நெருங்கும் முன் சிதை தானே பற்றிக்கொண்டு எரியத் தொடங்கியது.

மாமா திகைத்துப் போனார். 'நாராயணா! நாராயணா!' என்று சிரத்துக்கு மேல் கரம் குவித்துக் கதறத் தொடங்கினார். என்ன நிகழ்ந்தது என்று யாருக்கும் விளங்கவில்லை. வினோத் அதிர்ச்சியுடன் என்னைப் பார்த்தான். என்னால் அந்த நேரத்தில் யோசிக்க முடியவில்லை. சரியாகச் சொல்வதென்றால் என் சொற்கள் என்னைக் கைவிட்டன. சொற்களற்ற மொழியில் கடவுள்களிடம் பேசும் திறன் பெற்றவரான என் குருநாதர் என்னைக் கைவிட்டார். என் அனைத்து அறிவுச் சேகரங்களும் என்னை விட்டு விலகி உதிர்ந்துவிட்டதைக் கண்டேன். என்னையறியாமல் கண்ணீர் சுரந்தது. வாழ்விலே முதல் முறை. நல்லது. இது இன்று நிகழ்ந்தாக வேண்டும் போலிருக்கிறது.

'போகலாம்' என்று வினய் சொன்னான்.

'என்னடா நடந்தது இப்போ?' என்று மாமா அவனிடம் கேட்டார். அவன் அவருக்கு பதில் சொல்லவில்லை. 'போகலாம்' என்று மீண்டும் சொல்லிவிட்டு நடக்கத் தொடங்கினான். வினோத் ஓடிச் சென்று அவனைப் பிடித்து நிறுத்தி, 'சொல். என்ன நடந்தது?'

'அது அவன் தான். தன்னைத் தணலாக்கி அவளை எரித்துத் தான் இறந்து போனான்' என்று சொன்னான்.

166. சாம்பலின் குழந்தை

என் கால்கள் துவளத் தொடங்கியிருந்தன. எத்தனை நாள்களாக நடந்துகொண்டிருக்கிறேன் என்பதே மறந்துவிட்டது. நான் உண்ணவில்லை. எங்கும் தங்கவில்லை. ஓய்வெடுப்பது பற்றிச் சிந்திக்கக்கூட இல்லை. என் பாதங்கள் என்னை அழைத்துச் சென்ற இடங்களுக்கெல்லாம் போய்க்கொண்டிருந்தேன். எதுவும் தேவைப்படவில்லை என்பதால் யாருடனும் பேசவும் இல்லை. தாகம் எடுக்கும்போது தண்ணீர் மட்டும் அருந்திக்கொண்டிருந்தேன். பசியும் களைப்பும் எப்போது என்னைக் கீழே வீழ்த்தித் தள்ளும் என்று பார்த்துக்கொண்டிருந்தேன். உண்மையில் அப்படி யாருமற்ற வெளியில், உதவிக்கு யாரும் ஓடிவர இல்லாத நிலையில் தன்னந்தனியே விழுந்து கிடக்கவே மிகவும் விரும்பினேன். ஆனால் நானே எதிர்பாராத விதமாக இன்னமும் விழாமல் இருக்கிறேன். ஆச்சரியம்தான்.

திருவிடந்தையில் இருந்து கிளம்பும் முன் மடிகேரிக்கு போன் செய்தேன். நான் ஆசிரமத்துக்குத் திரும்பி வர நாளாகும் என்று மட்டும் சொல்லிவிட்டு போனை வைத்துவிட்டேன். வினய் ராமேசுவரம் வரை போய் வரலாம் என்று சொன்னான். நடந்தா என்று கேட்டேன். அதுதானே வசதி என்று அவன் பதிலுக்குக் கேட்டான். ஆனால் அந்த நடை இம்மாதிரி இடைவிடாமல் நிகழ்ந்ததல்ல. தினமும் எட்டு மணி நேரம் மட்டும் நடந்தோம். அதிகாலை மூன்று மணி முதல் ஏழு மணி வரை மட்டும். வெயில் ஏறத் தொடங்கும்போது எங்காவது ஒதுங்கிவிடுவோம். நாளெல்லாம் ஓய்வெடுத்துவிட்டு மாலை ஐந்து மணிக்கு மீண்டும் நடக்க ஆரம்பித்து இன்னொரு நான்கு மணி நேர நடை. கடலோரமாகவே நாங்கள் சென்றுகொண்டிருந்தோம். நாகைப்பட்டினத்தைக் கடந்து வேளாங்கண்ணியை நெருங்கும்போது வினய்க்கு ஏதோ ஒரு யோசனை வந்தது.

'விமல், இங்கே ஒருநாள் தாமதிக்கலாமா?' என்று கேட்டான்.

'ஒன்றும் பிரச்னை இல்லை. எதாவது வேலை இருக்கிறதா?'

'இல்லை. இங்கே பொய்கை நல்லூர் என்றொரு கிராமம் இருக்கிறது. அங்கே போகலாம்.'

'என்ன அங்கே?'

'ஒரு சமாதி. ஒரு சித்தருடையது. கோரக்கர் என்று பெயர்.'

நான் புன்னகை செய்தேன்.

'ஏன் சிரிக்கிறாய்?'

'ஒரு சித்தன் செத்துப் போனதை நினைத்தேன்.'

வினய் பதில் சொல்லவில்லை. எங்கோ வெறித்துப் பார்த்தான். நான் எதிர்பாராத விதமாக அவன் முகத்தில் ஒரு புன்னகை வந்தது. முகம் மண்டிய தாடியைக் கிழித்துக்கொண்டு நான்கு பற்களில் இருந்து அது வெளிப்பட்டது.

'ஏன் சிரிக்கிறாய்?'

'அவன் பாவம்' என்று சொன்னான்.

'ஏன்?'

'அவனது குற்ற உணர்வு அம்மாவின் பிணத்தைக் காணக்கூட விடாமல் தடுத்துவிட்டிருக்கிறது.'

'அப்படியா நினைக்கிறாய்?'

'வேறென்ன காரணம் இருக்க முடியும்? அவனுக்கு ஐம்பத்து மூன்று வயது. பத்து வயதில் இருந்து அவன் மனத்துக்குள் சன்னியாசியாக இருந்திருக்கிறான். இருபதில் முழுமையடைந்தான் என்றே வைத்துக்கொள். இத்தனைக் காலம் அவன் கற்ற யோகக் கலையெல்லாம் தேகத்தை ஒரு தீப்பந்தமாக்கத்தான் அவனுக்கு உதவியிருக்கிறது.'

'பாவம்தான்.'

'காமத்தினும் பெரிய பேய் இல்லை விமல். அதனினும் பெரிய தெய்வமும் இல்லை. நாமறியாத அவன் வாழ்வில் அவன் பெற்றது, இழந்தது அனைத்துமே அதனைச் சார்ந்ததாகத்தான் இருக்க முடியும்.'

'அந்தப் பாகிஸ்தானிப் பெண்ணை நினைத்துக்கொண்டு சொல்கிறாயா?'

'அவள் மட்டுமோ, அவளைப் போல் வேறு யாருமோ. யாருக்குத் தெரியும்? ஆனால் தனது துறவை அவன் அம்மாவுக்குத் தந்த கௌரவமாக நினைத்திருக்கிறான். அதில் சந்தேகமில்லை. கடைத்தேற்ற வருவேன் என்று அவன் சொன்னதை அறிந்ததுமே எனக்கு இது புரிந்துவிட்டது. அது ஒரு அகங்காரம். அழகு பொருந்திய அகங்காரம். உன் பிள்ளை என்னவாக வந்திருக்கிறேன் பார் என்று எதிரே நின்று காட்ட நினைத்த மாறுவேடமணிந்த மழலையின் பேரழகு அது. அவன் மிக நிச்சயமாக ஆதி சங்கரனை நினைத்திருப்பான். அவனையொத்த பிற சன்னியாசிகளை நினைவுகூர்ந்திருப்பான். லௌகீக வாழ்வில் அடைய முடியாத எல்லைகளை எட்டிப் பிடித்து வெற்றிக் களிப்பில் திளைத்துக்கொண்டிருந்திருப்பான். அத்தனையையும் அள்ளி எடுத்து வந்து அவள் முன் கொட்டிக் களிக்க விரும்பினால் அதில் தவறே இல்லை என்பேன்.'

'செய்திருக்க வேண்டியதுதானே?'

'சொன்னேனே, குற்ற உணர்வு! அது தடுத்திருக்கிறது.'

'என்ன பேத்துகிறாய்? காமம் தவறு என்று நீயா சொல்வாய்?'

'நிச்சயமாக இல்லை. ஆனால் காமத்தின் பரிபூரணம் என்பது அதைத் துறப்பதன் பரிபூரணத்துக்கு எதிர் எல்லையில் நின்று இயங்கக்கூடியது.'

'சரி, அதனால் என்ன?'

'அப்படித் துறப்பதன் பரிபூரணத்தை அம்மா அறிந்தவள், பயிற்சி செய்தவள். அவள் பிணமானபோதுகூட அவள் முகத்தில் ஜொலித்த பேரமைதியைக் கவனித்தாயா? நம் மூன்று பேரைக் கண்டபோதும் சமநிலை குலையாத அவளது திட சித்தத்தைக் கவனித்தாயா? காமம் ஒரு தவம். அதனைத் துறப்பதும் தவம்தான். துறந்தவள் எதிரே தனது கறை படிந்த தூய்மையை - அப்படி அவன் எண்ணும் பட்சத்தில் எப்படி அவன் விரித்துக் காட்டுவான்? கணப் பொழுது அவள் சிரித்துவிட்டால் என்னாவது?'

நான் திகைத்துவிட்டேன். இவன் என்ன சொல்ல வருகிறான் என்ற பதற்றம் அதிகரித்தது. உண்மையா, அப்படியும் இருக்குமா, அதுதான் அவளா என்று திரும்பத் திரும்ப உள்ளுக்குள் அலை பாய்ந்துகொண்டிருந்தேன். வினய் தீர்மானமாகச் சொன்னான்,

‘அப்பாவின் சுண்டு விரல் கூட தன்மீது பட அவள் அனுமதித்திருக்க மாட்டாள்.’

‘இப்போது எண்ணிப் பார். நீ யாரோ. நான் யாரோ. நாம் அனைவரும் யார்யாரோ. கேசவன்மாமாயாரோ. அப்பாயாரோ. அதிகம் படிக்காத, உலக அனுபவம் பெரிதாக இல்லாத, கட்டுப்பாடான குடும்பத்தில் வளர்க்கப்பட்ட அம்மா இத்தனை உதிரிகளை சேர்த்துக்கட்டி ஒரு குடும்பமாக்க என்ன நிர்ப்பந்தம்? இந்தக் கூட்டத்தில் தன்னை மட்டும் விலக்கிக்கொண்டிருந்தால் அவள் வாழ்க்கை வேறு. ஆனால் அவள் தன்னைச் சொருகிக்கொண்டு அத்தனை பேரையும் விலக்கி நிறுத்தி வேடிக்கை பார்த்திருக்கிறாள். என்றைக்கோ யாரோ செய்த பிழையின் வாசனையை இன்றைக்கு நமது மூச்சுக் காற்றுக்குள் மெதுவாக அனுப்பி உணரச் செய்ய முடிகிறதே, இது எப்படி? இது தவமில்லை என்றால் வேறு எது? அவள் யோகி இல்லை என்றால் வேறு யார்? அதனால்தான் சொன்னேன். அவளெதிரே நிற்க அவன் கூசியிருக்கிறான். தனது அகங்காரத்தை மூச்சுக்காற்றில் வெளியேற்றி விட்டு, அவமானத்தைத் தணலாக்கிக் கொண்டு தன் முடிவை எழுதிக்கொண்டான்.’

எனக்குப் பேச்சற்றுப் போனது. பிரமை பிடித்தாற்போல வினய்யையே பார்த்துக்கொண்டிருந்தேன். என்னையறியாமல் கண்ணில் நீர் சுரந்தது. வினய், ‘என்ன?’ என்று கேட்டான்.

‘சுதந்தரம் தவப் பொருளாக இருக்கும்வரை என் வாழ்வில் கண்ணீருக்கு இடமில்லை என்று எண்ணிக்கொண்டிருந்தேன். ஆனால் சிறைப்படுதலைத் தவமாக்கிக்கொண்டு ஒருத்தி என்னை மிதித்து, நசுக்கி எறிந்துவிட்டாற்போல இருக்கிறது.’

‘ஆம். அது சரிதான். அவள் நம் அனைவரையுமே நசுக்கித்தான் எறிந்திருக்கிறாள். தேவியின் கருணைக்காக நான் அலைந்த அலைச்சல், கிருஷ்ணனின் தரிசனத்துக்காக வினோத் மேற்கொண்ட தவம், உலகையே சேவகனாக்கிக்கொள்ள நீ கையாண்ட உத்திகள், மரணத்தை வெல்ல அண்ணா மேற்கொண்ட முயற்சிகள் அனைத்துமே அவள் காலடியில் உதிர்ந்துவிட்டன விமல். தோற்கடிப்பதன் சுகத்தை அனுபவிப்பதற்காக அவள் வாழ்நாள் முழுதும் தோற்றுக்கொண்டிருந்தது போல நடித்திருக்கிறாள். உண்மையில் நாம்தான் தோற்றவர்கள்.’

‘அவள் யாரைத் தோற்கடித்தாள்? அப்பாவையா?’

வினய் சிரித்தான். 'அவள் விதியின் பெயர் அப்பாவாக இருக்குமானால் அதுதான். அல்லது நாமறியாத வேறொன்று என்றால் அதுவும் சரிதான்.'

நாங்கள் பொய்கை நல்லூரை அடைந்து கோரக்கர் சமாதிக்குச் சென்றபோது அங்கு யாருமில்லை. வெட்ட வெளியில் தனித்திருந்த அவரது சமாதிக்குக் காலம் கோயில் கட்டிவிட்டிருந்தது. 'நீ இங்கு வந்திருக்கிறாயா?' என்று வினய் கேட்டான்.

'இல்லை. வந்ததில்லை.'

'நான் பலமுறை வந்திருக்கிறேன்.'

'எதற்கு?'

'தெரியவில்லை. வா என்று ஒரு குரல் கேட்கும். கிளம்பிவிடுவேன்.'

'அவர் உன் குருவா?'

'இதுவரை இல்லை.'

'இனி?'

'யாருக்குத் தெரியும்? குரல் வரும். கிளம்பி வருவேன். நாளெல்லாம் அவர் சமாதி முன் அமர்ந்திருப்பேன். ஒன்றும் நிகழாது. எழுந்து போய்விடுவேன்.'

'கோரக்கர் சாம்பலில் உயிர்த்தவரல்லவா?'

'ஆம். ஒன்றுமில்லாதது என்று ஒன்றுமில்லை என்று உணர்த்தியவர். ஒரு காலத்தில் கோரக்கரைப் போல நானும் ஒரு மாபெரும் சித்தனாவேன் என்று எண்ணிக்கொண்டிருந்தேன். இப்போது நினைத்தால் சிரிப்புத்தான் வருகிறது.'

'நீ சொரிமுத்துவைப் போலாவது ஆகியிருக்கலாம்.'

'இல்லை. நான் யாரைப் போலவும் ஆக இயலாது விமல். எனது துறவின் சாரமே என் அலைச்சல்தான். நான் உட்கார முடியாதவன். உட்காரத் தெரியாதவன். உட்கார விரும்பாதவனும்கூட.'

'ஆனால் நீ நல்லவன்!' என்று சொன்னேன். அவன் சிரித்தான். என்னை ஒருமுறை இறுக அணைத்து விடுவித்தான். 'அதனால்தான் அந்தச் சுவடியை அம்மாவேதான் உருவாக்கி அண்ணாவின் கைக்குக் கிடைக்கச் செய்திருக்கிறாள் என்பதை அறிந்தும் யாருக்கும் சொல்லாமல் இருந்துவிட்டேன்' என்று சொன்னான்.

அன்று முழுவதும் வினய் கோரக்கரின் சமாதி முன் தியானத்தில் அமர்ந்திருந்தான். நான் அவனை வெறுமனே பார்த்துக்கொண்டு அவனருகே சும்மா அமர்ந்திருந்தேன். இருட்டும் நேரம் அவன் தியானம் கலந்து கண் விழித்தான். நான் புன்னகை செய்தேன். அவன் சட்டென்று, 'மன்னித்துக்கொள். உன்னை நெடுநேரம் காக்க வைத்துவிட்டேன்' என்று சொன்னான்.

'பரவாயில்லை. எனக்கு வேறெந்த வேலையும் இல்லையே.'

'இருந்தாலும் இதெல்லாம் உன் நம்பிக்கைகளுக்குச் சம்பந்தமில்லாதவை.'

'ஆனாலும் அனுபவம் அல்லவா? சரி விடு. நாம் எதற்கு ராமேஸ்வரம் போகிறோம்?'

'போக வேண்டுமா என்று இப்போது தோன்றுகிறது.'

'அப்படியா? ஏன்?'

'அங்கு ஒன்றுமில்லை. எல்லாம் இங்குதான்' என்று நெஞ்சைத் தொட்டுக் காட்டினான்.

'அப்படியானால் நேபாளத்தில் மட்டும் என்ன இருக்கிறது? போகப் போவதாகச் சொன்னாயே?'

'ஆம். அங்கும் ஒன்றுமில்லை. மனத்தை நிலைபெறச் செய்ய இடங்கள் ஓரளவு உதவும். அதை எடுத்து வெளியே வைத்துவிட்டால் இடம் தேவைப்படாது.'

'அது முடியும் என்று நினைக்கிறாயா?'

'சும்மா முயற்சி செய்து பார்க்கிறேனே.' என்று சொன்னான். நான் புன்னகை செய்து அவன் தோளைத் தட்டிக் கொடுத்தேன்.

'நல்லது. நான் விடைபெறவா?'

'உன் விருப்பம்.'

'இந்நேரம் வினோத் பத்மா மாமியுடன் ரயில் ஏறியிருப்பான். நாளை அல்லது நாளை மறுநாள் அவன் கயாவுக்குப் போய்விடுவான்.'

'ஆம். எனக்கு கிருஷ்ணனை நினைத்தால்தான் பாவமாக இருக்கிறது. அவன் வினோத்துக்காக இன்னும் நெடுநாள் காத்திருக்க வேண்டியிருக்கும்.' என்று சொன்னான்.

'சித்ராவைப் போலவா?'

'சந்தேகமில்லை. சித்ரா என்னாளும் அவனைக் கொல்ல மாட்டாள். அவளுக்கு அதற்குத் துணிவில்லை. காமத்தின் வாசலைக்கூடத் தொடாத காதலுடனேயே அவள் வாழ்வு முடிந்துவிட்டது. அவன் காதலின் வாசனையையே அறியாமல் அவளைக் கிருஷ்ணனாகக் கருதி மனத்துக்குள் புணர்ந்துகொண்டே இருக்கிறான். அவன் சொன்னானே என்று லட்சம் முறை ஜபித்துப் பார்த்தபோது எனக்குத் தோன்றியது அதுதான். ஜபம் ஒரு சுய இன்பம். வெறும் சக்தி விரயம்.'

'அடப்பாவி!' என்று அலறிவிட்டேன்.

வினய் சிரித்தான். 'பூரணத்துவத்துக்காக அலைவது வீண். இந்த உலகில் எதுவும் பூரணமடைந்ததல்ல. எச்சங்களில் இருந்து கற்றுக்கொள்வதே நமக்கு விதித்தது' என்று சொன்னான்.

நான் நெடுநேரம் அமைதியாக நின்றிருந்தேன். எனக்குள் அதுவரை எந்த அதிர்வையும் உண்டாக்காதிருந்த கோரக்கரின் சமாதியை மெல்ல நெருங்கினேன். சிறிது நேரம் அதை உற்றுப் பார்த்துக்கொண்டே இருந்தேன். சாம்பலில் இருந்து உதித்தவர். உதித்த கணம் வரையல்லவா சாம்பல் ஒரு எச்சம்? உதித்துவிட்ட கணத்தில் சாம்பலும் பூரணமடைந்துவிடுகிறதல்லவா?

'ஆம். நீ பூரணமல்ல. ஆனால் முயன்றால் உன்னால் ஒன்றையேனும் பூரணமுறச் செய்ய முடியும்.' என்று வினய் சொன்னான்.

நான் அவனருகே வந்து நின்றேன். கையை உயர்த்தி ஆசி கூறும் விதத்தில் சொன்னேன், 'நீ செய். நான் பார்த்து ரசிக்கிறேன்.'

சொல்லிவிட்டுத் திரும்பி நடக்க ஆரம்பித்தேன். என் பாதங்கள் இழுத்துச் சென்ற திசையெல்லாம் நடந்துகொண்டே இருந்தேன்.

167. திருமுக்கூடல்

கன்னியாகுமரியில் இருந்தேன். முப்புறக் கடலும் சங்கமமாகும் இடத்தை ஒட்டி மணல் வெளியில் தனித்து அமர்ந்திருந்தேன். இருளும் குளிரும் என்னைச் சுற்றி அரண் எழுப்பியிருந்தன. ஈர மணலின் வாசனை நன்றாக இருந்தது. சுற்றுலாப் பயணிகள் வீசிவிட்டுப் போயிருந்த குப்பைகள்கூட ஏதோ ஒரு ஒழுங்குக்குக் கட்டுப்பட்டுச் சிதறியிருப்பதைப் போலவே தோற்றமளித்தன. வியாபாரிகள் கடைகளை மூடிவிட்டுக் கிளம்பியிருந்தார்கள். கடற்கரையில் நடமாட்டம் மிகவும் குறைந்துவிட்டிருந்தது. காலிக் கூடைகளுடன் உரக்கப் பேசியபடி கடந்து போன பெண்களைப் பார்த்தேன். கைத்தடியுடன் சுற்றி வந்த காவலர் ஒருவர் என்னருகே வந்து உற்றுப் பார்த்தார். நான் புன்னகை செய்தேன். யாரோ சாமி என்று எண்ணியிருப்பார். வணக்கம் சொல்லி நகர்ந்து சென்றார். அவர் சென்ற சிறிது நேரத்துக்கெல்லாம் இரண்டு நாய்கள் குரைத்துக்கொண்டும் ஒன்றையொன்று துரத்திக்கொண்டும் ஓடி வந்தன. நான் எழுந்துவிடலாம் என்று நினைத்தேன். ஆனால் முடியவில்லை. நடந்துகொண்டே இருந்த களைப்பு அமர்ந்த கணத்தில் இருந்து பூதாகாரமாகப் பெருகிவிட்டிருந்தது. இதற்குமேல் என்னால் ஓரடிகூட எடுத்து வைக்க முடியாது என்று தோன்றியது. ஓடாத வரை அது துரத்தாது என்று வினோத் சொன்னதை நினைத்துக்கொண்டேன். அதையும் பரீட்சித்துப் பார்த்துவிடலாம் என்று அசையாது அப்படியே இருந்தேன்.

அந்த நாய்கள் என்னைக் கண்டு மிரளவில்லை; என்னை அச்சுறுத்தவும் விரும்பவில்லை. அவை தமக்குள் விளையாடிக்கொண்டிருக்கின்றன என்று நினைத்துக்கொண்டேன். சிறிது நேரம் இங்குமங்கும் ஓடிப் பிடித்து ஆடிவிட்டு ஓரிடமாக இரண்டும் அமர்ந்துகொண்டன. நான் கடலுக்கு நடுவே தெரிந்த பாறை வெளிச்சத்தையே பார்த்துக்கொண்டு இருந்தேன். அங்கே விவேகானந்தர் இருந்தார். கரையில் நான் இருந்தேன். முன்பொரு சமயம் நான் விவேகானந்தர் பாறைக்குச் சென்றிருக்கிறேன். ஒரு கோட்டையைப் போல நிர்மாணம் செய்யப்பட்டிருந்த

அந்த நினைவிடத்துக்குள் அப்போதும் இரண்டு நாய்கள் ஓடிக்கொண்டிருந்தன. நாய்களை யார் படகில் ஏற்றிப் பாறைக்குக் கொண்டு வந்திருப்பார்கள் என்று யோசித்தேன். அவை நீந்தியும் வரக்கூடும் என்று படகோட்டி ஒருவன் சொன்னான். எனக்கு அப்போது அது மிகவும் வியப்பாக இருந்தது. தரையில் சிந்திய தானியங்களை உண்ண வரும் காக்கைகள் பத்தடி நடக்கும்போது வருகிற அதே வியப்பு. கோல்கொண்டாவில் ஒரு சமயம் ஓர் அழகிய மயிலைக் கண்டேன். கோட்டைச் சுவரின் மீது அது அமர்ந்திருந்தது. நின்று ரசித்துக்கொண்டிருந்தபோதே அது தனது சிறகுகளை அகல விரித்துப் பறந்து சென்று சிறிது தொலைவில் மீண்டும் அமர்ந்துகொண்டது. பறவைதான். ஆனாலும் நடந்து மட்டுமே பார்த்திருக்கிறோம். காகமும் பறவைதான். ஆனால் பறந்து மட்டுமே கண்டிருக்கிறோம். மனிதனல்லாத அனைத்துப் பிறப்புகளும் ஒன்றுக்கு மேற்பட்ட ஏதோ ஒரு சாமர்த்தியம் இருக்கும் என்று தோன்றியது. அண்ணாவால் நூறு நூற்றைம்பத்ஹு அடி தூரத்துக்குப் பறக்க இயலும் என்று எப்போதோ ஒரு சமயம் கங்கோத்ரியில் நான் சந்தித்த யோகினி ஒருத்தி சொன்னாள். ஒரு மலைச் சிகரத்தில் இருந்து இன்னொரு சிகரத்துக்குப் போக எப்போதாவது அவன் அந்த உத்தியைப் பயன்படுத்துவான் என்று சொன்னாள். ஹட யோகிகள் பறப்பார்கள். நெருப்பில் கிடக்க அவர்களால் முடியும். நீரில் நடக்கக்கூடிய யோகிகள் பலரைக் குறித்து நான் கேள்விப்பட்டிருக்கிறேன். எல்லாம் காற்றை வசப்படுத்துதல். உடலைக் காற்றாக்குதல். காற்றுதான் சகலமும். ஆனால் பறவைகள் நடப்பதற்கு ஹட யோகம் பயில்வதில்லை. ஒரு முழு வாழ்நாளைப் பரீட்சைகளில் தொலைப்பதில்லை. சிந்திக்க இயலாத குறைபாட்டை இயற்கை இவ்வாறு அவற்றுக்கு சமன் செய்கிறது என்று நினைத்தேன்.

சட்டென்று ஒரு குரல் கேட்டது. 'சிந்தித்து மட்டும் நீ என்ன சாதித்தாய்?'

நான் திரும்பிப் பார்த்தேன். யாருமில்லை. அந்த இரண்டு நாய்கள் மட்டும்தான் இருந்தன. எனக்குப் பெரிய வியப்போ, ஆர்வமோ எழவில்லை. இரண்டில் யார் சொரிமுத்து என்று அறியக்கூட விரும்பவில்லை. நான் படுத்துக்கொண்டேன்.

'பதில் சொல்லிவிட்டுத் தூங்கு. சிந்தித்து நீ என்ன சாதித்தாய்?'

'ஒன்றுமில்லை. அதனாலென்ன?'

'ஒன்றும் சாதிக்காததற்கு உனக்கு எதற்குத் துறவு?'

'அவசியமில்லைதான். வேண்டுமானால் சொல்லுங்கள். அங்கியை அவிழ்த்துத் தந்துவிடுகிறேன்.'

'நாற்றம் பிடித்த உன் அங்கி எனக்கு எதற்கு? உன் அம்மாவிடம் நீ தோற்றிருக்கிறாய். அது உனக்கு உறுத்தவில்லையா?'

'நிச்சயமாக இல்லை. என் அம்மா வெல்வதற்கு நான் உதவிய மகிழ்ச்சிதான் எனக்கு. என் சகோதரர்களும் இதில் சம அளவு உதவியிருக்கிறார்கள் என்ற திருப்தி இருக்கிறது.'

'பாழ். எல்லாம் பாழ். அவன் இறந்திருக்கக்கூடாது. கங்காதரன் சற்றுத் தாமதித்துவிட்டான்.'

இப்போது நான் திடுக்கிட்டு எழுந்து அமர்ந்தேன். 'என்ன சொல்கிறீர்கள்? அவன் கொலை செய்ய வரவில்லையா?'

'உன் அண்ணனை எதற்குக் கொல்ல வேண்டும்?'

'வேறு யாரை?'

'அது உனக்குத் தேவையில்லாதது. நீ என்ன செய்யப் போகிறாய்?'

நான் சிரித்தேன். அதை இவருக்கு எதற்குச் சொல்ல வேண்டும்? உலகத்துடன் எனக்கு இருந்த ஒற்றை உறவையும் முடித்துக்கொண்டு வந்திருக்கிறேன் இனி நான் கட்டற்றவன். காற்றேதான். சந்தேகமில்லை. காற்றை வெல்வதைக் காட்டிலும் காற்றாகிவிடுவது எத்தனை உயர்ந்தது! பறவையின் நடையைப் போல இது பிரயத்தனமற்றது. இயல்பாகக் கூடி வருவது. இந்த உலகில் எனக்குக் கடமைகள் என இனி ஒன்றுமில்லை. நான் யாருக்கும் கடமைப்படவும் இல்லை. நான் காசற்றவன். கவலையற்றவன். கடவுளும் அற்றவன். ஒரு தக்கையென என்னால் நீரில் மிதந்து செல்ல இயலும். புழுதியைப் போல், வீசும் காற்றுக்கு என்னை அளிப்பேன். எங்கிருந்து எங்கு தூக்கியெறிந்தாலும் போய் இருப்பேன். மீண்டும் சுமந்து செல்ல வரும் காற்றுக்காக எத்தனைக் காலம் வேண்டுமானாலும் காத்திருப்பேன். அது வராமலே போனாலும் எனக்கு இழப்பில்லை. வலியில்லை. துயரமோ, கண்ணீரோ இல்லை. என் துறவின் சாரமே இதுவல்லவா? இதற்காகவல்லவா இத்தனைக் கால மெனக்கெடல்கள்?

'முட்டாள்!' என்றது அது.

இருந்துவிட்டுப் போகிறேன். என்ன அதனால்?

'ஓயாமல் செய்துகொண்டே இருப்பவன்தான் செயலற்றவன் ஆகிறான். ஏனென்றால் அவன் செயலாகிவிடுகிறான். ஓய்வை உணர்ந்துவிட்டால் மரணத்தை நெருங்கிவிட்டதாகப் பொருள்.'

'நான் ஓய்ந்துவிட்டேன் என்று யார் சொன்னது?'

'இலக்கற்று இருப்பது ஓய்வுற்று இருப்பது போலத்தான்.'

'உங்களுக்கு என்ன அக்கறை?'

அது சிறிது நேரம் அமைதியாக இருந்தது. பிறகு மெல்ல என்னை நோக்கி நடந்து வந்து என் அருகே அமர்ந்து என்னை உற்றுப் பார்த்தது. தன் மூக்கை என் மடியின்மீது தேய்த்து முகர்ந்தது. வாலை உயர்த்தி இப்படியும் அப்படியுமாக இருமுறை ஆட்டியது. நான் என்ன என்று கேட்டேன்.

'தனிப்பட்ட அக்கறை என்று எனக்கு யாரிடமும் எதுவும் இல்லை. ஆனால் என் கடமைகளில் இருந்து நான் நகர்ந்து செல்வதில்லை. நீ எனக்கு ஒதுக்கப்பட்டவன் என்பதால்தான் உன்னை விடாமல் பின் தொடர்கிறேன்.'

'ஒதுக்கியவனை உதைத்தால் சரியாகிவிடும்' என்று சொன்னேன்.

என் அன்பான சொரிமுத்துக் கிழவா, நான் யாருக்கானவனும் இல்லை. எனக்கும்கூட. இந்தக் கணம் நீ கோபம் கொண்டு என்னைக் கடித்து, சாகடிக்கலாம். நான் சொர்க்கத்துக்கோ, நரகத்துக்கோ போகலாம். அல்லது ஒரு பேயாகத் திரியலாம், சித்ராவைப் போல. ஒன்றுமில்லாமல் காற்றாகவும் கரியாகவும் மாறி உருவற்றுப் போய்விடவும் கூடும். கழுகுகளுக்கு உடலைத் தின்னக் கொடுத்துவிட்டு இயற்கையாகிவிடுவேன். எட்டிப் பார்க்காத வரை இதுவா அதுவா என்ற வினா இருக்கத்தான் செய்யும். நான் சிந்தித்துக் கிழித்தது இதுதான். இருப்பதற்கும் இல்லாது போவதற்கும் இடையே வாழ்வது என்ற ஒன்று உள்ளது. நான் அதைக் கண்டவன். அதன் அனைத்து விதமான ருசிகளையும் அறிந்தவன். துறவென்று நீ சொல்வதைத் துறந்தாலும் நான் இப்படித்தான் இருப்பேன். ஒரு முழு வாழ்நாளை அம்மா வீணடித்தாள். என் அண்ணன்களும் அதையே செய்தார்கள். நோக்கம் வேறு. வழிமுறைகள் வேறு. ஆனால் சென்று சேர்ந்த இடம் அதுதான்.

'நிறுத்து. வினய்க்கு கோரக்கரின் தரிசனம் சற்றுமுன் கிடைத்துவிட்டது.'

'அப்படியா? மிக்க மகிழ்ச்சி. இமயத்தின் உயர்ந்த காடுகளில் அவன் அண்ணாவின் இடத்தை நிரப்பி மரத்துக்கு மரம், மலைக்கு மலை ஒரு குரங்கைப் போலத் தாவிக்கொண்டிருக்கட்டும்.'

'பத்மா மாமி விரைவில் இறந்துவிடுவாள். வினோத் அவளுக்கு ஈமச் சடங்குகள் செய்து முடித்துவிட்டு, மதுராவுக்குப் போகப் போகிறான்.'

'அவனுக்குக் கிருஷ்ண தரிசனம் கிடைக்கட்டும். அவன் ஒரு கோபிகையாகி பிருந்தாவனத்தின் துளசி வனங்களுக்குள்ளே காற்றில் ஆடிக்கொண்டிருக்கட்டும்.'

'நீ ஏன் இப்படி இருக்கிறாய்?'

நான் சிரித்தேன். அவரை ஏந்தி எடுத்து முத்தமிட்டேன். அப்படியே நெஞ்சோடு சேர்த்து அணைத்துக்கொண்டேன். 'அன்றொருநாள் எனக்கு அபின் கொடுத்தீர்களே, அது இப்போது இருக்கிறதா?'

'எதற்கு?'

'நான் மிகவும் மகிழ்ச்சியாக இருக்கிறேன். ஆனால் இது போதவில்லை. மகிழ்ச்சியின் அபரிமிதத்தை நான் அறியவேண்டும். அதில் திளைத்துக்கொண்டே இருக்க விரும்புகிறேன். இடைவெளியில்லாமல் மேகப் பொதிகளுக்கு நடுவே நான் பறந்துகொண்டே இருக்க வேண்டும். வழியில் கடவுள்களின் சந்தை தென்பட்டால், அதைத் தவிர்த்துவிட்டுப் போய்விடுவேன். கடவுள்கள் மனிதர்களைக் காட்டிலும் அபாயகரமானவர்கள்.'

'அப்படியா நினைக்கிறாய்? ஒருவேளை வழியில் உன் அண்ணா தென்பட்டால்?'

நான் சிரித்தேன். 'அது மட்டும் நடக்காது.'

'ஏன் அப்படிச் சொல்கிறாய்?'

'அவன் அம்மாவின் இறந்த உடலைக் காண வெட்கப்பட்டதாக வினய் சொன்னான். என்னைக் காண அவன் அச்சப்படுவான்.'

'அச்சமா?'

'ஆம். சந்தேகமில்லை. அச்சம்தான்.'

'என்ன அச்சம்?'

'கிழவா, தவமென்பது வாழ்வது. வாழ்வென்பது நிறைகுறைகளின் சரி விகிதக் கலவை. நிறைகள் சார்ந்த அகங்காரமும் குறைகள் சார்ந்த

குற்ற உணர்வும் தவிர்க்க முடியாதவை. இதில் எதைத் தவிர்க்க நினைத்தாலும் தோற்கத்தான் வேண்டும். அவன் தோற்றவன். நான் வென்றவன் இல்லையே தவிர தோற்க விரும்பாதவன். இது அவனுக்கு மிகுந்த இடைஞ்சலாக இருக்கும் என்று எண்ணுகிறேன்.'

'நீ ஒரு அயோக்கியன். அரசியல் தரகன். சந்தர்ப்பவாதி. பெண் பித்தன். சுகபோகங்களில் திளைக்க விரும்புபவன். ஆனால் ஞானியைப் போலப் பேசுகிறாய்.'

நான் வாய் விட்டு உரக்கச் சிரித்தேன். 'ஞானம் பிறக்கும் இடம் புரிகிறதா உங்களுக்கு?'

அது என்னை விட்டு நகர்ந்து அந்த இன்னொரு நாயின் அருகே சென்று அமர்ந்துகொண்டது. கோபத்திலும் ஆவேசத்திலும் அதன் கண்கள் ஜொலித்ததன. ஆக்ரோஷமாக அதற்கு மூச்சு வாங்கி, அடி வயிறு வேகவேகமாக விரிந்து சுருங்கியது. ஆங்காரமாகக் குரல் எழுப்பித் தனது வாயைத் திறந்து பற்களைக் காட்டியது. நான் அமைதியாக அதைப் பார்த்துக்கொண்டே இருந்தேன்.

தனது தோழனின் திடீர்க் கோபம் அந்த இன்னொரு நாய்க்கு வியப்புக்குரியதாக இருந்திருக்க வேண்டும். அது சட்டென்று சொரிமுத்துவின் உடலைத் தன் முகத்தால் தேய்த்து நக்கியது. பின்னங்காலைத் தூக்கி சொரிமுத்துவின் கால்களின்மீது போட்டு, தட் தட்டென்று இருமுறை தட்டியது. வாலை ஆட்டியது. சட்டென்று எழுந்து நின்று வவ் என்று குரைத்தது. சொரிமுத்துவும் எழுந்துகொண்டார். நான் உட்கார்ந்த நிலையிலேயே அவரைப் பார்த்துக் கரம் குவித்தேன்.

'போய் வாருங்கள் ஐயா. என்னை ஒரு பொருட்டாகக் கருதாதீர்கள். நான் இருக்கும்வரை இப்படித்தான் இருப்பேன். இறக்கும்போது மகிழ்ச்சியாக இறப்பேன்' என்று சொன்னேன். சொரிமுத்து திரும்பி நடக்க ஆரம்பித்தார். அவரோடு சென்ற அந்த இன்னொரு நாய் சிறிது தூரம் சென்று, நின்று திரும்பி என்னைப் பார்த்தது. அது சிரித்தாற்போலத் தெரிந்தது. சட்டென்று தனது முன்னங்காலை உயர்த்தி ஆசி வழங்குவது போலச் செய்தது. 'இனி உன் வழிக்கு நான் வரமாட்டேன்' என்ற குரல் கேட்டது.

ஒரு கணம்தான். எனக்குப் புரிந்துவிட்டது. அண்ணா என்று அழைக்க வாயெடுக்கும்போதே இரண்டு நாய்களும் எங்கோ ஓடி இருளில் மறைந்து போயின. எனக்குச் சிரிப்பு வந்தது. மெல்ல மெல்ல எனக்குள் சிரித்து, அது அடங்காமல் பீறிட்டு வெளிப்பட்டு

உரக்கச் சிரிக்கத் தொடங்கினேன். என் கண்ணில் நீர் வரும் அளவுக்குச் சிரித்துக்கொண்டே இருந்தேன். இரவெல்லாம் சிரித்துச் சிரித்து மிகவும் களைத்துப் போனேன்.

மறுநாள் விடிந்து சூரிய உதயம் பார்க்க மக்கள் கூட்டம் கூட்டமாக வரத் தொடங்கியபோது நான் திரும்பி நடக்க ஆரம்பித்தேன்.

பல வருடங்களுக்கு முன்னர் மேற்குத் தொடர்ச்சி மலையில் குறிஞ்சி பூத்திருப்பதாக ஒரு சமயம் தகவல் வந்தது. போய்ப் பார்த்துவிட்டு வரலாம் என்று எனது மாணவர்களுடன் கிளம்பிச் சென்றேன்.

நாளெல்லாம் ஒரு மலை ஏறி மறு புறம் இறங்கி, நீலக் குறிஞ்சிகள் பூத்திருந்த இடத்தை நாங்கள் நெருங்கியபோது வெகுவாக இருட்டிவிட்டிருந்தது. உருவம் தெரியாத அடரிருள். சீடர்களுக்கு ஒரே ஏமாற்றமாகப் போய்விட்டது. மீண்டும் நாளைதான் வர வேண்டுமா என்று கேட்டார்கள்.

‘நீலக்குறிஞ்சியை நீங்கள் புகைப்படத்தில் பார்த்ததில்லையா?’

‘புகைப்படத்தில் பார்த்து என்ன குருஜி?’

‘பிறகு? தொட்டுப் பார்க்கவேண்டும். அவ்வளவுதானே? தொடுங்கள்.’ நான் தொட்டுக் காட்டினேன்.

‘தொடுவது மட்டும்தானா?’

‘வேறென்ன? அதன் உருவம் உங்களுக்குத் தெரியும். புகைப்படத்தில் பார்த்திருக்கிறீர்கள். இதோ இப்போது தொடுவதற்கும் ஒரு வாய்ப்பு கிடைத்திருக்கிறது. கிள்ளி முகர்ந்து பார்க்க விரும்பினாலும் செய்யலாம். வேறென்ன வேண்டும்?’

தர்க்கப்படி சரிதான். ஆனால் ஓர் அனுபவம் இல்லாமல் போகிறதே என்று அவர்கள் வருத்தப்பட்டார்கள். ஒரு கணம் யோசித்தேன். ‘வா. என்னைத் தொடு. நான் வேறு அது வேறல்ல’ என்று சொன்னேன். அந்த நேரத்தில் யாரும் எதிர்பாராத அந்தப் பதிலில் திகைப்புற்ற பெண்ணொருத்தி பரவசம் மேலிட்டுப் பாய்ந்து வந்து ‘குருஜி’ என்று என்னை இறுக்கிக் கட்டிக்கொண்டு கன்னத்தில் முத்தமிட்டாள்.

அதுதான் அப்போது எனக்கு நினைவுக்கு வந்தது. சூரிய உதயம் எப்போதும் நிகழ்வது. குமரி முனையில் அதைக் காண்பது ஓர் அனுபவம்தான். சந்தேகமில்லை. நான் குமரி முனையில்

இருந்தேன். சூரிய உதயத்தைப் பலமுறை கண்டிருக்கிறேன். ஆனால் இந்த நாளில், இந்த இடத்தில், இப்போது கிடைத்த வாய்ப்பைத் தவிர்த்திருக்க வேண்டாம் என்றுதான் உலகம் சொல்லும்.

சொல்லிவிட்டுப் போகட்டுமே? இன்றெல்லாம் நான் நடப்பேன். இரவு களைத்து எங்காவது படுத்துக் கண் மூடுவேன். அப்போது சூரியன் எனக்காக மீண்டும் உதிக்கும். அல்லது உதிக்கச் செய்வேன். சரி, உதிக்காமலே போனால்தான் என்ன? என் உள்ளங்கைகளைக் காண எனக்கு வெளிச்சம் தேவையில்லை. கண்களும்கூட.

நான் என் மனத்துக்குள் அம்மாவுக்கு நன்றி சொன்னேன். அண்ணாவுக்கு நன்றி சொன்னேன். சொரிமுத்துவுக்குச் சொன்னேன். யாருக்காவது மிச்சம் வைத்திருக்கிறேனா என்று ஒரு கணம் யோசித்துப் பார்த்தேன். ஒன்றுமில்லை என்று தோன்றியது. அதன்பின் வேகமாக நடக்க ஆரம்பித்தேன்.

முற்றும்